AA000600

ಕನ್ನಡ ಸಣ್ಣ ಕಥೆಗಳು

ಅಂತರ ಭಾರತೀಯ ಪುಸ್ತಕ ಮಾಲೆ

ಕನ್ನಡ ಸಣ್ಣ ಕಥೆಗಳು

ಸಂಪಾದಕ

ಜಿ.ಎಚ್. ನಾಯಕ

nbt.india
एकः सूते सकलम्
ನ್ಯಾಷನಲ್ ಬುಕ್ ಟ್ರಸ್ಟ್, ಇಂಡಿಯಾ

ISBN 978-81-237-3593-1

ಮೊದಲ ಮುದ್ರಣ : 1978 (ಶಕ 1900)
ಹನ್ನೊಂದನೆಯ ಮರುಮುದ್ರಣ 2023 (ಶಕ 1945)

© ಲೇಖಕರು

Kannada Sanna Kathegalu (Anthology of Kannada Short Stories
Complied by Shri G.H. Nayak) *(Kannada original)*

₹ 250.00

ನಿರ್ದೇಶಕರು, ನ್ಯಾಷನಲ್ ಬುಕ್ ಟ್ರಸ್ಟ್, ಇಂಡಿಯಾ
ನೆಹರೂ ಭವನ, 5 ಇನ್‌ಸ್ಟಿಟ್ಯೂರನಲ್ ಏರಿಯಾ, ಫೇಜ್–II
ವಸಂತ್ ಕುಂಜ್, ಹೊಸ ದೆಹಲಿ–110070 ಇವರಿಂದ ಪ್ರಕಟಿತ
Website : www.nbtindia.gov.in

ವಿಷಯಸೂಚಿ

				ಪುಟ
	ಪ್ರಸ್ತಾವನೆ	...	ಜಿ. ಎಚ್. ನಾಯಕ	v
1.	ಕಮಲಪುರದ ಹೊಟ್ಲಿನಲ್ಲಿ	...	ಪಂಜೆ ಮಂಗೇಶರಾಯ	1
2.	ಮೊಸರಿನ ಮಂಗಮ್ಮ	...	ಶ್ರೀನಿವಾಸ	11
3.	ಗುರುಗಳ ಮಹಿಮೆ	...	ಎ. ಆರ್. ಕೃಷ್ಣ ಶಾಸ್ತ್ರಿ	23
4.	ನಾನು ಕೊಂದ ಹುಡುಗಿ	...	ಆನಂದ	35
5.	ಯಾರೂ ಅರಿಯದ ವೀರ	...	ಕುವೆಂಪು	57
6.	ಧರ್ಮಕೊಂಡದ ಕಥೆ	...	ಅಶ್ವತ್ಥ	68
7.	ನಾಲ್ಕು ಮೊಳ ಭೂಮಿ	...	ಚದುರಂಗ	86
8.	ಅಜ್ಞಾತವಾಸಿ	...	ಬಸವರಾಜ ಕಟ್ಟೀಮನಿ	94
9.	0—0=0	...	ತ.ರಾ.ಸು.	108
10.	ಕೊನೆಯ ಗಿರಾಕಿ	...	ನಿರಂಜನ	113
11.	ಯಾರು ಹಿತವರು ನಿನಗೆ	...	ಬಿ. ಸಿ. ರಾಮಚಂದ್ರ ಶರ್ಮ	122
12.	ಸೆರೆ	...	ಯಶವಂತ ಚಿತ್ತಾಲ	129
13.	ಅಣ್ಣಯ್ಯನ ಮಾನವಶಾಸ್ತ್ರ	...	ಎ. ಕೆ. ರಾಮಾನುಜನ್	141
14.	ಕ್ಷಿತಿಜ	...	ಶಾಂತಿನಾಥ ದೇಸಾಯಿ	150
15.	ಕ್ಲಿಪ್ ಜಾಯಿಂಟ್	...	ಯು. ಆರ್. ಅನಂತಮೂರ್ತಿ	172
16.	ತಬ್ಬಲಿಗಳು	...	ರಾಘವೇಂದ್ರ ಖಾಸನೀಸ	216
17.	ರಾಮನ ಸವಾರಿ ಸಂತೆಗೆ ಹೋದದ್ದು	...	ಕೆ. ಸದಾಶಿವ	240
18.	ಶ್ರಾದ್ಧ	...	ಟಿ. ಜಿ. ರಾಘವ	258
19.	ನಿವೃತ್ತರು	...	ಪಿ. ಲಂಕೇಶ್	265
20.	ಅಬಚೂರಿನ ಪೋಸ್ಟಾಫೀಸು	...	ಕೆ. ಪಿ. ಪೂರ್ಣಚಂದ್ರ ತೇಜಸ್ವಿ	273
21.	ಹ್ಯಾಂಗೋವರ್	...	ಜಿ. ಎಸ್. ಸದಾಶಿವ	291
22.	ಹಂಗಿನರಮನೆಯ ಹೊರಗೆ	...	ರಾಜಶೇಖರ ನೀರಮಾನ್ವಿ	299
23.	ಕೊನೆಯ ದಾರಿ	...	ವೀಣಾ	317
24.	ಸಂಬಂಧ	...	ಶ್ರೀಕೃಷ್ಣ ಆಲನಹಳ್ಳಿ	326
25.	ಅಮಾಸ	...	ದೇವನೂರ ಮಹಾದೇವ	338
	ಕಥೆಗಾರರ ಪರಿಚಯ	...		347

ಪ್ರಸ್ತಾವನೆ

ಕ್ರಿ. ಶ. 1900ರಲ್ಲಿ **ಪಂಜೆ ಮಂಗೇಶರಾಯರು** (1874–1937) 'ಸುವಾಸಿನಿ' ಪತ್ರಿಕೆಯಲ್ಲಿ ಪ್ರಕಟಿಸಿದ 'ಭಾರತ ಶ್ರವಣ'. 'ಕಮಲಪುರದ ಹೊಟ್ಲಿನಲ್ಲಿ', 'ನನ್ನ ಚಿಕ್ಕತಾಯಿ', 'ನನ್ನ ಚಿಕ್ಕತಂದೆಯವರ ಉಯಿಲ್' ಕಥೆಗಳ ಮೂಲಕ ಆಧುನಿಕ ಸಣ್ಣಕತೆಯ ಚರಿತ್ರೆ ಪ್ರಾರಂಭವಾಯಿತೆನ್ನಬಹುದು. ಪಂಜೆಯವರ ಕಥೆಗಳು ಸಾಮಾಜಿಕ ಮತ್ತು ಚಾರಿತ್ರಿಕ ವಸ್ತುಗಳನ್ನೊಳಗೊಂಡಿವೆ. ಚಾರಿತ್ರಿಕ ಕಥೆಗಳಲ್ಲಿ ಆದರ್ಶಮಯತೆ ಮುಖ್ಯವಾಗಿದೆ. ಅವರು ಬರೆದ ನಾಲ್ಕೂ ಚಾರಿತ್ರಿಕ ಕಥೆಗಳು ವೀರರಮಣಿಯರ ಪವಿತ್ರ ಪ್ರೇಮ ಮತ್ತು ಉಜ್ವಲ ಸಾಹಸಗಳನ್ನು ಉಗ್ಘಡಿಸುತ್ತವೆ, ಆ ರಮಣಿಯರ ದುರಂತ ಸಾವಿನಲ್ಲಿ ಮುಗಿಯುತ್ತವೆ; ಅವರ ಹೆಸರನ್ನೇ ತಲೆಬರಹವಾಗಿಯೂ ಉಳ್ಳವುಗಳಾಗಿವೆ. ಪಂಜೆಯವರ ಒಂಬತ್ತೂ ಸಾಮಾಜಿಕ ಕಥೆಗಳಲ್ಲಿ ವಸ್ತು ಮತ್ತು ನಿರೂಪಣೆಗಳಲ್ಲಿ ಎದ್ದು ಕಾಣುವ ಗುಣ ಹಾಸ್ಯ. ಒಟ್ಟಿನಲ್ಲಿ ಅವರ ಎಲ್ಲ ಕಥೆಗಳಲ್ಲಿಯೂ ಹೊಸಗನ್ನಡ ಗದ್ಯದ ತೇಜಸ್ಸು ತುಂಬಿಕೊಳ್ಳುತ್ತಿರುವುದು ಕಾಣುತ್ತದೆ. ಮುಂದೆ ಹೆಚ್ಚುಕಡಮೆ ಒಂದೇ ವರ್ಷದಲ್ಲಿ **ದಿ। ಎಂ. ಎನ್. ಕಾಮತ. ದಿ। ಕೆರೂರ ವಾಸುದೇವಾಚಾರ್ಯ** ಮತ್ತು **ಮಾಸ್ತಿ ವೆಂಕಟೇಶ ಅಯ್ಯಂಗಾರ್** (ಶ್ರೀನಿವಾಸ) ಇವರು ಸಣ್ಣಕತೆಗಳನ್ನು ಬರೆದರೆನ್ನಲಾಗಿದೆ. (ಮಾಸ್ತಿ ವೆಂಕಟೇಶ ಅಯ್ಯಂಗಾರ – ಕನ್ನಡ ಸಣ್ಣಕತೆಯಲ್ಲಿ ವಾಸ್ತವಿಕತೆ – 1957) ಆದ್ದರಿಂದ ಚಾರಿತ್ರಿಕವಾಗಿ ನೋಡಿದರೆ ಕನ್ನಡದಲ್ಲಿ ಸಣ್ಣಕತೆಗಳನ್ನು ಬರೆದವರಲ್ಲಿ ಮಾಸ್ತಿಯವರೇ ಮೊದಲಿಗರೆನ್ನಲಾಗದಿದ್ದರೂ ಅವರು ಕನ್ನಡದ ಮೊದಲ ಮಹತ್ವದ ಸಣ್ಣಕತೆಗಾರ ಎಂಬುದು ನಿರ್ವಿವಾದದ ಸಂಗತಿಯಾಗಿದೆ.

ಒಂದು ಗಾಢವಾದ ಧಾರ್ಮಿಕ ಶ್ರದ್ಧೆಯಿಂದ ಬದುಕಿನ ವ್ಯವಹಾರಗಳನ್ನೆಲ್ಲ ಪರಿಭಾವಿಸುವ. ವ್ಯಾಖ್ಯಾನಿಸುವ. ಬೆಲೆಕಟ್ಟುವ ಸಾತ್ವಿಕ ಮನಸ್ಸು **ಮಾಸ್ತಿ ವೆಂಕಟೇಶ ಅಯ್ಯಂಗಾರ** (ಶ್ರೀನಿವಾಸ)ರ ಕಥೆಗಳಲ್ಲಿ ರೂಪು ತಳೆಯುವ ಅನುಭವವನ್ನು ನಿಯಂತ್ರಿಸುತ್ತಿರುವಂತೆ, ನಿರ್ದೇಶಿಸುತ್ತಿರುವಂತೆ ಬೋಧೆಯಾಗುತ್ತದೆ. ಪರಂಪರಾಗತ ಸಂಸ್ಕೃತಿಯ ಜೀವಸತ್ವವನ್ನು, ಅದರ ತಾಳಿಕೆಯ ಗುಣವನ್ನು, ಅದರ ಹರಿಗಡಿಯದ ಸೋಜಿಗವನ್ನು ವ್ಯಕ್ತಿ, ಸಂಗತಿಗಳ ಸಂದರ್ಭದಲ್ಲಿಟ್ಟು ಕೀರ್ತಿಸುವ ಹವಣು ಕಾಣುತ್ತದೆ. ಆದ್ದರಿಂದ ಬದುಕಿನ ದುಷ್ಟ, ಅಧಾರ್ಮಿಕ. ನಿಷ್ಠುರ ಮುಖಗಳನ್ನು ಪರಂಪರಾಗತ ಮೌಲ್ಯದ ತಾಳಿಕೆಯ ಗುಣವನ್ನು ಉದ್ದೀಪಿಸುವುದಕ್ಕೆ ಎಷ್ಟು ಬೇಕೋ ಅಷ್ಟರಮಟ್ಟಿಗೆ ಹಿನ್ನೆಲೆಯ ರೂಪದಲ್ಲಿ ಬಳಸಿಕೊಳ್ಳುತ್ತಾರೆ. ಹಾಗಾಗಿ ಪರಂಪರಾಗತ ಶ್ರದ್ಧೆ, ನಂಬಿಕೆಗಳನ್ನು ಪ್ರಶ್ನಿಸುವಂಥ

ಸನ್ನಿವೇಶ, ಸಂದರ್ಭಗಳು ಎದುರಾದಾಗಲೂ ಆ ಸಾಂಪ್ರದಾಯಿಕ ಮೌಲ್ಯಗಳ ಚೌಕಟ್ಟಿನಲ್ಲಿಯೇ ಅದಕ್ಕೆ ಪರಿಹಾರವನ್ನು ಹುಡುಕುವ, ಸೂಚಿಸುವ ಧೋರಣೆ ಮತ್ತು ಆತ್ಮವಿಶ್ವಾಸ ಮಾಸ್ತಿಯವರಲ್ಲಿ ಕಾಣುತ್ತದೆ. ಆ ಚೌಕಟ್ಟಿನ ಮಿತಿಯಲ್ಲಿ ಸಾಧ್ಯವಾಗಬಹುದಾದ ಅನುಭವದ ಪಕ್ವತನ, ಜೀವನ ವಿವೇಕ ಅವರಲ್ಲಿ ಸಮೃದ್ಧವಾಗಿದೆ. ಅವುಗಳ ಜೊತೆಗೆ ನಿರುದ್ವಿಗ್ನ ನಿರೂಪಣೆಯ ಗುಣವೂ ಹದವಾಗಿ ಸೇರಿಕೊಳ್ಳುವುದರಿಂದ ಅವರ ಕಲೆಗಾರಿಕೆಗೆ ಅನನ್ಯವಾದ ಕಾಂತಿ, ತನ್ನತನ ಪ್ರಾಪ್ತವಾಗುತ್ತದೆ.

ಮಾಸ್ತಿಯವರ ಬಹುಪಾಲು ಕಥೆಗಳಲ್ಲಿನ ಪ್ರಧಾನ ಪಾತ್ರವ ಇಲ್ಲವೆ ಜನಾಂಗದ ನಂಬಿಕೆಯ ತಳದಲ್ಲಿ ಚಿಪ್ಪೊಡೆಯದ ಮುಗ್ಧತೆಯೊಂದು ಸ್ಥಾಯಿಯಾಗಿರುತ್ತದೆ. ಕಥೆಗಾರ ಮಾಸ್ತಿಯವರು ಆ ಮುಗ್ಧತೆ ತಂದೊಡ್ಡುವ ದುರಂತವನ್ನೂ ಸಹಾನುಭೂತಿ, ಅನುಕಂಪ ಮಾನವೀಯ ದೃಷ್ಟಿಗಳಿಂದ ಮಾತ್ರ ಪರಿಭಾವಿಸದೆ ಅವುಗಳಿಗೆ ಧನ್ಯಭಾವಗಳನ್ನು ಆರೋಪಿಸುವುದರ ಮೂಲಕ ಆರಾಧಕ ಭಾವದಲ್ಲಿ ನಿಲ್ಲುತ್ತಾರೆ. ಆದ್ದರಿಂದ ಕಥೆಗಾರನ ಪ್ರಜ್ಞೆಯೂ ಕಥೆಯ ಪಾತ್ರಗಳಂತೆಯೇ ಅವುಗಳ ಬದುಕಿನಲ್ಲಿ ದುರಂತಕ್ಕೆ ಹೊರತಾದ ಇತರ ಸಾರ್ಥಕ್ಯ ಸಾಧ್ಯತೆಗಳನ್ನು ಕಾಣಲಾರದ, ಚಿಂತಿಸಲಾರದ ಮುಗ್ಧ ಅಸಹಾಯಕತೆಯಲ್ಲಿರುವಂತೆ ತೋರುತ್ತದೆ. ಹೀಗಿರುವುದರಿಂದ, ಮಾಸ್ತಿಯವರ ನಿರೂಪಣೆಯ ಧಾಟಿಯಲ್ಲಿ ಕಾಣುವ ನಿರುದ್ವಿಗ್ನತೆ ಸೃಜನಾತ್ಮಕ ಸಂದರ್ಭದಲ್ಲಿ ಜೀವನಾನುಭವಗಳನ್ನು ಶೋಧಿಸುವ, ಬದುಕಿನ ಸಾಧ್ಯತೆಗಳನ್ನು ಅನ್ವೇಷಿಸುವ ನಿರಪೇಕ್ಷ ನಿಲುವು ಎಂದೆನಿಸುವುದಿಲ್ಲ. ಮಾಸ್ತಿಯವರ ಬರವಣಿಗೆಯ ಮುಖ್ಯ ಮಿತಿಯಿರುವುದು ಬಹುಶಃ ಇಲ್ಲಿಯೇ.

ಮಾಸ್ತಿಯವರ ನಿರುದ್ವಿಗ್ನತೆಗೆ ಅವರು ಬಳಸುವ ತಂತ್ರ ವಿಧಾನವೂ ಅನೇಕ ಕಡೆಗಳಲ್ಲಿ ಪೋಷಕವಾಗಿಯೇ ಇರುತ್ತದೆ. ಎಂದೋ ಎಲ್ಲಿಯೋ ನಡೆದ ಪ್ರಸಂಗವನ್ನು ಯಾರಿಗೋ ಹೇಳುತ್ತಿರುವಂತೆ ಇಲ್ಲವೆ ಯಾರೋ ಹೇಳುತ್ತಿರುವಂತೆ ತಂತ್ರ ಯೋಜನೆ ಇರುತ್ತದೆ. **'ಮೊಸರಿನ ಮಂಗಮ್ಮ'**ದ ನಿರೂಪಣಾ ರೀತಿಯೂ ಈ ಬಗೆಯ ತಂತ್ರಗಳ ಒಂದು ಮಾದರಿ. ಇಲ್ಲಿ ಮಾಸ್ತಿಯವರಿಗೆ ಅವರ ಕಥೆಗಳಿಗೆ ಸಾಮಾನ್ಯವಾದ ಪುಷ್ಟವಾದ ಕಥೆಯನ್ನು ಹೇಳುವ ಆತುರವಿಲ್ಲ. ಪರಂಪರಾಗತ ಮೌಲ್ಯಗಳನ್ನು ಕೀರ್ತಿಸುವ ಹಂಬಲವೂ ಮುಖ್ಯವಾಗಿಲ್ಲ. ವಿಶಿಷ್ಟ ಕೌಟುಂಬಿಕ ಮತ್ತು ಸಾಮಾಜಿಕ ಸಂದರ್ಭದ ಒಂದು ಪರಿಸ್ಥಿತಿಯಲ್ಲಿ ಹುಟ್ಟಿಕೊಳ್ಳುವ ಅನುಭವದ ಪದರ ಪದರಗಳನ್ನು ವಿಸ್ಮಯದ ಸ್ಥಾಯಿಯಲ್ಲಿ ಬಿಚ್ಚುತ್ತಲೇ ಅರ್ಥಛಾಯೆಗಳನ್ನು ಸದ್ದಿಲ್ಲದೆ ಧ್ವನಿಸುವ ಪ್ರಕ್ರಿಯೆ ಇಲ್ಲಿನದು. ಕಥೆಯನ್ನು ನಿರೂಪಿಸುವವಳು ಪಾತ್ರವೂ ಹೌದು; ಕಥೆಯ ಆಶಯವನ್ನು ಹಿಡಿದುಕೊಡುವ ಕಥೆಗಾರನ ಪ್ರಜ್ಞೆಯ ಅವಿಭಾಜ್ಯ ಅಂಗವೂ ಹೌದು. ಶಿಷ್ಟ ಮಧ್ಯಮ ವರ್ಗದ ಗೃಹಿಣಿಯಾದ ಆಕೆ ಕೊನೆಯಲ್ಲಿ ಮಾಡುವ ತಾತ್ತ್ವಿಕ ವ್ಯಾಖ್ಯಾನ ಆ ಪಾತ್ರದ ಸಂದರ್ಭದಲ್ಲಿ ಅಷ್ಟೇನೂ ಕೃತಕ, ಅಸಹಜ ಎಂಬಂತೆನಿಸದಿದ್ದರೂ ಕಥೆಗಾರನ ದನಿಯೂ ಸಂಪೂರ್ಣವಾಗಿ ಅದರೊಂದಿಗೆ ಸೇರಿಹೋಗುವ ರೀತಿಯ ಸಂವಿಧಾನ (structure) ವ್ಯವಸ್ಥೆ ಇರುವುದ

ರಿಂದ ಸರಳಗೊಳ್ಳುತ್ತದೆ. ಮಾಸ್ತಿ ತಾತ್ತ್ವಿಕ ನಿಲುವು ತಳೆಯಲು ಹವಣಿಸಿದಾಗಲೆಲ್ಲ ಅದಕ್ಕೆ ತಕ್ಕ ಪ್ರಮಾಣದ ಬೌದ್ಧಿಕ ದ್ರವ್ಯ ಸೇರಿಕೊಳ್ಳದಿರುವುದರಿಂದ ಹುಸಿಯಾಗುತ್ತದೆ. ಇಷ್ಟಾದರೂ ಈ ಕಥೆಯಲ್ಲಿ ನಿರೂಪಿತವಾಗಿರುವ ಸಂಗತಿಗಳನ್ನು ಕಥೆಯ ಸಂದರ್ಭದಲ್ಲಿ ತೀರಾ ಸಹಜವೆಂಬಂತೆ ಊರಿಸುತ್ತಲೇ ಒಂದು ಸಂಗತಿಗೂ ಇನ್ನೊಂದು ಸಂಗತಿಗೂ ಒಳಸಂಬಂಧಗಳನ್ನು ನವುರಾಗಿ ಏರ್ಪಡಿಸಿ ಅವುಗಳ ಅರ್ಥಸಂಪತ್ತಿಯನ್ನು ಹೆಚ್ಚಿಸುತ್ತ ಕಥೆ ಕಟ್ಟುವಲ್ಲಿ ಕಾಣುವ ಸೂಕ್ಷ್ಮ ಕುಸುರಿ ಅತ್ಯುತ್ತಮ ಮಟ್ಟದ್ದಾಗಿದೆ.

ಎ. ಆರ್. ಕೃಷ್ಣಶಾಸ್ತ್ರಿ (ಶ್ರೀಪತಿ)ಯವರು ಮಾಸ್ತಿಯವರಿಗಿಂತ ವಯಸ್ಸಿನಿಂದ ಹಿರಿಯರಾದರೂ ಅವರು ಸಣ್ಣಕತೆಗಳನ್ನು ಬರೆಯತೊಡಗಿದ್ದು ತಡವಾಗಿ. ಸಾಹಿತ್ಯಿಕ ದೃಷ್ಟಿಯಿಂದಲೂ ಮಾಸ್ತಿಯವರ ಸಣ್ಣಕತೆಗಳಿಗಿರುವ ಮಹತ್ವ ಅವರ ಸಣ್ಣಕತೆಗಳಿಗಿಲ್ಲ. ಈ ಸಂಚಯದಲ್ಲಿ ಮಾಸ್ತಿಯವರ ಕಥೆ ಮೊದಲು ಬಂದಿರುವುದಕ್ಕೆ ಅದೇ ಕಾರಣ. ಒಟ್ಟು ಹದಿಮೂರು ಕಥೆಗಳನ್ನು ಬರೆದಿರುವ ಕೃಷ್ಣಶಾಸ್ತ್ರಿಯವರು 1923ರಿಂದ 1930ರ ವರೆಗೆ ಬರೆದ ಎಂಟು ಕಥೆಗಳನ್ನು 'ಶ್ರೀಪತಿ' ಎಂಬ ಹೆಸರಿನಲ್ಲಿ ಮತ್ತು 1940ರಿಂದ 1949ರ ವರೆಗೆ ಬರೆದ ಉಳಿದ ಕಥೆಗಳನ್ನು ಕ್ರಮವಾಗಿ ಕಮಲ, ಆರ್. ಎ. ಕುಪ್ಪಣ್ಣ, ಶಾಮಣ್ಣ, ಗೋಪಾಲ, ಪದ್ಮನಾಭ ಎಂಬ ಹೆಸರುಗಳಲ್ಲಿ ಪ್ರಕಟಿಸಿದ್ದರು. "ಭಗವಂತನ ಸೃಷ್ಟಿ ವಿಚಿತ್ರವಾಗಿದೆ. ಅದರಲ್ಲಿ ಒಂದೊಂದು ವಸ್ತುವಿನ ಸ್ವರೂಪ ಒಂದೊಂದು ಬಗೆಯದು. ಅದು ಏಕೆ ಹಾಗಿದೆಯೋ, ಹಾಗಿರಬೇಕೋ ಅವನಿಗೇ ಗೊತ್ತು." "ಕರ್ತೃ ಯಾರಾದರೂ ಆಗಲಿ, ದಾತೃ ಯಾರಾದರೂ ಆಗಲಿ, ಭೋಕ್ತೃವಂತೂ ಜೀವ. ಹೀಗೆಂದು ಜೀವ ಜಗನ್ನಿಯಾಮಕನ ಕೈಯಲ್ಲಿ ಜಗಳವಾಡುವುದು ಸಾಧ್ಯವೇ? ಮುಷ್ಕರ ಹೂಡಿ ಗೆಲ್ಲುವುದು ಸಾಧ್ಯವೇ? ಅವನು ತನ್ನ ಸಂಕಲ್ಪವನ್ನು ನೆರವೇರಿಸಿಕೊಳ್ಳಲಿ! ಲೀಲೆ ನಡೆಸಲಿ! ಅಸಹಾಯನಾದ ನರಜಂತು ಇನ್ನೇನೆನ್ನಬಲ್ಲ?" ಕೃಷ್ಣಶಾಸ್ತ್ರಿಯವರ ಈ ಮಾತುಗಳು (ಶ್ರೀಪತಿಯ ಕಥೆಗಳು – ಮುನ್ನುಡಿ) **'ಗುರುಗಳ ಮಹಿಮೆ'**ಯನ್ನು ಅರ್ಥಮಾಡಿಕೊಳ್ಳುವುದಕ್ಕೆ ತಕ್ಕ ಹಿನ್ನೆಲೆ ಒದಗಿಸುತ್ತವೆ.

ಹಿಂದೂ ಸಂಸ್ಕೃತಿಯ ಸಂಪ್ರದಾಯಸಿದ್ಧವಾದ ಇಂಥ ತಾತ್ತ್ವಿಕ ಗ್ರಹಿಕೆಗಳನ್ನು ಸಂಪೂರ್ಣ ಶ್ರದ್ಧೆಯಿಂದ ಒಪ್ಪಿಕೊಂಡಿರುವ ಮನಸ್ಸು ಈ ಕಥೆಯನ್ನು ನಿರ್ಮಿಸುತ್ತಿದೆ. ಗುರುವನ್ನು ಆ ತಾತ್ತ್ವಿಕ ತಿಳಿವಿನ ಪ್ರತೀಕ, ಹೆಂಗಸನ್ನು ಆ ತಿಳಿವನ್ನು ಪಡೆಯದೆ ತೊಳಲುತ್ತಿರುವ ಜೀವದ ಪ್ರತೀಕವಾಗಿ ಯೋಜಿಸಿಕೊಂಡು ಗುರುವಿನ ತಿಳಿವನ್ನು ಆ ಹೆಂಗಸು ಜೀವಕ್ಕೆ ಹಾಯಿಸುವ ಪ್ರಕ್ರಿಯೆಯಲ್ಲಿಯೇ ಈ ಕಥೆಯ ಅನುಭವ ಆಕಾರಗೊಳ್ಳುತ್ತದೆ. ಕಥೆಯೊಳಗೆ ಬರುವ ಪವಾಡಸದೃಶ ಸಂಗತಿಗಳು ಮತ್ತು ಅವುಗಳನ್ನು ಕಥೆಯ ಸಂದರ್ಭದಲ್ಲಿ ಆ ತಾತ್ತ್ವಿಕ ನಿಲುವಿಗೆ ಅನುಗುಣವಾಗಿ ಒಂದು ತರ್ಕವ್ಯವಸ್ಥೆಗೆ ಅಳವಡಿಸುವ, ವ್ಯಾಖ್ಯಾನಿಸುವ ಗುರುವಿನ ಜೀವನ ವಿವೇಕದ ಸತ್ಯತೆ – ಇವುಗಳ ಬಗೆಗೆ ಕಥೆಗಾರನಿಗೆ ಯಾವ ವಿಧವಾದ ಮನಸ್ಸಿನ ಸಂಕೋಚವೂ ಇದ್ದಂತಿಲ್ಲ. ಇದರಿಂದಾಗಿ ಬದುಕಿನ ಸತ್ಯ

ಗಳನ್ನು ಶೋಧಿಸಿಕೊಳ್ಳುವಲ್ಲಿ ಕಥೆ ಹೆಚ್ಚಿನ ಬೌದ್ಧಿಕ ಸಂಕೋಚಕ್ಕೆ ಪಕ್ಕಾಗಿದೆ. ಆದರೆ ಒಟ್ಟಿನಲ್ಲಿ, ಕೃಷ್ಣಶಾಸ್ತ್ರಿಯವರು "ತಮ್ಮ ಸಮಾಜದ ನಂಬಿಕೆಗಳನ್ನು ಉಪಯೋಗಿಸಿ ಕೊಳ್ಳಲು ಸಮರ್ಥರಾಗಿರುವುದರಿಂದ ಈ ಕತೆ ವಾಗ್ರೂಪಿಸುವ ಗ್ರಹಿಕೆಗಳು ವೈಯಕ್ತಿಕ ವಾಗದೆ ಇಡೀ ಸಂಪ್ರದಾಯದ ಬೆಂಬಲವುಳ್ಳವಾಗುತ್ತವೆ." (ಎಂ. ಜಿ. ಕೃಷ್ಣಮೂರ್ತಿ – ಆಧುನಿಕ ಕನ್ನಡ ಕಥಾಸಾಹಿತ್ಯ, ಆಧುನಿಕ ಭಾರತೀಯ ಸಾಹಿತ್ಯ) ಇಂಥ ತಾತ್ತ್ವಿಕ ಪೂರ್ವಗ್ರಹಿಕೆಗಳನ್ನು ಕಥೆಯ ಪ್ರಧಾನ ದ್ರವ್ಯವನ್ನಾಗಿಟ್ಟುಕೊಂಡು ಬರೆದಾಗ ಮಾಸ್ತಿ ಯವರೂ ಹೆಚ್ಚು ಕಡಿಮೆ ಇಂಥದೇ ವಿಮರ್ಶೆಗೆ ಈಡಾಗುತ್ತಾರೆ. ಸಂಭಾಷಣೆಯ ತಂತ್ರದ ಮೂಲಕ ಇಡೀ ಕಥೆಯನ್ನು ಕಟ್ಟಲಾಗಿದೆ. ಈ ತಂತ್ರವನ್ನು ಈ ಹಿಂದೆಯೇ 'ಅತ್ತೆ', 'ಊಟದ ಉಪಚಾರ' ಕಥೆಗಳಲ್ಲಿ ಕೃಷ್ಣಶಾಸ್ತ್ರಿಯವರೇ ಬಳಸಿದ್ದುಂಟು. ಆದರೂ ಈ ಅಭಿವ್ಯಕ್ತಿ ತಂತ್ರದ ಸಂವಹನ ಶಕ್ತಿಯನ್ನು ಕುರಿತಂತೆ ಕಥೆಗಾರನಿಗೇ ತಕ್ಕ ವಿಶ್ವಾಸ ವಿದ್ದಂತಿಲ್ಲ. ಆದ್ದರಿಂದ, "ತಾಯಿಯ ಸಂಕಟ, ಗುರುಗಳ ಸಂತಯಿಕೆ, ಇವುಗಳ ಇರುಕಿನಲ್ಲಿ ಕಥೆ ಕಾಣುವುದು ಕಷ್ಟವಾದೀತೆಂದು ಅದರ ಸಂಗ್ರಹ"ವನ್ನು ಮೊದಲೇ ಕೊಟ್ಟಿದ್ದಾರೆ. ಆ ಸಂಗ್ರಹ ಅನಿವಾರ್ಯವಾಗಿತ್ತೆಂದೆನಿಸುವುದಿಲ್ಲ.

ಮಾಸ್ತಿಯವರನ್ನು ಬಿಟ್ಟರೆ ನವೋದಯ ತಲೆಮಾರಿನ ಕಥೆಗಾರರಲ್ಲಿ **ಅಜ್ಜಂಪುರ ಸೀತಾರಾಮ** (ಆನಂದ) ಅವರು ಹೆಚ್ಚು ಜನಪ್ರಿಯತೆ ಮತ್ತು ಪ್ರಸಿದ್ಧಿಯನ್ನು ಪಡೆ ದವರು. ಅವರ ಬಹುಪಾಲು ಕಥೆಗಳು ಒಂದು ಕೌಟುಂಬಿಕ ಚೌಕಟ್ಟಿನಲ್ಲಿ ನಡೆಯುತ್ತವೆ. ಅದರಲ್ಲೂ ಗಂಡ ಹೆಂಡತಿ, ಹೆಚ್ಚೆಂದರೆ ಒಂದು ಮಗು ಇಷ್ಟೇ ವಿಸ್ತಾರದ ಕುಟುಂಬ ವಾಗಿರುತ್ತದೆ. ಮಧ್ಯಮ ವರ್ಗದ ಸಾಕಷ್ಟು ನೆಮ್ಮದಿ, ಪರಸ್ಪರ ಸೌಹಾರ್ದ, ರಸಿಕತೆ ಉಳ್ಳ ದಂಪತಿಗಳ ಸಂಸಾರವಾಗಿರುತ್ತದೆ. ಅಲ್ಲಿಯೂ ಸರಸಸಲ್ಲಾಪ, ಪ್ರಣಯಚೇಷ್ಟೆ ಗಳದೇ ಪ್ರಾಧಾನ್ಯ. ಈ ಕೌಟುಂಬಿಕ ಆವರಣದಿಂದ ಹೊರಗೆ ಹೋದರೆ ಅಲ್ಲಿಯೂ ವಿವಾಹಪೂರ್ವ ಪ್ರೇಮ ಮತ್ತು ಪ್ರಣಯದ ಆಟಗಳು. ಇಷ್ಟಾದರೂ ಗೃಹಸ್ಥನ ಧಾರ್ಮಿಕ ಹಕ್ಕಿನ ಆಚೆಯ ಪ್ರಣಯ, ಪ್ರೇಮ ಪ್ರಕರಣಗಳು ಇರುವುದು ಸಾಧ್ಯವೇ ಇಲ್ಲ. ಕೈಹಿಡಿದ ಹೆಂಡತಿಯ ಬಗ್ಗೆ ಸಂಪೂರ್ಣ ನಿಷ್ಠೆ ತೋರದ ಒಬ್ಬ ಗಂಡನೂ ಬಹುಶಃ ಇಲ್ಲ. ಹೆಂಡತಿಯೂ ಇದಕ್ಕೆ ಅಪವಾದವಲ್ಲ. ಅಂಥದೇನಾದರೂ ಇರುವುದಾದರೆ ಒಂದು ಭ್ರಾಮಕ ಇಲ್ಲವೆ ಉನ್ಮಾದಕ ಸ್ಥಿತಿಯಲ್ಲಿ ಮಾತ್ರ. ಅಂಥ ಸಂದರ್ಭಗಳಲ್ಲಿ ಇರುವ ಗಂಡು ನಿಜವಾದರೂ ಹೆಣ್ಣು ಕಲ್ಪನೆಯದೊ ಕನಸಿನದೊ ಆಗಿರುತ್ತದೆ. ಈ ಎಲ್ಲ ಕಡೆಗಳಲ್ಲಿಯೂ ಇರುವ ಗಂಡಸು ಸಾಮಾನ್ಯವಾಗಿ ಕಥೆಗಾರನೊ ಚಿತ್ರಕಾರನೊ ನಟನೊ ಅಂಥದೇ ಇನ್ನೇನೊ ಆಗಿರುತ್ತಾನೆ. ಒಟ್ಟಿನಲ್ಲಿ ಸರಸ ದಾಂಪತ್ಯದ ಇಲ್ಲವೆ ಸರಸ ಪ್ರೇಮದ ಸಲ್ಲಾಪ ಚೇಷ್ಟೆಗಳನ್ನೇ ತಿರುತಿರುಗಿ ಚಪ್ಪರಿಸುವ ಲೋಲುಪತೆ ಆನಂದರಲ್ಲಿ ಹೆಚ್ಚಾಗಿ ಕಾಣುತ್ತದೆ. ಈ ಲೋಲುಪತೆಯನ್ನೇ ಕಲೆಯಾಗಿಸುವ ಜಾಣ ರಸಿಕತೆ ಮತ್ತು ಚಾಲಾಕು ಇವರ ವೈಶಿಷ್ಟ್ಯವಾಗಿದೆ. ಹೀಗೆ ಆನಂದರ ಆಸಕ್ತಿ ತೀರ ಪರಿಮಿತ ಪ್ರಪಂಚಕ್ಕೆ ಸೇರಿದ್ದು.

ಮಾಸ್ತಿಯವರಿಗಿರುವಂಥ ಸಾಂಸ್ಕೃತಿಕ ಕಾಳಜಿಯಾಗಲಿ, ಧಾರ್ಮಿಕ ಧೋರಣೆಯಾಗಲಿ ಇವರಲ್ಲಿ ಇಲ್ಲ. ಬದುಕನ್ನು ಕುರಿತಂತೆ ಇನ್ನಾವುದೇ ವಿಧವಾದ ಗಂಭೀರ ಕಾಳಜಿಯೂ ಇವರಲ್ಲಿ ಇಲ್ಲವಾದ್ದರಿಂದ ಅನುಭವಕ್ಕೆ ಅಂತರ್ಮುಖತೆಯ ಆಯಾಮ ಸೇರಿಕೊಳ್ಳದೆ ಕಥೆಗಳು ರಸಿಕತೆಯಿಂದ ಭಾವುಕತೆಯಿಂದ ಬೀಗುತ್ತವೆ. ಆನಂದರ **'ನಾನು ಕೊಂದ ಹುಡುಗಿ'** ಅವರ ಕಥೆಗಳ ಸಂದರ್ಭದಲ್ಲಿ ಅಪವಾದ ರೂಪದ ಯಶಸ್ಸನ್ನು ಪಡೆದ ಕಥೆ ಮಾತ್ರವಲ್ಲದೆ ನವೋದಯ ಸಣ್ಣಕತೆಗಳಲ್ಲಿಯೇ ಅತ್ಯಂತ ಮಹತ್ವದ ಕಥೆಗಳಲ್ಲಿ ಒಂದಾಗಿದೆ. ಮಾಸ್ತಿಯವರ 'ಮೊಸರಿನ ಮಂಗಮ್ಮ'ದಲ್ಲಿನಂತೆ ಈ ಕಥೆಯ ರಚನಾ ವಿಧಾನದಲ್ಲಿಯೂ ಸಾಮಾಜಿಕ ಮತ್ತು ಸಾಂಸ್ಕೃತಿಕವಾಗಿ ಮೇಲಿನ ಸ್ತರದಲ್ಲಿರುವವನು ಪಾತ್ರವೂ ಆಗಿ ಕಥೆಯನ್ನು ನಿರೂಪಿಸುವವನೂ ಆಗಿದ್ದಾನೆ. ನಿರೂಪಕ ತಿಳಿದು ಮತ್ತು ತಿಳಿಯದೆ ಮಾಡುವ ಕ್ರಿಯೆಗಳು, ಆಡುವ ಮಾತುಗಳು, ಕಲ್ಪಿಸುವ ಉಪಾಯಗಳು ಕಥೆಯಲ್ಲಿನ ದುರಂತವನ್ನು ಒತ್ತಾಯಿಸುವುದನ್ನು ಕಲಾತ್ಮಕವಾಗಿ ನಿರ್ವಹಿಸಲಾಗಿದೆ. ಇಲ್ಲಿನ ದುರಂತ ವ್ಯಸ್ತ ಶ್ರದ್ಧೆ ಮತ್ತು ವ್ಯಸ್ತ ವ್ಯವಸ್ಥೆಯ ಹಿನ್ನೆಲೆಯಲ್ಲಿ ಸಿದ್ಧವಾಗುವುದನ್ನು ಕಥೆ ಢಾಳವಾಗಿ ಮುಟ್ಟಿಸುತ್ತದೆ. ಅದರ ಜೊತೆಗೇ ತನ್ನ ಕ್ರಿಯೆ ಮತ್ತು ಪ್ರತಿಕ್ರಿಯೆಗಳಿಗೆ ಇರುವ ಅಸಾಂಗತ್ಯವನ್ನು ಮೀರಿ ನಿಲ್ಲಲಾರದ ವ್ಯಕ್ತಿ ಇನ್ನೊಂದು ವ್ಯಕ್ತಿಯ ಶ್ರದ್ಧೆಯ ಬಗೆಗೆ ತೀರ್ಪುಕೊಡುವ ಅಚಾತುರ್ಯ ತಂದೊಡ್ಡುವ ದುರಂತವನ್ನೂ ಧ್ವನಿಸಬಹುದಾದ ಸಾಮಗ್ರಿ ಈ ಕಥೆಯಲ್ಲಿದೆ. ಆದರೆ ಈ ಸಂಗತಿಯನ್ನು ವ್ಯಂಗ್ಯವಾಗಿ ಪರಿಭಾವಿಸುವ ಮನಸ್ಸಿನ ಸ್ವಾಸ್ಥ್ಯವನ್ನು ನಿರೂಪಕ ಕಳೆದುಕೊಳ್ಳುವುದರಿಂದ ಕಥೆ ಭಾವುಕವಾಗುತ್ತದೆ.

ಕೆ. ವಿ. ಪುಟ್ಟಪ್ಪ(ಕುವೆಂಪು)ನವರು ಕಾವ್ಯ, ನಾಟಕ, ಕಾದಂಬರಿ ಪ್ರಕಾರಗಳಷ್ಟು ಗಂಭೀರವಾಗಿ ಸಣ್ಣಕತೆಯ ಪ್ರಕಾರವನ್ನು ತಮ್ಮ ಸೃಜನಶೀಲ ಚೈತನ್ಯದ ಅಭಿವ್ಯಕ್ತಿಗೆ ಮಾಧ್ಯಮವನ್ನಾಗಿ ಮಾಡಿಕೊಂಡವರಲ್ಲ. ಆದರ್ಶ – ಅದರ ಅಣಕ, ಹಾಸ್ಯ–ದುರಂತ, ಬೇಸ್ತುಬೀಳುವ – ಪರಸ್ಪರ ಬೇಸ್ತುಬೀಳಿಸುವ, ದೆವ್ವದ ಭ್ರಾಂತಿಯನ್ನುಂಟುಮಾಡುವ ಮನುಷ್ಯ – ಮನುಷ್ಯರೆಂದು ಭ್ರಾಂತಿ ಹುಟ್ಟಿಸುವ ದೆವ್ವಗಳ, ಪುರಾಣದ ವ್ಯಕ್ತಿಗಳನ್ನು ಭಾರತ ದೇಶದಲ್ಲಿ ಅಲೆಸುವ. ಹೆಂಡತಿ ಗಂಡುವೇಷದಲ್ಲಿ ಬಂದು ಆರು ತಿಂಗಳುಗಳ ಕಾಲ ಗಂಡನ ಗೆಳೆತನ ಬೆಳೆಸಿಯೂ ಪತ್ತೆಯಾಗದಂತೆ ಇರುವ – ಹೀಗೆ ಬೇರೆ ಬೇರೆ ಬಗೆಯ ವಸ್ತು ವಿವರಗಳಿಂದ ಕೂಡಿರುವ ಕಥೆಗಳನ್ನು ನಿರುದ್ದಿಶ್ಯವೆಂಬಂತೆ ಕುವೆಂಪು ಬರೆದಿದ್ದಾರೆ. ಹೀಗಾಗಿ ಅವರ ಕಥೆಗಳ ಒಟ್ಟೂ ಸಂದರ್ಭದಲ್ಲಿ ಒಂದು ಗಟ್ಟಿಯಾದ ಜೀವನದೃಷ್ಟಿ ಧ್ವನಿಪಡೆಯುವುದಿಲ್ಲ. ಬಿಡಿಬಿಡಿಯಾಗಿಯೇ ನೋಡಿದಾಗ ಬಹುಪಾಲು ಕಥೆಗಳಲ್ಲಿ ಪ್ರಕಟವಾಗುವ, ಸಂಗತಿಗಳ ವಸ್ತುನಿಷ್ಠ ನಿರೂಪಣ ರೀತಿ ಮತ್ತು ಅವರ ಕಾವ್ಯ ನಾಟಕಗಳಲ್ಲಿ ಅಪರೂಪವಾದ ರೀತಿಯ ಭಾಷೆಯ ಸಹಜ ಲಯಗತಿ, ಒಟ್ಟಿನಲ್ಲಿ ಫಲಿಸುವ ಕಲೆಗಾರಿಕೆ – ನವೋದಯ ಕಾಲದ ಕಥೆಗಳ ಸಂದರ್ಭದಲ್ಲಿ ನೋಡಿದಾಗ ಮಹತ್ವದ್ದಾಗಿ ಕಾಣಿಸುತ್ತವೆ. ಎರಡು ಕಥಾಸಂಕಲನಗಳನ್ನು ಪ್ರಕಟಿಸಿರುವ ಕುವೆಂಪು ಕಳೆದ ಮೂವ

ತ್ನಾಲ್ಕು ವರ್ಷಗಳಿಂದ ಕಥೆಗಳನ್ನು ಬರೆದಂತಿಲ್ಲ. ಕುವೆಂಪು ಅವರಂತೆಯೇ ಬೇರೆ ಬೇರೆ ಸಾಹಿತ್ಯ ಪ್ರಕಾರಗಳಲ್ಲಿ ಪ್ರಖ್ಯಾತರಾಗಿರುವ ನವೋದಯ ತಲೆಮಾರಿನ **ದ. ರಾ. ಬೇಂದ್ರೆ, ಶಿವರಾಮ ಕಾರಂತ, ಪು. ತಿ. ನರಸಿಂಹಾಚಾರ್** ಮುಂತಾದ ಸಾಹಿತಿಗಳೂ ಸಣ್ಣಕತೆಗಳನ್ನು ಬರೆದಿರುವರಾದರೂ ಆ ಪ್ರಕಾರ ಅವರಿಗೆಲ್ಲ ಏಕೆ ಕೊನೆಯವರೆಗೆ ಒಗ್ಗಿಬರಲಿಲ್ಲ ಎನ್ನು ವುದು ಕುತೂಹಲದ ಸಂಗತಿಯಾಗಿಯೇ ಉಳಿಯುವಂತಾಗಿದೆ.

'ಯಾರೂ ಅರಿಯದ ವೀರ' ಸಾಮಾನ್ಯನಲ್ಲಿಯೂ ಪ್ರಕಟವಾಗಬಹುದಾದ ಅಸಾಮಾನ್ಯ ಕೃತಜ್ಞತಾಭಾವ ಮತ್ತು ತ್ಯಾಗವನ್ನು ಚಿತ್ರಿಸುವ ಕಥೆಯಾಗಿದೆ. ಭಾವಾತಿ ರೇಕಕ್ಕೆ ಒಳಗಾಗದೆ ಕಥೆಗಾರ ನಿರುದ್ವಿಗ್ನವಾಗಿ ಕಥೆಯನ್ನು ನಿರೂಪಿಸುತ್ತಲೇ ಕಥೆಯ ಆಶಯವನ್ನು ಉತ್ಕಟವಾಗಿ ಮುಟ್ಟಿಸುವಲ್ಲಿ ಕಥೆಯ ಯಶಸ್ಸಿದೆ. " 'ಯಾರೂ ಅರಿಯದ ವೀರ'ದಲ್ಲಿ ಕುವೆಂಪು ಕತೆಗಾರಿಕೆಯ ಕೊನೆಯ ಹಂತವನ್ನು ಮುಟ್ಟಿದರು" ಎಂಬ **ಕೆ. ಡಿ. ಕುರ್ತಕೋಟಿ**ಯವರ ಅಭಿಪ್ರಾಯ ('ಯುಗಧರ್ಮ ಮತ್ತು ಸಾಹಿತ್ಯದರ್ಶನ') – ಕುವೆಂಪು ಅವರ ಕಥೆಗಳ ಮಟ್ಟಿಗೇ ಅನ್ವಯಿಸುವಂಥ ಮಾತಾಗಿದ್ದರೆ – ಒಪ್ಪುವಂತಿದೆ.

ಮಾಸ್ತಿ ಅಥವಾ ಆನಂದರಂತೆ **ಅಶ್ವತ್ಥ**ರಿಗೆ ಹೆಚ್ಚು ಕಡಿಮೆ ನಿಗದಿಯಾದ ಅನುಭವ ಪ್ರಪಂಚ ಎಂಬುದಿಲ್ಲ. ಯಾವುದೇ ವಿಧವಾದ ಮಡಿವಂತಿಕೆಯ ಸಂಕೋಚವಿಲ್ಲದೆ ಬದುಕಿನ ಎಲ್ಲ ಬಗೆಯ ಅನುಭವಗಳಿಗೆ ಮುಕ್ತವಾಗಿ ತೆರೆದುಕೊಂಡಿರುವ ಮನಸ್ಥಿತಿ ಇವರದು. ಹೀಗೆ ಅನಿರ್ದಿಷ್ಟ, ಉದ್ದೇಶರಹಿತ ಎಂಬಂತೆ ತೋರುವ ಅವರ ಬರವಣಿಗೆಯ ಹಿನ್ನೆಲೆ ಯಲ್ಲಿ ಒಂದು ಮಾನವೀಯ ದೃಷ್ಟಿಕೋನದ ಜೀವಂತ ತುಡಿತವಿರುತ್ತದೆ. ಮನುಷ್ಯನ ಉದಾತ್ತತೆಯನ್ನು, ದೌರ್ಬಲ್ಯ ಸಣ್ಣತನಗಳನ್ನು, ಸಾಂಪ್ರದಾಯಿಕ ಧರ್ಮ ಮತ್ತು ನೀತಿಯ ಚೌಕಟ್ಟಿನಲ್ಲಿ ಮಾತ್ರ ಅರ್ಥೈಸದೆ ಮನುಷ್ಯನ ಮನಸ್ಸಿನ ಮತ್ತು ಮಾನವೀಯ ಸಂದರ್ಭದ ಇತರ ಸಾಧ್ಯತೆಗಳನ್ನೂ ನಿರ್ಭಯವಾಗಿ ಗುರುತಿಸಬಲ್ಲ ಉದಾರ ಧೋರಣೆ ಇವರಲ್ಲಿ ಕಾಣುತ್ತದೆ. ಆದರೆ, ಅಭಿವ್ಯಕ್ತಿ ಪ್ರಕ್ರಿಯೆಯಲ್ಲಿ ಲೋಕಾಭಿರಾಮತೆ (casual-ness)ಯ ಅಂಶ ಒಂದು ಮಟ್ಟದಲ್ಲಿ ಉದ್ದಕ್ಕೂ ಉಳಿದುಕೊಂಡುಬಿಡುವುದರಿಂದ ತಕ್ಕ ಪ್ರಮಾಣದ ಸೃಜನಾತ್ಮಕ ಏಕಾಗ್ರತೆ ಮತ್ತು ಬಿಗಿ ಸಾಧ್ಯವಾಗದೆ ಹೋಗುತ್ತದೆ. ಮಾಸ್ತಿ, ಆನಂದರ ಮಟ್ಟದ ಕಲಾತ್ಮಕತೆ ಅಶ್ವತ್ಥರ ಕಥೆಗಳಲ್ಲಿಲ್ಲ. ಆದರೆ ಅಶ್ವತ್ಥರ ಮಟ್ಟದ ನಮ್ಯ ಗುಣ (flexibility) ಬಹುಶಃ ನವೋದಯ ಸಣ್ಣಕತೆಗಾರರಲ್ಲಿ ಯಾರಲ್ಲಿಯೂ ಇಲ್ಲ.

'ಧರ್ಮಕೊಂಡದ ಕಥೆ'ಯಲ್ಲಿ ಅಶ್ವತ್ಥರು ಜೀವಪೋಷಕವಾಗಬೇಕಾಗಿದ್ದ ಧರ್ಮ ಜೀವ ವಿನಾಶಕವಾಗುವುದನ್ನು ಮಾನವೀಯ ಸಂದರ್ಭದಲ್ಲಿ ವಿಡಂಬಿಸಿದ್ದಾರೆ. ತೀರ್ಪು ಕೇಳುವವರು, ತೀರ್ಪು ಕೊಡುವವರು, ತೀರ್ಪಿಗೆ ತಲೆಬಾಗುವವರು ಎಲ್ಲರನ್ನೂ ಅಸಹಾ ಯಕವಾಗಿಸುವ ಧರ್ಮಶಾಸ್ತ್ರದ ಕ್ರೌರ್ಯ ಕಥೆಯಲ್ಲಿನ ದುರಂತಕ್ಕೆ ಸಂಪೂರ್ಣ ಹೊಣೆ ಯಾಗುತ್ತದೆ. ಈ ಕಥೆಯ ಧರ್ಮಕೊಂಡ ('ಕೊಂಡ' 'ಕುಂಡ'ದ ತದ್ಭವರೂಪ) ಎಂಬ

ತಲೆಬರೆಹ, ಸೂರಪ್ಪ ('ಸೂರ' – 'ಶೂರ'ದ ತದ್ಭವರೂಪ) ಕಾಳಪ್ಪ ('ಕಾಳ – 'ಕಾಲ'ದ ತದ್ಭವರೂಪ, ಕಾಲ=ಯಮ), ಗುಂಡಮ್ಮ ('ಗುಂಡು' =ಕಲ್ಲು), ದೇವಮ್ಮ, ಗಂಗಮ್ಮ – ಈ ಎಲ್ಲ ಹೆಸರುಗಳು ಅನ್ವರ್ಥಕ ನಾಮಗಳಾಗಿರುವಂತೆ ಯೋಜಿಸಿರುವುದರಲ್ಲಿ ಅವುಗಳಿಗೆ ಪ್ರಾತಿನಿಧಿಕ ಆಯಾಮ ಕೊಡುವ ಕಲೆಗಾರಿಕೆಯ ಅಂಶವಿದ್ದರೂ ಹಾಗೆ ಯೋಜಿಸಿರುವುದರಲ್ಲಿ ಜಾಣತನ ಹೆಚ್ಚು ಎದ್ದುಕಾಣುತ್ತದೆ. ಆದರೆ ಸೀನೀರಿನ ಬಾವಿಗೆ ಸಾಂಕೇತಿಕ ಆಯಾಮ ಪ್ರಾಪ್ತವಾಗುವಂತೆ ನವುರಾಗಿ ಯೋಜಿಸಿರುವುದರಲ್ಲಿ ಉತ್ತಮ ಮಟ್ಟದ ಕಲಾಭಿಜ್ಞತೆಯನ್ನು ಕಾಣಬಹುದು.

2

ಪ್ರಗತಿಶೀಲ ಮಾರ್ಗದ ನಾಲ್ಕು ಕಥೆಗಳನ್ನು ಇಲ್ಲಿ ಸೇರಿಸಿದ್ದೇನೆ: **ಚದುರಂಗರ 'ನಾಲ್ಕು ಮೊಳ ಭೂಮಿ'**, ಬಸವರಾಜ **ಕಟ್ಟೀಮನಿಯವರ 'ಅಜ್ಞಾತವಾಸಿ', ತ.ರಾ.ಸುಬ್ಬರಾಯರ** 0—0 = 0 ಮತ್ತು **ನಿರಂಜನರ 'ಕೊನೆಯ ಗಿರಾಕಿ'. ಚದುರಂಗರು** ಪ್ರಗತಿಶೀಲ ಬರೆಹಗಾರರಲ್ಲೆಲ್ಲ ಹೆಚ್ಚಿನ ಸ್ವಸ್ಥತೆಯಲ್ಲಿ ಕಥೆಗಳನ್ನು ಬರೆಯುತ್ತಾರೆ. ಒಂದು ಸಾಮಾಜಿಕ ಸಂದರ್ಭದಲ್ಲಿ ಅನ್ಯಾಯಕ್ಕೆ ಈಡಾಗುವ ಮನುಷ್ಯ ಜೀವದ ಪಾಡಿನ ಬಗೆಗೆ ಮರುಗುವ ಅಂತಃಕರಣದ ಸಾತ್ವಿಕಾಂಶ ಇವರ ಬರವಣಿಗೆಯಲ್ಲಿ ಕಾಣುತ್ತದೆ. ಇತರ ಪ್ರಗತಿಶೀಲ ಕಥೆಗಾರರಲ್ಲಿ ಅನ್ಯಾಯದ ಬಗೆಗೆ ಸಿಡಿದೇಳುವ, ಬುಸುಗುಡುವ ಅಬ್ಬರದ ಬರವಣಿಗೆ ಸಾಮಾನ್ಯವಾಗಿ ಇರುವುದರಿಂದ ಅನ್ಯಾಯಕ್ಕೆ ಈಡಾದ ವ್ಯಕ್ತಿ ಇಲ್ಲವೆ ವರ್ಗದ ಬಗೆಗಿನ ಅನುತಾಪದಲ್ಲಿ ರಾಜಸಾಂಶ ಹೆಚ್ಚಾಗಿ ಸೇರಿಕೊಳ್ಳುತ್ತದೆ.

ಚದುರಂಗರ **'ನಾಲ್ಕು ಮೊಳ ಭೂಮಿ'**ಯಲ್ಲಿ ಕಥೆಯೊಳಗೊಂದು ಕಥೆಯ ತಂತ್ರ ವಿಧಾನವಿದೆ. ಕಥೆಯೊಳಗಿನ ಕಥೆಯಷ್ಟನ್ನೇ ನೋಡಿದರೆ ನವೋದಯದ, ಅದರಲ್ಲೂ ಮಾಸ್ತಿ ರೀತಿಯ ಬರವಣಿಗೆಗೆ ಹತ್ತಿರ ಎಂಬಂತೆ ಅನಿಸುತ್ತದೆ. ಆದರೆ, ಈ ಮುಖ್ಯ ಕಥೆ ಎದುರಿಗೆ ನಿಲ್ಲಿಸಬಯಸುವ ಅನುಭವಕ್ಕೆ ಆ ಒಳಗಿನ ಕಥೆ ಉದ್ದೀಪನ ಸಾಮಗ್ರಿಯನ್ನೊದಗಿಸಿ ಹಿಂದೆ ನಿಲ್ಲುತ್ತದೆ. ಲಾಯರನ ಹೆಂಡತಿ ಲಲಿತ ಸಂಜೀವನ ಕಥೆಯುನ್ನು ಒತ್ತುವರಿ ಮಾಡಿಕೊಂಡಿದ್ದಾಳೆ. ಆದರೆ ಸಂಜೀವನ ಕಥೆಯ ಕಾಳಿಂಗಯ್ಯನನ್ನು ಕಾಡುವ ಪಾಪಪ್ರಜ್ಞೆ ಅವಳಿಗಿಲ್ಲ. ಈ ವ್ಯಂಗ್ಯ ಈ ಕಥೆಯ ಕೇಂದ್ರಧ್ವನಿ. ವ್ಯಾಜ್ಯಗಳಿಗೆ ಮುಕ್ತಾಯವೇ ಇಲ್ಲವೆ, ಎಂದು ಪರಿತಪಿಸುತ್ತಿದ್ದ ಲಾಯರಿಗೆ ಕಾಲ್ಪನಿಕ ಕಥೆಯಲ್ಲಿ ಉತ್ತರದ ಹೊಳಹು ತೋರಿ ಆತ ತಲೆದೂಗುವಷ್ಟರಲ್ಲೇ ಆತನ ಹೆಂಡತಿಯ ಅಪರಾಧದ ಪತ್ತೆಯಾಗುವಂತೆ ಯೋಜಿಸಿ ನಿಷ್ಠುರ ವಾಸ್ತವದ ಸೂಜಿಮೊನೆ ತಾಗಿಸುವಲ್ಲಿ ವ್ಯಂಗ್ಯದ ಇನ್ನೊಂದು ಮಗ್ಗುಲಿದೆ. ಹಳ್ಳಿಯ ಬಡ ರೈತನಿಗೆ ಇರುವ ನ್ಯಾಯಬುದ್ಧಿ, ಪಾಪಪ್ರಜ್ಞೆ ನಗರದ ಲಾಯರನ ಹೆಂಡತಿಗೆ ಇಲ್ಲ, ಎಂಬ ವೈದೃಶ್ಯ ಸೂಚನೆ ಈ ಕಥೆಗೆ ಪ್ರಗತಿಶೀಲ ಧೋರ

ಣೆಯ ಬಣ್ಣಹಚ್ಚುತ್ತದೆ. ಈ ಬಗೆಯ ವೈದೃಶ್ಯವನ್ನು ಯೋಜಿಸಿ ದೀನ-ದಲಿತವರ್ಗದ ಹಿರಿಮೆಯನ್ನು ಉಗ್ಘಡಿಸುವ ರೀತಿಯ ಬರೆವಣಿಗೆ ಪ್ರಗತಿಶೀಲರಲ್ಲಿ ಸಾಮಾನ್ಯ. ಅದಕ್ಕೆ ಚದುರಂಗರೂ ಅಪವಾದವಲ್ಲ. ಆದರೆ, ಅದನ್ನು ಚದುರಂಗರು ಇತರರಂತೆ ರೊಚ್ಚಿನಿಂದ ಮಾಡುವುದಿಲ್ಲ.

ಬಸವರಾಜ ಕಟ್ಟೀಮನಿಯವರು ತುಂಬ ಜನಪ್ರಿಯರಾದ ಪ್ರಗತಿಶೀಲ ಬರೆಹಗಾರರಲ್ಲಿ ಒಬ್ಬರು. "ವಾಸ್ತವ ಪರಿಸ್ಥಿತಿಗೆ ಕಣ್ಣು ಕಿವಿ ತೆರೆದಿಟ್ಟು ಒಳ್ಳೆಯ ಬದುಕಿಗಾಗಿ ಹೋರಾಡುತ್ತಿರುವ ಜನತೆಗೆ ಸ್ಫೂರ್ತಿ ನೀಡುವಂಥ ಕೃತಿ ರಚಿಸುವುದೇ ಪ್ರಗತಿಶೀಲತೆ" ಎಂಬುದು ಅವರ ನಿಲುವು. [ಕಟ್ಟೀಮನಿ : ಬದುಕು–ಬರಹ, ಪೂರ್ಣದೃಷ್ಟಿಯ ಪಥ (**–ಹಾ. ಮಾ. ನಾಯಕ**)] 1942ರ ಆಗಸ್ಟ್ ಚಳುವಳಿಯ ಹಿನ್ನೆಲೆಯಲ್ಲಿ ಬರೆದ ಏಳು ಕಥೆಗಳುಳ್ಳ 'ಆಗಸ್ಟ್ ಒಂಭತ್ತು' (ಮೇ 1947) ಸಂಕಲನದಿಂದ ಆರಿಸಿರುವ '**ಅಜ್ಞಾತವಾಸಿ**'ಯೂ ಆ ನಿಲುವನ್ನು ಪ್ರತಿಪಾದಿಸುವಂಥ ಕಥೆಗಳಲ್ಲೊಂದಾಗಿದೆ. ನವೋದಯದವರು ಮತ್ತು ಇತರ ಪ್ರಗತಿಶೀಲರೆಲ್ಲರಿಗಿಂತ ಹೆಚ್ಚಿನ ಉತ್ಕಟತೆ ಮತ್ತು ಉದ್ವಿಗ್ನತೆಯಲ್ಲಿ ಸ್ವಾತಂತ್ರ್ಯ ಹೋರಾಟ, ಗೋವಾ ವಿಮೋಚನೆ, ಪಾಕಿಸ್ಥಾನದ ದಾಳಿ – ಇವುಗಳ ಹಿನ್ನೆಲೆಯಲ್ಲಿ ಕಥೆಗಳನ್ನು ಬರೆದವರು ಇವರು. ಇಂಥ ವಸ್ತುವನ್ನು ನಿರ್ವಹಿಸುವಲ್ಲಿ ಕನ್ನಡದ ಕಥಾಪರಂಪರೆಗೆ ಸಾಮಾನ್ಯವಾಗಿರುವ ಧೋರಣೆ ಮತ್ತು ಭಾವ ಪಕ್ಷಪಾತವನ್ನು ಈ ಕಥೆ ಪ್ರತಿನಿಧಿಸುವಂತಿದೆ. ಕನ್ನಡದ ಐತಿಹಾಸಿಕ ಕಥಾಪರಂಪರೆ ಪ್ರತಿನಿಧಿಸುವ ಧೋರಣೆಗೂ ಇದು ಬಲುಮಟ್ಟಿಗೆ ಸಂವಾದಿಯಾಗಿದೆ. ಹೆಚ್ಚಿನ ಸ್ವಸ್ಥತೆ ಮತ್ತು ಸಂಸ್ಕೃತಿಯ ಒಳವಿನ್ಯಾಸಗಳನ್ನು ಶೋಧಿಸುವ ಪ್ರಕ್ರಿಯೆಗಳಿಂದ ಕೂಡಿರುವ ಮಾಸ್ತಿಯವರ ಚಾರಿತ್ರಿಕ ಕಥೆಗಳು ಮಾತ್ರ ಈ ಮಾತಿಗೆ ಸ್ವಲ್ಪಮಟ್ಟಿನ ಅಪವಾದಗಳಾಗಬಹುದು. ಪ್ರಗತಿಶೀಲ ಬರೆವಣಿಗೆಗೆ ಸಾಮಾನ್ಯವಾಗಿರುವ ಅಬ್ಬರದ ದನಿ, ಮೆಲೊಡ್ರೆಮೆಟಿಕ್ ವಾತಾವರಣ, ಪಾತ್ರಗಳು ಮತ್ತು ಸನ್ನಿವೇಶಗಳ ವ್ಯವಸ್ಥೆಯಲ್ಲಿ ಕಂಡುಬರುವ ಕಣ್ಣಿಗೆ ಹೊಡೆಯುವಂಥ ವೈದೃಶ್ಯ – ಈ ಅಂಶಗಳೆಲ್ಲ ಈ ಕಥೆಯಲ್ಲಿಯೂ ಇವೆ. ಒಟ್ಟಿನಲ್ಲಿ ಕನ್ನಡ ಕಥಾಪರಂಪರೆಯ ವೈವಿಧ್ಯಾಂಶವೊಂದನ್ನು ಈ ಕಥೆ ಪ್ರತಿನಿಧಿಸುವಂತಿದೆ.

ತ.ರಾ.ಸುಬ್ಬರಾಯರು ಚದುರಂಗರಂತೆ ಸಣ್ಣಕತೆಯ ಪ್ರಕಾರವನ್ನೇ ತಮ್ಮ ಅಭಿವ್ಯಕ್ತಿಯ ಪ್ರಧಾನ ಮಾಧ್ಯಮವನ್ನಾಗಿ ಮಾಡಿಕೊಂಡವರಲ್ಲ. ಉಳಿದ ಪ್ರಮುಖ ಪ್ರಗತಿಶೀಲ ಸಾಹಿತಿಗಳಿಗೂ ಈ ಮಾತು ಅನ್ವಯಿಸುತ್ತದೆ. ಕಾದಂಬರಿ ಪ್ರಕಾರ ಅವರೆಲ್ಲರ ಆಡುಂಬೊಲ(Home ground). ತ.ರಾ.ಸು. ಅವರಲ್ಲಿ ಪ್ರಾರಂಭದ ಸಂಕಲನಗಳ ಕಥೆಗಳಲ್ಲಿದ್ದ ಪ್ರಗತಿಶೀಲತೆಯ ಗುಂಗು ಕ್ರಮೇಣ ಕಡಿಮೆಯಾಗಿಹೋಯಿತು. 'ಇದೇ ನಿಜವಾದ ಸಂಪತ್ತು' ಸಂಕಲನದ ಕಥೆಗಳಲ್ಲಿ ಪ್ರಗತಿಶೀಲ ಧೋರಣೆಯ ಅವಶೇಷಗಳೂ ಕಾಣಿಸುವುದಿಲ್ಲ. ಮುಂದೆ ಕಥೆಗಳನ್ನು ಬರೆಯಬೇಕೆಂಬ ಉತ್ಸಾಹವೂ ಅವರಿಗೆ ಉಳಿದಂತಿಲ್ಲ. ಹತ್ತು ವರ್ಷಗಳ ಅವಧಿಯಲ್ಲಿ ಬರೆದದ್ದು ಎರಡೇ ಕಥೆಗಳು ಎಂದು

ತಿಳಿಸಿ "ಕಾದಂಬರಿಯನ್ನು ಬರೆಯುವುದಕ್ಕಿಂತಲೂ ಸಣ್ಣಕತೆಯನ್ನು ಬರೆಯುವುದು ಕಠಿಣವಾದ ಕಲಾಮಾರ್ಗ ಎಂಬ ಸತ್ಯ ನನಗೆ ಗೋಚರಿಸಿದೆ" ಎಂದಿದ್ದಾರೆ.

ತ.ರಾ.ಸು. ಅವರ '0—0=0' ಮತ್ತಿತರ ಕೆಲವು ಕಥೆಗಳಲ್ಲಿ ಪ್ರಗತಿಶೀಲ ಧೋರಣೆಯ ಅಂಶಗಳಿದ್ದರೂ ಅದನ್ನು ಮೀರಿದ ವಸ್ತುವಿಸ್ತಾರ ಮತ್ತು ಹೊಸ ಅಭಿವ್ಯಕ್ತಿ ವಿಧಾನದ ಜಾಡನ್ನು ತೆರೆಯುವ ಕಾಳಜಿಗಳು ಕಾಣುತ್ತವೆ. ಕನ್ನಡದ ಸಣ್ಣಕತೆಯ ಚರಿತ್ರಕಾರ ವಸ್ತು ಮತ್ತು ತಂತ್ರದ ದೃಷ್ಟಿಯಿಂದ 0—0=0 ಕಥೆಯ ಚಾರಿತ್ರಿಕ ಮಹತ್ವವನ್ನು ಗುರುತಿಸದೆ ಮುಂದೆ ಸಾಗುವಂತಿಲ್ಲ. ನವೋದಯ ಮತ್ತು ಪ್ರಗತಿಶೀಲರಲ್ಲಿ ಸಾಮಾನ್ಯವಾಗಿರುವ ಪುಷ್ಟವಾದ ಕಥೆ, ನೇರ ನಿರೂಪಣೆಯ ರೀತಿ ಇದರಲ್ಲಿಲ್ಲ. ನನಗೆ ತಿಳಿದ ಮಟ್ಟಿಗೆ ಕನ್ನಡದಲ್ಲಿ ಪ್ರಜ್ಞಾಪ್ರವಾಹ (stream of consciousness) ತಂತ್ರವನ್ನು ಬಳಸಿರುವ ಪ್ರಥಮ ಸಣ್ಣಕತೆ ಇದಾಗಿದೆ. ಸಣ್ಣಕತೆಗೆ ಭಾವಗೀತಾತ್ಮಕತೆಯನ್ನು ಒಳಗೊಳಿಸುತ್ತಿರುವ ಯತ್ನದಲ್ಲಿಯೂ ಹೊಸತನ ಕಾಣುತ್ತದೆ. ಈ ಕಥೆಯ ವಸ್ತು ಬದುಕು-ಸಾವನ್ನು ಕುರಿತಂಥ ತಾತ್ತ್ವಿಕ ಚಿಂತನೆ. ಒಂದು ಪ್ರಮೇಯವನ್ನು ಒಪ್ಪಿಕೊಂಡು ಅದನ್ನು ಬುಸುಗುಡುತ್ತಲೆ ಸಿದ್ಧಾಂತಕ್ಕೆ ಒಗ್ಗಿಸುವಲ್ಲಿ ಎದೆಗವಚಿಕೊಳ್ಳುವಂಥ (possessive) ಆತುರ ಕಾಣುತ್ತದೆ. ಸಂಕೇತ, ಪ್ರತಿಮೆ ಇತ್ಯಾದಿ ಅಭಿವ್ಯಕ್ತಿ ಪರಿಕರಗಳ ಗಜಿಬಿಜಿಯಿಂದಾಗಿ ಒಂದಕ್ಕೊಂದಕ್ಕೆ ಒಳಸಂಬಂಧ ಏರ್ಪಡದೆ ಕೇಳಿಸಬೇಕಾದ ತಾತ್ತ್ವಿಕ ದನಿ ನರಳುವಂತಾಗಿದೆ.

ನಿರಂಜನರು ತಮ್ಮ ಬರವಣಿಗೆಯ ಉದ್ದೇಶಕ್ಕೆ ತಕ್ಕಂತೆ ಗದ್ಯಶೈಲಿಯ ನಡಿಗೆ ಮತ್ತು ಚರ್ಯೆಯನ್ನು ಬದಲಿಸಿಕೊಂಡದ್ದು ಮಹತ್ವದ ಅಂಶ. ತ.ರಾ.ಸು. ಅವರ ಶೈಲಿಗೂ ತನ್ನದೇ ಆದ ವಿಶಿಷ್ಟತೆ ಇರುವುದಾದರೂ ಅದು – ಸಾಂಪ್ರದಾಯಿಕ ಪರಿಭಾಷೆಯಲ್ಲಿ ಹೇಳುವುದಾದರೆ – ಕಾವ್ಯಮಯವಾಗಿರುವುದರಿಂದ ನಿರಂಜನರ ಶೈಲಿಯಂತೆ ನೆಲಕಚ್ಚಿ ನಡೆಯುವುದಿಲ್ಲ. ಪ್ರಗತಿಶೀಲರಲ್ಲೆಲ್ಲ ಹೆಚ್ಚಿನ ಮಟ್ಟದ ವೈಚಾರಿಕ ಧೋರಣೆಯಲ್ಲಿ 'ಕ್ರೂರ ವಾಸ್ತವತೆ'ಯನ್ನು ನೋಡುವುದರಿಂದ ಸಮಸ್ಯೆಯ ಇತರ ಚಹರೆಗಳೂ ನಿರಂಜನರಿಗೆ ಗೋಚರಿಸುವುದುಂಟು. ಸಮಾಜ ಮತ್ತು ದೇಶದಲ್ಲಿ ಹುಟ್ಟಿಕೊಳ್ಳುವ ಒಂದು ವ್ಯಕ್ತ್ಯತೀತ (impersonal) ಪರಿಸ್ಥಿತಿ ಅಥವಾ ವ್ಯಕ್ತಿಗೇ ವಿಶಿಷ್ಟವಾದ ಕೌಟುಂಬಿಕ, ಸಾಂಪ್ರದಾಯಿಕ ಆವರಣಗಳು, ಸಂಕೋಚಗಳು ಆತನ ಅಸಹಾಯಕತೆಗೆ, ಪಾಡಿಗೆ ಕಾರಣವಾಗಬಹುದಾದುದನ್ನೂ ನಿರಂಜನರು ಗುರುತಿಸುತ್ತಾರೆ. ಇಲ್ಲಿ ಸೇರಿಸಿರುವ **'ಕೊನೆಯ ಗಿರಾಕಿ'** ಈ ಅಂಶಕ್ಕೆ ನಿದರ್ಶನ ನೀಡಲಾರದು. ಅದು ಕಟ್ಟಾ ಪ್ರಗತಿಶೀಲ ಧೋರಣೆಯನ್ನು, ಆ ಧೋರಣೆಯ ಮಿತಿ ಮತ್ತು ಕಲಾತ್ಮಕ ಸಾಧ್ಯತೆಗಳೊಂದಿಗೇ ಪ್ರತಿನಿಧಿಸುವ ಕಥೆಯಾಗಿದೆ.

ತಂತ್ರಯೋಜನೆಯ ಹೊಸತನದಿಂದಾಗಿ 'ಕೊನೆಯ ಗಿರಾಕಿ'ಗೆ ಚಾರಿತ್ರಿಕ ಮಹತ್ತ್ವವೂ ಇದೆ. ಹತ್ತಾರು ಜನ ಹಾದುಹೋಗುವ ಸರ್ಕಲಿನಾಚೆ ಸತ್ತುಬಿದ್ದಿರುವ ಪರದೇಶಿ ಕಾಣೆ

(=ನೋಡಿರಿ; ಈ ಅರ್ಥದ ಮಗ್ಗುಲನ್ನು ಗಮನಿಸಬೇಕು), ನೋಡದೆ ಹೋಗುವವರನ್ನೂ ಬಿಡದೆ ಸುತ್ತುವ ಮೂಕಿ ಕಾಣಿಯ ಹೆಣದ ದುರ್ಗಂಧ, ಕಥೆಯ ಪ್ರಾರಂಭದ ಭಾಗದಲ್ಲಿಯೂ ಇದ್ದು ತಿರುಗಿ ಕೊನೆಯ ಭಾಗದಲ್ಲಿಯೂ ಬರುವ ಕೆಲವು ವಾಕ್ಯಗಳು – ಸಹಜ ಸಂಗತಿಗಳ ನಿರೂಪಣೆಯಾಗಿರುವುದು ಮಾತ್ರವಲ್ಲದೆ ಧ್ವನಿಪರಿವೇಷವನ್ನೂ ಹೊಂದಿವೆ. ಹಾಗೆಯೇ ಕೊನೆಯಲ್ಲಿ ಬರುವ ಶಕ್ತಿಶಾಲಿಯಾದ ಗಿಡಗದ ಪ್ರತಿಮೆ ಒಟ್ಟಿಗೇ ಏಕಕಾಲದಲ್ಲಿ ಮಾನವೀಯತೆ ಇಲ್ಲದ ಹತ್ತು ಜನದ ಸಮಾಜವನ್ನು ವಿಡಂಬಿಸುತ್ತದೆ; ಕಾಣಿಯ ಮೈಯ ಮಾಂಸದ ಮೇಲೆ ಕಣ್ಣಿಟ್ಟ ಶೋಷಕರೆಲ್ಲರನ್ನು ಸಂಕೇತಿಸುತ್ತದೆ; ಕಾಣಿಗೆ ಸಂಬಂಧಿಸಿದ ವಿವರಗಳಲ್ಲಿ ತೆಳುವಾಗಿ ಸೂಚಿತವಾದ ನಾಯಿಜನ್ಮದ ಸ್ಥಿತಿಗೆ ಅರ್ಥ ತುಂಬುತ್ತದೆ. ಇಷ್ಟೆಲ್ಲ ಇದ್ದೂ ಕಥೆಯ ಹೂರಣ ಸರಳ ಸಿದ್ಧಾಂತದ, ಭಾವಾಡಂಬರವಾಗಿರುವುದರಿಂದ ಅನುಭವದ ಉದ್ರೇಕ ಸ್ಥಿತಿಯ ಭಾರವೇ ಕಲೆಗಾರಿಕೆಯ ಅಂಶಕ್ಕಿಂತ ಹೆಚ್ಚಾದಂತೆನಿಸುತ್ತದೆ.

3

ಪ್ರಗತಿಶೀಲರ ಕೆಲವು ಕಥೆಗಳಲ್ಲಿ ನವ್ಯತೆ ಮುಖ್ಯವಾಗಿ ತಂತ್ರ ವಿಧಾನದಲ್ಲಿ ಹೊಳಹು ಹಾಕಿತ್ತಾದರೂ ಕಥಾವಸ್ತು, ತಂತ್ರವಿಧಾನ ಮತ್ತು ಸಾಹಿತ್ಯ ಧೋರಣೆಗೆ ಸಂಬಂಧಿಸಿದಂತೆ ಒಟ್ಟಿನಲ್ಲಿ ನವ್ಯತೆ, ಮೊಟ್ಟಮೊದಲು ಕಂಡು ಬಂದುದು **ಬಿ. ಸಿ. ರಾಮಚಂದ್ರ ಶರ್ಮ**ರ ಕಥೆಗಳಲ್ಲಿ. ಪ್ರಗತಿಶೀಲ ಕಥೆಗಳಲ್ಲಿನಂತೆ ಸಾಮಾಜಿಕ ಸುಧಾರಣೆ ಮತ್ತು ಸಾಮಾಜಿಕ ನ್ಯಾಯ ಪ್ರತಿಪಾದನೆ – ಇವುಗಳಿಂದ ಕಥೆಗಳ ದೃಷ್ಟಿಕೇಂದ್ರ (focus) ವನ್ನು ತಪ್ಪಿಸಿ ಮನುಷ್ಯನ ಮನಸ್ಸು ಮತ್ತು ಮೂಲ ಪ್ರವೃತ್ತಿಗಳ ಕಡೆ ತಿರುಗಿಸಿದ್ದು ಚಾರಿತ್ರಿಕವಾಗಿ ಮಹತ್ವದ ಸಂಗತಿಯಾಗಿದೆ. ಆದರೆ, ತಂತ್ರನಾವೀನ್ಯದ ಬಗೆಗಿನ ಅತ್ಯುತ್ಸಾಹ, ಸಂಕೇತ ಪ್ರತಿಮೆಗಳ ದುಂದುಗಾರಿಕೆ, ಕಾಮದ ಬಗೆಗಿನ ತರುಣ ಕುತೂಹಲ – ಇವುಗಳಿಂದಾಗಿ ಶರ್ಮರ ಕಥೆಗಳ ಸಾಹಿತ್ಯಿಕ ಮಹತ್ವ ಹೆಚ್ಚಿನದಾಗಲಿಲ್ಲ. ಅವರ ಇತ್ತೀಚಿನ ಕಥೆಗಳಲ್ಲಿ ಈ ಅಂಶಗಳಿಗೆ ಸಂಬಂಧಿಸಿದಂತೆ ಸ್ವಲ್ಪ ಹೆಚ್ಚಿನ ಮಟ್ಟದ ತಿಳುವಳಿಕೆ ಉಂಟಾಗಿರುವುದನ್ನು ಗುರುತಿಸಬಹುದಾದರೂ ಮಹತ್ವದ್ದೆಂಬಂಥ ಬೆಳವಣಿಗೆ ಕಾಣಿಸುವುದಿಲ್ಲ.

'ಯಾರು ಹಿತವರು ನಿನಗೆ' ಶರ್ಮರ ಪ್ರಾತಿನಿಧಿಕ ಕಥೆಗಳಲ್ಲೊಂದು. ನವೋದಯ ಮತ್ತು ಪ್ರಗತಿಶೀಲ ಬರವಣಿಗೆಯ ಸಾಮಗ್ರಿಗಳನ್ನು ಒಳಗೊಂಡಿದ್ದೂ ನವ್ಯವಿಧಾನವನ್ನು ಛಲದಿಂದ ಸಾಧಿಸುವ ರೀತಿಯ ಸಂಕ್ರಮಣ ಅವಸ್ಥೆ ಈ ಕಥೆಯ ಅಭಿವ್ಯಕ್ತಿ ವಿಧಾನದಲ್ಲಿ ಕಾಣುತ್ತದೆ. ಕಥೆಯುಲ್ಲಿ ಉದ್ದಕ್ಕೂ ಅಚೇತನ ವಸ್ತು ಸಂಗತಿಗಳಿಗೂ ಚೇತನರೂಪ ಕೊಡುವ ಸಂಕೇತ–ಪ್ರತಿಮೆಗಳು, ಉಪಮೆ – ರೂಪಕಗಳು, ವರ್ಣನೆಗಳು ರತಿವಿಷಯಕ

ವಿವರಗಳನ್ನು ತುಳುಕಿಸುತ್ತಲೇ ಚೈತನ್ಯ ಸಮೃದ್ಧಿಯ ಆವರಣವನ್ನು ಸೃಷ್ಟಿಸುತ್ತವೆ. ಹಾಗೆ ಮಾಡುವುದರಲ್ಲಿ ಔಚಿತ್ಯ ದೃಷ್ಟಿ ಇದೆಯಾದರೂ ಆ ಪರಿಕರಗಳ ವಾಚಾಳತೆ, ಭರಾಟೆಗಳಿಂದಾಗಿ ಧ್ವನಿ ಸೂಕ್ಷ್ಮಗಳೆಲ್ಲ ಮೊಂಡು ಬೀಳುವಂತಾಗಿದೆ. ಕಥೆಯ ಕೊನೆಯಲ್ಲಿ ಮಲ್ಲಿಯನ್ನು ನೀರಡಿಸಿರುವ ನೆಲಕ್ಕೆ ಸಮೀಕರಿಸುವಷ್ಟೇ ಮಾಡಿ ಆಕೆಯನ್ನು ಅಮೂರ್ತ ಸ್ಥಿತಿಯಲ್ಲಿ ಬಿಟ್ಟುಬಿಡದೆ ಆಕೆಯ ಭಾವನೆಗಳ ಜೀವಂತಿಕೆಯನ್ನು ಆರ್ದ್ರತೆಯುಳ್ಳ ದುರಂತದನಿಯಲ್ಲಿ ಹಿಡಿದಿರುವುದು ಕಥೆಯ ಅನುಭವವನ್ನು ತೀವ್ರತೆಯಲ್ಲಿ ಮುಟ್ಟಿಸು ವಂತಿದೆ.

ಯಶವಂತ ಚಿತ್ತಾಲರ ಕಥೆಗಳ ಕ್ರಿಯಾಕೇಂದ್ರ (locale) ಸಾಮಾನ್ಯವಾಗಿ ಉತ್ತರ ಕನ್ನಡ ಜಿಲ್ಲೆಯ ಹನೇಹಳ್ಳಿ–ಬಂಕಿಕೊಡ್ಲ ಹಾಗೂ ಅದರ ಸುತ್ತಮುತ್ತಲಿನ ನೆಲದ ಹಳ್ಳಿಯ ಆತ್ಮೀಯ ಪರಿಸರದಲ್ಲಿ ಇರುತ್ತದೆ. ('ಪಯಣ'ದಂಥ ಅಪವಾದ ರೂಪದ ಕಥೆಗಳು ಇಲ್ಲದಿಲ್ಲ.) ವ್ಯಕ್ತಿ ಮತ್ತು ಪರಿಸರ ಇವು ಮೇಲಿಂದ ಮೇಲೆ ಬೇರೆ ಬೇರೆ ಕಥೆ ಗಳಲ್ಲಿ ಬರುವುದರಿಂದ ನಮಗೆ ಗೊತ್ತಿರುವ ಜನ ಮತ್ತು ಆವರಣದ ಕಥೆ ಎಂಬಷ್ಟು ಆತ್ಮೀಯತೆ ಬೆಳೆಯುವಂತಾಗುತ್ತದೆ. ಮೊದಲಲ್ಲಿ ಚಿತ್ತಾಲರು ಅಂತಃಕರಣದ ಮಿಡಿತ ಮತ್ತು ಸ್ವಲ್ಪಮಟ್ಟಿಗೆ ತಂತ್ರವಿಧಾನಗಳಲ್ಲಿ ಮಾಸ್ತಿಯವರ ರೀತಿಗೆ ಹತ್ತಿರವೆಂಬಂತೆ ಬರೆಯುತ್ತಿದ್ದರು. ಆದರೆ, 'ಆಟ' ಸಂಕಲನದ ಕಥೆಗಳಲ್ಲಿ ಚಿತ್ತಾಲತನದ ಮುದ್ರೆ ಅನನ್ಯ ವಾದ ರೀತಿಯಲ್ಲಿ ಎದ್ದು ಕಾಣಿಸುತ್ತದೆ. ಕಲಾತ್ಮಕ ಅಚ್ಚುಕಟ್ಟು ಒಂದನ್ನೇ ಗಮನದ ಲ್ಲಿಟ್ಟುಕೊಂಡು ಹೇಳುವುದಾದರೆ ಚಿತ್ತಾಲರು ಬಹುಶಃ ನವ್ಯ ಕಥೆಗಾರರಲ್ಲೆಲ್ಲ ಶ್ರೇಷ್ಠರು. ಸಾವಿನ ವಸ್ತು ಅವರನ್ನು ಬಹುವಾಗಿ ಕಾಡುತ್ತಿರುವಂತೆ ಕಾಣುತ್ತದೆ. ಆದರೆ ಅದೊಂದು ಅವರಲ್ಲಿ ಬಲವಾದ ಬೌದ್ಧಿಕ ಇಲ್ಲವೆ ತಾತ್ತ್ವಿಕ ಕಾಳಜಿ ಆಗಿಲ್ಲದೇ ಕೇವಲ ಬೆರಗಿಗೆ ಕಾರಣ ವಾಗುವ ಸಂಗತಿಯಾಗಿದೆ.

'ಸೆರೆ' ಕಥೆಯಲ್ಲಿ ಸಾವಿನ ವಸ್ತುವಿರದೆ ಕಾಮ ವಸ್ತುವಾಗಿದೆ. ಕಾಮದ ವಸ್ತು ಹೊಸ ದೇನಲ್ಲ. ಕ್ಲೀಷೆ ಎನಿಸುವಷ್ಟು ಬಳಸಲ್ಪಟ್ಟದ್ದು. ಆದರೆ ಚಿತ್ತಾಲರ 'ಸೆರೆ'ಯಲ್ಲಿ "ಅಂತರಂಗ ವನ್ನೆಲ್ಲ ತುಂಬಿ ಹೃದಯವನ್ನು ಅಮುಕಬರುವ ಕಾಮಪ್ರವೃತ್ತಿಯ ಉಬ್ಬರವನ್ನು ನಿಗ್ರಹಿಸುವ ಪ್ರಯತ್ನದಿಂದ ಹುಟ್ಟುವ ಕಾವು, ಬಿಗಿತ, ಸೆಡೆತ ತನ್ನ ಮನಸ್ಸನ್ನು ಮುಷ್ಟಿ ಯೊಳಗಿಟ್ಟುಕೊಳ್ಳಲು ಹೋರಾಡುವ 'ಬರ್ಮಚಾರಿ ಒಡೆದೀರ' ನಿಷ್ಠುರ ಪ್ರಯತ್ನ, ಆ ಪ್ರಯತ್ನದ ಅಸಹಜತೆ, ಅದರ ಅನಿವಾರ್ಯ ವಿಫಲತೆ ಇವು ಹೊರಗೆ ನಡೆಯುವ ಘಟನೆಗಳಲ್ಲಿ, ಮುಖ್ಯ ಪಾತ್ರದ ಪ್ರತಿಯೊಂದು ನಡೆನುಡಿಯಲ್ಲಿ, ಮಾತಿನ ಪ್ರತಿಯೊಂದು ಗತಿಯಲ್ಲಿ, ತಿರುವಿನಲ್ಲಿ ಯಥಾವತ್ತಾಗಿ ರೂಪಗೊಂಡಿರುವ ಈ ಸೋಜಿಗ ಕನ್ನಡಕ್ಕೆ ಹೊಸತು ಎನಿಸುತ್ತದೆ" (ಗೋಪಾಲಕೃಷ್ಣ ಅಡಿಗ – 'ಆಟ' ಸಂಕಲನದ 'ಮುನ್ನುಡಿ'). ರಾಮಚಂದ್ರಶರ್ಮರ 'ಯಾರು ಹಿತವರು ನಿನಗೆ' ಕಥೆಯ ಹಿನ್ನೆಲೆಯಲ್ಲಿ 'ಸೆರೆ'ಯ

ಬರವಣಿಗೆಯ ಹದವನ್ನು, ಅನುಭವವನ್ನು ಶೋಧಿಸುವ ಪರಿಯನ್ನು ಗಮನಿಸಿದಾಗ ಕಥನ ಕಲೆಯ ಬೆಳವಣಿಗೆ, ಪರಿಣತಿ ಎದ್ದು ಕಾಣುವಂತಿದೆ.

ಎ. ಕೆ. ರಾಮಾನುಜನ್ ಅವರು ಕಥೆಗಾರರೆಂದು ಪ್ರಸಿದ್ಧರಾದವರಲ್ಲ. ಅವರು ಇತ್ತೀಚಿನ ವರ್ಷಗಳಲ್ಲಿ ಬರೆದ ಎರಡು ಕಥೆಗಳ ಮೂಲಕ ಕನ್ನಡ ಸಣ್ಣಕತೆಯ ಸಂದರ್ಭದಲ್ಲಿ ಹೊಸ ಸ್ವನವನ್ನು ಹೊರಡಿಸಿದ್ದಾರೆ. '**ಅಣ್ಣಯ್ಯನ ಮಾನವಶಾಸ್ತ್ರ**'ದ ಬರವಣಿಗೆಯ ರೀತಿ ಕನ್ನಡಕ್ಕೆ ವಿಶಿಷ್ಟವಾದದ್ದು. ಈ ಕಥೆ ಸುಸಂಬದ್ಧ ನಿರೂಪಣೆಯ ಗತಿಯಲ್ಲಿಯೇ ಒಂದು ಅಸಂಬದ್ಧ ಸ್ಥಿತಿಯನ್ನು ಸಮರ್ಥವಾಗಿ ಎದುರು ನಿಲ್ಲಿಸುತ್ತದೆ. ಅಣ್ಣಯ್ಯನ ಅಪ್ಪನ ಸಾವು ಹಿಂದೂಧರ್ಮದ ಸತ್ತ ಸ್ಥಿತಿಯನ್ನು ಧ್ವನಿಸಿದರೆ, ಆತನ ತಾಯಿಯ ವೈಧವ್ಯದ ಚಿತ್ರ ಆ ಸತ್ತದ್ದನ್ನು ನಂಬಿ ಬದುಕುತ್ತಿರುವ ವಾಸ್ತವ ಸ್ಥಿತಿಯ ಕ್ರೌರ್ಯವನ್ನೂ ಅದರ ಅಸಂಬದ್ಧ ಸ್ಥಿತಿಯನ್ನೂ ಧ್ವನಿಸುತ್ತದೆ. ಜೊತೆಗೆ ಆತನ ತಾಯಿಯ ವೈಧವ್ಯದ ಸ್ಥಿತಿಗೂ ಹಿಂದೂ ಧರ್ಮದ ಅರ್ಥ ಕಳೆದುಕೊಂಡ ಧರ್ಮಸೂತ್ರಗಳ ಅಧ್ಯಯನದಲ್ಲಿ ಶಿಕಾಗೋದಲ್ಲಿ ತೊಡಗಿರುವ ಅಣ್ಣಯ್ಯನ ಸ್ಥಿತಿಗೂ ಸಂಬಂಧ ಏರ್ಪಡಿಸುವ ಒಳದನಿಯೂ ಇರುವಂತಿದೆ. ಸುಂದರರಾಯನಿಗೆ ಹಿಂದೂಧರ್ಮ ಮಾರಾಟದ ಸಾಮಗ್ರಿ. ಸುಂದರ ರಾಯನ ವ್ಯಾಪಾರೀ ಬುದ್ಧಿಗೆ ಅಣ್ಣಯ್ಯ ರೋಸಿಹೋಗುತ್ತಾನೆ. ಆದರೆ ಅಣ್ಣಯ್ಯನೂ ಸುಂದರರಾಯನಿಂದ ಮೂಲಭೂತವಾಗಿ ಭಿನ್ನವಾದವನಲ್ಲ. ಸುಂದರರಾಯ ಹಿಂದೂ ಧರ್ಮವನ್ನು ಮಾರಿದರೆ ಅಣ್ಣಯ್ಯ ಬೇರೊಂದು ಅರ್ಥದಲ್ಲಿ ಇಲ್ಲಿ ಖರೀದಿಸುತ್ತಿದ್ದಾನೆ. ಎಂಜಲು, ಮಲ ಇತ್ಯಾದಿಗಳು ಮೈಲಿಗೆ ಎಂದು ಧರ್ಮಸೂತ್ರ ಓದುತ್ತಿರುವ ಅಣ್ಣಯ್ಯನಿಗೆ ಫರ್ಗುಸನನ ವ್ಯಾಖ್ಯಾನವೂ ಎಂಜಲು ಎಂಬುದು ಹೊಳೆಯುವುದಿಲ್ಲ. ಈ ಎಂಜಲು, ಮಲಗಳ ಬಗ್ಗೆ ವಿಚಿಕಿತ್ಸಕ ಬುದ್ಧಿಯನ್ನು ತೋರುವ ಆತ ಎಂಜಲು ಚಪ್ಪರಿಸುತ್ತಿರುವ ತನ್ನ ಸ್ಥಿತಿಯನ್ನು ಕುರಿತಂತೆ ಅದನ್ನು ತೋರಿಸುವುದಿಲ್ಲ. ಅಲ್ಲಿ ವ್ಯಂಗ್ಯವಿದೆ.

ಶಾಂತಿನಾಥ ದೇಸಾಯಿಯವರಲ್ಲಿ ವ್ಯಕ್ತಿಗಳ ಮನಸ್ಸಿನ ಚಲನವಲನದ ಬಗೆಯನ್ನು ಅದರೆಲ್ಲ ಸೂಕ್ಷ್ಮತೆಯಲ್ಲಿ ಬಿಚ್ಚಿ ನೋಡುವುದು ಪ್ರಧಾನ ಕಾಳಜಿಯಾಗಿದೆ. ಸ್ವಂತದ ಬೌದ್ಧಿಕ ಇಲ್ಲವೆ ಭಾವನಾತ್ಮಕ ಪೂರ್ವಗ್ರಹಿಕೆಗಳನ್ನು ಕಥೆಯ ಮೇಲೆ ಹೇರದೆ ಅನುಭವದ ಪದರ ಪದರಗಳನ್ನು ಅಲಿಪ್ತ (neutral) ಎನ್ನಬಹುದಾದಂಥ ಭಾಷೆ ಮತ್ತು ನಿಲುವಿನ ಮೂಲಕ ಬಿಚ್ಚುತ್ತ ಶಿಲ್ಪದ ಅಚ್ಚುಕಟ್ಟಿಗೆ ಅಳವಡಿಸುವ ರೀತಿ ಅವರದು. ಅನುಭವವನ್ನು ವಿಶ್ಲೇಷಿಸುವಲ್ಲಿ, ಸನ್ನಿವೇಶಗಳನ್ನು ವ್ಯವಸ್ಥೆಗೊಳಿಸುವಲ್ಲಿ ಕಥೆಗಾರನ ಬೌದ್ಧಿಕತೆ ಸಮರ್ಥವಾಗಿ ದುಡಿಯುತ್ತದೆ. ಆದರೆ, ಆ ವಿಶ್ಲೇಷಣೆ, ವ್ಯವಸ್ಥೆಗಳ ನೈತಿಕ ಇಲ್ಲವೆ ತಾತ್ತ್ವಿಕ ಜವಾಬ್ದಾರಿಗಳನ್ನು ಹೊತ್ತುಕೊಳ್ಳಲು ಅದು ಹಿಂಜರಿಯುತ್ತದೆ, ಅಥವಾ ಅದಕ್ಕೆ ಆ ಅಪೇಕ್ಷೆಯೇ ಇಲ್ಲ. ಅಂದರೆ, ಸಣ್ಣಕತೆಗಳ ಮೂಲಕ ವ್ಯಕ್ತವಾಗುವ ದೇಸಾಯಿಯವರ ಸೃಜನಶೀಲ ವ್ಯಕ್ತಿತ್ವ ಬಹುಶಃ ಒಟ್ಟೂ ಬದುಕಿನ ಸಂದರ್ಭದಲ್ಲಿ ಜೀವನಾನುಭವಗಳನ್ನು ಪರಿಭಾವಿಸುವ, ಆ ಮೂಲಕ ಒಂದು ಗಟ್ಟಿಯಾದ ಜೀವನ

ದೃಷ್ಟಿಯನ್ನು ಧ್ವನಿಪಡೆಸುವಂಥದಾಗಿರದೆ ಬಿಡಿ ಸನ್ನಿವೇಶಗಳಲ್ಲಿ ತನ್ನ ಸೃಜನಶೀಲ ಚೈತನ್ಯವನ್ನು ಒಪ್ಪಿಸಿಕೊಂಡು ಆ ಪರಿಮಿತ ಹರಹಿನಲ್ಲಿಯೇ ಕುಸುರಿ ಬಿಡಿಸುವಂಥ ದಾಗಿದೆ.

'ಕ್ಷಿತಿಜ' ದೇಸಾಯಿಯವರ ಕಥೆಗಳ ಸಂದರ್ಭದಲ್ಲಿ ಮೇಲೆ ಹೇಳಿದ ಪರಿಮಿತಿಗಳನ್ನು ಮೀರಿ ಸಫಲವಾಗಿರುವ ಕಥೆ ಮಾತ್ರ ಆಗಿರದೆ ಕನ್ನಡದ ಅತ್ಯಂತ ಯಶಸ್ವೀ ಕಥೆಗಳ ಲ್ಲೊಂದಾಗಿದೆ. ಉಳಿದ ಕಥೆಗಳಲ್ಲಿನಂತೆ ಒಂದು ವಿಶಿಷ್ಟ ಸನ್ನಿವೇಶ ಮತ್ತು ಪರಿಸ್ಥಿತಿ ಯಲ್ಲಿ ವ್ಯಕ್ತಿಯ ಅಥವಾ ವ್ಯಕ್ತಿಗಳ ಮನಸ್ಸಿನ ಚಲನವಲನಗಳನ್ನು ಕಲಾತ್ಮಕವಾಗಿ ಹಿಡಿಯುವುದಷ್ಟೇ ಅಲ್ಲದೆ, ಅಲ್ಲಿ ಶೋಧಿತವಾಗುವ ಅನುಭವಕ್ಕೆ ಒಂದು ಸಾಂಸ್ಕೃತಿಕ ಪ್ರಾತಿನಿಧ್ಯವೂ ಉಂಟಾಗುವಂತೆ ಮಾಡಲಾಗಿದೆ. ಒಂದು ಸಂಸ್ಕೃತಿಯ ಸಂಕೋಚಗಳು ಸಡಿಲಗೊಳ್ಳುವ ಮತ್ತು ಕಳಚಿಕೊಳ್ಳುವ ಬಗೆಯನ್ನು ಒಂದು ವಿಶಿಷ್ಟ ವ್ಯಕ್ತಿ ಮತ್ತು ಆವರಣದ ಸಂದರ್ಭದಲ್ಲಿ ಆತುರವಿಲ್ಲದೆ ಈ ಕಥೆಯಲ್ಲಿ ಶೋಧಿಸಲಾಗಿದೆ. ಮಂದಾಕಿನಿಯ ಮನಸ್ಸಿನ ಹೊಯ್ದಾಟವನ್ನು ಒಳ ಮತ್ತು ಹೊರ ವಿವರಗಳಲ್ಲಿ ಮೂರ್ತಗೊಳಿಸುವಲ್ಲಿ ಕಥೆಗಾರ ತೋರಿಸಿರುವ ಸಂಯಮ ಮತ್ತು ತಿಳುವಳಿಕೆ ಅತ್ಯುತ್ತಮ ಮಟ್ಟದ್ದಾಗಿದೆ.

ಮಾಸ್ತಿಯವರ ಅನಂತರದ ಕಾಲದ ಸಣ್ಣ ಕತೆಗಾರರಲ್ಲಿ **ಯು. ಆರ್. ಅನಂತ ಮೂರ್ತಿ**ಯವರದು ಬಲು ದೊಡ್ಡ ಹೆಸರು. ನಮ್ಮ ಯಾವ ಸಣ್ಣಕತೆಗಾರರಲ್ಲಿಯೂ ಕಾಣಿಸದಂಥ ಘನೋದ್ದಿಶ್ಯ ಅವರ ಕಥೆಗಳಿಗಿದೆ. ಜೀವನದ ಅರ್ಥವನ್ನು ಒಟ್ಟಿನಲ್ಲಿ ಶೋಧಿಸಬೇಕು, ಗುರುತಿಸಬೇಕು ಎಂಬ ಮಹತ್ವಾಕಾಂಕ್ಷೆ ಅವರ ಕಥೆಗಳ ತಳದಲ್ಲಿದೆ. ಆದರಿಂದಲೇ ಏನೊ, ಅವರ ಕಥೆಗಳು ಸೃಷ್ಟ್ಯಾತ್ಮಕ ಸಂದರ್ಭದಲ್ಲಿ ತಮ್ಮ ಅಳವಿಗೆ ಮೀರಿದ್ದೇನೋ ಎನ್ನಿಸುವಷ್ಟನ್ನು ಹಿಡಿಯುವ ಯತ್ನದಲ್ಲಿ ತೊಡಗಿರುತ್ತವೆ ಎಂದೆನಿಸು ತ್ತದೆ. ಆ ಮೂಲಕ ಕಥೆಗಾರ ಆಹ್ವಾನಿಸಿಕೊಳ್ಳುತ್ತಿರುವ ಸೃಜನಾತ್ಮಕ ಸವಾಲೂ ಮಹತ್ವಪೂರ್ಣವಾದದ್ದಾಗುತ್ತದೆ. ಸಾಮಾನ್ಯವಾಗಿ ಬ್ರಾಹ್ಮಣ ಕೌಟುಂಬಿಕ ಜೀವನದ ಹಳ್ಳಿಯ ಪರಿಸರದಲ್ಲಿಯೇ ಅಥವಾ ಅದಕ್ಕೆ ಸಂಬಂಧಿಸಿದಂತೆಯೇ ಅವರ ಕಥೆಗಳ ಕ್ರಿಯಾಕೇಂದ್ರ ಇರುವಂತಾಗಿದೆ. (**'ಕ್ಲಿಪ್ ಜಾಯಿಂಟ್'**ನಲ್ಲಿ ಇಂಗ್ಲೆಂಡಿನಲ್ಲಿ ಕಥೆ ನಡೆಯುವ ದಾದರೂ ಕೇಶವನ ಭೂತವೆಲ್ಲ ಅಷ್ಟಿಷ್ಟು ವರ್ತಮಾನ ಕೂಡ ಬ್ರಾಹ್ಮಣ ಪರಿಸರ ದಲ್ಲಿಯೇ ಮುಖ್ಯವಾಗಿ ಪರಿಣಾಮಗೊಂಡದ್ದಾಗಿದೆ. ಇತ್ತೀಚಿನ 'ರೂತ್ ಮತ್ತು ರಸೂಲ್' ಮತ್ತು 'ಆಕ್ರಮಣ' ಕಥೆಗಳು ಈ ಮಾತಿಗೆ ಅಪವಾದಗಳಾಗಿವೆ) ಪರಂಪರಾಗತ ಮೌಲ್ಯಗಳನ್ನು ತೀವ್ರವಾದ ಪರೀಕ್ಷೆಗೆ, ಶೋಧನೆಗೆ ಒಳಪಡಿಸುವ ಕಾಳಜಿಯುಳ್ಳ ಅವರ ಬರವಣಿಗೆಗೆ ಬ್ರಾಹ್ಮಣ ಪರಿಸರ ಬಹುಶಃ ಅದರ ಗುಣದೋಷಗಳೆರಡರ ದೃಷ್ಟಿ ಯಿಂದಲೂ ಪ್ರಮಾಣದಲ್ಲಿ ಹೆಚ್ಚು ಜೀವಂತವಾಗಿರುವುದು ಇದಕ್ಕೆ ಒಂದು ಮುಖ್ಯ ಕಾರಣವಿರಬಹುದು. ಬೇರೆ ಜಾತಿಯ ವ್ಯಕ್ತಿಗಳು – ಮುಖ್ಯವಾಗಿ ಶೂದ್ರ ಹೆಣ್ಣುಗಳು – ಬಂದರೆ ಪರಂಪರಾಗತ ಮೌಲ್ಯಪ್ರಜ್ಞೆಯ ಅರ್ಥಹೀನತೆಯನ್ನು ಎತ್ತಿ ತೋರಿಸಲೆಂಬಂತೆ

ಬರುತ್ತವೆ. ಅದರಲ್ಲೂ ಮುಖ್ಯವಾಗಿ ಕಾಮ, ಪ್ರೇಮ ಸಂಬಂಧಿಯಾದ ನೀತಿ ಅನೀತಿಗಳನ್ನು ವ್ಯಾಖ್ಯಾನಿಸುವುದಕ್ಕೆ ಪೋಷಕ ದ್ರವ್ಯವಾಗಿ, ಜೀವನೋತ್ಸಾಹದ ಸಂಕೇತಗಳಾಗಿ ಬರುತ್ತವೆ.

ಅನಂತಮೂರ್ತಿಯವರ ಕಥೆಗಳಲ್ಲಿ ನಡೆಯುವ ಪರಂಪರಾಗತ ಮೌಲ್ಯ ಶೋಧನೆಯ ಕ್ರಿಯಾಕೇಂದ್ರವಾಗಿರುವ ಹಳ್ಳಿಯ ಪರಿಸರದಲ್ಲಿ ಅವರು ಶೋಧನೆಗೆ ಒಡ್ಡುವ ಮೌಲ್ಯಗಳು ಈ ಕಾಲದಲ್ಲಿ ಸುಶಿಕ್ಷಿತರ ವಲಯದಲ್ಲಿ ಸಾರ್ವತ್ರಿಕವಾಗಿ ಅರ್ಥ ಕಳೆದುಕೊಳ್ಳುತ್ತಲಿವೆ. ಶ್ರದ್ಧೆ, ನಿಷ್ಠೆ, ನಂಬಿಕೆಯ ದೃಷ್ಟಿಯಿಂದಲೂ ಬಹುಮಟ್ಟಿಗೆ ಅವು ಮಹತ್ವವನ್ನು ಕಳೆದುಕೊಳ್ಳುತ್ತಲಿವೆ. ಆದ್ದರಿಂದ ಆಧುನಿಕ ಎನ್ನಬಹುದಾದ ಧೋರಣೆಯುಳ್ಳ ಲೇಖಕ ಹೆಚ್ಚು ಆತ್ಮವಿಶ್ವಾಸ ಹಾಗೂ ವೈಚಾರಿಕ ನಿಲುವನ್ನು ಕುರಿತಂತೆ ಪೂರ್ವಸಿದ್ಧತೆ ಮತ್ತು ಗ್ರಹಿಕೆಯಿಂದ ಅಂಥ ಪರಿಸರದಲ್ಲಿ ಮೌಲ್ಯಶೋಧನೆ ನಡೆಸಬಹುದಾಗಿದೆ. ಆದರೆ, ಇಂಥ ಆವರಣದಲ್ಲಿ ಪರಂಪರಾಗತ ಮೌಲ್ಯಶೋಧನೆಯ ಬೌದ್ಧಿಕವಾದ ಸವಾಲು ತೀವ್ರವಾದುದಾಗುವುದಿಲ್ಲ. (ಕನ್ನಡದಲ್ಲಿ ಬೇರೆ ಯಾರೊಬ್ಬರ ಸಣ್ಣಕತೆಗಳಲ್ಲೂ ಕಾಣಿಸದಷ್ಟು ಪ್ರಖರವಾದ ಚಿಂತನ ದ್ರವ್ಯವನ್ನು ದುಡಿಸಿಕೊಂಡಿರುವ ಕಥೆಗಾರರು ಅನಂತಮೂರ್ತಿಯವರು ಎಂಬ ಅರಿವಿದ್ದೂ ಅವರದೇ ಬರೆವಣಿಗೆಯ ಸಾಪೇಕ್ಷ ಸಂದರ್ಭದಲ್ಲಿ ಈ ಮಾತು ಹೇಳುತ್ತಿದ್ದೇನೆ.) ಏಕೆಂದರೆ ಕಥೆಯ ಅನುಭವವನ್ನು ನಿಯಂತ್ರಿಸುತ್ತಿರುವ ಬೌದ್ಧಿಕ ನಿಲುವು ಕಥೆಯೊಳಗೇ ತೀವ್ರವಾದ ಪರೀಕ್ಷೆಗೊಳಗಾಗುವ ಸಂದರ್ಭ ಅಷ್ಟಾಗಿ ಬರುವುದಿಲ್ಲ. ಈ ಮಿತಿಯನ್ನು ನಿವಾರಿಸಿಕೊಳ್ಳಲು ಕಥೆಯೊಳಗಿನ ಅನುಭವಕ್ಕೆ ಸಮಗ್ರತೆಯನ್ನು ತರಲು ಪರಸ್ಪರ ವಿರುದ್ಧ ಧೋರಣೆ, ಜೀವನದೃಷ್ಟಿಯ ಪಾತ್ರಗಳನ್ನು ಎದುರುಬದುರಾಗಿ ನಿಲ್ಲಿಸುವ ತಂತ್ರವಿಧಾನವನ್ನು ಅನಂತಮೂರ್ತಿಯವರು ಬಳಸಿರುವುದು ಕೆಲವು ಕಥೆಗಳಲ್ಲಿ ಕಾಣುತ್ತದೆ. (ಉದಾ : 'ಪ್ರಶ್ನೆ', 'ಘಟಶ್ರಾದ್ಧ'; ಅವರ ಪ್ರಖ್ಯಾತ ಕಾದಂಬರಿ 'ಸಂಸ್ಕಾರ'ದಲ್ಲಿಯಂತೂ ಈ ತಂತ್ರವಿಧಾನ ಅತಿಶಯವಾದ ಫಲ ನೀಡಿದೆ) 'ಕ್ಲಿಪ್ ಜಾಯಿಂಟ್'ನಲ್ಲಿಯೂ ಕೇಶವನಿಗೆ ಎದುರಾಗಿ ಸ್ಟ್ಯೂಅರ್ಟನನ್ನು ಸಮರ್ಥವಾಗಿ ನಿಲ್ಲಿಸಲಾಗಿದೆ. ಅಲ್ಲಿನ ಸಮಸ್ಯೆ ನಮ್ಮ ಪರಂಪರಾಗತ ಮೌಲ್ಯ ಶೋಧನೆಯ ಮಿತಿಗೆ ಒಳಪಡದ ಎರಡು ಸಂಸ್ಕೃತಿಗಳ ಮೌಲ್ಯ ಶೋಧನೆಯಾಗಿದೆ. ಕೇಶವನ ವಿಚಾರಸರಣಿಗೆ ಎದುರಾಗಿ ನಿಲ್ಲುವ ಅಥವಾ ಕೇಶವನ ವೈಚಾರಿಕತೆಯ ಇನ್ನೊಂದು ಮಗ್ಗುಲಾಗಿ ಬಿಡುವ, ಆ ಮೂಲಕ ಕೇಶವ ಕಥೆಗಾರನ ಮುಖವಾಣಿ (mouth piece) ಆಗಿಬಿಡದಂತೆ ನಿಯಂತ್ರಿಸುವ ಯತ್ನ ಇಲ್ಲಿ ಬಲುಮಟ್ಟಿಗೆ ಫಲಿಸಿದೆ. ಆದರೆ, ಈ ಪ್ರಕ್ರಿಯೆಯಲ್ಲಿ ವೈಚಾರಿಕತೆಯ ಅಂಶ ಕೆಲವು ಕಡೆಗಳಲ್ಲಿ ನಿಬಿಡವಾಗಿದ್ದು ಕರಗಿಕೊಳ್ಳದೆ ನಿಂತಂತೆನಿಸುತ್ತದೆ. ಅನಂತಮೂರ್ತಿಯವರ 'ಪ್ರಕೃತಿ', 'ಕಾರ್ತೀಕ', 'ಘಟಶ್ರಾದ್ಧ'ದಂಥ ಕಥೆಗಳ ಮಟ್ಟದ ಕಲಾತ್ಮಕ ಯಶಸ್ಸು ಇಲ್ಲಿ ಸಿದ್ಧಿಸಿಲ್ಲವಾದರೂ ಅವರ ಕಥೆಗಳ ಸಂದರ್ಭದಲ್ಲಿ ಮಾತ್ರವಲ್ಲದೆ ಇಡೀ ಕನ್ನಡ ಸಣ್ಣಕತೆಯ ಚರಿತ್ರೆಯ ಸಂದರ್ಭದಲ್ಲಿಯೇ 'ಕ್ಲಿಪ್

ಜಾಯಿಂಟ್' ಅತ್ಯಂತ ಮಹತ್ವಾಕಾಂಕ್ಷೆಯಿಂದ ಕೂಡಿದ, ಕನ್ನಡದಲ್ಲಿ ಸಣ್ಣಕತೆಯ ಪ್ರಕಾರ ತನ್ನ ಜೀರ್ಣಶಕ್ತಿಯನ್ನು ಪಣಕ್ಕೊಡ್ಡಿಕೊಂಡಿರುವ ಕಥೆಯಾಗಿದೆ.

ರಾಘವೇಂದ್ರ ಖಾಸನೀಸರೂ ರಾಮಾನುಜನ್‌ರಂತೆಯೇ ಕಥೆಗಾರರೆಂದು ಹೆಚ್ಚು ಪ್ರಸಿದ್ಧರಾದವರಲ್ಲ. ಅವರು ಬರೆದ ಕಥೆಗಳ ಸಂಖ್ಯೆ ಹೆಚ್ಚಲ್ಲವಾದರೂ ಅವರ **'ತಬ್ಬಲಿಗಳು'** ಕನ್ನಡದ ಪ್ರಬುದ್ಧ ಕಥೆಗಳಲ್ಲೊಂದಾಗಿದೆ. 'ಅಣ್ಣಯ್ಯನ ಮಾನವಶಾಸ್ತ್ರ' ಕಥೆಯಲ್ಲಿ ಅಣ್ಣಯ್ಯನ ಸ್ಥಿತಿಯಲ್ಲಿ ಅಸಂಬದ್ಧತೆ, ಅತಂತ್ರತೆ ಇದೆ. ಆದರೆ ಜಾಣ ವಿಡಂಬನೆ ದಕ್ಕಿಸಿಕೊಳ್ಳಬಹುದಾದದ್ದನ್ನು ಮೀರಿದ ಆಳ ಮತ್ತು ತೀವ್ರತೆಯನ್ನು ಅದು ಪಡೆದುಕೊಳ್ಳುವುದಿಲ್ಲ. ಆದರೆ 'ತಬ್ಬಲಿಗಳು' ಕಥೆಯಲ್ಲಿ ತಂಗಿ, ತಮ್ಮ, ತಂದೆ, ತಾಯಿಯರ ಸಂಬಂಧದಲ್ಲಿರುವ ಅನಿವಾರ್ಯವಾದ ಅಸಂಬದ್ಧ ಮತ್ತು ಅತಂತ್ರ ಸ್ಥಿತಿ ಕಥೆಯಲ್ಲಿ ಭಾವಾಭಿನಯಿತವಾಗುವ ಪ್ರಕ್ರಿಯೆಯಲ್ಲಿ ದುರಂತ ಸೋಕಿಸಿಕೊಳ್ಳುತ್ತ ಸಾಗುವ ಬಗೆ ಅನನ್ಯ ರೀತಿಯದಾಗಿದೆ. ಕಥೆಯಲ್ಲಿ ಪ್ರಾರಂಭದಲ್ಲಿ ಬಸ್ ಕೆಟ್ಟು ನಿಲ್ಲುವ, ಕೊನೆಯಲ್ಲಿ ರಥ ಕೆಸರಿನಲ್ಲಿಸಿಕ್ಕಂತೆ ನಿಂತುಬಿಡುವ, ತಂಗಿ ರಥಕ್ಕೆ ಬೆಂಕಿ ಬಿತ್ತೆಂದು ಕೂಗುವ, ಪರಸ್ಪರರನ್ನು ಹುಡುಕಾಡುವ, ಒಬ್ಬರಿಗೊಬ್ಬರು ಸಿಕ್ಕಿ ಸಿಕ್ಕದಂತಾಗುವ – ಇತ್ಯಾದಿ ಸಂಗತಿಗಳೆಲ್ಲ ವಾಸ್ತವಿಕ ವಿವರಗಳಾಗಿ ಸಲ್ಲುತ್ತಲೇ ಸಾಂಕೇತಿಕ ಆಯಾಮವನ್ನು ಮೈಗೂಡಿಸಿಕೊಳ್ಳುತ್ತ ಕಥೆಯ ವ್ಯಂಜಕ ಶಕ್ತಿಯನ್ನು ಉದ್ದೀಪಿಸುವಂತಿವೆ.

ಕೆ. ಸದಾಶಿವ ಅವರು 'ನಲ್ಲಿಯಲ್ಲಿ ನೀರು ಬಂದಿತು' (1955), ಗಿಡ್ಡಿ (1957), ಕಥೆಗಳ ಮೂಲಕ ಒಂದು ಕಾಲದಲ್ಲಿ ನ್ಯಾಯವಾಗಿಯೇ ತುಂಬಾ ಪ್ರಸಿದ್ಧರಾಗಿದ್ದ ನವ್ಯ ಕಥೆಗಾರರು. ಅವರ ಎಲ್ಲ ಕಥೆಗಳನ್ನು ಒಟ್ಟಾಗಿ ಪರಿಶೀಲಿಸಿದಾಗ ಅರ್ಧದಷ್ಟು ಕಥೆಗಳು ಬಿಡಿ ಕಥೆಗಳಾದರೆ, ಸರಿಯಾಗಿ ಇನ್ನರ್ಧದಷ್ಟು ಕಥೆಗಳಲ್ಲಿ ಬೆಸುಗೆ ಹತ್ತದ ಒಡಕು ದಾಂಪತ್ಯದ ಇಲ್ಲವೆ ವಿವಾಹಪೂರ್ವದ ಅಹಿತವಾದ ಸಂಬಂಧದ ಧಗೆಯಲ್ಲಿ ಬೇಯುತ್ತಿರುವ ಬದುಕಿನ ನಾನಾ ಅವಸ್ಥೆಯನ್ನು ಬಿಚ್ಚಿ ತೋರಿಸುವುದು ಕಾಣುತ್ತದೆ. ಆನಂದರು ದಾಂಪತ್ಯದ ಇಲ್ಲವೆ ವಿವಾಹಪೂರ್ವ ಸಂಬಂಧದ ಗೆಲುವಿನ, ಹರ್ಷದ ಮುಖವನ್ನು ಚಿತ್ರಿಸಿದರೆ, ಇವರು ಅದರ ನೋವು, ಸೋಲು, ರಂಪದ ಮುಖವನ್ನು ಚಿತ್ರಿಸುತ್ತಾರೆ. ಇಬ್ಬರಿಗೂ ಆಯಾ ಮುಖದ ನಾನಾ ಛಾಯೆ, ಸೂಕ್ಷ್ಮಗಳನ್ನು ಪರಿಣಾಮಕಾರಿಯಾಗಿ ಹಿಡಿಯಬಲ್ಲ ಸಾಮರ್ಥ್ಯವಿದೆ. ಆದರೆ ಇಬ್ಬರೂ ಅಷ್ಟರಲ್ಲೇ ತೃಪ್ತರಾಗಿ ಕೈತೊಳೆದುಕೊಳ್ಳುತ್ತಾರೆಯೆ ಹೊರತು ಒಟ್ಟೂ ಬದುಕಿನ ಸಂದರ್ಭದಲ್ಲಿ ಅವುಗಳ ಅರ್ಥವೇನು ಎಂದು ಇಣಿಕಿ ನೋಡುವ, ತಾತ್ತ್ವಿಕ ಆಯಾಮವನ್ನು ಧ್ವನಿಪಡೆಸುವ ಕಾಳಜಿಯನ್ನು ತೋರುವುದೇ ಇಲ್ಲ.

'ರಾಮನ ಸವಾರಿ ಸಂತೆಗೆ ಹೋದದ್ದು' ಕಥೆಯಲ್ಲಿ ಕೆ. ಸದಾಶಿವರ ಬರವಣಿಗೆಯಲ್ಲಿ ಸಾಮಾನ್ಯವಾಗಿರುವ ಅಚ್ಚುಕಟ್ಟು ಇದೆ; ದಾಂಪತ್ಯದ ವಿರಸ, ರಂಪದ ವಸ್ತುವನ್ನೂ ಒಳಗೊಂಡಿದೆ. ಅವರಲ್ಲಿ ಸಾಮಾನ್ಯವಲ್ಲದ ಇತರ ಅಂಶಗಳೂ ಎದ್ದು ಕಾಣುವಂತಿವೆ:

(1) ವಿಶಿಷ್ಟ ಎಂಬಂಥ ತಂತ್ರವಿಧಾನವೇನೂ ಇಲ್ಲದ ನೇರವಾದ ನಿರೂಪಣೆಯಿದೆ. (2) ವಸ್ತುವಿನ ದೃಷ್ಟಿಯಿಂದ ನೋಡಿದರೆ ಜೀವನೋತ್ಸಾಹ ತುಂಬಿರುವ ಹುಡುಗನ ದೃಷ್ಟಿಗೆ ಪ್ರಾಧಾನ್ಯವಿತ್ತು ಹಿರಿಯರ ಬದುಕಿನ ರಂಪಕ್ಕೆ ನವುರಾಗಿ ಒರೆಹಚ್ಚಿ ವಿಡಂಬಿಸುವುದು ಕಾಣುತ್ತದೆ. (3) ಖುಷಿಯಾದ, ಹಗುರಾಗಿಸಿಕೊಂಡ (relaxed) ಬರವಣಿಗೆ ಇದೆ. ಒಟ್ಟಿನಲ್ಲಿ ಕೆ. ಸದಾಶಿವರ ಬರವಣಿಗೆಯ ಗುಣಾತ್ಮಕ ಹೊಸ ಸಾಧ್ಯತೆಗಳನ್ನು ಈ ಕಥೆ ಸೂಚಿಸುತ್ತದೆ.

ಟಿ. ಜಿ. ರಾಘವ ಅವರ ಸಣ್ಣಕತೆಗಳಲ್ಲಿ ಸಾಮಾಜಿಕ ಸಂದರ್ಭದಲ್ಲಿ ಒಪ್ಪಿತವಾಗದ ವ್ಯಕ್ತಿಯ ಏಕಾಂತದ ಅನಿಸಿಕೆ ಆಶೋತ್ತರಗಳ ಜೊತೆ ಬಡಿದಾಡುವ ಅಸ್ವಸ್ಥ, ಪರಕೀಯ, ಜೊತೆಗೆ ದುರ್ಬಲ ನಾಯಕರೇ ಹೆಚ್ಚು. "ತನ್ನ ಮನೋಗತವನ್ನು ಇನ್ನೊಬ್ಬನಿಗೆ ಮುಟ್ಟಿಸಲಾರದ, ಸಂವಾದದ ಸಾಧ್ಯತೆಗಳು ಮುರಿದು ಬಿದ್ದ ಪ್ರಪಂಚ ಇವರದ್ದು. ಆದ್ದರಿಂದ ಪರಸ್ಪರ ಸಂವಾದದಿಂದ ಉದ್ಭವಿಸುವ ನಾಟಕಕ್ರಿಯೆಗೆ ಬದಲಾಗಿ, ಸ್ವಗತದಲ್ಲಿ ನಡೆಯುವ ದ್ವಂದ್ವದ ನಾಟಕ ಇವರ ಕತೆಯ ವಸ್ತು" (**ಯು. ಆರ್. ಅನಂತಮೂರ್ತಿ** – ಹದಿನೈದು ವರ್ಷಗಳ ನವ್ಯಗದ್ಯಸಾಹಿತ್ಯ). ಇಂಥ ಅನುಭವಗಳಿಗೆ ರೂಪ ಕೊಡುವಾಗ ಪ್ರಜ್ಞಾಪ್ರವಾಹ ತಂತ್ರವನ್ನು ಹೆಚ್ಚಾಗಿ ಮತ್ತು ಯಶಸ್ವಿಯಾಗಿ ಅವರು ಬಳಸುತ್ತಾರೆ. ಇವರ ಕಥೆಗಳಲ್ಲಿ ವಸ್ತು ವೈವಿಧ್ಯವೇನೋ ಕಡಮೆ. ಆದರೆ ಹೇಳುವುದನ್ನು ಬಗೆಬಗೆದು ತೆಗೆಯುವ ರೀತಿ ವಿಶಿಷ್ಟವಾದದ್ದು. ಅವರ **'ಶ್ರಾದ್ಧ'** ಕತೆಯಲ್ಲಿ "ವಿಚಾರ ಬೇರೆ ಅಲ್ಲ, ಭಾವನೆ ಬೇರೆ ಅಲ್ಲ, ವರ್ಣನೆ ಬೇರೆ ಅಲ್ಲ. ಒಟ್ಟಾಗಿಯೇ ಕಥೆ ನಡೆಯುತ್ತದೆ. ಎರಡನೆಯದಾಗಿ, ಯಾವ ವಾತ್ಸಲ್ಯಗಳನ್ನು ಪರಮ ಮೌಲ್ಯಗಳೆಂದು ತಿಳಿದಿದ್ದೆವೋ ಅವನ್ನು ಪ್ರಶ್ನಿಸಿ ಬೆದಕುವ ಕುತೂಹಲ ಮತ್ತು ಧೈರ್ಯ ಇಲ್ಲಿ ಕಾಣುತ್ತದೆ; ಮೂರನೆಯದಾಗಿ, ಬಟ್ಟೆ ತೆಗೆಯುವ ಆಶೆಯಲ್ಲಿ ಮತ್ತು ಕ್ರಿಯೆಯಲ್ಲಿ ಸಂಪೂರ್ಣವಾಗಿ ತಾನೇ ತಾನಾಗುವ, ಇತರರ ಹಂಗಿನಿಂದ ಪಾರಾಗುವ ಆಶೆ ಅತ್ಯಂತ ಸಂಗ್ರಹ, ಸಮರ್ಪಕ ರೀತಿಯಲ್ಲಿ ವ್ಯಕ್ತವಾಗಿದೆ; ನಾಲ್ಕನೆಯದಾಗಿ, ತಂದೆ ಅಧಿಕಾರ, ದಬ್ಬಾಳಿಕೆಗೆ, ಮಾಸ್ತರಿಕೆಗೆ ಸಂಕೇತವಾಗಿ ಮಗ ಅವುಗಳಿಂದ ಪಾರಾಗಿ ಸ್ವಂತಿಕೆ ಬೆಳೆಸಿಕೊಳ್ಳುವ, ಸ್ವಾತಂತ್ರ್ಯ ಕಾಪಾಡಿಕೊಳ್ಳುವುದಕ್ಕೆ ಸಂಕೇತವಾಗುತ್ತಾನೆ. ಇವೆಲ್ಲದರ ಜೊತೆಗೆ 'ಶ್ರಾದ್ಧ' ಕಥೆಯಲ್ಲಿ ಹಿಂದಿನಿಂದ ಬಂದ ಆಚಾರವನ್ನು ಪರೀಕ್ಷಿಸುವ ಮತ್ತು ಆ ಆಚಾರದ ಬಗ್ಗೆ ದ್ವಂದ್ವದ ನಿಲುವನ್ನು ಕಾಪಾಡಿಕೊಳ್ಳುವ ಪರಿ ಗಮನಿಸತಕ್ಕದ್ದು" **ಪಿ. ಲಂಕೇಶರ** ('ಕಳೆದ ಇಪ್ಪತ್ತು ವರ್ಷಗಳ ಸಣ್ಣಕತೆ: 'ಎರಡು ಘಟ್ಟಗಳು') ಈ ಮಾತುಗಳು ಈ ಕಥೆಯ ಮಹತ್ವವನ್ನು ಸಂಕ್ಷಿಪ್ತವಾಗಿ ವಿವರಿಸುತ್ತವೆ. ಆದರೂ ಒಟ್ಟಿನಲ್ಲಿ "ಕೆಲವೊಮ್ಮೆ ಬರಹದಲ್ಲಿ ಕಾಣುವ ಅನಾವಶ್ಯಕ ರೋಷದಿಂದ ಹುಟ್ಟಿದ ತೀವ್ರತೆಯಿಂದಾಗಿ, ರಾಘವರು ತಮ್ಮ ವಸ್ತುವಾದ, ಎಳೆಪ್ರಾಯದ ದುರ್ಬಲತೆಗಳಿಗೆ ಕೊಡಬೇಕಾಗಿದ್ದಕ್ಕಿಂತ ಹೆಚ್ಚಿನ ಮಹತ್ವ ಕೊಡುತ್ತಾರೆ" ಎಂಬ **ಅನಂತಮೂರ್ತಿ**ಯವರ ವಿಮರ್ಶೆಯ ಮಾತನ್ನು ಮರೆಯುವಂತಿಲ್ಲ.

ಪಿ. ಲಂಕೇಶರು ಪೀಡನೆ, ಹಿಂಸೆಗಳನ್ನು ನಿಕಷವಾಗಿ ಹಾಗೂ ತಂತ್ರವಿಧಾನವಾಗಿ ಬಳಸಿ ವ್ಯಕ್ತಿಯ ಗೋಸುಂಬೆತನವನ್ನು ಅಥವಾ ಪ್ರಜ್ಞಾಸ್ತರದಲ್ಲಿ ಆ ವ್ಯಕ್ತಿಯೂ ಗುರುತಿಸಿ ಕೊಂಡಿದ್ದಿರಲಾರದ ಅನುಭವದ ಬಿರುಕನ್ನು, ಅಲ್ಪತನವನ್ನು ಒಂದೊಂದೇ ಪದರ ಪದರದಲ್ಲಿ ಬಿಚ್ಚುತ್ತ ಒಳಗಿನ ಸತ್ಯವನ್ನು ಅದರ ನಗ್ನತೆಯಲ್ಲಿ ಅಥವಾ ಮೇಲಿನ ತೋರಿ ಕೆಯ ವ್ಯಕ್ತಿತ್ವವನ್ನು ಅದರ ಮೃತಸ್ಥಿತಿಯಲ್ಲಿ ತೋರಿಸಿ ದಿಗಿಲುಗೊಳಿಸಲು 'ಶಾಕ್' ಕೊಡಲು ಹವಣಿಸುತ್ತಾರೆ. ಎರಡನೆಯದಾಗಿ, ವರ್ತಮಾನದ ಘಟನೆ ಮತ್ತು ವ್ಯಕ್ತಿ ಮುಖಾಮುಖಿಯಾಗುವಲ್ಲಿ ನಿಜ ತೆರೆದುಕೊಳ್ಳುವುದೆಂಬ ತಿಳುವಳಿಕೆ ಲಂಕೇಶರ ಬರವಣಿ ಗೆಯ ಹಿಂದೆ ಇರುವಂತೆ ತೋರುತ್ತದೆ. ಆದ್ದರಿಂದ ಭೂತ ಮತ್ತು ಪರಂಪರೆಗಳಿಂದ ಹೆಚ್ಚಾಗಿ ಘರ್ಷಿಸಿಕೊಳ್ಳದ ಮನಃಸ್ಥಿತಿಯಲ್ಲಿ ವ್ಯಕ್ತಿಯ ಕ್ರಿಯೆ, ಪ್ರತಿಕ್ರಿಯೆಗಳೆಲ್ಲ ನಿರ್ಧರಿತ ವಾಗುತ್ತ ಹೋಗುತ್ತವೆ. ಮೂರನೆಯದಾಗಿ, ಗಾಢವಾದ ಮಾನವ ಸಂಬಂಧಗಳ ಸಂದರ್ಭಗಳೇ ಇವರ ಕಥೆಗಳಲ್ಲಿ ಬರುವುದಿಲ್ಲ. ತಂದೆ, ತಾಯಿ, ಅಣ್ಣ, ತಂಗಿ, ಅಕ್ಕ, ತಮ್ಮ, ಸ್ನೇಹಿತ, ಇನ್ನೊಬ್ಬ ಮನುಷ್ಯ – ಇವರಲ್ಲಿ ಒಬ್ಬರಿಗಿನ್ನೊಬ್ಬರನ್ನು ಕುರಿತ ಆತ್ಮೀಯ ಸಂಬಂಧಗಳ, ಋಣಾನುಬಂಧಗಳ ಹಂಗೇ ಇರುವುದಿಲ್ಲ. ಹೀಗಾಗಿ ಲಂಕೇಶರ ಕಥೆಗಳ ಮೂಲಕ ವ್ಯಕ್ತವಾಗುವ ಮನಃಸ್ಥಿತಿಗೆ ಮಾನವ ಮನಸ್ಸಿನ ಆಪ್ತವಾದ ಕ್ಷಣಗಳಿಗೆ, ಉದಾತ್ತ ಸಾಧ್ಯತೆಗಳಿಗೆ ಸ್ಪಂದಿಸಲಾರದ ರಿಕ್ತತೆ ಕಾಣಿಸುತ್ತದೆ. ಇಂಥ ಬರವಣಿಗೆಗೆ ದುರಂತ ಸಂವೇದನೆ ಸಾಧ್ಯವಾಗುವುದಿಲ್ಲ. ಆದ್ದರಿಂದ ಮನುಷ್ಯನ ಸಣ್ಣತನ, ಗೋಸುಂಬೆ ತನಗಳನ್ನು ತೆರೆದು ತೋರಿಸುವಲ್ಲಿ ಕಂಡುಬಂದಂತೆನಿಸುವ ಕಥೆಗಾರನ ನೈತಿಕ ಕಾಳಜಿಯೂ ತೋರಿಕೆಯದಲ್ಲವೆ, ಎಂಬ ಅನುಮಾನಕ್ಕೆ ಹಲವು ಕಡೆಗಳಲ್ಲಿ ಕಾರಣವಾಗುತ್ತದೆ. ಮಾಸ್ತಿ ಯವರ ಕಥೆಗಳ ಕಾಳಜಿಯೂ ಧಾರ್ಮಿಕ ಇಲ್ಲವೆ ನೈತಿಕವಾದದ್ದೇ ಆಗಿದೆ. ಆದರೆ ಅವರದು ಮನುಷ್ಯನ ಮನಸ್ಸಿನ ಉದಾತ್ತ ಸಾಧ್ಯತೆಗಳನ್ನು ನೋಡುವ ಧೋರಣೆಯುಳ್ಳದ್ದಾಗಿರು ವುದರಿಂದ ಮನುಷ್ಯನ ಸಣ್ಣತನದ, ಅಧಾರ್ಮಿಕತೆಯ ಮುಖಗಳನ್ನು ಗೌಣಗೊಳಿಸಿ ಬಿಡುವ ಬರವಣಿಗೆಯಾಗಿದೆ. ಲಂಕೇಶರ ಬರವಣಿಗೆ ಅದಕ್ಕೆ ವಿರುದ್ಧವಾಗಿ ಮನುಷ್ಯನ ಉದಾತ್ತತೆ ದೊಡ್ಡಸ್ತಿಕೆಗಳನ್ನು ತೀರಾ ಅನುಮಾನ, ಅಪನಂಬಿಕೆಯಿಂದ ನೋಡುವ ಬರವಣಿಗೆಯಾಗಿದೆ. ಈ ಎರಡೂ ರೀತಿಯ ಧೋರಣೆಗಳು ಅವವುಗಳಿಗೆ ಸಹಜವಾ ಗಿಯೇ ಅನುಭವದ ಒಂದು ಮುಖಕ್ಕೆ ಕೊಡುವ ಒತ್ತು ಇನ್ನೊಂದು ಮುಖಕ್ಕೆ ತೋರುವ ಉಪೇಕ್ಷೆ ಇಲ್ಲವೆ ಗೌಣತೆಗಳಿಂದಾಗಿ ಅವವುಗಳದೇ ಆದ ಮಿತಿಗಳಿಗೆ ಒಳ ಗಾಗುತ್ತವೆ. ತಾತ್ತ್ವಿಕ ಧ್ವನಿಗಳನ್ನು ಹೊರಡಿಸಲು ಹವಣಿಸಿದಾಗ ಈ ಎರಡೂ ರೀತಿಯ ಧೋರಣೆಗಳ ಮೂಲಕ ರೂಪುಗೊಳ್ಳುವ ಅನುಭವಗಳಿಗೆ ತಕ್ಕ ಪ್ರಮಾಣದ ಚಿಂತನ ದ್ರವ್ಯದ ಧಾರಣಶಕ್ತಿ ಇಲ್ಲದೆ ಸೋಲುವಂತಾಗುತ್ತದೆ.

ಲಂಕೇಶರಿಗೇ ವಿಶಿಷ್ಟವಾದ ಈವರೆಗೆ ಗುರುತಿಸಿದ ಧೋರಣೆಯಿಂದಾಗಿ ಅವರ ಅಭಿವ್ಯಕ್ತಿ ವಿಧಾನವೂ ಅನನುಕರಣೀಯ ಎಂಬಂಥ ಅನನ್ಯತೆಯಿಂದ ಕೂಡಿದೆ. ಲಂಕೇಶರ

ಬರವಣಿಗೆಯ ಇತರ ಸಾಮಾನ್ಯ ಲಕ್ಷಣಗಳನ್ನು ಒಳಗೊಂಡಿದ್ದೂ 'ನಿವೃತ್ತರು' ಕಥೆ ಎರಡು ಅಂಶಗಳಲ್ಲಿ ಭಿನ್ನವಾಗಿದೆ :

(1) ಇಲ್ಲಿ ಮನುಷ್ಯನ ಸಣ್ಣತನದ ಬಗೆಗೆ ಕಾಣುವ ಕಥೆಗಾರನ ನೈತಿಕ ಕಾಳಜಿ, ಅವರ ಬೇರೆ ಕಥೆಗಳಲ್ಲಿನಂತೆ ನೇತ್ಯಾತ್ಮಕವೆಂಬಂತೆನಿಸದೆ ವಿಷಾದದ ಎಳೆ ಶಕ್ತಿಯುತವಾಗಿ ಸೇರಿಕೊಂಡಿರುವುದರಿಂದ, ಗುಣಾತ್ಮಕವಾಗಿದೆ.

(2) ತಾತ್ತ್ವಿಕ ಆಯಾಮಗಳನ್ನು ಒಳಗೊಳ್ಳುವ ಯತ್ನ ಹಾಗೂ ಅವರ ಇನ್ನಾವ ಕಥೆಯಲ್ಲಿಯೂ ಕಾಣಿಸದ ಪ್ರಮಾಣದ ಅಂತರ್ಮುಖತೆ ಮತ್ತು ಗುಣಾತ್ಮಕ ನಿರಪೇಕ್ಷತೆ ಇಲ್ಲಿ ಕಾಣಿಸುತ್ತದೆ.

ಕೆ. ಪಿ. ಪೂರ್ಣಚಂದ್ರ ತೇಜಸ್ವಿಯವರ ಮೊದಲ ಕಥಾ ಸಂಕಲನ 'ಹುಲಿಯೂರಿನ ಸರಹದ್ದು' ಕಥೆಗಳು ಒಂದು ನಿರ್ದಿಷ್ಟ ಧೋರಣೆಯ ಬರವಣಿಗೆಗಳಲ್ಲ. ಅವು ಬಿಡಿ ಕಥೆಗಳು. ಆದರೂ ಏನೋ ಮಾಡಲು ಹೋಗಿ ಇನ್ನೇನೊ ಆಗುವ ಅಥವಾ ಬೇಸ್ತು ಬೀಳುವ ಅಂಶವೊಂದು – ಒಂದಲ್ಲ ಒಂದು ಪ್ರಮಾಣದಲ್ಲಿ – ಎಲ್ಲ ಕಥೆಗಳಿಗೂ ಸಾಮಾನ್ಯ ವಾದದ್ದಾಗಿದೆ. ಈ ಅಂಶ 'ಅಬಚೂರಿನ ಪೋಸ್ಟಾಫೀಸು' ಎಂಬ ಇನ್ನೊಂದು ಕಥಾ ಸಂಕಲನದ ಆ ಹೆಸರಿನ ಕಥೆಯನ್ನೂ ಸೇರಿಸಿಕೊಂಡು ಸುಮಾರು ಅರ್ಧದಷ್ಟು ಕಥೆ ಗಳಲ್ಲಿಯೂ ಕಾಣುತ್ತದೆ. ತೇಜಸ್ವಿಯವರ ಔಚಿತ್ಯವರಿತ ಹಾಸ್ಯಮಿಶ್ರಿತ ಗದ್ಯಶೈಲಿ ಅದರ ಸ್ವಾರಸ್ಯವನ್ನು ಹೆಚ್ಚಿಸುವಂತಿರುತ್ತದೆ.

ತೇಜಸ್ವಿಯವರ ಇತ್ತೀಚಿನ 'ಅಬಚೂರಿನ ಪೋಸ್ಟಾಫೀಸು' ಕಥಾಸಂಕಲನದ ಕಥೆಗಳು ಸಣ್ಣ ಕತೆಯ ಪ್ರಕಾರದಲ್ಲಿ ಹೊಸ ಜಾಡನ್ನು ತೆರೆಯುವ, ಹೊಸ ತಿರುವನ್ನು ಪಡೆಯುವ ಹವಣಿಕೆಯಲ್ಲಿರುವ ಕಥೆಗಳು: "ಕನ್ನಡದ ನವ್ಯ ಸಂಪ್ರದಾಯವನ್ನು ಸಂಪೂರ್ಣವಾಗಿ ತೊರೆದು ಹೊಸ ದಿಕ್ಕಿನಲ್ಲಿ ನಾವೀಗ ಅನ್ವೇಷಿಸಬೇಕಾಗಿದೆ." "ಸರಳ ವಾಗಿ, ನೇರವಾಗಿ ನೋಡುವ ಕೇವಲ ದೃಷ್ಟಿಕೋನ ಮಾತ್ರವಾಗಿ ಸಾಹಿತಿ ಕಥೆ ಗಳಲ್ಲಿ ವ್ಯಕ್ತವಾಗುವ ಹೊಸದೊಂದು ಶಿಸ್ತನ್ನು ಬರವಣಿಗೆಯಲ್ಲಿ ನಾನು ಅಭ್ಯಾಸ ಮಾಡಬೇಕಾಯ್ತು. ಇದಕ್ಕೆ ನಮ್ಮ ಗ್ರಾಮಗಳಲ್ಲಿ ಕೇವಲ ವೀಕ್ಷಕನಾಗಿ ಮಾತ್ರವೆ ಇರ ಬೇಕಾಗಿ ಬಂದ ನನ್ನ ಜೀವನ ಸಂದರ್ಭವೂ ಒಂದು ಕಾರಣ" "ಈ (ನವ್ಯ) ಮಾರ್ಗವನ್ನು ತ್ಯಜಿಸುವುದಷ್ಟೇ ಅಲ್ಲದೆ ಇದರ ಸ್ಫೂರ್ತಿ ಮೂಲಗಳು, ಇದರ ಅಭಿವ್ಯಕ್ತಿ ಪರಿಕರಗಳು, ಇದರ ಮೌಲ್ಯಗಳು ಎಲ್ಲವನ್ನೂ ತ್ಯಜಿಸಬೇಕಾಗಿದೆ. ಎಂದರೆ ರಾಜಕೀಯವಾಗಿ, ಸಾಮಾ ಜಿಕವಾಗಿ, ತಾತ್ತ್ವಿಕವಾಗಿ, ಸಮಗ್ರವಾಗಿ ಬದಲಾವಣೆಯಾಗುವುದರಿಂದ ಮಾತ್ರವೇ ನಿಜವಾದ ಹೊಸ ಸಾಹಿತ್ಯ ಹೊರಬರುತ್ತದೆ" – ಇತ್ಯಾದಿಯಾಗಿ ತೇಜಸ್ವಿಯವರು "ಅಬಚೂರಿನ ಪೋಸ್ಟಾಫೀಸು" ಕಥಾಸಂಕಲನದ 'ಹೊಸ ದಿಗಂತದ ಕಡೆಗೆ' ಎಂಬ ತಲೆ ಬರೆಹವುಳ್ಳ ಮುನ್ನುಡಿಯಲ್ಲಿ ಘೋಷಿಸಿದ್ದಾರೆ. ಈ ಮಾತುಗಳಿಗೆ ಸಮರ್ಥನೆ ನೀಡು ವುದಕ್ಕಾಗಿ ಅವರು ನವ್ಯಸಾಹಿತ್ಯವನ್ನು ಕುರಿತಂತೆ ಮುಂದೊಡ್ಡುವ ಸಾಹಿತ್ಯಿಕ ಮತ್ತು

ಸಾಹಿತ್ಯೇತರ ಅಂಶಗಳಲ್ಲಿ ಹಲವು ಹುಸಿಗ್ರಹಿಕೆಗಳಾಗಿವೆಯಾದರೂ ಮಹತ್ವದ ನವ್ಯ ಸಾಹಿತಿಗಳಲ್ಲೊಬ್ಬರಾದ ಅವರ ಘೋಷಣೆಯ ಹಿಂದಿರುವ ಸೃಜನಾತ್ಮಕ ಪ್ರೇರಣೆಯನ್ನು ಅಲ್ಲಗಳೆಯುವಂತಿಲ್ಲ. ಇತ್ತೀಚಿನ ವರ್ಷಗಳಲ್ಲಿ ನವ್ಯ ಸಾಹಿತಿಗಳಲ್ಲಿ ಪ್ರಮುಖರಾದವರಲ್ಲಿ ಹಲವರು ಒಂದಲ್ಲ ಒಂದು ರೀತಿಯಲ್ಲಿ – ಲೇಖನ, ಭಾಷಣ ಮತ್ತು ಸೃಜನಶೀಲ ಪ್ರಯೋಗಗಳ ಮೂಲಕ— ನವ್ಯಸಾಹಿತ್ಯದ ದಿಗಂತವನ್ನು ವಿಸ್ತರಿಸುವ. ಅದರಲ್ಲಿ ಹೊಸ ತೇಜಸ್ಸನ್ನು ಹೊಮ್ಮಿಸುವ ಸಾಧ್ಯತೆಗಳನ್ನು ಹುಡುಕುವ ಕಳಕಳಿಯನ್ನು ತೋರಿಸುತ್ತಲೇ ಬಂದಿದ್ದಾರೆ. ಆದರೂ ನವ್ಯ ಬರವಣಿಗೆಯು. ಸಾಮಾನ್ಯ ಎನ್ನಬಹುದಾದಂಥ ಬಿಗಿದುಕೊಂಡಿರುವ ಆತ್ಮಗತ ಬರವಣಿಗೆ ಮತ್ತು ಚಿಂತನ ದ್ರವ್ಯದ ಭಾರ ಇವುಗಳಿಗೆ ಹೊರತಾದ ರೀತಿಯ ಸಾಧ್ಯತೆಗಳನ್ನು ಹುಡುಕುತ್ತಿರುವುದರ ಜೊತೆಗೇ ಹೊರಗೆ ನಿಂತು ಸುತ್ತಲಿನ ಬದುಕಿನ ಪರಿಯನ್ನು ಛಾಯಾಚಿತ್ರ ಗ್ರಾಹಕನಂತೆ ಒಂದು ವಿಶಿಷ್ಟ ದೃಷ್ಟಿಕೋನದಲ್ಲಿ ಹಿಡಿಯುವ ಪ್ರಕ್ರಿಯೆಯಲ್ಲಿಯೇ ಕಥೆಗಾರ ತನ್ನ ಸಂವೇದನಾ ಸೂಕ್ಷ್ಮವನ್ನು ಧ್ವನಿಸುವ ಹೊಂಚುಳ್ಳ ಬರವಣಿಗೆ ಎಂಬಂತೆ ತೇಜಸ್ವಿಯವರ 1972ರ ನಂತರದ ಕಥೆಗಳು ತೋರುತ್ತಿವೆ.

ಆ ದಿಕ್ಕಿನಲ್ಲಿ ನಡೆಸಿದ ಪ್ರಥಮ ಪ್ರಯೋಗ **'ಅಬಚೂರಿನ ಪೋಸ್ಟಾಫೀಸು'** ಎಂಬ ಕಥೆ. ಅದು ನವೋದಯ ಕಥೆಗಳಿಗೆ ಸಾಮಾನ್ಯವಾಗಿದ್ದ ಕಥೆ ಹೇಳುವಿಕೆ ಮತ್ತು ನೇರ ನಿರೂಪಣೆಯ ಗತಿಯಲ್ಲಿಯೇ ಸಾಗುತ್ತದೆ. ಆ ಸಂಕಲನದ ಉಳಿದ ಕಥೆಗಳ ಬರವಣಿಗೆಯೂ ಅದೇ ರೀತಿ ಇದೆ. 'ಅಬಚೂರಿನ ಪೋಸ್ಟಾಫೀಸು' ಎಂಬ ಕಥೆ ನವೋದಯದ ಕಥೆಗಳಿಗಿಂತ ಹೇಗೆ ಭಿನ್ನ, ಆ ಸಂಕಲನದ 'ತಬರನ ಕಥೆ' ಪ್ರಗತಿಶೀಲ ಕಥೆಗಳಿಗಿಂತ ಹೇಗೆ ಭಿನ್ನ. ಎಂದು ಪ್ರಶ್ನಿಸಿದರೆ ಉತ್ತರಿಸುವುದು ಬಹುಶಃ ಸುಲಭವಾಗಲಾರದು. ಆ ಸಂಕಲನದ 'ಅವನತಿ', 'ಕುಬಿ ಮತ್ತು ಇಯಾಲ'. 'ತುಕ್ಕೋಜಿ'ಯಂಥ ಕಥೆಗಳು ಅನುಕ್ರಮವಾಗಿ ಸುತ್ತಣ ಬದುಕಿನ ಬೇಡಿಕೆ, ನಂಬಿಕೆ ಮತ್ತು ನಾಗರಿಕತೆಯ ಹಂಬಲ – ಇವುಗಳಿಗೂ ವ್ಯಕ್ತಿಯ ಪ್ರತಿಭೆ, ವೈಚಾರಿಕತೆ ಮತ್ತು ಸ್ವಂತದ ಪಾಡುಗಳಿಗೂ ಇರುವ ಸಂಬಂಧವನ್ನು ಕಾಣಿಸುವ ರೀತಿಯ ಬರವಣಿಗೆಗಳಾಗಿವೆ. ಮಾಸ್ತಿಯವರ 'ಮೊಸರಿನ ಮಂಗಮ್ಮ'ದಂಥ ನವೋದಯ ಕಥೆಗೂ ತೇಜಸ್ವಿಯವರ ಇಂಥ ಕಥೆಗಳಿಗೂ ಧೋರಣೆಯ ದೃಷ್ಟಿಯಿಂದ ಮೂಲಭೂತವಾದ ವ್ಯತ್ಯಾಸವೇನು, ಎಂದು ಪ್ರಶ್ನಿಸಿದರೂ ಉತ್ತರಿಸುವುದು ಬಹುಶಃ ಸುಲಭವಾಗಲಾರದು. ಏಳಬಹುದಾದ ಇಂಥ ಮತ್ತು ಇನ್ನಿತರ ಪ್ರಶ್ನೆಗಳನ್ನೇ ದೊಡ್ಡದು ಮಾಡದೆ ಹೊಸ ಪ್ರಯೋಗಗಳ ಪ್ರಾರಂಭಾವಸ್ಥೆಯಲ್ಲಿ ಸಹಾನುಭೂತಿಯಿಂದ ಅರ್ಥಮಾಡಿಕೊಳ್ಳಲು ಪ್ರಯತ್ನಿಸುವುದು ಎಲ್ಲ ದೃಷ್ಟಿಯಿಂದಲೂ ಅಪೇಕ್ಷಣೀಯವಾದದ್ದು.

4

ಪೂರ್ಣಚಂದ್ರ ತೇಜಸ್ವಿಯವರಿಗಿಂತ ಎಳೆಯ ವಯಸ್ಸಿನ ಅನೇಕರು ಸಣ್ಣಕತೆಗಳನ್ನು ಬರೆಯುತ್ತಿರುವರಾದರೂ **ಜಿ. ಎಸ್. ಸದಾಶಿವ, ರಾಜಶೇಖರ ನೀರಮಾನ್ವಿ, ವೀಣಾ ಎಲಬುರ್ಗಿ, ಶ್ರೀಕೃಷ್ಣ ಆಲನಹಳ್ಳಿ** ಮತ್ತು **ದೇವನೂರ ಮಹಾದೇವ** – ಈ ಐವರ ಕಥೆಗಳನ್ನು ಮಾತ್ರ ಇಲ್ಲಿ ಸೇರಿಸಿದ್ದೇನೆ. ಈ ಐವರೂ ಈಗಾಗಲೇ **ಸೂ. ರಮಾಕಾಂತ, ರಾಮಚಂದ್ರದೇವ** ಮೊದಲಾದ ಕಥೆಗಾರರಿಗಿಂತ ಹೆಚ್ಚಿನ ಸಾಹಿತ್ಯಿಕ ಮಹತ್ವವುಳ್ಳ ಸಣ್ಣಕಥೆಗಾರರಾಗಿದ್ದಾರೆಂಬ ಅಭಿಪ್ರಾಯ ಈ ಆಯ್ಕೆಗೆ ಕಾರಣವಲ್ಲ. ಅಂಥ ವಿಮರ್ಶಾತ್ಮಕ ಅಭಿಪ್ರಾಯ ವ್ಯಕ್ತಪಡಿಸುವುದಕ್ಕೆ ಇನ್ನೂ ಕೆಲವು ಕಾಲ ಕಾಯುವ ಅಗತ್ಯ ಕಾಣುತ್ತದೆ. ಏಕೆಂದರೆ, ಒಬ್ಬರನ್ನೊಬ್ಬರು ಮೀರಿಸುವಂತೆ ಇವರು ಬೆಳೆದು ಬಿಡುವ ಸಂಭವ ಹೆಚ್ಚಾಗಿರುತ್ತದೆ. ಇಲ್ಲಿ ಆಯ್ಕೆ ಮಾಡಿರುವ ಕಥೆಗಳು ನವ್ಯೋತ್ತರ(!) ಎನ್ನಬಹುದಾದ ತಲೆಮಾರಿನ ಸಣ್ಣಕತೆಗಾರರ ಬರವಣಿಗೆಯ ಬೇರೆ ಬೇರೆ ಪರಿಗಳನ್ನು ಸ್ಥೂಲವಾಗಿ ಪ್ರತಿನಿಧಿಸುವಂತಿವೆ ಎಂದು ನನಗೆ ಅನಿಸಿದ್ದೇ ಈ ಆಯ್ಕೆಗೆ ಕಾರಣ.

ಜಿ. ಎಸ್. ಸದಾಶಿವರ ಎಲ್ಲ ಕಥೆಗಳನ್ನೂ ಒಟ್ಟಾಗಿ ನೋಡಿದಾಗ ಮನುಷ್ಯ – ಮನುಷ್ಯ ಸಂಬಂಧದ ನಿಜವನ್ನು ಪೃಥಕ್ಕರಿಸಿ ನೋಡುವ ನಿರಂತರ ಶೋಧದ ಪ್ರತ್ಯೇಕ ಪ್ರತ್ಯೇಕವಾದ ತುಣುಕುಗಳಾಗಿ ಅವು ತೋರುತ್ತವೆ. ಯಾವೊಂದು ಕಥೆಯಲ್ಲೂ ಮನುಷ್ಯ ಸಂಬಂಧವನ್ನು ಕುರಿತಂಥ ತಾತ್ತ್ವಿಕ ಸಂದೇಶವನ್ನು ನೀಡುವುದು ಕಾಣಿಸದಿದ್ದರೂ ಎಲ್ಲ ಕಥೆಗಳಲ್ಲಿಯೂ ಬಿಚ್ಚಿಕೊಳ್ಳುವ ಸತ್ಯದ ಪರಿಗಳು ಮನುಷ್ಯ ಸಂಬಂಧಗಳ ವಿಷಾದಯೋಗದ ಬೇರೆ ಬೇರೆ ಅಧ್ಯಾಯಗಳಂತಿವೆ. ಆಸಕ್ತಿ ಹುಟ್ಟಿಸುವ ಕಥೆ, ಕುತೂಹಲ ಕೆರಳಿಸುವ ಘಟನೆ, ಆಲಂಕಾರಿಕತೆಯಿಂದ ಕೂಡಿದ ಭಾಷೆ – ಇತ್ಯಾದಿ ಸಾಂಪ್ರದಾಯಿಕವಾಗಿ ಬಂದಿರುವ ಕಥಾಪರಿಕರಗಳನ್ನು ಉದ್ದೇಶಪೂರ್ವಕವೆಂಬಂತೆ ನಿರಾಕರಿಸಿ ಮನುಷ್ಯನ ಮನಸ್ಸಿನ ಲಯಗತಿಯನ್ನು ಅನುಸರಿಸಿ ಸಾಗುವ ಆತ್ಮಗತ ಸ್ವಗತದ ರೀತಿಯ ಸದಾಶಿವರ ಬರವಣಿಗೆ ವಿಶಿಷ್ಟ ರೀತಿಯದಾಗಿದೆ. ಆದ್ದರಿಂದ ಇಂಥ ಕಥೆಗಳಿಗೆ ತನ್ನ ಮನಸ್ಸನ್ನು ಒಪ್ಪಿಸಿಕೊಳ್ಳುವ ಬಗೆಯನ್ನು ಕುರಿತಂಥ ಸಮಸ್ಯೆಯನ್ನೇ ಓದುಗ ಪ್ರಪ್ರಥಮವಾಗಿ ಬಗೆಹರಿಸಿಕೊಳ್ಳಬೇಕಾಗುತ್ತದೆ. ಸದಾಶಿವರ ಕಥೆಗಳ ಕೆಲವು ಸಾಮಾನ್ಯ ಲಕ್ಷಣಗಳನ್ನು ಹೊಂದಿದ್ದರೂ **'ಹ್ಯಾಂಗೋವರ್'** ಸ್ವಗತದ ರೀತಿಯ ಕಥೆಯಲ್ಲ. ಕಥೆಯ ವಿವರಗಳು ವಾಚ್ಯಾರ್ಥದಲ್ಲಿ ಓದುಗನ ಆಸಕ್ತಿಯನ್ನು ಮಿತವಾಗಿ ಕೆರಳಿಸಿ ವ್ಯಂಗ್ಯಾರ್ಥದಲ್ಲಿ ಹೆಚ್ಚನ್ನು ಹೊಳೆಯಿಸುವ ಪರಿ ಮೆಚ್ಚುವಂತಿದೆ.

ರಾಜಶೇಖರ ನೀರಮಾನ್ವಿ ಈ ವರೆಗೆ ಬರೆದದ್ದು ಎರಡೇ ಕಥೆಗಳಾದರೂ ಅನುಭವಗಳನ್ನು ತಾತ್ತ್ವಿಕ ಮತ್ತು ವೈಚಾರಿಕ ಚೌಕಟ್ಟಿನಲ್ಲಿ ನೋಡುವ ಹಂಬಲವುಳ್ಳ ಬರವಣಿಗೆ ಅವರದಾಗಿದೆ. **'ಹಂಗಿನರಮನೆಯ ಹೊರಗೆ'**ಯಲ್ಲಿ ಆಸ್ಪತ್ರೆಯಲ್ಲಿ ರೋಗಿಯಾಗಿ ಶಸ್ತ್ರ

ಚಿಕಿತ್ಸೆಗಾಗಿ ಕಾಯುತ್ತಿರುವ ಕಥಾನಾಯಕನ ಪ್ರಜ್ಞೆಯಲ್ಲಿ ಅಲ್ಲಿ ನಡೆಯುವ ಸಂಗತಿಗಳು, ವ್ಯಕ್ತಿಗಳ ಕ್ರಿಯೆ-ಪ್ರತಿಕ್ರಿಯೆಗಳು ದಾಖಲಾಗುವ, ವ್ಯಾಖ್ಯಾನಿತವಾಗುವ ಬಗೆಯ ಬರವಣಿಗೆ ಇದೆ. ಈ ಪ್ರಕ್ರಿಯೆಯಲ್ಲಿ ಆತ ಸಿನಿಕಲ್ ಆಗುವ, ತಾತ್ತ್ವಿಕವಾಗುವ, ಭಾವಾತಿರೇಕಕ್ಕೊಳಗಾಗುವ ರೀತಿಗಳಲ್ಲಿ ಗಂಭೀರ ಅನಿಸಿಕೆಗಳೆಂಬಂಥ ಧಾಟಿ (tone) ಇರುವುದಾದರೂ ಅವೆಲ್ಲವೂ ಕಥಾನಾಯಕನ ಪೂರ್ವಗ್ರಹದ ಲೇಪವನ್ನು ತೊಟ್ಟುಕೊಂಡಿರುವುದರಿಂದ ಒಂದು ಇನ್ನೊಂದನ್ನು ಸೂಕ್ಷ್ಮವಾಗಿ ಅಲ್ಲಗಳೆಯುತ್ತ ಉದ್ವೇಗಕ್ಕೊಳಗಾಗಿರುವ ಆತನ ಮನಸ್ಸಿನ ಅಸ್ಥಿರತೆಯನ್ನೂ ಜೊತೆಜೊತೆಯಲ್ಲೇ ಸೂಚಿಸುವಂತಿವೆ. ಅವನ ರೋಗ, ಆಗಬೇಕಾಗಿರುವ ಶಸ್ತ್ರಚಿಕಿತ್ಸೆ, ಆಸ್ಪತ್ರೆ ಇವುಗಳನ್ನು ಕೇವಲ ಸಂಗತಿಗಳಾಗಿ ಮಾತ್ರ ನೋಡದೆ ಅವುಗಳಿಗೆ ಕಥೆಯ ಸಂದರ್ಭದಲ್ಲಿ ಒದಗಿಬರುವ ಸಾಂಕೇತಿಕ ಅರ್ಥಸಾಧ್ಯತೆಗಳನ್ನೂ ಗಮನಿಸಬೇಕು. ಆಗ ಆತನ ದೈಹಿಕ ಅನಾರೋಗ್ಯಕ್ಕೂ, ಮಾನಸಿಕ ಅನಾರೋಗ್ಯಕ್ಕೂ ಸಂಬಂಧ ಸ್ಥಾಪಿಸುವ ಹವಣಿಕೆ ಇರುವುದರ ಅರಿವಾದೀತು. ಕಥಾನಾಯಕನೆ ಕಥೆಯನ್ನು ನಿರೂಪಿಸುತ್ತಿರುವ ತಂತ್ರ ವಿಧಾನದಿಂದಾಗಿ ಕಥೆಯೊಳಗಿನ ಅನುಭವ. ಅನಿಸಿಕೆ. ವ್ಯಾಖ್ಯಾನಗಳನ್ನು ವ್ಯಂಗ್ಯ ಪರಿಭಾವನೆಯ (ironic contemplation) ಮೂಲಕ ಬೆಲೆಕಟ್ಟುವುದು. ತೂಗುವುದು ತಕ್ಕ ಪ್ರಮಾಣದಲ್ಲಿ ಸಾಧ್ಯವಾಗಿಲ್ಲವೆನಿಸುತ್ತದೆ.

ಸಣ್ಣಕತೆಗಾರ್ತಿಯರ ಸಂಖ್ಯೆ ಮತ್ತು ಅವರು ಬರೆದ ಕಥೆಗಳ ಸಂಖ್ಯೆ ಹೇರಳವಾಗಿ ಇದೆಯಾದರೂ ಕನ್ನಡ ಸಣ್ಣಕತೆಯ ಚರಿತ್ರೆಯಲ್ಲಿ ಸಾಹಿತ್ಯಿಕ ದೃಷ್ಟಿಯಿಂದ ನೋಡಿದಾಗ ಮಹತ್ತ್ವಪೂರ್ಣ ಎನಿಸಬಹುದಾದಂಥ ವಿಶಿಷ್ಟತೆಯನ್ನು ಪ್ರಕಟಿಸಿದವರು ಯಾರೂ ಇಲ್ಲ. ಇದ್ದವರಲ್ಲಿಯೇ ಸಾಕಷ್ಟು ಭರವಸೆ ಹುಟ್ಟಿಸಿದ್ದ ಇಪ್ಪತ್ತೇಳನೆಯ ವಯಸ್ಸಿನಲ್ಲಿ ತೀರಿಕೊಂಡ **ಕೊಡಗಿನ ಗೌರಮ್ಮ** (1912–1939). ಮೂವತ್ತೈದನೆಯ ವಯಸ್ಸಿನಲ್ಲಿ ತೀರಿಕೊಂಡ **ತ್ರಿವೇಣಿ** (1928–1963). ನವ್ಯ ಸಣ್ಣಕತೆಗಳ ಆರಂಭಕಾಲದಲ್ಲಿ ತಮ್ಮ 'ಸಂಗಮ' ಕಥಾಸಂಕಲನದಿಂದ ತುಂಬ ಭರವಸೆ ಹುಟ್ಟಿಸಿ ಆಮೇಲೆ ಮೌನವಾಗಿರುವ **ರಾಜಲಕ್ಷ್ಮೀ ಎನ್. ರಾವ್** ಮತ್ತು ಅವರಿಗಿಂತ ಎಳೆಯ ತಲೆಮಾರಿನವರಾದ **ವೀಣಾ ಎಲಬುರ್ಗಿ** ಅವರ ಹೆಸರುಗಳನ್ನು ಹೇಳಬಹುದಾಗಿದೆ. ಕಥೆಯ ವಸ್ತು ಮತ್ತು ವಿಶ್ಲೇಷಣೆಯಲ್ಲಿ ತೋರಿಸುತ್ತಿರುವ – ನಮ್ಮ ಲೇಖಕಿಯರ ಸಂದರ್ಭದಲ್ಲಿ ನೋಡಿದಾಗ – ಅಪೂರ್ವವೆಂಬಂಥ ಧೈರ್ಯವೇ ವೀಣಾರ ಕಥೆಗಳ ಬಗ್ಗೆ ಆಸಕ್ತಿಯಿಂದ ನೋಡುವಂತೆ ಮಾಡಿದೆ.

ಸಾಮಾಜಿಕ ಮೌಲ್ಯ ವ್ಯವಸ್ಥೆಯ ಬಗೆಗೆ ಸಾಮಾನ್ಯವಾಗಿ ಬಂಡಾಯದ ಧೋರಣೆಯುಳ್ಳ ಇವರ ಕಥಾನಾಯಕಿಯರು ತಪ್ತರು. ಅತೃಪ್ತರು. ಅವರ ಮಾನಸಿಕ ಸ್ಥಿತಿಯ ಅನ್ವೇಷಣೆ ವೀಣಾರ ಕಥೆಗಳಲ್ಲಿ ಮುಖ್ಯವಾಗಿ ನಡೆಯುತ್ತದೆ. ಆ ಪ್ರಕ್ರಿಯೆಯಲ್ಲಿ ಸಾಂಪ್ರದಾಯಿಕ ಸಂಕೋಚ ಇಲ್ಲವೆ ಮಡಿವಂತಿಕೆಯ ಬಗೆಗೆ ತಲೆಕೆಡಿಸಿಕೊಳ್ಳುವುದಿಲ್ಲ. ಸ್ತ್ರೀಯರನ್ನು ಕುರಿತಂತೆ ವಿಧವೆ. ವೇಶ್ಯೆ. ಅತ್ತೆಯ ಪೀಡೆಗೆ – ಗಂಡನ ಉಪೇಕ್ಷೆಗೆ

ಒಳಗಾದವಳು, ಕಾರಣಾಂತರಗಳಿಂದ ಕಾಲುಜಾರಿದವಳು, ವಿರಹತಪ್ತಳು – ಇತ್ಯಾದಿ ಹೆಣ್ಣುಗಳ ಪಾಡಿನ ಬಗೆಗೆ ಅಂತಃಕರಣ, ಅನುಕಂಪವನ್ನು ಹುಟ್ಟಿಸುವಂತಿರುವ, ಇಲ್ಲವೆ ಅವರ ಆದರ್ಶ, ನಿಷ್ಠೆಗಳ ಬಗೆಗೆ ಆರಾಧನಾ ಭಾವವನ್ನು ಬೆಳೆಸುವಂತಿರುವ ಕಥೆಗಳು ನಮ್ಮ ಸಣ್ಣಕತೆಗಳಲ್ಲಿ ಸಾಮಾನ್ಯ. ಅದರಲ್ಲೂ ಹೆಣ್ಣುಮಕ್ಕಳ ಬರವಣಿಗೆಯಲ್ಲಿ ಅದು ಇನ್ನೂ ಹೆಚ್ಚು. ಈ ಬಗೆಯ ವಸ್ತು ಮತ್ತು ಧೋರಣೆಗೆ ವಿರುದ್ಧವಾದ ದಿಕ್ಕಿನಲ್ಲಿ ಹೆಣ್ಣಿನ ಮನಸ್ಸನ್ನು ನೋಡುವ ವೀಣಾರ ಕಥೆಗಳು ಸಂಪ್ರದಾಯಸ್ಥರಿಗೆ ದಿಗಿಲನ್ನು ಹುಟ್ಟಿಸುವಂತಿವೆ. **'ಕೊನೆಯ ದಾರಿ'** ಅಂಥ ಕಥೆಗಳಲ್ಲಿ ಒಂದಾಗಿದೆ. ಎರಡನೆಯದಾಗಿ ಯಾವುದೋ ಕಾಲದಲ್ಲಿ ಯಾವುದೋ ಕಾರಣಕ್ಕಾಗಿ ಮನಸ್ಸಿನಲ್ಲಿ ನಿಂತ ಗಂಡಸು, ಅವನನ್ನು ಕುರಿತಂಥ ನೆನಪು ಮತ್ತು ಮನಸ್ಸಿನ ಎಳೆತ ಬಲವಾಗಿ ಕಾಡುವ ಸಂಗತಿ ವೀಣಾರ ಕಥೆಗಳಲ್ಲಿ ಆಗಾಗ ಬರುತ್ತಿರುತ್ತದೆ. 'ಕೊನೆಯ ದಾರಿ' ಕಥೆ ಅಂಥ ಉಳಿದ ಕಥೆಗಳ ಮಾದರಿಯದೆಂದು ಥಟ್ಟನೆ ಹೇಳುವುದು ಸಾಧ್ಯವಿಲ್ಲವಾದರೂ ಶಂಕರಗೌಡನನ್ನು ಕುರಿತಂಥ ಮನಸ್ಸಿನ ಎಳೆತದಲ್ಲಿ ಆ ಅಂಶ ಇದ್ದೇ ಇದೆ. ಮೂರನೆಯದಾಗಿ, ಕಥಾನಾಯಕಿಯರ ಗಂಡಂದಿರೆಲ್ಲಾ ತೀರಾ ಸಾಚಾ ಮನುಷ್ಯರಾಗಿರುತ್ತಾರೆ. ಯಾವುದೇ ವಿಧದಲ್ಲಿ ಹೆಂಡತಿಯ ಇಚ್ಛೆಗೆ – ಅದು ವಿಚಿತ್ರವೆಂಬಂಥದೆನಿಸಿದ್ದರೂ – ವಿರೋಧ ಒಡ್ಡುವವರಲ್ಲ. 'ಕೊನೆಯ ದಾರಿ'ಯ ಕಥಾನಾಯಕಿಯ ಮೊದಲಿನ ಗಂಡ ಕೆಟ್ಟವನೆಂದು 'ಸೂಚಿಸ'ಲಾಗಿದೆಯಾದರೂ ಆಕೆ ಆಗ ಇನ್ನೂ ಕಥೆಯೊಳಗಿನ ನಾಯಕಿಯಂಥ 'ಹೊಸ ಮನುಷ್ಯ'ಳಾಗಿರಲಿಲ್ಲ. ಎರಡನೆಯ ಗಂಡನಾಗಲಿರುವ ಶಂಕರಗೌಡ ವೀಣಾರ ಕಥೆಗಳಲ್ಲಿ ಬರುವ ಇತರ ಗಂಡಂದಿರಂಥವನೇ ಆಗಿದ್ದಾನೆ. ನಾಲ್ಕನೆಯದಾಗಿ, ಇದ್ದದ್ದರಲ್ಲಿ ಸುಖಕಾಣದೆ ಇಲ್ಲದ್ದಕ್ಕಾಗಿಯೇ ತುಡಿಯುವ, ಆ ಕಾರಣದಿಂದ ಅಸ್ವಸ್ಥರಾಗಿರುವ ಕಥಾನಾಯಕಿಯರೇ ಎಲ್ಲರೂ. 'ಕೊನೆಯ ದಾರಿ'ಯ ಕಥಾನಾಯಕಿಯೂ ಅಂಥವಳೇ. ಈ ಕಾರಣಗಳಿಂದ 'ಕೊನೆಯ ದಾರಿ' ವೀಣಾರ ಪ್ರಾತಿನಿಧಿಕ ಕಥೆಯಾಗಿದೆ. ಈವರೆಗೆ ಗುರುತಿಸಿದ ಸಾಮಾನ್ಯ ಅಂಶಗಳ ಫಾರ್ಮುಲಾಗಳನ್ನು ಮೀರಿದ, ಒಟ್ಟೂ ಬದುಕನ್ನು ಕುರಿತಂಥ ಗಂಭೀರ ಧೋರಣೆ ಮತ್ತು ಕಲಾತ್ಮಕ ಕಾಳಜಿಗಳನ್ನು ರೂಢಿಸಿಕೊಳ್ಳುವುದರ ಮೂಲಕ ಸಾಹಿತ್ಯಿಕ ದೃಷ್ಟಿಯಿಂದಲೂ ಮಹತ್ವದ್ದೆಂಬಂಥ ಕಥೆಗಳನ್ನು ವೀಣಾ ಅವರು ಇನ್ನೂ ಬರೆಯಬೇಕಾಗಿದೆ.

ಶ್ರೀಕೃಷ್ಣ ಆಲನಹಳ್ಳಿಯವರ ಕಥೆಗಳಲ್ಲಿ ಜೀವನದ ಬಗೆಗೆ ಉಕ್ಕುವ ಪ್ರೀತಿಯಿದೆ. ಅವರ ತಲೆಮಾರಿನವರು ಜೀವನಾನುಭವಗಳಿಗೆ ತಮ್ಮನ್ನು ಮುಕ್ತವಾಗಿ ಒಪ್ಪಿಸಿಕೊಳ್ಳುವುದರ ಬಗೆಗೇ ವಿಶೇಷವಾದ ಸಂಕೋಚ ಬೆಳೆಸಿಕೊಂಡು ಏಕದಂ ಪಕ್ವತೆಯ ಪೋಜು (pose) ಕೊಡುತ್ತಿರುವ ಈ ದಿನಗಳಲ್ಲಿ ಅವರ ಜೀವನ ಪ್ರೀತಿ ಮಹತ್ತ್ವದ ಗುಣವಾಗಿ ಕಾಣಿಸುತ್ತದೆ. ಎರಡನೆಯದಾಗಿ, ಹೊಚ್ಚ ಹೊಸತೆಂಬಂಥ ರೀತಿಯ ಜೀವನಾನುಭವ ಅವರ ಕಥೆಗಳ ಮೂಲಕ ಧ್ವನಿಸುವುದಿಲ್ಲವಾದರೂ ಅವರು ಸಣ್ಣಕತೆಗಳ ಮೂಲಕ ಹೇಳಬೇಕಾದುದನ್ನು ಅಚ್ಚುಕಟ್ಟಾದ ಶಿಲ್ಪಕ್ಕೆ ಅಳವಡಿಸುವ ಬಗೆ ಮನಸೆಳೆಯುವಂತಿರುತ್ತದೆ.

'ಸಂಬಂಧ' ಹೆಚ್ಚು ಕಡಿಮೆ ಸರ್ವೋದಯ ಕಥೆಗಳಂತೆಯೇ ಓದುಗರ ಅಂತಃಕರಣವನ್ನು ಮುಟ್ಟುವಂಥ ಕಥೆಯಾಗಿದೆ. ಕಥೆಯ ಘಟನಾವಳಿಗಳ ಯೋಜನೆಯಲ್ಲಿ ಸರಳಸೂತ್ರವೊಂದು ಇದೆ ಅನಿಸುವುದಾದರೂ ಕಥೆಯ ಉದ್ದೇಶವನ್ನು ಸಾಧಿಸುವುದರಲ್ಲಿ ಕಥೆ ಯಶಸ್ವಿಯಾಗಿದೆ.

ದೇವನೂರ ಮಹಾದೇವ ಅವರು ತೇಜಸ್ವಿಯವರಂತೆಯೇ 1972ರ ನಂತರ ಬರೆದ ಕಥೆಗಳಲ್ಲಿ ನವ್ಯದ ರೀತಿ ಮತ್ತು ಧೋರಣೆಗೆ ಹೊರತಾದಂಥ ಬರವಣಿಗೆಯ ಜಾಡನ್ನು ಹುಡುಕುವ ಯತ್ನದಲ್ಲಿರುವುದು ಸ್ಪಷ್ಟವಾಗಿ ಕಾಣುತ್ತದೆ. ಕಥೆಗಾರ ಹೆಚ್ಚಿನ ನಿರ್ಲಿಪ್ತತೆಯಲ್ಲಿ ಹೊರಗೆ ನಿಂತು ಕಥೆಯನ್ನು ನಿರೂಪಿಸುವುದು, ಸಾಮಾಜಿಕ ದೃಷ್ಟಿಕೋನದಿಂದ ಕಥೆಗಳಲ್ಲಿ ಬಿಚ್ಚಿಕೊಳ್ಳುವ ಘಟನೆಗಳಿಗೆ, ವಿವರಗಳಿಗೆ ಅರ್ಥಧಾರಣ ಮಾಡಿಸುವುದು – ಇಂಥ ಕೆಲವು ಅಂಶಗಳಲ್ಲಿ ತೇಜಸ್ವಿ ಮತ್ತು ಮಹಾದೇವ ಅವರ ಕಥೆಗಳಲ್ಲಿ ಸಾಮ್ಯ ಹೆಚ್ಚಾಗಿ ಕಾಣುತ್ತದೆ. ಆದರೆ ಮಹಾದೇವ ಅವರು ಗ್ರಾಮ್ಯಗತಿಯ ಭಾಷೆಯನ್ನು ಕಥೆಯ ನಿರೂಪಣೆಯ ಭಾಷೆಯಾಗಿಯೂ ಬಳಸುತ್ತಿರುವುದರ ಜೊತೆಗೆ ಆ ಭಾಷೆಗೇ ಸಾಧ್ಯವೆಂಬಂಥ ಅಭಿವ್ಯಕ್ತಿ ಸಾಧ್ಯತೆಗಳ ಪರಿಶೋಧನೆಯಲ್ಲಿ ಅನನ್ಯವಾದ ರೀತಿಯಲ್ಲಿ ತೊಡಗಿರುವುದು ವಿಶಿಷ್ಟವಾದ ಅಂಶವಾಗಿದೆ. ಎರಡನೆಯದಾಗಿ ಆರ್ಥಿಕವಾಗಿ, ಸಾಮಾಜಿಕವಾಗಿ, ಕೆಳಗಿನ ಸ್ತರದಲ್ಲಿರುವವರು, ಮೇಲಿನ ಸ್ತರದಲ್ಲಿರುವವರಿಂದ ತಮಗೆ ಆಗುತ್ತಿರುವ ಅನ್ಯಾಯಗಳ ಪರಿವೆಯೇ ಇಲ್ಲದೆ ಅದಕ್ಕೆ ಬಲಿಯಾಗುತ್ತಿರುವ, ಅದು ಗೊತ್ತಿದ್ದವರೂ ಏನೂ ಮಾಡಲಾರದ ಅಸಹಾಯಕತೆಯಲ್ಲಿ ಒಪ್ಪಿಕೊಂಡು ದಿನ ಕಳೆಯುವ, ಹೆಚ್ಚೆಂದರೆ ಕುಡಿದ ಮತ್ತಿನಲ್ಲಿರುವಾಗ, ಅಂದರೆ ಅಜಾಗ್ರತ ಮನಃಸ್ಥಿತಿಯಲ್ಲಿರುವಾಗ ಮಾತ್ರ ಅದನ್ನು ಮಾತಿನ ಮೂಲಕ ಪರೋಕ್ಷದಲ್ಲಿ ಪ್ರತಿಭಟಿಸಿ ಸುಮ್ಮನಾಗುವಂಥ ಜನರ ಬದುಕು, ಭಾವನೆಗಳ ಹಿಂದಿರುವ ದುರಂತದ ಲಯವನ್ನು ಭಾವೋದ್ವೇಗಕ್ಕೆ ಒಳಗಾಗದೆ ದಾಖಲುಗೊಳಿಸುವ ಮಹಾದೇವ ಅವರ ರೀತಿಯೂ ವಿಶಿಷ್ಟವೆಂಬಂಥವಾಗಿದೆ. **'ಅಮಾಸ'**ದಲ್ಲಿ ಕುರಿಯಯ್ಯನ ಬದುಕೇ ಅಮಾಸನಲ್ಲಿಯೂ ಪುನರಾವರ್ತನಗೊಳ್ಳಲಿರುವುದರ ಸೂಚನೆಯೊಂದಿಗೆ ಕಥೆ ಮುಗಿಯುವುದು ಅನ್ಯಾಯ ಚಕ್ರದ ಪುನರಾವರ್ತನವನ್ನೂ ಸೂಚಿಸುವಂತೆ ತೋರುತ್ತದೆ. ಈ ಸೂಚನೆಯಲ್ಲಿರುವ ವಿಧ್ಯರ್ಥಕ ಧಾಟಿ (affirmative tone)ಯನ್ನು (ರೈಲ್ವೆ ಗ್ಯಾಂಗ್‌ಮನ್ ಸಿದ್ದಪ್ಪನ ಕುಡಿದ ಮತ್ತಿನ ಬಡಬಡಿಕೆಯ ಮಾತುಗಳ ಹಿನ್ನೆಲೆಯಲ್ಲಿ ಗಮನಿಸಿದಾಗ) ಕಥೆಗಾರ ನಿಯಂತ್ರಿಸುತ್ತಿರುವುದರ ಮೂಲಕ ಅಮಾಸನ ಬದುಕಿನ ಇನ್ನೊಂದು ಸಾಧ್ಯತೆಯನ್ನೂ ಒಳದನಿಯಾಗಿ ನುಡಿಸುವಂತೆನಿಸುತ್ತದೆ.

5

ಸಾಮಾಜಿಕ ಸಭ್ಯತೆ, ಸೌಜನ್ಯಗಳ ಚೌಕಟ್ಟಿನಲ್ಲಿಯೇ ಅಪೇಕ್ಷಿತ ಪರಿಣಾಮ ರಮಣೀಯತೆಯನ್ನು **ನವೋದಯ**ದವರು ಸಾಧಿಸುತ್ತಾರೆ. ಸಾಮಾಜಿಕವಾಗಿ ಒಪ್ಪಿತವಾದ ಮೌಲ್ಯ, ಆದರ್ಶಗಳ ಬಗೆಗೆ ಶ್ರದ್ಧೆಯನ್ನು ಬಲಗೊಳಿಸುವುದು ಅವರ ಆಶಯವಾಗಿರುವುದೇ ಇದಕ್ಕೆ ಕಾರಣ. ಅವರಿಗೆ ಸಮಾಜ ಮತ್ತು ಅದರ ಮೌಲ್ಯಾದರ್ಶಗಳ ಬಗೆಗೆ ರೊಚ್ಚಿಲ್ಲ. ದುರಂತಕ್ಕೆ ಅಥವಾ ದುಃಖಕ್ಕೆ ಬಲಿಯಾದ ವ್ಯಕ್ತಿಯನ್ನು ಕುರಿತಂತೆ ಅನುಕಂಪ, ಅದಕ್ಕೆ ಕಾರಣವಾದ ವ್ಯಕ್ತಿ ಇಲ್ಲವೆ ಸಮೂಹದ ಬಗೆಗೆ ಸಾತ್ವಿಕ ಕ್ರೋಧ ಅಥವಾ ವಿಷಾದ ಕಾಣುತ್ತದೆ. ಇಡೀ ಸಮಾಜವನ್ನು ಅದರ ಮೌಲ್ಯಾದರ್ಶಗಳನ್ನು ಹೊಣೆಗಾರವಾಗಿಸುವ, ಅಪರಾಧಿ ಸ್ಥಾನದಲ್ಲಿ ನಿಲ್ಲಿಸುವ ರಭಸ ಇರುವುದಿಲ್ಲ. (ಅಶ್ವತ್ಥರ 'ಧರ್ಮಕೊಂಡದ ಕಥೆ' ಯಂಥ ಕೆಲವು ಕಥೆಗಳಲ್ಲಿ ಅಂಥ ಅಂಶದ ಸೆಲೆ ಕಾಣಿಸುವುದಾದರೂ ಪ್ರಗತಿಶೀಲ ಧೋರಣೆಯ ಕಥೆಯಾದ ನಿರಂಜನರ 'ಕೊನೆಯ ಗಿರಾಕಿ'ಯ ಜೊತೆಗೆ ಹೋಲಿಸಿ ನೋಡಿದರೆ ವ್ಯತ್ಯಾಸ ಸ್ಪಷ್ಟವಾದೀತು.) ಅವರ ಪ್ರಕಾರ ವ್ಯಕ್ತಿಯ ನೈತಿಕ, ಧಾರ್ಮಿಕ, ಆಧ್ಯಾತ್ಮಿಕ ಶ್ರದ್ಧೆಗಳು ತನ್ನ ಮೇಲೆ ಬೀಳುವ ಎಂಥ ಲೌಕಿಕ ಒತ್ತಡಕ್ಕೂ ಜಗ್ಗದೆ, ಬಾಗದೆ ಇರುವ ತಾಳಿಕೆಯ ಗುಣವುಳ್ಳದ್ದು. ತಾಳಿಕೆ ಸಾಧ್ಯವೇ ಇಲ್ಲ ಎಂಬಷ್ಟು ಬಾಹ್ಯ ಒತ್ತಡ ಅಸಹನೀಯವಾದಾಗ ರಾಜಿ ಮಾಡಿಕೊಳ್ಳದೆ – ಸಾವಿನ ಮೂಲಕವಾದರೂ ಸರಿಯೆ – ತನ್ನ ನಂಬಿಕೆ, ಆದರ್ಶಗಳನ್ನು ಸ್ಥಾಪಿಸುವ ರೀತಿ ಕಾಣುತ್ತದೆ. ಅಲ್ಲಿನ ದುರಂತವೂ ದಿಗಿಲು, ಭಯಕ್ಕಿಂತ ನೈತಿಕ, ಧಾರ್ಮಿಕ, ಆಧ್ಯಾತ್ಮಿಕ ಮೌಲ್ಯಗಳ ತಾಳಿಕೆ ಮತ್ತು ಶ್ರೇಷ್ಠತೆಯ ಬಗೆಗೆ ಶ್ರದ್ಧೆಯನ್ನು, ಆರಾಧನಾ ಭಾವವನ್ನು ಬೆಳೆಸುವಂತಿರುತ್ತದೆ. ಅದು ವ್ಯಕ್ತಿಯ ಮತ್ತು ಆತ ನಂಬಿರುವ ಮೌಲ್ಯದ ಗೆಲುವೆನಿಸುವಂತಾಗುತ್ತದೆಯೇ ಹೊರತು ನಿಜವಾದ ದುರಂತ ಎಂಬಂತಾಗುವುದಿಲ್ಲ.

1940ರ ಸುಮಾರಿನಲ್ಲಿ ಪ್ರಾರಂಭವಾದ **ಪ್ರಗತಿಶೀಲ** ಬರವಣಿಗೆಯ ಧೋರಣೆ ಹಾಗಲ್ಲ: ಸಮಾಜದ ಬಾಹ್ಯ ಆಚಾರ, ವಿಚಾರಗಳೆಲ್ಲ ಬೂಟಾಟಿಕೆಯವು. ಹೊರಗೆ ಸೌಜನ್ಯ, ಸಭ್ಯತೆಯ ಹೆಸರಿನಲ್ಲಿ ಕಾಣಿಸಿಕೊಳ್ಳುವ ಮುಖ ಸುಳ್ಳು. ಅವುಗಳನ್ನು ಬಯಲಿಗೆಳೆಯುವುದರಿಂದ ಸಮಾಜದ ಕ್ರೂರ ನಿಜರೂಪದ ದರ್ಶನವಾಗುತ್ತದೆ. ಸಮಾಜದ ಆರ್ಥಿಕ, ನೈತಿಕ ಮತ್ತು ಸಾಮಾಜಿಕ ವಾಸ್ತವಗಳು ದೀನದಲಿತ ವ್ಯಕ್ತಿಯನ್ನು ಅಥವಾ ಸಮೂಹವನ್ನು ಮಾನವೀಯವಾಗಿ ಕಾಣದೆ ಕ್ರೂರವಾಗಿ ಕಾಣುವಂತೆ ಇವೆ. ಈ ಕ್ರೌರ್ಯದ ಒತ್ತಡ ತಾಳಲಾರದ ದೀನದಲಿತರು, ಅವರ ನಂಬಿಕೆಗಳು, ಆದರ್ಶಗಳು ಅದರಡಿಯಲ್ಲಿ ಸಿಕ್ಕಿ ನುಚ್ಚುನೂರಾಗುತ್ತವೆ. ಸಾಮಾಜಿಕ ನ್ಯಾಯ ದೊರೆಯಬೇಕಾದರೆ ಸಾಮಾಜಿಕ ವ್ಯವಸ್ಥೆ ಬದಲಾಗಬೇಕು – ಎಂಬುದು ಅವರ ಪೂರ್ವಗ್ರಹಿಕೆ. ಈ ವಿಷಯದಲ್ಲಿ ಅವರು ತೋರುವ ಕಳಕಳಿ ತೀವ್ರವಾದದ್ದು; ವ್ಯಗ್ರವಾದದ್ದು. ಆದ್ದರಿಂದ ಮಾನ

ಹೀಯ ಅನುಕಂಪ ಕ್ರೋಧವಾಗಿ, ರೋಷವಾಗಿ ಮಾರ್ಪಟ್ಟ ಮಾನಸಿಕ ಸ್ಥಿತಿಯಲ್ಲಿಯೇ ಅವರು ಕಥೆಗಳನ್ನು ಬರೆಯುವುದು ಸಾಮಾನ್ಯ. ಸಮಾಜವನ್ನು ಶೋಷಿತ ಮತ್ತು ಶೋಷಕವರ್ಗಗಳಾಗಿ ವಿಂಗಡಿಸಿಕೊಂಡು ನೋಡುವುದರಲ್ಲಿ ಮಾರ್ಕ್ಸ್‌ವಾದದಿಂದ ಇವರು ಪ್ರೇರಣೆ ಪಡೆದರೂ ಒಟ್ಟೂ ಸಮಾಜದ ಮೂಲಭೂತ ಬದಲಾವಣೆಗೆ ಸಂಬಂಧಿಸಿದಂಥ ತಿಳುವಳಿಕೆಯಲ್ಲಿ ಅವರು ತೀರಾ ಸರಳವಾದ ಧೋರಣೆಯನ್ನು ತಳೆದರು. ಪ್ರಗತಿಶೀಲರ ಮೌಲ್ಯಾದರ್ಶಗಳು ಮೂಲತಃ ಪರಂಪರಾಗತ ಮೌಲ್ಯಾದರ್ಶಗಳಿಗಿಂತ ಭಿನ್ನವಾದದ್ದಲ್ಲ. ಅವರ ಕಥೆಗಳ ಮಸಾಲೆ ಕೆಲವೊಮ್ಮೆ ಪರಂಪರಾಗತ ಮೌಲ್ಯ ಪ್ರಜ್ಞೆ, ನಂಬಿಕೆಗಳಿಗಿಂತ ಭಿನ್ನವಾದ ಧೋರಣೆ ಇವರದಿರಬಹುದೆಂಬ ಭಾಸವನ್ನು ಹುಟ್ಟಿಸುವಂತೆ ಇರುತ್ತದೆಯಾದರೂ ನಿಜಸ್ಥಿತಿ ಹಾಗಿಲ್ಲ.

ಈ ಬಗೆಯ ಧೋರಣೆಗಳಿಂದಾಗಿ **ನವೋದಯ** ಮತ್ತು **ಪ್ರಗತಿಶೀಲರ** ಕಥೆಗಳಲ್ಲಿ ಒಂದು ಸ್ಪಷ್ಟವಾದ ವ್ಯತ್ಯಾಸ ಕಾಣುವಂತಾಗುತ್ತದೆ : ನವೋದಯದವರಿಗೆ ಅನ್ಯಾಯಕ್ಕೆ. ದುರಂತಕ್ಕೆ ಗುರಿಯಾಗುವ ವ್ಯಕ್ತಿ ಒಂದು ವ್ಯಕ್ತಿ ಮಾತ್ರವಾಗಿ ಕಾಣಿಸದೆ ಒಂದು ತತ್ತ್ವದ, ಒಂದು ಆದರ್ಶ ಮೌಲ್ಯದ ಪ್ರತಿನಿಧಿಯಾಗಿ ಕಾಣಿಸುತ್ತಾನೆ. ಆದ್ದರಿಂದ ವ್ಯಕ್ತಿಯಾಗಿ ಅವನ ಅನುಭವ, ಅನಿಸಿಕೆಗಳನ್ನು ನಿಷ್ಠುರವಾಗಿ ಶೋಧಿಸದೆ ಹೆಚ್ಚುಕಡಮೆ ಒಂದು ಮೌಲ್ಯದ ಪ್ರಾತಿನಿಧಿಕ ಸ್ತರದಲ್ಲಿ ಮಾತ್ರ ನೋಡಲಾಗುತ್ತದೆ. ಆದರೆ, ಅವನಿಗೆ ಅನ್ಯಾಯ ಮಾಡುವವರನ್ನು, ಕಷ್ಟಕ್ಕೆ ಗುರಿಮಾಡುವವರನ್ನು ವ್ಯಕ್ತಿಗಳಾಗಿ ಮಾತ್ರ ನೋಡುವ ಧೋರಣೆ ಇರುತ್ತದೆ. ಅಂಥವರಿಗೆ ಸಾಮಾಜಿಕ ಇಲ್ಲವೆ ತಾತ್ತ್ವಿಕ ಪ್ರಾತಿನಿಧ್ಯ ಇರುವುದಿಲ್ಲ. ಕೇವಲ ಜೀವನದ ಸಂದರ್ಭಗಳಾಗಿ, ಘಟನೆಗಳಾಗಿ, ಆಕಸ್ಮಿಕಗಳಾಗಿ ಅವರು ತೋರುತ್ತಾರೆ. ಪ್ರಗತಿಶೀಲರಲ್ಲಿ ಹಾಗಲ್ಲ. ಅನ್ಯಾಯ ಮಾಡುವವನು, ಅನ್ಯಾಯಕ್ಕೆ ಒಳಗಾಗುವವನು ಇಬ್ಬರಿಗೂ ಪ್ರಾತಿನಿಧಿಕತೆ ಇರುತ್ತದೆ. ಅನ್ಯಾಯಕ್ಕೆ ಒಳಗಾಗುವ ವ್ಯಕ್ತಿ ದಲಿತ ವರ್ಗದ, ಶೋಷಿತವರ್ಗದ ಪ್ರತಿನಿಧಿಯಾದರೆ, ಅನ್ಯಾಯಕ್ಕೆ ಕಾರಣನಾಗುವ ವ್ಯಕ್ತಿ ಅಥವಾ ಸನ್ನಿವೇಶಗಳು ಸಮಾಜದ ಶೋಷಣೆಯ ವಿವಿಧ ಘಟಕಗಳು. ವಿವಿಧ ಉಪಕರಣಗಳು. ಈ ರೀತಿಯ ಧೋರಣೆ ಇರುವುದರಿಂದ ಒಂದು ತತ್ತ್ವ ಇಲ್ಲವೆ ಆದರ್ಶಕ್ಕಾಗಿ ಹೋರಾಡುವ ವ್ಯಕ್ತಿಗೆ ಅವನಿಗೇ ವಿಶಿಷ್ಟವಾದ ವ್ಯಕ್ತಿತ್ವ ಸಿದ್ಧತೆ ಮತ್ತು ಸತ್ತ್ವದ ಪ್ರಮಾಣ ಇರುತ್ತದೆ ಎಂಬ ವಾಸ್ತವ ಸತ್ಯವನ್ನು ಗುರುತಿಸದೆ ಮುನ್ನುಗ್ಗಿದಾಗ ನವೋದಯ ದೃಷ್ಟಿ ಉದಾತ್ತವಾದುದಾದರೂ ಭಾವುಕವಾಗುತ್ತದೆ, ಕನಸುಗಾರಿಕೆಯದಾಗುತ್ತದೆ. ಒಂದು ತತ್ತ್ವ, ಧರ್ಮ, ನೀತಿಗಳ ಬಗೆಗೆ ವ್ಯಕ್ತಿಗೆ ಇದ್ದಿರಬಹುದಾಗಿದ್ದ ನಂಬಿಕೆ, ಶ್ರದ್ಧೆಗಳನ್ನು ಸರಳಗೊಳಿಸಿ ಸಾಮಾಜಿಕ ಒತ್ತಡದ, ಅನ್ಯಾಯದ ಸರ್ವಾಧಿಕಾರತ್ವಕ್ಕೀ ವ್ಯಕ್ತಿಯನ್ನು ಒಡ್ಡುವ ಪ್ರಗತಿಶೀಲ ದೃಷ್ಟಿಯೂ ರಭಸಮತಿಯದಾಗುತ್ತದೆ.

1950ರ ಅನಂತರದ ಕಾಲದಲ್ಲಿ ಬರೆಯತೊಡಗಿದ **ನವ್ಯ** ಸಣ್ಣಕತೆಗಾರರ ದೃಷ್ಟಿಯಲ್ಲಿ ನೈತಿಕ, ಧಾರ್ಮಿಕ, ಆಧ್ಯಾತ್ಮಿಕ ನಂಬಿಕೆಗಳು, ಮೌಲ್ಯಗಳು ವ್ಯಕ್ತಿಯಲ್ಲಿ ಸಂಸ್ಕಾರ

ರೂಪವಾಗಿ ಎಷ್ಟು ಊರಿಕೊಂಡಿವೆಯೊ ಅಷ್ಟು ಮಾತ್ರ ಆ ಸಂದರ್ಭದ ಸತ್ಯ. ಆ ಸತ್ಯ ಆತನ ಕ್ರಿಯೆ ಮತ್ತು ಪ್ರತಿಕ್ರಿಯೆಗಳನ್ನು ನಿಯಂತ್ರಿಸುತ್ತದೆ ಮತ್ತು ನಿರ್ದೇಶಿಸುತ್ತದೆ. ಬಾಹ್ಯ ಒತ್ತಡ, ಪರಿಸ್ಥಿತಿಯ ಪೇಚು ಹೆಣೆದುಕೊಂಡಾಗ ಆ ಸತ್ಯ ಬಿರುಕು ಬಿಡುವ ಸಾಧ್ಯತೆಗಳನ್ನೂ ಒಪ್ಪಿಕೊಂಡು ವ್ಯಕ್ತಿಯ ಪ್ರಜ್ಞಾಕೇಂದ್ರದಿಂದ ಅನುಭವಗಳಿಗೆ ಮೌಲ್ಯ ಧಾರಣೆ ಮಾಡಿಸುವ ಪ್ರಕ್ರಿಯೆ ನಿರಂತರವಾಗಿ ನವ್ಯಕಥೆಗಳಲ್ಲಿ ನಡೆಯುತ್ತದೆ. ಆದ್ದರಿಂದ ನವ್ಯಕಥೆಗಳು ಹೆಚ್ಚು ಅಂತರ್ಮುಖಿವಾಗುತ್ತವೆ. ನವೋದಯದ 'ಭಾವಜೀವಿತ್ವ'ದಿಂದಾಗಿ ಉಂಟಾಗುವ ಅಂತರ್ಮುಖತೆಗೂ ನವ್ಯರ ಅಂತರ್ಮುಖತೆಗೂ ಮಹತ್ತ್ವದ ವ್ಯತ್ಯಾಸ ಇದೆ. ಆ ಅಂತರ್ಮುಖತೆ ಭಾವದ ಉತ್ಕಟತೆಯದಾದರೆ ನವ್ಯದ ಅಂತರ್ಮುಖತೆ ಅನುಭವದ ಒಳ ಸೂಕ್ಷ್ಮಗಳ ಪರಿವೆಯಿಂದ ಉಂಟಾಗುವಂಥದು. ಆದ್ದರಿಂದ ಒಂದು ನವ್ಯಕಥೆ ಕೇವಲ ಒಬ್ಬ ವ್ಯಕ್ತಿಯ, ಒಂದು ಸಮಾಜದ, ಒಂದು ತತ್ತ್ವದ ಜಿಜ್ಞಾಸೆಯಾಗಿರದೆ ಎಲ್ಲವೂ ಏಕ ಕೇಂದ್ರದಲ್ಲಿ ಗಾಢವಾಗಿ ಎದುರಾಗುವ, ಘರ್ಷಿಸಿಕೊಳ್ಳುವ ಜೀವಂತ ಕ್ಷಣಗಳಲ್ಲಿ ತಮ್ಮನ್ನು ತಾವೇ ಅನನ್ಯವಾಗಿ ಪಡೆದುಕೊಳ್ಳುವ ಕ್ರಿಯೆಯಾಗಿರುತ್ತದೆ. ಹೀಗಾಗಿ ನವ್ಯರಲ್ಲಿ ಪ್ರತಿಯೊಂದು ಉತ್ತಮ ಕಥೆಯೂ ಅನುಭವದ ಸದ್ಯೋಜಾತ ಆವಿಷ್ಕಾರವನ್ನು ಅಭಿನಯಿಸುವಂತಿರುತ್ತದೆ. ಒಟ್ಟಿನಲ್ಲಿ, ಭಾವನಾತ್ಮಕ ಒತ್ತಡ, ಬೌದ್ಧಿಕ ಅರಿವು, ಬದುಕಿನ ನಿಷ್ಠುರ ವಾಸ್ತವವನ್ನು ಮೀರುವ ಕನಸುಗಾರಿಕೆ—ಈ ಎಲ್ಲ ಅಂಶಗಳು ಪ್ರಜ್ಞಾವಂತ ಮನಸ್ಸಿನ ಸಂದರ್ಭದಲ್ಲಿ ಏಕಕಾಲದಲ್ಲಿ ಎದುರಾಗುವುದನ್ನು ಪ್ರಬುದ್ಧವಾದ ನವ್ಯಕಥೆಗಳಲ್ಲಿ ಕಾಣಬಹುದಾಗಿದೆ.

ನವೋದಯ ಮತ್ತು ಪ್ರಗತಿಶೀಲರಿಗೆ ಹೇಳುವುದಕ್ಕೆ ಪುಷ್ಟವಾದ ಕಥಾಭಾಗವಿರುತ್ತದೆ. ಈ ಕಥಾಭಾಗದ ಹೃದಯಂಗಮತೆ ಅಥವಾ ಘಟನೆಗಳ ಸಂಯೋಜನಾಚಾತುರ್ಯ ಮನಸ್ಸಿನ ಮೇಲೆ ಮಾಡುವ ಪರಿಣಾಮವೇ ಅವರಿಗೆ ಮುಖ್ಯವಾಗಿರುತ್ತದೆ. ಈ ಉದ್ದೇಶಕ್ಕೆ ಗದ್ಯವನ್ನು ಅದರ ವಿವರಣಾತ್ಮಕ ಸಾಧ್ಯತೆಗಿಂತ ಹೆಚ್ಚಿನ ತಿಳುವಳಿಕೆಯುಲ್ಲಿ ಬಳಸಬೇಕಾದ ಅಗತ್ಯ ಅವರಿಗೆ ಕಾಣಲಿಲ್ಲ. ಆದರೆ ನವ್ಯಕಥೆಗಾರರು ಸಣ್ಣಕತೆಯ ಸೃಜನಾತ್ಮಕ ಪ್ರಕ್ರಿಯೆ ಮತ್ತು ಅದು ಮನಸ್ಸಿನ ಮೇಲೆ ಮಾಡುವ ಪರಿಣಾಮ ಒಂದು ಕವನದ ಸೃಜನಾತ್ಮಕ ಪ್ರಕ್ರಿಯೆ ಮತ್ತು ಪರಿಣಾಮಕ್ಕಿಂತ ಮೂಲತಃ ಭಿನ್ನವಾದದ್ದಲ್ಲ ಎಂಬ ತಿಳುವಳಿಕೆಯಿಂದ ಬರೆಯುತ್ತಾರೆ. ಆದ್ದರಿಂದ ಗದ್ಯವನ್ನು ಅದರ ವಿವರಣಾತ್ಮಕ ಸಾಧ್ಯತೆಯನ್ನು ಮೀರಿದ ಸಾಂಕೇತಿಕ ಸ್ತರದಲ್ಲಿ ಅನ್ವೇಷಿಸುತ್ತಾರೆ. ಅವರಿಗೆ ಕಥಾಭಾಗ ಇಲ್ಲವೆ ಬಾಹ್ಯ ಘಟನೆಗಳ ಸಂಯೋಜನಾಚಾತುರ್ಯವೇ ಮುಖ್ಯವಲ್ಲ. ಅವೆಲ್ಲವೂ ಕಥೆಯೊಳಗೆ ಆಕಾರ ಪಡೆಯುತ್ತಿರುವ ಅನುಭವದ ಅರ್ಥಪ್ರತೀತಿಗೆ ವಸ್ತುಪ್ರತಿರೂಪಗಳಾಗಿ ಮಾತ್ರ ಅಸ್ತಿತ್ವ ಪಡೆದಿರುತ್ತವೆ.

6

1. ಕನ್ನಡ ಸಣ್ಣಕತೆಯ ಪ್ರಕಾರದ ಚಾರಿತ್ರಿಕ ನೋಟ ದೊರೆಯುವಂತಿರಬೇಕು. ಆರಂಭ ಕಾಲದಿಂದ ಈಗ ಎಳೆಯರು ಬರೆಯುತ್ತಿರುವ ಕಥೆಗಳ ವರೆಗೆ ಅದರ ಕಾಲವ್ಯಾಪ್ತಿ ಇರಬೇಕು.
2. ಸಾಧ್ಯವಾದಷ್ಟೂ ಚಾರಿತ್ರಿಕ ಮತ್ತು/ಅಥವಾ ಸಾಹಿತ್ಯಿಕ ಮಹತ್ವವುಳ್ಳ ಕಥೆಗಾರರನ್ನು ಮತ್ತು/ಅಥವಾ ಕಥೆಗಳನ್ನು ಪ್ರತಿನಿಧಿಸಬೇಕು. ಹಾಗೆ ಮಾಡುವಾಗ ವೈವಿಧ್ಯಪೂರ್ಣವಾದ ಪ್ರಯೋಗಗಳನ್ನೂ ನೆನಪಿನಲ್ಲಿಟ್ಟುಕೊಳ್ಳಬೇಕು. ಆ ವೈವಿಧ್ಯಪೂರ್ಣತೆ ಕಥೆಯ ವಸ್ತುವಿಗಿಂತ ಸೃಜನಾತ್ಮಕ ಸಾಧ್ಯತೆಗೆ ಸಂಬಂಧಿಸಿದಂಥದಾಗಿರಬೇಕು.
3. ಯಾವೊಬ್ಬ ಕಥೆಗಾರನ **ಒಂದು** ಕಥೆಗಿಂತ ಹೆಚ್ಚು ಕಥೆಗಳನ್ನು ಸೇರಿಸಬಾರದು.
4. ಈ ಸಂಚಯದಲ್ಲಿ **ಇಪ್ಪತ್ತೈದು** ಕಥೆಗಳಿರಬೇಕು.

ಸ್ಥೂಲವಾಗಿ ಈ ನಾಲ್ಕು ಸೂತ್ರಗಳನ್ನು ಮನಸ್ಸಿನಲ್ಲಿಟ್ಟುಕೊಂಡು ಕಥೆಗಳನ್ನು ಆಯ್ಕೆ ಮಾಡಲಾಗಿದೆ. ಈ ಸೂತ್ರಗಳ ಚೌಕಟ್ಟು ಮತ್ತು ಮಿತಿಯಲ್ಲಿಯೇ ಆದರೂ ಸಂಚಯಕಾರನ ವಿಮರ್ಶಪ್ರಜ್ಞೆ, ಚಾರಿತ್ರಿಕ ಮತ್ತು ಸಾಹಿತ್ಯಿಕ ದೃಷ್ಟಿಗಳಿಂದ ಇಡೀ ಕನ್ನಡ ಸಣ್ಣಕತೆಯ ಪ್ರಕಾರದ ಬೆಳವಣಿಗೆ ಮತ್ತು ಸಾಹಿತ್ಯಿಕ ಮಹತ್ವವನ್ನು ಒಟ್ಟಿನಲ್ಲಿ ಗುರುತಿಸುವ ಮತ್ತು ಪರಿಭಾವಿಸುವ ಕ್ರಮದ ಮುದ್ರೆಯೂ ತಪ್ಪದೆ ಬೀಳುವಂತಾಗುತ್ತದೆ ಎಂಬುದನ್ನು ಪ್ರತ್ಯೇಕವಾಗಿ ಹೇಳಬೇಕಾಗಿಲ್ಲ.

ಜಿ. ಎಚ್. ನಾಯಕ

ಮೈಸೂರು
20–7–1974

1. ಕಮಲಪುರದ ಹೊಟ್ಲಿನಲ್ಲಿ

– ಪಂಜೆ ಮಂಗೇಶರಾಯ

ಕಮಲಪುರದ ಬಂದರ್ ಸ್ಥಳವು ವಸಂತ ಋತುವಿನ ಸಂಧ್ಯಾತಪದಿಂದ ಸುಖ ಹೊಂದುತ್ತ ಲಿತ್ತು. ವೀರಪುರದಿಂದ ಬಂದು ದಂಡೆಯಲ್ಲಿ ನಿಂತಿದ್ದ ಒಂದೆರಡು ದೋಣಿಗಳು ನೀರಿನ ಸಣ್ಣ ಅಲೆಗಳ ಮೇಲೆ ಕುಣಿಯುತ್ತಲಿದ್ದವು. ದೋಣಿಗಾರನು ಈಳಿಗೆಯನ್ನು ಕಾಲಿಂದ ಒತ್ತಿ ಹಿಡಿದು, ಕೈಯಲ್ಲಿದ್ದ ಮೀನನ್ನು ತರಿದು, ಬಳಿಯ ನೀರು ತುಂಬಿದ ಮಣ್ಣಿನಪಾತ್ರೆಗೆ ಒಟ್ಟುತ್ತಿದ್ದನು. ಆಗಾಗ ಹಾರಿ ಬರುವ ಕಾಗೆಗಳನ್ನು ಅಟ್ಟುತ್ತಿದ್ದನು. ಸ್ವಲ್ಪ ದೂರದಲ್ಲಿ ಅಂಬಿಗರ ಹೆಂಗಸರು ಸೊಂಟಕ್ಕೆ ಮುಟ್ಟುವಷ್ಟು ನೀರಿಗೆ ಇಳಿದು ಫಕ್ಕನೆ ಮುಳುಗುಹಾಕಿ ಕೆಸರಿನಲ್ಲಿದ್ದ ಚಿಪ್ಪು ಮೀನುಗಳನ್ನು ಕೈತುಂಬಾ ಆಯ್ದುಕೊಂಡು ತಮ್ಮ ಮೈ ಬಟ್ಟೆಯ ಪದರಿನ ಚೀಲವನ್ನು ತುಂಬಿಸುತ್ತಿದ್ದರು. ದಡದ ಮೇಲಿದ್ದ 'ಮಾಪಿಳ್ಳೆ' ಯುವಕನು ಕೃಷ್ಣಕಾಯರಾದ ಈ ಯೋಜನಗಂಧಿಯರನ್ನು ಕದ್ದು ನೋಡುತ್ತಾ ಏನು ಏನೋ ಯೋಚಿಸುತ್ತಲಿದ್ದನು. ಎಲ್ಲಿ ನೋಡಿದರೂ ಜನಗಳ ಗಲಭೆ, ಬಂಡಿಗಳ ಚೀತ್ಕಾರ, ಹೊರೆಯಾಳುಗಳ ಕಲರವ. ಈ ಕಡೆಯಲ್ಲಿ ಗಟ್ಟದಿಂದ ಇಳಿದ ಕಾಫಿಯ ಮೂಟೆಗಳನ್ನು ಸಮುದ್ರದಲ್ಲಿನ ಹಡಗುಗಳಿಗೆ ಸಾಗಿಸುತ್ತಿರುವರು. ಇದೋ, ಇಲ್ಲಿ ರಾಶಿ ಹಾಕಿದ ಅಕ್ಕಿಹೊರೆಗಳನ್ನು ಎಣಿಸಿ ಎಣಿಸಿ ವರ್ತಕನು ಆಳುಗಳನ್ನು ಕೂಗಿ ಕರೆಯುತ್ತಿರುವನು. ಅಲ್ಲಿ ಬೊಂಬೈಯಿಂದ ಬಂದ ಜೀನಸುಗಳನ್ನು ದಡದ ಮೇಲೆ ಇಳಿಸುತ್ತಿರುವರು. ಇಲ್ಲಿ 'ಮಾನಿಫೆಸ್ಟ್' ಬರೆಯುವ ಗುಮಾಸ್ತ ಮುದುಕನು ಕನ್ನಡಕದ ಕಣ್ಣುಗಳನ್ನು ಎತ್ತಿ ಹಿಡಿದು ಕಿವಿಯ ಮೇಲಿನ ಲೇಖನಿಯನ್ನು ಆಗಾಗ ಸೆಳೆಯುತ್ತಾ ಪಾರುಪತ್ಯವನ್ನು ನಡೆಸುತ್ತಲಿರುವನು. ಬಿಳೀ ಸರದಾರನೊಬ್ಬನು ಬಿಳೀ ದೋಣಿಯ ಚುಕ್ಕಾಣಿಯನ್ನು ಕೈಯಿಂದ ಹಿಡಿದು ಕಡಲ ತಡಿಗೆ ಹೋಗುತ್ತಿರುವನು. ದೋಣಿಯಲ್ಲಿ ಅವನ ಪೇದೆಯು ಕೋವಿಯನ್ನು ಹಿಡಿದು ನಿಂತಿರುವನು. ಇತ್ತ ಕೆಲವು ಮಂದಿ ಗೃಹಸ್ಥರು ವಾಯುಸೇವನೆಗೆ 'ಕಮಿಟೀ' ಮಾಡಿಕೊಂಡು ತಮ್ಮ ಭೂಷಣೆಯನ್ನೇ ಸಾರುತ್ತಿರುವರು. ಸರಕಾರದ ಆಫೀಸುಗಳ ಗುಮಾಸ್ತರೆಲ್ಲಾ ಸಾಯಂಕಾಲದ ವಿಹಾರಕ್ಕೆ ಬರುವುದಕ್ಕೆ ಇನ್ನೂ ಹೊತ್ತಾ ಗಿರಲಿಲ್ಲ. ಬಂದಿದ್ದವರಲ್ಲಿ ಒಬ್ಬಿಬ್ಬರು ಮೂರು ಪೈಸೆ 'ಹೊಟ್ಲಿ'ನ ಕಡೆ ಹೋಗುತ್ತಿದ್ದರು. ಹೊಟ್ಲಿನಲ್ಲಿ ನೈವೇದ್ಯವನ್ನು ತೀರಿಸಿದವರಲ್ಲಿ ಕೆಲವರು ಮೀಸೆಗೆ ವಸ್ತ್ರಪೂಜೆಯನ್ನು ಮಾಡುತ್ತಿದ್ದರು. ಕೆಲವರು ಚುಟ್ಟಾವಿನ ಹೊಗೆಯಿಂದ ಧೂಪವನ್ನು ಹಾಕುತ್ತಿದ್ದರು.

ಮತ್ತೂ ಕೆಲವರು ಬೀಡಿ ಸೇದುವುದಕ್ಕೆ ಬೆಂಕಿ ಹಚ್ಚಿ ದೀಪಾರಾಧನೆಯನ್ನು ಮಾಡು ತ್ತಿದ್ದರು. ಎಲ್ಲರೂ ಹಣಕ್ಕೆ ಮೊದಲೇ ಅರ್ಘ್ಯವನ್ನು ಕೊಟ್ಟಿದ್ದರು.

'ಹೊಟ್ಲೆ'ನ ಯಜಮಾನರು ಪೂರ್ಣಸ್ವಾಮಿ ಅಯ್ಯಂಗಾರರು. ಈ ಹೆಸರನ್ನು ಕೆಲವರು ಪೊನ್ನುಸ್ವಾಮಿ ಎಂದು ಸಂಕ್ಷೇಪಿಸಿರುವರು. ಕೆಲವರು ಪೆಣ್ಣುಸ್ವಾಮಿ ಎಂದೂ ಪೊಣ್ಸಾಮಿ ಎಂದೂ ಸಕಾರಣವಾಗಿ ಕರೆಯುವುದುಂಟು. ಏಕೆಂದರೆ, 20 ವರ್ಷಗಳ ಕೆಳಗೆ ಅಯ್ಯಂಗಾರರು ಒಂದು ಹೆಣ್ಣಿಗೋಸ್ಕರ ಊರುಬಿಟ್ಟು ಹೋಗಿದ್ದರು. ಬಳಿಕ ಶ್ರೀರಂಗ, ತಿರುಪತಿ, ಜಗನ್ನಾಥ, ರಾಮೇಶ್ವರ, ಮೊದಲಾದ ಪುಣ್ಯಸ್ಥಳಗಳಿಗೆ ಯಾತ್ರೆ ಮಾಡಿ, ಅಂತು ಸ್ವಲ್ಪ ಹಣವನ್ನು ಹೇಗೋ ಕಟ್ಟಿಕೊಂಡು, ಮರಳಿ ಕಮಲಪುರಕ್ಕೆ ಬಂದು, ಈ 'ಹೊಟ್ಲ'ನ್ನು ಪರೋಪಕಾರಾರ್ಥವಾಗಿಯೇ ಇಲ್ಲಿ ಸ್ಥಾಪಿಸಿದರು. ಯಾತ್ರೆ ಗಳಿಂದ ಲಾಭವುಂಟೆಂದು ಹೇಳುವರು. ನಮ್ಮ ಅಯ್ಯಂಗಾರರಾದರೂ, ದೇಶವಿದೇಶದ ಮಿಠಾಯಿಯ ಕ್ರಮವನ್ನೂ, ನಾನಾ ಭಾಷೆಗಳ ಅಲ್ಪಸ್ವಲ್ಪ ಪರಿಚಯವನ್ನೂ, ಆಶ್ಚರ್ಯ ಕರವಾದ ಸಮಾಚಾರ ಸಂಗ್ರಹವನ್ನೂ ಮಾಡಿಕೊಂಡಿದ್ದರು. ಅವರಿಗೆ ಮಕ್ಕಳು ಮರಿ ಇರಲಿಲ್ಲ. ಆದರೂ ನಲ್ಲೂರು ನೀಲಾಂಬೆಯ ಕಿರಿಯ ಮಗನು ಮಾತ್ರ ಇವರನ್ನು 'ಅಪ್ಪಾ! ಅಪ್ಪಯ್ಯ!' ಎಂದು ಕೂಗಿ ಕರೆಯುತ್ತ ದಿನಕ್ಕೆ ಎರಡು ಬಾರಿ ಕಾಸು ಕೊಂಡು ಹೋಗುತ್ತಿದ್ದನು. ಸ್ವತಂತ್ರವಾದ ಜೀವನವನ್ನು ಕಲ್ಪಿಸಬೇಕೆಂಬ ಉದ್ದೇಶದಿಂದ 'ಹೊಟ್ಲ'ನ್ನು ತಾನು ಮಾಡಿರುವೆನಲ್ಲದೆ, ಅದರಿಂದ ಪ್ರಯೋಜನಾಂಶವೇನೂ ಇಲ್ಲ ವೆಂದು ಅವರು ಯಾವ ಕಾರಣದಿಂದಲೋ ಗೊಣಗುಟ್ಟುತ್ತಿದ್ದರು. ಆದರೂ ಗ್ರಾಹಕರ ಸಂಖ್ಯೆ ದಿನೇದಿನೇ ಏರಿಹೋಗುತ್ತಲಿತ್ತು. ಒಂದು ಪೈಸೆಯ ಕಾಫಿ ಕುಡಿಯುವುದಕ್ಕೆ ಬಂದವನು ಸಹ ಅಯ್ಯಂಗಾರರ ಯಾತ್ರಾ ಸಮಾಚಾರವನ್ನು ಕೇಳುತ್ತ ಕೇಳುತ್ತ, ತಿಂದ ತಿಂಡಿಯನ್ನು ತಿಳಿಯದೆ, ಉಡಿಯಲ್ಲಿದ್ದ ಹಣವನ್ನೆಲ್ಲಾ ಸಮರ್ಪಿಸಿ ಹೋಗುತ್ತಿದ್ದನು. ಒಬ್ಬಿಬ್ಬರು, ಅಯ್ಯಂಗಾರರು ತಮ್ಮ ಸಮಾಚಾರಗಳ 'ಮೂಟೆಯನ್ನು ಬಿಚ್ಚುವಂತೆ' ಮಾಡಿ, ಅವರು ಅದರ ಆನಂದದಲ್ಲಿ ಮಗ್ನರಾಗಿದ್ದ ಸಮಯ ನೋಡಿ, ಮೆಲ್ಲನೆ ಮಾಯ ವಾಗುತ್ತಿದ್ದರು. ತತ್‌ಕ್ಷಣದಲ್ಲಿಯೇ ಅಯ್ಯಂಗಾರರು ಬೆಚ್ಚಿಬಿದ್ದಂತಾಗಿ, ಅವರ ಬೆನ್ನು ಹಿಡಿದು, ಹಣವನ್ನು 'ವಸೂಲ್' ಮಾಡುತ್ತಿದ್ದರು.

ಮೊದಲು ಮೊದಲು ಪೂರ್ಣಸ್ವಾಮಿಯವರಿಗೆ ಕಮಲಪುರದ ಯುವಕರನ್ನು ಕುರಿತು ಒಳ್ಳೆಯ ಅಭಿಪ್ರಾಯವಿತ್ತು. ಇತ್ತಲಾಗೆ ಆ ಅಭಿಪ್ರಾಯವು ಬೇರೆಯಾಗಿ ಹೋಯಿತು. ಅನೇಕ ಗ್ರಾಹಕರು ಲಡ್ಡು ತಿನ್ನುವ ಬದಲಾಗಿ ದುಡ್ಡು ತಿನ್ನಲು ಪ್ರಾರಂಭಿಸಿದರು. ಈ ರೋಗವನ್ನು ನಿವಾರಿಸುವುದಕ್ಕೆ ಅಯ್ಯಂಗಾರರು ನಾನಾ ಉಪಾಯ ಮಾಡಿದರು. ಬರ ತಕ್ಕ ಹಣವನ್ನು ಲೆಕ್ಕದ ಪುಸ್ತಕದಲ್ಲಿ ಮುಂದೆ ಸಾಗಿಸುತ್ತ ಹೋದರು. ಕಾರಣಾಂತರ ಗಳಿಂದ ದೂರ ದೇಶಗಳಿಗೆ ಹೋಗಿದ್ದ ಪ್ರಿಯ ಗ್ರಾಹಕರಿಗೆ ತನ್ನ ಕ್ಷೇಮವಾರ್ತೆಯನ್ನು ಕುರಿತು ಕಾಗದಗಳನ್ನು ಬರೆದು ನೋಡಿದರು. 'ಬಡವನ ಬಿನ್ನಹ' ಎಂದು ಹಲಗೆಯಲ್ಲಿ

ಸಾಲಗಾರನ ಹೆಸರು ಬರೆದು 'ಹೊಟ್ಲಿ'ನ ಗೋಡೆಗೆ ತೂಗಾಡಿಸಿದರು. ಕೊನೆಗೆ ಲೆಕ್ಕ ವನ್ನು ಹೇಗೂ ಸರಿ ಮಾಡದೆ ಬಿಡಲಿಲ್ಲ. ಆರು ವರ್ಷಗಳಿಂದ ಸಾಗಿಸಿ ತಂದ ಸಾಲಗಾರರ ಹೆಸರನ್ನೆಲ್ಲಾ ಲೆಕ್ಕದ ಪುಸ್ತಕದಲ್ಲಿ ಕೆಂಪು ಶಾಯಿಯ ಗೆರೆಗಳಿಂದ ಅಡಗಿಸಿಬಿಟ್ಟರು.

ಈ ದಿನ ಸಾಯಂಕಾಲದಲ್ಲಿ 'ಹೊಟ್ಲಿ'ನೊಳಕ್ಕೆ ಅನೇಕರು ಕೂಡಿದ್ದರು. ಕರಿಯೂರು ಶ್ಯಾಮರಾಯರು ಗೋಧಿಯ ರೊಟ್ಟಿಯನ್ನು ಕಾಫಿ ತುಂಬಿದ ಪಾತ್ರೆಯಲ್ಲಿ ನೆನೆ ಹಾಕು ತ್ತಿದ್ದರು. ಮಲೆನಾಡು ಕುಪ್ಪಣ್ಣನವರು 'ಟೀ ಗ್ಲಾಸನ್ನು' ಮುಂದಿರಿಸಿ, ತುಟಿಯಿಂದ ಮೆಲ್ಲಮೆಲ್ಲನೆ ಜೀಪುತ್ತಿದ್ದರು. ಇವರಿಬ್ಬರ ಮೇಲೆ ಅಯ್ಯಂಗಾರರು ವಕ್ರವಾಗಿದ್ದರು.

ಅಯ್ಯಂಗಾರರಿಗೆ ಸಿಟ್ಟು ಬರುವುದೆಂದೇ ಇವರಿಬ್ಬರೂ ಕುಚೇಷ್ಟೆಯನ್ನು ಆರಂಭಿಸು ತ್ತಿದ್ದರು. ಎರಡು ದಿನಗಳ ಹಿಂದೆ ಈ ಪುಣ್ಯಾತ್ಮರು 'ಹೊಟ್ಲಿ'ನಲ್ಲಿ ಹೊಟ್ಟೆ ತುಂಬಾ ತಿಂದು, ಕುಡಿದು, ಅಯ್ಯಂಗಾರರನ್ನು ಕೆರಳಿಸಿ ಹೋಗಿಬಿಟ್ಟಿದ್ದರು. ಅಯ್ಯಂಗಾರರು "ಸ್ವಂತ ಅನುಭವ"ವನ್ನು ಕುರಿತು ಕೆಲವು ಮಾತುಗಳನ್ನು ಬಂದವರೊಡನೆ ಮನೋ ರಂಜನೆಗಾಗಿ ಹೇಳುತ್ತಿದ್ದಾಗ, ಅಯ್ಯಂಗಾರರು ಹೇಳುವುದೆಲ್ಲಾ ಸುಳ್ಳೆಂದೂ, ಗ್ರಾಹಕರು ತನ್ನೊಡನೆ ತಿಳಿದು ತಿಳಿಯದೆ ಹೆಚ್ಚು ವ್ಯಾಪಾರ ಮಾಡುವುದಕ್ಕೋಸ್ಕರ ಅತಿಶಯೋಕ್ತಿ ಯನ್ನು ಹೇಳುವ ಉಪಾಯ ಮಾಡಿರುವರೆಂದೂ ಈ ಮುಟ್ಠಾಳರು ಜಗಳವಾಡಿದರು. ಅಯ್ಯಂಗಾರರು ತಾನೆಂದ ಸಮಾಚಾರ ಸುದ್ದಿಯೆಲ್ಲಾ ಸುಳ್ಳಲ್ಲವೆಂದೂ ಈ ಅಧಮರಿಗೆ ಮನಗಾಣಿಸುವ ಉಪಾಯವನ್ನು ನಿಶ್ಚಯಿಸಿದರು. ಈ ದಿನ ಕುಪ್ಪಣ್ಣನವರು ಕಲಹಕ್ಕೆ ನಾಂದಿಯಾಗಿ "ರಾಯರೇ! ಅಯ್ಯಂಗಾರರು ರಾಮೇಶ್ವರ ಸಮುದ್ರವನ್ನು ಈಸಿಹೋದ ಸಂಗತಿಯನ್ನು ಬಲ್ರೀ?" ಎಂದು ಕೇಳಿದರು.

ಪೂರ್ಣಸ್ವಾಮಿ ಅಯ್ಯಂಗಾರರು ಎಂದಿನಂತೆ ಹುಬ್ಬು ಗಂಟಿಕ್ಕದೆ, ಮನಸ್ಸಿನೊಳಗೆ ಆನಂದದಿಂದ ಉಕ್ಕುತ್ತಲಿದ್ದರು.

ಶ್ಯಾಮರಾಯ : "ಅಂದು ನಿಮ್ಮೊಡನೆ ಯಾರಿದ್ದರು ಅಯ್ಯಂಗಾರ್ರೆ? ಈ ಆಪತ್ತಿ ನಿಂದಲೂ ನಿಮ್ಮನ್ನು ಪಾರು ಮಾಡಿಸಿದವರು ಆ ಗುಂಡಾಚಾರ್ರೆ?"

ಕುಪ್ಪಣ್ಣ : "ಹಾಗಾಗಿರಬೇಕು. ಇಲ್ಲವಾದರೆ ನಮ್ಮ ಅಯ್ಯಂಗಾರ್ರು ಅಂಡಮಾನ್ ದ್ವೀಪಗಳಿಗೆ ಹೋಗುತ್ತಿದ್ದರೋ ಏನೋ?"

ಅಯ್ಯಂಗಾರರು ಮೌನವ್ರತವನ್ನು ಅವಲಂಬಿಸಿದ್ದುದನ್ನು ನೋಡಿ, ಶ್ಯಾಮರಾಯರು "ನಿಮ್ಮ ಗುಂಡಾಚಾರ್ರು ಈಗ ತಾನೇ ಎಲ್ಲಿರುವರು?" ಎಂದು ಕೇಳಿದರು.

ಇಷ್ಟರಲ್ಲಿ ಯಾರೋ ಒಬ್ಬರು 'ಹೊಟ್ಲಿ'ನ ಒಳಕ್ಕೆ ಕಾಲಿಟ್ಟರು. ಅಯ್ಯಂಗಾರರು ಕಾರ್ಯಾಂತರದಿಂದ ಒಳಕ್ಕೆ ಹೋಗಿದ್ದರಿಂದಲೂ, ಉಳಿದವರ ಪರಿಚಯವು ವ್ಯಕ್ತಿಗೆ ಇಲ್ಲದಿದ್ದುದರಿಂದಲೂ, ಬಂದವನು ಒಂದು ನಿಮಿಷ ಅಲ್ಲಿಯೇ ನಿಂತುಬಿಟ್ಟನು. ಅಯ್ಯಂಗಾರರು ಹೊರಕ್ಕೆ ಬರುತ್ತಲೇ ವ್ಯಕ್ತಿಯನ್ನು ನೋಡಿ ಉಬ್ಬಿದರು. ಬಂದವನು

ಪ್ರತಿಯಾಗಿ ನಗುವನ್ನು ತೋರಿಸುತ್ತ "ಏನ್ ಅಯ್ಯಂಗಾರರೇ? ಕ್ಷೇಮವೇ?" ಎಂದು ಕೇಳಿದನು.

ಅಯ್ಯಂಗಾರರು ಬಂದವನನ್ನು ಯಥೋಚಿತವಾಗಿ ಮನ್ನಿಸಿ "ಎಂದು ಬಂದ್ರಿ ಗುಂಡಾಚಾರ್ರೆ?" ಎಂದು ಕೇಳಿದರು.

ಉಳಿದವರು ಸ್ತಬ್ಧರಾಗಿ ಬಂದವನನ್ನು ಕಣ್ಣಿಟ್ಟು ನೋಡುತ್ತ ಕುಳಿತರು.

ವ್ಯಕ್ತಿಯು "ಅಯ್ಯಂಗಾರರೇ! ಏನು ಹೇಳಲಿ! ನಿಮ್ಮನ್ನು 10 ವರ್ಷಗಳಿಂದ ನಾವು ಹುಡುಕುತ್ತಿದ್ದೇವೆ. ಈ ಹೊತ್ತು ನಿಮ್ಮ ದರ್ಶನವಾಯಿತು" ಎಂದು ಹೇಳಿ ದಣುವನ್ನು ಆರಿಸುತ್ತಿದ್ದನು. ಅಯ್ಯಂಗಾರರು ಸ್ವಲ್ಪ ಆಲೋಚಿಸಿದಂತೆ ಮಾಡಿ, "ಆ ಬಳಿಕ ನಮಗೂ ತಮಗೂ ಭೇಟಿ ಸಿಗಲಿಲ್ಲ ಅಲ್ಲವೇ?" ಎಂದು ಕೇಳಿ ನಗುತ್ತ, ಕುಪ್ಪಣ್ಣನವರನ್ನು ನೋಡಿದರು.

ಕುಪ್ಪಣ್ಣ : 'ಯಾರ ಭೇಟಿ?'

ಅಯ್ಯಂಗಾರರು ಅಲಕ್ಷ್ಯದಿಂದ "ನಮಗೂ ತಮಗೂ ಆ ಮೇಲೆ ದರ್ಶನವಾಗಿಲ್ಲ. ನಾನು ರಾಮೇಶ್ವರ ಸಮುದ್ರ ದಾಟಿ, ಮುಣುಗಿದ ಹಡಗನ್ನು ಬೆನ್ನುಕೊಟ್ಟು ತೇಲಿಸಿ ಕುಮಾರಿಯ ಭೂಶಿರವನ್ನು ಮುಟ್ಟಿದ ಮೇಲೆ ತಮ್ಮನ್ನು ನೋಡಲಿಲ್ಲ. ನಿಜ" ಎಂದು ಹೇಳಿ ಶ್ಯಾಮರಾಯರ ಮೋರೆಯನ್ನೇ ದೃಷ್ಟಿಸಿದರು.

ವ್ಯಕ್ತಿಯು "ಸರಿ ಸರಿ. ಆ ದಿನಗಳೆಲ್ಲಾ ಹೋಯ್ತು. ಈಗ ನಮ್ಮ ಮಾತುಗಳನ್ನು ಕೂಡಾ ನಂಬುವವರು ಯಾರೂ ಇಲ್ಲ" ಎಂದು ಹೇಳಿ ತನ್ನನ್ನೇ ನೋಡುತ್ತಿದ್ದ ಕುಪ್ಪಣ್ಣ ನವರನ್ನು ಕುರಿತು ಅಯ್ಯಂಗಾರರೊಡನೆ "ಇವರು ಯಾರು?" ಎಂದು ಕೇಳಿದನು.

ಕುಪ್ಪಣ್ಣನವರು ಈ ಸಂದರ್ಭವನ್ನು ಹಿಡಿದು ಮಾತನಾಡುವಂತೆ ಮುಂದೆ ಬಂದು "ಆಚಾರ್ರೆ?! ನಿಮ್ಮ ಹೆಸ್ರನ್ನು ನಾವು ಅಯ್ಯಂಗಾರರ ಬಾಯಿಂದ ದಿನೇ ದಿನೇ ಕೇಳಿ ಗೊತ್ತುಂಟು. ನಮ್ಮ ಪೂರ್ಣಸ್ವಾಮಿ ಅಯ್ಯಂಗಾರರು ಕಾವೇರಿ ಸ್ನಾನದಲ್ಲಿ..."

ವ್ಯಕ್ತಿಯು "ಹೌದು! ಹೌದು!" ಎಂದು ತಲೆದೂಗಿ "ಅವರನ್ನು ರಕ್ಷಿಸಿದ ಗುಂಡಾ ಚಾರ್ರು ನಾವು. ನಾವು ಇಲ್ಲದಿದ್ರೆ ನಮ್ಮ ಅಯ್ಯಂಗಾರರು ಅಂದು ಮೊಸಳೆಗೆ ಆಹುತಿ ಯಾಗುತ್ತಿದ್ದರು. ಏನ್ ಅಯ್ಯಂಗಾರರೇ? 50 ಅಡಿ ಉದ್ದ ಮೊಸಳೆ ಎಲ್ಲಿ? ನಮ್ಮ ಚಿಕ್ಕ ದೊಂದು ಪವಿತ್ರ ದರ್ಭೆ ಎಲ್ಲಿ? ಇವರು ಯಾರು!" ಎಂದು ಅಯ್ಯಂಗಾರರೊಡನೆ ಕೇಳಿದನು.

ಅಯ್ಯಂಗಾರರು ಅಲಕ್ಷ್ಯದಿಂದ "ಅವರು ದಲಾಲ ಕುಪ್ಪಣ್ಣ, ನಾವೆನ್ನುವುದೆಲ್ಲಾ ಸುಳ್ಳೆಂದು ಹೇಳುವ ಗೃಹಸ್ಥರು. ನಮಗೆ ಅವರ ಗೊಡವೆ ಯಾಕೆ? ಈ ಊರಲ್ಲಿ ಯಾರು ಅವನ್ನು ಬಲ್ಲರು?" ಎಂದು ಹೇಳಿದರು.

ಶ್ಯಾಮರಾಯ : "ಇವರೇ ಏನ್ ಗುಂಡಾಚಾರ್ರು?"

ಗುಂಡಾಚಾರ್ಯ: ಕಾವೇರಿ ಸ್ನಾನದಲ್ಲಿ ಮೊಸಳೆ ಬಾಯಿಂದ ಅಯ್ಯಂಗಾರರನ್ನು ಬಿಡಿಸಿ, ಕಾಯ್ದ ಗುಂಡಾಚಾರ್ಯರು ನಾವೇ! ಮಲೆಯಾಳ ಸೀಮೆಯಲ್ಲಿ ಅಯ್ಯಂಗಾರರು ರೋಗದಿಂದ ಹಾಸಿಗೆ ಹಿಡಿದು ಮಲಗಿದ್ದಾಗ, ಅವರ ಆರೈಕೆಯನ್ನು ನೋಡಿ ಅವರನ್ನು ಬದುಕಿಸಿದ ಗುಂಡಾಚಾರ್ಯರೂ ನಾವೇ! 'ನಿನ್ನನ್ನು ಎಂದೂ ಮರೆಯಲಾರೆ! ನಿನ್ನನ್ನು ಎಂದೂ ಬಿಟ್ಟುಹಾಕಲಾರೆ' ಎಂದು ಅಯ್ಯಂಗಾರರು ನನಗೆ ಮಾತು ಕೊಟ್ಟಿದ್ದರು. ನಾನು ಒಬ್ಬಂಟಿಗನಾಗಿ ತಿರುಗಾಡುತ್ತಿದ್ದಾಗ, ಎಷ್ಟೋ ಸಲ ಅಯ್ಯಂಗಾರರನ್ನು ನೆನೆದೆ. ಒಂದು ಸಲ ಅಯ್ಯಂಗಾರರನ್ನು ನೋಡಿದರೆ, ನನ್ನ ಕಷ್ಟಗಳೆಲ್ಲಾ ಪರಿಹಾರವಾಗುವುವು ಎಂದು ತಿಳಿದುಕೊಂಡೆ. ಶ್ರೀಕೃಷ್ಣನ ದಯೆಯಿಂದ ಈ ಹೊತ್ತು ಅವರನ್ನು ನೋಡಿ ಧನ್ಯನಾದೆ. "ಅಯ್ಯಂಗಾರ್‍ರೇ! ಎಲ್ಲಾ ಮರೆತಿರುವಿರೇ?"

ಅಯ್ಯಂಗಾರ: "ಇಲ್ಲ! ಸ್ವಾಮಿ! ನನ್ನ ಪ್ರಾಣ ಉಳಿದದ್ದು ತಮ್ಮಿಂದ. ತಮ್ಮ ಉಪಕಾರವನ್ನು ಆಜನ್ಮ ಮರೆಯಲಾರೆ. ಪ್ರತ್ಯುಪಕಾರ ಮಾಡಲು ಸಾಮರ್ಥ್ಯವಿದ್ದರೆ ನಾನು ಸಿದ್ಧನಾಗಿದ್ದೇನೆ."

ಕುಪ್ಪಣ್ಣ: "ಅವರು ಸಾಯುವ ಹಾಗಿದ್ದರೆ, ನೀವು ಸಹಾಯ ಮಾಡುವುದೇ ಪ್ರತ್ಯುಪಕಾರ."

ಅಷ್ಟರಲ್ಲಿ ಅಯ್ಯಂಗಾರರ ಮಾತಿನ ಪ್ರಕಾರ ನೌಕರನು ಕಾಫಿ ತುಂಬಿದ ಪಾತ್ರೆಗಳನ್ನೂ ತಿಂಡಿಯ ದೊನ್ನೆಗಳನ್ನೂ ತಂದಿಟ್ಟನು. ಗುಂಡಾಚಾರ್ಯರು ಒಂದು ಕಣ್ಣನ್ನು ಭಕ್ಷ್ಯದ ಕಡೆಗೂ ಒಂದು ಕಣ್ಣನ್ನು ಕುಳಿತವರ ಕಡೆಗೂ ಇಟ್ಟು, "ಅದಕ್ಕಿಂತಲೂ ಸಿಂಹಲ ದ್ವೀಪದಲ್ಲಿ ಇವರನ್ನು ಮೂರು ಕಾಡಾನೆಗಳು ಅಟ್ಟಿಕೊಂಡು ಬಂದಾಗ ನಾವು..." ಎಂದು ಅರೆನುಡಿಯಲ್ಲಿ ತಿಂಡಿಯನ್ನು ನೋಡುತ್ತ ಕುಳಿತರು.

ತಮ್ಮ 'ಟಿಫಿನ್' ತೀರಿಸಿ ಕುಳಿತ ಕುಪ್ಪಣ್ಣ, ಶ್ಯಾಮರಾಯರು ಇವರ ಸಮಾಚಾರಕ್ಕೆ ಆಸೆಗೊಂಡು, ಗುಂಡಾಚಾರ್ಯರ ಹತ್ತಿರಕ್ಕೆ ಬಂದರು. ಅಯ್ಯಂಗಾರರು "ತಿನ್ನಿ! ತಿನ್ನಿ!" ಎಂದು ಹೇಳಿದಾಗ ಈ ಮಾತನ್ನು ತನ್ನನ್ನು ಉದ್ದೇಶಿಸಿ ಹೇಳಿದ್ದೆಂದು ತಿಳಿದು, ಕುಪ್ಪಣ್ಣನವರು ದೊನ್ನೆಯೊಳಗೆ ಬೆರಳು ಮುಳುಗಿಸಿ, ಎಡಗೈಯಿಂದ ಕಾಫಿಯ ಪಂಚಪಾತ್ರೆಯನ್ನು ಹಿಡಿದುಕೊಂಡರು. ಶ್ಯಾಮರಾಯರ ಕೈಗಳೂ ಹಾಗೆಯೇ ಮಾಡತೊಡಗಿದುವು. ಅಯ್ಯಂಗಾರರು ಚೇಳು ಕಚ್ಚಿದ ಮೋರೆ ಮಾಡಿದರು.

ನಿಮಿಷಮಾತ್ರದಲ್ಲಿ ಭಕ್ಷ್ಯವೆಲ್ಲಾ ಮಾಯವಾಯಿತು. ಗುಂಡಾಚಾರ್ಯರು "ಇನ್ನೂ ದಣುವು ಆರಲಿಲ್ಲ" ಎಂದು ಬೇಸರದಿಂದ ಹೇಳಿದರು. ಅಯ್ಯಂಗಾರರು ಉಳಿದ ಇಬ್ಬರನ್ನು ವಕ್ರದೃಷ್ಟಿಯಿಂದ ನೋಡುತ್ತ, ಮನಸ್ಸಿಲ್ಲದ ಮನಸ್ಸಿನಿಂದ ಮತ್ತಿಷ್ಟನ್ನು ಗುಂಡಾಚಾರ್ಯರ ಕೈಬಳಿಯಲ್ಲಿಯೇ ತಂದಿಟ್ಟು, "ಮಹಾರಾಯ್ರೇ! ನಾನು ಮುಂಚೆ ಹೇಳಿದ ಸಂಗತಿಗಳೆಲ್ಲಾ ಪೂರ್ಣ ಸತ್ಯವೆಂದು ಈಗ ನಂಬುಗೆಯಾಯ್ತೋ?" ಎಂದು ಕೇಳಿದರು.

ಕುಪ್ಪಣ್ಣ : "ಈ ಹೊತ್ತಿನ ಫಲಾಹಾರದಲ್ಲಿ ಮೊಸಳೆಯ ಸಂಗತಿಯೊಂದು ನಿಶ್ಚಯವೆಂದು ಕಂಡುಬಂತು – ಗುಂಡಾಚಾರ್ರೇ! ಇಲ್ಲಿ ಎಷ್ಟು ದಿನವಿರುವಿರಿ?"

ಗುಂಡಾಚಾರ್ಯ : "ನಮ್ಮ ಋಣಾನುಬಂಧ ಇದ್ದಷ್ಟು ದಿನಾ ಇಲ್ಲಿ ಇರುವೆವು."

ಅಯ್ಯಂಗಾರರಿಗೆ ಈ ಮಾತು ತಾನೇ ರುಚಿಸಲಿಲ್ಲ. ಗುಂಡಾಚಾರ್ಯರು ಕೈತೊಳೆದು ನಶ್ಯವನ್ನು ಕೇಳಿದರು. ಅಯ್ಯಂಗಾರರು ನಶ್ಯದ ಡಬ್ಬಿಯನ್ನು ಕೊಟ್ಟರು. ಗುಂಡಾಚಾರ್ಯರು ನಶ್ಯವನ್ನು ಕೈಯಲ್ಲಿ ಸುರಿದು. ಡಬ್ಬಿಯನ್ನು ಶ್ಯಾಮರಾಯರ ಕೈಗಿತ್ತರು. ಇವರು ಎರಡು ಮೂರು ಸಲ ಕೈಯಲ್ಲಿ ಕೊಂಡರೂ ಚಿವಟಿಯು ಸರಿಬಾರದೆ ಇದ್ದುದರಿಂದ, ಅರ್ಧ ತೊಲೆ ನಶ್ಯವನ್ನು ಮೂಗಿಗೆ ಸೇರಿಸುವ ಬದಲು ತಮ್ಮ ಡಬ್ಬಿಗೆ ಸೇರಿಸಿಬಿಟ್ಟರು. ಅಯ್ಯಂಗಾರರು ಹಲ್ಲು ಕಿತ್ತ ಹಾವಿನಂತೆ ತಳಮಳಗೊಂಡರು. ಕೊನೆಗೆ ಶ್ಯಾಮರಾಯರೂ ಕುಪ್ಪಣ್ಣನವರೂ ಮರುದಿನ ಬರುವೆವು ಎಂದು ಇಬ್ಬರಿಗೂ ಅಭಯ ಕೊಟ್ಟು ನಡೆದುಬಿಟ್ಟರು.

ಗ್ರಾಹಕರೆಲ್ಲರೂ 'ಹೊಟ್ಲಿಂದ' ಹೋದ ಬಳಿಕ ಗುಂಡಾಚಾರ್ಯರು ಮೀಸೆ ತಿರುವುತ್ತ "ಅಯ್ಯಂಗಾರರೇ! ನಾನು ಮಾಡಿದ್ದು ಹ್ಯಾಗಾಯಿತು? ಆ ಪಾಪಿಗಳು ನಿಮ್ಮನ್ನು ನಂಬುವ ಹಾಗೆ ಮಾಡಿದೆನೋ ಇಲ್ಲವೋ ಹೇಳಿ" ಎಂದರು.

ಅಯ್ಯಂಗಾರ : ಸ್ವಲ್ಪ ತಾನೇ ಮೀರಿ ಹೋಯ್ತು. ನಾನು ಹೇಳಿದಷ್ಟೇ ಆಡಿದ್ದರೆ ಚೆನ್ನಾಗಿತ್ತು. ನೀನು ಸುಳ್ಳು ಹೆಚ್ಚು ಬೆರಿಸಿಬಿಟ್ಟೆ."

ಗುಂಡಾಚಾರ್ಯ : "ಹಾಗೆ ಮಾಡಿದ್ರಿಂದ ಆ ಪಾಪಿಗಳು ನಂಬಿದ್ರು. ನಾನು ಬಣ್ಣ ಹಾಕಿದ್ರೂ ನನ್ನ ಮಾತುಗಳನ್ನು ಯಾರೂ ಸುಳ್ಳೆಂದು ಹೇಳಲಾರ್ರು."

ಅಯ್ಯಂಗಾರ : "ನನ್ನ ನಶ್ಯವನ್ನೆಲ್ಲಾ ಹಂಚಿಬಿಟ್ಟು ಖಾಲಿ ಡಬ್ಬಿಯನ್ನು ಇಟ್ಟಿದ್ದಿ."

ಗುಂಡಾಚಾರ್ಯ : "ನಾನು ಮಾತನಾಡುತ್ತಾ ಸ್ವಲ್ಪ ಆವೇಶಗೊಂಡಂತಾದೆ, ನೀವು ಹೇಳಿದ್ದನ್ನೆಲ್ಲಾ ಮರೆತುಬಿಟ್ಟೆ."

ಅಯ್ಯಂಗಾರ : "ಹೌದು, ನೀನು ನಾಡದು ಆಗಬೋಟು ಹತ್ತಿ ಕೊನ್ನೂರಿಗೆ ಹೋಗುತ್ತೇನೆಂದು ಅವರೊಡನೆ ಹೇಳದೆ ಹೋದೆ."

ಗುಂಡಾಚಾರ್ಯ : "ನಾಳೆ ಹೇಳಿದರೆ ಸರಿಯಷ್ಟೆ. ಅದು ಹೋಗಲಿ! ನಾವು ಮಾಡಿದ ಆಟ ಆ ಮುಟ್ಠಾಳರ ಕಣ್ಣುಕಟ್ಟಿತು."

ಅಯ್ಯಂಗಾರ : "ನಾಳೆ ಬೆಳಗಿನಿಂದಲೇ ನೀನು ಹೋಗುವೆನೆಂದು ಮೆಲ್ಲನೆ ಹೇಳುತ್ತಿರು. ಅಳಿಯನ ಮನೆಗೆ ಹೋಗುವೆನೆಂದು ಹೇಳು. ನಾಡದು ಹೋಗೋದಾದ್ರೆ, ನಮ್ಮ ಕರಾರ್ ಪ್ರಕಾರ ಒಂದು ವರಹಾ ಕೊಡುತ್ತೇನೆ."

ಗುಂಡಾಚಾರ್ಯರು ನಗುವನ್ನು ಅಡಗಿಸಿ ಮಾತೆತ್ತುವಷ್ಟರಲ್ಲಿ, ಯಾರೋ ಒಬ್ಬರು ಹೊಟ್ಲಿನ ಬಾಗಿಲ ಹಿಡಿದು ಕರೆದರು. ಅಯ್ಯಂಗಾರರು ಧ್ವನಿಯಿಂದ ಕುಪ್ಪಣ್ಣನವರಾಗಿರಬೇಕು ಎಂದು ತಿಳಿದು, "ಇಷ್ಟು ಹೊತ್ತಿಗೆ ಇಲ್ಲಿ ಕಾಫಿ ಸಿಕ್ಕಲಾರದಯ್ಯಾ!" ಎಂದು

ಹೇಳಿ ಒಳಕ್ಕೆ ನಡೆದುಬಿಟ್ಟರು. ಗುಂಡಾಚಾರ್ಯರು ಹೊಟ್ಟೆಗೆ ಹಸಿವಿಲ್ಲದುದರಿಂದ ಅಯ್ಯಂಗಾರರ ಹಾಸಿಗೆಯನ್ನು ಹಾಸಿ ಮಲಗಿಬಿಟ್ಟರು. ಅಯ್ಯಂಗಾರರು ಊಟ ತೀರಿಸಿ ಶಯ್ಯಾಸೀನರಾದ ಗುಂಡಾಚಾರ್ಯರನ್ನು ನೋಡಿ, ಮನದೊಳಗೆ ಕುದಿಯುತ್ತ, ಹಲ್ಲು ಮಸೆಯುತ್ತ, ಒಳಕ್ಕೆ ಹೋದರು.

ಭಾನುವಾರ ಆಗಬೋಟು ಕಮಲಪುರಕ್ಕೆ ಮುಟ್ಟಿತು. ಅಯ್ಯಂಗಾರರು ಆಗಬೋಟು ಬಂದಿದೆ ಎಂದು ಎರಡು ಮೂರು ಸಲ ಗುಂಡಾಚಾರ್ಯರಿಗೆ ತಿಳಿಸಿದರು. ಗುಂಡಾಚಾರ್ಯರು ಈ ಮಾತನ್ನೇ ಕಿವಿಗೆ ಹಾಕಿಕೊಳ್ಳಲಿಲ್ಲ. 'ಹೊಟ್ಲಿನಲ್ಲಿ' ಬಂದವರೆಲ್ಲರೂ "ಗುಂಡಾಚಾರ್ಯರು ಈ ದಿನ ಹೋಗುವರು" ಎಂಬುದನ್ನು ತಿಳಿದಿದ್ದರು. ಆದರೆ ಗುಂಡಾಚಾರ್ಯರು ಬಂದವರೊಡನೆ ಮಾತುಕಥೆ ನಡೆಯಿಸುತ್ತಿರುವಾಗ ತನ್ನ ಪ್ರಸ್ತಾಪವನ್ನು ಕುರಿತು ಒಂದು ಸೂಚನೆಯನ್ನಾದರೂ ಹಾಕಲಿಲ್ಲ. ಅಯ್ಯಂಗಾರರು ಅವರ ಮಾತುಗಳ ಪ್ರಸ್ತಾಪವನ್ನು ಆಗಾಗ ತಿರುಗಿಸಲು ಪ್ರಯತ್ನಿಸಿದರು. ಆದರೆ, ಅಯ್ಯಂಗಾರರು ಹೊನ್ನೂರ ರಥೋತ್ಸವವನ್ನು ಪ್ರಸ್ತಾಪಿಸಿ ಹುಬ್ಬುಗಳನ್ನು ಮೀಟುವಾಗ ಗುಂಡಾಚಾರ್ಯರು ಪ್ಲೇಗ್ ಔಷಧವನ್ನು ಕುರಿತು ಮಾತನಾಡುತ್ತಿದ್ದರು. ಅಯ್ಯಂಗಾರರು ಇದನ್ನೆಲ್ಲ ಬಹಳ ತಾಳ್ಮೆಯಿಂದ ಸಹಿಸಿದರು. ಗಿರಾಕಿಗಳೆಲ್ಲರೂ ಕತ್ತಲಾದ ಬಳಿಕ ತಂತಮ್ಮ ಮನೆಗೆ ಹೋದರು.

ಅಯ್ಯಂಗಾರರು ಸಿಟ್ಟಿನಿಂದ ಕಿಡಿಕಿಡಿಯಾಗಿ, "ಇದರ ಅರ್ಥವೇನು? ಎಂದು ಒದರಿದರು.

ಗುಂಡಾಚಾರ್ಯರು ಸಮಾಧಾನದಿಂದ "ಯಾವುದರ ಅರ್ಥ? ಪೊನ್ನಾಮಿ ?" ಎಂದರು.

"ನನ್ನನ್ನು ಪೊನ್ನುಸ್ವಾಮಿ ಎಂದು ಕರೀಬೇಡ. ನಾಳೆ ಬೆಳಿಗ್ಗೆ ನೀನು ಇಲ್ಲಿಂದ ಹೊರಡಬೇಕು, ನೋಡು!" ಎಂದು ಅಯ್ಯಂಗಾರರು ಗರ್ಜಿಸಿದರು.

ಗುಂಡಾಚಾರ್ಯ : "ಹೋಗಬೇಕು? ಎಲ್ಲಿ ಹೋಗಬೇಕು?"

ಅಯ್ಯಂಗಾರ : "ಬೇಕಾದಲ್ಲಿ ಹೋಗು! ನೀನು ಇಲ್ಲಿಂದ ಹೋದ್ರೆ ಸರಿ."

ಗುಂಡಾಚಾರ್ಯ : "ಅಯ್ಯಂಗಾರ್ರೇ! ಏನೋ ಏನೋ ಮಾತನಾಡುತ್ತಿರುವಿರಿ. ನಿನ್ನೆ ರಾತ್ರಿ ನಿದ್ದೆ ಹತ್ತಲಿಲ್ಲವೇನು?"

ಅಯ್ಯಂಗಾರ : "ನಾಳೆ ಬೆಳಗ್ಗೆ ನೀನು ಹೋದ್ರೆ ಸರಿ! ಇಲ್ಲಾದ್ರೆ, ನಾನೇ ಕುತ್ತಿಗೆಗೆ ಕೈಯಿಕ್ಕುತ್ತೇನೆ. ನಾನು ಮಾಡಿದ ಕರಾರ್ ಗೊತ್ತುಂಟಲ್ಲವೇ?"

ಗುಂಡಾಚಾರ್ಯ : "ಯಾವ ಕರಾರ್? ಕರಾರೋ, ಹುಣಸೇ ಪಟ್ಟಿಯೋ! ನಾಳೆ ತಲೆಗೆ ಎಣ್ಣೆ ಬಳಿದುಕೊಂಡು ಸ್ನಾನ ಮಾಡಬೇಕೆಂದಿರುವೆ..."

ಅಯ್ಯಂಗಾರರು ಸಿಟ್ಟನ್ನು ತಡೆಯಲಾರದೆ, "ನೀನು ಹೋಗುವಿಯೋ, ಇಲ್ಲವೋ

ನಾಳೆ? ಆ ಅಧಮರಿಗೆ ನಾನು ಹೇಳಿದ್ದೆಲ್ಲಾ ಸರಿಯೆಂದು ತೋರಿಸಲಿಕ್ಕೆ ನಿನ್ನನ್ನು ಒಂದು ಸರಸ ಚೇಷ್ಟೆಗೆ ಇಲ್ಲಿ ಕರೆತಂದೆ. ಇಲ್ಲೇ ಅಂಟಿದೆ ನೀನು."

ಗುಂಡಾ: "ಅಂದು ಮಾಡಿದ ಉಪಕಾರವೆಲ್ಲಾ ಮರೆತು ಹೋಯಿತೇ? ಮೊಸಳೆ ಕಚ್ಚಿದಾಗ ನಾನೊಬ್ಬನೇ ನನ್ನ ಪವಿತ್ರ ದರ್ಭೆಯಿಂದ..."

ಅಯ್ಯಂಗಾರ: "ಸುಮ್ಮನೆ ತೊಂದರೆ ಕೊಡಬೇಡ. ನನ್ನನ್ನು ಮೊಸಳೆ ಹಿಡಿದದ್ದೂ ಇಲ್ಲ; ಗುಂಡಾಚಾರ್ಯ ಬಿಡಿಸಿದ್ದೂ ಇಲ್ಲ."

ಗುಂಡಾ: "ಕೃತಘ್ನತೆಗೆ ಮದ್ದಿಲ್ಲ. ನಾನು ನಿನ್ನ ಜೀವ ಉಳಿಸಿದ್ದನ್ನು ಮರೆತೆಯಾ?"

ಹೀಗೆಂದು ಹೇಳಿ ಗುಂಡಾಚಾರ್ಯರು ಕಣ್ಣೀರು ಒರಸಿದಂತೆ ತನ್ನ ಕೈಬೆರಳುಗಳಿಂದ ಕಣ್ಣನ್ನು ಸವರುತ್ತಿದ್ದರು. ಹೊರಕ್ಕೆ ಯಾರೋ ಮಾತನಾಡುವಂತೆ ಕೇಳಿಸಿತು.

ಅಯ್ಯಂಗಾರ: "ಹಾ! 15 ರೂಪ್ಯಾ ಕೊಡುವೆ. ನೀನು ಸುಮ್ಮನೆ ಹೋಗುವೆಯಾ?"

ಗುಂಡಾಚಾರ್ಯ: "ಅಯ್ಯಂಗಾರರೇ! ನೀವು ಈಗ ನಿದ್ದೆ ಹೋಗಿ ನಾಳೆ ಮಾತಾಡ ಬಹುದು. ನಿದ್ದೆ ಇಲ್ಲದಿದ್ದರೆ ಬುದ್ಧಿ ಹೋಗುತ್ತೆ."

ಅಯ್ಯಂಗಾರರಿಗೂ ಗುಂಡಾಚಾರ್ಯರಿಗೂ ಜಗಳವಾಗಿತ್ತು ಎಂಬ ಸುದ್ದಿಯು ಊರಲ್ಲಿ ಹಬ್ಬಿತು. ಕುಪ್ಪಣ್ಣನವರೂ ಶ್ಯಾಮರಾಯರೂ ಇದನ್ನು ಕುರಿತು ಅಯ್ಯಂಗಾರರೊಡನೆ ಕೇಳಬೇಕೆಂದಿದ್ದರು. ಆದರೆ ಇತ್ತಲಾಗೆ ಅಯ್ಯಂಗಾರರು ಕಡ ಕೊಡುವ ಸಾಂಪ್ರದಾಯ ವನ್ನು ತೆಗೆದುಹಾಕಿದ್ದರಿಂದ, ಇವರಿಬ್ಬರಿಗೂ ಅಲ್ಲಿ ಹೋಗಲು ಅಷ್ಟು ಧೈರ್ಯವಿರಲಿಲ್ಲ. ರವಿವಾರ ದಿನದ ಆಗಬೋಟು ಹತ್ತಿ ಹೋಗದಿದ್ದರೆ, ಗುಂಡಾಚಾರ್ಯರು ಇನ್ನೂ ಮೂರು ನಾಲ್ಕು ದಿನಗಳಲ್ಲಿ ತನ್ನ 'ಹೊಟ್ಲನ್ನು' ಹೀರಿಬಿಡುವರೆಂದು ಹೆದರಿ, ಅಯ್ಯಂಗಾ ರರು "ಎಲೋ! ಗುಂಡಾ! ನೀನು ನಾಳೆ ಹೋದ್ರೆ ಸರಿ! ಇಲ್ಲಾದ್ರೆ ನಾನೇ ಅವರಿಗೆಲ್ಲಾ ಬಾಯ್ಬಿಟ್ಟು ಹೇಳಿ, ನಿನ್ನನ್ನು ಇಲ್ಲಿಂದ ದೊಬ್ಬಿಬಿಡುವೆ" ಎಂದರು.

ಗುಂಡ: "ನಾನು ಬರುವ ಚಂದ್ರವಾರ ಹೋಗ್ತೇನೆ ಆಗದೋ? ಕೈಯಲ್ಲಿ ಕಾಸಿಲ್ಲ. ನೀನು ಕೊಡುವ 15 ರೂಪಾಯಿ ದಾರಿಯ ಖರ್ಚಿಗೆ ಸಾಕಾಗದು. ನಿನಗೋಸ್ಕರ ಇದೆಲ್ಲಾ ಸುಳ್ಳು ಹೇಳಿ ನಾನು ಹಾಳಾದೆ."

ಅಯ್ಯಂಗಾರ: "ಇಕೋ! ನೀನು ಹೋದ್ರೆ ಸರಿ" ಎಂದು ಹೇಳಿ, ಅವನ ಕೈಗೆ 16 ರೂಪ್ಯಾ ಸುರಿದರು.

ಸೋಮವಾರ 10 ಗಂಟೆಗೆ ಗುಂಡಾಚಾರ್ಯರು ಹೋಗುವರೆಂದು ಊರಲ್ಲಿ ಸುದ್ದಿ ಹಬ್ಬಲು, ಕುಪ್ಪಣ್ಣನವರು ಮತ್ತು ಶ್ಯಾಮರಾಯರು ಹೊಟ್ಲಿಗೆ ಬಂದರು. ಗುಂಡಾ ಚಾರ್ಯರು ತೆರುಳುವುದಕ್ಕೆ ಸಿದ್ಧರಾಗಿದ್ದರು.

ಗುಂಡಾಚಾರ್ಯರು ಇವರನ್ನೆಲ್ಲಾ ನೋಡುತ್ತಲೇ "ನಾನು ಎಷ್ಟೋ ಊರು ನೋಡಿದೆ. ಎಷ್ಟೋ ಜನಗಳನ್ನು ನೋಡಿದೆ. ಆದರೆ ಇದಕ್ಕಿಂತ ಒಳ್ಳೇದನ್ನೂ ನಿಮ ಗಿಂತಲೂ ಯೋಗ್ಯರನ್ನೂ ನಾನು ಎಲ್ಲಿಯೂ ನೋಡಿಲ್ಲ."

ಕುಪ್ಪಣ್ಣನವರು ಗುಂಡಾಚಾರ್ಯರೊಡನೆ "ನಮ್ಮನ್ನು ಮರೆಯಬಾರದು" ಎಂದು ಬೇಡಿದರು.

ಗುಂಡಾಚಾರ್ಯ: "ಈ ವೃದ್ಧಾಪ್ಯದಲ್ಲಿ ನಾನು ದಿಕ್ಕಿಲ್ಲದೆ ಊರೂರು ಸುತ್ತುತ್ತಿರುವಾಗ ನಿಮ್ಮ ನೆನಪು ಎಂದೂ ಆಗದೆ ಇರಲಿಕ್ಕಿಲ್ಲ. ಹೊಟ್ಟೆಗೋಸ್ಕರ ನಾನು ಕಷ್ಟಪಡುವಾಗ ಈ 'ಹೊಟ್ಲಿನ' ಜ್ಞಾಪಕವು..."

ಶ್ಯಾಮರಾಯ: "ನೀವು ಮಗಳ ಮನೆಗೆ ಹೊನ್ನೂರಿಗೆ ಹೋಗುವಿರಲ್ಲವೇ?"

ಗುಂಡಾಚಾರ್ಯರು ಮೆಲ್ಲನೆ ನಗುತ್ತ ತಲೆಯಲ್ಲಾಡಿಸಿ "ನನಗೆ ಮಗಳೂ ಇಲ್ಲ, ಬೀಗನೂ ಇಲ್ಲ. ಈ ಲೋಕದಲ್ಲಿ ನಾನು ಒಬ್ಬನೇ. ನನ್ನಿಂದ ಉಪಕಾರ ಹೊಂದಿದವರು ಹಲವರಿದ್ದಾರೆ" ಎಂದರು.

ಈ ಮಾತುಗಳನ್ನು ಕೇಳುತ್ತಲೇ ಎಲ್ಲರೂ ಕನಿಕರಗೊಂಡಂತೆ ಅಯ್ಯಂಗಾರರ ಮುಖವನ್ನು ನೋಡಿದರು.

ಕುಪ್ಪಣ್ಣ: "ನೀವು ಮಗಳ ಮನೆಗೆ ಹೋಗುವಿರೆಂದು ಅಯ್ಯಂಗಾರರೇ ನಮ್ಮೊಡನೆ ಹೇಳಿದರಲ್ಲಾ!"

ಅಯ್ಯಂಗಾರರು ಸಿಟ್ಟಿನಿಂದ ಎದ್ದುನಿಂತು ವಕ್ರಮುಖವನ್ನು ಮಾಡಿದರು.

ಶ್ಯಾಮರಾಯ: "ಅಯ್ಯಂಗಾರರು ನಿಮ್ಮನ್ನು ಒತ್ತಾಯ ಮಾಡಿದರೂ ನೀವು ಹೊರಡಲಿಕ್ಕೆ ಹಟ ಹಿಡಿದಿರುವಿರೆಂದು ನಮ್ಮೊಡನೆ ಹೇಳಿದರು."

ಗುಂಡಾಚಾರ್ಯ: "ಶುದ್ಧ ಸುಳ್ಳು! ಅವರು ಒಂದು ಮಾತು ಹೇಳಿದ್ದರೆ ನಾನು ಇಲ್ಲೇ ಉಳುಕೊಳ್ಳುತ್ತಿದ್ದೆ. ನಾನು ಇಲ್ಲಿರೋದು ಅವರಿಗೆ ಮನಸ್ಸಿಲ್ಲ. ನನಗೆ ಒಪ್ಪೊತ್ತು ಕೊಡುವ ಊಟ ಅವರ ಕಣ್ಣಿಗೆ ಹೆಚ್ಚಾಗಿ ತೋರುತ್ತೆ. ನಾನು ಹೊನ್ನೂರಿಗೆ ಹೋಗುವೆನೆಂದು ಅವರೇ ಸುದ್ದಿ ಹುಟ್ಟಿಸಿದರು. ಅವರು ಸುಳ್ಳಾಡೋದು ನನಗೆ ಮನಸ್ಸಿರಲಿಲ್ಲ. ಸಟೆಯಿಂದಲೇ ಸಟೆಯನ್ನು ಬಿಗಿ ಮಾಡಬೇಕೆಂದು ಹೇಳಿದ್ರು. ಕಡೆಗೆ ನಾನು ಎಲ್ಲಾದರೂ ಹೋಗಿಬಿಡುವೆನೆಂದು ನಿಶ್ಚಯ ಮಾಡಿದೆ. ಆದರೆ ಹೋಗುವಾಗ ನಿಮ್ಮೊಡನೆ ಸುಳ್ಳಾಡಿ ಹೋಗಬೇಕು ಯಾಕೆ?"

ಈ ಮಾತನ್ನು ಕೇಳಿ ಎಲ್ಲರೂ ಸ್ತಬ್ಧರಾದರು.

ಗುಂಡಾಚಾರ್ಯ: "ನನಗೆ ಮಕ್ಕಳು ಮರಿ ಇಲ್ಲ. ನನ್ನನ್ನು ಹೊರಕ್ಕೆ ಅಟ್ಟಿಬಿಡುವೆನೆಂದು ಅಯ್ಯಂಗಾರರು ಗದರಿಸಿದ್ದರಿಂದ ನಾನು ಹೋಗುವೆ. ಅವರು ಒಂದು ಮಾತು ಹೇಳಿದ್ರೆ ಇಲ್ಲೇ ಉಳುಕೊಳ್ಳುತ್ತಿದ್ದೆ."

ಗುಂಡಾಚಾರ್ಯರು ಹೀಗೆ ಹೇಳಿ ನಗೆಗಣ್ಣುಗಳಿಂದ ಅಯ್ಯಂಗಾರರನ್ನು ನೋಡುತ್ತಾ ಹೊರಕ್ಕೆ ನಡೆದುಬಿಟ್ಟರು. ಅವರು ಎಲ್ಲಿ ಹೋದರೋ ಇದುವರೆಗೆ ತಿಳಿಯಲಿಲ್ಲ. ಕುಪ್ಪಣ್ಣನವರೂ ಶ್ಯಾಮರಾಯರೂ ಇವರು ಹೋದ ಮೇಲೆ ಇವರ ಜಾತಕವನ್ನು ಸ್ಫುಟ ಮಾಡಿದ್ದಲ್ಲಿ, ಇವರು ನಲ್ಲೂರು ನೀಲಾಂಬೆಯ ತಮ್ಮನಾಗಿದ್ದನೆಂದು ತಿಳಿದು

ಬಂದಿತು. ಈಗಲೂ ಕೆಲವರು ಅಯ್ಯಂಗಾರರ ಜೀವನಚರಿತ್ರೆಯನ್ನು ಅವರ ಇದಿರಿಗೇನೇ ವ್ಯಾಖ್ಯಾನ ಮಾಡುತ್ತಿರುವಾಗ, ಗುಂಡಾಚಾರ್ಯರ ಆಗಮನದ ಕೆಲವು ಸಂಗತಿಗಳನ್ನು ಟಿಪ್ಪಣಿಯಾಗಿ ಕೊಡುವುದುಂಟು.

2. ಮೊಸರಿನ ಮಂಗಮ್ಮ

— ಶ್ರೀನಿವಾಸ

ಮಂಗಮ್ಮ ನಮಗೆ ಬಹು ವರ್ಷದಿಂದ ವರ್ತನೆಯಾಗಿ ಮೊಸರು ತಂದು ಕೊಡುತ್ತಾಳೆ. ಈ ವರ್ತನೆ ಬೆಂಗಳೂರಿನ ತರಹ. ಬೇರೆ ಊರುಗಳಲ್ಲಿ ವರ್ತನೆ ಎಂದರೆ ದಿನವೂ ತಪ್ಪದೆ ಬಂದು ಮೊಸರನ್ನು ಕೊಟ್ಟು ತಿಂಗಳ ಕೊನೆಗೆ ದುಡ್ಡು ತೆಗೆದುಕೊಳ್ಳುವುದಕ್ಕೆ ಹೆಸರು. ಬೆಂಗಳೂರಲ್ಲಿ ಸುಮಾರು ಇಂತಹ ವರ್ತನೆ ಇಲ್ಲ ಅಂತ ಕಾಣುತ್ತದೆ. ಮಂಗಮ್ಮ ಸಾಮಾನ್ಯವಾಗಿ ನಮ್ಮ ಕೇರಿಯ ಕಡೆ ಬಂದಾಗ ನಮ್ಮ ಮನೆಗೂ ಬರುವುದು, ಮೊಸರು ತಕ್ಕೊತೀರಾ ಅವ್ವಾ ಒಳ್ಳೇ ಮೊಸರು ತಂದಿದೀನಿ ಅಂತ ಹೇಳುವುದು, ನಮಗೆ ಬೇಕಾಗಿದ್ದರೆ ನಾವು ತೆಗೆದುಕೊಳ್ಳುವುದು, ಆ ಹೊತ್ತಿನ ವ್ಯಾಪಾರ ಹೇಗಿದೆಯೋ ಹಾಗೆ ಅವಳಿಗೆ ಆಗಲೇ ದುಡ್ಡು ಕೊಟ್ಟುಬಿಡುವುದು ಅಥವಾ ಮಾರನೆ ದಿವಸ ಕೊಡುವುದು. ಇದು ನಮ್ಮ ಅವಳ ವರ್ತನೆಯ ರೀತಿ. ಅವಳ ಊರು ಅವಲೂರ ಪಕ್ಕದಲ್ಲಿ ಯಾವುದೊ ಒಂದು ಹಳ್ಳಿ. ವೆಂಕಟಾಪುರವೋ ಎಂಥದೋ ಹೆಸರಿನ ಗ್ರಾಮ. ಬರುತ್ತಾ ನಮ್ಮ ಮನೆ ಕಡೆಗೇನೇ ಬರಬೇಕು. ಹೋಗುತ್ತಾ ನಮ್ಮ ಮನೆ ಕಡೇನೇ ಹೋಗಬೇಕು. ನಾನು ಸ್ವಲ್ಪ ಒಳ್ಳೆ ಮಾತಾಡುತ್ತೇನೆ ಅಂತ ಮಂಗಮ್ಮ ಒಂದೊಂದು ದಿನ, ಹಳ್ಳಿಯಿಂದ ಬಂದಹಾಗೆ ಒಂದು ಸಲ, ಮೊಸರೆಲ್ಲಾ ಮಾರಿ ಆದಮೇಲೆ ಹೋಗುತ್ತಾ ಒಂದು ಸಲ ಬರುವು ದುಂಟು. ಬಂದು ನಮ್ಮ ಅಂಗಳದಲ್ಲಿ ಸ್ವಲ್ಪ ಹೊತ್ತು ಕುಳಿತಿದ್ದು ನಮ್ಮನ್ನೆಲ್ಲ ಸ್ವಲ್ಪ ಮಾತನಾಡಿಸಿ, ಎಲೇನೋ ಅಡಿಕೇನೋ ಬಾಯಲ್ಲಿ ಹಾಕಿಕೊಂಡು ಬೇಕಾದರೆ ಎಲೇನೋ ಅಡಿಕೇನೋ ಕೇಳಿ ತಕ್ಕೊಂಡು, ಆ ಮೇಲೆ ಊರಿಗೆ ಹೋಗುತ್ತಾಳೆ. ಇಂಥ ಸಂದರ್ಭದಲ್ಲಿ ನನಗೆ ಸ್ವಲ್ಪ ಬಿಡುವಾಗಿದ್ದರೆ ಅವಳು ತನ್ನ ಕಷ್ಟ ಸುಖವನ್ನೆಲ್ಲ ಹೇಳುತ್ತಾಳೆ; ನನ್ನನ್ನೂ ಏನಾದರೂ ಹೇಳು ಅಂತ ಕೇಳುತ್ತಾಳೆ. ನನಗೆ ಕಷ್ಟ ಏನಿದೆ? ಸದ್ಯ ದೇವರು ಎಲ್ಲಾ ಚೆನ್ನಾಗಿ ಇಟ್ಟಿದ್ದಾನೆ. ಏನೋ ಮನೇಮಾತು ಬೆಕ್ಕು ಬಂದು ಹಾಲು ಕುಡೀತು ಅಂತಲೋ ಇಲಿ ಬಂದು ಕುಂಬಳಕಾಯಿ ತಿಂದಿತು ಅಂತಲೋ ಏನಾದರೂ ಒಂದು ಮಾತು ನಾನು ಹೇಳಿದರೆ, ಅಯ್ಯೋ ಈ ಪರಪಂಚವೇ ಹೀಗೆ ಅಂತ ಅವಳ ಅನುಭವದ ತತ್ತ್ವವನ್ನು ಹೇಳಿ, ಪ್ರಪಂಚಾನ ಸರಿಯಾಗಿ ನಡೆಸಿಕೊಳ್ಳುವುದು ಹೇಗೆ ಅಂತ ಹೇಳಿಕೊಡುತ್ತಾಳೆ. ಒಟ್ಟಿನಲ್ಲಿ ಮಂಗಮ್ಮ ನನಗೆ ಬಹಳ ಬೇಕಾದವಳು; ನನಗೂ ಅವಳಿಗೂ ಬಹಳ ಸಲಿಗೆ.

ಈಗ ಸುಮಾರು ಒಂದು ತಿಂಗಳ ಹಿಂದೆ ಮಂಗಮ್ಮ ಬೆಳಗಾಗ "ಮೊಸರು ತಕ್ಕೊಳ್ಳಿ ತೀರಾ ಅಮ್ಮಯ್ಯ" ಅಂತ ಬಂದಾಗ ನಾನು ಎಲ್ಲೋ ಒಳಗಿದ್ದೆ. ನಮ್ಮ ಹುಡುಗ "ಊ ತಕೋತಾರೆ" ಅಂತ ಅವಳಿಗೆ ಹೇಳಿದ; ಹೋಗಿ ಹತ್ತಿರ ನಿಂತುಕೊಂಡು "ಕೊಡು ಮೊಸರು ಅಂತ ಕೈಹಿಡಿದ. ಮಂಗಮ್ಮ ಗಡಿಗೆಯಿಂದ ಒಳ್ಳೇ ಗರಣಿ ಅಷ್ಟು ತೆಗೆದು ಅವನ ಕೈಗೆ ಹಾಕಿದಳು; "ಜಾಗ್ರತೆ ಬರಹೇಳು ಅಮ್ಮನ್ನ. ನಾನು ಹೋಗಬೇಕು" ಅಂತ ಹೇಳಿದಳು. ಅಷ್ಟು ಹೊತ್ತಿಗೆ ನಾನು ಬಂದೆ. ಮಂಗಮ್ಮ "ಅವ್ವಾ ಬಂಗಾರದಂತ ಮಗನ್ನ ಹೆತ್ತು ಕೊಂಡಿದೀಯಾ. ನಿನ್ನ ಗುಣ ಹೆಂಗೊ ಆ ಮೊಗಾನೂ ಹಂಗೇ ಐತೆ. ಆದರೆ ಇದೆಲ್ಲಾ ಏನವ್ವ? ಹುಡುಗ ಬೆಳೆಯೋ ತಂಕಾನೆ. ಬೆಳೆದಮೇಲೆ ಯಾವಳೋ ಬರ್‍ತಾಳೆ ಈಗ ಅಮ್ಮ ಅಮ್ಮ ಅಂತ ಇರೋ ಮಗ ಆಗ ಅಮ್ಮನ್ನ ನೀನು ಇದ್ದೀಯಾ ಸತ್ತ್ಯಾ ಅಂತ ಕೇಳೊಲ್ಲ" ಅಂದಳು. ನಾನು "ಯಾಕೆ ಮಂಗಮ್ಮ, ಏನಾಯಿತು. ಮಗ ನೀ ಹೇಳಿದ ಮಾತು ಕೇಳಲಿಲ್ಲವೇ" ಎಂದೆ. "ಸರಿ ಬಿಡು ನನ್ನ ತಾಯಿ. ಕೈ ಹಿಡಿದ ಗಂಡನೇ ನನ್ನ ಮಾತು ಕೇಳಲಿಲ್ಲ, ಇನ್ನು ಮಗ ಏನು ಕೇಳಿಯಾನು?" "ಗಂಡ ನಿನ್ನ ಮಾತು ಕೇಳಲಿಲ್ಲವೇ ಮಂಗಮ್ಮ?" "ಅಯ್ಯೋ! ನನ್ನ ತಾಯಿ! ನಾನು ಒಳ್ಳೇ ಶಾಲೆ ಉಡಲಿಲ್ಲ. ಇನ್ಯಾವಳೋ ಉಟ್ಟುಕೊಂಡ್ಲೊ. ಶಾಲೆಗೆ ಬೆರಗಾಗಿ ಹೋದ ಅವಳ ತಾವ. ಏನೋ ಹೆಂಗಾದರೂ ಇರ್‍ಲಿ. ನನ್ನ ಮನೆ ನನ್ನ ಹೆಂಡ್ರು ಅಂತ ಗಂಡಸಿರೋದೆ ಚೆಂದ ಅಂತ ನಾನು ಸುಮ್ಗಿದ್ದೆ. ಅದರೇನವ್ವ, ಅಮೃತ ಮಾರಿದಿನಿ; ಗಂಡನ್ನೀಗಿಕೊಂಡಿನಿ. ಏನೋ ನನ್ನ ಪ್ರಾಪ್ತಿ ಆಸೇ ಇತ್ತು ಅವ್ವ. ನೀನು ಮಾತ್ರ ನೋಡು, ಗಂಡ ಮನೆಗೆ ಬರೊ ಹೊತ್ತಿಗೆ ಒಳ್ಳೇ ಶಾಲೆ ಉಟ್ಟುಕೊಂಡು ಓಡಾಡು. ಗಂಡಸರ ಮನಸ್ಸು ಬಹಳ ಚಪಲ ತಾಯಿ. ಅವರ ಕಣ್ಣಿಗೆ ಚೆಂದಾಗಿರೋ ಹಂಗೆ ಶಾಲೇನೋ ರವಿಕೇನೋ ಏನಾದರೂ ಒಂದು ಹೆಂಗಸು ಹಾಕಿ ಕೊಳ್ಳುತ್ತಾ ಇರಬೇಕು; ಹೂವು ಗಂಧ ತೋರಿದ್ದನ್ನ ತಕ್ಕೊಂಡು ಅವರ ಮನಸ್ಸಿಗೆ ಸಮಾಧಾನ ಇರೋ ಹಂಗೆ ಇಟ್ಟುಕೋಬೇಕು ತಾಯಿ. ನೀನು ಈಗ ಉಟ್ಟಿದೀಯಲ್ಲ ಇಂತಾ ಶಾಲೆ ಏನೋ ಕೆಲ್ಸ ಮಾಡೋವಾಗ ಏನ್ನ ಪಾಡಿಗೆ ನೀನು ಮನೇಗೆ ಇರೋವಾಗ ಆಗಬಹುದು. ಬೈಗಿನ ಹೊತ್ತಿಗೆ ಒಂದು ಒಳ್ಳೇ ಶಾಲೆ ಉಟ್ಟುಕೋಬೇಕು." ನನಗೆ ಸ್ವಲ್ಪ ನಗು ಬಂತು; ಆದರೆ ಇವಳ ಅನುಭವದಿಂದ ಬಂದ ಮಾತಿನ ಬುದ್ಧಿ ಎಷ್ಟು ದೊಡ್ಡ ದೆಂದು ತೋರಿತು; ಆ ಮಾತನ್ನು ತಂದ ಅವಳ ಅನುಭವದಿಂದ ಅವಳು ನೊಂದಿದ್ದಳೆಂದು ತಿಳಿದು ಸ್ವಲ್ಪ ವ್ಯಥೆಯೂ ಆಯಿತು. ನಾನು "ಹೌದು ಮಂಗಮ್ಮ, ನೀ ಹೇಳೋ ಮಾತು ನಿಜ" ಅಂತ ಹೇಳಿದೆ. ಆಮೇಲೆ ಮಂಗಮ್ಮ ಹೇಳಿದಳು : "ನೋಡು ತಾಯಿ, ಗಂಡ್ಸನ್ನ ಸರಿಯಾಗಿಟ್ಟುಕೋಬೇಕಾದರೆ ನಾಲ್ಕು ಉಪಾಯ. ಅವ್ರು ಇವ್ರು ಹೇಳ್ತಾರೆ ನಾರು ಬೇರು ಇಕ್ಕು ಅಂತ. ಮದ್ದಿಕ್ಕಿ ಮಸಣಕ್ಕೆ ಕಳುಹಿಸು ಅಂತ ಗಾದೆ ಐತೆ. ಇಂತಾವರ ಮಾತನ್ನೆಲ್ಲಾ ಕೇಳಬಾರದು. ಆಗಾಗ ಬಾಯಿಗೆ ರುಚಿಯಾಗಿ ಏನಾದರೂ ಒಂದು ಮಾಡಿಕೊಡೋದು, ಕಣ್ಣಿಗೆ ಚೆಂದಾಗಿ ಶಿಂಗಾರ ಮಾಡಿಕೊಂಡು ಕಷ್ಟ ಇರಲಿ ನಿಷ್ಠೂರ ಇರಲಿ ನಗತಾ

ಮಾತ್ನಾಡಿಸೋದು, ಮನೆಗೇ ಬೇಕಾದ್ನ ತುಂಬಾ ತರ್ಸಿಕೊಂಡುಬಿಟ್ಟು, ಆಗಾಗ ಕೇಳಿದೀರ ಇರೋದು, ಮೂರು ಕಾಸು ಆರು ಕಾಸು ಸೇರಿಸಿಕೊಂಡು ಏನಾದರೂ ಸಂದರ್ಭ ಬಿದ್ದಾಗ ಒಂದು ರೂಪಾಯಿ ಕೊಡೋದು, ಇದೂ ಕಾಣವ್ವ ನಾರುಬೇರು. ಮನೆ ಹೆಂಗ್ಸು ಇದ್ನ ಮಾಡಿದರೆ ಗಂಡ ಅನ್ನೋನು ಮನೇ ನಾಯಹಂಗೆ ಇರ್‍ತಾನವ್ವ. ಇದ್ನ ಮಾಡ್ಲಿಲ್ಲ ಅನ್ನು ಬೀದೀಲಿ ಅಲೀತಾನೆ". ನನಗೆ ಮಂಗಮ್ಮನ ಮಾತಿನ ಚಮತ್ಕಾರದಿಂದ ಆಶ್ಚರ್ಯ ವಾಯಿತು; ಇನ್ನೆರಡು ಮಾತನಾಡಿ ಅವಳನ್ನು ಅಂದು ಕಳುಹಿಸಿಕೊಟ್ಟೆನು.

ಈಗ ಹದಿನೈದು ದಿನದ ಹಿಂದೆ ಮಂಗಮ್ಮ ಮನೆಗೆ ಬಂದಾಗ, ಬಹಳ ಬೇಸರ ಪಟ್ಟಿದ್ದಳು ಅಂತ ಕಂಡಿತು. ನಾನು "ಯಾಕೆ ಮಂಗಮ್ಮ, ಹೀಗಿದ್ದೀಯಾ" ಅಂತ ಕೇಳಿದೆ. "ಏನು ಹೇಳೋದವ್ವ, ನನ್ನ ಜನ್ಮ ಯಾರಿಗೂ ಬ್ಯಾಡದೀರ ಹೋಯಿತು" ಎಂದು ಹೇಳಿ, ಮಂಗಮ್ಮ ಸೆರಗಿನಿಂದ ಕಣ್ಣನ್ನು ಒರಸಿಕೊಂಡಳು. ನಾನು "ಯಾಕಮ್ಮಾ, ಏನಾಯ್ತು, ಮಗ ಏನಾದರೂ ಅಂದ್ನೆ" ಅಂತ ಕೇಳಿದೆ. "ಊ ಅಂದ ಕಾಣವ್ವ. ಅವನ ಹೆಂಡ್ರು ಅರಿಯದ ಕುನ್ನಿಮೊಗ ಐತಲ್ಲ ಅದು ಏನೋ ಮಾಡ್ತು ಅಂತ ಅದನ್ನ ಹೊಡದಲು. "ಯಾಕೆ ಗಯ್ಯಾಳಿ, ರಕ್ಕಸೀ ಹಂಗೆ ಅರಿಯದ ಕಂದನ್ನ ಹೊಡೀತಾ ಇದ್ದೀಯಾ ಅಂದೆ. ನನಗೆ ಎದುರು ಬಿದ್ಲು, ತಾರುಮಾರು ನನ್ನ ಬೈದ್ಲು. 'ಇದೇನೆ ಇದು, ನಿನ್ನ ಗಂಡನ್ನ ಹೆತ್ತ ತಾಯಿ ನಾನು, ನನ್ನ ಇಷ್ಟು ಮಾತು ಅಂತೀಯಾ, ಆಗಲಿ ಅವನೇ ಬರಲಿ ಕೇಳೋಣ' ಅಂತ ಹೇಳಿದೆ. ಸರದಾರ ಮನೆಗೆ ಬಂದ. ನೋಡಪ್ಪ ಹುಡುಗನ್ನ ಸುಮ್ಮನೆ ಬಡೀತಾಳೆ. ಬ್ಯಾಡ ಅಂದ್ರೆ ನನ್ನ ಬೈತಾಳಲ್ಲೋ. ನೀನು ಹೆಂಡ್ರಿಗೆ ಒಸಿ ಬುದ್ಧಿ ಹೇಳು' ಅಂದೆ. ಅವಳು 'ಏನ್ನ ನನಗೆ ಬುದ್ಧಿ ಹೇಳೋದು? ಹೈದ ತಂಟೆ ಮಾಡಿದ್ರೆ ಬ್ಯಾಡ ಅನ್ನೋಕೆ ನನಗೆ ಯದಿಕ್ಯಾರಿ ಇಲ್ಲೊ? ನೀನು ಗಂಡನ್ನ ಹೆತ್ತಂಗೆ ನಾನು ಈ ಮೊಗಾನ್ನೂ ಹೆರಲಿಲ್ಲವೊ? ಯಾತರದದು ಬುದ್ಧಿ ನನ್ಗೆ ಹೇಳಬೇಕಾಗಿರೋದು' ಅಂದ್ಲು. ಎಷ್ಟಾ ದರೂ ಅವಳು ಹೆಂಡ್ರು ಕಾಣವ್ವ. ನಾನು ತಾಯಿ. ಅವಳ್ನಂದ್ರೆ ಬದಲಿಗೆ ಅಂತಾಳೆ, ನನ್ನ ಅಂದ್ರೆ ನಾನೇನು ಮಾಡೋಹಂಗಿದ್ದೀನಿ? ಅವನು 'ಹೌದಮ್ಮ, ಅವಳ ಹೆತ್ತ ಮಗೂನ ಅವಳು ಹೊಡಿತಾಳೆ, ನೀನ್ಯಾಕೆ ಅವಳ ತಂಟೆಗೆ ಹೋಗ್ತೀಯ, ನನ್ನ ದಂಡಿಸು' ಅಂದ. ಹಂಗಾದ್ರೆ ನಾನು ಮಾಡಿದ್ದು ತಪ್ಪಾಯ್ತೇನೋ' ಅಂದೆ. 'ತಪ್ಪೊ ಸರಿಯೋ, ಹೆತ್ತೋಳು ಮಗನ್ನ ದಂಡಿಸಕೂಡದು ಅನ್ನೋಕೆ ಆಗ್ತದೆಯಾ' ಅಂದ. ನಂಗೆ ಕೋಪ ಬಂತವ್ವ. ಮಾತು ತಪ್ಪಿ ಬಾಯಾಗ ಬಂತು. 'ಏನೋ ಇದು? ಹೆಂಡ್ರು ನಿನ್ಗೆ ಹಾಕಿರೋ ಮಂಕು ಬೂದೀಲಿ ನಿನ್ಗೆ ಅವಳು ಕಂದನ್ನ ಬಡಿದರೂ ಸರಿಯೆ ನನ್ನ ಬೈದರೂ ಸರಿಯೆ ಆಗದೆ. ಚೆನ್ನಾಗಿ ಹೋಯ್ತುಪ್ಪ. ನಾಳೆ ಅವಳು ತಾಯಿೊನ ಆಚೆಗೆ ಕಳಿಸು ಅಂದ್ರೂ ನೀನು ಕಳಿಸೋನೆ' ಅಂದೆ. ಮಗ 'ಇನ್ನೇನು ಮಾಡೋಕಾಗ್ತದವ್ವ, ಹೆಂಡ್ತಿ ಇದ್ರೆ ನಾನಿರೊದಿಲ್ಲ ನಾನಿದ್ರೆ ಹೆಂಡ್ತಿ ಇರೋದು ಬೇಡ ಅಂದ್ರೆ, ದಿಕ್ಕಿಲ್ಲದ ಹೆಂಗ್ಸು ಅವಳ್ನ ಏನು ಮಾಡೋದು?' ಅಂದ. 'ನನಗ್ಯಾರಪ್ಪ ದಿಕ್ಕು' ಅಂದೆ. 'ನಿನ್ಗೇನವ್ವ, ದನ ಅದೆ, ಕರ ಅದೆ,

ದುಡ್ಡು ಅದೆ, ಕಾಸದೆ, ನಿನ್ನ ನಾನು ಸಾಕಬೇಕಾದ್ದೇನು' ಅಂದ. 'ಹಂಗಾದರೆ ನನ್ನ ಬೇರೆ ಹೋಗು ಅಂತೀಯೇನೋ' ಅಂತ ಕೇಳಿದೆ. 'ನಿನ್ನಿಷ್ಟ, ಹೋಗಬೇಕು ಅಂದರೆ ನಾನು ಬ್ಯಾಡ ಅನ್ನೋಲ್ಲ ಅವ್ವ, ನಿಮ್ಮ ಪಂಚಾಯ್ತಿ ಸಾಕು ನನಗೆ' ಅಂತ ಅವ ಅಂದ. 'ಆಗ್ಲಪ್ಪ, ಹಂಗಾದ್ರೆ ಈವತ್ತು ಮದ್ಯಾನದಿಂದ ನಾನು ಬ್ಯಾರೆ ಇರ್ತೀನಿ. ನೀನೂ ನಿನ್ನ ಹೆಂಡ್ರೂ ಸುಕವಾಗಿರ್ರಾ' ಅಂತ ಹೇಳ್ಬಿಟ್ಟು ಇದೋ ಮೊಸರು ತಕ್ಕೊಂಡು ಬಂದೀನವ್ವ." ಇದನ್ನೆಲ್ಲಾ ಹೇಳಿ ಮಂಗಮ್ಮ ಸುಮ್ಮನೆ ಅತ್ತಳು. ನಾನು ಸಮಾಧಾನ ಮಾಡಿದೆ. "ಸರಿ, ಇದೆಲ್ಲಾ ಏನು ದೊಡ್ಡ ಮಾತು? ಹೋಗತೀಯ, ಎಂದಿನ ಹಾಗೆ ಮನೆಯಾಗೆ ಇದ್ದುಬಿಡ್ತೀಯ; ಎಲ್ಲಾ ತಾನೇ ಸರಿಹೋಗ್ತದೆ, ಬಿಡು ಮಂಗಮ್ಮ" ಹೀಗೆ ಧೈರ್ಯ ಹೇಳಿ, ಮೊಸರನ್ನ ತೆಗೆದುಕೊಂಡು ಅವಳನ್ನ ಕೊಟ್ಟುಕಳುಹಿದೆ.

ಮಾರನೆ ದಿನ ಮಂಗಮ್ಮ ಬಂದಾಗ ಹಿಂದಿನ ದಿನದಷ್ಟು ವ್ಯಸನವಿರಲಿಲ್ಲ. ಆದರೆ ಮನಸ್ಸು ಎಂದಿನಂತೆ ಹಗುರವಾಗಿಯೂ ಇರಲಿಲ್ಲ. "ಜಗಳ ಸಮಾಧಾನ ಆಯಿತೋ ಇಲ್ಲೋ ಮಂಗಮ್ಮ" ಅಂದೆ. ಸಮಾಧಾನ ಆಗೋಕೆ ಬಿಟ್ಟಾಳ? ನೆನ್ನೆ ಮೊಸರು ಮಾರಿ ಮನೆಗೆ ಹೋದ್ರೆ ನನ್ನ ಮಡಕೆ ಕುಡಿಕೆ ಎಲ್ಲಾನೂ ಒಂದು ಪಕ್ಕಕ್ಕೆ ಇಟ್ಟಿದಾಳೆ. ಒಂದು ಗುಡಾಣದಾಗೆ ರಾಗಿ. ಒಂದರಾಗೆ ಅಕ್ಕಿ, ಒಂದಿಷ್ಟು ಉಪ್ಪು, ಮೆಣಸಿನಕಾಯಿ ಎಲ್ಲಾನೂ ತಾನೂ ತನ್ನ ಗಂಡ್ನೂ ಉಂಡದ್ದಾಯಿತು ಅಂತ ಕಾಲುಚಾಚಿ ಕುಳಿತದಾಳೆ. ಹೆಂಗವ್ವ ಜಗಳ ಸಮಾದಾನ ಆಗೋದು. ನಾನು ಒಂದಿಷ್ಟು ಹಿಟ್ಟು ಬೇಯಿಸಿಕೊಂಡು ತಿಂದೆ ಕಾಣವ್ವ. ಬಾಯಾಗ ಹೇಳಿದ್ದಾಯಿತು. ಅವರಿಷ್ಟೇ ಸಾಕು ಅಂದರು. ಮದುವೆಯಾದ ಮೇಲೆ ಮಗ ನಮ್ಮೋನೆ ತಾಯಿ? ಸರಿ, ಅವನಿಗೆ ಬ್ಯಾಡದೆ ಇದ್ದ ಮ್ಯಾಲೆ ನಾನ್ಯಾಕೆ ಮೇಗೆ ಬಿದ್ದು ಹೋಗಬೇಕು. ಬ್ಯಾರೇನೇ ಇದ್ದೀನಿ ಕಾಣವ್ವ. ದಿನಾ ಆ ಮಗುಗೆ ಒಂದಷ್ಟು ಮೊಸರು ಕೊಟ್ಟು ಆಮೇಲೆ ಮಾರಾಕೆ ಬರ್ತಾ ಇದ್ದಿ. ಹೊತೀನೆ ಆ ಹೊತ್ತಿಗೆ ಸರಿಯಾಗಿ ಅವಳು ಅವನ್ನ ಎಲ್ಲೋ ಕರಕೊಂಡು ಹೋಗಿದ್ಲು. ಆ ಹುಡುಗನ್ನ ನಾನು ಮಾತ್ನಾಡಿಸ ಕೂಡದು ಅಂತ ಮಾಡುತಾಳೆ ನೋಡು, ನಾ ಬಲ್ಲಿನಿ" ಅಂದಳು. ಎಷ್ಟು ಸಣ್ಣ ಮಾತು ಏನು ರಾಮಾಯಣವಾಗಿ ಕೂತುಕೊಂಡಿತು ಅಂತ ನನಗಾಶ್ಚರ್ಯವಾಯಿತು. ಆದರೆ ಇದಕ್ಕೆ ನಾನೇನೂ ಮಾಡುವ ಹಾಗಿಲ್ಲ. ಇನ್ನು ಯಾವುದೋ ಒಂದೆರಡು ಮಾತನ್ನಾಡಿ ಮಂಗಮ್ಮನನ್ನು ಕಳುಹಿಸಿಕೊಟ್ಟೆ.

ಆಮೇಲೆ ಒಂದೆರಡು ದಿನ ಈ ಮಾತನ್ನು ಎತ್ತಲಿಲ್ಲ. ಮಂಗಮ್ಮ ಬೇರೆಯೇ ಇದ್ದಾಳೆಂದು ತೋರಿತು. ಆಮೇಲೆ ಒಂದು ದಿನ ಮಂಗಮ್ಮ "ಅವ್ವಾ, ನೀನು ಹಾಕ್ಕೊಳ್ತೀಯಲ್ಲ ಆ ಮಕಮಲ್ ಬಟ್ಟೆ ಅದು ಗಜಕ್ಕೆ ಏನು ಬೆಲೀ ಅವ್ವ" ಎಂದಳು. "ಯಾಕೆ, ಮಂಗಮ್ಮ' ಅಂದೆ. "ಇಷ್ಟು ದಿನಾನೂ ಮಗಗೆ ಮೊಮ್ಮಗಗೆ ಅಂತ ಕಾಸಿಗೆ ಕಾಸು ಸೇರಿಸಿದ್ದಿ ಕಾಣವ್ವ. ಇನ್ನಾಕೆ ಸೇರಿಸೋದು. ನಾನು ಒಂದು ಮಕಮಲ್ ಜಾಕೀಟು ಹೊಲಿಸಿಕೊಂಡು ಓಡಾಡ್ತೀನಿ" ಎಂದಳು. "ಅದರ ಜಾಕೀಟು ಏಳೆಂಟು ರೂಪಾಯಿ ಆಗಬಹುದು ಮಂಗಮ್ಮ"

ಅಂದೆ. ಆ ದಿನ ಹೋದವಳು ಮಂಗಮ್ಮ ದರ್ಜಿ ಅಂಗಡೀಲಿ ಮಕಮಲ್ ಬಟ್ಟೆ ವ್ಯಾಪಾರ ಮಾಡಿದ್ದಾಳೆ. ಹೊಲಿಯೋದಕ್ಕೆ ಹಾಕಿದ್ದಾಳೆ. ಮಾರನೆ ದಿವಸ ಊರಿಗೆ ಹೋಗುತಾ ಅದನ್ನ ಹಾಕಿಕೊಂಡೇ ಬಂದಿದ್ದಾಳೆ. "ನೋಡಿದಾವ್ವ, ನನ್ನ ಸಿಂಗಾರಾನ? ಯಜಮಾನ್ನಿದ್ದಾಗ ಒಂದು ಒಳ್ಳೇ ಶಾಲೆ ತಕ್ಕೊಳಲಿಲ್ಲ. ಅವನು ಯಾವ್ಹೋಳ್ನೋ ನೋಡಿಕೊಂಡು ಹೋದ. ಮಗನಿಗೆ ಕಾಸಿರಲಿ ಅಂತ ಕೂಡಿಸಿಟ್ಟೆ. ಈ ಮಗನ ಸುದ್ದಿ ಹೀಗಾಯಿತು. ನೋಡು ನನ ಸಿಂಗಾರಾನ" ಎಂದಳು.

ಮಗನನ್ನು ಬಿಟ್ಟ ದುಃಖದಲ್ಲಿ ಮಂಗಮ್ಮನಿಗೆ ಸ್ವಲ್ಪ ಬುದ್ಧಿ ಭ್ರಮಿಸಿದೆ ಎಂದು ನನಗೆ ತೋರಿತು. ಬಹಳ ಕೋಪ ಬಂದಾಗ ಯಾರಿಗಾದರೂ ಹೀಗಾಗುತ್ತದೆ. ನಾನು ಏನೂ ಹೇಳಲಿಲ್ಲ. ಆದರೆ ಈ ಜಾಕೀಟಿನಿಂದ ಅವಳಿಗೆ ಇತರರೊಂದಿಗೂ ಜಗಳ ಬಂದಿತು. ಅವರ ಊರಿನ ಒಬ್ಬ ಹುಡುಗ ಬೆಂಗಳೂರಿನಲ್ಲಿ ಓದುತ್ತ ಇದ್ದಾನಂತೆ. ಅವನು ಫರಂಗಿ ಯವರ ಹಾಗೆ ಅಥವಾ ನಮ್ಮವರು ವಿದ್ಯಾವಂತರು ಎನ್ನುವವರು ಈಗ ಹಾಕಿಕೊಳ್ಳುವ ಹಾಗೆ ಟೈ ಕಾಲರ್, ಹಾಕಿಕೊಳ್ಳುವ ನಾಜೂಕುವಂತ. ಅವನು ಮಂಗಮ್ಮನ್ನ ಕಂಡಾಗ, "ಏನವ್ವಾ ಪೂರಾ ಮಕಮಲ್ ಜಾಕೆಟ್ ಹಾಕಿಬಿಟ್ಟೆ" ಅಂದನಂತೆ. ಮಂಗಮ್ಮ "ಯಾಕೋ ಹೈದ ಬಹಳ ಉಚಾಯಿಸಿ ಮಾತ್ನಾಡ್ತೀಯಾ, ನೀನು ಆ ಕುತ್ತಿಗ್ಗೆ ಉರ್ಲು ಹಾಕ್ಕೋ ಬಹುದಂತೆ, ನಾನು ಜಾಕೀಟು ಯಾಕೆ ಹಾಕ್ಕೋಬಾರದು" ಎಂದಳಂತೆ. ಇವರಿವರಿಗೆ ಮಾತು ನಡೆಯಿತು. ಹತ್ತಿರದ ನಾಲ್ಕು ಜನ ನಕ್ಕರು.

ಮಾರನೆಯ ದಿನ ಮಂಗಮ್ಮ ನನಗೆ ಇದನ್ನು ಹೇಳಿದಳು. ಇತರರು ಹೀಗೆ ಹೇಳುವು ದಲ್ಲದೆ ಆ ಸೊಸೆಯಾದವಳು ಮಂಗಮ್ಮ ಕೇಳುವ ಹಾಗೆ ಇತರರೊಂದಿಗೆ "ಸೊಸೆಗೆ ಒಂದು ರವಿಕೆ ಹೊಲಿಸಲಾರದೆ, ಅತ್ತೆ ಬೇರೆ ಸಂಸಾರ ಆಗಿ, ಜಾಕೀಟು ಹಾಕಿರೋದ ನೋಡಿ" ಅಂದಳಂತೆ. ಮಂಗಮ್ಮ ಸೊಸೆಗೆ ಮದುವೆಯಲ್ಲಿ ಓಲೆ, ಕಡಗ, ಚಳತುಂಬು, ಜಿಮಿಕೆ ನಾಗರ, ಕಂಠಿ, ಡಾಬು, ಇದಿಷ್ಟನ್ನು ಕೊಟ್ಟಿದ್ದಳು. ಆಮೇಲೆ ವರುಷಕ್ಕೆ ಒಂದು ಏನಾದರೂ ಒಡವೆ ತೆಗೆದುಕೊಟ್ಟಿದ್ದಳು. ಅದೆಲ್ಲಾ ಸೊಸೆಗೆ ಜ್ಞಾಪಕವೇ ಇಲ್ಲ. ಮಂಗಮ್ಮ ಈ ಮಾತು ಕೇಳುತ್ತಾ ಒಂದೆರಡು ಸಲ ಸುಮ್ಮನಿದ್ದಳು. ಆಮೇಲೆ ಅವಳಿಗೆ ತಡೆಯಲಿಲ್ಲ. ಒಂದು ರಾತ್ರಿ ಹೋಗಿ ಮಗನ್ನ "ನಿನ್ನ ಹೆಂಡ್ರು ನನ್ನ ಬಹಳ ಮಾತಂತಾಳೆ ನಾನೇನೋ ಜಾಕೀಟು ಹಾಕಿಕೊಂಡೆ ಅಂತ. ತನಗೆ ಏನೂ ತಕ್ಕೊಡಲಿಲ್ಲವಂತೆ. ನಾನು ಕೊಟ್ಟದ್ದೆಲ್ಲಾ ಸುಳ್ಳೇ? ಕಡಗ, ಓಲೆ, ಕಂಠಿ, ನಾಗರ, ಡಾಬು,ನಾನು ಕೊಟ್ಕೋವು ಅಲ್ಲ"ಎಂದಳಂತೆ. ಸೊಸೆ ಗಂಡನನ್ನ ಮಾತಾಡೋಕೆ ಬಿಡಲಿಲ್ಲ. "ಗಂಡ ಇಲ್ಲದ ಮುದುಕಿ ನೀನು ಈಗ "ಓಲೇನೂ ಡಾಬೂನೂ ಹಾಕೋತೀಯಾ? ತಕ್ಕೊಂಡು ಹೋಗು ಹಾಕ್ಕೋ" ಎಂದಳು. ಆ ಗಂಡನು "ಯಾಕೆ ಹೆಣ್ಣೆ, ಇಷ್ಟು ಮಾತು" ಎಂದು, ತಾಯನ್ನು ಕುರಿತು "ಅವ್ವಾ, ನಿಮ್ಮ ಜಗಳ ನನಗೆ ಬೇಕಿಲ್ಲ. ನಿನ್ನ 'ಓಲೆ ಒಡವೆ ಬೇಕು ಎಂದರೆ ತಕ್ಕೊಂಡು ಹೋಗು' ಎಂದನಂತೆ ಮಂಗಮ್ಮ ಹೇಳಿದಳು : "ನೋಡವ್ವ, ಬೀದಿಯೋರ ಕೂಡ ಇಂಥ ಮಾತು ಆಡಬ್ಯಾಡ

ಎಂತ ಹೆಂಡರಿಗೆ ಹೇಳವೊಲ್ಲ. ಬೇಕಾದರೆ ಒಡವೆ ತಕ್ಕೊಂಡುಹೋಗು ಅಂತ ನನ್ನ ಮೇಲೇ ತಪ್ಪು ಹಾಕಿದ ತಾಯಿ. ಇನ್ನು ಯಾಕೆ ಈ ಜನ್ಮ". ಅದನ್ನೆಲ್ಲ ಕೇಳಿ ನನಗೆ ಬಹಳ ವ್ಯಸನ ವಾಯಿತು. ಇವಳೋ ಮುದುಕಿ. ಅವನು ಒಬ್ಬ ಮಗ. ಅವನ ಹೆಂಡತಿ ಗಂಡನ್ನ ಗಂಡನ ತಾಯನ್ನ ಚೆನ್ನಾಗಿ ನೋಡಿಕೊಳ್ಳಬಾರದೆ? ಇಷ್ಟಕ್ಕೆ ಈ ರಂಪೆಲ್ಲ ಯಾಕೆ? ಮೊಮ್ಮಗನ್ನ ಹೊಡೆಯಬೇಡ ಅಂತ ಮುದುಕಿ ಹೇಳಿದ್ದಕ್ಕೆ. ಇದೇಕೆ ಇವರೆಲ್ಲ ಹೀಗೆ ಮಾಡುತಾರೋ ಎಂದು ನಾನು ಯೋಚಿಸಿದೆ. ಆ ಮೇಲೆ ನನಗೆ ತೋರಿತು. ಎಲ್ಲಿ ನೋಡಿದರೂ ಜಗಳದ ಕಾರಣ ಹೀಗೆಯೇ ಇರುವುದು. ಒಬ್ಬೊಬ್ಬರಿಗೆ ಆಗದ ಕಾರಣದಿಂದ ಸಣ್ಣ ವಿಷಯ ದೊಡ್ಡದಾಗುತ್ತದೆ; ಎಲ್ಲಿಲ್ಲದ ಜಗಳ ಹುಟ್ಟುತ್ತದೆ; ಅದಕ್ಕೆ ಸೇರಿದವರಿಗೆಲ್ಲ ಮಿತಿಯಿಲ್ಲದೆ ನೋವು.

ಇದಾದ ಕೆಲದಿನದ ಮೇಲೆ ಮಂಗಮ್ಮ ನನ್ನನ್ನು "ಅವ್ವಾ ನೀವು ಸತ್ಯವಂತರು. ನಂದು ವಸಿ ಹಣ ಐತೆ ಅದನ್ನ ಎಲ್ಲಿಯಾದರೂ ಈ ಬಾಂಕಿ ಅಂತಾರಲ್ಲ ಅಂತಾ ಕಡೆ ಇರಿಸಿ ಕೊಂಡಿರವ್ವ ಅದಕ್ಕೆ ಅವರಿವರು ಕಣ್ಣು ಹಾಕುತ್ತಿದ್ದಾರೆ" ಎಂದಳು. ಏನಾಯಿತು ಎಂದು ನಾನು ವಿಚಾರಿಸಿದೆ. "ನಿನ್ನೆ ನೋಡವ್ವಾ, ನಮ್ಮೂರೋನು ರಂಗಪ್ಪ ಅಂತ ಇದಾನೆ. ಅವನು ಸ್ವಲ್ಪ ಜೂಜುಗೀಜು ಆಡೋದುಂಟು. ಸೋಕೀ ಮನುಷ. ನಾನು ಮೊಸರು ತಕ್ಕೊಂಡು ಬರತಿರಬೇಕಾದರೆ ದಾರಿಯಲ್ಲಿ ಅದೆಲ್ಲಿಂದಲೋ ಬಂದ, ಏನು ಮಂಗಮ್ಮ, ಚಂದಾಗಿದೀಯಾ' ಅಂದ. 'ಏನು ಚಂದ ರಂಗಪ್ಪ ನೀನು ಕಾಣದ ಚಂದ' ಅಂದೆ. ಅವ ಇದ್ದೋನು 'ಹೌದು ಬಿಡವ್ವ ನೀ ಹೇಳೋದು ನಿಜಾನೆ. ಈಗಿನ ನಡತೀಲಿ ಯಾರಿಗೆ ಚಂದ ಎಂತಾದ್ದು; ಈಗಿನ ಹುಡುಗರು ಉಚಾಯಿಸಿ ಮಾತಾಡೋದೆ, ನಮ್ಮಂತ ವಯಿಸಾದೋರು, ಎಲಾ ಹಿಂಗಾಯಿತಲ್ಲ ಅನ್ನೋದೆ. ಇನ್ನೇನು ಮಾಡೋದು ಮಂಗಮ್ಮ, ಅಂದ. ಹಂಗೇ ನಡಕೊಂಡು ಬಂದಿವಿ. ದಾರೀಲಿ ತೋಪು ಬಾವಿ ಐತೆ ಏಳು. ಅಲ್ಲಿ ಬರಬೇಕಾದರೆ ನನಗೆ ಭಯ, ಇವ ಏನು ಮಾಡ್ತಾನೋ ಅಂತ. ಈ ಸಂಜೆಯಾಗೆ ಅಷ್ಟು ದುಡ್ಡೈತೆ ಏಳು. ಅದಕಾಗಿ ಅವನು ಅಲ್ಲೀ ಗುಂಟ ಬಂದವನೇ ಒಸಿ ಸುಣ್ಣ ಕೊಡುತೀಯಾವ್ವ' ಎಂದ. ಕೊಟ್ಟೆ. ತಕೊಂಡು ಹೋದ. ಈ ಹೊತ್ತು ನಾನು ಬರು ತಿರಬೇಕಾದರೆ ಅಲ್ಲೇ ಬಂದು ಜೊತೆಗೆ ಸೇರಿದ ಕಾಣವ್ವ. ಆ ಮಾತು ಈ ಮಾತು ಹೇಳಿ ದೋನೆ ನಡುವೆ 'ಮಂಗಮ್ಮ, ನನಗೆ ಒಸಿ ಸಮಯಾಗೈತೆ ಒಂದು ಸ್ವಲ್ಪ ಸಾಲ ಕೋಟ್ಟೀ ಯಾವ್ವ. ಈ ಸಲದ ರಾಗಿ ಮಾರತಾನೇ ಹಿಂದಕ್ಕೆ ಕೊಟ್ಟುಬಿಡತೀನಿ' ಅಂದ. 'ನನ್ನ ತಾವು ದುಡ್ಡೆಲ್ಲೀದಪ್ಪ' ಎಂದೆ. 'ಬಿಡು ಮಂಗಮ್ಮ, ನಮಗೆ ತಿಳೀದ. ದುಡ್ಡು ಅಲ್ಲಿ ಇಲ್ಲಿ ಹೂತಿಟ್ಟು ಬರೋದೇನವ್ವ. ನನಗೆ ಸಾಲ ಕೊಡು, ನಾನು ಬದುಕಿಕೋತೀನಿ. ನಿನಗೂ ಬಡ್ಡಿ ಬರ್ತದೆ' ಎಂದ. ಸ್ವಲ್ಪ ಹೊತ್ತು ಬಿಟ್ಟುಕೊಂಡು 'ನಿನ್ನ ಮಗನೂ ನೀನೂ ಜೊತೆಗೆ ಇದ್ದಿದ್ದರೆ ನಾನು ನಿನ್ನ ಕೇಳುತಾ ಇರಲಿಲ್ಲ. ಏನೋ ಸೊಸೆಗೆ ಚೀಕು ಬಾಕು ಮಾಡಿಸೋನ ಅಂತಿರುತೀಯಾ ಎಂತ ನಾ ಬಲ್ಲೆ. ಈಗ ಅದೇನೂ ಇಲ್ಲವಲ್ಲ ಅಂತ ಕೇಳಿದಿ ಅಂದ.

ಹೆಂಗಸು ಒಂಟಿ ಆದಳು ಅಂದರೆ ಜನ ನೋಡು ತಾಯಿ ಅವಳ ಮೇಲೆ ಕಣ್ಣು ಹಾಕುತಾರೆ. ಎಂದಳು. ನಾನು "ನಮ್ಮ ಯಜಮಾನರನ್ನು ಕೇಳಿ ಹೇಳುತ್ತೇನೆ" ಎಂದೆ.

ನಾನು ಯಜಮಾನರ ಸಂಗಡ ಈ ವಿಷಯ ಪ್ರಸ್ತಾಪ ಮಾಡಿರಲಿಲ್ಲ; ಮಾರನೆಯ ದಿನ ಮಂಗಮ್ಮ ಮೊಸರು ಕೊಟ್ಟವಳೆ ಮಡಿಲಿನಿಂದ ಒಂದು ಸಂಚಿ ತೆಗೆದಳು, "ಅವ್ವಾ, ಒಳಗೆ ಹೋಗೋನ, ಎಣಿಸಿಕೊಳ್ಳುವಿಯಂತೆ" ಎಂದಳು. ನಾನು "ಯಜಮಾನರನ್ನು ಇನ್ನೂ ಕೇಳಿಲ್ಲ, ಇರಲಿ ಇನ್ನೊಂದು ಸಲ ತರುವೆಯಂತೆ" ಎಂದೆ. ಮಂಗಮ್ಮ "ಅವ್ವಾ ನನಗೆ ಬಹಳ ಭಯವಾಗ್ತದೆ ಕಾಣವ್ವಾ. ರಂಗಪ್ಪ ಈವೊತ್ತೂ ಬಂದ. ತೋಪಿನ ತಾವು ಕೂತುಕೋ ಮಂಗಮ್ಮ ಹೋಗುವಿಯಂತೆ ಏನು ಅವಸರ' ಅಂದ. ನನ್ನ ತಾವು ಈ ದುಡ್ಡು ಬೇರೆ, ನನ್ನೆದೆ ಡವಡವ ಬಡುಕೋತಿತ್ತು. ನಿಲ್ಲೋದಿಲ್ಲ ಅಂದರೆ ಹಿಡಿದು ನಿಲ್ಲಿಸಿದರೆ ಏನು ಮಾಡೋದು ಅಂತ ಕೂತೆ. ಮನೆ ಮಾತಾಡಿದ. ಮಠದ ಮಾತಾಡಿದ. ಆಮೇಲೆ ನನ್ನ ಕೈ ಹಿಡಿದುಕೊಂಡು 'ಮಂಗಮ್ಮ, ನೀನು ಎಷ್ಟು ಚೆನ್ನಾಗಿದೀಯಾ ಅಂತೀಯಾ' ಅಂದ. ಕೇಳಿದಾ ತಾಯಿ, ಒಳ್ಳೇ ಪರಾಯದಾಗೇ ಯಜಮಾನನಾದೋನು ಈ ಕೈಹಿಡಿಯೋದ ಬಿಟ್ಟ. ಇನ್ನೊಬ್ಬ ಹಿಡೀಲಿಲ್ಲವ್ವ ಇದನ್ನ. ಇವ ಈವೊತ್ತು ಹಿಡಿದ. ನಾನು ಕೈಬಿಡಿಸಿಕೊಂಡು, 'ಏನು ರಂಗಪ್ಪಾ, ಬಹಳ ಸರಸವಾಡುತೀಯಾ, ನನ್ನ ಚಂದ ಹೇಳೋಕೆ ನೀನೇನು ಮಾಡಿಕೊಂಡ ಗಂಡನಾ, ಬಿಡು' ಅಂತ ಬೇಗನೇ ಎದ್ದು ಬಂದುಬಿಟ್ಟೇ ತಾಯಿ. ನಿನ್ನೇ ರೂಪಾಯಿ ಕೇಳಿದ, ಈವೊತ್ತು ಮಾನ ಕೇಳಿದ, ಹಸೇಮೇಲೆ ಜೊತೆಗೇ ಕುಂತು ಬಾಸಿಂಗ ಕಟ್ಟಿಕೊಂಡು ಸೇಸೆ ಹಾಕಿಸಿಕೊಂಡು ಕೈಹಿಡಿದೆ ಅಂದ ಜೀವ ಎತ್ತಲೋ ಹೋಯಿತವ್ವ. ಒಳ್ಳೇ ಪರಾಯದಾಗೆ ಗಂಡ ಬೇಡ ಅಂದ. ಇನ್ನೊಬ್ಬಳಾಗಿದ್ದರೆ. 'ಮಾಡಿಕೊಂಡ ಗಂಡ ಒಲ್ಲ ಕೂಡಿಕೋ ಬಾರೋ ನಲ್ಲ' ಅಂತ ಕುಣಿದಿರೋಳು. ಅಂದರೆ, ನಾನು ನನ್ನ ಮರಿಯಾದೆ ಬಿಡಲಿಲ್ಲವ್ವ. ಈ ಪೋಲಿ ಬಂದು ದಾರೆ ಎರೆಸಿಕೊಂಡ ಕೈಗಿಂತ ಹೆಚ್ಚಾಗಿ ನನ್ನ ಕೈಹಿಡಿತಾನೆ ನೋಡಿದಾವ್ವಾ" ಎಂದಳು.

ನನಗೆ ಇವಳ ಕತೆ ಏಕೋ ಬಹಳ ಕಷ್ಟಕ್ಕೆ ಬಂದಿತೆಂದು ತೋರಿತು. "ಇದೇನೆಲ್ಲ ಫಜೀತಿ ಮಂಗಮ್ಮ, ಸುಮ್ಮನೆ ಹೋಗಿ, ಆದದ್ದಾಯಿತು ಅಂತ ಮಗನ ಹತ್ತಿರ ಇದ್ದು ಬಿಡೋದು ತಾನೆ" ಎಂದೆ.

"ನಾನು ಇದ್ದೇನವ್ವ, ಅವಳು ಇರಗೊಡಿಸಿದರಲ್ಲವಾ."

"ಮಗನಿಗೆ ಇದೆಲ್ಲ ಹೇಳು."

"ಅಯ್ಯೋ ನನ್ನವ್ವಾ, ರಂಪುಮಾಡಿ ನನ್ನ ಜಾತಿಯಿಂದ ಓಡಿಸಿಯಾಳು ಆ ಸೊಸೆ. ನನಗೆ ಹೊತ್ತಾಯಿತವ್ವ. ನಾನು ಬರುತೀನಿ. ಯಜಮಾನರ ಕೇಳಿ ನಾಳೆ ಹೇಳು" ಎಂದು ಮಂಗಮ್ಮ ಹೊರಟುಹೋದಳು.

ತಿರುಗಿ ಒಂದು ಗಂಟೆಯ ಹೊತ್ತಿಗೆ ಬಂದಳು. "ಅವ್ವಾ, ಈ ಹೊತ್ತು ಒಂದು ಕೆಲಸ ಆಯಿತೇ" ಎಂದಳು.

"ಏನಾಯಿತು?"

"ಮೊಗಾಗೆ ಇರಲಿ ಅಂತ ಒಂದಿಷ್ಟು ಮಿಟಾಯಿ ತಕ್ಕೊಂಡು ಹೆಡಿಗ್ಯಾಗೆ ಇಟ್ಟುಕೊಂಡಿ ತಾಯಿ." ಮಂಗಮ್ಮ ಮೊದಲು ಮಗು ತನ್ನ ಹತ್ತಿರ ಬರದಂತೆ ಮಾಡಿದರೆಂದು ಹೇಳಿದ್ದ ಳಲ್ಲ; ಈಗ ಮೊಗಾಗೆ ಎಂದರೆ ಯಾವ ಮಗುವಿಗೆಂದು ನನಗೆ ಅರ್ಥವಾಗಲಿಲ್ಲ "ಯಾವ ಮಗುವಿಗೆ" ಎಂತ ನಾನು ಕೇಳಿದೆ. "ಇನ್ಯಾವ ಮೊಗಾವ್ವ, ನಮ್ಮೊಗಾನೆ" "ನಿನ್ನ ಹತ್ತಿರ ಬರೋದಿಲ್ಲಾ ಅಂತ ನೀ ಹೇಳಿದೆ". "ಹೋಗಬೇಡಾಂತ ಅವರ ಅಮ್ನು ಹೇಳ್ತಾಳೆ. ಆದರೆ ಮೊಗ ಬರದೀರ ಇರ್ತಾದಾವ್ವ. ಅವರು ಕಾಣದಂತೆ ಯಾವಾಗಲೋ ಬರ್ತದೆ, ಒಸಿ ಹಾಲು ಕುಡೀತದೆ, ಒಸಿ ಮೊಸರು ತಾ ಅನ್ನುತ್ತದೆ. ಏನಾದರೂ ಕೊಟ್ರೆ ಕುಣೆ ದಾಡ್ತದೆ. ರಂಪು ಮಾಡಿದ್ರೆ ನಿಮ್ಮಮ್ಮಿಗೆ ಕೇಳ್ತದೆ ನೋಡು ಅಂದರೆ ಬಾಯಿ ಮುಚ್ಚಿ ಕೋತದೆ. ಮಕ್ಕಳ ಆಟಾನೇ ಆಟ ಕಾಣವ್ವ. ಅದಕ್ಕಿರಲಿ ಅಂತ ಒಂದೀಸು ಮಿಟಾಯಿ ತಕ್ಕೊಂಡು ಹೆಡಿಗೇಲಿಟ್ಟುಕೊಂಡಿ. ಈ ಸಂಕರಪುರದಾಗೆ ಬರುತಿರಬೇಕಾದರೆ ಅಲ್ಲಿ ಒಂದು ಯಾವುದೋ ಮಾವಿನ ಮರ ಇದೆಲ್ಲ ಅಲ್ಲಿ ಕೂತಿದ್ದ ಒಂದು ಕಾಗೆ ರಪ್ಪನೆ ಬಂದು ಮಿಟಾಯಿ ಪೊಟ್ಣಾನ್ನೆತ್ತಿಕೊಂಡು ಹೋಗಿಬಿಡ್ತವ್ವ. ಈವತ್ತು ಹಿಂಗಾಗಿಬಿಡ್ತಲ್ಲ" ನಾನು "ಒಂದು ಮಿಟಾಯಿ ಪೊಟ್ನ ಹೋದರೆ ಏನಾಯಿತು? ತಿರಿಗಿ ಅಷ್ಟು ತಕ್ಕೊಂಡ್ರಾಯಿತು" ಎಂದೆ. ಮಂಗಮ್ಮ "ಅದಲ್ಲಾವ್ವ; ಕಾಗೆ ಬಂದು ಮನುಷರ್ನ ಮುಟ್ಟಬಾರದು ಅಂತಾರೆ, ಅದಕ್ಕಂದಿ" ಅಂದಳು. "ಮುಟ್ಟಿದರೆ ಏನಂತೆ" ಎಂದೆ. "ಜೀವಕ್ ಊನ ಅಂತಾರೆ. ನನಗೇನಾದರೂ ಕಡೆಗಾಲ ಬಂತೋ ಅಂತ ಹಂಗೆ ಬಯ ಆಯ್ತು ಅನ್ನು. ಆ ಮೇಲಂದು ಕೊಂಡೆ, ಸಂತೋಷಾನೆ ಆಯ್ತು. ಯಾರಿಗೂ ಬ್ಯಾಡ ಜಲ್ಮ. ನಮ್ಮಪ್ನ ಪಾದದಾಗೆ ಸೇರಿಬಿಡಲೇಳು ಅಂತ ಅಂದ್ಕುಕೊಂಡೆ. ಅಂತು ಈವತ್ತು ಹಿಂಗಾಯ್ತು" ನಾನು "ಏನು ತಿಕ್ಕಲು ಮಾತ ಹೇಳ್ತೀಯಾ ನೀನು! ಕಾಗೆಗೆ ಸಿಕ್ಕೋಹಾಗೆ ಮಿಟಾಯಿ ಇಟ್ಟುಕೊಂಡು ದಾರೀಲಿ ಬರೋದು, ಅದು ಬಂದು ತಕ್ಕೊಂಡ್ರೆ ಜೀವಕ್ಕೆ ಊನ ಅನ್ನೋದು, ಇದು ಯಾವ ಬುದ್ಧಿಮಾತು, ಹೋಗು, ಸುಮ್ಮನೆ ಮನೆಗೆ ಹೋಗು" ಅಂದೆ. "ಅಂಗಾರೆ ಬಯ ಇಲ್ಲ ಅಂತೀಯಾ" "ಭಯಾನೂ ಇಲ್ಲ, ಗಿಯಾನೂ ಇಲ್ಲ. ಜಗಳ ಆಡಿದಷ್ಟೂ ಆಯುಸ್ಸು ಹೆಚ್ಚು. ತಿರಿಗೆ ಆ ಸಮಾಚಾರ ಯೋಚನೆ ಮಾಡದೆ ನಗುತ್ತಾ ಮನೆಗೆ ಹೋಗು."

ಮಂಗಮ್ಮ ಹೊರಟುಹೋದಳು. ನಾನು ಇವಳ ಮನಸ್ಸಿನ ಸ್ಥಿತಿಯನ್ನು ಕುರಿತು ಯೋಚಿಸಿ ಆಶ್ಚರ್ಯಪಟ್ಟೆ. ಮಗ ಬೇಕು, ಸೊಸೆ ಬೇಕು. ಮೊಮ್ಮಗ ಬೇಕು; ಆದರೆ ತಾನು ಯಜಮಾನಿ ಅಂತ ನನಗೆ ಎಲ್ಲರೂ ಗೌರವ ತೋರಿಸಬೇಕು. ಮನುಷ್ಯನಾದವ ನಿಗೆ ಈ ಚಪಲ ತಪ್ಪಿದ್ದಲ್ಲ. ಜೀವನದಲ್ಲಿ ಏನೋ ಬೇಸರ. ಆದರೂ ಸಾಯುವುದಕ್ಕೆ ಇಷ್ಟವಿಲ್ಲ. ಆದರೆ ಆ ಇಷ್ಟ ಇಲ್ಲ ಅಂತ ತೋರಿಸಿಕೊಳ್ಳುವುದಕ್ಕೆ ಇಷ್ಟ ಇಲ್ಲ. ಹಳ್ಳಿಯ ಜನ, ತಿಳಿಯದ ಜನ, ಮುಚ್ಚುಮರೆ ಅರಿಯದವರು ಎಂತ ನಾವು ಹೇಳುವ ಇಂಥವರ

ಮನಸ್ಸಿನ ಸ್ಥಿತಿಯೋ ಹೀಗೆ ಪರದೆಯ ಹಿಂದೆ ಪರದೆ, ನೆರಿಗೆಯ ಹಿಂದೆ ನೆರಿಗೆ, ಮರಿಕೆಯ ಮರೆಯಲ್ಲಿ ಮಡಿಕೆ, ಇದು ಏನು ನಾಟಕದ ಸೂತ್ರ ಎಂತ ಎಂದುಕೊಂಡೆ.

ಮಂಗಮ್ಮ ತಿರುಗಿ ಬಂದಾಗ ಇನ್ನೊಂದು ಸಮಾಚಾರ ಹೇಳಿದಳು. ಆ ಮೊಮ್ಮಗ ಅಮ್ಮನ್ನ ಅಪ್ಪನ್ನ ಬಿಟ್ಟು ಇವಳ ಹತ್ತಿರಲೇ ಬಂದುಬಿಟ್ಟಿತಂತೆ. ಅವಳಿಗೆ ಬಹಳ ಸಂತೋಷ. ಆ ಹುಡುಗನ ಧೈರ್ಯ ನೋಡು ಅಂತ. "ಏನವ್ವ, ಚಿಳ್ಳೆ ಒಂದು ಚೋಟುದ್ದ ಐತೆ ಹೈದ. ಅಮ್ಮನ್ನ ಬಿಟ್ಟು ಬರೋದು ಅಂದ್ರೆ ಏನವ್ವ? ನಿನ್ನೆ ಮದ್ಯಾನ ನನ್ನ ಮನೆಗೆ ಬಂದ ಹುಡುಗ ತಿರಿಗಿ ಅಮ್ನ ಹತ್ತಿರಕ್ಕೆ ಹೋಗೋದಿಲ್ಲ ಅಂದುಬಿಡ್ತು. ಇಷ್ಟು ದಿನ ಮುಚ್ಚುಮರೇಲಿ ಬರ್ತಾ ಇದ್ದದ್ದು ಯಾವಾಗ ಮನೆಗೆ ಹೋಗಲಿಲ್ಲೊ ಅವರ ಅಮ್ಮ ಬಂದು ರಾದ್ಧಾಂತ ಮಾಡಿದಳು. ಬಾ ನಿನಗೆ ಹೊಡಿತೀನಿ ಅಂದ್ಳು. ಹೈದ ನಾನು ಬರೊಲ್ಲ ಅಂತ ನನ್ನ ಕಾಲ್ಹಿಡುಕೊಂಡು ನಿಂತುಬಿಡ್ತವ್ವ. ಹೋಗೋ ಅಂತ ಇನ್ನಿಲ್ಲದೆ ಹೇಳ್ದೆ. ಅವರಪ್ಪ ಬಂದು ಕೇಳ್ದ. ಹೋಗಲ್ಲ. ನನ್ನ ತಾವೇ ನಿಂತುಬಿಡ್ತು ತಾಯಿ. ಹತ್ತು ದಿನ ಬೇರೆ ಮನೇಲಿ ಒಬ್ಬಳೇ ಮಲಗಿ ಯಾವಾಗಲಾದರೂ ಒಸಿ ಬಯಪಡುತಾ ಇದ್ದಿ. ನಿನ್ನೆ ಈ ಹೈದ ಜೊತೆಗಿದ್ದ ಅಂದದ್ದೆ ಏನೋ ಧೈರ್ಯ ಬಂದುಬಿಡ್ತವ್ವ. ಏನಂದರೂ ಗಂಡಸು ನೋಡವ್ವ. ದೇವರು ನೋಡಿ ಅವನಿಗೆ ಬುದ್ಧಿ ಕೊಟ್ಟದ್ದು. ಬೆಳೆದ ಮಗ ಬೇಡ ಅಂದ್ರೆ ಈ ಚಿಳ್ಳ ಮೊಮ್ಮಗ ನಾನಿದ್ದೀನಿ ಸುಮ್ಗಿರು ಅಂತ ಬಂದುಬಿಟ್ತಲ್ಲವ್ವ. ರಾಮಾಣ್ಯ ಮಾಡಿದಳು ಸೊಸಿ ರಾತ್ರಿಯೆಲ್ಲ. ಜಪ್ಪಯ್ಯ ಅಂದ್ರೂನು ಇದು ಹೋಗಲಿಲ್ಲ. ಬೆಳಗಾಗ ನಾ ಇಲ್ಲಿ ಬರಬೇಕಾದ್ರೆ ನೀನು ಒಂಟಿಯಾಗಿರ್ತಿಯೋ ಅಂತ ಅವರಮ್ಮನ ಮನೆ ಬಾಕಿಲು ತಾವು ಕರಕೊಂಡು ಹೋಗಿ ನಿಲ್ಲಿಸಿದೆ. ಒಳಗೆ ಹೋತು. ನಾ ಇತ್ತಾಗೆ ಬಂದಿ" "ಅವಳು ಮಗೂನ ಹೊಡೆದರೆ ಏನು ಮಾಡ್ತೀಯ" ಅಂತ ನಾನು ಕೇಳಿದೆ "ಮಗ ಒಪ್ಪೊತ್ತಾದರೂ ಮನೆಗೆ ಬರ್ತಾನಲ್ಲ ಎಂತ ಸಂತೋಸ ಇಲ್ಲವೆ ತಾಯಿ ಅವಳಿಗೆ? ಹತ್ತಿರಲೇ ಇದ್ರೆ ಹೊಡೆಯೋಣ ಅನ್ನಿಸತದೆ. ಈಗ ನೋಡವ್ವ, ನನ್ಗೆ ಒಂದೇ ಮನೇಗೆ ಇದ್ದಾಗ ನನ್ನ ಸೊಸಿ ಎಂತಾ ಚೆಲುವಿ ಅಂತ ತಿಳೀತಿರಲಿಲ್ಲ. ಈಗ ನೋಡ್ತೀನಿ ದೂರದಿಂದ. ಏನೋ ಮುಖ ಗಂಟುಹಾಕಿಕೊಂಡಾಗ ಹೇಗೋ ಇರ್ತದೆ ಅನ್ನು. ಮಿಕ್ಕಾದ ಹಂಗೆ ಒಳ್ಳೆ ಚೆಲುವಿ. ಅದಕ್ಕೇ ನನ್ನ ಹೈದ ಮರುಳಾಗಿರೋದು. ಅವನ್ನೂ ಹಂಗೆ. ಆಗ ಏಸು ಹೊತ್ತಿಗೆ ಮನೆಗೆ ಬಂದ್ನು ಏಸೊತ್ತಿಗೆ ಹೊಲಕೆ ಹೋದ್ನು ನೋಡ್ತಿರಲಿಲ್ಲ. ಈಗ ನನ್ನ ಮನೆ ಬಾಗಿಲಾಗ ಕೂತು, ಇದ್ಯಾಕೆ ಇನ್ನೂ ಬರಲಿಲ್ಲ, ಇದ್ಯಾಕೆ ಇಷ್ಟು ಬೇಗ ಹೊರಟುಬಿಟ್ಟ, ಅಂತ ನೋಡುತಾ ಇದೀನವ್ವ. ಅವಳಿಗೂ ಹಂಗೇ ಅಲ್ಲವೆ, ಹೊಡೆದರೆ ನಾಳೆ ಬೆಳಗಾಗ ನಾನು ಮೊಸರು ಮಾರೋಕೆ ಹೊರಟಾಗ ನನ್ನ ಜೊತೆಗೆ ಬಂದುಬಿಡ್ತಾನೆ. ತಿಂಗಳು ದಿನ ಹೊತ್ತು ನೋವು ಪಟ್ಟು ಹೆತ್ತ ಮಗನ್ನ ಬಿಟ್ಟು ಕೊಟ್ಟಾಳೆ ತಾಯಿ". ಇವಳ ಯೋಚನೆ ಎಷ್ಟು ದೂರ ಓಡುತ್ತದೆ ಎಂದು ನನಗೆ ಆಶ್ಚರ್ಯವಾಯಿತು. ಇಷ್ಟರಲ್ಲಿ ಇವರ ಜಗಳ ಸುಮುಖವಾಗಿ ಕೊನೆಗಾಣುತ್ತದೆಂದು ನನ್ನ ಮನಸ್ಸಿಗೆ ತೋರಿತು.

ಆದದ್ದೂ ಹೀಗೆಯೇ. ಎರಡು ದಿನ ಬಿಟ್ಟು ಹುಡುಗ ತಾಯಿಮನೆಗೆ ಹೋದವನು ಮಾರನೆಯ ದಿನ ಪಾಟೀ ಜೊತೆಗೆ ಬೆಂಗಳೂರಿಗೆ ಬರುತ್ತೇನೆಂದು ಹಠಮಾಡಿದ. ಮುದುಕಿ ಮೊಸರಿನ ಹೆಡಿಗೆ ತಲೇಮೇಲಿಟ್ಟುಕೊಂಡು ಮೊಮ್ಮಗನ್ನ ಕಂಕುಳಲ್ಲಿಟ್ಟುಕೊಂಡು ಮೂರು ಮೈಲಿ ಬರೋದು ನಿಜವಾದ ಮಾತೆ? ಏನು ಮಾಡೋದೆಂದು ಅವಳಿಗೆ ತೋರಲಿಲ್ಲ. ಮಗನೂ ಸೊಸೆಯೂ ಕೂಡ ಬಂದು "ಏನೋ ಆತವಾ ನಾವು ತಪ್ಪು ಮಾಡಿದಿವಿ ನೀನು ಕೋಪಿಸಿಕೊಂಡ್ರೆ ಹ್ಯಾಗವ್ವ" ಎಂದರು. ಊರಿನ ಜನವೂ ನಾಲ್ಕು ಜನ ಬಂದು ಇವಳಿಗೆ ಸಮಾಧಾನ ಹೇಳಿದರು. ದೊಡ್ಡಸ್ತಿಕೆ ಕಳಕೊಳ್ಳದ ಹಾಗೆ ಮಂಗಮ್ಮ ತನ್ನಿಷ್ಟದಂತೆ ಸೊಸೆಯ ಜೊತೆಗೆ ಸೇರಿಕೊಂಡಳು. ಆದರೆ ಈ ಮೊಮ್ಮಗ ಅಜ್ಜಿಯ ಜೊತೆಗೆ ಇರಬೇಕು ಅಂತ ಅನ್ನೋದನ್ನ ಹಠಮಾಡಿಬಿಟ್ಟ. ಅದರ ಮೇಲೆ ಹೊಸ ಏರ್ಪಾಡಾಯಿತು. ಮೊದಲಿಂದಲೂ ಹಾಲು ಮೊಸರಿನ ವ್ಯಾಪಾರ ಮಂಗಮ್ಮನ ಕೈಯಲ್ಲಿತ್ತು. ಸೊಸೆ ಬಂದಮೇಲೆ ಕೂಡ ಮಂಗಮ್ಮ ಈ ಕೆಲಸ ತನ್ನ ಕೈಲೇ ಇಟ್ಟುಕೊಂಡಿದ್ದಳು. ಹೆಸರಿಗೆ ಮನೆ ಸೊಸೆ ಅಂದಮೇಲೆ ಹಿಟ್ಟು ಸಟ್ಟುಗ ನಿನ್ನದು ಅಂತ ಕಾರಣ. ನಿಜವಾಗಿ, ಮೊಸರು ಮಾರಿದರೆ ಕೈಲಿಷ್ಟು ಕಾಸು ಓಡಾಡುತ್ತದೆ ಅನ್ನುವುದು. ಈಗ ಈ ಮೊಮ್ಮಗ ನಾದೋನು ಅಜ್ಜೀ ಜೊತೆಗೆ ಇರಬೇಕು ಅಂತ ಯಾವಾಗ ಹಠಮಾಡಿದ, ಸೊಸೆ "ಏನು ಬಿಸಿಲಲ್ಲಿ ಸುಮ್ಮನೆ ಹೋಗೋದು ಬರೋದು, ವಯಸ್ಸಾದಮೇಲೆ ಎಷ್ಟು ದಿನ ಈ ಕೆಲ್ಸ ಮಾಡೋಕಾಗತದೆ. ಹಿಟ್ಟು ಸಟ್ಟುಗ ನೋಡಿಕೊಂಡು ನೀನು ಯಜಮಾನ್ತಿ ಮನೇಲಿರು, ನಾನು ಹೋಗಿ ಮೊಸರು ಮಾಡಿಕೊಂಡು ಬರ್ತೀನಿ" ಅಂದಳು. ಮಂಗಮ್ಮ. "ಆಗಲಿ" ಅಂದಳು. "ಎಂದಾದರೂ ನಾನು ಹೋಗಿ ಬರ್ತೀನಿ, ದಿನಾ ನೀನು ಹೋಗು" ಎಂದು ಈ ಕೆಲಸವನ್ನು ಸೊಸೆಗೆ ಒಪ್ಪಿಸಿದಳು. ಒಂದು ದಿನ ಅತ್ತೆ ಸೊಸೆ ಇಬ್ಬರು ಬಂದರು. ಒಬ್ಬಳ ಕೈಲಿ ಮಗು; ಇನ್ನೊಬ್ಬಳ ತಲೇಮೇಲೆ ಮೊಸರಿನ ಹೆಡಿಗೆ. "ಇವಳೇ ಕಾಣವ್ವ ನನ್ನ ಸೊಸಿ. ಪಾಪ ಮುದುಕಿ ಯಾಕೆ ಅವಳೇ ಬೇಸಿಕೊಳ್ಳಬೇಕು ಅಂತ ತಿರಿಗಿ ಕರಕೊಂಡಾಳೆ ಮನೇಒಳಾಕ್ಕೆ. ಸುಮ್ಮನೆ ಬಿಸಿಲಾಗೆ ಓಡ್ಯಾಡಬೇಡ ಅಂದ್ಲು. ಆಗಲಿ ಅಂದಿದೀನಿ ಇನ್ನುಮೇಲೆ ಅವಳೇ ಮೊಸರು ತರ್ತಾಳವ್ವ. ಅಂತ ಹೇಳಿ, ಮಂಗಮ್ಮ ನಮ್ಮನ್ನು ಸೊಸೆಗೆ ಒಪ್ಪಿಸಿದಳು. ನಾನು ಅತ್ತೆಯನ್ನೂ ಸೊಸೆಯನ್ನೂ ಮಾತನಾಡಿಸಿ ಸಮಾಧಾನವಾಗಿ ನಡಕೋಬೇಕು ಎಂತ ಬುದ್ಧಿವಾದ ಹೇಳಿ, ಎರಡು ಎಲೆ ಅಡಿಕೆ ಕೊಟ್ಟು ಕಳುಹಿಸಿದೆ. ಈಚೆಗೆ ಆ ಸೊಸೆ ಮೊಸರು ತರತ್ತಾ ಇದಾಳೆ.

ಅತ್ತೆಯ ಪರವಾಗಿ ಇಷ್ಟೆಲ್ಲಾ ಮಾತು ಆಯಿತಲ್ಲ. ಈ ಸೊಸೆಯ ಪರವಾಗಿ ಏನಿರಬಹುದು ಅಂತ ನಾನು ಒಂದು ದಿನ "ಎಲೆ ನಂಜಮ್ಮ, ನೀನು ಒಳ್ಳೆ ತಿಳಿದೋಳ ಹಂಗಿದ್ದೀಯಲ್ಲ, ಅತ್ತೇನ ಮನೆಬಿಟ್ಟು ಓಡಿಸಬಹುದೇನೆ" ಎಂದೆ. ನಂಜಮ್ಮ ಅದಕ್ಕೆ "ಅತ್ತೇನ ಓಡಿಸೋಕೆ ನಾನೇನು ರಾಚ್ಚಸೀನಾವ್ವ? ಅಲ್ರವ್ವಾ, ಅತ್ತೆಯಾದೋಳು ಯಾವ ಮಾತಿಗೂನೂ ನಾನೇ ಅಂದುಬಿಟ್ಟು ಆ ಮಗನಾದೋನ್ನ ಮನೆಗಂಡ್ಸು ಅಂತ ನೋಡ್ದೀರಾ

ಅವ ಮುಟ್ಟಾಳ ಆಗಿಬಿಟ್ರೆ, ಅವ ಗಂಡನಾಗೋದೇನು, ನಾನು ಹೆಂಡ್ರಾಗೋದೇನು. ನಾನು ಸಂಸಾರ ಮಾಡೋದೇನು? ಏನೋ ಒಳ್ಳೆಯದಾಯಿತು ಅತ್ತೆ ಹೆತ್ತಳು ಸಾಕಿದಳು, ಗಂಡನ್ನ ಬೇಕಾದರೆ ಅವಳೇ ಸ್ವತಂತ್ರ ಅಂತ ಇಟ್ಟುಕೊಳ್ಳಲಿ ಅಂದೆ. ನನ್ನ ಮೊಗಾನ್ನ ನಾನು ಹೊಡೀಕೂಡ್ದು ಅಂತ ಮಾಡಿಬಿಟ್ರೆ ಅತ್ತೆ, ಇದು ಯಾತರ ಸೋಸೀತನ ಅವ್ವಾ" ಎಂದಳು. "ಮಗ ನಿನ್ನೋನು ಅನ್ನೋದಕ್ಕೆ ಅವನ್ನ ಹೊಡೆಯೋದೆ ಗುರ್ತೇನೇ" ಎಂದೆ. ಹೊಡೆಯೋದೋ ಆಡಿಸೋದೋ, ಹೊಡೆದಾಗ ಯಾಕೆ ಹೊಡಿತೀಯ ಅನ್ನೋರು ಆಡಿಸಿದಾಗ ಯಾಕೆ ಆಡಿಸುತೀಯಾ ಅನಬಹುದು. ಇದಕ್ಕೆಲ್ಲ ಯಾರವ್ವ ಯವಹರಣೆ ಹೇಳೋದು. ನನ್ನ ಮಗ್ನು ಅಂದ್ರೆ ನನ್ನ ಮಗ್ನು. ನನ್ನ ಗಂಡ್ನು ಅಂದ್ರೆ ನನ್ನ ಗಂಡ್ನು. ಸೊಸೆ ಅಂತ ಬಂದೋಳು ಒಂದು ಮಾತು ಅಂದೆ ಅನ್ನಿ ಒಂದು ಏಟು ಹೊಡ್ದರೆ ಹೊಡಿಸಿಲಿ ಅಂತ ಅನ್ದಿರಾ ಇದ್ರೆ ನಾನು ಸಂಸಾರ ಮಾಡೋದು ಯಾಕೆ?" ನನಗೆ ಮಂಗಮ್ಮ ಮಾತನಾಡಿದಾಗ ಆ ಮಾತು ಸರಿ ಎಂದು ತೋರಿದ ಹಾಗೆ ಇವಳು ಮಾತನಾಡಿದಾಗ ಇದೂ ಸರಿ ಅಂತ ತೋರಿತು. "ಹಾಗಾದರೆ ಈಗ ನಿನಗೆ ಮನೇಲಿ ಸ್ವಲ್ಪ ಸ್ವತಂತ್ರ ಬಂತೋ?" "ಈಗ ಮೊದಲಿಗನ್ನಾ ಮೇಲು ತಾಯಿ. ಹೆಂಗಾದರೂ ಸರಿಸಿಕೊಂಡು ಹೋಗ್ಬೇಕು, ಸರಿಸಿಕೊಳ್ದೀರಾ ಜಗಳ ಮಾಡಿದ್ರೆ ನಮ್ಮತ್ತೇ ಕಾಸನ್ನೆಲ್ಲ ಇನ್ಯಾರಾದರೂ ಬಾಯಿಗೆ ಹಾಕ್ಕೋತಾರೆ. ನಮ್ಮೂರಾಗ ರಂಗಪ್ಪ ಅಂತ ಇದ್ದಾನೆ. ನಮ್ಮ ಅತ್ತೆ ಬೇರೆ ಇದ್ದಾಗ ಅವನು ಅವಳ್ನ ಸಾಲ ಕೇಳಿದ್ನಂತೆ. ಇವಳು ಕೊಡ್ತೀನಿ ಅಂದಳಂತೆ. ಅದ್ನ ಅವ ಹೇಳಿದ. ಅದರ ಮೇಲೆ ನಾನು ಮೊಗಾನ್ನ ಕರೆದು ಎಲೋ ನೀನು ಪಾಟೀ ಹತ್ತಿರ ಹೋಗು. ಮಿಟಾಯಿ, ತಿಂಡಿ ಕೊಡ್ತಾಳೆ. ನಮ್ಮ ಮನ್ಯಾಕ್ಕೆ ಬರಬೇಡ, ತಿರಿಗಿ ನಾನೇ ಕರಿಯೋವರೆಗೆ ಇಲ್ಲಿ ಬರಕೂಡದು' ಅಂತ ಕಳ್ಸಿಕೊಟ್ಟೆ. ಜಗಳ ಹೆಂಗಾದರೂ ತೀರಿದರೆ ಸಾಕು ಅಂತ ಇದೆಲ್ಲ ಸರಿಮಾಡಿದೆ ತಾಯಿ." "ಹಂಗಾದರೆ ಅಜ್ಜಿ ಹತ್ತಿರಕ್ಕೆ ಮಗು ತಾನೇ ಹೋಗಲಿಲ್ಲವೇ?" "ಮೊಗಾನೇ ಹೋಯ್ತು ತಾಯಿ, ನಾನು ಕಳ್ಸಿಕೊಟ್ಟೆ?" "ಅಯ್ಯೋ ಇದ್ನೆಲ್ಲ ಹೇಳೋರುಂಟೆ ಅವ್ವ. ಗಂಡಸರಿಗಿದೇನು ತಿಳೀತದೆ."

ಮಂಗಮ್ಮನಿಗಿಂತ ನಂಜಮ್ಮ ಬುದ್ಧಿಯಲ್ಲೇನೂ ಕಡಿಮೆ ಇಲ್ಲ. ಆ ಮನೆಯಲ್ಲಿ ಈಗ ಅತ್ತೆಗೆ ಸೊಸೆಗೆ ಸ್ವಾತಂತ್ರ್ಯದ ಸ್ಪರ್ಧೆ ನಡೆಯುತ್ತಿದೆ. ಅದರ ಮೂರ್ತ ಸ್ವರೂಪ ಆ ತಾಯ ಮಗ ಈ ಹೆಂಡತಿಯ ಗಂಡ. ಅವನನ್ನು ಬಿಟ್ಟುಕೊಡಕೂಡದೆಂದು ತಾಯ ಮನೋಗತ. ಅವನನ್ನು ಹಿಡಿಯಲೇ ಬೇಕೆಂದು ಈ ಸೊಸೆಯ ವ್ರತ. ಇದು ಎಲ್ಲಾ ಕಡೆಯಲ್ಲಿಯೂ ನಡೆಯುತ್ತಿರುವ ವ್ಯಾಪಾರ. ಇದರ ಗೆಲು ಸೋಲು ಹೀಗೆಯೇ ಎಂದು ಹೇಳುವಂತಿಲ್ಲ. ನೀರೊಳಗಿರುತ್ತ ಮಗುವಿನ ಕಾಲು ಹಿಡಿದಿರುವ ಮೊಸಳೆಯ ಹಾಗೆ ಸೊಸೆ. ಮೇಲೆ ನಿಂತ ಮಗುವಿನ ತೋಳನ್ನು ಹಿಡಿದುಕೊಂಡು ಅದನ್ನು ಉಳಿಸುತ್ತೇನೆ ಎನ್ನುವವಳು ತಾಯಿ. ಮಧ್ಯೆ ಆ ಮಗುವಿನ ಪಾಡು ತಾನೇ ಸ್ವಲ್ಪ ಕಷ್ಟ. ಹಳ್ಳಿಯಲ್ಲಾದರೆ ಮೊಸರು ಮಾರುವ ಮಂಗಮ್ಮನ ಮನೇಲಿ, ಪಟ್ಟಣದಲ್ಲಿ ಮೊಸರು

ಕೊಳ್ಳುವ ತಂಗಮ್ಮನ ಮನೇಲಿ; ನಡೆಯುತ್ತಾ ಇದೆ ಈ ವ್ಯಾಪಾರ; ಕೊನೆಯ ಅಂಕ ಕಾಣದ ನಾಟಕ.

3. ಗುರುಗಳ ಮಹಿಮೆ

– ಎ. ಆರ್. ಕೃಷ್ಣ ಶಾಸ್ತ್ರಿ

"ಸ್ವಕರ್ಮಸೂತ್ರ ಗ್ರಥಿತೋ ಹಿ ಲೋಕಃ"

–ಅಧ್ಯಾತ್ಮ ರಾಮಾಯಣ

(ಒಂದು ಸಂಸಾರದಲ್ಲಿ ಬರಿಯ ಹೆಣ್ಣುಮಕ್ಕಳೇ ಇದ್ದರು. ತಾಯಿಗೆ ಒಂದಾದರೂ ಗಂಡುಮಗುವಾಗಲೆಂಬ ಆಸೆ ಇತ್ತು. ಅದು ನೆರವೇರದ್ದರಿಂದ, ಕಡೆಯ ಮಗಳು ಅಳಿಯ ಇವರನ್ನು ಮನೆಯಲ್ಲಿ ಇಟ್ಟುಕೊಂಡು, ಅಳಿಯನನ್ನೇ ಮಗನಂತೆ ಕಂಡುಕೊಂಡಿದ್ದರು. ಹೀಗಿರಲು, ಒಬ್ಬ ಗುರುಗಳು ಕೋರಿದ್ದನ್ನೆಲ್ಲಾ ಕೊಡುತ್ತಾರೆಂದು ಕೇಳಿ, ಅವರಲ್ಲಿ ಸೇವೆ ಮಾಡಿ, ಆಕೆ ತನಗೆ ಪುತ್ರಸಂತಾನವಾಗಬೇಕೆಂದು ಹಟಹಿಡಿದಳು. ಅವರು ಎಷ್ಟು ಬೇಡವೆಂದರೂ ಕೇಳಲಿಲ್ಲ. ಒಂದು ಹೋಗಿ ಒಂದಾಯಿತು. ತನ್ನ ಹೊಟ್ಟೆಯಲ್ಲೇ ಮಗುವಾಗುವುದಕ್ಕೆ ಬದಲು ಮಗಳು ಒಂದು ಗಂಡು ಮಗುವನ್ನು ಹೆತ್ತು ತೀರಿಹೋದಳು; ಅದನ್ನು ಸಾಕಿಕೊಳ್ಳುವ ಭಾರ ಆಕೆಯ ಮೇಲೆ ಬಿತ್ತು. ಇದು ಕಥೆ.

ತಾಯಿಯ ಸಂಕಟ, ಗುರುಗಳ ಸಂತಯಿಕೆ, ಇವುಗಳ ಇರುಕಿನಲ್ಲಿ ಕಥೆ ಕಾಣುವುದು ಕಷ್ಟವಾದೀತೆಂದು ಅದರ ಸಂಗ್ರಹವನ್ನು ಕೊಟ್ಟಿದೆ.)

1

"ಯಾಕೆ ತಾಯಿ, ಹೀಗೆ ಊರುಬಿಟ್ಟು ಸಂಸಾರ ಬಿಟ್ಟು ಇಲ್ಲಿ ತಿಂಗಳುಗಟ್ಟಲೆ ಒಪ್ಪತ್ತು ವನವಾಸ ಮಾಡಿಕೊಂಡು ನವೆಯುತ್ತಿದ್ದೀರಿ?"

"ನನಗೇನಿದೆ ಸಂಸಾರ? ಮಾಡಿಕೊಂಡು ಹೋಗುವವರು ಹೋಗುತ್ತಾರೆ!"

"ಅದೇಕೆ ತಾಯಿ ಹಾಗಂತೀರಿ? ತುಂಬಿದ ಸಂಸಾರ, ಗಂಡ ಮಕ್ಕಳು, ಮೊಮ್ಮಕ್ಕಳು ಬೇಕಾದಹಾಗಿದ್ದಾರಲ್ಲ!"

"ಯಾರಿದ್ದರೇನು, ನನ್ನದು ಅನ್ನುವ ಪದಾರ್ಥ ಒಂದಿಲ್ಲ!"

"ಅವರೆಲ್ಲ ನಿಮ್ಮವರಲ್ಲವೇ?"

"ಅದಕ್ಕೇನು? ಪ್ರಪಂಚವೆಲ್ಲಾ ನನ್ನದೇ!"

"ಅಹಾ! ಅದು ಬಹುದೊಡ್ಡ ಮಾತು! ಸತ್ಯವಾದ ಮಾತು!"

"ಸತ್ಯ ಅಂತ ಕಂಡುಬಂದಮೇಲೆ ತಾನೇ ಸತ್ಯ!"

"ಅಲ್ಲವೆ ಮತ್ತೆ!"

"ಕಂಡಕಂಡವರೆಲ್ಲ ಇಲ್ಲಿ ತುಂಬ ಸತ್ಯ ಇದೆ ಎಂತ ಹೇಳಿದರು. ಅದಕ್ಕಾಗಿ ಬಂದಿದ್ದೇನೆ. ನನಗೂ ಸತ್ಯ ಕಂಡುಬಂದರೆ ತಾನೇ ಸತ್ಯ?"

"ಅಡ್ಡಿ ಏನು? ಹಾಗೆಂದು ಎಷ್ಟು ದಿವಸ ಮನೆ ಮಠ ಬಿಟ್ಟು ಇಲ್ಲಿರುತ್ತೀರಮ್ಮ?

"ನನ್ನ ಕೆಲಸವಾಗುವ ತನಕ!"

"ಆಗುವ ಕೆಲಸ ಎಲ್ಲಿದ್ದರೂ ಆಗುತ್ತೆ!"

"ಹಾಗಾದರೆ, ದೇವರು ಗುರುಗಳು, ಯಾತ್ರೆ ತೀರ್ಥ, ಸೇವೆ ಪೂಜೆ ಅಂತ ಯಾಕಾಯಿತು?"

"ಎಲ್ಲಾ ಬರಿಯ ಭ್ರಾಂತಿ ತಾಯಿ!"

"ಮತ್ತೆ, ಎಷ್ಟೋ ಜನ ನಾನು ಇಲ್ಲಿಗೆ ಬಂದ ಮೇಲೆ ಬಂದು, ತಮ್ಮ ತಮ್ಮ ಕೆಲಸ ನೆರವೇರಿತು ಅಂತ ಅವರವರ ಊರಿಗೆ ಹೋದರಲ್ಲ?"

"ಅದು ಅವರವರ ಊರಿನಲ್ಲಿದ್ದರೇ ಆಗುತ್ತಿತ್ತು! ಗಿಡದ ಮೇಲೆ ಹಣ್ಣಾಗುತ್ತಿದ್ದದ್ದನ್ನು ಇಲ್ಲಿಗೆ ತಂದು ಅಡೆ ಹಾಕಿಕೊಂಡು ಹೋದರು. ಅಷ್ಟೇಯೆ."

"ನಾನು ಊರಿನಲ್ಲಿದ್ದು ಮಾಡುವುದನ್ನೆಲ್ಲಾ ಮಾಡಿ ಮಾಡಿ ಸಾಕಾಯಿತು; ಹೇಳಿದ ಕೇಳಿದ ವ್ರತವೆಲ್ಲಾ ಆಯಿತು. ನೋಮಿಯಾಯಿತು, ಪೂಜೆಯಾಯಿತು – ಏನೂ ಫಲವಾಗಲಿಲ್ಲ. ಅದಕ್ಕೋಸ್ಕರ, ನನ್ನ ಕೆಲಸವಾಗುವ ತನಕ – ಎಷ್ಟೇ ದಿನವಾಗಲಿ – ಇಲ್ಲೇ ಇದ್ದುಬಿಡೋಣ ಅಂತ ಮನಸ್ಸು ಗಟ್ಟಿಮಾಡಿಕೊಂಡು ಬಂದುಬಿಟ್ಟಿದ್ದೀನಿ."

"ಅಗತ್ಯವಾಗಿ ಇರಿ ತಾಯಿ! ನನಗೇನು ಭಾರ! ದೇವರ ಸೇವೆ ಕೆಟ್ಟದೇ? ಆದರೆ, ಮನಸ್ಸಿನ ತುಂಬ ಆಸೆ ತುಂಬಿಕೊಂಡು ಮಾಡಿದ ಸೇವೆ ಫಲಿಸುವುದಿಲ್ಲಮ್ಮ!"

"ಇದು ಒಳ್ಳೆಯ ಚೆನ್ನಾಯಿತು! ಸೇವೆ ಮಾಡುವುದೇ ಆಸೆ ಇಟ್ಟುಕೊಂಡಿರುವುದರಿಂದಲ್ಲವೇ? ಆಸೆ ಇಲ್ಲದಿದ್ದರೆ ಯಾರು ದುಡಿಯುತ್ತಿದ್ದರು?"

"ನೀವು ಹೇಳುವುದು ನಿಜ. ಎಲ್ಲರೂ ದುಡಿಯುವುದು ಆಸೆಯಿಟ್ಟುಕೊಂಡೇ. ಆ ದುಡಿತಕ್ಕೆ ಫಲವೇನೋ ಇರುತ್ತೆ. ಆದರೆ ತಮ್ಮ ಆಸೆಯೇ ನೆರವೇರುತ್ತೆ ಎಂಬ ಭರವಸೆ ಮಾತ್ರ ಹೇಳುವುದಕ್ಕಾಗುವುದಿಲ್ಲ!"

"ಈ ಮಾತು ಕೇಳುವುದಕ್ಕೇ ನಾನು ಇಲ್ಲಿಗೆ ಬಂದದ್ದು? ಇಷ್ಟು ದಿವಸ ಸೇವೆ ಮಾಡಿ? ಇದೇ ಸತ್ಯ?"

"ಸತ್ಯ ಇರುವುದೊಂದೇ ತಾಯಿ! ಯಾವಾಗಲೂ ಒಂದೇ. ಅದು ಬೇಡದವರಿಗೆ ಹಿತವಾಗಿರುವುದಿಲ್ಲ. ಮಿಥ್ಯ ಹಲವು ರೂಪ, ಹಿತ."

"ಸತ್ಯವೋ, ಮಿಥ್ಯವೊ, ಹಿತವೊ ಅಹಿತವೋ ನಾನು ಈ ವೇದಾಂತ ಬೋಧೆಯನ್ನು ಕೇಳುವುದಕ್ಕಲ್ಲ ಇಲ್ಲಿಗೆ ಬಂದದ್ದು! ನನಗೆ ಅದು ಬೇಡ!"

"ಬೇಡ ಅಂದರೆ ಹೇಗೆ ತಾಯಿ? ಕೊನೆಗೆ ಎಲ್ಲರಿಗೂ ದೊರೆಯುವುದು ಅದೇಯೆ, ನಾವು ಬೇಡವೆಂದರೂ ಅದು ಬಿಡುವ ಹಾಗಿಲ್ಲ."

"ಈಗಂತೂ ನನಗೆ ಇನ್ಯಾವುದೂ ಬೇಡ; ನಾನು ಮತ್ತೇನನ್ನೂ ಕೇಳುವುದಿಲ್ಲ."

"ಹಾಗಾದರೆ ನೀವು ಕೇಳುವುದೇನು?"

"ನಾನಾಗಲೇ ಹೇಳಿದೆನಲ್ಲ! ಮತ್ತೆ ಹೇಳಬೇಕೇ? ಇಲ್ಲಿಗೆ ಬಂದರೆ ಯಾರೂ ಯಾವುದನ್ನೂ ಕೇಳಲೇ ಬೇಕಾಗಿಲ್ಲ; ಗುರುಗಳ ದೃಷ್ಟಿ ಬಿದ್ದರೆ ಸಾಕು, ಕೆಲಸವಾಗಿಬಿಡುತ್ತದೆ; ಗುರುಗಳು ಯಾರೊಡನೆಯೂ ಮಾತೇ ಆಡುವುದಿಲ್ಲ – ಎಂದು ಹೇಳಿದ್ದರು!"

"ನಿಜ ತಾಯಿ! ನಾನು ಇದುವರೆಗೆ ಯಾರೊಡನೆಯೂ ಇಷ್ಟು ಮಾತನಾಡಿದ್ದಿಲ್ಲ. ಎಲ್ಲರೂ ಅವರವರ ಕೆಲಸ ಮಾಡಿಕೊಂಡು ಪ್ರಸಾದ ಪಡೆದು ಹೊರಟು ಹೋಗುತ್ತಿದ್ದರು. ನಾನು ಯಾರಿಗೆ ಏನು ಮಾಡಿದೆ? ಏನು ಮಾಡಬಲ್ಲೆ?"

"ಹಾಗಾದರೆ ನನ್ನ ಕೆಲಸ ಆಗುವುದಿಲ್ಲ ಎಂದು ಹೇಳುವುದಕ್ಕೆ ನನ್ನೊಡನೆ ಇಷ್ಟು ಮಾತನಾಡುತ್ತಿದ್ದೀರಾ?"

"ನಾನೇನು ಮಾಡಲಿ ತಾಯಿ? ಕೆಲಸವಾಗುವುದೂ ಬಿಡುವುದೂ ನನ್ನ ಅಧೀನವೇ?"

"ಮತ್ತೆ ಯಾರ ಅಧೀನ?"

"ಭಗವಂತನ ಅಧೀನ!"

"ಅವನಿಂದಲೇ ಮಾಡಿಸಿಕೊಡಿ!"

"ಅವನು ನನ್ನ ಅಧೀನವೇ?"

"ಮತ್ತೆ ಯಾಕೆ 'ಗುರುಗಳು' 'ಗುರುಗಳು' ಎನ್ನುವುದು?"

"ಅದು ಅವರವರ ವಿಶ್ವಾಸ, ಅಷ್ಟೇಯೆ!"

"ಮತ್ತೆ ನನ್ನ ಸೇವೆಗೆ ಫಲವಿಲ್ಲವೇ?"

"ಶ್ರಮಕ್ಕೆ ಫಲವಿಲ್ಲವೇ? ಇದೆ. ಆದರೆ ಆಸೆ ಇಟ್ಟುಕೊಂಡು ಸೇವೆ ಮಾಡಿದರೆ ಇನ್ನೂ ಕರ್ಮ ಸುತ್ತುಹಾಕಿಕೊಳ್ಳುತ್ತೆ ಅಷ್ಟೆ."

"ಹಾಕಿಕೊಂಡರೆ ಹಾಕಿಕೊಳ್ಳಲಿ!"

"ಅದರಿಂದ ದೇವರಿಗೂ ತೊಡಕಾಗುತ್ತಮ್ಮ!"

"ಆಗಲಿ! ಅವನು ಸೇವೆ ಮಾಡಿಸಿಕೊಂಡದ್ದು ಸುಮ್ಮನೆಯೇ!"

"ಹಾಗೆ ವ್ಯಾಪಾರಕ್ಕೆ ಹೊರಟರೆ ಅವನು ಕೋಮಟಿಯಾಗುತ್ತಾನೆ!"

"ಆಗಲೇಳಿ!"

"ನಿಮ್ಮ ಸೇವೆ ಸಾಲದು, ಜೊತೆಗೆ ಇನ್ನೇನಾದರೂ ಗಟ್ಟಿ ಸಾಮಾನು ಕೊಡಿ ಎಂದರೆ?"

"ಕೊಡುವುದು!"

"ಏನು ಕೊಡಬಲ್ಲಿರಿ?"

"ಏನು ಬೇಕಾದರೂ."

"ಏನು ಬೇಕಾದರೂ ಕೊಟ್ಟರೆ ಆಗುತ್ತೆಯೇನಮ್ಮ? ನೀವು ಮಕ್ಕಳ ಫಲವನ್ನು ಕೇಳುತ್ತೀರಿ. ನಿಮಗೆ ಅದು ಸಲ್ಲುವಷ್ಟನ್ನು ದೇವರು ಕೊಟ್ಟುಬಿಟ್ಟಿದ್ದಾನೆ. ಈಗ ಒಬ್ಬ ಮಗನಾದರೆ ಅವನನ್ನು ದೇವರಿಗೆ ಬಿಟ್ಟುಬಿಡುತ್ತೀರಾ?"

"ದೇವರಿಗೆ ಬಿಟ್ಟುಬಿಡುವುದಕ್ಕೇ ಕೇಳುತ್ತಿರುವುದು?"

"ಮತ್ತೇನು ಮಾಡೋಣವಮ್ಮ? ದೇವರು ನಿಮಗೆ ಸಲ್ಲಬೇಕಾದ ಪಡಿಯನ್ನು ಅಳೆದು ಬಿಟ್ಟಿದ್ದಾನೆ!"

"ಇರುವುದರಲ್ಲಿಯೇ ಯಾವುದನ್ನಾದರೂ ಕೊಟ್ಟರಾಗದೇ?"

"ಇರುವ ಮಕ್ಕಳು ಯಾರನ್ನು ಕೊಡುತ್ತೀರಿ? ಅವರು ಈಗ ನಿಮ್ಮ ಸ್ವತ್ತೇ? ಅವರನ್ನೆಲ್ಲಾ ಆಗಲೇ ದಾನ ಮಾಡಿಬಿಟ್ಟಿಲ್ಲವೇ?"

"ದಾನ ಮಾಡಿದ್ದರೇನು? ಅವರು ನಮ್ಮ ಪದಾರ್ಥವಲ್ಲವೆ?"

"ಹೌದು, ಅಲ್ಲ."

"ಹಾಗಾದರೆ ನನ್ನ ಆಸೆ ನೆರವೇರುವುದಿಲ್ಲ ಅನ್ನಿ! – ನಾನು ಇಲ್ಲಿಯೇ ಇದ್ದು ದೇಹ ಕೊನೆಗಾಣಿಸುವುದೇ ಸರಿ! ನಾನು ಊರಿಗೆ ಹೋಗಿ ಆಗಬೇಕಾದದ್ದೇನು?"

"ಚೆನ್ನಾಗಿ ಯೋಚನೆಮಾಡಿ ಹೇಳಿ! ದುಡುಕಬೇಡಿ, ಆಮೇಲೆ ನೀವೂ ನಾನೂ ಇಬ್ಬರೂ ಪಶ್ಚಾತ್ತಾಪ ಪಡಬೇಕಾದೀತು!"

"ಈ ಹೆಣ್ಣುಮಕ್ಕಳಲ್ಲಿ ಒಬ್ಬರು ಇಲ್ಲದೆ ಇದ್ದರೂ ಚಿಂತೆಯಿರುತ್ತಿರಲಿಲ್ಲ. ಒಂದು ಗಂಡು…"

"ರಾಮ ರಾಮ! ಏಕಮ್ಮಾ ಹಾಗಂತೀರಿ? ಹೆಣ್ಣುಮಕ್ಕಳು ಮಕ್ಕಳಲ್ಲವೇ?"

"ಅವರೆಂಥ ಮಕ್ಕಳು! ಮಾಡಿಸಿಕೊಳ್ಳುವ ತನಕ ಮಾಡಿಸಿಕೊಳ್ಳುತ್ತಾರೆ! ಆ ಮೇಲೆ ಹೊರಟುಹೋಗುತ್ತಾರೆ. ನಮ್ಮ ಸಮಯಕ್ಕೆ ಯಾರೂ ಇಲ್ಲ. ಮೊದಮೊದಲು ನಮ್ಮ ಮನೆಯಲ್ಲಿರುವಾಗ ಮಕ್ಕಳು, ಆಮೇಲೆ ಗಂಡನ ಮನೆಗೆ ಹೋದಮೇಲೆ ದೊಡ್ಡವರು! ಸಂಸಾರ ಅವರಿಗೆ. ಸೊಸೆಯರೇ? – ಮನೆಯಲ್ಲಿ ಬಿದ್ದಿರುತ್ತಾರೆ ಅನ್ನುವುದಕ್ಕೆ?"

"ಗಂಡುಮಕ್ಕಳಾದವರಿಗೆಲ್ಲಾ ಸೊಸೆಯರು ಬರುತ್ತಾರೆಯೇ? ಬಂದವರೆಲ್ಲರೂ ಜೊತೆಯಲ್ಲಿರುತ್ತಾರೆಯೇ? ಇದ್ದರೆ ಅವರಿಂದ ಸುಖವುಂಟೇ? ಅದೆಲ್ಲಾ ಋಣಾನುಬಂಧ ಅಮ್ಮ! ಯಾರಿಗೆ ಯಾರು?"

"ಇರುತ್ತಾರೆ ಅಂತ ಕೇಳುತ್ತಾರೋ, ಇರುವುದಿಲ್ಲ ಅಂತ ಕೇಳುತ್ತಾರೋ?"

"ಅದು ನಮ್ಮ ಇಷ್ಟವೇನಮ್ಮ?"

"ದೇವರ ಇಷ್ಟವೇ ಆಗಲಿ! ಅದಕ್ಕೇ ಅವನನ್ನು ಕೇಳುವುದು; ಕೊಡಿಸಿ ಅಂತ ನಿಮ್ಮನ್ನು ಕೇಳುವುದು. ಇಲ್ಲದಿದ್ದರೆ ಇಲ್ಲಿಗೆ ಯಾಕೆ ಬರಬೇಕಾಗಿತ್ತು?"

"ದೇವರಾದರೂ ಹೊಸದಾಗಿ ಎಲ್ಲಿಂದ ಕೊಡುತ್ತಾನಮ್ಮ? ಇರುವುದರಲ್ಲೇ ಚೌಕಾಶಿ ಮಾಡುತ್ತಾನೆ, ಈಗ ಇದ್ದದ್ದು ಬೇಡವೆಂದರೆ! ತಲೆಯದನ್ನು ತೆಗೆದು ಕಾಲಿಗೆ ಹಾಕುತ್ತಾನೆ, ಕಾಲಿನದನ್ನು ತೆಗೆದು ತಲೆಗೆ ಹಾಕುತ್ತಾನೆ. ಆಗ ಅವಲಕ್ಷಣವಾಗುತ್ತದೆ, ಎಡವಟ್ಟಾಗುತ್ತದೆ. ನಾವು ಅದಕ್ಕೂ ಆಕ್ಷೇಪಿಸುತ್ತೇವೆ."

"ನನಗೆ ಈ ವೇದಾಂತ ಬೇಕಾಗಿಲ್ಲ; ನನ್ನ ಕೋರಿಕೆ ನನ್ನದು. ಏನಾದರೂ ಆಗಲಿ!"

"ಭಗವಂತ, ನಿನ್ನ ಸಂಕಲ್ಪ ಹೀಗೂ ಇದೆಯೇ? ಈ ಪಾಪಕ್ಕೆ ನನ್ನನ್ನು ಗುರಿಮಾಡಬೇಕೇ? ನಿನ್ನ ಇಚ್ಛೆ! ಆಗಲಿ – ತಗೊಳ್ಳಿ ಅಮ್ಮ, ಈ ಬಟ್ಟಲಲ್ಲಿರುವ ಕುಂಕುಮ ಇಟ್ಟುಕೊಳ್ಳಿ. ಮುಂದಿನ ವರ್ಷ ಮಗನನ್ನೆತ್ತಿಕೊಂಡು ದೇವರ ದರ್ಶನಕ್ಕೆ ಬನ್ನಿ."

2

"ಏನು ತಾಯೀ, ಮಗನನ್ನು ಎತ್ತಿಕೊಂಡು ಬಂದಿರಾ? ಬನ್ನಿ."

"ಅಯ್ಯೋ ಆ ಪುಣ್ಯವೆಲ್ಲಿ ಬಂತು!"

"ಇದು ಯಾವುದು ಮತ್ತೆ!"

"ಇದೊಂದು ತಬ್ಬಲಿ ಮಗು; ತಾಯಿ ಇಲ್ಲದ ಮಗು!"

"ಯಾಕೆ? ನೀವಿದ್ದೀರಲ್ಲಾ, ನೀವೇ ತಾಯಿ!"

"ಇದು ನನ್ನದಲ್ಲಪ್ಪ, ನನ್ನ ಮಗಳದು! ಅವಳು ಇದನ್ನೂ ನನ್ನನ್ನೂ ತಬ್ಬಲಿ ಮಾಡಿ ಹೋದಳು!"

"ಅದನ್ನೂ ತಬ್ಬಲಿ ಮಾಡಲಿಲ್ಲ, ನಿಮ್ಮನ್ನೂ ತಬ್ಬಲಿ ಮಾಡಲಿಲ್ಲ. ಅದಕ್ಕೆ ನೀವು ದಿಕ್ಕು, ನಿಮಗೆ ಅದು ದಿಕ್ಕು!"

"ಇದನ್ನೇ ನಾನು ಕೇಳಿದ್ದು?"

"ಮತ್ತೇನನ್ನ? ಮಗನನ್ನ ಕೇಳಿದಿರಿ, ದೇವರು ಮಗನನ್ನು ಕೊಟ್ಟ!"

"ಮಗಳು ಹೋಗಿ, ತಬ್ಬಲಿ ಮಗುವನ್ನು ಸಾಕಿಕೊ ಎಂತಲೇ?"

"ಅದನ್ನೂ ನೀವು ಕೇಳಿದಿರಲ್ಲಮ್ಮ! ಹೆಣ್ಣುಮಕ್ಕಳಲ್ಲಿ ಒಬ್ಬರು ಇಲ್ಲದೆಯಾದರೂ ಒಂದು ಗಂಡು ಮಗುವಾಗಬಾರದೇ ಎಂದು ಕೇಳಲಿಲ್ಲವೇ?"

"ಏನೋ ಹಾಗೆಂದುಕೊಂಡೆ! ಹಾಗೆಂದುಕೊಂಡಾಕ್ಷಣ ಅವಳು ಸತ್ತೆಹೋಗಲಿ ಅಂತ ನನ್ನ ಮನಸ್ಸಿನಲ್ಲಿತ್ತೇ?"

"ಅದೇ ಕೇಳಿದ್ದು, ಅದನ್ನೇ ದೇವರು ಕೊಟ್ಟಿದ್ದು."

"ತಾಯಿ ಸತ್ತ ಯಾವುದೋ ತಬ್ಬಲಿ ಮಗು ನನ್ನದಾಗುತ್ತದೆಯೇ? ಈ ವಯಸ್ಸಿನಲ್ಲಿ ಇದನ್ನು ಬೇರೆ ಕಟ್ಟಿಕೊಂಡು ಗೋಳಾಡಲೇ?"

"ಮತ್ತೆ, ದೇವರು ತಾನೇ ಏನು ಮಾಡುತಾನಮ್ಮ? ಹೂವಿಲ್ಲದ ಮರ ಹಣ್ಣು ಹೇಗೆ ಬಿಟ್ಟೀತು? ಹೆತ್ತ ಮಗುವಲ್ಲ, ಸಾಕುಮಗು! ಯಾವುದಾದರೇನು? ಮೊಮ್ಮಗು ಮನೆಯ ಮಗುವಲ್ಲವೇ? ಮೊಮ್ಮಕ್ಕಳನ್ನು ದತ್ತು ಕೂಡ ತೆಗೆದುಕೊಳ್ಳುವುದಿಲ್ಲವೇ?"

"ಸಾಕು .ಈ ಧರ್ಮಶಾಸ್ತ್ರ! ಈ ಮಗುವನ್ನು ನಾನು ನೋಡಲಾರೆ, ಇದನ್ನು ಯಾರಾದರೂ ಸಾಕಿಕೊಳ್ಳಲಿ, ನಿಮ್ಮ ಮಠಕ್ಕೆ ಇಟ್ಟುಕೊಳ್ಳಿ! ನನ್ನ ಮಗಳನ್ನು ನನಗೆ ಕೊಡಿ. ಅವಳನ್ನು ನಾನು ಮಗಳು ಅಂತ ಸಾಕಿದ್ದೇನೇ? ಮಗಳು ಬೇರೆ ಅಲ್ಲ ಮಗ ಬೇರೆ ಅಲ್ಲ ಅಂತ ಸಾಕಿದ್ದೆನಲ್ಲ!"

"ಹೌದಮ್ಮ, ಅದಕ್ಕೆ ಯಾರೇನು ಮಾಡುತ್ತಾರೆ? ತಾಯಿ ಸತ್ತ ಮಗುವನ್ನು ಅಜ್ಜಿಗಿಂತ ಮತ್ತಾರು ಅಭಿಮಾನದಿಂದ ಸಾಕುತ್ತಾರೆ? ಮತ್ತೆ ಯಾರಿಗೆ ಬೇಕು? ಆ ಮಗುವನ್ನು ಇಟ್ಟುಕೊಂಡು ನಾನೇನು ಮಾಡಲಿ, ಪರದೇಶಿ?"

"ಬೇಡ, ನನಗೆ ಬೇಕಾಗಿಲ್ಲ; ನನ್ನ ಮಗಳು ನನಗೆ ಬೇಕು!"

"ಏನು ಹುಚ್ಚಮ್ಮಾ ಇದು? ಈಗ ನಿಮ್ಮ ಮಗಳು ಬಂದರೆ ಭೂತದ ಹಾಗೆ ಬಂದಾಳು. ಪ್ರೇತದ ಹಾಗೆ ಬಂದಾಳು, ಮೊದಲಿನ ಹಾಗೆ ಬಂದಾಳೇ! ಬಂದರೆ ನೀವೇ ಹೆದರಿ ಕೊಂಡೀರಿ, 'ಈ ದೆವ್ವವನ್ನು ಓಡಿಸಿ' ಎಂದು ಓಡಿಬಂದೀರಿ! ಬೇಡಿ ತಾಯಿ, ಬೇಡಿ. ಈ ದುಃಖದಲ್ಲಿ ನಿಮಗೆ ಹಾಗೆನ್ನಿಸುತ್ತದೆ. ಆಮೇಲೆ ಸರಿಹೋಗುತ್ತದೆ. ನಾವು ಯಾವುದಕ್ಕೂ ಆಸೆಪಡಬಾರದು; ದೇವರನ್ನು ಇದು ಕೊಡು ಅಂತ ಕೇಳುವುದಕ್ಕೆ ಹೋಗಬಾರದು, ಅವನು ಕೊಟ್ಟದ್ದನ್ನು ಪ್ರಸಾದವಾಗಿ ಸಂತೋಷದಿಂದ ಸಮಾಧಾನದಿಂದ ತೆಗೆದುಕೊಳ್ಳಬೇಕು – ಎಂದು ನಾನು ಹೋದ ವರ್ಷವೇ ಹೇಳಲಿಲ್ಲವೆ? ಬೇಡಿ. ಒಂದು ಸಾರಿ ಆಸೆಪಟ್ಟು ಕೇಳಿ, ಎಡವಟ್ಟಾಯಿತು. ಇನ್ನೊಂದು ಸಾರಿ ಆಸೆಪಡಬೇಡಿ. ಭಗವಂತನ ಸಂಕಲ್ಪದಲ್ಲಿ, ಕಾರ್ಯಕ್ರಮದಲ್ಲಿ, ಏನೇನು ಹೇಗೆ ಹೇಗೆ ನಡೆಯಬೇಕೆಂದಿದೆಯೋ ಅದು ಹಾಗೆ ಹಾಗೆ ನಡೆಯಲಿ. ಅವನೂ ತನ್ನ ಯಂತ್ರದಲ್ಲಿ ಒಂದು ಕಡೆಯ ಕೀಲನ್ನು ಕಿತ್ತು ತಾನೇ ಇನ್ನೊಂದು ಕಡೆಗೆ ಹಾಕಬೇಕು – ಇರುವುದು ಸರಿಯಾಗಿಲ್ಲ, ವ್ಯತ್ಯಾಸವಾಗಲೇ ಬೇಕು ಎಂದರೆ?"

"ಇಂಥ ಮಗನ ಪ್ರಾಪ್ತಿಯೇ ಇದ್ದರೆ, ಅದು ಮೊದಲೇ ಆಗಬಹುದಾಗಿತ್ತಲ್ಲ!"

"ಅಂಥ ಮಗನೂ ಇದ್ದನಲ್ಲಮ್ಮಾ!"

"ಇರಲಿಲ್ಲವಲ್ಲಾ! ಅದಕ್ಕೆ ತಾನೇ ಬಂದು ಇಲ್ಲಿ ದೇಹ ತೆಯ್ದದ್ದು!"

"ಮನೆಯಲ್ಲಿಯೇ; ಬೆಳೆದ ಮಗನೇ ಇದ್ದನಲ್ಲಾ, ಏನು ಹೀಗೆನ್ನುತ್ತೀರಿ?"

"ಎಲ್ಲಿ? ಯಾರು?"

"ನಿಮ್ಮ ಅಳಿಯ!"

"ಚೆನ್ನಾಯಿತು! ಈ ಯುಕ್ತಿಯ ಮಾತನ್ನು ಕೇಳುವುದಕ್ಕೇ ಇಲ್ಲಿಗೆ ಬಂದದ್ದು? ಅಳಿಯ ಮಗನಲ್ಲ, ಸೊಸೆ ಮಗಳಲ್ಲ – ಎಂದು ಕೇಳಿಲ್ಲವೇ?"

"ಅವನನ್ನ ಮೆಚ್ಚಿ ಆರಿಸಿ ತಂದಿರಿ. ಮನೆಯಲ್ಲಿಯೆ ಇರುವ ಅಳಿಯನಾಗಬೇಕೆಂದು ತಾಯಿ ತಂದೆ ಇಲ್ಲದ ಹುಡುಗನನ್ನು ನೋಡಿ ಕೊಟ್ಟಿರಿ. ಮನೆಯಲ್ಲಿ ಮಗನಿಗಿಂತ ಹೆಚ್ಚಾಗಿ ಸಾಕಿ ಸಲಹಿದಿರಿ. ಅವನೂ ಒಳ್ಳೆಯ ಹುಡುಗನೆನಿಸಿಕೊಂಡ. ಇನ್ನು ಯಾವ ಮಗ ಅದಕ್ಕಿಂತ ಹೆಚ್ಚು ವಿಶ್ವಾಸವನ್ನು ತೋರಿಸಿಯಾನು? ಎಷ್ಟೋ ಜನ, ತಿಳಿಯದವರು, ಅವನನ್ನು ನಿಮ್ಮ ಮಗನೆಂದೇ ಮಾಡಿಕೊಂಡಿದ್ದಾರೆ. ಮಗಳನ್ನು ಸೊಸೆ ಎಂದುಕೊಂಡಿದ್ದಾರೆ!"

"ಹಾಗಿದ್ದರೆ, ಆ ಮಗ ಬೇಡ, ಈ ಮಗ ಹುಟ್ಟಲಿ ಎಂದು ಕೇಳಿದೆನೇ?"

"ಹಾಗೇ ಆಯಿತು!"

"ಅದು ಹೇಗೆ?"

"ಅಳಿಯನೇ ಹೋಗಬೇಕಾಗಿತ್ತು, ಅವನಿಗೆ ಬದಲು ಮಗಳು ಹೋದಳು."

"ಅಳಿಯ ಏಕೆ ಹೋಗಬೇಕಾಗಿತ್ತು?"

"ಅವನ ಕರ್ಮ!"

"ಅವನೇನು ಕರ್ಮ ಮಾಡಿದ್ದ?"

"ಹಿಂದೇನು ಮಾಡಿದ್ದನೋ ಬಿಟ್ಟಿದ್ದನೋ, ಈಗ ನಿಮ್ಮ ಕಣ್ಣೆದುರಿಗೇ ಮಾಡಲಿಲ್ಲವೇ? ಮಾಡುತ್ತಿಲ್ಲವೇ? ನಗುತ್ತ ನಗುತ್ತ ಮಾಡಿದ್ದನ್ನು ಅಳುತ್ತ ಅಳುತ್ತ ಅನುಭವಿಸಬೇಕು!"

"ಅಂಥ ಪಾಪದ ಕೆಲಸ ಅವನೇನೂ ಮಾಡುತ್ತಿಲ್ಲವಲ್ಲಪ್ಪ! ಅವನೇನು ಪೋಲಿಸಿನವನಲ್ಲ, ಜಡ್ಜಿಯಲ್ಲ; ಕಳ್ಳನಲ್ಲ ಕಾಕನಲ್ಲ – ಒಬ್ಬರನ್ನ ಹೊಡೆದವನಲ್ಲ, ಹಿಂಸಿಸಿದವನಲ್ಲ, ಮತ್ತೊಬ್ಬರೊಡನೆ ಗಟ್ಟಿಯಾಗಿ ಮಾತನಾಡಿದವನಲ್ಲ!"

"ನಿಜ ಅದಕ್ಕೋಸ್ಕರವೇ ಅವನು ಒಳ್ಳೆಯ ಹುಡುಗ ಅಂದಿದ್ದು; ಎಲ್ಲರೂ ಅನ್ನುತ್ತಿರುವುದು! ಅಯ್ಯೋ ಮಗು ಅಳುತ್ತಿದೆ, ಕರೆದುಕೊಳ್ಳಿ ಸಮದಾಯಿಸಿ!"

"ತಾಯಿ ಇಲ್ಲದ ತಬ್ಬಲಿಯನ್ನು ನಾನು ಏನು ಸಮದಾಯಿಸಲಪ್ಪ! ಮಕ್ಕಳನ್ನು ಎತ್ತಿ ಅಭ್ಯಾಸ ಕೂಡ ತಪ್ಪಿಹೋಗಿದೆಯಲ್ಲ!"

"ಕರೆದುಕೊಳ್ಳಿ, ಅಭ್ಯಾಸವಾಗುತ್ತದೆ; ಈಗ ನೀವು ಎತ್ತಿಕೊಳ್ಳಿ, ನೋಡಿ, ಸುಮ್ಮನಾಗುತ್ತದೆ! ಅದಕ್ಕೆ ನೀವೇ ತಾಯಿ ಎಂಬ ಬುದ್ಧಿ ಇದೆ, ಅದು ನಿಮ್ಮ ಮಗು ಅಂತ ಜ್ಞಾನವನ್ನು ನೀವು ತಂದುಕೊಳ್ಳಬೇಕು – ಹಾಗಾದರೆ ದೇವರ ಸಂಕಲ್ಪ ನೆರವೇರುತ್ತದೆ."

"ಸ್ವಲ್ಪ ಹಾಲಿದ್ದರೆ ತರಿಸಿಕೊಡಿ, ಹಾಕಿ ನೋಡುತ್ತೇನೆ."

"ಭಿಕಾರಿಯ ಹತ್ತಿರ ಹಾಲೆಲ್ಲಿ ಬರಬೇಕಮ್ಮ! ತಗೊಳ್ಳಿ, ಈ ತೀರ್ಥ ತಗೊಳ್ಳಿ! ಏಳಿ, ಎದ್ದು ಬನ್ನಿ, ತಗೊಳ್ಳಿ – ! ಹಾಗೇ! ಕುಡಿಯಿರಿ; ಮಗುವಿಗೂ ಕುಡಿಸಿ, ಅದೇ ಹಾಲಾಗುತ್ತದೆ. ಈಗ ಮಗುವನ್ನು ಕರೆದುಕೊಳ್ಳಿ, ಸಮಾಧಾನಮಾಡಿ. ನಿಮ್ಮ ಮಗಳಿಗೆ ಹೇಗೋ, ನಿಮ್ಮ ಅಳಿಯನಿಗೆ ಹೇಗೋ, ಈ ಮಗುವಿಗೂ ಹಾಗೆ, ಅದಕ್ಕಿಂತ ಇನ್ನೂ ಹೆಚ್ಚಾಗಿ, ನೀವು ತಾಯಿ...! ಮೊದಲು ನೀವು ಸಮಾಧಾನ ಮಾಡಿಕೊಳ್ಳಿ! ಮಗುವನ್ನು

ಸ್ವಲ್ಪ ತಟ್ಟಿ! ನೋಡಿ, ಈಗ ಅದಕ್ಕೆ ಸಮಾಧಾನವಾಯಿತು. ಇನ್ನು ನಿದ್ರೆಮಾಡುತ್ತದೆ. ನೀವು ಸಮಾಧಾನ ಮಾಡಿಕೊಂಡರೆ, ಅದಕ್ಕೆ ಸಮಾಧಾನವಾಗುತ್ತದೆ. ನಾನು ಸಮಾಧಾನ ವಾಗಿದ್ದರೆ, ನೀವು ಸಮಾಧಾನವಾಗುತ್ತೀರಿ! ಎಲ್ಲಿ ಈಗ ಕೇಳಿ, ಏನೋ ಹೇಳುತ್ತಿದ್ದಿರಲ್ಲ!"

"ಏನು ಹೇಳುತ್ತಿದ್ದೆ?"

"ಮಗು ಅಳುವುದಕ್ಕೆ ಮೊದಲುಮಾಡಿದಾಗ ಏನೇನೋ ಹೇಳಿಕೊಂಡು ಗೋಳಾಡು ತ್ತಿದ್ದಿರಲ್ಲ...! ಇಲ್ಲಿಗೆ ಬಂದು ನನ್ನನ್ನು ಏನು ಕೇಳಬೇಕೆಂದಿದ್ದಿರಿ?"

"ನನ್ನ ಮಗಳು ಯಾಕೆ ಸತ್ತಳು ಅಂತ!"

"ಏಕೆ ಅಂತ ಹೇಳಲಿ! ಎಷ್ಟೋ ದಾರಗಳು ಗೋಜಿ, ಗಂಟು ಬಿದ್ದಿತ್ತು. ಅದನ್ನು ಬಿಡಿಸಲು ಹೋಗಿ ಒಂದು ದಾರ ಕಿತ್ತುಹೋಯಿತು!"

"ಇಲ್ಲಿ ದಾರವೇನು ಬಂತು, ಹಗ್ಗ!"

"ಅದೇ ಕರ್ಮಸೂತ್ರ ಅನ್ನುವುದು!"

"ಹಾಗಂದರೆ?"

"ಅದನ್ನೂ ನನ್ನ ಬಾಯಲ್ಲಿ ಹೊರಡಿಸಬೇಕೆ? ಮಾಡಿದವರ ಪಾಪ ಆಡಿದವರ ಬಾಯಲ್ಲಿ ಅಂತ! ಅದೆಲ್ಲಾ ಏಕೆ? ಮುಖ್ಯವಾಗಿ ಭಗವತ್ಸಂಕಲ್ಪ ಅಂತ ಇಟ್ಟುಕೊಳ್ಳಿ!"

"ಒಳ್ಳೆಯ ಭಗವತ್ಸಂಕಲ್ಪವಾಯಿತಲ್ಲ! ಎಲ್ಲದಕ್ಕೂ ಭಗವತ್ಸಂಕಲ್ಪ, ಭಗವತ್ಸಂಕಲ್ಪ! ಆ ಹಾಳು ಭಗವಂತ ಎಲ್ಲಿ ಮೂಗು ಹಿಡಿದುಕೊಂಡು ಕೂತಿದ್ದಾನೋ ಕಾಣೆನಲ್ಲ!"

"ಹೌದು ತಾಯಿ! ಭಗವತ್ಸಂಕಲ್ಪವಿಲ್ಲದೆ ಒಂದು ಹುಲ್ಲು ಎಸಳೂ ಅಲುಗಾಡುವು ದಿಲ್ಲ!"

"ನನಗೆ ಅದು ಅರ್ಥವಾಗುವುದಿಲ್ಲ, ನನಗೆ ತಿಳಿಯುವಂಥ ಮಾತೇನಾದರೂ ಇದ್ದರೆ ಹೇಳಿ!"

"ಆಗಲಿ! ನಿಮ್ಮ ಮಗಳು, ಗಂಡನಿಗಾಗಿ ತನ್ನ ಜೀವ ತೆತ್ತಳು!"

"ಇದಕ್ಕೇ ಅವನಿಗೆ ಹೆಣ್ಣು ಕೊಟ್ಟು ಮನೆಯಲ್ಲಿ ಸಾಕಿಕೊಂಡಿದ್ದು?"

"ಮತ್ತೊಬ್ಬರಿಗೆ, ಅಧರಲ್ಲಿಯೂ ತನ್ನ ಗಂಡನಿಗೆ, ತನ್ನ ಪ್ರಾಣಕ್ಕಿಂತ ಮತ್ತೇನನ್ನು ಕೊಡಬಹುದು? ಆಕೆ ಇರುವ ತನಕ ಪ್ರೇಮವನ್ನು ಕೊಟ್ಟಳು; ಕೊನೆಗೆ ಪ್ರಾಣವನ್ನು ಕೊಟ್ಟಳು! ಅದು ತಲೆಕೆಳಗಾಗಿ, ಅವಳು ಮನೆಯಲ್ಲಿ ಗೋಳಾಡುತ್ತ ಅವಳನ್ನು ನೋಡಿ ನೀವು ಕೊರಗುತ್ತಾ, ಕೊಟ್ಟವರು ತಂದವರು, ನೆರೆಯವರು ಹೊರೆಯವರು, ಕಂಡವರು ಕೇಳಿದವರು, ಹೋದವರು ಬಂದವರು ಎಲ್ಲರೂ ಅವಳನ್ನು ಶಪಿಸುತ್ತ ಮನೆಹಾಳಿ ಎಂದು ಮೂತಿ ಮೂತಿ ತಿವಿಯುತ್ತ, ಇದ್ದಿದ್ದರೆ ಅದನ್ನು ನೋಡಿ ನೀವು ಸಹಿಸುತ್ತಿದ್ದಿರಾ?"

"ಏನೋ! ಏನು ಮಾಡುತ್ತಿದ್ದೆನೋ?"

"ರಾಮ ರಾಮ! ಆ ದುಃಖ ಯಾರಿಗೂ ಬೇಡ, ನಮ್ಮ ಜನದಲ್ಲಿ ಮನೆ ತಪ್ಪಿದ ಹೆಣ್ಣುಮಕ್ಕಳು ಪಡುವ ಪಾಡು ಯಾರು ಯಾರಿಗೂ ಬೇಡ! ಈಗಿಗಿಂತಲೂ ಆಗ

ಹೆಚ್ಚು ದುಃಖಪಡುತ್ತಿದ್ದಿರಿ! ನಿಮ್ಮ ಜೊತೆಗೆ ಆ ಹುಡುಗಿಯೂ ನಿಮಗಿಂತ ನೂರರಷ್ಟು ದುಃಖಪಡುತ್ತಿದ್ದಳು; ಹುಟ್ಟಿದ ಮೇಲೆ, ಎಲ್ಲರೂ ಸಾಯಲೇಬೇಕು; ಕೆಲವರು ಹಿಂಚು, ಕೆಲವರು ಮುಂಚು, ಆಕೆ ಅರಸಿನ ಕುಂಕುಮ ಇಟ್ಟುಕೊಂಡು, ಇರುವ ತನಕ ಎಲ್ಲರ ಕೈಯಲ್ಲೂ ಒಳ್ಳೆಯವಳೆನಿಸಿಕೊಂಡು, ಹೋದಳು. ಆ ಪುಣ್ಯ ಎಲ್ಲರಿಗೂ ಎಲ್ಲಿ ಬರುತ್ತೆ?"

"ಇಷ್ಟು ಚಿಕ್ಕ ವಯಸ್ಸಿಯಲ್ಲಿಯೇ ಹೋಗಬೇಕೇ? ಬಾಳಲಿಲ್ಲ, ಬದುಕಲಿಲ್ಲ!"

"ಇನ್ನೂ ಬದುಕಿದ್ದಿದ್ದರೆ, ಅವಳೇನೇನು ಕಷ್ಟ ನೋಡಬೇಕಾಗಿತ್ತೋ, ನೀವೇನೇನು ಕಷ್ಟ ನೋಡಬೇಕಾಗಿತ್ತೊ! ಯಾರು ಬಲ್ಲರು?"

"ಬದುಕುವುದು ಕಷ್ಟಪಡುವುದಕ್ಕೇ?"

"ಮತ್ತೇತಕಮ್ಮ? ಸಂಸಾರದಲ್ಲಿ ಕಷ್ಟವಲ್ಲದೆ ಮತ್ತೇನಿದೆ!"

"ಎಷ್ಟೋ ಜನ ಸುಖವಾಗಿದ್ದಾರಲ್ಲವೇ?"

"ಇದ್ದಾರೆ, ಎಷ್ಟೆಷ್ಟು ಜನರ ಸುಖವನ್ನು ದೋಚಿಹಾಕಿಕೊಂಡು ಒಬ್ಬೊಬ್ಬರು ಅನುಭವಿಸುತ್ತಾರೆಯೋ ನಿಮಗೆ ಗೊತ್ತೇ? ಇದರ ಮೇಲೆ ಯಾವ ಹುತ್ತದಲ್ಲಿ ಎಂಥ ಹಾವೋ!"

"ತನ್ನ ಗಂಡನಿಗಾಗಿ ಏಕೆ ಜೀವ ತೆರಬೇಕಾಗಿತ್ತು. ಅವನು ಮಾಡಿದ ಪಾಪವೇನು? ಅವನು ಯಾರ ಸುಖವನ್ನು ಕಿತ್ತುಕೊಂಡಿದ್ದಾನೆ? ಯಾರಿಗೆ ಅನ್ಯಾಯ ಮಾಡಿದ್ದಾನೆ? ಅವನಿಗೆ ಇರುವುದು ಒಂದು ಮೇಷ್ಟರ ಕೆಲಸ. ಅದರಲ್ಲೇನು ವಂಚನೆಯೇ ಮೋಸವೇ, ಸುಳ್ಳೇ ತಟವಟವೇ, ಲಂಚವೇ ರುಷುವತ್ತೇ, ಏನೂ ಇಲ್ಲವಲ್ಲ! ಹಾಕಿದ ಹಿಟ್ಟು ಹುಯಿದ ಗಂಜಿ ಅಂತ ಸರ್ಕಾರದವರು ತಾವಾಗಿ ಕೊಟ್ಟ ಸಂಬಳವೆಷ್ಟೋ ಅಷ್ಟು. ಅದರಲ್ಲೇನು ಅವನು ಮಾಡಿದ್ದು ಕರ್ಮ?"

"ನೀವು ಹೇಳುವುದು ನಿಜ ಅಮ್ಮ, ಆದರೆ ಅವರು ಹೇಳುವ ಪಾಠ ಏನು ಗೊತ್ತೇ? ಪಾಠ ಹೇಳುವಾಗ ಮಾಡುವ ಕೆಲಸವೇನು ಗೊತ್ತೇ?"

"ನನಗೇನು ಗೊತ್ತು? ಏನೋ ಬಿ.ಎ. ಆದಮೇಲೆ ಕಲ್ಕತ್ತಕ್ಕೆ ಹೋಗಿ ಎರಡು ವರ್ಷ ಓದಿಕೊಂಡು ಬಂದ, ಇಲ್ಲಿ ಕೆಲಸಕ್ಕೆ ಸೇರಿದ!"

"ನಿಮಗೆ ಇನ್ನೇನು ಗೊತ್ತು ಪಾಪ! ಅವರು ಅಲ್ಲಿ ಓದಿದಾಗ, ಇಲ್ಲಿ ಪಾಠ ಹೇಳುವಾಗ, ನಿತ್ಯವೂ ಪ್ರಾಣಿಗಳನ್ನು ಕೊಲ್ಲಬೇಕು, ಕುಯ್ಯಬೇಕು, ಕತ್ತರಿಸಬೇಕು..."

"ರಾಮ ರಾಮ!"

"ಹೌದಮ್ಮ, ಕೇಳಿ ಬೇಕಾದರೆ! ಅವುಗಳ ಫಲವೆಲ್ಲಾ ಎಲ್ಲಿ ಹೋಗಬೇಕು?"

"ಹಾಗಾದರೆ ಆ ಪಾಠ ಇನ್ಯಾರೂ ಹೇಳುವುದೆ ಇಲ್ಲವೇ? ಅವರಿಗೆಲ್ಲಾ ಹೀಗೆ ಆಗುತ್ತದೆಯೇ? ಕಟುಕರು ನಿತ್ಯ ಹಸು ಕೊಲ್ಲುತ್ತಾರಲ್ಲ, ಅದನ್ನು ತಿನ್ನುವವರು ನಿತ್ಯ ತಿನ್ನುತ್ತಾರಲ್ಲ, ಅವರಿಗೆಲ್ಲಾ ಹೀಗೆ ಆಗುತ್ತದೆಯೇ?"

"ಅದು ಯಾರಿಗೆ ಒಗ್ಗುತ್ತದೆಯೋ ಅವರಿಗೆ ಒಗ್ಗುತ್ತದೆ. ಅಲ್ಲದೆ, ಯಾರು ಯಾರು,

ಏನೇನು ಪಾಪದ ಫಲವನ್ನು, ಎಂದೆಂದು, ಯಾವ ಯಾವ ರೀತಿಯಲ್ಲಿ ಉಣ್ಣುತ್ತಾರೆಯೋ ನನಗೆ ನಿಮಗೆ ಕಾಣುತ್ತದೆಯೇ ತಾಯಿ?"

"ಅವನು ಮಾಡಿದ ಕರ್ಮಕ್ಕೆ ಅವಳೇಕೆ ಸಾಯಬೇಕು?"

"ಎಷ್ಟೋ ದಿನ ಸಂಜೆ ಮನೆಗೆ ಬಂದು, ಆತನ ತಲೆ ಸಿಡಿಯುತ್ತದೆಂದು ಮಲಗಿಬಿಡುತ್ತಿದ್ದ, ಏನೋ ಆಯಾಸವೆಂದು ಹೊರಳುತ್ತಿದ್ದ – ಸರಿಯಾಗಿ ಅನ್ನ ತಿನ್ನುತ್ತಿರಲಿಲ್ಲ, ನಿದ್ರೆ ಮಾಡುತ್ತಿರಲಿಲ್ಲ, ಡಾಕ್ಟರನ್ನು ಕೇಳಿದರೆ 'ಏನೂ ಇಲ್ಲ, ಅವರಿಗೇನು ಆರೋಗ್ಯವಾಗಿದ್ದಾರೆ, ಗಟ್ಟಿಮುಟ್ಟಾಗಿದ್ದಾರೆ' ಎನ್ನುತ್ತಿದ್ದರು. ಹೌದೋ? ಆ ಹುಡುಗಿ ಮಾತ್ರ ಗಂಡನ ಸಂಕಟ ನೋಡಲಾರದೆ, ಅಯ್ಯೋ! ಇದು ನನಗಾದರೂ ಬರಬಾರದೆ? ಅವರು ಆರೋಗ್ಯವಾಗಬಾರದೇ?' ಎಂದುಕೊಂಡಳು. ಆ ಹುಡುಗಿ ಪತಿವ್ರತೆ, ಸಚ್ಚರಿತ್ರೆ, ದೇವರು ಅವಳ ಪ್ರಾರ್ಥನೆಯನ್ನು ನಡೆಸಿಕೊಟ್ಟ!"

"ಹೀಗೆ ಅಂತ ಕಂಡಿದ್ದರೆ ಅವನನ್ನು ಕಲ್ಕತ್ತೆಗೆ ಕಳುಹಿಸುತ್ತಲೂ ಇರಲಿಲ್ಲ. ಅವನಿಗಾಗಿ ಸಾವಿರಾರು ರೂಪಾಯಿ ಖರ್ಚುಮಾಡುತ್ತಲೂ ಇರಲಿಲ್ಲ. ಈ ಕೆಲಸವಲ್ಲದಿದ್ದರೆ ಮತ್ತೊಂದು ಕೆಲಸವಾಗುತ್ತಿತ್ತು!"

"ಮುಂದೆ ಆಗುವುದನ್ನು ಯಾರು ಕಾಣಬಲ್ಲರಮ್ಮ?"

"ಕಣ್ಣಿಗೆ ಕಂಡರೂ, ಬಾಯಿಗೆ ಮಾತು ಬರಬೇಕಲ್ಲಮ್ಮ?"

"ಬಾಯಿಗೆ ಬರದೆ ಕೈಗೆ ಬರುತ್ತದೆಯೆ?"

"ನಿಜ, ಮಾತು ಬರುವುದು ಬಾಯಿಂದಲೇಯೆ, ಕೈಯಿಂದ ಅಲ್ಲ, ಆದರೆ ಬಾಯಿ ಮಾತನಾಡಬಲ್ಲದೇ ತಾಯಿ? ಆಡಿಸುವವನು ಆಡಿಸಿದರೆ ತಾನೇ ಅದು ಆಡಬಲ್ಲುದು? ಅದು ಬರಿಯ ತುತ್ತೂರಿ, ಊದುವವನು ಊದಿದರೆ ತಾನೇ ಅದು ಊದೀತು?"

"ಈ ಚಮತ್ಕಾರದ ಮಾತಿಗೇನು!"

"ಚಮತ್ಕಾರವಲ್ಲಮ್ಮ, ಯಥಾರ್ಥ! ಭಗವತ್ಸಂಕಲ್ಪವನ್ನು ಯಾರು ಮೀರುವುದಕ್ಕಾದೀತು? ಇದರ ಮೇಲೆ, ಹೇಳಿದರೆ ತಾನೆ ಅದು ನಮ್ಮ ಕಿವಿಗೆ ಬಿದ್ದೀತೆ? ನಾವು ಕೇಳುತ್ತೇವೆಯೋ? ದೇವರಿಗೆ ಸಾವಿರಾರು ಬಾಯಿ. ಯಾವ ಬಾಯಿಯಿಂದ ಏನು ಆಡುತ್ತಾನೆಯೋ! ನಮಗೆ ಕೇಳುವುದಕ್ಕೆ ಕಿವಿ ಬೇಡವೆ? ಅರಿಯುವುದಕ್ಕೆ ಜ್ಞಾನ ಬೇಡವೇ? ನೀವು ಒಂದು ಸಾರಿ ನಿಮ್ಮೂರಿನಿಂದ ಬರುತ್ತಿರುವಾಗ ಚನ್ನಪಟ್ಟಣದಲ್ಲಿ ಒಬ್ಬರು ರೈಲಿಗೆ ಹತ್ತಿ ಮಾತಿಗೆ ಮಾತು ಬಂದಾಗ, ಕಲ್ಕತ್ತೆಗೆ ಯಾಕೆ ಹೋಗಬೇಕು, ಕೊಡುವ ದೇವರು ಎಲ್ಲಿದ್ದರೂ ಕೊಡುತ್ತಾನೆ ಎನ್ನಲಿಲ್ಲವೇ? ನೀವೇಕೆ ಕೇಳಲಿಲ್ಲ? ಇದೆಲ್ಲಾ ಬ್ರಾಹ್ಮಣರಿಗೆ ಬಂದದ್ದಲ್ಲ, ಎಂದು ನಿಮ್ಮ ಪುರೋಹಿತರು ಎನ್ನಲಿಲ್ಲವೇ, ಅವರ ಮಾತನ್ನೇಕೆ ಲಕ್ಷ್ಯ ಮಾಡಲಿಲ್ಲ? ಗಾಡಿ ಹೊಡೆಯುವವನು ಹೇ ಹೇ ಎಂದು ಕೂಗಿಕೊಂಡು ಹೋಗುತ್ತಾನೆ. ಅದನ್ನು ಕಿವಿಯ ಮೇಲೆ ಹಾಕಿಕೊಳ್ಳದಿದ್ದರೆ ಗಾಡಿಗೆ ಸಿಕ್ಕಿಕೊಳ್ಳಬೇಕು...

ಅಲ್ಲಿ ನೋಡಿ, ಮಗು ಅಳುತ್ತೆ, ಕರೆದುಕೊಳ್ಳಿ! ಪಾಪ, ನೆಲದ ಮೇಲೆ ಹಾಕಿಬಿಟ್ಟಿದ್ದೀರಲ್ಲ ಹಾಗೆ!"

"ಅತ್ತರೆ ಅಳಲಿ! ಯಾರಿಗೆ ಬೇಕು!"

"ಇದಕ್ಕೇ ಅದನ್ನು ನೀವು ಕೇಳಿ ಪಡೆದದ್ದು?"

"ಇದನ್ನೇ ನಾನು ಕೇಳಿದ್ದು? ನಾನು ಪಡೆದೆನೇ?"

"ಇನ್ನಾರು ಕೇಳಿದ್ದು? ಮತ್ಯಾರು ಪಡೆದದ್ದು? ದೇವರು ಕೊಟ್ಟದ್ದನ್ನ ಚೆನ್ನಾಗಿ ನೋಡಿಕೊಳ್ಳಬೇಕಮ್ಮ! ಇಲ್ಲದಿದ್ದರೆ ಅದು ದಕ್ಕುವುದಿಲ್ಲ."

"ಊಗಾದರೆ ನನ್ನ ಮಗಳನ್ನು ನಾನು ನೋಡಿಕೊಳ್ಳಲಿಲ್ಲವೇ? ಅವಳೇಕೆ ದಕ್ಕಲಿಲ್ಲ?"

"ನೋಡಿಕೊಂಡಿರಿ; ಇಲ್ಲವೆನ್ನುವುದಕ್ಕಾಗುತ್ತದೆಯೇ? ಆದರೆ ಎಷ್ಟು ಆದರಿಸಬೇಕೋ ಅಷ್ಟು ಆದರಿಸಲಿಲ್ಲ, ಎಷ್ಟು ವಿಶ್ವಾಸ ತೋರಿಸಬೇಕೋ ಅಷ್ಟು ತೋರಿಸಲಿಲ್ಲ; ಆ ಹುಡುಗಿ ಎಷ್ಟು ದಿನ ಕಣ್ಣೀರು ಹಾಕಲಿಲ್ಲ? ಎಷ್ಟು ದಿನ ಇವಳು ಏಕೆ ಹುಟ್ಟಿದಳೋ ಎಂದು ನೀವು ಎನ್ನಲಿಲ್ಲ? ನಿಮ್ಮ ಮನೆಯ ಆಳು ತೋಟದಲ್ಲಿರುವ ಗಿಡಗಳನ್ನು ನೋಡಿಕೊಳ್ಳದೆ, ನೀರು ಹಾಕದೆ, ಅವುಗಳನ್ನು ಬಳಲಿಸಿದರೆ ನೀವು ಸುಮ್ಮನೆ ಇರುತ್ತೀರಾ?"

"ಗಿಡಗಳ ಮನೆ ಹಾಳಾಯಿತು!"

"ಸಂಸಾರವೂ ಒಂದು ತೋಟದ ಹಾಗೆ ತಾಯಿ! ಬಲಿತ ಮರಗಳು ಬೆಳೆದುಕೊಂಡು ಹೋಗುತ್ತವೆ; ಎಳೆಯ ಸಸಿಗಳನ್ನು ನೋಡಿಕೊಳ್ಳದೆ ಒಣಗಿಸಿದರೆ ಹೇಗೆ?"

"ಹಾಗಾದರೆ ಯಾರನ್ನೂ ಏನೂ ಅನ್ನಲೇಕೂಡದೇ?"

"ಯಾಕೆ ಅನ್ನಬೇಕಮ್ಮ? ಮತ್ತೊಬ್ಬರು ಅಂದರೆ, ಪ್ರತಿಯಾಗಿ ಅನ್ನುವುದುಂಟು; ಏನೂ ಇಲ್ಲದೆ ನಮ್ಮ ಯಜಮಾನಿಕೆ, ನಮ್ಮ ದೊಡ್ಡತನ, ನಮ್ಮ ದವಲತ್ತು ತೋರಿಸುವುದಕ್ಕೆ ಮತ್ತೊಬ್ಬರ ಮನಸ್ಸನ್ನು ನೋಯಿಸಬೇಕೇ? ತಿಳಿದವರು, ಹದವಾದವರು, ನೊಂದುಕೊಳ್ಳುವುದಿಲ್ಲ. ಮಿಕ್ಕವರು?... ಸಮಾಧಾನ ಮಾಡಿಕೊಳ್ಳಿ, ಮಗುವನ್ನು ಸಾಕಿ, ಇರುವವರನ್ನು ನೋಡಿಕೊಂಡು ಸಂತೋಷವಾಗಿರಿ – ತಗೊಳ್ಳಿ ಕುಂಕುಮ ಇಟ್ಟುಕೊಳ್ಳಿ, ಊರಿಗೆ ಹೋಗಿಬಿಟ್ಟು ಬನ್ನಿ!"

"ನನಗೆ ಕುಂಕುಮವೂ ಬೇಡ, ಏನೂ ಬೇಡ, ಒಂದು ಸಲ ಇಟ್ಟುಕೊಂಡು ಆಯಿತಲ್ಲ!"

"ಮುತ್ತೈದೆಯರು ಹಾಗೆನ್ನಬಾರದು, ತಗೊಳ್ಳಿ. ಆ ಪಾಪವನ್ನೂ ನನ್ನ ತಲೆಗೆ ಕಟ್ಟಬೇಡಿ! ನಮ್ಮನ್ನು ನಾವು ಸಮಾಧಾನ ಮಾಡಿಕೊಳ್ಳದಿದ್ದರೆ ಮತ್ತಾರು ಮಾಡಿಯಾರಮ್ಮ? ದೇವರು ಬಂದು ಸಮಾಧಾನ ಹೇಳಿದರೂ ನಮ್ಮ ಮನಸ್ಸಿಗೆ ಇಳಿದರಲ್ಲವೇ? ನಮ್ಮ ಮನಸ್ಸು ತಾನೇ ಸಮಾಧಾನವಾಗಬೇಕಾದದ್ದು? ಕೊನೆಗೆ ಯಾರಿಗೆ ಯಾರು? ನಮಗೆ ನಾವೇ!"

"ಹೌದು, ಕೇಳಿದ್ದನ್ನು ಕೊಡದೆ, ಏನೋ ತಲೆಗೆ ಕಟ್ಟಿ ಸಮಾಧಾನ ಮಾಡಿಕೋ ಎಂದರೆ ಹೇಗೆ ಸಮಾಧಾನವಾಗುತ್ತೆ? ಹಿಂದೆ ಯಾರೋ ಒಬ್ಬ ಮೂಗ ತನಗೆ ಹೆಂಡತಿ ಬೇಕು

ಅಂತ ಕೇಳಿದ್ದಕ್ಕೆ ಅವನಿಗೆ ಮದುವೆ ಮಾಡಿಸಲಾರದೆ ಮದುವೆ ಮಾಡಿಕೊಳ್ಳುವುದು ಮಕ್ಕಳಾಗುವುದಕ್ಕೆ ತಾನೆ! ಇಗೋ ಇವು ನಿನ್ನ ಮಕ್ಕಳು. ಒಂದಲ್ಲ ಎರಡಲ್ಲ, ಮೂರು ಇವನ್ನು ಸಾಕು ಎಂದು ಮೂರು ಗಿಡಗಳನ್ನು ನೆಟ್ಟು ಅವುಗಳಿಗೆ ಅವನ ಕೈಯಲ್ಲಿ ಬೆನ್ನು ಮುರಿಯ ನೀರು ಹೊರಿಸಿದರಂತೆ – ಹಾಗಾಯಿತು!"

"ನಿಜ, ಅಮ್ಮ, ನಾನೂ ಆ ಕಥೆಯನ್ನು ಕೇಳಿದ್ದೇನೆ. ಆದರೆ ನಾವು ಕೇಳಿ ಕೇಳಿದ್ದನ್ನೆಲ್ಲಾ ಕೊಟ್ಟುಬಿಡಲು, ಯಾರು ಅದನ್ನು ಸಿದ್ಧವಾಗಿ ಕೈಲಿ ಹಿಡಿದುಕೊಂಡು ಸೊಂಟ ಕಟ್ಟಿ ಕೊಂಡು ಅಲ್ಲೆಲ್ಲೋ ಆಜ್ಞಾಧಾರಕರಾಗಿ ನಿಂತುಕೊಂಡಿದ್ದಾರೆ ಅಂತ ಮಾಡಿಕೊಂಡಿದ್ದೀರಿ? ತಗೊಳ್ಳಿ, ಕುಂಕುಮ ಇಟ್ಟುಕೊಳ್ಳಿ...!"

4. ನಾನು ಕೊಂದ ಹುಡುಗಿ

ಆನಂದ

ಆರೇಳು ವರ್ಷಗಳ ಹಿಂದಿನ ಮಾತು. ಬೇಸಿಗೆಯ ರಜದಲ್ಲಿ ನಮ್ಮ (ಮೈಸೂರು) ಸೀಮೆಯನ್ನೆಲ್ಲಾ ಸುತ್ತಿಕೊಂಡು ಬರಬೇಕೆಂದು ಹೊರಟೆ. ನನಗೆ ನಮ್ಮ ದೇಶದಲ್ಲಿರುವ ಹೆಸರುಗೊಂಡ ಶಿಲಾಶಿಲ್ಪಗಳ ವೈಖರಿಯನ್ನೆಲ್ಲಾ ಚಿತ್ರರೂಪದಲ್ಲಿ ಸಂಗ್ರಹಿಸಬೇಕೆಂಬ ಒಂದು ಹುಚ್ಚು ಹಿಡಿದಿತ್ತು. ಸೋಮನಾಥಪುರ, ಬೇಲೂರು, ಹಳೇಬೀಡು ಮುಂತಾದ ಸ್ಥಳಗಳಲ್ಲಿನ ದೇವಾಲಯಗಳ ವರ್ಣನೆಗಳನ್ನು ಪುಸ್ತಕಗಳಲ್ಲಿ ಓದಿದಾಗ "ಇರಲಿ ಸಾಯದೆ ಬದುಕಿದ್ದರೆ ಒಂದಲ್ಲ ಒಂದು ದಿನ ಅವುಗಳನ್ನೆಲ್ಲಾ ಕಣ್ಣಾರೆ ನೋಡಿಕೊಂಡು ಬರುತ್ತೇನೆ"; ಅಂದುಕೊಂಡಿದ್ದೆ. ಆದುದರಿಂದ ನಾನು ಸಂಚಾರ ಹೊರಟಾಗ ನನ್ನ ಆಸೆಯ ಕನಸು ನಿಜವಾಗುವಂತಾಯಿತಲ್ಲಾ – ಎಂದು ಹಿಗ್ಗಿದೆ. ಇಲ್ಲಿ ನಾನು ಮುಂದೆ ಹೇಳುವ ವಿಷಯ – ನನ್ನ ಸಂಚಾರವನ್ನು ಕುರಿತು ಒಂದು ಉಪನ್ಯಾಸವಲ್ಲ – ನನ್ನ ಸಂಚಾರದ ಮಧ್ಯದಲ್ಲಿ ಒಂದು ಹಳ್ಳಿಯಲ್ಲಿ ನಡೆದ ಒಂದೆರಡು ದಿನಗಳ ಸಂಗತಿಯನ್ನು ಕುರಿತು.

ಆ ಹಳ್ಳಿಯ ಹೆಸರು ನಾಗವಳ್ಳಿ. ನಾನು ಅಲ್ಲಿಗೆ ಬರುವ ವೇಳೆಗೆ ನನ್ನ ಸಂಚಾರ ಮುಕ್ಕಾಲು ಪಾಲು ಮುಗಿದಿತ್ತು – ಅನ್ನಬಹುದು. ಅಷ್ಟು ಹೊತ್ತಿಗಾಗಲೆ ಸುಮಾರು ನೂರು–ನೂರೈವತ್ತು ಚಿತ್ರಗಳನ್ನು ಸಂಗ್ರಹಿಸಿದ್ದೆ. ಎಲ್ಲವೂ ನಾನೇ ಸ್ವಂತವಾಗಿ ತೆಗೆದ ಫೋಟೋಗಳು.

ನಾಗವಳ್ಳಿಯಲ್ಲಿ ಕರಿಯಪ್ಪನವರೆಂಬುವರು ಬಹಳ ಗಣ್ಯರಾದವರು. ಆ ಹಳ್ಳಿಗೆಲ್ಲಾ ಯಜಮಾನರಂತಿದ್ದರು. ನಾನು ಅವರ ಮನೆಯಲ್ಲಿಯೇ ಉಳಿದುಕೊಂಡಿದ್ದದ್ದು. ಕಥೆ ಇಲ್ಲಿಂದ ಪ್ರಾರಂಭ ಎಂದು ಇಟ್ಟುಕೊಳ್ಳಬಹುದು.

ನಾನು ಆ ಹಳ್ಳಿಗೆ ಬಂದಾಗ ರಾತ್ರೆ ಸುಮಾರು ಒಂಬತ್ತು ಗಂಟೆಯ ಸಮಯ. ನನ್ನ ಸಾಮಾನುಗಳನ್ನೆಲ್ಲ ಒಂದು ಸಂತೆಯ ಗಾಡಿಯಲ್ಲಿ ಹಾಕಿ ನಾನು ಅದರ ಹಿಂದೆ ನಡೆದುಕೊಂಡು ಬಂದೆ. ರಾತ್ರಿಯೆಲ್ಲ ಆ ಎತ್ತಿನ ಗಾಡಿಯಲ್ಲಿ ಪ್ರಯಾಣ ಮಾಡುವುದು ನನಗೆ ಸರಿಬೀಳಲಿಲ್ಲ. ಆ ರಾತ್ರಿ ಆ ಹಳ್ಳಿಯಲ್ಲೇ ಉಳಿದುಕೊಳ್ಳೋಣ – ಅನ್ನಿಸಿತು. "ಉಳಿದುಕೊಳ್ಳುವುದಕ್ಕೆ ಸರಿಯಾದ ಸ್ಥಳ ಯಾವುದಾದರೂ ಇದೆಯೇ?" ಎಂದು ಗಾಡಿಯವನನ್ನು ವಿಚಾರಿಸಿದೆ. ಅವನು ಕರಿಯಪ್ಪನವರ ಹೆಸರನ್ನು ಹೇಳಿ "ಸ್ವಾಮಿ, ಅಪ್ಪಣೆ

ಯಾದರೆ ಅವರ ತಾವ ಹೋಗಿ ಹೇಳ್ತೀನಿ. ಅವರು ಎಲ್ಲಾ ಅನ್ಕೂಲ ಮಾಡ್ತಾರೆ ಬುದ್ಧಿ" ಅಂದ. ನಾನು "ಆಗಬಹುದು" ಎಂದೆ. ಇನ್ನು ಹತ್ತು ಮಾರು ಹೋಗುವುದರಲ್ಲಿ ಅವರ ಮನೆ ಸಿಕ್ಕಿತು. ನಾನು ಗಾಡಿಯ ಪತ್ತಿರದಲ್ಲೇ ನಿಂತಿದ್ದೆ. ಗಾಡಿಯವನು ಇಳಿದು ಮನೆಯ ಕಡೆ ಹೋಗಿ ಒಂದೆರಡು ನಿಮಿಷ ಬಿಟ್ಟುಕೊಂಡು ಇನ್ನೊಬ್ಬ ಗಂಡಸಿನೊಂದಿಗೆ ಬಂದು "ಬುದ್ದೀ ಇವರೇ ಕರಿಯಪ್ನೋರು ಅನ್ನೋರು" ಎಂದು ಹೇಳಿದ. ಕರಿಯಪ್ಪನವರು ನನ್ನ "ಸಮೀಪಕ್ಕೆ ಬಂದು ಬಹಳ ನಮ್ರಭಾವದಿಂದ ಕೈಮುಗಿದು "ಸ್ವಾಮಿ, ದಯಮಾಡಿ. ಇದು ತಮ್ಮ ಮನೆ ಎಂದೇ ತಿಳೀಬೇಕು" ಎಂದು ಹೇಳಿದರು. "ನಾನೂ ಅವರಿಗೆ ಕೈ ಮುಗಿದು "ತಮಗೆ ತೊಂದರೆ ಕೊಟ್ಟಹಾಗಾಯಿತು" ಎಂದೆ. ಅದಕ್ಕೆ ಅವರು "ಸ್ವಾಮಿ ಎಲ್ಲಾದರೂ ಉಂಟೆ; ತೊಂದರೆ ಹೇಗೆ ಸ್ವಾಮಿ? ತಾವು ದೊಡ್ಡ ಮನಸ್ಸುಮಾಡಿ ನನ್ನ ಮನೆಗೆ ಬರಲು ಒಪ್ಪಿದರಲ್ಲಾ ಅದೇ ನನ್ನ ಪುಣ್ಯ; ತೊಂದರೆ ಗಿಂದ್ರೆ ಅನ್ನಬೇಡಿ, ಸ್ವಾಮಿ; ಹೀಗೆ ದಯಮಾಡಬೇಕು" ಎಂದು ತಮ್ಮ ಮನೆಯ ಕಡೆ ಕೈ ತೋರಿಸಿ, ಗಾಡಿಯವನನ್ನು ಕರೆದು "ಲೋ ತಿಮ್ಮಾ, ಧಣಿಗಳ ಸಾಮಾನನ್ನೆಲ್ಲಾ ಜಗ್ಲೀ ಮೇಲೆ ತಂದಿಡೋ" ಎಂದು ಹೇಳಿದರು.

ನಾವು ಹೋಗಿ ಅವರ ಮನೆ ಜಗಲಿಯ ಮೇಲೆ ಹಾಸಿದ್ದ ಚಾಪೆಯ ಮೇಲೆ ಕುಳಿತು ಕೊಂಡೆವು. ಕರಿಯಪ್ಪನವರದು ದೊಡ್ಡ ಸಂಸಾರ. ತುಂಬಿದ ಮನೆ. ನಾನು ಹೋಗಿ ಕುಳಿತೊಡನೆಯೆ ಒಳಗಿನಿಂದ ಮೂರು ನಾಲ್ಕು ಸಣ್ಣ ಸಣ್ಣ ಮಕ್ಕಳು ಹೊರಕ್ಕೆ ಓಡಿ ಬಂದು ಕುತೂಹಲದಿಂದ ನಮ್ಮ ಸುತ್ತಲೂ ನಿಂತುಕೊಂಡರು. ನನ್ನ ಹ್ಯಾಟು ಬೂಟು ಎಲ್ಲಾ ಅವರಿಗೆ ತಮಾಷೆಯಾಗಿ ಕಂಡಿರಬೇಕು.

ಜಗಲಿಯ ಒಂದು ಪಕ್ಕಕ್ಕೆ ಒಂದು ಕೊಠಡಿ; ಮನೆಯ ಆಳು ಅದರ ಬಾಗಿಲನ್ನು ತೆರೆದು ಗುಡಿಸಿ, ಚಾಪೆ ಹಾಕಿ, ಒಂದು ದೀಪವನ್ನು ತಂದಿಟ್ಟ. ಗಾಡಿಯವನು ನನ್ನ ಸಾಮಾನುಗಳನ್ನೆಲ್ಲಾ ಆ ಕೊಠಡಿಯೊಳಕ್ಕೆ ಇಟ್ಟು ಬಂದ. ಅವನಿಗೆ ಸಲ್ಲಬೇಕಾಗಿದ್ದ ಬಾಡಿಗೆ ಕೊಟ್ಟು ಕಳಿಸಿಬಿಟ್ಟೆ. ಕರಿಯಪ್ಪನವರು "ಸ್ವಾಮಿ, ಇನ್ನು ಬಟ್ಟೆ ಬಿಚ್ಚಬಹುದಲ್ಲ" ಎಂದರು. ನಾನು ಎದ್ದು ಕೊಠಡಿಯೊಳಗೆ ಹೋಗಿ, ನನ್ನ ಬಟ್ಟೆಗಳನ್ನೆಲ್ಲಾ ಬಿಚ್ಚಿ, ಪಂಚೆ ಉಟ್ಟು, ಷರಟು ಹಾಕಿಕೊಂಡು ಬಂದೆ. ಅಷ್ಟು ಹೊತ್ತಿಗೆ ಯಾರೋ ಒಳಗಿನಿಂದ ಬಿಸಿ ನೀರು ತಂದಿಟ್ಟರು. ಕೈಕಾಲು ಮುಖ ತೊಳೆದುಕೊಂಡೆ. ಇನ್ನು ಅರ್ಧ ಗಂಟೆಯಲ್ಲಿ ಊಟವಾಯಿತು. ಪುನಃ ಹೊರಗೆ ಜಗಲಿಯ ಮೇಲೆ ಕುಳಿತುಕೊಂಡು ತಾಂಬೂಲ ಹಾಕಿ ಕೊಳ್ಳುತ್ತಾ ಮಾತನಾಡುತ್ತಿದ್ದೆವು. ನನ್ನ ಸಂಚಾರದ ವಿಷಯವನ್ನು ಅವರಿಗೆ ವಿವರಿಸಿ ಹೇಳಿದೆ. ನಾನು ಅವರ ಮನೆಯಲ್ಲಿ ಉಳಿದುಕೊಂಡಿದ್ದು ಅವರಿಗೆ ಬಹಳ ಸಂತೋಷಕ್ಕೆ ಕಾರಣವಾಯಿತು. ಅದು ಅವರ ನಡೆನುಡಿಯಲ್ಲೇ ತೋರುತ್ತಿತ್ತು. ಮಾತನಾಡುತ್ತ ಆಡುತ್ತ ಅವರ ವಿಷಯವನ್ನೂ ಸ್ವಲ್ಪ ತಿಳಿದುಕೊಂಡೆ. ಬಹಳ ನೆಮ್ಮದಿವಂತರು. ನಾನೂರು ರೂಪಾಯಿ ಕಂದಾಯ ಕೊಡುತ್ತಾರಂತೆ. ಮನೆಯ ತುಂಬಾ ಜನ;

ಆಳುಕಾಳುಗಳು – ದನಕರುಗಳು ಯಾವುದರಲ್ಲೂ ಕೊರತೆಯಿಲ್ಲ. ಮನೆಯನ್ನು ದೊಡ್ಡದಾಗಿ ಕಟ್ಟಿಕೊಂಡಿದ್ದರು. ಆ ಹಳ್ಳಿಗೆಲ್ಲಾ ಅದೇ ದೊಡ್ಡದು. ಎಲ್ಲಕ್ಕೂ ಮಿಗಿಲಾಗಿ ನನ್ನ ಮನಸ್ಸಿನಲ್ಲಿ ನಿಂತದ್ದು ಅವರ ನಿಷ್ಕಪಟವಾದ ನಮ್ರತೆ. ಅದು ಆ ಜನರಿಗೆ ಬಹಳ ಸ್ವಾಭಾವಿಕವೆಂದು ತೋರಿತು. ಒಟ್ಟಿನಲ್ಲಿ ಅವರ ಮನೆಯಲ್ಲಿ ನನಗೆ ಬಹಳ ಉಪಚಾರವಾಗುತ್ತೆ – ಅಂದುಕೊಂಡೆ.

ಊಟವಾದ ಮೇಲೆ ಬಹಳ ಹೊತ್ತು ಮಾತನಾಡುತ್ತಿರಲಿಲ್ಲ. ದಾರಿ ನಡೆದುಬಂದುದರಿಂದ ಸ್ವಲ್ಪ ಆಯಾಸವಾಗಿತ್ತು. ಅವರಿಗೆ ಆ ವಿಷಯವನ್ನು ತಿಳಿಸಿ, ಕೊಠಡಿಯೊಳಗೆ ಹೋಗಿ ದೀಪವನ್ನು ಆರಿಸಿ ಮಲಗಿಕೊಂಡುಬಿಟ್ಟೆ.

[2]

ಬೆಳಿಗ್ಗೆ ಎಚ್ಚರವಾದಾಗ ಸುಮಾರು ಆರೂವರೆ – ಏಳು ಗಂಟೆ ಇರಬಹುದು. ಅಷ್ಟು ಹೊತ್ತಿಗಾಗಲೇ ನನ್ನ ಕೊಠಡಿಯ ಹೊರಗೆ ನೀರು ಸಿದ್ಧವಾಗಿತ್ತು; ಮುಖ ತೊಳೆದುಕೊಂಡು ಕೊಠಡಿಯಲ್ಲೇ ಕುಳಿತಿದ್ದೆ. ಕರಿಯಪ್ಪನವರು ತಾವೇ ಕೈಯಲ್ಲಿ ಒಂದು ಬಟ್ಟಲು ಹಾಲನ್ನು ತೆಗೆದುಕೊಂಡು ಬಂದರು. ಅವರ ಮನೆಯಲ್ಲಿ ಕಾಫಿ ಅಭ್ಯಾಸವಿಲ್ಲ. ನನಗೆ ಹಾಲು ಅಭ್ಯಾಸವಿಲ್ಲ. ಹೇಗೊ – ಅವರು ಅಷ್ಟು ಆದರದಿಂದ ತಂದದ್ದನ್ನು ಬೇಡವೆನ್ನಬಾರದೆಂದು – ಕುಡಿದೆ. ಆ ಮೇಲೆ ಅವರನ್ನು ಅಲ್ಲೇ ಕೂರಿಸಿಕೊಂಡು ನಾನು ಸಂಚಾರ ಮಾಡಿ ತಂದಿದ್ದ ಚಿತ್ರಗಳನ್ನೆಲ್ಲಾ ತೋರಿಸಿ, ಅವುಗಳ ವಿಷಯವಾಗಿ ನಾನು ತಿಳಿದುಕೊಂಡಿದ್ದನ್ನು ಹೇಳಿದೆ. ಕೇಳಿ ಅವರಿಗಾದ ಸಂತೋಷವನ್ನೂ ಆಶ್ಚರ್ಯವನ್ನೂ ನಾನು ವಿವರಿಸಲಾರೆ. ಅವರು ನನ್ನನ್ನು ನೋಡಿ "ಸ್ವಾಮಿ, ತಾವು ಒಪ್ಪೊದಾದ್ರೆ – ಇಲ್ಲೇ ಹತ್ತಿರದಲ್ಲೇ ಒಂದು ದೇವಸ್ಥಾನ ಇದೆ – ರಂಗಪ್ಪನ ಗುಡಿ – ಬಹಳ ಹಳೇದು, ಸ್ವಾಮಿ: ಬಲು ಖಚಿತವಾಗಿದೆ; ಬಹಳ ದೂರಾನು ಇಲ್ಲ" ಎಂದು. ನನಗೆ ಕಿವಿ ನೆಟ್ಟಗಾಯಿತು.

"ಎಲ್ಲಿ?" ಎಂದು ಕೇಳಿದೆ.

"ಇಲ್ಲೇ, ಇಲ್ಲಿಗೆ ಒಂದು ಹರಿದಾರಿ ದೂರ್ದಾಗಿದೆ; ಅದೋ ನೋಡಿ ಕಾಣೋಕಿಲ್ವೆ ಆ ಮರಡಿ ಬೆಟ್ಟ – ಅದರ ಬುಡ್ದಾಗಿದೆ."

ನನಗೆ ಬೇಲೂರಿನಲ್ಲಿ ತೆಗೆದಿದ್ದ ಚಿತ್ರಗಳಲ್ಲಿ ಕೆಲವಕ್ಕೆ ಟಿಪ್ಪಣಿ – ವಿವರಣೆ ಬರೆಯುವುದಿತ್ತು. ಅಲ್ಲದೆ ಲಕ್ಷ್ಮಿಗೆ ಕಾಗದ ಬರೆಯಬೇಕಾಗಿತ್ತು.

"ಸರಿ, ಹಾಗಾದರೆ ನಾಳೆ ಬೆಳಿಗ್ಗೆ ಅಲ್ಲಿಗೆ ಹೋಗಿ ಬರುತ್ತೇನೆ; ಇವತ್ತು ಸ್ವಲ್ಪ ಬರೆಯುವ ಕೆಲಸವಿದೆ" ಎಂದು ಹೇಳಿದೆ.

"ತಮ್ಮ ಚಿತ್ತ – ಹಾಗೇ ಆಗಲಿ" ಎಂದರು.

ಆ ದಿನ ಟಿಪ್ಪಣಿ – ವಿವರಣೆ ಬರೆಯುವುದರಲ್ಲೇ ಹನ್ನೆರಡು ಗಂಟೆಯಾಗಿ ಹೋಯಿತು. ಊಟವಾದ ಮೇಲೆ ಲಕ್ಷ್ಮಿಗೆ ಕಾಗದ ಬರೆಯುವುದಕ್ಕೆ ಕುಳಿತುಕೊಂಡೆ. ನನ್ನ ಸಂಚಾರದಲ್ಲಿ ಪುರಸತ್ತು ಸಿಕ್ಕಿದಾಗಲೆಲ್ಲಾ ಅವಳಿಗೆ ಕಾಗದ ಬರೆಯುತ್ತಿದ್ದೆ. ಎಲ್ಲದರಲ್ಲೂ ಮುಕ್ಕಾಲು ಪಾಲು ನನ್ನ ಸಂಚಾರದ ವಿಷಯವೇ – ನಾನು ನೋಡಿದ ದೇವಸ್ಥಾನಗಳು, ನೋಟಗಳು, ಅವುಗಳ ವರ್ಣನೆ ಇತ್ಯಾದಿ. ನನ್ನ ಸಂಚಾರದಲ್ಲಿ ಲಕ್ಷ್ಮಿಯ ನೆನಪು ನಿತ್ಯವೂ ನನ್ನನ್ನು ಎಡೆಬಿಡದೆ ಹಿಂಬಾಲಿಸುತ್ತಿತ್ತು. ಎಷ್ಟೋ ಸಾರಿ "ಅಯ್ಯೋ; ಈ ಸೊಬಗನ್ನು ನೋಡುವುದಕ್ಕೆ ನನ್ನ ಲಕ್ಷ್ಮಿ ಇಲ್ಲವಲ್ಲಾ; ಅವಳು ನನ್ನ ಸಮೀಪದಲ್ಲಿ ಇದ್ದಿದ್ದರೆ ಅವುಗಳ ಸೊಬಗು ಇನ್ನೂ ಹೆಚ್ಚುತ್ತಿತ್ತು" ಅಂದುಕೊಂಡಿದ್ದೇನೆ. ಆ ದಿನ ನಾನು ನಾಗವಳ್ಳಿಗೆ ಬಂದದ್ದು, ಅಲ್ಲಿ ಕರಿಯಪ್ಪನವರ ಆದರಣೀಯವಾದ ಆತಿಥ್ಯ – ಉಪಚಾರ – ಅವರ ಮಕ್ಕಳು ಮರಿ ವಿಚಾರ ಎಲ್ಲಾ ಬರೆದು – ನಾಳೆ ಮರಡಿ ಬೆಟ್ಟಕ್ಕೆ ಹೋಗಬೇಕೆಂದಿರುವುದನ್ನೂ ತಿಳಿಸಿ – ಆ ಮೇಲೆ ನಮ್ಮ ನಮ್ಮ ಕೆಲವು ಮಾತುಗಳನ್ನು ಬರೆದು ಕಾಗದವನ್ನು ಮುಗಿಸಿದೆ. ಆ ಹಳ್ಳಿಯಲ್ಲಿ ಟಪಾಲು ಆಫೀಸು ಇಲ್ಲ. ಒಂದು ಟಪಾಲುಪೆಟ್ಟಿಗೆ ಮಾತ್ರ ಇದೆ. ವಾರಕ್ಕೆ ಎರಡು ಸಲವೋ ಮೂರು ಸಲವೋ ಬೇಲೂರಿನಿಂದ ಅಂಚೆಯವನು ಬಂದು ಕಾಗದಗಳನ್ನು ತೆಗೆದುಕೊಂಡು ಹೋಗುತ್ತಾನೆ. ವಿಚಾರಿಸಿದ್ದರಲ್ಲಿ ಆ ವಿಷಯ ತಿಳಿಯಿತು. ಆದರೆ ಟಪಾಲುಪೆಟ್ಟಿಗೆ ಎಲ್ಲಿತ್ತೋ ಗೊತ್ತಿರಲಿಲ್ಲ. ಆಳು ಯಾರಾದರೂ ಇದ್ದರೆ ಅವನ ಕೈಲಿ ಕಾಗದವನ್ನು ಟಪಾಲುಪೆಟ್ಟಿಗೆಗೆ ಕಳುಹಿಸಬಹುದೆಂದು ಯೋಚಿಸಿ ಕೊಠಡಿಯಿಂದ ಹೊರಗೆ ಬಂದೆ. ನಾನು ಹೊರಗೆ ಬಂದಾಗ ಕೊಠಡಿಗೆ ಎದುರಾಗಿ ಸ್ವಲ್ಪ ದೂರದಲ್ಲಿ ಜಗಲಿಯ ಕಂಬವನ್ನು ಒರಗಿಕೊಂಡು ಒಬ್ಬ ಪ್ರಾಯದ ಹುಡುಗಿ ಕುಳಿತಿದ್ದಳು. ಯಜಮಾನರ ಮಗಳಿರಬಹುದೆಂದು ತೋರಿತು. ನಾನು ಹೊರಗೆ ಬಂದವನು ಆಳನ್ನು ಕಾಣದೆ ಏನು ಮಾಡಬೇಕೆಂದು ತೋಚದೆ ನಿಂತಿರಲು, ನಾನು ನೋಡಿದಾಕೆಯು ಎದ್ದು ಬಂದು 'ಏನು ಬುದ್ಧೀ', ಏನಾಗ್ಬೇಕು? ಅಪ್ಪಣೆಯಾಗಲಿ ಎಂದು ಕೇಳಿ, ಸ್ವಲ್ಪ ಹಸನ್ಮುಖಿಯಾದಳು. ಆ ಹಳ್ಳಿ ಹುಡುಗಿಯ ನಯವನ್ನೂ ಸರಳತೆಯನ್ನೂ ನೋಡಿ ನನಗೆ ಸಂತೋಷವಾಯಿತು. ನಾನು ಹೇಳಿದೆ :

"ಏನೂ ಇಲ್ಲಮ್ಮಾ, ಈ ಕಾಗದಾನ ಟಪಾಲಿಗೆ ಕಳಿಸಬೇಕಾಗಿತ್ತು. ಆ ಪೆಟ್ಟಿಗೆ ಎಲ್ಲಿದೆಯೋ ನಂಗೊತ್ತಿಲ್ಲ. ಹೇಳ್ತೀಯಾ?

ಆಕೆ ನಗುತ್ತ ನನ್ನ ಕಡೆಗೆ ಎರಡು ಹೆಜ್ಜೆ ಇಟ್ಟು—

"ಅದ್ಯಾಕ್ಬುದ್ಧೀ ಓಟೊಂದು ತೊಂದ್ರೆ ತಮ್ಗೆ; ಆ ಕಾದ್ಗಾನ ಇಲ್ಕೊಡಿ, ನನ್ನೊಡ್ಯಾ – ನಾನೋಗಿ ಹಾಕ್ತೀನಿ" ಅಂದಳು.

ಅವಳ ಮಾತುಗಳನ್ನು ಕೇಳಿ, ಅವಳೊಡನೆ ಇನ್ನೂ ನಾಲ್ಕು ಮಾತುಗಳನ್ನಾಡಬೇಕೆನ್ನಿಸಿತು;

"ನಿನಗೆ ತೊಂದರೆ ಅಲ್ವೆ?" ಎಂದು ಕೇಳಿದೆ.

"ಅಯ್ಯೋ; ಬುದ್ದೀ; ಅದ್ಯಾಂಗೆ ತೊಂದ್ರೆ? ತಾವು ದೊಡ್ಡೋರು";

"ಹಾಗಾದರೆ ನಿನಗೆ ತೊಂದರೆ ಇಲ್ಲವಷ್ಟೆ?"

"ಇಲ್ಲ, ನನ್ನೊಡ್ಯಾ; ಇಲ್ಕೊಡಿ, ಆ ಕಾದ್ಗಾನ."

– ಹೀಗೆಂದು ಹೇಳಿ ಎರಡು ಕೈಗಳನ್ನೂ ನೀಡಿದಳು. ನಾನು ಕಾಗದವನ್ನು ಅವಳ ಕೈಗೆ ಕೊಟ್ಟು "ನಿನ್ನ ಹೆಸರೇನು?" ಎಂದು ಕೇಳಿದೆ.

"ನನ್ಹೆಸ್ರು ಚೆನ್ನಿ" ಎಂದು ಸ್ವಲ್ಪ ನಾಚಿಕೆಯಿಂದ ಹೇಳಿ ಹೊರಟುಹೋದಳು.

"ಸೊಗಸಾದ ಹೆಸರು – ಅಂದುಕೊಂಡೆ. ಚೆನ್ನಿ ಚೆನ್ನಾಗಿ ಮಾತನಾಡಿದಳು. ಅವಳ ಮುಖದಲ್ಲಿನ ಆ ನಮ್ರ ಭಾವ – ಕಣ್ಣುಗಳಲ್ಲಿ ಆಕೆಯ ತಿಳಿಹೃದಯದ ನಿರ್ಮಲ ಛಾಯೆ – ಮಾತುಗಳಲ್ಲಿ ಹಳ್ಳಿಗಾಡಿನ ಒಂದು ವಿಧವಾದ ಲಾಲಿತ್ಯ – ಇವು ಪ್ರತಿಯೊಂದು ನನ್ನ ಮನಸ್ಸಿನಲ್ಲಿ ನಾಟಿದವು.

ಆ ದಿನ ಮಧ್ಯಾಹ್ನ ಊಟವಾದ ಮೇಲೆ ಸ್ವಲ್ಪ ನಿದ್ದೆಮಾಡಿದೆ. ಎಚ್ಚರವಾದಾಗ ಸುಮಾರು ನಾಲ್ಕು ಗಂಟೆ ಇರಬಹುದು. ಮುಖ ತೊಳೆದುಕೊಳ್ಳುವುದಕ್ಕೆಂದು ಕೊಠಡಿಯಿಂದ ಹೊರಗೆ ಬಂದೆ. ಪುನಃ ಅದೇ ಹುಡುಗಿ, ನಾನು ಮೊದಲು ನೋಡಿದ ಸ್ಥಳದಲ್ಲೇ ಕಂಬವನ್ನು ಒರಗಿಕೊಂಡು ಕುಳಿತಿದ್ದಳು. ನಾನು ಹೊರಗೆ ಬಂದುದನ್ನು ನೋಡಿದೊಡನೆಯೇ ಚಾಚಿದ ಕಾಲುಗಳನ್ನು ಮುದುರಿಕೊಂಡು, ಏನೋ ಒಂದು ವಿಧವಾದ ಅನ್ಯಮನಸ್ಕತೆಯಿಂದ ಸೆರಗಿನ ತುದಿಯಲ್ಲಿ ದಾರದ ಎಳೆಯನ್ನು ಕೀಳಲಾರಂಭಿಸಿದಳು. ನನಗೆ ನೀರು ಬೇಕಾಗಿತ್ತು. ಅಲ್ಲಿ ಕೇಳಲು ಮತ್ತಾರೂ ಇರಲಿಲ್ಲ. ಆಗಲೇ ಒಂದು ಸಲ ಆಕೆಯೊಡನೆ ಮಾತನಾಡಿದ್ದೆನಷ್ಟೆ; ಈಗ ಅದರ ಸಲಿಗೆಯಿಂದ ಅವಳನ್ನೇ ಕುರಿತು "ಚೆನ್ನಮ್ಮಾ, ಸ್ವಲ್ಪ ನೀರು ಬೇಕಿತ್ತು, ಮುಖಾ ತೊಳೆಯೋಕೆ" ಅಂದೆ. 'ಆಗ್ಲೈದು ನನ್ನೊಡ್ಯಾ' ಎಂದು ಮುಗುಳ್ನಗೆ ನಗುತ್ತ ಏನೋ ಒಂದು ಸಡಗರದಿಂದ ಒಳಕ್ಕೆ ಹೋದಳು. ಚೆನ್ನಮ್ಮ ಹುಟ್ಟುತ್ತಲೇ ಮುಗುಳ್ನಗೆಯನ್ನು ತಂದಿರಬೇಕೆಂದು ತೋರಿತು. ನಾನು ನೋಡಿದಾಗಲೆಲ್ಲಾ ಆಕೆಯ ಆ ಮುಗ್ಧವಾದ ಮುಖವು ತಿಳಿನಗೆಯಿಂದ ಬೆಳಗುತ್ತಿತ್ತು. ಪಟ್ಟಣಗಳಲ್ಲಿ ಯುವತಿಯರ ಮಂದಹಾಸವನ್ನು ಅನೇಕ ಸಂದರ್ಭಗಳಲ್ಲಿ ನೋಡಿದ್ದೇನೆ. ಆದರೆ ಅದು ಸಾಧಾರಣವಾಗಿ, ದೊಡ್ಡ ದೊಡ್ಡ ಮರಗಳನ್ನುರುಳಿಸಿ ಧೂಳೆಬ್ಬಿಸುವ ಬಿರುಗಾಳಿಯಂತೆ, ಮನಸ್ಸಿನಲ್ಲಿ ಗರ್ಜಿಸುವ ಅಲೆಗಳನ್ನೆಬ್ಬಿಸಿ ಅಲ್ಲೋಲ ಕಲ್ಲೋಲ ಮಾಡುವ ಮುಗುಳ್ನಗೆ. ಚೆನ್ನಮ್ಮನ ಮುಗುಳ್ನಗೆ ಅಂತಹುದಲ್ಲ. ಅದು, ಮೃದುವಾಗಿ ಅಲ್ಲಿ ಸುಳಿದು ಇಲ್ಲಿ ಸುಳಿದು, ಚಿಗುರುಗಳಲ್ಲಿ ತೂರಿ, ಹೂಗೊಂಚಲನ್ನು ಹಾಯ್ದು, ಪರಿಮಳವನ್ನು ಹೊತ್ತು ತರುವ ತಂಗಾಳಿಯಂತೆ, ಹೃದಯದಲ್ಲಿ ಚಿಕ್ಕ ಚಿಕ್ಕ ತರಂಗ ಮಾಲೆಗಳನ್ನು ಹುಟ್ಟಿಸುವ ಸರಳವಾದ ಮುಗುಳ್ನಗೆ. ಬಿರುಗಾಳಿಯಲ್ಲಿ ಸಿಕ್ಕರೆ ಬರೀ ಧೂಳು; ಕಣ್ಣಿಗೆ, ಬಾಯಿಗೆ ಮಣ್ಣು. ಅದರಲ್ಲಿ ಸೌರಭವಿಲ್ಲ. ಈ ಹಳ್ಳಿಯ ಹುಡುಗಿಯ ನಗುವಿನಲ್ಲೋ? ಓ; ಅದು ಮಲ್ಲಿಗೆಯ ಹೂವಿನ ಹಾಗೆ. ಮಲ್ಲಿಗೆಯ ಹೂವಿನದು

ಎಂತಹ ಶುಭ್ರತೆ. ಎಣೆಯಿಲ್ಲದ ಪರಿಮಳ; – ಇಷ್ಟು ಯೋಚನೆ ಆಗಿದ್ದಾಗ ಚೆನ್ನಮ್ಮ ನೀರು ತಂದಳು. ಕೈಕಾಲು ಮುಖ ತೊಳೆದುಕೊಂಡು ಕೊಠಡಿಗೆ ಹೋಗುವುದರೊಳಗೆ ಚೆನ್ನಮ್ಮನೇ ಸ್ವಲ್ಪ ತಿಂಡಿ, ಒಂದು ಬಟ್ಟಲಲ್ಲಿ ಹಾಲು ತಂದಿಟ್ಟು ಹೋದಳು. ತಿಂಡಿ ಮುಗಿಸಿಕೊಂಡು ಹಾಗೆಯೇ ಸುತ್ತಾಡಿಕೊಂಡು ಬರೋಣವೆಂದು ನನ್ನ ಕೊಳಲನ್ನೂ ಸಣ್ಣದೊಂದು "ಕ್ಯಾಮರಾ"ವನ್ನೂ ತೆಗೆದುಕೊಂಡು ಕೊಠಡಿಯನ್ನು ಬಿಟ್ಟೆ. ಹೊರಗೆ ಬಂದಾಗ ಚೆನ್ನಮ್ಮ; ಅದೇ ಸ್ಥಳದಲ್ಲೇ ಕುಳಿತಿದ್ದಳು. ನಾನು ಮನೆಯನ್ನು ಬಿಟ್ಟು ನಾಲ್ಕಾರು ಮಾರು ಬಂದೆ. ಎತ್ತಕಡೆ ಹೋಗೋಣ – ಎಂದು ಯೋಚನೆಯಾಯಿತು. ಮನೆಯ ಹಿಂದೆ ಅವರ ತೋಟ ಇದೆ ಎಂದು ಕೇಳಿದ್ದುದು ಜ್ಞಾಪಕಕ್ಕೆ ಬಂದು ಅಲ್ಲಿಗೇ ಹೋಗೋಣವೆಂದು ನಿರ್ಧರಿಸಿದೆ. ಆದರೆ ದಾರಿ ಗೊತ್ತಿಲ್ಲ. ಏನು ಮಾಡುವುದು ಎಂದು ಯೋಚಿಸುತ್ತ, ಚೆನ್ನಮ್ಮನನ್ನೇ ಕೇಳಿಬಿಡುವುದು ಎಂದುಕೊಂಡು ಹೋಗಿ "ಏನಮ್ಮಾ, ನಿಮ್ಮ ತೋಟ ಇದೆಯಂತಲ್ಲ, ಅದನ್ನು ನೋಡೋಣಾಂತ ಇದ್ದೇನೆ. ದಾರಿ ಯಾವುದು ಹೇಳ್ತೀಯಾ?" ಎಂದು ಕೇಳಿದೆ. ಆಕೆ "ಆಗಲಿ ನನ್ನೊಡ್ಯಾ" ಎಂದು ಎದ್ದು ಬಂದು ನನ್ನನ್ನು ಮನೆಯ ಹಿಂಭಾಗಕ್ಕೆ ಕರೆದುಕೊಂಡು ಹೋಗಿ, ಒಂದು ಕಾಲುದಾರಿಯನ್ನು ತೋರಿಸಿ, "ಇದೇ ನನ್ನೊಡ್ಯಾ ಹಾದಿ ನಮ್ತೋಟಕ್ಕೆ" ಎಂದು ಹೇಳಿದಳು. "ಸರಿ, ಇನ್ನು ಹೋಗುತ್ತೇನೆ" ಎಂದು ಹೇಳಿ ಹೊರಟೆ. ಆ ಕಾಲುಹಾದಿ ಹಿತ್ತಲ ತರಕಾರಿ ತೋಟವನ್ನು ಬಳಸಿಕೊಂಡು ದೊಡ್ಡ ತೋಟಕ್ಕೆ ಹೋಗಿತ್ತು. ಆ ದಾರಿಯಲ್ಲಿ ಸುಮಾರು ಇಪ್ಪತ್ತು ಮಾರು ಹೋಗಿದ್ದೆ. ಆಗ ಗಾಳಿ ಬಂದು ನಾನು ಹೊದೆದುಕೊಂಡಿದ್ದ ಧೋತ್ರದ ತುದಿ ತರಕಾರಿ ತೋಟದ ಬೇಲಿಗೆ ಸಿಕ್ಕಿಕೊಂಡಿತು. ಬಿಡಿಸಿಕೊಳ್ಳುವುದಕ್ಕಾಗಿ ಹಿಂತಿರುಗಿದೆ. ಚೆನ್ನಮ್ಮ. ನಾನು ಅವಳನ್ನು ಎಲ್ಲಿ ಬಿಟ್ಟಿದ್ದೆನೋ ಅಲ್ಲೇ ನಿಂತಿದ್ದಳು. ನಾನು ದಾರಿತಪ್ಪಿದ್ದೇನೆಂದು ಶಂಕೆಯೇನೋ ಅವಳಿಗೆ ಅಂದುಕೊಂಡೆ.

ಇನ್ನು ಸುಮಾರು ನೂರು ಗಜ ಹೋಗುವುದರಲ್ಲಿ ತೋಟ ಸಿಕ್ಕಿತು. ಅದು ಬಹಳ ಸೊಗಸಾದ ತೋಟ. ವಿಶೇಷವಾಗಿದ್ದುದು ಅಡಿಕೆ–ತೆಂಗು ಇನ್ನು ಕೆಲವು ಹಣ್ಣುಹಂಪಲು ಗಿಡಗಳೂ ಇದ್ದವು. ಸ್ವಭಾವತಃ ರಮ್ಯವಾದ ಆ ತೋಟದ ಸೊಬಗು, ಅಂದು, ಸಾಯಂಕಾಲದ ಸೂರ್ಯನ ಬಂಗಾರದ ಕಾಂತಿಯಲ್ಲಿ ನೂರ್ಮಡಿಯಾಗಿತ್ತು. ತೋಟವನ್ನು ಹೊಕ್ಕು ಹತ್ತಾರುಹೆಜ್ಜೆ ಹೋಗುವುದರಲ್ಲಿ ಒಂದು ವಿಶಾಲವಾದ ಬಾವಿ ಸಿಕ್ಕಿತು. ಅದು ಯಾತದ ಬಾವಿ. ಒಂದು ಪಕ್ಕದಲ್ಲಿ ನೀರಿನವರೆಗೂ ಇಳಿದು ಹೋಗುವುದಕ್ಕೆ ಮೆಟ್ಟಲುಗಳಿದ್ದವು. ಬಾವಿಯ ಸುತ್ತಲೂ ಸುಮಾರು ಎರಡು ಅಡಿ ಎತ್ತರ ಕಲ್ಲಿನ ಗೋಡೆ. ನಾನು ಹೋಗಿ ಆ ಗೋಡೆಯ ಮೇಲೆ ಕುಳಿತುಕೊಂಡು ತೋಟದ ಸೊಬಗನ್ನು ಕುಡಿಯಲಾರಂಭಿಸಿದೆ.

ಸ್ವಲ್ಪ ಕಾಲ ನನ್ನ ಮನಸ್ಸು ಆ ತೋಟದ ಸೊಬಗಿನ ಪಾನದಿಂದ ಮುದವೇರಿ ಯಾವುದೋ ವರ್ಣಿಸಲಾಗದ ಸುಖವನ್ನನುಭವಿಸಿತು. ತೋಟದ ತಂಪು, ಗಾಳಿಯಲ್ಲಿ ಬೆರೆತು ಹಾಯ್ದು ಹಾಯ್ದು ಬರುತ್ತಿತ್ತು. ಬಾವಿಯ ಸುತ್ತಲೂ ತರತರದ ಹೂವಿನ

ಗಿಡಗಳಿದ್ದವು. ಅವುಗಳ ಪರಿಮಳವೆಲ್ಲಾ ತಂಗಾಳಿಯಲ್ಲಿ ಸೂರೆಯಾಗುತ್ತಿತ್ತು. ನಾನಾ ಜಾತಿಯ ಪಕ್ಷಿಗಳ ಕಂಠ ಆಕಾಶದಲ್ಲಿ, ಗಿಡಗಳಲ್ಲಿ, ಮರಗಳಲ್ಲಿ, ಎಲ್ಲೆಲ್ಲಿಯೂ ಕೇಳಿ ಬರುತ್ತಿತ್ತು. ನನ್ನ ಹೃದಯವು ಪಕ್ಷಿಗಳೊಡನೆ ಪಕ್ಷಿಯಾಯಿತು, ಹೂಗಳೊಡನೆ ಹೂವಾಯಿತು. ಕವಿಗಳು, ಕಾಣದ ಸ್ವರ್ಗವನ್ನು ಏಕೆ ವರ್ಣಿಸುತ್ತಾರೆಯೋ; ಅನ್ನಿಸಿತು. ಎಲ್ಲಿ ಸುಖವೋ ಅಲ್ಲೇ ಸ್ವರ್ಗ" ಹೃದಯವು ಆನಂದದಿಂದ ತುಂಬಿ ಹರಿಯಿತು. ಅದರ ಭರದಲ್ಲಿ ಕೊಳಲನ್ನು ನುಡಿಸಲಾರಂಭಿಸಿದೆ. ಕೊಳಲಿನ ಒಂದು ಸ್ವರವು ನೂರು ಸ್ವರವಾಗಿ ತೋಟವನ್ನೆಲ್ಲಾ ತುಂಬಿತು; ನನ್ನ ಕೊಳಲಿನ ಗಾನಕ್ಕೆ ನಾನೇ ಉಬ್ಬಿಹೋದೆ. ಒಂದೆರಡು ಕೀರ್ತನೆಗಳನ್ನು ನುಡಿಸಿ ಆ ಮೇಲೆ ಬಾಯಲ್ಲಿ ಹೇಳುವುದಕ್ಕಾರಂಭಿಸಿದೆ. ತೋಟದಲ್ಲೆಲ್ಲಾ ನಾನೊಬ್ಬನೇ ಎಂಬ ಧೈರ್ಯದಿಂದ, ಬಾಯಿಗೆ ಬಂದಂತೆ ಹಾಡ ತೊಡಗಿದೆ. ಇದ್ದಕ್ಕಿದ್ದ ಹಾಗೆಯೇ ನನ್ನ ಹಿಂದೆ "ಗುಳು ಗುಳು" ಎಂಬ ಶಬ್ದವಾಯಿತು. ನಾನು ತಟ್ಟನೆ ಹಾಡುವುದನ್ನು ನಿಲ್ಲಿಸಿ ತಿರುಗಿ ನೋಡಿದೆ. ನೋಡಿದರೆ ಆ ಹುಡುಗಿ ಚೆನ್ನಿ; ಮೆಟ್ಟಿಲುಗಳ ಮೂಲಕ ಕೆಳಗೆ ನೀರಿಗಿಳಿದು, ಕೊಡದಲ್ಲಿ ನೀರು ತುಂಬುತ್ತಿದ್ದಳು. ನಾನು ತಿರುಗಿ ನೋಡಿದಾಗ ಅವಳು ತಲೆಯನ್ನೆತ್ತಿ ನನ್ನ ಕಡೆ ನೋಡುತ್ತಿದ್ದಳು. ನನಗೆ ಬಹಳ ನಾಚಿಕೆಯಾಯಿತು. ನಾನು ಪಟ್ಟಣದ ನಾಗರಿಕನೆಂದು ಇವರು ಗೌರವವನ್ನಿಟ್ಟು ಕೊಂಡಿದ್ದಕ್ಕೂ, ಈಗ ನಾನು ಗೊಲ್ಲರ ಹುಡುಗನಂತೆ ಕೊಳಲೂದುತ್ತ ಬಾಯಿಗೆ ಬಂದಂತೆ ಅರಚುತ್ತಿದ್ದುದಕ್ಕೂ ಸರಿಹೋಯಿತು – ಅಂದುಕೊಂಡೆ. ನಾನು ಮೆಟ್ಟಿಲುಗಳ ಕಡೆಗೆ ಬೆನ್ನು ತಿರುಗಿಸಿಕೊಂಡು ಕುಳಿತಿದ್ದುದರಿಂದ ಆಕೆ ಬಂದದ್ದು ತಿಳಿಯಲಿಲ್ಲ. ನನ್ನ ಸಂಗೀತದ ಭರದಲ್ಲಿ ಆಕೆಯ ಬಳೆಗಳ ಸದ್ದಾಗಲಿ, ಕಾಲಂದುಗೆಯ ಸದ್ದಾಗಲಿ ಕೇಳಿಸಲಿಲ್ಲ. ಅಂತು ಆಗಿನ ನನ್ನ ಸ್ಥಿತಿ ಬಹಳ ನಾಚಿಕೆಗೆ ಕಾರಣವಾಯಿತು. ಒಂದು ಕ್ಷಣ ನಾನೇ "ಏನಾಯ್ತು ಬಿಡೋ" ಅಂದುಕೊಂಡೆ. ಆದರೂ ಮನಸ್ಸು ಸಮಾಧಾನವಾಗಲೊಲ್ಲದು. ನಗು ಬರುವ ಹಾಗಾಯಿತು. ಕೊಳಲನ್ನು ಪಕ್ಕದಲ್ಲಿಟ್ಟು "ಕ್ಯಾಮರ"ವನ್ನು ಕೈಗೆ ತೆಗೆದು ಕೊಂಡು ಅದನ್ನು ನೋಡುವವರಂತೆ ನಟಿಸಿದೆ. ಆಕೆ ಕೊಡದಲ್ಲಿ ನೀರು ತುಂಬಿಕೊಂಡು ಮೆಟ್ಟಿಲುಗಳನ್ನು ಒಂದೊಂದಾಗಿ ಹತ್ತಿಬಂದಂತೆ ಬೋಧೆಯಾಯಿತು. ಮೆಟ್ಟಿಲುಗಳ ನ್ನೆಲ್ಲಾ ಹತ್ತಿದ ಮೇಲೆ ಆಕೆಯ ಕಾಲ ಸಪ್ಪಳ ಕೇಳಿಸಲಿಲ್ಲ. ಕಾಲ ಸಪ್ಪಳದ ಬದಲು ಕೈಬಳೆಗಳ ಸದ್ದು ಕೇಳಿಸಿತು. ಪುನಃ ಆಕೆಯ ಮುಖವನ್ನು ನೋಡುವುದಕ್ಕೆ ನಾಚಿಕೆ ಯಾಯಿತು; ಆದರೂ ತಿರುಗಿ ನೋಡಿದೆ; ಆಕೆ ಚೆನ್ನಾಗಿ ಬೆಳಗಿದ್ದ ಎರಡು ಹಿತ್ತಾಳೆ ಕೊಡಗಳಲ್ಲಿ ನೀರು ತುಂಬಿಕೊಂಡು, ಮೆಟ್ಟಿಲುಗಳನ್ನೆಲ್ಲಾ ಹತ್ತಿಬಂದು, ಅವುಗಳನ್ನು ಬಾವಿಯ ಸುತ್ತಲೂ ಇದ್ದ ಕಟ್ಟೆಯ ಮೇಲೆ ಇಟ್ಟಿದ್ದಳು. ಈ ಸಮಯದಲ್ಲೇ ನಾನು ಅವಳನ್ನು ಪುನಃ ನೋಡಿದ್ದು, ನನ್ನ ವಿಚಿತ್ರವಾದ ಸಂಗೀತದಿಂದ ಉಂಟಾಗಿದ್ದ ನಗು ಇನ್ನೂ ಆಕೆಯ ಮುಖದ ಮೇಲೆ ಸುಳಿಯುತ್ತಿತ್ತು. ನನಗೆ ಬಹಳ ನಾಚಿಕೆಯಾಯಿತು. ಮುಖವನ್ನು ತಿರುಗಿಸಿಕೊಂಡು, ಕುಳಿತಿದ್ದವನು ಎದ್ದೆ. ಆಕೆ ಏನೋ ಮಾತನಾಡಿದ ಹಾಗಾ

ಯಿತು. ನನ್ನ ಮನಸ್ಸಿನ ಗಲಭೆಯಲ್ಲಿ ಅದು ಏನು ಎಂದು ತಿಳಿಯಲಿಲ್ಲ. ಪುನಃ ಆಕೆಯ ಕಡೆಗೆ ತಿರುಗಿ "ಏನಮ್ಮಾ?" ಎಂದು ಕೇಳಿದೆ. ಆಕೆ "ಪದಾ ಹೇಳೋದ್ಯಾಕ್ಬಿಟ್ರಿ, ನನ್ನೊಡ್ಯಾ?" ಎಂದು ಕೇಳಿದಳು. ಆಕೆಯ ಈ ಪ್ರಶ್ನೆಯಿಂದ ನನ್ನ ಮನಸ್ಸಿನಲ್ಲಾದ ಕಳವಳವೂ ಅವ ಮಾನವೂ ದೇವರಿಗೇ ಗೊತ್ತು; ಏನು ಹೇಳಬೇಕೋ ಕೂಡಲೇ ಗೊತ್ತಾಗದೆ "ಆ-ಊ" ಎಂದು ಉಪಚಾರಕ್ಕೆ ಹಲ್ಲು ಕಿರಿದು, ಆಮೇಲೆ "ಮುಗಿದುಹೋಯಿತಮ್ಮಾ" ಎಂದೆ; ಆಕೆ ಕೇಳಿದ ಪ್ರಶ್ನೆ ಅಪಹಾಸ್ಯವಾಗಿ ತೋರಿತಾದರೂ ಅದರಿಂದ ನನಗೆ ಸಿಟ್ಟು ಬರಲಿಲ್ಲ. ಸಿಟ್ಟು ಏಕೆ ಬರಬೇಕು; ನಾನು ಮಾಡಿದ್ದು ಬೆಪ್ಪು ಕೆಲಸ; ನನ್ನ ಆಗಿನ ಮನಸ್ಸಿನ ಸ್ಥಿತಿಯಲ್ಲಿ ಅದು ಅಪಹಾಸ್ಯವಾಗಿ ತೋರಿರಬೇಕೇ ಹೊರತು ನಿಜವಾಗಿಯೂ ಹಸನ್ಮುಖಿಯಾದ ಈ ಹಳ್ಳಿಯ ಮುಗ್ಧೆಗೆ ನನ್ನನ್ನು ಹಾಸ್ಯಮಾಡುವ ಅಭಿಪ್ರಾಯವಿರಲಾರದು ಎಂದು ತೋರಿತು. ಹೇಗೋ ಆದದ್ದು ಆಗಿಹೋಯಿತು, ಇನ್ನು ಈ ಜಾಗ ಬಿಡೋಣ ಅಂದು ಕೊಂಡು, ಕೊಳಲನ್ನೂ "ಕ್ಯಾಮರ" ವನ್ನೂ ಕೈಗೆ ತೆಗೆದುಕೊಂಡು ಒಂದೆರಡು ಹೆಜ್ಜೆ ಮುಂದಕ್ಕಿಟ್ಟೆ. ಅಷ್ಟರಲ್ಲೇ "ನನ್ನೊಡ್ಯಾ" ಎಂದು ಕರೆದಳು. "ಪುನಃ ಇದೇನು, ನನ್ನೊಡ್ಯಾ" ಎಂದು ತಿರುಗಿದೆ. ಆಕೆ ತುಂಬಿದ ಒಂದು ಕೊಡವನ್ನು ತಲೆಯ ಮೇಲೆ ಎತ್ತಿ ಇಟ್ಟುಕೊಳ್ಳುತ್ತಾ ಇದ್ದಳು. ಇನ್ನೊಂದು ಕಟ್ಟೆಯ ಮೇಲೆಯೇ ಇತ್ತು. ನಾನು ತಿರುಗಿದ್ದನ್ನು ನೋಡಿ ಆ ಬಿಂದಿಗೆಯನ್ನು ತೋರಿಸುತ್ತಾ "ಬುದ್ಧೀ, ಈ ಬಿಂದಿಗೇನ ಒಸಿ ಎತ್ತಿ ಕೊಡ್ತೀರಾ?" ಎಂದು ನಾಚಿಕೆಯಿಂದಲೂ ಸ್ವಲ್ಪ ಸಂಕೋಚದಿಂದಲೂ ಕೇಳಿದಳು. ನಾನು "ಓ; ಅಗತ್ಯವಾಗಿ" ಎಂದು ಹೇಳಿ, ಕೈಲಿದ್ದ ಕ್ಯಾಮರಾವನ್ನೂ ಕೊಳಲನ್ನೂ ಕೆಳಗಿಟ್ಟು, ಆ ಬಿಂದಿಗೆಯನ್ನು ಎತ್ತಿ ಅವಳ ಸೊಂಟದ ಮೇಲಿಟ್ಟೆ. ನಾನಿಷ್ಟು ಮಾಡಿದ್ದು ಅವಳಿಗೆ ಬಹಳ ಅಗಾಧವಾಗಿ ಕಂಡಿರಬೇಕು. ಅವಳ ಮುಖದ ಮೇಲೆ ಬಹಳ ಸಂತೋಷ ಕಂಡು ಬಂತು. ತುಂಬಿದ ಕೊಡಗಳ ಭಾರಕ್ಕೆ ಬಳುಕುತ್ತ ಹೋಗುತ್ತಿದ್ದ ಆ ತುಂಬು ಯೌವನವು ಅಂದಿನ ಸಾಯಂಕಾಲದ ಸೂರ್ಯನ ಬಂಗಾರದ ಬೆಳಕಿನಲ್ಲಿ ಅತ್ಯಂತ ಮನೋಹರವಾಗಿ ಕಂಡಿತು. ಕೂಡಲೇ ನನ್ನ ಮನಸ್ಸಿನಲ್ಲಿ ಆಕೆಯ ಆ ನಿಲುವಿನಲ್ಲಿ ಒಂದು ಫೋಟೋ ತೆಗೆಯಬೇಕೆಂಬ ಆಸೆಯಾಯಿತು. "ಕ್ಯಾಮರ" ವನ್ನು ಸಿದ್ಧಮಾಡಿಕೊಂಡು, ಹುಡುಗಿ ಏನು ತಿಳಿದುಕೊಂಡಾಳು ಎಂಬ ಯೋಚನೆ ಸಹ ಇಲ್ಲದೆ "ಚೆನ್ನಮ್ಮಾ" ಎಂದು ಕರೆದೆ. ಆಕೆ ಭಾರದ ಜೋಕಿನಲ್ಲಿಯೇ ಮೆಲ್ಲಗೆ ತಿರುಗಿ "ಕರೆದಿರಾ ನನ್ನೊಡ್ಯಾ?" ಎಂದು ಕೇಳಿದಳು. ನಾನು "ಹೂ" ಎಂದು ಅವಳ ಸಮೀಪಕ್ಕೆ ಹೋಗಿ "ತಾಯಿ, ನೀನು ಒಂದು ಕ್ಷಣ ಹಾಗೇ ನಿಂತಿರುವೆಯಾ?" ಎಂದು ಕೇಳಿದೆ. ಅವಳಿಗೆ ಸ್ವಲ್ಪ ಆಶ್ಚರ್ಯವಾಗಿರ ಬೇಕು. ಮುಖದಲ್ಲಿ ಅದರ ಚಿಹ್ನೆಯನ್ನು ತೋರುತ್ತ, ಹೂಬಿಸಿಲಿಗೆ ಎದುರಾಗಿ ಬಳುಕಿ ನಿಂತಳು. ಅವಳ ಮುಖದ ಮೇಲೆ ಚ್ಯುತಿಯೇ ಇಲ್ಲದ ಆ ಎಳೆನಗು, ಸ್ವಲ್ಪದರಲ್ಲಿ ಮರೆ ಯಾಗುವುದರಲ್ಲಿದ್ದ ಚಿನ್ನದ ಕಿರಣಗಳಲ್ಲಿ ಬಹಳ ಸುಖವಾಗಿ ಬೆರೆಯುತ್ತಿತ್ತು. ನಾನು ಫೋಟೋ ತೆಗೆದು "ಇನ್ನು ನೀನು ಹೊರಡಮ್ಮಾ" ಎಂದೆ. ಆಕೆ ಕುತೂಹಲದಿಂದ

“ಅದೇನ್ಮಾಡಿದ್ರಿ ಬುದ್ದೀ?” ಎಂದು ಕೇಳಿದಳು. ಆಕೆಗೆ ತಿಳಿಯುವ ಹಾಗೆ ಹೇಳುವುದು ಹೇಗೆ? “ನಾಳೆ ಹೇಳುತ್ತೇನೆ” ಎಂದೆ. ಆಕೆ ತಿರುಗಿ ನಿಧಾನವಾಗಿ ಮನೆಯ ಕಡೆ ನಡೆದು ಹೋದಳು.

ಆ ರಾತ್ರೆ ಊಟವಾದ ಮೇಲೆ ಕೊಠಡಿಗೆ ಹೋಗಿ ಹಾಸಿಗೆಯ ಮೇಲೆ ಮಲಗಿ ಕೊಂಡೆ. ಬೇಗ ನಿದ್ದೆ ಬರಲಿಲ್ಲ. ಸಾಯಂಕಾಲ ತೋಟದಲ್ಲಿ ನಡೆದ ವಿಷಯ ಇನ್ನೂ ಮನಸ್ಸಿನಲ್ಲಿ ಇತ್ತು. ನನ್ನಷ್ಟಕ್ಕೆ ನಾನೇ ನಕ್ಕು – ಲಕ್ಷ್ಮಿಗೆ ಈ ವಿಷಯ ಹೇಳಿದರೆ ಏನಂತಾಳೋ; ಎಷ್ಟು ನಗುತ್ತಾಳೋ; – ಅಂದುಕೊಂಡೆ. ನನ್ನ ನಗು ಇನ್ನೂ ಹೆಚ್ಚಿತು.

ಹಿಂದಿನ ರಾತ್ರೆ ನಿದ್ದೆ ಮಾಡಿದಾಗ ಬಹಳ ಹೊತ್ತಾಗಿತ್ತೆಂದು ತೋರುತ್ತೆ. ಬೆಳಿಗ್ಗೆ ಎದ್ದಾಗ ಎಂಟು ಗಂಟೆಯಾಗಿ ಹೋಗಿತ್ತು. ಆದಷ್ಟು ಬೇಗ ಮುಖ ತೊಳೆದುಕೊಂಡು ತಿಂಡಿತೀರ್ಥ ಮುಗಿಸಿಕೊಂಡು, ಮರಡಿ ಬೆಟ್ಟಕ್ಕೆ ಹೊರಡಲು ಸಿದ್ಧನಾದೆ. ಯಜಮಾನರು ಒಬ್ಬ ಆಳನ್ನು ಗೊತ್ತುಮಾಡಿಕೊಟ್ಟರು. ಅವನ ಕೈಲಿ ಬೇಕಾದ ಸಲಕರಣೆಗಳನ್ನೆಲ್ಲಾ ಹೊರಿಸಿಕೊಂಡು ಹೊರಟೆ. ಮರಡಿ ಬೆಟ್ಟದಲ್ಲಿ ಕೆಲಸಗಳನ್ನೆಲ್ಲಾ ಮುಗಿಸಿಕೊಂಡು ಹಿಂತಿರುಗುವ ಹೊತ್ತಿಗೆ ಸುಮಾರು ಹನ್ನೆರಡು ಗಂಟೆಯಾಗಿರಬಹುದು. ಹಿಂದಿರುಗಿ ಬರುತ್ತ, ಕಾಲು ಹಾದಿಗೆ ಸ್ವಲ್ಪ ದೂರವಾಗಿ ಹಸರಿನಲ್ಲಿ ದನ ಕರುಗಳು ಮೇಯುತ್ತಿದ್ದುವು. ಅಲ್ಲಲ್ಲಿ ರೈತರು ಗದ್ದೆಗಳಲ್ಲಿ ಕೆಲಸ ಮಾಡುತ್ತಿದ್ದರು. ಇದ್ದಕ್ಕಿದ್ದ ಹಾಗೆಯೇ ಸ್ವಲ್ಪ ದೂರದಲ್ಲಿ ಗೊಲ್ಲರ ಹುಡುಗನೊಬ್ಬನು ಲಾವಣಿ ಹೇಳುವುದಕ್ಕಾರಂಭಿಸಿದ. ಅವನಿಗೆ ಯಾರದ್ದೇನು ಹೆದರಿಕೆ. ಜೋರಾಗಿ ಬಲು ಜೋಕಿನ ಮೇಲೆ ಪ್ರಾರಂಭಿಸಿದ. ಬಹಳ ತಮಾಷೆಯಾಗಿತ್ತು. ಸ್ವಲ್ಪ ಹೊತ್ತು ನಿಂತು ಕೇಳೋಣವೆನ್ನಿಸಿತು. ಆದರೆ ಜತೆಯಲ್ಲಿ ಆಳು ಇದ್ದ. ನಗುವ ನೇನೋ ಎಂದು ಸಂಕೋಚ. ಅಲ್ಲದೆ ಹಿಂದಿನ ದಿನದ ಸಾಯಂಕಾಲ, ಜ್ಞಾಪಕಕ್ಕೆ ಬಂತು; ನಿಲ್ಲಲಿಲ್ಲ. ಹಾಗೆಯೇ ಚೆನ್ನಮ್ಮನ ಜ್ಞಾಪಕವಾಯಿತು. ಆ ಹಳ್ಳಿಗಾತಿಯ ಸ್ವಾಭಾವಿಕ ವಾದ ಎಳೆನಗು ನನ್ನ ಕಣ್ಣಮುಂದೆ ಕುಣಿದಂತಾಯಿತು. ಥಳಥಳಿಸುವ ತುಂಬಿದ ಬಿಂದಿಗೆ ಗಳನ್ನು ಹೊತ್ತು, ಅವುಗಳ ಭಾರಕ್ಕೆ ಬಳುಕಿ ನಿಂತ ಅವಳ ಆ ಒಯ್ಯಾರದ ನಿಲುವು ಕಣ್ಣಿಗೆ ಒತ್ತಿದಂತಾಯಿತು. ಚೆನ್ನಮ್ಮ ಮನೆಯ ಯಜಮಾನನ ಮಗಳಿರಬಹುದೆಂದು ಊಹಿಸಿದ್ದೇನೇ ಹೊರತು ನಿಜವಾದ ವಿಷಯ ಗೊತ್ತಿರಲಿಲ್ಲ. ತಿಳಿದುಕೊಳ್ಳಬೇಕೆಂಬ ಕುತೂಹಲದಿಂದ ಆಳನ್ನು ಕುರಿತು—

“ನಿಮ್ಮ ಯಜಮಾನರ ಮನೆಯಲ್ಲಿರುವ ಆ ಹೆಣ್ಣುಮಗಳು, ಯಾರಯ್ಯಾ?” ಎಂದು ಕೇಳಿದೆ.

ಆಳು ನಿಂತು, ತಿರುಗಿ ನನ್ನನ್ನು ನೋಡುತ್ತ “ಯಾವ ಹೆಣ್ಮಗಳು ಬುದ್ದೀ?” ಎಂದು ಕೇಳಿದ. ನಾನು ಯಾವಾಕೆಯನ್ನು ಉದ್ದೇಶಿಸಿ ಕೇಳಿದೆನೋ ಅದು ಅವನಿಗೆ ಗೊತ್ತಾಗಲಿಲ್ಲ. ನಾನು “ಆ ಚೆನ್ನಮ್ಮಾ ಅಂತಿದ್ದಾಳಲ್ಲ, ಆಕೆ” ಎಂದೆ. ಆಳು ನನ್ನ ಕಡೆಯೇ ನೋಡು ತ್ತಿದ್ದನು. ನನ್ನ ಪ್ರಶ್ನೆಯನ್ನು ಕೇಳಿ ನಕ್ಕು, ಮುಖವನ್ನು ತಿರುಗಿಸಿಕೊಂಡು “ಯಾಕೆ

ಬುದ್ಧೀ?" ಎಂದು ಕೇಳಿದ; ನನಗೆ ಬಹಳ ಅವಮಾನವಾದ ಹಾಗಾಯಿತು. ನಾಚಿಕೆಯಾಯಿತು. ಈ ಆಳು ನನ್ನ ಪ್ರಶ್ನೆಯಲ್ಲಿ ಏನೋ ದುರಭಿಪ್ರಾಯವನ್ನು ನೋಡುವ ಹಾಗಾಯಿತಲ್ಲಾ – ಎಂದು ನನ್ನ ಮನಸ್ಸಿನಲ್ಲಿ ಕ್ಷಣಕಾಲ ಬಹಳ ಗಲಿಬಿಲಿಯಾಯಿತು. ಲಕ್ಷ್ಮಿಯನ್ನು ಬಿಟ್ಟು ನನ್ನ ಜೀವವೇ ಇಲ್ಲವೆಂದು ಈ ಮುಟ್ಠಾಳನು ತಿಳಿಯುವುದು ಹೇಗೆ? ಅವನೇನೋ ವ್ಯಂಗ್ಯವಾಗಿ ನಕ್ಕು "ಯಾಕೆ ಬುದ್ದಿ?" ಎಂದು ಕೇಳಿಬಿಟ್ಟ. ನಾನು "ಯಾಕೂ ಇಲ್ಲವಯ್ಯ – ಸುಮ್ಮನೆ ಕೇಳಿದೆ – ಕೇಳಬಾರದಿತ್ತೆ?" ಎಂದೆ.

"ಅಯ್ಯೋ; ಅದಕ್ಕೇನ್ಬುದ್ದೀ – ಪರವಾ ಇಲ್ಲ. ಆಕೆ ಯಜಮಾನ್ರು ಮಗಳು" ಎಂದ.

ಇನ್ನೊಂದು ಪ್ರಶ್ನೆ ನಾಲಿಗೆ ತುದಿಯ ವರೆಗೆ ಬಂದಿತ್ತು; ಆದರೆ ತಡೆದೆ. "ಯಾರು" ಎಂದು ಕೇಳಿದ್ದಕ್ಕೇ ನಕ್ಕವನು ಇನ್ನು "ಮದುವೆಯಾಗಿದೆಯೇ" ಎಂದು ಕೇಳಿದರೆ ಇನ್ನೇನು ತಿಳಿದುಕೊಳ್ಳುವನೋ; ಎಂದು ಭಯವಾಯಿತು. ಸುಮ್ಮನಾದೆ.

ಮನೆಗೆ ಬಂದವನೇ ಸ್ನಾನಮಾಡಿ, ಊಟವನ್ನು ಮುಗಿಸಿಕೊಂಡು, ಹಿಂದಿನ ಸಾಯಂಕಾಲ ತೆಗೆದಿದ್ದ ಚೆನ್ನಮ್ಮನ ಫೋಟೋವಿನ ಮೂರು–ನಾಲ್ಕು ಅಚ್ಚು ತೆಗೆದೆ. ಚಿತ್ರ ಬಹಳ ಚೆನ್ನಾಗಿ ಬಂದಿತು. ಮನೆಯವರೆಲ್ಲಾ ಅದನ್ನು ನೋಡಿ ಸಂತೋಷಪಟ್ಟರು.

ಮಧ್ಯಾಹ್ನ ಊಟ ಹೊತ್ತಾಗಿತ್ತು. ಆದ್ದರಿಂದ ರಾತ್ರೆ ಹಸಿವು ತೋರಲಿಲ್ಲ. ರಾತ್ರೆ ಊಟ ಮಾಡುವುದಿಲ್ಲವೆಂದು ಮನೆಯವರಿಗೆ ತಿಳಿಸಿಬಿಟ್ಟೆ. ನಿದ್ರೆಯೂ ಬೇಗ ಬರುವಂತೆ ತೋರಲಿಲ್ಲ. ಏನು ಮಾಡುವುದಕ್ಕೂ ತೋಚದೆ ಸ್ವಲ್ಪ ದೂರ ಸುತ್ತಾಡಿಕೊಂಡು ಬರೋಣವೆಂದು ಹೊರಟೆ; ಪುನಃ ಕೊಠಡಿಗೆ ಬಂದಾಗ ಒಂಬತ್ತು ಗಂಟೆಯಾಗಿ ಹೋಗಿತ್ತು. ಇನ್ನೂ ನಿದ್ದೆ ದೂರ ಇದ್ದಂತೆ ತೋರಿತು. ದೀಪ ಹಚ್ಚಿ, ಹಾಸಿಗೆ ಹಾಸಿ, ಅದರ ಮೇಲೆ ಮಲಗಿಕೊಂಡು ಯಾವುದೋ ಕಾದಂಬರಿಯನ್ನು ತೆಗೆದು ಓದತೊಡಗಿದೆ. ಸುಮಾರು ಹತ್ತು ನಿಮಿಷ ಓದಿರಬಹುದು. ಆಗ ಕೊಠಡಿಯ ಬಾಗಿಲು ಏನೋ ಸದ್ದಾದ ಹಾಗಾಯಿತು. ಗಾಳಿಯೇನೋ – ಅಂದುಕೊಂಡು ಪುನಃ ಪುಸ್ತಕವನ್ನು ನೋಡತೊಡಗಿದೆ. ಪುನಃ ಸದ್ದಾಯಿತು. ಈ ಬಾರಿ ಮೆಲ್ಲಗೆ ತಟ್ಟಿದ ಹಾಗಾಯಿತು. ಮಲಗಿದ್ದಹಾಗೆಯೇ "ಯಾರಪ್ಪಾ ಅದು?" ಎಂದು ಕೇಳಿದೆ. ಉತ್ತರವಿಲ್ಲ. ಒಂದು ಕ್ಷಣ ಬಿಟ್ಟು ಪುನಃ ಯಾರೋ ಮೆಲ್ಲಗೆ ತಟ್ಟಿದಹಾಗಾಯಿತು. ಎದ್ದು ಕುಳಿತು "ಯಾರದು?" ಎಂದು ಕೇಳಿದೆ. ಕೈ ಬಳೆಗಳ ಸದ್ದಾಯಿತು" ಜತೆಗೆ ಕ್ಷೀಣ ಸ್ವರದಲ್ಲಿ "ನಾನು, ಚೆನ್ನಿ" ಎಂದು ಉತ್ತರ ಬಂತು; ನನಗೆ ಆಶ್ಚರ್ಯವಾಯಿತು. ಇಷ್ಟು ಹೊತ್ತಿನಲ್ಲಿ ಇವಳಿಗೆ ನನ್ನಲ್ಲಿ ಏನು ಕೆಲಸ?... ಏನಾದರೂ ಇರಲಿ ವಿಚಾರಿಸೋಣವೆಂದು ಎದ್ದು, ಬಾಗಿಲನ್ನು ತೆಗೆದು ಹೊರಗೆ ಮುಖ ಹಾಕಿ "ಏನಮ್ಮಾ?" ಎಂದು ಕೇಳಿದೆ. ನನ್ನ ಕೊಠಡಿಯ ಬೆಳಕು ಸ್ವಲ್ಪವಾಗಿ ಅವಳ ದೇಹದ ಮೇಲೆ ಬೀಳುತ್ತಿತ್ತು. ಅವಳ ಕೈಯಲ್ಲಿ ಒಂದು ತಟ್ಟೆ, ಅದರಲ್ಲಿ ನಾಲ್ಕೈದು ಬಾಳೆ ಹಣ್ಣುಗಳು, ಸ್ವಲ್ಪ ಸಕ್ಕರೆ, ಒಂದು ಬಟ್ಟಲಲ್ಲಿ ಸ್ವಲ್ಪ ಹಾಲು ಇಷ್ಟು ಇತ್ತು. ನಾನು "ಏನಮ್ಮಾ" ಎಂದು ಹೇಳಿದ್ದಕ್ಕೆ ಆಕೆ "ಬುದ್ದೀ, ತಮ್ಗೆ ಈಗ ಊಟ ಇಲ್ಲ; ಅದಕ್ಕೆ ಇದನ್ನು

ತಂದೆ, ನನ್ನೊಡ್ಯಾ" ಎಂದಳು. ನನಗೆ ಆಗ ಸ್ವಲ್ಪ ಸ್ವಲ್ಪವಾಗಿ ಹಸಿವು ತೋರುವುದಕ್ಕಾರಂಭವಾಗಿತ್ತು. "ಬಹಳ ಸಂತೋಷವಮ್ಮಾ" ಎಂದು ಹೇಳಿ ಆಕೆಯ ಕೈಯಿಂದ ಆ ತಟ್ಟೆಯನ್ನು ತೆಗೆದುಕೊಂಡು ಹಾಸಿಗೆಯ ಸಮೀಪದಲ್ಲಿಡಲು ಹೋದೆ. ಚೆನ್ನಮ್ಮ ಹಿಂದೆಯೇ ಕೊಠಡಿಯೊಳಕ್ಕೆ ಬಂದಳು. ನನ್ನ ಎದೆ ಸ್ವಲ್ಪ ಅದುರಿತು; ಆ ಸಮಯ ಹಾಗೆ ಇತ್ತು. ನಾನು ತಟ್ಟೆಯನ್ನು ಹಾಸಿಗೆಯ ಪಕ್ಕದಲ್ಲಿ ಇಟ್ಟು ತಿರುಗಿ "ಇನ್ನೇನೂ ಬೇಡಮ್ಮಾ; ನೀನು ಇನ್ನು ಹೋಗಬಹುದು" ಎಂದೆ. ಆಕೆ ನಗುತ್ತ "ನಾನಿದ್ರೇನ್ಪದ್ದೀ ತಾವು ತಿನ್ಬಾರ್ದಾ?" ಎಂದು ಕೇಳಿದಳು. ನಾನು ಓಹೋ; ತಿನ್ನಬಹುದು; ಅದಕ್ಕಲ್ಲ ನಾನು ಹೇಳಿದ್ದು. ಆದರೆ ಈಗ ನನಗೆ ಇನ್ನೇನೂ ಬೇಕಿಲ್ಲ; ಅಲ್ಲದೆ, ಇಷ್ಟು ಹೊತ್ತಿನಲ್ಲಿ ನೀನೊಬ್ಬಳೇ ಇಲ್ಲಿ ಇರ......" ನನ್ನ ಮಾತು ಪೂರೈಸುವುದರೊಳಗಾಗಿ ಅವಳು ನನ್ನ ಕೊಠಡಿಯ ಬಾಗಿಲನ್ನು ಮುಚ್ಚಿ ಅಗಣಿ ಹಾಕಿಬಿಟ್ಟಳು; ಆಕೆ ನನ್ನ ಕೊಠಡಿಯೊಳಕ್ಕೆ ಬಂದೊಡನೆಯೇ ನನ್ನ ಮನಸ್ಸಿನಲ್ಲಿ ಉಂಟಾಗಿದ್ದ ಮಬ್ಬುಮಬ್ಬಾದ ಯಾವುದೋ ಭಾವನೆಯು ಈಗ ಸ್ವಲ್ಪ ಸ್ವಲ್ಪವಾಗಿ ಸ್ಫುಟಗೊಳ್ಳಲಾರಂಭಿಸಿತು. ಅವಳು ಬಾಗಿಲು ಹಾಕಿದ್ದನ್ನು ನೋಡಿ ಇದ್ದಕ್ಕಿದ್ದ ಹಾಗೆಯೇ ನನ್ನ ಮೈ ನಡುಗಿ ಬಿಸಿಯಾಯಿತು. ಬೆವರು ಮುಖದ ಮೇಲೆಲ್ಲಾ ಮೂಡಿತು. ಗಂಟಲು ಒಣಗಿ ಉಗುಳು ನುಂಗತೊಡಗಿದೆ. ಕಷ್ಟದಿಂದ "ಯಾಕಮ್ಮಾ, ಬಾ–ಬಾಗಿಲು ಹಾಕಿದೆ?" ಎಂದು ಕೇಳುತ್ತ, ತೆಗೆಯುವುದಕ್ಕೋಸ್ಕರ ಎರಡು ಹೆಜ್ಜೆ ಇಟ್ಟೆ. ಚೆನ್ನಮ್ಮ ಸರ್ರನೆ ಸರಿದು, ಬಾಗಿಲಿಗೆ ಅಡ್ಡವಾಗಿ ನಿಂತು ಮುಗುಳ್ನಗೆ ನಗತೊಡಗಿದಳು; ನನ್ನ ಮೊಣಕಾಲು ಕಳಚಿದಂತಾಯಿತು. ಸರಿ; ಏನೂ ಸಂಶಯ ಉಳಿಯಲಿಲ್ಲ; ಅವಳ ಅಭಿಪ್ರಾಯ ನನ್ನ ಎದೆಯ ಮೇಲೆ ಊರಿ ಬರೆದಂತಾಯಿತು; ನನ್ನ ಮನಸ್ಸಿನಲ್ಲೇ ಅಂದುಕೊಂಡೆ. "ಇವಳೇ; ಹಳ್ಳಿಗಾಡಿನ ಮುಗ್ಧ ಯುವತಿ" ಎಂದು.

ನನಗೆ ನಿಲ್ಲಲು ಕಾಲೇ ಇಲ್ಲದ ಹಾಗಾಯಿತು. ಹೋಗಿ ಹಾಸಿಗೆಯ ಮೇಲೆ ಕುಳಿತು, ಎರಡು ಕೈಗಳಿಂದಲೂ ತಲೆಯನ್ನು ಹಿಡಿದುಕೊಂಡು ಯೋಚಿಸಲಾರಂಭಿಸಿದೆ.

ಇಲ್ಲಿ, ಮುಂದೆ ನಡೆದ ವಿಷಯವನ್ನು ತಿಳಿಸುವುದಕ್ಕೆ ಮೊದಲು ಬೇರೆ ಒಂದೆರಡು ಮಾತುಗಳನ್ನು ಹೇಳಬೇಕೆನ್ನಿಸುತ್ತದೆ, ಕೇಳಿ. ಆ ದಿನ ರಾತ್ರಿ ನನ್ನನ್ನು ಪಾಪದ ಬಲೆಯಿಂದ ತಪ್ಪಿಸಿ ರಕ್ಷಿಸಿದವಳು ನನ್ನ ಲಕ್ಷ್ಮಿ. ಅವಳ ಪ್ರೇಮವೆಂಬ ಕೋಟೆ ನನ್ನನ್ನು ಸಂಪೂರ್ಣವಾಗಿ ಆವರಿಸಿತ್ತು. ನಾನೂ ಅವಳೂ ಒಂದಾದಂದಿನಿಂದ ಇದುವರೆಗೂ ನಾನು ಅವಳಲ್ಲಿ ಕಾಣದ್ದನ್ನು ಇನ್ನೆಲ್ಲಿಯೂ ಕಾಣಲಾರೆ ಅನ್ನುವ ಹಾಗೆ ಮಾಡಿಬಿಟ್ಟಿದ್ದಳು. ರೂಪಕ್ಕಾಗಲೀ ಗುಣಕ್ಕಾಗಲೀ, ಪ್ರೇಮಕ್ಕಾಗಲೀ ನಾನು ಅವಳಲ್ಲಿ ಇಟ್ಟ ದೃಷ್ಟಿಯನ್ನು ಬೇರೆ ಕಡೆಗೆ ತಿರುಗಿಸಬೇಕಾಗಿರಲಿಲ್ಲ. ಲಕ್ಷ್ಮಿ ನನ್ನ ಪಾಲಿಗೆ ಇಲ್ಲದೆ ಇದ್ದು, ನಾನು ಆ ರಾತ್ರೆ ಇದ್ದ ಸನ್ನಿವೇಶದಲ್ಲಿ, ಅರಕ್ಷಿತವಾದ ನನ್ನ ಮನಸ್ಸು, ಆ ಹಳ್ಳಿಯ ಯುವತಿಯಲ್ಲಿ ಪ್ರವರ್ತಿಸಿದ್ದಿದ್ದರೆ ಅದರಲ್ಲಿ ಆಶ್ಚರ್ಯವಿರುತ್ತಿರಲಿಲ್ಲವೆಂದು ನನಗೆ ಈಗಲೂ ಬೋಧೆಯಾಗುತ್ತದೆ.

ಈ ವಿಷಯ ನಡೆದಾಗ ನನಗೆ ಯೌವನದ ಎಳೆಯ ದಿನಗಳು; ದೃಢಕಾಯನಾಗಿದ್ದೆ. ನನ್ನ ರೂಪವನ್ನು ನಾನು ಹೇಳಿಕೊಳ್ಳುವುದು ಕಷ್ಟವಾದರೂ ಕುರೂಪಿಯಲ್ಲವೆಂದು ಖಂಡಿತ ವಾಗಿ ಹೇಳಬಲ್ಲೆ. ವಿಷಯ ಚೆನ್ನಾಗಿ ತಿಳಿಯಬೇಕಾದರೆ ಚೆನ್ನಮ್ಮನನ್ನೂ ವರ್ಣಿಸಬೇಕು. ಆಕೆಗೆ ಇಪ್ಪತ್ತು ವರ್ಷಗಳಿಗೆ ಹೆಚ್ಚಿರಲಾರದು. ಅತಿ ಎತ್ತರವೂ ಅಲ್ಲದ, ಅತಿ ಗಿಡ್ಡವೂ ಅಲ್ಲದ ಆಕೃತಿ. ಬಣ್ಣ ಎಣ್ಣೆಗೆಂಪು. ಮುಖದ ಮಾದರಿ ಲಕ್ಷಣವೆಂತಲೇ ಹೇಳಬೇಕು, ತುಂಬು ಪ್ರಾಯದಿಂದ ಬಿಗಿದ ಮೈಕಟ್ಟು. ಆಕೆಯ ತುಟಿಗಳ ಮೇಲೆ ನಾನು ನೋಡಿದಾಗ ಲೆಲ್ಲಾ ಎಳೆನಗು ಬಹಳ ಸ್ವಾಭಾವಿಕವಾಗಿ ಕಾಣುತ್ತಿತ್ತು. ಕಣ್ಣುಗಳಲ್ಲಿ ಇನ್ನೂ ಹುಡುಗಾಟಿ ಕೆಯ ಎಳೆಮಿಂಚಿನ ಹೊಳಪು ಸುಳಿದಾಡುತ್ತಿತ್ತು. ಎಳೆನಗೆಯೂ ಎಳೆಮಿಂಚೂ ಪರಸ್ಪರ ಬೆರೆತು ಒಂದು ಅಪೂರ್ವವಾದ ಮಾಧುರ್ಯದಲ್ಲಿ ಕೊನೆಗಾಣುತ್ತಿತ್ತು. ಮನಸ್ಸನ್ನು ಅಪಹರಿಸುವುದಕ್ಕೆ ಬೇಕಾದ ಎಲ್ಲಾ ಸಾಧನಗಳೂ ಅವಳಲ್ಲಿದ್ದುವೆಂದು ಒಂದು ಮಾತಿ ನಲ್ಲಿ ಹೇಳಬಹುದು. ಸಾಲದುದಕ್ಕೆ ಆ ದಿನ ರಾತ್ರೆ ಆಕೆಯ ನಡವಳಿಕೆ; "ಹಳ್ಳಿಗಾಡಿನ ಮುಗ್ಧ ಯುವತಿ"ಯಿಂದ ಸ್ವಲ್ಪ ದೂರವಾಗಿತ್ತು.

ನಾನು ಹಾಸಿಗೆಯ ಮೇಲೆ ಕುಳಿತೊಡನೆಯೇ ಯೋಚನೆಗಳು ಒಂದೊಂದಾಗಿ, ಹತ್ತು ಹತ್ತಾಗಿ, ನೂರುನೂರಾಗಿ ನುಗ್ಗಿ ಬರತೊಡಗಿ, ನನ್ನ ತಲೆ ಗಾಣದಲ್ಲಿ ಸಿಕ್ಕಿದಂತಾಯಿತು. ನನ್ನ ಮನಸ್ಸು ಕತ್ತಲೆಯ ಸಮುದ್ರದಲ್ಲಿ ಮುಳುಗಿದಂತೆ ತೋರಿತು. ಗಂಟಲು-ಬಾಯಿ ಒಣಗಿ, ಉಗುಳು ನುಂಗುವುದೂ ಕಷ್ಟವಾಯಿತು. ನಾನು ಈ ಯುವತಿಯಲ್ಲಿ ಕಾಮ ವನ್ನು ಕೆಣಕಿದ್ದೆನೆಂದು ಕನಸಿನಲ್ಲಿಯೂ ಕಾಣೆ. ನನ್ನ ವಿಷಯದಲ್ಲಿ ಇವಳಿಗೆ ಆಸೆ ಹುಟ್ಟಿದ್ದ ಪಕ್ಷದಲ್ಲಿ ಅದಕ್ಕೆ ನಾನು ಯಾವ ವಿಧದಲ್ಲಿಯೂ ಪ್ರೋತ್ಸಾಹ ಕೊಡಲಿಲ್ಲವೆಂದು ಎಂದಾ ದರೂ ಎಲ್ಲಿ ಬೇಕಾದರೂ ನಿಂತು ಯಾವ ಪ್ರಮಾಣವನ್ನಾದರೂ ಮಾಡಬಲ್ಲೆ. ಇವಳು ತಿಳಿಯದವಳಲ್ಲ; ಅದನ್ನು ಅವಳೇ ತೋರಿಸಿಕೊಂಡಿದ್ದಾಳೆ. ತಿಳಿದೇ ಇಂಥಾ ಕೆಲಸದಲ್ಲಿ ಮುಂದಾಳಾಗಿದ್ದಾಳಲ್ಲಾ; ಇದೇನು ಹುಚ್ಚು; ಇದೂ ಒಂದು ತರದ ಹುಚ್ಚೇ ಸರಿ; ಮನೆಯವರಿಗೆ ತಿಳಿದರೆ ಏನು ಗತಿ; ನಾನು ದೊಡ್ಡ ಮನುಷ್ಯನ ಹಾಗೆ ಇವರ ಮನೆಯಲ್ಲಿ ಅತಿಥಿಯಾಗಿರುವುದು; ಈಗ ಈ ಸಾರಿ ರಾತ್ರಿಯಲ್ಲಿ ಇವಳೂ ನಾನೂ ಒಟ್ಟಿಗೆ ನನ್ನ ಕೊಠಡಿಯಲ್ಲಿ...... ಮರ್ಯಾದೆ ಉಳಿಯುವ ಹಾಗೆ ತೋರಲಿಲ್ಲ. ಬಂದ ರೀತಿಯೋ – ಕದ್ದು ಬಂದಿದ್ದಾಳೆ. ಇವಳಿಗೆ ಮದುವೆಯಾಗಿಲ್ಲವೆ? ನನ್ನ ಮನಸ್ಸಿಗೆ ಬಹಳ ಜಿಗುಪ್ಸೆ ಯಾಯಿತು. ಈಗ ಒಂದೊಂದಾಗಿ ನನಗೆ ಅವಳ ಹಿಂದಿನ ದಿನ ಸಾಯಂಕಾಲದ ನಡವಳಿಕೆ ಗಳೆಲ್ಲಾ ಅರ್ಥವಾಗತೊಡಗಿತು. ಅವಳು ಆ ಹೊತ್ತಿನಲ್ಲಿ ನನ್ನ ಹಿಂದೆಯೇ ತೋಟಕ್ಕೆ ಏಕೆ ಬಂದಳು?... ನೀರಿನ ಕೊಡ – ಶುದ್ಧ ನೆವ,......... ನೀರಿನ ಕೊಡವನ್ನು ನನ್ನ ಕೈಲಿ ಏಕೆ ಎತ್ತಿಸಿಕೊಂಡಳು?... ಹೋಗಲಿ ನಾನು ನೀರಿನ ಕೊಡವನ್ನು ಎತ್ತಿಕೊಟ್ಟಾಗ ಅದರ ಸುತ್ತಲೂ ಕೈಹಾಕಬೇಕಾದರೆ ನನ್ನ ಕೈಗೆ ತನ್ನ ಕೈ ಸೋಂಕಿಸಿದಳು. ಆಗ ಅದು ಏನೋ ಆಕಸ್ಮಿಕವೆಂದು ತೋರಿತು – ಇನ್ನೊಂದು ವಿಷಯ. ಅವಳು ಮೊದಲು ಕೊಡವನ್ನು

ಎತ್ತುವುದಕ್ಕೋಸ್ಕರ ಬಗ್ಗಿದಾಗ ಅವಳ ಸೆರಗು ಜಾರಿತು. ನಾನು ಅವಳನ್ನು ಆ ಅವಸ್ಥೆಯಲ್ಲಿ ನೋಡಿದಾಗ ಅವಳಲ್ಲಿ ಲಜ್ಜೆಯ ಚಿಹ್ನೆ ಯಾವುದೂ ಕಾಣಲಿಲ್ಲ. ಕೊಡವನ್ನು ತಲೆಯ ಮೇಲೆ ಇಟ್ಟುಕೊಂಡು ನಿಧಾನವಾಗಿಯೇ ಸೆರಗನ್ನು ಮೇಲಕ್ಕೆಳೆದುಕೊಂಡಳು. ಇವುಗಳಲ್ಲೆಲ್ಲಾ ಆಗ ನಾನು ಇವಳ ಮುಗ್ಧತೆಯನ್ನು ಕಾಣುತ್ತಿದ್ದೆನೆಂದು ಭಾವಿಸಿದೆನೇ ವಿನಾ ಇವೆಲ್ಲಾ ನನಗಾಗಿ ಇವಳು ಹರಡುತ್ತಿದ್ದ ಬಲೆಯ ಒಂದೊಂದು ಎಳೆ ಎಂದು ತಿಳಿಯದೆ ಹೋದೆ.

ಈ ಯೋಚನೆಗಳಿಂದ ಅಲ್ಲೋಲ ಕಲ್ಲೋಲವಾಗಿದ್ದ ನನ್ನ ಮನಸ್ಸನ್ನು ಆದಷ್ಟು ಸ್ಥಿಮಿತಕ್ಕೆ ತಂದು ಇನ್ನು ಈ ಇಕ್ಕಟ್ಟಿನಿಂದ ಹೇಗೆ ಪಾರಾಗಬೇಕೆಂದು ಯೋಚಿಸಲಾರಂಭಿಸಿದೆ. ಸಿಟ್ಟು ತೋರುವುದು ಕಾರ್ಯಕಾರಿಯಲ್ಲ; ಪ್ರಮಾದವಾದೀತೆಂದು ಭಯವಾಯಿತು. ಬೇರೆ ಯಾವುದಾದರೂ ಉಪಾಯದಿಂದ ಇವಳನ್ನು ಮೆಲ್ಲಗೆ ಹೊರಕ್ಕೆ ಸಾಗಹಾಕಬೇಕೆಂದು ಯೋಚಿಸಿದೆ. ಆದರೆ ಏನು ಉಪಾಯ? ಹೇಗೆ ಮಾತನ್ನು ಪ್ರಾರಂಭಿಸಲಿ? ಅಥವಾ ಸುಮ್ಮನೆ ಮುಸುಕು ಹಾಕಿಕೊಂಡು ಮಲಗಿಬಿಡಲೆ? – ಎಂದು ಯೋಚಿಸಿದೆ. ಅದು ಆಗದ ಕೆಲಸ. ಇವಳು ಇಲ್ಲಿ ಇರುವ ತನಕ ನನ್ನ ಎದೆಯ ಮೇಲೊಂದು ದೊಡ್ಡ ಬಂಡೆ ಇದ್ದಂತೆಯೇ ಸರಿ. ಇನ್ನೊಂದು ಯೋಚನೆ ತೋರಿತು. ಅದೇ ಸರಿ ಎಂದುಕೊಂಡೆ. ಏನಾದರೂ ಮಾಡಿ ಅವಳು ಮಾಡುತ್ತಿರುವ ಕೆಲಸ ಬಹಳ ಕೆಟ್ಟದ್ದು – ಬಹಳ ನೀಚವಾದದ್ದು – ಬಹಳ ಪಾಪ – ಎಂದು ಅವಳ ಮನಸ್ಸಿಗೆ ಚೆನ್ನಾಗಿ ನಾಟುವ ಹಾಗೇ ಹೇಳಿ, ಉಪಾಯದಿಂದ ಕಳಿಸಿಬಿಡಬೇಕೆಂದುಕೊಂಡೆ. ದೇವರು ಪಟ್ಟಣವಾಸಿಯಾದ ನಾನಂ ಈ ಹಳ್ಳಿಯ ಹುಡುಗಿಗೆ ಪತಿವ್ರತಾ ಧರ್ಮದ ಮೇಲೆ ಒಂದು ಉಪನ್ಯಾಸವನ್ನು ಕೊಡುವ ಹೊತ್ತನ್ನು ತಂದೊದಗಿಸಿದ್ದಕ್ಕಾಗಿ ನನಗೆ ನಾನೇ ನಗುವಂತಾಯಿತು. ಹಾಗೆಯೇ ತಲೆಯನ್ನು ಎತ್ತಿ ಚೆನ್ನಮ್ಮನ ಕಡೆ ನೋಡಿದೆ. ಚೆನ್ನಮ್ಮ ಇನ್ನೂ ಬಾಗಿಲನ್ನು ಒರಗಿಕೊಂಡೇ ನಿಂತಿದ್ದಳು. ನನ್ನ ಮುಖದ ಮೇಲೆ ನಗುವನ್ನು ನೋಡಿ ಅವಳೂ ನಕ್ಕಳು. ನನ್ನ ನಗುವಿನಲ್ಲಿ ಅವಳು ಪ್ರೋತ್ಸಾಹವನ್ನೇನಾದರೂ ಕಂಡಳೇನೋ ಎಂದು ಭಯವಾಗಿ ಕೂಡಲೇ ನನ್ನ ನಗುವನ್ನು ನುಂಗಿಕೊಂಡು ಮೆಲ್ಲಗೆ "ಚೆನ್ನಮ್ಮಾ" ಎಂದು ಕರೆದೆ. ಚೆನ್ನಮ್ಮ "ಏನು ದೇವರೆ?" ಎಂದು ಎರಡು–ಮೂರು ಹೆಜ್ಜೆ ಇಟ್ಟು ನನಗೆ ಸ್ವಲ್ಪ ದೂರದಲ್ಲಿ ನಿಂತಳು. ನಾನು "ಕುಳಿತುಕೊ" ಎಂದೆ. ಅವಳು ನನ್ನ ಹಾಸಿಗೆಯ ಮೇಲೆಯೇ ಕುಳಿತುಬಿಟ್ಟಳು; ನಾನು ಸ್ವಲ್ಪ ದೂರ ಸರಿದು ಒಂದೆರಡು ಸಲ ಉಗುಳು ನುಂಗಿ ಪುನಃ "ಚೆನ್ನಮ್ಮಾ" ಎಂದೆ.

"ಏನು ನನ್ನೊಡ್ಯಾ?" ಎಂದು ಮೆಲ್ಲಗೆ ಕೇಳಿದಳು. ಅವಳ ನಡವಳಿಕೆಗಳು ಇಷ್ಟು ವಿಪರೀತವಾಗಿದ್ದರೂ ಅವಳ ಧ್ವನಿಯಲ್ಲಿ ಇನ್ನೂ ಮುಗ್ಧತೆಯು ಹರಿಯುತ್ತಿತ್ತೆಂದು ಬೋಧೆಯಾಗುತ್ತಿತ್ತು. ನಾನು ಪ್ರಾರಂಭಿಸಿದೆ :

"ಚೆನ್ನಮ್ಮಾ ನೋಡು; ನೀನು ಹೀಗೆ ಮಾಡಬಹುದೆ?"

"ಹ್ಯಾಗೆ ಬುದ್ದೀ?"

"ಹೀಗೆ – ನಡುರಾತ್ರಿಯಲ್ಲಿ – ಕದ್ದು ಬಂದಿ..."

"ನಾನು ಮಾತು ಪೂರೈಸಲಿಲ್ಲ. ಅಷ್ಟರಲ್ಲೇ ಅವಳು –

"ಕದ್ದು ಬಂದಿಲ್ಲಾ; ನನ್ನ ದೇವರೇ" ಎಂದಳು.

"ಹಾಗಾದರೆ?"

"ಅವಳಿಂದ ಮಾತು ಹೊರಡಲಿಲ್ಲ. ನಾನು ಹೇಳಿದೆ:

"ನೋಡು ನಿನ್ನ ಮನೆಯವರಿಗೆ ತಿಳಿದರೆ ನಿನಗೂ ಮರ್ಯಾದೆ ಬರೊಲ್ಲ ನನಗೂ ಬರೊಲ್ಲ.

"ಅವರೇನೂ ಅನ್ನಾಕಿಲ್ಲ ದೇವರೇ."

ನನಗೆ ಇದ್ದದ್ದೂ ಆಶ್ಚರ್ಯವಾಯಿತು; ಕೇಳಿದೆ.

"ಏನೆಂದೆ?..."

"ಅವರೂ–ಏನೂ–ಅನ್ನಾಕಿಲ್ಲಾ–ಅಂದೆ."

"ನೋಡು, ಅವರು ಅನ್ನಲಿ, ಬಿಡಲಿ – ಇದು ನಾನು ಒಪ್ಪದ ಕೆಲಸ. ಚೆನ್ನಮ್ಮಾ ನನಗೆ ಮದುವೆಯಾಗಿದೆ; ನಾನು ಇನ್ನೊಬ್ಬರ ಹೆಂಡತೀನ ಕೆಡ..."

"ಅಯ್ಯೋ; ಬುದ್ದೀ ಹೀಗ್ಯಾಕಂತೀರಿ; ನನ್ಗೆ ಮದುವೆ ಇಲ್ಲಾ ನನ್ನೊಡ್ಯಾ – ನಾನು ಬಸ್ವಿ."

"ಏನು? – ಏನು? ಏನಂದೆ?"

"ನನ್ನ ಬಸ್ವಿ ಬಿಟ್ಟಿದ್ದಾರೆ – ನನ್ನೊಡೆಯಾ."

"ಬಸ್ವಿ; ಬಸ್ವಿ. ಹಾಗಂದರೆ?"

"ದೇವರಿಗೆ ಬಿಟ್ಟಿದ್ದಾರೆ."

"ನಾನು ಎಲ್ಲೂ ನೋಡಿರಲಿಲ್ಲ. ದೇವರಿಗೆ ಬಿಡೋದು – ಬಸ್ವಿ – ಮುಂತಾದ್ದನ್ನ. ಕೇಳಿದ್ದೆ ಅಷ್ಟೆ. ಆದರೆ ಅದರ ಅರ್ಥ ತಿಳಿದಿರಲಿಲ್ಲ. ನನಗೆ ಮೊದಲಿನ ಹೆದರಿಕೆ ತಪ್ಪಿ ಕುತೂಹಲ ಹೆಚ್ಚಿತು. ವಿಷಯ ಸ್ವಾರಸ್ಯವಾಗಿದೆ. ತಿಳಿದುಕೊಳ್ಳಬೇಕೆಂದು.

"ದೇವರಿಗೆ ಬಿಟ್ಟರೆ? ಯಾರು?" ಎಂದು ಕೇಳಿದೆ.

"ನಮ್ಮ ಅಪ್ಪನೂ ಅಮ್ಮನೂ."

"ಅದ್ಯಾಕ್ಬಿಟ್ರು?"

"ಬುದ್ದೀ, ಈಗ ಎಂಟೊರ್ಸದಾಗೆ ನಂಗೆ ಬಲು ದಣುವಾಗಿತ್ತು. ಆಗ ನಮ್ಮ ಅಪ್ನೂ ಅಮ್ನೂ ಮರಡೀ ದೇವರ್ಗೆ ಹರಕೆ ಮಾಡ್ಕೊಂಡ್ರು ನನ್ನೊಡ್ಯಾ, ನನ್ಗೆ ಗುಣವಾದ್ರೆ ಆ ದೇವ್ರ ಹೆಸರ್ನಾಗೆ ನನ್ನ ಬಸ್ವಿ ಬಿಡ್ತೀವಿ ಅಂತ. ನನ್ಗ ಗುಣವಾಯ್ತು, ಬುದ್ದೀ."

"ಹಾಗಾದ್ರೆ, ನೀನು ಮದುವೆ ಮಾಡ್ಕೊಳ್ಳೋದೇ ಇಲ್ಲ;"

"ಇಲ್ಲ ಬುದ್ದೀ."

"ಹೀಗೇ ಇರ್ತೀಯಾ?"

"ಹೌದು; ನನ್ನೊಡ್ಯಾ,"

"ಸೂಳೆಯ ಹಾಗೆ."

ನನ್ನ ಈ ಮಾತನ್ನು ಕೇಳಿ ಅವಳ ಎದೆಯಲ್ಲಿ ಚೂರಿಯನ್ನು ನೆಟ್ಟಹಾಗಾಗಿರಬೇಕು. ಒಂದು ಕ್ಷಣದಲ್ಲಿ ಅವಳ ಹುಬ್ಬುಗಳು ಗಂಟಿಕ್ಕಿದವು. ಮೂಗಿನ ಹೊಳ್ಳೆಗಳೂ ತುಟಿಗಳೂ ಅದುರಲಾರಂಭಿಸಿದವು. ಕೋಪಗೊಂಡ ಸ್ತ್ರೀಯ ಮುಖದಲ್ಲಿ ಒಂದು ವಿಧವಾದ ಭೀಷಣತೆ ಇರುತ್ತದೆ. ಅವಳ ಮುಖವು ಆ ಭೀಷಣತೆಯಲ್ಲಿ ತೇಲುತ್ತಿರುವಂತೆ ತೋರಿತು. ಕ್ರೂರವಾದ ದೃಷ್ಟಿಯಿಂದ ನನ್ನನ್ನು ತಿವಿಯುತ್ತ—

"ಬುದ್ದೀ, ತಾವು ಆ ಮಾತು ಹೇಳಬಾರ್ದು;" ಎಂದಳು.

ಅವಳಲ್ಲಿ ಆದ ಮಾರ್ಪಾಟನ್ನು ನೋಡಿ ನನಗೇಕೋ ಸ್ವಲ್ಪ ದಿಗ್ಭ್ರಮೆಯಾದ ಹಾಗಾಯಿತು. ಸ್ವಲ್ಪ ಉಗುಳು ನುಂಗುತ್ತ—

"ಯಾವ ಮಾತು?" ಎಂದು ಕೇಳಿದೆ.

"ನಾವು ಸೂಳೇರಲ್ಲ – ತಿಳೀರಿ."

ನನಗೆ ಇನ್ನೂ ಆಶ್ಚರ್ಯವಾಯಿತು. ಮದುವೆ ಇಲ್ಲ. ನಡೆವಳಿಕೆ ನೋಡಿದರೆ ವಿಪರೀತ. ಆದರೂ "ಸೂಳೇರಲ್ಲ". ನನಗೂ ಸ್ವಲ್ಪ ಸಿಟ್ಟು ಬಂದಂತಾಯಿತು. ನಾನು ಕೇಳಿದೆ—

"ಅಷ್ಟಲ್ಲದೆ ಮತ್ತೇನು? ನೀನು ಎಲ್ಲರ ಹಾಗೆ ಮದುವೆ ಮಾಡಿಕೊಂಡು ಗರ್ತಿಯ ಹಾಗೆ ಇರೋದು ಬಿಟ್ಟು, ಹೀಗೆ ನಡುರಾತ್ರಿಯಲ್ಲಿ ಮೇಲೆಬಿದ್ದು ಬಂದಿ..."

"ಬುದ್ದೀ, ನಿಮ್ಗೆ ಇನ್ನೂ ಗೊತ್ತಾಗ್ಲಿಲ್ವೆ? ಬಸ್ವೀರು ಲಗ್ನಾ ಮಾಡ್ಕೊಳ್ಳೋಕಾಗ್ದು, ನನ್ನೊಡ್ಯಾ."

"ಯಾಕಾಗ್ದು?"

"ಹರಕೆ ಒಪ್ಪಿಸ್ಬೇಕಲ್ಲಾ, ಬುದ್ದೀ; ಇಲ್ದಿದ್ರೆ ಕೇಡಲ್ವಾ?"

"ಮದುವೇ ಮಾಡ್ಕೊಂಡ್ರೆ ಹರಕೆ ಒಪ್ಸೋಕಾಗಲ್ವೆ?"

"ಇಲ್ಲಾ ನನ್ನೊಡ್ಯಾ, ಒಬ್ಬನ್ನ ಮದ್ವೆ ಮಾಡ್ಕೊಂಡ್ರೆ ನಿಮ್ಮಂಥಾವರ ಸ್ಯಾವೆ ಹಾಗ್ಬುದ್ದೀ ಮಾಡೋದು? ಮಾನ ಬರ್ತದಾ?"

"ಸರಿ, ಇನ್ನೊಬ್ಬನ ಸೇವೆ ಯಾಕೆ ಮಾಡ್ಬೇಕು?"

"ಮತ್ತೆ? – ದೇವ್ರು ಹರಕೆ ಒಪ್ಪಿಸ್ಬೇಡ್ವಾ?"

"ಹೀಗೆಯೇ ಒಪ್ಪಿಸೋದು? ದೇವರ ಹೆಸರಿನಲ್ಲಿ ಸೂಳೆಗಾರಿಕೆ ಮಾಡುತ್ತ..."

ತಟ್ಟನೆ ಅವಳು ಪುನಃ ಹುಬ್ಬುಗಂಟಿಕ್ಕಿ—

"ಬುದ್ದಿ, ಆ ಮಾತು ನನಗೆ ಹೇಳ್ಬೇಡಿ; – ಹೇಳ್ಬೇಡಿ;" ಎಂದು ಒತ್ತಿ ಹೇಳಿದಳು.

"ನಾನು ನಿನ್ನ ಗಂಡನಲ್ಲ, ನೀನು ಇಷ್ಟು ರಾತ್ರಿಯಲ್ಲಿ ನನ್ನ ಹತ್ತಿರ ಬಂದಿದ್ದೀಯಲ್ಲ – ಇದು ಯಾರು ಮಾಡುವ ಕೆಲಸ? ಸೂಳೇರಲ್ಲ ಎಂದು ಮಾತ್ರ ಹೇಳುವೆಯಲ್ಲ."

"ನಾವು ಸೂಳೇರಲ್ಲ ಬುದ್ದಿ, ನಾವು ಸೂಳೇರಲ್ಲ. ಸೂಳೇರಿಗೆ ದುಡ್ನಾಸೆ, ನನ್ನೊಡ್ಯಾ. ಅವರು ಜನ ಜನಾ ನೋಡಾಕಿಲ್ಲ. ಅವರಿಗೆ ಹರಕೆ ಗಿರಕೆ ಏನೂ ಇಲ್ಲ; ಆ ಕಸಬೇ ಅವರಿಗೆ ಜೀವನ."

"ನೀವು?"

"ನಾವು ಹಣಗಿಣಾ ಮುಟ್ಟಾಕಿಲ್ಲ, ನನ್ನೊಡ್ಯಾ. ಅಂತಾ ಇಂತಾ ಜನ್ರುನ್ನ ಹತ್ರೆ ಸೇರ್ಸಾಕಿಲ್ಲ. ತಮ್ಮಂತಾ ಕುಲೀನ್ರು ಯಾರಾದ್ರು ಬಂದ್ರೆ ಅವ್ರು ಸ್ಯಾವೆ ಮಾಡಿ ಹರಕೆ ಒಪ್ಪಿಸ್ತೀವಿ. ನಮ್ಮನ್ನ ಸೂಳೇರು ಅನ್ಬ್ಯಾಡಿ, ನನ್ನ ದೇವರೇ."

"ಹಾಗಾದ್ರೆ ಈ ನಿನ್ನ 'ಸ್ಯಾವೆ' ನಿನ್ನ ತಂದೆ ತಾಯಿಗಳಿಗೆ ಗೊತ್ತೊ?"

"ಇಲ್ವೆ ಬುದ್ದೀ, ಅವ್ರು ಹರ್ಕೆ ಮಾಡ್ಕೊಂಡೋರು – ಅವ್ರಿಗೆ ಗೊತ್ತಿಲ್ದೆ ಇತ್ತದಾ;"

"ಸರಿ, ಅವರೇನೋ ಕಳಿಸಿದರು. ಆದರೆ ನಾನು ಇದಕ್ಕೆ ಒಪ್ಪುತೀನಿ, ಇಲ್ಲಾ ಅನ್ನೋದು ಅವರಿಗೇನು ಗೊತ್ತು? ಯಾವ ಧೈರ್ಯದ ಮೇಲೆ ನಿನ್ನ ನನ್ನ ಹತ್ರ ಕಳಿಸಿದರು?"

ಈ ಪ್ರಶ್ನೆಗೆ ಕೂಡಲೆ ಉತ್ತರ ಬರಲಿಲ್ಲ. ಮುಗುಳ್ನಗೆ ನಗುತ್ತ ಕೊರಳನ್ನು ಒಂದು ವರಸೆಯಲ್ಲಿ ಬಳುಕಿಸಿ ಓರೆಗಣ್ಣಿನಿಂದ ನೋಡುತ್ತ,

"ನೀವು ಮತ್ತೆ ಕೇಳಿದಿರಂತೆ ನಮ್ಮ ಆಳ್ನ ನಾನು ಯಾರು–ಏನು–ಎತ್ತ ಅಂತ;" ಎಂದು ಸ್ವಲ್ಪ ನಾಚಿಕೆಯಿಂದ ಹೇಳಿದಳು.

"ಈಗ ನನಗೆ ಅರ್ಥವಾಯಿತು – ನಾನು ಅವಳನ್ನು ಕೇಳಿದಾಗ ಅವನು ವ್ಯಂಗ್ಯವಾಗಿ ನಕ್ಕು 'ಯಾಕೆ ಬುದ್ದೀ' ಎಂದು ಕೇಳಿದ್ದು; 'ಅಯ್ಯೋ; ಭಗವಂತಾ;' ಅಂದುಕೊಂಡೆ.

"ಹೌದು, ಚೆನ್ನಮ್ಮಾ ಕೇಳಿದೆ; ಸುಮ್ಮನೆ ತಿಳಿದುಕೊಳ್ಳೋಣಾ ಅಂತ ಕೇಳಿದೆ. ಚೆನ್ನಮ್ಮಾ, ನನ್ನ ಲಕ್ಷ್ಮಿಯ ಆಣೆಗೂ ಬೇರೆ ಯಾವ ಆಸೆಯೂ ಇಲ್ಲ."

"ಅಯ್ಯೋ; ಬಿಡೀ ನನ್ನ ದೇವರೇ ಈಗೇನಾಯ್ತು? ಇದಕ್ಕೆಲ್ಲಾ ನೀವು ಆಣೆಗೀಣೆ ಇಡಬ್ಯಾಡ್ರಿ."

"ಹಾಗಲ್ಲ ಚೆನ್ನಮ್ಮಾ, ಕೇಳು, ಹೋದ ಪ್ರಾಣ ಮತ್ತೆ ಬರುತ್ತೆಯೆ?"

ಚೆನ್ನಮ್ಮ ಸುಮ್ಮನಿದ್ದಳು.

"ಹೇಳು"

"ಇಲ್ಲ, ನನ್ನೊಡ್ಯಾ."

"ಹಾಗಾದ್ರೆ ಕೇಳು, ಹೆಂಗಸಿಗೆ ಮಾನವೇ ಪ್ರಾಣ. ಮಾನ ಕಳಕೊಂಡ ಹೆಂಗಸು ನಾಯಿಗಿಂತ ಕಡೆ. ಇರೋದೇ ಮಾನ – ನಿಮಗೆ; ನೀವು ಅದನ್ನ ಹೀಗೆ ಮಾರಿಕೋಬಾರದು. ಮಾನ ಬಿಟ್ಟ ಹೆಂಗಸಿಗೆ ನರಕದಲ್ಲೂ ಸ್ಥಳವಿಲ್ಲಾ ಅಂತ ಹೇಳ್ತಾರೆ ತಿಳಿದವರು."

"ಬುದ್ದೀ ನೀವು ಹೇಳೋದು ಲಗ್ನ ಆಗಿ ಗಂಡ ಇರೋರ್ಗೆ ಸರಿ ನನ್ನೊಡ್ಯಾ. ಅವ್ರು ನಮ್ಮ ಹಾಗಿದ್ರೆ ಅವರನ್ನು ಜಾತಿಯಿಂದ ಹೊರಗೆ ಹಾಕ್ತಾರೆ. ನಮಗೆ ಹಾಗಲ್ಲ ದೇವರೇ; ನಮ್ಮನ್ನ ದೇವರಿಗೆ ಬಿಟ್ಟಿದ್ದಾರೆ. ನಮಗೆ ನಿಮ್ಮಂತಾ ಕುಲೀನರ ಸ್ಯಾವೇನೇ –"

"ಅಯ್ಯೋ ಚೆನ್ನಮ್ಮಾ, ನಿನಗೆ ತಿಳೀದು. ಇಲ್ಲಿ ಕೇಳು, ದೇವರ ಹೆಸರಿನಲ್ಲಿ ಹೆಂಗಸು ಮಾನಗೆಟ್ಟರೆ ಅವನಿಗೆ ಪ್ರೀತೀನೆ? ದೇವರಲ್ಲಿ ಹರಕೆ ಇದ್ದರೆ ಆ ದೇವರ ಸೇವೆ ಮಾಡು. ಯಾರು ಬೇಡ ಅನ್ನುತ್ತಾರೆ. ಅದು ಬಿಟ್ಟು ಹೀಗೆ ಮಾನವನ್ನು ಮಾರಿಕೊಳ್ಳುವುದೆ?"

"ಬುದ್ದೀ, ತಮ್ಮಂತಾ ಕುಲೀನರೇ ನಮಗೆ ದೇವರು, ನನ್ನೊಡ್ಯಾ. ನಿಮಗೆ ಸ್ಯಾವೆ ಮಾಡಿದರೆ ಅದೇ ನಮ್ಮ ಪುಣ್ಯ."

"ಅವಳ ಮಾತುಗಳನ್ನು ಕೇಳಿ ನನ್ನ ಹೃದಯದಿಂದ "ಅಯ್ಯೋ, ದೇವರೇ, ನಿನ್ನ ಹೆಸರಿನಲ್ಲಿ ನಿನ್ನನ್ನು ಮೆಚ್ಚಿಸುವುದಕ್ಕೋಸ್ಕರ ಎಷ್ಟು ಅನ್ಯಾಯ – ಎಷ್ಟು ಪಾಪ ನಡೆಯುತ್ತಿದೆ;" ಎಂಬ ಉದ್ಗಾರವು ಹೊರಟಿತು. ಸ್ವಲ್ಪ ಕಾಲ ಏನೂ ಮಾತನಾಡದೆ ನನಗೆ ನಾನೇ ಯೋಚಿಸತೊಡಗಿದೆ...

ಇದೇನು ಈ ಜನರ ಮೌಢ್ಯ! ಪ್ರಪಂಚದಲ್ಲಿ ಇಂತಹ ಅಸಹ್ಯಕರವಾದ ವಾಡಿಕೆಯೂ ಉಂಟೇ! ದೇವರಿಗೆ ಬಿಡುವುದೇನೋ ಸರಿ; ಕೇಳಿದ್ದೇನೆ. ಅದು ಅವರವರ ಭಕ್ತಿ. ಆದರೆ ಈ ಕೆಲಸ? ಹೀಗೆಯೇ – ಈ ಜನರು ದೇವರಿಗೆ ಹರಕೆಯನ್ನೊಪ್ಪಿಸುವುದು? ಭಗವಂತನ ದಿವ್ಯವಾದ ಹೆಸರಿನಲ್ಲಿ ಈ ಜನರು ಇಂತಹ ಹೇಯವಾದ ಕೆಲಸವನ್ನು ಮಾಡುತ್ತಿರುವರಲ್ಲಾ; – ಇವರ ಗತಿ ಏನು? ಈ ಹುಡುಗಿ ಖಂಡಿತವಾಗಿಯೂ ಏನೂ ಅರಿಯದ ಹಳ್ಳಿಗಾಡಿನ ಮುಗ್ಧ ಯುವತಿಯೇ ಸರಿ. ಜಾರಸ್ತ್ರೀಯರ ಲಕ್ಷಣವೇ ಬೇರೆ; ಇವಳ ರೀತಿಯೇ ಬೇರೆ. ಇವಳು ತನ್ನ ಜನರ ಅಸಹ್ಯಕರವಾದ ವಾಡಿಕೆಗೆ ಬಲಿಬಿದ್ದ ಮುಗ್ಧೆ. ತಾನು ಮಾಡುತ್ತಿರುವ ಕೆಲಸದಿಂದ ದೇವರಿಗೆ ಹರಕೆ ತಲಪುತ್ತದೆಯೆಂದೇ ಇವಳ ದೃಢವಾದ ನಂಬಿಕೆ. ಅಯ್ಯೋ ದೇವಾ. ತಂದೆತಾಯಿಗಳೇ ಕೈಯ್ಯಾರ ತಮ್ಮ ಒಬ್ಬ ಮಗಳ ಜೀವವನ್ನು ಪಾಪದಿಂದ ತುಂಬುತ್ತಿರುವರಲ್ಲಾ; – ಅವರ ಗತಿ ಏನು? ಇವಳ ಗತಿ ಏನು? ಅವರೇನೋ ತಮ್ಮ ಹರಕೆಯಿಂದ ಮಗಳು ಬದುಕಿದಳೆಂದು ತಿಳಿದಿರಬಹುದು. ಆದರೆ ಈಗ ದಿನದಿನವೂ ಅವಳು ಮಾಡುತ್ತಿರುವ ಕೆಲಸದಿಂದ, ಅವಳ ಜೀವನಕ್ಕೆ ಆತ್ಮರೂಪವಾದ ಸ್ತ್ರೀತ್ವವೇ ಸಾಯುತ್ತಿದೆಯಲ್ಲಾ. ಇದನ್ನು ಅವರು ತಿಳಿಯುವ ಬಗೆ ಹೇಗೆ? ಆಗ, ಮಗುವಾಗಿದ್ದಾಗ, ಒಂದು ದಿನ, ಒಂದು ಕ್ಷಣದಲ್ಲಿ ಸಾಯುವ ಬದಲು; ಈಗ ದಿನದಿನವೂ ಕ್ಷಣಕ್ಷಣವೂ ಸ್ವಲ್ಪ ಸ್ವಲ್ಪವಾಗಿ ಸಾಯುತ್ತಿರುವಳಲ್ಲಾ. ಅದನ್ನು ಇವಳು ತಿಳಿದಿದ್ದಾಳೆಯೇ? ಇಲ್ಲ; – ಅದೇ ಆಶ್ಚರ್ಯ. ತಾನು ಮಾಡುತ್ತಿರುವ ಕೆಲಸ ಸರಿಯಾದದ್ದು – ದೇವರಿಗೆ ಒಪ್ಪಿದ ಕೆಲಸ–ಅವನು ಉಳಿಸಿಕೊಟ್ಟ ಜೀವವನ್ನು ಹೀಗೆ ಕಳೆದರೆ ಅದು ಅವನಿಗೆ ಇಷ್ಟವಾದ ಸೇವೆ ಎಂದು ಮೊದಲಾಗಿ ಅವಳ ದೃಢವಾದ ನಂಬಿಕೆ. ಮದುವೆಯಾದ ಹೆಂಗಸಿನಲ್ಲಿ ಯಾವ ಕೃತ್ಯವನ್ನು ಅವಳು ಕೆಟ್ಟದು ಎಂದು ಹೇಳುವಳೋ ಆ ಕೃತ್ಯವನ್ನು ತನ್ನ ಜೀವನದ ಧರ್ಮ ಎಂದು ಅನುಸರಿಸುತ್ತಾಳೆ. ಇದಕ್ಕೆ ಅವಳ ತಂದೆತಾಯಿಗಳೂ ಸಹಾಯ; ಪಾಪ; ಅವರಾದರೂ ಏನು ಮಾಡಿಯಾರು? ಅವರೂ ಜಾತಿಯ ವಾಡಿಕೆಗೆ ಬಲಿ ಬಿದ್ದಿದ್ದಾರೆ;...

ಬಲು ದಾರುಣವಾದ ಈ ಯೋಚನೆಗಳಿಂದ ನನ್ನ ಎದೆ ಬಿರಿದಂತಾಗಿ ದೊಡ್ಡದಾಗಿ ನಿಟ್ಟುಸಿರು ಬಿಟ್ಟೆ. ಚೆನ್ನಮ್ಮ ಸುಮ್ಮನೆ ಸೆರಗಿನ ತುದಿಯನ್ನು ತಿರುವುತ್ತಿದ್ದಳು. ನಾನು ನಿಟ್ಟುಸಿರು ಬಿಟ್ಟುದನ್ನು ಕೇಳಿ ನನ್ನ ಕಡೆಗೆ ನೋಡಿದಳು. ಅವಳ ಮುಖದ ಮೇಲೆ ಆಗಲೇ ಏನೋ ಕಳವಳ ತೋರುತ್ತಿತ್ತು. ಇಷ್ಟು ದಿನಕ್ಕೆ ಎಲ್ಲಿಯಾದರೂ ಮದುವೆಯಾಗಿ ನಾಲ್ಕು ಜನರಂತೆ ತಾನೂ ಸುಖವಾಗಿ ಸಂಸಾರ ಮಾಡಿಕೊಂಡಿರುವುದು – ಬಿಟ್ಟು; ಈ ಮುಗ್ಧೆ ಅವರ ಯಾವುದೋ ಒಂದು ಅಸಹ್ಯವಾದ ವಾಡಿಕೆಗೆ ಬಲಿಯಾಗಿದ್ದಾಳಲ್ಲಾ – ಎಂಬ ಏನೋ ತಡೆಯಲಾರದ ಒಂದು ಸಂಕಟದಿಂದ ನನ್ನ ಎದೆ ತಲ್ಲಣಿಸಿ ಕಣ್ಣುಗಳಲ್ಲಿ ಹನಿಗೂಡಿತು.

"ಚೆನ್ನಮ್ಮಾ, ನಿನ್ನ ಭಾಗದ ದೇವರೇ ನಿನ್ನನ್ನು ಕಾಪಾಡಬೇಕು" ಎಂದು ಹೇಳಿ ಕಣ್ಣೊರಸಿಕೊಂಡೆ. ಚೆನ್ನಮ್ಮನಿಗೆ ನನ್ನ ಕಣ್ಣೀರನ್ನು ನೋಡಿ ಸ್ವಲ್ಪ ಗಾಬರಿಯಾಗಿರ ಬೇಕು. ನನ್ನ ಹತ್ತಿರಕ್ಕೆ ಸರಿದು ಬಂದಳು – ಅವಳು ಹಾಗೆ ನನ್ನ ಹತ್ತಿರಕ್ಕೆ ಸರಿದು ಬಂದಾಗ ನನಗೆ ದೂರ ಸರಿಯಲು ಮನಸ್ಸು ಬರಲಿಲ್ಲ. ಅವಳು ಮನಸಾ ಪಾಪಿಷ್ಠೆಯಾಗಿರಲಿಲ್ಲ. ಅಜ್ಞಾನದ ಪಾಪಕ್ಕೆ ಅವಳ ದೇಹವು ಮಾತ್ರ ಭಾಗಿಯಾಗಿತ್ತು. ತಾವರೆ ಎಲೆಯ ಮಧ್ಯದಲ್ಲಿ ಒಟ್ಟುಗಂಡಿ ನಿಂತು ವಜ್ರದಂತೆ ಥಳಥಳಿಸುವ ನಿರ್ಮಲವಾದ ಮಂಜಿನ ಹನಿಯಂತೆ, ಅವಳ ಆತ್ಮವು ಪರಿಶುದ್ಧವಾಗಿತ್ತು. ಅವಳ ಸರಳತೆಯನ್ನು ನೋಡಿ ನನಗೆ ಅತ್ಯಂತ ಕನಿಕರವಾಯಿತು. ಅವಳನ್ನು ನೋಡಿದ ಹಾಗೆಲ್ಲಾ ಅವಳ ವಿಷಯ ವನ್ನು ಯೋಚಿಸಿದ ಹಾಗೆಲ್ಲಾ ನನ್ನ ಆರಿದ ಕಣ್ಣುಗಳಲ್ಲಿ ಪುನಃ ಪುನಃ ನೀರೂರಿ ಬಂತು. ನನ್ನ ಕಣ್ಣೀರಿನಲ್ಲಿ ಅವಳ ಕಲುಷಿತವಾದ ದೇಹವನ್ನು ತೊಳೆಯೋಣವೆನ್ನಿಸಿತು. ನನ್ನ ದೇಹವೂ ಆತ್ಮವೂ ಅವಳಿಗಾಗಿ ಅತ್ಯಂತ ಸ್ನೇಯಮಯವಾಯಿತು. ಮೆಲ್ಲನೆ ಅವಳ ಕೈ ಹಿಡಿದುಕೊಂಡೆ. ನನ್ನ ಮೈ ಸ್ವಲ್ಪ ನಡುಗಿತು. ಕೈ ಬಿಡದೆ, ಹಾಗೆಯೆ ಅವಳ ಬೆರಳು ಗಳನ್ನು ಸವರುತ್ತ "ಚೆನ್ನಮ್ಮಾ" ಎಂದು ಮೆಲ್ಲನೆ ಕರೆದೆ. ನನ್ನ ಸ್ನೇಹ, ನನ್ನ ಕನಿಕರ ಅವಳ ಹೆಸರನ್ನು ಹೇಳಿದೊಡನೆಯೇ ಅವಳು ಇನ್ನೂ ಹತ್ತಿರಕ್ಕೆ ಸರಿದು ತಲೆಯನ್ನು ತಗ್ಗಿಸಿ ಬಹು ಮೃದುವಾಗಿ "ಏನು ನನ್ನ ದೇವರೇ?" ಎಂದು ಕೇಳಿದಳು. ಅವಳ ಮುಖದ ಮೇಲೆ ಏನೋ ಒಂದು ವಿಧವಾದ ಯೋಚನೆಯೋ – ಕಳವಳವೋ ತೋರುತ್ತಿತ್ತು. ನಾನು ಅವಳ ಮುಖವನ್ನೇ ನೋಡುತ್ತ, ಕೇಳಿದೆ—

"ನೋಡು ಚೆನ್ನಮ್ಮಾ, ನಾನು ನಿನ್ನ ದೇವರು ಅಂತ ನೀನು ಹೇಳಲಿಲ್ಲವೆ?"

"ಹೌದು ನನ್ನೊಡ್ಯಾ, ನೀವೇ ನನ್ನ ದೇವರು."

"ಹಾಗಾದರೆ ನಾನು ಹೇಳಿದ ಹಾಗೆ ನೀನು ಕೇಳಬೇಕಲ್ಲವೆ?"

"ನಿಮ್ಮ ದಾಸಿ ಇದೀನಿ, ಹೇಳಿ ನನ್ನ ದೇವರು."

"ನೀನು ಇನ್ನು ಮುಂದೆ ಈ ಪಾಪದ ಕೆಲಸವನ್ನು ಮಾಡಕೂಡದು, ತಿಳಿಯಿತೆ?"

"ಮತ್ತೆ – ಹರಕೆ? – ದೇವರಿಗೆ?"

"ಅಯ್ಯೋ ಆ ಹರಕೆ ಹಾಳಾಯ್ತು. ನೋಡು, ಇಂದು ನಾನು ನಿನ್ನ ದೇವರು ಅಂತ ಹೇಳಿದೆ. ಅದಕ್ಕೆ ಹಿಂದೆ ಇನ್ಯಾರ ಸೇವೆಯನ್ನೂ ಮಾಡಲಿಲ್ಲವೆ?"

ಚೆನ್ನಮ್ಮ ಮಾತನಾಡಲಿಲ್ಲ. ತಲೆಯನ್ನು ತಗ್ಗಿಸಿದಳು.

"ನೋಡು, ಇದಕ್ಕೆ ಹಿಂದೆ ನೀನು ಇನ್ನೂ ಯಾರ ಯಾರ ಸೇವೆಯನ್ನೋ ಮಾಡಿದ್ದೀಯೆ. ಇಂದು ನಾನು ದೇವರು ಎಂದು ಹೇಳಿ ನನ್ನ ಸೇವೆಗೆ ಬಂದಿದ್ದೀಯೆ. ಒಬ್ಬರು ತಿಂದ ಎಂಜಲನ್ನು ಇನ್ನೊಬ್ಬರಿಗೆ ಕೊಡಬಹುದೆ? ದೇವರಿಗೆ ಈ ಎಂಜಲ ಹರಕೆಯೆ? ಚೆನ್ನಾ, ನಿನಗೆ ತಿಳಿಯದು – ಇದು ಬಹಳ ಪಾಪಕರವಾದದ್ದು ಎಂದು. ತಿಳಿದಿದ್ದರೆ ಎಂದಿಗೂ ನೀನು ಈ ಪಾಪದ ಕೆಲಸವನ್ನು ಮಾಡುತ್ತಿರಲಿಲ್ಲ. ಸ್ವಲ್ಪ ಯೋಚಿಸಿ ನೋಡು – ನಿನಗೂ ಸೂಳೆಗೂ ಏನು ವ್ಯತ್ಯಾಸ? ಅವಳಿಗೆ ಅದು ಜೀವನ, ನಿನಗೆ ಜೀವನಕ್ಕೆ ಕಡಮೆಯಿಲ್ಲ. ಆದರೆ ಪಾಪವೇನೋ ಒಂದೇ. ದೇವರು ಈ ಪಾಪವನ್ನು ಎಂದಿಗೂ ಒಪ್ಪನು."

ಚೆನ್ನಮ್ಮ ಮೌನವಾಗಿ ಎಲ್ಲವನ್ನೂ ಕೇಳಿದಳು. ಮೊದಲಿನ ಭ್ರಾಂತಿ, ಕಳವಳದ ಚಿಹ್ನೆ ಅವಳ ಮುಖದಿಂದ ಜಾರಿತು. ಸ್ವಲ್ಪ ಸ್ವಲ್ಪವಾಗಿ ಮುಖವು ಬಾಡಿತು. ದೇಹವು ಕುಗ್ಗಿತು. ದೃಷ್ಟಿ ನೆಲವನ್ನು ಹಿಡಿಯಿತು. ಮೆಲ್ಲಗೆ ಅವಳ ಕೈಯನ್ನು ಅಲುಗಿಸಿ "ಚೆನ್ನಾ" ಎಂದು ಕರೆದೆ. ತಲೆಯೆತ್ತಿ ನನ್ನ ಕಡೆ ನೋಡಿದಳು. ಅವಳ ದೃಷ್ಟಿಯಲ್ಲಿ ದಾರಿತಪ್ಪಿ ಅಲೆಯುತ್ತಿದ್ದ ಮಗುವಿನ ಅಸಹಾಯತೆಯ ಛಾಯೆ ತೋರುತ್ತಿತ್ತು. ನನ್ನ ಮಾತು ಸರಿ – ಎಂದು ಅವಳು ಮನಗಂಡಿರಬೇಕು.

"ಚೆನ್ನಾ, ನಾನು ಹೇಳಿದ್ದು ಸರಿಯಲ್ಲವೆ?" ಎಂದು ಕೇಳಿದೆ.

ಚೆನ್ನಮ್ಮಾ ಬಾಯಿ ಗಿಡಲಿಲ್ಲ. ತಲೆಯನ್ನು ಪುನಃ ತಗ್ಗಿಸಿದಳು. ನಾನು ನೋಡುತ್ತಿದ್ದ ಹಾಗೆಯೇ ಎರಡು ಹನಿ ಕಣ್ಣೀರು ಪಳಪಳನೆ ಅವಳ ಕೆನ್ನೆಗಳ ಮೇಲೆ ಉರುಳಿ ಬಿದ್ದವು. ಅದೇ ನನಗೆ ಅವಳು ಕೊಟ್ಟ ಮೌನವಾದ ಉತ್ತರವಾಯಿತು. ಅವಳ ಶುಭ್ರವಾದ ಆತ್ಮವನ್ನು ಆವರಿಸಿದ್ದ ಅಜ್ಞಾನದ ತೆರೆಯನ್ನು ತೆಗೆದೆಸೆಯುವ ಕೆಲಸ ನನ್ನ ಪಾಲಿಗಿತ್ತು. ಯಾವುದೋ ಸ್ಥಳವನ್ನು ಸೇರಬೇಕೆಂದು ಒಂದು ಮಾರ್ಗವನ್ನು ಹಿಡಿದು, ಅದರಲ್ಲಿ ಹೆಜ್ಜೆ ಹಾಕುತ್ತ, ಹೆಜ್ಜೆ ಇಟ್ಟಹಾಗೆಲ್ಲಾ ಆ ಸ್ಥಳವು ಹತ್ತಿರವಾಗುತ್ತಿದೆಯೆಂದು ನಂಬಿ ಬಹು ದೂರ ನಡೆದುಹೋದಮೇಲೆ, ಯಾರಾದರೂ ದಾರಿಯಲ್ಲಿ ಸಿಕ್ಕು, ನಾವು ಹೊರಟ ಸ್ಥಳಕ್ಕೆ ಅದು ಮಾರ್ಗವಲ್ಲವೆಂದೂ ಆ ದಾರಿಯಲ್ಲಿ ನಡೆದಷ್ಟೂ ನಾವು ಸೇರಬೇಕೆಂದಿರುವ ಸ್ಥಳದಿಂದ ದೂರವಾಗುತ್ತಿರುವೆವೆಂದೂ ಹೇಳಿದರೆ ಹೇಗಿರುತ್ತದೆ. ನಾನು ನನ್ನ ಮಾತುಗಳಿಂದ ಚೆನ್ನಮ್ಮನ ಹೃದಯದಲ್ಲಿ ಸ್ವಲ್ಪ ಹೆಚ್ಚುಕಡಿಮೆ ಅದೇ ವಿಧವಾದ ಭಾವನೆಯನ್ನುಂಟುಮಾಡಿದ್ದೆ.

ಚೆನ್ನಮ್ಮ ಬಹಳ ಅತ್ತಳು. ನಾನು ಅವಳನ್ನು ಸಮಾಧಾನ ಮಾಡುತ್ತ... "ನೋಡು ಚೆನ್ನಾ, ನಿನ್ನನ್ನು ಕಂಡರೆ ನನಗೆ ಸಿಟ್ಟಾಗಲಿ, ಅಸಹ್ಯವಾಗಲಿ ಇಲ್ಲ. ಹೇಳು ಸಿಟ್ಟೆ ನನಗೆ?" ಎಂದು ಕೇಳಿದೆ.

ಬಹು ನೊಂದ ಧ್ವನಿಯಿಂದ ಚೆನ್ನಮ್ಮ ಹೇಳಿದಳು—

"ಇಲ್ಲ ನನ್ನೊಡ್ಯಾ."

"ಸರಿ, ನಿನಗೆ ನನ್ನ ಮೇಲೆ ಸಿಟ್ಟೇನಾದರೂ..."

"ಅಯ್ಯೋ; ನನ್ನ ದೇವರೇ. ಹಾಗೆ ಹೇಳ್ಬೇಡಿ; ನಿಮ್ಮನ್ನ ಕಂಡ್ರೆ, ನನ್ನೊಡ್ಯಾ, ನಿಮ್ಮ ಕಾಲ್ಕೆಳ್ಗೆ ಬಿದ್ದು ಹೊರಳಾಡೋಣ ಅಂತದೆ ಜೀವ;" ಎಂದು ಹೇಳಿ, ನನ್ನ ಕಾಲು ಹಿಡಿದು, ತನ್ನ ಹಣೆಯಿಂದ ಅದನ್ನು ಮುಟ್ಟುವುದರಲ್ಲಿದ್ದಳು. ನಾನು ಅಷ್ಟಕ್ಕೆ ಬಿಡದೆ ಅವಳನ್ನು ಎಬ್ಬಿಸಿ, "ಸರಿ, ಹಾಗಾದರೆ, ಎಲ್ಲಿ, ನನ್ನ ಮೇಲೆ ಕೈ ಇಟ್ಟು ಆಣೆ ಹಾಕು – 'ಇನ್ಮೇಲೆ ಈ ಕೆಲ್ಸ ಬಿಡ್ತೀನಿ...' ಅಂತ" ಎಂದು ಹೇಳಿದೆ.

ಚೆನ್ನಮ್ಮ ನನ್ನೆದೆಯ ಮೇಲೆ ಕೈ ಇಟ್ಟಳು. ಅವಳ ಮುಗ್ಧವಾದ ನೊಂದ ನೋಟ ನನ್ನ ಕಣ್ಣುಗಳನ್ನು ಹೊಕ್ಕು ಹೃದಯಕ್ಕಿಳಿಯಿತು; ನೊಂದ ನೋಟ... ನೊಂದ ಧ್ವನಿ. ಕಂಪಿಸುತ್ತ ಮೆಲ್ಲಗೆ ಹೇಳಿದಳು—

"ದೇವಾ – ಇನ್ಮೇಲೆ – ಈ ಕೆಲ್ಸ – ಮಾಡಾಕಿಲ್ಲ."

ನನ್ನ ಎದೆಯ ಮೇಲಿಂದ ಏನೋ ಭಾರವನ್ನು ಇಳಿಸಿದಂತಾಗಿ ದೊಡ್ಡದಾಗಿ ನಿಟ್ಟುಸಿರು ಬಿಟ್ಟೆ. ರಾತ್ರೆ ಬಹಳ ಹೊತ್ತಾಗಿ ಹೋಗಿತ್ತು. ಆದರೂ ನಿದ್ದೆ ಮಾತ್ರ ಬರುವಂತೆ ತೋರ ಲಿಲ್ಲ. ಮನದಲ್ಲಿ ಶಾಂತತೆ ಹರಿದಾಡತೊಡಗಿತು. ಚೆನ್ನಮ್ಮ ಒಂದು ಬಾರಿ ಆಕಳಿಸಿದಳು. ನನಗೆ ಅದೇ ನೆವವಾಗಿ "ಚೆನ್ನಾ, ಇನ್ನು ನೀನು ಹೋಗಿ ಮಲಗಿಕೊ" ಎಂದು ಹೇಳಿ ಎದ್ದೆ. ಅವಳೂ ಎದ್ದಳು. ಬಾಗಿಲವರೆಗೂ ಅವಳೊಡನೆ ಹೋಗಿ ನಾನೇ ಬಾಗಿಲನ್ನು ತೆಗೆದೆ. ಬಾಗಿಲಲ್ಲಿ ಪುನಃ ಅವಳ ಕೈ ಹಿಡಿದು ನನ್ನ ಕಡೆಗೆ ತಿರುಗಿಸಿಕೊಂಡು – "ಚೆನ್ನಾ, ಚೆನ್ನಾ, ದೇವರಾಣೆಗೂ ನನಗೆ ನಿನ್ನ ಮೇಲೆ ಸಿಟ್ಟಿಲ್ಲ – ಎಲ್ಲಿ" ಎಂದು ಹೇಳಿ ನನ್ನೆರಡು ಕೈಗ ಳಿಂದಲೂ ಅವಳ ಮುಖವನ್ನು ಹಿಡಿದು, ಹಣೆಯ ಮೇಲೆ ಒಂದು ಮುತ್ತು ಕೊಟ್ಟೆ. ಚೆನ್ನಮ್ಮ ಹೊರಟುಹೋದಳು.

[6]

ಇದ್ದಕ್ಕಿದ್ದಹಾಗೆಯೇ ಎಚ್ಚರವಾಯಿತು. ನೋಡಿದರೆ – ಕರಿಯಪ್ಪನವರು; ಅವರೇ ಕೂಗಿ ಎಬ್ಬಿಸಿದ್ದು. ಅವರು ಒಳಗೆ ಹೇಗೆ ಬಂದರೋ ತಿಳಿಯಲಿಲ್ಲ. ಬಹುಶಃ ರಾತ್ರೆ ಬಾಗಿಲ ಅಗಣಿ ಹಾಕುವುದನ್ನು ಮರೆತಿದ್ದೆನೇನೋ ಅಂದುಕೊಂಡೆ.

"ಏನು ಯಜಮಾನರೇ?" ಎಂದು ಕಣ್ಣು ಉಜ್ಜಿಕೊಳ್ಳುತ್ತ ಎದ್ದೆ.

"ಅಯ್ಯೋ? ಏನು ಹೇಳಲಿ, ಸ್ವಾಮಿ; ಅಯ್ಯೋ ನನ್ನ ಕಂದಾ ನನ್ನ ಚೆನ್ನಾ;" ಎಂದು ಮಾತು ಪೂರೈಸದೆ ಕರಿಯಪ್ಪನವರು ಕೆಳಗೆ ಬಿದ್ದು ಉರುಳಾಡತೊಡಗಿದರು. ಏನೋ ಒಂದು ತರದ ಅವ್ಯಕ್ತವಾದ ಭೀತಿಯಿಂದ ನನ್ನ ಎದೆ ಬಿರಿದು ರಕ್ತ ಚಿಮ್ಮಿದಹಾಗಾಯಿತು.

ಅಷ್ಟು ಹೊತ್ತಿಗೆ ಇನ್ನು ಯಾರೋ ಬಂದು ಸ್ವಾಮಿ, ಚೆನ್ನಮ್ಮ –ತೋಟದ ಬಾವಿಗೆ ಬಿದ್ದು..."

ಅವರು ಮಾತು ಪೂರೈಸುವ ತನಕ ನನ್ನ ಜೀವ ತಡೆಯಲಿಲ್ಲ. ಹಾಸಿಗೆಯಿಂದ ಎದ್ದವನೇ ಹುಚ್ಚನಂತೆ ತೋಟದ ಬಾವಿಯ ಕಡೆಗೆ ಓಡತೊಡಗಿದೆ. ಬಾವಿಯ ಹತ್ತಿರ ಹತ್ತು–ಹನ್ನೆರಡು ಜನ ಗುಂಪುಕೂಡಿ ನಿಂತಿದ್ದುದು ಕಾಣಿಸಿತು. ಇನ್ನೂ ಜೀವವಿರಬಹುದೇನೋ–ಎಂಬ ಒಂದು ಹುಚ್ಚು ಆಸೆ; ಅಯ್ಯೋ; ಹುಚ್ಚು ಆಸೆಯೇ ಸರಿ; ರಾತ್ರಿಯೇ ಅವಳು ಹೋಗಿ ಬಿದ್ದಿರಬೇಕು – ಇಲ್ಲಿಯವರೆಗೂ ಜೀವ ಇರುವುದುಂಟೇ; – ಎಂಬ ನಿರಾಶೆ. ಹತ್ತಿರ ಹೋಗಿ ನಿಂತೆ. ಎಲ್ಲರೂ ದಾರಿ ಬಿಟ್ಟರು. ನೋಡಿದೆ. ಅಯ್ಯೋ ಭಗವಂತಾ; ಅದೆಂತಹ ನೋಟವನ್ನು ನೋಡಿದೆನೋ; ಎದೆಯ ರಕ್ತ ಕಣ್ಣಿನಲ್ಲಿ ಚಿಮ್ಮಿ ಬಂದಂತಾಯಿತು. ಕಣ್ಣುಗಳು ಸಿಡಿದು ಕತ್ತಲೆ ಕವಿದಂತಾಯಿತು.

ಅಷ್ಟೇ ನನಗೆ ಜ್ಞಾಪಕ. ಪುನಃ ಎಚ್ಚರವಾದಾಗ ಅಲ್ಲಿ ನಿಂತಿದ್ದವರಲ್ಲಿ ಒಬ್ಬಿಬ್ಬರು ನನ್ನ ತಲೆಗೂ ಮುಖಕ್ಕೂ ತಣ್ಣೀರೆರಚುತ್ತಿದ್ದರು. ನನ್ನ ಮೂಗಿನಿಂದ ರಕ್ತ ಹರಿದು ಬರುತ್ತಿತ್ತು. ನನಗೆ ಯಾವುದೂ ಲಕ್ಷ್ಯವಿಲ್ಲ. ಶವದ ಹತ್ತಿರ ಹೋಗಿ ಜೀವದ ಚಿಹ್ನೆ ಏನಾದರೂ ಇದೆಯೇ – ಎಂದು ಬಹಳ ಆಸೆಯಿಂದ ನೋಡಿದೆ. ಅಯ್ಯೋ; ಸುಮ್ಮನೆ ಭ್ರಾಂತಿ; ನನ್ನ ಭ್ರಮೆಯನ್ನು ನೋಡಿ ನನಗೇ "ಅಯ್ಯೋ ಹುಚ್ಚಾ" ಅನ್ನಿಸಿತು. ಅವಳ ದೇಹದಲ್ಲಡಗಿದ್ದ ಆ ಅಮಲವಾದ ಹಿಮಕಣವು ಆಗಲೇ ಹಾರಿಹೋಗಿತ್ತು. ಪುಣ್ಯವು ಪಾಪದಿಂದ ಅಗಲಿಹೋಗಿತ್ತು. ಅಮೃತವು ಇಂಗಿಹೋಗಿ ಉಳಿದಿದ್ದುದು ವಿಷದ ಚರಟ;

ಇನ್ನು ಹೆಚ್ಚು ಹೊತ್ತು ಅಲ್ಲಿ ನಿಲ್ಲಲಾಗಲಿಲ್ಲ. ನಿಧಾನವಾಗಿ ಮನೆಯ ಕಡೆ ನಡೆದೆ.

ಅದೇ ದಿನ ಸಾಯಂಕಾಲ ನಾನು ಆ ಹಳ್ಳಿಯನ್ನು ಬಿಟ್ಟೆ. ಹೊರಡುವುದಕ್ಕೆ ಮುಂಚೆ ಚೆನ್ನಮ್ಮನ ಫೋಟೋವನ್ನು ಅವರ ಮನೆಯಲ್ಲಿ ಬಿಟ್ಟು ಬಂದೆ. ಅಂತಹ ಹುಡುಗಿಯನ್ನು ಕಳೆದುಕೊಂಡ ಅವರಿಗೆ ಆ ಛಾಯೆಯು ಏನು ಸಮಾಧಾನ ಕೊಟ್ಟೀತು?

ದಾರಿಯುದ್ದಕ್ಕೂ ಯೋಚನೆ. ಪೋಲೀಸಿನವರೇನೋ "ಆತ್ಮಹತ್ಯೆ" ಎಂದು "ರಿಕಾರ್ಡು" ಮಾಡಿಬಿಟ್ಟರು. ಆದರೆ ವಸ್ತುತಃ ನಾನೇ ಅವಳನ್ನು ಕೊಂದಹಾಗಾಯಿತು; ಏನು ಮಾಡಿದರೂ ಈ ಭಾವನೆ ನನ್ನನ್ನು ಬಿಡುವಂತೆ ತೋರಲಿಲ್ಲ. ನಾನು ಹೇಳಿದುದೆಲ್ಲಾ ಅವಳ ಮನಸ್ಸಿಗೆ ನಾಟಿ, ಇರುವುದಕ್ಕಿಂತ ಸಾಯುವುದೇ ಮೇಲಾಗಿ ತೋರಿರಬೇಕು. ನಾನು ಅವಳನ್ನು ನನ್ನ ಕೊಠಡಿಯಿಂದ ಹೊರಕ್ಕೆ ಕಳಿಸಿದಾಗ ಅವಳ ಹೃದಯ ಸಾವಿನಿಂದ ತುಂಬಿತ್ತೆಂದು ಈಗ ತೋರುತ್ತದೆ. ಈ ಯೋಚನೆ ಬಂದೊಡನೆಯೇ ನನ್ನ ಎದೆಯನ್ನು ಸೀಳಿ ಕಾದ ಸೀಸವನ್ನು ಹೊಯ್ದ ಹಾಗಾಯಿತು. ನಾನು ಆ ವೇಳೆಯಲ್ಲಿ ಅವಳನ್ನು ಹೊರಕ್ಕೆ ಕಳಿಸದೆ ಇದ್ದಿದ್ದರೆ ಅವಳ – ಸಾಯಬೇಕೆಂಬ – ಸಂಕಲ್ಪ ದೂರವಾಗುತ್ತಿತ್ತೋ ಏನೋ – ಬದುಕುತ್ತಿದ್ದಳೋ ಏನೋ; ಅವಳ ಮನಸ್ಸಿಗೆ ಜೀವನನ್ನು ನೀಗಬೇಕೆಂಬ ಆಸೆಯನ್ನು ತಂದವನು ನಾನು. ಅದಕ್ಕೆ ಸಂಶಯವಿಲ್ಲ. ನನಗೆ ಏನು ಅಧಿಕಾರವಿತ್ತು?

ಅವರ ಧರ್ಮ–ಅಧರ್ಮಗಳನ್ನು ತುಲನೆ ಮಾಡುವುದಕ್ಕೆ ನಾನು ಯಾರು? ನನ್ನ ಮಾತುಗಳು ಒಂದೊಂದೂ ಅವಳನ್ನು ಬಾವಿಯ ವರೆಗೂ ತಳ್ಳಿಕೊಂಡು ಹೋಗಿರಬೇಕು. ಆಮೇಲೆ ಅವಳನ್ನು ಬಾವಿಗೆ ತಳ್ಳಿದ್ದೂ ನನ್ನ ಮಾತುಗಳೇ – ನಾನೇ; ಅಯ್ಯೋ; ನಾನೇ ಅವಳನ್ನು ಕೈಯ್ಯಾರೆ ಕೊಂದ ಹಾಗಾಯಿತಲ್ಲಾ; ದೇವರ ಎದುರಿನಲ್ಲಿ ಇದಕ್ಕೆ ಒಂದಲ್ಲ ಒಂದು ದಿನ ಉತ್ತರ ಹೇಳಬೇಕು. ಏನು ಹೇಳಲಿ?

ಯೋಚನೆಗಳಿಗೆ ತಡೆಯೇ ಇಲ್ಲ.

ನಾಳೆ ಊರು ಸೇರುತ್ತೇನೆ. ಈ ಕಥೆಯನ್ನೆಲ್ಲಾ ಹೇಳಿದರೆ ಏನನ್ನುವಳೋ ನನ್ನ ಲಕ್ಷ್ಮಿ.

5. ಯಾರೂ ಅರಿಯದ ವೀರ

ಕುವೆಂಪು

ಆಷಾಢಮಾಸ, ಸುಮಾರು ರಾತ್ರಿ ಎಂಟು ಗಂಟೆ ಸಮಯ. ಕಗ್ಗತ್ತಲು ಕಣ್ಣು ತಿವಿಯುವಂತಿತ್ತು. ಜಡಿಮಳೆ ಜರ್‍ರೆಂದು ಕರೆಕರೆ ಹುಟ್ಟಿಸುತ್ತಿತ್ತು. ಸುಬ್ಬಣ್ಣಗೌಡರು ಜಗಲಿಯಲ್ಲಿ ಒಂದು ಜಮಖಾನದ ಮೇಲೆ ಕುಳಿತು ಲ್ಯಾಂಪಿನ ಬೆಳಕಿನಲ್ಲಿ ಲೆಕ್ಕಪತ್ರ ನೋಡುತ್ತಿದ್ದರು.

ಲಿಂಗ ಹೊರಗಿನಿಂದ ಕೈಲೊಂದು ಲಾಟೀನು ಹಿಡಿದುಕೊಂಡು ಬಂದು "ಅಯ್ಯಾ ಹೊಳೆ ನೀರು ಏಳನೆ ಮೆಟ್ಟಲಿಗೇರಿದೆ" ಎಂದ.

ಸುಬ್ಬಣ್ಣ ಗೌಡರು ಗಾಬರಿಯಿಂದ ತಟಕ್ಕನೆ ಎದ್ದು "ಎಲ್ಲಿ ನೋಡೋಣ ಬಾ" ಎಂದು ಕಂಬಳಿಕೊಪ್ಪೆ ಹಾಕಿಕೊಂಡು ಹೊರಟರು.

ಇಬ್ಬರೂ ಹೊಳೆಗೆ ಹೋಗಿ ಐದಾರು ಮೆಟ್ಟಲು ಇಳಿದು ನಿಂತರು. ನೊರೆಯೆದ್ದ ಕೆಂಬಣ್ಣದ ತೆರೆಗಳು ಅವರ ಕಾಲಿಗೆ ಬಂದು ಬಡಿಯುತ್ತಿದ್ದುವು. ತುಂಗಾನದಿಯ ಪ್ರವಾಹ ಉಕ್ಕಿಯುಕ್ಕಿ ನೊರೆನೊರೆಯಾಗಿ ಭೋರೆಂದು ಹರಿಯುತ್ತಿತ್ತು. ಲಾಟೀನಿನ ಬೆಳಕಿನಲ್ಲಿ ಅಲೆಗಳು ಪಳಪಳ ಮಿಂಚುತ್ತಿದ್ದುವು. ಮಳೆ ನಿರಂತರವಾಗಿ ಸುರಿಯುತ್ತಲೇ ಇತ್ತು. ಅವರು ಅಲ್ಲಿ ನಿಂತಹಾಗೆಯೆ ಆರನೆಯ ಮೆಟ್ಟಲಿಗೆ ನೀರೇರಿ ಮುಚ್ಚಿತು.

ಐದನೆಯ ಮೆಟ್ಟಲಿಗೆ ಹತ್ತಿ ನಿಂತರು.

ಸುಬ್ಬಣ್ಣಗೌಡರು ಲಿಂಗನ ಕಡೆ ತಿರುಗಿ "ನಿನ್ನೆ ಎಲ್ಲಿಯವರೆಗೆ ಏರಿತ್ತೋ ನೀರು?" ಎಂದರು.

"ನಿನ್ನೆ ಇಷ್ಟು ನೀರು ಬಂದಿರಲಿಲ್ಲ. ಎಂಟನೆಯ ಮೆಟ್ಟಲಲ್ಲಿಯೇ ಇತ್ತು. ಆದರೂ ನಿನ್ನೆ ಕೆರೆಹಳ್ಳಿಯೆಲ್ಲಾ ಕೊಚ್ಚಿಕೊಂಡು ಹೋಯಿತಂತೆ. ಕೆಳಮನೆ ರಂಗಪ್ಪಗೌಡರು ಮಗ ರಾಮು ಸಿಕ್ಕಲೆ ಇಲ್ಲವಂತೆ. ಬಹಳ ಅನಾಹುತ ಆಯಿತಂತೆ" ಎಂದ ಲಿಂಗ.

ಗೌಡರ ಮುಖವು ಭಯದ ಚಿಹ್ನೆ ತೋರಿ ಗಂಭೀರವಾಯಿತು. "ಇಂದು ಮೇಲ್ಮಳೆ ಹೇಗಿದೆಯಂತೆ? ನಿನಗೇನಾದರೂ ಗೊತ್ತೆ?" ಎಂದು ಕೇಳಿ ಕಗ್ಗತ್ತಲಿನ ಕಡೆ ಕುರುಡಾಗಿ ನಿಟ್ಟಿಸುತ್ತಾ ನಿಂತರು.

"ಮೇಲ್ಮಳೆ ಬಹಳ ಜೋರಾಗಿದೆಯಂತೆ. ಶೃಂಗೇರಿ ಆ ಕಡೆಯಂತೂ ಒಂದು ನಿಮಿಷ ಬಿಡದೆ ಹೊಡೆಯುತ್ತಿದೆಯಂತೆ" ಎಂದು ಹೇಳಿ, ಲಿಂಗನು ಲಾಟೀನಿನ ಬೆಳಕಿನಲ್ಲಿ ಕೆಳಗೆ

ನೋಡಿ "ಅಯ್ಯಾ, ಇಲ್ಲಿ ನೋಡಿ! ನೀರು ಐದನೆ ಮೆಟ್ಟಲಿಗೇರುತ್ತಾ ಇದೆ" ಎಂದ. ಗೌಡರು ಕೆಳಗೆ ನೋಡಿ, ಎದೆ ನಡುಗಿ, ಮುಖ ಕಪ್ಪಾಗಿ, ಸ್ವಲ್ಪ ಪೆಚ್ಚಾದರು.

ಇಬ್ಬರೂ ಹಿಂತಿರುಗಿ ಮನೆಯೊಳಗೆ ಹೋದರು. ಗೌಡರು ಕಂಬಳಿ ತೆಗೆದುಹಾಕಿ, ಬಿಸಿನೀರಿನಲ್ಲಿ ಕಾಲು ತೊಳೆದುಕೊಂಡು, ಜಮಖಾನದ ಮೇಲೆ ಕುಳಿತು ಕೈಗಳನ್ನು ಹಿಂದಕ್ಕೆ ಹಾಕಿ, ಅವುಗಳ ಮೇಲೆ ಒರಗಿಕೊಂಡು ಆಲೋಚನಾಪರರಾದರು. ಲಿಂಗನು ಲಾಟೀನಿನ ದೀಪವನ್ನು ಸಣ್ಣಗೆ ಮಾಡಿ, ಕಂಬಳಿ ಕೊಡವಿ, ಗಳುವಿನ ಮೇಲಿ ಹರಡಿ, ಅಡಿಗೆ ಮನೆ ಯೊಳಗೆ ಹೋದನು.

ಸುಬ್ಬಣ್ಣ ಗೌಡರ ಹೆಂಡತಿ ನಾಗಮ್ಮ "ಅದೇನು ಲಿಂಗ ಲಾಟೀನನ್ನು ತೆಗೆದುಕೊಂಡು ಹೊರಗೆ ಹೋಗಿದ್ದರಲ್ಲಾ ಹೊಳೆ ಬಹಳ ಬಂದಿದೆಯೇನು?" ಎಂದರು ಸುಬ್ಬಣ್ಣಗೌಡರ ಹನ್ನೆರಡು ವರ್ಷದ ಮಗ ತಿಮ್ಮು, ಎಂಟು ವರ್ಷದ ಮಗಳು ಸೀತೆ, ಇಬ್ಬರೂ ಊಟಕ್ಕೆ ಕುಳಿತಿದ್ದರು. ಹೊಳೆ ಏರುವ ಮಾತು ಕೇಳಿ, ಉಣ್ಣುವುದನ್ನು ಬಿಟ್ಟು, ಕಳೆದ ಬಾಯಿ ಮುಚ್ಚದೆ, ತೆರೆದ ರೆಪ್ಪೆ ಹಾಕದೆ, ಇಟ್ಟ ಕೈ ತೆಗೆಯದೆ ನಾಗಮ್ಮ–ಲಿಂಗ ಇವರ ಸಂಭಾಷಣೆ ಕೇಳುತ್ತಾ ಕುಳಿತರು.

"ಹೌದಮ್ಮಾ, ಹೊಳೆ ಯದ್ದೂತದ್ದೂ ಏರುತ್ತಾ ಇದೆ. ಅದರಲ್ಲಿಯೂ ಮೇಲ್ಮಳೆ ಇಪರೀತವಂತೆ... ನಿನ್ನೆಯೇ ಕೆರೆಹಳ್ಳಿಯೆಲ್ಲಾ ತೇಲಿಹೋಯಿತಂತೆ. ಪಾಪ! ಆ ಕೆಳಮನೆ ರಂಗಪ್ಪಗೌಡರ ರಾಮು ಇನ್ನೂ ಸಿಕ್ಕಿಲ್ಲವಂತೆ!"

ನಾಗಮ್ಮ ಊಟಕ್ಕೆ ಕುಳಿತ ಮಕ್ಕಳ ಕಡೆ ನೋಡಿದರು. ಏಕೆ ನೋಡಿದರೋ ಯಾರಿಗೆ ಗೊತ್ತು? ಅವರು ಉಣ್ಣದೆ ಕುಳಿತಿದ್ದುದನ್ನು ನೋಡಿ ತಾವೇ ಹೋಗಿ ಅವರ ಹತ್ತಿರ ಕುಳಿತುಕೊಂಡು ಉಣ್ಣಿಸತೊಡಗಿದರು.

ಸೀತೆ ತುತ್ತು ತಿನ್ನುತ್ತಾ "ಅಮ್ಮಾ, ರಾಮು ಏನಾದ?" ಎಂದಳು.

ನಾಗಮ್ಮ "ಏನೂ ಆಗಲಿಲ್ಲ. ನೀ ಉಣ್ಣು ಸುಮ್ಮನೆ" ಎಂದರು.

"ತಿಮ್ಮು "ಏನಮ್ಮಾ ಅದು ಲಿಂಗ ಹೇಳಿದ್ದು?" ಎಂದ.

ನಾಗಮ್ಮ "ಏನಿಲ್ಲ ಮಗೂ, ಹೊಳೆಯಲ್ಲಿ ನೀರು ಏರುತ್ತಿದೆಯಂತೆ, ಅಷ್ಟೇ. ನೀನು ಊಟಮಾಡು" ಎಂದರು. ಲಿಂಗನ ಕಡೆ ನೋಡಿ "ಅಷ್ಟೆ! ಅಲ್ಲವೇನೊ ಲಿಂಗ?" ಎಂದರು.

ಲಿಂಗ ತಲೆದೂಗಿ ಸಮ್ಮತಿಸಿ "ಅಷ್ಟೇ, ಇನ್ನೇನು! ನೀವು ಉಣ್ಣಿ ತಿಮ್ಮಯ್ಯ" ಎಂದ.

ಸುಬ್ಬಣ್ಣಗೌಡರು ಜಗಲಿಯಿಂದ "ಲಿಂಗಾ!" ಎಂದು ಕರೆದರು. ಲಿಂಗನಿಗೆ ಕಿವಿ ಕೊಂಚ ಮಂದ; ಕೇಳಿಸಲಿಲ್ಲ. ಮತ್ತೆ ಕರೆದರು. ಆಗ ನಾಗಮ್ಮ "ಏ ಲಿಂಗ, ಹೊರಗೆ ಕರೆಯು ತ್ತಾರೋ! ಹೋಗೋ!" ಎಂದರು. ಲಿಂಗನು ತಟಕ್ಕನೆ ಎದ್ದು ತನ್ನ ಚೊಟ್ಟು ಕಾಲು ಓರೆ ಯಾಗಿ ಹಾಕುತ್ತಾ ಹೋದ. ಪಾಪ! ಅವನ ಬಲಗಾಲು ಎಡಗಾಲಿಗಿಂತ ತುಸು ಮೋಟ ಮತ್ತು ಸಣ್ಣ.

ಲಿಂಗನು ಜಗಲಿಗೆ ಹೋಗಿ ಕೇಳಿದನು "ಯಾಕಯ್ಯಾ ಕರೆದದ್ದು?"

ಗೌಡರು ಎಂದರು "ಹೋಗಿ ನೋಡಿಕೊಂಡು ಬಾ. ನೀರು ಈಗೆಷ್ಟು ಏರಿದೆ."

ಲಿಂಗನು ಲಾಟೀನಿನ ಬತ್ತಿ ಏರಿಸಿ, ದೀಪ ದೊಡ್ಡದು ಮಾಡಿ, ಕಂಬಳಿ ಕೊಪ್ಪೆ ಹಾಕಿಕೊಂಡು ಹೊಳೆಯ ಕಡೆ ಹೋದನು. ಅವನು ಹೋದ ಸ್ವಲ್ಪ ಹೊತ್ತಿನಲ್ಲಿಯೇ ಗೌಡರು "ನಾಗಾ!" ಎಂದು ಕೂಗಿದರು. ಎಂಟು ವರ್ಷದ ಹುಡುಗನೊಬ್ಬನು ಮುರಬೇಯಿಸುವ ಒಲೆಯಕಡೆಯಿಂದ ಓಡಿಬಂದು, ಮುಂಡಿಗೆಯ ಮರೆಯಲ್ಲಿ ನಿಂತು "ಏನ್ರಯ್ಯಾ ?" ಎಂದ.

ಗೌಡರು "ದನ ಎಲ್ಲಾ ಕಟ್ಟಿದ್ದೀರೇನೊ?" ಎಂದರು.

"ಹೌದ್ರಯ್ಯಾ, ಎಲ್ಲಾ ಕಟ್ಟಿದ್ದೇನೆ. ತುಂಗೆದನ ಪುಟ್ಟಗುಡ್ಡ ಯಲ್ಡು ಮಾತ್ರ ಕೊಟ್ಟಿಗೆಗೆ ಬರಲೇ ಇಲ್ಲ."

"ಹೋಗಲಿ ಬಿಡು!" ಎಂದು ಗೌಡರು ದಿಂಬಿನ ಮೇಲೆ ಒರಗಿಕೊಂಡರು. ನಾಗ ಮೆಲ್ಲಗೆ ಚಳಿಕಾಯಿಸಲು ಮುರುವಿನ ಒಲೆಗೆ ಜಾರಿದ. ಅಷ್ಟು ಹೊತ್ತಿಗೆ ಹೊಳೆಗೆ ಹೋಗಿದ್ದ ಲಿಂಗ ಬಂದ. ಗೌಡರು "ನೀರೇರಿದೆಯೇನೊ?" ಎಂದು ಕೇಳಿದರು.

ಲಿಂಗ ಲಾಟೀನು ಕೆಳಗಿರಿಸಿ, ಕಂಬಳಿ ಕೊಡವುತ್ತಾ "ನಾಲ್ಕನೆ ಮೆಟ್ಟಲಿಗೆ ಮುಟ್ಟಿ ಮುಟ್ಟ ಬಂದದೆ" ಎಂದನು.

"ಹಾಗಾದರೆ ಕೊಟ್ಟಿಗೆಗೆ ಹೋಗಿ ದನಗಳ ಕೊರಳಕಣ್ಣಿ ಎಲ್ಲಾ ಬಿಚ್ಚಿ ಬಾ" ಎಂದು ಗೌಡರು ಚಿಂತಿಸುತ್ತಾ ಕೂತರು.

ಲಿಂಗ ತನ್ನ ಮಗ ನಾಗನನ್ನೂ ಕರೆದುಕೊಂಡು ಕೊಟ್ಟಿಗೆಗೆ ಹೋದ. ಅಷ್ಟು ಹೊತ್ತಿಗೆ ನಾಗಮ್ಮ ನೀರು ತಂದಿಟ್ಟು "ಬಳ್ಳೆಹಾಕಿದೆ" ಎಂದರು. ಸುಬ್ಬಣ್ಣ ಗೌಡರು ಎದ್ದು ತಂಬಿಗೆ ತೆಗೆದುಕೊಂಡು ಬಾಯಿ ಮುಕ್ಕಳಿಸಿ ಊಟಕ್ಕೆ ಹೋದರು. ತಿಮ್ಮು ಸೀತೆ ಇಬ್ಬರೂ ಹೊರಗೆ ಬಂದು ಜಗಲಿಯ ಮೇಲಿನ ಲ್ಯಾಂಪಿನ ಬೆಳಕಿನಲ್ಲಿ ಮಕ್ಕಳು ಹರಟೆ ಹೊಡೆಯುತ್ತಿದ್ದರು. ತುಸು ಹೊತ್ತಿನಲ್ಲಿ ಲಿಂಗನೂ ಅವನ ಮಗ ನಾಗನೂ ಕೊಟ್ಟಿಗೆಯಿಂದ ಬಂದು, ಕಾಲು ತೊಳೆದುಕೊಂಡು, ಜಗಲಿಯ ಕೆಸರಲಿಗೆಯ ಮೇಲೆ ಕೂತರು. ಲಿಂಗ, ನಾಗ ಇವರೊಡನೆ ತಿಮ್ಮು, ಸೀತೆ ಇಬ್ಬರಿಗೂ ತುಂಬಾ ಸಲಿಗೆ.

ತಿಮ್ಮು "ಲಿಂಗ, ಹೊಳೆ ಪೂರಾ ಏರಿದೆಯೇನೋ?" ಎಂದು ಕೇಳಿದ.

ಲಿಂಗ "ಇಲ್ಲಯ್ಯಾ, ಯಾವಾಗಲೂ ಏರುವಂತೆ" ಎಂದ.

ಲಿಂಗನ ಹತ್ತಿರ ಕುಳಿತಿದ್ದ ಸೀತೆ ಇವರ ಸಂಭಾಷಣೆಗೆ ಗಮನ ಕೊಡಲೇ ಇಲ್ಲ. ಅವಳ ಮನಸ್ಸು ಇನ್ನೇತರ ಮೇಲೋ ಹೋಗಿತ್ತು. ಒಂದು ಸಲ ಲಿಂಗನ ಕಾಲುಗಂಟುಗಳ ಕಡೆ ನೋಡುತ್ತಿದ್ದಳು. ಒಂದು ಸಲ ಕೈಗಂಟುಗಳ ಕಡೆ ನೋಡುತ್ತಿದ್ದಳು. ಆಕೆಗೆ ಬಹಳ ಸೋಜಿಗವಾಯಿತು.

ಕಡೆಗೆ ನಾಚಿಕೆಗಿಂತ ಕುತೂಹಲ ಹೆಚ್ಚಾಗಲು "ಲಿಂಗ, ಇದೇನು ಕಲೆಗಳೋ, ನಿನ್ನ ಕಾಲ್ಗಂಟಿನಲ್ಲಿ ಕೈಗಂಟಿನಲ್ಲಿ" ಎಂದು ಕೇಳಿದಳು.

ಲಿಂಗನ ಮುಖ ಇದ್ದಕ್ಕಿದ್ದಹಾಗೆ ಬಾಡಿತು. ಬಾಯಿಯಿಂದ ಮಾತೇ ಹೊರಡಲಿಲ್ಲ. ಕಣ್ಣಿನಲ್ಲಿ ನೀರೂ ತುಂಬಿತು. ಮರುಕೊಳಿಸಿದ ಹಿಂದಿನ ದುಃಖ ತಡೆದುಕೊಂಡು ದೈನ್ಯ ದಿಂದ "ಅದೆಲ್ಲಾ ಕಟ್ಕೊಂಟು ನಿಮಗೇಕೆ ಸೀತಮ್ಮಾ?" ಎಂದ.

ತಿಮ್ಮುಗೆ ಲಿಂಗನ ಆ ಸ್ಥಿತಿ ನೋಡಿ ಕನಿಕರದೊಂದಿಗೆ ಅಚ್ಚರಿಯೂ ಆಯಿತು. ಸೀತೆಗೆ ಬದಲಾಗಿ ಅವನೆ, "ಲಿಂಗ, ಸಂಕೋಚವೇಕೊ, ನಮ್ಮೊಡನೆ ಹೇಳಬಾರದೆ?" ಎಂದ.

"ಹೇಳದೆ ಏನು ತಿಮ್ಮಯ್ಯ ನಿಮ್ಮೊಡನೆ? ಇವು ಜೈಲಿನಲ್ಲಿ ಕೋಳ ಹಾಕಿದ್ದ ಗುರುತು."

ಲಿಂಗನಂಥ ಮುಗ್ಧನಿಗೆ ಜೈಲಾದುದನ್ನು ಕೇಳಿ ತಿಮ್ಮುವಿನ ಹೂವಿನಂಥ ಎದೆಗೆ ಸಿಡಿಲು ಬಡಿದಂತಾಗಿ "ಏನು? ನಿನಗೂ ಜೈಲೆ? ಯಾವ ಪುಣ್ಯಾತ್ಮನಪ್ಪಾ ನಿನಗೂ ಜೈಲು ಮಾಡಿದವನು" ಎಂದು ಕೇಳಿದ.

"ನಾನು ಮೊದಲು ಮಾವಿನಹಳ್ಳಿ ರಂಗೇನಾಯ್ಕರ ಮನೇಲಿದ್ದೆ ಕೆಲಸಕ್ಕೆ. ಅಲ್ಲೇ ಐದಾರು ವರ್ಷ ಜೀತಮಾಡಿದೆ. ತಿಮ್ಮಯ್ಯ, ಏನು ಮಾಡೋದು. ಯಾರ್ಯಾರ ಜೊತೆ ಯಲ್ಲೋ ಸೇರಿಕೊಂಡು ಕಳ್ಳು ಕುಡಿಯೋದು ಕಲಿತೆ. ಒಂದು ದಿನ ಬೈಗಿನ ಹೊತ್ತು; ಕಳ್ಳು ಕುಡಿದೆ, ತಲೆಗೇರಿತು. ಕಳ್ಳಿನವನು ಏನು ಸೇರಿಸಿದ್ದನೋ ಅದಕ್ಕೆ, ಅಮಲು ಬರಲಿ ಅಂತ. ದಾರೀಲಿ ಬರ್ತಾ ಇದ್ದೆ. ರಂಗೇನಾಯ್ಕರ ಮಗ ಶೇಷೇನಾಯ್ಕ ಅಂತ ಇದಾರೆ. ಅವ ರಿಗೂ ಕುಡಿದು ತಲೆಗೆ ಅಮಲೇರಿತ್ತು. ಎಲ್ಲಿಂದಲೋ ಹಿಂದಿನಿಂದ ಬಂದು ಬಾಯಿಗೆ ಬಂದಂತೆ ಬೈದರು. ನನಗೂ ಕುಡಿದ ಮತ್ತಿನಲ್ಲಿ ಒಡೇರ ಮಕ್ಕಳು ಅಂತ ಗೊತ್ತಾಗಲಿಲ್ಲ. ಬಾಯಿಗೆ ಬಂದಂತೆ ಬೈದೆ. ಆ ಮೇಲೆ ಇಬ್ಬರಿಗೂ ಮಾರಾಮಾರಿಯಾಗಿ ಅವರಿಗೆ ಪೂರಾ ಪೆಟ್ಟಾಯ್ತು. ನನ್ನ ಮೇಲೆ ಪಿರ್ಯಾದು ಕೊಟ್ಟರು. ನಾನು ಬಡವ, ಅದರಿಂದ ಜೈಲಾಯ್ತು.

ಕಡೆಯ ಎರಡು ಮಾತು ಹೇಳುವಾಗ ಅವನ ಕಂಠ ಗದ್ಗದವಾಯಿತು. ಕಣ್ಣಿನಲ್ಲಿ ನೀರುಕ್ಕಿ ಮಕ್ಕಳಂತೆ ಬಿಕ್ಕಿ ಬಿಕ್ಕಿ ಅತ್ತ. ಅದನ್ನು ನೋಡಿ ಅವನ ಮಗ ನಾಗನೂ ಅಳು ತ್ತಿದ್ದ. ಸೀತೆಯ ಕಣ್ಣಿನಲ್ಲಿಯೂ ನೀರು ತುಂಬಿ ತುಳುಕಾಡುತ್ತಿತ್ತು. ತಿಮ್ಮು ಏನನ್ನೋ ಯೋಚಿಸುತ್ತಾ ಕುಳಿತಿದ್ದ. ಲಿಂಗನ ಎದೆಯಲ್ಲಿ ಸ್ವಲ್ಪ ತಣಿತ ಮೇಲೆ, ತಿಮ್ಮು ಮಕ್ಕ ಳಾಡುವ ಮುದ್ದು ಮಾತಿನಿಂದ "ಲಿಂಗಾ, ನಿನಗೆ ಜೈಲಿನಲ್ಲಿ ತುಂಬಾ ಕಷ್ಟ ಕೊಟ್ಟರೆ?" ಎಂದು ಕೇಳಿದ.

"ತಿಮ್ಮಯ್ಯಾ, ಈಗ ಅದನ್ನೆಲ್ಲಾ ಹೇಳಿ ನೆನೆದುಕೊಂಡು ಅತ್ತರೆ ಏನು ಬಂದ ಹಾಗಾಯ್ತು? ನಾನು ಜೈಲಿನಿಂದ ಬರಬೇಕಾದರೆ ನನ್ನ ಹೆಂಡತಿ ತೀರಿಕೊಂಡಿದ್ದಳು. ನನ್ನ ಮಗ ಪರದೇಶಿಯಾಗಿ ಯಾರ್ಯಾರ ಕೈಗೆಲ್ಲಾ ಹಾರೈಸಿಕೊಂಡು ಅಲೆದುಕೊಂಡಿದ್ದ."

"ಹಾಗಾದರೆ ಎಷ್ಟು ವರ್ಷ ಜೈಲಿನಲ್ಲಿದ್ದೆಯೊ ಲಿಂಗಾ?"

"ಎರಡು ವರ್ಷ, ತಿಮ್ಮಯ್ಯಾ, ಎರಡು ವರ್ಷ! ಅದರ ಮೇಲಾದರೂ ಸುಖ ಅಂತೀರೋ! ಅದೂ ಇಲ್ಲ. ನೆಂಟರಿಷ್ಟರೆಲ್ಲ ನನ್ನ ದೂರಮಾಡಿದರು, ಜೈಲಿಗೆ ಹೋಗಿ ಬಂದವನೆಂದು. ಮಗನನ್ನು ಕಟ್ಟಿಕೊಂಡು ಅಲೆದೂ ಅಲೆದೂ ಸುಟ್ಟು ಸುಣ್ಣಾಗಿದ್ದೆ.

ಕಡೆಗೆ ಯಾರೋ ಶಿವನೂರು ಸುಬ್ಬಣ್ಣ ಗೌಡರಲ್ಲಿಗೆ ಹೋಗು ಎಂದರು. ಇಲ್ಲಿಗೆ ಬಂದೆ. ಮಾರಾಯರು, ನಿಮ್ಮ ತಂದೆ ಅನ್ನ ಬಟ್ಟೆ ಕೊಟ್ಟು ಸತ್ತುಹೋದವನ ಬದುಕಿಸಿದರು."

ಲಿಂಗ ತನ್ನ ಕತೆ ಹೇಳಿ ಮುಗಿಸಲು, ತಿಮ್ಮು ನಿಟ್ಟುಸಿರು ಬಿಟ್ಟು, "ಲಿಂಗಾ, ನೀನಿನ್ನು ನಮ್ಮನೇ ಬಿಟ್ಟು ಹೋಗಲೇಬೇಡ. ನಾಗನೂ ಹಾಗೇ" ಎಂದ.

"ಆಗಲಿ ನನ್ನೊಡೆಯ, ಹಾಗೆ ಆಗಲಿ."

2

ಸಿಡಿಲು ಗುಡುಗು, ಮಿಂಚು, ಗಾಳಿ, ಮಳೆ – ಇವುಗಳಿಂದ ರಾತ್ರಿ ಹುಚ್ಚೆದ್ದ ಭೈರವಿ ಯಾಗಿತ್ತು. ಮನೆಯಲ್ಲಿ ಎಲ್ಲರೂ ಮಲಗಿದ್ದರು. ಲಿಂಗ, ಸುಬ್ಬಣ್ಣಗೌಡರು ಇಬ್ಬರೇ ಎಚ್ಚರವಾಗಿ ಜಗಲಿಯ ಮೇಲೆ ಕುಳಿತಿದ್ದರು. ಇಬ್ಬರೂ ಆಗಾಗ್ಗೆ ಹೋಗಿ ಹೊಳೆ ನೋಡಿ ಕೊಂಡು ಬರುತ್ತಿದ್ದರು. ಕರೆಯ ನೀರು ಬೇಗ ಬೇಗ ಏರುತ್ತಿತ್ತು.

"ಲಿಂಗಾ, ದೋಣಿ ಎಲ್ಲಿ ಕಟ್ಟಿದ್ದೀಯೆ? ಮನೆ ಬಿಡಬೇಕಾಗಿ ಬರಬಹುದು."

ಲಿಂಗ ಸ್ವಲ್ಪ ಗಾಬರಿಯಾಗಿ "ಆ ಹುಳಿಮಾವಿನ ಮರದ ಬೇರಿಗೆ ಕಟ್ಟಿದ್ದೆ! ನೀರೇರಿತೊ ಏನೋ? ಅಲ್ಲಿಗೆ ಹೋಗುವುದಕ್ಕೆ ಆಗುತ್ತೋ ಇಲ್ಲವೋ?" ಎಂದು ಹೇಳುತ್ತಾ ಲಾಟೀನು ತೆಗೆದುಕೊಂಡು ಹೊರಗೆ ಓಡಿದ. ಸುಬ್ಬಣ್ಣಗೌಡರೂ ಅವನ ಹಿಂದೆಯೇ ಓಡಿದರು. ಹೋಗಿ ನೋಡಲು ಲಿಂಗ ಊಹಿಸಿದಂತೆಯೇ ಆಗಿತ್ತು. ನೆರೆ ಮಾವಿನಮರದ ಬುಡ ವನ್ನು ಮುಚ್ಚಿಬಿಟ್ಟಿತ್ತು. ಇಬ್ಬರಿಗೂ ಸ್ವಲ್ಪ ಹೊತ್ತು ಏನೂ ತೋರಲಿಲ್ಲ. ಸುಮ್ಮನೆ ಹೊಳೆಯ ಕಡೆ ನೋಡುತ್ತಾ ನಿಂತರು. ಅಷ್ಟರಲ್ಲಿಯೇ ಮನೆಯ ಹಿಂದುಗಡೆ ಏನೋ ಬಿದ್ದಹಾಗೆ ದೊಡ್ಡ ಶಬ್ದವಾಯಿತು. ಇಬ್ಬರೂ ಅಲ್ಲಿಗೆ ಓಡಿದರು. ಹಿತ್ತಲಕಡೆ ಗೋಡೆ ಬಿದ್ದು ನೀರು ಅಂಗಳಕ್ಕೆ ನುಗ್ಗುತ್ತಿತ್ತು. ಇನ್ನು ಕಾಲಹರಣ ಮಾಡಿದರೆ ಸರ್ವನಾಶ ವೆಂದು ಗೌಡರಿಗೆ ತೋರಿತು.

ಕೋಣೆ ಕೋಣೆಗೆ ನುಗ್ಗಿ ಮನೆಯವರನ್ನೆಲ್ಲ ಎಬ್ಬಿಸಿದರು. ಅವರೆಲ್ಲ ಅರೆನಿದ್ದೆಯಲ್ಲಿ ಗಾಬರಿಯಿಂದ ಜಗಲಿಗೆ ನುಗ್ಗಿದರು. ಗೌಡರು ಅವರಿಗೆ ಗಾಬರಿಪಡಬೇಡಿರೆಂದು ಸಮಾಧಾನ ಹೇಳಿ ಲಿಂಗನಿಗಾಗಿ ಸುತ್ತಲೂ ನೋಡಿದರು. ಲಿಂಗ ಅಲ್ಲಿರಲಿಲ್ಲ. "ಲಿಂಗಾ! ಲಿಂಗಾ!" ಎಂದು ಕೂಗಿದರು. ಉತ್ತರ ಬರಲಿಲ್ಲ. ಅಷ್ಟು ಹೊತ್ತಿಗೆ ಪ್ರಚಂಡವಾಗಿ ಗಾಳಿ ಬೀಸತೊಡಗಿತು. ಹುಚ್ಚೆದ್ದು ಸರಿ ಸುರಿಯಿತು. ಹೊರ ಅಂಗಳದಲ್ಲಿದ್ದ ತೆಂಗಿನ ಮರ ಮುರಿದ ಮನೆಗೆ ಹೊದಿಸಿದ ಸತುವಿನ ತಗಡುಗಳ ಮೇಲೆ ಬಿದ್ದು, ಬಹುದೊಡ್ಡ ಶಬ್ದ ವಾಯಿತು. ತಿಮ್ಮು, ಸೀತೆ, ನಾಗ ಮೂವರೂ ಕಿಟ್ಟನೆ ಕಿರಚಿಕೊಂಡರು. ನಾಗಮ್ಮ ನವರೂ "ದೇವರೇ" ಎನ್ನುತ್ತಿದ್ದರು. ಗೌಡರು ಅವರಿಗೆಲ್ಲಾ ಧೈರ್ಯ ಹೇಳಿ, ಲಿಂಗನನ್ನು

ಹುಡುಕಿಕೊಂಡು ಕರೆಯುತ್ತಾ ಓಡಿದರು. ಹೋಗಿ ನೋಡಲು ಲಿಂಗ ಮಾವಿನ ಬುಡ ಸೇರಿ ದೋಣಿ ಬಿಚ್ಚುತ್ತಿದ್ದ. ಮನೆಯ ಬೆಳಕಂಡಿಗೆ ಒಂದು ಕತ್ತದ ಮಿಣಿ ಕಟ್ಟಿ, ಅದನ್ನು ಹಿಡಿದು ಅದರ ಸಹಾಯದಿಂದ ಮಾವಿನ ಮರದ ಬುಡಕ್ಕೆ ಸೇರಿದ್ದ. ತುಸು ಹೊತ್ತಿನಲ್ಲಿಯೇ ದೋಣಿ ಬಿಚ್ಚಿ, ಅದರೊಳಗೆ ದಾಟಿದ. ಬೆಳಕಂಡಿಗೆ ಬಿಗಿದ ಹುರಿಯನ್ನು ಮಾತ್ರ ಕೈಯಲ್ಲಿಯೇ ಹಿಡಿದುಕೊಂಡಿದ್ದ.

ಗಾಳಿಯ ಅಬ್ಬರದಲ್ಲಿ ಲಿಂಗ ಗೌಡರನ್ನು ಕುರಿತು "ಅಯ್ಯಾ ಹಗ್ಗ ಹಿಡಿದು ಎಳೆಯಿರಿ" ಎಂದು ಗಟ್ಟಿಯಾಗಿ ಕೂಗಿದ. ಗೌಡರೂ ಹಾಗೆಯೇ ಮಾಡಿದರು. ದೋಣಿ ದಡ ಸೇರಿತು. ಅಷ್ಟರಲ್ಲಿ ಒಳಂಗಳದಿಂದ ಏಳೆಂಟು ಜನ ಕಿಟ್ಟನೆ ಚೀತ್ಕರಿಸಿದಂತಾಯಿತು.

ಗೌಡರು "ಲಿಂಗಾ, ದೋಣಿ ಬಾಗಿಲಿಗೆ ತೆಗೆದುಕೊಂಡು ಬಾ! ಬೇಗ!" ಎಂದು ಹೇಳಿ ಒಳಗೆ ನುಗ್ಗಿದರು. ಹೆಬ್ಬಾಗಿಲು ದಾಟುವುದರೊಳಗಾಗಿಯೇ ಕೆಲಸದ ಹೆಂಗಸು ಸೋಮಕ್ಕ ಬಾಯಿ ಕಳೆದುಕೊಂಡು ಕಣ್ಕಣ್ಣು ಬಿಟ್ಟುಕೊಂಡು ಏದುತ್ತಾ ಓಡಿಬಂದಳು.

ಗೌಡರನ್ನು ಕಂಡೊಡನೆ ಸೋಮಕ್ಕ ಕೂಗಿದಳು: "ಉಪ್ಪರಿಗೆ ಗೋಡೆ ಬಿದ್ದು ಹೋಯ್ತು! ಜಗಲಿಗೆ ನೀರೇರ್ತಾ ಇದೆ."

ಗೌಡರು ಜಗಲಿಗೆ ಬಂದು "ನೀವೆಲ್ಲಾ ಹೆಬ್ಬಾಗಿಲಿಗೆ ಓಡಿ! ಬೇಗ! ಲಿಂಗ ದೋಣಿ ತರ್ತಾನೆ! ಏ, ನಾಗಾ, ನೀನಿಲ್ಲಿ ಬಾರೊ" ಎಂದರು. ನಾಗ ಗೌಡರ ಸಂಗಡ ಹೋದ.

ನಾಗಮ್ಮ, ತಿಮ್ಮ, ಸೀತೆ, ಲೋಕಮ್ಮ, ಸೋಮಕ್ಕನ ಮಗಳು ದಾಸಮ್ಮ ಎಲ್ಲರೂ ಹೆಬ್ಬಾಗಿಲಿಗೆ ಓಡಿದರು. ಸೋಮಕ್ಕ ಮಾತ್ರ ಮಾಣಿಗೆ ಕೋಣೆಯಲ್ಲಿ ತಾನು ಇಟ್ಟಿದ್ದ "ಪುಟ್ಟ ಗಂಟು" ತರಲು ಓಡಿದವಳು ಹಿಂದಕ್ಕೆ ಬರಲೇ ಇಲ್ಲ. ಗೌಡರು ಜಗಲಿಯ ಮೇಲಿದ್ದ ತಮ್ಮ ದೊಡ್ಡ ಬೀರಿನ ಬಾಗಿಲು ತೆಗೆದು, ಎರಡು ಪೆಟ್ಟಿಗೆಗಳನ್ನು ಈಚೆಗೆ ತೆಗೆದಿಟ್ಟು, ಬೀರಿನ ಬಾಗಿಲು ಹಾಕಿ ಬೀಗ ಹಾಕಿದರು. ಅಲ್ಲಿದ್ದ ಕಬ್ಬಿಣದ ಸಂದುಕದ ಬಾಗಿಲನ್ನೂ ತೆರೆದರು. ಆದರೆ ಮತ್ತೇನನ್ನೋ ಯೋಚಿಸಿ ಅದನ್ನು ಪುನಃ ಹಾಗೆಯೇ ಮುಚ್ಚಿ ಬೀಗ ಹಾಕಿದರು.

"ನಾಗಾ, ಈ ಪೆಟ್ಟಿಗೆ ಹೊತ್ತುಕೊಳ್ಳೊ" ಎಂದರು. ನಾಗ ಬಂದು ಹೊತ್ತುಕೊಂಡ; ಗೌಡರು ಮತ್ತೊಂದು ಹೊತ್ತುಕೊಂಡರು. ಲಿಂಗ ಎಲ್ಲರನ್ನೂ ದೋಣಿಗೆ ಹತ್ತಿಸಿ ಅದರ ತುದಿ ಹಿಡಿದುಕೊಂಡು ನಿಂತಿದ್ದ. ಗೌಡರು ಓಡಿಬಂದು ಎರಡುಪೆಟ್ಟಿಗೆಗಳನ್ನೂ ದೋಣಿಯೊಳಗಿಟ್ಟು, ನಾಗನನ್ನೂ ಎತ್ತಿ ದೋಣಿಗೆ ಹಾಕಿ, ತಾವೂ ಒಳಗೆ ದಾಟಿ, ಲಿಂಗನಿಗೆ ದೋಣಿ ಹತ್ತುವಂತೆ ಹೇಳಿ, ಒಂದು ಹುಟ್ಟು ತೆಗೆದುಕೊಂಡು ದೋಣಿಯ ತುದಿಯಲ್ಲಿ ಕುಳಿತರು. ಅಷ್ಟು ಹೊತ್ತಿಗೆ ಸೀತೆ ನಾಗಮ್ಮನವರನ್ನು ಕುರಿತು "ಅವ್ವಾ ಸೋಮಕ್ಕೆಲ್ಲಿ?" ಎಂದು ಕೇಳಿದಳು. ಆಗಲೇ ಮನೆ ಮುರಿದು ಬಿದ್ದಂತಾಗಿ ಏನೋ ಒಂದು ಚೀತ್ಕಾರದ ಧ್ವನಿಯೂ ಕೇಳಿಬಂದಿತು. ಸೋಮಕ್ಕನ ಆಸೆಯನ್ನು ಅವಳ ಮಗಳು ದಾಸಮ್ಮ ಕೂಡ ಬಿಟ್ಟಳು.

ದೋಣಿ ಬಹಳ ಸಣ್ಣದು. ಐದಾರು ಜನರು ಕೂರುವಂತಾದ್ದು. ತುಂಬಿದ ನೆರೆಯಲ್ಲಂತೂ ಇಬ್ಬರೇ ಸರಿ. ಆಗಲೇ ಅದರೊಳಗೆ ಏಳು ಜನರಿದ್ದರು. ಸಾಲದಿದ್ದಕ್ಕೆ ಜೊತೆಗೆ ಎರಡು ಪೆಟ್ಟಿಗೆ ಬೇರೆ; ಲಿಂಗನಿಗೆ ಜಾಗವೇ ತೋರದೆ, ಬಗೆಯೇ ಹರಿಯದೆ, ಸುಮ್ಮನೆ ನಿಂತು ದೋಣಿ ಸುರಕ್ಷಿತವಾಗಿ ದಡ ಸೇರುವುದೇ ಎಂದು ಚಿಂತಿಸುತ್ತಿದ್ದ.

ಲಿಂಗ ತಡಮಾಡಿದ್ದನ್ನು ಕಂಡು ಗೌಡರು "ಲಿಂಗಾ ಹೊತ್ತೇಕೊ? ಹತ್ತೋ!" ಎಂದು ಕಳವಳದಿಂದ ಕೂಗಿ ಗದರಿಸಿದರು.

ಲಿಂಗ "ಅಯ್ಯಾ, ಜಾಗವೇ ಇಲ್ಲವಲ್ಲ. ಈಗಾಗಲೇ ದೋಣಿಗೆ ಭಾರ ಹೆಚ್ಚಾಗಿದೆ. ನಾನೂ ಕೂತರೆ ದೋಣಿ ದಡ ಕಾಣುವ ಬಗೆ?" ಎಂದ.

"ಹಾಗಾದರೆ ಈಗ ಮಾಡೋದೇನೋ? ಏನಾದರೂ ಆಗಲಿ ಹತ್ತು. ದೇವರು ಮಾಡಿಸಿದ್ದಾಯಿತು" ಎನ್ನುತ್ತಾ ಗೌಡರು ನದಿಯ ಕಡೆ ನೋಡಿದರು. ಅವರ ಮೈ ಸ್ವಲ್ಪ ನಡುಗಿತು.

ಲಿಂಗ "ಹಾಗಾದರೆ ಅಯ್ಯಾ, ಒಂದು ಕೆಲಸಮಾಡಿ, ನೀವೆಲ್ಲಾ ದಡ ಸೇರಿದ ಮೇಲೆ ದೋಣಿ ಕೊಟ್ಟು ಯಾರನ್ನಾದರೂ ಕಳ್ಸಿ. ಅಲ್ಲೀ ತನಕ ನಾ ಇಲ್ಲೇ ಇರ್ತೇನೆ. ನಿಮಗೇನೂ ಭಯಬೇಡ" ಅಂದ.

ಗೌಡರಿಗೆ ಸಿಟ್ಟು ಬಂತು. ಲಿಂಗನಿಗೆ ದೋಣಿ ಹತ್ತುವಂತೆ ಗಟ್ಟಿಯಾಗಿ ಕೂಗಿ ಅಪ್ಪಣೆ ಮಾಡಿದರು. ಲಿಂಗ ಮರುಮಾತಾಡದೆ ದೋಣಿಯ ಮತ್ತೊಂದು ತುದಿಯಲ್ಲಿ ಹುಟ್ಟು ಹಿಡಿದು ಕುಳಿತ. ಗೌಡರು ತಮ್ಮ ತೋಟಾಕೋವಿಯಿಂದ ಹತ್ತು ಹನ್ನೆರಡು ಗುಂಡು ಹಾರಿಸಿದರು.

ದೋಣಿ ಹೊರಟಿತು. ಆ ಗಾಳಿ, ಆ ಮಳೆ, ಆ ಕತ್ತಲು ಇವುಗಳ ನಡುವೆ ಬಂದೂಕಿನ 'ಢಂ ಢಂ' ಶಬ್ದಗಳು ಗಂಭೀರವಾಗಿ ಹೊರಟು ಮಲೆನಾಡಿನ ಬೆಟ್ಟ ಗುಡ್ಡಗಳಿಂದ ಗಂಭೀರವಾಗಿ ಮರುದನಿಯಾದುವು. ದೂರದ ಹಳ್ಳಿಗಳಲ್ಲಿದ್ದ ಜನರು ಎಚ್ಚತ್ತು ಗುಂಡಿನ ಶಬ್ದಗಳನ್ನು ಕೇಳಿ ಬೆರಗಾದರು.

ಶಿವನೂರಿಗೆ ಎರಡು ಮೈಲಿ ದೂರದಲ್ಲಿದ್ದ ನುಗ್ಗೇಹಳ್ಳಿಯಲ್ಲಿ ಮನೆಯ ಜಗಲಿಯ ಮೇಲೆ ಮಲಗಿದ್ದ ರಾಮೇಗೌಡರಿಗೂ, ಅವರ ತಮ್ಮ ಸಿದ್ದೇಗೌಡರಿಗೂ ಈಡಿನ ಶಬ್ದ ಕೇಳಿ ಎಚ್ಚರವಾಗಿ ಬೆರಗಿನಿಂದ ಎದ್ದು ಕುಳಿತರು.

ಸಿದ್ದೇಗೌಡರು ರಾಮೇಗೌಡರನ್ನು ಕುರಿತು "ಅಣ್ಣಾ, ಅದೇನೋ ಈಡು ಕೇಳಿಸಿದುವಲ್ಲ!" ಎಂದರು.

ರಾಮೇಗೌಡರು "ಎತ್ತ ಮುಖದಿಂದ ಕೇಳಿಸಿದುವೋ" ಎಂದರು.

"ಕೆಮ್ಮಣ್ಣುಬ್ಬಿನ ಕಡೆಯಿಂದ ಅಂತ ಕಾಣ್ತದಪ್ಪಾ."

"ಅಲ್ಲಾ, ನೋಡು, ನಂಗೇಕೋ ಸ್ವಲ್ಪ ಸಂಶಯಾನೆ. ಶಿವನೂರಿನ ಕಡೆಯಿಂದ ಕೇಳಿಸಿದ ಹಾಂಗಾಯ್ತು."

"ಎಲ್ಲಾದರೂ ಹೊಳೇಗಿಳೇ ಏರ್ತೇನೋ?"

"ಏನೋ ಸಂಗತಿ ಇರಬೇಕಪ್ಪಾ. ಏನಾದ್ರಾಗಲಿ. ನಾಲ್ಕೈದು ಜನ ಕರಕೊಂಡು ಹೋಗೋಣ."

ಸಿದ್ದೇಗೌಡರು ಅವಸರದಿಂದ ಲಾಟೀನು ಹೊತ್ತಿಸಿದರು. ರಾಮೇಗೌಡರು ಮೂಲೆ ಹಿಡಿದು ಮಲಗಿ ಕೊರೆಯುತ್ತಿದ್ದ ರಂಗನನ್ನು ಎಬ್ಬಿಸಿ, ನಾಲ್ಕೈದು ಜನ ಗಟ್ಟದ ಕೆಳಗಿನವರನ್ನು ಕರೆತರುವಂತೆ ಹೇಳಿದರು.

3

"ರಾಮಾ! ರಾಮಾ! ಎಂದು ಹೆಂಗಸರು ಮಕ್ಕಳ ಗೋಳಾಟವು ಪ್ರವಾಹದ ಅಲೆಗಳ ಸೆಳೆವಿನ ನಡುವೆ ಸಿಕ್ಕಿ ಏಳುತ್ತ ಬೀಳುತ್ತ ತೇಲುತ್ತ ದೋಣಿಯಿಂದ ಹೊರಟು ಗಾಳಿಯ ಭೋರಾಟದಲ್ಲಿ ಸೇರುತ್ತಿತ್ತು. ಸುಬ್ಬಣ್ಣಗೌಡರು, ಲಿಂಗ ಇಬ್ಬರೂ ಎದೆಗೆಡದೆ ಹುಟ್ಟು ಹಾಕುತ್ತಿದ್ದರು. ದೋಣಿಯ ನಡುವೆ ಇದ್ದ ಲಾಟೀನಿನ ಬೆಳಕು, ಕಗ್ಗತ್ತಲೆಗೆ ಹೆದರಿ ಮೂಲೆ ಸೇರಿತೋ ಏನೋ ಎನ್ನುವಹಾಗೆ, ತನ್ನ ಸುತ್ತಲೂ ಒಂದಡಿಯ ಜಾಗವನ್ನು ಮಾತ್ರ ಬೆಳಗುತ್ತಿದ್ದಿತು. ಭಾರದಿಂದ ದೋಣಿ ಈಗಲೋ ಆಗಲೋ ಮುಳುಗುವಂತೆ ತೋರುತ್ತಿತ್ತು.

ಗೌಡರು ದೋಣಿಯಲ್ಲಿದ್ದ ಎರಡು ಬೆಲೆಯುಳ್ಳ ಪೆಟ್ಟಿಗೆಗಳನ್ನೂ ತೆಗೆದು ಹೊಳೆಗೆ ಎಸೆದರು. ಆದರೂ ಭಾರ ಕಡಿಮೆಯಾಗಲಿಲ್ಲ. ಎಷ್ಟು ಹೇಳಿದರೂ ಕೇಳದೆ ಹೆಂಗಸರು ಮಕ್ಕಳು "ರಾಮ, ರಾಮ" ಎಂದು ಕೂಗಿ ಗೋಳಾಡುವುದನ್ನು ಬಿಡಲೇ ಇಲ್ಲ. ದಿಕ್ಕು ಕೆಟ್ಟ ಹುಚ್ಚನಂತೆ ದೋಣಿ ಅಲೆಯತೊಡಗಿತು. ಒಂದು ಸಾರಿ ಅದು ಮುಳುಗುವಂತಾಗಿ ಸ್ವಲ್ಪ ನೀರೂ ಒಳಗೆ ನುಗ್ಗಿತು. ಮತ್ತೆ "ರಾಮಾ, ರಾಮಾ" ಎಂದು ಬೊಬ್ಬೆ ಹಾಕಿದರು.

ಹುಟ್ಟುಹಾಕುತ್ತಲಿದ್ದ ಲಿಂಗನು ಹೆಂಗಸರು ಮಕ್ಕಳ ಗೋಳನ್ನು ಕಂಡು ಎದೆಮರುಗಿದನು. ದೋಣಿ ಭಾರದಿಂದ ಮುಳುಗುವುದು ಖಂಡಿತವೆಂದೇ ಅವನು ನಿಶ್ಚಯಿಸಿದನು. ಭಾರವನ್ನು ಕಡಿಮೆಮಾಡುವ ದಾರಿಯನ್ನು ಯೋಚಿಸಿದನು; ಬಗೆಯೇ ಹರಿಯಲಿಲ್ಲ. ಸ್ವಲ್ಪ ಹೊತ್ತಿನ ಮೇಲೆ ಇದ್ದಕ್ಕಿದ್ದಹಾಗೆ ಅವನ ಮುಖ ಗಂಭೀರವಾಯಿತು. ಹುಟ್ಟು ಹಾಕುವುದನ್ನು ನಿಲ್ಲಿಸಿದ. ಸುತ್ತಲೂ ನೋಡಿದ. ಮಳೆಯ ಭರದಲ್ಲಿ ಒಬ್ಬರಿಗೊಬ್ಬರು ಕಾಣುತ್ತಲೇ ಇರಲಿಲ್ಲ. ಕಾಣುವ ಹಾಗಿದ್ದರೂ ಯಾರೂ ನೋಡುವ ಸ್ಥಿತಿಯಲ್ಲಿರಲಿಲ್ಲ. ತಾನು ಹೊಳೆಗೆ ಹಾರಿದರೆ ಭಾರ ಕಡಮೆಯಾಗಿ, ದೋಣಿ ಸುರಕ್ಷಿತವಾಗಿ ದಡಕ್ಕೆ ಹೋಗುವುದೆಂದು ಹಾರೈಸಿದ. ತನ್ನನ್ನು ಲೋಕವೇ ಕಳ್ಳನೆಂದು ದೂರಮಾಡಿದಾಗ, ಅನ್ನ ಬಟ್ಟೆ ಕೊಟ್ಟು ಸಾಕಿದವರ ಬಳಗವನ್ನು ಹೇಗಾದರೂ ಉಳುಹಬೇಕೆಂದು ಮಹಾ ಯೋಚನೆ ಮಾಡಿದ. ಹುಟ್ಟನ್ನು ದೋಣಿಯ ಒಳಗಿಟ್ಟು, ಹೊಳೆಗೆ ಹಾರಲು ಸಿದ್ಧನಾದ.

ಇನ್ನೇನು ಹಾರಬೇಕು! ಅಷ್ಟರಲ್ಲಿಯೇ ತನ್ನ ಮಗನ ನೆನಪಾಯಿತು. ಎದೆ ನಡುಗಿ ಹಿಂಜರಿಯಿತು. ಹಾಗೆಯೇ ನಿಂತ.

ಅಷ್ಟರಲ್ಲಿಯೇ ದೋಣಿ ಮುಳುಗುವಂತಾಗಿ "ರಾಮ! ರಾಮ!! ಅಯ್ಯೋ!" ಎಂದು ಕೂಗಿಕೊಂಡರು.

ಲಿಂಗ ಬಿಸುಸುಯ್ದು. ಎಲ್ಲರೂ ಇದ್ದಂತೆಯೇ ದೋಣಿ ಸೇರಬಾರದೇಕೆ? ಎಂದು ಯೋಚಿಸಿದ. ಮತ್ತೆ ಅದು ಆತ್ಮವಂಚನೆಯ ಆಲೋಚನೆ ಎಂದು ತಿಳಿದ.

"ಅಯ್ಯೋ!" ಎಂದು ಮತ್ತೆ ರೋದಿಸಿದರು.

ಲಿಂಗ ಹಿಂದು ಮುಂದು ನೋಡದೆ "ರಾಮ! ರಾಮ!!" ಎಂದು ಕೂಗಿ ಹೊಳೆಗೆ ಹಾರಿದ.

ಅವನು ಹಾರಿದ್ದು ಆ ಕಗ್ಗತ್ತಲಲ್ಲಿ, ಆ ಗಾಳಿ ಮಳೆ ಹೊಳೆಗಳ ಘೋರಾಟದಲ್ಲಿ, ಯಾರಿಗೂ ತಿಳಿಯಲಿಲ್ಲ. ದೋಣಿಯ ಭಾರ ಕಡಿಮೆಯಾಗಿ ಮೊದಲಿಗಿಂತಲೂ ಸ್ವಲ್ಪ ಸರಾಗವಾಗಿ ಹೋಗತೊಡಗಿತು.

ಗೌಡರು, "ಲಿಂಗಾ, ದೋಣಿ ಸ್ವಲ್ಪ ಸರಾಗವಾಗಿ ಹೋಗುತ್ತಿದೆಯೋ, ಭಗವಂತನ ದಯೆಯಿಂದ" ಎಂದರು. ಲಿಂಗನ ದಯೆಯೂ ಜೊತೆಗೆ ಸೇರಿತ್ತೆಂದು ಅವರಿಗೆ ತಿಳಿದಿರಲಿಲ್ಲ.

ಅಷ್ಟರಲ್ಲಿಯೇ ಹೆಂಗಸರು ಮಕ್ಕಳೆಲ್ಲ "ದೀಪ! ದೀಪ!" ಎಂದು ಕೂಗಿದರು. ಸುಬ್ಬಣ್ಣ ಗೌಡರು ತಿರುಗಿ ನೋಡಲು, ಬಳಿಯಾದ ಹೊಳೆಯ ದಡದಲ್ಲಿ ಐದಾರು ದೀಪಗಳು ಕಂಡುಬಂದುವು. ದೀಪದ ಬೆಳಕಿನಲ್ಲಿ ಹತ್ತು ಹದಿನೈದು ಜನರು ಸುಳಿದಾಡುತ್ತಿದ್ದುದನ್ನೂ ಕಂಡರು. ಅಂಚಿನಿಂದ ನಾಲ್ಕೈದು ಬಂದೂಕಿನ ಶಬ್ದಗಳೂ ಕೇಳಿಸಿದುವು. ಮೆಲ್ಲಮೆಲ್ಲನೆ ತೇಲುತ್ತಾ ದೋಣಿ ದಡ ಮುಟ್ಟಿತು.

ನುಗ್ಗೇಹಳ್ಳಿಯ ರಾಮೇಗೌಡರೂ ಸಿದ್ದೇಗೌಡರೂ ಓಡಿಬಂದು ಹೆಂಗಸರು ಮಕ್ಕಳನ್ನೆಲ್ಲಾ ಎಚ್ಚರಿಕೆಯಿಂದ ದೋಣಿಯಿಂದ ಇಳಿಸಿದರು. ಸುಬ್ಬಣ್ಣಗೌಡರೂ ಉಸ್ಸೆಂದು ಇಳಿದರು. ಎಲ್ಲರಿಗೂ ದಡ ಸೇರಿದೆವಲ್ಲಾ ಬದುಕಿದೆವಲ್ಲಾ ಎಂಬುದೊಂದೇ ಯೋಚನೆ. ಆ ಆನಂದದ ಸಡಗರದಲ್ಲಿ ಲಿಂಗನ ನೆನಪು ಆಗದಿದ್ದುದು ಏನೂ ಅತಿಶಯವಲ್ಲ. ಆದರೆ ನಾಗ ಮಾತ್ರ ಅಳುತ್ತಿದ್ದ. ಅದನ್ನು ನೋಡಿ ನುಗ್ಗೇಹಳ್ಳಿಯ ಸಿದ್ದೇಗೌಡರು "ಯಾಕಪ್ಪಾ ಅಳ್ತೀಯೆ? ಏನಾಯ್ತೊ?" ಎಂದು ಕೇಳಿದರು.

ಅವನು ಬಿಕ್ಕಿ ಬಿಕ್ಕಿ ಅಳುತ್ತ "ಅಪ್ಪ!" ಎಂದ.

ಸುಬ್ಬಣ್ಣಗೌಡರು "ಏನದು. ಸಿದ್ದೇಗೌಡ್ರೆ?" ಎಂದರು.

"ಈ ಹುಡುಗ ಅಪ್ಪಾ ಎಂದು ಅಳ್ತಾನೆ" ಎಂದರು.

ಸುಬ್ಬಣ್ಣಗೌಡರ ಮುಖ ಬೆಳ್ಳಗಾಗಿ ತಟಕ್ಕನೆ ಎದ್ದು ನಿಂತು "ಲಿಂಗಾ! ಲಿಂಗಾ!" ಎಂದು ಕರೆದರು. ಕಾಡಿನಿಂದ "ಲಿಂಗಾ! ಲಿಂಗಾ!" ಎಂದು ಮರುದನಿಯಾಯಿತು.

ಲಿಂಗ ಎಲ್ಲಿಯೂ ಕಾಣಲಿಲ್ಲ. ದೋಣಿಗೆ ಓಡಿದರು; ಅಲ್ಲಿಯೂ ಇರಲಿಲ್ಲ. ಘೋರವಾದ ಕಗ್ಗತ್ತಲನ್ನು ಹೊದೆದುಕೊಂಡು ಗಂಭೀರವಾಗಿಯೂ ಭೀಕರವಾಗಿಯೂ ವಿಶಾಲ ವಾಗಿಯೂ ಹರಿಯುವ ಕ್ರೂರನದಿಯನ್ನು ದಿಟ್ಟಿಸಿ ನೋಡಿದರು. ಅವರ ಎದೆ ನಡು ಗಿತು. ಕಣ್ಣೀರು ಸುರಿಯಿತು. "ಲಿಂಗಾ! ಲಿಂಗಾ!!" ಎಂದು ರೋದಿಸಿದರು. ನಾಗನೂ ಬಿದ್ದು ಬಿದ್ದು ಅಳುತ್ತಿದ್ದನು. ತಿಮ್ಮು, ಸೀತೆ ಇಬ್ಬರೂ ಅಳಲಾರಂಭಿಸಿದರು.

"ನಮ್ಮ ಮನೆಯ ಒಂದು ಬೆಳಕೇ ಹೋಯಿತು" ಎಂದು ಸುಬ್ಬಣ್ಣ ಗೌಡರು ಅಲ್ಲಿದ್ದವ ರೊಡನೆ ಹೇಳಿಕೊಂಡು ಗೋಳಿಟ್ಟರು. ಲಿಂಗನ ಆಕಸ್ಮಿಕವಾದ ಅನಿರೀಕ್ಷಿತ ಮರಣಕ್ಕಾಗಿ ಎಲ್ಲರೂ ಶೋಕಿಸಿದರು. ಗೌಡರು ನಾಗನನ್ನು ಬಹಳವಾಗಿ ಸಂತೈಸಿದರೂ ಅವನು ಅಳುವು ದನ್ನೂ "ಅಪ್ಪಾ! ಅಪ್ಪಾ!" ಎಂದು ಕರೆಯುವುದನ್ನೂ ಬಿಡಲೇ ಇಲ್ಲ.

ಲಿಂಗ ಹೊಳೆಯ ಪಾಲಾದುದು ಹೇಗೆ ಎಂಬುದು ಮಾತ್ರ ಒಬ್ಬರಿಗೂ ಬಗೆಹರಿಯ ಲಿಲ್ಲ. ಸುಬ್ಬಣ್ಣಗೌಡರೂ ಲಿಂಗನ ಸುಳಿವು ಎಲ್ಲಾದರೂ ಕಾಣಬಹುದೋ ಎಂಬ ಆಸೆ ಯಿಂದ ದಡವನ್ನೆಲ್ಲಾ ಹುಡುಕಲು ಕೆಲವು ಆಳುಗಳನ್ನು ಕಳುಹಿಸಿದರು.

ರಾಮೇಗೌಡರು ಎಲ್ಲರನ್ನೂ ನುಗ್ಗೇಹಳ್ಳಿಗೆ ಬರುವಂತೆ ಪ್ರಾರ್ಥಿಸಿದರು.

ದಾರಿಯಲ್ಲಿ ಲಿಂಗನು ಹಠಾತ್ತಾಗಿ ಮರೆಯಾದ ವಿಚಾರವನ್ನೇ ಪ್ರಸ್ತಾಪಿಸಿ ವಿಸ್ಮಯ ಪಡುತ್ತಾ ಸ್ವಲ್ಪ ಹೊತ್ತಿನಲ್ಲಿಯೇ ಎಲ್ಲರೂ ನುಗ್ಗೇಹಳ್ಳಿಗೆ ಸೇರಿದರು.

ಬೆಳಗಾಯಿತು. ಮಳೆ ಇನ್ನೂ ನಿಂತಿರಲಿಲ್ಲ. ರಾತ್ರಿಯ ಗಡಿಬಿಡಿಯಿಂದ ಬಳಲಿ ಬೆಂಡಾದ ಸುಬ್ಬಣ್ಣಗೌಡರು ಹಾಸಿಗೆಯ ಮೇಲೆ ಮಲಗಿಕೊಂಡು ರಾಮೇಗೌಡರು ಸಿದ್ದೇಗೌಡರೊಡನೆ ಹಿಂದಿನ ರಾತ್ರಿ ನಡೆದ ಸಂಗತಿಗಳನ್ನು ಕುರಿತು ಮಾತಾಡುತ್ತಿದ್ದರು. ಅವರಿಗೆ ಸ್ವಲ್ಪ ದೂರದಲ್ಲಿ ಅಳುತ್ತಿದ್ದ ನಾಗನನ್ನು ತಿಮ್ಮು ಸೀತೆ ಇಬ್ಬರೂ ಸಮಾಧಾನ ಪಡಿಸುತ್ತಿದ್ದರು.

ಸೀತೆ "ಅಳಬೇಡ, ನಾಗ; ಅಪ್ಪ ಬರ್ತ್ತಾನೆ" ಎಂದು ಅವನ ಕಣ್ಣೀರು ಒರಸಿದಳು.

ನಾಗ ಬಿಕ್ಕಿ ಬಿಕ್ಕಿ ಅತ್ತ. ತಿಮ್ಮು "ಲಿಂಗ ಬರ್ತ್ತಾನೋ ನಾಗ; ಅಳೋದ್ಯಾಕೋ? ಸುಮ್ಮನಿರೊ" ಎಂದು ಸಂತೈಸುತ್ತಿದ್ದ.

ಅಷ್ಟರಲ್ಲಿ ಹೊರಂಗಳದಲ್ಲಿ ಏನೋ ಗದ್ದಲವಾಗಿ "ಲಿಂಗ ಬಂದಾ! ಲಿಂಗ!" ಎಂಬ ಕೂಗು ಕೇಳಿಸಿತು.

ಸುಬ್ಬಣ್ಣಗೌಡರು ಎದ್ದು ಹೊರಗೆ ಓಡಿದರು. ರಾಮೇಗೌಡರೇ ಮೊದಲಾದವರು ಅವರ ಹಿಂದೆಯೇ ನುಗ್ಗಿದರು. ತಿಮ್ಮು ಸೀತೆ ಇಬ್ಬರೂ ನಾಗನನ್ನು ಎಳೆದುಕೊಂಡು ಅಲ್ಲಿಗೆ ಓಡಿದರು. ವಾಸ್ತವವಾಗಿಯೂ ಲಿಂಗ ಬಂದಿದ್ದ! ನಾಗ "ಅಪ್ಪಾ" ಎಂದು ಓಡಿ ಹೋಗಿ ಅವನನ್ನು ತಬ್ಬಿಕೊಂಡ. ಲಿಂಗನ ಬಟ್ಟೆಬರಿಯೆಲ್ಲಾ ಒದ್ದೆಯಾಗಿ ಮೈಯೆಲ್ಲಾ ಕೆಸರಾಗಿತ್ತು. ಬಹಳ ಬಳಲಿ ಕಂಗೆಟ್ಟು ನಡುಗುತ್ತಿದ್ದ ಅವನನ್ನು ಒಳಗೆ ಕರೆದುಕೊಂಡು ಹೋಗಿ, ಬೇರೆ ಬಟ್ಟೆ ಉಡಿಸಿ, ಕಾಫೀ ತಿಂಡಿ ಕೊಟ್ಟು, ಬೆಚ್ಚಗೆ ಮಲಗಿಸಿದರು.

ಆ ಮೇಲೆ ಸುಬ್ಬಣ್ಣಗೌಡರು ಅವನ ಹಾಸಿಗೆ ಬಳಿ ಕುಳಿತು "ಲಿಂಗ, ಇದೇನು ಸಮಾಚಾರ?" ಎಂದರು.

ಲಿಂಗ ಕಿರುದನಿಯಿಂದ: ಹುಟ್ಟುಹಾಕುತ್ತಾ ಇದ್ದೆ. ಒಂದು ಸಲ ದೋಣಿ ಮೇಲೆ ಕೆಳಗಾಗಲಿಲ್ಲವೇ? ಆಗ ಮುಗ್ಗುರಿಸಿ ಹೊಳೆಗೆ ಬಿದ್ದೆ. ದೋಣಿ ಹಿಡಿಯುವಷ್ಟರಲ್ಲಿಯೇ ಮುಂದಕ್ಕೆ ಹೋಯಿತು. ನಾನು ಸ್ವಲ್ಪ ದೂರ ಈಜಿಕೊಂಡು ತೇಲಿಕೊಂಡು ಹೋದೆ. ಏನೋ ನನ್ನ ಅದೃಷ್ಟದಿಂದ ಕಾಲಿಗೆ ದಿಣ್ಣೆ ಸಿಕ್ಕಿತು. ನಿಂತೆ. ಸೊಂಟದ ವರೆಗೂ ನೀರಿತ್ತು. ಹಾಗೇ ನಿಂತಿದ್ದೆ. ಬೆಳಗಾದ ಮೇಲೆ ಹೊಳೆ ಇಳಿಯಿತು. ಏನೋ ನಿಮ್ಮನ್ನದ ಋಣ ಇನ್ನೂ ಇತ್ತು."

ಅದಕ್ಕೆ ಗೌಡರು, "ಅಲ್ಲೊ, ಹುಟ್ಟುಹಾಕುತ್ತಿದ್ದವನು ಮುಗ್ಗುರಿಸಿ ಬಿದ್ದರೆ ಹುಟ್ಟು ದೋಣಿಗೆ ಬರುವುದು ಹೇಗೋ?"

"ಏನೋ ಅಯ್ಯಾ, ದೇವರಿಗೆ ಗೊತ್ತು!"

ಮಧ್ಯಾಹ್ನ ಊಟ ಆದ ಮೇಲೆ ತಿಮ್ಮು ಸೀತೆ ಇಬ್ಬರೂ ನಾನು ಮೊದಲು ಹೇಳಿದ್ದು, ತಾನು ಮೊದಲು ಹೇಳಿದ್ದು ಎಂದು ಚರ್ಚೆ ಮಾಡುತ್ತಿದ್ದರು.

ನಾಗಮ್ಮ ಅಲ್ಲಿಗೆ ಬಂದು "ಏನ್ರೋ ಅದೂ" ಎಂದರು.

ತಿಮ್ಮು "ಮೊದಲು ನಾನು ಹೇಳಿದ್ದಮ್ಮ, ಲಿಂಗ ಬರ್‍ತಾನೆ ಅಂತಾ" ಎಂದನು.

ಸೀತೆ "ಇಲ್ಲಮ್ಮ! ತಿಮ್ಮಣ್ಣಯ್ಯ ಬರೀ ಸುಳ್ಳ! ನಾನೇ ಮೊದಲು ಹೇಳಿದ್ದು. ಬೇಕಾದರೆ ನಾಗನ್ನೇ ಕೇಳಮ್ಮ."

"ಯಾರಾದರೂ ಹೇಳಿದ್ದಾಗಲಿ! ಅಂತೂ ಲಿಂಗ ಬಂದನಲ್ಲ. ಅಷ್ಟೇ ಸಾಕು!" ಎಂದು ಹೇಳಿ ನಾಗಮ್ಮ ಒಳಗೆ ಹೋದರು.

6. ಧರ್ಮಕೊಂಡದ ಕತೆ

ಅಶ್ವತ್ಥ

ಆ ರಾತ್ರಿ ಅಮಾವಾಸ್ಯೆಯ ಕತ್ತಲು ಹೊರಗೆ ಕವಿದಿತ್ತು. ಎಲ್ಲೆಲ್ಲೂ ನಿಶ್ಶಬ್ದವಾಗಿತ್ತು. ಎಲ್ಲೋ ಒಂದೊಂದು ನಾಯಿ ಬೊಗಳುತ್ತಿದ್ದುದು ಮಾತ್ರ ಆಗಾಗ ಕೇಳಿಸುತ್ತಿತ್ತು. ಹಳ್ಳಿಗೆ ಹಳ್ಳಿಯೇ ವಿಶ್ರಾಂತಿಯಲ್ಲಿತ್ತು. ಗಂಟೆ ಹನ್ನೊಂದರ ಮೇಲಾಗಿತ್ತು. ಧರ್ಮ ಕೊಂಡದ ಶಾನುಭೋಗ ಸೂರಪ್ಪನ ಮನೆಯಲ್ಲೂ, ಅವನ ಹೊರತು ಎಲ್ಲರೂ ಮಲಗಿದ್ದರು. ಆದರೆ ಅವನು ತನ್ನ ಕೋಣೆಯಲ್ಲಿ ಲಾಟೀನಿನ ದೀಪದ ಮುಂದೆ, ದಪ್ಪ ಪುಸ್ತಕದ ದೊಡ್ಡ ಹಾಳೆಗಳನ್ನು ಮೆಲ್ಲಗೆ ತಿರುವಿಹಾಕುತ್ತಾ ಲೆಕ್ಕವನ್ನು ಬರೆಯುತ್ತಿದ್ದನು. ಜಮಾಬಂದಿ ಹತ್ತಿರವಾಗಿತ್ತು. ಲೆಕ್ಕವೆಲ್ಲ ಬೇಗ ಮುಗಿಯಬೇಕಾಗಿತ್ತು. ಸೂರಪ್ಪನು ಬಹಳ ಮುತುವರ್ಜಿ ವಹಿಸಿ ಕೆಲಸ ಮಾಡುತ್ತಿದ್ದನು. ಲೆಕ್ಕವು ಅಲ್ಲಲ್ಲಿ ಗಂಟಾದಾಗ, ಕೈ ಬೆರಳನ್ನು ತಲೆಯ ಕೂದಲಿನೊಳಕ್ಕೆ ಹಾಕಿ ಕೆರೆಯುತ್ತಿದ್ದನು; ಮತ್ತೆ ಮುಂದುವರೆಯುತ್ತಿದ್ದನು. ಹಜಾರದ ದೊಡ್ಡ ಗಡಿಯಾರವು 'ಢಾಂ' ಎಂದು ಅರ್ಧ ಗಂಟೆಯನ್ನು ಹೊಡೆಯಿತು. ಸೂರಪ್ಪನು ಅದನ್ನು ಗಣನೆಗೆ ತಾರದೆ ಇನ್ನೂ ಬರೆಯುತ್ತ ತನ್ನ ಕೆಲಸವನ್ನು ಮುಗಿಸಲು ಮಹಾಪ್ರಯತ್ನ ಮಾಡುತ್ತಿದ್ದನು. ಆದರೂ ಅವನ ಕಣ್ಣುಗಳು ಹಾಗೇ ಮುಚ್ಚಿಕೊಳ್ಳಲು ಒದ್ದಾಡುತ್ತಿದ್ದುವು. ಒಂದೆರಡು ಬಾರಿ ತೂಕಡಿಕೆಯೂ ಬಂದಿದ್ದಿತು.

"ಬಾಗಿಲು" ಸೂರಪ್ಪನಿಗೆ ಕನಸಿನಲ್ಲಿ ಯಾರೋ ಮೆಲ್ಲನೆಯ ಧ್ವನಿಯಲ್ಲಿ ಕೂಗಿದಂತಾಯಿತು. ಅರ್ಧ ಮುಚ್ಚಿದ ಕಣ್ಣುಗಳನ್ನು ತೆರೆದು, ಧ್ವನಿಯನ್ನು ಆಲಿಸಿ ಮತ್ತೆ ಕೇಳದೆ, ಅದೆಲ್ಲೊ ತನ್ನ ಭ್ರಾಂತಿಯೆಂದುಕೊಂಡು ಬರವಣಿಗೆಗೆ ಗಮನವನ್ನು ತಿರುಗಿಸಿದನು.

"ಬಾಗಿಲು!" ಮತ್ತೆ ಅದೇ ಒಳಧ್ವನಿಯು ಈಗ ಸ್ಪಷ್ಟವಾಗಿಯೇ ಕೇಳಿಸಿತು. ಹುಂ. ಅದರಲ್ಲೇನು ತಪ್ಪಿರಲಿಲ್ಲ; ಈ ಬಾರಿ ಅವನು ಅರೆನಿದ್ರಿಸುತ್ತಲೂ ಇರಲಿಲ್ಲ. ಸೂರಪ್ಪನು ದಿಗ್ಗನೆದ್ದು ಲಾಟೀನನ್ನು ಹಿಡಿದುಕೊಂಡು, ಸದ್ದಿಲ್ಲದಂತೆ ಮುಂಗಾಲಿನ ಮೇಲೆ ನಡೆಯುತ್ತ ಹಜಾರವನ್ನು ದಾಟಿ ಬೀದಿಯ ಬಾಗಿಲಿಗೆ ಬಂದು, ಅಗಳಿಗೆ ಕೈಹಾಕಿದನು. ಆ ಕ್ಷಣದಲ್ಲಿ ಅವನಿಗೆ ಕೈಬಳೆಗಳ ಸದ್ದು ಹೊರಗೆ ಕೇಳಿಸಿತು. ಸೂರಪ್ಪನು ಚಕಿತನಾಗಿ ಸರ್ರನೆ ಅಗಳಿಯನ್ನೆಳೆದು ಬಾಗಿಲನ್ನು ತೆರೆದನು. ಲಾಟೀನಿನ ಮಂಕು ಬೆಳಕಿನಲ್ಲಿ ಅವನಿಗೆ ಅಲ್ಲೇ ಹೊಸಲಿನ ಬಳಿ ಒಂದು ಸ್ತ್ರೀವ್ಯಕ್ತಿ ಕಾಣಿಸಿತು. ಕಾಂದಹಾರಿ ಹೆಂಗಸು, ಚೀಟಿನ ಪರಕಾರ, ನೀಲಿಯ

ರೇಷ್ಮೆ ಅಂಗಿ ಹಾಕಿದ್ದಳು. ತಲೆಗೆ ಕೆಂಪು ಚೌಕವನ್ನು ಕಟ್ಟಿದ್ದಳು. 'ಕಾರಬಾ' ಮಣಿಯ ಕೊರಳಸರವು ಎದೆಯ ಮೇಲೂ ಬಿದ್ದಿದ್ದಿತು.

ಈ ದೃಶ್ಯವನ್ನು ಕಂಡ ಕ್ಷಣದಲ್ಲಿ ಸೂರಪ್ಪನು ಭ್ರಾಂತನಾಗಿ ಕಲ್ಲಿನ ಪ್ರತಿಮೆಯಂತಾದನು. ಆದರೆ ಅದೇ ಕ್ಷಣದಲ್ಲಿ ಅವಳು "ದೇವರೇ! ಎಂದು ಪಿಸುಮಾತಿನಲ್ಲಿ ಗಟ್ಟಿಯಾಗಿ ಹೇಳಿ, ಕೆಳಗೆ ಕುಸಿದುಬಿದ್ದು ಅವನ ಕಾಲುಗಳನ್ನು ತನ್ನೆರಡು ಕೈಗಳಿಂದಲೂ ಬಾಚಿ ತಬ್ಬಿಕೊಂಡಳು. ಆ ಮಾತು, ಸ್ವರಗಳನ್ನು ಕೇಳಿದ ಸೂರಪ್ಪನು ಆಶ್ಚರ್ಯ, ಆನಂದ – ಆದರೂ ಕೊಂಚ ಅನುಮಾನದಿಂದ ತಟ್ಟನೆ ಲಾಟೀನನ್ನು ಅವಳ ಮುಖದ ಬಳಿಗೆ ತಂದು ನೋಡಿದನು. ಅವಳ ಅರೆಯೆತ್ತಿದ ಕಣ್ಣೀರಿನ ದೈನ್ಯದ ಮುಖವು ಕಂಡಿತು.

"ದೇವು!" ಸೂರಪ್ಪನು ಲಾಟೀನನ್ನು ಕೆಳಗೆ ಕುಕ್ಕಿ, ತಾನು ಬಗ್ಗಿ ಆ ಹೆಂಗಸನ್ನು ಎರಡು ಕೈಗಳಿಂದಲೂ ಹಿಡಿದೆತ್ತಿ ತಬ್ಬಿಕೊಂಡ. "ದೇವು! ದೇವು! ನನ್ನ ಚಿನ್ನ!" ಎನ್ನುತ್ತ ಅವಳ ತಲೆಯ ಚೌಕವನ್ನು ತೆಗೆದು ಕುರುಳನ್ನು ನೇವರಿಸಿದನು. ಅವಳಾದರೋ ಏನು ಮಾತನ್ನೂ ಆಡಲಾರದೆ ಅವನ ಭುಜವನ್ನು ತೊಯಿಸಿದಳು.

ಸೂರಪ್ಪನ ಆನಂದವು ಉಕ್ಕಿ ಸುರಿಯಿತು. ಅವನು ಆತುರದಿಂದ ಅಲ್ಲಿಂದಲೇ ಗಟ್ಟಿಯಾಗಿ "ಅಮ್ಮ! ದೇವು ಬಂದಿದಾಳೆ! ಸಿಕ್ಕಿದಳು! ಎಂದು ಹಜಾರದ ಕಡೆಗೆ ಕೂಗಿದನು. ಒಳಗೆ ಕೆಮ್ಮಿದ ಶಬ್ದ ಕೇಳಿಸಿತು. ಗಂಡ-ಹೆಂಡಿರು ಬೇರೆಯಾದರು. ಹುಡುಗಿಯು ಹೆಜ್ಜೆಯನ್ನು ಹಿಂದಿಡುವಾಗ ಕುಂಟುತ್ತ "ಹಾ!" ಎಂದು ಕುಳಿತುಬಿಟ್ಟಳು. ಅವನು ಏನಾಯ್ತು? ಏನಾಗಿದೆ?" ಎಂದು ಅವಳ ಕಾಲಿನ ಕಡೆಗೆ ನೋಡಿದನು. ಎರಡು ಪಾದಗಳೂ ಧೂಳಿನಿಂದ ಮುಚ್ಚಿದ್ದುವು. ದಪ್ಪವಾಗಿ ಬಾತುಕೊಂಡಿದ್ದವು. ಎಡಗಾಲಿನಿಂದ ರಕ್ತವು ಸೋರುತ್ತಿತ್ತು. ಇದನ್ನು ಕಂಡೊಡನೆ ಅವನು ತನ್ನ ಟವಲನ್ನು ಹರಿದು, ವರಾಂಡದಲ್ಲಿ ಹಸುವಿಗೆ ಇಟ್ಟಿದ್ದ ನೀರಿನಲ್ಲಿ ಆ ಚೂರನ್ನು ಒದ್ದೆಮಾಡಿ ಅವಳ ಪಾದಕ್ಕೆ ಕಟ್ಟಿದನು.

ಇಷ್ಟರಲ್ಲಿ ಇಳಿವಯಸ್ಸಿನ ಒಬ್ಬಳು ಮಡಿ ಹೆಂಗಸು – ಸೂರಪ್ಪನ ತಾಯಿ ಗಂಗಮ್ಮನವರು – ತಡವರಿಸುತ್ತ ಹೊರಗೆ ಬಂದವರು, ಹುಡುಗಿಯ ಕಡೆಗೆ ನೋಡಿ ಅನುಮಾನದಿಂದ "ಇದೇನೋ ಮಗು! ದೇವಮ್ಮ..." ಎಂದು ಹೇಳುವುದರಲ್ಲೇ ಸೂರಪ್ಪನು ಮಧ್ಯೆ ಬಾಯಿಹಾಕಿ "ಹು ಕಣಮ್ಮ, ಅವಳೆ" ಎಂದು ಹೇಳಿದನು. ಅವರು ಬಗ್ಗಿ ನೋಡಿ ದೇವಮ್ಮನ ಮುಖವನ್ನು ಕಂಡು ಇದೇನೇ ತಾಯಿ? ಎಲ್ಲಿ ಹೋಗಿದ್ದೆ ಇಷ್ಟು ದಿನ? ಏನು ವೇಷ ಇದು?" ಎಂದು ಕೇಳಿದರು. ಸೂರಪ್ಪನಿಗೂ ಈಗ ಎಚ್ಚರವಾದಂತಾಗಿ, ಅವನೂ ಉತ್ತರವನ್ನು ನಿರೀಕ್ಷಿಸಿದನು. ಆದರೆ ಈ ಪ್ರಶ್ನೆಗಳನ್ನು ಕೇಳಿದ ದೇವಮ್ಮನಿಗೆ ನೆನಪು ಕವಿದು ಬಂದು ಮತ್ತೆ ಕೊರಳು ಉಬ್ಬಿತು; ಮಾತು ಹೊರಡಲಿಲ್ಲ. ಮತ್ತೆ ಅಳುವು ಒತ್ತಿ ಬಂದಿತು. ಉತ್ತರಕ್ಕೆ ಬದಲಾಗಿ ಅತ್ತಳು. ಈಗ ಒಳಗಿನಿಂದ ಒಬ್ಬ ಸಣ್ಣ ವಯಸ್ಸಿನ ಮಡಿ ಹೆಂಗುಸು – ಸೂರಪ್ಪನ ಅಕ್ಕ, ಗುಂಡಮ್ಮ – ಒಳಗಿನಿಂದ ಬಂದು ನೋಡಿ "ದೇವಮ್ಮ!... ಹೀಗಿದಾಳಲ್ಲಮ್ಮಾ! ಏನಾಯ್ತು ಇವಳಿಗೆ?" ಎಂದು ಕೇಳಿದಳು.

ಸೂರಪ್ಪನೂ ಗಂಗಮ್ಮನವರೂ ಸ್ವಲ್ಪ ತಡೆದುಕೊ' ಎನ್ನುವಂತೆ ಕೈಸನ್ನೆ ಮಾಡಿದರು. ಇದೇ ಕ್ಷಣದಲ್ಲಿ ಒಳಗಿನಿಂದ "ಅಮ್ಮಾ!... ಅಜ್ಜಿ! ಎಂದು ಮಗುವಿನ ಧ್ವನಿಯು ಕೇಳಿ ಬಂದಿತು. ಇದನ್ನು ಕೇಳಿದೊಡನೆ ದೇವಮ್ಮನ ಅಳುವು ನಿಂತಿತು. ಅವಳು ತಟ್ಟನೆ ತಲೆಯ ನ್ನೆತ್ತಿ "ಅಪ್ಪಾ ಚಂದೂ ಬಾಮ್ಮಾ ಇಲ್ಲಿ ಇಲ್ಲಿದೀನಿ" ಎಂದು ಏಳುವಂತೆ ಚಲಿಸಿದಳು. ಅಷ್ಟರಲ್ಲೇ ಎರಡು ವರ್ಷದ ಮಗುವು "ಅಮ್ಮಾ! ಅಮ್ಮಾ!" ಎನ್ನುತ್ತ ಕಣ್ಣುಜ್ಜಿ ಕೊಳ್ಳುತ್ತ, ಹೊಸಿಲನ್ನು ಎಡವಿಕೊಂಡು ಬೀಳುವುದನ್ನೂ ತಿಳಿಯದೆ ತಪ್ಪು ಹೆಜ್ಜೆ ಹಾಕುತ್ತ ಓಡಿಬಂದಿತು. ಆದರೆ ದೇವಮ್ಮನನ್ನು ಸಮೀಪಿಸಿದಾಗ ಅವಳ ಕಡೆಗೆ ದಿಟ್ಟಿಸಿ ನೋಡಿ, ಅನುಮಾನದಿಂದ ಅಜ್ಜಿಯ ಬಳಿಯಲ್ಲೇ ನಿಂತಿತು. ಅವಳು "ಚಂದು! ಯಾಕಮ್ಮಾ ಬಾ ಕಂದ!" ಎಂದೊಡನೆ 'ಅಮ್ಮಾ!' ಎಂದು ಓಡಿ ಹೋಗಿ ಅವಳ ಕೊರಳನ್ನು ತನ್ನ ಪುಟ್ಟ ಕೈಗಳಿಂದ ಬಳಸಿ ಅಪ್ಪಿಕೊಂಡಿತು. ಅವಳೂ "ಚಿನ್ನ! ನನ್ನ ಚಿನ್ನ!" ಎನ್ನುತ್ತ ಮಗುವನ್ನು ಬಾಚಿ ತಬ್ಬಿಕೊಂಡು ತನ್ನ ಕೆನ್ನೆಯನ್ನು ಅದರ ಕೆನ್ನೆಗೆ ಮತ್ತೆ ಮತ್ತೆ ಒತ್ತುತ್ತ ಅದರ ತಲೆ, ಮೈ, ಕೈ–ಕಾಲುಗಳನ್ನೆಲ್ಲ ಅಂಗೈಯಿಂದ ತಡವರಿಸಿದಳು.

ತಾಯಿ ಮಕ್ಕಳ ಈ ಪುನರ್ಮಿಲನದ ಸೌಖ್ಯಕ್ಕೆ ಅಡ್ಡಿ ತರದಂತೆ ಯಾರೂ ಸ್ವಲ್ಪ ಹೊತ್ತು ಮಾತನಾಡಲಿಲ್ಲ. ಅನಂತರ ಗಂಗಮ್ಮನವರೇ ಮಾತನ್ನು ಮೊದಲು ಮಾಡಿದರು.

"ದೇವಮ್ಮ, ನಿನಗಾಗಿ ಎಷ್ಟು ಹುಡುಕಿಸಿದನಮ್ಮ – ನಿನ್ನ ಗಂಡ ಸುತ್ತುಮುತ್ತಿನ ಹಳ್ಳಿಗೆಲ್ಲ ಜನ ಕಳುಹಿಸಿ ಹುಡುಕಿಸಿದ, ಹಳ್ಳಿಯ ಕೆರೆ ಬಾವಿಗಳನ್ನೂ ಕೂಡ ಶೋಧಿಸಿ ನೋಡಿಸಿದ; ಪೋಲೀಸಿನೋರಿಗೂ ಸಮಾಚಾರ ಕೊಟ್ಟಿದ್ದಾಯಿತು. ಇಷ್ಟಾದರೂ ನಿನ್ನ ಸುಳಿವೇ ತಿಳೀಲಿಲ್ಲ. ಆ ಸಂಜೆ ನೀ ನೀರು ತರೋದಕ್ಕೆ ಬಾವಿಗೆ ಹೋದಮೇಲೆ ಮಾಯ ವಾದ ಹಾಗೇ ಆಗಿತ್ತಲ್ಲ. ನೀರು ತುಂಬಿದ ಕೊಡ ಕೂಡ ಬಾವಿಯ ಕಟ್ಟೇಮೇಲೇ ಇತ್ತು. ನೀನು ಎಲ್ಲಿಗೆ ಹೊರಟುಹೋಗಿದ್ದೆಯೆ, ತಾಯಿ?"

"ನಾನಾಗಿ ಎಲ್ಲಿಗೆ ಹೋಗಲಿ? ಏನು ಕಾರಣ ಇತ್ತು?" ಅವಳು ನಿದಾನವಾಗಿಯೇ ಹೇಳಿದಳು.

"ಮತ್ತೆ?" ಸೂರಪ್ಪನು ಆತುರದಿಂದ ಕೇಳಿದನು.

"ಅಪಹರಿಸಿಕೊಂಡು – ಎಳೆದುಕೊಂಡು ಹೋದರು – ದುಷ್ಟರು."

"ಹ! ಯಾರು?"

"ಕಂದಾರಿಗಳು."

"ತೋಟದ ಹತ್ತಿರ ಬೀಡಾರ ಮಾಡಿದ್ದೋರು?"

"ಹುಂ" ದೇವಮ್ಮನು ತಲೆಯಾಡಿಸಿದಳು.

"ಪಾಪಿ ಮುಂಡೇ ಮಕ್ಕಳೇ! ಇವರಿಗೇನು ಬಂದಿತ್ತು ಹೊತ್ತು ಕಾಲ" ಗಂಗಮ್ಮ ನವರು ಶಪಿಸಿದರು.

"ಅದು ಹೇಗೆ ಸಾಧ್ಯವಾಯ್ತು ಅಂತ. ಅವರ ಕೈಗೆ ಸಿಕ್ಕೋ ಅಷ್ಟು ಹತ್ತಿರ..." ಸೂರಪ್ಪನು ಅನುಮಾನಿಸಿದ.

"ನಾನು ಹೋಗಲಿಲ್ಲ. ಆವೊತ್ತು ಸೀನೀರಿಗೆ ಹೋದಾಗ ಮುಚ್ಚಂಜೆಯಾಗಿತ್ತು. ನಾನು ಬೇಗ ಬೇಗ ಒಂದು ಕೊಡ ನೀರು ಸೇದಿಕೊಂಡು ಇನ್ನೇನು – ತಲೆಯ ಮೇಲೆ ಇಟ್ಟುಕೋತಾ ಇದ್ದೆ. ಅಷ್ಟು ಹೊತ್ತಿಗೆ ಒಬ್ಬ ಕಂದಾರಿ ಗಂಡುಸು ಅಲ್ಲಿಗೆ ಬಂದ. ಯಮನ ಹಾಗಿದ್ದ. ನಂಗೆ ಭಯವಾಯ್ತು. ಕೊಡ ಅಲ್ಲೇ ಬಿಟ್ಟು ಓಡಿಬರೋಣ ಎನ್ನಿಸಿತು. ಆದರೆ ಕಾಲೇ ಬರಲಿಲ್ಲ. ಅವನು ಅಷ್ಟು ನೀರು ಕೇಳಿ, ತನ್ನ ದಪ್ಪ ರುಮಾಲನ್ನು ಬಿಚ್ಚಿ ಕೊಂಕುಳಿ ಗಿಟ್ಟುಕೊಂಡು ಮಂಡಿಯೂರಿ ಕುಳಿತ. ನಂಗೇನೂ ತೋಚದೆ ಹಾಗೇ ಕಟ್ಟೆಯ ಮೇಲಿ ನಿಂದ ಕೊಡ ಬಗ್ಗಿಸಿದೆ. ಸಾಕಾದ ಮೇಲೆ ಅವನು ಎದ್ದು ತನ್ನ ರುಮಾಲಿನಿಂದ ಗಡ್ಡ ಬಾಯಿ ಎಲ್ಲ ಒರಸಿಕೊಳ್ಳುತ್ತ ಅತ್ತಿತ್ತ ತಿರುಗಿ ನೋಡಿ, ಯಾರನ್ನೂ ಕಾಣದೆ, ತಟ್ಟನೆ ಮುಂದೆ ನುಗ್ಗಿ, ತನ್ನ ರುಮಾಲನ್ನು ನನ್ನ ಬಾಯಿಗೆ ಬಿಗಿದ. ನನಗೆ ಕೂಗಿಕೊಳ್ಳಲಾಗಲಿಲ್ಲ. ಅಷ್ಟು ಒದ್ದಾಡಿದೆ. ಬಿಡಾರವನ್ನು ಸೇರಿದ ಕೆಲವು ನಿಮಿಷಗಳಲ್ಲೇ ಅವರ ಗುಂಪು ಪ್ರಯಾಣಕ್ಕೆ ಸಿದ್ಧವಾಗಿ ಹಳ್ಳಿಯನ್ನು ಬಿಟ್ಟಿತು."

"ಎಲ, ಎಲಾ! ಎಷ್ಟು ಬೇಗ! ನಾವು ಹುಡುಕೋದಕ್ಕೆ ಹೋಗುವ ಹೊತ್ತಿಗಾಗಲೇ ಅವರು ಎಲ್ಲೆಲ್ಲೂ ಕಂಡುಬರಲಿಲ್ಲ. ಯಾವ ದಾರಿಯಲ್ಲೂ ಅವರು ಸಿಕ್ಕಲಿಲ್ಲ. 'ಎಲ್ಲೋ ಮಧ್ಯಾಹ್ನದಲ್ಲೇ ಹೋಗಿ ಬಿಟ್ಟಿರಬೇಕು, ನಿಂಗೂ ಅವರಿಗೂ ಸಂಬಂಧವೇ ಇರಲಾರದು.' ಅನ್ನೋ ಅನುಮಾನ ಕೂಡ ಬಂತು" ಸೂರಪ್ಪ ನೆನಿಸಿಕೊಂಡು ಹೇಳಿದ.

"ಅವರು ಯಾವ ದಾರಿಯನ್ನೂ ಹಿಡಿಯಲಿಲ್ಲ. ಕಾಡು-ಮೇಡುಗಳಲ್ಲೇ ರಾತ್ರಿಯೆಲ್ಲಾ ನಡೆದರು.

"ನೀನೂ ಅವರ ಜೊತೆಯಲ್ಲೇ ಅಲ್ಲೆಲ್ಲ ನಡೆದೆಯ?"

"ಹುಂ, ಹಳ್ಳಿಯಿಂದ ಒಂದೆರಡು ಮೈಲಿಯಷ್ಟು ಅವನು ನನ್ನನ್ನು ಹಾಗೇ ಹೊತ್ತುಕೊಂಡು ನಡೆದ. ಕಾಡಿನ ಮಧ್ಯದಲ್ಲಿ ನನ್ನ ಕಟ್ಟುಗಳನ್ನು ಬಿಚ್ಚಿ, ನಾಲ್ಕಾರು ಜನ ಸುತ್ತುಗಟ್ಟಿ ದೊಡ್ಡ ಚಾಕುಗಳನ್ನು ತೋರಿಸುತ್ತ 'ಗಫ್‌ಚುಪ್! ಎಂದು ಬಹಳವಾಗಿ ಬೆದರಿಸಿ, ನಡೆಯುವಂತೆ ಸನ್ನೆ ಮಾಡಿದರು. ನಾನು ಪ್ರತಿಭಟಿಸಿದ್ದರೆ, ಮೊಂಡುತನ ಮಾಡಿದ್ದರೆ ಅವರು ಕೊಂದುಬಿಡೋದಕ್ಕೂ ಹೇಸುವುದಿಲ್ಲ – ಅಂತ ನಂಗೆ ಖಂಡಿತವಾಯ್ತು. ನಂಗೆ ಸಾಯೋದಕ್ಕೆ ಇಷ್ಟವಿರಲಿಲ್ಲ. ಇಲ್ಲಿಗೆ ಮತ್ತೆ ಹೇಗಾದರೂ ಬರುವ ಆಶೆಯಿತ್ತು. ಏನು ಮಾಡಲಿ? ನಡೆದೆ."

"ಪಾಪ! ಏನು ಅನುಭವಿಸಿದೆಯಮ್ಮ" ಗಂಗಮ್ಮನವರು ಕರಗಿ ಹೇಳಿದರು.

"ಧೂರ್ತರಾ! ಅಲ್ಲಿ ಪೋಲೀಸಿನವರು ಗುಮಾನಿಯ ಮೇಲೆ ಅವರನ್ನು ಹಿಡಿದಾಗಲೂ ನೀನು ಅವರೊಡನೆ ಇರಲಿಲ್ಲವಲ್ಲ?" ಸೂರಪ್ಪನು ಕೋಪ, ಆಶ್ಚರ್ಯಗಳಿಂದ ಕೇಳಿದ.

"ಅವರು ಬಹಳ ಎಚ್ಚರಿಕೆಯಿಂದ ನನ್ನ ಕೈಕಾಲು – ಬಾಯಿಗಳನ್ನು ಕಟ್ಟಿ ನನ್ನನ್ನು ಯಾವುದೋ ಪೊದೆಯೊಳಗೋ, ಬಂಡೆಯ ಸಂದಿನಲ್ಲೋ ಬಚ್ಚಿಟ್ಟು ತಾವು ದೂರದಲ್ಲಿರುತ್ತಿದ್ದರು. ಭಯವು ತಪ್ಪಿಹೋಗಿ ರಾತ್ರಿ ಪ್ರಯಾಣ ಮತ್ತೆ ಮೊದಲಾದಾಗಲೇ ನಂಗೆ ಬಂಧವಿಮೋಚನೆಯಾಗುತ್ತಿತ್ತು."

"ಅನ್ನ, ಆಹಾರ!"

"ನಾಲ್ಕು ದಿನ ಏನೂ ಇಲ್ಲದೆ ಕಳೆದೆ. ಅವರು ತಂದಿಟ್ಟದ್ದನ್ನು ಮುಟ್ಟಲಿಲ್ಲ. ಆದರೆ ಐದನೆಯ ದಿನ ಹಸಿವು, ನೀರಡಿಕೆ ನಿತ್ರಾಣ ಅಸಾಧ್ಯವಾಗಿ...

"ತಿಂದುಬಿಟ್ಟೆಯಾ, ಆ ಮುಸಲ್ಮಾನರ ಅನ್ನ?" ಗುಂಡಮ್ಮನು ಆತುರದಿಂದ ಕೇಳಿದಳು.

ದೇವಮ್ಮನು ತಲೆ ತಗ್ಗಿಸಿ ಸುಮ್ಮನಿದ್ದಳು.

"ಬಡಪಾಯಿ, ಇನ್ನೇನು ಮಾಡುತ್ತಾಳೆ?" ಸೂರಪ್ಪನು ವಹಿಸಿಕೊಂಡನು.

"ಆದರೆ ಜಾತಿ, ಮತ..." ಗುಂಡಮ್ಮನು ಮುಂದುವರಿಸಿದಳು.

"ಇರಲಿ ಬಿಡಕ್ಕ, ಅದೇನು ಮಾತು. ನೋಡೋಣ" ಎಂದು ಅಕ್ಕನಿಗೆ ಹೇಳಿ, ಸೂರಪ್ಪನು ಹೆಂಡತಿಯ ಕಡೆಗೆ ತಿರುಗಿ.

"ಆ ಮೇಲೆ ಹೇಗೆ ಬಂದೆ ಇಲ್ಲಿಗೆ?" ಎಂದು ಕೇಳಿದನು.

"ನಾವಂತೂ ನಿನ್ನ ಆಸೇನೇ ಬಿಟ್ಟುಬಿಟ್ಟೆವಮ್ಮ" ಗಂಗಮ್ಮನವರು ಹೇಳಿದರು.

"ಐದನೆಯ ಸಂಜೆಯ ಹೊತ್ತಿಗೆ ದೊಡ್ಡ ಊರಿನ ಹತ್ತಿರಕ್ಕೆ ಹೋದೆವು. ಚೆನ್ನಾಗಿ ರಾತ್ರಿ ಆದಮೇಲೆ ಊರನ್ನು ಹೊಕ್ಕೆವು. ಅನುಮಾನ ಹುಟ್ಟದಹಾಗೆ ಗುಂಪಿನ ಹೆಂಗುಸರೆಲ್ಲ ಬುರುಕಿಹಾಕಿಕೊಂಡು ನಂಗೂ ಒಂದನ್ನು ಹಾಕಿದರು."

"ಅಬ್ಬಬ್ಬಾ; ಎಂಥಾ ಜನ!... ಆ ಮೇಲೆ?"

"ಅದೇ ರಾತ್ರಿ ಬಹಳ ಹೊತ್ತಾದ ಮೇಲೆ, ನನ್ನನ್ನು ಒಂದು ಮಸೀದಿಗೆ ಕರೆದುಕೊಂಡು ಹೋದರು. ಅಲ್ಲಿ ಒಬ್ಬ ಮುಲ್ಲಾ, ನಂಗೆ ಏನೋ ಮಂತ್ರ ಹೇಳುವಂತೆ ಹೇಳಿಕೊಟ್ಟ. ಅದು 'ಕಲ್ಮ' 'ನಮಾಸ್' ಅಂತೆ. ನಾನು ಮೊದಮೊದಲು ವಿರೋಧಿಸಿ, ಅದನ್ನು ಹೇಳಲಿಲ್ಲ."

"ಕಡೆಗೆ ಹೇಳಿಬಿಟ್ಟೆಯಾ?" ಗುಂಡಮ್ಮನು ಪ್ರಶ್ನಿಸಿದಳು.

"ಹೇಳದಿದ್ದರೆ ಗೋಮಾಂಸವನ್ನು ಬಾಯಿಗೆ ತುರುಕಿ ಜಾತಿ ಕೆಡಿಸುವುದಾಗಿ ಬೆದರಿಸಿದರು. ಅದೇನು ಸುಳ್ಳು ಬೆದರಿಕೆಯಲ್ಲ. ಇನ್ನೇನು ಮಾಡಲಿ? ಹಾಗೆ ಜಾತಿ ಕೆಡುವುದಕ್ಕಿಂತ ಅದನ್ನು ಹೇಳೋದೇ ಕಡಿಮೆಯ ಪಾಪ – ಅಂತ ತಿಳಿದು ಹೇಳಿಬಿಟ್ಟೆ. ಅವರೆಲ್ಲರೂ ಸಂತೋಷಪಟ್ಟು 'ಇನ್ನು ನೀನು ನಮ್ಮವಳಾದೆ' ಅಂದರು."

"ಹಾಗಾದರೆ ಜಾತಿ ಹೋಯ್ತು?" ಗುಂಡಮ್ಮನು ಒತ್ತಿ ಕೇಳಿದಳು.

"ಅದೇನೋ ಕಾಣೆ; ಅವರು ಹಾಗಂದರು!"

"ಏನು ಅನ್ಯಾಯ!" ಗಂಗಮ್ಮನವರು ಗಂಭೀರವಾದರು.

"ಇದಕ್ಕೇನು ಮಾಡೋದು, ದೇವರೆ" ಎಂದು ಸೂರಪ್ಪನೂ ಗಂಭೀರವಾಗಿ ಆಲೋಚಿಸತೊಡಗಿದ.

ಸ್ವಲ್ಪ ಹೊತ್ತು ಇವರ ಮಧ್ಯ ಮಾತಿರಲಿಲ್ಲ. ದೇವಮ್ಮನು ಒಬ್ಬರ ಮುಖದಿಂದ ಇನ್ನೊಬ್ಬರ ಮುಖದ ಕಡೆಗೆ ತನ್ನ ದೈನ್ಯ ದೃಷ್ಟಿಯನ್ನು ಬೀರುತ್ತ, ಮಗುವನ್ನು ಮತ್ತಷ್ಟು ಬಿಗಿಯಾಗಿ ಅಪ್ಪಿಕೊಳ್ಳುತ್ತಿದ್ದಳು.

"ಹಾಗಾದರೆ ಇಷ್ಟೆಲ್ಲ ಆಯ್ತು!" ಸೂರಪ್ಪನು ತನಗೆ ತಾನೇ ಗಟ್ಟಿಯಾಗಿ ಹೇಳಿಕೊಂಡ.

"ಅಷ್ಟಕ್ಕೇ ಮುಗಿಯಲಿಲ್ಲ. ನನ್ನ ಗತಿ!" ನಿಂತಿದ್ದ ಕಣ್ಣೀರು ಮತ್ತೆ ಹರಿಯತೊಡಗಿತು.

"ಇನ್ನೂ ಇದೆಯೆ? ಆ? ಹುಂ. ಹೇಗೆ ತಪ್ಪಿಸಿಕೊಂಡು ಬಂದೆ?" ಸೂರಪ್ಪನು ಭಯ ಆವೇಶಗಳಿಂದ ಕೇಳಿದ.

"ನಾವು ಮುಸಲ್ಮಾನನೊಬ್ಬನ ಮನೆಯಲ್ಲಿ ಉಳಿದುಕೊಂಡೆವು. ಆ ರಾತ್ರಿಯಲ್ಲಿ ನಡೆದ ಮಾತುಕತೆಯಿಂದ ಆ ಕಂದಾರಿಗಳು ನನ್ನನ್ನು ಆ ಮನೆಯವನಿಗೆ ಮದುವೆ ಗೋಸ್ಕರ ಮಾರಿದರೆಂದು ತಿಳಿಯಿತು?"

"ಹ!"

"ಹುಂ, ಹಾಗೇ ಇತ್ತು. ಮಾರನೆಯ ದಿನ ಒಬ್ಬ ಕಾಜಿ ಬಂದ. ನಂಗೆ 'ನಿಕಾ' ಆಗುವುದಾಗಿ ಕಂದಾರಿಗಳು ತಿಳಿಸಿದರು. ನಾನು ಬೇಡವೆಂದು ಅಂಗಲಾಚಿ ಬೇಡಿಕೊಂಡೆ. ಅವರು ಕೇಳಲಿಲ್ಲ. ನನ್ನ ಎದೆ ಒಡೆಯುವಂತೆ ಅಳು ಬಂತು; ಅತ್ತೆ. ಅವರ ಮನಸ್ಸು ಬೇರೆ ಕರಗಲಿಲ್ಲ. ಕಡೆಗೆ ಕೋಪದಿಂದ ಮೊಂಡುತನಮಾಡಿ ವಿರೋಧಿಸಿದೆ. ಅವರೇ ಬಗ್ಗುವರು? ಮೊದಲು ಪುಸಲಾಯಿಸಿ ನೋಡಿದರು. ಪ್ರಯೋಜನವಾಗಲಿಲ್ಲ. ಏನೇನೋ ಆಶೆ ತೋರಿಸಿದರು. ನಾನು ಒಪ್ಪಿಕೊಳ್ಳಲಿಲ್ಲ. ಆ ಮೇಲೆ ಬೆದರಿಸಿದರು. ಅಬ್ಬಬ್ಬ, ಎಂಥೆಂಥ ಬೆದರಿಕೆ! ಇಲ್ಲಿ ಹೇಳಲಾರೆ ಆದರೆ ನಾನು ಸಾವಿಗೆ ಸಿದ್ಧಳಾಗಿದ್ದು ಅವನ್ನೆಲ್ಲ ನಿರ್ಲಕ್ಷಿಸಿದೆ. ಕಡೆಗೆ ಅವರು ಬಲಾತ್ಕಾರದಿಂದ ಕಾಜಿಯ ಕೆಲಸವನ್ನು ನೆರವೇರಿಸಿದರು."

"ಮದುವೆಯೂ ಆಗಿಹೋಯ್ತೆ?" ಗುಂಡಮ್ಮನು ಚುಚ್ಚಿ ಕೇಳಿದಳು.

"ಹುಂ. ಹೊರಾಚಾರ."

"ರಾಮ ರಾಮ" ಗಂಗಮ್ಮನವರು ನಿಟ್ಟುಸಿರನ್ನು ಬಿಟ್ಟರು.

ಸೂರಪ್ಪನ ಬಾಯಿ ಕಟ್ಟಿಹೋಗಿತ್ತು. ದೇವಮ್ಮನು ಮಾತನ್ನು ಮುಂದುವರಿಸಿದಳು :

"ನನ್ನ ಹಟವನ್ನು ನೋಡಿದ ಮನೆಯವನು, ನಾನು ಸರಿಯಾಗುವವರೆಗೂ ಅವರಿಗೆ ಹಣ ಕೊಡೋದಿಲ್ಲ, ಅವರು ಅಲ್ಲಿಯ ತನಕ ಅಲ್ಲೇ ಇರಬೇಕು – ಅಂತ ಹೇಳಿದ. ಅವರು ತಮ್ಮ ಕೆಲಸ ಆಯ್ತು, ಮುಂದೆ ಅವನೇ ನನ್ನನ್ನು ಹೇಗೆ ಬೇಕಾದರೂ ಸರಿ ಮಾಡಿಕೋಬೇಕು, ಹಣ ಕೊಟ್ಟುಬಿಡಬೇಕು – ಅಂತ ಕೇಳಿದರು. ವ್ಯಾಜ್ಯಕ್ಕೆ ಮೊದಲಾಯ್ತು. ಆಗ ನಾನು, 'ಇವರೇನಾದರೂ ಇವನು ಹೇಳಿದ ಹಾಗೆ ಇದ್ದುಬಿಟ್ಟರೆ ನಂಗೆ ಉಳಿಗಾಲವಿಲ್ಲ' ಅಂತ ಯೋಚಿಸಿಕೊಂಡು, ಹಟಕ್ಕಿಂತ ಉಪಾಯಮಾಡಿ ತಪ್ಪಿಸಿಕೋಬೇಕು – ಅಂತ

ನಿಶ್ಚಯಮಾಡಿದೆ. ನನ್ನ ಗತಿಗೆ ಹೊಂದಿಕೊಂಡವಳ ಹಾಗೆ ನಟಿಸಿ, ನಾನು ಸರಿಯಾಗಿರುವುದಾಗಿ ಒಪ್ಪಿಕೊಂಡೆ. ಇದನ್ನು ಕಂಡು ಅವನಿಗೂ ಅವರಿಗೂ ಸಂತೋಷವಾಯ್ತು. ಅವರು ಹಣವನ್ನು ತೆಗೆದುಕೊಂಡು ಹೋದರು."

"ಹುಂ."

"ಅವನಲ್ಲಿ ಪ್ರೇಮವನ್ನು ನಟಿಸಿದೆ. ಅವನನ್ನು ಆನಂದಪಡಿಸಿದೆ. ನನ್ನಲ್ಲಿ ನಂಬಿಕೆ ಹುಟ್ಟಿಸಿದೆ. ನನ್ನ ಬಗ್ಗೆ ಧೈರ್ಯ ಹುಟ್ಟಿಸಿದೆ."

"ಹೂಂ."

"ಸಂಜೆಯಲ್ಲಿ ಹೊರಗಾಗಿರುವುದಾಗಿ ತಿಳಿಸಿ ಆ ದಿನ, ಮಾರನೆಯ ದಿನ ಎರಡನ್ನೂ ಕಳೆದೆ. ಮೂರನೆಯ ರಾತ್ರಿ ಅವನು ಶಂಕೆಪಡದೆ ಮಲಗಿದ್ದಾಗ ತಪ್ಪಿಸಿಕೊಂಡೆ. ದಿನದಲ್ಲೆಲ್ಲ ಅವಿತಿದ್ದು, ರಾತ್ರಿಯಲ್ಲಿ ಬೆಂಗಳೂರು–ಹರಿಹರದ ರಸ್ತೆಗೆ ಹತ್ತಿರವಾಗಿ ಹೊಲಗಳಲ್ಲೇ ನಡೆದು ನಡೆದು ದಾರಿ ಪತ್ತೆಮಾಡಿಕೊಂಡು ಬಂದೆ."

"ಎಂಥ ಸಾಹಸ ನಿಂದು!" ಗಂಗಮ್ಮನವರು ಆಶ್ಚರ್ಯಪಟ್ಟರು.

"ಅಂತೂ ಬಂದೆಯಲ್ಲ ಮತ್ತೆ!" ಸೂರಪ್ಪನು ತೃಪ್ತಿಯಿಂದ ಹೇಳಿದನು.

ಆದರೇನು ಜಾತಿ ಕೆಟ್ಟುಹೋಗಿದ್ದಾಳಲ್ಲ!" ಗುಂಡಮ್ಮನು ಆಕ್ಷೇಪಿಸಿದಳು.

"ಅಕ್ಕ!" ಸೂರಪ್ಪನು ಕಠಿಣವಾಗಿ ಹೇಳಿದನು.

"ಇರೋದು ಹೇಳಿದೆ ಕಣೋ; ಅದಕ್ಕೇನು? ಅದೇನು ಸುಳ್ಳೆ? ಮದುವೆ ಸಹಿತ ಆಗಿದೆ" ಗುಂಡಮ್ಮನು ಸಾಧಿಸಿದಳು.

"ಅತ್ತಿಗಮ್ಮಾ, ನಾನೇನು ಬೇಕೂಂತ ತಪ್ಪು ಮಾಡಲಿಲ್ಲವಲ್ಲ!" ದೇವಮ್ಮನು ದೈನ್ಯದಿಂದ ಹೇಳಿದಳು.

"ಇರಬಹುದು. ನಾನು ಹಾಗೆ ಹೇಳಲಿಲ್ಲ. ಆದರೆ ಆದದ್ದು ಆಗಿಹೋಯ್ತೋ? ಇಲ್ಲ ಅನ್ನೋದಕಾಗುತ್ತೆಯೆ?" ಗುಂಡಮ್ಮನು ಕಠಿಣವಾಗಿ ಲೆಕ್ಕಹಾಕಿ ಹೇಳಿದಳು.

ದೇವಮ್ಮನು ಗಂಡನನ್ನೂ ಅತ್ತೆಯನ್ನೂ ನೋಡಿದಳು. ಅವರು ಪೆಚ್ಚಾಗಿ ಸುಮ್ಮನಿದ್ದರು. ತಾನೂ ತಲೆ ತಗ್ಗಿಸಿದಳು. ಭುಜದ ಮೇಲೇ ಮಲಗಿ ಮತ್ತೆ ನಿದ್ರಿಸುತ್ತಿದ್ದ ಮಗುವನ್ನು ತೊಡೆಯ ಮೇಲೆ ಮಲಗಿಸಿಕೊಂಡು ತಟ್ಟಿದಳು. ಸ್ವಲ್ಪ ಹೊತ್ತು ಯಾರೂ ಮಾತನಾಡಲಿಲ್ಲ.

ಈಗೇನು ಮಾಡೋದಮ್ಮ?" ಸೂರಪ್ಪನು ಕೇಳಲಾರದಂತೆ ತಾಯಿಯನ್ನು ಪ್ರಶ್ನಿಸಿದನು. ಸಿಡಿದುಹೋಗುವ ತಲೆಯನ್ನು ಹಿಡಿಯುವಂತೆ ಎರಡು ಕೈಗಳಿಂದಲೂ ತಲೆಯನ್ನು ಹಿಡಿದುಕೊಂಡು ಕುಳಿತುಬಿಟ್ಟ.

"ನಂಗೇನೂ ತೋಚದ ಹಾಗಿದೆಯಪ್ಪಾ" ಗಂಗಮ್ಮನವರು ಆಲೋಚಿಸುತ್ತ ಹೇಳಿ, ಇನ್ನೊಂದು ಬಾರಿ ನಿಟ್ಟುಸಿರನ್ನು ಬಿಟ್ಟರು.

"ಯಾಕೆ? ತಪ್ಪುಮಾಡಿಲ್ಲ. ಆಚಾರ ತಪ್ಪಿದೀನಿ ಅಷ್ಟೆ ಇನ್ನೇನೂ ಮಾಡಿಲ್ಲ. ಅದೂ ನಿರ್ವಾಹವಿಲ್ಲದೆ..."

"ಹುಂ. ಹುಂ. ಗೊತ್ತು. ಅಧೈರ್ಯಪಡಬೇಡ!" ಸೂರಪ್ಪನು ಸಮಾಧಾನದ ಮಾತನ್ನು ಹೇಳಿದನು.

"ಪ್ರಾಯಶ್ಚಿತ್ತ-ಶುದ್ಧಿ ಮಾಡಿ ನನ್ನ..." ಅವನು ಮಾತನ್ನು ಪೂರ್ತಿಮಾಡಲಿಲ್ಲ.

"ಆಗಲಿ. ಆಗಲಿ." ಅವನು ಉತ್ತೇಜನ ಕೊಟ್ಟನು.

"ಏನೋಪ್ಪ. ನಂಗೆ ಅನುಮಾನ" ಗುಂಡಮ್ಮನು ಉದ್ಗಾರ ತೆಗೆದಳು.

"ಅಕ್ಕಾ! ನೀನು ಸ್ವಲ್ಪ ಸುಮ್ಮನೆ ಇದ್ದರೆ..." ಸೂರಪ್ಪನು ಬೇಸರದಿಂದ ಗದರಿಸಿದಂತೆ ಹೇಳಿದನು.

"ಇದೇಕೆ ಹೀಗನ್ನುತ್ತೀಯೋ? ಅವಳ ಮೇಲೆ ನಂಗೇನು ದ್ವೇಷವೆ? ಹಾಗೇಂತ ಆಚಾರ ವಿಚಾರಿಸದೆ ಇರೋದಕ್ಕಾಗುತ್ತೆಯೆ? ಬಿಡೋದಕ್ಕಾಗುತ್ತೊ? ಸರಿ; ಬಿಡು!"

ಸೂರಪ್ಪನು ಸುಮ್ಮನೆ ಅಸಹಾಯಕತೆಯ ಹಿಂಸೆಯಿಂದ ಕೈ ಒದರಿದನು. ಮತ್ತೆ ಯೋಚಿಸಿಕೊಂಡು "ಅಮ್ಮಾ, ಶುದ್ಧಿಯೋ ಗಿದ್ಧಿಯೋ, ಎಲ್ಲ ಆಗುತ್ತೆ. ಈಗ ಇವಳಂತೂ ಒಳಕ್ಕೆ ಬರಬೇಕೋ! ನಡೀರಿ ಎಲ್ಲರೂ ಒಳಕ್ಕೆ" ಎಂದು ಒಳಕ್ಕೊಂದು ಹೆಜ್ಜೆಯಿಟ್ಟನು. ದೇವಮ್ಮನು ಮಗುವನ್ನೆತ್ತಿಕೊಳ್ಳಲು ಕೈಹಾಕಿದಳು. ಆದರೆ ಆ ಕ್ಷಣದಲ್ಲಿ ಗುಂಡಮ್ಮನು "ಇದೇನೋ ನಾಚಿಕೆಗೇಡು? ಹೇಳದೆ ಕೇಳದೆ ನೀನೇ ಏನೇನೋಮಾಡುತೀಯೆ? ಚೆನ್ನಾಯ್ತು ಬಿಡು!" ಎಂದಳು. ಅವನು "ನೀನು ಸುಮ್ಮನೆ ಇರು ಸಾಕು" ಎಂದು ಗುಂಡಮ್ಮನಿಗೆ ಹೇಳಿ, ಹೆಂಡತಿಯನ್ನು ನೋಡಿ, "ಹುಂ ಏಳು ಬಾ!" ಎಂದನು. ಈಗ ತಾಯಿಯು ಬಾಯಿಹಾಕಿ "ಅಪ್ಪಾ ದುಡುಕಬೇಡ, ಸ್ವಲ್ಪ ತಾಳು. ನಿಂಗೆ ನಿನ್ನ ಹೆಂಡತಿ ಮೇಲೆ ಹೇಗೋ ನಂಗೂ ನನ್ನ ಸೊಸೆಯ ಮೇಲೆ ಪ್ರೇಮ, ಅಭಿಮಾನ ಎಲ್ಲ ಇವೆ. ಆದರೆ ಇಂಥ ವಿಷಯದಲ್ಲಿ ತಿಳಿದೋರನ್ನು ವಿಚಾರಿಸದೆ ನಮ್ಮ ಇಷ್ಟದಂತೆ ಮಾಡಿಬಿಡಬಾರದು; ಅಲ್ಲವೆ?" ಎಂದು ತಡೆದರು. ಸೂರಪ್ಪನಿಗೆ ಬೇಸರ, ಸಿಟ್ಟು ಎರಡೂ ಮೇಲೆ ಹಾಯ್ದುವು. ಅವನು ಹುಬ್ಬು ಗಂಟಿಕ್ಕಿ "ಇನ್ನು ಯಾರು ಏನು ಹೇಳಬೇಕಮ್ಮಾ? ನೀನು ಒಪ್ಪಿದರೆ ಆಯ್ತು!" ಅಂದ.

ಹಾಗಲ್ಲ, ಮಗು, ಈ ವಿಚಾರದಲ್ಲಿ ನಮಗಿಂತ ತಿಳಿದೋರಿಲ್ಲವೆ? ಪಕ್ಕದ ಮನೆ..."

"ಹುಂ. ಆಗಲಿ ಕಾಳಪ್ಪ ಶಾಸ್ತ್ರಿಗಳನ್ನೇ ಕರೀತೇನಿ... ಏನು ಅನುಮಾನವೋ..." ಎಂದು ಸೂರಪ್ಪನು ಜಗುಲಿಯನ್ನು ಇಳಿದನು.

"ಮಗು, ಈಗ ಬೇಡ. ಬೆಳಗ್ಗೆ..." ತಾಯಿಯು ಹೇಳುತ್ತಿದ್ದರು. ಆದರೆ ಅದು ಅವನ ಕಿವಿಗೇ ಬೀಳಲಿಲ್ಲ. ಅವನು ಸರಸರನೆ ಹೋಗಿ ಶಾಸ್ತ್ರಿಗಳ ಮನೆಯ ಬಾಗಿಲನ್ನು ಜೋರಾಗಿ ತಟ್ಟಿ "ಶಾಸ್ತ್ರಿಗಳೇ! ಶಾಸ್ತ್ರಿಗಳೇ!" ಎಂದು ಕೂಗಿದನು.

ಕಾಳಪ್ಪ ಶಾಸ್ತ್ರಿಗಳು ಎದ್ದು ಬರುವುದು ಕೊಂಚ ಹೊತ್ತಾಯಿತು. ಅಷ್ಟು ಹೊತ್ತಿಗೆ

ಸೂರಪ್ಪನು ಇನ್ನೂ ನಾಲ್ಕಾರು ಬಾರಿ ಬಾಗಿಲನ್ನು ತಟ್ಟಿ ಕೂಗಿದನು. ಶಾಸ್ತ್ರಿಗಳು ಬಾಗಿಲನ್ನು ತೆರೆಯುತ್ತ "ಯಾರು? ಇದೇನು ಗಲಾಟೆ?" ಎಂದು ಗದರಿಸಿದರು.

"ಜೋಯಿಸರೆ, ಅವಳು ಮತ್ತೆ ಬಂದಿದಾಳೆ."

"ಯಾರು ಸೂರಪ್ಪನೇ? ಏನೆಂದೆ ನಿನ್ನ ಹೆಂಡತಿ ಬಂದಳೆ?" ಶಾಸ್ತ್ರಿಗಳು ಕಣ್ಣುಗಳನ್ನು ಉಜ್ಜಿಕೊಳ್ಳುತ್ತ ಕೇಳಿದರು.

"ಹುಂ."

"ಭಲ ಸದ್ಯ ಸಿಕ್ಕಿದಳಲ್ಲ" ಬಹಳ ಒಳ್ಳೇ ಹುಡುಗಿ. ಪಾಪ! ನೀನು ಅದೃಷ್ಟವಂತ. ಇಷ್ಟು ದಿನ..."

"ಅದೆಲ್ಲ ಹೇಳುತೀನಿ. ದೊಡ್ಡ ಕತೆ. ಮನೆಗೆ ಬನ್ನಿ!"

"ಈಗ?"

"ಹುಂ. ನಿಮ್ಮನ್ನು ಕೇಳೋ ವಿಚಾರ ಇದೆ."

"ನಡಿ." ಬಾಗಿಲನ್ನು ಮುಂದಕ್ಕೆ ಮಾಡಿಕೊಂಡು ಹೊರಟರು.

ಸೂರಪ್ಪನ ಮನೆಯ ಮೆಟ್ಟಿಲನ್ನು ಹತ್ತುವಾಗಲೇ ಶಾಸ್ತ್ರಿಗಳು ದೂರದಲ್ಲಿ ದೇವಮ್ಮನನ್ನು ನೋಡಿ "ದೇವಮ್ಮಾ, ಬಂದೆಯಾಮ್ಮಾ, ಕ್ಷೇಮವಾಗಿದೀಯ?" ಎಂದು ಹರ್ಷದಿಂದ ಕೇಳುತ್ತ ಹತ್ತಿರಕ್ಕೆ ಬಂದು ಅವಳ ಉಡುಪನ್ನು ನೋಡಿ, ಅವರೂ ಗಾಬರಿಯಾಗಿ "ಇದೇನು ಸಮಾಚಾರ?" ಎಂದು ಗಂಭೀರವಾಗಿ ಒಂದು ಹೆಜ್ಜೆ ಹಿಂದೆ ಸರಿದರು.

ಸೂರಪ್ಪನು ಕತೆಯ ಅಂಶವನ್ನು ಸಂಕ್ಷೇಪವಾಗಿ ತಿಳಿಸಿದನು. ಮಧ್ಯ ಮಧ್ಯೆ ಗಂಗಮ್ಮನವರು ಅವಳು ಪಟ್ಟ ಕಷ್ಟ, ಮಾಡಿದ ಸಾಹಸಗಳ ಬಗ್ಗೆ ಅನುತಾಪ, ಮೆಚ್ಚಿಕೆಗಳನ್ನು ಸೂಚಿಸಿ ಕೆಲವು ಮಾತುಗಳನ್ನು ಹೇಳುತ್ತಿದ್ದರು. ಸೂರಪ್ಪನು ದೇವಮ್ಮನ ಮತಭ್ರಷ್ಟತೆಯ ಭಾಗವನ್ನೆಲ್ಲ ಹಗುರವಾಗಿ ತೇಲಿಸಿ ಹೇಳಿದಾಗಲೆಲ್ಲ, ಶಾಸ್ತ್ರಿಗಳು ತಡೆದು ತಡೆದು ಪ್ರಶ್ನೆಗಳನ್ನು ಕೇಳುತ್ತಿದ್ದರು. ಆಗ ಗುಂಡಮ್ಮನು ಅವಕ್ಕೆಲ್ಲ ಉದ್ದವಾದ ಸ್ಪಷ್ಟವಾದ ಉತ್ತರಗಳನ್ನು ಹೇಳುತ್ತಿದ್ದಳು. ದೇವಮ್ಮನಾದರೋ ನ್ಯಾಯಾಸ್ಥಾನದಲ್ಲಿ ತನ್ನ ಮೇಲಿನ ಆಪಾದನೆಗಳನ್ನು ಕೇಳುವ ಅಪರಾಧಿಯಂತೆ ಮೌನವಾಗಿ ತಲೆ ತಗ್ಗಿಸಿದ್ದಳು. ಕತೆಯನ್ನು ಕೇಳುತ್ತ ಕೇಳುತ್ತ ಶಾಸ್ತ್ರಿಗಳ ಸೌಮ್ಯ ಮುಖವು ಬಿಗಿದುಕೊಂಡು ಕಠಿಣವಾಯಿತು. ಕೆಂಗಣ್ಣುಗಳು ನೆಟ್ಟ ದೃಷ್ಟಿಯಿಂದ ನೆಲವನ್ನು ನೋಡುತ್ತಿದ್ದುವು. ಹುಬ್ಬುಗಳು ಕೂಡಿ ಗಂಟಿಕ್ಕಿದುವು. ತುಟಿಗಳು ಒಂದನ್ನೊಂದು ಒತ್ತಿದ್ದುವು. ಜೋಯಿಸರು ಕಷ್ಟದಲ್ಲಿ ಸಿಕ್ಕಿದವರಂತೆ ತೀಕ್ಷ್ಣವಾಗಿ ಯೋಚಿಸುತ್ತಿದ್ದರು.

ಕತೆಯು ಮುಗಿದರೂ ಮುಂದಿನ ವಿಷಯವು ಚರ್ಚೆಗೆ ಬರಲಿಲ್ಲ. ಸೂರಪ್ಪನೂ ಗಂಗಮ್ಮನವರೂ ಶಾಸ್ತ್ರಿಗಳ ರೀತಿಯನ್ನು ನೋಡಿ, ಈ ಮಾತನ್ನೆತ್ತುವುದಕ್ಕೇ ಭಯಪಡುತ್ತಿದ್ದರು. ಗುಂಡಮ್ಮನೇನೋ ಆತುರಳಾಗಿದ್ದಳು; ಆದರೆ ಅವಳು ತಮ್ಮನ ಹೆದರಿಕೆಯಿಂದ ಸುಮ್ಮನಿದ್ದಳು. ದೇವಮ್ಮನೆಂದರೆ ಯಜ್ಞಪಶುವಿನ ಸ್ಥಿತಿಯಲ್ಲಿದ್ದು ಮಾತಿನ ಅಧಿಕಾರ

ವನ್ನೇ ಕಳೆದುಕೊಂಡಿದ್ದಳು. ಕಡೆಗೆ, ಕೆಲವು ನಿಮಿಷಗಳಾದ ಮೇಲೆ ಶಾಸ್ತ್ರಿಗಳೇ ಮಾತನ್ನು ಮೊದಲು ಮಾಡಿದರು.

"ಹೂಂ. ಹಾಗಾದರೆ ಪೂರ್ತಿಯಾಗೇ ಜಾತಿ ಕೆಟ್ಟುಬಿಟ್ಟಿದ್ದಾಳೆ!" – ದೀರ್ಘವಾಗಿ ಉಸಿರನ್ನು ಬಿಟ್ಟು ತೀರ್ಮಾನವನ್ನು ಹೇಳಿದರು.

"ಶಾಸ್ತ್ರಿಗಳೆ?" ಸೂರಪ್ಪನು ಗಾಬರಿಯಾಗಿ ಆಕ್ಷೇಪಣೆಯ ಸ್ವರದಿಂದ ಹೇಳಿದನು.

"ಹುಂ ಕಣಯ್ಯ. ಇರೋ ವಿಷಯ ಮುಚ್ಚೋದಕ್ಕೆ ಆಗುತ್ತೆಯೆ – ಅದೂ ಇಂಥಾ ಮತಧರ್ಮ ವಿಚಾರಗಳಲ್ಲಿ ?"

"ಹಾಗಲ್ಲ. ಆದರೆ ಅವಳೇನು ಬೇಕಾಗಿ ಹಾಗೆಲ್ಲ ಮಾಡಲಿಲ್ಲ. ಬೆದರಿಕೆಗೆ – ಬಲಾತ್ಕಾರಗಳಿಗೆ ಸಿಕ್ಕಿ ನಿಸ್ಸಹಾಯಕಳಾಗಿ, ಬೇರೆ ಉಪಾಯವಿಲ್ಲದೆ, ಅವರಿಂದ ತಪ್ಪಿಸಿಕೊಳ್ಳೋ ಉದ್ದಿಶ್ಯದಿಂದ..."

"ಅದೆಲ್ಲ ಸರಿ. ಆದರೆ ತಪ್ಪು ಹೇಗೆ ಮಾಡಿದರೂ ತಪ್ಪೇ. ದೋಷವಿಲ್ಲ ಅನ್ನೋದಕ್ಕೆ ಹೇಗಾಗುತ್ತೆ?"

"ಅವಳ ಸಂದರ್ಭದಲ್ಲಿ ಯಾರಾದರೂ ತಾನೇ ಇನ್ನೇನು..."

"ನಿಜ, ಒಪ್ಪಿದೆ. ಆದರೆ ನಡೆದದ್ದು ನಡೆದುಹೋಯ್ತೋ? ಹಿಂದೂ ಧರ್ಮ ಹೋಯ್ತೊ? ಹಾಗಾದರೆ ಒಳಕ್ಕೆ ತೆಗೆದುಕೊಳ್ಳೋದಕ್ಕೆ ಮುಂಚೆ ಶುದ್ಧಿಶಾಸ್ತ್ರ ಆಗಲೇ ಬೇಕು?"

"ಏನಂದೆ?" ಶಾಸ್ತ್ರಿಗಳು ಅತ್ಯಾಶ್ಚರ್ಯದಿಂದ ಕೇಳಿದರು.

"ಅದೇ ಪ್ರಾಯಶ್ಚಿತ್ತ..." ಸೂರಪ್ಪನು ವಿವರಿಸಲು ಹೊರಟ.

"ಇದೇನಯ್ಯ, ಇಂಥಾ ಶ್ರೋತ್ರಿಯರ ವಂಶಗಲ್ಲಿ ಹುಟ್ಟಿ ಹೀಗೆ ಕೇಳುತ್ತೀಯೆ?" ಶಾಸ್ತ್ರಿಗಳು ತಮಗೇ ಅಪಮಾನವಾದಂತೆ ಕೇಳಿದರು.

"ಯಾಕೆ?"

"ಯಾಕೆ! ಚೆನ್ನಾಯ್ತು. ಹಿಂದೂಮತದಲ್ಲಿ ಜಾತಿಕೆಟ್ಟೋರನ್ನ ಮತ್ತೆ ತೆಗೆದುಕೋತಾರೇನಯ್ಯಾ? ಅದರಲ್ಲಾಗಿ ನಮ್ಮದು ಬ್ರಾಹ್ಮಣಕುಲ!" ಶಾಸ್ತ್ರಿಗಳು ಬಾಂಬು ಹಾಕಿದರು.

"ಆ!" ಸೂರಪ್ಪನು ಗಾಬರಿಯಾದನು.

ದೇವಮ್ಮನು ಬೆಚ್ಚಿದಳು. ದುಃಖವು ಒತ್ತಿಬಂದಿತು. ಗಂಗಮ್ಮನವರು "ಅಯ್ಯೋ" ಅಂದರು. ಗುಂಡಮ್ಮನು "ಹೀಗೇ ಏನಾದರೂ ಇರುತ್ತೇ ಅಂತ ನನಗೆ ಗೊತ್ತಿತ್ತು. ಅದಕ್ಕೇ ಆಗ ಎಚ್ಚರಿಸಿದ್ದು. ಇವನು ಹೇಳಿದ ಹಾಗೇ ದುಡುಕಿದ್ದರೆ ಏನು ಅನಾಹುತ ಆಗುತ್ತಿತ್ತೊ!" ಎಂದು ತನ್ನನ್ನು ಸಮರ್ಥಿಸಿಕೊಂಡಳು. ಮಗುವು ಗಾಢನಿದ್ರೆಯಲ್ಲಿತ್ತು.

"ಶಾಸ್ತ್ರಿಗಳೇ, ಹಾಗೆಂದರೆ ಹೇಗೆ? ಬೇರೆ ದಾರಿ ಇರಬೇಕು!" ಸೂರಪ್ಪನು ಒಪ್ಪಿಕೊಳ್ಳಲಿಲ್ಲ.

"ದಾರಿಯೇನೂ ಇಲ್ಲ – ಮತ್ತೆ ಹುಟ್ಟೋದನ್ನು ಬಿಟ್ಟು."

"ಇಷ್ಟು ಕಠಿಣವಾಗಬೇಡಿ ದಯೆತೋರಿಸಬೇಕು!" ಅವನು ಅಂಗಲಾಚಿದನು.

"ಅಯ್ಯಾ, ಇದು ನಂಗೇನು ಇಷ್ಟವೇ? ದೇವಮ್ಮನ ವಿಚಾರ ನೀನು ನಂಗೆ ಹೇಳಬೇಕೆ? ಇದರಲ್ಲಿ ಕಾಠಿಣ್ಯ, ದಯೆ ಇವಕ್ಕೇನು ಅವಕಾಶವಿದೆ? ಇರೋ ವಿಚಾರ ಅದು. ನಾನೇನು ಮಾಡಲಿ? ಯಾರೇನು ಮಾಡಬಲ್ಲರು, ಹೇಳು? ಮತಕ್ಕೆ ವಿರುದ್ಧವಾಗಿ ನಡೆಯೋದು ಹಾಗಿರಲಿ, ಹೇಳೋದೂ ಮಹಾ ಪಾಪ. ಯಾರ ಅನುಕೂಲಕ್ಕೂ ನಾನು ಬೇರೆ ಹೇಳಲಾರೆ. ನನ್ನ ಮಗಳೇ ಆಗಿದ್ದರೂ ಅಷ್ಟೆ. ಏನು ಮಾಡೋದಪ್ಪಾ. ನಂಗೂ ವ್ಯಸನವೆ – ನಿನ್ನಷ್ಟೆ. ಆದರೆ ಇಂಥ ಕಷ್ಟದ, ದುಃಖದ ಸಂದರ್ಭಗಳು ಬಂದಾಗ ಸೈರಿಸಿಕೋಬೇಕು. ನಷ್ಟಕ್ಕೆ ಎದೆ ಗಟ್ಟಿಮಾಡಿಕೋಬೇಕು. ಬೇರೆ ಗತಿಯಿಲ್ಲ. ಹಾಗಲ್ಲದೆ ಧರ್ಮಾಂಧರಾಗಿ ನಡೆದು ಮತಹಾನಿ ಮಾಡೋಕಾಗುತ್ತೆಯೆ? ಮಾಡೋದನ್ನ ಯಾರಾದರೂ ಒಪ್ಪುತ್ತಾರೋ, ಅದಕ್ಕೆ ಅವಕಾಶ ಕೊಡುತ್ತಾರೋ? ಎಲ್ಲ ವಿಧಿವಿಲಾಸ. ಅದೃಷ್ಟ ಇದ್ದಹಾಗೆ ನಡೆದುಹೋಗುತ್ತೆ. ಹಣೆಬರಹ...

"ಸಾಕು ಶಾಸ್ತ್ರಿಗಳೆ – ಉಪದೇಶ" ಸೂರಪ್ಪನು ಬೇಸರದಿಂದ ತಡೆದ.

"ಅಪ್ಪಾ! ಅವರಿಗೆ ಅವಮಾನ ಮಾಡಬೇಡಪ್ಪಾ. ತಪ್ಪಾಯ್ತು ಅನ್ನು!" ಗಂಗಮ್ಮನವರು ಬೆದರಿ ಹೇಳಿದರು.

"ನಂಗೇನೂ ಅವಮಾನವಿಲ್ಲ ತಾಯಿ. ಅದು ಅನ್ನೋರಿಗೇ ಅಶ್ರೇಯಸ್ಸು ಅಷ್ಟೆ. ಸೂರಪ್ಪನಿಗೆ ಬಹಳ ದುಃಖವಾಗಿದೆ. ಇನ್ನೂ ಹುಡುಗ. ದುಡುಕಿನಲ್ಲಿ ಏನಾದರೂ ಅಂತಾನೆ. ಅನ್ನಲಿ ಬಿಡಿ. ವಿವೇಕ ಹೇಳೋದು ನನ್ನ ಕರ್ತವ್ಯ. ಹಾಗೆ ಮಾಡುತ್ತೀನಿ, ಅಷ್ಟೆ."

"ಕ್ಷಮಿಸಬೇಕು ಶಾಸ್ತ್ರಿಗಳೆ – ಅಂದದ್ದನ್ನು; ಆದರೆ ನಾನು ಈ ನಿರ್ಧಾರಕ್ಕೆ ಒಪ್ಪೋದಿಲ್ಲ. ಅವಳನ್ನು ಹೇಗಾದರೂ ತೆಗೆದುಕೊಳ್ಳಲೇ ಬೇಕು."

ದೇವಮ್ಮನು ನೀರು ತುಂಬಿದ ಕಣ್ಣುಗಳನ್ನೆತ್ತಿ ಸೂರಪ್ಪನನ್ನು ಕೃತಜ್ಞತೆಯಿಂದ ನೋಡಿದಳು. ಮುಳುಗುವವರಿಗೆ ಸಿಕ್ಕಿದ ಜೊಂಡಿನಂತಿತ್ತು – ಅವನ ಮಾತು, ಅವಳಿಗೆ.

"ಎಲ, ಎಲಾ! ಏನು ಹೇಳುತ್ತೀಯೋ ಸೂರಪ್ಪಾ! ಸ್ವಲ್ಪ ಪ್ರಜ್ಞೆ ತಂದುಕೊಂಡು ಯೋಚಿಸಿ ಮಾತಾಡು. ಅವಳನ್ನು ತೆಗೆದುಕೊಂಡರೆ ನೀವೆಲ್ಲ ಜಾತಿ ಕೆಡಬೇಕಾಗುತ್ತೆ ಗೊತ್ತೆ?" ಶಾಸ್ತ್ರಿಗಳು ಎಚ್ಚರಿಸಿದರು.

"ಹಾಗಾಗೋದಕ್ಕೆ ಆಗುತ್ತೇನಪ್ಪಾ ಮಗು?" ಗಂಗಮ್ಮನವರು ಎಚ್ಚೆತ್ತುಕೊಂಡರು.

"ನಾನು ಬೇರೆ ಇಲ್ಲಿರೋದಿಲ್ಲ; ತಿರುಪೆಯಾದರೂ ಮಾಡಿಕೊಂಡು ಬಾಳುತ್ತೀನಿ" ಗುಂಡಮ್ಮನು ಖಂಡಿತವಾಗಿ ಹೇಳಿದಳು.

"ಏನಾದರೂ ಆಗಲಿ – ನಂಗೆ" ಸೂರಪ್ಪನು ಪಟ್ಟನ್ನು ಬಿಡಲಿಲ್ಲ.

"ಸೂರಪ್ಪಾ, ನಿಂಗೆಲ್ಲೋ ಹುಚ್ಚು ಹಿಡಿದಿದೆ. ನಿಧಾನವಾಗಿ ಯೋಚಿಸು. ಸುಮ್ಮನೆ ಹಾಳಾಗಬೇಡ. ನೀನು ದೇವಮ್ಮನ ಜೊತೆಯಲ್ಲಿ ಬಾಳಿದರೆ ಏನಾಗುತ್ತೆ ನೋಡು. ನಿನ್ನ, ಪ್ರಾಯಶಃ ಈ ಸಂಸಾರವನ್ನೆಲ್ಲ ಮಠದವರು ಜಾತಿಯಿಂದ ಹೊರಗೆ ಹಾಕುತ್ತಾರೆ. ನಿಮ್ಮ

ಬ್ರಾಹ್ಮಣ್ಯ ಹಾಳಾಗುತ್ತೆ – ಹುಂ, ಬ್ರಾಹ್ಮಣ್ಯ ಸಾಮಾನ್ಯವೆ? ಎಷ್ಟೋ ಸಾವಿರ ಜನ್ಮಗಳಲ್ಲಿ ಒಂದು ಬಾರಿ ಬ್ರಾಹ್ಮಣನಾಗಿ ಹುಟ್ಟೋದು. ತಿಳೀತೆ? ಅದನ್ನೂ ಕಳೆದುಕೊಂಡು ಚಂಡಾಲನಾಗುತ್ತೀಯೆ. ಇಲ್ಲಿ ನಿನ್ನನ್ನು ಯಾರೂ ಇರಗೊಡಿಸುವುದಿಲ್ಲ. ಮನೆ, ಮಠ, ಭೂಮಿ, ಕಾಣಿ, ಊರು, ಕೇರಿ ಎಲ್ಲ ಬಿಟ್ಟು ಹೋಗಬೇಕು. ಅಷ್ಟೇ ಅಲ್ಲ ಇಂಥ ಸದ್ವಂಶಕ್ಕೆ ಕಳಂಕ ತಂದು ನಿರ್ಮೂಲ ಮಾಡಿದ ಅಪಕೀರ್ತಿ ಎಂದೆಂದಿಗೂ ನಿನ್ನದಾಗುತ್ತೆ. ಒಟ್ಟು ಇಲ್ಲಿಯ ಜನಕ್ಕೇ ಹೀನಾಯವಾಗುತ್ತೆ. ಅದೂ ಹೋಗಲಿ ಅಂದರೆ, ನಿಮ್ಮ ವಂಶವನ್ನಾದರೂ ಜ್ಞಾಪಿಸಿಕೊ. ಅಷ್ಟು ಪುರಾತನಕಾಲದಿಂದ ನಡೆದುಕೊಂಡು ಬಂದ ವಂಶ. ನಿಮ್ಮ ಪೂರ್ವಜರು ಎಷ್ಟು ಜನ ಇರಬೇಕು? ಅಂಥ ಶ್ರೇಷ್ಠ ಬ್ರಾಹ್ಮಣರು – ಮಹರ್ಷಿ ಭಾರದ್ವಾಜ ಗೋತ್ರದವರು. ಆಚಾರವಂತರು; ಕೀರ್ತಿವಂತರು, ಅವರ ಧರ್ಮ ಇಲ್ಲಿಯವರೆಗೂ ಸಂತತವಾಗಿ ನಡೆದುಕೊಂಡು ಬಂದಿದೆ. ಅವರೆಲ್ಲ ಸ್ವರ್ಗದಲ್ಲಿ ಸುಖವಾಗಿದ್ದಾರೆ. ಈಗ ನೀನು ಆ ವಂಶವನ್ನು ಕೆಡಿಸಿ ಕೊನೆಗಾಣಿಸುತ್ತೀಯೆ? ಹಾಗೆ ಮಾಡಿದರೆ ಮಹಾಯಜ್ಞ ಮಾಡುತ್ತ ಹವಿಸ್ಸನ್ನು ನಾಯಿಗೆ ಇಟ್ಟಹಾಗೆ ಆಗುತ್ತೆ. ನಿನ್ನ ಯೋಗ್ಯತೆ ಏನಾಯ್ತು? ನಿಂಗೆ ಏನು ಶಿಕ್ಷೆಯಾಗುತ್ತೆ, ಯೋಚಿಸಿಕೊ! ಎಲ್ಲ ಯಾತಕ್ಕಾಗಿ? ಕೇವಲ ಒಂದು ಹೆಣ್ಣು ಜೀವಕ್ಕಾಗಿ. ಹಾಗೆಂದರೆ ಅದನ್ನು ಕಡೆಗಾಣಿಸಬೇಕು ಅಂತ ಹೇಳೋದಿಲ್ಲ. ಮನುಷ್ಯ ಮಾತ್ರಕ್ಕೆ ಸಾಧ್ಯವಾಗಿ ಧರ್ಮ ವಿರುದ್ಧವಾಗಿರದೇ ಇದ್ದಾಗಲೆಲ್ಲ ಅದನ್ನು ರಕ್ಷಿಸಲೇಬೇಕು. ಆದರೆ ಹೀಗೆ ವಿಧಿಯಿಲ್ಲದೆ ಬಂದಾಗ ಏನು ಮಾಡೋದು? ಅದಕ್ಕಾಗಿ ಅಷ್ಟೊಂದು ಪಾಪದ ಹೊರೆ ಹೊತ್ತುಕೊಳ್ಳೋದು, ಕಷ್ಟ ಪರಂಪರೆಗೆ ಒಳಗಾಗೋದು ಸರಿಯೆ? ನ್ಯಾಯಸಮ್ಮತವೆ? ಹೆಚ್ಚು ಯಾವುದು ಅಂತ ನೋಡಿ ಅದಕ್ಕೆ ಪ್ರಾಮುಖ್ಯತೆ ಕೊಡಬೇಡವೆ? ಇಂಥ ಸಂದರ್ಭದಲ್ಲಿ ಹೆಂಡತಿ ಅನ್ನೋ ವ್ಯಾಮೋಹ ಬಿಡಬೇಡವೆ? ಯೋಚಿಸು ನಿಂಗೇ ಗೊತ್ತಾಗುತ್ತೆ..." ಮೊದಲಾಗಿ ದೀರ್ಘವಾಗಿ ಉಪದೇಶಿಸಿದರು.

ಇದರ ಪರಿಣಾಮ ಮೊದಲು ಗಂಗಮ್ಮನವರ ಮೇಲಾದುದು ಕಂಡಿತು. ಅವರು "ಮಗು ಶಾಸ್ತ್ರಿಗಳ ಮಾತುಗಳನ್ನು ವಿಚಾರಕ್ಕೆ ತೆಗೆದುಕೋಬೇಕಪ್ಪಾ. ಹಟಹಿಡಿಯಬೇಡ" ಎಂದು ಶಾಸ್ತ್ರಿಗಳಿಗೆ ಒತ್ತಾಸೆ ಕೊಟ್ಟರು. ಇಲ್ಲಿಯ ವರೆಗೆ ಅನುತಾಪ ತೋರಿಸುತ್ತ ಆಶೆ ಹುಟ್ಟಿಸಿದ್ದ ಅತ್ತೆಯು ಹೀಗೆ ಮಾರ್ಪಟ್ಟುದು, ದೇವಮ್ಮನಿಗೆ ತನ್ನ ಊರು ಗೋಲೊಂದು ಬಿದ್ದುಹೋದಂತಾಯಿತು. ಅವಳು "ಅಯ್ಯೊ!" ಎಂದುಕೊಂಡು ಬಾಯಿಗೆ ಕೈಗೊಟ್ಟು ಉಕ್ಕಿಬರುವ ದುಃಖವನ್ನು ತಡೆಯುತ್ತಿದ್ದಳು. ತಾಯಿಯ ಮಾತನ್ನು ಕೇಳಿದಮೇಲೂ ಕೊಂಚಕಾಲ ಸೂರಪ್ಪನು ನಿಶ್ಚೇಷ್ಟಿತನಾಗಿ ಕಲ್ಲಿನ ಪ್ರತಿಮೆಯಂತೆ ನಿಂತಿದ್ದನು ಕಡೆಗೆ "ಇನ್ನೇನು ಮಾಡೋದಮ್ಮಾ?" ಎಂದು ಕ್ಷೀಣಸ್ವರದಲ್ಲಿ ಕೇಳಿದನು. ತಾನು ನಂಬಿದ್ದ ಗಂಡನೊಬ್ಬನೂ ಹೀಗೆ ಅನಿರ್ಧಾರದ ಮಾತನ್ನು ಹೇಳಿದಾಗ, ಆ ಬಡ ಹುಡುಗಿಗೆ ಬರಸಿಡಿಲು ಬಡಿದಂತಾಯಿತು. ನೀರಿನಲ್ಲಿ ಬಿದ್ದಿದ್ದರೂ, ಇಲ್ಲಿಯವರೆಗೆ

ಈ ಜೊಂಡನ್ನು ಹಿಡಿದು ಅವಳು ಒದ್ದಾಡುತ್ತಿದ್ದಳು. ಈಗ ಇದೂ ಕಿತ್ತುಹೋಗಿ ಅವಳು ನಡುಪ್ರವಾಹದ ರಭಸಕ್ಕೆ ಸಿಕ್ಕಿದಳು. ತನ್ನ ದುಃಖದಲ್ಲಿ ದಿಕ್ಕೇ ತೋಚದೆ ಹುಚ್ಚಳಂತಾಗಿ ಆರ್ತಸ್ವರದಿಂದ "ಕೈ ಬಿಡಬೇಡಿ! ಕಾಪಾಡಿ!" ಎಂದು ಅವನ ಕಡೆಗೆ ಕೈ ನೀಡಿದಳು. ಅವನು ತನ್ನ ಕೈ ಕೊಡಹುತ್ತ "ಛೆ! ಇದೆಂಥ ಸಂಕಟ ಬಂತಲ್ಲ!" ಎಂದು ಒದರಿದ.

"ಕೆಟ್ಟೋಳಂತೂ ಕೆಟ್ಟಳು. ಅಲ್ಲೆ ಆದರೂ ಸರಿಹೋಗಿಸಿಕೊಂಡಿದ್ದರೆ, ಈ ಫಜೀತಿ ಯಾದರೂ ಯಾರಿಗೂ ಇರುತ್ತಾ ಇರಲಿಲ್ಲ" ಗುಂಡಮ್ಮನು ನಿರ್ದಾಕ್ಷಿಣ್ಯವಾಗಿ ಹೇಳಿ ದಳು.

"ಅತ್ತಿಗೆಮ್ಮಾ!" ದೇವಮ್ಮನು ಶೂಲದಿಂದ ಎದೆ ಇರಿಯಲ್ಪಟ್ಟ ಪ್ರಾಣಿಯಂತೆ ಹೇಳಿದಳು.

"ಹುಂ. ಆಗ ನೀನೂ ಒಂದು ದಾರಿ ಹತ್ತಬಹುದಾಗಿತ್ತು. ಈಗ ನೋಡು. ನಾನು ನಿಷ್ಠುರವಾಗಿ ಹೇಳತೀನಿ ಅಂತ ನೊಂದುಕೋಬೇಡ; ನಮ್ಮಲ್ಲಿ ಜಾತಿ ಕೆಟ್ಟೋರಿಗೆ ಇರೋದು ಎರಡೇ: ಹೊಸ ಜಾತೀಲೇ ಇರೋದು, ಇಲ್ಲ ಸಾಯೋದು!"

"ಅಯ್ಯೋ, ನಾನು ಸಾಯಬೇಕಾಗಿತ್ತು. ಅದೇ ಸುಲಭವಾಗಿತ್ತು. ಮೋಸಹೋದೆ. ಇಲ್ಲಿಗೆ ಬರೋ ಆಶೆ ಇಟ್ಟುಕೊಂಡು ಬದುಕೋಕೆ ಇಷ್ಟಪಟ್ಟೆ. ಅದಕ್ಕಾಗಿ ಮಾಡಬಾರದ್ದ ನ್ನೆಲ್ಲ ಮಾಡಿದೆ, ಸಹಿಸಿದೆ. ಅಯ್ಯೋ" ದೇವಮ್ಮನು ಗೋಳಾಡಿದಳು.

"ಸುಮ್ಮನೆ ಇರಬಾರದೇನೆ ಗುಂಡಿ? ಹೀಗೆ ಕಠಿಣವಾಗಿ ಹೇಳಿ ಯಾಕೆ ನೋಯಿಸು ತ್ತೀಯಾ ಅವಳನ್ನ ಪಾಪ! ಏನಾದರೂ ಒಂದು ಸಮಾಧಾನದ ಏರ್ಪಾಡಿಗೆ ಬರೋಣ!" ಗಂಗಮ್ಮನು ಏನನ್ನೋ ಯೋಚಿಸಿಕೊಂಡು ಹೇಳಿದಳು.

"ಪ್ಚ! ಕೊಂದಮೇಲೆ ಒಳ್ಳೆ ಸಮಾಧಾನ!" ಸೂರಪ್ಪನು ತಿರಸ್ಕಾರದಿಂದ ಹೇಳಿದನು.

ಅಪ್ಪಾ, ಅದೃಷ್ಟ ಕೆಟ್ಟಾಗ ಬೇಕಾದ್ದು ಮಾಡೋದಕ್ಕೆ ಸಾಧ್ಯವೆ ಹೇಳು? ಹೀಗೆಲ್ಲ ಆಡಬೇಕಾಗುತ್ತೆ. ಬೇಡವಾದ್ದನ್ನೆಲ್ಲ ಮಾಡಬೇಕಾಗುತ್ತೆ. ನನ್ನ ಎದೆಯೂ ಬೆಂದು ಹೋಗ್ತಾ ಇದೆ, ಗೊತ್ತೆ? ನಿನಗೆ ಹೆಂಡತಿಯಾದರೆ ನಂಗೆ ಸೊಸೆ ಅಲ್ಲವೆ? ಒಬ್ಬಳೆ ಸೊಸೆ. ಅಂಥ ಸೊಸೆ ನಮ್ಮ ವಂಶ ಉಳಿಸಿರೋಳು? ನನ್ನ ಮಗಳು ಅಂತ ತಿಳಿದುಕೊಂಡಿದೀನಿ. ಇವಳನ್ನು ಬಿಟ್ಟಿರೋದು ನಂಗೇನು ಸ್ವಲ್ಪದ ದುಃಖವೇ? ಆದರೇನು ಮಾಡೋದು? ಮತ-ಧರ್ಮ ಬಿಟ್ಟು ನಾವೆಲ್ಲ ಹಾಳಾಗೋದಕ್ಕಾಗುತ್ತೆಯೆ? ಅದಕ್ಕೆ ತಲೆ ತಗ್ಗಿಸಲೇ ಬೇಕು. ಬೇಕಾದರೆ ತಲೇನೂ ಕೊಡಬೇಕು. ಅದೇ ಶ್ರೇಯಸ್ಸು!" ಗಂಗಮ್ಮನವರು ಖಿನ್ನರಾಗಿ ಹೇಳಿದರು.

"ನ್ಯಾಯವಾದ ಮಾತುಗಳು!" ಶಾಸ್ತ್ರಿಗಳು ತಲೆದೂಗಿದರು.

"ಏನು ನ್ಯಾಯವೋ, ಏನು ಧರ್ಮವೋ, ಏನು ಮತವೋ ನನಗೆ ಒಂದೂ ತಿಳಿಯೋ ಹಾಗಿಲ್ಲ. ನನ್ನ ಬುದ್ಧಿಯೇ ಕೆಟ್ಟುಹೋಗಿದೆ. ಏನು ಬೇಕಾದರೂ ಮಾಡಿ; ನನ್ನಿಂದ ಮಾಡಿಸಿಕೊಳ್ಳಿ, ಧರ್ಮ ಕರ್ಮ ಎಲ್ಲ ನಿಮ್ಮದು. ದೇವರು ನೋಡಿಕೊಳ್ಳಲಿ – ನ್ಯಾಯ

ವನ್ನು. ಅವನೇ ದಯೆಯಿಡಬೇಕು. ನಮ್ಮ ಮೇಲೆ!" ಸೂರಪ್ಪನು ನಿಸ್ಸಹಾಯಕನಾಗಿ ನುಡಿದು ಸುಮ್ಮನಾದನು.

"ಶಾಸ್ತ್ರಿಗಳೆ, ನಿಮಗೆ ಯಾವ ದಾರಿಯೂ ಹೊಳೆಯೋದಿಲ್ಲವೆ?" ಗಂಗಮ್ಮನವರು ಕೇಳಿದರು.

"ಕಠಿಣವಾಗಿ ಹೇಳಿದರೂ ಗುಂಡಮ್ಮ ಒಂದು ದಾರೀನೇನೋ ತೋರಿಸಿದ್ದಾಳೆ!"

"ಏನು ಅಲ್ಲಿಗೆ ಹೋಗಿ ಬಾಳೋದೆ? ಶಿವ! ಶಿವ! ನಿಮಗೆ ಹೇಳೋದಕ್ಕಾದರೂ ಮನಸ್ಸು ಹೇಗೆ ಬರುತ್ತೆ? ಎಂದಿಗಾದರೂ ಹೋದೇನೆ?" ದೇವಮ್ಮನು ತಾಳ್ಮೆ ಮೀರಿ ಕೂಗಿಕೊಂಡಳು.

"ಬರಿ ಹುಚ್ಚು!" ಸೂರಪ್ಪನು ರೇಗಿದನು.

"ಹೋಗಬೇಕು ಅಂತಲ್ಲ ನಾನು ಹೇಳಿದ್ದು. ಸಾಧ್ಯವಾದ ದಾರಿ ಒಂದನ್ನು ಸೂಚಿಸಿದೆ ಅಷ್ಟೆ. ಇನ್ನೇನು ಮಾಡಬಹುದು, ಯಾರಾದರೂ ಹೇಳಿ ಮತ್ತೆ?" ಶಾಸ್ತ್ರಿಗಳು ತಿದ್ದಿಕೊಂಡು ತಮ್ಮ ಸರದಿಯಲ್ಲಿ ಸಿಟ್ಟಾದರು.

"ಶಾಸ್ತ್ರಿಗಳೆ. ಇವಳು ಇಲ್ಲೇ ಬೇರೆ ಇರೋಹಾಗೆ ಏರ್ಪಾಡು ಮಾಡಿದರೋ?" ಗಂಗಮ್ಮನವರು ತಮ್ಮ ಯೋಚನೆಯನ್ನು ಹೇಳಿದರು.

"ಹೂಂ. ಅದೂ ಒಂದು ದಾರಿಯೆ. ಆದರೆ ಇಲ್ಲಿ ಮುಸಲ್ಮಾನರು ಯಾರೂ ಇಲ್ಲ. ಇವಳೇ ಬೇರೆಯ ಕಡೆ ಬೇರೆಯ ಬೀದಿಯಲ್ಲಿ ಇರಬೇಕಾಗುತ್ತೆ!" ಶಾಸ್ತ್ರಿಗಳು ಯೋಚಿಸುತ್ತ ಸಮ್ಮತಿಸುತ್ತ ನಿಧಾನವಾಗಿ ಹೇಳಿದರು.

"ಏನು, ಬೇರೆ ನಾನೊಬ್ಬಳೆ. ನಿಮ್ಮನ್ನು ಬಿಟ್ಟು, ಈ ಕಂದನನ್ನು ಬಿಟ್ಟು ಈ ಹಾಳು ಬಾಳನ್ನು ಸಾಗಿಸಲೆ? ಬೇಡಿ. ಮತ್ತೆ ನಿಮ್ಮ ಮನೆ ಸೇರೋದಕ್ಕೆ ಆಗದೇ ಇದ್ದರೆ, ನಿಮ್ಮ ಸೇವಕಳಾಗಿ ಆದರೂ ಇಟ್ಟುಕೊಳ್ಳಿ. ಇಲ್ಲೇ ಹೊರಗೆ ಹೊರಗೇ ಇರುತ್ತೀನಿ" ಗಂಡನನ್ನು ದೈನ್ಯದಿಂದ ಬೇಡಿಕೊಂಡಳು.

ಉತ್ತರಕ್ಕಾಗಿ ಸೂರಪ್ಪನೂ, ಗಂಗಮ್ಮನವರೂ ಶಾಸ್ತ್ರಿಗಳ ಮುಖವನ್ನು ನೋಡಿದರು.

ಅದು ಹೇಗಾದೀತು ಗಂಗಮ್ಮನೋರೆ? ಮುಸಲ್ಮಾನರೋಳು, ಮ್ಲೇಂಚ್ಛರೋಳು. ಮನೆಯ ಸುತ್ತ ಸುತ್ತ ಸುಳಿದಾಡುತ್ತಾ ಇದ್ದರೆ, ಏನು ಆಚಾರ ಉಳಿಯುತ್ತೆ ಹೇಳಿ? ಈ ಬೀದಿಯೋರಾದರೂ ಒಪ್ಪುತಾರೋ ಎಂದಿಗೂ ಇಲ್ಲ" ಶಾಸ್ತ್ರಿಗಳು ಖಂಡಿತವಾಗಿ ಹೇಳಿದರು.

"ಅಯ್ಯೋ. ಆದಾಗದು, ಆಗದು, ನನ್ನ ಬಿಡಬೇಡಿ. ಹಾಗೆ ಬಾಳಲಾರೆ. ನಂಗೆ ತೌರಿಲ್ಲ. ಎಲ್ಲರನ್ನೂ ಕಳೆದುಕೊಂಡ ಅನಾಥೆ. ನೀವೇ ಗತಿ!" ದೇವಮ್ಮನು ತೊಡೆಯ ಮೇಲೆ ಮಲಗಿದ್ದ ಮಗುವಿದ್ದಂತೆಯೇ ತೆವಳಿಕೊಂಡು ಗಂಡನ ಕಡೆಗೆ ಸರಿದು ಕೈಜೋಡಿಸಿದಳು.

"ಏನು ಮಾಡು ಅಂತೀಯ? ನಿಂಗಂತೂ ಇಲ್ಲಿ ಸ್ಥಳ ಇಲ್ಲ ಅನ್ನೋದು ಖಂಡಿತವಾಯ್ತು. ನಾನೂ ನಿನ್ನ ಜೊತೇಲಿ ಬರಲೇನು. ನಡಿ. ಹಾಗೆ ಆಗಲಿ. ಈ ಪಾಳು ಜಾತಿ.

ಮತ, ಧರ್ಮ, ಆಚಾರ – ಮಾನವತೆಗೇ ಅವಕಾಶ ಕೊಡದ ಈ ಗೊಂದಲವೆಲ್ಲ ಹಾಳಾಗಿ ಹೋಗಲಿ. ಯಾರಿಗೆ ಬೇಕು. ಏನು ಬೇಕಾದರೂ ಆಗಲಿ. ನಾನು ಎಲ್ಲಕ್ಕೂ ಸಿದ್ಧ." – ಸೂರಪ್ಪನು ಕಿರಿಚಿಕೊಂಡನು.

"ಅಪ್ಪಾ! ಅಪ್ಪಾ! ಮಗು, ಇದೇನು ಸ್ವಲ್ಪವೂ ಪರಿಜ್ಞಾನವಿಲ್ಲದೆ ಮಾತಾಡುತ್ತಿದ್ದೀಯೆ?" ಗಂಗಮ್ಮನವರು ಗಾಬರಿಯಾದರು.

"ಅವನಿಗೇನೋ ಹುಚ್ಚೇ ಹಿಡಿದಿದೆ – ಹೀಗಾಡುತ್ತಿದ್ದಾನೆ" ಗುಂಡಮ್ಮನು ಗದರಿಸಿಕೊಂಡಳು.

"ಇನ್ನು ನಿಮ್ಮ ನಿಮ್ಮ ಪಾಡು. ನಾನು ಹೇಳಿದ್ದಾಯ್ತು. ಅವಿವೇಕ ಮಾಡಿದರೆ ನೀವೇ ಅನುಭವಿಸುತ್ತೀರಿ. ಎಚ್ಚರವಾಗಿರಿ!" ಶಾಸ್ತ್ರಿಗಳು ಸಿಟ್ಟಾಗಿ ನಿಲ್ಲದೆ ಹೊರಟೇ ಹೋದರು. ಗಂಗಮ್ಮನವರು ಕೂಗಿದರೂ ಪ್ರಯೋಜನವಾಗಲಿಲ್ಲ.

"ಇವನ ಅವಿವೇಕವನ್ನೆಲ್ಲ ಅವರು ಯಾಕೆ ಸೈರಿಸಿಕೊಂಡು ಇಲ್ಲಿರುತ್ತಾರೆ? ಹೋದರು. ಇನ್ನು ಇವನು ಸರ್ವನಾಶ ಮಾಡುತ್ತಾನೆ. ದೇವರೇ ಕಾಪಾಡಬೇಕು" ಗುಂಡಮ್ಮನು ಆಕ್ರೋಶದಿಂದ ಹೇಳಿದಳು.

ಸ್ವಲ್ಪ ಹೊತ್ತು ಎಲ್ಲರೂ ಸುಮ್ಮನಿದ್ದರು. ಯೋಚಿಸುತ್ತಿದ್ದರು. ಅನಂತರ ಗಂಗಮ್ಮನವರು ಸೊಸೆಯ ಕಡೆಗೆ ತಿರುಗಿ :

"ಅಮ್ಮಾ. ನೀನು ಆಗಲೇ ಒಂದು ಸಾರಿ ನಮ್ಮ ವಂಶವನ್ನು ಉಳಿಸಿದ್ದೀಯೆ. ಆದರೆ ಈಗ ಅದಕ್ಕಿಂತ ಹೆಚ್ಚಾದ ರೀತಿಯಲ್ಲಿ ಎರಡನೆಯ ಸಾರಿ ಅದನ್ನು ನೀನೇ ಉಳಿಸೋ ಕಾಲ ಬಂದಿದೆ. ನನ್ನ ಮಗನಂತೂ ನೀನು ಹೇಳಿದ ಹಾಗೆ ಕೇಳುತ್ತಾನೆ. ನ್ಯಾಯವಿರಬಹುದು. ಆದರೆ ನೀನು ನಿನ್ನ ವಂಶಕ್ಕೇ ಯಾವುದು ಯೋಗ್ಯ ಅಂತ ಯೋಚಿಸಬೇಕು. ದೊಡ್ಡ ದುರದೃಷ್ಟ ನಿನ್ನನ್ನು ಕವಿದುಕೊಂಡಿದೆ; ನಿಜ. ಅದರ ನಿವಾರಣೆಗೆ ನಮಗೆ ಸಾಧ್ಯವಾದದ್ದನ್ನೆಲ್ಲ ಮಾಡಬೇಕು ಅನ್ನೋದು ನಮ್ಮಿಷ್ಟ. ಆದರೆ ನಿಂಗೆ ಸಂತೋಷವಾಗೋ ಅಷ್ಟು, ನಿನ್ನ ಜೀವನ ಸುಖವಾಗೋ ಅಷ್ಟು ಮಾಡೋದು ನಮ್ಮ ಸ್ಥಿತಿಯಲ್ಲಿ ಆಗೋದಿಲ್ಲ ಅನ್ನೋ ವ್ಯಸನ ನಮ್ಮನ್ನೆಲ್ಲ ತುಂಬಿದೆ. ಆದರೇನು? ನಾವು ಅಸಹಾಯಕರು. ನಿರ್ಬಂಧಕ್ಕೆ ಸಿಕ್ಕಿದೀವಿ. ನೀನೇ ನೋಡು. ಹೀಗಿದೆ ಅಂತ. ನಿನ್ನ ದುರದೃಷ್ಟವನ್ನು ಈ ಮನೆಮೇಲೂ ಹಾಕೋದು ಸರಿಯೆ? ನಿನ್ನ ಕಳೆದುಕೊಂಡು ದುಃಖವೇ ಅದಕ್ಕೆ ಸಾಲದೆ? ಈಗ ನೀನು ಸಹಾಯವಾಗಿ ನಮ್ಮನ್ನು ಉಳಿಸಬೇಕು. ನಾನು ಕೇಳುತ್ತ ಇರೋದು ಬಲುದೊಡ್ಡದು ನೆಂಗೆ ಗೊತ್ತು. ನಾನು ಹೆಂಡತಿಯಾಗಿ, ತಾಯಿಯಾಗಿ ಬಾಳಿದೋಳೇ ಆದರೆ ನಿನ್ನ ಎದೆಯೂ ದೊಡ್ಡದೆ. ನನ್ನ ಈ ಬೇಡಿಕೆಯನ್ನು ನಡೆಸಿಕೊಟ್ಟು ಪುಣ್ಯಕಟ್ಟಿಕೊ! ನನ್ನ ಏರ್ಪಾಡಿಗೆ ಒಪ್ಪಿಕೊ! ಆದಷ್ಟೂ ನಿಂಗೆ ಅನ್ಯಾಯವಾಗದ ಹಾಗೆ ನೋಡಿಕೋತೇವೆ. ನಮ್ಮ ಮನೆ ಉಳಿಸಿದ ದೇವತೆ ಅಂತ ನಿನ್ನ ಹೆಸರಿನಲ್ಲಿ ದೀಪ ಹಚ್ಚಿಡುತ್ತೇವೆ. ನಿನ್ನ ವಂಶವನ್ನು ನೀನೇ ಕಾಪಾಡಬೇಕು" ಎಂದು ಕೇಳಿಕೊಂಡರು.

ಗಂಗಮ್ಮನವರ ಮಾತನ್ನು ಕೇಳಿ ಎಲ್ಲರೂ ಸ್ತಬ್ಧರಾದರು. ದೇವಮ್ಮ ಅಳುವುದನ್ನು ನಿಲ್ಲಿಸಿ ತೀಕ್ಷ್ಣವಾಗಿ ಯೋಚಿಸತೊಡಗಿದಳು. ಕೆಲವು ನಿಮಿಷಗಳು ಕಳೆದುವು. ಗಂಗಮ್ಮ ನವರು "ಒಪ್ಪಿಕೊಳ್ಳುತ್ತೀಯಾ ತಾಯಿ?" ಎಂದು ಕೇಳಿದರು.

"ಆ?"

"ಒಪ್ಪಿಕೊಂಡು ಉದ್ಧಾರ ಮಾಡಮ್ಮಾ!"

"ಅಯ್ಯೋ, ಹೇಗೆ ಒಪ್ಪಿಕೊಳ್ಳಲಿ?"

"ಬಿಡು, ಬೇಡ!" ಸೂರಪ್ಪನು ಹೇಳಿದನು.

"ಇಲ್ಲ... ಇಲ್ಲ... ಈ ಮನೆ ಹಾಳಾಗಬಾರದು... ಆಗಲಿ... ಹೇಗಾದರೂ ಆಗಲಿ... ನನ್ನ ಗತಿ!" ದೇವಮ್ಮನು ನಿರಾಶಳಾಗಿ ಒಪ್ಪಿಬಿಟ್ಟಳು.

"ಎಲೆ ಹುಚ್ಚಿ! ಇದೇನು, ನಿನ್ನ ಆತ್ಮಹತ್ಯೆ! ನಾನು ಹೇಗೆ ಒಪ್ಪಲಿ ಇದಕ್ಕೆ?" ಸೂರಪ್ಪನು ಆಶ್ಚರ್ಯ, ಖೇದಗಳಿಂದ ಹೇಳಿದನು.

"ಬೇರೆ ಮಾಡೋ ಹಾಗಿಲ್ಲ" ದೇವಮ್ಮನು ನಿರ್ಧಾರವನ್ನು ಹೇಳಿದಳು.

"ತಾಯಿ?" ನೀನೆ ನಮ್ಮ ಮನೆ ದೇವರಮ್ಮಾ. ದೇವರು ನಿಂಗೆ ಒಳ್ಳೇದು ಮಾಡಲಿ!" ಗಂಗಮ್ಮನವರು ಹೇಳಿ ಸಮಾಧಾನ ಹೊಂದಿದರು.

"ಸದ್ಯ ಅನಾಚಾರ ಹೇಗೋ ತಪ್ಪಿತಲ್ಲಾ!" ಗುಂಡಮ್ಮನು ತೃಪ್ತಿಹೊಂದಿದಳು.

"ಹುಂ, ನೋಡೋಣ" ಸೂರಪ್ಪನು ಅನಿಶ್ಚಯದಿಂದ ಸುಮ್ಮನಾದನು.

ಗಂಟೆ ಎರಡಾಗಿತ್ತು. ಮಲಗುವ ಪ್ರಯತ್ನ ನಡೆಯಿತು. ದೇವಮ್ಮನು ಆ ರಾತ್ರಿ ಹೊರಗೆ ಮುಟ್ಟಾದವರ ಹೊರಕೋಣೆಯಲ್ಲಿ ಮಲಗಬೇಕೆಂದು ನಿಶ್ಚಯವಾಯಿತು. ಗಂಗಮ್ಮನವರು "ಬಟ್ಟೆ ಬಿಚ್ಚಿ ಮಗು ಕೊಡು" ಅಂದರು. ದೇವಮ್ಮನು, "ಇಲ್ಲ". ಹೇಗಿದ್ದರೂ ನನ್ನ ಬಳಿ ಬಂದಿದೆ. ಈ ಒಂದು ರಾತ್ರಿ ನನ್ನ ಹತ್ತಿರದಲ್ಲೇ ಇರಲಿ!" ಎಂದು ಬೇಡಿಕೊಂಡಳು. ಒಪ್ಪಿಗೆ ಸಿಕ್ಕಿತು. ಗಂಗಮ್ಮನವರು ಚಾಪೆ, ಹಳೆಯ ಸೀರೆ, ಕಂಬಳಿ ಯನ್ನು ಕೊಟ್ಟರು. ದೇವಮ್ಮನು ಮಗುವನ್ನು ಮಲಗಿಸಿಕೊಂಡು ಮಲಗಿದಮೇಲೆ. ಉಳಿದವರು ಒಳಗೆ ಮಲಗಿದರು.

ದೇವಮ್ಮನಿಗೆ ನಿದ್ದೆ ಹೇಗೆ ಹತ್ತೀತು? ಯೋಚನೆಗಳು ಅವಳನ್ನು ಬಾಧಿಸುತ್ತಿದ್ದುವು, ತನ್ನ ಹಿಂದಿನ ಜೀವನವೆಲ್ಲ ಅವಳ ಕಣ್ಣುಮುಂದೆ ಹಾಯ್ದಿತು. ಆಗತಾನೆ ನಡೆದಿದ್ದ ಮಾತುಕತೆಗಳು ಮತ್ತೊಮ್ಮೆ ಮನದಲ್ಲಿ ಹರಿದುವು. ಅವಳು ದೀರ್ಘವಾಗಿ ನಿಟ್ಟುಸಿ ರೊಂದನ್ನು ಬಿಟ್ಟಳು. ಚಳಿಯ ಗಾಳಿ ಬೀಸಿತು. ಮಗುವು ನಡುಗಿತು. ಅವಳು ಕಂಬಳಿ ಯನ್ನೂ ಜೋಡಿಸಿದ್ದ ಸೀರೆಯನ್ನೂ ಸರಿಮಾಡಿ ಹೊದ್ದಿಸಿ, ಮಗುವನ್ನು ತನ್ನ ಎದೆಯ ಕಡೆಗೆ ಸರಿಸಿಕೊಂಡಳು. ಹಾಗೇ ಆ ಸೀರೆಯ ನೆನಪು ಬಂತು. ಅದು ತನ್ನ ಗಂಡನು ತನಗೆ ಮೊದಲ ಸಾರಿ ಆರಿಸಿ ತಂದು ಕೊಟ್ಟಿದ್ದುದು. ಅದನ್ನು ಅವಳು ಉಟ್ಟಾಗಲೆಲ್ಲ ಅವನು ಬಹಳವಾಗಿ ಮೆಚ್ಚಿಕೊಳ್ಳುತ್ತಿದ್ದನು. ಹುಂ; ಅವನು ಯಾವಾಗಲೂ ಹಾಗೆಯೇ. ಅವಳನ್ನು

ಕಂಡರೆ ಹುಚ್ಚನಂತಾಗುತ್ತಿದ್ದನು. ಈಗಲೂ ಹಾಗೇ ಅಲ್ಲವೆ? ಉಹುಂ. ಆ ಹುಚ್ಚಿಗೆ ಇನ್ನು ಆಸ್ಪದ ಕೊಡದಂತೆ ಮಾಡಬೇಕು. ನಿಜ... ಆ ಕಂಬಳಿಯೋ? ಅದನ್ನು ನಿಷೇಕದಲ್ಲಿ ತಂದೆಯವರು ಕೊಟ್ಟಿದ್ದರು. ಹಾ! ಈಗ ತಂದೆಯವರಿದ್ದರೆ? ತಾಯಿ ಇದ್ದರೆ? ಅವರು ಹೀಗೆ ದೂರ ಮಾಡುತ್ತಿದ್ದರೆ? ಎಂದಿಗೂ... ಏನೊ, ಯಾರಿಗೆ ಗೊತ್ತು? ಮತದ ಪ್ರಭಾವ ಎಲ್ಲೆಲ್ಲಿಯ ವರೆಗೆ ಹೋಗುವುದೋ! ಹುಂ. ಅದೇಕೆ ಯೋಚನೆ – ಅವರೇ ಇಲ್ಲದಾಗ... ಆ ಕಂಬಳಿ ಎಷ್ಟು ಸುಖವನ್ನು ಕಂಡಿದ್ದಿತು! ಒಂದು ಬಾರಿ ಕಳ್ಳರು ಮನೆಗೆ ಬಿದ್ದಾಗ, ಬಾಕಿಯದರ ಜೊತೆಗೆ ಈ ಕಂಬಳಿಯನ್ನೂ ಹೊತ್ತುಕೊಂಡು ಹೋಗಿದ್ದರು. ಆದರೆ ಅದೂ ಪತ್ತೆಯಾಯಿತು .ಉಣ್ಣೆಗೆ ದೋಷವಿಲ್ಲ ಎಂದು ಬಿಸಿಲಿಗೆ ಹಾಕಿ ಇವರು ಮತ್ತೆ ಉಪಯೋಗಿಸಿದರು. ಪುಣ್ಯಶಾಲಿ ಕಂಬಳಿ! ಅಹಾ, ಈ ಕಂಬಳಿಗಿಂತ ತಾನು ಕಡೆಯಾದೆನಲ್ಲ!... ಹೀಗೆ ಒಂದರಿಂದ ಒಂದು ವಿಷಯಕ್ಕೆ ಹಾರುತ್ತ ಯೋಚಿಸುತ್ತಿದ್ದಳು.

ಗಡಿಯಾರವು ಮೂರು ಗಂಟೆಯನ್ನು ಹೊಡೆಯಿತು. ಅವಳು ದಿಗ್ಗನೆದ್ದು ಕುಳಿತು "ಹೊತ್ತಾಯ್ತು!" ಎಂದುಕೊಂಡಳು. ಶಬ್ದಕ್ಕಾಗಿ ಆಲಿಸಿದಳು. ಎಲ್ಲೆಲ್ಲೂ ನಿಶ್ಶಬ್ದವಾಗಿತ್ತು. ಹೊದ್ದಿಕೆಯನ್ನು ಇನ್ನೊಂದು ಮಡಿಕೆ ಜೋಡಿಸಿ ಮಗುವಿಗೆ ಚೆನ್ನಾಗಿ ಹೊದಿಸಿದಳು. ಅದರ ತಲೆ ಸವರಿದಳು. ಮೃದುವಾಗಿ ಮುತ್ತಿಟ್ಟಳು. ತಲೆಯೆತ್ತಿದಾಗ ಅವಳ ಕಣ್ಣೀರಿನ ಬಿಸಿ ಹನಿಯೊಂದು ಅದರ ಕೆನ್ನೆಯ ಮೇಲೆ ಬಿದ್ದಿತು. ಅದನ್ನು ಮೆಲ್ಲಗೆ ಒರೆಸಿದಳು. "ಕಂದ! ನಿನ್ನನ್ನು ದೇವರೇ ನೋಡಿಕೊಳ್ಳಲಿ! ಎನ್ನುತ್ತ ಮೇಲೆದ್ದು ಮತ್ತೆ ಬಗ್ಗಿ ತಲೆ ಸವರಿ, ಕೋಣೆಯ ಬಾಗಿಲನ್ನು ಹಾಕಿಕೊಂಡು ಹೊರಬಿದ್ದಳು. ಅವಳು ಮೆಟ್ಟಿಲನ್ನಿಳಿಯುತ್ತಿರುವಾಗ ಅಲ್ಲೆ ವರಾಂಡದಲ್ಲಿ ನಿಂತಿದ್ದ ಹಸುವು ಶಬ್ದಮಾಡಿತು. ಅವಳು ಅದರ ಬಳಿಗೆ ಹೋಗಿ ನೀರನ್ನು ಹತ್ತಿರಕ್ಕಿಟ್ಟು, ಮೈದಡವಿದಳು. ಅನಂತರ ಹಿಂದಿರುಗಿ ಬಂದು ಮತ್ತೆ ಮೆಟ್ಟಿಲನ್ನಿಳಿದು ಕುಂಟುತ್ತ ಹೊರಟು ಹೋದಳು.

* * * *

ಮಾರನೆಯ ದಿನ ಬೆಳಿಗ್ಗೆ ಧರ್ಮಕೊಂಡದಲ್ಲಿ ಗದ್ದಲವೋ ಗದ್ದಲ. ಹಳ್ಳಿಯ ಹೊರಗಿನ ಸಿಹಿನೀರಿನ ಬಾವಿಯಲ್ಲಿ ದೇವಮ್ಮನ ಹೆಣ ಸಿಕ್ಕಿತು. ಅವಳ ವಿಷಯವು ಹಳ್ಳಿಗೆಲ್ಲಾ ಗೊತ್ತಾಯಿತು. ಎಲ್ಲರ ಬಾಯಲ್ಲೂ ಅವಳದ್ದೇ ಮಾತು. ಸೂರಪ್ಪನು ತಲೆಯನ್ನು ನೆಲಕ್ಕೆ ಬಡಿದುಕೊಳ್ಳುತ್ತ ಗೋಳಾಡುತ್ತಿದ್ದನು. ಅನೇಕ ಬಾರಿ ತಾನೂ ಪ್ರಾಣ ಕಳೆದುಕೊಳ್ಳುವುದಾಗಿ ಓಡಲು ಯತ್ನಿಸುತ್ತಿದ್ದನು. ಇತರರು ಅನೇಕರು ಹಿಡಿದುಕೊಂಡು ಸಮಾಧಾನ ಹೇಳುತ್ತಿದ್ದರು. ಗಂಗಮ್ಮನವರು ಸುಮ್ಮನೆ ಕಣ್ಣೀರನ್ನು ಸುರಿಸುತ್ತ ಕುಳಿತಿದ್ದರು. ಮಗುವು ಚೀರಿಡುತ್ತಿತ್ತು. ಗುಂಡಮ್ಮನ ಸುತ್ತ ಅನೇಕ ಹೆಂಗಸರು ಸೇರಿದ್ದರು. ಅವಳು ಅವರಿಗೆ

ವಿಷಯವನ್ನೆಲ್ಲ ವಿಶದವಾಗಿ ವಿವರಿಸುತ್ತ, "ಅಂತೂ ಅವಳ ಗೋದಲ ಬಗೆಹರಿದ ಹಾಗಾಯ್ತು. ಈ ಕೆಲಸವನ್ನು ಅವಳು ಆಗಲೇ ಮಾಡಿದ್ದರ, ಈ ಗೋಳಿಗೆ ಕಾರಣವಿರುತ್ತಿರಲಿಲ್ಲ, ಎಂದು ಹೇಳುತ್ತಿದ್ದಳು. ಗುಂಪಿನಲ್ಲಿ ಕೆಲವರು "ಛೆ, ಎಂಥಾ ದುರದೃಷ್ಟ" ಎಂದು ಮರುಗಿದರು. ಕೊಂಚ ಹೊತ್ತಾದಮೇಲೆ ಯಾರೋ "ಇದಂತೂ ಸರಿಯಲ್ಲ; ಈ ನೀರು ತೆಗೆದು ಹೊಸ ನೀರು ಬರೋತನಕ ಸೀನೀರಿಗೇನು ಗತಿ ಹೇಳಿ" ಎಂದು ಕೇಳುತ್ತಿದ್ದರು. ಎಲ್ಲರೂ ಚಿಂತೆಗೊಳಗಾಗಿದ್ದರು.

ತನಿಖೆ ಕ್ರಮಗಳು ನಡೆದು ಆತ್ಮಹತ್ಯವು ಸ್ಥಾಪಿಸಲ್ಪಟ್ಟ ಮೇಲೆ ಕಾಳಪ್ಪ ಶಾಸ್ತ್ರಿಗಳು ಶವಸಂಸ್ಕಾರ ವಿಷಯವನ್ನು ಚರ್ಚಿಸುತ್ತ, ಅವಳು ಅನ್ಯಮತಸ್ಥಳಾದುದರಿಂದ ಆ ಮತದ ಕಟ್ಟಳೆಗೆ ಸರಿಯಾಗಿ ಶವವನ್ನು ಕೀಳು ಜಾತಿಯವರು ಅಷ್ಟು ಜನ ಎಲ್ಲಾದರೂ ಹೂಳಬೇಕೆಂದೂ, ಶ್ರಾದ್ಧ ಮೊದಲಾದುವೆಲ್ಲ ಅನಾಚಾರವಾಗುವುದೆಂದೂ ತೀರ್ಮಾನಿಸಿದರು. ಗಂಗಮ್ಮನವರು ಈ ಅಪಮೃತ್ಯುವಿನ ಬಗ್ಗೆ ಭಯವನ್ನು ಶಾಸ್ತ್ರಿಗಳಿಗೆ ತಿಳಿಸಿದರು. ಇದರ ವಿಚಾರವಾಗಿ ಶಾಸ್ತ್ರಿಗಳು ಮಧ್ಯಾಹ್ನದ ಹೊತ್ತಿಗೆ ಸೂರಪ್ಪನ ಮನೆಯಲ್ಲಿ, ಶುದ್ಧಿ, ಪೂಜೆ. ಶಾಂತಿ ಮುಂತಾಗಿ ಅಗತ್ಯವಾದ ಕಾರ್ಯಗಳನ್ನೆಲ್ಲ ನೆರವೇರಿಸಿದರು.

* * * *

ಕೆಲವು ವರ್ಷಗಳು ಕಳೆದುವು. ಸೂರಪ್ಪನಿಗೆ ಎರಡನೆ ಮದುವೆಯಾಯಿತು. ಬೇರೆ ಮಕ್ಕಳೂ ಆದುವು. ಮೊದಲನೆಯ ಹೆಣ್ಣು ಮಗುವಿಗೆ ಸೂರಪ್ಪನು ದೇವಮ್ಮನೆಂದೇ ಹೆಸರಿಟ್ಟಿದ್ದಾನೆ. 'ದೇವು' ಎಂದು ಕರೆಯುತ್ತಾನೆ. ಗಂಗಮ್ಮನವರು ಇಂದಿಗೂ ದೇವಮ್ಮನ ಹೆಸರಿನಲ್ಲೇ ದೀಪವನ್ನು ಹಚ್ಚುತ್ತಾರೆ. ಗುಂಡಮ್ಮನವರು ಈಗಲೂ ಈ ಕತೆಯನ್ನು ಸಮಯ ಸಿಕ್ಕಿದಾಗಲೆಲ್ಲ ಅವರಿವರಿಗೆ ಸವಿಸ್ತಾರವಾಗಿ ತನ್ನ ವ್ಯಾಖ್ಯಾನದೊಂದಿಗೆ ತಿಳಿಸುತ್ತ "ದೇವರೇ ಅವಳಿಗೆ ಒಳ್ಳೆ ಬುದ್ಧಿ ಕೊಟ್ಟು ನಮ್ಮನ್ನು ಆಪತ್ತಿನಿಂದ ಪಾರುಮಾಡಿಸಿದ!" ಎಂದು ಪೂರ್ತಿಮಾಡುತ್ತಾಳೆ.

7. ನಾಲ್ಕು ಮೊಳ ಭೂಮಿ

ಚದುರಂಗ

ಅಂಚೆಯು ಪೇದೆ. "ಮನಿಯಾರ್ಡರ್, ಸಾರ್" ಎಂದು ಕೂಗಿದುದು ಅವನಿಗೆ ಕೇಳಿಸಲಿಲ್ಲ. ಅವನ ಮನಸ್ಸು ಬಿಚ್ಚಿದ ಕಾಗದದ ಸುರುಳಿಯಾಗಿತ್ತು. ಮನೆಯಲ್ಲಿ ಹೆಂಡತಿಯಿಲ್ಲ; ಹೃದಯದೊಳಗೆ ನಲಿವಿಲ್ಲ. ವ್ಯಾಜ್ಯದ ಕಟ್ಟುಗಳನ್ನು ಮೇಜಿನ ಮೇಲೆ ಹರಡಿಕೊಂಡೇ ಅವನು ಯೋಚನೆಯ ವ್ಯೂಹದೊಳಗೆ ಸಿಕ್ಕಿದ್ದ. 'ಹಾಳು ಕೆಲಸ. ಇದಕ್ಕೆಂದಿಗೆ ಕೊನೆ?' ಎಂದು ಬೇಸರದ ಒಳದನಿ ಕೂಗಿ ಕೇಳುತ್ತಿತ್ತು. 'ವ್ಯಾಜ್ಯ, ವ್ಯಾಜ್ಯ, ವ್ಯಾಜ್ಯ...' ಈ ಈ ವ್ಯಾಜ್ಯಗಳಿಗೆ ಮುಕ್ತಾಯವೇ ಇಲ್ಲವೆ? – ಬೆಳಗಾಯಿತೆಂದರೆ ಕೋರ್ಟು, ಕಚೇರಿ ಈ ವ್ಯವಹಾರಗಳಲ್ಲೇ ಜೋಕಾಲಿಯಾಡುವುದೆಂದರೆ ಬದುಕಿಗೆ ಯಾವ ಸೊಗಸು? ಎಂದು ಅಂತರ್ಯ ತರ್ಕದ ತುರಿಮಣೆಯ ಮೇಲೆ ಗಾಸಿಗೊಂಡಿತ್ತು.

ಮನಿಯಾರ್ಡರ್, ಸಾರ್—

"ನಾಲ್ಕು ಮೊಳ ಭೂಮಿ... ನಾಲ್ಕೇ ನಾಲ್ಕು ಮೊಳ ಭೂಮಿಗಾಗಿ ಎಂಥೆಂಥ ಕಲಹ ಗಳು, ಎಂಥೆಂಥ ಅಕೃತ್ಯಗಳು ನಡೆಯುತ್ತವೆ! ಮಾನವನ ಸುಗುಣಗಳು ಕರಗಿಹೋಗಿ ಸ್ವಾರ್ಥದ ಹುಚ್ಚುಕಳ್ಳಿ ತನಗೆ ತಾನಾಗಿ ಬೆಳೆಯುತ್ತದೆ... ಸ್ವಾರ್ಥ! ಭೂಮಿಯ ಹಂಬಲ!!... ನ್ಯಾಯಾಲಯಕ್ಕೆ ಬರುವ ವ್ಯಾಜ್ಯಗಳಲ್ಲಿ ಹೆಚ್ಚಿನ ಸಂಖ್ಯೆ ಭೂಮಿಗೇ ಸಂಬಂಧಪಟ್ಟವು...., ಭೂಮಿ – ಭೂಮಿ – ಭೂಮಿ... ಎಂಥ ಹುಚ್ಚು?

"ಮನಿಯಾರ್ಡರ್. ಸಾರ್—"

ಈಗಲೀಗ ಪೇದೆಯ ಸ್ವರ ಸ್ಪಷ್ಟವಾಗಿ ಕೇಳಬಂದಿತು. ಕುಳಿತಲ್ಲಿಯೇ ಬಾಗಿದ ಬೆನ್ನು ನೇರವಾಯಿತು. ಮನಿಯಾರ್ಡರ್!... ಎಲ್ಲಿಂದ ಬಂದಿದೆ ಈ ಮನಿಯಾರ್ಡರ್?

ಎದ್ದು ಹೋಗಿ ಬಾಗಿಲನ್ನು ತೆರೆದ. ಮುಖವನ್ನು ಅಂಟವಾಳದ ಕಾಯಿಯ ಹಾಗೆ ಸೊಟ್ಟಗೆ ಮಾಡಿಕೊಂಡು ಅಂಚೆಪೇದೆ ಮನಿಯಾರ್ಡರ್ ಫಾರ್ಮನ್ನು ಮುಂದೆ ಹಿಡಿ ಯುತ್ತ"ಅಮ್ಮಾವರು ಇದ್ದಾರೆಯೇ, ಸಾರ್?" ಎಂದ.

ಸೋಜಿಗದ ತೆರೆಯು ಮೇಲೆ ನಡೆದಂತಾಯಿತು. ತನ್ನ ಹೆಂಡತಿಗೆ ಮನಿಯಾರ್ಡರ್ – ಅವಳಿಗೆಲ್ಲಿಂದ ಬಂದಿದೆ?

"ಇಲ್ಲವೇ, ಸಾರ್?"

"ಇಲ್ಲ ಅವರು ತೌರಿಗೆ ಹೋಗಿದಾರೆ"

"ಯಾವಾಗ ಬರ್ತ್ತಾರೆ, ಸಾರ್?"

"ನಾಳೆ ಬರ್ತೀನಿ ಅಂತ ಪತ್ರ ಬರೆದಿದಾರಪ್ಪ."

"ಬರುವುದು ಖಂಡಿತವೇ, ಸಾರ್"

"ಬಹುಶಃ ತಪ್ಪಲಾರದು."

"ಹಾಗಿದ್ದರೆ ಇದನ್ನು ನಾಡಿದ್ದು ತರ್ತೇನೆ, ಸಾರ್?"

"ಆಗಲಿ" ಎಂದವನು, ಪೇದೆ ನಾಲ್ಕು ಹೆಜ್ಜೆ ಹೋಗುವುದರೊಳಗೆ, ಏನೋ ಯೋಚಿಸಿಕೊಂಡು, ಚಪ್ಪಾಳೆ ತಟ್ಟಿ, "ಪೋಸ್ಟ್‌ಮನ್–" ಒಂದು ಕರೆದೆ. ಪೇದೆ ಮುಖವನ್ನು ಮತ್ತೂ ಕಸಿವಿಸಿ ಮಾಡಿಕೊಂಡೇ ಬಂದ. "ಎಲ್ಲಯ್ಯಾ – ಆ ಮನಿಯಾರ್ಡರ್ ಫಾರಮ್ಮನ್ನ ಇಲ್ಲಿ ಕೊಡು. ಅದು ಎಲ್ಲಿಂದ ಬಂದಿದೆ ಎಂತ ಓದಿ ನೋಡಿಕೊಳ್ತೇನೆ." ಪೇದೆ ಫಾರಂನ್ನು ಬೇಸರದಿಂದಲೇ ತೆಗೆದುಕೊಟ್ಟ. ಸೂಕ್ಷ್ಮವಾಗಿ ಫಾರ್ಮಿನ ಅಕ್ಷರಗಳ ಮೇಲೆ ಅವನ ದೃಷ್ಟಿ ಓಡಾಡಿತು. ಒಡನೆಯೇ ಅವನಿಗೆ ವಿಚಿತ್ರವೆನಿಸಿತು. ತನ್ನ ಹೆಂಡತಿಗೆ ಮನಿಯಾರ್ಡರ್ ಬಂದಿದೆ, ಎಂದು ಮೊದಲೇ ಅವನಿಗೆ ಆಶ್ಚರ್ಯವಾಗಿತ್ತು. ಆ ಮನಿಯಾರ್ಡರ್ ಎಲ್ಲಿಂದ, ಏತಕ್ಕಾಗಿ ಬಂದಿದೆ ಎಂದು ತಿಳಿದ ಮೇಲಂತೂ ಅವನು ಮೂಕನಾದ. ಸೋಜಿಗದ ಅಲೆ ಅವನನ್ನು ತನ್ನ ಮೇಲೆ ನಿಲ್ಲಿಸಿ, ಎತ್ತರ, ಎತ್ತರ ಎತ್ತಿಕೊಂಡು ಹೋಗಿ ಶಿಖರಾಗ್ರಕ್ಕೇ ಎಸೆದಂತಾಯಿತು—

ಹೆಂಡತಿಗೆ ಮನಿಯಾರ್ಡರ್ ಬಂದಿದೆ. ಇನ್ನೂರು ರೂಪಾಯಿಗಳಷ್ಟು ಭಾರಿ ಮೊಬಲಗು ಅದೂ ಅವಳು ಬರೆದ ಒಂದು ಕಥೆಗಾಗಿ!!

ಪೇದೆ ಹೊರಟು ಹೋಗಿ ಎಷ್ಟೋ ವೇಳೆ ಕಳೆದಮೇಲೂ ಆತ ಹಾಗೆಯೇ ಸ್ತಂಭೀಭೂತನಾಗಿ ನಿಂತಿದ್ದ... ಒಂದು ಕಥೆಗೆ ಇನ್ನೂರು ರೂಪಾಯಿ... ಅದೂ ಕನ್ನಡ ಭಾಷೆಯಲ್ಲಿ ತಾನು ಕೋರ್ಟಿನಲ್ಲಿ ಐದು ಕೇಸುಗಳನ್ನು ನಡೆಸಿದರೂ ಅಷ್ಟು ಹಣ ಗಳಿಕೆಯಾಗದು... ಕಾಲ ಸಹಜವಾಗಿಯೂ ಅತಿ ತೀವ್ರಗತಿಯಲ್ಲಿ ಪರಿವರ್ತನೆಗೊಳ್ಳುತ್ತಿದೆ. ಕೆಲವು ವರ್ಷಗಳ ಹಿಂದೆ ಕನ್ನಡ, ತಾಯಿಯಿಲ್ಲದ ತಬ್ಬಲಿ. ಅದನ್ನು ಕೇಳುವವರೇ ಇಲ್ಲ. ಒಂದು ಸಾವಿರ ಪ್ರತಿಗಳು ಖರ್ಜಾಗಬೇಕಾದರೆ ಏಳೆಂಟು ವರ್ಷ. ಆದರೆ ಇಂದು? ನಾಲ್ಕೈದು ಸಾವಿರ ಪ್ರತಿಗಳನ್ನು ಅಚ್ಚು ಹಾಕುವ ಸಾಹಸವನ್ನು ಕನ್ನಡ ಪ್ರಕಟನಕಾರರು ಮಾಡುತ್ತಿದಾರಂತೆ. ಅಷ್ಟು ಪ್ರತಿಗಳೂ ಹೆಚ್ಚೆಂದರೆ ಎರಡು ವರ್ಷಗಳಲ್ಲಿ ಪೂರ್ತಿಯಾಗಿ ಮಾರಾಟವಾಗುತ್ತವಂತೆ... ಹಿಂದೆಯೂ ಕಥಾಸ್ಪರ್ಧೆಗಳು ನಡೆಯುತ್ತಿದ್ದವು. ಅವುಗಳ ಪ್ರಥಮ ಬಹುಮಾನ ಉಪಚಾರದ ಬೆನ್ನು ತಟ್ಟುವ ಮಾತು. ಆದರೆ ಈಗ ನಡೆಯುವ ಕಥಾಸ್ಪರ್ಧೆಗಳು ನೂರಾರು ರೂಪಾಯಿಗಳ ಬಹುಮಾನವನ್ನು ಕೊಡುವ ಯೋಗ್ಯತೆ ಪಡೆದಿವೆ.

ಯಾರೋ ಕಕ್ಷಿಗಾರರು ಬಂದರು. ಅವರುಗಳ ಅಹವಾಲು ಕೇಳಿ ತಿಳಿದುಕೊಂಡು, ಅವರಿಗೆ ಆಡಬೇಕಾದ ಮಾತು ಆಡಿ, ಅವರನ್ನು ಕಳಿಸಿಕೊಟ್ಟು, ಬಾಕಿಯಾಗಿದ್ದ ಇನ್ನೂ

ಕೆಲವು ರೆಕಾರ್ಡುಗಳನ್ನು ಪರಿಶೀಲಿಸಿ, ಊಟಕ್ಕೆದ್ದ. ಹೋಟಲಿನ ಊಟ ಏಕೋ ರುಚಿಸಲಿಲ್ಲ. ಪ್ರಾಯಶಃ ಮಾರನೆಯ ದಿನವೇ ಬರಲಿದ್ದ ನಲ್ಲೆಯ ಆಗಮನ ಇದಕ್ಕೆ ಕಾರಣವಿರಬಹುದು. ಅಂತೂ ಹೇಗೋ ಊಟದ ಶಾಸ್ತ್ರ ಮುಗಿಸಿ ಕೋಣೆಗೆ ನಡೆದ. ಆ ದಿನ ಕೋರ್ಟಿಗೆ ರಜವಿದ್ದುದರಿಂದ ವಿರಾಮ, ಮುಗಿಯದ ರಸ್ತೆಯಾಗಿತ್ತು. ಹೋಗಿ ಮಂಚದ ಮೇಲೆ ಉರುಳಿಕೊಂಡ. ಮತ್ತೊಮ್ಮೆ ಕೆಲಸವಿಲ್ಲದ ಮನಸ್ಸು ಆಲೋಚನೆಯ ಸರೋವರದಲ್ಲಿ ಈಜತೊಡಗಿತು...ತನ್ನ ಹೆಂಡತಿಗೆ ಬಹುಮಾನ! ಕಥಾಸ್ಪರ್ಧೆಯಲ್ಲಿ ಅವಳು ಬರೆದ ಒಂದು ಕಥೆಗೆ ಪ್ರಥಮ ಸ್ಥಾನ!!... ಅವನ ಹೃದಯ ಮುದಗೊಂಡು ಅರಳಿದ ಹೂವಾಯಿತು. ಚಿತ್ತ ನೆನಪಿನ ಕುದುರೆಯೇರಿ ಹೊರಟಿತು... ಹಿಂದೆ ವಿವಾಹದ ತರುಣದಲ್ಲಿ, ಅವರಿಬ್ಬರ ನಡುವೆಯೂ ನಡೆದ ಒಂದು ಸಂಗತಿಯ ಸ್ಮೃತಿ ಹಠಾತ್ತನೆ ಜಾಗ್ರತವಾಯಿತು—

ಒಂದು ಮಧ್ಯಾಹ್ನ – ಹೀಗೇ ಕೋರ್ಟಿಗೆ ರಜವಿದ್ದ ಒಂದು ದಿನ ಮಧ್ಯಾಹ್ನ. ಭೋಜನ ಮುಗಿಸಿ ತಾನು ನಿದ್ದೆಹೋಗಿದ್ದ. ಮಗ್ಗಲು ಸೇರಿದ್ದ ತನ್ನಾಕೆಯೂ ತನ್ನಂತೆ ನಿದ್ದೆ ಮಾಡುವಳೆಂದು ಯೋಚಿಸಿದ್ದ. ಆದರೆ ನಿದ್ದೆಯ ಆಲಿಂಗನದಿಂದ ಮುಕ್ತನಾಗಿ ಎದ್ದಾಗ ಮಡದಿ ಪಕ್ಕದಲ್ಲಿಲ್ಲದುದನ್ನು ಕಂಡು ಚಕಿತನಾದ. ನಿಶ್ಶಬ್ದವಾಗಿ ಎದ್ದು ಮನೆಯನ್ನೆಲ್ಲಾ ಅರಸಿದ. ಅವಳು ತನ್ನ ಕೋಣೆಯಲ್ಲಿ ಏನನ್ನೋ ಬರೆಯುವುದರಲ್ಲಿ ತಲ್ಲೀನಳಾಗಿದ್ದಳು. ಅವನ ವಿಸ್ಮಯಕ್ಕೆ ಉಪ್ಪರಿಗೆ ಬಂದಂತಾಯಿತು. ನಿದ್ದೆ ಮಾಡದೆ ಅವಳು ಏನನ್ನು ಬರೆಯುತ್ತಿರಬಹುದು?... ತಂದೆಗೋ, ಅಣ್ಣನಿಗೋ ಪತ್ರ ಬರೆಯುತ್ತಿರಬಹುದೇ?

ಅವನು ಕೆಮ್ಮಿದ ಸದ್ದು ಕೇಳಿ ಅವಳು ಹೊರಳಿ ನೋಡಿದಳು. ಭಾವಸಮಾಧಿಯಿಂದ ಎಚ್ಚೆತ್ತವರಂತೆ ಇತ್ತು ಅವಳ ನೋಟ. ಸಮೀಪಕ್ಕೆ ಹೋಗಿ, "ನೀನೆಲ್ಲಿ ಹೊರಟು ಹೋದೆಯೋ ಎಂತ ದಿಗಿಲಾಗಿತ್ತು" ಎಂದು ನಕ್ಕ. ಅವಳ ಕಣ್ಣುಗಳೂ ನಗುತ್ತಿದ್ದವು.

"ನೀವೂ ಸರಿ. ನಾನೆಲ್ಲಿ ಹೋಗ್ತೇನೆ?"

"ಅದೇನು ಬರೀತಾ ಇದೀಯೆ? – ಪತ್ರವೋ?

"ಹೌದು. ಪ್ರೇಮಪತ್ರ" ಎನ್ನುತ್ತ ತುಂಟತನವನ್ನು ಕುಡಿಗಣ್ಣಿನಿಂದ ಚೆಲ್ಲಿದಳು.

"ಪ್ರೇಮಪತ್ರ! – ಯಾರಿಗೆ ಎಂತ ಕೇಳಬಹುದೆ?" ಅವನೂ ಚೆಲ್ಲಾಟವಾಡುತ್ತಿದ್ದ. ಅದಕ್ಕುತ್ತರವಾಗಿ, ಬಲಹಸ್ತದ ಬೆರಳುಗಳನ್ನು ಮೋಹಕವಾಗಿ ತಿರುವುತ್ತ, ಸಾಭಿನಯಪೂರ್ವಕ ಅವಳು,

"ಯಾ–ರಿ–ಗೊ..." ಎಂದಳು. ಅದರೊಡನೆ ಕಂಡೂ ಕಾಣದಂತೆ ನಕ್ಕಾಗ ಅವಳ ಶರೀರ ಸುಳಿಗಾಳಿಗೆ ಬಳಕುವ ತಾವರೆಯ ದಂಟಿನಂತೆ ಅಲುಗಾಡಿತು.

ಅವಳ ಹುಡುಗಾಟಿಕೆ ಅವನಿಗೆ ಯಾವಾಗಲೂ ಪ್ರಿಯವಾದುದು. ಅದಕ್ಕೆ ಉಚಿತವಾದ ಪ್ರತಿಫಲ ಕೊಟ್ಟು, ಏನು ಬರೆದಿರಬಹುದೆಂದು ಮೇಜಿನ ಮೇಲೆ ಬಾಗಿ ನೋಡಿದ.

"ಏನಿದು?... ಪ್ರೇಮಪತ್ರ – ಸಣ್ಣ ಕಥೆ – ... ಓ, ಕಥೆ ಬರೀತಾ ಇದೀಯೋ! ಯಾವಾಗಿನಿಂದ ಹಿಡೀತು ಈ ಗೀಳು ನಿನಗೆ?"

"ಯಾಕ್ರೀ ಗೀಳು ಅಂತೀರಾ? ಕಥೆ ಬರೆಯೋದು ಗೀಳೆ?"

"ಒಂದು ಅರ್ಥದಲ್ಲಿ ಅದು ಗೀಳೇ?"

"ಹೇಗೆ?"

"ಕಥೆ ಎಂದರೆ ಕಗ್ಗ. ಅದರಿಂದ ಯಾರಿಗೆ ಪ್ರಯೋಜನ?"

"ಪ್ರಯೋಜನವಾಗುವುದಾದರೆ ಒಂದು ಕೆಲಸ ಮಾಡಬೇಕು. ಇಲ್ಲದಿದ್ದರೆ ಕೂಡದು ಎಂತಲೋ ನಿಮ್ಮ ಅಭಿಪ್ರಾಯ?"

"ಹೌದು, ನಿಷ್ಪ್ರಯೋಜಕ ಕಾರ್ಯದಲ್ಲಿ ನನಗೆ ಆಸಕ್ತಿಯಿಲ್ಲ."

"ಭೇಷ್, ಭೇಷ್ ವಕೀಲಿವೃತ್ತಿಗೆ ಯುಕ್ತವಾದ ರೀತೀಲಿ ಮಾತು ಆಡ್ತಾ ಇದ್ದೀರ, ಪರವಾಗಿಲ್ಲ."

"ನೋಡಿದೆಯಾ. ನನ್ನ ಮಾತನ್ನ ನೀನು ಸರಿಯಾಗಿ ಅರ್ಥಮಾಡಿಕೊಳ್ಳಲಿಲ್ಲ. "ಕಥೆಗೂ ಜೀವನಕ್ಕೂ ನಿಕಟ ಸಂಬಂಧ ಬೇಡವೆ. ನೀನೇ ಹೇಳು. ವಿಪುಲವಾಗಿ ಈಗ ಪ್ರಕಟವಾಗ್ತಾ ಇರುವ ಕಥೆಗಳು ಕನ್ನಡ ಜನಪದದ ಬದುಕಿನ ಕೊಂಚವನ್ನಾದರೂ ಮುಟ್ಟಿವೆಯೇ... ಅದಕ್ಕಾಗಿ ಅಷ್ಟು ಕಠೋರವಾಗಿ ನುಡಿದೆ. ಅಷ್ಟೆ...ನನ್ನ ರಾಣಿ ಕಥೆ ಬರೀತಾಳೆ ಅಂದರೆ ನನಗೆ ಸಂತೋಷವಲ್ಲವೆ? ನಿನಗೆ ನಿಜ ಹೇಳಬೇಕಾದರೆ ನಾನು ಹೆಮ್ಮೆಯಿಂದ ಹಿಗ್ಗಿ ಹೋಗಿದೇನೆ."

ಅವನ ರಾಣಿಯೂ ಆ ಮಾತು ಕೇಳಿ ಹಿಗ್ಗಿಹೋದಳು.

"ಆದರೆ ನನ್ನ ರಾಣಿಯೂ ಇತರರಂತೆ ಕಗ್ಗ ಬರೆದರೆ ನನಗೆ ಪ್ರಿಯವಾಗದು. ಬಾಳನ್ನು ಕಣ್ಣು ತೆರೆದು ನೋಡಿ, ವಿವೇಚಿಸಿ. ಅರ್ಥಮಾಡಿಕೊಂಡು ಬರೆಯಬೇಕು. ಆಗ – ಕಥೆ ಜೊಳ್ಳಾಗುವುದಿಲ್ಲ; ನಾದವಿಲ್ಲದ ಕೊಳಲಾಗುವುದಿಲ್ಲ – ಎಂತ ನನ್ನ ಭಾವನೆ."

"ನವಾಬರ ಆಜ್ಞೆಯನ್ನು ಪಾಲಿಸಲು ಪ್ರಯತ್ನಿಸುತ್ತೇನೆ" ಎನ್ನುವಾಗ ಅವಳ ಮೇಲ್ದುಟಿಯ ಅಂಚು ಹುಸಿನಗೆಯಿಂದ ಬಿಲ್ಲಿನಂತೆ ಮೇಲೆದ್ದು ಬಾಗಿತು.

– ಈ ಸಂಗತಿ ನಡೆದಮೇಲೆ ವಕೀಲಿವೃತ್ತಿ ಅವನ ಕಾಲವನ್ನೂ ಬುದ್ಧಿಯನ್ನೂ ಪೂರ್ಣವಾಗಿ ಉಪಯೋಗಿಸಿಕೊಂಡಿತ್ತು. ಹೆಂಡತಿ ಬರೆಯುತ್ತಿದ್ದಾಳೆಯೇ? ಏನನ್ನು ಕುರಿತು ಬರೆಯುತ್ತಿದ್ದಾಳೆ? ಅವಳು ಬರೆಯುತ್ತಿರುವ ಕಥೆಗಳಲ್ಲಿ ಏನಾದರೂ ನಾವೀನ್ಯತೆ ಮತ್ತು ಸತ್ತ್ವಗಳು ಅಡಕವಾಗಿವೆಯೇ? – ಎಂದು ವಿಚಾರ ಮಾಡಿ ಅರಿಯಲು ಅವನಿಗೆ ಬಿಡುವೇ ಸಿಗಲಿಲ್ಲ...

ಯೋಚಿಸುತ್ತ ಯೋಚಿಸುತ್ತ, ಅವನು ಒಂದು ಮಗ್ಗಲಿನಿಂದ ಇನ್ನೊಂದು ಮಗ್ಗಲಿಗೆ ಹೊರಳಿದ. ಏನು ಮಾಡಿದರೂ ನಿದ್ದೆ ಬಾರದು. ಕೊನೆಗೆ ಬೇಸತ್ತು ಯಾವುದಾದರೊಂದು ಪುಸ್ತಕವನ್ನೋದುವುದೆಂದು ಎದ್ದು ಹೋಗಿ ಪುಸ್ತಕದ ಕಪಾಟಿಗೆ ಕೈಯಿಟ್ಟು ತನಗೆ ಪ್ರಿಯ

ನಾದ ಜಿನ್ ಕ್ರಿಸ್‌ಟೋಫ್ ಕಾದಂಬರಿಯನ್ನು ತೆಗೆದುಕೊಂಡು ಹತ್ತಿರವೇ ಇದ್ದ ವಿರಾಮ ಕುರ್ಚಿಯ ಮೇಲೆ ಕುಳಿತ. ಆ ಹೊತ್ತಗೆಯ ಹಾಳೆಗಳನ್ನು ಮಗುಚಿದಾಗ ಒಳಗೆ ಮಡಿಸಿಟ್ಟ ಕೆಲವು ಹಾಳೆಗಳು ಕಂಡವು. ಕುತೂಹಲದಿಂದ ಆ ಹಾಳೆಗಳನ್ನು ಬಿಚ್ಚಿ ನೋಡಿದ. ಅವು ತನ್ನ ಹೆಂಡತಿ ಬರೆದ ಕಥೆಯ ಮನುಸ್ಕೃತಿಯಾಗಿತ್ತು. ಕಥೆಯ ಹೆಸರು : "ನಾಲ್ಕು ಮೊಳ ಭೂಮಿ."

ಸಿಳ್ಳುಹಾಕಿ ಅವಳ ಕಥೆಯನ್ನು ಓದಲಾರಂಭಿಸಿದ—

ವೈಶಾಖದ ಸುಡುಬಿಸಿಲಿನ ಕಥಕ್ಕಳಿ. ಅದರ ರಿಂಗಣಗುಣಿತಕ್ಕೆ ಮರದ ಎಲೆಗಳು ಹಸುರು ಹಣ್ಣಾಗುತ್ತಿವೆ. ಆ ಹೊತ್ತಿನಲ್ಲಿ ಕಾಳಿಂಗಯ್ಯ ಶಿರಬಾಗಿ ಉಳುತ್ತಿದ್ದಾನೆ. ಪಕ್ಕದಲ್ಲೇ ಅವನನ್ನು ಅನುಸರಿಸಿ ಹೆಜ್ಜೆಹಾಕುವ ಅವನ ವಾವನ ನೆರಳು. ಆ ಬೆಳಕಿನ ಝಳಕ್ಕೆ ಕಣ್ಣು ಕತ್ತಲಾಗುವುದು. ದೇಹಕ್ಕಂತೂ ಬೆವರಿನ ಕಾವೇರೀಸ್ನಾನ.

ನೇಗಿಲು ನಿಧಾನವಾಗಿ – ಆದರೆ ದೃಢವಾಗಿ – ಭೂಮಿಗೆ 'ತೆರೆ'ಯ ಬೈತಲೆಗಳನ್ನು ತೆಗೆಯುತ್ತ ಸಾಗಿದೆ. ನೇಗಿಲ ನೊಗಕ್ಕೆ ಕಟ್ಟಿದ ಬಿಳಿ ಬಣ್ಣದ ಎತ್ತುಗಳು, ಅವನ ಕಪ್ಪು ದೇಹ, ಆ ದೇಹಕ್ಕೆ ಸುತ್ತಿದ ಬಿಳಿಯ ತುಂಡು ಪಂಚೆ, 'ಪೇಟ'. ಹಿಂಬದಿಗಿದ್ದ ಗುಡ್ಡದ ಸಾಲಿನ ಮಂಕು ನೀಲಿ – ಹಸುರಿನ ಹಿನ್ನೆಲೆಯಲ್ಲಿ ಆ ನೋಟವನ್ನು ದೂರದಿಂದ ನೋಡುವವರಿಗೆ, ಚಿತ್ರಪಟದಂತೆ – ಪಟದೊಳಗಿನ ಚಿತ್ರ ಚಲಿಸುವಂತೆ – ಅದು ತೋರುವುದು. ಆದರೆ ಆ ದೃಶ್ಯದ ಒಂದು ಅಂಶವಾಗಿದ್ದ ಕಾಳಿಂಗಯ್ಯನಿಗೆ ಮಾತ್ರ ಅದರ ಸೌಂದರ್ಯವನ್ನು ಸವಿಯುವುದು ಸಾಧ್ಯವಿರಲಿಲ್ಲ. ಅವನು ಕೇವಲ ಉಳುವ ಯಂತ್ರವಾಗಿದ್ದ. ಸೂರ್ಯನೇಳುವ ಮುನ್ನ ಎದ್ದು 'ಆರು' ಕಟ್ಟಿದನೆಂದರೆ ಹೊಲದಿಂದ ಅವನು ಮತ್ತೆ ಮನೆಗೆ ಮರಳುವುದು ಸಾಯಂಕಾಲವೇ!

ಕಾಳಿಂಗಯ್ಯ ಉಳುತ್ತಲೇ ಇದ್ದ. ಅವನ ಮನಸ್ಸು ಸಾಧಾರಣವಾಗಿ ನೀರಿಲ್ಲದ ಮಡಕೆಯಂತೆ ಬರಿದು. ಆದರೆ ಇಂದು ಮಾತ್ರ ಆ ಮಡಕೆಯಲ್ಲಿ ಚಿಂತೆಯ ಸಣ್ಣ ಕಲ್ಲೊಂದು ಬಿದ್ದಿದೆ. ಚಿಂತೆಗೆ ಕಾರಣ – ನಾಲ್ಕು ಮೊಳ ಭೂಮಿ.

ನಾಲ್ಕು ಮೊಳ ಭೂಮಿ!

ಕೇವಲ ನಾಲ್ಕೇ ನಾಲ್ಕು ಮೊಳ ಭೂಮಿ!!

ಕಾಳಿಂಗಯ್ಯನ ಮುದಿಗಣ್ಣುಗಳ ದೃಷ್ಟಿ ಯಾವುದೋ ಅವ್ಯಕ್ತ ಭೀತಿಯ ಆಗರವಾದಂತಿತ್ತು.

ತಾನು ಚಿಕ್ಕವನಾಗಿದ್ದಾಗ ಹರಿಕಥೆ ದಾಸನೊಬ್ಬ ನೆರೆಹಳ್ಳಿಯಲ್ಲಿ ಕಥೆ ಮಾಡುತ್ತಿದ್ದಾಗ ನುಡಿದಿದ್ದ: ಭೂಮಿಗೆ ವಿಪರೀತವಾಗಿ ಆಸೆಪಡಬೇಡಿ. ಅದರ ದೆಸೆಯಿಂದಲೇ ಕುರುವಂಶ ನಿರ್ನಾಮವಾಯಿತು."

ಅಹುದಲ್ಲವೆ? ಪಾಂಡವರ ಪರವಾಗಿ ಶ್ರೀಕೃಷ್ಣ ಪರಮಾತ್ಮ ಕೊನೆಗೆ ಐದೇ ಐದು ಗ್ರಾಮಗಳನ್ನು ಪಾಂಡವರಿಗೆ ಬಿಟ್ಟುಕೊಟ್ಟರೂ ರಾಜಿಮಾಡಿಸುವುದಾಗಿ ಆಶ್ವಾಸನೆ

ಕೊಡಲಿಲ್ಲವೆ? ಆಗಲೂ ಅವಿವೇಕಿ ದುರ್ಯೋಧನ ಸೊಕ್ಕಿನಿಂದ ಐದು ಗ್ರಾಮಗಳ ಮಾತು ಹಾಗಿರಲಿ, ಐದು ಹೆಜ್ಜೆ ಭೂಮಿಯನ್ನೂ ಸಹ ಪಾಂಡವರಿಗೆ ಕೊಡಲಾರೆ' ಎಂದು ಹಟ ಹಿಡಿದು ಸರ್ವನಾಶ ಮಾಡಿಕೊಳ್ಳಲಿಲ್ಲವೆ?

ಹಾಗೆಯೇ ತನ್ನ ವರ್ತನೆಯೂ ಮುಂದಿನ ದಿನಗಳಲ್ಲಿ ಅವಿಚಾರದ ಜಾರುಬಂಡೆಯ ಮೇಲೆ ಹೆಜ್ಜೆಯಿಟ್ಟಿತ್ತು. ಹೌದು, ಕೇವಲ ನಾಲ್ಕು ಮೊಳ ಭೂಮಿಗಾಗಿ, ನಾಲ್ಕೇ ನಾಲ್ಕು ಮೊಳ ಭೂಮಿಗಾಗಿ.

ಕೌರವರ ಕಥೆಯೇನೋ ಎಂದೋ ಮುಗಿಯಿತು. ಆದರೆ ತನ್ನ ಕಥೆ? ಇದರ ಮುಕ್ತಾಯ ಹೇಗೋ? ತಾನುಮಾಡಿದ ಯಃಕಶ್ಚಿತ್ ಕೆಲಸ ಯಾವ ದಂಡವನ್ನು ತೆಗೆದುಕೊಳ್ಳಲಿರುವುದೊ?

ಕಾಳಿಂಗಯ್ಯ ಉಳುತ್ತಲೇ ಇದ್ದ. ನೇಗಿಲು ಮುಂದುವರಿದಂತೆ ಭೂಮಿ ಬಾಯಿ ತೆರೆದಂತಾಗಿ ಎರಡೂ ಪಕ್ಕಕ್ಕೆ ಕೆಂಪು ಮಣ್ಣಿನ ರಾಶಿ ರಾಶಿ ಬೀಳುತ್ತ ಹೋಗುವುದು. ಅವನು ಅದನ್ನು ನೋಡುತ್ತಲೇ ನಡೆದಿದ್ದ. ಓ, ಕುಂಕುಮದಂತಹ ಆ ಮಣ್ಣು. ಅವನ ಕಣ್ಣಿಗೆ ಅದೆಷ್ಟು ಹಿತಕರ! ಅದನ್ನೇ ದಿಟ್ಟಿಸುತ್ತಿದ್ದಂತೆ, ಒಮ್ಮೊಮ್ಮೆ ತನ್ನ ಮನೆಯನ್ನೇ ಕೊನೆಗೆ ಲೋಕವನ್ನೇ ಅವನು ಮರೆಯುತ್ತಿದ್ದುದುಂಟು.

ನಾಲ್ಕು ಮೊಳ ಭೂಮಿ! ಇನ್ನೊಬ್ಬನಿಗೆ ಸೇರಿದ ಭೂಮಿ. ಅದಕ್ಕೆ ತಾನು ಆಸೆಪಟ್ಟಿದ್ದ. ಇನ್ನೊಬ್ಬನ ಹೆಂಡತಿಗೆ ಆಸೆಪಟ್ಟಂತೆ (ಅಹಲ್ಯೆಗೆ ಆಸೆಪಟ್ಟ ಇಂದ್ರ)... ಪಕ್ಕದ ಭೂಮಿ ತೆಂಗಿನಮರದ ಹಟ್ಟಿ ದೇವಪ್ಪನದು. ಅದರಲ್ಲಿ ತಾನು ನಾಲ್ಕು ಮೊಳ ಭೂಮಿಯನ್ನು ಬಲಾತ್ಕಾರದಿಂದ, ಅಕ್ರಮವಾಗಿ ಉತ್ತು, 'ಒತ್ತುವರಿ' ಮಾಡಿಕೊಂಡಿದ್ದ. ದೇವಪ್ಪನಿಗಿದ್ದ ಜಮೀನೆಲ್ಲಾ ಒಟ್ಟು ಮೂರು ಎಕರೆ ಚಿಲ್ಲರೆ ಆಗುವುದು – ಹೆಚ್ಚು ಕಡಿಮೆ ತನ್ನ ಜಮೀನಿನಷ್ಟೇ. (ಇದು ಮೈಸೂರಿನ, ಕನ್ನಡ ದೇಶದ, ಭಾರತದ ಬಹುಸಂಖ್ಯೆಯ ರೈತರ ಜಮೀನಿನ ಕಥೆ) ಇಂಥ ಅಲ್ಪ ಜಮೀನಿನಲ್ಲೂ ಆದ ಈ ಆಕ್ರಮಣದಿಂದ ದೇವಪ್ಪ ದಿಕ್ಕುಗೆಟ್ಟ ನಾವಿಕನಂತಾದ. ಬೈಗಳ ಮಳೆ ಸುರಿಸಿದ. ಕೊನೆಗೆ ತಾಳಲಾರದೆ ಇಳಿಜಾರಿನಲ್ಲಿ ಬ್ರೇಕ್ ಕೆಟ್ಟುಹೋದ ಮೋಟಾರಿನಂತೆ ಜಗಳಕ್ಕೇ ಬಂದ. ಕೈಗೆ ಕೈ ಮಿಲಾಯಿಸಿತು (ಭೀಮ-ದುರ್ಯೋಧನರ ಕಾಳಗ). ಕಾಳಿಂಗಯ್ಯ ಭೀಮಕಾಯ. ಅವನಿಗೇ ಜಯ ಲಭಿಸಿತು. ದೇವಪ್ಪ ಗ್ರಾಮ ಪಂಚಾಯಿತಿಗೆ ದೂರು ಕೊಟ್ಟ. ನಮ್ಮ ಹಳ್ಳಿಗಳಲ್ಲಿ ಗ್ರಾಮ ಪಂಚಾಯಿತಿಯ ನ್ಯಾಯವೆಂದರೆ ಬಲಾಢ್ಯನ ಬಾಯಿಗೇ ಬೀಳುವ ದೋಸೆ. ನ್ಯಾಯ ಕಾಳಿಂಗನಂತೆಯೇ ಆಯಿತು. ಆದರೆ ಅದಕ್ಕೂ ಧೃತಿಗೆಡದೆ ದೇವಪ್ಪ ಅಮಲ್ದಾರರಿಗೆ ದೂರು ಕೊಟ್ಟ. ಮೋಜುಂದಾರರು ಅಳತೆಗೆ ಬಂದರು. ಹೊಲಕ್ಕೆ ಅಳತೆಗೆ ಹೋಗುವ ಮುನ್ನ ಕಾಳಿಂಗ ಮೋಜುಂದಾರರ ದೇವರಿಗೆ ಮನೆಯಲ್ಲಿ ಉಪ್ಪಿಟ್ಟು ಕಾಫಿ ಪೂಜೆಮಾಡಿ ಐದು ರೂಪಾಯಿಯ ನೈವೇದ್ಯ ಮಾಡಿದ. ಈ ವಿಶೇಷ ಪೂಜೆಯಿಂದ ತೃಪ್ತರಾದ ಮೋಜುಂ

ದಾರರು ಕಾಳಿಂಗಯ್ಯ 'ಒತ್ತುವರಿ' ಮಾಡಿದ್ದ ನಾಲ್ಕು ಮೊಳ ಭೂಮಿಯ ಪ್ರದೇಶವನ್ನು ಉದ್ದಕ್ಕೂ ಅಳತೆ ಮಾಡಿ, ಅವನ ಜಮೀನಿಗೆ ಸೇರಿಸಿ, ಕಲ್ಲು ನೆಡಿಸಿಬಿಟ್ಟರು...

ಕಾಳಿಂಗಯ್ಯ ಉಳುತ್ತಲೇ ಇದ್ದ. ಮೇಲೆ ಉರಿಯುವ ಸೂರ್ಯ; ಒಳಗೆ ಕುದಿಯುವ ವಿಷಾದದ ಲಾವಾರಸ—

ಕಲ್ಲು ನೆಡೆಸಿಬಿಟ್ಟರು. ದೇವಪ್ಪನ ಎದೆಗೇ ಗುರಿಯಿಟ್ಟು ಹೊಡೆದ ಶಿಲೆ. ದೇವಪ್ಪ ದಿಗ್ಭ್ರಾಂತನಾದ. ಸೂರ್ಯಚಂದ್ರರಷ್ಟೇ ಶಾಶ್ವತವೆಂದು ಅವನು ನಂಬಿದ್ದ ಭೂಪ್ರದೇಶ ಇನ್ನು ಅವನದಲ್ಲ. ದೇಶದ ಕಾನೂನು ಹಾಗೆ ಹೇಳಿಬಿಟ್ಟಿದೆ. ಮುಂದೇನು ಮಾಡುವುದು? ಬುದ್ಧಿ ಕುಂಠಿತವಾಗಿದೆ. ಎದುರಿಗೆ ವಿಸ್ತಾರವಾಗಿ ಹರಡಿರುವ ಶೂನ್ಯದ ಕಡಲು. ದೇವಪ್ಪ ಕೊರಗಿನಿಂದ ಹಾಸಿಗೆ ಹಿಡಿದ.

ಕಾಳಿಂಗಯ್ಯ ಉಳುತ್ತಲೇ ಇದ್ದ. ಅವನ ಕಾಲುಗಳು ಸಣ್ಣಗೆ ನಡುಗುತ್ತಿದ್ದವು— ...ಹಾಸಿಗೆ ಹಿಡಿದ. ಪುನಃ ಮೇಲೆ ಏಳಲೇ ಇಲ್ಲ...

ಕಾಳಿಂಗಯ್ಯನ ಕಾಲುಗಳೂ ಮೊಳೆ ಹೊಡೆದಂತಾಗಿ ಮುಂದೆ ಏಳಲೇ ಇಲ್ಲ. ಅವನ ನೇತ್ರಗಳು ಮಿಂಚು ಕಂಡಂತೆ ಮಂಜಾದವು. ತಲೆ ಗಿರಗಿರನೆ ಸುತ್ತುವ ಬುಗುರಿ—

"ನನ್ನ ನೆಲ ತಕ್ಕೊಂಬುಟ್ಟಿಯಾ?... ಆ ಮಟ್ಟಿಗೆ ನನ್ನ ರಕ್ತ ಸುರಿಸಿವ್ನಿ ಕಣೋ ಪಾಪಿ. ದೇವರು ನಿಂಗೆ ಏಳಿಗೆ ಕೊಟ್ಟಾನಾ? – ನನ್ನ ವಡವೇಗೆ ಅಪೇಕ್ಸೆ ಮಾಡಿ ನನ್ನ ಜೀವ ಕೊಂಡುಬಿಟ್ಟಿದ್ದೀಯೆ. ಇರಲಿ. ನನ್ನ ಮಗ ನಿಚ್ಚಯವಾಗಿ ಸೇಡು ತೀರಿಸಿಕೊತ್ತಾನೆ. ನೆಪ್ಪಿಡು. ರಕ್ತಕ್ಕೆ ರಕ್ತ ಕೆಡವಿ ನೆಲಾನ ಸಂಪಾದ್ನೆ ಮಾಡ್ತಾನೆ... ಹುಸಾರು. ಗೆದ್ದೆ ಅಂದುಕೊ ಬ್ಯಾಡ. ನಿನ್ನ ಕತೆ ಮುಗಿದ ಹೊರತೂ ನನ್ನ ಕತೆ ಮುಗಿಯಾಕಿಲ್ಲ, ಗೊತ್ತಾಯಿತಾ?...

ಸತ್ತ ದೇವಪ್ಪನ ಧ್ವನಿಯೇ ನಿಸ್ಸಂದೇಹವಾಗಿಯೂ. ಮುದುಕ ಕಾಳಿಂಗಯ್ಯ ಥರಥರನೆ ನಡುಗಲಾರಂಭಿಸಿದ. ಅವನ ಕಣ್ಣು ಹೆದರಿ ಹೆದರಿ ಪಕ್ಕದ ಹೊಲದಲ್ಲೇ ಉಳುತ್ತಿದ್ದ ದೇವಪ್ಪನ ಮಗನ ವಜ್ರಕಾಯವನ್ನು ನೋಡಿತು... "ನಾನು ಮುದುಕನಾದೆ, ಮಕ್ಕಳು ಇಲ್ಲ. ದೇವಪ್ಪನ ಮಗ ಈಗ ಬಲವಾಗಿದಾನೆ. ಅವನು ಖಂಡಿತವಾಗಿಯೂ ಸೇಡು ತೀರಿಸಿ ಕೊಳ್ಳುತ್ತಾನೆ. ಆ ಜಮೀನನ್ನ ನಾನು ಮಾಡಿದ ಹಾಗೆ ಜುಲುಮೆಯಿಂದ ಉತ್ತು ತನ್ನ ವಶಪಡಿಸಿಕೊಳ್ತಾನೆ. ವಶಪಡಿಸಿಕೊಂಡೇ ಬುಡ್ತಾನೆ. ಸಕ್ತಿ ಇದ್ದೋನ ಕಾರ್ಯ. ಮುಗಿದು ಹೋಯ್ತು. ಎಲ್ಲಾ ಮುಗಿದುಹೋಯ್ತು... ಆ ಮೋಜುಂದಾರನಿಗೆ ಅನ್ಯಾಯವಾಗಿ ಐದು ರೂಪಾಯಿ ಕಳೆದೆನಲ್ಲಾ?... ಅಯ್ಯೋ, ಐದು ರೂಪಾಯಿ ಕಳೆದೆನಲ್ಲಾ?... ಅಯ್ಯೋ ಕೆಟ್ಟೆ, ಕೆಟ್ಟೆ.

ಕಾಳಿಂಗಯ್ಯ ತೂರಾಡಿ ತೂರಾಡಿ ಕೆಳಗೆ ಬಿದ್ದುದನ್ನು ಕಂಡು ದೇವಪ್ಪನ ಮಗ 'ಆರು' ನಿಲ್ಲಿಸಿ ಧಾವಿಸಿ ಬಂದ. ಕಾಳಿಂಗಯ್ಯನಿಗೆ ಪ್ರಜ್ಞೆ ಹೋದಂತಿತ್ತು. ಒಡನೆಯೇ ಕೆರೆಗೆ ಓಡಿ ಹೋಗಿ ನೀರು ತಂದು ಶುಶ್ರೂಷೆ ಮಾಡಿದ. ಸ್ವಲ್ಪ ಹೊತ್ತಿನ ಮೇಲೆ ಕಾಳಿಂಗಯ್ಯ ಕಣ್ಣು ತೆರೆದ. ದೇವಪ್ಪನ ಮಗನ ಮುಖವನ್ನು ಕಂಡು ಮೃತ್ಯು ದರ್ಶನವನ್ನು ಮಾಡಿದವನಂತಾದ

(ಗರುಡನನ್ನು ನೋಡಿದ ಹಾವು) ಬಿಟ್ಟ ಕಣ್ಣು ಥಟ್ಟನೆ ಮುಚ್ಚಿಹೋಯಿತು. ಬಾಯಿ ದುರ್ಬಲವಾಗಿ ಆಡಿತು: "ನಾಕು ಮೊಳ ಭೂಮಿ ನಾಕೇ ನಾಕು ಮೊಳ ಭೂಮಿ... ಕೋಪ ಮಾಡಕೋ ಬ್ಯಾಡ. ಸಂಸಾರ ಸಾಕಕ್ಕೆ ಆ ಕೆಲಸ ಮಾಡಬುಟ್ಟೆ ಕನಪ್ಪಾ – ಸಂಸಾರ ಸಾಕಕ್ಕೆ..." ದೇವಪ್ಪನ ಮಗ ಏನೊಂದೂ ಅರ್ಥವಾಗದೆ ಮಿಕಿ ಮಿಕಿ ನೋಡುತ್ತಿದ್ದ. ಮುಚ್ಚಿದ ಕಣ್ಣು ತೆರೆಯಲೇ ಇಲ್ಲ.

– ಕತೆಯನ್ನು ಓದಿ ಲಾಯರು ತಲೆದೂಗಿದ. ಆದರೆ ಏಕೋ ಅವನಿಗೆ ಸಂಶಯ ವಾಯಿತು. ಮನುಸ್ಕೃತಿ ಗಂಡಸಿನ ಕೈಬರಹದಂತಿತ್ತು. ಸೂಕ್ಷ್ಮವಾಗಿ ಪರೀಕ್ಷಿಸಿದಾಗ ಕೊನೆಯಲ್ಲಿ ಪುಟ್ಟದಾಗಿ 'ಸಂಜೀವಿ' ಎಂದು ಬರೆದಿತ್ತು. ಅದನ್ನು ಶಾಯಿಯಿಂದ ಚೆನ್ನಾಗಿ ಹೊಡೆದಿತ್ತು.

ಲಾಯರ ಸಂಶಯ ದೃಢವಾಯಿತು... ಸಂಜೀವ – ತನ್ನ ಹೆಂಡತಿಯ ಸೋದರ ಮಾವ. ಅವನು ಮೊನ್ನೆ ಮೊನ್ನೆ ಮೃತನಾದ. ಅವನು ಲಲಿತಳನ್ನು ಬಹುವಾಗಿ ಪ್ರೀತಿಸು ತ್ತಿದ್ದನೆಂದು ಅವಳೇ ಆಗಾಗ ಹೇಳುತ್ತಿದ್ದಳು. ಹಾಗಾದರೆ ಅವನ ಕಥೆಗಳನ್ನೇ ತನ್ನ ಹೆಸರಿನಲ್ಲಿ ಪ್ರಕಟಿಸುತ್ತಿದ್ದಳೇ ಲಲಿತ?... ನಾಲ್ಕು ಮೊಳ ಭೂಮಿ! ಇದು ಅವನು ಬರೆದ ಕಥೆಯೋ?

8. ಅಜ್ಞಾತವಾಸಿ

– ಬಸವರಾಜ ಕಟ್ಟೀಮನಿ

ಮತ್ತೆ ಬರುತ್ತಿದ್ದರು ಆ ಪೋಲೀಸರು!

ಎಂಟು ದಿನಗಳಿಂದ ಎಡೆಬಿಡದೆ ಅವರ ಹಿಂಸೆ ಸಾಗಿತ್ತು ಒಂದೇ ಸಮನೆ. ಆದರೂ ಅವರಿಗೆ ತೃಪ್ತಿಯಾಗಿರಲಿಲ್ಲ.

ಮತ್ತೆ ಬರುತ್ತಿದ್ದರು...!

ಅವರ ಚಿತ್ರಹಿಂಸೆಗೆ ಎದೆಗೊಡಲು ಸಿದ್ಧಳಾಗಿ ಎದ್ದು ಕುಳಿತಳು ನಾಗಮ್ಮ.

ಎಂಟು ದಿನಗಳಿಂದ ಒಂದೆ ಸಮನೆ ಅವರು ಅವಳನ್ನು ಹೊಡೆದಿದ್ದರು. ಲಾಠಿ, ಬೆತ್ತ, ಬೂಟು. ಚಪ್ಪಲಿ – ಕೈಗೆ ಸಿಕ್ಕಿದುದರಿಂದ ಏಟು ಹಾಕಿದ್ದರು. ಅವಳ ಸೀರೆ ಕುಪ್ಪುಸಗಳನ್ನೆಲ್ಲಾ ಸೆಳೆದುಕೊಂಡು ಬತ್ತಲೆಗೊಳಿಸಿ ಆ ನಗ್ನ ಶರೀರದ ಮೇಲೆ ಚರ್ಮದ ಪಟ್ಟಿಯಿಂದ ಬಿಗಿದಿದ್ದರು. ಅವಳ ಕೋಮಲ ಶರೀರದ ಮೇಲೆ ಕ್ರೂರ ಪಶುಗಳಿಗಿಂತಲೂ ಕ್ರೂರವಾದ ರೀತಿಯಲ್ಲಿ ಬಿದ್ದು ಭೀಕರ ಅತ್ಯಾಚಾರ ನಡೆಸಿದ್ದರು. ಆ ಎಳೆ ಶರೀರದಿಂದ ಸುರಿಯುವ ಬಿಸಿ ನೆತ್ತರವನ್ನು ಕಂಡಷ್ಟೂ ಅವರಿಗೆ ಹಿಂಸೆಯ ಹುಚ್ಚು ಕೆರಳುತ್ತಿತ್ತು.

ಆ ಏಟು, ಆ ಅತ್ಯಾಚಾರ, ಆ ರಕ್ತಪಾತ, ಅದನ್ನು ತಾಳಲಾರದೆ ಆ ತರುಣಿ ವಿಲಿವಿಲಿ ಒದ್ದಾಡಿಕೊಂಡಿದ್ದಳು. ಯಾವುದರಿಂದಲೂ ಆ ಪೋಲೀಸರ ಕಲ್ಲು ಹೃದಯ ಕರಗಿರಲಿಲ್ಲ. ದಿನವೂ ಹೊಡೆದದ್ದೇ ಹೊಡೆದದ್ದು! ಅತ್ಯಾಚಾರ ನಡೆಸಿದ್ದೇ ನಡೆಸಿದ್ದು!

ಇನ್ನೂ ತೃಪ್ತಿಯಾಗಿರಲಿಲ್ಲ ಅವರಿಗೆ.

ಮತ್ತೆ ಬರುತ್ತಿದ್ದರು!

ಆ ಗುಡಿಸಲಿನ ಸೆರೆಮನೆಯಲ್ಲಿ ಒಬ್ಬಳೇ ನರಳುತ್ತಾ ಬಿದ್ದುಕೊಂಡಿದ್ದ ಹಾಗೆ ನಾಗಮ್ಮ ನೂರು ಬಾರಿ ಯೋಚಿಸಿದ್ದಳು. "ಯಾರೂ ಇಲ್ಲವೇ ಇವರನ್ನು ತಡೆಯುವವರು? ಯಾರೂ ಇಲ್ಲವೆ?"

ಸಾವಿರ ಬಾರಿಯಾದರೂ ಆಕೆ ಸರ್ವರಕ್ಷಕ ಭಗವಂತನನ್ನು ಆರ್ತದನಿಯಿಂದ ಕೂಗಿ ಕರೆದಿದ್ದಳು. "ಕುರು ಸಭೆಯಲ್ಲಿ ದ್ರೌಪದಿಯ ಮಾನರಕ್ಷಣೆ ಮಾಡಿದ ಕೃಷ್ಣಾ, ಬಂದು ನನ್ನನ್ನು ಕಾಪಾಡು" ಎಂದು ಆ ಶ್ರೀಹರಿಯನ್ನು ಪ್ರಾರ್ಥಿಸಿದ್ದಳು. "ಭಕ್ತವತ್ಸಲ ಶಿವ ಶಂಕರಾ. ಬಾರೊ ಬೇಗನೆ, ಬಂದು ನನ್ನನ್ನುಳಿಸು ಈ ಪಿಶಾಚಿಗಳಿಂದ!"ಎಂದು ಹಲುಬಿ ಮೊರೆಯಿಟ್ಟಿದ್ದಳು. ಯಾವ ದೇವರೂ ಬರಲಿಲ್ಲ ಅವಳ ಬಿಡುಗಡೆಗೆ. "ಯಮದೇವಾ,

ನೀನಾದರೂ ಬಂದು ನನ್ನನ್ನೀ ನರಕದಿಂದ ಪಾರು ಮಾಡು" ಎಂದು ಮೃತ್ಯುವನ್ನು ಕರೆದಿದ್ದಳು. ಅದಕ್ಕೂ ಸಹ ಕರುಣೆ ಬಂದಿರಲಿಲ್ಲ. ದಿನ ದಿನದ ಆ ಭಯಂಕರ ಹಿಂಸೆಯನ್ನೆಲ್ಲಾ ಸಹಿಸಿಕೊಂಡರೂ ಇನ್ನೂ ಹೋಗದಾಗಿತ್ತು ಆ ಜೀವ.

ಬೂಟುಗಳ ಸದ್ದು ಹತ್ತಿರ ಬಂತು. ಅದೇ ಆ ಪರಿಚಿತವಾದ ಕಡ್ ಕಡ್ ಸದ್ದು – ಬೀಗ ತೆಗೆಯುವಾಗ ಆಗುವ 'ಖಳಲ್' ಎಂಬ ಶಬ್ದ – ಎಲ್ಲ ಶಕ್ತಿಯನ್ನೂ ಎದೆಯಲ್ಲಿ ತುಂಬಿಕೊಂಡು ನಾಗಮ್ಮ ಅವರನ್ನೆದುರಿಸಲು ಸಿದ್ಧಳಾದಳು.

ಬಾಗಿಲು ತೆರೆಯಿತು.

ಅವೇ ಆ ಕ್ರೂರ ಮುಖಗಳೇ! ಇದ್ದಿಲು ಬಣ್ಣದ, ಮೊಸಳೆಯಂಥ ಭೀಕರ ಮುಖಾಕೃತಿಯ ಆ ದಫೇದಾರ್, ಅವನ ಜೊತೆಯ ಆ ಪೋಲೀಸ್ ಶಿಪಾಯಿ... ಮೂರು ದಿನಗಳಿಂದ ಅವರಿಬ್ಬರೇ ಬರುತ್ತಿದ್ದರು. ಮತ್ತೆ ಮತ್ತೆ ಅದೇ ಪ್ರಶ್ನೆ. ಅದೇ ಅತ್ಯಾಚಾರ. ಎಲ್ಲವನ್ನೂ ಮುಗಿಸಿಕೊಂಡು. ಜತೆಗೆ ತಂದಿದ್ದ ತಂಗಳು ರೊಟ್ಟಿಯ ತುಂಡೊಂದನ್ನು ಅವಳ ಮೈಮೇಲೆ ಬಿಸುಟು ಮೂಲೆಯಲ್ಲಿದ್ದ ಮಡಕೆಗೆ ಹೊಲಸು ನೀರನ್ನು ತುಂಬಿ, ಬಾಗಿಲು ಹಾಕಿಕೊಂಡು, ಬೀಗ ಜಡಿದು ಹೊರಟು ಹೋಗುತ್ತಿದ್ದರು. ಬೆಳಗ್ಗೆ ಮತ್ತು ಸಾಯಂಕಾಲ – ದಿನವೂ ಎರಡು ಹೊತ್ತೂ ತಪ್ಪುವಂತಿರಲಿಲ್ಲ ಈ ಕ್ರಮ.

ಅವಳನ್ನು ಸೋಲಿಸಬೇಕೆಂದು ಅವರು ಕೈಗೊಂಡ ಹಿಂಸಾಕ್ರಮಗಳೆಲ್ಲ ವ್ಯರ್ಥವಾಗಿದ್ದವು. ಯಾವ ಉಪಾಯವೂ ಅವಳ ಬಾಯಿ ಬಿಡಿಸಲು ಸಮರ್ಥವಾಗಿರಲಿಲ್ಲ. "ಮಾತಾಡು ನಮ್ಮ ಪ್ರಶ್ನೆಗೆ ಉತ್ತರ ಕೊಡು. ನಿನ್ನನ್ನು ಬಿಟ್ಟುಬಿಡುತ್ತೇವೆ" ಎಂದು ಅವರು ಗಂಟಲು ಹರಿಯುವಂತೆ ಆಕ್ರೋಶ ಮಾಡಿದರೂ ಅವಳ ಬಾಯ ಮೇಲೆ ಬೂಟುಗಾಲು ಹಾಕಿ ಹೊಡೆದರೂ ಆಕೆ ಸೋತುಹೋಗಿರಲಿಲ್ಲ. ಬೂಟಿನ ಮೊಳೆಗಳ ಆಘಾತದಿಂದ ತುಟಿ ಒಡೆದು, ಹಲ್ಲು ಮುರಿದು ರಕ್ತ ಸುರಿಯುತ್ತಿದ್ದರೂ ಸಹ ಆಕೆ ಕಂಗೆಟ್ಟಿರಲಿಲ್ಲ.

ಅವಳ ಆ ದೃಢ ನಿರ್ಧಾರ ಅವರಿಗೆ ಚೆನ್ನಾಗಿ ಮನವರಿಕೆಯಾಗಿದ್ದರೂ ಇನ್ನೂ ಅವರು ಹಿಂದೆಗೆದಿರಲಿಲ್ಲ. ನಿರಾಶರಾಗಿರಲಿಲ್ಲ. ದಿನವೂ ಬರುತ್ತಲೇ ಇದ್ದರು. ದಿನವೂ ಅವಳನ್ನು ಹೊಡೆದು, ಬಡಿದು ಪೀಡಿಸುತ್ತಲೇ ಇದ್ದರು.

ಈಗಲೂ ಬಂದಿದ್ದರು!

ದಫೇದಾರನ ಬೂಟುಗಾಲು ಭರದಿಂದ ಬೀಸಿಬಂದು ಅವಳ ಸೊಂಟದ ಮೇಲೆ ಬಿತ್ತು. ಅದರ ಆಘಾತಕ್ಕೆ ಆಕೆಯ ದೇಹ ಪುಟಿದು ಕೊಂಚ ದೂರ ಹೋಗಿ ಬಿದ್ದುಕೊಂಡಿತು. ಒದೆತದಿಂದಾಗಿ ಹೆಚ್ಚಿನ ನೋವೂ ತಲೆದೋರಿದಂತಾಗಲಿಲ್ಲ. ಸೊಂಟದ ಮೂಳೆ ಯಾವಾಗಲೋ ಅವರ ಪದಹತಿಗೆ ಸಿಕ್ಕಿ ಮುರಿದುಹೋಗಿತ್ತು. ಬಾವಿಯ ನೀರಿನಲ್ಲಿ ಕಲ್ಲು ಬಿದ್ದಾಗ ಅದರಲ್ಲಿ ಕೊಂಚಕಾಲ ತೆರೆಗಳ ಕುಣಿತ ನಡೆಯುವಂತೆ ಅವಳ ಶರೀರದಲ್ಲಿ ಒಂದೆರಡು ಕ್ಷಣಗಳ ಕಾಲ ಒಂದು ತರದ ವಿಲಕ್ಷಣ ಅಲೆಗಳೆದ್ದು ಮಾಯವಾದವು, ಅಷ್ಟೆ.

ಇನ್ನೂ ಇಳೀಲಿಲ್ಲವೇನೇ ನಿನ್ನ ಸೊಕ್ಕು? ಮಾತಾಡುತ್ತೀಯೋ ಇಲ್ಲವೋ?" ಎಂದ ದಫೇದಾರ, ಮತ್ತೊಂದು ಬಾರಿ ಅವಳ ಸೊಂಟಕ್ಕೆ ಒದೆತ ಹಾಕುತ್ತ.

"ಹೇಳು ಹೊಲೆಮುಂಡೆ, ಎಲ್ಲಿ ಅಡಗಿದ್ದಾನೆ ನಿನ್ನ ಗಂಡ? ಯಾಕೆ ಮಾತಾಡೋದಿಲ್ಲ ನೀನು? ಇನ್ನೂ ಎಷ್ಟು ಅಂತ ಹೊಡೆಸಿಕೊಳ್ಳುತ್ತೀ?"

"ಹೇಳು; ಪ್ರಾಣ ಉಳಿಸಿಕೋ. ಎಲ್ಲಿದ್ದಾನೆ ಹೇಳು ನಿನ್ನ ಚೆನ್ನ್ಯಾ? ಮಾತಾಡು... ಮಾತಾಡು..." ಮತ್ತೆ ಒದೆತಗಳು... ಮತ್ತೆ ಹೊಡೆತಗಳು... ಮತ್ತೆ ಏಟುಗಳು... ಎಲ್ಲವನ್ನೂ ಹೇಗೋ ತಡೆದುಕೊಂಡು ಅಲ್ಲಿ ಇಲ್ಲಿ ಉರುಳಾಡುತ್ತ ಬಿದ್ದಿತ್ತು ಅವಳ ಶರೀರ. ಮುಖದಿಂದ ಮಾತು ಬರುವಂತಿರಲಿಲ್ಲ. ಮಾತನಾಡಲು ಅವಳಿಗೆ ಎಚ್ಚರವೂ ಇರಲಿಲ್ಲ.

ಐದಾರು ದಿನಗಳ ಸತತ ಪ್ರಯತ್ನದಿಂದಲೂ ಸಹ ಆಕೆ ಬಾಯಿ ಬಿಚ್ಚದಿರುವುದನ್ನು ಕಂಡು ದಫೇದಾರನಿಗೆ ಭೀಕರ ಕೋಪವೇರಿತು. ಅವಳ ಬಾಯಿಯನ್ನು ಬಲವಂತವಾಗಿ ತೆರೆದು ಅದರೊಳಗಿನ ನಾಲಗೆಯನ್ನು ಹಿಡಿದು ರಭಸದಿಂದ ಎಳೆಯುತ್ತ "ಮಾತಾಡು, ಎಲ್ಲಿದ್ದಾನೆ ಹೇಳು ನಿನ್ನ ಚೆನ್ನ್ಯಾ?" ಎಂದು ಕೂಗಿಕೊಂಡ.

ನಾಗಮ್ಮನಿಗೆ ಎಚ್ಚರ ಬಂತು: ದಫೇದಾರ ನಡೆಸಿದ ಕೃತ್ಯದ ಅರಿವಾಯಿತು. ತನ್ನಲ್ಲಿ ಉಳಿದಿದ್ದ ಎಲ್ಲ ಶಕ್ತಿಯನ್ನೂ ಹಲ್ಲುಗಳಿಗೆ ಒಟ್ಟುಗೂಡಿಸಿ ಅವನ ಕೈಯನ್ನು ಬಲವಾಗಿ ಕಚ್ಚಿಬಿಡಲಾ ಎನ್ನಿಸಿತು ನಾಗಮ್ಮನಿಗೆ. ನಾಗರಹಾವಿನ ಹಲ್ಲಿನಲ್ಲಿರುವ ವಿಷವಾದರೂ ತನ್ನ ಹಲ್ಲಿನಲ್ಲಿದ್ದಿದ್ದರೆ – ಒಂದು ಕಡಿತಕ್ಕೇ ಉರುಳಿಬಿದ್ದು ಒರಲಿ ಒರಲಿ ಪ್ರಾಣ ಬಿಡುತ್ತಿದ್ದ ಈ ಪಿಶಾಚಿ ಎಂದುಕೊಂಡಳು... ಎಲ್ಲಾ ಬರೀ ಎಣಿಕೆಯೆ... ಎಲ್ಲಾ ಬರೀ ಯೋಚನೆಯೇ...

ದಫೇದಾರ ಮತ್ತೆ ಕಿರಿಚಿಕೊಳ್ಳುತ್ತಿದ್ದ.

"ಹೇಳು ಎಲ್ಲಿದಾನೆ ಆ ನಿನ್ನ ಗಂಡ? ಭಂಡ ಎಲ್ಲಿ ಅಡಗಿದ್ದಾನೆ ಹೇಡಿಯ ಹಾಗೆ?"

ಭಂಡ! ಹೇಡಿ! ಅದೂ ತನ್ನ ಗಂಡ! ನಾಗಮ್ಮನ ಸ್ವಾಭಿಮಾನ ಕುದಿದೆದ್ದಿತು. ನೋವು ಸಹಿಸಿ ಸಹಿಸಿ ಕುಗ್ಗಿಹೋದ – ಆದರೂ ಅತ್ಯಂತ ತೀವ್ರವಾದ ದನಿಯಲ್ಲಿ ಗುಡುಗಿದಳು.

"ಯಾರಿಗೆ ಭಂಡ ಅಂತೀಯೋ ಷಂಡಾ! ಹೆಂಗಸರ ಮ್ಯಾಲೆ ಕೈ ಎತ್ತುವ ನಿಮ್ಮಂಥ ಹೇಡಿಗಳಂಥವನಲ್ಲ ನನ್ನ ಗಂಡ! ಥೂ! ನಿಮ್ಮ ಮುಖಕ್ಕೆ ಬೆಂಕಿ ಹಾಕಲಿ! ನಾಚಿಕೆಯಾಗೋದಿಲ್ಲವೆ ನಿಮಗೆ?"

ಇಲ್ಲ. ನಾಚಿಕೆಯಾಗುವಂತಿರಲಿಲ್ಲ ಅವರಿಗೆ. ಅವಳು 'ಥೂ' ಎಂದಷ್ಟೂ ಆ ಪೋಲೀಸಿನವರಿಗೆ ಕೋಪ ಹೆಚ್ಚುತ್ತ ಬಂತು. ಮತ್ತೆ ಭೀಕರವಾಗಿ ಏಟು ಹಾಕತೊಡಗಿದ. ಈ ಮೊದಲು ಅನೇಕ ಸಲ ಎಳೆದು ಎಳೆದು ಉದುರಿಹೋಗಿದ್ದರೂ ಸಹ ಇನ್ನೂ ಕೊಂಚ ಉಳಿದುಕೊಂಡಿದ್ದ ಅವಳ ತಲೆಕೂದಲನ್ನು ಹಿಡಿದು ಗುಡಿಸಲಿನ ತುಂಬೆಲ್ಲ ದರದರನೆ ಎಳೆದಾಡಿದ. ಮತ್ತೆ ಹೊಡೆದ. ಮತ್ತೆ ಎಳೆದ. ಬೂಟುಗಾಲಿನಿಂದ ತುಳಿದ. ಅವಳು

ಮತ್ತೆ ಎಚ್ಚರತಪ್ಪಿ ಬೀಳುತ್ತಲೂ ಮುಖದ ಮೇಲೆಲ್ಲ ನೀರು ಹಾಕಿ ಬಲವಂತವಾಗಿ ಎಚ್ಚರಿಸಿದ.

ಕಣ್ಣೆವೆಗಳನ್ನು ಬಿಚ್ಚಿಕೊಂಡು ಹೊರಕ್ಕೆ ದೃಷ್ಟಿಯನ್ನೋಡಿಸುವುದೂ ಅಸಾಧ್ಯವಾಗಿತ್ತು ನಾಗಮ್ಮನಿಗೆ. ಕಣ್ಣುಗಳ ಮೇಲೂ ಏಟು ಬಿದ್ದು ಅಲ್ಲಿಂದಲೂ ನೆತ್ತರು ಸುರಿಯುತ್ತಿತ್ತು.

ಬಾಗಿಲು ಹಾಕಿಕೊಂಡು ಹೊರಡುತ್ತಿದ್ದ ಹಾಗೆ ದಫೇದಾರ ಕೂಗಿಕೊಂಡದ್ದು ಕೇಳಿಸಿತು.

"ಇಂದು ಸಾಯಂಕಾಲ ಅವನಿರುವ ಜಾಗ ತಿಳಿದರೆ ಸರಿ. ಇಲ್ಲದಿದ್ದರೆ ಸಿಗಿದುಹಾಕ್ತೇನೆ. ಕಂಭಕ್ಕೆ ಕಟ್ಟಿ ಚವಮಡ ಸುಲೀತೇನೆ."

ಇದುವರೆಗೆ ನೂರು ಸಲವಾದರೂ ಆ ಮಾತು ಬಂದಿರಬಹುದು ಅವನ ಮುಖದಿಂದ. ದಿನವೂ ಸಿಗಿಯುವುದೂ ನಡೆದಿತ್ತು. ಚರ್ಮ ಸುಲಿಯುವುದೂ ನಡೆದಿತ್ತು. ಆದರೂ ಪ್ರಾಣ ಹೋಗಿರಲಿಲ್ಲ. ಆತ್ಮಹತ್ಯೆ ಮಾಡಿಕೊಳ್ಳುವುದೂ ಸಹ ಸಾಧ್ಯವಿರಲಿಲ್ಲ ನಾಗಮ್ಮನಿಗೆ. ಅದನ್ನೂ ಅಸಾಧ್ಯವಾಗಿ ಮಾಡಿದ್ದರವರು. ಅಂಥ ಪ್ರಯತ್ನಕ್ಕೆ ಅವಳು ತೊಡಗಬಾರದೆಂದು ಯೋಚಿಸಿ ಅಲ್ಲಿ ಒಂದು ಬಟ್ಟೆಯ ತುಂಡನ್ನೂ ಉಳಿಸಿರಲಿಲ್ಲ. ಅವಳ ಸೀರೆ, ಕುಪ್ಪಸಗಳನ್ನಂತೂ ಎಂದೋ ಸೆಳೆದೊಯ್ದಿದ್ದರು. ಗುಡಿಸಲಿನಲ್ಲಿದ್ದ ಹಗ್ಗಗಳನ್ನೂ, ದಾರಗಳನ್ನೂ ಒಂದನ್ನೂ ಬಿಡದೆ ಸಾಗಿಸಿಕೊಂಡು ಹೋಗಿದ್ದರು.

ಗುಡಿಸಲಿಗೆ ಬೆಂಕಿ ಹತ್ತಿಸಿ ಅದರೊಳಗಡೆ ಸುಟ್ಟುಕೊಂಡಾದರೂ ಸಾಯಬಹುದಾಗಿತ್ತು.

ಅದೂ ಸಾಧ್ಯವಿರಲಿಲ್ಲ. ಬೆಂಕಿಯೂ ಸಿಕ್ಕುವಂತಿರಲಿಲ್ಲ. ಬೆಂಕಿಪೆಟ್ಟಿಗೆಯೂ ಸಿಕ್ಕುವಂತಿರಲಿಲ್ಲ.

– ಕತ್ತಲ ರಾತ್ರಿಯಲ್ಲಿ ಹೊರಗಡೆ ಸ್ವೇಚ್ಛೆಯಾಗಿ ಸಂಚರಿಸುವ ಸರ್ಪಗಳಾದರೂ ಬರಬಾರದೇ ತನ್ನ ಈ ಗುಡಿಸಲಿನ ಸೆರೆಮನೆಯಲ್ಲಿ? – ಎಂದುಕೊಂಡಿದ್ದಳು ನಾಗಮ್ಮ.

– ಅವುಗಳ ತೀಕ್ಷ್ಣ ಕಣ್ಣುಗಳ ಹೊಳಪನ್ನು ಕಂಡು ತಾನು ಅವನ್ನು ಗುರುತಿಸಿಯಾಳು. ದರ್ಶನ ಕೊಡಲು ಬಂದ ದೇವರನ್ನು ಸ್ವಾಗತಿಸುವಂತೆ ತಾನು ಅವನ್ನು ಸ್ವಾಗತಿಸಿಯಾಳು. ಸಂತೋಷದಿಂದ ನಗುನಗುತ್ತಾ ಅವುಗಳ ಹೆಡೆಗೆ ಕೈಹಾಕಿಯಾಳು. ಅವುಗಳ ವಿಷಯುಕ್ತ ಹಲ್ಲು ಕೈಗೆ ಚುಚ್ಚಿದಾಗ ಹರ್ಷದಿಂದ ಕೇಕೆ ಹಾಕಿಯಾಳು...!

– ಹಾವುಗಳು ಬರದಿದ್ದರೆ ಹೋಗಲಿ. ಹಿಂದೊಮ್ಮೆ ತಮ್ಮ ಹಳ್ಳಿಯ ತುಂಬೆಲ್ಲಾ ತಾಂಡವನೃತ್ಯಗೈದ ಪ್ಲೇಗಿನ ಮಾರಿಯಾದರೂ ಏಕೆ ಬರಬಾರದೋ ತನ್ನ ಬಳಿಗೆ?

– ರೈತರ ಮನೆಗಳನ್ನೆಲ್ಲ ಸುಟ್ಟು ಬೂದಿಮಾಡಿದ ಆ ಅಗ್ನಿಜ್ವಾಲೆ ಅದೇಕೆ ಸುಳಿಯಲಿಲ್ಲವೋ ಈ ಗುಡಿಸಲಿನ ಬಳಿಗೆ?

ಆ ಜ್ವಾಲೆಯನ್ನಿತ್ತ ಹಾರಿಸಿ ತರಲು ಗಾಳಿಗೆ ಕೂಡ ಮನಸು ಬರಲಿಲ್ಲವೆ?

ನಿಸರ್ಗವೆಲ್ಲ ಒಂದುಗೂಡಿ ಭೀಕರ ಸಂಚು ಹೂಡಿದೆಯೇನೋ ತನ್ನ ವಿರುದ್ಧವಾಗಿ?

ಓ! ತನ್ನ ಗಂಡ! ತನ್ನ ಪ್ರಾಣಪ್ರಿಯ ಗಂಡ! ಎಲ್ಲಿದ್ದಾನೆ ಆತ? ಯಾವ ಕಾಡಿನಲ್ಲಿದಾನೆ? ಎಲ್ಲಿ ಅಲೆಯುತ್ತಿದಾನೆ? ಎಷ್ಟು ಕಷ್ಟಪಡುತ್ತಿದಾನೊ, ಎಂಥ ಯಾತನೆ ಅನುಭವಿಸುತ್ತಿದಾನೊ! –

ತನಗೊದಗಿದ ಅಂಥ ಭೀಕರ ಸ್ಥಿತಿಯಲ್ಲೂ ನಾಗಮ್ಮನಿಗೆ ತನ್ನ ಗಂಡನ ಸಂಕಟಗಳ ವಿಚಾರ ಬಂದು ಹೃದಯ ಕುದಿಯತೊಡಗಿತು. ಅವನ ತೊಂದರೆಗಳನ್ನು ಕುರಿತು ಯೋಚಿಸಿದ ಹಾಗೆಲ್ಲ ತನ್ನ ನೋವು ಮರೆತುಹೋಗತೊಡಗಿತು. ಎಂಟು ದಿನಗಳಿಂದ ರೊಟ್ಟಿ ಇಳಿದಿರಲಿಲ್ಲ ಅವಳ ಹೊಟ್ಟೆಗೆ. ಅಂಥ ಸ್ಥಿತಿಯಲ್ಲೂ ಆಕೆಗೆ ಗಂಡನ ಊಟದ ನೆನಪಾಯಿತು. ಅವನಿಗೆ ರೊಟ್ಟಿ ಸಿಕ್ಕುತ್ತಿದೆಯೋ ಇಲ್ಲವೋ ಎಂದುಕೊಂಡು ಅವಳ ಕಣ್ಣುಗಳಲ್ಲಿ ನೀರು ಚಿಮ್ಮಿ ಬಂತು.

ಅಂದು ರಾತ್ರಿ ಹಳ್ಳಿಯನ್ನು ಬಿಟ್ಟು ತೊಲಗುವಾಗ ತನ್ನನ್ನು ಎಂದೆಂದೂ ಬಿಡಲಾರದಂತೆ ಬಿಗಿದಪ್ಪಿಕೊಂಡು, ಕೆನ್ನೆಗೆ ಕೆನ್ನೆ ಇಟ್ಟು ಸವರುತ್ತಾ, ತಲೆಗೂದಲನ್ನು ನೇವರಿಸುತ್ತಾ 'ಹೆದರಬೇಡ ನಾಗೂ, ಈ ಗಲಾಟೆ ಎಲ್ಲಾ ಮುಗಿದ ಬಳಿಕ ಮತ್ತೆ ಬರ್ತೇನೆ. ನನಗಾಗಿ ಧೈರ್ಯದಿಂದ ಕಾದಿರು' ಎಂದು ಭರವಸೆ ಕೊಟ್ಟು, ಅಗಲಲಾರದೆ ಅಗಲಲು ಸಿದ್ಧವಾಗಿ ನಿಂತಾಗಿನ ಆತನ ಪ್ರೇಮಮೂರ್ತಿ ಮತ್ತೆ ಅವಳ ಕಣ್ಣೆದುರು ಬಂತು.

'ಎಂದಿಗೆ ಮುಗಿಯುವುದೋ ಈ ಪೋಲೀಸ್ ರಾಜ್ಯ? ಎಂದು ಇವರೆಲ್ಲಾ ಇಲ್ಲಿಂದ ಹೊರಡುವರೋ? ಎಂದು ಬರುತ್ತಾನೋ ನನ್ನೊಡೆಯ? ನಾನೆಂದು ಅವನ್ನ ನೋಡುತ್ತೇನೊ? – ಇಲ್ಲ ಹೀಗೇ ಈ ಪೋಲೀಸರ ಹಿಂಸೆಗೆ ಬಲಿಯಾಗಿ ಪ್ರಾಣ ನೀಗುತ್ತೇನೊ?

'ಅಯ್ಯೋ ನನ್ನೊಡೆಯಾ, ಎಲ್ಲಿದ್ದೀಯೋ ನೀನು? ಒಂದು ಸಲವಾದರೂ ಮಕ ತೋರಿಸು. ನಿನ್ನ ಮುದ್ದು ಮಕ ನೋಡಿ ನಿನ್ನ ತೊಡೇ ಮೇಲೆ ತಲೆ ಇಟ್ಟು ಪ್ರಾಣ ಬಿಡ್ತೇನೆ. ಈ ಪಶುಗಳಿಂದ ಹೊಲೆಗೆಟ್ಟ ಈ ಹಾಳು ದೇಹ ನೀಗ್ತೇನೆ!' ಎಂದು ಹಲುಬಿದಳು ನಾಗಮ್ಮ.

ಗುಡಿಸಲಿಗೆ ಹತ್ತಿರದಲ್ಲಿದ್ದ ಮಾವಿನ ಮರದ ಮೇಲೆ ಕುಳಿತುಕೊಂಡು ಹಕ್ಕಿಯೊಂದು ಹಾಡುತ್ತಿದ್ದುದು ಕೇಳಿಬಂತು. ಆ ಹಕ್ಕಿಯ ಕೂಗಿನ ರೂಪದಲ್ಲಿ ತನ್ನ ಪ್ರಾಣಪ್ರಿಯ ಪತಿಯ ಭರವಸೆಯ ನುಡಿಯೆ ಕೇಳಿಸಿದ ಹಾಗಾಯಿತು ನಾಗಮ್ಮನಿಗೆ. 'ಹೆದರಬೇಡ ನಾಗೂ, ಬರ್ತೇನೆ ನಾನು. ಬಂದು ನಿನ್ನನ್ನೀ ನರಕದಿಂದ ಪಾರುಮಾಡುತ್ತೇನೆ' ಎಂದು ಅಭಯ ಕೊಟ್ಟಂತೆ ಭಾಸವಾಯಿತು.

ಆ ಕಲ್ಪನೆಯ ಮಾತಿನಿಂದಲೂ ಸಹ ಕೊಂಚ ಸಮಾಧಾನವಾಯಿತು ಆಕೆಗೆ. ಮೂಲೆಯಲ್ಲಿದ್ದ ರೊಟ್ಟಿಯ ತುಂಡನ್ನೆತ್ತಿ ಬಾಯಿಗಿಟ್ಟುಕೊಳ್ಳಲು ಪ್ರಯತ್ನಿಸಿದಳು. ಎಷ್ಟು ದಿನಗಳಿಗೆ ಹಿಂದೆ ಬೇಯಿಸಿದ್ದೋ ಅದು! ಒಣಗಿ ಒಣಗಿ ಕಲ್ಲಿನಂತಾಗಿತ್ತು. ಶಕ್ತಿಹೀನವಾದ ಅವಳ ಹಲ್ಲು ಅದನ್ನು ಅಗಿಯುವುದೂ ಅಸಾಧ್ಯವಾಗಿತ್ತು.

ಬಾಯಿಗಿಟ್ಟುಕೊಂಡದ್ದೆಷ್ಟೊ ಅಷ್ಟೆ; ರೊಟ್ಟಿಯನ್ನು ತಿನ್ನಲು ಸಾಧ್ಯವಾಗಲಿಲ್ಲ. ಮತ್ತೆ ಹಠಾತ್ತಾಗಿ ಅವಳಿಗೆ ತನ್ನ ಅಜ್ಞಾತವಾಸಿ ಪತಿಯ ಜ್ಞಾಪಕ ಬಂತು. ಪೋಲೀಸರಿಂದ ಪಾರಾಗುವುದಕ್ಕಾಗಿ ತಲೆಮರಸಿಕೊಂಡು, ಅನ್ನ ನೀರಿಲ್ಲದೆ ಕಾಡು ಬೆಟ್ಟ ಸುತ್ತುತ್ತಿದ್ದಾನು ಆತ. ಇಂಥ ನರಕ ಹಿಂಸೆಗೊಳಗಾಗಿದ್ದರೂ ಸಹ ಒಣರೊಟ್ಟಿಯಾದರೂ ಸಿಕ್ಕುತ್ತಿದೆ ತನಗೆ. ಅವನಿಗೆ? ಒಣ ರೊಟ್ಟಿಗೂ ಸಹ ಗತಿಯಿರಲಿಕ್ಕಿಲ್ಲ. ಏನಾಗಿದ್ದೀತೋ ಆತನ ಸ್ಥಿತಿ?

ರೊಟ್ಟಿ ತಿನ್ನಲು ಮನಸ್ಸಾಗಲಿಲ್ಲ ಅವಳಿಗೆ. ಅದನ್ನು ನೆಲದ ಮೇಲೆಸೆದು ಬಿಟ್ಟು ಹಾಗೇ ಅಲ್ಲಿಯೆ ಒರಗಿಕೊಂಡಳು.

ಅವಳ ಚಿತ್ತದಲ್ಲಿ ಒಂದೇ ವಿಚಾರ :

ಪತಿ! ಪತಿ! ತನ್ನ ಪತಿ!

[2]

ಅದೇ ದಿನ, ಅದೇ ಸಮಯದಲ್ಲಿ, ಅಲ್ಲಿಂದ ಇಪ್ಪತ್ತು ಮೈಲಿ ದೂರದಲ್ಲಿದ್ದ ಕಾಡಿನಲ್ಲಿ ಅವಳ ಪತಿಯಾದ ಆ ಅಜ್ಞಾತವಾಸಿ. ಗಿಡವೊಂದರ ನೆರಳಿನಲ್ಲಿ ಅವಳ ಯೋಚನೆಯಲ್ಲೇ ಒರಗಿಕೊಂಡಿದ್ದ.

ಸುತ್ತಲೂ ದಟ್ಟವಾಗಿ ಬೆಳೆದು ನಿಂತಿದ್ದ ಗಿಡಗೆಂಟೆಗಳ ನಿಸರ್ಗ ನಿರ್ಮಿತ ಕೋಟೆಯಂಥ ಸ್ಥಳದಲ್ಲಿ ಆತ ಬಿದ್ದುಕೊಂಡಿದ್ದಾನೆ. ಎಂಟು ದಿನಗಳಿಗೆ ಹಿಂದೆ ಹಳ್ಳಿಯನ್ನು ಬಿಟ್ಟು ಹೊರಟಂದಿನಿಂದ ಅಲ್ಲಿ ಇಲ್ಲಿ ಅಲೆಯುತ್ತಿದ್ದು. ಕಾಡಿನಲ್ಲಿ ಸಿಕ್ಕಿದ ಹಣ್ಣುಕಾಯಿಗಳನ್ನು ತಿಂದು ಜೀವ ಹಿಡಿದುಕೊಂಡಿದ್ದಾನೆ. ಆ ಸತತ ಅಲೆದಾಟ, ಉಪವಾಸಗಳ ಛಾಯೆ ಅವನ ಮುಖದ ಮೇಲೆಲ್ಲ ಮೂಡಿದೆ. ಕುಸ್ತಿಯ ಜಟ್ಟಿಯಂಥ ಬಲಿಷ್ಠವಾದ ಆತನ ಶರೀರ ಸೊರಗಿ ಕೃಶವಾಗಿ ಹೋಗಿದೆ. ಬೆಳೆದ ಗಡ್ಡ ಮೀಸೆಗಳಿಂದ ವಿಲಕ್ಷಣವಾಗಿ, ಕಳಾಹೀನವಾಗಿ ತೋರುವ ಮುಖ. ಕಲ್ಲು ಮುಳ್ಳು ತುಳಿದು ಛಿದ್ರಛಿದ್ರವಾದ ಕಾಲು. ಛಿನ್ನವಿಚ್ಛಿನ್ನವಾದ ಅಂಗಿ. ಪಂಚೆ. ಜತೆಯಲ್ಲೇ ಯಾವಾಗಲೂ ಅಂಟಿಕೊಂಡಿದ್ದ ಬಂಧನದ ಆ ಶಂಕೆ ಬೇರೆ.

ಯಾವಾಗ. ಎಲ್ಲಿ, ಎಂಥ ಸನ್ನಿವೇಶದಲ್ಲಿ ಪೋಲೀಸರು ಅವನನ್ನು ಮುತ್ತಬಹುದೆಂಬ ನಿಯಮವಿರಲಿಲ್ಲ. ಜನದ ಕಣ್ಣು ತಪ್ಪಿಸಿ ತಿರುಗುವುದೂ ಅತ್ಯಂತ ಸಾಹಸದ ಕೆಲಸವಾಗಿತ್ತು. ಎಲ್ಲಿಯಾದರೂ ಕೊಂಚ ಅಜಾಗರೂಕತೆಯುಂಟಾದರೆ ಸಾಕು – ಆತ ಸಿಕ್ಕಿಬೀಳಬಹುದಾಗಿತ್ತು. ಅನಂತರ ಗೊತ್ತೇ ಇದೆಯಲ್ಲ – ವಿಚಾರಣೆ... ಫಾಸೀ ಶಿಕ್ಷೆ... ಫಾಸೀ...

ಶೂಲಕ್ಕೇರಲು ತಾನೇನೂ ಹೆದರುವುದಿಲ್ಲ. ಅದೇನೊ ಸರಿಯೆ.

ಆದರೆ ಶೂಲಕ್ಕೇರುವುದರಿಂದ ಪ್ರಯೋಜನವಾದರೂ ಏನು?

ಯಾವ ಕಾರಣಕ್ಕಾಗಿ ಶೂಲಕ್ಕೇರಬೇಕು ತಾನು?

ಆ ಶಿಕ್ಷೆ ವಿಧಿಸಲು ಇವರಿಗಿರುವ ಅಧಿಕಾರವಾದರೂ ಏನು?

ಅಂದು ತಮ್ಮ ಹಳ್ಳಿಯಲ್ಲಿ ನಡೆದ ದುರಂತ ಘಟನೆಗಳೆಲ್ಲ ಮತ್ತೆ ಅವನ ಬಗೆಗಣ್ಣೆದುರು ಸುಳಿದುಹೋದವು. ಆಗಸ್ಟ್ ಚಳವಳಿಗಾರಂಭ... ತಮ್ಮ ಹಳ್ಳಿಯಲ್ಲಿ ಸ್ವತಂತ್ರ ರಾಜ್ಯ ಸ್ಥಾಪನೆ – ಪಟೇಲ್ ಶಾನುಭಾಗರ ರಾಜೀನಾಮೆ – ಸ್ವತಂತ್ರ ರಾಜ್ಯವನ್ನು ಮುರಿಯಲು ಬಂದ ಪೋಲೀಸು ಅಧಿಕಾರಿಗಳು – ಹಳ್ಳಿಯ ಕಾವಲು ನಡಸುತ್ತಿದ್ದ ಹುಡುಗರನ್ನವರು ಹೊಡೆದುದು – ಆ ಗಲಾಟೆಯಿಂದಾಗಿ ಹಳ್ಳಿಯ ಜನ ರೇಗಿಬಿದ್ದು ಇನ್ನೂ ಗಲಭೆಯಾದುದು... ಇತ್ತಂಡದ ಹೊಡೆದಾಟದಲ್ಲಿ ಅಧಿಕಾರಿಯೊಬ್ಬ ಗಾಯಗೊಂಡು ಪ್ರಾಣ ಬಿಟ್ಟುದು. ಆ ಸಮಯದಲ್ಲಿ ಹೊಲದಲ್ಲಿ ಕೆಲಸದಲ್ಲಿದ್ದ ತಾನು ಅನಾಹುತದ ಸುದ್ದಿ ಕೇಳಿ ಸ್ಥಳಕ್ಕೆ ಧಾವಿಸಿಬಂದುದು. ಮರುದಿನ ಮಿಲಿಟರಿಯವರು ಬಂದು ಊರನ್ನೆಲ್ಲ ಕೊಳ್ಳೆ ಹೊಡೆಯುವರೆಂಬ ಸುದ್ದಿ ಹರಡಿದುದು. ಅಂದು ರಾತ್ರಿಯೆ ತಾವೆಲ್ಲರೂ ಹಳ್ಳಿಯನ್ನು ಬಿಟ್ಟು ಹೊರಟುದು... ಅಬ್ಬ! ಎಂಥ ರುದ್ರ ಘಟನೆಗಳು ಅವು!

ತನ್ನ ಮನಸ್ಸಿಗೆ ವಿರುದ್ಧವಾಗಿ ತಾನೂ ಅಲ್ಲಿಂದ ಹೊರಡಲೇಬೇಕಾಗಿತ್ತು. ಊರ ಹಿರಿಯರು ಒತ್ತಾಯಪಡಿಸಿದರು. 'ಕಾಂಗ್ರೆಸ್ ಪ್ರೇಮಿಗಳಿಗೆಲ್ಲಾ ನೀನೇ ಮುಖಂಡ. ನಿನ್ನನ್ನು ಪೋಲೀಸರು ಬಿಡುವುದಿಲ್ಲ. ಒಬ್ಬ ಅಧಿಕಾರಿಯ ಪ್ರಾಣಕ್ಕಾಗಿ ಅವರು ನಮ್ಮಲ್ಲಿ ಇಪ್ಪತ್ತು ಜನರ ಪ್ರಾಣವನ್ನಾದರೂ ತೆಗೆದುಕೊಳ್ಳದಿರುವದಿಲ್ಲ. ನಿನ್ನನ್ನಂತೂ ಅವರು ಬಿಡುವುದೇ ಸಾಧ್ಯವಿಲ್ಲ. ಸುಮ್ಮನೇಕೆ ಶೂಲಕ್ಕೇರುತ್ತೀ? ಹೊರಡು; ಹೊರಡು' ಎಂದರು. ಹೊರಡಲೇಬೇಕಾಯಿತು ತಾನು.

ಈಗ ಏನಾಗಿದೆಯೊ ತಮ್ಮ ಹಳ್ಳಿಯ ಗತಿ?

ಆ ಪೋಲೀಸ್ ರಾಜ್ಯ ಅದನ್ನು ಯಾವ ಗತಿಗೀಡು ಮಾಡಿದೆಯೊ? ಎಷ್ಟು ಜನರನ್ನು ಹಿಡಿದಿರುವರೋ? ಎಷ್ಟು ಜನರನ್ನು ಪೀಡಿಸುತ್ತಿರುವರೋ?

ನಾನು?

ತನ್ನ ಪ್ರೀತಿಯ ನಾಗು?

ಅವಳೂ ಸಿಕ್ಕಿರುವಳೋ ಏನೋ ಅವರ ಕೈಯಲ್ಲಿ?

ಸಿಕ್ಕಿದ್ದರೆ?

ಅಧಿಕಾರಿಯ ಸಾವಿಗೆ ಅವಳೇನೂ ಕಾರಣಳಲ್ಲ; ಯಾವ ಅಪರಾಧವನ್ನೂ ಆಕೆ ಮಾಡಿದವಳಲ್ಲ. ಅದೇನೋ ನಿಜ. ಆದರೆ ಸೇಡಿನಿಂದ ಉನ್ಮತ್ತರಾದ ಆ ಪೋಲೀಸರು ನ್ಯಾಯಾನ್ಯಾಯಗಳ ವಿಚಾರ ಮಾಡುವುದುಂಟೇ? ಕೈಗೆ ಸಿಕ್ಕಿದವರನ್ನೆಲ್ಲ ಅವರು ಪೀಡಿಸಬಹುದು. ಅನನ್ವಿತ ಅತ್ಯಾಚಾರಗಳನ್ನು ನಡೆಸಬಹುದು...

ನಾಗುವನ್ನೂ ಅವರು ಹಿಡಿದಿದ್ದರೆ?

ಆ ಯೋಚನೆಯೊಂದಿಗೆ ಅವನ ಹೃದಯ ಜುಮ್ಮೆನ್ನುತ್ತಿತ್ತು.

ಹಳ್ಳಿಯಲ್ಲಿ ನಡೆದ ಘಟನೆಗಳ ಬಗ್ಗೆ ಒಂದು ಸುದ್ದಿಯೂ ಅವನಿಗೆ ತಿಳಿಯುವಂತಿರಲಿಲ್ಲ. ಅಡಗಿಕೊಂಡಿದ್ದ ಕಾಡು ಪ್ರದೇಶವನ್ನು ತೊರೆದು ಜನವಸತಿಯ ಸ್ಥಳಗಳಿಗೆ ಪ್ರವೇಶಿಸಿದರೆ ತಾನೆ ಸುದ್ದಿ ತಿಳಿದೀತು?

ಮುಖದ ಗಡ್ಡ ಸಾಕಷ್ಟು ಬೆಳೆಯುವ ತನಕ, ವೇಷಾಂತರ ಮಾಡಲು ಸಾಧ್ಯವಾಗುವ ತನಕ ಕಾಡು ಬಿಟ್ಟು ಹೊರಡುವುದೂ ಗಂಡಾಂತರದ್ದಾಗಿತ್ತು.

ಅದುವರೆಗೂ ಶಂಕೆ ಕುಶಂಕೆಗಳ ಈ ವಿಲಕ್ಷಣ, ಅಸಹ್ಯ ಬಿರುಗಾಳಿಗೆ ಸಿಲುಕಿ ಹೃದಯ ಒದ್ದಾಡಬೇಕಾಗಿತ್ತು

ಅಂದೂ ಅಂಥದೇ ಭೀಕರ ಕಳವಳ.

– ತಮ್ಮ ಹಳ್ಳಿಯ ಗತಿ?

– ಪತ್ನಿ ನಾಗೂ ಗತಿ?

ಯಾವುದೂ ತಿಳಿಯಲೊಲ್ಲದು!

ಹಠಾತ್ತಾಗಿ ಅಜ್ಞಾತವಾಸಿ ಬೆಚ್ಚಿಬಿದ್ದು ಎದ್ದು ಕುಳಿತ. ಹತ್ತಿರದಿಂದ ಸಣ್ಣ ದನಿಯಲ್ಲಿ ಯಾರೋ ಕೂಗಿ ಕರೆದುದು ಕೇಳಿಸಿತು.

ಚೆನ್ನಬಸಪ್ಪಾsss ಎಂದು.

ಕೊನೆಗೂ ಪೋಲೀಸರು ತನ್ನ ಸುಳಿವನ್ನು ಕಂಡುಹಿಡಿದರೊ ಏನೊ, ತನ್ನನ್ನು ಸುಲಭವಾಗಿ ಬಲೆಗೆ ಬೀಳಿಸಲು ಈ ರೀತಿ ಕೂಗುತ್ತಿರುವರೊ ಏನೊ, ಎಂದುಕೊಂಡು ಚೆನ್ನಬಸಪ್ಪ ಹತ್ತಿರ ಇದ್ದ ದೊಣ್ಣೆಯನ್ನೆತ್ತಿಕೊಂಡು ಅವರನ್ನೆದುರಿಸಲು ಸಿದ್ಧನಾಗಿ ನಿಂತ.

'ಚೆನ್ನಾ, ಚೆನ್ನಬಸಪ್ಪಾ, ಹಾದಿ ಎಲ್ಲೈತ್ಯೋ?' ಮತ್ತೆ ಕೇಳಿಸಿತು ಅದೇ ಕೂಗು.

ಪೋಲೀಸರ ದನಿಯಲ್ಲ ಅದು; ಅವನಿಗೆ ಚಿರಪರಿಚಿತವಾದ ಕರಿಯಪ್ಪನ ದನಿ. ತಮ್ಮ ಪಕ್ಕದ ಮನೆಯ ಮುದುಕ ಕರಿಯ! ಇಲ್ಲಿಯವರೆಗೆ ಹೇಗೆ ಬಂದನೊ – ಎಂದುಕೊಳ್ಳುತ್ತ ಚೆನ್ನಬಸಪ್ಪ ಅತ್ಯಾನಂದದಿಂದ ಮುಂದುವರೆದು ಪೊದೆಯಾಚೆ ನಿಂತುಕೊಂಡು ಹಾದಿಯನ್ನು ಕಾಣದೆ ಗೋಳಾಡುತ್ತಿದ್ದ ಮುದುಕನನ್ನು ಕರೆದುಕೊಂಡು ಬಂದ.

ಬಿಸಿಲಿನಲ್ಲಿ ದಾರಿ ನಡೆದು ನಡೆದು ತುಂಬಾ ಆಯಾಸಗೊಂಡಿದ್ದ ಆ ಮುದುಕ ಗಿಡದ ನೆರಳಿಗೆ ಒರಗಿಕೊಂಡು ಗಾಳಿ ಹಾಕಿಕೊಳ್ಳತೊಡಗಿದ.

'ಎಲ್ಲಿಂದ ಬಂದಿಯಪ್ಪಾ ಕರಿಯಣ್ಣಾ?' ಎಂದು ಆತುರದಿಂದ ಕೇಳಿದ ಚೆನ್ನಬಸಪ್ಪ.

'ಊರಿಂದಲೇ ಬಂದೆನಪ್ಪ. ಮೂರು ನಾಲ್ಕು ದಿಸದಿಂದ ಹುಡುಕುತ್ತಾ ಇದೀನಿ. ಇವತ್ತು ಸಿಕ್ಕಿ. ತಮ್ಮ ಚೆನ್ನಾ. ಈಗಲೇ ಊರಿಗೆ ಹೊರಡಪ್ಪ, ಹೇಗಾದರೂ ಮಾಡು. ಆದರೆ ಊರಿಗೆ ಹೋಗು. ಅಲ್ಲಿ ನಾಗಮ್ಮ ಸಾಯ್ತಾ ಇದಾಳೆ...'

ಚೆನ್ನಬಸಪ್ಪನ ಎದೆ ಡವಡವನೆ ಹೊಡೆದುಕೊಳ್ಳತೊಡಗಿತು. 'ಏನಾಗಿದೆ ಅವಳಿಗೆ ಕರಿಯಣ್ಣಾ?' ಎಂದ.

ಏನು ಹೇಳ್ಲಿ ತಮ್ಮಾ ನಿನಗೆ? ನೀವೆಲ್ಲಾ ಫರಾರಿ ಆದಾಗ ನಾವು ಮುದುಕರು, ಹೆಣ್ಣು ಮಕ್ಕಳು ಆ ಗುಡ್ಡದಾಗ ಅಡಗಿದ್ದೆವಲ್ಲ ಅಲ್ಲಿಗೇ ಬಂದರು ಪೋಲೀಸರು. ನಮ್ಮೆಲ್ಲರನ್ನು ಹಿಡಿದರು. ಹೊಡೆದರು. ಎಲ್ಲರ ಮನೆಗಳನ್ನು ಲೂಟಿ ಮಾಡಿದರು. ನಾಗಮ್ಮನೂ ಸಿಕ್ಕಿದಾಳೆ ಅವರ ಕೈಯಾಗ. ಏನು ಹೇಳಲಿ ಚೆನ್ನಬಸಪ್ಪಾ, ಅವಳನ್ನ ಹೊಡೆದು ಬಡೆದು ಹೆಣ ಮಾಡಿದಾರಂತೆ ಆ ದೆವ್ವಗಳು. ಈಗ ಆಕೇನ್ನ ಉಳಿಸೋದು ನಿನ್ನಿಂದ ಹೊರತು ಇನ್ನಾರಿಂದಲೂ ಆಗೋದಿಲ್ಲ. ಅದಕ್ಕೇ ನಿನ್ನ ಹುಡುಕಿಕೊಂಡು ಬಂದೆ ನಾನು. ಆ ಪೋಲೀಸರ ಕೈಯಿಂದ ಹೇಗೋ ಪಾರಾಗಿ ಬಂದೆ. ಚೆನ್ನಣ್ಣಾ, ನಾಗಮ್ಮನ ಗತಿ ನೆನೆದರೆ ನನ್ನ ಕರುಳೆಲ್ಲಾ ಹಿಂಡಿದ ಹಾಗಾಗುತ್ತೈತಿ. ಈಗಲೇ ಹೋಗಪ್ಪಾ ನೀನು. ಒಂದು ಗಳಿಗೆಯೂ ತಡಮಾಡಬೇಡ..."

'ಆಕೆ ಏನು ಮಾಡಿದಳಪ್ಪಾ ಆ ಪೋಲೀಸರಿಗೆ? ಅವಳನ್ಯಾಕೆ ಪೀಡಿಸ್ತಾ ಇದಾರೆ ಅವರು?' ಎಂದ ಚೆನ್ನಬಸಪ್ಪ ಕಳವಳದಿಂದ ಭಾರವಾದ ದನಿಯಲ್ಲಿ.

'ಯಾಕೆ ಅಂತ ಏನು ಹೇಳೋದಪ್ಪಾ? ಯಾರು ಕೇಳುವವರು ಅವರನ್ನ? ಊರಾಗೆಲ್ಲಾ ಅವರದೇ ರಾಜ್ಯ. ನ್ಯಾಯಾ, ನೀತಿ ಅನ್ನೋದೆಲ್ಲಾ ಗಾಳಿಗೆ ತೂರಿಬಿಟ್ಟಾರ. ನಿನ್ನ ಮೇಲೇ ಅವರಿಗೆ ಕಣ್ಣಿತ್ತು. ನೀನು ಫರಾರಿಯಾದದ್ದು ತಿಳಿಯುತ್ತಲೂ ಅವರ ಹೊಟ್ಟೆಯೊಳಗ ಬೆಂಕಿ ಬಿತ್ತು. ಅದಕ್ಕೇ ನಿನ್ನ ಹೆಂಡತೀನ್ನ ಹಿಡಿದು, ಹೊಡೆದು ಬಡಿದು ಪೀಡಿಸ್ತಾ ಇದಾರೆ. ನೀನು ಇರೋ ಸ್ಥಳವನ್ನು ಆಕೆ ತಿಳಿಸಲಿ ಅಂತ. ಇಲ್ಲಿ ನೀನು ಇರೋದು ಆಕೆಗಾದರೂ ಎಲ್ಲಿ ಗೊತ್ತು? ಗೊತ್ತಿದ್ದರೂ ಆಕೆ ಅವರಿಗೆ ತಿಳಿಸೋದು ಹ್ಯಾಗೆ? ಪ್ರಾಣ ಹೋದರೂ ತಿಳಿಸಲಿಕ್ಕಿಲ್ಲ ಆಕೆ. ಈಗ ಅವಳನ್ನ ಆ ಸೈತಾನರಿಂದ ಉಳಿಸಬೇಕಾದರೆ ನೀನೇ ಹೋಗಬೇಕು. ಹೋಗಪ್ಪಾ, ಬೇಗ ಹೋಗು...'

ಒಂದೆರಡು ಕ್ಷಣ ತನ್ನ ದೇಹದೆಲ್ಲ ಅಂಗಾಂಗಗಳ ಚಲನವಲನವೂ ನಿಂತು ಹೋದಂತಾಯಿತು ಚೆನ್ನಬಸಪ್ಪನಿಗೆ. ತನ್ನ ಪ್ರೀತಿಯ ಪತ್ನಿಗೊದಗಿದ ಈ ಘೋರ ಸಂಕಟವನ್ನು ತಿಳಿದು ಅವನ ನರನಾಡಿಗಳ ಚಟುವಟಿಕೆಯೇ ನಿಂತಂತಾಯಿತು.

ತಾನು ತಲೆತಪ್ಪಿಸಿಕೊಂಡಿರುವುದರಿಂದಲೇ ಇಂಥ ಸ್ಥಿತಿ ಬಂತು ಅವಳಿಗೆ... ತನಗಾಗಿಯೆ ಪೋಲೀಸರು ಅವಳನ್ನು ಹಿಂಸಿಸುತ್ತಿರುವುದು... ಈ ರೀತಿ ಅವಳನ್ನು ಸಾಯಲು ಬಿಟ್ಟು ತಾನು ಇಲ್ಲಿ ಅಜ್ಞಾತವಾಸಿಯಾಗಿದ್ದರೂ ಪ್ರಯೋಜನವೇನು ? ದೇಶದಲ್ಲೆಲ್ಲ ಹರಡಿಕೊಂಡಿರುವ ಸರಕಾರಿ ಗೂಢಚಾರರ ಬಲೆಗೆ ಸಿಲುಕಿ ಇಂದಿಲ್ಲ ನಾಳೆಯಾದರೂ ತಾನು ಶೂಲಕ್ಕೇರುವುದು ನಿಶ್ಚಿತ... ಹೀಗಿರುವಾಗ ಇಂದೇನು, ನಾಳೆಯೇನು? ಎಂದಾದರೂ ತನ್ನ ಪ್ರಾಣ ಹೋಗುವುದೇ! ತನ್ನ ಪ್ರಾಣವೊಂದು ಹೋದರೂ ಹೋಗಲಿ, ತನ್ನ ಪ್ರೀತಿಯ ಪತ್ನಿಯ ಪ್ರಾಣವಾದರೂ ಉಳಿಯಲಿ. ಉಳಿಯಲೇಬೇಕು. ಉಳಿಸಲೇಬೇಕು. ಅದನ್ನುಳಿಸುವುದು ತನ್ನ ಕೈಯಲ್ಲಿದೆ. ಹೌದು. ತನ್ನ ಕೈಯಲ್ಲೇ ಇದೆ...

ಅವನ ಮನಸ್ಸು ಮೂಕವಾಗಿ ನಿರ್ಧಾರ ಮಾಡಿತು. ಅದರಿಂದಾಗಿ ಅವನ ಹೃದಯದ ಭಾರ ಅರ್ಧಕ್ಕರ್ಧ ಇಳಿದ ಹಾಗಾಯಿತು.

ಮುದುಕ ಹೇಳುತ್ತಲೇ ಇದ್ದ.

'ಒಂದು ಗಳಿಗೇನೂ ತಡಮಾಡಬೇಡ ಚೆನ್ನಪ್ಪಾ. ಈಗಿಂದೀಗಲೇ ಹೊರಡು. ಅವಳನ್ನ ಕೊಲ್ತಾ ಇದಾರೆ ಆ ರಾಕ್ಷಸರು. ಹೋಗು. ಈಗಲೇ ಹೊರಡು. ಅವಳನ್ನುಳಿಸು.'

'ಹೋಗ್ತೇನೆ ಕರಿಯಣ್ಣಾ, ಆದರೆ ಇಲ್ಲಿ ನಿನ್ನ ಗತಿ ಹೇಗೆ? ಮುಪ್ಪಿನ ಮುದುಕ ನೀನು. ಕಾಡು ತಿರುಗಿ ತಿರುಗಿ ದಣಿದುಕೊಂಡು ಬಂದಿದ್ದೀಯ. ಹೊಟ್ಟೆಗೇನು ಮಾಡುತ್ತೀ?'

ಅಂಥ ದಣಿವಿನಲ್ಲೂ ಸಮಾಧಾನದಿಂದ ನಗುತ್ತ ಆ ರೈತ ಮುದುಕ ಉತ್ತರವಿತ್ತ :

'ನನ್ನ ಚಿಂತೆ ಯಾಕಪ್ಪಾ ನಿನಗೆ? ನಾನೆಲ್ಲಾ ನೋಡಿಕೊಳ್ತೇನೆ. ಇಲ್ಲೆಲ್ಲಾದರೂ ಹಣ್ಣು ಗಿಣ್ಣು ಸಿಗುತ್ತವೆ. ತಿಂದು ಕಾಲ ಕಳೀತೇನೆ. ಇಲ್ಲೇ ಸಮೀಪದಾಗಿನ ಹಳ್ಳಿಯೊಳಗ ನಮ್ಮ ಗುರುತಿನವರದೊಂದು ಮನೆ ಐತೆ. ಅಲ್ಲಿಗೆ ಹೋಗ್ತೇನೆ. ನನ್ನ ವಿಚಾರ ಬಿಟ್ಟುಬಿಟ್ಟು ಈಗಲೇ ಹೊರಡು ನೀನು'.

ದೊಣ್ಣೆಯನ್ನು ಕೈಗೆತ್ತಿಕೊಂಡು ಹೊರಡಲು ಸಿದ್ಧನಾಗಿ ಚೆನ್ನಬಸಪ್ಪ,

'ಎಲ್ಲಿಟ್ಟಿದಾರೆ ನಾಗೂನ್ನ ಗೊತ್ತೈತೇನು ನಿನಗೆ?' ಎಂದ.

'ಊರ ಹೊರಗಿನ ಶಾನುಭೋಗರ ತೋಟದ ಗುಡಿಸಲಿನೊಳಗೆ ಇಟ್ಟಾರಂತೆ. ಬೀಗ ಹಾಕಿದಾರಂತೆ. ಭಾವಿಯ ಹತ್ತಿರ ಅವರೂ ಬೀಡು ಬಿಟ್ಟಾರ. ಡೇರೆ ಹಾಕಿಕೊಂಡು. ಹುಷಾರಾಗಿ ಹೋಗು. ಅವಳನ್ನ ಬಿಡಿಸಿಕೊಂಡು ಬಾ.'

'ನಿನ್ನ ಹರಕೆ ಫಲಿಸಲಿ ಅಜ್ಜ!' ಎಂದು ಮನಸ್ಸಿನಲ್ಲೇ ಹೇಳಿಕೊಳ್ಳುತ್ತ ಚೆನ್ನಬಸಪ್ಪ ದೊಣ್ಣೆಯನ್ನೂರುತ್ತಾ ಅಲ್ಲಿಂದ ಹೊರಟ.

ಅವನ ಆಕೃತಿ ಗಿಡಗಳ ಗುಂಪಿನಲ್ಲಿ ಮರೆಯಾಗುವವರೆಗೂ ಮುದುಕ ಅವನನ್ನೇ ನಿಟ್ಟುಸುತ್ತಿದ್ದು ಅನಂತರ ಸಮಾಧಾನದ ಉಸಿರು ಹಾಕಿ ತನ್ನಷ್ಟಕ್ಕೆ ತಾನೆ ಹೇಳಿಕೊಂಡ.

'ದೇವರೇ, ಭರಮಪ್ಪ, ನನ್ನ ಕೆಲಸ ನಾ ಮಾಡಿದೆ. ಇನ್ನು ಅವನ ಕೆಲಸ ಅವ ಮಾಡಲಿ. ಅವರಿಬ್ಬರೂ ಸುಖವಾಗಿ ಆ ನರಕದಿಂದ ಪಾರಾಗಲಿ. ಅಷ್ಟು ಮಾಡಿಕೊಡು ನನ್ನಪ್ಪಾ, ನಿನಗೆ ನಾಲ್ಕು ಕಾಯಿ ಒಡಸ್ತೇನೆ.'

3

ಕಾಡು ಪ್ರದೇಶವನ್ನು ಹಿಂದೆ ಹಾಕಿ, ಕವಲು ದಾರಿಗಳಲ್ಲಿ ನಡೆದು ಚೆನ್ನಬಸಪ್ಪ ಊರ ಬಳಿ ಬಂದಾಗ ಮಧ್ಯರಾತ್ರಿಯಾಗಿತ್ತು.

ಮುಗಿಲಿನಲ್ಲಿ ಮಿನುಗುತ್ತಿದ್ದ ತಾರೆಗಳ ಬೆಳಕಿನಲ್ಲಿ ಶಾನುಭೋಗರ ತೋಟ ಅಸ್ಪಷ್ಟ ವಾಗಿ ಗೋಚರವಾಗುತ್ತಿತ್ತು. ತೋಟದ ಗಿಡವೊಂದರ ಮರೆಯಲ್ಲಿ ನಿಂತುಕೊಂಡು ಚೆನ್ನ

ಬಸಪ್ಪ ಒಂದೆರಡು ನಿಮಿಷ ಸುತ್ತಲೂ ದೃಷ್ಟಿಯನ್ನೋಡಿಸಿದ. ಮೋಟ್ಟೆಯ ಬಾವಿಯ ಪತ್ತಿರದಲ್ಲಿಯೆ ಡೇರೆಗಳನ್ನು ಹಾಕಿದ್ದರು. ಅವುಗಳಿಗೆ ಇಪ್ಪತ್ತು ಮಾರು ದೂರದಲ್ಲಿಯೇ ಗುಡಿಸಲು. ಅದರಲ್ಲಿಯ ತನ್ನ ನಾಗುವನ್ನು ಸೆರೆಯಲ್ಲಿಟ್ಟಿರಬಹುದೆಂದು ಆತನಿಗೆ ಹೊಳೆಯಲು ಬಹುಕಾಲ ಬೇಕಾಗಲಿಲ್ಲ. ಆ ಗುಡಿಸಲಿನ ಎದುರಿಗೆ ಕೊಂಚ ದೂರದಲ್ಲಿ ಪೋಲೀಸು ಶಿಪಾಯಿಯೊಬ್ಬ ಬಂದೂಕನ್ನು ಕೈಯಲ್ಲಿ ಹಿಡಿದುಕೊಂಡ ಹಾಗೇ ಅರೆನಿದ್ರೆಯಲ್ಲಿ ತಲ್ಲೀನನಾಗಿದ್ದುದು ಕಾಣಿಸಿತು.

ಡೇರೆಗಳಲ್ಲಿನ ಪೋಲೀಸರೆಲ್ಲಾ ನಿದ್ರಾಧೀನರಾಗಿದ್ದುದು ಸ್ಪಷ್ಟವಾಗಿತ್ತು. ಎಲ್ಲಿಯೂ ಯಾವುದೇ ಬಗೆಯ ಚಲನವಲನವೂ ಕಂಡುಬರುತ್ತಿರಲಿಲ್ಲ.

ಗಿಡದ ಮರೆಯಲ್ಲಿ ಅವಿತುಕೊಂಡಿದ್ದ ಹಾಗೆ ಚೆನ್ನಬಸಪ್ಪ ಇದೆಲ್ಲವನ್ನೂ ನಿರೀಕ್ಷಿಸಿದ್ದ. ಕೊಂಚ ಕಾಲ ಯೋಚಿಸುತ್ತಿದ್ದು ಏನೇನೋ ಎಣಿಕೆ ಹಾಕಿದ. ಅನಂತರ ಜಾಗರೂಕತೆಯಿಂದ ಅಡಿಯಿಡುತ್ತಾ ಕಾವಲಿನ ಪೋಲೀಸ ಮಲಗಿದ್ದ ಸ್ಥಳಕ್ಕೆ ಬಂದ. ಕೊಂಚ ಕಾಲ ಆತನ ನಿದ್ರಾಮಗ್ನ ಆಕೃತಿಯನ್ನೇ ಸೂಕ್ಷ್ಮವಾಗಿ ನಿಟ್ಟಿಸುತ್ತಿದ್ದು ನಿಜಕ್ಕೂ ಅವನಿಗೆ ನಿದ್ರೆ ಬಂದಿದೆಯೊ ಇಲ್ಲವೋ ಎಂಬುದನ್ನು ಪರೀಕ್ಷಿಸಿದ. ನಿದ್ರೆ ಬಂದಿರುವುದು ನಿಜವೆಂದು ಮನವರಿಕೆಯಾಗುತ್ತಲೂ ಮೆಲ್ಲನೆ ಅವನ ಬಳಿ ಕುಳಿತುಕೊಂಡು ಅವನ ಕೈಯಲ್ಲಿದ್ದ ಬಂದೂಕವನ್ನು ಬಿಡಿಸಿ ತನ್ನ ಕೈಗೆ ತೆಗೆದುಕೊಂಡ. ಅಗಲವಾಗಿ ಬಾಯಿ ತೆರೆದು ದೀರ್ಘ ಉಸಿರು ಬಿಡುತ್ತ ಬಿದ್ದಿದ್ದ ಆತನ ಬಾಯಿಗೆ ಪಕ್ಕದಲ್ಲಿಯೆ ಇದ್ದ ಹುಲ್ಲು ತುರುಕಿದ. ಅನಂತರ ಮಗುವನ್ನೆತ್ತುವಂತೆ ಅವನನ್ನೆತ್ತಿ ಹತ್ತಿರದಲ್ಲಿದ್ದ ಮಾವಿನಮರಕ್ಕೆ ಸಾಗಿಸಿ, ಅವನ ತಲೆಗಿದ್ದ ರುಮಾಲು ಬಿಚ್ಚಿ ಅದರಿಂದಲೇ ಅವನನ್ನು ಗಿಡಕ್ಕೆ ಬಿಗಿದು ಕಟ್ಟಿದ. ಎಚ್ಚರವಾಗುವುದರೊಳಗಾಗಿಯೆ ಆ ಶಿಪಾಯಿ ಪೂರ್ಣವಾಗಿ ಬಂಧನಕ್ಕೊಳಗಾಗಿಬಿಟ್ಟಿದ್ದ. ಆತ ಬಾಯಿ ತೆರೆದು ಕೂಗಿಕೊಳ್ಳುವುದಾಗಲಿ. ಕೈಕಾಲುಗಳನ್ನು ಅಲುಗಾಡಿಸುವುದಾಗಲಿ ತೀರ ಅಸಾಧ್ಯವಾಗಿತ್ತು.

ಅವನ ಕೋಟಿನ ಜೇಬುಗಳೆಲ್ಲವನ್ನೂ ಹುಡುಕಿ ಚೆನ್ನಬಸಪ್ಪ ಅಲ್ಲಿದ್ದ ಗುಂಡುಗಳನ್ನೆಲ್ಲ ತೆಗೆದು ಸೊಂಟಕ್ಕೆ ಸಿಕ್ಕಿಸಿಕೊಂಡ. ಆ ಗುಡಿಸಲಿನ ಬೀಗದ ಕೈಯೂ ಅವನ ಜೇಬಿನಲ್ಲಿತ್ತು. ಅದನ್ನೂ ತೆಗೆದುಕೊಂಡ. ಸುದೈವದಿಂದಲೊ, ಏನೊ, ಒಂದು ಬೆಂಕಿಪೊಟ್ಟಣವೂ ಸಿಕ್ಕಿತು. ಅದನ್ನೂ ಎತ್ತಿಕೊಂಡ. ಅನಂತರ ಬಂದೂಕವನ್ನು ಎಡಗೈಯಲ್ಲಿ ಹಿಡಿದುಕೊಂಡು ಅವುಗಳ ಸದ್ದಾಗದಂತೆ ನಡೆಯುತ್ತ ಗುಡಿಸಲಿಗೆ ಬಂದ.

ಬೀಗ ತೆರೆದು. ಬಾಗಿಲು ನೂಕಿ ಒಳಕ್ಕೆ ಬಂದು ಬಂದೂಕವನ್ನು ಮೂಲೆಯಲ್ಲಿರಿಸಿ ಬಾಗಿಲನ್ನು ಭದ್ರವಾಗಿ ಮುಚ್ಚಿದ. ಕಡ್ಡಿಯೊಂದನ್ನು ಗೀರಿ ಬೆಳಕು ಮಾಡಿ ಗುಡಿಸಲಿನಲ್ಲೆಲ್ಲ ದೃಷ್ಟಿ ಹೊರಳಿಸಿದ.

ಗೋರಿಗೆ ಹಾಕಲು ಸಿದ್ಧವಾಗಿ ನಿಂತಿದ್ದ ಅವನ ಪತ್ನಿಯ ನಗ್ನಶರೀರವನ್ನು ಅಸ್ಪಷ್ಟವಾಗಿ ತೋರಿಸಿತು ಆ ಕ್ಷೀಣ ಬೆಳಕು. ಹಲವಾರು ಕಡೆ ಉಂಟಾದ ಗಾಯಗಳಿಂದ,

ಹೆಪ್ಪುಗಟ್ಟಿದ ರಕ್ತದಿಂದ, ಅಲ್ಲಲ್ಲಿ ಉಬ್ಬಿದ ಚರ್ಮದಿಂದ, ಅಲ್ಲಲ್ಲಿ ಬಿದ್ದ ತೂತುಗಳಿಂದ ವಿದ್ರೂಪವಾದ ಆ ಶರೀರ! ಅದು ತನ್ನ ಪ್ರೀತಿಯ ಪತ್ನಿಯದು! ಮದುವೆಯಾದ ಎಂಟು ವರ್ಷಗಳಿಂದ ತಾನು ಅತ್ಯಂತ ಅಕ್ಕರೆಯಿಂದ ಸಾಕಿ ಬೆಳೆಸಿದ ತನ್ನ ಪ್ರಾಣಪ್ರಿಯೆ ನಾಗುವಿನದು!

ಅವನ ಮೈಯೆಲ್ಲವೂ ನಡುಗತೊಡಗಿತು. ಎಂಥ ಹೃದಯಭೇದಕ ದೃಶ್ಯ ಅದು!

ಅವಳ ಹತ್ತಿರ ಕುಳಿತುಕೊಂಡು ಚೆನ್ನಬಸಪ್ಪ ಅವಳ ಕೆನ್ನೆಗಳನ್ನು ಮಮತೆಯಿಂದ ಸವರುತ್ತಾ ಪಿಸುದನಿಯಲ್ಲಿ ಕೂಗಿದ. 'ನಾಗೂ. ನನ್ನ ನಾಗೂ...'

ಶವದಂತೆ ನಿಶ್ಚಲವಾಗಿ ಬಿದ್ದುಕೊಂಡಿದ್ದ ಆ ಅಭಾಗಿನಿಗೆ ಎಚ್ಚರವಾಯಿತು. ಚಿರ ಪರಿಚಿತವಾದ ಆ ದನಿಯನ್ನಾಕೆ ಆಗಲೇ ಗುರುತಿಸಿದ್ದಳು. ತುಂಬಾ ಕಷ್ಟದಿಂದ ಕಣ್ಣು ತೆರೆದು ಗಂಡನ ಮುಖವನ್ನೊಮ್ಮೆ ನಿಟ್ಟಿಸಿ ನೋಡಿದಳು.

ಆತ ಕಡ್ಡಿಯ ಮೇಲೆ ಕಡ್ಡಿ ಗೀರಿ ಬೆಳಕು ಮಾಡುತ್ತಲಿದ್ದ.

'ಬಂದಿರಾ? ಅಂತೂ ಬಂದಿರಾ ಒಮ್ಮೆ!' ಎಂದಳಾಕೆ ಅತ್ಯಂತ ಕ್ಷೀಣವಾದ ದನಿಯಲ್ಲಿ.

'ಅಯ್ಯೋ ನನ್ನ ನಾಗೂ. ಏನು ಗತಿ ಮಾಡಿದ್ದಾರಲ್ಲೇ ನಿನಗೆ?' ಎಂದು ಅಳುವ ದನಿಯಲ್ಲಿ ನುಡಿಯುತ್ತಾ ಚೆನ್ನಬಸಪ್ಪ ಅವಳನ್ನೆತ್ತಿ ತೊಡೆಯ ಮೇಲೆ ಮಲಗಿಸಿಕೊಂಡ.

ಒಂದು ಕ್ಷಣ ಪತಿಯ ತೊಡೆಯ ಮೇಲೊರಗಿದ್ದು ನಾಗಮ್ಮ ಸಮಾಧಾನದ ಉಸಿರು ಹಾಕಿದಳು. ಅನಂತರ ಮೆಲ್ಲಗಿನ ದನಿಯಲ್ಲಿ ಹೇಳಿದಳು.

'ನೀವೆಂದು ಬರ್ತೀರೋ ಅಂತ ಕಾಯ್ತಾ ಇದ್ದೆ. ನಿಮ್ಮ ತೊಡೀಮ್ಯಾಲೆ ಬಿದ್ದುಕೊಂಡು ಈ ಪ್ರಾಣ ಬಿಡಬೇಕು ಅಂತ ಜೀವ ಹಿಡಿದಿದ್ದೆ. ನೀವು ಬಂದಿರಿ... ಇನ್ನು ಆನಂದದಿಂದ ಪ್ರಾಣ ಬಿಡ್ತೀನಿ... ಆದರೆ... ಆದರೆ...'

'ಆದರೇನು ನನ್ನ ಬಂಗಾರಾ...' ಎಂದ ಚೆನ್ನಬಸಪ್ಪ ಹುಚ್ಚನಂತೆ ಅವಳನ್ನು ಮುದ್ದಿಸುತ್ತ.

'ಆದರೆ... ಆದರೆ... ನೀವಿಲ್ಲಿಗೆ ಬರಬಾರದಾಗಿತ್ತು. ಇನ್ನು ಈ ಪಿಶಾಚಿಗಳು ನಿಮ್ಮನ್ನು ಬಿಡೋದಿಲ್ಲ. ನಿಮ್ಮನ್ನು ಹಿಡೀಬೇಕು ಅಂತಲೇ ಕಾಯ್ತಾ ಇದಾರೆ ಅವರು. ನಿಮ್ಮನ್ನು ಬಿಡೋದಿಲ್ಲರೀ ಅವರು... ಅವರು... ಬಿಡೋದಿಲ್ಲ... ಫಾಸೀ ಹಾಕುವ ವರೆಗೂ ಬಿಡೋದಿಲ್ಲ... ಅಯ್ಯೋ. ನನಗಾಗಿ ನೀವು ಬಂದಿರೇನು? ನನಗಾಗಿ ನೀವು ಸಿಕ್ಕುತ್ತೀರಲ್ಲಾ ಅವರ ಕೈಯಲ್ಲಿ...' ಎನ್ನುತ್ತಾ ಆಕೆ ಉದ್ವೇಗದಿಂದ ಎದ್ದು ಕುಳಿತು ಕೊಳ್ಳತೊಡಗಿದಳು. 'ನೀವಿಲ್ಲಿ ನಿಲ್ಲಬೇಡಿ. ಒಂದು ಗಳಿಗೇನೂ ನಿಲ್ಲಬೇಡಿ. ಅವರ ಕೈಗೆ ಸಿಕ್ಕಬೇಡಿ. ಇದೇ ನನ್ನ ಆಸೆ...' ಎಂದು ಹೇಳುತ್ತಿದ್ದ ಹಾಗೇ ಅವಳ ಶರೀರ ಹಠಾತ್ತಾಗಿ ಕಳಕ್ಕುರುಳಿತು.

ಅವಳ ದೇಹವನ್ನು ಎದೆಗೊತ್ತಿಕೊಳ್ಳುತ್ತಾ ಚೆನ್ನಬಸಪ್ಪ ಹುಚ್ಚನಂತೆ ಮಾತನಾಡಿದ.

'ಸಿಕ್ಕೋಲ್ಲ ಕಣೇ ನಾಗೂ, ನಾನು ಪೋಲೀಸರ ಕೈಗೆ ಸಿಕ್ಕೋಲ್ಲ. ನಿನಗ್ಯಾಕೆ ನನ್ನ ಚಿಂತೆ? ಅವರ ಕೈಗೆ ಸಿಕ್ಕುವುದಕ್ಕಾಗಿ ಬಂದಿಲ್ಲ ನಾನು. ಅವರ ಕೈಯೊಳಗಿಂದ ನಿನ್ನ ಬಿಡಿಸಿಕೊಂಡು ಹೋಗುವುದಕ್ಕಾಗಿ ಬಂದೀನಿ. ಏಳು ನನ್ನ ಚಿನ್ನಾ, ಒಂದು ಗಳಿಗೇನೂ ಇರೋದು ಬೇಡ ಇಲ್ಲಿ. ಈ ನರಕದಿಂದ ನಿನ್ನ ಕರೆದುಕೊಂಡು ಹೋಗ್ತೀನಿ. ಏಳು...'

ಏಳುವಂತಿರಲಿಲ್ಲ ನಾಗಮ್ಮ.

ಎಂಟು ದಿನಗಳ ಚಿತ್ರಹಿಂಸೆಯಲ್ಲೂ ಸಹ ಹೇಗೋ ಆ ಶರೀರದಲ್ಲಿ ತಡೆದು ನಿಂತಿದ್ದ ಅವಳ ಜೀವ ಪತಿಯ ಅಂತ್ಯದರ್ಶನವಾಗುತ್ತಲೂ ಸಮಾಧಾನದಿಂದ ಹಾರಿಹೋಗಿತ್ತು.

ತಣ್ಣಗಾಗುತ್ತಿದ್ದ ಪತ್ನಿಯ ಕಳೇಬರವನ್ನು ಹಿಡಿದುಕೊಂಡು ಕ್ಷಣಕಾಲ ದಿಙ್ಮೂಢನಂತೆ ಕುಳಿತಿದ್ದ ಚೆನ್ನಬಸಪ್ಪ. ಅವನ ವೈಯಕ್ತಿಕ ಬಾಳಿನ ಆಸೆ. ಆಕಾಂಕ್ಷೆಗಳೆಲ್ಲವೂ ಅವಳೊಂದಿಗೇ ಸತ್ತುಹೋಗಿ ಆ ಶವದಲ್ಲಿ ಒಟ್ಟುಗೂಡಿದಂತಿತ್ತು. ಸಂಸಾರದ ಬಲೆಗೆ ಅವನನ್ನು ತೊಡಗಿಸಿದ್ದ ಒಂದೇ ಒಂದು ಮಾಯಾತಂತುವೂ ಈಗ ಹರಿದು ಹೋಗಿತ್ತು.

ಇನ್ನು ಆತ ಏಕಾಕಿ!

ಇನ್ನು ಆತ ನಿರಂಕುಶ!

ಇನ್ನು ಆತನನ್ನು ತಡೆಯಬಲ್ಲ ಶಕ್ತಿ ಯಾವುದೂ ಇಲ್ಲ ಜಗತ್ತಿನಲ್ಲಿ!

ಒಂದೇ ಒಂದು ಉದ್ದೇಶದಿಂದ ಇನ್ನು ಆತ ಹೋರಾಡುವವ. ಜೊತೆಗಾತಿಯನ್ನು ಕಳೆದುಕೊಂಡ ಹೆಬ್ಬುಲಿ ಸೇಡಿನ ಉರಿಯಿಂದ ಗರ್ಜಿಸುವಂತೆ ಆತ ಗರ್ಜಿಸುವವ. ತನ್ನ ಪ್ರೀತಿಯ ಪತ್ನಿಯನ್ನೀರೀತಿ ಬಲಿ ತೆಗೆದುಕೊಂಡ ಈ ಪೈಶಾಚಿಕ ಪೋಲೀಸ್ ರಾಜ್ಯದ ವಿರುದ್ಧ ಅವನು ಕೊನೆಯುವರೆಗೂ ಯುದ್ಧ ಮಾಡುವವ.

ಸ್ಮಶಾನದಲ್ಲಿನ ಸೌದೆಯ ರಾಶಿಯ ಮೇಲೆ ಶವವನ್ನೊರಗಿಸುವಂತೆ ಗುಡಿಸಲಿನಲ್ಲಿನ ಹುಲ್ಲಿನ ಮೇಲೆ ಪತ್ನಿಯ ಕಳೇಬರವನ್ನೊರಗಿಸಿದ ಚೆನ್ನಬಸಪ್ಪ. ಅದನ್ನು ಹೊತ್ತುಕೊಂಡು ಹೋಗಿ ಮಣ್ಣಿನಲ್ಲಿ ಹೂಳುವುದೂ ಅವನಿಗೆ ಇಷ್ಟವಿರಲಿಲ್ಲ. ಇಲ್ಲಿಯೇ ಸುಟ್ಟು ಬೂದಿಯಾಗಲಿ – ಪೋಲೀಸರ ಕೈಗೆ ಶವವೂ ಸಿಕ್ಕದಿರಲಿ – ಎಂದುಕೊಂಡು ಗುಡಿಸಲಿನ ಗೋಡೆಗಳಿಗಿದ್ದ ಹುಲ್ಲನ್ನು ಎಳೆದು ರಾಶಿ ಮಾಡಿ ಶವದ ಮೇಲಿಟ್ಟ. ಸಿದ್ಧತೆಯೆಲ್ಲ ಮುಗಿಯುತ್ತಲೂ ಕಡ್ಡಿ ಗೀರಿ ಹುಲ್ಲಿಗೆ ಬೆಂಕಿಯಿಟ್ಟ, ಗುಡಿಸಲಿನ ಗೋಡೆಗಳಿಗೂ ಉರಿ ಹತ್ತಿಸಿದ. ಕೊಂಚಕಾಲ ನಿಂತಲ್ಲಿಯೆ ನಿಂತಿದ್ದು ಜ್ವಾಲೆಗಳನ್ನುಗುಳುತ್ತ ಹೊರಡುವ ಬೆಂಕಿಯನ್ನೇ ಶೂನ್ಯವಾಗಿ ನಿಟ್ಟಿಸುತ್ತಿದ್ದು ಅನಂತರ ಬಂದೂಕವನ್ನೆತ್ತಿಕೊಂಡು ಹೊರಗಣ ಕತ್ತಲೆಗೆ ಧುಮುಕಿ ಕ್ಷಣಾರ್ಧದಲ್ಲಿ ಮಾಯವಾದ.

ಗುಡಿಸಲು ಹತ್ತಿಕೊಂಡು ಧಗಧಗನೆ ಉರಿಯೆದ್ದಾಗ ಡೇರೆಗಳಲ್ಲಿ ಮಲಗಿದ್ದ ಪೋಲೀಸರಿಗೆ ಎಚ್ಚರವಾಯಿತು.

ಅನಾಹುತವಾಯಿತೆಂಬುದು ಗೊತ್ತಾಗುತ್ತಲೂ ಅವರು ಹೆದರಿ ಎದ್ದು ಬಂದೂಕಗಳನ್ನೆತ್ತಿಕೊಂಡು ಗುಂಡು ಹಾರಿಸುತ್ತಲೇ ಧಾವಿಸಿ ಬಂದರು.

ನಾಗಮ್ಮನನ್ನು ಬಿಡಿಸಿಕೊಂಡು, ಗುಡಿಸಲಿಗೆ ಬೆಂಕಿಯಿಟ್ಟು ಹಳ್ಳಿಗರು ಓಡಿಹೋಗಿರುವ ರೆಂದೇ ಅವರು ಭಾವಿಸಿದರು. ಗಿಡದ ಬಂಧನಕ್ಕೆ ಸಿಲುಕಿ ಒದ್ದಾಡುಕೊಳ್ಳುತ್ತಿದ್ದ ಕಾವಲಿನ ಶಿಪಾಯಿಯನ್ನೂ ಮರೆತು ಅವರು ಎಲ್ಲ ದಿಕ್ಕುಗಳಿಗೂ ಗುಂಡು ಹಾರಿಸುತ್ತ ಹುಚ್ಚು ಹುಚ್ಚಾಗಿ ಓಡತೊಡಗಿದರು.

ಸೊಂಟದಲ್ಲಿದ್ದ ಗುಂಡುಗಳನ್ನು ಬಂದೂಕಿಗೆ ತುಂಬಿ ಸಿದ್ಧವಾಗಿಟ್ಟುಕೊಂಡು ಚೆನ್ನ ಬಸಪ್ಪ ಕತ್ತಲೆಯ ತೆರೆಯ ಹಿಂದೆ ಮಾಯವಾಗಿ ಬಿಟ್ಟಿದ್ದ. ಯಾರು ಹುಡುಕಿದರೂ ಇನ್ನು ಆತ ಸಿಕ್ಕಿ ಬೀಳುವವನಲ್ಲ.

ಕೊನೆಯವರೆಗೂ ಆತ ಅಜ್ಞಾತವಾಸಿ.

ಪೋಲೀಸರು ಮತ್ತು ಗೂಢಚಾರರ ಕಣ್ಣಿಗೆ ಮಂಕುಬೂದಿಯನ್ನೆರಚುತ್ತ ಹಳ್ಳಿ ಪಳ್ಳಿ ಸುತ್ತುತ್ತ ಆತ ಅಲೆಯುವನು, ಜನರನ್ನು ಹೋರಾಟಕ್ಕೆ ಸಿದ್ಧಗೊಳಿಸುವನು. ತನ್ನ ಹಳ್ಳಿಯನ್ನು ಸುಲಿದು ಸುಟ್ಟು ಸೂರೆಗೊಂಡ. ತನ್ನ ಪ್ರಿಯ ಪತ್ನಿಯನ್ನೂ ಆಕೆಯಂಥ ನೂರಾರು ಸಾಧ್ವಿಯರನ್ನೂ ಹಿಂಸಿಸಿ ಕೊಂದ ಘಾತಕಿಗಳನ್ನಾತ ಸದೆಬಡಿಯುವನು.

ಕೊನೆಯಿಲ್ಲ ಅವನ ಅಜ್ಞಾತವಾಸಕ್ಕೆ; ಕೊನೆಯಿಲ್ಲ ಅವನ ಹೋರಾಟಕ್ಕೆ.

ದಬ್ಬಾಳಿಕೆಯ ರಾಜ್ಯ ಸೋತು ಹಾಳಾಗುವವರೆಗೂ ಅದು ಸಾಗುವುದು: ಸ್ವಾತಂತ್ರ್ಯ ಬರುವವರೆಗೂ ಸಾಗುವುದು.

ಚೆನ್ನಬಸಪ್ಪನೆಂಬ ಒಬ್ಬ ವ್ಯಕ್ತಿಯ ನಿರ್ಧಾರ ಮಾತ್ರವಲ್ಲ ಅದು; ಇಡೀ ಭಾರತದ ನಿರ್ಧಾರ. ಎಂಥ ಸಂಕಟದಲ್ಲೂ ಜೀವಂತವಾಗಿರುವ ಗಂಡು ಭಾರತದ ನಿರ್ಧಾರ!

9. 0—0 = 0

– ತ.ರಾ.ಸು.

1

ಎಷ್ಟೋ ವೇಳೆ ಹೀಗಾಗುತ್ತದೆ.

ಕಂಡದ್ದು ಕಾಣಿಸುವುದಿಲ್ಲ... ಕಣ್ಣು ನೋಡಿದ್ದು ಮನಸಿನ ಮೇಲೆ ಮೂಡದೆ... ದೃಷ್ಟ ಅದೃಷ್ಟ... ವ್ಯಕ್ತ ಅವ್ಯಕ್ತ... ತರ್ಕಬದ್ಧತೆಯಲ್ಲಿಯ ತರ್ಕರಾಹಿತ್ಯ.

ಆ ಬಾವಿ ಹಾಗೇ.

...ರಸ್ತೆಯ ಬದಿಯ ಮೈದಾನದಲ್ಲಿ... ದಿನದಿನವೂ ಅವನು ಓಡಾಡುವ ಹಾದಿ... ಇತ್ತು; ಇದ್ದರೂ ನೋಡಿರಲಿಲ್ಲ. ಅದೃಷ್ಟದ ಹಾಗೆ... ಸುವ್ಯಕ್ತವಾಗಿದ್ದರೂ ಅವ್ಯಕ್ತ ಅದೃಷ್ಟದ ಬಾವಿ...

ಮೊದಲ ಬಾರಿಗೆ ಕಂಡಾಗ ಆ ಹೆಸರು ಕೊಟ್ಟಿದ್ದ

...'ಮೊದಲಿಗೆ ಕಂಡಾಗ ಏಸೊಂದು ನಗೆಯಿತ್ತ'... ಇದ್ದಕ್ಕಿದ್ದ ಹಾಗೇ ಒಂದು ದಿನ ಬಾವಿ ಅವನನ್ನು ತನ್ನ ಹತ್ತಿರ ಕರೆಯಿತು...

2

ಸಂಜೆ, ಮಬ್ಬುಗತ್ತಲು... ನೆರೆ ಕವಿದ ಕಣ್ಣಿನಂಥ ಹಗಲು... ಹಿಂದಿರುಗಿ ಬರುತ್ತಿದ್ದ ಆ ದಾರಿಯಲ್ಲಿ... ಮೈದಾನದಲ್ಲಿ ಹತ್ತಾರು ಜನ ಕಲೆತಿದಾರೆ, ಕೂಗುತಿದಾರೆ, ಏನೋ....? ...ದಿಟ್ಟಿಸಿ ನೋಡಿದ...? ? ? ? ? ಕುತೂಹಲ ಕೆರಳಿ ಹೋದ... ಬಾವಿಯ ಭೇಟಿ ಯಾಯಿತು – ಅದೃಷ್ಟದ ಬಾವಿ.

ಎಂದೋ ಬಳಕೆ ತಪ್ಪಿ, ಬಳಸುವರಿಲ್ಲದೆ, ಬಳಸಲು ಬಾರದೆ, ಸುತ್ತಲ ಗೋಡೆ ಮುರಿದ ಬಾವಿ... ಸಾವಿನ ಬಾವಿ... ಇತ್ತು, ಸುತ್ತ ಹಸಿರು ಮೇಯುವ ದನಕ್ಕೆ ನೀರು ಕೊಟ್ಟು... ನೆಲದ ಮಟ್ಟಕ್ಕೆ ನೀರು... ಪಾಚಿಕಟ್ಟಿ ಕರ್‍ರಗೆ, ತಣ್ಣಗೆ, ಮಂಕಾಗಿ ಹೊಳೆವ ನೀರು.

ಬಾಗಿ ನೀರು ಕುಡಿಯಲು ಬಾಗಿದ ಕರು, ಜಾರಿ ನೀರಿನ ಪಾಲಾಗಿತ್ತು... ತಾಯಿ ಹಸು, ನೀರಿನ ಬಲೆಯಲ್ಲಿ ಸಿಲುಕಿದ ಮರಿ ಜೀವವನ್ನು ಕಂಡು, ಹುಚ್ಚು ಹಿಡಿದಂತೆ

ಸುತ್ತುತ್ತಿದೆ, ಅರಚುತ್ತಾ, ಬರಿಗಣ್ಣು ಅರಳಿಸುತ್ತಾ, ಬಾಲವನ್ನು ಮೇಲೆ ಮಾಡಿ... ನೀರಿನ ಅಂಚಿಗೇ ಧಾವಿಸುತ್ತದೆ – ತನ್ನ ಮರಿಜೀವ, ಮೆತ್ತಗೆ ಹೆದರಿ ಹಿಂಜರಿಯುತ್ತದೆ – ತನ್ನ ಜೀವ... 'ಜೀವನ್ ಭದ್ರಾಣಿ ಪಶ್ಯತಿ'...

ಕಠ್ರಗೆ, ತಣ್ಣಗೆ ಹೊಳೆಯುವ ನೀರಿನ ಬಲೆಯಲ್ಲಿ ಜೀವ, ಕರಾಳ, ಶೀತಲ ಕಟ್ಟಿದ ಶಿಂಜಿನಿ... ಕಣ್ಣು ನೋಡುತ್ತಿದೆ... ಕಾಲ ಸ್ತಬ್ಧವಾಗಿ, ಕಂಪಿಸುತ್ತಾ ನಿಂತಿದೆ ನೀರಿನಂಚಿನಲ್ಲಿ, ಕತ್ತಲು ಕವಿಯುತ್ತಿದೆ.

ಕಡೆಗೆ ಕರು ನೀರಿನಿಂದ ಹೊರಬಂತು. ತಾಯಿ ಹಸು. ನೆಲಕ್ಕುರುಳಿ ಉಬ್ಬೆಗ ಪಡುತ್ತಿರುವ, ನೀರು ಜಿನುಗುವ, ಕಂಪಿಸುತ್ತಿರುವ ಮೈಯ ಕರುವಿನ ಬಳಿ ಧಿಗ್ಗನೆ ಧಾವಿಸಿ ಮೂಸಿ ನೋಡಿ ನಾಲಗೆಯಿಂದ ನೇವರಿಸಿತು...

ಸಾವು ಬೇಟೆಯನ್ನು ಬಿಟ್ಟುಕೊಟ್ಟಿತು.

ಅವನ ಮೈ ಕಂಪಿಸಿ ಕ್ರೋಧ ಕಡೆದು ಬಂತು... ಸಿಟ್ಟು... ಎಲ್ಲರ ಮೇಲೆ... ಮುಟ್ಠಾಳರು... ಹೀಗೇಕೆ ಬಿಟ್ಟರು ಈ ಬಾವಿಯನ್ನು, ಮುನ್ಸಿಪಾಲಿಟಿಯವರಿಗೆ ಹೇಳಿ ಮುಚ್ಚಿಸಲಿಲ್ಲವೇಕೆ... ಕೊಲೆಪಾತಕರು... ಏನೂ... ಯಾರಿಗೂ ಅಪಾಯವಾಗಿರಲಿಲ್ಲ. ಎದೆಯಲ್ಲಿ ಸಾವಿಟ್ಟುಕೊಂಡು... ತಣ್ಣಗೆ, ಕಠ್ರಗೆ, ಮಂಕಾಗಿ ಹೊಳೆಯುವ ಸಾವು... ಸಾವೇ ಬರಬೇಕಾಗಿತ್ತು ಕಣ್ಣು ತೆರೆಸಲು... ತಣ್ಣನೆ ಕೈ ಕಣ್ಣು ತೆರೆಸಬೇಕಾಗಿತ್ತು... ಯಾರಾದರೂ ಸಾಯಬೇಕಾಗಿತ್ತು.

ಯಾರಾದರೂ ಸಾಯಬೇಕು... ಮಾನವನ ಕಣ್ಣು ತೆರೆಸಲು ಮಾನವ ಸಾಯಬೇಕು... ಗುಂಡಿನೇಟಿನಿಂದ, ಶಿಲುಬೆಯ ಮೇಲೆ, ವಿಷ ಕುಡಿದು, ನೀರಿನಲ್ಲಿ... ಮಾನವನ ಕಣ್ಣು ತೆರೆಸಲು ಮಾನವ ಸಾಯಬೇಕು... ಮಾನವನ ಕಣ್ಣು... ಅನುಕಂಪ ಸಹಾನುಭೂತಿ ಸತ್ತು ಸ್ವಾರ್ಥ ಹೊಳೆವ ಕ್ಷುದ್ರ ಕಣ್ಣು... ತೆರೆಸಲು ಸಾಯಬೇಕು.

ತಣ್ಣಗೆ ಹೊಳೆವ ನೀರಿನಂಚಿನಲ್ಲಿ ಕಂಪಿಸುತ್ತಾ ನಿಂತ ಕಾಲ... ಜೀವ... ಕಾಲ–ಜೀವ ಪ್ರತಿಮೆ... ವ್ಯಕ್ತ ಅವ್ಯಕ್ತ...

3

ಮೈದಾನದಲ್ಲಿ ಬಾವಿ... ಮನಸ್ಸಿನಲ್ಲಿ ಬಾವಿ... ಭೀಷಣ... ಆಕರ್ಷಕ... ಭೀಷಣ ಆಕರ್ಷಣೆ... ಬದುಕು...

ಭೀತನಾಗಿ... ಆಕರ್ಷಿತನಾಗಿ ಬದುಕಿದ... ತಣ್ಣನೆಯ ನೀರಿನಂಚಿನಲ್ಲಿ... ಬದುಕುತ್ತಿದ್ದ, ದಿನವೂ ಹೋರಾಟಕ್ಕೆ ಹೋಗುತ್ತಿದ್ದ... ಬರುತ್ತಿದ್ದ ಹೂ ಬಯಸಿ, ಮುಳ್ಳಿರಿದು... ದಿನವೂ ಹೋಗಿ ಬರುತ್ತಿದ್ದ... ದಿನವೂ ಬಾವಿಯ ಬೇಟಿ...

ಕೆಲವು ವೇಳೆ ಕ್ರೂರ... ಮಲಿತ ನೀರು ತಣ್ಣಗೆ ಮಂಕು ಹಸಿರು ನೀಲಿಯಾಗಿ ಹೊಳೆಯುತ್ತಿತ್ತು... ನಿರಾಶಾಮಯ ನಗು... ಕೆಲವು ವೇಳೆ ಬಣ ಬಣ್ಣದ ಮೋಡ ನೀರ ಮಡಿಲಿನಲ್ಲಿ... ಕುರೂಪತೆಯಲ್ಲಿ ಸೌಂದರ್ಯ... ಕುರೂಪವನ್ನು ಸುಂದರವಾಗಿಸುವ ಸೌಂದರ್ಯ... ತನ್ನ ಒಲವಿನಂತೆ... ಎಲ್ಲ ಒಲವಿನಂತೆ...

ಬದುಕುತಿದ್ದ, ದಿನವೂ ಹೋರಾಟಕ್ಕೆ ಹೋಗುತ್ತಿದ್ದ... ಕುರೂಪವನ್ನು ಸುಂದರವಾಗಿಸುವ ಸೌಂದರ್ಯ... ಅವನ ಒಲವು...

ದಾರಿಯಲ್ಲಿ ಭಾವಿ...

4

ಪ್ರಣಯ ದೇಗುಲ, ಪ್ರೇಮ ವಿಗ್ರಹ ಮಾನವ ಪೂಜಾರಿ. ಹೆಣ್ಣು ಸಂಕೇತ... ಪ್ರೇಮವೇ ಸೌಂದರ್ಯ.

ಬದುಕುತ್ತಿದ್ದ, ದಿನವೂ ತನ್ನ ಹೋರಾಟಕ್ಕೆ ಹೋಗುತ್ತಿದ್ದ... ಹೋರಾಟ... ಬಾಳಿನ ಕವಿದ ಕತ್ತಲೆಯಲ್ಲಿ ಸೌಂದರ್ಯದ ದೀವಟಿಗೆಯನ್ನು ಆರಗೊಡದಿರಲು... ಭೀತನಾಗಿ ಆಕರ್ಷಿತನಾಗಿ... 'ಬಾ'... 'ಹೋಗು'.

ಹೋಗುತ್ತಿದ್ದ. ಬರುತ್ತಿದ್ದ.

...ದಾರಿಯಲ್ಲಿ ಭಾವಿ, ಮನಸಿನೊಳಗೆ ಭಾವಿ.

ಹೋಗುತ್ತಿದ್ದ. ಬರುತ್ತಿದ್ದ.

ಜೋಡಿ ಉಕ್ಕಿನ ಹಳಿಯ ಮೇಲೆ ಧಾವಿಸುತ್ತಿದೆ ರೈಲು... ನಿರ್ದಯ ವಾಸ್ತವತೆ... ಶಾಂತಿ, ಪ್ರೇಮ, ತೃಪ್ತಿಯ ನಿಲುದಾಣದತ್ತ...ಭಗ್, ಭಕ್, ಭಕ್, ಭಗ್ ಭಕ್...ಆಸೆ... ನಿರಾಸೆ... ವಿಕರ್ಷಣೆ. ಆಕರ್ಷಣೆ... ನಿರ್ದಯ ವಾಸ್ತವತೆಯ ಜೋಡಿ ಹಳಿ...

ಬದುಕಿದ. ಪ್ರೀತಿಸಿದ. ಪ್ರೀತಿಸಿದವರಿಂದ ಪ್ರೀತಿಸಲ್ಪಡಲು ಪ್ರೀತಿಸಿದ... ನಿಲುದಾಣ ...ಒಲವಿಗೆ ಒಲವೇ ಪ್ರತಿಫಲ... ತ್ಯಾಗ... ಪ್ರೇಮಕ್ಕೆ ಕಂಬನಿ ಆಹಾರ... ಸುಖಕ್ಕೆ ದುಃಖವೇ ಬೆಲೆ.

ಬದುಕುತ್ತಿದ್ದ, ಪ್ರೀತಿಸುತ್ತಿದ್ದ. ಪ್ರೀತಿಸಿದವರಿಂದ ಪ್ರೀತಿಸಲ್ಪಡಲು ಬದುಕುತ್ತಿದ್ದ...

5

ಎಲ್ಲರಂತೆ. ಅವನು... ಗುಂಪಿನ ಗೋವಿಂದ... ಬಯಕೆ ಬಾಳಿನುಸಿರು... ಸಮಾಜ ಅರ್ಥವ್ಯವಸ್ಥೆ, ತನ್ನತನದ ಚಕ್ರಕ್ಕೆ ಸಿಲುಕಿ ಸುತ್ತುತ್ತಿದ್ದ... ಸುತ್ತುವ ಚಕ್ರ... ವೇಗವಾಗಿ, ಉಗ್ರವಾಗಿ, ಉನ್ಮತ್ತವಾಗಿ, ಸುತ್ತುವ ಚಕ್ರ... ಚಕ್ರದೊಳಗೆ ಚಕ್ರ...

'ಆಶಾಶಾ ಪರಮಂ ದುಃಖಂ'... 'ನಂಬಿ ಕೆಟ್ಟವರಿಲ್ಲ'... 'ಕೇಳು, ಇಲ್ಲವೆನ್ನುವುದಿಲ್ಲ' ಕೇಳು... ಏನು ಇಲ್ಲವೆನ್ನುವುದಿಲ್ಲ... ಏನು ಕೊಡುವೆಯಾ... ಏನು... ಏನು... ದೃಶ್ಯಹೀನ, ಅರ್ಥಶೂನ್ಯ, ಏನು ಜಟಿಲ ಜೀವನ... ಆಧುನಿಕ ಜೀವನ ಚೀರಾಟ... ತರ್ಕಶೂನ್ಯ ಹಿಂಸಾದಾಯಕ ಚೀರಾಟ...

ಒಲಿದವರ ಒಲವೇ ಬದುಕು... ಬದುಕೆಂಬ ಬವರದ ಅರ್ಥ...

'ಹೇಳದಿರು ಹೋರಾಡಿ ಫಲವಿಲ್ಲವೆಂದು'... 'ಈಸಬೇಕು ಇದ್ದು ಜೈಸಬೇಕು'... 'ಪ್ರಯತ್ನಕ್ಕೆ ಫಲವುಂಟು... ಗಾದೆಯು ಮಾತು ವೇದದ ಮಾತು...!...!... ಭೂತ ವನ್ನು ಉದಹರಿಸುತ್ತಿರುವ ವರ್ತಮಾನ... ಅನಂತ ಭೂತವನ್ನು ಉದಹರಿಸುತ್ತಿರುವ ಅನಂತ ವರ್ತಮಾನ...

ಬದುಕುತ್ತಿದ್ದ... ಬಯಕೆಯಟ್ಟಿದ ಪಶು...ಆಹಾರ, ನಿದ್ರಾ, ಭಯ, ಮೈಥುನ... ಬಯಕೆಯಟ್ಟಿದ ಪಶು... ಹೆಸರು ಕೀರ್ತಿ... ರಸ್ತೆಯ ಬದಿಯ ಬೇಲಿಯ ಹೂವು... ಕುರೂಪತೆಯನ್ನು ಸುಂದರವಾಗಿಸುತ್ತಿರುವ ಸೌಂದರ್ಯ...

ಕೆಲವೊಮ್ಮೆ, ಬಳಸದೆ, ಬಳಸಲು ಬಾರದ ಪಾಚಿಗಟ್ಟಿದ ನೀರಿನ ಮೇಲೆ ಬಣ್ಣ ಬಣ್ಣದ ಮುಗಿಲ ಮರಿಗಳು...

6

ತಣ್ಣಗೆ ಹೊಳೆವ ಮಂಕು ನೀರು... 'ಹಗಲನಟ್ಟಿ ಸಂಜೆ ಬರುತಿದೆ'...

ಪೊಳೆವ ನಗುಗಣ್ಣು... ಮಂಜು ಕವಿದಿದೆ... ಕತ್ತಲು ಕತ್ತಲಾದ ಕತ್ತಲನ್ನು ಹೆರುವ ಕತ್ತಲು...

ಕಠೋರ ವಾಸ್ತವತೆಯ ಜೋಡಿ ಹಳಿಯ ಮೇಲೆ ಧಾವಿಸುತ್ತಿರುವ ರೈಲು... ನಿಲುದಾಣ... ವಿಫಲತೆ...

ಮೈದಾನದಲ್ಲಿ ಭಾವಿ...

...'ದೇವನಿಹನು ಸಗ್ಗದಲ್ಲಿ, ಎಲ್ಲ ಒಳಿತು ನೆಲದಲಿ'... 'ಮಾಮೇಕಂ ಶರಣಂ ವ್ರಜ' ...?...?...!!!...

ಮೈದಾನದಲ್ಲಿ ಬಾವಿ ಬಳಸದೆ, ಬಳಸಲು ಬಾರದೆ... ವ್ಯಕ್ತಾವ್ಯಕ್ತ... ಸಾವಿನ ಬಾಯಿ...

'ಹೀಗೇಕೆ ಬಿಟ್ಟಿರಿ ಈ ಬಾವಿಯನ್ನು... ಮುಚ್ಚಿಸಲಿಲ್ಲವೇಕೆ... ಕೊಲೆಗಡುಕರು... ಉಡಿಯಲ್ಲಿ ಸಾವಿಟ್ಟುಕೊಂಡು...

'ಸಾವು ಬರಬೇಕಾಗಿತ್ತು ಕಣ್ಣು ತೆರೆಸಲು... ಮಾನವನ ಕಣ್ಣು ತೆರೆಸಲು ಮಾನವ ಸಾಯಬೇಕು...

'ಮಾನವ ಸಾಯಬೇಕು'... ಯಾರು?

'ಸಾವಾರ ಕರೆಯುತ್ತಿದೆಯೆಂದು ಕೇಳದಿರು; ನಿನ್ನನ್ನೇ ಕರೆಯುತ್ತಿದೆ'...

ಬೆಚ್ಚಗಿದೆ ತಣ್ಣೀರು... ಒಲವಿನ ಬೆಳಕಿನ ಕಣ್ಣ ನೋಟಕ್ಕಿಂತ ಬೆಚ್ಚಗಿದೆ ತಣ್ಣೀರು...

'ಮನಸಿಜನ ಮಾಯೆ ವಿಧಿ ವಿಳಸನದ ನೆರಂಬಡೆಯೆ ಕೊಂದು ಕೂಗದೆ ನರರಂ'... ತಣ್ಣೀರು.

...ಸಾಯಬೇಕು; ಕಣ್ಣು ತೆರೆಸಬೇಕು...

7

ಬಯಲು ಬಯಲನೆ ಕೂಡಿ ಬಯಲಾಗಿತ್ತು.

10. ಕೊನೆಯ ಗಿರಾಕಿ

– ನಿರಂಜನ

ಆ ಸರ್ಕಲಿನಾಚೆ ಯಾರೂ ಹೋಗಲೊಲ್ಲರು. ಕಟ್ಟಡಗಳ ಅಡೆತಡೆಯಿಲ್ಲದ ವಿಸ್ತಾರ ಭೂಮಿಯ ಮೇಲಿಂದ ಬೀಸುತ್ತಿದ್ದ ಶೀತಲ ಗಾಳಿ ದುರ್ಗಂಧವನ್ನು ತರುತ್ತಿತ್ತು. ಜನ ಗುಜು ಗುಜು ಮಾತಾಡುತ್ತಿದ್ದರು. ಅದೆಲ್ಲ ಅಸ್ಪಷ್ಟ ಕಲರವ.

ಸೂರ್ಯ ಮೇಲಕ್ಕೆ ಬಂದಂತೆ ಕಾವೇರತೊಡಗಿತು. ಸರ್ಕಲನ್ನು ಹಾದು ಹೋಗಲೇ ಬೇಕಾದವರು, ಭೀತಿಯಿಂದೊಮ್ಮೆ ಎಡಕ್ಕೆ ಕಣ್ಣು ಹೊರಳಿಸಿ ಮತ್ತೆ ತಲೆ ಕೆಳಗೆ ಮಾಡಿ. ಸರಸರನೆ ನಡೆದು ಹೋಗುತ್ತಿದ್ದರು.

ಎಲ್ಲರೂ ಚಲಿಸುತ್ತಲೇ ಇದ್ದರು... ನಿಲ್ಲುವವರು ಯಾರೂ ಇರಲಿಲ್ಲ... ನಿಧಾನವಾಗಿ ಪೌರ ಸಭೆಗೆ ವರದಿ ಹೋಯಿತು.

*　　　*　　　*　　　*

ಅದೊಂದಿನ ಬೆಳಿಗ್ಗೆ ಕಾಣಿ ಎದ್ದು ನೋಡುತ್ತಾಳೆ – ರಾತ್ರಿ ಜತೆಯಲ್ಲೇ ಮಲಗಿದ್ದ ಸಂಗಡಿಗನಿಲ್ಲ. ಹದಿನಾರರ ಆ ಹುಡುಗಿ ಹತ್ತು ದಿನಗಳ ಹಿಂದೆ ಅವನ ಬೆಂಬತ್ತಿ ಕರ್ನಾಟಕದ ರಾಜಧಾನಿಗೆ ಓಡಿ ಬಂದಿದ್ದಳು – ತಮಿಳುನಾಡಿನೊಂದು ಊರಿಂದ. ತಿರುಪೆ ಎತ್ತುವ ಗರೀಬ ಆತ. ಒಂದು ಕೈ ಮೊಂಡು. ಆದರೆ ಒಂದು ರಾತ್ರಿ. ಇನ್ನೊಂದು ತೋಳಿನಿಂದ ಆಕೆಯನ್ನು ಆತ ಬಳಸಿ ಬರಸೆಳೆದಿದ್ದ. ಕಂಪಿಸುತ್ತಿದ್ದ ಹೃದಯದಿಂದ ಆಕೆ ಆತನನ್ನು ನೋಡಿದಳು: ಆ ಬಲಿಷ್ಠ ತೋಳನ್ನು ನೋಡಿದಳು. ಎರಡು ಕೈಗಳ ಶಕ್ತಿಯೂ ಇತ್ತದಕ್ಕೆ.

ಅಲ್ಲಿಂದ ಆ ರಾತ್ರಿಯೇ ಅವರು ಓಡಿಹೋದರು.

ಮನೆ ಇತ್ತು ಆಕೆಗೆ – ಚಿಕ್ಕ ಗುಡಿಸಲು. ಹೊಲವಿತ್ತು ಆಕೆಯ ತಾಯ್ತಂದೆಯರಿಗೆ – ಒಕ್ಕಲುತನದ ಒಂದಿಷ್ಟು ಹೊಲ. ಆ ವರ್ಷವೇ ಎಲ್ಲವೂ ಹೊರಟುಹೋದವು. ದೇಶ ಪ್ರೇಮಿಯಾದ ಆ ಹಿರಿಯ ಜಮೀನ್ದಾರ ಹೆಚ್ಚು ಗೇಣಿ ಕೇಳಿದ. ಕೊಡದೇ ಹೋದರೆ ಹೊಸ ಒಕ್ಕಲನ್ನು ಹುಡುಕುವುದಾಗಿ ಹೇಳಿದ. ಹಾಗೆಯೇ ಆಯಿತು. ಕಾಣಿಯ ತಾಯ್ತಂದೆಯರು ಹೊಲ ಕಳೆದುಕೊಂಡರು. ಮಡಿಕೆ ಕುಡಿಕೆಗಳೊಡನೆ ಗುಳೆ ಹೊರಟಿತು ಆ ಸಂಸಾರ. ಹಿರಿಯ ಮಗ ಕೂಲಿಯಾಗುವೆನೆಂದು ಮದರಾಸಿಗೆ ಹೋದ. ಕಿರಿಯವನು

ಜಗಳಾಡಿ ದೇಶಾಂತರ ಹೋದ. ತಂದೆ-ತಾಯಿ ಮೂಕಿಯಾದ ಮಗಳನ್ನು ಕಟ್ಟಿಕೊಂಡು ಊರೂರು ಸುತ್ತಿದರು.

ಎಷ್ಟು ಸುತ್ತಾಡಿದರೂ ಕೆಲಸ ಸಿಗಲಿಲ್ಲ. ಬೇಡಿ ಬೇಡಿ ಸರ್ವಿಸಾದ ಬಳಿಕ ಭಿಕ್ಷೆ ಎತ್ತುವ ಕೆಲಸ ಅವರಿಗೆ ಖಾಯಮಾಯಿತು.

ತಾಯ್ತಂದೆಯರನ್ನು ಬಿಟ್ಟು ಬಂದಾಗ ಆ ಮೂಕಿಗೆ ಸ್ವಲ್ಪ ದುಃಖವಾಗಿತ್ತು–ಎಂಬುದನ್ನು ಒತ್ತಿ ಹೇಳುವುದು ವಾಸಿ. ಯಾಕೆಂದರೆ ಯಾವುದೋ ಮನೆಯ ಮಾಡಿನ ಕೆಳಗೆ ಬೀದಿಯ ಬಳಿ ಆ ರಾತ್ರೆ ತನ್ನೊಡನೆ ಹೊರಳಾಡಿದ ಮೊಂಡು ಕೈಯ ಯುವಕ ಭಿಕ್ಷುಕ, ಆಕೆಗೊಂದು ಆಧಾರವಾಗಿದ್ದ.

ನಿಮಿಷ ನಿಮಿಷಕ್ಕೂ ಕುಸಿದು ಬೀಳುವ ಆಧಾರ ಅದು.

ಓಡಿ ಬಂದ ಮೇಲೆ ಆ ದೊಡ್ಡ ನಗರದಲ್ಲಿ ಕಳೆದುದು ಹತ್ತೇ ದಿನ. ಹನ್ನೊಂದನೆಯ ಬೆಳಗು ಮುಂಜಾನೆ ಆಕೆ ಒಬ್ಬಳೇ. ಆಶ್ರಯಕ್ಕೆ ಹುಲ್ಲು ಕಡ್ಡಿಯೂ ಇಲ್ಲದ ಮಹಾ ಆಳದಲ್ಲಿ ಕೈಕಾಲು ಬಡಿಯುತ್ತಿದ್ದಳು.

ಆ ದಿನವೆಲ್ಲ ಆ ಮೂಕಿಯ ಕಣ್ಣುಗಳಿಂದ ಬಳ ಬಳ ಕಣ್ಣೀರು ಸುರಿಯುತ್ತಲೇ ಇತ್ತು. ಆಕೆ ಹೊಟ್ಟೆ ಹಿಸುಕಿಕೊಂಡು ಕೂತಲ್ಲೇ ಗೋಡೆಗೆ ಹಣೆ ಚಚ್ಚಿಕೊಂಡು ಗೋಳೋ ಎಂದು ರೋದಿಸಿದಳು. ಅಲ್ಲಿ ಇಲ್ಲಿ ಸುತ್ತಾಡಿದಳು. ಆತ ಸಿಗಲಿಲ್ಲ. ಯಾವ ಗಾಡಿ ಹತ್ತಿ ಯಾವ ಊರಿಗೆ ಟಿಕೆಟಿಲ್ಲದ ಪ್ರವಾಸವನ್ನು ಕೈಗೊಂಡಿದ್ದನೋ ಆ ಮಹಾರಾಯ.

ರೈಲು ನಿಲ್ದಾಣದ ಹಿಂದಿದ್ದ ಕೆರೆಗೆ ಹೋದಳು ಕಾಣೆ. ನೀರಲ್ಲಿ ಕಾಲುಗಳನ್ನು ಇಳಿಬಿಟ್ಟು ಕುಳಿತಳು. ರವಕೆಗೆ ಸಿಕ್ಕಿಸಿದ್ದ ಬಾಚಣಿಗೆಯನ್ನು ತೆಗೆದು, ತಲೆಗೆ ಕೈಯಿಂದ ನೀರು ಹನಿಸಿ ಬಾಚಿದಳು. ಅದೇ ಕೆರೆಯ ನೀರನ್ನು ಸ್ವಲ್ಪ ಕುಡಿದಳು. ಹಾಗೆಯೇ ಉದ್ದಕ್ಕೂ ಆ ಕಾಲು ಹಾದಿಯಲ್ಲಿ ನಡೆದುಹೋದಳು.

ಆಕೆ ರೂಪವತಿಯಲ್ಲ. ತೆಳ್ಳನೆಯ ಜೀವ. ಆದರೆ ವಯಸ್ಸಿಗೆ ಮೀರಿ ಮೈ ತುಂಬಿತ್ತು ಬರಿಯ ದೇಹ ಮಾಂಸಕ್ಕಾಗಿ ಹಂಬಲಿಸುವವರಿಗೆ ಆಕೆ ಮನದಣಿಯುವ ಊಟ ವಾಗಿದ್ದಳು.

ನಡೆದು ಹೋಗುತ್ತ ಹೋಗುತ್ತ ಆಕೆಯೊಮ್ಮೆ ತಿರುಗಿ ನೋಡಿದಳು. ಯಾವನೋ ಸಿಗರೇಟು ಕುಡಿದುಕೊಂಡು ಹಿಂಬಾಲಿಸಿ ಬರುತ್ತಿದ್ದ. ಬೀದಿಯ ದೀಪಗಳು ಹತ್ತಿ ಕೊಂಡವು. ಯಾವುದೋ ಹೊಸ ಪ್ರಪಂಚದ ಬಾಗಿಲು ತನ್ನ ಪಾಲಿಗೆ ತೆರೆದ ಹಾಗೆ ಕಾಣೆ ಆ ದೀಪಗಳತ್ತ ಪಿಳಿ ಪಿಳಿ ನೋಡಿದಳು. ಒಂದು ಸೈಕಲ್ ಎದುರು ಭಾಗದಿಂದ ಹರಿದುಹೋಯಿತು. ಪೋಲೀಸನ ಸಿಳ್ಳೊಂದು ಎಲ್ಲಿಂದಲೋ ಸದ್ದು ಮಾಡಿತು....ಆಕೆ ಮತ್ತೊಮ್ಮೆ ಹಿಂತಿರುಗಿ ನೋಡಿದಳು. ಆತ ಬರುತ್ತಲೇ ಇದ್ದ.

ಫುಟ್‌ಪಾತಿನ ಮೇಲೆಯೇ ಒಂದು ದೇವದಾರು ಮರದ ಬಳಿ ಆಕೆ ನಿಂತಳು. ಅವನೂ ಸಮೀಪ ಬಂದ. ತಿಂಡಿಯ ಪೊಟ್ಟಣವನ್ನು ಆತ ಮುಂದಕ್ಕೆ ನೀಡಿದ. 'ಆ ಆ' ಎಂದು

ಆಕೆಯ ಗಂಟಲಿನಿಂದ ಸ್ವರ ಹೊರಟಿತು. ಪೊಟ್ಟಣವನ್ನಾಕೆ ಬಿಚ್ಚಿ ಆ ಚೌ ಚೌವನ್ನು ಗಬಗಬನೆ ತಿಂದಳು. ಆತ ಇನ್ನೊಂದು ಸಿಗರೇಟು ಹಚ್ಚಿದ.

ಬೆಳಿಗ್ಗಿನಿಂದಲೇ ನಿನ್ನ ನೋಡ್ತಾ ಇದ್ದೆ' ಎಂದನಾತ.

ಆಕೆ ಆತನ ತುಟಿಯಲುಗುತ್ತಿದ್ದುದರಿಂದಲೇ ಏನ್ನನ್ನೋ ಅರ್ಥ ಮಾಡಿಕೊಡಳು. ಕಿವಿಯ ಭೇರಿಯ ಮೇಲೆ ಸದ್ದೇನೋ ಆಗುತ್ತಿತ್ತು; ಆದರೆ ಅರ್ಥವಾಗುತ್ತಿರಲಿಲ್ಲ.

ಆಕೆ 'ಕಕಾಕ ಅ ಅ ಅ' ಎಂದೇನೋ ಹೇಳಿದಳು. ಕಣ್ಣೀರು ಚಿಮ್ಮತೊಡಗಿತು. 'ಚು ಚು ಚ' ಎಂದು ಆತ ಸಂತಾಪ ಸೂಚಿಸಿದ. ಬಾ. ಎಂದು ಕೈ ಸನ್ನೇ ಮಾಡಿದ. ಆಕೆ ತಲೆಬಾಗಿಸಿಕೊಂಡು ಆತನನ್ನೆ ಹಿಂಬಾಲಿಸಿದಳು – ನಾಯಿ ವಿನಮ್ರವಾಗಿ ಹಿಂದಿನಿಂದ ಹೋಗುವಂತೆ ಸಾಗಿದಳು.

ಯಾವುದೋ ಆಶ್ರಯದಲ್ಲಿ ಹಾಗೆ ಆ ರಾತ್ರೆ ಬೆಳಗಾಯಿತು.

* * * *

ಆ ರೀತಿ ನಾಲ್ಕು ದಿನ ಕಳೆದುವು. ಆಕೆಯನ್ನು ಅವನು ಸಿಂಗರಿಸಿದ.

ಅರ್ಧ ಮಾತಿನಿಂದ ಅರ್ಧ ಕೈಸನ್ನೆಯಿಂದ ವಿವರಿಸಿ ವಿವರಿಸಿ ಹೇಳಿದ :

'ನಾನು ಹೊಸಬರನ್ನು ಕರಕೊಂಡು ಬರ್ತೀನಿ. ನೀನು ಸುಮ್ಮಗಿರಬೇಕು. ಬಾಯಿ ಬಿಚ್ಚಬಾರದು. ಮೂಕಿ ಅಂತ ತೋರಿಸಬಾರದು.'

ಆಕೆ ಕುಂಯ್ ಕುಂಯ್ ಎನ್ನುತ್ತಿದ್ದಳು. ತನ್ನನ್ನು ಮೂಕಿ ಎಂದು ಸಂಬೋಧಿಸಿದ ಆತ ಹಾವ ಭಾವ ಮಾಡಿದಾಗ ಆಕೆಗೆ ತುಂಬ ಸಿಟ್ಟು ಬರುತ್ತಿತ್ತು. ಆದರೆ ಕುಂಯ್ ಕುಂಯ್ ಶಬ್ದದಲ್ಲೇ ಆ ಸಿಟ್ಟು ಮುಕ್ತಾಯವಾಗುತ್ತಿತ್ತು.

ಆತ ಯಾರನ್ನೋ ಕರೆದು ತಂದ. ಸಂಭಾವಿತರಂತೆ ಕಾಣುತ್ತಿದ್ದರವರು. ಅವರೆದುರು ಆತ ಹಾಗೆ ಹಲ್ಲು ಕಿರಿಯುತ್ತಿದ್ದ. ತಿಂಡಿಯ ತುಣುಕಿನ ಮೇಲೆ ನಾಯಿಯ ಕಣ್ಣಿದ್ದ ಹಾಗೆ ಅವನ ದೃಷ್ಟಿ ಅವರ ಜೇಬುಗಳ ಮೇಲಿತ್ತು.

ಬಂದವರಲ್ಲೊಬ್ಬ ಶುದ್ಧ ಪಶು. ಆಕೆಯ ಅಂಗಾಂಗಗಳನ್ನೆಲ್ಲಾ ಹಿಡಿದು ನೋಯಿಸ ತೊಡಗಿದ.

ಆಕೆ ನೋವು ತಡೆಯಲಾರದೆ 'ವೆ ವೆ ವೆ ವೆ' ಎಂದು ಪ್ರತಿಭಟಿಸಿದಳು. ಎರಡೂ ಕೈಯಿಂದ ದಬ್ಬಿ ಅವನನ್ನು ಕೆಳಕ್ಕೆ ಬೀಳಿಸಿದಳು. ರಂಪವಾಯಿತು. ಆಕೆಯ ಯಜಮಾನನು ಬಡ ನಾಯಿಗೆ ಹೊಡೆದ ಹಾಗೆ ಆಕೆಗೆ ಬಡೆದ. ಆಕೆ ಮುದುಡಿಕೊಂಡು ಮೂಲೆಯಲ್ಲಿ ಬಿದ್ದಳು. ಬಂದವರು ಮುಖ ಸಿಂಡರಿಸಿಕೊಂಡು ಹೊರಟು ಹೋದರು.

ನಡುರಾತ್ರೆ ಆತ, ಬಿದ್ದಿದ್ದ ಜಾಗದಿಂದ ಆಕೆಯನ್ನೆತ್ತಿ ಚಾಪೆಯ ಮೇಲೆ ಇರಿಸಿದ.

'ನೋವಾಯಿತಾ' ಎಂದ. ಆಕೆ ಏನನ್ನೂ ಹೇಳಲಿಲ್ಲ, ಕಣ್ಣುಗಳಲ್ಲಿ ಮಾತ್ರ ಏನೇನೋ ವಿವಿಧ ವಿಕಾರಗಳು ಆಗುತ್ತಿದ್ದುವು. ಆದರೆ ಆ ಅಲ್ಪ ಮಾನವನಿಗೆ ಅದರ ಅರ್ಥವಾಗಲಿಲ್ಲ.

ಅಂದಿನಿಂದ ಕಾಣಿ ಬಲು ಮೆದುವಾದಳು.

ಆತನನ್ನು ಆಕೆ ಪ್ರೀತಿಸಲಿಲ್ಲ. ಮೊದಲ ಸಾರೆ ಮೊಂಡು ಕೈಯವನನ್ನು ಪ್ರೀತಿಸಿದ ಹಾಗೆ ಯಾರನ್ನೂ ಆಕೆ ಪ್ರೀತಿಸಲಿಲ್ಲ.

ದುಡ್ಡಿನ ಬೆಲೆ ಕಾಣಿಗೆ ತಿಳಿಯದು. ಎಷ್ಟು ಬರುತ್ತಿತ್ತೊ ಏನೋ. ಎರಡು ಸೀರೆ – ರವಕೆ, ಜಂಪರ್, ರಾತ್ರೆ ಹೊರಹೋಗುವಾಗ ಹಾಕಿಕೊಳ್ಳಲು ತೂತಾಗಿದ್ದ ಆದರೆ ಉಣ್ಣೆಯ ಸ್ತ್ರೀ ಕೋಟು; ಮುಡಿಯಲು ಹೂ; ಮೂಗಿಗೆ ಹೊಡೆಯುವ ಎಣ್ಣೆ – ಕೂದಲಿಗೆ; ಹೊಟ್ಟೆ ತುಂಬ ಊಟ – ತಿಂಡಿ... ಹಾಗೆಯೇ ದಿನ ಕಳೆಯಿತು.

ಸದ್ಯ : ಆಕೆ ಬಸುರಿಯಾಗಲಿಲ್ಲ.

ಇಷ್ಟಿದ್ದರೂ ಒಂದು ದಿನ ಆಕೆಗೆ ಎದೆ ನೋವಾಯಿತು. ಹೊರಳಾಡಿದಳು. ವಿಲಿ ವಿಲಿ ಒದ್ದಾಡಿದಳು. ತನ್ನ ಹಳ್ಳಿಯ, ತಾನು ಹುಟ್ಟಿದ ಗುಡಿಸಲಿನ ತನ್ನ ಭಾಷೆಯಾಡುವ ಜನರ ಮೊಂಡು ಕೈಯ ಮೊದಲ ಜತೆಗಾರನ ನೆನಪಾಯಿತು. ಓಹೋ ಓಓ... ಎಂದೆಲ್ಲ ಸ್ವರವೆತ್ತಿದಳು. ಎರಡು ದಿನವೂ ರಾತ್ರೆಯೂ ಹೀಗೇ ಆಯಿತು. ಗಿರಾಕಿಗಳು ಬರುವು ದಾಗಲೆ ಇಲ್ಲ.

ಮೂರನೆಯ ಬೆಳಗು ಮುಂಜಾನೆ, ಅಲ್ಲಿದ್ದ ತಿಂಡಿಯನ್ನೆಲ್ಲ ಬಟ್ಟೆ ಬರೆಯನ್ನೆಲ್ಲ ಕಟ್ಟಿ ಕೊಂಡು ಆಕೆ ಓಡಿಹೋದಳು. ನಗರದ ಇನ್ನೊಂದು ಅಂಚನ್ನು ತಲುಪಿ ಅದನ್ನೂ ದಾಟಿದಳು.

* * * *

ದಾಟಿ ಮುಂದೆ ನಡೆದುದೊಂದು ಹಳ್ಳಿಗೆ. ಹೊಲ ಉಳುತ್ತಿದ್ದ ಒಂದು ಜತೆ ಎತ್ತು. ರೈತರು... ಎಲ್ಲವನ್ನೂ ಆಕೆ ಮೌನದಿಂದ ನೋಡಿದಳು. ಕೆದರಿದ ತಲೆ ಕೂದಲನ್ನು ಬಾಚುವುದೂ ನೆನಪಾಗಲಿಲ್ಲ ಆಕೆಗೆ. ಒಂದಾಣೆಯ ಪುಟ್ಟ ಕನ್ನಡಿಯಲ್ಲಿ ತನ್ನ ಪ್ರತಿರೂಪ ವನ್ನು ನೋಡುವ ಬಯಕೆಯೂ ಆಗಲಿಲ್ಲ. ತಿಂಡಿ ತಿನ್ನುವುದೂ ಬೇಕೆನಿಸಲಿಲ್ಲ.

ಮಳೆ ಹನಿ ಬಿದ್ದು ಸುತ್ತಲಿನ ನೆಲವೆಲ್ಲ ಹಸುರಾಗಿತ್ತು. ಚಿಗುರು ಹುಲ್ಲಿನ ಮೇಲೆ ಕಾಣಿ ಒಂದೆಡೆ ಕೂತಳು.

ತನ್ನ ಬಾಲ್ಯದ ನೂರೊಂದು ನೆನಪುಗಳು ಬಂದವು. ಮುಖ ಸಣ್ಣದಾಯಿತು. ನಿಧಾನ ವಾಗಿ ಜೊಂಪು ಹತ್ತಿ ಅಲ್ಲೆ ಒರಗಿ ನಿದ್ದೆಹೋದಳು.

ಸಂಜೆ 'ಶ್ ಶ್ ಏಯ್ ಏಯ್ ಎಂದು ಕೆಲವು ರೈತ ಹೆಂಗಸರು ಎಬ್ಬಿಸಿದಾಗಲೇ ಆಕೆ ಕಣ್ಣು ತೆರೆದದ್ದು.

ಕತ್ತಲಾದಂತೆ ಆ ಹಳ್ಳಿಯಲ್ಲಿ ಆಕೆಗೆ ಹೆದರಿಕೆಯಾಯಿತು. ಧಾವಿಸುತ್ತ ಕಾಣಿ ನಗರ ಸೇರಿದಳು.

ಒಂದು ಕೊನೆಯಲ್ಲಿ ಶಾಲೆ ಇತ್ತು. ರಾತ್ರಿ ಅಲ್ಲಿ ಯಾರೂ ಇರುತ್ತಿರಲಿಲ್ಲ. ಅಲ್ಲಿಯೇ ಜಗಲಿಯ ಒಂದು ಮೂಲೆಯಲ್ಲಿ ಆಕೆ ಮಲಗಿದಳು.

* * * *

ಬೆಳಗಾದೊಡನೆಯೇ ಎದ್ದು ಹೋದಳಾಕೆ. ಹೋಗುತ್ತ ಮೈಮೇಲಿನ ಬಟ್ಟೆ ಸರಿ ಪಡಿಸಿಕೊಂಡಳು; ಕೊಂಚ ಮಟ್ಟಿಗೆ ಸಿಂಗರಿಸಿಕೊಂಡಳು.

ಹಾಗೆಯೇ ಸುತ್ತಾಡಿದಾಗ ಆ ಜಾಗದ ಪರಿಚಯುವಾಯಿತು. ವಿಸ್ತಾರ ಭೂಮಿ - ಸುತ್ತಲೂ ಹಸುರು ಹುಲ್ಲು. ಅಲ್ಲೇ ಆ ಸರ್ಕಲ್ – ಅದರ ನಡುವಿನಲ್ಲಿ ಕಾರಂಜಿ. ಯಾರದೋ ಒಂದು ಪ್ರತಿಮೆ. ದೂರದಲ್ಲಿ ಒಂದೇ ಒಂದಾದ ಯಾವುದೋ ದೊಡ್ಡ ಕಟ್ಟಡ.

ಮೂಲೆಯಲ್ಲಿ ಕಡಲೆಕಾಯಿ ಮಾರುತ್ತ ಕುಳಿತಿದ್ದವನೊಬ್ಬನಿಗೆ ಇದ್ದ ಪುಡಿಕಾಸು ಸುರಿದು ಕಾಸಿನ ಬೆಲೆ ಏನೆಂಬುದನ್ನು ಆ ಮೂಕಿ ಕಲಿತಳು.

ಹಸಿವು ಇಂಗಲಿಲ್ಲ.

ಕತ್ತಲಾದಾಗ ಆ ಸರ್ಕಲಿನ ಬಳಿ ಹೋಗಿ ಒಂದು ಮೂಲೆಯಲ್ಲಿ ಕುಳಿತಳು. ಕೇಂದ್ರದ ಒಂದೇ ಒಂದು ದೀಪದಿಂದ ಮಂದಪ್ರಕಾಶವಷ್ಟೇ ಬೀಳುತ್ತಿತ್ತು. ಹಾದುಹೋಗು ತ್ತಿದ್ದವರು ಆಕೆಯನ್ನು ನೋಡಿ ಹೋಗುತ್ತಿದ್ದರು. ನೋಡಿದ ಒಬ್ಬಿಬ್ಬರು ಮುಂದೆ ಹೋದ ಬಳಿಕ ತಿರುಗಿ ನೋಡುತ್ತಿದ್ದರು.

ಗಂಭೀರನಾಗಿ ಕಾಣುತ್ತಿದ್ದ ಮನುಷ್ಯನೊಬ್ಬ ಕನ್ನಡಕವನ್ನು ಸರಿಪಡಿಸುತ್ತ ಆ ಹಾದಿ ಯಲ್ಲೆ ಎರಡು ಬಾರಿ ಸುಳಿದ. ಕಾಣಿ ಎದ್ದು ನಿಂತು ಸರ್ಕಲಿನಿಂದ ಹೊರಕ್ಕೆ ಬಯಲಿನತ್ತ ನಡೆದಳು ಎಲ್ಲೋ ಮರದತ್ತ. ಯಾವುದೋ ಪೊದೆಯ ಬಳಿಗೆ. ಆ ಮನುಷ್ಯ ಹಿಂದೆ ಮುಂದೆ ನೋಡುತ್ತಾ ಆಕೆಯನ್ನು ಹಿಂಬಾಲಿಸಿದ.

...ಮರುದಿನ ಕಾಗದದ ಚೂರನ್ನು ಕೊಟ್ಟರೆ ತಿಂಡಿಯೂ ಬರುವುದು ಊಟವೂ ಬರುವುದು ಚಿಲ್ಲರೆ ಕಾಸು ವಾಪಸು ಬರುವುದು, ಎಂದು ಕಾಣಿ ಕಲಿತಳು. ಎಷ್ಟು ವಾಪಸ್ಸು ಬರುತ್ತಿತ್ತೊ, ಏನು ಕತೆಯೋ – ಅಷ್ಟೆಲ್ಲ ಜ್ಞಾನವಿರಲಿಲ್ಲ ಆಕೆಗೆ.

ಅಂದಿನಿಂದ ಹಗಲು ಅಲೆದಾಟ. ಸಂಜೆ ಸರ್ಕಲಿನಲ್ಲಿ ಒಂದೋ ಎರಡೋ ಪರಿಚಯ; ಸಮೀಪದ ಹುಲ್ಲುಗಾವಲಿನ ಹಾಸಿಗೆಯಲ್ಲಿ ಆಕೆಯೇ ಒಂದು ಸಾರಿಯೋ ಎರಡು ಸಾರಿಯೋ ಸಾಯುವುದು – ಸತ್ತು ಜೀವಿಸುವುದು.

ಜೀವಿಸಿ ಮತ್ತೆ ಮಾರನೆ ದಿನ ಸಾಯುವುದು.

ಹಾಗೆಯೇ ಕಾಲ ಕಳೆಯಿತು...

ಎಂಥೆಂಥವರೆಲ್ಲ ಆಕೆಯ ಬಳಿಗೆ ಬರುತ್ತಿದ್ದರೋ ಆಕೆಗೆ ತಿಳಿಯದು. ಕುಡುಕ, ಲಫಂಗರಿರಬಹುದು; ದಿಕ್ಕುಗೆಟ್ಟ ಭ್ರಮರ ಜೀವನದ ವಿಲಾಸಿಗಳಿರಬಹುದು. ಹಗಲೆಲ್ಲ ಸಾಂಪ್ರದಾಯಿಕ ಬುದ್ಧಿಮತ್ತೆಯ ಸೋಗು ಧರಿಸುವ ಕಾಮುಕರಿರಬಹುದು. ಮನೆಯ ಅತೃಪ್ತಿಯನ್ನು ಹೋಗಲಾಡಿಸುವ ದಾಹಿಗಳಿರಬಹುದು... ಆಕೆಗೆ ತಿಳಿಯದು. ಮಾತು ಬರುತ್ತಿದ್ದರೆ, ಏನಾದರೂ ಅರ್ಥವಾಗುತ್ತಿತ್ತೋ ಏನೋ. ಮುಖ ನೋಡಿದರೆ ಅವರ ಹಾವಭಾವದಿಂದ ಸ್ವಲ್ಪವಾದರೂ ತಿಳಿಯುವುದು ಆಕೆಗೆ. ಆದರೆ ಆ ರಾತ್ರೆ ಹೊತ್ತಿನಲ್ಲಿ ಬಂದವರ ಮುಖ ಕಾಣುವುದೇನು ಬಂತು?

ಇದು ಮಾನವೀಯವೆ? ಪಾಶವಿಕವೆ? ಎಂಬುದೂ ಆಕೆಗೆ ತಿಳಿಯದು. ಪ್ರೇಮ – ಕಾಮಗಳ ವಿಚಾರವನ್ನು ಬಲ್ಲವಳಲ್ಲ ಆಕೆ. ಎಳೆ ಮೀಸೆಯವರಿರಲಿ – ಮುದುಕರಿರಲಿ ಆಕೆಗೆರಡೂ ಸಮವೇ. ದೇಹ ಬಳಲಿದಾಗ ಆಕೆ ನರಳುವಳು. ನೋವಾದಾಗ ಗಂಟಲಿನಿಂದ ಅರ್ಥವಾಗದ ವಿಕೃತ ಸ್ವರ ಹೊರಡಿಸುವಳು...

ತಾನು ಮೂಕಿ. ಮೂಕಿಯಿಂದ ತೃಪ್ತಿ ಬಯಸುವವರ ಮನಸ್ಸಿನಲ್ಲಿ ಏನೇನು ಅನುಭವಗಳಾಗುತ್ತವೆಂಬುದೂ ಗೊತ್ತಿಲ್ಲ ಕಾಣೆಗೆ. ನಡೆಯುವುದೆಲ್ಲ ಯಾಂತ್ರಿಕ ವ್ಯವಹಾರ. ಆಕೆಯೊಂದು ಉಸಿರಾಡುವ ಯಂತ್ರ.

* * * *

ಮಳೆ ಬಲವಾಯಿತು. ಗಿರಾಕಿಗಳು ಬರಲಿಲ್ಲ. ಆಗಾಗ್ಗೆ ಸಂಪಾದನೆ ಕಡಿಮೆಯಾಯಿತು. ಜೀವ ಸಣ್ಣಗಾಯಿತು. ಕಾಣೆ ಬಡಕಲಾದಳು. ತಾನೇ ಎದ್ದು ಜನರಿದ್ದೆಡೆಗೆ ಹೋಗಿ ಅವರ ಸುತ್ತಮುತ್ತು ಸುಳಿಯಲಾರಂಭಿಸಿದಳು.

ಕೆನ್ನೆಗಳು ಗುಳಿಬಿದ್ದುವು; ಕಣ್ಣು ಕೆಳಕ್ಕಿಳಿಯಿತು. ಜ್ವರ ಬರತೊಡಗಿತು. ಮತ್ತಷ್ಟು ಸಿಂಗಾರ ಮಾಡಿಕೊಂಡಳಾಕೆ.

ಆಕೆ ದೂರದಲ್ಲಿ ಬಳಕುತ್ತ ನಡೆಯುತ್ತಿದ್ದರೆ, ಆ ಉಣ್ಣೆ ಕೋಟನ್ನು ಧರಿಸಿದ್ದರೆ, ತಲೆಗೆ ಹೂ ಮುಡಿದಿದ್ದರೆ, ಸುಮಾರಾಗಿ ಕಾಣುತ್ತಿದ್ದಳು. ಆದರೆ ಹತ್ತಿರದಲ್ಲಿ ಮುಖವಿಟ್ಟು ನೋಡಿದರೆ. ಎರಡು ಕಣ್ಣುಗಳಲ್ಲಿ ಎರಡು ದೆವ್ವಗಳು ನರ್ತಿಸುತ್ತಿದ್ದಂತೆ ತೋರುತ್ತಿತ್ತು.

ಕೆಲವು ಪುಂಡರು ಆಕೆ ಮಲಗುತ್ತಿದ್ದ ಶಾಲೆಗೇ ಬರುತ್ತಿದ್ದರು ರಾತ್ರೆ ಹೊತ್ತು. ಆದರೆ ಪುಡಿಕಾಸು ಬಿಚ್ಚುತ್ತಿರಲಿಲ್ಲ. ಆಕೆ ಜಗಳಾಡುತ್ತಿದ್ದಳು. ಆದರೂ ಪೀಡಿಸಿ ಬಲಾತ್ಕರಿಸುತ್ತಿದ್ದರು. ಅವರ ನಗೆಯೋ – ವಿಕಟ ಅಟ್ಟಹಾಸಗಳೋ ಕಾಣೆ ಪ್ರತಿಭಟನೆ ವಿಫಲವಾದಾಗ ತೇಕುತ್ತ ತೇಕುತ್ತ ಆದದ್ದಾಗಲೆಂದು ತಲೆಬಾಗುತ್ತಿದ್ದಳು.

ಜ್ವರ ಹೆಚ್ಚಿತು. ಕೆರೆಯಲ್ಲಿ ಸ್ನಾನ ಮಾಡಬೇಡವೆಂದು – ಆಕೆಯ ಮನಸ್ಸು ಹೇಳಿದಂತಾಯಿತು.

ಚರ್ಮಕ್ಕೇನೋ ರೋಗ ಬಡಿಯಿತು. ಯುವತಿ ಕಾಣಿ ತುಂಬ ನರಳಾಡಿದಳು. ಮೈಯಿಂದ ಕೆಟ್ಟ ವಾಸನೆ ಬರತೊಡಗಿತು.

ಕಾಣಿ ಇರುವ ತಾಣ ಬದಲಿಸಿದಳು. ಒಂದು ಫರ್ಲಾಂಗಿನಾಚೆ ಇದ್ದ ಮುರುಕು ಮನೆಯೊಂದರ ಬಳಿಗೆ ಹೋದಳು. ಅಲ್ಲೊಬ್ಬ ನಡುವಯಸ್ಸಿನ ಭಿಕ್ಷುಕ ತನ್ನ ಅರಮನೆ ಕಟ್ಟಿಕೊಂಡಿದ್ದ.

ಆತ ಮೂರು ದಿನ ಅವಳಿಗಿಷ್ಟು ಗಂಜಿ ನೀಡಿದ.

ಆಕೆ ಮುರಿದಿದ್ದ ಮಾಡಿನೆಡೆಯಿಂದ ಆಕಾಶದತ್ತ ಬಿರಬಿರನೆ ನೋಡುತ್ತ ಮಲಗಿದಳು.

ನಾಲ್ಕನೆಯ ದಿನ ಜ್ವರ ಸ್ವಲ್ಪ ವಾಸಿ ಎಂದು ತೋರುತ್ತಿತ್ತು. ಆಕೆ ಎದ್ದು ಕುಳಿತಳು. ಆ ಭಿಕ್ಷುಕ. ಆಶೆಯಿಂದ ಅವಳ ಕಡೆ ನೋಡಿದ. ಆಕೆಯ ಮುಖದ ಮೇಲೆ ಯಾವ ಭಾವನೆಯೂ ಇರಲಿಲ್ಲ. ಇಂಥ ಭಾವನೆಗಳನ್ನು ಅನುಭವಿಸುವ ಸಾಮರ್ಥ್ಯವೆಲ್ಲ ಆಕೆಯಲ್ಲಿ ನಶಿಸಿಹೋಗಿತ್ತು. ಆತ ಆ ದಿನ ಭಿಕ್ಷವೆತ್ತುವುದಕ್ಕೂ ಹೋಗದೆ ಅವಳೊಡನೆಯೇ ಇದ್ದುಬಿಟ್ಟ. ರೋಗಪೀಡಿತವಾಗಿದ್ದ ಆತನ ದೇಹ. ಬಹಳ ದಿನಗಳ ಬಯಕೆಯನ್ನು ಈಡೇರಿಸ ಹೊರಟಿತ್ತು.

ಸಂಜೆ ಕಾಣಿ. ತನ್ನ ಕರಿಯ ಕೋಟನ್ನು ಹೊದ್ದುಕೊಂಡು. ನಿಧಾನವಾಗಿ ನಡೆಯುತ್ತ ಹುಲ್ಲುಗಾವಲನ್ನು ದಾಟಿ. ಹೋಗಿ. ಕತ್ತಲೆ ಇದ್ದ ಆ ಒಂದು ಮೂಲೆಯಲ್ಲಿ ನಿಂತಳು. ಆಕೆಗೆ ಬವಳಿ ಬಂದ ಹಾಗಾಗುತ್ತಿತ್ತು. ಊರಿನ ಹೊಲ. ತಾಯಿ. ತಂದೆ. ಮೊಂಡು ಕೈಯ ಜತೆಗಾರ – ಇವರೆಲ್ಲ ಕಣ್ಣ ಮುಂದೆ ಬಂದ ಹಾಗಾಯಿತು. ಕೂಲಿಯಾಗಲೆಂದು ಮದರಾಸಿಗೆ ಹೋದ ಅಣ್ಣನೂ. ಜಗಳಾಡಿ ಮನೆಬಿಟ್ಟ ತಮ್ಮನೂ ಎದುರಲ್ಲಿ ನಿಂತು ಕಾಣೀ ಎಂದು ಕರೆದ ಹಾಗಾಗುತ್ತಿತ್ತು... ಹೃದಯವೆಲ್ಲ ನೋವಿನಿಂದ ತುಂಬಿತು...

ಬಹಳ ಹೊತ್ತು ನಿಂತಿರಲಾರದೆ ಆಕೆ ಅಲ್ಲಿಯೇ ಕುಸಿದು ಕುಳಿತಳು. ದೂರದಲ್ಲಿ ಕಡಲೆಕಾಯಿ ಮಾರುವಾತನ ಕಾಗದದೊಳಗಿನ ದೀಪ ಬಾ ಎನ್ನುತ್ತಿತ್ತು. ಆದರೆ ಪುಡಿಕಾಸಿರಲಿಲ್ಲ. ಕೈ ಚಾಚಿ ಬಾಚಿ ಕಡಲೆಕಾಯಿ ಒಯ್ದು ಬಿಡಬೇಕೆಂದು ತೋರಿತು. ಆದರೆ ಸಾಮರ್ಥ್ಯವಿರಲಿಲ್ಲ.

ಗಂಟೆ ಒಂದು ಕಳೆಯಿತು – ಒಂದೂವರೆಯಾಯಿತು. ಕಾರಂಜಿಯ ಬಳಿ ಕುಳಿತವರೆಲ್ಲ ಒಬ್ಬೊಬ್ಬರಾಗಿ ಮನೆಯ ಕಡೆ ಹೊರಟರು. ಕಾಣಿ ಒಬೊಬ್ಬರನ್ನೂ ಆಸೆಯ ದೃಷ್ಟಿಯಿಂದ ನೋಡಿದಳು.

ಕೊನೆಗೊಬ್ಬ ದೂರದಲ್ಲೆ ನಿಂತ. ಧಾಂಡಿಗ ದೇಹ. ಪೋಲಿ ಸ್ವರೂಪ. ತೋಳು ಬೀಸಿ ಸನ್ನೆ ಮಾಡಿದ. ಆಕೆ ಎದ್ದುನಿಂತು ಪ್ರಯಾಸದಿಂದ ಕಾಲೆಳೆದುಕೊಂಡು ಆತನನ್ನು ಹಿಂಬಾಲಿಸಿದಳು.

ಆತ ಯಾವನೋ ಹೊಸಬ. ಅಲ್ಲೇ ಪೊದರಿನಾಚೆ ಆಕೆಯನ್ನಾತ ಕೆಡವಿದ. 'ಗೊರಕ್' ಎಂದಳು ಕಾಣಿ...

ಸಿಡಿಮಿಡಿಗೊಂಡು ಆತ ಎದ್ದುನಿಂತು ಮೈ ಕೊಡವಿದ. 'ಥುತ್' ಎಂದು ಆಕೆಯ ಮೇಲೆ ಉಗುಳಿದ. ಕಾಣಿ ಎದ್ದು ಕುಳಿತುಕೊಳ್ಳಲು ಯತ್ನಿಸಿದಳು. ಆದರೆ ಶಕ್ತಿಯೇ ಇರಲಿಲ್ಲ.

ಆತ ಮತ್ತೊಮ್ಮೆ ಥುತ್ ಎಂದು ಹೊರಟ.

ಕಾಸು ಕೊಡಲಿಲ್ಲ.

ಕಾಣಿ ಆರ್ತನಾದ ಮಾಡುವಂತೆ ಬಾಯಿ ತೆರೆದಳು; ಆದರೆ ಸ್ವರ ಹೊರಡಲಿಲ್ಲ. ಏಳ ಬೇಕೆಂದು ಮತ್ತೊಮ್ಮೆ ಪ್ರಯತ್ನಿಸಿದಳು; ಸಾಧ್ಯವಾಗಲೇ ಇಲ್ಲ.

ಆತ ಬೇಗ ಬೇಗನೆ ಹೆಜ್ಜೆ ಇಡತೊಡಗಿದ.

ಕೊನೆಗೊಮ್ಮೆ ಆಕೆ ತೆವಳಿ ಎದ್ದಳು.

ಹೆತ್ತ ಎಳೆಗೂಸನ್ನು ಕಸಿದೊಯ್ಯುವ ಪಾಪಿಯ ಬೆನ್ನಟ್ಟುವಂತೆ ಅವಳು ಓಡಿದಳು. 'ಲೊಬೊಲೊಬೊ' ಎಂದಾಕೆ ಬೊಬ್ಬಿಟ್ಟಳು. 'ಯವವಾ ತಕಕಾ ಆಆ' ಎಂದು ಚೀರಿದಳಾಕೆ.

ಈತ ದುಡ್ಡು ಕೊಡದೆ ಓಡುತ್ತಿದ್ದಾನೆ; ಆಕೆ ತನ್ನ ಭಾಷೆಯಲ್ಲಿ ನ್ಯಾಯ ಮೀರಿ ವರ್ತಿಸ ಬೇಡವೆಂದು ಕೇಳುತ್ತಿದ್ದಾಳೆ. ನಾಳೆಯ ಒಂದು ತುತ್ತು ಅನ್ನವನ್ನು ಕಸಿಯಬೇಡವೆಂದು ಮೊರೆಯಿಡುತ್ತಿದ್ದಾಳೆ.

ಈತ ಗಾಬರಿಯಾಗಿ ನಿಂತು ನೋಡಿದ. ಜನರಿನ್ನೂ ಇದ್ದರು. ಅವರಿಗೆ ಕೇಳಿಸಬಹುದು. ಯಾರಾದರೂ ತನ್ನ ಬೆನ್ನಟ್ಟಬಹುದು...

ಆ ಆಸಾಮಿ ಥಟಕ್ಕನೆ ಹಿಂತಿರುಗಿದ. ಆಕೆಯ ಗಂಟಲಿಗೆ ಕೈಹಾಕಿ ಹಿಸುಕಿ ನೆಲಕ್ಕುರುಳಿ ಸಿದ. 'ಹೊಲಸು ರಂಡೆ' ಎಂದು ಶಪಿಸಿದ. ಆಕೆಯ ಹೊಟ್ಟೆಗೆ ಬೂಟುಗಾಲಿನಿಂದ ಒದೆದ.

ಕಾಣಿ ಹಾಗೆಯೇ ಬಿದ್ದುಕೊಂಡಳು... ಗಂಟಲಲ್ಲಿ ಏನೋ ಸ್ವರ ಬರುತ್ತಿತ್ತು. ಆದರೆ ಅದು ಹೊರಗೆ ಕೇಳಿಸುತ್ತಿರಲಿಲ್ಲ.

ಉಸಿರಾಡುತ್ತಿತ್ತು... ಮೆಲ್ಲ ಮೆಲ್ಲನೆ... ನಿಂತು ನಿಂತು... ನಿಧಾನವಾದ ಉಸಿರು ಕೊನೆಯ ಒಂದೆರಡು ಉಸಿರಾಟ.

* * * *

ಬೆಳಗಾಯಿತು.

...ಸೂರ್ಯ ಮೇಲಕ್ಕೆ ಬಂದಂತೆ ಕಾವೇರತೊಡಗಿತು. ಸರ್ಕಲನ್ನು ಹಾದು ಹೋಗಲೇ ಬೇಕಾದವರು, ಭೀತಿಯಿಂದೊಮ್ಮೆ/ಎಡಕ್ಕೆ ಕಣ್ಣು ಹೊರಳಿಸಿ, ಮತ್ತೆ ತಲೆ ಕೆಳಗೆ ಮಾಡಿ ಸರಸರನೆ ನಡೆದುಹೋಗುತ್ತಿದ್ದರು.

ಎಲ್ಲರೂ ಚಲಿಸುತ್ತಲೇ ಇದ್ದರು. ನಿಲ್ಲುವವರು ಯಾರೂ ಇರಲಿಲ್ಲ...

...ಪೌರಸಭೆಯ ವ್ಯಾನು ಬಂದು ಕಳೇಬರವನ್ನು ಒಯ್ಯುವುದೆಂದು ಯಾರೋ ಹೇಳುತ್ತಿದ್ದರು.

ಕಾಣೆಯ ದೇಹದ ಮೇಲೆ ಎತ್ತರದಲ್ಲಿ ಗಿಡುಗವೊಂದು ಸುತ್ತು ಸುತ್ತು ಬರುತ್ತಿತ್ತು.

ಅದನ್ನೇ ನೋಡುತ್ತಿದ್ದ ಹಾಗೆ ಕಣ್ಣರಳಿಸಿ ಕಾಣೆ ಮಲಗಿದ್ದಳು.

ಸುತ್ತು ಸುತ್ತು ಬರುತ್ತಲೇ ಇತ್ತು ಗಿಡುಗ; ಕೆಳಗೆ ನೋಡುತ್ತ.

— ಕೊನೆಯ ಗಿರಾಕಿ.

11. ಯಾರು ಹಿತವರು ನಿನಗೆ

– ಬಿ. ಸಿ. ರಾಮಚಂದ್ರ ಶರ್ಮ

ಅವರ ತಪ್ಪಲ್ಲ...

ಆ ಸಂಜೆಗಿತ್ತು ಅಂತಹ ಮೋಡಿ – ಯಾರನ್ನಾದರೂ ಆಗಲಿ ಕೆಣಕಿ ಕುಣಿಸುವ ಮೋಡಿ. ಮೈಯಿಗೆ ದೂರ ನಿಂತು ಬಟ್ಟಲ ಗಣ್ಣಿನಂಚಿಗೆ ಮಿಂಚ ಗೊಂಚಲನ್ನು ಇಟ್ಟು ಮೈ ಬಳ್ಳಿಯನ್ನು ಬಳುಕಿಸಿದ ಮೋಹಿನಿಯಾಗಿ ಕಾಡಿತ್ತು ಸಂಜೆ. ಹದ್ದುಗಣ್ಣು ರೆಪ್ಪೆ ತೆರೆಯೆಳೆದಾಗ ಮೈಯೊಳಗೆ ನುಸುಳಿ ನೆತ್ತರಿನೊಡನೆ ಬೆರೆತು ನೆಗೆದಾಡಿತ್ತು ಸಂಜೆ. ಕಾಣದ ಬೆರಳಾಗಿ ಊಹಿಸಲಾರದ ಭಾಗಗಳಲ್ಲಿ ಕಚಗುಳಿ ಇಟ್ಟಿತ್ತು – ಲಜ್ಜೆ ಮರೆತ ಆ ಸಂಜೆ.

ಅವರ ತಪ್ಪಲ್ಲ...

ಅವರಾಡಿದ ಮಾತೂ ಅಷ್ಟೆ. ಸಂಜೆಯಾಡಿದ ಮಾತು ಅದು :

"ಪ್ಯಾಂಟು-ಷರ್ಟುಗಳನ್ನು ಕಿತ್ತು ಬೆತ್ತಲೆಯಾಗಿಯೆ ಹೋಗೋಣ ಎನ್ನಿಸುತ್ತದೆ!" ಇಬ್ಬರು ಸ್ನೇಹಿತರೂ ನಕ್ಕಿದ್ದರು. ಏನೂ ಹೇಳಲಿಲ್ಲ... ಮನಸ್ಸು ಮಾತ್ರ ಮೆಲಕು ಹಾಕುತ್ತಿತ್ತು – ಬೆತ್ತಲೆ ಬೀದಿಯುದ್ದ ನಡೆಯುವುದರಲ್ಲಿನ ಪುಲಕವನ್ನು...

ಕಲ್ಲುದಾರಿಯ ಎಡಬಲದ ತೆನೆ ಭತ್ತ ಅವನಾಡಿದ ಮಾತನ್ನು ಪಕ್ಕದ ಹೊಲಕ್ಕೆ ಪಿಸುಗುಟ್ಟಿತು. ಗಟ್ಟಿಯಾಗಿ ನಗಲಾರದ ಪೈರು ಕಿಸಿಕಿಸಿ ನಕ್ಕಿತು. ಸಂಜೆಗೆ ಅವನ ಮಾತು ಕೇಳಿತ್ತು. ಅವರು ಮೂವರ ಬಟ್ಟೆಯನ್ನೂ ಕಿತ್ತೆಸೆದು ಗೊಮ್ಮಟ ನಡೆಯಿಸಿದ ಸಂಜೆ ತತ್‍ಕ್ಷಣವೇ ನಾಚಿತ್ತು. ಮುಖ ಓಕುಳಿ ಬಣ್ಣಕ್ಕೆ ತಿರುಗಿತ್ತು.

ಅವರ ಲೆಕ್ಕಾಚಾರದ ಪ್ರಕಾರ ಅವರು ಇಷ್ಟು ಹೊತ್ತಿಗೆ ಮೇಲುಕೋಟೆಯ ಹತ್ತಿರ ಇರಬೇಕಿತ್ತು. ಅವರಿದ್ದುದ್ದು ಬೋಗಾದಿಗೂ ಒಂದು ಮೈಲಿಯಾಚೆಗೆ. ಬೋಗಾದಿಯಿಂದ ಮೇಲುಕೋಟೆಗೆ ನಾಲ್ಕು ಮೈಲಿಯ ನಡಗೆ. ಅವರಿಗೆ ಅದು ಗಮನದಲ್ಲೂ ಇರಲಿಲ್ಲ... ಸಂಜೆ ಬೀಸಿದ ಚೆಲುವಿನ ಮಾಯೆಗೆ ಪರವಶರಾಗಿದ್ದರು... ಇಪ್ಪತ್ತರ ಪ್ರಾಯಕ್ಕೆ ಮಾತ್ರ ಸಾಧ್ಯವಾಗುವ ಪರವಶತೆ...

ಮೇ ತಿಂಗಳ ಸೂರ್ಯ ಸುಟ್ಟು ಆ ನೆಲಕ್ಕೆ ನೀರಡಿಕೆಯಾಗಿತ್ತು. ಎದೆಯ ದಾಹವನ್ನು ಮಣ್ಣಿನ ವಾಸನೆಯನ್ನಾಗಿ ಮಾಡಿ ಗಗನಕ್ಕೆ ಎಸೆದಿತ್ತು. ಎರಡೂ ಕೈಗಳನ್ನು ಆಕಾಶಕ್ಕೆಸೆದು ಅಂಗಲಾಚಿತ್ತು... ನೀರಿಗಾಗಿ ಕನಿಕರಕ್ಕಾಗಿ.

ಅರವತ್ತರ ಮೈಯನ್ನು ಕ್ರಮಕ್ರಮವಾಗಿ ಸಂಕುಚಿಸಿ ಆಕಾರವನ್ನು ಕಳೆದುಕೊಂಡು ಕೇವಲ ಕಲ್ಲಾಗಿ ಕಾಣುತ್ತಿದ್ದ ಗೊಮ್ಮಟ, ಇವರು ಬೋಗಾದಿಯ ಕಡೆಗೆ ತಿರುಗಿದಾಗ ಕಾಣದಾಗಿದ್ದ. ಮೂಡಲ ಕಡೆಗೆ ನಡೆದ ಅವರ ಎದುರಿಗೆ ಎದ್ದುನಿಂತಿತು ಮೇಲು ಕೋಟೆಯ ಬೆಟ್ಟಸಾಲು. ಬೆಟ್ಟದ ತಪ್ಪಲಿಗಿದ್ದ ಹುಚ್ಚುಕೆರೆ ಬೆಳ್ಳಿಯಾಗಿ ಮಿನುಗುತ್ತಿತ್ತು...

"ಅದೇ ಮೇಲುಕೋಟೆ. ಅದೇ ಬೆಟ್ಟದ ಮೇಲಿನ ದೇವಸ್ಥಾನ" – ಒಬ್ಬ ಹೇಳಿದ.

"ಇನ್ನೇನು ಸಿಕ್ಕಿದ ಹಾಗೇ" – ಇನ್ನೊಬ್ಬನೆಂದ. ಸಂತೆಮಾಳದಾಚೆಯ ಕಳ್ಳಂಗಡಿಯ ಮಾಲಿಕ ಕುದುರೆಯನ್ನೇರಿ ಸಂತೆಮಾಳದ ಹತ್ತಿರ ಬರುವ ಹೊತ್ತಿಗೆ ಇವರೂ ಅಲ್ಲಿಗೆ ಬಂದರು. ಅವನ ದಿನದ ವ್ಯಾಪಾರ ಮುಗಿದಿತ್ತು. ಮೂರು ಮೈಲಿಗಳಾಚೆಯ ಬಾಳೇನ ಹಳ್ಳಿಗೆ ಹೊರಟಿದ್ದ.

ಕಂಡ ಹಾಗೇ ದಾರಿ ಮಲಗಿತ್ತು. ಯಾರನ್ನೂ ದಾರಿ ಕೇಳುವ ಅವಶ್ಯಕತೆ ಇರಲಿಲ್ಲ. ಆದರೂ ಒಬ್ಬ ಕೇಳಿದ:

"ಇದೇ ತಾನೆ, ಗೌಡ ಮೇಲುಕೋಟೇ ದಾರಿ?"

"ಹೂ ಕಣ, ತಮ್ಮ. ಏನೂ ಮೇಲುಕೋಟೆಗೇ ನೀವು?"

"ಹೌದು."

"ಈವೊತ್ನಾಗೆ? ಅದೂ ಮಳೆ ಕಚ್ಚು ಅಂಗದೆ!" – ಅವನು ಆಶ್ಚರ್ಯದಲ್ಲಿ ಕೇಳಿದ.

"ನಮಗೇನಯ್ಯ ಭಯ? ಗಂಡಸರಿಗೆ?" – ಒಬ್ಬ ನಕ್ಕ. "ಆದರೂ..." ಗೌಡ ರಾಗ ವೆಳೆದ ತನಗೇನು ಎಂದುಕೊಂಡು ಕುದುರೆಯ ಬೆನ್ನು ಚಪ್ಪರಿಸಿದ.

ಮಧ್ಯಾಹ್ನದ ಮೂರಕ್ಕೇ ಹೊರಟು ಮೇ ತಿಂಗಳ ಹತ್ತು ಮೈಲಿ ನೆಲವನ್ನು ತುಳಿದ ಮೈ ಆಗ ದಣಿದಿತ್ತು? ಸಂತೆಮಾಳದ ಹೆಮ್ಮರಗಳ ಆಶ್ರಯಕ್ಕೆ ಓಂದಿರುಗಿದ್ದ ಗಿಳಿವಿಂಡು ಸಂಜೆಮಾತಿಗೆ ಸುರುಹಚ್ಚಿತ್ತು... ದೂರದ ಹುಚ್ಚು ಕೆರೆ ಬೆಳ್ಳಿಯಾಗಿದ್ದುದು ಮಾರಿಗೆ ಸತುವಾಗಿ. ಮಂಕಾಗಿ ಮಲಗಿತ್ತು? ಬೆಟ್ಟದ ಮರೆಯಿಂದ ಬೆನ್ನಿಗೆ ಬಿದ್ದ ಶಾಪದ ಹಾಗೆ. ಕಪ್ಪು ನೆನಪಿನ ಹಾಗೆ. ಸುಳಿವು ಕೊಡದೆ ಬಳಿಗೆ ಬಂದು ತಬ್ಬುವ ಮುಪ್ಪಿನ ಹಾಗೆ. ಎದ್ದು ಬಂದ ಮೋಡ ಆಕಾಶದುದ್ದ ಕಪ್ಪಗೆ, ದಪ್ಪಗೆ ಹಬ್ಬಿತ್ತು.

ಸಂತೆಮಾಳದ ಬಿಳಿಯ ಕಲ್ಲುಬಂಡೆಯ ಮೇಲೆ ವಿಶ್ರಮಿಸಿಕೊಳ್ಳುತ್ತ ಕುಳಿತ ಅವರಿಗೆ ಬಣ್ಣ ಬದಲಿಸಿದ್ದು ಕಂಡರೂ ಭಯವೆನಿಸಲಿಲ್ಲ. ಮಧ್ಯಾಹ್ನ ಅವರು ಶ್ರವಣಬೆಳಗೊಳ ವನ್ನು ಬಿಟ್ಟು ಹೊರಟಾಗ ಆಕಾಶದ ಅಂಗಳದಲ್ಲಿ ಅರಳಿದ್ದ ಖಾಲಿ ಹೂ ಮೋಡಗಳು ಈಗ ಮಸಿಯ ಬಣ್ಣಕ್ಕೆ ತಿರುಗಿದ್ದರೂ ಆತಂಕವೆನಿಸಲಿಲ್ಲ. ಚಿಕ್ಕೆ ಕಣ್ಣು ಮಿಟುಕಿಸದೆ ಇದ್ದುದೇ ಚೆನ್ನೆನಿಸಿತು. ದೂರದ ಮೇಲುಕೋಟೆಯ ದೇವಸ್ಥಾನದ ತಲೆಯ ದೀಪಮಣಿ ಯಾಗಿ, ಸರಿದೊರೆಯಾಗುವವರೇ ಇಲ್ಲದೆ ಜಂಬದಲ್ಲಿ ಮಿನುಗುತ್ತಿತ್ತು...

ಖಾಸ ಬಂಗಲೆಗೆ ಮೊಟ್ಟಮೊದಲಿಗೆ ಹೋದ ಮಗುವಿನ ಮೈ ಮರೆವು ಅವರದು. ಮೊದಲ ಬಾರಿಗೆ ಮೈಸೂರನ್ನು ಬಿಟ್ಟು ಆ ಬೆತ್ತಲೆ ನಿಂತ ನಿಸರ್ಗದ ಚೆಲುವನ್ನು

ಕಂಡು ಮುಗ್ಧರಾಗಿದ್ದ ಅವರ ಮೇಲೆ ಆ ಸಂಜೆ ಬಲೆ ಬೀಸಿತ್ತು. ಅವರು ಪರವಶ ರಾಗಿದ್ದರು.

ಇಪ್ಪತ್ತರ ಪ್ರಾಯಕ್ಕೆ ಸಾಧ್ಯವಾಗುವ ಪರವಶತೆ.

ಬೆಟ್ಟದ ಮೇಲೆ, ಬಾನಂಚಿಗೆ ಮಿಂಚು ಕಣ್ಣು ತೆಗೆದು ಮುಚ್ಚುತ್ತಿತ್ತು.

"ದೇವತೆಗಳು ನಮ್ಮ ಫೋಟೋ ತೆಗೆದುಕೊಳ್ಳುತಿದಾರೊ. ಬೆಳಕು ಸಾಲದು ಅಂತ ಫ್ಲಾಷ್ ಬಲ್ಬು" – ಒಬ್ಬ ಹೇಳಿದ. ಇನ್ನಿಬ್ಬರು ನಕ್ಕರು.

ದುಃಖ ತುಂಬಿಕೊಂಡ ಬಾನೆದೆ ಬಿರಿಯಿತು. ತಡೆಯಲಾರದೆ ಸಿಡಿದ ಬಾನು ಬಿರುಕಿದ ಕಾವನ್ನು ತೋರಗೊಟ್ಟಿತು. ಥಳಥಳಿಸಿದ ಬಳುಕು ಮೈಮಿಂಚು. ಮುಳ್ಳುಗಾಲಿನ ಸಿಂಹದ ಗಂಟಲಲ್ಲಿ ಕ್ರೋಧ ಗುಂಡುರುಳಿದ ಹಾಗೆ ಗುಡುಗುಟ್ಟಿತು.

"ಏಳ್ರೋ" – ಒಬ್ಬ ಎಂದ.

"ಅಯ್ಯೋ, ಹೆಣ್ಣಮ್ಮ!" – ಇನ್ನೊಬ್ಬ ನಗೆಯಾಡಿದ.

ಅವನ ನಗೆಯೆದ್ದು ಆಕಾಶದ ಎದೆಯನ್ನು ತಿವಿಯಿತು. ಸುಟ್ಟ ನೆಲದ ನೀರಡಿಕೆ ಮಣ್ಣಿನ ವಾಸನೆಯಾಗಿ ಮೇಲೆದ್ದು ನೀರಿಗಾಗಿ, ಕನಿಕರಕ್ಕಾಗಿ ಅಂಗಲಾಚಿತು...

ಆ ಹುಡುಗರ ನಗೆಯಾಟದಿಂದ ರೊಚ್ಚಿಗೆದ್ದ ಆಕಾಶತಳ ಹರಿದ ಚೀಲವಾಗಿ ಸುರಿ ಯಿತು... ನೆಲದ ತಪಸ್ಸಿಗೆ ಮನಸೋತ ಕೊಡುಗೈಯ ಆಕಾಶ ನೀರಾಗಿ ಸುರಿಯಿತು.

* * * *

ಅವರ ತಪ್ಪಲ್ಲ...

ಅರ್ಧ ಗಂಟೆಯ ವರೆಗೆ 'ಭೋ' ಎಂದು ಸುರಿದ ಮಳೆ ನಿಂತಿತ್ತು – ದೂರ ಓಡಿ ದವನು ನಿಂತು ಉಸಿರನ್ನು ಹತೋಟಿಗೆ ತರುವಂತೆ. ಅವರು ಸಂತೆಮಾಳದ ಆಶ್ರಯವನ್ನು ಬಿಟ್ಟು ದಾರಿ ತಿಳಿದಿದ್ದರು.

ಮತ್ತೆ ಬಂತು ಮಳೆ, ಅವರು ದಾರಿಗಿಳಿಯುವುದನ್ನೇ ಕಾದು ನಿಂತಂತೆ. ನಿಂತ ಮಳೆ ಮತ್ತೆ ಬಂದು ಒಮ್ಮೆ ಕೋಲ್ಮಿಂಚು ಹೊಳೆದು ಮಂತ್ರಗಾರನ ಕೈಯ ಕೋಲಾಗಿ ಫರ್ಲಾಂಗ್ ದೂರದಲ್ಲಿದ್ದ ಹಳ್ಳಿಯನ್ನು ಅವರ ಕಣ್ಣಿಗೆಸೆದಿತ್ತು. ಸಂತೆಮಾಳದ ನಿರ್ಜನತೆ ಗಿಂತ ಹಳ್ಳಿಯೇ ವಾಸಿ ಎಂದುಕೊಂಡು ಅವರು ನೆನೆದೇ ಬಂದಿದ್ದರು. ಇದ್ದುದೊಂದೇ ಬೀದಿಯ ಕೊನೆಗಿದ್ದ ದೇವಸ್ಥಾನದ ಜಗುಲಿಯಲ್ಲಿ ನಿಂತಿದ್ದರು...

"ಯಾರಪ್ಪಾ ಅವರು?" – ಮೈಯಿರದ ದನಿಯೊಂದು ಬೀದಿಯ ಮಗ್ಗುಲಿಗಿದ್ದ ಜಗುಲಿಯಿಂದ ಎದ್ದು ಬಂದಿತ್ತು.

ಕಣ್ಣನ್ನು ಗೀರು ಮಾಡಿ ನೋಡಿದರೂ ಮಾತನಾಡಿದ ವ್ಯಕ್ತಿಯೇನೋ ಕಾಣಲಿಲ್ಲ. ಕಪ್ಪು ದೇಹ, ಹೊದ್ದ ಕಪ್ಪು ಕಂಬಳಿ......

"ಮೈಸೂರಿನಿಂದ ಟ್ರಿಪ್ಪು ಬಂದೆವು. ಬೆಳಗೊಳದಿಂದ ಮೇಲುಕೋಟೆಗೆ ಹೋಗ್ತಾ ಇದ್ದೆವು. ಮಳೆ ಬಂತು."

– ದನಿ ಬಂದ ದಿಕ್ಕಿಗೆ ಒಬ್ಬ ಹೇಳಿದ :

"ಅಲ್ಯಾಕ್ ನಿಂತ್ರಿ? ಹುಳ ಹುಪ್ಪಟೆ. ಒಳಕ್ಕೆ ಬನ್ನಿ". ಅಷ್ಟೇ ಸಾಕೆನಿಸಿತ್ತು. ಅವರು ಮನೆಯೊಳಕ್ಕೆ ಹೋಗಿದ್ದರು.

ಒಳಗೆ ನಡೀರಿ. ಲೇ, ಮಲ್ಲಿ!

"ಏನೂ ಪರವಾಗಿಲ್ಲ. ಮಳೆ ನಿಂತಮೇಲೆ ಹೋಗೋರು ನಾವು." ನಿಮಗೇಕೆ ತೊಂದರೆ?" – ಒಬ್ಬ ಉಪಚಾರ ನುಡಿದ. ಮನೆಯ ಯಜಮಾನ ನಕ್ಕ. ಅವನ ನಗು ಮನೆಯ ಹೊರಕ್ಕೆ ನಡೆದು ಮೇಲೆದ್ದು ಗುಡುಗಾಗಿ ಆಕಾಶದುದ್ದ ರುಬ್ಬುಗುಂಡಾಗಿ ಉರುಳಿತು. ಅವನ ನಗು ನಿಲ್ಲಿಸಿದಾಗ ನಿಂತ ಮೌನ ಚಾಕುವಿನಿಂದ ಹೋಳುಮಾಡುವಷ್ಟು ಹೆಪ್ಪುಗಟ್ಟಿ ನಿಂತಿತ್ತು.

ಆ ಮೌನದಲ್ಲಿ ಅವರಿಗೆ ಕೇಳಿತ್ತು ನೀರು ಹರಿಯುವ ಮೊರೆತ – ತುಂಬು ಮೈಯಿನ ನೀರ ಮೊರೆತ. ಪ್ರಾಯದ ನೆತ್ತರಿನ ಹಾಗೆ ಸುಗ್ಗಿದ್ದ ನೀರು ಆ ಮಹಾ ಮೌನದಲ್ಲಿ, ಮಳೆ ಸುರಿಯುವಿಕೆಗೆ ಹೊಂದಿಕೊಂಡು ಏಕನಾದವಾಗಿ ಹಳ್ಳಿಗೆ ಜೋಗುಳ ಹಾಡಿತ್ತು.

"ಏನದು?"

"ಹಳ್ಳ. ನಮ್ಮೂರ ಮಗ್ಗುಲ ಹಳ್ಳ. ಕೆರೆಗೆ ಹರಿಯುತ್ತೆ. ಮೇಲುಕೋಟೆಗೆ ನೀವು ಹೋಗಬೇಕಾದರೆ ಅದನ್ನು ದಾಟಬೇಕು..."

"ಮತ್ತೆ?"

"ಬೆಳಗ್ಗೆ ಹೋಗಿ".

ಯಜಮಾನ ನಿಶ್ಚಯ ಮಾಡಿದ್ದ. ಅವರೊಪ್ಪಲೇಬೇಕಾಗಿತ್ತು.

*   *   *   *

ಅವರ ತಪ್ಪಲ್ಲ...

"ಲೇ ಮಲ್ಲಿ!...

ಹದಿನೆಂಟರ ಹುಡುಗಿಯೊಬ್ಬಳು ದನದ ಕೊಟ್ಟಿಗೆಯಿಂದ ಪಡಸಾಲೆಗೆ ಬಂದಳು. ಅವಳ ಕಣ್ಣು ಇನ್ನೂ ನಿಂತೇ ಇದ್ದ ಮೂವರನ್ನೂ ಗುಡಿಸುತ್ತಿತ್ತು.

"ಅವಳಿಗೆ ಹೇಳು, ಅನ್ನಕ್ಕಿಡು ಅಂತ. ಇವರದ್ದೂಟ ಆಗುವ ಹೊತ್ತಿಗೆ ಅಟ್ಟದ ಮೇಲೆ ಪಟ್ಟೆ ಹಾಕು..."

ಹಳ್ಳಿಯ ಜನದ ಔದಾರ್ಯ ಅವರನ್ನು, ಅವರ ಮನಸ್ಸನ್ನು ಕದ್ದಿತ್ತು. ಹಳ್ಳಿಯವರ ಒಳ್ಳೆತನವನ್ನು ಅವರು ಹೊಗಳುತ್ತಿದ್ದದ್ದು ಪಟ್ಟಣಿಗರನ್ನು ಬೈಯುವುದರಲ್ಲಿ...

ಊಟವಾದಮೇಲೆ ಮನೆಯ ಯಜಮಾನನ ಜೊತೆಗೆ ಅವರು ಸ್ವಲ್ಪ ಹೊತ್ತು ಲೋಕಾಭಿರಾಮವಾಗಿ ಹರಟೆ ಹೊಡೆದಿದ್ದರು. ತಮ್ಮ ವಿಷಯವನ್ನೆಲ್ಲ ಅವನಿಗೆ ತಿಳಿಸಿ ಅವನೂರಿನ ವಿಷಯವನ್ನೂ ತಿಳಿದುಕೊಂಡಿದ್ದರು...

ಮಲ್ಲಿಯ ವಿಷಯ ಮಾತುಕತೆ ನಡೆಯಲಿಲ್ಲ. ನಡೆಯುವುದು ಸಾಧ್ಯವೂ ಇರಲಿಲ್ಲ... ಮನಸ್ಸು ಕುತೂಹಲದಲ್ಲೇ ಅಟ್ಟವನ್ನೇರಿತ್ತು. ಹಾಸಿಗೆಯಲ್ಲಿ ಮಲಗಿತ್ತು.

ಯಜಮಾನ ಬ್ರಾಹ್ಮಣ. ಮಲ್ಲಿ ಒಕ್ಕಲಿಗ ಹೆಣ್ಣು. ಯಜಮಾನನಿಗೆ ಹೆಂಡತಿ ಇದ್ದಳು. ಮಕ್ಕಳಿರಲಿಲ್ಲ. ಮಲ್ಲಿ ಕಸಮುಸುರೆಯ ಹೆಣ್ಣೇನೊ! ಅಥವಾ...

ಅವಳ ಹದಿನೆಂಟರ ಚೆಲುವು: ಬಳ್ಳಿ ಬಳುಕಿನ ಮೈ. ಕಣ್ಣ ನಡುವಿಗೆ ಏನೋ ದುಃಖ – ಅಂಚಿಗೆ ಮಾತ್ರ ಮಿಂಚು – ಕಪ್ಪು ಮೋಡದ ಅಂಚಿಗೆ ಮಿನುಗುವ ಬೆಳ್ಳಿಗೆರೆ.

ಅವಳಿಗೆ ಮದುವೆಯಾಗಿಲ್ಲವೆ? ಅಥವಾ ಗಂಡ ಬಿಟ್ಟ ಹೆಣ್ಣೋ? ಗಂಡ ಇದ್ದು ಮನೆ ಎನ್ನುವುದೂ ಇದ್ದರೆ ಈ ಮನೆಯಲ್ಲೇಕೆ ಮಲಗಬೇಕು?

ಪಡಸಾಲೆಯ ಹಿಂದಿನ ಕೊಠಡಿಯಲ್ಲಿ ಯಜಮಾನರು. ಪಡಸಾಲೆಯ ಒಂದು ಮೂಲೆಗೆ ಮಲ್ಲಿ. ಇನ್ನೊಂದು ಮೂಲೆಗೆ ಮೆಟ್ಟಲು ಅಟ್ಟ. ಅಲ್ಲಿ ತಾವು...

"ಚೆನ್ನಾಗಿದಾಳೆ ಅಲ್ಲವೇನ್ರೋ ಮಲ್ಲಿ?" ಒಬ್ಬ ಕೇಳಿದ. ಮೂರು ಜನರ ಮನಸ್ಸಿಗೂ ಆ ಗಳಿಗೆಯಲ್ಲಿ ಅದೇ ಪ್ರಶ್ನೆಯನ್ನು ಕೇಳುವ ಬಯಕೆ.

"ಪಟ್ಟಣದ ಹುಡುಗಿಯರನ್ನು ಇವಳ ಮುಂದೆ ಹಿಡಿದರೆ ಅವರು ಯಾತಕ್ಕೂ ಬೇಡ ಅಂತನ್ನಿಸುತ್ತೆ... ಮಲಗೋಣವೇ? ಹೊತ್ತಾಗಿದೆ."

ಮಲಗುವ ನಿರ್ಧಾರ ಮಾಡಿದರೂ ಬಹು ಹೊತ್ತು ನಿದ್ದೆ ಬರಲಿಲ್ಲ. ಮಳೆ ಸುರಿಯುವ ಸದ್ದನ್ನೂ ಹೊಳೆ ಮೊರೆಯುವ ಸದ್ದನ್ನೂ ಕೇಳುತ್ತಾ ಮಲ್ಲಿಯ ಯೋಚನೆ ಮಾಡುತ್ತ ಮಲಗಿದ್ದರು... ಇಬ್ಬರಿಗೆ ನಿದ್ದೆ ಬಂದಿತು. ಮೂರನೆಯವನು ಅವರ ಹೆಸರನ್ನು ಹಿಡಿದು ಮೆಲ್ಲಗೆ ಕೂಗಿದ. ಉತ್ತರ ಬರಲಿಲ್ಲ... ಅವನು ಮೆಟ್ಟಲಿಳಿದು ಎದುರು ಮೂಲೆಯ ಕಡೆ ನಡೆದ...

* * * *

ಮೂವರೂ ಹೆಚ್ಚು ಕಡಿಮೆ ಒಂದೇ ತರಹ ಇದ್ದಾರೆನ್ನಿಸಿತು ಮಲ್ಲಿಗೆ. ಏನು ಮಾಡಿದರೂ ಅವರನ್ನು ಬೇರೆ ಬೇರೆ ಮಾಡಿ ವಿಶಿಷ್ಟವಾದ ಗುರುತು ಹಚ್ಚಿ ನೋಡುವುದು ಕಷ್ಟವಾಗಿತ್ತು ಅವಳಿಗೆ... ಪ್ರತಿದಿನದಂತೆ ಮಲಗಿದ ಕೂಡಲೆ ನಿದ್ದೆ ಬಾರದಾಗಿತ್ತು. ಎಂದೂ ಅನುಭವವಾಗದಿದ್ದ ದುಃಖ ಉಮ್ಮಳಿಸಿ ಬಂದಿತ್ತು. ಬಾಳು ಮಣ್ಣಿನಿಂದೆದ್ದ ಹುತ್ತವಾಗಿ ಎತ್ತರ ನಿಂತಿತ್ತು... ತನಗೂ ಮದುವೆ ಆಗಿತ್ತು... ಆಗಿತ್ತು. ಗಂಡ ಇದ್ದ... ಪ್ರೀತಿಯಿಂದ ಬೆಳಸಿದ ತಂದೆ ಬಾಳಿನಲ್ಲಿ ಪ್ರೀತಿ ಹೊಳೆಯಿಸಿದ ಗಂಡ...

ಇಬ್ಬರೂ ಇದ್ದರು – ಆವೊತ್ತಿನ ವರೆಗೆ. ಅವತ್ತಿನಿಂದ...? ಬಲ ಮಂಡಿಯ ಬಳಿ ಗುಲಗಂಜಿಯಗಲ ಬಹುದಿನಗಳಿಂದ ಇದ್ದ ಬಿಳಿ ಮಚ್ಚೆ – ಎಷ್ಟೋ ದಿನಗಳಿಂದ ಯಾರಿಗೂ ಕಾಣದ ಹಾಗೆ ಬೈತಿಟ್ಟಿದ ಮಚ್ಚೆ ಗಂಡನ ಕಣ್ಣಿಗೆ ಬಿತ್ತು... ತನ್ನ ಸುಖಕ್ಕೆ ಬಂತು ಕುತ್ತು...

ತೊನ್ನು... ಗಂಡ ಬಿಟ್ಟ. ಬೇರೆಯವಳನ್ನು ಕೂಡಿಕೆ ಮಾಡಿಕೊಂಡು ಹೊಲ ಮನೆಯನ್ನು ಮಾರಿ ಬೆಂಗಳೂರಿನಲ್ಲಿ ಅಂಗಡಿಯಿಟ್ಟ.

ತೊನ್ನು... ತಂದೆ ಕೊರಗಿ ಕೊರಗಿ ಕಣ್ಣು ಮುಚ್ಚಿದರು. ತೊನ್ನು... ಎಲ್ಲರ ಕನಿಕರಕ್ಕೆ ಗುರಿ ಮಾಡಿತ್ತು. ಪ್ರೀತಿ...?

ಈ ಮನೆಯೊಡೆಯನ ಹೊಲದಲ್ಲಿ ವರ್ಷಗಳಿಂದ ಕೆಲಸಮಾಡಿದ ತಂದೆ ಕಣ್ಣು ಮುಚ್ಚಿದ್ದರು. ಮನೆಯೊಡೆಯ ಕನಿಕರದ ಜೀವ, ತನ್ನನ್ನು ಮನೆಯೊಳಗೆ ಕರೆದುಕೊಂಡಿದ್ದರು. ಮನೆಗೆಲಸದಲ್ಲಿ ಕೆಲವನ್ನು ಮಾಡಿಸಿದರು... ಮಮತೆಯಲ್ಲಿ ನೋಡಿಕೊಂಡಿದ್ದರು. ಆದರೆ ಪ್ರೀತಿ...? ಗಂಡನಿಂದ ಹೆಣ್ಣಿಗೆ ಸಿಗುವ ಪ್ರೀತಿ... ಒರಟು ಮೈ ತನ್ನ ಮೈಗೆ ತಗಲುವ ಆ ಗಳಿಗೆಯ ಪುಲಕ?

ಅವಳ ಒಂಟಿತನ ಆವೊತ್ತು ಮನಸ್ಸಿಗೆ ಮುಳ್ಳಾಗಿ ಚುಚ್ಚಿತು. ಎದೆ ತೆರವು. ಆ ತೆರವನ್ನು ತುಂಬುವವರೊಬ್ಬರಿಲ್ಲ. ಮೈ ಬಿರಿಯಲು ಬಂದ ದಾಳಿಂಬೆಯಾಗಿದೆ. ಬಯಸುವ ಕೈಯಿಲ್ಲ. ಹಣ್ಣು ಕೆಂಪು ನೆಲಕ್ಕೆ ಬಿದ್ದ ಒಲವು – ಎತ್ತಿ ಮುದ್ದಾಡುವವರಿಲ್ಲ...

ಮಳೆಯಲ್ಲಿ ನೆನೆದು ಬಂದ ಹುಡುಗರು. ಒಂದೇ ವಯಸ್ಸಿನ ಒಂದೇ ತರಹದ ಮೂರು ಹುಡುಗರು. ಬೆಳವಣಿಗೆ ಸಾಧ್ಯವಾದಷ್ಟೂ ನಡೆದು ನಗುತ್ತ ನಿಂತ ವಯಸ್ಸು. ಸರಿಯಾದ ಪ್ರಾಯ – ಪ್ರೀತಿಗೆ, ತನ್ನಂತಹವಳ ಮೈ ಹಣ್ಣು ಕೆಂಪನ್ನು ಸ್ವೀಕರಿಸುವುದಕ್ಕೆ...

ಅವಳಿಗೆ ನಿದ್ದೆ ಬರಲಿಲ್ಲ. ಮಳೆ ಸುರಿಯುವ ಸದ್ದನ್ನೂ, ಹೊಳೆ ಮೊರೆಯುವ ಸದ್ದನ್ನೂ ಕೇಳುತ್ತ ಅವರ ಯೋಚನೆ ಮಾಡುತ್ತ ಮಲಗಿದ್ದಳು.

ಮೆಟ್ಟಿಲಿಳಿದ ಸದ್ದು... ಯಾರೋ ಬಳಿಗೆ ಬಂದರು... ಕಾಡುಗತ್ತಲ ನಡುವಿನಲ್ಲಿ ಬೆಳಕು ಅರಸಿ ಬಂದಿತು...

* * * *

ಚೆನ್ನಾಗಿ ಮಳೆ ಸುರಿದ ಮಾರನೆಯ ಬೆಳಗ್ಗೆ – ಅಭ್ಯಂಗ ಮಾಡಿ ಬಿಸಿಲಿಗೆ ತಲೆಗೂದಲು ಹರಡಿನಿಂತ ಹೆಣ್ಣಂತಿತ್ತು ಆ ಬೆಳಗಿನ ನೆಲ...

ಅವರಿಗೆಚ್ಚರವಾಗುವಾಗ ಹೊತ್ತಿಗೆ ಮೂಡಲ ಹೊನ್ನು ಬೆಳ್ಳಿಯಾಗಿತ್ತು. ಮುಖ ತೊಳೆದು. ತಿಂಡಿ ತಿಂದರು. ಮನೆಯೊಡತಿ ಹೇಳಿದಳು:

"ಹಳ್ಳದ ಮಗ್ಗುಲ ಹೊಲದಲ್ಲಿದ್ದಾರೆ ಅವರು. ನಿಮ್ಮ ದಾರಿಯಲ್ಲೇ ಇದೆ ಆ ಹೊಲ" ಎಂದು. "ಸರಿಯಮ್ಮ, ನಾವು ಅವರನ್ನು ನೋಡುತ್ತೇವೆ". ಅವರು ಹೊರಟಾಗ ಮಲ್ಲಿ

ಮನೆಯ ಹಿಂದಿನ ತೋಟದಲ್ಲಿದ್ದಳು. ತೋಟದ ಮಗ್ಗುಲಿಗೇ ಹಳ್ಳದ ಕಡೆಯ ಕಾಲು ದಾರಿ ಹರಿದಿತ್ತು.

ಅವಳು ಅವರ ಮುಖವನ್ನು ನಾಚಿಕೆ ಬಿಟ್ಟು ನೋಡಿದಳು. ಗಳಿಗೆಯಾಗುವುದರಲ್ಲಿ ಅವಳ ಕಣ್ಣಿಗೆ ಭೀತಿ ಬಂದು ಕಣ್ಣುಗುಡ್ಡೆ ಬೆದರಿದ ಹುಲ್ಲೆಯಾಯಿತು.

ಮುಗುಳು ನಕ್ಕ ಅವರು ಬೆನ್ನು ತಿರುಗಿಸಿದರು...

ಅವಳ ಕಣ್ಣಿನ ಅಂಚಿಗೆ ಬಂದ ನೀರು, ಮೂಡಲ ಹೊಂಗಿರಣದ ಸ್ಪರ್ಶದಿಂದ ಹೊನ್ನಾಗಿ ಹೊಳೆದದ್ದನ್ನು ಅವರು ನೋಡಲಿಲ್ಲ.

"ಆ ಮೂವರಲ್ಲಿ ಯಾರು ಅವನು? ಓ ಯಾರು? ಯಾರು ಆ ದೇವರು? ಬಂಜರು ಭೂಮಿಗೆ ಮಳೆಕರೆದ ಆ ದೇವರು. ಬಂಜೆ ಬಾಳಿಗೆ ಬಂಗಾರ ತಂದ ಆ ದೇವರು?" ಉತ್ತರ ಕಾಣದ ಮಲ್ಲಿ ಹುಲ್ಲಿನ ಬಣವೆಗೆ ಮುಖವಿಟ್ಟು ಅತ್ತಳು...

12. ಸೆರೆ

— ಯಶವಂತ ಚಿತ್ತಾಲ

ಹೊನ್ನಪ್ಪಾಚಾರಿಯ ಮನೆಗೆ ಹೋಗಿ. ಒಂದು ಸಂಜೆಯ ಮಟ್ಟಿಗೆ ಸ್ವಲ್ಪ ಕರಗಸ ಬೇಕಾಗಿತ್ತು ಎಂದು ಹೇಳಿ, ಪಡಕೊಂಡು, ಹಾಗೇ ಏಕನಾಥ ಶೆಟ್ಟಿಯ ಅಂಗಡಿಯಲ್ಲಿ ಪಾವು ಸೇರು ಮೊಳೆಗಳನ್ನು ಕೊಂಡು ಆ ಹಳೆ ಮನೆಯನ್ನು ತಲುಪುವುದರೊಳಗೆ ಹೊತ್ತು ಕಂತಲಿಕ್ಕೆ ಬಂದಿತ್ತು. ಮನೆಯಲ್ಲಂದು ಪಿತೃಪಕ್ಷ. ಊಟಕ್ಕೆ ತಡವಾಗಿತ್ತು. ಊಟ ಮುಗಿದಿದ್ದೇ ಭಟ್ಟರಿಂದ ಮಂತ್ರಾಕ್ಷತೆ, ಆಶೀರ್ವಾದ ಪಡೆದು, ತಲೆ ನೋಯುತ್ತದೆ ಎಂದು ಕೋಣೆಯನ್ನು ಸೇರಿ, ಮಂಚದ ಮೇಲೆ ಅಡ್ಡವಾದವನ ಕಿವಿಯಲ್ಲಿ ಭಟ್ಟರೊಂದಿಗೆ ಅಮ್ಮ ಬಿಚ್ಚಿದ ತನ್ನ ಮದುವೆಯ ಪುರಾಣ ಬಿದ್ದದ್ದೇ ಕಿಡಿಕಿಡಿಯಾದ. ಥತ್ ಇವರ; ಅಮ್ಮನಿಗೆ ಬುದ್ಧಿಯಿಲ್ಲ. ಈ ಪುರೋಹಿತ ಭಟ್ಟನಿಗೆ ಬೇರೆ ದಂಧೆಯಿಲ್ಲ ಎಂದುಕೊಂಡವನೇ ಮಂಚದಿಂದ ಎದ್ದು ಹೊರಗೆ ಹೋಗುವ ಉಡುಪು ಮಾಡಹತ್ತಿದ. ತಾಯಿ "ಎಲ್ಲಿಗೆ ಹೊರಟೆಯೋ?" ಎಂದು ಕೇಳಿದಾಗ, "ಹಳೇ ಮನೆಗೆ ಹೋಗಿಬರುತ್ತೇನಮ್ಮಾ," ಎಂದ.

"ಅಡಿಗೆಮನೆಯ ಬಾಗಿಲ ದೂಡಿ ಮೊನ್ನೆ ದನ ಒಳಹೊಕ್ಕಿತಂತೆ. ಆ ಹೊನ್ನಪ್ಪಾಚಾರಿಗೆ ಹೇಳಿ ವ್ಯವಸ್ಥೆ ಮಾಡುತ್ತೇನೆ ಎಂದಿದ್ದೆಯಲ್ಲ?"

"ಅದಕ್ಕೇ ಹೊರಟೆ. ಹೊನ್ನಪ್ಪಾಚಾರಿಗೆ ಪುರಸತ್ತಿಲ್ಲವಂತೆ. ನಾನೇ ಹೋಗಿ ಏನು ಮಾಡಲಾಗುತ್ತದೋ ನೋಡುತ್ತೇನೆ."

"ಇಷ್ಟು ಹೊತ್ತುಮಾಡಿ ಒಬ್ಬನೇ ಹೋಗುತ್ತೀಯಾ?" ಎಂದುದನ್ನು ಪೂರ ಕಿವಿಯ ಮೇಲೆ ಹಾಕಿಕೊಳ್ಳುವ ಮೊದಲೇ ಜಗಲಿ ಇಳಿದ. ಆದರೆ ಅಂಗಳ ದಾಟುವ ಮೊದಲು, "ಹೋದ ವಾರ ನಮ್ಮ ಹಳೇ ಮನೆಯ ಹಿತ್ತಲ ಮೂಲೆಯಲ್ಲಿಯ ಬಿದಿರಿನ ಹಿಂಡಿನಲ್ಲಿ ಹಾವು ಹೊಕ್ಕಿದ್ದು ಕಂಡಿತಂತೆ ಭಟ್ಟರೇ." ಎಂದು ಅಮ್ಮ ತೆಗೆದ ಕಾತರದ ರಾಗ ಮಾತ್ರ ಕೇಳಿಸದೆ ಇರಲಿಲ್ಲ...

ಹಳೆ ಮನೆಯ ಹಿತ್ತಲಲ್ಲಿ ಕಾಲಿಟ್ಟದ್ದೇ, ಧುತ್ ಎಂದು ಕಣ್ಣಿಗೆ ಬಿದ್ದವಳು ಶಂಕರರಾಯರ ಮನೆಯ ಕೆಲಸದ ಹುಡುಗಿ–ದೇವಿ, ಅಂಗಳದಲ್ಲಿ ಬಿದ್ದ ಮಾವಿನ ಮರದ ಜಿಗ್ಗುಗಳನ್ನು ಹೆಕ್ಕುತ್ತಿದ್ದವಳು ಇವನ ಹೆಜ್ಜೆಯ ಸದ್ದು ಕೇಳಿದ್ದೇ ತಲೆಯನ್ನೆತ್ತಿ ನೋಡಿ. "ಓ; ಬರ್ಮಚಾರೀ ಒಡೆದೀರು?" ಎನ್ನುತ್ತ ತುಂಟವಾಗಿ ನಕ್ಕಳು. ಬೆತ್ತಲೆ ಎದೆಯಿಂದ ಬದಿಗೆ ಸರಿದ ಸೀರೆಯ ಸೆರಗನ್ನು ಸರಿಪಡಿಸಿಕೊಳ್ಳುತ್ತ, ನಾಚುತ್ತ, "ಅದೇನು ಇಷ್ಟು

ಸಂಜೆಮಾಡಿ ಬಂದಿರಿ ಒಡೆಯಾ – ಒಬ್ಬರೆ?" ಎಂದು ಕೇಳಿದಳು. ಬೇಡ ಬೇಡವೆಂದರೂ ಕಣ್ಣಿಗೆ ಬಿದ್ದ ದೇವಿಯ ಬೆತ್ತಲೆ ಮೊಲೆಗಳಿಂದ ಗೊಂದಲಿಸಿದವನು ಅವಳನ್ನು ಮಾತ ನಾಡಿಸದೇ. ಲಗುಬಗೆಯಿಂದ ಮನೆಯ ಮೆಟ್ಟಲು ಏರಿದ. ಹೊರಜಗಲಿ ಸೇರಿ, ಕದಕ್ಕೆ ಹಾಕಿದ ಬೀಗವನ್ನು ತೆಗೆಯಲೆಂದು ಅಂಗಿಯ ಬಗಲಕಿಸೆಯಿಂದ ಕೀಲಿಕೈ-ಪೊತ್ತೆಯನ್ನು ಹೊರತೆಗೆಯುತ್ತಿದ್ದಾಗ, ಇನ್ನೂ ಅಂಗಳದಲ್ಲೇ ಇದ್ದ ದೇವಿ ಜಗಲಿಯ ಮೆಟ್ಟಿಲುಗಳನ್ನು ಸಮೀಪಿಸುತ್ತ, "ಹಾಗೇನು ಬಿಟ್ಟ ಮನೆಯನ್ನು ಒಬ್ಬರೇ ಹೊಕ್ಕತೀರಿ ಒಡೆಯಾ – ಇಷ್ಟು ಸಂಜೆಯ ಹೊತ್ತಿಗೆ?" ಎಂದಳು. ತನ್ನ ಮಾತುಗಳನ್ನು ಕಿವಿಯಲ್ಲಿ ಹಾಕಿಕೊಳ್ಳದೇ ಬೀಗದ ತೂತಿನಲ್ಲಿ ನೆಟ್ಟ ಕೈಯನ್ನು ತಿರುವುತ್ತಿದ್ದಂತೆ, "ಶಂಕರ ಒಡೆದೀರ ಅಮ್ಮನಿಗೆ ಬಹಳ ಸೀಕು ಒಡೆಯಾ. ನಾಲ್ಕು ದಿನ ಮನೆಯಲ್ಲೇ ಮಲಗೂಕೆ ಬಾ ಎಂದರು. ಉಂಬೂಕು ಇಲ್ಲೇ ಇರು ಎಂದರು. ಅವರ ಮನೇಲಿ ಮೀನಾ ತಿಂಬೂದಿಲ್ಲ. ನಿಮ್ಮ ಮನೆಯ ಹಿಂದಿನ ಜಗಲೀ ಮೇಲೇ ಒಲೀ ಹೂಡಿದ್ದೇನೆ. ಶಂಕರ ಒಡೆದೀರೇ ನಿಮ್ಮ ಅಮ್ಮನಿಗೆ ತಾವು ಹೇಳ್ತೀವೆ ಎಂದಿದ್ದರು. ನಾನೂ ಹೇಳೋಣ ಎಂತ ನಿನ್ನೆ ಹೋಗಿದ್ದೆ. ನೀವು ಇದ್ದಿರಲಿಲ್ಲ" ಎಂದಳು. ಅವನಿನ್ನೂ ತನ್ನತ್ತ ನೋಡಲೂ ಅಳುಕುತ್ತಿದ್ದುದನ್ನು ನೋಡಿ, ಒಮ್ಮೆ ಸಣ್ಣಗೆ ನಕ್ಕಳು. ಬೀಗ ತೆರೆದರೂ ಜಂಗುತಿಂದ ಬಾಗಿಲ ಚಿಲಕ ಒಮ್ಮಿಗಿಲೇ ತೆಗೆಯಲಾಗಲಿಲ್ಲ. ಅವನು ಚಿಲಕ ತೆಗೆಯಲು ಪರಿಶ್ರಮಿಸುತ್ತಿದ್ದಂತೆ, ಕೈ ಬಳೆಗಳನ್ನು ಕಿಂಕಿಣಿಸುತ್ತ. "ಮನೆಯಲ್ಲೆಲ್ಲ ಎಷ್ಟು ಧೂಳು ತುಂಬಿದೆಯೋ ಒಡೆಯಾ, ಹೇಳಿದರೆ ನಾನೇ ಬಂದು ಗುಡಿಸಿ ಹೋಗು ತ್ತಿದ್ದೆ" ಎಂದಳು. ಅವನು ಅವಳತ್ತ ಲಕ್ಷ್ಯವನ್ನೇ ಕೊಡದೇ, ಒಳಜಗಲಿ ಹೊಕ್ಕವನು ತನ್ನ ಹಿಂದೆಯೇ ಹೊರಜಗಲಿಯ ಕದ ಮುಚ್ಚಿ, ಅಗಳಿ ಇಟ್ಟು, ನಡುವಿನ ಕೋಣೆ ಸೇರಿ, ಒಳಗಿನ ಮಬ್ಬುಗತ್ತಲೆಯಲ್ಲಿ ಸರಿಯಾಗಿ ಕಾಣದಾದ.

ಒಂದು ತಿಂಗಳ ಹಿಂದೆ ಸತ್ತ ಅವನ ಸೋದರತ್ತೆಯ ಮರಣದ ವೇಳೆ ಬಹಳ ಕೆಟ್ಟ ದ್ದಾಗಿತ್ತಂತೆ. ಮೂರು ತಿಂಗಳು ಮನೆ ಬಿಡಬೇಕು ಎಂದು ಭಟ್ಟರು ಹೇಳಿದ್ದರಿಂದ ಆ ಮನೆಯನ್ನು ಖಾಲಿಮಾಡಿದ್ದರು. ಮೂರು ತಿಂಗಳ ಮೇಲೆ ಶಾಂತಿ, ರಾಕ್ಷಸಹೋಮ, ಮತ್ತೇನೇನೋ ಆದ ಮೇಲೇ ಆ ಮನೆ ವಾಸಕ್ಕೆ ಯೋಗ್ಯವಂತೆ. ನಾಲ್ಕು ವರ್ಷಗಳ ಹಿಂದೆ ಅವನ ತಂದೆ ಸತ್ತ ಹೊತ್ತೂ ಕೆಟ್ಟದ್ದಾಗಿತ್ತು. ಆದರೆ ಮನೆ ಬಿಡುವ ಮನಸ್ಸಿದ್ದರೂ ಹಾಗೆ ಮಾಡುವುದು ಶಕ್ಯವಿರಲಿಲ್ಲವಾದ್ದರಿಂದ ಬರೇ ಶಾಂತಿಯನ್ನಷ್ಟೇ ಮಾಡಿ ಅಲ್ಲೇ ಉಳಿದಿದ್ದರು. ತಂದೆ ಸತ್ತ ಆರೇ ತಿಂಗಳ ಒಳಗೆ ಅವನ ಒಬ್ಬಳೇ ಒಬ್ಬ ತಂಗಿ ಮೈಲೀಬೇನೆ ಯಿಂದ ತೀರಿಕೊಂಡಿದ್ದಳು. ಮನೆ ಬಿಡದೇ ಇದ್ದದ್ದೇ ಕಾರಣವೆಂದು ಜನ ಆಡಿಕೊಂಡಿ ದ್ದರು. ಅಮ್ಮ, ಸೋದರತ್ತೆ. ಅವನೂ ಕೂಡ ಹೆದರಿದ್ದರು. ಎಂತಲೇ, ಈಗ ಸೋದರತ್ತೆ ಸತ್ತ ವೇಳೆ ಕೂಡ ಬಹಳ ಕೆಟ್ಟದ್ದು; ಮನೆ ಬಿಡಬೇಕು ಎಂದು ಭಟ್ಟರು ಸಲಹೆಯಿತ್ತಾಗ ಹಾಗೆ ಮಾಡಲು ಹಿಂದುಮುಂದು ನೋಡಲಿಲ್ಲ. ಕೆಲವೇ ತಿಂಗಳ ಮೊದಲಷ್ಟೇ ಹಳ್ಳಿಯ ಪೋಸ್ಟ್ ಆಫೀಸ್ ನಡೆಸಲು ಬಾಡಿಗೆಯಿಂದ ಕೊಟ್ಟ ಅವರ ಇನ್ನೊಂದು ಮನೆ ಖಾಲಿ

ಯಾಗಿತ್ತು. ಅದನ್ನಿನ್ನೂ ತಿರುಗಿ ಯಾರಿಗೂ ಬಾಡಿಗೆಗೆ ಕೊಟ್ಟಿರಲಿಲ್ಲ. ಸೋದರತ್ತೆ ಸತ್ತ ಹನ್ನೆರಡು ದಿನಗಳು ಕಳೆದದ್ದೇ ಹೊಸ ಮನೆಗೆ ಬಿಡಾರ ಸಾಗಿಸಿದ್ದರು. ಬಿಟ್ಟ ಮನೆ ಬಹಳ ಹಳೆಯದೂ ಆಗಿತ್ತಾದ್ದರಿಂದ ಸೂತಕದ ಮೂರು ತಿಂಗಳು ಕಳೆದ ಮೇಲೂ ತಿರುಗಿ ಅಲ್ಲಿ ಹೋಗುವ ಮನಸ್ಸಿದ್ದಿರಲಿಲ್ಲ, ಶಾಂತಿ ರಾಕ್ಷಸಹೋಮಗಳಾದ ಮೇಲೆ ಆ ಮನೆಯನ್ನು ತುಸು ದುರುಸ್ತ ಮಾಡಿ ಯಾರಿಗಾದರೂ ಬಾಡಿಗೆಗೆ ಕೊಟ್ಟರಾಯಿತು ಎಂದುಕೊಂಡಿದ್ದರು.

ಮೊನ್ನೆ, ಆ ಮನೆಯ ಹಿಂದಿನ ಹರಕು-ಮುರುಕು ಬಾಗಿಲವನ್ನು ದೂಡಿ ದನ ಒಳಗೆ ಹೊಕ್ಕಿತಂತೆ. ರಿಪೇರಿಗಾಗಿ ಹೊನ್ನಪ್ಪಾಚಾರಿಯನ್ನು ಕರೆಕಳಿಸಿದಾಗ ತುರ್ತ ಪುರಸತ್ತಿಲ್ಲ; ಇನ್ನೊಂದು ವಾರದ ಮೇಲಾದರೆ ಆಗಬಹುದು ಎಂದಿದ್ದ. ಅವನು ಹಾಗೆ ಹೇಳಿದಾಗ ತಾನೇ ಹೋಗಿ ರಿಪೇರಿ ಮಾಡುವ ವಿಚಾರ ಮಾತ್ರ ಅವನ ತಲೆಯಲ್ಲಿ ಸುತರಾಮ್ ಬಂದಿರಲಿಲ್ಲ. ಮಂಚದ ಮೇಲೇ ಅಡ್ಡವಾದಲ್ಲೇ ಹೊರಗೆ, ಅಮ್ಮ – ಪುರೋಹಿತರು ತನ್ನ ಮದುವೆಯನ್ನು ಕುರಿತು ಚರ್ಚೆ ಆರಂಭಿಸಿದ್ದನ್ನು ಕೇಳಿದ್ದೇ ಕಿಡಿಕಿಡಿಯಾದವನಿಗೆ ಎಲ್ಲಾದರೂ, ಇಲ್ಲಿಂದ ದೂರ ಹೊರಗೆ, ಹೋಗಬೇಕೆಂದು ಅನಿಸಿತ್ತೇ ಹೊರತು ಇಂಥಲ್ಲೇ ಹೋಗಬೇಕೆಂಬ ವಿಚಾರ ಬಂದಿರಲಿಲ್ಲ. ಆದರೆ ತಾಯಿ 'ಎಲ್ಲಿಗೆ ಹೊರಟೆ?' ಎಂದು ಕೇಳಿದ ಕ್ಷಣದಲ್ಲೇ ಈ ಅನಸಿಕೆ ಹಳೇ ಮನೆಗೆ ಹೋಗುವ ವಿಚಾರದಲ್ಲಿ, ಮುಂದೆ ತಾಯಿ ಅಡಿಗೆಮನೆಯ ಬಾಗಿಲ ನೆನಪು ಮಾಡಿದಾಗ ಬಾಗಿಲ ರಿಪೇರಿ ತಾನೇ ಮಾಡಬೇಕು ಎಂಬ ನಿರ್ಧಾರದಲ್ಲಿ ಅವನಿಗರಿವಾಗುವ ಮೊದಲೇ ಕೊನೆಗೊಂಡಿತ್ತು. ಮರುಕ್ಷಣ ಹೊನ್ನಪ್ಪಾಚಾರಿಯ ಮನೆಗೆ ಹೋಗಿ ಕರಗಸ ಬೇಡಿ ತರಬೇಕು ಎಂದೂ ಹೊಳೆಯಿತು. ಕರಗಸ ತಂದರೆ ಬಚ್ಚಲುಮನೆಯಲ್ಲಿ ರಾಶಿ ಒಟ್ಟಿದೆ ರೀಪುಗಳಲ್ಲಿಯ ಒಂದು ರೀಪಿನ ಮೂರುತುಂಡು ಮಾಡಿ ಬಾಗಿಲಿಗೆ ಹೊರಗಿನಿಂದ ಅಡ್ಡ ಹೊಡೆದುಬಿಟ್ಟರೆ ಹೊನ್ನಪ್ಪಾಚಾರಿಯ ಕೈಗೆ ಪುರಸತ್ತಾಗುವ ತನಕವಾದರೂ ತಿರುಗಿ ದನ ಮನೆ ಹೊಗುವುದನ್ನು ತಡೆಯಬಹುದು ಎಂದೆನಿಸಿತು. ಆದರೆ 'ಎಲ್ಲಾದರೂ ದೂರ ಹೊರಗೆ ಹೋಗಬೇಕು' ಎನ್ನುವ ವಿಚಾರ ಮುಂದಿನ ಯೋಜನೆಗಳಲ್ಲಿ ಎಷ್ಟೊಂದು ವೇಗದಿಂದ ರೂಪಾಂತರವಾಗಿತ್ತೆಂದರೆ ತಿರುಗೆಂದೂ ಹೊನ್ನಪ್ಪಾಚಾರಿಯ ಮನೆಗೆ ನಾನು ಒಂಟಿಯಾಗಿ ಹೋಗಬಾರದು ಎಂದು ಹಿಂದೊಮ್ಮೆ ಆಣೆಮಾಡಿ ನಿರ್ಧರಿಸಿಕೊಂಡುದ್ದರ ನೆನಪು ಆದದ್ದು, ಹೊನ್ನಪ್ಪಾಚಾರಿಯ ಮನೆಯ ಅಂಗಳದಲ್ಲಿ ಹೋಗಿ ನಿಂತ ತನ್ನನ್ನು ಅವನ ಹೆಂಡತಿ ಮುರಕ ಮಾಡುತ್ತ "ಅಯ್ಯ ನೀವು? ಎಂದು ಕೇಳಿದಾಗಲೇ; ಹೊನ್ನಪ್ಪಾಚಾರಿ ಈ ಹೊತ್ತಿಗೆ ಮನೆಯೊಳಗೆ ಇರುವುದಿಲ್ಲ ಎಂಬುದೂ ನೆನಪಿಗೆ ಬಂದದ್ದು, ಅವನ ಹೆಂಡತಿ "ಇವರು ದಿನವೂ ನಸುಕಿನಲ್ಲೇ ಗಂಗಾವಳಿಗೆ ಹೋದವರು ತಿರುಗಿ ಮನೆಗೆ ಬರುವುದು ತುಂಬ ರಾತ್ರಿಯಾದ ಮೇಲೆ." ಎಂದು ಇನ್ನೊಮ್ಮೆ ವಯ್ಯಾರ ಮಾಡಿದಾಗಲೇ. ಮನೆಯ ಅಂಗಳದಲ್ಲಿ ಕೂತು ಮಗುವಿನ ಕೂದಲು ಹಿಕ್ಕುತ್ತಿದ್ದವಳು, "ನೀನೀಗ ಆಡಲಿಕ್ಕೆ ಹೋಗ್"

ಎಂದು ಅದನ್ನು ಓಡಿಸುತ್ತ ಇವನತ್ತ ತಿರುಗಿ "ಏನು ಬೇಕಿತ್ತೋ?" ಎಂದು ಕೇಳಿದಾಗಲೇ; ಥತ್ ಇವಳ; ಹೊನ್ನಪ್ಪಾಚಾರಿಯ ಹೆಂಡತಿ ಬಹಳ ಹಲ್ಕಟ್ ಹೆಂಗಸಂತೆ. ಊರಲ್ಲಿಯ ಒಬ್ಬಿಬ್ಬರು ಗಂಡಸರನ್ನು (.........)ಥೂಥೂಥೂ ಹ್ಯಾಗಾದರೂ ತನಗಿದೆಲ್ಲ ಮರೆತೇ ಹೋಯಿತೋ; ಯಾಕಾದರೂ ಇಲ್ಲಿಗೆ ಬಂದೆನೋ; ಮೈಮೇಲಿ ಮುಳ್ಳು ನಿಂತವು, ತಲೆಯಲ್ಲೆಲ್ಲ ಗೊಂದಲವೇ ಗೊಂದಲ, ತಾನು ಇಲ್ಲಿ ಬಂದದ್ದಾದರೂ ಯಾಕೆ ಎಂಬುದು ಕೂಡ ಮರತೇ ಹೋದಂತಿತ್ತು. ಇನ್ನೂ ಮಾತನಾಡದೇ ನಿಂತವನನ್ನು ಕೆಣಕುತ್ತ ಹೊನ್ನಪ್ಪಾಚಾರಿಯ ಹೆಂಡತಿ, 'ಏನಾದರೂ ಬೇಕಿತ್ತೇ?' ಎಂದು ಕೇಳಿದಳು. ಅಬ್ಬಾ ಅವಳ ಕಣ್ಣುಗಳೆ; ಏನೂ ಬೇಡ ಎಂದು ಹೇಳಿ ಹಾಗೇ ಅಲ್ಲಿಂದ ಹೊರಟುಬರುವವ. ಆದರೆ ಅವನ ಸುದೈವ ಆಯತ ಹೊತ್ತಿಗೆ ತಾನು ಬಂದುದರ ಉದ್ದೇಶ ನೆನಪಾಗಿತ್ತು. ಇಲ್ಲವಾದರೆ ಹೊನ್ನಪ್ಪಾಚಾರಿಯ ಹೆಂಡತಿ ತನ್ನ ಬಗ್ಗೆ ಏನು ತಿಳಕೊಳ್ಳುತ್ತಿದ್ದಳೋ: "ಒಂದು ಸಂಜೆಯ ಮಟ್ಟಿಗೆ ಸ್ವಲ್ಪ ಕರಗಸ ಬೇಕಾಗಿತ್ತು" ಎಂದ, ತಡವರಿಸುತ್ತ. ಹೊನ್ನಪ್ಪಾಚಾರಿಯ ಹೆಂಡತಿ ಒಳಗೆ ಹೋಗಿ ಕರಗಸ ತಂದುಕೊಡುತ್ತ, 'ಇಷ್ಟೇನೆ?' ಎಂಬಂತೆ ಪ್ರಶ್ನಾರ್ಥಕವಾಗಿ ನೋಡುತ್ತ, 'ನಿಮ್ಮ ಹಳೇ ಮನೆಯ ಹಿಂದಿನ ಜಗಲಿಯ ಮೇಲೆ ದೇವಿ ಒಲಿ ಹೂಡಿದ್ದಾಳಂತಲ್ಲ? ಆಗ ಏಕನಾಥ ಶೆಟ್ಟರ ಅಂಗಡಿಗೆ ಸಾಮಾನು ತರಲಿಕ್ಕೆ ಹೋದಾಗ ಭೆಟ್ಟಿಯಾಗಿದ್ದಳು. ಅವಳ ಧೈರ್ಯವಾದರೆ ಧೈರ್ಯವಪ್ಪ; ಹಾಗೆ ಬಿಟ್ಟ ಮನೆಯ ಜಗಲೀ ಮೇಲೆ......'ಎನ್ನುತ್ತ ಮುಗುಳು ನಕ್ಕಳು.

ಹೊನ್ನಪ್ಪಾಚಾರಿಯ ಹೆಂಡತಿ ದೇವಿಯನ್ನು ಕುರಿತು ಮಾತನಾಡುವಾಗ ಮುಗುಳು ನಕ್ಕದ್ದು ಲಕ್ಷ್ಯಕ್ಕೆ ಬಂದದ್ದು, ಹಳೆ ಮನೆಯ ಹಿತ್ತಲನ್ನು ಹೊಕ್ಕು ಅಂಗಳದಲ್ಲಿ ಜಿಗ್ಗು ಹೆಕ್ಕುತ್ತಿದ್ದ ದೇವಿಯನ್ನು ಕಂಡನಂತರವೇ; ನಿನ್ನೆ ರಾತ್ರಿ ತಾನು ಅಂಗಡಿಯಿಂದ ಹಿಂತಿರುಗಿ ಬಂದ ಮೇಲೆ ಅಮ್ಮನೂ ಹೇಳಿದಂತಿರಲಿಲ್ಲವೆ; ತಾನು ಅಂಗಡಿಗೆ ಹೊರಟು ಹೋದದ್ದೇ ದೇವಿ ಬಂದಿದ್ದಳಂತೆ. ಹಿಂದಿನ ಜಗಲಿಯ ಮೇಲೆ ಒಲಿ ಹೂಡಿದ್ದನ್ನು, ಅಡಿಗೆ ಮನೆ ಹೊಕ್ಕ ದನವನ್ನು ಓಡಿಸಿ ಕದ ಅಡ್ಡ ಮಾಡಿ... ಎಲಾ ಎಲಾ ಎಲ್ಲ ಈಗ ನೆನಪಾಗುತ್ತಿದೆಯಲ್ಲ: ಥೂ ಥೂ ಥೂ ಬೆಂಕಿ ಬಿದ್ದ ನನ್ನ ಮರವೇ ಹಾಳು ಮರವೆ... ದೇವಿಯನ್ನು ಕಂಡದ್ದೇ ಅವನಿಗರಿವಾಗುವ ಮೊದಲೇ ಅವನ ಮೊದಲಿನ ಯೋಜನೆಯಲ್ಲಿ ಬದಲಾಗಿತ್ತು. ಮನೆಯ ಹಿಂದುಗಡೆ ಹೋಗಿ ಬಚ್ಚಲಮನೆಯಿಂದ ರೀಪನ್ನು ತಂದು ಕದಕ್ಕೆ ಹೊರಗಿನಿಂದ ಬಡೆದರಾಯಿತು ಎಂದು ಕೊಂಡಿದ್ದ, ಆದರೆ ಈ ಯೋಜನೆಯಲ್ಲಿ ಬದಲಾದದ್ದು ಅವನ ಲಕ್ಷ್ಯಕ್ಕೆ ಬಂದದ್ದು 'ಬಿಟ್ಟ'ಮನೆಯನ್ನು ಹೊಕ್ಕು ಹೊರ ಜಗಲಿಯ ಕದಕ್ಕೆ ಒಳಗಿನಿಂದ ಅಗಲಿ ಇಟ್ಟು, ನಡುವಿನ ಕೋಣೆಯ ಬಾಗಿಲ ತೆರದದ್ದೇ ಒಳಗಿನ ಮಬ್ಬುಗತ್ತಲೆಯೊಳಗಿಂದ ಫಟ್ ಫಟ್ ಫಟ್ ಎಂದು ರೆಕ್ಕೆ ಬಡೆಯುತ್ತ ಬಾವಲಿಗಳು ಮೈಮೇಲಿಂದಲೇ ಹಾದು ಹೋದಾಗ ಸೋದರತ್ತೆ ಸಾಯುವಾಗ ಮಲಗಿದ ಕೋಣೆಯನ್ನು ದಾಟುವಾಗ ಗುಮ್ಮೆಂದು ಬಂದ ವಿಚಿತ್ರ ವಾಸನೆಗೆ ಹೊಕ್ಕುಳದ ಸುತ್ತಲಿನ ಹೊಟ್ಟೆಯ ಭಾಗ ತತ್ಥರ

ನಡುಗಿತು; ಅವಸರ ಅವಸರವಾಗಿ ಹೆಜ್ಜೆ ಇಡುತ್ತ ಅಡಿಗೆ ಮನೆಯತ್ತ ಸಾಗಿದ. ದೇವರ ಕೋಣೆಯಲ್ಲಂತೂ ಕತ್ತಲೆಯೇ ಕತ್ತಲೆ; ದಾಟುವಾಗ ಕಾಲಡಿಯಿಂದ ಇಲಿಯೋ, ಚುಚ್ಚುಂದರಿಯೋ (ಸುಂಡಲಿ) ಚಿಂವ್ ಚಿಂವ್ ಎನ್ನುತ್ತ ಓಡಿಹೋದಾಗ ಜಿಗಿದುಬಿದ್ದ. ಅಡಿಗೆಮನೆ ಸೇರಿದ ಮೇಲೆ ಜೀವಕ್ಕೆ ತುಸು ಸಮಾಧಾನವೆನಿಸಿತ್ತು; ಹಿಂದಿನ ಹರಕು ಮುರುಕು ಕದದ ಸಂದಿ–ಬಿರುಕುಗಳೊಳಗಿಂದ ತುಸು ಬೆಳಕು ಒಳಗೆ ಬರುತ್ತಿತ್ತು. ಲಗುಬಗೆಯಿಂದ ಪಶ್ಚಿಮದ ದಿಕ್ಕಿನ ಕಿಡಕಿಯನ್ನು ಸಮೀಪಿಸಿ ಕದ ತೆರೆದ, ಇನ್ನು ತುಸು ಬೆಳಕು, ಗಾಳಿ ಒಳಗೆ ಬಂದವು. ಇಲ್ಲೆಲ್ಲೋ ಮೂಲೆಯಲ್ಲಿ ನಾಗಂದಿಯ ಮೇಲಿನ ಡಬ್ಬಿಗಳನ್ನು ಇಡಲು-ತೆಗೆಯಲು ಉಪಯೋಗಿಸುತ್ತಿದ್ದ ಸ್ಟೂಲು ಇದ್ದುದರ ನೆನಪು ಬಂದು, ಮಬ್ಬುಗತ್ತಲೆಯಲ್ಲೇ ಹುಡುಕಾಡಿ ತಂದು ಅದರ ಮೇಲೆ ಕುಳಿತ.

ಸೋದರತ್ತೆ ಸತ್ತವೇಳೆ ಕೆಟ್ಟದ್ದಾಗಿತ್ತು ಎಂದು ಬಿಟ್ಟ ಹಳೆಯ ಮನೆ; ಮೂರುಸಂಜೆಯ ಹೊತ್ತಿನಲ್ಲಿ ಹಬ್ಬಿಕೊಂಡ ಮಬ್ಬುಗತ್ತಲೆ; ತಿಂಗಳಿಡೀ ಕದಗಳೆಲ್ಲವನ್ನೂ ಮುಚ್ಚಿಕೊಂಡು ಗಾಳಿಯಾಡದ ಮನೆಯಲ್ಲಿ ನೆರೆನಿಂತ ಎಂತಹದೋ ಹಳಿತ ವಾಸನೆ; ಕಾಲಿಟ್ಟಲ್ಲೆಲ್ಲ ಧೂಳು, ತಾನು ಇದ್ದ ಪರಿಸ್ಥಿತಿಯ ಅರಿವು ಈಗ ಆಯಿತೆನ್ನುವಂತೆ ಸ್ಟೂಲಿನ ಮೇಲೆ ಕುಳಿತಲ್ಲೇ ನಡುಗಿದ. ಇಷ್ಟೆಲ್ಲ ಆದದ್ದು ಈ ಹಾಳು ದೇವಿಯಿಂದ. ಹಿಂದಿಲ್ಲ ಮುಂದಿಲ್ಲದ ಹುಡುಗಿ. ಧುತ್ ಎಂದು ಅಂಗಳದಲ್ಲಿ ಪ್ರಕಟವಾಗಿ ಮಾತನಾಡಿಸಿದ (ಮೊಲೆ ತೋರಿಸಿದ!) ಅವಳಿಗೆ ಹೆದರಿಯೇ ಅಲ್ಲವೇ ತಾನು ಇಲ್ಲಿಗೆ ಬಂದು ಸಿಕ್ಕಿಕೊಂಡದ್ದು. ಆ ಇಲ್ಲದ ವಯ್ಯಾರದ ಹೆಣ್ಣು – ಹೊನ್ನಪ್ಪಾಚಾರಿಯ ಹೆಂಡತಿ – ದೇವಿಯ ಬಗ್ಗೆ ಮಾತನಾಡುತ್ತ ಹಾಗೆ ಮುಗುಳು ನಕ್ಕಿರದಿದ್ದರೆ ಇಷ್ಟೆಲ್ಲ ಆಗುತ್ತಿರಲಿಲ್ಲವೇನೋ. ಶ್ರಾದ್ಧದ ಊಟವಾದದ್ದೇ ಅಮ್ಮ – ಭಟ್ಟರು ತನ್ನ ಮದುವೆಯ ಬಗ್ಗೆ ಮಾತನಾಡಿರದಿದ್ದರೆ ತಾನು ಹೊರಗೆ ಹೋಗುವ ವಿಚಾರವನ್ನೇ ಮಾಡುತ್ತಿರಲಿಲ್ಲವೇನೋ, ಅಥವಾ ಇಂದು ಮನೆಯಲ್ಲಿ ಪಿತೃಪಕ್ಷವೇ ಇದ್ದಿರದಿದ್ದರೆ ತಾನು ಇಷ್ಟು ಹೊತ್ತಿಗೆ ಹಾಯಾಗಿ ಅಂಗಡಿಯಲ್ಲಿ ಕೂತಿರುತ್ತಿದ್ದೇನೊ... ಅಮ್ಮ – ಭಟ್ಟರ ಮೇಲೆ ಅಂದು ಮಧ್ಯಾಹ್ನವೇ ಪಿಂಡಗಳನ್ನರ್ಪಿಸಿಕೊಂಡ ಪಿತೃಗಳ ಮೇಲೂ ಅವನಿಗೆ ಸಿಟ್ಟುಬಂತು. ಅಮ್ಮನಿಗಂತೂ ತನ್ನ ಮದುವೆಯನ್ನು ಕುರಿತು ಮಾತನಾಡಲು ಹೊತ್ತು ಗೊತ್ತು ಎಂಬುದೇನೂ ಇಲ್ಲ. ಇಡಿಯ ದಿನ ಕರಿಯ ಎಳ್ಳು, ದರ್ಭೆ, ಪಿಂಡ, ಸವ್ಯಂ ಅಪಸವ್ಯಂಗಳ ಗದ್ದಲದಲ್ಲಿ ತಲೆ ಚಿಟ್ಟುಹಿಡಿದಾಗ ಬಿಚ್ಚಿದಳಲ್ಲ, "ಇವನಿಗೀಗ ಕಡಿಮೆ ವಯಸ್ಸೇ ಭಟ್ಟರೆ? ಇವನ ಸರೀಕರಿಗೆಲ್ಲ ಲಗ್ನವಾಗಿ ಎರಡೆರಡು ಮಕ್ಕಳಾಗಿವೆ. ಕೇಳಿದಾಗೆಲ್ಲ ತಾನು ಬ್ರಹ್ಮಚಾರಿಯಾಗಿಯೇ ಇರುತ್ತೇನೆ; ತನಗೆ ಮದುವೆಯೇ ಬೇಡ ಅನ್ನುತ್ತಾನೆ. ಮೊದಮೊದಲು ನಾವು ಬರೇ ಚೇಷ್ಟೆಗೆ ಅನ್ನುತ್ತಿರಬಹುದು ಎಂದುಕೊಂಡಿದ್ದೆವು. ಆ ಸ್ವಾಮಿ ಈ ಸ್ವಾಮಿ ಎಂದು ಯಾರ ಯಾರವೋ ಪುಸ್ತಕಗಳನ್ನು ಓದುತ್ತಾನಂತೆ. ದಿನವೂ ಸೂರ್ಯನಮಸ್ಕಾರ ಆಸನಾ ಮಾಡುತ್ತಾನೆ. ಇವನ ಈ ಇಲ್ಲದ ಹುಚ್ಚನ್ನು ಬಿಡಿಸುವ ಹೆಣ್ಣು ಎಲ್ಲಿ ಕೂತಿದ್ದಾಳು ಅಂತೇನೆ. ಸೊಸೆಯ

ಮೋರೆ ನೋಡಬೇಕು, ಮೊಮ್ಮಗನನ್ನು ನೋಡಬೇಕು ಎಂಬ ಆಸೆ ಇಟ್ಟುಕೊಂಡೇ ಇವರು ಕಣ್ಣು ಮುಚ್ಚಿದರು. ಅಂತಹದೇ ಆಸೆ ಇಟ್ಟುಕೊಂಡ ಸೋದರತ್ತೆಯೇನೂ ಈಗ ಸತ್ತಳು. ಇವನು ಮದುವೆಯಾಗದಿದ್ದರೆ ನಮ್ಮ ವಂಶ ಹೇಗೆ ಮುಂದುವರಿಯಬೇಕು ಭಟ್ಟರೇ, ನಮಗೆ ಬೇರೆ ಮಕ್ಕಳಿವೆಯೇ?" ಅಮ್ಮನ ದನಿಯಲ್ಲಿ ಅಳು ಸೇರಿತ್ತು. ಅದನ್ನು ಕೇಳಿದ್ದೇ ಎದ್ದೆ. ಆದರೆ ಎದ್ದದ್ದೇ ಹೀಗೆಲ್ಲ ಆಗುತ್ತದೆಯೆಂದು ಯಾರು ತಿಳಿದಿದ್ದರು; ಕತ್ತಲೆ ಕವಿಯುವ ಹೊತ್ತಿಗೆ ಈ ಬಿಟ್ಟ ಮನೆಯಲ್ಲಿ ಸಿಕ್ಕುಬಿದ್ದೆನಲ್ಲ; ಈಗಿಂದೀಗ ಇಲ್ಲಿಂದ ಹೊರಟು ಹೋದರೆ ಹೇಗೆ? ನಾಳೆ ಹೊನ್ನಪ್ಪಾಚಾರಿಯ ಕೈಗೆ ಪುರಸತ್ತಾದಾಗ ಅವನಿಂದಲೇ ರಿಪೇರಿ ಮಾಡಿಸಿದರಾಯಿತು. ತನಗೆ ಹೇಳಿದ ಕೆಲಸವೇ ಇದು? ಎಂದುಕೊಂಡ. ಮರು ಕ್ಷಣ, ಅದಾಗಲೇ ಎಚ್ಚರಗೊಂಡಿದ್ದ ಸ್ವಾಭಿಮಾನ ಅಡ್ಡಬಂತು; ಇಲ್ಲಿಯವರೆಗಂತೂ ಬಂದದ್ದಾಗಿದೆ. ಇಷ್ಟೆಲ್ಲ ಕಷ್ಟಪಟ್ಟು (ಸಂಜೆಯ ಹೊತ್ತಿಗೆ, ಹೊನ್ನಪ್ಪಾಚಾರಿ ಮನೆಯಲ್ಲಿ ಇಲ್ಲದ ವೇಳೆಯಲ್ಲಿ, ಅವನ ಹೆಂಡತಿಯನ್ನು ಕಾಣುವುದೇನು ಕಡಿಮೆ ಕಷ್ಟದ ಕೆಲಸವೇ?) ಕರಗಸ ತಂದಾಗಿದೆ. ದೇವಿ ಬಿಟ್ಟ ಮನೆಯ ಹೆದರಿಕೆ ಹಾಕಿದಾಗಲೂ ಅದರ ಪರಿವೆ ಇಲ್ಲದವನಂತೆ ಮನೆಯನ್ನು ಹೊಕ್ಕಾಗಿದೆ. ತಂದ ಕರಗಸವನ್ನು ಹಿಂದಕ್ಕೆ ಒಯ್ಯು ವಾಗ ದೇವಿ, ನೋಡಿದರೆ ತನಗೆ ಹೆದರಿಯೇ ಹಿಂತಿರುಗಿದ ಎಂದು ತಿಳಿಯಲಾರಳೇ? ಇಷ್ಟಕ್ಕೂ ಮನೆ ತಲುಪಿದ ಮೇಲೆ ಅಮ್ಮ ಕೇಳಿದರೆ ಅಥವಾ ನಾಳೆ ಹೊನ್ನಪ್ಪಾಚಾರಿ ಕರಗಸ ಏಕೆ ಒಯ್ದದ್ದು ಎಂದು ವಿಚಾರಿಸಿದರೆ ಏನು ಹೇಳುವುದು? ಕದಕ್ಕೆ ಪಟ್ಟಿ ಹೊಡೆಯೋಣ ಎಂತ ಹೋಗಿದ್ದೆ; ಆದರೆ ಅಲ್ಲಿದ್ದ ದೇವಿಗೆ ಹೆದರಿ ಹಾಗೇ ಹಿಂತಿರುಗಿದೆ ಎನ್ನಬಹುದೇ? ಏನಿಲ್ಲ ಕದಕ್ಕೆ ಅಡ್ಡಪಟ್ಟಿ ಹೊಡೆದ ಹೊರತು ತಿರುಗಿ ಹೋಗುವ ಹಾಗಿಲ್ಲ. ಇಷ್ಟೇ, ಮೊದಲು ಹೊರಗಿನಿಂದ ಹೊಡೆಯಬೇಕು ಎಂದುಕೊಂಡ ಪಟ್ಟಿ ಗಳನ್ನು ಈಗ ಒಳಗಿನಿಂದ ಹೊಡೆದರಾಯಿತು (ಹಿಂದಿನ ಜಗಲಿಯ ಮೇಲೆ ಒಲೇ ಹೂಡಿದ ದೇವಿಯ ಕಣ್ಣಿಗೆ ತಿರುಗಿ ಬೀಳುವ ಪ್ರಸಂಗವೂ ತಪ್ಪುತ್ತದೆ!) ಎಂದುಕೊಂಡ. ಈ ನಿಶ್ಚಯ ಮೂಡಿದ್ದೇ ಒಳಗಿನ ಭಯ ಆ ಕ್ಷಣಕ್ಕಂತೂ ತುಸು ದೂರವಾದಂತೆನಿಸಿತು. ಹಿಂದಿನ ಜಗಲಿಯ ಮೇಲೆ ಹೆಜ್ಜೆಗಳ ಸದ್ದು, ಬಳೆಗಳ ಕಿಂಕಿಣ, ದೇವಿ ಅಲ್ಲಿಗೆ ಬಂದಿರ ಬೇಕು ಎಂದೆನಿಸಿತು. ಮರುಗಳಿಗೆ, ಹೊಸತೇ ಒಂದು ಪೇಚು ಮುಂದೆ ಬಂದು ನಿಂತಿತು. ಎಲಾ ಎಲಾ ತನಗಿಂದು ಆದದ್ದಾದರೂ ಏನು? ಕದಕ್ಕೆ ಪಟ್ಟಿ ಹೊಡೆಯಲು ರೀಪನ್ನು ತರುವುದಾದರೆ ಬಚ್ಚಲಮನೆಗೆ ಹೋಗಬೇಕು. ಬಚ್ಚಲಮನೆ ಇದ್ದದ್ದು ಹಿಂದಿನ ಜಗಲಿಯ ಬಲತುದಿಯಲ್ಲಿ. ಅಂತೂ ದೇವಿಯ ಕಣ್ಣಿಗೆ ಬೀಳುವ ಪ್ರಸಂಗ ತಪ್ಪಿದ್ದಲ್ಲ ಹಾಗಾದರೆ; ಥತ್ ಯಾಕಾದರೂ ಎಲ್ಲ ಬಿಟ್ಟು ಇಲ್ಲಿ ಬರುವ ವಿಚಾರ ಬಂದಿತೋ, ಎರಡು ತಾಸುಗಳ ಮಟ್ಟಿಗಾದರೂ ಅಂಗಡಿ ತೆರೆದು ಕೂಡ್ರುಬಹುದಿತ್ತು. ಈಗಲೂ ಹೋಗಬಹುದಲ್ಲ. ಕೀಲಿಕೈ ಪೊತ್ತೆಯಂತೂ ಕಿಸೆಯಲ್ಲೇ ಇದೆ. ಆದರೆ ಈ ಕರಗಸದ್ದೇನು ಮಾಡಲಿ? ಇದನ್ನು ಹೊತ್ತುಕೊಂಡೇ ಅಂಗಡಿಗೆ ಥತ್; ಇಷ್ಟಕ್ಕೂ ದೈವ ಅವನ ಕೈಬಿಡಲಿಲ್ಲ. ಸ್ಕೂಲಿನಿಂದ

ಎದ್ದು ಅಡಿಗೆಮನೆಯಲ್ಲಿ ಒಲೆಯ ಕಟ್ಟಿಗೆ ಒಟ್ಟುವ ಮೂಲೆಯನ್ನು ಹುಡುಕಾಡಿದಾಗ ದಪ್ಪ ಹಲಗೆಯ ತುಂಡೊಂದು ಕೈಗೆ ಹತ್ತಿತ್ತು. ಹಾಂ ಎಂದ. ಇದನ್ನೇ ಕರಗಸದಿಂದ ಸೀಳಿ ಮೂರು ಪಟ್ಟಿಗಳನ್ನು ಸಿದ್ಧಗೊಳಿಸಬಹುದಲ್ಲ ಎನ್ನಿಸಿತು. ವಿಚಾರ ಬಂದದ್ದೇ ಎಲ್ಲಿಲ್ಲದ ಹುರುಪಿನಿಂದ ಹಲಗೆಯನ್ನು ಕೊಯ್ಯಹತ್ತಿದ. ಕೋಣೆಯ ಮಬ್ಬುಗತ್ತಲೆಯಲ್ಲಿ ಹಲಗೆಯ ದಪ್ಪ, ಉದ್ದ-ಅಗಲಳತೆಗಳು ಸ್ಪರ್ಶ ಗೋಚರವಾದವೇ ಹೊರತು ಕಟ್ಟಿಗೆಯ ಜಾತಿ ತಿಳಿಯಲಿಲ್ಲ. ಹಿಂದೆಂದೋ ಗಣಪತಿಯ ಮಣೆ ಮಾಡಿಸಲಾದೀತೆಂದು ತಂದಿಟ್ಟ ಆ ಹಲಗೆ ಹೊನ್ನಪ್ಪಾಚಾರಿ ಬಹಳ ದಿನಗಳಿಂದ ಉಪಯೋಗಿಸದೇ ಬೊಡ್ಡು ಬಿದ್ದ ಕರಗಸಕ್ಕೆ ಸುಲಭವಾಗಿ ಬಗ್ಗುವಂತಹದಾಗಿರಲಿಲ್ಲ. ಆಗಿರದಿದ್ದರೇನಂತೆ; ಕದಕ್ಕೆ ಅಡ್ಡ ಪಟ್ಟಿ ಹೊಡೆದ ಹೊರತು ಹಿಂತಿರುಗಬಾರದು ಎಂಬ ನಿರ್ಧಾರವಾದರೂ ಸುಳ್ಳಾಗುವುದಿಲ್ಲವಲ್ಲ! ಈ ವಿಷಯವಾಗಿ ಅವನ ಮನಸ್ಸಿನಲ್ಲಿದ್ದ ರೊಚ್ಚು. ಕರಗಸದ ಬೊಡ್ಡು ಹಲ್ಲುಗಳ ಕೆಳಗೆ ಹಲಗೆ ಮಾಡುತ್ತಿದ್ದ ಕರ್ಕಶ ದನಿಯಲ್ಲಿ: ಮೈಮೇಲೆ ಹನಿಗೊಡುತ್ತಿದ್ದ ಬೆವರಿನಲ್ಲಿ, ಅಂಗೈಯ ಮೇಲೆ ಏಳುತ್ತಿದ್ದ ದಡ್ಡು ಬೊಕ್ಕೆಗಳಲ್ಲಿ ವ್ಯಕ್ತವಾಗಿತ್ತು. ಹೊರಗಿನಿಂದ ದೇವಿ ಏನೋ ಅಂದಿರಬೇಕು. ಆದರೆ ಕರಗಸದ ಕರೆಕರೆಯಲ್ಲಿ ಸರಿಯಾಗಿ ಕೇಳಿಸಲಿಲ್ಲ. ಕೇಳುವ ವ್ಯವಧಾನವೂ ಇದ್ದಿರಲಿಲ್ಲ. ಕೊನೆಗೊಮ್ಮೆ ಕೊಯ್ಯುವ ಕೆಲಸ ಮುಗಿದಾಗ ಹುಸ್ಸಪ್ಪಾ ಎಂದ. ಆದರೆ ಆ ಉದ್ಗಾರದಲ್ಲಿ ತನಗಾದ ದಣಿವಿನ ಅರಿವು ಎಳ್ಳಷ್ಟೂ ಇದ್ದಂತಿರಲಿಲ್ಲ. ಮೈಮೇಲೆ ಧಾರೆಯಾಗಿ ಇಳಿಯಹತ್ತಿದ ಬೆವರಿನ ಗುರುತೂ ಅವನಿಗೆ ಸಿಗುತ್ತಿರಲಿಲ್ಲವೇನೋ. ಅದನ್ನು ಒರಸುವ ತಾಳ್ಮೆಯೂ ಇಲ್ಲದವನಂತೆ ಕೊಯ್ದು ಸಿದ್ಧವಾದ ಕಟ್ಟಿಗೆಯ ಪಟ್ಟಿಗಳಲ್ಲೊಂದನ್ನು ಎತ್ತಿ. ಕದದ ಮೇಲೆ ಅಡ್ಡಹಿಡಿದು ಮೊಳೆ ಹೊಡೆಯುವ ತಯಾರಿ ಮಾಡುವಾಗ ಪಟ್ಟಿಯನ್ನು ಹಿಡಿಯಲು ಯಾರಾದರೂ ಇದ್ದರೆ ಒಳಿತಾಗುತ್ತಿತ್ತಲ್ಲ ಎಂದುಕೊಳ್ಳುತ್ತಿರುವಾಗಲೇ, ಹೊರಗಿನಿಂದ ದೇವಿಯ ಕೆಮ್ಮಿನ ದನಿ, ಬಳೆಗಳ ಸದ್ದು ಕೇಳಿಬಂದವು. ಹಾಳಾದವಳು ಇನ್ನೂ ಇಲ್ಲೇ ಇದ್ದಾಳೇನೋ, ಪರಕು-ಮುರುಕಾದ ಬಾಗಿಲ ಸಂದಿಗಳೊಳಗಿಂದ ಒಳಗೆ ಇಣಿಕಿ ನೋಡುತ್ತಿಲ್ಲವಷ್ಟೇ? ನಾಚಿಕೆ ಬಿಟ್ಟವಳು; ಯಾರಾದರೂ ನೋಡಿದರೆ?

ದೀಪ ಹಚ್ಚುವ ಹೊತ್ತು. ಹೀಗೆ ಬಿಟ್ಟ ಮನೆಯನ್ನು ಹೊಕ್ಕು ಒಳಗೆ ಏನು ಮಾಡುತ್ತಿದ್ದಾರೋ? ಈ ಬರ್ಮಚಾರಿಯ ಧೈರ್ಯವಾದರೆ ಧೈರ್ಯವಪ್ಪಾ," ದೇವಿಯ ಈ ಮಾತಿನಿಂದ ಅವನಿಗೆ ಸಿಟ್ಟುಬರುವ ಬದಲು ವಿಲಕ್ಷಣ ಭೀತಿಯಿಂದ ಮೈ ನಡುಗಿತು. ತಾನಿನ್ನೂ ಬಿಟ್ಟ ಮನೆಯ ಒಳಗೇ ಇದ್ದೇನೆ ಎನ್ನುವ ಅರಿವು ಈಗ ಬಂದಿತು ಎನ್ನುವಂತೆ. ಹೊರಗೆ ಮತ್ತೆ ಬಳೆಗಳ ಕಿಂಕಿಣಿ. ಏಕೋ ಈಗ ದೇವಿ ಇನ್ನೂ ಅಲ್ಲೇ ಇದ್ದಾಳೆ ಎಂಬ ಅನಿಸಿಕೆಯಿಂದ ತುಸು ಧೈರ್ಯವೆನಿಸಿತು. ಕದದ ಹೊರಗೇ ಅಗಲೊಲ್ಲದೇಕೆ, ಇನ್ನೊಂದು ಮನುಷ್ಯ ಜೀವ ಹತ್ತಿರವಿದೆಯಲ್ಲ ಎಂಬ ಭಾವನೆಯಿಂದ ಸಮಾಧಾನವೆನಿಸಿತು. ಪಟ್ಟಿಯನ್ನು ಅಡ್ಡಹಿಡಿದು. ಒಂದು ಕೊನೆಗೆ ಮೊಳೆ ಹೊಡೆಯಹತ್ತಿದ. "ಇದೆ: ಹೊನ್ನಪ್ಪಾ

ಚಾರಿಯ ಕೆಲಸ ಇವರೇ ಮಾಡ್ತಾರೋ ನೋಡ್ತೇ, ಕದಕ್ಕೆ ಮೊಳೆ ಹೊಡೆಯುವುದೇ ಇದ್ರೆ ಹೊರಗಿನಿಂದ ಹೊಡೆಯಲು ಆಗುತ್ತಿರಲಿಲ್ಲವೇ? ಹೀಗೆ ಕತ್ತಲೆಯ ಹೊತ್ತಿಗೆ, ಬಿಟ್ಟ ಮನೆಯನ್ನು ಹೊಕ್ಕ ಬೇಕಿತ್ತೇ?" – ದೇವಿ ಗುಣಗುಣಿಸಿದಳು. ಮೊಳೆ ಹೊಡೆಯುವ ಸದ್ದನ್ನು ಕೇಳಿ, ಮಗ್ಗಲು ಹಿತ್ತಲಲ್ಲಿಯ ಶಂಕರರಾಯರ ಮನೆಯ ಜಗಲಿಯಿಂದ ಅವರ ಅಡಿಗೆಯವಳು, ಆಳೆತ್ತರ ಬೇಲಿಯಾಚೆಯ ದೇವಿ ತನಗೆ ಸರಿಯಾಗಿ ಕಾಣದಿದ್ದರೂ, ದೊಡ್ಡ ದನಿಯಲ್ಲಿ, "ಅದ್ಯಾರೇ ದೇವಿ? ಬಿಟ್ಟ ಮನೆಯ ಒಳಗೆ ಮೊಳೆ ಬಡೆದ ಸದ್ದು" ಎಂದು ಕೇಳಿದಳು.

"ಬರ್ಮಚಾರಿ ಒಡೆದೀರು ಬಂದೀರು. ಮೊನ್ನೆ ಕದಾ ಮುರ್ದು ದನಾ ಒಳಗೆ ಹೊಕ್ಕಿತ್ತಲ್ಲ; ಹಾಗೆಂದು ಸರಿ ಮಾಡಲಿಕ್ಕೆ ಬಂದಿರಬೇಕು" ಎನ್ನುತ್ತ ದೇವಿ ನಿಷ್ಕಾರಣವಾಗಿ 'ಖುಕ್' ಎಂದಳು. ದೇವಿಯ ಈ ಅಧಿಕಪ್ರಸಂಗದಿಂದ ಮಾತ್ರ ಅವನಿಗೆ ಸಿಟ್ಟು ಬರದೇ ಇರಲಿಲ್ಲ. ಅವಳು ಎಷ್ಟೊಂದು ಭಿಡೆಯಿಲ್ಲದೇ ತನ್ನನ್ನು 'ಬರ್ಮಚಾರಿ ಒಡೆದೀರು' ಎನ್ನುವುದು ಎಳ್ಳಷ್ಟೂ ಸೇರುತ್ತಿರಲಿಲ್ಲ. ಹಾಗೆಂದು ಅವಳನ್ನು ಪ್ರತಿಭಟಿಸುವ ಧೈರ್ಯವೂ ಅವನಿಗೆ ಈವರೆಗೂ ಆಗಿರಲಿಲ್ಲ. ಏನೆಂದರೂ ದೇವಿ ನಾಚಿಕೆ ಬಿಟ್ಟ ಹುಡುಗಿ, ಅವಳ ಬಾಯಲ್ಲಿ ಬೀಳುವ ನಿರ್ಲಜ್ಜತನ ಅವನೇಕೆ ಮಾಡಿಯಾನು; ಮೊನ್ನೆ ಮೊನ್ನೆಯದೇ ಸಂಗತಿ. ಈ ಮನೆ ಬಿಡುವ ಒಂದೆರಡು ತಿಂಗಳ ಮೊದಲಷ್ಟೇ ನಡೆದದ್ದು. ಸ್ನಾನದ ಹಂಡೆಗೆ ನೀರು ತರಲೆಂದು ಬಾವಿಗೆ ಹೋದಾಗ, ದೇವಿ ಬಾವಿಯ ಹತ್ತಿರದ ಕಲ್ಲು ಮರಗಿಯಲ್ಲಿ ನಿಂತು ನೀರಿನಲ್ಲಿ ನೆನೆಯಲು ಹಾಕಿದ್ದ ಅರಿವೆಗಳನ್ನು ಕಾಲಿನಿಂದ ಮೆಟ್ಟುತ್ತಿದ್ದಳು. ಒದ್ದೆಯಾಗಬಾರದೆಂದು, ಸೀರೆಯನ್ನು ಮೊಣಕಾಲುಗಳಿಗಿಂತ ಬಹಳ ಮೇಲಕ್ಕೆತ್ತಿ, ಗಟ್ಟಿಯಾಗಿ ಹಿಂದಕ್ಕೆ ಕಚ್ಚೆ ಕಟ್ಟಿದ್ದಳು. ದೇವಿಯನ್ನು ಅವನು ಆ ವೇಷದಲ್ಲಿ ಹಿಂದೆಂದೂ ನೋಡಿರಲಿಲ್ಲ, ನುಣುಪಾದ ಮಾಂಸಲ ಬೆತ್ತಲೆ ತೊಡೆಗಳನ್ನು ಆಶ್ಚರ್ಯಚಕಿತನಾಗಿ ನೆಟ್ಟ ದೃಷ್ಟಿಯಿಂದ ನೋಡುತ್ತ ನಿಂತವನು ಎಚ್ಚರಗೊಂಡದ್ದು "ಇದೆ; ಅದೇನು ಹಾಗೆ ನೋಡ್ತೀರಾ" ಎಂದು ದೇವಿ ಕೇಳಿದ ಮೇಲೇ. ದೇವಿಯ ಈ ಪ್ರಶ್ನೆಗೆ ಶಂಕರರಾಯರ ಮನೆಯ ಅಡುಗೆಮನೆಯಿಂದ ಯಾರೋ ಒದಗಿ ಕೇಳಿದರು, "ಯಾರ ಹತ್ತರ ಮಾತನಾಡ್ತೀಯೇ ದೇವಿ?" ದೇವಿ, "ಬರ್ಮಚಾರಿ ಒಡೆದೀರು" ಎನ್ನುತ್ತಿರುವಾಗ ಇವನು 'ದಮ್ಮಯ್ಯಾ' ಎನ್ನುವಂತೆ ತನ್ನ ತುಟಿಯ ಮೇಲೆ ತಾನೇ ಕೈಯಿಟ್ಟುಕೊಂಡಾಗ ದೇವಿ 'ಖುಕ್' ಎಂದು ನಕ್ಕಿದ್ದಳು. ದೇವಿ ಯಾವಾಗಲೂ ಹೀಗೆಯೇ, ಹಿಂದಿಲ್ಲ–ಮುಂದಿಲ್ಲ. ಈಗಲ್ಲ, ಚಿಕ್ಕಂದಿನಿಂದಲೂ ಅವನು ಅವಳನ್ನು ಬಲ್ಲ. ಶಂಕರರಾಯರ ಮನೆಯಲ್ಲೇ ದೊಡ್ಡವಳಾದದ್ದಲ್ಲವೇ ಅವಳು. ಈಗಂತೂ ಮೈಯಲ್ಲಿ ಪ್ರಾಯ ತುಂಬಿ 'ಮುಸು ಮುಸು' ಎನ್ನುವಂತೆ ಅವಳಿಗೆ – ಶಂಕರರಾಯರೇ ಹಿಂದೊಮ್ಮೆ ಅವಳನ್ನು ಬಯ್ಯುವಾಗ ಅಂದ ಮಾತುಗಳು. ಎರಡು ವರ್ಷಗಳ ಹಿಂದಷ್ಟೇ ಅವಳ ಲಗ್ನವಾಗಿತ್ತು. ಆದರೆ ಲಗ್ನವಾದ ಕೆಲ ದಿನಗಳಲ್ಲೇ ಗಂಡ ಓಡಿಹೋದ. ಎಲ್ಲಿ ಹೋದನೋ, ಯಾಕೆ

ಹೋದನೋ ಯಾರಿಗೂ ಗೊತ್ತಾಗಲಿಲ್ಲ. ಸೈನ್ಯ ಸೇರಿದ್ದಾನೆಂದು ಮೊನ್ನೆ ಯಾರೋ ಸುದ್ದಿ ತಂದಿದ್ದರು. ಸೈನ್ಯ ಸೇರಲಿ ಇಲ್ಲ ಮಸಣಕ್ಕೆ ಹೋಗಲಿ. ತನಗೇನಂತೆ; ದೇವಿಯ ಮೇಲೆ ಅನಾವರವಾಗಿ ಬಂದ ಸಿಟ್ಟು ಮೊಳೆಗಳ ಮೇಲೆ ಬೀಳುತ್ತಿದ್ದ ಕಲ್ಲಿನ ಪೆಟ್ಟಿನಲ್ಲಿ ಸರಿಯಾಗಿ ವ್ಯಕ್ತವಾಗಪತ್ತಿತ್ತು. "ಇದೆ; ಹೀಂಗೆಲ್ಲಾ ಮೊಳೆ ಹೊಡ್ದ್ರೆ ನಾಳೆ ಕದಾ ತೆರೀಲಿಕ್ಕೆ ಆಗ್ಲಿಕ್ಕಿಲ್ಲಾ" ಎಂದು ದೇವಿ ಹೇಳಿದ ಮಾತು ಕೇಳಿದಾಗಂತೂ ಮೊದಲು ಯೋಚಿಸಿದ್ದಕ್ಕಿಂತ ಎರಡು ಮೊಳೆಗಳು ಹೆಚ್ಚೇ ಪಟ್ಟಿಯಲ್ಲಿ ಸೇರಿದವು.

ಮುಂದಿನ ಕೆಲ ಹೊತ್ತು, ಒಂದೊಂದೇ ಪಟ್ಟಿಯನ್ನು ಅಡ್ಡ ಹಿಡಿದು ಮೊಳೆ ಹೊಡೆದು ಭದ್ರವಾಗಿ ಜೋಡಿಸುತ್ತಿದ್ದಂತೆ, ಕದದ ಹೊರಗೇ ಉಳಿದು, ಏನೇನೋ 'ಗುಣುಗುಣು-ಗುಜುಗುಜು' ಮಾತನಾಡುವ ದೇವಿಯ ಮೇಲೆ ಬಂದ ಸಿಟ್ಟು; ಇಂತಹ ಅವೇಳೆಯಲ್ಲಿ ಬಿಟ್ಟ ಮನೆಯನ್ನು ಹೊಗುವಂತೆ ಮಾಡಿದ ಹೊನ್ನಪ್ಪಾಚಾರಿಯ ಹೆಂಡತಿಯ ಮೇಲೆ ಬಂದ ಸಿಟ್ಟು; ಇದೆಲ್ಲಕ್ಕೂ ಮೂಲ ಕಾರಣರಾದ ಅಮ್ಮ, ಪುರೋಹಿತಭಟ್ಟ, ಸತ್ತ ಪಿತೃಗಳ ಮೇಲೆ ಬಂದ ಸಿಟ್ಟು, ಏಕನಾಥ ಶೆಟ್ಟಿಯ ಅಂಗಡಿಯಿಂದ ತಂದ ಪಾವುಸೇರು ಮೊಳೆಗಳನ್ನೂ ಕದಕ್ಕೆ ಬಡೆದ ಪಟ್ಟಿಗಳಲ್ಲಿ ಸೇರಿಸಿತ್ತು.

ಕೊನೆಗೊಮ್ಮೆ ಮೊಳೆ ಹೊಡೆಯುವ ಕೆಲಸ ಮುಗಿದು 'ಹುಸ್ಸಪ್ಪಾ' ಎನ್ನುತ್ತ ಮೊಳೆ ಹೊಡೆಯಲು ಎತ್ತಿಕೊಂಡ ಕಲ್ಲನ್ನು ಕೆಳಗಿಡುತ್ತಿದ್ದಂತೆ ಮನೆಯೊಳಗಿನ ಕತ್ತಲೆ ಒಮ್ಮಿಗಲೇ ಹೆಚ್ಚಿದ್ದರ ಅರಿವು ಬಂದು ತಣ್ಣಗಿನ ಭೀತಿಯಿಂದ ನಡುಗಿದ. ಅಗಳಿ ಮುರಿದು ಹೋಗಿ ಹರಕು-ಮುರುಕಾದ ಕದಗಳನ್ನು ಜೋಡಿಸಿ, ಪಟ್ಟಿ ಹೊಡೆಯುವ ವರೆಗೂ ಇದ್ದ ಧೈರ್ಯ, ಪಟ್ಟಿ ಹೊಡೆದು ಕದಗಳನ್ನು ಭದ್ರಮಾಡಿದ್ದೇ ಉಡುಗಿ ಹೋಗಿದೆ. ಯಾವುದೋ ಸಿಟ್ಟಿನ ಭರದಲ್ಲಿ ಅನಿಸಿದ್ದ ಧೈರ್ಯ. ಸಿಟ್ಟು ತನ್ನ ಗುರಿಯನ್ನು ಕಂಡಾದುದೇ ಅವ್ಯಕ್ತ ಭೀತಿಗೆ ಎಡೆಗೊಟ್ಟಿದೆ. ಮನೆ ಹೊಗಲು ಹೆದರದೇ ಇದ್ದವನು. ಒಳಗಿನ ಕೆಲಸ ಈಗ ಮುಗಿದಿದೆ. ಈಗ ತಾನು ಹೊರಗೆ ಹೋಗಬೇಕು ಎನ್ನುವ ವಿಚಾರಕ್ಕೆ ಹೆದರಿದ್ದಾನೆ. ಕತ್ತಲೆ ತುಂಬಿದ ದೇವರ ಕೋಣೆ, ಸೋದರತ್ತೆ ಸಾಯುವಾಗ ಮಲಗಿದ ಕೋಣೆ, ಇವೆಲ್ಲವುಗಳನ್ನು ದಾಟಿ ಒಳಜಗಲಿ, ಆಮೇಲೆ ಹೊರಜಗಲಿ; ಇವೆಲ್ಲವುಗಳನ್ನು ಹಾದು ಹೇಗೆ ಹೊರಗೆ ಹೋಗಬೇಕೋ, ಯಾವುದೋ ಆವೇಶದ ಭರದಲ್ಲಿ ಅಡುಗೆ ಮನೆಯ ವರೆಗೆ ಬಂದವನು ಈಗ ತಾನು ತಿರುಗಿಹೋಗುವ ದಾರಿಯ ಉದ್ದ ಹೇಗೋ ಒಮ್ಮೆಗೆಲೇ ಬೆಳೆದಿದೆ ಎಂಬ ಅನಿಸಿಕೆಯಿಂದ ತಲ್ಲಣಗೊಂಡಿದ್ದಾನೆ. ದೇವರ ಕೋಣೆ ದಾಟುವಾಗ ಕಾಲಡಿಯಲ್ಲಿ ಆಗಿನಂತೆ ಇಲಿಯೋ, ಚುಚ್ಚುಂದರಿಯೋ ಹಾದುಹೋದರೆ; (ಹಿತ್ತಲ ಮೂಲೆಯಲ್ಲಿಯ ಬಿದಿರಿನ ಹಿಂಡಿನಲ್ಲಿ ಹಾವು ಹೊಕ್ಕಿದ್ದು ಕಂಡಿತಂತೆ ಭಟ್ಟರೆ) ಅದ ರಾಚಿಯ ಕೋಣೆಯನ್ನು ದಾಟುವಾಗ ಸೋದರತ್ತೆಯೇ ಕಣ್ಣಮುಂದೆ ನಿಂತಂತಾದರೆ; ಲಗ್ನವಾದ ವರ್ಷ – ಎರಡು ವರ್ಷಗಳಲ್ಲೇ ಗಂಡ ಸತ್ತು ಬೋಳಿಯಾದ ಸೋದರತ್ತೆ ಮಕ್ಕಳು-ಮರಿಗಳಿಲ್ಲದೇ ಇಡಿಯ ಆಯುಷ್ಯವನ್ನು ತಮ್ಮನ ಮನೆಯಲ್ಲೇ ಕಳೆದು,

ಮುದಿವಯಸ್ಸಿನಲ್ಲಿ ಸಂಧಿವಾತದಿಂದ ತಿಂಗಳುಗಟ್ಟಲೆ ಹಾಸಿಗೆ ಹಿಡಿದು, ಬಿದ್ದಲ್ಲೇ ನವೆದು ನವೆದು ಸತ್ತಿದ್ದಳು. ತುಂಬ ಅತೃಪ್ತ ವಾಸನೆಯ ಈ ಮುದಿಜೀವ ಸತ್ತ ವೇಳೆಯೂ ಕೆಟ್ಟದ್ದಾಗಿತ್ತೆಂದು ಬಿಟ್ಟಮನೆ; – ಅಡುಗೆಮನೆಯಲ್ಲಿ ನಿಂತಲ್ಲೇ ಅವನಿಗೆ ತನ್ನ ಮೈ ಬೆವರುತ್ತಿದ್ದುದರ ಅರಿವು ಬಂದಿತು.

"ಕದಕ್ಕೆ ಪೊಳೆ ಹೊಡೆದಾದ ಮೇಲೂ ಇವರು ಒಳಗೆ ಒಬ್ಬರೇ ಏನು ಮಾಡುತ್ತಿರ ಬಹುದೋ!" ಪಟ್ಟಿ ಹೊಡೆದು ಭದ್ರಮಾಡಿದ ಕದವನ್ನು ದೂಡಿ ನೋಡಿದಳೇನೋ ದೇವಿ. ಕೈಮುಟ್ಟಿಗೆಯಿಂದ 'ಟಿಕ್-ಟಿಕ್' ಎಂದು ಬಡೆದಂತೆಯೂ ಕೇಳಿಸಿತು. ಇವನು ಒಮ್ಮೆಲೇ ಎಚ್ಚರಗೊಂಡು ಕೊರಳ ಮೇಲೆ ಮೂಡಿದ ಬೆವರಿನ ಹನಿಗಳನ್ನು ಅಂಗಿಯ ತುದಿಯಿಂದಲೇ ಒರಸಿಕೊಂಡ. ಕರಗಸವನ್ನು ಕೈಯಲ್ಲಿ ಗಟ್ಟಿಯಾಗಿ ಹಿಡಿದ. ಹೆಜ್ಜೆ ಯಿಡುತ್ತ ದೇವರ ಕೋಣೆಗೆ ಬಂದದ್ದೇ 'ಔಕ್' ಎಂದ. ಭೀತಿಯಿಂದ ಚೀರಿಕೊಳ್ಳ ಬಾರದು ಎನ್ನುವಂತೆ ಬಲಗೈಯಿಂದ ಬಾಯನ್ನು ಮುಚ್ಚಿಕೊಂಡ; ದೇವರ ಕೋಣೆಯಿಂದ ಆಚೆಯ ಕೋಣೆಗೆ ಹೋಗುವ ಹೊಸತಿಲಲ್ಲಿ, ಇವನತ್ತ ಬೆನ್ನುಮಾಡಿ ಕುಳಿತಿದೆ – ದೊಡ್ಡ ದೊಂದು ಮಂಗನಂತಹ ಆಕೃತಿ. ಮಂಗವೇ ಅದು. ಅಲ್ಲಲ್ಲ ಸತ್ತುಹೋದ ಸೋದರತ್ತೆ; ಅವನ ಸೋದರತ್ತೆ, ಹಾಸಿಗೆಯಲ್ಲಿ ಮಲಗಿ ಮಲಗಿ ಬೇಸರ ಬಂದಾಗ, ಹೊರಗಿನ ಬೆಳಕು ನೋಡಲೆಂದು, ಹೀಗೆಯೇ. ಹೊಸತಿಲ ಬಳಿ ಮೈ ಮುದುಡಿ ಕೂಡ್ರುತ್ತಿದ್ದಳು. ಜೋಳು ತಲೆಯ ಮೇಲೆ ಬಿಳಿಯ ಸೆರಗನ್ನು ಹೊತ್ತು. ಹೌದೌದು, ಸೋದರತ್ತೆಯೇ:

ಇವನ ಹೆಜ್ಜೆಯ ಸುಳಿವು ಹತ್ತಿತೇನೋ ಎಂಬಂತೆ ಅವನ ದಾರಿಗಟ್ಟಿ ಕೂತ ಪ್ರಾಣಿ ಒಮ್ಮಿಗಲೇ ಜಿಗಿದು ಇವನ ಕಡೆ ಮೋರೆಮಾಡಿ ಕುರಿತು. 'ಖಿಕ್' ಎಂದಿತು. ಓ ಹೌದು. ಮಂಗ–ಹೆಗ್ಗೋಡಗ; ಇಷ್ಟು ಸಂಜೆಯ ಹೊತ್ತಿನಲ್ಲಿ. ಹೀಗೆ ಬಿಟ್ಟ ಮನೆಯಲ್ಲಿ ಈ ಮಂಗ ಹೇಗೆ ಬಂದಿತೋ; ಇದೇಕೆ ತನ್ನ ದಾರಿ ಕಟ್ಟಿಕೂತಿತೋ, ಇಲ್ಲದ ಧೈರ್ಯ ತಂದು ಕೊಂಡು ಅಥವಾ ಭೀತಿ ಮೊದಲಿಗಿಂತ ಹೆಚ್ಚೇ ಆಗಿಯೋ 'ಹೆತ್' ಎಂದ. ಮಂಗವನ್ನು ಓಡಿಸಲೆಂಬಂತೆ. ಮಂಗ ಕೂತಲ್ಲಿಂದ ಹಂದಾಡಲಿಲ್ಲ. ಇನ್ನೊಮ್ಮೆ 'ಖಿಸ್' ಎಂದು ಹಲ್ಲು ಕಿಸಿದಿತು ಅಷ್ಟೇ. ಇವನ ಎದೆ 'ಝಿಲ್' ಎಂದಿತು. ಕತ್ತಲೆಯ ಹೊತ್ತು; ಬಿಟ್ಟ ಮನೆ; ದೇವರ ಕೋಣೆಯಿಂದ ಮುಂದೆ ಹೋಗುವ ದಾರಿಗಟ್ಟಿ ಎಲ್ಲಿಂದಲೋ ಓಡಿ ಬಂದ ಮಂಗ ಕುಳಿತಿದೆ. ತನ್ನಂತೆಯೇ ಯಾವುದೋ ಅನಪೇಕ್ಷಿತ ಕಾರಣದಿಂದ ಈ ಮನೆಯಲ್ಲಿ ಸಿಕ್ಕಿಕೊಂಡಿದೆ. ಇನ್ನೂ ಹೆದರಿಸಲು ಹೋದರೆ ಮೊದಲೇ ಹೆದರಿದ ಮಂಗ ಇನ್ನಷ್ಟು ಕೆರಳಿ ತನ್ನ ಮೈಮೇಲೇ ಜಿಗಿಯಬಹುದೇನೋ. ಮಂಗನ ಉಗುರು ತಾಗಿದರೆ ಹುಚ್ಚು ಹಿಡಿಯುತ್ತಂತೆ, ಗೋಕರ್ಣದ ಅಪ್ಪಣಭಟ್ಟರ ಹುಡುಗನಿಗೆ ಹುಚ್ಚುಹಿಡಿದಿದ್ದೇ ಹಾಗಂತೆ; ಅವಸರ ಅವಸರವಾಗಿ ಹಿಂದಿನ ಹೆಜ್ಜೆಗಳಿಂದ ಅವನು ಅಡುಗೆಮನೆ ಸೇರಿದ. ಸೇರಿದ್ದೇ ಭಡಭಡನೆ ದೇವರ ಕೋಣೆ – ಅಡುಗೆ ಮನೆಗಳ ನಡುವಿನ ಕದ ಮುಚ್ಚಿಕೊಂಡ. ಅಗಳಿ ಹಾಕಬೇಕು ಎಂದರೆ ಕದಕ್ಕೆ ಅಗಳಿಯೇ ಇರಲಿಲ್ಲ. (ಹಳೆ ಮನೆಯ ಹಾಳು ಕದಗಳೇ)

ತನ್ನ ಮೈಯೆಲ್ಲ ಧಾರಾಳವಾಗಿ ಬೆವತಿದೆ ಎಂಬ ಅರಿವಿನಿಂದ ಇನ್ನಷ್ಟು ಹೆದರಿದ. ಹೊತ್ತು ಹೋದಂತೆ ಒಳಗಿನ ಕೋಣೆಯ ಹೊಸತಿಲಲ್ಲಿ ಕೂತ ಮಂಗ ದೊಡ್ಡದಾಗುತ್ತ ನಡೆದಿದೆ ಎಂಬ ಭಾಸವಾಗುತ್ತಿದ್ದಂತೆ, ಮಂಗ 'ಫೊಕ್' ಎಂದಿತು. ಎದೆಯಲ್ಲಿ ಭೀತಿಯ ತೆರೆ ಎದ್ದಿತು. ಓಡೋಡಿ ಕಿಡಿಕಿಗೆ ಬಂದ. ಕಿಡಕಿಯ ಹೊರಗಿನ ನೀರ ಹಲಸಿನ ಮರದ ಕೆಳಗೆ, ಇವನತ್ತ ಬೆನ್ನುಮಾಡಿ ಕುಳಿತು ದೇವಿ ಏನನ್ನೋ ಮಾಡುತ್ತಿದ್ದಳು. ಇವನು ಹಿಂದು-ಮುಂದಿನ ವಿಚಾರ ಮಾಡದೇ "ದೇವೀ" ಎಂದು ಕರೆದ. ಹಾಗೆ ಕರೆದ ಮೇಲೇ ಅವಳು 'ದೇವಿ' ಎಂಬುದನ್ನು ಅರಿತವನಂತೆ ಒಮ್ಮೆಲೇ ಅವಳ ದೃಷ್ಟಿಯಿಂದ ತನ್ನನ್ನು ಅಡಗಿಸಿ ಕೊಳ್ಳಲು ತಲೆ ತಗ್ಗಿಸಿದ. ತನ್ನ ಈ ಕೃತ್ಯದಿಂದ ತಾನೇ ನಾಚಿಕೆಪಟ್ಟಾಗ, 'ದೇವಿಯನ್ನು ಕರೆದಾದರೂ ಏನು ಹೇಳಲಿ? ಮುಂದಿನ ಕೋಣೆಯಲ್ಲಿ ಮಂಗ ಬಂದು ಕುಳಿತಿದೆ. ನನ್ನ ದಾರಿ ಅಡ್ಡಗಟ್ಟಿದೆ. ಮಂಗನಿಗೆ ಹೆದರಿ ನಾನು ಹೊರಗೆ ಬರಲಾಗದೇ ಇಲ್ಲೇ ಉಳಿದಿದ್ದೇನೆ ಎಂದು ಹೇಳಬಹುದಿತ್ತೇ?' ಎನ್ನುತ್ತ ತನ್ನ ಕೃತ್ಯವನ್ನು ಸಮರ್ಥಿಸಿಕೊಂಡ. ಕಿಟಿಕಿಯಿಂದ ಓಡಿ ಬಂದು ಮೊಳೆ ಹೊಡೆದು ಭದ್ರ ಮಾಡಿದ ಕದದ ಹತ್ತಿರವಿದ್ದ ಸ್ಟೂಲಿನ ಮೇಲೆ ಕುಳಿತ. ತಾನು 'ಕರೆದಿದ್ದನ್ನು ದೇವಿ ನಿಜಕ್ಕೂ ಕೇಳಿದ್ದರೆ? ತಾನು ಅವಳನ್ನು ಕರೆದು ತಲೆ ತಗ್ಗಿಸಿ ಅಡಗಿದ್ದನ್ನು ಅವಳು ನಿಜಕ್ಕೂ ನೋಡಿದ್ದರೆ? ಇಲ್ಲ, ಇಲ್ಲ, ಕೇಳಿರಲಾರಳು, ಆದರೂ ಸ್ಟೂಲಿನಿಂದ ಎದ್ದು, ತಿರುಗಿ ಕಿಡಕಿಯ ಹತ್ತಿರ ಹೋಗಿ ಗೋಡೆಗೆ ಅಡ್ಡ ನಿಂತು ಕಿಡಕಿಯ ಕದ ಎಳೆದುಕೊಂಡ. ಕೋಣೆಯೊಳಗಿನ ಕತ್ತಲೆ ಒಮ್ಮಿಗೆಲೇ ಹೆಚ್ಚಾಯಿತು. ಅಂತೆಯೇ ಜೀವಕ್ಕೆ ಹಿಡಿದ ಭೀತಿಯೂ ಕೂಡ. ಮುಂದಿನ ಬಾಗಿಲಿನಿಂದ ಹೋಗೋಣವೇ? ಮಂಗ ದಾರಿಕಟ್ಟಿದೆ. ಈಗ ಹೊರಗೆ ಹೋಗಲು ಒಂದೇ ಉಪಾಯ. ಆಗ ಅರ್ಧ ಗಂಟೆಯ ವರೆಗೆ ಬೆವರು ಸುರಿಸುತ್ತ ಮೊಳೆ ಹೊಡೆ ಹೊಡೆದು ಗಟ್ಟಿಯಾಗಿ ಜೋಡಿಸಿದ ಕದಗಳನ್ನು ತೆರೆಯುವದು, ಆದರೆ ಆಗ ಯಾವುದೋ ಸಿಟ್ಟಿನ ಭರದಲ್ಲಿ ಕದಕ್ಕೆ ಬಡೆದ ಮೊಳೆಗಳನ್ನು ತೆಗೆಯುವದು ಅಷ್ಟೊಂದು ಸುಲಭವಾಗಿರಲಿಲ್ಲ. ಹಾಗೆ ತೆಗೆಯುವ ಸಾಧನವನ್ನೂ ಜೊತೆಗೆ ತಂದಿರಲಿಲ್ಲ. ಉಳಿದುದೊಂದೇ ದಾರಿ. ಎರಡೂ ಕದಗಳು ಒಂದಕ್ಕೊಂದು ಹೊಂದಿಕೊಳ್ಳುವ ಸಂಧಿಭಾಗದಲ್ಲಿ ಪಟ್ಟಿಗಳನ್ನು ಕರಗಸದಿಂದ ಕೊಯ್ಯುವುದು. ಹಾಗೇ ಕೊಯ್ಯಹತ್ತಿದ. ಹಾಗೆ ಕೊಯ್ಯುತ್ತಿದ್ದಂತೆ, ಹಿಂದಿನ ಮನೆಯಲ್ಲಿ ಅದೇ ಜಗಲಿ ಏರಿ ಬಂದ ಶಂಕರರಾಯರು ತಮ್ಮ ಹೆಂಡತಿಗೋ, ಇನ್ನಾರಿಗೋ ಹೇಳಿದ ಮಾತುಗಳು ಕೇಳಿ ಬಂದವು : "ಬಿಟ್ಟ ಮನೆಯಲ್ಲಿ ಇವತ್ತು ಮಂಗ ಹೊಕ್ಕಿತ್ತೆಂದು ತೋರುತ್ತದೆ. ಅವರ ಅಂಗಳ ಹಾದು ಬರುವಾಗ, ಕಟೆಕಟೆಯ ಸರಳುಗಳನ್ನು ಹತ್ತಿ ಮಾಡಿನ ಕಿಂಡಿಯೊಳಗಿಂದ ಹೊರಗೆ ಬರುವುದು ಕಂಡಿತು" ಓಹೋ ಒಳಗೆ ಕಂಡದ್ದು ಮಂಗನೆ ಹಾಗಾದರೆ; ಸೋದರತ್ತೆಯ ಭೂತ ಅಲ್ಲ ಹಾಗಾದರೆ; ಅಹುದಲ್ಲ, ತಾನು ಆಗ ಪಟ್ಟಿಗಳಿಗೆ ಮೊಳೆ ಹೊಡೆಯುವಾಗ "ಈ ಮಂಗಗಳಿಗೆ ಬಂದ ರೋಗವೇ. ಮನೆ ಮಾಡಿನ ಮೇಲೇ ಆಡ್ತಾವಲ್ಲ ಇವು" ಎಂದು ದೇವಿ ಎಂದದ್ದು ಈಗ

ಮೆಲ್ಲನೆ ನೆನಪಾಯಿತು. ಮನೆಯುನ್ನು ಹೊಗುವಾಗ ಜಗಲಿಯ ಮಾಡಿನ ಮೇಲೆ ತೆಂಗಿನ ಹೆಡೆಯೋ, ಕಾಯೋ ಬಿದ್ದು ಹಂಚು ಒಡೆದುಹೋಗಿ ಕಂಡಿ ಆದದನ್ನು ನೋಡಿದ್ದೂ ಈಗ ನೆನಪಿಗೆ ಬಂತು. ಮನೆಯ ಮಾಡಿನ ಮೇಲೆ ಆಡುತ್ತಿದ್ದ ಮಂಗ ಈ ಕಂಡಿಯೊಳಗಿಂದ ಹೇಗೋ ಒಳಗೆ ಬಿದ್ದಿರಬೇಕು. ಓಹ್; ಸುಳ್ಳೇ ಹೆದರಿದೆನಲ್ಲ, ಎಂದುಕೊಳ್ಳುತ್ತಿರುವಾಗಲೇ ಕದಕ್ಕೆ ಬಡೆದ ಮೂರೂ ಪಟ್ಟಿಗಳೂ ತುಂಡಾಗಿದ್ದವು. ಆಗಿನಿಂದಲೂ ಭದ್ರವಾಗಿ ಮುಚ್ಚಿಕೊಂಡ ಕದಗಳು ಮೆಲ್ಲನೆ ತೆರೆದಿದ್ದವು. ತಂಪು, ಸ್ವಚ್ಛ ಗಾಳಿಯ ಸುಳಿ ಬಂದಿತ್ತು. ಅದರ ಹಿಂದೆಯೇ ದೇವಿ ಒಳಗೆ ಬಂದಳು. "ಆಗ ನೀವು ಕಿಡಕಿಯೊಳಗಿಂದ ಕರೆದಾಗಲೇ ನನಗೆ ತಿಳಿದಿತ್ತು ಒಡೆಯಾ" ಎನ್ನುತ್ತ ತನ್ನ ಹಿಂದೆಯೇ ಕದ ಮುಚ್ಚಿಕೊಂಡಳು.

13. ಅಣ್ಣಯ್ಯನ ಮಾನವಶಾಸ್ತ್ರ

ಎ. ಕೆ. ರಾಮಾನುಜನ್

ಅವನಿಗೆ ಆಶ್ಚರ್ಯ. ಬಹಳ ಆಶ್ಚರ್ಯ.

ಈ ಅಮೆರಿಕದ ಮಾನವಶಾಸ್ತ್ರಿ, ಈ ಫರ್ಗ್ಯುಸನ್ ನೋಡಿ. ಮನು ಓದಿದಾನೆ. ಇವನಿಗೆ ನಮ್ಮ ಸೂತಕಗಳ ಬಗ್ಗೆ ಎಷ್ಟು ವಿಷಯ ಗೊತ್ತಿದೆ! ತಾನು ಬ್ರಾಹ್ಮಣ. ತನಗೇ ಇದೆಲ್ಲ ಗೊತ್ತಿಲ್ಲ.

ಅಮೆರಿಕಕ್ಕೆ ಬರಬೇಕು ಆತ್ಮಜ್ಞಾನಕ್ಕೆ. ಮಹಾತ್ಮರು ಜೈಲಿನಲ್ಲಿ ಕೂತು ಕಂಬಿ ಮಧ್ಯ ಆತ್ಮಚರಿತ್ರೆ ಬರೆದ ಹಾಗೆ. ನೆಹರು ಇಂಗ್ಲೆಂಡಿಗೆ ಹೋಗಿ ಸ್ವದೇಶ ಕಂಡುಕೊಂಡ ಹಾಗೆ. ದೂರದಲ್ಲಿದ್ದರೇ ಬೆಟ್ಟ.

> ನಮ್ಮ ದೇಹದ ಹನ್ನೆರಡು ದ್ರವಗಳಿಂದ ನಮಗೆ ಮಲದ ಸೋಂಕು :
> ದೇಹದ ಜಿಡ್ಡುಗಳು, ವೀರ್ಯ, ರಕ್ತ, ಮಿದುಳಿನ ಮಜ್ಜೆಯ ನೀರು, ಮೂತ್ರ,
> ಹೇಲು, ಶಿಂಬಳ, ಕಿವಿಯ ಕಿಸುರು, ಕಫ, ಕಣ್ಣೀರು, ಕಣ್ಣಿನ ಪಿಸುರ್,
> ಮೈಚರ್ಮದ ಬೆವರು. [ಮನು 5 . 135]

ಚಿಕಾಗೋವಿನಲ್ಲಿದ್ದರೂ ಎಣಿಸುವುದು ಕನ್ನಡದಲ್ಲೇ. ಎಣಿಸಿದ ಒಂದು ಎರಡು ಮೂರು ನಾಲ್ಕು ಐದು ಆರು ಏಳು ಎಂಟು ಒಂಭತ್ತು ಹತ್ತು ಹನ್ನೊಂದು. ಹನ್ನೊಂದು, ಹನ್ನೊಂದು, ಮೊದಲನೇ ಸಾರಿ ಎಣಿಸಿದಾಗ ಹನ್ನೊಂದೇ ಮಲ ಸಿಕ್ಕಿತು. ಮತ್ತೆ ಎಣಿಸಿದಾಗ, ಹನ್ನೆರಡು. ಸರಿಯಾಗಿ ಹನ್ನೆರಡು. ಅವನಿಗೆ ಗೊತ್ತಿದ್ದ ಈ ಹನ್ನೆರಡರಲ್ಲಿ ಎಂಜಲು, ಒಂದ, ಎರಡ. ಚಿಕ್ಕಂದಿನಿಂದ ಹೇಳಿದ್ದರು. ಎಂಜಲು ಮಾಡಬಾರದು. ಕಕ್ಕಸ ಮಾಡಿದರೆ ಸರಿಯಾಗಿ ತೊಳೆದುಕೊಳ್ಳಬೇಕು, ಸುಸ್ಸು ಮಾಡಿದರೆ ತೊಳೆಯಬೇಕು. ಅವರತ್ತೆ ಕಕ್ಕಸಿಗೆ ಹೋದರೆ ಹಿಡಿಮಣ್ಣು ಮೃತ್ತಿಕೆ, ಕೂಡ ತೆಗೆದುಕೊಂಡು ಹೋಗುತ್ತಿದ್ದರು. ಅವರಿರುವವರೆಗೆ ಹಿತ್ತಲಲ್ಲಿ ಒಂದು ಮಣ್ಣ ಗುಳಿ ಯಾವಾಗಲೂ.

ದಕ್ಷಿಣ ದೇಶದಲ್ಲಿ ಬಾಯಿಗಿಟ್ಟು ಎಂಜಲು ಮಾಡಿ ಊದುವ ಪೀಪಿ ನಾಗಸ್ವರಗಳೆಲ್ಲ ಮುಟ್ಟಬಾರದ ವಸ್ತು, ಎಂಜಲು – ಮುಟ್ಟಬಾರದ ಅಸ್ಪೃಶ್ಯರು ಮಾತ್ರ ಮುಟ್ಟಿ ಬಾರಿಸತಕ್ಕ ವಾದ್ಯ. ವೀಣೆ ಬ್ರಾಹ್ಮಣರಿಗೆ. ಮುಖವೀಣೆ ಹೊಲೆ ಜಾತಿಗೆ.

ಮಡಕೆಗಿಂತ ಬೆಳ್ಳಿ; ಹತ್ತಿಗಿಂತ ರೇಷ್ಮೆ ಉತ್ತಮ. ಕಾರಣ, ಅದಕ್ಕೆ ಈ ಹನ್ನೆರಡು

ಮಲ ಅಷ್ಟು ಸುಲಭವಾಗಿ ಅಂಟುವುದಿಲ್ಲ. ರೇಶ್ಮೆಯೋ ರೇಶಿಮೆಹುಳದ ಮೈಯ ಮಲ ನಿಜ. ಆದರೆ ಅದು ಮನುಷ್ಯರಿಗೆ ಮಡಿ. ನೋಡಿ ಹೇಗಿದೆ.

ಈ ಅಮೇರಿಕನ್ನರಿಗೆ ಎಷ್ಟು ವಿಷಯ ಗೊತ್ತಿದೆ! ಯಾವ ಯಾವದೊ ಲೈಬ್ರರಿಗಳಿಗೆ ಹೋಗಿ ನೋಡಿದ್ದಾರೆ, ಎಂಥೆಂಥ ಕಾಶೀ ಗೊಡ್ಡು ಪಂಡಿತರ ಕಾಳಜಿ ಹಿಂಡಿ ಪಾಂಡಿತ್ಯದ ರಸ ಇಳಿಸಿದ್ದಾರೆ. ಎಲ್ಲೆಲ್ಲಿನ ಓಲೆಗರಿ ಹಸ್ತಪ್ರತಿಗಳ ಧೂಳು ಹೊಡೆದು ವಸ್ತು ಸಂಗ್ರಹಿಸಿದ್ದಾರೆ. ಆಶ್ಚರ್ಯ, ಪರಮಾಶ್ಚರ್ಯ ಇವನಿಗೆ.

ಹಿಂದುದೇಶದ ವಿಷಯ ಕಲಿಯಬೇಕಾದರೆ ಫಿಲಡೆಲ್ಫಿಯ. ಬರ್ಕ್ಲೀ, ಚಿಕಾಗೊ, ಅಂಥ ಜಾಗಕ್ಕೆ ಬರಬೇಕು. ನಮಗೆಲ್ಲಿದೆ ಇವರ ಆಸ್ಥೆ? ವಿವೇಕಾನಂದರು ಕೂಡ ಚಿಕಾಗೋವಿಗೆ ಬರಲಿಲ್ಲವೆ? ಅವರು ನಮ್ಮ ಧರ್ಮದ ಮೇಲೆ ಕೊಟ್ಟ ಮೊದಲ ಭಾಷಣ ಇಲ್ಲೆ.

ಸೂತಕ ತರುವ ಮೂರು ಜೀವ ಕ್ರಿಯೆಗಳಲ್ಲಿ ಮುಟ್ಟಾಗುವುದು ಮೊದಲು, ಹುಟ್ಟುವುದು ಅದಕ್ಕಿಂತ ಒಂದು ಡಿಗ್ರಿ ಹೆಚ್ಚಿನದು. ಎಲ್ಲಕ್ಕಿಂತ ಬಲವತ್ತರವಾದ ಸೂತಕ ಸಾವಿನ ಸೂತಕ. ಸಾವಿನ ಸೋಂಕಿದ್ದರೆ ಸಾಕು: ಏನೂ ಸೂತಕ ತರುತ್ತದೆ. ಉರಿಯುವ ಚಟ್ಟದ ಹೊಗೆ ಸೋಕಿದರೆ ಸಾಕು ಬ್ರಾಹ್ಮಣ ಸ್ನಾನ ಮಾಡಬೇಕು. ಹೊಲೆಯರಲ್ಲದೆ ಮಿಕ್ಕವರಾರೂ ಸತ್ತವನುಟ್ಟ ಬಟ್ಟೆ ಉಡುವ ಹಾಗಿಲ್ಲ. [ಮನು 10 . 39.]

ಶುಭದಲ್ಲಿ ಶುಭವಾದ ಹಸು ಸತ್ತರೆ ಅದರ ದೇಹದ ಮಾಂಸ ತಿನ್ನುವವರು ಎಲ್ಲರಿಗಿಂತ ಕೀಳುಜಾತಿ. ಕಾಗೆ ಹದ್ದು ಕೂಡ ಈ ಕಾರಣಕ್ಕೇ ಹಕ್ಕಿ ಜಾತಿಯಲ್ಲಿ ಕೀಳು ಹಕ್ಕಿ. ಕೆಲವು ಸಾರಿ ಸಾವಿಗೂ ಅಸ್ಪೃಶ್ಯತೆಗೂ ಇರುವ ಅಂಟು ಬಹಳ ಸೂಕ್ಷ್ಮ. ಬಂಗಾಳದ ಗಾಣಿಗ ಜಾತಿಯವರಲ್ಲಿ ಎರಡು ಒಳಜಾತಿ: ಎಣ್ಣೆ ಮಾರುವವರು ಉತ್ತಮ ಜಾತಿ. ಆದರೆ ಗಾಣ ಆಡಿಸಿ ಬೀಜ ಅರೆದು ಒತ್ತಿ ಎಣ್ಣೆ ತೆಗೆಯುವ ಜಾತಿ ಕೀಳುಜಾತಿ. ಕಾರಣ, ಅವರು ಬೀಜ ಕೊಲ್ಲುವವರು, ಸಾವಿನ ಸೋಂಕಿನವರು. [ಹಟನ್ 1946:77–78]

ಇದೆಲ್ಲ ಇವನಿಗೆ ಗೊತ್ತೇ ಇರಲಿಲ್ಲ.

ಅವನೇನು ಓದದವನಲ್ಲ. ಮೈಸೂರಿನಲ್ಲಿ ಪ್ರತಿದಿನ ಯೂನಿವರ್ಸಿಟಿ ಲೈಬ್ರರಿಗೆ ನಡೆದು ನಡೆದು ಚಪ್ಪಲಿ ಚಕ್ಕಳ ಸವೆಸಿದ್ದ. ಅಲ್ಲಿ ಗುರುತಿದ್ದ ಕ್ಲಾರ್ಕುಗಳು ಐದಾರು ಜನ– ಅದರಲ್ಲಂತೂ ಶೆಟ್ಟಿ ಅವರ ಜೊತೆಗೇ ಎಕಾನಾಮಿಕ್ಸ್ ಕ್ಲಾಸಿನಲ್ಲಿ ಓದಿ ಹಿಂದಿನ ವರುಷ ಫೇಲಾಗಿ ಲೈಬ್ರರಿ ಕೆಲಸಕ್ಕೆ ಸೇರಿಕೊಂಡಿದ್ದ. ಅಣ್ಣಯ್ಯ ಬಂದಾಗೆಲ್ಲ ಶೆಟ್ಟಿ ಅವನಿಗೆ ಲೈಬ್ರರಿಯ ಬೀಗದ ಕೈ ಗೊಂಚಲನ್ನೇ ಕೊಟ್ಟು, ಬೇಕಾದ ಪುಸ್ತಕ ಹುಡುಕಿ ತೊಗೊಳ್ಳಿ ಅಣ್ಣಯ್ಯ, ಎಂದು ಕೊಡುತ್ತಿದ್ದ.

ಭಾರವಾದ ಗೊಂಚಲು. ಬಳಸಿ ಬಳಸಿ ಕೈಯಿಂದ ಕೈಗೆ ಹಾದು ತೇಯ್ದು ನುಣ್ಣಗೆ ಹೊಳೆಯುತ್ತಿದ್ದ ಕಬ್ಬಿಣದ ಬೀಗದ ಕೈಗಳು. ಅವುಗಳ ನಡುವೆ ಸಣ್ಣಗೆ ಸೇರಿಕೊಂಡ ಹಳದಿ ಹೊಳಪಿನ ಹಿತ್ತಾಳೆಯ ಕೀಲಿಗಳು. ಹಿತ್ತಾಳೆಯ ಬೀಗಕ್ಕೆ ಹಿತ್ತಾಳೆಯ ಕೈ. ಹೆಣ್ಣು-ಬೀಗಕ್ಕೆ ಗಂಡು-ಕೈ. ಗಂಡು-ಬೀಗಕ್ಕೆ ಹೆಣ್ಣು-ಕೈ. ದೊಡ್ಡದಕ್ಕೆ ದೊಡ್ಡದು.

ಚಿಕ್ಕದಕ್ಕೆ ಚಿಕ್ಕದು. ಕೆಲವು ಮಾತ್ರ ದೊಡ್ಡ ಬೀಗಕ್ಕೆ ಸಣ್ಣ ಬೀಗದ ಕೈ. ಸಣ್ಣ ಬೀಗಕ್ಕೆ ದೊಡ್ಡ ಬೀಗದಕೈ. ಹೀಗೆ ವಿಪರ್ಯಾಸ. ಪರ್ಯಾಯ, ಅನುಲೋಮ – ಈ ಪುಸ್ತಕದಲ್ಲಿ ಹೇಳಿದ ಮನು ಹೇಳಿದ ಮದುವೆಗಳ ಹಾಗೆ. ಕೆಲವು ಬೀರುವಿಗಿಂತಲೂ ಬೀಗ ದೊಡ್ಡದಾಗಿದ್ದರೂ ಬೀಗ ಹಾಕುವುದಕ್ಕೇ ಬರುತ್ತಿರಲಿಲ್ಲ. ಮುಟ್ಟಿದರೆ ಬಿಟ್ಟುಕೊಳ್ಳುತ್ತಿತ್ತು. ಕೆಲವು ಕಪಿಮುಷ್ಟಿ. ಒಡೆದೇ ತೆಗೆಯಬೇಕು. ಅದರ ಹಿಂದೆ ಅವನಿಗೆ ಕಣ್ಣಿಗೆ ಕಾಣುವ. ಕೈಗೆ ಸಿಕ್ಕದ ಪುಸ್ತಕ. ಎಂತಹ ಕತೆ ಸಮಾಜಶಾಸ್ತ್ರ ಬೆತ್ತಲೆ ಚಿತ್ರ ಇದೆಯೋ ಅಂಥ ಪುಸ್ತಕದಲ್ಲಿ!

ಮೈಸೂರಿನಲ್ಲಿ ಇವನು ಓದಿದ್ದೆಲ್ಲ ಪಾಶ್ಚಾತ್ಯರ ಬಗ್ಗೆ. ಇಂಗ್ಲೀಷು, ಕನ್ನಡ ಓದಿದರೂ ಅನಕಾರನೀನದ ಭಾಷಾಂತರ, ಮೂರ್ತಿರಾಯರು ಷೇಕ್ಸ್‌ಪಿಯರ್‌ನ ಮೇಲೆ ಬರೆದ ಪುಸ್ತಕ. ಅಮೇರಿಕಕ್ಕೆ ಹೋಗಿ ಬಂದವರು ಬರೆದ ಸ್ಥಳಪುರಾಣ, ಸಮುದ್ರದಾಚೆಯಿಂದ. ಅಪೂರ್ವ ಪಶ್ಚಿಮ. ಅಮೇರಿಕದಲ್ಲಿ ನಾನು.

> ಮಲಶುದ್ಧಿಗೆ ಮನು ಹನ್ನೊಂದು ಮಾರ್ಗ ಹೇಳಿದ. ಬ್ರಾಹ್ಮಣದ ವಿಧಿಗಳು, ಬೆಂಕಿ, ಪ್ರಸಾದ, ಮಣ್ಣು. ಅಂತಃಕರಣ ಸಂಯಮ, ನೀರು. ಸೆಗಣಿಯೆತ್ತಿ ಇಟ್ಟ ಆಣೆ. ಗಾಳಿ, ಕರ್ಮಗಳು. ಸೂರ್ಯ. ಕಾಲ – ಇವು ಒಡಲುಗೊಂಡ ಪ್ರಾಣಿಗಳನ್ನು ಶುದ್ಧಮಾಡುತ್ತವೆ. [ಮನು 5-105]

ಈ ಬಿಳಿಯರಿಗೆ ಇದೆಲ್ಲ ಹೇಗೆ ತಿಳಿದುಹೋಯಿತು? ಇಷ್ಟುದೂರ. ಹತ್ತುಸಾವಿರ ಮೈಲಿ, ನೀರು ಸೂರ್ಯ ಗಾಳಿ ನೆಲ ಕಾಲಗಳನ್ನು ದಾಟಿ ಬಂದು ಇವನು ಈ ಕೆಟ್ಟ ನಾತದ ಚಿಕಾಗೋನಲ್ಲಿ. ಅಣ್ಣಯ್ಯ ಶ್ರೋತ್ರಿಗಳ ಬೀಜಕ್ಕೆ ಮೊಳೆಯಾಗಿ ಹುಟ್ಟಿದ ಅಣ್ಣಯ್ಯ. ಇಲ್ಲಿಗೆ ಬಂದು ಇದೆಲ್ಲ ಕಲಿಯಬೇಕಾಯಿತು. ಈ ಚಳಿಯಲ್ಲಿ ಈ ಬಿಳಿ ಮಂಜಿನಲ್ಲಿ ಆ ಬಿಸಿ, ಆ ಬಿಸಿಲು. ಈ ಕರಿ ಗುಟ್ಟನ್ನೆಲ್ಲ ಈ ಬಿಳಿಜನ ಹೇಗೆ ತಿಳಿದುಕೊಂಡು ಬಿಟ್ಟರು? ಈ ಮಂತ್ರ ಇವರಿಗೆ ಯಾರು ಕಿವಿಯಲ್ಲಿ ಜಪಿಸಿದರು? ಜರ್ಮನಿಯ ಮ್ಯಾಕ್ಸಮುಲ್ಲರ್ ಸಂಸ್ಕೃತ ಕಲಿತು ಮೋಕ್ಷಮುಲ್ಲ ಭಟ್ಟನಾಗಿ ನಮಗೇ ವೇದ ಕಲಿಸಿದನಲ್ಲ!

ಹಿಂದೂಸ್ಥಾನದಲ್ಲಿ ಇವನು ಅಮೆರಿಕ ಇಂಗ್ಲಂಡು ಯುರೋಪು ಎಂದು ಜಪಿಸಿದ ಹಾಗೆ ಇಲ್ಲಿ ಈ ಅಮೆರಿಕದಲ್ಲಿ ಇವನು ಮತ್ತೆ ಮತ್ತೆ ಹಿಂದೂಸ್ಥಾನದ ಬಗ್ಗೆ ಓದಿದ. ಆಡಿದ. ಸಿಕ್ಕಸಿಕ್ಕವರಿಗೆ ಕಾಫಿ ಕೊಡಿಸಿ ಅವರು ಕೊಟ್ಟ ಬೀರು ಕುಡಿದು ಬಿಳೀ ಹುಡುಗಿಯರ ಕೈ ಹಿಡಿದು ತನಗೆ ಬರದ ಹಸ್ತಸಾಮುದ್ರಿಕ ಹೇಳಿದ.

ಇಲ್ಲಿ ಇವನಿಗೆ ಅಂತ್ರೊಪಾಲಜಿಯ ಆತುರ. ಕಾಮಾತುರದ ಹಾಗೆ ಈ ಆತ್ಮ ಜ್ಞಾನದ ಆತುರ – ಲಜ್ಜೆಯಿಲ್ಲ ಭಯವಿಲ್ಲ ಇದಕ್ಕೂ. ಹಿಂದೂದೇಶದ ಸಂಪ್ರದಾಯಗಳ ಬಗ್ಗೆ ಮಾನವಶಾಸ್ತ್ರಜ್ಞರ ಬರಹ ಸಿಕ್ಕಸಿಕ್ಕದ್ದು ಓದಿದ. ಎರಡನೆಯ ಅಟ್ಟದ ಮೇಲೆ ಆ ಪುಸ್ತಕ ಕಂತೆ ಕಂತೆ ಇದ್ದುವು. ಅದರ ನಂಬರು PK321. ಏಣಿ ಏರಿ ಕಾಲಾವಧಿಯ ಹಾಗೆ ಮರದಲ್ಲಿ ಕಟ್ಟಿದ್ದ, ಕೊಳಾಯಿಗಳ ಕೈ ಹಿಡಿ ಇದ್ದ ಅಟ್ಟ. ಈ ಪಶ್ಚಿಮದಲ್ಲಿ

ಈ ಪೂರ್ವ ಬಂದು ಮುಟ್ಟಿತು. ದೂರದ ಹಸಿರೋ, ಇಂಟರ್‌ನ್ಯಾಷನಲ್ ಹೌಸಿನಲ್ಲಿ ಬಳಕೆಯಾದ ಬಿಳೀ ಹುಡುಗಿಯರು.

"ನಿಮ್ಮ ಹೆಂಗಸರು ಹಣೆಯ ಮೇಲೆ ಕೆಂಪು ಬೊಟ್ಟು ಇಟ್ಟುಕೊಳ್ಳುತ್ತಾರಲ್ಲ, ಯಾಕೆ?" ಎಂದಾಗ ಕುತೂಹಲಕ್ಕೆ ಉತ್ತರ ಸಿದ್ಧವಾಗಿರಲಿ ಎಂದೋ. ಅಂತೂ ಮೈಸೂರಿನಲ್ಲಿ ಅವರ ಅಪ್ಪ ಎಷ್ಟು ಹೇಳಿದರೂ ಕೋಪಿಸಿಕೊಂಡರೂ ಮಾಡದ ಗೀತಾಪಾರಾಯಣ ಅಮೆರಿಕದಲ್ಲಿ ಮಾಡಿ, ಬೀರು ವ್ಹಿಸ್ಕಿ ಹಸುವಿನ ಮಾಂಸ, ಕಕ್ಕಸಿಗೆ ಹೋದರೆ ಶೌಚಕ್ಕೆ ನೀರಿಲ್ಲದೆ ಕಾಗದದಿಂದ ಒರೆಸಿ ಕೊಳ್ಳುವ ಈ ಶ್ವಪಚತನ, ಪ್ಲೇಬಾಯ್ ಮ್ಯಾಗಜೀನಿನ ಚಿತ್ತಲೆ ಮೊಲೆ ತೊಡೆ ರೂಪಾಯಿಯಗಲದ ಹೊಕ್ಕುಳಲ್ಲಿ ಸಿಲುಕಿ ಬಿಡಿಸಿಕೊಂಡ ಬಿಡುವಿನಲ್ಲಿ, ಅವನು ಎಕನಾಮಿಕ್ಸ್ ನಡುವೆ ಈ ಎರಡು ವರ್ಷ ಹಿಂದೂ ಸಂಪ್ರದಾಯ ಓದಿದ. ಸ್ಟಾಟಿಸ್ಟಿಕ್ಸಿನ ಅಂಕೆಸಂಖ್ಯೆಗಳ ನಡುವೆ ರಾಮಕೃಷ್ಣಾಶ್ರಮದ ಪುಸ್ತಕ ಪಟ್ಟಿ. ಹಿಂದೂ ಸಂಸ್ಕೃತಿ ಕಲಿಯಬೇಕಾದರೆ ಅಮೆರಿಕಕ್ಕೆ ಬರಬೇಕು, ಅನ್ನುತ್ತಿದ್ದ. ನಮ್ಮ ಚಿಕಾಗೋ ಲೈಬ್ರರಿಯಲ್ಲಿ 'ಪ್ರಜಾವಾಣಿ' ಕೂಡ ಬರುತ್ತೆ ಕಾಣ್ರಿ. ಹಿಂದೂ ಸಂಸ್ಕೃತಿಯ ಮುಚ್ಚಿದ ಬಾಗಿಲಿಗೆ, ಹಾಕಿದ ಬೀಗಗಳನೇಕಕ್ಕೆ ಅಮೆರಿಕದ ಬೀಗದ ಕೈ ಸಿಕ್ಕಿತು: ಗೊಂಚಲಿಗೆ ಗೊಂಚಲೇ ಸಿಕ್ಕಿತ್ತು.

ಅವನು ಅವತ್ತು ಆ ಪುಸ್ತಕದ ಅಲಮಾರಿಗಳ ನಡುವೆ ಓಡಾಡಿದಾಗ ಥಟ್ಟನೆ ಹೊಸದೊಂದು ಪುಸ್ತಕ. ನೀಲಿಬಣ್ಣದ ಬಟ್ಟೆಯ ರಟ್ಟು. ಕೈತುಂಬ ಪುಸ್ತಕ. ಚಿನ್ನದಕ್ಷರದಲ್ಲಿ ನೀಲಿ ಬೆನ್ನ ಮೇಲೆ : **Hinduism : Custom and Ritual** ಎಂದು ಬರೆದಿತ್ತು. ಸ್ಟೀವನ್ ಫರ್ಗ್ಯುಸನ್ ಬರೆದದ್ದು. ಈಗ ತಾನೆ, 1968ರಲ್ಲಿ ಅಚ್ಚಾದದ್ದು. ಬಿಸಿಬಿಸಿ ಸುದ್ದಿ. ಸೀಮಂತ, ನಾಮಕರಣ, ಮೊದಲ ಚೌಲ, ಅನ್ನಪ್ರಾಶನ, ಮುಂಜಿ, ಮದುವೆಯ ಸಪ್ತಪದಿ, ಪ್ರಸ್ಥದ ರಾತ್ರಿ ಕೊಡುವ ಹಣ್ಣು ಹಾಲು ಬಾದಾಮಿ,

ಹೊಸ ಹೆಂಡತಿಗೆ ಯಾಲಕ್ಕಿ ಬಾದಾಮಿ ತಿನ್ನಿಸಿ ನೆಟ್ಟಗೆ ಬಾದಾಮಿ
ಹಾಲು ಕುಡೀತಾನೆ ಕಣೋ ರಸಿಕ ಎಂದು ಯಾವುದೋ ಹುಣಸೂರು
ಪ್ರಸ್ಥದಲ್ಲಿ ಯಾರೋ ಪೋಲಿ ಜೋಕು ಹೇಳಿದ್ದರು.

ಗಂಡ ಹೆಂಡತಿಗೆ ಹೇಳುವ ಸಂಸ್ಕೃತದ ಮೈಥುನ – ಮಂತ್ರ, ಷಷ್ಠ್ಯ ಅಬ್ಧಪೂರ್ತಿ, ಶಾಂತಿಗಳು ಪ್ರಾಯಶ್ಚಿತ್ತಗಳು ದಾನಗಳು, ಉತ್ತರಕ್ರಿಯೆ ಇತ್ಯಾದಿ ಇತ್ಯಾದಿ ಸಂಸ್ಕಾರಗಳೆಲ್ಲ ವಿವರವಾಗಿ ಬಿಡಿಬಿಡಿಯಾಗಿ ಪಟ್ಟಿ ಹಾಕಿ ಬಿಚ್ಚಿ ಬರೆದಿದ್ದರು.

163ನೇ ಪುಟ. ಬ್ರಾಹ್ಮಣರ ಉತ್ತರಕ್ರಿಯೆಗಳ ವರ್ಣನೆ ಚಿತ್ರಗಳೊಂದಿಗೆ. ಎಷ್ಟು ವಿಷಯ ಹೇಳಿದ್ದ ಈ ಫರ್ಗ್ಯುಸನ್ ಆಸಾಮಿ. ಪುಟಪುಟಕ್ಕೂ ಮನು. ಪಿತೃ-ಮೇಧ-ಸೂತ್ರ: ಸಪಿಂಡ ಯಾರು ಅಲ್ಲ ಯಾರು ಹೌದು. ಸನ್ಯಾಸಿಗೂ ಹಲ್ಲು ಬರದ ಮಗುವಿಗೂ ಸೂತಕವಿಲ್ಲ. ಹಲ್ಲು ಬಂದ ಮಗು ಸತ್ತರೆ ಒಂದು ದಿನದ ಮೈಲಿಗೆ, ಚೌಲಕರ್ಮ ಆಗಿದ್ದರೆ ಮೂರು ದಿನ. ಶ್ರಾದ್ಧಕ್ಕೆ ಏಳು ಮಂದಿ ಬೇಕು: ಮಗ ಮೊಮ್ಮಗ ಅವನ ಮಗ ಶ್ರಾದ್ಧ ಮಾಡು

ವವರು, ತಂದೆ ತಾತ ಮುತ್ತಾತ ಮಾಡಿಸಿಕೊಳ್ಳುವವರು. ಮೂರು ತಲೆಮಾರು ಮೇಲೆ, ಮೂರು ತಲೆಮಾರು ಕೆಳಗೆ; ನಡುವೆ ತಾನು. ಏಳು ಪಿಂಡದ ನಡು ಪಿಂಡ. ಇಂತಹ ವಿವರ ಎಷ್ಟೋ. ಜತೆಗೆ ಯಾವ ವರ್ಣದಲ್ಲಿ ಯಾರಿಗೆ ಎಷ್ಟು ದಿನ ಸೂತಕ ಎನ್ನುವುದಕ್ಕೆ ಪಟ್ಟಿಗಳು. ಅಷ್ಟೇ ಅಲ್ಲ. ಪರದೇಶದಲ್ಲಿ ಸಪಿಂಡ ಸತ್ತರೆ, ಸುದ್ದಿ ಕೇಳುವವರೆಗೂ ಸೂತಕವಿಲ್ಲ, ಸುದ್ದಿ ಕೇಳಿದ ಕೂಡಲೆ ಸೂತಕ ಸುತ್ತಿಕೊಳ್ಳುತ್ತದೆ. ಅದಕ್ಕೆ ತಕ್ಕ ದಿನದ ಲೆಕ್ಕ, ಸ್ನಾನದ ಲೆಕ್ಕ ಆಗಬೇಕು. ಇವನ ಕೃದ್ಧ ಕುತೂಹಲ ವಾಕ್ಯ ವಾಕ್ಯಕ್ಕೆ ಏರುತ್ತ ಹೋಯಿತು.

ಪುಸ್ತಕಗಳ ನಡುವೆ ಹಾಗೇ ಕೂತು ಓದಿದ. ಶ್ರಾದ್ಧದ ನಾಲ್ಕು ಭಾಗವನ್ನೂ ಪುಸ್ತಕ ಹೇಳಿತ್ತು. ಅವನೆಂದೂ ಯಾರ ಸಾವನ್ನೂ ನೋಡಿದವನಲ್ಲ. ಮೂರನೆ ಬೀದಿಯಲ್ಲಿ ಅಗಸರು ಹೆಣಕ್ಕೆ ಶೃಂಗಾರ ಮಾಡಿ ಮೆರವಣಿಗೆಯಲ್ಲಿ ಹೊತ್ತುಕೊಂಡು ಹೋಗಿದ್ದನ್ನು ಒಂದೆರಡು ಸಾರಿ ನೋಡಿದ್ದ, ಅಷ್ಟೆ. ದೊಡ್ಡಪ್ಪ ಸತ್ತಾಗ ಅವನು ಬೊಂಬಾಯಿಗೆ ಹೋಗಿದ್ದ. ಮನೆಯಲ್ಲಿ ಅಪ್ಪನಿಗೆ ಸ್ವಲ್ಪ ಮೂತ್ರ ರೋಗ ಇದ್ದರೂ ನಾಲಗೆ ಚಪಲ ಹಿಡಿತದಲ್ಲಿದ್ದರೆ ಪ್ರಾಣಭಯವಿಲ್ಲ ಎಂದಿದ್ದರು ಡಾಕ್ಟರು. ಒಂದೂವರೆ ವರ್ಷದ ಹಿಂದೆ ಲಕ್ವ ಹೊಡೆದು ಕೈ ಸೇದಿಹೋಗಿತ್ತು. ಮುಖದ ಎಡಭಾಗ ಸೆಳೆದಿತ್ತು. ಆದರೂ ಸೌಖ್ಯ ಎಂದು ಅಮ್ಮ ಎರಡು ವಾರಕ್ಕೊಮ್ಮೆ ಬರೆಯುತ್ತಿದ್ದ ನೀರಸವಾದ ದಮಯಂತಿ ಬಾಣಂತನ, ಅಲ್ಲಿ ಶನಿವಾರ ಶನಿವಾರ ಎಣ್ಣೆನೀರು ಹಾಕಿಕೊಳ್ಳದೇ ಇರಬೇಡ ಉಷ್ಣ ಆಗುತ್ತೆ ಸೀಗೇಕಾಯಿ ಕಳಿಸಲೇ? ಎಂದೆಲ್ಲ ನಡುಗಕ್ಷರದಲ್ಲಿ ಬರೆದ, ಪತ್ರದಲ್ಲಿ ಬರೆಯುತ್ತ ಇದ್ದರು.

ಒಬ್ಬ ಬ್ರಾಹ್ಮಣನಿಗೆ ಸಾವು ಸಮೀಪಿಸಿದಾಗ ಅವನನ್ನು ಮಂಚದಿಂದೆತ್ತಿ ದರ್ಭೆ ಹರಡಿದ ನೆಲದ ಮೇಲೆ ಕಾಲು ದಕ್ಷಿಣಕ್ಕೆ ಮಾಡಿ. ಮಲಗಿಸುತ್ತಾರೆ. ದೇಹ ನೆಲಕ್ಕೂ ಆಕಾಶಕ್ಕೂ ನಡುವೆ ಇಬ್ಬಂದಿಯಾಗಿ ಮಂಚದ ಮೇಲಿರದೆ, ಭೂಮಿಯ ಮೇಲೆ ನಿರಾತಂಕವಾಗಿರಬೇಕು. ದರ್ಭೆಯಂತೂ ಭೂಮಿಯ ರಸ ಹೀರಿದ ರಸವಾದಿ ಹುಲ್ಲು, ಬೆಂಕಿಗೂ ಪ್ರಿಯ. ದಕ್ಷಿಣ ಯಮನ ದಿಕ್ಕು, ಪಿತೃಗಳ ದೆಸೆ.

ಆಮೇಲೆ ಬಲಗಿವಿಯಲ್ಲಿ ವೇದಸ್ವರ, ಬಾಯಲ್ಲಿ ಪಂಚಗವ್ಯ. ಮನುಷ್ಯರ ಸತ್ತ ದೇಹ ಮೈಲಿಗೆ; ಜೀವಂತ ಹಸುವಿನ ಮಲ ಮಡಿ: ನೋಡಿ ಹೇಗಿದೆ. ದಶದಾನಗಳು, ಎಳ್ಳು, ಹಸು, ಭೂಮಿ, ತುಪ್ಪ, ಚಿನ್ನ, ಬೆಳ್ಳಿ, ಉಪ್ಪು, ಬಟ್ಟೆ, ಧಾನ್ಯ, ಸಕ್ಕರೆ. ಸತ್ತವನು ಸತ್ತ ಕೂಡಲೆ ಗಂಡು ಮಕ್ಕಳೆಲ್ಲ ಸ್ನಾನ ಮಾಡಿ, ಹಿರಿಯ ಮಗ ಜನಿವಾರವನ್ನು ಎಡ ಕಂಕುಳಡಿಗೆ ಅಶುಭಸೂಚಕವಾಗಿ ತಿರುಗಮುರುಗ ಹಾಕಿಕೊಳ್ಳುತ್ತಾನೆ. ದೇಹಕ್ಕೆ ಮಡಿಯಾಗಿಸಿ, ವಿಭೂತಿ ಇತ್ಯಾದಿ ಹಾಕಿ, ಭೂಮಿ ತಾಯಿಗೆ ಶ್ಲೋಕ ಹೇಳುತ್ತಾರೆ.

ಈ ಪುಟದ ಪಕ್ಕದಲ್ಲಿ ಒಂದು ನುಣುಪು ಕಾಗದದ ಚಿತ್ರ ಇತ್ತು. ಮೈಸೂರು ರೀತಿಯ ಮನೆಯ ಮುಂಭಾಗದ ವರಾಂಡ. ಹಿಂದಿನ ಗೋಡೆಯಲ್ಲಿ ಕಂಬಿ ಹಾಕಿದ ಕಿಟಿಕಿ. ವರಾಂಡದ ನೆಲದ ಮೇಲೆ ಮಡಿಮಾಡಿಸಿ ಶೃಂಗರಿಸಿ ಮಲಗಿಸಿದ ಶವ.

ಸತ್ತವನು ದೇವರು. ಅವನ ದೇಹ ವಿಷ್ಣು. ಅವಳಾದರೆ ಅದು ಲಕ್ಷ್ಮಿ. ದೇವರಿಗಾಗುವ ಹಾಗೆ ಅದಕ್ಕೆ ಪ್ರದಕ್ಷಿಣೆ ಆರತಿ ಎಲ್ಲ ಆಗುತ್ತದೆ.

ಯಮನಿಗೀಗ ಅಗ್ನಿ ಬೆಳಸಿ ತುಪ್ಪದ ಹವಿಸ್ಸು ಹಾಕುತ್ತಾರೆ. ಶವಕ್ಕೂ ಅಗ್ನಿಗೂ ಸಂಬಂಧ ಬರುವ ಹಾಗೆ ಒಂದು ಎಳೆ ನೂಲು. ಶವದ ಹೆಬ್ಬೆಟ್ಟುಗಳನ್ನು ಕಟ್ಟಿ ಅದರ ಮೇಲೆ ಹೊಸ ಬಿಳಿ ಬಟ್ಟೆ ಹೊದಿಸುತ್ತಾರೆ.

ಇದರದೂ ಒಂದು ಚಿತ್ರ ಅಲ್ಲಿತ್ತು. ಅದೇ ಮೈಸೂರು ಮನೆಯಂಥ ಮನೆ. ಅದೇ ಕಂಬಿ ಕಿಟಕಿ. ಅವರೆ ಒಬ್ಬಿಬ್ಬರು ವಿಭೂತಿ ಬಳಿದ ಬ್ರಾಹ್ಮಣರು ಚಿತ್ರದಲ್ಲಿ ಇದ್ದರು. ಎಲ್ಲೋ ನೋಡಿದ ಹಾಗೆ ಕೂಡ ಇತ್ತು. ಇಷ್ಟು ದೂರದಲ್ಲಿ ಮೈಸೂರಿನ ವಿಭೂತಿಯ ಹಾರುವರೆಲ್ಲ ಒಂದೇ ಬೂದಿ ಮುಖ.

ನಾಲ್ಕು ಮಂದಿ ಹೆಣ ಹೊರುವವರು. ಚಟ್ಟಕ್ಕೆ ಕಟ್ಟಿ, ಮನೆಗೆ ವಿಮುಖವಾಗುವಂತೆ ಶವದ ಮುಖ ತಿರುಗಿಸಿ, ಕಡೆಯ ಮೆರವಣಿಗೆ ಹೊರಡುತ್ತದೆ.

ಇಲ್ಲಿ ಮತ್ತೊಂದು ಚಿತ್ರ. ಮೈಸೂರಿನದೇ ಬೀದಿ. ಸಂದೇಹವಿಲ್ಲ. ನಾಲ್ಕಾರು ಮನೆ. ಚಿರಪರಿಚಿತವಾಗಿ ಕಾಣಿಸಿತು. ಮೂರು ಕಡೆ ಮೆರವಣಿಗೆ ನಿಂತು ಚಟ್ಟವನ್ನು ಇಳಿಸುತ್ತಾರೆ. ಅದಕ್ಕೆ ಪ್ರದಕ್ಷಿಣೆ ಮಾಡಿ, ಅಶುಭ ದೈವಗಳಿಗೆ ಅಕ್ಕಿಕಾಳು ಎಸೆಯುತ್ತಾರೆ.

ಸುಡುಗಾಡಿಗೆ ಬಂದ ಮೇಲೆ ದಕ್ಷಿಣ-ಮುಖವಾಗಿ ಚಿತೆಯ ಮೇಲೆ ದೇಹವನ್ನಿಟ್ಟು, ಹೆಬ್ಬೆಟ್ಟಿನ ಗಂಟು ಬಿಚ್ಚಿ, ಮುಚ್ಚಿದ ಬಿಳಿ ಬಟ್ಟೆ ತೆಗೆದು ಸುಡುಗಾಡಿನ ಚಂಡಾಲನಿಗೆ ಅದನ್ನು ದಾನಮಾಡುತ್ತಾರೆ. ಮಗ, ಸಂಬಂಧಿಕರು ಹೆಣದ ಬಾಯಿಗೆ ನೀರು ಚಿಮುಕಿಸಿದ ಅಕ್ಷತೆ ಹಾಕುತ್ತಾರೆ. ಚಿನ್ನದ ನಾಣ್ಯವೊಂದರಿಂದ ಅದರ ಬಾಯಿ ಮುಚ್ಚುತ್ತಾರೆ. ಸೊಂಟದ ಕೆಳಗೆ ಸಣ್ಣ ಬಾಳೆ ಎಲೆಯೋ ಬಟ್ಟೆಯ ಚಿಂದಿಯೋ ಬಿಟ್ಟರೆ ಹುಟ್ಟಿದಷ್ಟೇ ಬೆತ್ತಲೆ, ಈಗ ಅದು.

ಚಿನ್ನ ಈಗಿನ ಕಾಲದಲ್ಲಿ ಎಲ್ಲಿ ಸಿಕ್ಕಿತೋ ಕಾಣೆ. ಹದಿನಾಲ್ಕು ಕ್ಯಾರೆಟ್ಟಾದರೆ ಪರವಾಯಿಲ್ಲವೆ? ವೇದಸಮ್ಮತವೇ?

ಹಿರಿಯ ಮಗ ಹೊಸ ಮಡಕೆಯಲ್ಲಿ ನೀರು ತುಂಬಿ, ಅದರ ಪಕ್ಕದಲ್ಲಿ ಒಂದು ತೂತು ಹೊಡೆದು ಹೆಗಲ ಮೇಲಿಟ್ಟುಕೊಂಡು ಚಿತೆಯ ಸುತ್ತ ಮೂರು ಪ್ರದಕ್ಷಿಣೆ ಮಾಡಿ ನೀರನ್ನು ನೆಲಕ್ಕೆ ಹರಿಸುತ್ತಾನೆ. ಮೂರು ಸಾರಿ ಆದ ಮೇಲೆ ಹೆಗಲ ಹಿಂದೆ ಅದನ್ನೆಸೆದು ಒಡೆಯುತ್ತಾನೆ.

ಸುಡುಗಾಡಿನ ಚಿತ್ರವೂ ಒಂದರಲ್ಲಿತ್ತು. ಅದನ್ನು ನೋಡಿ ಇವನ ಮನಸ್ಸು ಕಲಕಿತು. ಯಾಕೋ ಇದು ಚಿರಪರಿಚಿತ ಎನಿಸಿತು. ಒಳ್ಳೆಯ ಕ್ಯಾಮರದಿಂದ ತೆಗೆದ ಚಿತ್ರ. ಚಿತೆ, ದೇಹ, ತಲೆ ಬಾದಾಮಿ ಕ್ರಾಪು ಮಾಡಿಸಿಕೊಂಡ ಮಧ್ಯವಯಸ್ಕ, ಹೆಗಲ ಮೇಲೆ ಸೋರುವ ಮಡಕೆ. ದೂರದಲ್ಲಿ ಮರಗಳು ಇತರರು.

ಅರೆ, ಆ ಮಧ್ಯವಯಸ್ಸಿನ ಮುಖ ತಿಳಿದ ಮುಖ. ದಾಯಾದಿ ಸುಂದರರಾಯರ ಮುಖ. ಹುಣಸೂರಿನಲ್ಲಿ ಸ್ಟುಡಿಯೋ ಇಟ್ಟಿದ್ದರು. ಇದೇಕೆ ಇಲ್ಲಿ ಬಂತು. ಈ ಚಂಡಾಲ ಇದೆಲ್ಲಿ ಬಂದ?

ಪಕ್ಕದ ಪುಟದಲ್ಲಿನ ಚಿತ್ರದಲ್ಲಿ ಚಿತೆ ಉರಿಯುತ್ತಿತ್ತು. ಅದರಡಿಯಲ್ಲಿ ಅಗ್ನಿಗೆ ಹೇಳಿದ ಮಂತ್ರಗಳು

ಎಲೆ ಅಗ್ನಿಯೆ. ಈ ಮನುಷ್ಯನ ದೇಹವನ್ನು ಸುಡಬೇಡ. ಇವನ ಚರ್ಮವನ್ನು ಸುಡಬೇಡ. ಇವನನ್ನು ಪಕ್ವಮಾಡಿ ಪಿತೃಗಳ ಹತ್ತಿರ ಕಳಿಸಿಕೊಡು.

ಎಲೆ ಅಗ್ನಿಯೆ, ನೀನು ಈ ಯಜಮಾನನ ಯಜ್ಞದಲ್ಲಿ ಹುಟ್ಟಿದೆ. ಈಗ ನಿನ್ನಿಂದ ಮತ್ತೆ ಇವನು ಹುಟ್ಟಲಿ.

ಮಂತ್ರ ಅರ್ಧಕ್ಕೇ ನಿಲ್ಲಿಸಿ ಮತ್ತೆ ಅವನು ಹಿಂದಿನ ಪುಟ ತಿರುವಿ ದಾಯಾದಿ ಸುಂದರ ರಾಯರ ಮುಖ ನೋಡಿದ. ತಿಳಿದ ಮುಖ. ಕನ್ನಡಕ ತೆಗೆದಿದ್ದಾನೆ. ಅರೆನೆರೆತ ಪೂರ್ತಿ ಕ್ರಾಪಿನ ಬದಲು ಸ್ವಲ್ಪ ಶಾಸ್ತ್ರಕ್ಕೆ ತೆಗೆಸಿದ ಬಾದಾಮಿ ಕ್ರಾಪು. ಹೊಸ ಸರ್ವಾಂಗ-ಕ್ಷೌರ ಎದೆಯ ಮೇಲಿನ ಕೂದಲು ಕೂಡ ಇಲ್ಲ. ಬೊಜ್ಜು ಹೊಕ್ಕುಳ ಕೆಳಗೆ ಮೇಲು ಕೋಟೆ ಮಡಿ ಪಂಚೆ ಇವನು ಯಾಕೆ ಇಲ್ಲಿ, ಈ ಪುಸ್ತಕದಲ್ಲಿ?

ಮುನ್ನುಡಿಗೆ ತಿರುಗಿದ. ಅದರಲ್ಲಿ ಈ ಫರ್ಗ್ಯುಸನ್ ಮನುಷ್ಯ ಫೋರ್ಡ್ ವಿದ್ಯಾರ್ಥಿ ವೇತನದ ಸಹಾಯದಿಂದ ಮೈಸೂರಿಗೆ 1966–68ರಲ್ಲಿ ಹೋದದ್ದಾಗಿ ತಿಳಿಯಿತು. ಮೈಸೂರಿನಲ್ಲಿ ಮಿ. ಸುಂದರರಾಯರು ಮತ್ತು ಅವರ ಕುಟುಂಬ ವಿಷಯ ಸಂಗ್ರಹಣಕ್ಕೆ ಬಹಳ ಸಹಾಯ ಮಾಡಿದ್ದಾಗಿಯೂ ಹೇಳಿತ್ತು. ಅದಕ್ಕೇ ಮೈಸೂರು ಮನೆಗಳು. ಆ ಚಿತ್ರದಲ್ಲಿ ಮತ್ತೆ ಹಿಂದಿನ ಫೋಟೊಗಳನ್ನೆಲ್ಲ ತಿರುವಿ ಹಾಕಿದ. ಆ ಕಂಬಿ ಕಿಟಕಿ ಮನೆ ಪಕ್ಕದ ಮನೆಗಳು ಗೋಪಿ ಮನೆ ಸಂಪಿಗೆ ಮರದ ಗಂಗಮ್ಮನ ಖಾಲಿ ಮನೆ. ತಮ್ಮ ಮನೆ ಬೀದಿ. ಆ ವೆರಾಂಡ ತನ್ನ ಮನೆಯ ವರಾಂಡ. ಆ ಶವ ತಂದೆಯ ಶವ ಇರಬಹುದು. ಮುಖ ಸ್ಪಷ್ಟವಾಗಿ ಕಾಣಿಸಲಿಲ್ಲ. ಲಕ್ವ ಹೊಡೆದ ಮುಖ ಹರಿಯುವ ನೀರಿನಲ್ಲಿ ನೋಡಿದ ಮುಖ. ಮೈಯೆಲ್ಲ ಬೆಳ್ಳಗೆ ಹೊದಿಸಿದೆ. ಆ ಬ್ರಾಹ್ಮಣರೂ ತಿಳಿದವರ ಹಾಗಿದಾರೆ.

ಮತ್ತೆ ಮುನ್ನುಡಿ ಓದಿದ.

ಸುಂದರರಾಯರು ಬಹಳ ಸಹಾಯ ಮಾಡಿದ್ದರು. ತಮ್ಮ ಮನೆಯ ಸಂಬಂಧೀಕರ ಮನೆಯ ಮದುವೆ ಮುಂಜಿ ಸೀಮಂತ ಉತ್ತರಕ್ರಿಯೆ ಎಲ್ಲಕ್ಕೂ ಕರೆದುಕೊಂಡು ಹೋಗಿ ಫೋಟೋ ತೆಗೆಸಿ ತೆಗೆದು ಕೊಳ್ಳುವದಕ್ಕೆ ಸಹಾಯ ಮಾಡಿ, ಪ್ರಶ್ನೆ ಕೇಳಿ ಉತ್ತರ ಬರೆದು ಕೊಳ್ಳುವುದಕ್ಕೂ ಮಂತ್ರಗಳನ್ನು ಟೇಪ್ ರೆಕಾರ್ಡ್ ಮಾಡಿಕೊಳ್ಳುವುದಕ್ಕೂ ಅನುಕೂಲ ಮಾಡಿಕೊಟ್ಟಿದ್ದರು. ಮನೆಯಲ್ಲಿ ಊಟಹಾಕಿದ್ದರು. ಅವರಿಗೆ ಈ ಮ್ಲೇಚ್ಛ ಅನೇಕಾನೇಕ ಕೃತಜ್ಞತೆ ಸಲ್ಲಿಸಿದ್ದ.

ಮತ್ತೆ ಚಿತೆಯ ಫೋಟೋ ನೋಡಿದೆ. ಉರಿಯುತ್ತಿತ್ತು. ಅದರ ಕೆಳಗೆ ಅಗ್ನಿಗೆ ಹೇಳಿ

ಕೊಂಡ ಮಾತು. ಮರಗಿಡ ಮೈಸೂರಿನ ಸುಡುಗಾಡಿದ್ದ ಹಾಗೆ ಇತ್ತು. ಕೆಳಗೆ ಸಣ್ಣ ಅಕ್ಷರ ದಲ್ಲಿ ಕೃತಜ್ಞತೆ: ಸುಂದರರಾಯರ ಸ್ಟುಡಿಯೋ ಎಂದಿತ್ತು. ಅವನೇ ತೆಗೆದ ಚಿತ್ರ.

ಅವನ ತಂದೆ ಸತ್ತು ಅವನ ದಾಯಾದಿ ಸುಂದರರಾಯ ಕರ್ಮ ಮಾಡಿದ. ಮಗ ಪರದೇಶದಲ್ಲಿ. ಅವರಮ್ಮ ಹೇಳಬೇಡ ಎಂದಿರಬೇಕು. ದೂರ ದೇಶ ಒಂಟಿ ಇದಾನೆ, ತಂದೆ ಇಲ್ಲದ ತಬ್ಬಲಿ. ಕೆಟ್ಟ ಸುದ್ದಿ, ಹೇಗೊ ಏನೋ, ಹೋದ ಕೆಲಸ ಮುಗಿಸಿಕೊಂಡು ಬರಲಿ ಎಂದಿರಬೇಕು. ಇಲ್ಲ ಈ ಇವನೇ ಈ ಸುಂದರರೂನೇ ಸಲಹೆ ಕೊಟ್ಟಿರಬೇಕು—ಎಂದಿನ ಹಾಗೆ . ಅವನ ಮಾತೆಂದರೆ ಬಾವಿ ಹಾರುವುದಕ್ಕೂ ಸಿದ್ಧ ಅಮ್ಮ. ಲಕ್ವ ಹೊಡೆದು ಕೈಸೇದಿ ಹೋಗಿ ತಂದೆ ಕಾಗದ ಬರೆಯಲಿಲ್ಲ ಎಂದು ಹೇಳಿದ್ದರು ಎರಡು ವರ್ಷದ ಹಿಂದೆ – ಇವನು ಬಂದ ಮೂರು ತಿಂಗಳಲ್ಲಿ. ಇನ್ನು ಅಮ್ಮನಿಗೆ ಏನು ಮಾಡಿದರೋ? ತಲೆ ಬೋಳಿಸಿ ಬಿಟ್ಟರೋ, ಎಲ್ಲರೂ ಸೇರಿಕೊಂಡು ಆಚಾರವಂತರು. ಸುಂದರರಾಯನ ಮೇಲೆ ಕೆಂಡದಂತಹ ಕೋಪ ಬಂತು. ನೀಚ. ಚಂಡಾಲ. ಮತ್ತೆ ಮತ್ತೆ ಚಿತೆಯ ಚಿತ್ರ ನೋಡಿದ, ಕಂಬಿ ಕಿಟಕಿ, ಆ ಶವ, ಸುಂದರರಾಯನ ಬಾದಾಮಿ ಕ್ರಾಪು ಹೊಕ್ಕುಳು ನೋಡಿದ. ವರ್ಣನೆ ಓದಿದ.

ಹಿಂದೆಮುಂದೆ ಪುಟ ತಿರುವಿ ಹಾಕಿದ. ಗಾಬರಿಯಲ್ಲಿ ಪುಸ್ತಕ ಲೈಬ್ರರಿ ನೆಲಕ್ಕೆ ಮುಖ ಕೆಳಗಾಗಿ ಬಿತ್ತು. ಆ ಪುಟಗಳು ಮಡಿಸಿ ಹೋದುವು.

ಗಾಬರಿ ಗಾಬರಿಯಾಗಿ ಎತ್ತಿ ಪುಟ ಸರಿಮಾಡಿ ತಿರುವಿದ, ತಿರುವಿದ. ಅಲ್ಲಿಯವರೆಗೂ ಏನೂ ಕೇಳಿಸದಿದ್ದ ಅವನಿಗೆ ಕಾರಿಡಾರಿನ ಕೊನೆಯ ಅಮೇರಿಕನ್ ಕಕ್ಕಸಿನಲ್ಲಿ ಯಾರೋ ಫ್ಲಷ್ ಮಾಡಿದ ನೀರಿನ ಜಲಪಾತದ ಸದ್ದು ಭೋರೆಂದು ಎದ್ದು ಅಡಗಿ ಇಂಗಿದ್ದು ಕೇಳಿಸಿತು.

ಪುಟ ತಿರುವಿದ. ಸೀಮಂತದ ಅಧ್ಯಾಯದಲ್ಲಿ ಸೀತೆಯ ಹಾಗೆ ವೇಷ ಹಾಕಿಸಿಕೊಂಡು, ತಲೆಗೆ ಕಿರೀಟ ಕಟ್ಟಿಸಿಕೊಂಡು ಅನೇಕ ಸುಮಂಗಲಿಯರ ನಡುವೆ ಸ್ವಲ್ಪ ಸೊಟ್ಟ ಮೂತಿ ಮಾಡಿಕೊಂಡು ಕೂತಿದ್ದಳು ಅವನ ದಾಯಾದಿಯ ಮಗಳು ದಮಯಂತಿ. ಅವಳ ನಡು ಏಳು ತಿಂಗಳ ಚೊಚ್ಚಲು ಬಸುರಿನಿಂದ ಬೆಳೆದಿತ್ತು. ಈ ಸುಂದರರಾಯ ಅಮೇರಿಕನ್ ಬಂದಿದ್ದಾನೆ, ಇದೇ ಸಮಯ ಫೋಟೋ ತೊಗೊಳ್ಳಲಿ ಎಂತ ಮಗಳ ಬಸರಿಗೆ ಕಾದು ಸೀಮಂತ ಮಾಡಿಸಿರಬೇಕು. ಉತ್ತರ ಕ್ರಿಯೆ ಎಲ್ಲ ತೋರಿಸೋಣ ಅಂತ ಕಾದಿರಬೇಕು. ದೊಡ್ಡಪ್ಪನ ಮನೆಯಲ್ಲೆ ಅನುಕೂಲವಾಗಿ ಸಿಕ್ಕಿತು. ದೊರಕಿಸಿದ. ಎಷ್ಟು ಹಣ ಕೊಟ್ಟನೋ ಆ ಫರ್ಗ್ಯುಸನ್ ಮನುಷ್ಯ.

ಆ ಸುಮಂಗಲಿ ಹೆಂಗಸರ ನಡುವೆ ಅಮ್ಮನ ಮುಖ ಹುಡುಕಿದ. ಸಿಕ್ಕಲಿಲ್ಲ. ಸಂಪಿಗೆ ಮರದ ಗಂಗಮ್ಮ ಆಚೆಮನೆಯ ಎಂಬ್ರಾಯ್ಡರಿ ಲಚ್ಚಮ್ಮ ಇದ್ದರು.

ಅದೇ ಮುಖ, ಅದೇ ಬೊಜ್ಜು ಮೂಗುಗಳು ವಾಲೆ, ಮೂಗುಬೊಟ್ಟು ಕಾಸಗಲದ ಕುಂಕುಮಗಳು.

ಅವಸರವಸರವಾಗಿ ಅನುಕ್ರಮಣಿಕೆಯ ಪುಟ ತಿರುವಿದ. ವಕಾರ ವಿಕಾರವುಕಾರ ದಾಟಿ, ವೆಡ್ಡರು ವೇದಗಳು ವೇಷಭೂಷಣ ದಾಟಿ ವೈಖಾನಸ ವೈದಿಕ ಅಕ್ಷರಾನುಕ್ರಮದಲ್ಲಿ ವೈಧವ್ಯ ಸಿಕ್ಕಿತು. ವೈಧವ್ಯದ ಮೇಲೆ ಇಡೀ ಅಧ್ಯಾಯ ಇತ್ತು. ಇರದೇ ಮತ್ತೆ? ಅದರಲ್ಲಿ 233ನೇ ಪುಟದ ಎದುರಿಗೆ ಒಂದು ಸೊಗಸಾದ ಫೋಟೋ.

ಹಿಂದೂ ವಿಧವೆ. ಕೆಲವು ಶೈವ ಸಂಪ್ರದಾಯಂತೆ ತಲೆಕೂದಲು ಬೋಳಿಸಿದೆ.

ಎಂದು ಇದ್ದದ್ದು ಇದ್ದ ಹಾಗೆ ಶೀರ್ಷಿಕೆ, ಕೃತಜ್ಞತೆ: ಸುಂದರ್‍ರಾಯರು ಸ್ಟೂಡಿಯೋ ಹುಣಸೂರು. ಅಮ್ಮನ ಚಿತ್ರ? ತಿಳಿದ ಮುಖವಾದರೂ ಅಪರಿಚಯ. ಬೋಳಿಸಿಕೊಂಡ ತಲೆ. ಮೇಲೆ ಎಳೆದ ಮುಸುಕು. ಅದು ಕಪ್ಪು ಬಿಳಿ ಚಿತ್ರವಾದರೂ ಇವನಿಗೆ ಗೊತ್ತು ಅದು ಕೆಂಪು ಸೀರೆ. ಮಾಸಿದ ಸೀರೆ. ಸುಂದರರಾಯರು ಫೆಸಿಫಿಕ್ ಸಾಗರದಾಚೆ 10,000 ಮೈಲ ದೂರದ ಹುಣಸೂರಿನ ಚೆಲುವಾಂಬ ಅಗ್ರಹಾರದ ಹಿಂಭಾಗದ ಓಣಿಯಲ್ಲಿ ವಾಸವಾಗಿದ್ದರಿಂದ, ಅವತ್ತು ಬದುಕಿಕೊಂಡರು.

14. ಕ್ಷಿತಿಜ

– ಶಾಂತಿನಾಥ ದೇಸಾಯಿ

1

'ಬಿ' ಡೆಕ್ಕಿನ ಮೇಲೆ ಒಬ್ಬಳೇ ನಿಂತು ಮಂದಾಕಿನಿ ಸಮುದ್ರದ ತೆರೆಗಳನ್ನೂ ಇದ್ದಲ್ಲಿಯೇ ಇದ್ದಂತೆ ಕಾಣುವ ಕ್ಷಿತಿಜವನ್ನೂ ಎಷ್ಟೋ ಹೊತ್ತು ನೋಡುತ್ತ ನಿಂತಿದ್ದಾಳೆ. ಸುತ್ತಲೂ ನೀರೇ ನೀರು, ಎತ್ತ ನೋಡಿದತ್ತ ಒಂದೇ ಸವನೆ ಉಬ್ಬಸ ಪಡುವ ಕಪ್ಪು ನೀರು. ಮೇಲೆ ಆಕಾಶ. ಅದೂ ಮೋಡಗಳಿಂದ ಹೊದಿಸಲ್ಪಟ್ಟ ಕರಿ ಆಕಾಶ. ನೋಡಿ ನೋಡಿ ಬೇಸರ ಬಂತು. ಅದೇ ಡೆಕ್ಕಿನ ಮೇಲೆ ಬದಿಗೆ ಇದ್ದ ಸುಂದರವಾದ ಲಾಯಬ್ರರಿಯಲ್ಲಿ ಮೆತ್ತನೆ ಸೋಫಾದ ಮೇಲೆ ಏನಾದರೊಂದು ಪುಸ್ತಕ ನೋಡುತ್ತ ಕೂಡ್ರಬೇಕೇ ಅಥವಾ ಮರಳಿ ತನ್ನ ಕೇಬಿನ್ನಿಗೆ ಹೋಗಿ ಸಂಜೆ ಏಳರ ತನಕ 'ಡಿನರ್' ಬೆಲ್ಲಾಗುವ ವರೆಗೆ ಪೈಪುಗಳಿಂದ ಭುಸ್ಸೆಂದು ಬರುವ ತಂಗಾಳಿಗೆ ಮೈಯೊಡ್ಡಿ ಮಲಗಿಬಿಡಬೇಕೇ ಎಂದು ಯೋಚಿಸ ಹತ್ತಿದಳು. ನಿನ್ನೆಯ ರಾತ್ರಿ ಸರಿಯಾಗಿ ನಿದ್ದೆ ಹತ್ತಿರಲಿಲ್ಲ – ಹಡಗದ ವಿಪರೀತ ಹೊರ ಳಾಟದ ಮೂಲಕವೇ ಇರಬೇಕು. ಇಂದು ಮಧ್ಯಾಹ್ನ ಲಂಚ್ ಮುಗಿದ ನಂತರ ಮಲಗ ಬೇಕೆಂದರೆ ಅವಳ ಹೊಸ ಟೇಬಲ್-ಮೇಟ್ ಮಿಸೆಸ್ ಮೋಹಿತೆಯವರೊಡನೆ ಮೊದಲ ಗುರ್ತಿನ ಮಾತುಕತೆ. ಮಿಸೆಸ್ ಮೋಹಿತೆಯ ಮಗ ಲಂಡನ್ನಿನಲ್ಲಿ ಯಾವುದೋ ಕಾರಖಾನೆಯಲ್ಲಿ ಕೆಲಸಕ್ಕಿದ್ದಾನೆ: ಮುಂಬಯಿಯಲ್ಲಿ ಒಬ್ಬಳೇ ಯಾಕಿರಬೇಕು-ಗಂಡ ಸತ್ತು ಹತ್ತು ವರ್ಷವಾಯಿತು; ಮಗನೂ ಬಾ ಬಾ ಎಂದು ಆಗ್ರಹ ಮಾಡುತ್ತಿದ್ದ; ಹೋಗಿಬಿಟ್ಟರಾಯಿತು, ಮುಂಬಯಿಯೇನು ಲಂಡನ್ನೇನು ಎಲ್ಲ ಒಂದೇ, ಅಲ್ಲಿಯೂ ಮರಾಠಿ ಜನರಿದ್ದಾರೆ – ಎಂದು ಹೊರಟಿದ್ದಾಳೆ ಈ ತಾಯಿ. ಅವಳ ಎರಡು ತಾಸಿನ ಪುರಾಣದ ನಂತರ ಇನ್ನಾದರೂ ಹೋಗಿ ಮಲಗೋಣ ಎನ್ನುವಷ್ಟರಲ್ಲಿ ಅವಳ ಕೇಬಿನ್-ಮೇಟ್ ಮಿಸ್ ಜೊಸೆಫ್ ಬಂದು ಬಿಟ್ಟಿದ್ದಳು. 'ಮಂದಾ, ಕಮೋನ್ – 'ಸಿ' ಡೆಕ್ಕಿನ ಮೇಲೆ ಸ್ವಿಮ್ಮಿಂಗ್ ನೋಡುವ,' ಎಂದು ಎಳೆದೊಯ್ದಿದ್ದಳು. ಅಸ್ಟ್ರೇಲಿಯನ್ ಹುಡುಗ-ಹುಡುಗೆಯರು ಅರೆಬೆತ್ತಲಾಗಿ ನೀರಿನಲ್ಲಿ ನಗುತ್ತ ಕೆಲೆಯುತ್ತ ತಮಾಷೆ ಮಾಡುತ್ತಿದ್ದು ದನ್ನು ನೋಡಿ ಅಸೂಯೆ ಪಟ್ಟ ನಂತರ ಮಿಸ್ ಜೊಸೆಫ್ ಅಂದಿದ್ದಳು. 'ಮಿಸ್ ಭಾಟೆ, ಅವರ ಸ್ವಾತಂತ್ರ್ಯ – ಅವರ ನಗುವದು, ಕೆಲೆಯುವದು, ಕುಣಿಯುವದು ನೋಡಿ ನಮ್ಮ

ಜೀವನ ಜೀವನವೇ ಅಲ್ಲ ಎಂದೆನಿಸುವದಿಲ್ಲವೇ ನಿನಗೆ? ನಮ್ಮ ಕ್ರಿಶ್ಚಿಯನ್ನರಿಗೆ ಸ್ವಲ್ಪಿಲ್ಲ ಸ್ವಲ್ಪ ಮೋಜಿದೆ ಜೀವನದಲ್ಲಿ – ನಿಮಗೆ?…ನಿನಗೆ ಡಾನ್ಸ ಕಲಿಸಲೇನು ನಾನು? ಇಂಗ್ಲಂಡಿನಲ್ಲಿ ಒಂದು ವರ್ಷ ಇರುವವಳಿದ್ದೀ – ಡಾನ್ಸ ಗೊತ್ತಿಲ್ಲದಿದ್ದರೆ ಹೇಗೆ?' ಮುಂದೆ ಅವಳ ಹರಟೆ ಸುರುವಾಗಿತ್ತು: 'ಇಂದು ರಾತ್ರಿ ಡಾನ್ಸಿದೆ ತಾನೆ! ಆ ಗಡ್ಡದ ಸರ್ದಾರ್ಜಿ ಇದ್ದಾನಲ್ಲ, ಆತ ಮುಂಜಾನೆಯಿಂದ ಎರಡು ಸಲ ಕೇಳಿದ್ದಾನೆ ತನ್ನೊಡನೆ ಡಾನ್ಸ ಮಾಡಲು. ಮನಸ್ಸಿಲ್ಲದಿದ್ದರೂ ಹೂ ಅಂದಿರುವೆ. ಆ ಪೆದ್ದ ಮುಖರ್ಜಿಗೆ ಡಾನ್ಸ ಬಂದಿದ್ದರೆ ಚೆನ್ನಾಗಿತ್ತು.' 'ಮುಖರ್ಜಿ ಯಾರು?' ಮಂದಾಕಿನಿ ಕೇಳಿದ್ದಳು. 'ನಿನ್ನೆ ಸಂಜೆ ನನ್ನ ಕೂಡ ಎರಡು ತಾಸು ಹರಟೆ ಹೊಡೆದನಲ್ಲ ಆ ಸಣ್ಣ ಕಣ್ಣಿನ, ಎತ್ತರವಾದ ಸ್ಮಾರ್ಟಕೋತಿ. ಆತ ಕಲಕತ್ತೆಯಲ್ಲಿ ಡಾಕ್ಟರ್ ಇದ್ದಾನೆ. ಎಫ್. ಆರ್. ಸಿ. ಎಸ್. ಮಾಡಲು ಎಡಿನಬರೋಗೆ ನಡೆದಿದ್ದಾನೆ. I like him–ಬಹಳ jolly ಮನುಷ್ಯ…' ಓಹ್, ಅವನೇ? ಇಂದು ಮುಂಜಾನೆ ಡಾ। ಸರೋಜ ಇದ್ದಾಳಲ್ಲ ಅವಳ ಕೂಡ ಬಾರಿನಲ್ಲಿ ಕೂತು ಏನನ್ನೋ ಕುಡಿಯುತ್ತಿದ್ದ. 'ಹೀಗೋ? ಹುಂ …Speak of the devils… ಅವಳೇ ಅಲ್ಲವೇ ಡಾ। ಸರೋಜ? ಅಬ್ಬಾ ಎಷ್ಟು ಲಠ್ಠ-ಆನೆಯಂತಿದ್ದಾಳಲ್ಲ…' 'ಆದರೆ ಅವಳು ಒಳ್ಳೆಯವಳೆಂದು ಕಾಣಿಸುತ್ತದೆ. ನಿನ್ನೆ ನೀನು ಮುಖರ್ಜಿಯ ಕೂಡ ಮಾತಾಡುವಾಗ, ಅವಳು ತಾನಾಗಿಯೇ ಮಾತು ತೆಗೆದು ನನ್ನ ಗುರ್ತು ಮಾಡಿಕೊಂಡಳು…' ಎಂದು ಮಂದಾಕಿನಿ ಹೇಳುವಷ್ಟರಲ್ಲಿ ಡಾ।ಮುಖರ್ಜಿ, ಡಾ।ಸರೋಜ ಇಬ್ಬರೂ ಅವರಿದ್ದಲ್ಲಿ ಬಂದು, 'ಮಿಸ್ ಜೊಸೆಫ್ ಇವರು ಡಾ। ಸರೋಜ, ಲಂಡನ್ನಿಗೇ ಮುಂದಿನ ಮೆಡಿಸಿನ್ ಅಭ್ಯಾಸಕ್ಕೆ ನಡೆದಿದ್ದಾರೆ – ಇವರು ಮಿಸ್ ಜೊಸೆಫ್ – ಇವರು ಲಂಡನ್ನಿಗೇ… ಇಂಡಿಯಾ ಹೌಸಿನಲ್ಲಿ ಒಂದು ಕೆಲಸ ಸಿಕ್ಕಿದೆ, lucky' ಎಂದು ಮುಖರ್ಜಿಯೂ, ಮಿಸ್ ಭಾಟೆ, ಇವರು ಡಾ। ಮುಖರ್ಜಿ', ಎಂದು ಡಾ। ಸರೋಜಳೂ ಪರಿಚಯಮಾಡಿಕೊಟ್ಟಿದ್ದರು. ಡಾ। ಮುಖರ್ಜಿಯ ಕಣ್ಣುಗಳು ಮಂದಾಳನ್ನು ನಖಶಿಖಾಂತ ಪರೀಕ್ಷಿಸಿದ್ದವು. ನಂತರ ಅವು ಅವಳ ಎದೆಯ ಮೇಲೆ ನಟ್ಟಾಗ ಅವಳಿಗೆ ಹೇಗೋ ಅನಿಸಿತ್ತು. ಮುಂದೆ ನಾಲ್ಕು ಹೊಡೆಯಲು ಐದು ನಿಮಿಷವಿದ್ದುದರಿಂದ ಎಲ್ಲರೂ ಚಹಾಕ್ಕೆ ಹೋಗಿದ್ದರು. ಚಹ ಕುಡಿಯುವಾಗ ಗೂಳಿಯಂತೆ ಕಾಣುವ ಸರ್ದಾರ್ಜಿ ಬಂದು ಸೇರಿದ್ದ. ಚಹ ಆದ ನಂತರ ಸರ್ದಾರ್ಜಿ ಮಿಸ್ ಜೊಸೆಫಳೊಡನೆಯೂ (ಜೊಸೆಫ್ ಕಪ್ಪಿದ್ದರೂ ಸ್ಮಾರ್ಟಾಗಿದ್ದಾಳೆ: ಸರ್ದಾರ್ಜಿಯ ತಲೆಯಲ್ಲಿ ಅವಳ ಬಗ್ಗೆ ಯಾವ ವಿಚಾರವಿದೆಯೊ!)ಡಾ।ಮುಖರ್ಜಿ (ನಿಜಕ್ಕೂ ಸ್ಮಾರ್ಟ– ಚಲುವ! ಲಗ್ನವಾಗಿರಲಿಕ್ಕಿಲ್ಲ…) ಡಾ। ಸರೋಜಳೊಡನೆಯೂ ಜಿಗಿತ ಕೊಟ್ಟರು. ಮಂದಾಕಿನಿ ತೆಪ್ಪಗೆ ತನ್ನ ಕೇಬಿನ್ನಿಗೆ ಹೋಗಿ ಹತ್ತು ನಿಮಿಷ ಅಸ್ವಸ್ಥ ಮನಸ್ಥಿತಿಯಲ್ಲಿ ಕನ್ನಡಿಯಲ್ಲಿ ತನ್ನ ಮುಖ ನೋಡುತ್ತ ಕುಳಿತಿದ್ದಳು. ಹೆಚ್ಚು ಹೊತ್ತು ಕೂಡ್ರಲಿಕ್ಕಾಗದೆ ಹೆರಳು ಬಿಚ್ಚಿ ಕೂದಲೆಲ್ಲ ಚನ್ನಾಗಿ ಬಾಚಿ ತನಗೆ ಬಹಳ ಸೇರುವ ಒಂದು ಎತ್ತರವಾದ 'ಅಂಬಾಡೆ' ಕಟ್ಟಿ, ಮುಖ ಚನ್ನಾಗಿ ಉಜ್ಜಿ, ಪೌಡರ ಸವರಿ, ಸೀರೆ-ಬ್ಲಾವುಜ್ ಬದಲಿಸಿ ತನ್ನ ಪ್ರತಿಬಿಂಬಕ್ಕೆ ಒಂದು ಮುಗುಳು-ನಗೆ

ನಕ್ಕು, 'ನೀನು ಅಷ್ಟೇನೂ ಕೆಟ್ಟಿಲ್ಲ – ಯಾಕೆ, ಈ ನೀಲೀ ಸೀರೆಯಲ್ಲಿ ನಿಜಕ್ಕೂ ಸುಂದರ ಕಾಣುತ್ತಿರುವಿ...' ಎಂದು ಹೇಳಿ, 'ಬಿ' ಡೆಕ್ಕಿನ ಮೇಲೆ ಬಂದು ನಿಂತಿದ್ದಳು.

ಇನ್ನು ಕೇಬಿನ್ನಿಗೆ ಮರಳಿ ಹೋಗಿ ಮಲಗಿಬಿಡುವುದೇ ಲೇಸು ಎಂದು ನಿರ್ಧಾರಕ್ಕೆ ಬರುವಷ್ಟರಲ್ಲಿ ಅವಳ ಎಡಬದಿಯಿಂದ ಚಿರೂಟಿನ ವಾಸನೆಯ ಜೊತೆಗೆ ಒಂದು ಗಂಡಸು ಧ್ವನಿ ಅವಳನ್ನು ಇಂಗ್ಲಿಷಿನಲ್ಲಿ ಕೇಳಿತು:

"ಈದಿನ ಸಂಜೆ ಎಷ್ಟು ಡಲ್ ಆಗಿದೆ – ಅಲ್ಲವೆ?"

ಮಂದಾಕಿನಿಗೆ ಸಂಶಯ: ಈ ಯುರೋಪಿಯನ್ ಕೆಂಪು ಮುದುಕ ಪ್ರಶ್ನೆ ಕೇಳಿದ್ದು ತನಗೋ ಅಥವಾ ಮುಂದಿರುವ ಸಮುದ್ರಕ್ಕೊ ಎಂದು. "ಪಾರ್ಡನ್, ನೀವು ಕೇಳಿದ್ದು ನನ್ನನ್ನೇ ತಾನೆ?"

"ಯಸ್, ಗುಡ್ ಈವ್ನಿಂಗ್, ನಾನು ಹ್ಯಾರಿ ಮೆಕಾರ್ಥಿ. ಕ್ಯಾಲಿಫೋರ್ನಿಯದವ. ಸಿಡ್ನಿಗೆ ಬಿಜಿನೆಸ್ಸಿಗೆ ಹೋಗಿದ್ದೆ. ಈಗ ತಿರುಗಿ ಪೊರಟಿದ್ದೇನೆ."

"ಸಿಡ್ನಿಯಿಂದ ವಿಮಾನದಲ್ಲಿ ಹೋಗಿದ್ದರೆ ಚನ್ನಾಗಿತ್ತಲ್ಲ?" ಮಂದಾಕಿನಿ ನಿರ್ಭಿಡೆಯಿಂದ ಕೇಳಿದಳು. ಅವಳಿಗೆ ಮುದುಕನ ನಗುವ, ಹೊಳೆಯುವ ಕಣ್ಣುಗಳೂ ಅನುಕಂಪದಿಂದ ತುಂಬಿ ತುಳುಕುವ ಮುಖವೂ ತುಂಬ ಸೇರಿದುವು.

"ಇದು ನನ್ನ ಪ್ಲೆಜರ್ ಟ್ರಿಪ್ಪು. ನನಗೆ ಒಂದು ತಿಂಗಳು ರಜೆ ಸಿಕ್ಕಿದೆ, ಅದನ್ನು ಹಡಗ ದಲ್ಲಿ ಸುಖವಾಗಿ ಉಪಭೋಗಿಸಬೇಕು, ಸ್ವಲ್ಪ ಜಗತ್ತನ್ನು ನೋಡಬೇಕು ಎಂದು ... ನೀವು ಇಂಡಿಯನ್ ತಾನೆ?"

"ಹೌದು. ನಾನು ಮುಂಬಯಿಯವಳು. ಅಂದರೆ ಮುಂಬೈ ಸಮೀಪ. ಸ್ವಲ್ಪ ದೂರ ಒಂದೂರಿದೆ – ಅಹಮ್ಮದನಗರ-ಅಲ್ಲಿಯವಳು. ನನ್ನ ಹೆಸರು ಭಾಟೆ."

"ಮಿಸೆಸ್ ಭಾಟೆ. ನೀವು..."

"ಮಿಸೆಸ್ ಅಲ್ಲ. ಮಿಸ್. ಭಾಟೆ!"

"ಓಹ್ ಸಾರಿ, ಅದೆಂಥ ಸ್ಟುಪಿಡ್ ನಾನು! ಮಿಸ್ ಭಾಟೆ, ನೀವೆಲ್ಲಿಗೆ ಹೊರಟಿದ್ದೀರಿ? ಲಂಡನ್ನಿಗಿರಬೇಕು?"

"ಹುಂ. ಅಲ್ಲಿ ಸಮೀಪ ಚಿಜಲ್‌ಹರ್ಸ್ಟ ಎಂಬ ಊರಿದೆ .ಅಲ್ಲಿ ಟೀ. ಡಿ. ಅಂದರೆ ಡಿಪ್ಲೊಮಾ ಇನ್ ಟೀಚಿಂಗ್ ಮಾಡಲು."

"ಸ್ವಂತ ಖರ್ಚಿನಿಂದಲೋ?"

"ಅಲ್ಲ. ನಾನು ಕೆಲಸ ಮಾಡುತ್ತಿರುವ ಮಿಶನರಿ ಸ್ಕೂಲಿನವರು ಸ್ಕಾಲರ್‌ಶಿಪ್ ಕೊಟ್ಟು ಕಳಿಸುತ್ತಿದ್ದಾರೆ."

"ಸ್ಕಾಲರ್‌ಶಿಪ್! ಹುಂ – ನೀವು ಒಳ್ಳೇ ಬ್ರಿಲಿಯಂಟಿರಬೇಕು!"

"ಅದೇನೋ ನನಗೆ ಗೊತ್ತಿಲ್ಲ. ಆದರೆ ಬಿ.ಎ. ದಲ್ಲಿ ಫರ್ಸ್ಟ್‌ಕ್ಲಾಸ್ ಬಂದದ್ದು ನಿಜ – ಇತಿಹಾಸ ವಿಷಯ. ನಂತರ ಬೀ. ಟಿ. ಯಲ್ಲಿಯೂ ಫರ್ಸ್ಟ್‌ಕ್ಲಾಸ್ ಬಂತು..."

"ಹೀಗೇನು? ನೀವು ಅಮೇರಿಕೆಗೆ ಬರಬೇಕು ಹಾಗಾದರೆ. ಬಂದು ಅಲ್ಲಿ ಏನಾದರೂ ರಿಸರ್ಚ್ ಮಾಡಬೇಕು. ನನ್ನ ಕುಟುಂಬದ ಇತಿಹಾಸದ ಬಗ್ಗೆ ರಿಸರ್ಚ್ ಮಾಡಿದರೂ ನಿಮಗೆ ಪಿಎಚ್. ಡಿ. ದೊರೆಯುವದು ಖಂಡಿತ" ಎಂದು ಮೆಕಾರ್ಥಿ ನಕ್ಕ. "ವೆಲ್, ಈ ಹಡಗದ ಜೀವನ ಹೇಗೆ ಉಪಭೋಗಿಸುತ್ತಿರುವಿರಿ? ಇಂಟರೆಸ್ಟಿಂಗಾಗಿದೆ-ಅಲ್ಲವೆ?"

"ನಾಟ್ ಬ್ಯಾಡ್. ಮೊದಲಿನ ಎರಡು ದಿನ ಸ್ವಲ್ಪ ಮಜ ಎನಿಸಿತು. ಈಗ ಬೇಸರ ಬರುತ್ತಿದೆ. ಸರಿಯಾದ ವೇಳೆಗೆ ಊಟ-ಉಡಿಗೆ, ನಂತರ ಸುಮ್ಮನೆ ಕೂಡ್ರುವುದು. ಆಮೇಲೆ ಈ ನೀರು, ಬರೇ ನೀರು, ಎತ್ತ ನೋಡಿದತ್ತ ಅದೇ ನೀರು..."

"ನೀರು! ಸಮುದ್ರ! ಈ ಸಮುದ್ರದಲ್ಲಿ ಒಂದು ಬೇರೆ ವಿಶ್ವವೇ ಇದೆ ನೋಡಿ. ಬಹಳ ಇಂಟರೆಸ್ಟಿಂಗ್! ಮೊನ್ನೆ ಒಂದು ಪುಸ್ತಕ ಓದುತ್ತಿದ್ದೆ–ಸಮುದ್ರದ ಬಗ್ಗೆ. ಸಮುದ್ರದಲ್ಲಿ ಇದ್ದಷ್ಟು ಪ್ರಾಣಿಗಳು, ಮೀನುಗಳು, ಅಲ್ಲಿ ಇದ್ದಷ್ಟು ಬಣ್ಣ ಬಣ್ಣದ ತರತರದ ಜೀವನ. ಪೃಥ್ವಿಯ ಮೇಲೂ ಇಲ್ಲವೆನಿಸಿತು. ಆದರೆ ಸಮುದ್ರದಲ್ಲಿ ಮುಳುಗುವ ಕಲೆ ಗೊತ್ತಿದ್ದ ವರಿಗೇ ಆ ಜೀವನದ ರೊಮ್ಯಾನ್ಸ ಗೊತ್ತು..."

"ಹೀಗೇನು? ನಾನೂ ಓದಬೇಕು ಹಾಗಾದರೆ. ಸಮುದ್ರಜೀವನದ ಬಗ್ಗೆ ಒಂದೆರಡು ಪಿಕ್ಚರ್ಸ್ ಮಾತ್ರ ನೋಡಿದ್ದೆ. ನೀರಿನೊಳಗಿನ ಆ ಜಗತ್ತು ನನಗಂತೂ ತೀರ ಭಯಾನಕ ವೆನಿಸಿತ್ತು."

ಸ್ವಲ್ಪ ಹೊತ್ತು ಇಬ್ಬರೂ ಸಮುದ್ರದ ತೆರೆಗಳನ್ನೇ ನೋಡುತ್ತ ನಿಂತರು. ದೂರದಲ್ಲಿ ಕ್ಷಿತಿಜ ಕೆಂಪಾಗತೊಡಗಿತ್ತು. ಮೆಕಾರ್ಥಿಯು ತನ್ನ ನಂದಿಹೋದ ಚಿರೂಟನ್ನು ಮರಳಿ ಹೊತ್ತಿಸಿದ.

"ಮಿಸ್ ಭಾಟೆ, ಈಗ ಎರಡು ದಿನಗಳಿಂದ ನೋಡುತ್ತಿರುವೆ–ಇಂಡಿಯನ್ನರಲ್ಲಿ ಬಹಳ ಜನರಿಗೆ ಜೀವನ ಉಪಭೋಗಿಸುವುದೇ ಗೊತ್ತಿಲ್ಲವೆಂದು ಕಾಣುತ್ತದೆ. ಸಂಕೋಚ, ನಾಚಿಕೆ, ಅಧೈರ್ಯ-ಮೈಚಳಿ ಬಿಟ್ಟು ಆಡುವದು, ನಗುವುದು, ನಲಿಯುವದು ಗೊತ್ತೇ ಇಲ್ಲವೇನೋ ಇವರಿಗೆ. ಉದಾಹರಣೆಗಾಗಿ ನಿಮ್ಮನ್ನೇ ತೆಗೆದುಕೊಳ್ಳಿ, ಎರಡು ದಿನಗಳಿಂದ ನಿಮ್ಮನ್ನು ನೋಡುತ್ತಿರುವೆ–ನಿಮ್ಮ ಗಾಂಭೀರ್ಯ, ಏಕಾಕಿತನ–ಮುದುಡಿಕೊಳ್ಳುವ ವೃತ್ತಿ ನೋಡಿ ನನಗಂತೂ ಹೇಗೆ ಹೇಗೋ ಅನಿಸುತ್ತದೆ, Why don't you enjoy yourself? ಯಾಕೆ?" ಮುದುಕನ ಧ್ವನಿಯಲ್ಲಿ ಆತ್ಮೀಯತೆ ಇತ್ತು.

"ಅಂದರೆ" ಮಂದಾಕಿನಿಯ ಅಧೀರ ಪ್ರಶ್ನೆ.

"ಅಂದರೆ–ಜೀವನ ಉಪಭೋಗಿಸಬೇಕು... You should have a good time before it's late... ಸಮಯ ಮೀರುವುದಕ್ಕಿಂತ ಮುಂಚೆ".

"ಅಂದರೆ ಡಾನ್ಸ್, ಡ್ರಿಂಕ್ಸ್, ಮತ್ತು... ಮತ್ತು ಲವ್ ತಾನೆ?" ಎಂದು ನಕ್ಕು ಬಿಟ್ಟಳು ಮಂದಾಕಿನಿ.

"ಹೌದು ಅವು ಕೆಲವು ಪ್ರಮುಖ ಸಾಧನಗಳು, ನಿಜ..."

"ನೋಡಿ ನಾನು ಇಂಡಿಯನ್ ಹೆಣ್ಣು, ಹಿಂದೂ ಹೆಂಗಸು, ನಾವು ಈಗ ತಾನೇ ಅಡಿಗೆ ಮನೆಯಿಂದ ಸ್ವಲ್ಪ ಹೊರಗೆ ಬಂದಿದ್ದೇವೆ. ಇದೆಲ್ಲ ನಮಗೆ ಒಂದು ಹೊಸ ವಿಶ್ವ; ಬರಿ ಪುಸ್ತಕ, ಪಿಕ್ಚರ್ಸ್‌ಗಳಲ್ಲಿಯ ಕಲ್ಪನೆಯ ವಿಶ್ವ..."

"ಓಹ್ ಹಾಗಾದರೆ ಇಂಗ್ಲಂಡಿಗೆ ಹೋದ ಮೇಲೆ ಹೇಗೆ ಮಾಡುವಿರಿ? ರೋಮದಲ್ಲಿ ರೋಮನ್ನರಂತೆ ಇರಬೇಕು ಗೊತ್ತೆ?"

"ಯಾಕೆ? ಎಲ್ಲಿದ್ದರೇನು ಇಂಡಿಯನ್ನರು ಇಂಡಿಯನ್ನರೇ ಅಲ್ಲವೆ? ರೋಮದಲ್ಲಿ ಇಂಡಿಯನ್ನರಂತೆ ಇರಲಿಕ್ಕಾಗದೇ?"

"ವೆಲ್ ವೆಲ್ ವೆಲ್-ನಿಮ್ಮ ಪ್ರಯತ್ನಕ್ಕೆ ಫಲ ಸಿಗಲಿ... If you don't mind ನಿಮ್ಮ ವಯಸ್ಸೆಷ್ಟು? ಇದು ಬ್ಯಾಡ್ ಮ್ಯಾನರ್ಸ್, ಗೊತ್ತು. ಆದರೂ ಕುತೂಹಲ – ಮುದುಕನ ಕುತೂಹಲ. ನಿಮ್ಮ ಇಂಡಿಯನ್ನರ ವಯಸ್ಸೇ ನಮಗೆ ಗೊತ್ತಾಗುವುದಿಲ್ಲ.

"ಇಪ್ಪತ್ತೈದು."

"ಓಹ್ ಗ್ರೇಟ್, ಮಜಾ ಮಾಡಲಿಕ್ಕೆ ಸರಿಯಾದ ವಯಸ್ಸು! ಓಕೆ... ಮತ್ತೆ ಭೆಟ್ಟಿಯಾಗುವ... ಬಾಯ್ಬಾಯ್." ಎಂದು ಮುಗುಳುನಗೆ ನಗುತ್ತ ಹೊರಟು ಹೋದ ಮೆಕಾರ್ಥಿ.

ವಯಸ್ಸು 28-29 ಆಗಿದ್ದರೂ 25 ಎಂದು ಹೇಳುವ ಅಭ್ಯಾಸವಾಗಿಬಿಟ್ಟಿದೆ ಮಂದಾಕಿನಿಗೆ. ತಾನು ನಿಜಕ್ಕೂ ಮುದುಕಿಯಾಗಿದ್ದಾಳೆಂದೇ ಅವಳ ಭಾವನೆ. ಇಡಿಯ ಜೀವನ ಕಲಿಯುವದರಲ್ಲಿ, ನಂತರ ನೌಕರಿಯಲ್ಲಿ, ತಾಯಿಯನ್ನೂ ತಮ್ಮಂದಿರನ್ನೂ ನೋಡಿಕೊಳ್ಳುವದರಲ್ಲಿ, ಎಲ್ಲ ವೆಚ್ಚವಾಗಿ ಹೋಯಿತಷ್ಟೆ! ಬಿ.ಎ. ಆದ ಕೂಡಲೆ ಪ್ರಾ. ಕರಂದಿಕರರ 'ಮಾಗಣಿ ' ಬಂದಿತ್ತು. ಅನಂತರ ಅವಳ ಸಹೋದ್ಯೋಗಿ ದೇಶಪಾಂಡೆ ಮೇಲಿಂದ ಮೇಲೆ ಮನೆಗೆ ಬಂದು ನಂತರ ಪ್ರೀತಿ ವ್ಯಕ್ತಮಾಡಿ ಅವಳಿಂದ ಇಲ್ಲವೆನಿಸಿಕೊಂಡಿದ್ದ. ಅವಳ ಉದ್ಯೋಗ ಪ್ರಿಯತೆ, ಶಾಲೆಯ ಮಕ್ಕಳ ಮೇಲಿನ ಮಮತೆ, ಶಾಲೆಯ ಬಗ್ಗೆ ಭಕ್ತಿ ಎಲ್ಲ ನೋಡಿ ಮಿಶನರಿಗಳು ಅವಳಿಗೆ ಸ್ಕಾಲರ್‌ಶಿಪ್‌ನ ವ್ಯವಸ್ಥೆ ಮಾಡಿ ಚಿಜಲ್‌ಹರ್ಸ್ಟಿಗೆ ಕಳಿಸುವ ಯೋಜನೆ ಮಾಡಿದರು-ಮೂರು ವರ್ಷದ ಬಾಂಡು ಬರೆಯಿಸಿಕೊಂಡು. ಇನ್ನೇನು ಸರ್ವಿಸಿಗೇ ಲಗ್ನವಾದಂತೆ, ತಪ್ಪೇನಾಯಿತು?... ಒಂದು ರೀತಿಯಿಂದ ಅವಳು ಬಹಳ ಲಕೀ-ಅದೃಷ್ಟಶಾಲಿ: ಎಲ್ಲರಿಗೂ ಹೀಗೆ ಸ್ಕಾಃಲರ್‌ಶಿಪ್ಪಿನ ಮೇಲೆ ಇಂಗ್ಲಂಡಿಗೆ ಹೋಗಲು ಸಿಗುವುದೇ? ಅವಳು ಅಸಾಧಾರಣ ವ್ಯಕ್ತಿಯೆಂದೇ ಇದೆಲ್ಲ ಕೂಡಿಬರಲಿಲ್ಲವೆ? ಅವಳಿಗೀಗ ಒಂದೇ ಯೋಚನೆ: ಇಂಗ್ಲಂಡಿಗೆ ಹೋಗಬೇಕು, ಅಲ್ಲಿ ಟೀ.ಡಿ.ಯಲ್ಲಿ ಫರ್ಸ್ಟ್‌ಕ್ಲಾಸು ದೊರಕಿಸಿ ಹೆಸರು ಗಳಿಸಿ ಮರಳಬೇಕು. ಸದ್ಯದ ಸ್ಕೂಲಿನಲ್ಲಿ 3-4 ವರ್ಷ ಕೆಲಸಮಾಡಿ ನಂತರ ಯಾವುದಾದರೊಂದು ಹಾಯಸ್ಕೂಲಿನ ಪ್ರಿನ್ಸಿಪಾಲಳಾಗಬೇಕು – ಒಳ್ಳೆಯ ಆದರ್ಶ ಎಫಿಶಿಯೆಂಟ್ ಪ್ರಿನ್ಸಿಪಾಲಳಾದರೆ ಅದಕ್ಕಿಂತ ಹೆಚ್ಚೇನು ಬೇಕು ಜೀವನದಲ್ಲಿ? ಎಷ್ಟೋ ಮಿಶಿನರಿ ಹೆಂಗಸರು ಲಗ್ನವಾಗದೆ

ಇರುವದಿಲ್ಲವೆ? ಅವರ ಸ್ಕೂಲಿನ ಪ್ರಿನ್ಸಿಪಾಲ್ ಮಿಸ್ ಟೇಲರ್ ಇಲ್ಲವೆ-ಹಾಗೆ ನಿಃಸ್ವಾರ್ಥ ಸೇವೆಗೆ ಇಡಿಯ ಜೀವನ ಮುಡಿಪಾಗಿಡುವದರಲ್ಲಿ ಒಂದು ಉನ್ನತ ಆನಂದವಿದೆಯಲ್ಲವೆ? ಸದ್ಯ ಮಂದಾಕಿನಿಗೆ ಸ್ವಲ್ಪ ಹಸಿವೆಯಾದಂತೆನಿಸಿತು. ಊಟದ ಮೆನ್ಯು-ಕಾರ್ಡಿನಲ್ಲಿರುವ ಕೋಪ್ಸಿಕಮ್ ಕರಿ, ಸಿಲೋನ್ ಸ್ಪಂಜ್, ಡ್ಯುಚೆಫ್ ಸಲಾಡ್ ಮುಂತಾದ ರೊಮ್ಯಾಂಟಿಕ್ ಹೆಸರುಗಳ ನೆನಪಾಗಿ ಇಂದು ಬರುವ ಇಂಥ ಎಲ್ಲ ಹೆಸರುಗಳನ್ನು ನೋಟ್ ಮಾಡಿ ಕೊಂಡು ನಾಳೆ ತಮ್ಮನ ಪತ್ರದಲ್ಲಿ ಅವುಗಳ ಬಗ್ಗೆ ಬರೆಯಲು ಮರೆಯಬಾರದೆಂದು ನಿರ್ಧರಿಸಿ ಅವಳು ಮೆಟ್ಟಲು ಇಳಿಯಹತ್ತಿದಾಗ – ಕ್ಷಿತಿಜ ಕಪ್ಪಾಗಿತ್ತು.

2

ಭಯಂಕರ ಸೆಕೆ. ಇನ್ನೊಂದು ದಿನದಲ್ಲಿ ಹಡಗ ಕೆಂಪು-ಸಮುದ್ರ ಸೇರಲಿದೆ. ಎಷ್ಟೋ ಜನರು ಹೊರಗೆ ಓಪನ್ ಡೆಕ್ಕಿನ ಮೇಲೆ ಕ್ಯಾಂಪ್-ಕಾಟುಗಳಲ್ಲಿ ಮಲಗಿದ್ದಾರೆ. ಕೆಲವರು ಆರಾಮ ಕುರ್ಚಿಗಳಲ್ಲಿ ಕೂತು ಬಾರಿನಿಂದ ಯಾವ ಯಾವುದೋ ಪೇಯಗಳನ್ನು ತರಿಸಿ ಕುಡಿಯುತ್ತಿದ್ದಾರೆ, ಮಾತಾಡುತ್ತ ಜೋರು ಜೋರಿನಿಂದ ನಗುತ್ತಿದ್ದಾರೆ. ತೋಳಿಲ್ಲದ ಸಡಿಲಾದ ಬ್ಲಾವ್ಜನ್ನೂ, ದೊಡ್ಡ ದೊಡ್ಡ ಮಾಂಸಲ ತೊಡೆಗಳನ್ನು ತೋರಿಸುವ ಗಿಡ್ಡ ಚಡ್ಡಿಯನ್ನೂ ಹಾಕಿದ ಪಾರ್ಸಿ ಹೆಣ್ಣೊಂದು ನಡುವಯಸ್ಸಿನ ಅವಳ ಜೊತೆಗಾರ ನೊಂದಿಗೆ 'ಎ' ಡೆಕ್ಕಿಗೆ – ಅಂದರೆ 'ಲವರ್ಸ್ ಡೆಕ್ಕಿಗೆ' – ಹೋಗುವಾಗ, ಕುಡಿಯುತ್ತ ಕುಳಿತ ಜನರು ಕಣ್ಣು ಪಿಳಿ ಪಿಳಿ ಬಿಟ್ಟು ನೋಡಿದರು. ಸ್ವಲ್ಪ ಹೊತ್ತಿನ ನಂತರ ಥಾಯ ಲಂಡದ ಚಪ್ಪಟೆ ಮುಖದ ಪರಕರ ಉಟ್ಟ ಗಿಡ್ಡ ಹುಡುಗಿ ಕಡ್ಡಿಯಂತೆ ಎತ್ತರವಾದ ಆಸ್ಟ್ರೇಲಿಯನ್ ಹುಡುಗನ ಜೊತೆಗೆ 'ಎ' ಡೆಕ್ಕಿಗೆ ನುಸುಳಿ ಹೋಗುವಾಗ ಆ ಜನರು ಏನೇನೋ ಪಿಸುಗುಡುತ್ತ ಖೊಕೊಖೊಕ್ಕೆಂದು ನಗಹತ್ತಿದರು. ಆ ಜನರಿಗೆ ಬೆನ್ನು ಮಾಡಿ ದೂರ ಕತ್ತಲಲ್ಲಿ ಕುಳಿತ ಮಂದಾಕಿನಿಗೆ ಒಮ್ಮೆಲೆ ತನ್ನ ಕೇಬಿನ್ನಿಗೆ ಹೋಗುವ ಇಚ್ಛೆ ಯಾಯಿತು. ಆದರೆ ಬದಿಯ ಕುರ್ಚಿಯಲ್ಲಿ ಕೂತ ಮುಖರ್ಜಿ ಅವಳನ್ನು ಬಿಡಲು ಸಿದ್ಧನಿರಬೇಕಲ್ಲ!

"ಮಂದಾ, ಏನು ಇಷ್ಟು ಬೇಗ? ಛೆ, ಇದು ಅನ್ಯಾಯ..."

"ಈಗ ಹನ್ನೊಂದಾಗಿದೆ. ಹೌಸಿ ಹೌಸಿ ಆಟ ಮುಗಿದೇ ಒಂದು ತಾಸು ಆಯಿತು. ನೀವು ಮುಂದೆ ನಡೀರಿ ಈಗ ಬಂದೆ ಎಂದು ಮಿಸೆಸ್ ಮೋಹಿತೆಯವರಿಗೆ ಹೇಳಿದ್ದೆ. ಪಾಪ 'ಡಿ' ಲೌಂಜಿನಲ್ಲಿ ಅವರು ಹಾದಿ ಕಾದು ಕಾದು ಈಗ ಮಲಗಲು ಹೋಗಿರಬೇಕು."

"ನಿನ್ನ ರೂಮ್-ಮೇಟ್ ಜೊಸೆಫ್ ಹೇಗಿದ್ದಾಳೆ? ಸರ್ದಾರ್ಜಿಗೆ ಒಳ್ಳೆಯ ಕೈಕೊಟ್ಟ ಳವಳು. ನಿನ್ನೆ ಅವಳನ್ನು ಹಡಗದ ಸೆಕಂಡ ಎಂಜಿನಿಯರನ ರೂಮಿನಲ್ಲಿ ನೋಡಿದೆ... ಅದೇನೋ ಅಂತಾರಲ್ಲ-ಗಾಳಿ ಬಿಟ್ಟಾಗ ತೂರಿಕೋ ಅಂತ. ರಾತ್ರಿ ಯಾವಾಗ ತಿರುಗಿ ಬಂದಳು?"

"ರಾತ್ರಿ ಕೇಬಿನ್ನಿಗೆ ಯಾವಾಗ ತಿರುಗಿ ಬಂದಳೋ ನನಗೆ ಗೊತ್ತಿಲ್ಲ. ಮುಂಜಾನೆಯಿಂದ ಮಾತ್ರ ನಾಪತ್ತೆ. ಎಲ್ಲಿಯೋ ಕೂತು 8–10 ಪತ್ರ ಬರೆಯಬೇಕು ಎಂದೇನೋ ಹೇಳಿ ಹೋದವಳು— ಇನ್ನೂ ತನಕ ಅವಳ ಭೆಟ್ಟಿಯಿಲ್ಲ. ನನ್ನ ಕೂಡ ಈಗ ಮೊದಲಿನಂತೆ ಫ್ರೀಯಾಗಿ ಮಾತಾಡುವದೇ ಇಲ್ಲ...

"ಅದ್ಯಾಕೆ ಗೊತ್ತೆ? ಏಡನ್ನಿನಲ್ಲಿ ಶಾ:ಪಿಂಗಿಗೆ ಹೋಗುವಾಗ ಅವಳನ್ನು ಬಿಟ್ಟು ನಿನ್ನನ್ನು ಕರಕೊಂಡು ಹೋದೆನಲ್ಲಾ ಅದಕ್ಕೆ ಅವಳಿಗೆ ನಿನ್ನ ಮೇಲೆ ಸಿಟ್ಟು!..."

"ಅಂದರೆ ಅವಳ ಮೀನವನ್ನು ನಾನು ಬಲೆಯಲ್ಲಿ ಹಾಕಿಕೊಂಡನೆಂದು ಅವಳ ಕಲ್ಪನೆ ಯೇನು?..."

"ಹಾಕಿಕೊಂಡಿಲ್ಲವೇ ಮತ್ತೆ?..."

ಮಂದಾಕಿನಿ ತಬ್ಬಿಬ್ಬಾದಳು. "ನಿಮ್ಮ ಕೂಡ ನಿನ್ನೆ ಶಾ:ಪಿಂಗಿಗೆ ಬಂದ ಮಾತ್ರಕ್ಕೆ ಅದಕ್ಕೆಲ್ಲ ಅರ್ಥ ಹಚ್ಚಬೇಕೆ?— ನೀವು ತಪ್ಪು ತಿಳಿದುಕೊಂಡಿಲ್ಲ ತಾನೆ?"

"ಛೆ, ತಪ್ಪು ತಿಳಿದುಕೊಳ್ಳುವದೆಂದರೇನು? ಅದರಲ್ಲೇನು ತಪ್ಪಿದೆ? ಬಿಚ್ಚಿ ಹೇಳುವ ಅವಶ್ಯಕತೆಯಿದೆಯೇ— ನಾನು ನಿನ್ನನ್ನು ತುಂಬ 'ಲೈಕ' ಮಾಡ್ತೇನೆ ಎಂದು..."

ನಿಮಗೆ ಮೊದಲು ಡಾ॥ ಸರೋಜ ಲೈಕಾಗಿದ್ದಳು, ಅನಂತರ ಒಂದು ದಿನದ ಮಟ್ಟಿಗೆ ನರ್ಸಿಂಗಿಗೆ ನಡೆದ ಕೇರಳದ ಹುಡಿಗೆಯೂ ಲೈಕಾದಳು......

"ಓಹ್! ಆ ಕೇರಳದ ಹುಡುಗೆಯ ಮಾತು ಬೇಡ. ಅವಳು ತೀರ ಚೀಪ್. ಇಂಗ್ಲಿಷ್ ಚೆನ್ನಾಗಿ ಮಾತಾಡ್ತಾಳೆ, ಸ್ವಲ್ಪ 'jolly' ಎಂದು ಸ್ವಲ್ಪ ಹೊತ್ತು ಅವಳ ಜೊತೆಗೆ... ಅಲ್ಲ, ಅವಳ ಜೊತೆಗೆ 'ಏ' ಡೆಕ್ಕಿಗೆ ರಾತ್ರಿ ಹೊದದ್ದೇ ತಪ್ಪಾಯಿತು. ಅದರಿಂದಲೇ ಏನೇನೋ 'scandals'— ಅಪವಾದ ಹುಟ್ಟಿರಬೇಕು. ಇನ್ನು ಡಾ॥ ಸರೋಜಳೆಂದರೆ ರಾಕ್ಷಸಿ ದೆವ್ವ...ಅವಳನ್ನು ಎರಡು ದಿನ ಸಹಿಸಿದ್ದೇ ಹೆಚ್ಚಿನದು......"

"ಯಾಕೆ ಅವಳೇನು ಮಾಡಿದಳು ಅಂತಹದು? ನನಗಂತೂ ಅವಳು ಸ್ವಭಾವದಿಂದ ಬಹಳ ಒಳ್ಳೆಯವಳು ಎಂದೆನಿಸಿದೆ."

"ಸುಟ್ಟಿತು ಅವಳ ಸ್ವಭಾವ. ನಿನ್ನನ್ನು ಕರೆದೊಯ್ದದ್ದಕ್ಕೆ ಅವಳಿಗೆ ಎಷ್ಟು ಸಿಟ್ಟು ಗೊತ್ತೇನು? ಅವಳೇನು ನನ್ನ ಹೆಂಡತಿಯೇ ಅಥವಾ ತಾಯಿಯೇ ಯಾವಾಗಲೂ ಅವಳ ಬೆರಳು ಹಿಡಿದು ಸೆರಗು ಹಿಡಿದು ತಿರುಗಾಡಲು? ನನಗೆ ಬೇಕಾದವರನ್ನು ನನ್ನ ಜೊತೆಗೆ ಕರೆದೊಯ್ಯಲು ನನಗೆ ಅಧಿಕಾರವಿಲ್ಲವೆ? ಪ್ರತ್ಯಕ್ಷ ನನ್ನ ಲಗ್ನದ ಹೆಂಡತಿ ಕೂಡ ನನ್ನ ಈ ಅಧಿಕಾರ ಕಸಿದುಕೊಂಡಿಲ್ಲ!"

"ಅಂದರೆ... ? ಅಲ್ಲ... ಪ್ಲೀಜ್. ಬಹಳ ಹೊತ್ತಾಗಿದೆ... ನಾನು ಕೇಬಿನ್ನಿಗೆ ಹೋಗಬೇಕು......"

"ವಾಹ್, ಇಂದು ನೀನು ಹೇಳಿದಂತೆ ಚಾಚೂ ತಪ್ಪದೇ ಕೇಳಿರುವೆ. ನೀನು ಕುಡಿಯ

ಬೇಡೆಂದಿ, ನಾನು ಬಿಟ್ಟೆ. ನಿನಗೆ ಸಿಗರೇಟು ವಾಸನೆ ಸೇರುವದಿಲ್ಲೆಂದು, ನಾನು ಇಂದು ಸಿಗರೇಟೇ ಸೇದಿಲ್ಲ......"

"ನಾನು ಹೇಳಿದಂತೆ ನೀವು ಕೇಳಬೇಕೇಕಂತೆ?"

"ನಾನು ಹೇಳುವುದನ್ನು ನೀನು ಕೇಳಬೇಕೆಂದು. ಹಾ ಹಾ ಹಾ ಎಂದು ನಕ್ಕ." ನಿನ್ನ ಸಹವಾಸವೆಂದರೆ ಮದ್ಯಕ್ಕಿಂತ ಹೆಚ್ಚು ಎಕ್ಸೈಟಿಂಗ್, ಮಂದಾ, ಅಲ್ಲಿ ಕೂತ ಜನರೆಲ್ಲ ಹೋಗಿದ್ದಾರೆ. ನಡೆ ನಾವು 'ಎ' ಡೆಕ್ಕಿಗೆ ಹೋಗೋಣ......ಅಂ? ನೀನು ಎಷ್ಟು ನೈಸ್ ಗೊತ್ತೇನು? ಆಯ್ ಲವ್ ಯು......"

"I am sorry. ಸಾಃರಿ... ನೀವು ನಿಜಕ್ಕೂ ನನ್ನ ಬಗ್ಗೆ ತಪ್ಪು ತಿಳಿದುಕೊಂಡಿದ್ದೀರಿ; ಗುಡ್‌ನಾಯ್ಟ್' ಎಂದವಳೇ ಮಂದಾ ಅಲ್ಲಿಂದ ಎದ್ದಳು. ಮುಖರ್ಜಿ ಒಮ್ಮೆಲೆ ಅವಳ ಕೈ ಹಿಡಿದು ಎಳೆದ. ಜೋಲಿ ತಪ್ಪಿ ಅವನ ಮೇಲೆ ಸ್ವಲ್ಪ ಒರಗಿದಂತಾದರೂ ಎಲ್ಲಿಲ್ಲದ ಶಕ್ತಿಯಿಂದ ಅವನ ಹಿಡಿತದಿಂದ ಕೊಸರಿಕೊಂಡು ಭರಭರನೆ ಸಮೀಪಿನ ಮೆಟ್ಟಲು ಇಳಿದು 'ಸಿ' ಡೆಕ್ಕಿಗೆ ಬಂದಳು. ಮುಂದೆ ಆ ಬದಿಗೆ ಇದ್ದ 'ಡಿ' ಡೆಕ್ಕಿಗೆ ಹೋಗುವ ಮೆಟ್ಟಿಲಿನ ಹತ್ತಿರ ಕತ್ತಲೆಯಲ್ಲಿ ಒಂದು ಜೋಡಿ ಒಬ್ಬರೊಬ್ಬರ ತೋಳಿನಲ್ಲಿ ಸಿಕ್ಕಿಕೊಂಡು ನಿಂತಿತ್ತು. ಕೇಬಿನ್ನುಗಳ ಮಧ್ಯದ ಸೀಳು ದಾರಿಯಿಂದ ಆ ತುದಿಗೆ ಇದ್ದ ಮತ್ತೊಂದು ಮೆಟ್ಟಲಿನತ್ತ ಓಡಹತ್ತಿದಳು. ಆದರೆ ಮಧ್ಯದಲ್ಲಿ ಒಂದು ಬಾರು, ಲೌಂಜು ಇದ್ದುದರಿಂದ ವೇಗ ಕಡಿಮೆ ಮಾಡಿ ಆ ಬದಿಗೆ ನುಸುಳಬೇಕೆನ್ನುವಷ್ಟರಲ್ಲಿ ಹ್ಯಾರಿ ಮೆಕಾರ್ಥಿ ಅವಳನ್ನು ಕರೆದ:

"ಮಿಸ್ ಭಾಟೆ, ಮಿಸ್ ಭಾಟೆ, ಎಲ್ಲಿ ಹೋಗುತ್ತಿರುವಿರಿ ಇಷ್ಟು ಗಡಬಡಿಸಿ?"

"ನನ್ನ ಕೇಬಿನ್ನಿಗೆ!"

"ಒಂದೈದು ನಿಮಿಷ ನನ್ನ ಜೊತೆಗೆ ಕೂಡ್ರುಬಾರದೇ ಪ್ಲೀಜ್?"

ಮಂದಾ ಬದಿಯ ಕುರ್ಚಿಯಲ್ಲಿ ಕುಸಿದಳು. ಕೈಯಲ್ಲಿಯ ವಿಸ್ಕಿ ಗ್ಲಾಸನ್ನು ತಿರುಗಿಸುತ್ತ 'ನಿನ್ನ ಪರವಾನಿಗಿ ಇದ್ದರೆ' ಎಂದು ಕೇಳಿ, ಅವಳ ಸಮ್ಮತಿ ಪಡೆದು ಒಂದು ಗುಟುಕು ಕುಡಿದ: "ಹೇಗೆ ಸಾಗಿದೆ ನಿನ್ನ ಜೀವನ?"

"ಅಸಹ್ಯವಾಗುತ್ತಿದೆ... ಪುರುಷರೆಂದರೆ ತೋಳಗಳು!"

"ಯಾಕೆ, ಏನಾಯಿತು? ನಿನ್ನೆಯಿಂದ ನಿನ್ನ ಕೂಡ ಇದ್ದ ಆ ಕಲಕತ್ತೆಯ ಪಾನ್‌ವಾನ್ ಚೆನ್ನಾಗಿದ್ದಾನಲ್ಲ..."

"ಆ ತೋಳನ ಕೈಯಿಂದಲೇ ಈಗ ಪಾರಾಗಿ ಓಡಿ ಬಂದೆ."

"ಯಾಕೆ? ಏನು ಮಾಡಿದ ಆತ?"

"ನಾನೆಂದರೆ ಯಃಕಶ್ಚಿತ್ ಹಾದಿಯ ಮೇಲಿನ ಹೆಣ್ಣೊಂದು ತಿಳಿದಿದ್ದಾನೆ ಆತ! ಎಷ್ಟೊಂದು ಧೈರ್ಯವಾಗಿ ಏನೂ ನಾಚಿಕೆಯಿಲ್ಲದೆ ಕೇಳುವುದೆಂದರೇನು? ನಮ್ಮ ದೇಶವಾಗಿದ್ದರೆ ಚಪ್ಪಲಿಯಿಂದ ಹೊಡೆಯುತ್ತಿದ್ದೆ, ಪುಲೀಸರ ಕೈಯಲ್ಲಿ ಕೊಡುತ್ತಿದ್ದೆ.

"ದೇವರೇ, ಇಂಥವನ್ನೆಲ್ಲ ಇಷ್ಟು ಸೀರಿಯಸ್ಸಾಗಿ ತೆಗೆದುಕೊಳ್ಳುತ್ತಾರೆಯೆ ನಿಮ್ಮ

ದೇಶದಲ್ಲಿ? ಹಾಗಿದ್ದರೆ ಜೀವನ ಭಯಂಕರವಾಗಿರಬೇಕು ಅಲ್ಲಿ. ಅತ್ತಿಂದಿತ್ತ ಇತ್ತಿಂದತ್ತ ಹಾರಾಡುವ ಬೂಟುಗಳು, ಸೀಟಿ ಊದುತ್ತ ಓಡಾಡುವ ಪುಲೀಸರು..."

"ಹಾಗೇನಾಗುವುದಿಲ್ಲವೆನ್ನಿ..."

"ಮಿಸ್ ಭಾಟೆ, ನೀನು ಬಹಳ ಎಕ್ಸ್ಯಾಟ್ ಆಗಿರುವಿ... ಒಂದು ಡ್ರಿಂಕ್ ತೆಗೆದು ಕೊಂಡರೆ ಉತ್ತಮ – ನರಗಳಿಗೆ..."

"ನೋ ಥ್ಯಾಂಕ್ಸ್."

"ಒಂದು ಗ್ಲಾಸ್ ಬೀರನ್ನಾದರೂ? ಸ್ವಲ್ಪ ಚೇತನ ಕೊಡುವದಷ್ಟೇ – ಗಾಸಿಗೊಂಡ ನರಗಳನ್ನು ಸ್ವಲ್ಪ ಶಾಂತಮಾಡುವದು. ಟ್ರಾಯ್; ಸೇರದಿದ್ದರೆ ಬಿಟ್ಟೀಯಂತೆ. ವೇಟರ್ ಒಂದು ಲಾಗರ್."

ಮಂದಾಕಿನಿ ಮುಂದುವರಿಸಿದಳು : "ನಮ್ಮ ದೇಶದಲ್ಲಿ 17–18 ವರ್ಷದ ಹೊಸ ತರುಣರು ಮಾತ್ರ ಹೀಗೆ ಹುಚ್ಚುಚ್ಚಾರ ಏನಾದರೂ ಮಾಡಬಹುದು ಆದರೆ ಹೀಗೆ ಎಲ್ಲರೂ..."

ವೇಟರ್ ತಂದ ಬಿಯರನ್ನು ಮಂದಾಕಿನಿ (ಮಂದಾ, ಇಂಗ್ಲಂಡಿನಲ್ಲಿ ಬಿಯರ್, ಜಿಂಜರ್ ಏಲ್, ಸ್ವಲ್ಪ ವೈನ್ ತೆಗೆದುಕೊಳ್ಳಲಡ್ಡಿಯಿಲ್ಲ' ಎಂದು ಪ್ರಿನ್ಸಿಪಾಲ ಮಿಸ್ ಟೇಲರ್ ಹೇಳಿದ್ದಳು. 'ನೆಗಡಿಯಾದಾಗ ಬ್ರಾಂಡಿಗಿಂತ ಉತ್ತಮ ಔಷಧ ಇನ್ನೊಂದಿಲ್ಲ' ಎಂದೂ ಹೇಳಿದ್ದಳು.) ಅಂಜುತ್ತ, ಮುಖ ಕಹಿ ಕಹಿ ಮಾಡುತ್ತ ಕುಡಿದಳು. "ಅಷ್ಟೇನು ಕೆಟ್ಟಿಲ್ಲ ಇದು" ಎಂದಳು.

"ಇಲ್ಲಿ ಹಡಗ ಜನರನ್ನು ಹುಚ್ಚರನ್ನಾಗಿ ಮಾಡುತ್ತಿರಬಹುದು ಅಲ್ಲವೆ?" ಮೆಕಾರ್ಥಿ ನಕ್ಕ. ನಮ್ಮ ದೇಶದಲ್ಲಿ ಇಂಥ ಸಣ್ಣಪುಟ್ಟ ವಿಷಯಗಳಿಗೆ ನಾವು ಮಹತ್ವ ಕೊಡುವುದಿಲ್ಲ."

"ಆಂ? – ಇರಬೇಕು. ನಾನೆನ್ನುವದು ಯುರೋಪಿಯನ್ನರು ಮಾಡುತ್ತಾರೆಂದು ನಾವೂ ಏಕೆ ಅವರ ವೃತ್ತಿ-ನಡತೆಗಳನ್ನು ಕೋತಿಗಳಂತೆ ಅನುಸರಿಸಬೇಕು?"

"ಅಂದರೆ? ನಿನ್ನ ಆ ಕಲಕತ್ತಾ ಗೆಳೆಯ ಇಂದು ನಮ್ಮ ವೃತ್ತಿ-ನಡತೆಯನ್ನು ಬರೇ ಕೋತಿಯಂತೆ ಅನುಸರಿಸುತ್ತಿದ್ದನೇ ಅಥವಾ ಯಾವ ನಿರ್ಬಂಧವಿಲ್ಲದೆ ನೈಸರ್ಗಿಕವಾಗಿ ಆತ ತನ್ನ ಭಾವನೆಗಳನ್ನು ವ್ಯಕ್ತಪಡಿಸುತ್ತಿದ್ದನೆ?"

"ಹಾಗೆ ನಿರ್ಬಂಧವಿಲ್ಲದೆ ಸ್ವೈರವಾಗಿ ನಡೆಯಲು ಬಿಟ್ಟರೆ ಜನರು ನಾಯಿಗಳಾಗುವರು, ತೋಳಗಳಾಗುವರು – ಆಮೇಲೆ ಜೀವನವೆಂದರೆ..."

"ವೇಟರ್, ಇನ್ನೊಂದು ಬಿಯರ್!"

"ಬೇಡ, ನಿಜಕ್ಕೂ ಬೇಡ..."

"ಯಾಕೆ, ಸೇರಲಿಲ್ಲವೇ ನಿನಗೆ? ಸೈಡರ್ ತೆಗೆದುಕೊಳ್ಳಬೇಕಿತ್ತು – ಸಿಹಿಯಿರುತ್ತೆ... ಅಥವಾ ಸಿಹಿಯಾದ ಒಂದು ವೈನ್ ಹೇಳಲೇನು?"

"ದಯವಿಟ್ಟು ಏನೂ ಬೇಡ! ಇದನ್ನೇ ತೆಗೆದುಕೊಳ್ಳಬಾರದಿತ್ತು."

"ನನ್ನ ಮುದ್ದು ಹುಡುಗಿ! ನೀನು ಇಂಗ್ಲಂಡಿಗೆ ಹೊರಟಿದ್ದೀಯಾ, ಹಾಗೆಲ್ಲ ಅದು ಬೇಡ ಇದು ಬೇಡ ಅಂದರೆ ಅಲ್ಲಿ ಇರುವದೇ ಕಠಿಣವಾದೀತು. ಅಲ್ಲಿ ನೋಡು ಆ ಕ್ಷಿತಿಜದತ್ತ. ಒಂದು ಹಡಗ ಹೊರಟಿದೆ ಪೂರ್ವಕ್ಕೆ – ಭಾರತಕ್ಕೆ ತಿರುಗಿ ಹೋಗುವದಿದ್ದರೆ ಹೇಳು. ನಾನು ಕ್ಯಾಪ್ಟನ್‌ನಿಗೆ ಹೇಳಿ ನಿನ್ನನ್ನು ಆ ಹಡಗಕ್ಕೆ ಟ್ರಾನ್ಸ್‌ಪರ್ ಮಾಡಿಸುವೆ." ಎಂದು ನಗುತ್ತ ಅವಳ ಬೆನ್ನು ಚಪ್ಪರಿಸಿದ.

ಮಂದಾಕಿನಿಯೂ ಮನಃಪೂರ್ವಕ ನಕ್ಕಳು. ಇನ್ನೊಮ್ಮೆ ಕಿಡಕಿಯೊಳಗಿಂದ ಬಾಗಿ ಹೊರಗೆ ನೋಡಿದಳು. ರಾತ್ರಿಯಲ್ಲಿ ದೀಪಗಳಿಂದ ಝಗಝಗಿಸುವ ದೂರದ ಹಡಗ ಸುಂದರವಾಗಿ ಕಂಡಿತವಳಿಗೆ. "ಥ್ಯಾಂಕ್ಸ್! ಗುಡ್‌ನ್ಯಾಯ್ಟ್!" ಎಂದು ಎದ್ದಳು.

"ಸ್ಲೀಪ್ ವೆಲ್" ಎಂದ ಮುದುಕ ಹ್ಯಾರಿ, ಮುಗುಳುನಗೆ ನಗುತ್ತ.

3

ಮೆಡಿಟರೇನಿಯನ್ನದ ಸ್ನಿಗ್ಧ ಅಚ್ಚ ನೀಲಿ ತೆರೆಗಳನ್ನು ಮೈಸವರಿ ಸೂಸಿ ಬರುವ ತಂಗಾಳಿ ಬಹಳ ಹಿತವಾಗಿತ್ತು. ಉತ್ತರದ ಕ್ಷಿತಿಜದಲ್ಲಿ ಗ್ರೀಸ್ ದೇಶದ ನೆಲ ಎಲ್ಲಿಯಾದರೂ ಸ್ವಲ್ಪಾದರೂ ಕಂಡೀತೇ ಎಂದು ಉತ್ಕಂಠೆಯಿಂದ ನೋಡುತ್ತಿದ್ದಳು ಮಂದಾಕಿನಿ. ಅಲ್ಲಲ್ಲಿ ಸಮುದ್ರದ ಮಕ್ಕಳಂತೆ ಕಾಣುವ ಪುಟ್ಟ ಪುಟ್ಟ ದ್ವೀಪಗಳು ಪಾಶ್ಚಿಮಾತ್ಯ ಸೂರ್ಯನ ಮಧುರ ಬೆಳಕಿನಲ್ಲಿ ನಗುತ್ತ ಮಲಗಿದ್ದವು.

"ಕ್ರೀಟ ಮತ್ತು ಗ್ರೀಸಗಳ ನಡುವಿನಿಂದ ಹೋಗುವದಂತೆ ನಮ್ಮ ಹಡಗು" ಅವಳ ಎರಡು ದಿನದ ಸಂಗಾತಿ, ಸಂಜೀವ ಸಪ್ರು ಹೇಳಿದ. "ನಾನಂತೂ ನವ್ವರಿನೋ ಬೇ ಯಾವಾಗ ಬರುವದೋ ಎಂದು ಕಾತರಿಸುತ್ತಿರುವೆ... ಗ್ರೀಸದ ಒಂದು ತುಣುಕು ಕಂಡರೂ ನಾನು ಧನ್ಯ! ಗ್ರೀಕ ಸಂಸ್ಕೃತಿಯಷ್ಟು ಸಂಪನ್ನವಾದ ಉನ್ನತವಾದ ಸಂಸ್ಕೃತಿ ಇನ್ನೊಂದಿಲ್ಲ. ಬಾಯೆರೆನ್ ಸುಮ್ಮನೆ ಗ್ರೀಸ ದೇಶಕ್ಕಾಗಿ ಕಾದಾಡಿ ಮಡಿಯಲ್ಲಿಲ್ಲ ಅದಿರಲಿ ಪಿರಮಿಡ್ಸ್ ಮೇಲೆ ಬರೆದ ನನ್ನ ಕವಿತೆ ಹೇಗೆನಿಸಿತು ನಿಮಗೆ? ನೀವೂ ಕೈರೋ ಟ್ರಿಪ್ಪಿಗೆ ಬರಬೇಕಿತ್ತು."

"ಯಾಕೋ ಏನೋ ಮಂದಾಕಿನಿ ಕೈರೋ ಟ್ರಿಪ್ಪಿಗೆ ಹೋಗಿರಲಿಲ್ಲ. ಸುಯೇಜದಿಂದ ಪೋರ್ಟ್‌ಸೈದಿನ ತನಕ ಮಿಸೆಸ್ ಮೋಹಿತೆಯ ಸುರಕ್ಷಿತ ಸಹವಾಸದಲ್ಲಿ ಕಳೆದಿದ್ದಳು. 'ಗಲಿ–ಗಲಿ' ಮಾಟಗಾರ ಮಾಂಸಲ ತೊಡೆಯ ಪಾರ್ಸಿ ಹುಡಿಗೆಯ ಬ್ಲಾವುಜದೊಳಗಿಂದ ಕೋಳಿಮರಿ ತೆಗೆದನಂತರ, ಮಂದಾಳ ಸೀರೆಯ ಕೆಳಗಿನಿಂದ ಕೋಳಿಮರಿ ತೆಗೆದಾಗ ಮಾತ್ರ ಅವಳು ನಾಚಿಕೆಯಿಂದ ಜೋರಾಗಿ ಬೆವೆತು ಬೆಂಡಾಗಿದ್ದಳು. ಈ ಭಯಂಕರವಾದ ಕ್ಷಣ ವೊಂದನ್ನು ಬಿಟ್ಟರೆ ಮತ್ತಾವ ವಿಪರೀತ ಘಟನೆ ಸಂಭವಿಸಿರಲಿಲ್ಲ. 'ಗಲಿ-ಗಲಿ'ಯ ಆಟದ ನಂತರ ಸುರುವಾದ ಡಾನ್ಸದ ಕಾಲಕ್ಕೆ ಆಸ್ಟ್ರೇಲಿಯನ್ ತರುಣನೊಬ್ಬ (ಬಹುಶಃ

ಕುಡಿದಿರಬೇಕು.) 'ಮಡಾಮ್, ನಿಮ್ಮೊಡನೆ ಡಾನ್ಸ್ ಮಾಡಬಹುದೇ?' ಎಂದು ಕಣ್ಣಿನಲ್ಲಿ ಕಣ್ಣಿಟ್ಟು ಕೇಳಿದ್ದ; 'ನನಗೆ ಡಾನ್ಸ್ ಬರೋದಿಲ್ಲ,' ಎಂದು ಎಷ್ಟು ಹೇಳಿದರೂ ಆತ ಅವಳನ್ನು ಬಿಡಲು ಸಿದ್ಧನಿದ್ದಿಲ್ಲ. ಆಗ ಅವಳನ್ನು ಮಿಸೆಸ್ ಮೋಹಿತೆ ರಕ್ಷಿಸಿದ್ದಳು : 'ಅವಳಿಗೆ ಯಾಕೆ ತೊಂದರೆ ಕೊಡುತ್ತೀಯಾ? ಹೋಗು ನೋಡೋಣ ಇಲ್ಲಿಂದ.' ಎಂದು ಜಬರಿಸಿದ್ದಳು ತನ್ನ ಹರಕು ಮುರುಕು ಇಂಗ್ಲಿಷ್‌ನಲ್ಲಿ. ಪೋರ್ಟಸೈದ್ ಬಿಟ್ಟ ನಂತರ, ಕೇಂಬ್ರಿಜ್‌ಗೆ ಅಪ್ಪನ ಖರ್ಚಿನಿಂದ ಫಿಲೋಸಫಿ ಕಲಿಯಲು ಹೊರಟ, ತಾನು ತತ್ವಜ್ಞಾನಿಯಲ್ಲದೆ ಕವಿಯೂ ಸೈ ಎಂದು ಹೇಳುತ್ತ ಹೋಗುವ ಇಪ್ಪತ್ತು ಇಪ್ಪತ್ತೆರಡು ವರ್ಷದ ಹುಡುಗ, ಸಂಜೀವ ಸಪ್ರು ಅವಳಿಗೆ ಹೇಗೋ ಅಂಟಿಕೊಂಡಿದ್ದ. ಆತ ಎಷ್ಟೇ ಅವಳ ಸುತ್ತ ಇದ್ದು ಎಷ್ಟೇ ಮಾತಾಡಿದರೂ ಮೂಲತಃ ನಿರುಪದ್ರವಿ ಸಾಧುಪ್ರಾಣಿ – ಮುಖ್ಯ ಮಿಸೆಸ್ ಮೋಹಿತೆಯಂತೆ ಆತನೂ ತೀರ 'ಸೇಫ್' – ಎಂದೇ ಅವಳು ಅವನನ್ನು ಅಂಟಿಸಿಕೊಂಡಿದ್ದಳು. ಆದರೆ ಇಂದು ಮಾತ್ರ ಅವನ ಮಾತು ಕೇಳುತ್ತ ಕೂಡ್ರುವುದೆಂದರೆ ಬೇಸರ ಆದರೂ ಮನಸ್ಸಿಲ್ಲದ ಮನಸ್ಸಿಂದ ಅವಳು ಉತ್ತರಿಸಿದಳು :

"ಆ ಕವಿತೆ ನನಗೆ ತಿಳಿಯಲಿಲ್ಲ... ನನಗೆ ಕವಿತೇನೇ ತಿಳಿಯುವುದಿಲ್ಲ. ಆದರೆ ಅದು ಚೆನ್ನಾಗಿರಬೇಕು ಬಿಡು......" ಆದರೂ ಏನಾದರೂ ಮಾತಾಡುತ್ತ ಇರಬೇಕಷ್ಟೆ – ವೇಳೆ ಕಳೆಯಲು – ಎಂದು, "ಮಿಸ್ಟರ್ ಸಪ್ರೂ (ಮಿಸ್ಟರ್ ಮುದ್ದಾಮಾಗಿ ಸೇರಿದಳು) ಇದು ನೋಡು ನಿನಗೆ ಸೈಕೋಲೊಜಿ ಗೊತ್ತಿದೆಯಷ್ಟೆ? ನಿನ್ನೆ ನನಗೊಂದು ಕನಸು ಬಿತ್ತು. ಅದರ ಅರ್ಥ ಹೇಳತೀಯಾ? ನಾನು ಅರಬಸ್ತಾನದ ಅರಣ್ಯದಲ್ಲಿ ಒಂದು ಕೆಂಪು ಕುದುರೆ ಹತ್ತಿ ಹೋಗುತ್ತಿದ್ದೆ..."

"ಗೊತ್ತಾಯಿತು, ಮಂದಾಬಹೆನ್, ಗೊತ್ತಾಯಿತು... ಕುದುರೆಯೆಂದರೆ ಫ್ರಾಯ್ಡನ ಪ್ರಕಾರ – ಸೆಕ್ಸ್."

"ಹಾಗಾದರೆ ನಾನು ಮುಂದೆ ಹೇಳುವುದೇ ಇಲ್ಲ ಹೋಗು... ಅದು ಹೋಗಲಿ – ನಾನು ಅಹಮ್ಮದನಗರದಲ್ಲಿದ್ದಾಗ ಒಂದು ವಿಚಿತ್ರ ಕನಸು ಬಿದ್ದಿತ್ತು. ಅದರಲ್ಲಿ ಎಲ್ಲಿ ಸೆಕ್ಸಿದೆ ನೋಡೋಣ? ಆ ಕನಸಿನಲ್ಲಿ ಒಬ್ಬ ಹುಚ್ಚಿ ನನ್ನ ಬೆನ್ನು ಹತ್ತಿದಳು. ನಾನು ತಪ್ಪಿಸಿ ಓಡಿಹೋಗಹತ್ತಿದೆ. ತಪ್ಪಿ ಯಾವುದೋ ಮನೆ ಹೊಕ್ಕೆ..." "ಇದು ನೋಡಿ ಹುಚ್ಚಿ ಎಂದರೆ ನಿಮ್ಮ ಅಥವಾ ನೀವು ಹುಚ್ಚು ಎಂದೆನುವ ಆಂತರಿಕ ಹಂಬಲಗಳ ಪ್ರತೀಕ – ಅಂದರೆ ಸೆಕ್ಸ್!"

"ನೀನು ನಿಜಕ್ಕೂ ಹುಷಾರ ಹುಡುಗ!"

"ಇದು ನೋಡಿ ಮಂದಾ ಬಹೆನ್, ನಿನ್ನೆ ನನಗೂ ಒಂದು ಕನಸು ಬಿತ್ತು. ಬಹಳ ರೊಮ್ಯಾಂಟಿಕ್! ಅದರಲ್ಲಿ ನೀವಿದ್ದಿರಿ..."

"ಛು ಛು ಛು... ನನ್ನ ಬಗ್ಗೆ ಕನಸು ಕಾಣಬಾರದು ನೀನು. ನಿನ್ನಂಥ ಸಣ್ಣವರು ಅದೇ

ಹರೆಯಕ್ಕೆ ಬಂದ ಸಮ ವಯಸ್ಸಿನ ಹುಡಿಗೆಯರ ಜೊತೆಗೆ ಹೋಗಬೇಕು, ಆಡಬೇಕು. ನಲಿಯಬೇಕು ಗೊತ್ತೆ? ಅದೋ ಅಲ್ಲಿ ಕೇರಂ ಆಡ್ತಾಳಲ್ಲ ಆ ಮಲಯಾದ ಹುಡುಗಿ – ಅಂಥವಳನ್ನು ಹಿಡಿ ಹೋಗು – ಹಾಂ?"

"ನನ್ನ ಗುರ್ತಿನವರು ನನಗೀಗಾಗಲೇ ಚೇಷ್ಟೆ ಮಾಡುತ್ತಿರುವರು : ನಾನು ನಿಮ್ಮನ್ನು ಪ್ರೀತಿಸುತ್ತಿರುವೆನೆಂದು..."

"ನೀನು ನನ್ನನ್ನು! ಆಹಾ ಜನರ ಕಲ್ಪನಾ ಶಕ್ತಿಯೇ! ಇನ್ನು ಮೇಲೆ ಸುಮ್ಮನೆ ನಾವು ಮಾತಾಡದಿರುವದೇ ಲೇಸು..."

ಮಂದಾಕಿನಿಗೆ ತನ್ನ ಕೈಯಲ್ಲಿಯ ಪುಸ್ತಕ ಓದುವ ಮನಸ್ಸಾಯಿತು. ಅಷ್ಟರಲ್ಲಿ "May I join you?" ನಾನು ನಿಮ್ಮ ಕೂಡ ಕೂತರೆ ಅಡ್ಡಿಯಿಲ್ಲತಾನೆ? ಎಂದ ಒಬ್ಬ ಯುರೋಪಿಯನ್ – ಕತ್ತು ತಗ್ಗಿಸಿ, ಮುಖಕ್ಕೆ ನಯವಾದ ಸ್ನಿಗ್ಧ ಸ್ಮಿತವನ್ನಂಟಿಸಿ. "ನನ್ನ ಹೆಸರು ಪಾಲ್ ಲೆಗ್ವಿ. ಮೂಲತಃ ಪ್ಯಾರಿಸ್ ನನ್ನ ಊರು. ಈಗ ನಾನಿರುವದು ಲಂಡನ್ನಿನಲ್ಲಿ. ಲಿಮೋಜೀನಿಗೆ ಬಿಜಿನೆಸ್ಸಿಗೆ ಹೋಗಿದ್ದೆ. ಈಗ ಲಂಡನ್ನಿಗೆ ಮರಳಿ ಹೋಗುತ್ತಿರುವೆ. ನೀವು ಇಂಡಿಯನ್ಸ್ ಅಲ್ಲವೆ? ನನಗ ಇಂಡಿಯ ಬಹಳ ಸೇರುವುದು – ವಂಡರ್‌ಫುಲ್ ದೇಶ! ನೆಹರೂ ಬಹಳ ದೊಡ್ಡ ಮನುಷ್ಯ. ವಂಡರ್‌ಫುಲ್ ಮ್ಯಾನ್! ನಿಮ್ಮ ಹೆಸರು ಗೊತ್ತುಮಾಡಿಕೊಳ್ಳುವ ಸಂತೋಷ ಲಭಿಸಬಹುದೇ ನನಗೆ?"

ಸಪ್ರು, ಮಂದಾ ತಮ್ಮ ಹೆಸರು ಹೇಳಿ ತಾವು ಎಲ್ಲಿಗೆ ಯಾತಕ್ಕೆ ಹೋಗುತ್ತಿದ್ದಾರೆ ಎಂಬುದನ್ನು ಹೇಳಿದರು.

"ವೆರಿ ಗುಡ್, ಮೊಸ್ಯೂರ್ ಸಪ್ರೂ, ನೀವು ಫಿಲಾಸೋಫರ್ ದೇವರು ನಮಗೆ, ಪಾಪ ಪುಣ್ಯ ಮುಂತಾದ ವಿಷಯಗಳೆಲ್ಲ ನನ್ನ ತಲೆಯ ಮೇಲೆ ಹಾದು ಹೋಗುವಂಥವು. ಮಡಾಮ್ ಬೊಟ್ಟೆ ಇತಿಹಾಸ – ಆಹ್ ನನ್ನ ಪ್ರೀತಿಯ ವಿಷಯ : ಟ್ಯಾಂಬರ್‌ಲೇನ್. ಅಲೆಗ್ಸಾಂಡರ್ ದಿ ಗ್ರೇಟ್. ನೆಪೋಲಿಯನ್, ಫ್ರೆಂಚ್ ಮಹಾಕ್ರಾಂತಿ. ಮೊಗಲ್ ಬಾದಶಹರು, ಕ್ಲಿಯೋಪಾತ್ರ, ಆ್ಯಂಟನಿ, ಸೀಜರ್ – ವಂಡರ್‌ಫುಲ್! ಗಿಬನ್ನನ "Decline and Fall of the Roman Empire" ಪುಸ್ತಕ ನಾನು ಇಡಿಯ ಒಂದು ವರ್ಷ ಓದಿರುವೆ ಅದನ್ನು ಓದುವಾಗಲೇ ನಾನು ನನ್ನ ಇಂಗ್ಲಿಷ್ ಸುಧಾರಿಸಿಕೊಂಡದ್ದು... ನಿಮಗೆ ಯಾವ ಡ್ರಿಂಕ್ಸ್ ತರಿಸಲಿ?"

"ನಾವು ಡ್ರಿಂಕ್ಸ್ ತೆಗೆದುಕೊಳ್ಳುವದಿಲ್ಲ" ಮಂದಾಳ ಧ್ವನಿಯಲ್ಲಿ ಕ್ಷಮಾಯಾಚನೆ ಛಾಯೆ ಇತ್ತು.

"ನೋ ಡ್ರಿಂಕ್ಸ್! ವಂಡರ್‌ಫುಲ್! ಫ್ರಾನ್ಸದಲ್ಲಿ ವೈನ್ ಇಲ್ಲದೆ ಜೀವಿಸುವುದೇ ಶಕ್ಯವಿಲ್ಲ. ಇದೊಳ್ಳೆಯ ಅನ್ಯಾಯ – ನಾನೊಬ್ಬನೆ ಹೇಗೆ ತೆಗೆದುಕೊಳ್ಳುವದು? ವೆಲ್. ವೆಲ್. ಜಿಂಜರ – ಏನಾದರೂ ತೆಗೆದುಕೊಳ್ಳಿ... ಅಂ?"

"ಅಡ್ಡಿಯಿಲ್ಲ" ಎಂದು ಮಂದಾಕಿನಿ ಹೇಳಬೇಕಾಯಿತು. ಅವನ ಕಿಲಕಿಲ ನಗುವ ಕಣ್ಣುಗಳಲ್ಲಿ ಆಗ್ರಹ ಮೂರ್ತಿವೆತ್ತು ನಿಂತಿತ್ತು.

ಎರಡು ಜಿಂಜರದ ಜೊತೆಗೆ ಲೆಗ್ವಿಯು ತನ್ನ ಸಲುವಾಗಿ ಯಾವುದೋ ಒಂದು ಮಾಣಿಕದಂತೆ ಹೊಳೆಯುವ ಕೆಂಪು ಪೇಯ ತರಿಸಿದ. "ಇದರ ರುಚಿ ನೀವು ನೋಡಬೇಕು. ಕೊನ್ಯಾಕದ ಒಂದು ಕಾಕ್‌ಟೇಲವಿದು... ನಿಮ್ಮ ಪರವಾನಗಿಯಿಂದ... ಚಿಯರ್ಸ್!" ಎಂದು ಒಂದು ಗುಟುಕು ಕುಡಿದ. ಮಾತನಾಡುವಾಗ ಅವನ ದೃಷ್ಟಿ ಮಂದಾಕಿನಿಯನ್ನು ಬಿಟ್ಟು ಒಂದು ನಿಮಿಷ ಕೂಡ ಕದಲದಾಯಿತು.

ಮಂದಾಕಿನಿಯಲ್ಲಿ ಒಮ್ಮೆಲೆ ಎಲ್ಲಿಲ್ಲದ ಚೇತನೆ ಒಸರತೊಡಗಿತು. ಪಾಃಲ್ ಲೆಗ್ವಿಯತ್ತ ಧೈರ್ಯವಾಗಿ ಕಣ್ಣು ಹೊರಳಿಸಿ ಕುತೂಹಲದಿಂದ ಅವನ ಅಂಗಾಂಗಗಳ ಮೇಲೆ ದೃಷ್ಟಿಯಾಡಿಸಿದಳು.

"ನೀವು ಮಾರ್ಸೆಲ್ಸದಲ್ಲಿ ಇಳಿದು ಪ್ಯಾರಿಸ್ ನೋಡಿಕೊಂಡೇ ಲಂಡನ್ನಿಗೆ ಹೋಗುವಿರಲ್ಲವೇ?" – ಲೆಗ್ವಿ ಮಂದಾಕಿನಿಗೆ ಕೇಳಿದ.

"ಇಲ್ಲ ಜಿಬ್ರಾಲ್ಟರ್ ಮಾರ್ಗದಿಂದ ನೇರ ಲಂಡನ್ನಿಗೆ."

ಲೆಗ್ವಿಯ ಮುಖದಲ್ಲಿ ಒಮ್ಮೆಲೆ ದುಃಖದ ಛಾಯೆ ಮೂಡಿತು. "ಜಿಬ್ರಾಲ್ಟರ ಮೇಲಿಂದ ಲಂಡನ್ನಿಗೆ? ಓಹ್, ಇದನ್ನು ಕೇಳಿ ನನಗೆ ಬಹಳ ದುಃಖವಾಗುತ್ತಿದೆ... ಸಪ್ಟಂಬರದಲ್ಲಿ ಫ್ರಾನ್ಸ, ಅದರಲ್ಲಿಯೂ ಪ್ಯಾರಿಸ್, ಅಂದರೆ ಆಹ್ ಸ್ವರ್ಗವೇ ಸರಿ. ಮಡಾಮ್ ನನ್ನ ಜೊತೆಗೆ ಬಂದಿದ್ದರೆ ನಾನು ಪ್ಯಾರಿಸನ್ನೆಲ್ಲ ತೋರಿಸುತ್ತಿದ್ದೆ... ಪ್ಯಾರಿಸಧ ಸೌಂದರ್ಯವನ್ನೆಲ್ಲ ಹಿಂಡಿ ನಿಮ್ಮ ಕಪ್ಪಿನಲ್ಲಿ ಹಾಕುತ್ತಿದ್ದೆ..." ಎಂದು ಕನಿಕರಯುಕ್ತ ಹಾಸ್ಯ ಬೀರಿದ; ಎರಡು ಗುಟುಕು ಕಾಕ್‌ಟೇಲ್ ಕುಡಿದ.

"ನನ್ನ ಟಿಕೇಟನ್ನು ಬದಲಿಸಬಹುದೇ ಈಗ?" ಎಂದು ಮಂದಾಕಿನಿ ಚಿಕ್ಕ ಹುಡುಗಿಯಂತೆ ಕೇಳಿದಳು.

ಇಬ್ಬರಿಂದಲೂ ಅಲಕ್ಷಿಸಲ್ಪಟ್ಟು ತನ್ನಷ್ಟಕ್ಕೇ ತಾನು ಜಿಂಜರ ಕುಡಿದು ಸುಮ್ಮನೆ ಕೂತ ಸಪ್ರೂ ಒಮ್ಮೆಲೆ ಎದ್ದು "ಮಿಸ್ಟರ್ ಲೆಗ್ವಿ, ಥ್ಯಾಂಕ್ಸ್, ನಾನು ಹೋಗಬೇಕು. ಬಾಯ್ ಬಾಯ್" ಎಂದು ಹೊರಟ. ಲೆಗ್ವಿಯು ಕುರ್ಚಿಯ ಮೇಲೆ ಅರ್ಧ ಎದ್ದಂತೆ ಮಾಡಿ. "ಮೆರ್ಸಿ, ಮೊಸ್ಯೂರ, ಆ ರಿವಾ" ಎಂದು ಹೇಳಿ ಮಂದಾಕಿನಿಯತ್ತ ಹೊರಳಿ ಮಾತನಾಡಲು ಪ್ರಾರಂಭಿಸಿದ. ಮಂದಾಕಿನಿಯೂ "ಮತ್ತೆ ಭೆಟ್ಟಿಯಾಗೋಣ" ಎಂದಿಷ್ಟೇ ಮೊಟಕಾಗಿ ನುಡಿದು ಲೆಗ್ವಿಯತ್ತ ತನ್ನ ನಗುಮುಖವನ್ನು ಹೊರಳಿಸಿದಳು. ಸಪ್ರೂ ಹೋಗುವದನ್ನೇ ಹಾದಿ ಕಾಯುತ್ತ ಕುಳಿತಿದ್ದಳೆನ್ನುವಂತೆ ಆತ ಹೋದೊಡನೆ ಮಂದಾಳ ಹೃದಯ ಝುಲ್ಲೆಂದು ನಡುಗಿತು.

* * * *

ಲೆಗ್ವಿ ಮಂದಾಕಿನಿಯನ್ನು ಆದಿನ ಬಿಡಲೇ ಇಲ್ಲ. ಡಿನರ್ ಆದ ಮೇಲೆ ಬಾರಿನ ಮೂಲೆ ಯೊಂದರಲ್ಲಿ ಅವಳನ್ನು ಕೂಡ್ರಿಸಿಕೊಂಡು ಹರಟೆ ಹೊಡೆದದ್ದೇ ಹೊಡೆದದ್ದು. ಮುಖರ್ಜಿ ಮಿಸ್ ಜೊಸೆಫ್‌ರ ಜೋಡಿ ದೂರದಿಂದಲೇ ಕಣ್ಣು ಮಿಟುಕಿಸಿ ಹೋಯಿತು. ಪ್ರತ್ಯಕ್ಷ ಪರಿಚಯುವಿಲ್ಲದ ಜನರೂ ಕೂಡ ಮಂದಾಕಿನಿಯತ್ತ ನೋಡಿದಾಗಲೆಲ್ಲ ಕುತೂಹಲದಿಂದ ಕಣ್ಣರಳಿಸುತ್ತಿದ್ದರು. ಮಂದಾಳನ್ನು ಸಂಕೋಚದ ಜೊತೆಗೆ ಆನಂದವೂ ಕಂಕುಳಲ್ಲಿ ಕೈಯಿಕ್ಕಿ ನಗಿಸುತ್ತಿತ್ತು. ಲೆಗ್ವಿಯ ಸಹವಾಸದಲ್ಲಿ ಮಾಣಿಕದಂತೆ ಹೊಳೆಯುವ ಪೇಯದ ಮಾದಕತೆ ಇತ್ತು. ಮಂದಾಳಿಗೆ ಲೆಗ್ವಿಯ ಜೊತೆಗೆ ಸೋಫಾದ ಮೇಲೆ ಕೂತು ಗೆಳೆಯರಂತೆ ಹರಟೆ ಹೊಡೆಯುವದರಲ್ಲಿ ತಪ್ಪೇನೂ ಕಾಣಿಸಲಿಲ್ಲ. ಸ್ವಲ್ಪ ಸ್ವಚ್ಛಂದವಾಗಿ ಈ ಹೊಸ ಬಗೆಯ ಫ್ರೆಂಚ ನಡುವಯಸ್ಸಿನ ಯುವಕನೊಡನೆ ಕೂತು ಮಾತನಾಡಬಾರದೇಕೆ? ಬೇರೆ ಬೇರೆ ದೇಶಗಳ, ಬೇರೆ ಬೇರೆ ಜನರ ಪರಿಚಯ, ಅನುಭವ ಅವಶ್ಯವಿಲ್ಲವೇ ಪರದೇಶಕ್ಕೆ ಹೋಗು ವವರಿಗೆ? ಇಲ್ಲದಿದ್ದರೆ ಇಷ್ಟು ದೂರ ಏಳುಸಮುದ್ರ ದಾಟಿ ಹೋಗುವದೇಕೆ? ಜನರು ಬೇಕಾದದ್ದನ್ನಲಿ ಆ ಪೆದ್ದ ಸಪ್ರೂನ ಬಗ್ಗೆ ಕೂಡ ಅನ್ನಲಿಲ್ಲವೆ?" ... ಒಮ್ಮೆ ಲಂಡನ್ ಮುಟ್ಟಿದ ಮೇಲೆ ಇವರೆಲ್ಲೊ ಅವಳೆಲ್ಲೋ? ಮೇಲಾಗಿ ನಾಡದು ಮುಂಜಾನೆ ಲೆಗ್ವಿ ಮಾರ್ಸೆಲ್ಸದಲ್ಲಿ ಇಳಿದು ಹೋಗುವವ. ಅವಳಲ್ಲಿ – ಉಳಿದವರನ್ನು ಬಿಟ್ಟು – ಮುಚ್ಚು ಮರೆಯಿಲ್ಲದೆ ಇಷ್ಟೊಂದು ಅಸ್ಥೆ ತೋರಿಸುತ್ತಾನೆಂದರೆ, ತರತರದ ಕತೆ ಹೇಳಿ ಅವಳನ್ನು ಯಾವಾಗಲೂ ನಗಿಸುತ್ತಿರುತ್ತಾನೆಂದರೆ – ಈ ಮೋಜನ್ನು, ಈ ಅನುಭವವನ್ನು, ನಾಚಿ. ಮುದುಡಿ, ಸಂಕೋಚಪಟ್ಟು ಕಳೆದುಕೊಂಡು ಬಿಡುವದೇ?... ರಾತ್ರೆ ಹನ್ನೊಂದಾದ ನಂತರ ಮಂದಾ ತನ್ನ ಕೇಬಿನ್ನಿಗೆ ಹೋಗಲು ಎದ್ದಳು. ಲೆಗ್ವಿಯು ತಾನೂ ಎದ್ದು, ಅವಳ ಕೈಯೆತ್ತಿ ಚುಂಬಿಸಿ, "ಯಾಕೆ? ದಣಿವಾಯಿತೆ? ನಿಮ್ಮನ್ನು ಇಷ್ಟು ಹೊತ್ತು ಕೂಡ್ರಿಸಿ ಕೊಂಡು ನಿಮ್ಮ ನಿದ್ರೆಗೆ ಅಡ್ಡಿಯಾದೆ – ಕ್ಷಮಿಸಬೇಕು... ಆಹ್ ಈ ಸೀರೆಯಲ್ಲಿ ನೀವು ಎಷ್ಟು ಸುಂದರ ಕಾಣಿಸುತ್ತೀರಿ... ರಾಜಪುತ್ರಿಯಂತೆ!... ಗುಡ್‌ನಾಯ್ಟ್. ನಾಳೆ ಭೆಟ್ಟಿ ಯಾಗೋಣ" ಎಂದ. ಅವನ ಫ್ರೆಂಚ ವಿನಯ, ಅವನ ಕೋಮಲ ಆತ್ಮೀಯತೆ ಅವನ ತುಟಿಗಳ ರೇಶಿಮೆ-ಸ್ಪರ್ಶ, ಅವಳ ಹೃದಯ ಮಿಡಿದವು –ಕಲಕಿದವು. ಕೇಬಿನ್ನಿಗೆ ಹೋಗುವಾಗ ಅವಳಿಗೆ ತಾನೊಂದು ಕನಸಿನ ವಿಶ್ವದಲ್ಲಿ ತೇಲುತ್ತಿದ್ದಂತೆ (ಇದೆಲ್ಲ ಬಹುಶಃ ಲೆಗ್ವಿ ಕುಡಿಸಿದ ಪೋರ್ಟ್‌ವೈನನ ಪರಿಣಾಮವಿರಬೇಕೇನೋ) ಅನಿಸಿತು. ಕೇಬಿನ್ನಿಗೆ ಹೋಗಿ, ಕನ್ನಡಿಯಲ್ಲಿಯ ಕೆಂಪು ರೇಶ್ಮೆ ಸೀರೆಯಲ್ಲಿಯ ರಾಜಪುತ್ರಿಯನ್ನು ಎಷ್ಟೋ ಹೊತ್ತು ನೋಡಿ, ಸೀರೆ ಬಿಚ್ಚುವ ಮನಸ್ಸಾಗದೆ, ಅರ್ಧ ತೆರೆದ ಪೋರ್ಟ ಹೋಲಿನಲ್ಲಿ ತಲೆಯಿಟ್ಟು ಮೆಡಿಟರೇನಿಯನ್ ಸಮುದ್ರದ ಸಂಗೀತ ಕೇಳುತ್ತ ನಿಂತಳು. ಮಿಸ್ ಜೊಸೆಫ್ ಬಂದು ಕದ ತಟ್ಟುವ ವರೆಗೆ.

* * * *

ಮಾರನೆಯ ಮುಂಜಾನೆ, ಮಧ್ಯಾಹ್ನ ಲೆಗ್ವಿಯ ಪತ್ತೆಯೇ ಇಲ್ಲ. ಮಂದಾಕಿನಿ ಹುಚ್ಚಿಯಂತೆ ಇತ್ತಿಂದತ್ತ ಅತ್ತಿಂದಿತ್ತ ಎಲ್ಲ ಡೆಕ್ಕುಗಳ ಲೌಂಜುಗಳಲ್ಲಿ, ಬಾರುಗಳಲ್ಲಿ ಲಾಯ್‌ಬ್ರರಿಗಳಲ್ಲಿ, ಕೊರಿಡೊರಗಳಲ್ಲಿ ತಿರುಗಾಡಿ ನೋಡಿದಳು. ಎಲ್ಲಿಯೂ ಅವನ ಸುಳಿವೇ ಇಲ್ಲ. ನಾಲ್ಕರ ಕಾಫಿಯಾದ ನಂತರ, ಒಂದು ಕಡೆ ಮೆಟ್ಟಲುಗಳ ಮೇಲೆ ಭೆಟ್ಟಿಯಾದ ಸಪ್ರು. "ಮಂದಾ ಬಹೆನ್, ಏನು ನನ್ನನ್ನು ಹುಡುಕುತ್ತಿರುವಿರಾ? ಎಂದ. "ಇಲ್ಲ ಮಿಸೆಸ್ ಮೋಹಿತೆಯವರನ್ನು ನೋಡುತ್ತಿರುವೆ." ಅವರು 'ಈ' ಡೆಕ್ಕಿನ ಮೇಲೆ ಕೂತಿದ್ದರಲ್ಲ – ಚಿಕ್ಕ ಮಕ್ಕಳ ಫ್ಯಾನ್ಸಿ ಡ್ರೆಸ್ ಕೊಂಪಿಟೇಶನ್ ನೋಡಲು". "ಓಹ್. ನಾನು ಮರೆತೇ ಬಿಟ್ಟಿದ್ದೆ" ಎಂದು ಅಲ್ಲಿಗೆ ಓಡಿದಳು.

ಅಂದು ಗಾಲಾ ಡೇ! ಎಲ್ಲ ಆಟಗಳ ಸ್ಪರ್ಧೆಗಳು, ಫ್ಯಾನ್ಸಿ-ಡ್ರೆಸ್ ಸ್ಪರ್ಧೆಗಳು, ಸಂಗೀತ ಕಛೇರಿ... ಹಡಗದ ತುಂಬೆಲ್ಲ ಉತ್ಸವದ ಗಡಿಬಿಡಿ. ಎಲ್ಲಿಯೂ ಮಂದಾಕಿನಿಯ ಮನಸ್ಸು ಹತ್ತಲಿಲ್ಲ. ಇನ್ನೇನು ಗಾಲಾ ಡಿನರಿಗೆ ತಯಾರಾಗೋಣ, ತನ್ನ ಮೆಚ್ಚುಗೆಯ ಹಳದಿ ರೇಶ್ಮೆ ಸೀರೆಯನ್ನುಡೋಣ, ಎಂದು ತನ್ನ ಕೆಬಿನ್ನಿಗೆ ಹೋಗಿ ಸಿದ್ಧತೆ ನಡೆಸಿದಳು. ಏಳು ಹೊಡೆಯಲು ಐದೇ ನಿಮಿಷ. ಹೊರಡಬೇಕಿನ್ನು ಎಂದು ಹೊಸ ಭರ್ಜರಿ ಸ್ಯಾಂಡಲ್ಸ್ ಹಾಕತೊಡಗಿದಳು. ಅಷ್ಟರಲ್ಲಿ ಕೆಬಿನ್ನಿನ ಕದ ತಟ್ಟಿದ ಸದ್ದು. "ಯಾರು?" "ನಾನು ಲೆಗ್ವಿ." ಅವಳ ಜಂಘಾ ಬಲವೇ ಉಡುಗಿಹೋಯಿತು. ಇನ್ನೊಂದು ಸ್ಯಾಂಡಲ್ ಹಾಕುವದನ್ನು ಅರ್ಧಕ್ಕೆ ಬಿಟ್ಟು ಹೋಗಿ ಕದ ತೆರೆದಳು.

"I am sorry" ಇಂದಿನ ಗಾಲಾ ಡಿನರಿಗೆ ನಮ್ಮ ಡೈನಿಂಗ್-ರೂಮಿಗೆ ಬರಬೇಕು – ನನ್ನ ಗೆಸ್ಟಾಗಿ... ಬರಲಿಕ್ಕೆ ಅಡ್ಡಿಯಿಲ್ಲ ತಾನೆ?" ಲೆಗ್ವಿಯ ಧ್ವನಿಯಲ್ಲಿ, ಕಣ್ಣಿನಲ್ಲಿಯ ಆಹ್ವಾನದಲ್ಲಿ, ಮಂತ್ರವಿತ್ತು.

"I am sorry, ಕೇಬಿನ್ನಿನಲ್ಲಿ ಎಲ್ಲ ಅವ್ಯವಸ್ಥೆ."

"ನೀವು ನನ್ನ ಕೇಬಿನ್ನು ನೋಡಬೇಕು. ಅದೋ, ನೀವು ಗಡಿಬಿಡಿಯಲ್ಲಿ ಸ್ಯಾಂಡಲ್ಸ ಪೂರ್ತಿ ಹಾಕಿಕೊಂಡಿಲ್ಲ. ಕಮೋನ್. ನಾನು ಸಹಾಯ ಮಾಡುವೆ" ಎಂದವನೇ ಬಗ್ಗಿ ಅವಳ ಕಾಲಿಗೆ ಸ್ಯಾಂಡಲ್ ಹಾಕಲು ಉದ್ಯುಕ್ತನಾದ.

"ಬೇಡ ಪ್ಲೀಜ್" ಎಂದು ಮಂದಾ ಕೂಗಿದಳು.

"ಲವ್‌ಲಿ ಸ್ಯಾಂಡಲ್ಸ್, ಮಡಾಮ್ ಮಂದಾ... ಆಹ್ ನಿಮ್ಮ ಪಾದಗಳ ಆಕಾರ ಪರ್ಫೆಕ್ಟ್ ಆಗಿದೆ. ನೀವು ಫ್ರೆಂಚ್ ಹುಡುಗಿಯಾಗಿದ್ದರೆ ನಾನು ಕೂಡಲೆ ಅವುಗಳನ್ನು ಮುದ್ದಿಸಬಹುದಾಗಿತ್ತು..." ಎಂದೆನ್ನುತ್ತ ಅವಳ ಸೀರೆಯನ್ನು ಮೇಲೆ ಸರಿಸಿ ಸ್ಯಾಂಡಲಿನ ಬಕಲು ಬಿಗಿಮಾಡಿದ.

"ಥ್ಯಾಂಕ್ಸ್..." ಮಂದ ಬೆವತುಬಿಟ್ಟಳು.

ಲೆಗ್ವಿ ಎದ್ದು ನಿಂತು, ಮಂದಾಳ ನಡ ಹಿಡಿದು, ಅವಳ ಮುಖದತ್ತ ನೋಡಿ. "ನಡೆಯಿರಿ ನನ್ನ ಇಂಡಿಯನ್ ರಾಜಕುಮಾರಿ!" ಎಂದ.

"ನನ್ನ ಕೇಬಿನ್ನಿಗೆ ಪತ್ತೆ ಹೇಗೆ ಹಚ್ಚಿದಿರಿ?"

"ಅದರಲ್ಲೇನು? ಆಫೀಸಿನಲ್ಲಿ ಹೋಗಿ ಮಡಾಮ್ ಬೋತೆಯ ನಂಬರ ಕೇಳಿದೆ"

"ನೀವು ದಿವಸ ಹೇಗೆ ಕಳೆದಿರಿ?" ಪ್ರಶ್ನೆ ಕೇಳುವುದರಲ್ಲಿಯೇ ಒಂದು ಬಗೆಯ ಸುರಕ್ಷಿತತೆಯಿದೆ ಎಂದು ಮಂದಾಳಿಗೆ ಅನಿಸಿತು.

"ಓಹ್, ಹತ್ತು ಗಂಟೆಗೆ ಎದ್ದೆ... ನಿನ್ನೆಯ ಕಾಕ್‌ಟೇಲ್ಸ್... ಹ್ಯಾಂಗ್ ಓವರ್ ನನ್ನದು ಸಿಂಗಲ್ ಸೀಟಿನ ಕೆಬಿನ್ನಾದ್ದರಿಂದ ಯಾರ ತೊಂದರೆಯೂ ಇಲ್ಲ. ನನ್ನ ಸ್ಟೀವರ್ಡ್ ಬ್ರೆಕ್‌ಫಾಸ್ಟ್ ತಂದುಕೊಟ್ಟ. ನಂತರ ಬೆಡ್ಡಿನಲ್ಲಿಯೇ ಎರಡು ತಾಸು ಕಳೆದೆ ನಂತರ ಲಂಚ್... ಆಮೇಲೆ ರೆಸ್ಟ್... ಇಂದಿನ ಗಾಲಾ ರಾತ್ರಿಗೆ ಪೂರ್ವಸಿದ್ಧತೆಯೆಂದು ಪ್ಯಾರಿಸ ಅಥವಾ ಲಂಡನ್ನಿನಲ್ಲಿ ನನ್ನ ಹಾಃಲಿಡೇ ಅಂದರೆ ಹೀಗೇ... ಸಂಜೆಯ ವರೆಗೆ ರೆಸ್ಟ್... ಆಮೇಲೆ ರಾತ್ರಿ 12 – 1 – 2ರ ತನಕ ಸ್ವಚ್ಛಂದ ಉಪಭೋಗ... ಡ್ರಿಂಕ್ಸ್, ಡಾನ್ಸ್ ಮತ್ತು... 'ಅಮೂರ್'... ಹಾ ಹಾ ಹಾ..."

ಮಂದಾಳಿಗೆ ಫ್ರೆಂಚ್ ಗೊತ್ತಿಲ್ಲ. ಆದರೂ 'ಅಮೂರ್' ಅಂದರೆ ಏನು ಎಂದು ಕೇಳುವ ಗೋಜಿಗೆ ಹೋಗಲಿಲ್ಲ.

'ಸಿ' ಡೆಕ್ಕಿನ ಊಟದ ಹಾಃಲು ಅತ್ಯಂತ ಸುಂದರವಾಗಿ ಅಲಂಕರಿಸಲ್ಪಟ್ಟಿತ್ತು. ಬಣ್ಣ ಬಣ್ಣದ ಕಾಗದದ ಮಾಲೆಗಳು, ಬಲೂನುಗಳು, ಚಂದಚಂದ ವಸ್ತ್ರ ಧರಿಸಿದ ಜನರು, ಅವರ ಕುಲು ಕುಲು, ಕಿಲ, ಕಿಲ, ಖೊಕ್ಕೊ, ಹಾ ಹಾ ನಗೆ, ಕೂತವರ ತಲೆಯ ಮೇಲೆ ಉದ್ದ, ಅಡ್ಡ, ಅಡ್ಡಾತಿಡ್ಡ ವಿದೂಷಕ ಟೊಪ್ಪಿಗೆಗಳು, ಫಟ್‌ಫಟ್ ಚಿಟ್ ಚಿಟ್ ಎಂಬ ಸಪ್ಪಳ, ಊದುವ ಸೀಟಿಗಳು, ಭಾಂ ಎಂದು ಒದರುವ ಬಣ್ಣದ ತಗಡಿನ ತುತ್ತೂರಿಗಳು, ಟೇಬಲ್ ಮೇಲೆ ತರತರದ ಚಿಕ್ಕ ಕಾಣಿಕೆಗಳು, ವೈನ್ ಗ್ಲಾಸುಗಳು, ಮದ್ಯದ ದೊಡ್ಡ ದೊಡ್ಡ ಸೀಸೆಗಳು... ಆ ಮಾಯಾನಗರಿಯಲ್ಲಿ, ಪಾತಾಳದಲ್ಲಿಯ ಪಾಪಚ್ಚಿಯಂತೆ, ಮಂದಾಕಿನಿ ಗಾಬರಿಯಾದಳೇನೋ. ಆದರೆ ಅವಳ ಟೊಂಕವನ್ನು ಬಳಸಿದ ಲೆಗ್ವಿಯ ಬಲಗೈಯ ಆಸರೆ ಅವಳಿಗೆ ಧೈರ್ಯ ಕೊಟ್ಟಿತು. ಹಲವಾರು ಜನರು ಇವರೆಡೆಗೆ ಕುತೂಹಲದಿಂದ ನೋಡಿದರು. ಅಭಿಮಾನದಿಂದ ಅವಳ ಎದೆ ಉಬ್ಬಿತು; ಜಾರಿದ ಸೆರಗನ್ನು ಸಾವರಿಸಿ ಮೈಗೆ ಸುತ್ತಿಕೊಂಡಳು.

"ಆಹ್, ಇಲ್ಲಿದೆ ನಮ್ಮ ಟೇಬಲ್ಲು!"

ಟೇಬಲ್-ಮೇಟುಗಳ ಪರಿಚಯವಾಯಿತು. ಆದರೆ ಆ ಪರಿಚಯು ಲೆಗ್ವಿ ಮಂದಾಕಿನಿ ಯರ ಏಕಾಂತಕ್ಕೆ ಅಡ್ಡ ಬರಲಿಲ್ಲ. ವಿದೂಷಕ-ಟೊಪ್ಪಿಗೆಯನ್ನು ಅವಳ ತಲೆಯ ಮೇಲೆ ಹಾಕಿ ಅವಳು ಹೇಗೆ ಕಾಣಿಸುತ್ತಾಳೆ ಎಂದು ಅವಳ ಗದ್ದ ಹಿಡಿದು ಮುಖ ಹೊರಳಿಸಿ ನೋಡಿದ ಲೆಗ್ವಿ. "ನೀನು ಮೂರ್ಖರ ರಾಜ್ಯದ ಮಹಾರಾಣಿಯಂತೆ ಕಾಣಿಸುತ್ತಿರುವಿ" ಎಂದು ಅವಳ ತೋಳು ಒತ್ತಿದ. ಅಷ್ಟರಲ್ಲಿ 8–10 ಟೇಬಲ್ಲುಗಳಾಚೆ ಯಾರೋ ಒಬ್ಬರು ಕೈಮಾಡುತ್ತಿರುವಂತೆ ಕಂಡಿತು. ತೋಳು ಒತ್ತಿದಾಗ ಮಂದವಾದ ಅವಳ ದೃಷ್ಟಿಗೆ

ಯಾರೆಂದು ಒಮ್ಮೆಲೆ ಹೊಳೆಯಲಿಲ್ಲ. ಸ್ವಲ್ಪ ಹೊತ್ತಿನಲ್ಲಿ ಕೈಮಾಡುತ್ತಿದ್ದವರು ಅವಳ ಕಡೆ ಬರತೊಡಗಿದರು... ಅಷ್ಟರಲ್ಲಿ ಅವಳ ದೃಷ್ಟಿ ತಿಳಿಯಾಗಿತ್ತು. "ಗುಡ್ ಈವ್ನಿಂಗ್ ಮಿ. ಮೆಕಾರ್ಥಿ" ಎಂದು ಗ್ರೀಟ್ ಮಾಡಿದಳು. ಈಗ ತೀರ ಸಮೀಪ ಬಂದ ಮೆಕಾರ್ಥಿಗೆ ಲೆಗ್ವಿಯ ಪರಿಚಯು ಮಾಡಿಕೊಟ್ಟಳು.

"ಮಿಸ್ ಮಂದಾ, ನೀನು ಬಹಳ ಚಂದ ಕಾಣಿಸುತ್ತಿರುವಿ ಇಂದು. ಒಮ್ಮೆಲೆ ಮೆಡಿಟರೇನಿಯನ್ ಗಾಳಿಗೆ, ಹೂವು ಅರಳಿಬಿಟ್ಟಿದೆಯೆಂದು ತೋರುವುದು... ಮಿ. ಲೆಗ್ವಿ ನೀವು ನಿಜಕ್ಕೂ ಲಕೀ ಇದ್ದೀರಿ."

"ನಿಮಗೆ ಅಸೂಯೆ ಅನಿಸುತ್ತಿದ್ದರೆ – ನಡೆಯಿರಿ, ಇಲ್ಲಿಯೇ ದ್ವಂದ್ವ ಯುದ್ಧ ಆಡೋಣ! ಗೆದ್ದವರಿಗೆ ಈ ರಾಜಕುಮಾರಿ..." ಎಂದು ಲೆಗ್ವಿ ನಗುತ್ತ ಹೇಳಿದ. ಎಲ್ಲರೂ ನಕ್ಕರು.

"ದ್ವಂದ್ವ ಯುದ್ಧವಾಡಲು ನಾನು ಮುದುಕನಾಗಿರುವೆ – ಇಲ್ಲದಿದ್ದರೆ... ಒಳ್ಳೇದು ನನ್ನ ಸಂಗಾತಿ ಮಿಸೆಸ್ ಜೋನ್ಸ್ ನನ್ನ ಹಾದಿ ಕಾಯುತ್ತಿದ್ದಾಳೆ. ನಾನು ಹೋಗುವೆ. ನಿಮ್ಮ ಡಿನರು ಚೆನ್ನಾಗಿ ಆಗಲಿ... ಇಲ್ಲಿ ನೋಡಿ ಲೆಗ್ವಿ, ಜೋಕೆಯಿಂದ ಇರಿ ನೀವು – ಇಲ್ಲದಿದ್ದರೆ ಈ ರಾಜಕುಮಾರಿಯ ಚಪ್ಪಲಿಗಳು... ಹಾ ಹಾ ಹಾ..." ಎಂದು ನಗುತ್ತ ಹೋದ ಮೆಕಾರ್ಥಿ.

"ನಾನೇ ಅವನ್ನು ಭದ್ರವಾಗಿ ಕಟ್ಟಿರುವೆ" ಎಂದ ಲೆಗ್ವಿ ಮೆಕಾರ್ಥಿಯ ಮಾತಿನ ಅರ್ಥ ಗೊತ್ತಾಗದೆ.

ಮಂದಾಕಿನಿ ಚಪ್ಪಲಿಗಳ ಸಂದರ್ಭ ಸ್ಪಷ್ಟೀಕರಿಸಿದಳು. ಲೆಗ್ವಿ ಅವಳ ಕತೆ ಕೇಳಿ ನಕ್ಕಿದ್ದೇ ನಕ್ಕಿದ್ದು. "ನೀನು ನನಗೆ ನಿನ್ನ ಚಪ್ಪಲಿಗಳಿಂದ ಹೊಡೆದರೆ ಎಷ್ಟೊಂದು ಸಂತೋಷ ಗೊತ್ತೆ? ವಂಡರ್‌ಫುಲ್... ಆದರೆ ಏಕಾಂತದಲ್ಲಿ ಮಾತ್ರ, ಹಾಂ. ಪಬ್ಲಿಕ್ಕಿನಲ್ಲಲ್ಲ – ಹಾ ಹಾ ಹಾ..."

ಮಂದಾಕಿನಿಗೆ ಶಾಂಪೇನ್ ಬಹಳ ಸೇರಿತು. ಆದರೆ ಯಾಕೋ ಏನೋ ಊಟ ಚೆನ್ನಾಗಿ ಹೋಗಲಿಲ್ಲ. ಅವಳ ಸೂಕ್ಷ್ಮತನ ಲೆಗ್ವಿಗೆ ಬಹಳ ಸೇರಿತು. "ನನಗೆ ಡೆಲಿಕೇಟ್, ಕೋಮಲ ತೆಳ್ಳನ ಹುಡಿಗೆಯರೆಂದರೆ ಬಹಳ ಇಷ್ಟ... So ethereal, So Spiritual! ಹಾಗೂ ಅವರ ಕೋಮಲ ಹೊಸ ಚಪ್ಪಲಿಗಳೂ ತುಂಬ ಇಷ್ಟ!"

ವಾತಾವರಣದಲ್ಲಿ ತುಂಬಿತುಳುಕುವ ಉತ್ಸಾಹ, ಕಣ್ಣು ಕುದಿಸುವ ಉಲ್ಲಾಸ, ರಕ್ತ ಉನ್ಮಾದ ಎಲ್ಲೆಲ್ಲೂ ನಗೆ. ಕಲಕಲ ಹುಚ್ಚು. ಹೊಳೆ ಹೊಳೆಯುವ ಕೆಂಪು, ಬಿಳಿ, ಹಳದಿ ಗ್ಲಾಸುಗಳು. ನಡ ಹಿಡಿದು ಗಿಲಿಗಿಲಿ ಅಲುಗಾಡಿಸುವ ಬ್ಯಾಂಡ್ ಸಂಗೀತ. ಗಂಡು-ಹೆಣ್ಣು ಗಂಡು-ಹೆಣ್ಣು, ಗಂಡು-ಹೆಣ್ಣು, ಸೂಟು-ಫ್ರಾಕು, ಸೂಟು-ಸ್ಕರ್ಟು, ಸೂಟು-ಸೀರೆ. ಇಂದ್ರ ಧನುಷ್ಯದ ಎಲ್ಲ ಬಣ್ಣಗಳು ಕುಣಿಕುಣಿದು ಬೆರೆಯುತ್ತಿವೆ. ಕೆಲವು ಯಕ್ಷ-ಯಕ್ಷಿಣಿಯರು ಕೊರಳಲ್ಲಿ ಕೊರಳಿಟ್ಟು, ಗಲ್ಲ ಗಲ್ಲ ಹಚ್ಚಿ ಮೈಗೆ ಮೈ ಅಂಟಿಸಿ ಕಾಲು ಮಾತ್ರ ಅಲೆದಾಡಿಸುತ್ತಿದ್ದಾರೆ. ಸ್ವಲ್ಪ ಹೊತ್ತಿನ ಮೇಲೆ ಡೆಕ್ಕಿನ ತುಂಬೆಲ್ಲ ಅಲೆದಾಡುವ ಕಾಲು

ಗಳು, ಅಡ್ಡತಿಡ್ಡ ಒಂದರ ಮೇಲೊಂದು ಬೀಳುವ ಕಾಲುಗಳು. ಹಾಯ್, ಓಹ್, ಹಿ ಹಿ ಹಿ, ಹಾ ಹಾ ಹಾ, ಹೊ ಹೊ ಹೊ. ಬ್ಯಾಂಡಿಗೇ ಅಮಲೇರಿತೆಂದು ಕಾಣಿಸುತ್ತದೆ. ಬ್ಯಾಂಡಿನವರೂ ಕೈ–ಮೈ ಕಾಲುಗಳನ್ನು ಕುಣಿಸುತ್ತ ಮಣಿಸುತ್ತ ಕ್ಷಿತಿಜ ಹರಿಯುವಂತೆ ಊದತೊಡಗಿದರು; ಕುಣಿಯಬರದವರೂ ಕುಣಿಯತೊಡಗಿದರು. ಗದ್ದಲಲ್ಲಿ ಯಾರಿಗೆ ಯಾರು ಕೇಳುವರು ಯಾರಿಗೆ ಯಾರು ಇಲ್ಲವೆನ್ನುವರು?

"ಪ್ಲೀಜ್, ಮಿ. ಲೆಗ್ವಿ, ಪ್ಲೀಜ್... ತಲೆ ತಿರುಗುತ್ತದೆ..."

"ಸಾಃರಿ, ನಿನ್ನ ಶೂ ನನ್ನ ಕಾಲು ತುಳಿಯುತ್ತಿದೆ... ನಾನು ಕಾಲು ಸರಿಸಿದಂತೆ ಸರಿಸು ಸಾಕು..."

"ಓಹ್ ನನಗಿದು ಸಾಧ್ಯವಿಲ್ಲ ಬಿಡಿರಿ..."

"ಅಷ್ಟೇಕೆ ಮೈ ಬಿಗಿಹಿಡಿದಿರುವಿ? Relax relax ... ಸ್ವಲ್ಪ ಸಡಿಲಿಸು... ಸ್ವಲ್ಪ ಸಮೀಪ ಬಾ... ಇನ್ನಿಷ್ಟು."

"ಬೇಡ ಬಿಡಿರಿ... ಓಹ್... ಹೋ... ನಿಜಕ್ಕೂ ತಲೆ ತಿರುಗುತ್ತಿದೆ... ತಲೆ" ಎಂದು ಮಂದಾ ಒಮ್ಮೆಲೆ ತಲೆ ಹಿಡಿದುಕೊಂಡಳು.

ಲೆಗ್ವಿ ಮಂದಾಕಿನಿಯ ಕೈ ಹಿಡಿದು ಗದ್ದಲದೊಳಗಿಂದ ನುಗಿಸಿ ನುಗಿಸಿ, ಹಾದಿ ಮಾಡಿ ಅವಳನ್ನು ತುರು ತುರು ಎಳೆದು ಗದ್ದಲವಿಲ್ಲದ ಮೂಲೆಯೊಂದರಲ್ಲಿ ಒಯ್ದು ಕುರ್ಚಿಯ ಮೇಲೆ ಕೂಡ್ರಿಸಿದ.

"ಡಾರ್ಲಿಂಗ್, ನಿನಗೆ ಬೇಕಾದದ್ದು ಫ್ರೆಶ್ ಗಾಳಿ... ಈಗ ನಿನಗೆ ಹೇಗೆ ಅನಿಸುತ್ತಿದೆ?"

"ತಲೆ ಇನ್ನೂ ಗಿರ್ರೆನ್ನುತ್ತಿದೆ. ಇಲ್ಲಿ ಏನೋ ಜಿಯ್ ಎಂದು ಬಾರಿಸಿದಂತೆ ಆಗುತ್ತಿದೆ" ಎಂದು ಕಿವಿ ಮುಚ್ಚಿದಳು.

"ಸ್ವಲ್ಪ ನಿಲ್ಲು, ಈಗ ಕಾಫಿ ತೆಗೆದುಕೊಂಡು ಬರುವೆ..." ಎಂದು ಓಡಿದ ಲೆಗ್ವಿ.

ಲೆಗ್ವಿ ಬರುವಷ್ಟರಲ್ಲಿ ಮಂದಾ ಬಗ್ಗಿ ಒಕ್ಕೊಕ್ಕೆಂದು ವಾಂತಿ ಮಾಡಿಕೊಳ್ಳುತ್ತಿದ್ದಳು.

"It's all right ... Relax ... ಈಗ ಹೇಗೆನಿಸುತ್ತಿದೆ? ಬಾ, ಸ್ವಲ್ಪ ಹೊತ್ತು ನೀನು ವಿಶ್ರಾಂತಿ ತೆಗೆದುಕೊಳ್ಳಬೇಕು. ಸದ್ಯ ಈ ಕಾಫಿ ತೆಗೆದುಕೊ..." ಎಂದು ಅವಳಿಗೆ ಕಾಫಿ ಕುಡಿಸಿ, ಅವಳನ್ನು ಎರಡೂ ಕೈಗಳಿಂದ ಸಾವರಿಸಿ ಹಿಡಿದು ಮೆಟ್ಟಲು ಇಳಿಸಿ ಕರೆದೊಯ್ದ–'ಸಿ' ಡೆಕ್ಕಿನ ಮೇಲಿನ ತನ್ನ ಕೇಬಿನ್ನಿಗೆ.

4

ಮೂರು ದಿನಗಳ ಕಾಯಿಲೆ, ಎರಡು ದಿನಗಳ ವಿಶ್ರಾಂತಿ–ಇಂದು ಎದ್ದಿದ್ದಾಳೆ ಮಂದಾಕಿನಿ. ಮರ್ಸೆಲ್ಸದ ಟ್ರಿಪ್ಪು ತಪ್ಪಿತು. ಜಿಬ್ರಾಲ್ಟರದ ಟ್ರಿಪ್ಪೂ ತಪ್ಪಿತು. ಮಿಸೆಸ್ ಮೋಹಿತೆ ಬಂದು ಮರ್ಸೆಲ್ಸದ ಬಗ್ಗೆ ಹೇಳಿದ್ದಷ್ಟೇ ಅವಳಿಗೆ ಗೊತ್ತು. "ಅದೊಂದು

ಬೇರೆ ಜಗತ್ತೆ ನೋಡು. ಎಷ್ಟು ಸ್ವಚ್ಛಂದ ಜೀವನ ಅಲ್ಲಿಯದು. ಎಷ್ಟು ಮೈ ಕೈ ತುಂಬಿ ಕೊಂಡು ಮೈಚಳಿ ಬಿಟ್ಟು ಅಡ್ಡಾಡುವ ಜನ. ಕ್ಯಾಸಿ ಹಳ್ಳಿಯ ಸಮುದ್ರತೀರ ನೋಡ ಬೇಕಿತ್ತು. ಗಂಡು-ಹೆಣ್ಣು ಅರೆಬೆತ್ತಲೆ... ಶಿ... ಉಸುಕಿನಲ್ಲಿ, ನೀರಿನಲ್ಲಿ, ಆಡುವದನ್ನು ನೋಡಿದರೆ ನನ್ನ ಮೈಗೆ ಮುಳ್ಳು..." ಜಿಬ್ರಾಲ್ಟರದ ಮಹಾಬಂಡೆ ದೂರದಿಂದಲೇ ಪೋರ್ಟ ಹೋಲಿನಿಂದ ನೋಡಿ, ಆಹ್ ಹೀಗಿರಬೇಕು ಜೀವನದಲ್ಲಿ" ಒಂದು ಬಂಡೆ ಗಲ್ಲಾಗಿ, ಎಂದು ತನ್ನಷ್ಟಕ್ಕೆ ಅಂದುಕೊಂಡಿದ್ದಳು. 'ಹಡಗುಗಳು ಬರುತ್ತವೆ, ಹೋಗು ತ್ತವೆ; ಆದರೆ ಈ ಜಿಬ್ರಾಲ್ಟರ ಮಾತ್ರ ಅಳುಕದೆ, ಕದಲದೆ ತಲೆ ಎತ್ತರಮಾಡಿ ನಿಂತಿದೆ... ಸುತ್ತಲಿನ ಸಮುದ್ರಗಳಿಗೆ ಎದೆಗೊಟ್ಟು...' ಎಂದು ನಿಶ್ವಾಸ ಬಿಟ್ಟಳು.

ಅವಳು ಸ್ವೆಟರ್ ಹೆಣೆಯುತ್ತ ಕುಳಿತ ಕುರ್ಚಿಯ ಹತ್ತಿರ ರೇಲಂಗಿಗೆ ಒರಗಿ ಮುಖರ್ಜಿ ತನ್ನ ಕೇರಳದ ಹುಡಿಗೆಯ ಜೊತೆಗೆ ಪೆದ್ದನಂತೆ ನಗುತ್ತ ನಿಂತಿದ್ದ. ಅವನ ದೃಷ್ಟಿ ಮಂದಾಕಿನಿ ಯತ್ತ ಹೋಗುವದೇ ತಡ ಆತ ನಗುವದನ್ನು ನಿಲ್ಲಿಸಿ ಕೇಳಿದ :

"ಹಲೋ, ಮಿಸ್ ಭಾಟೆ, ಮರ್ಸ್‌ಲ್ಸದಿಂದ ನಿನ್ನನ್ನು ನೋಡಲೇ ಇಲ್ಲವಲ್ಲ? ಅಲ್ಲಿಯೇ ಇಳಿದು ಪ್ಯಾರಿಸದ ಮೇಲಿಂದ ನೀನು ಹೋಗಿರಬಹುದೆಂದುಕೊಂಡಿದ್ದೆ."

ಮಂದಾಕಿನಿಗೆ ಗೊತ್ತು ಅವನ ಮಾತಿನಲ್ಲಿ ಅಡಕವಾದ ಅರ್ಥ. ನಕ್ಕು ಹೇಳಿದಳು :

"ಹಾಗೇ ಹೋಗಿದ್ದರೆ ಚೆನ್ನಾಗಿತ್ತೋ ಏನೋ!"

"ನಿನ್ನ ಬಣ್ಣ ಸ್ವಲ್ಪ ಹೆಚ್ಚು ಬಿಳಿಯಾಗಿದೆ! ಬಿಳೇ ಜನರ ಸಹವಾಸವೇ?" ಎಂದು ಜೋರಿನಿಂದ ನಕ್ಕ.

"ಆದರೆ ನಿಮ್ಮ ಮುಖ ಕಪ್ಪಾಗಿದೆಯಲ್ಲ! ಅದು ಯಾರ ಸಹವಾಸದಿಂದ? ಅಥವಾ ಒಳಗಿನ ಬಣ್ಣವೆಲ್ಲ ಹೊರಗೆ ಬರುತ್ತಿದೆಯೋ?

"ನೀನು ಬಹಳ witty ಆಗಿಬಿಟ್ಟೆಯಲ್ಲ ಇಷ್ಟು ಸ್ವಲ್ಪ ಸಮಯದಲ್ಲಿ!"

"ಥ್ಯಾಂಕ್ಸ್!" ಎಂದಳು ತನ್ನ ಕೈಯಲ್ಲಿರುವ ಸ್ವೆಟರ್ ಹೆಣೆಯುತ್ತ.

"ನೀನು ಹೆಣೆಯುವದು ಕೂಸಿನ ಸಾಕ್ಸ ಅಲ್ಲ ತಾನೆ?" ಎಂದು ನಗುತ್ತ ಹೇಳಿ ಮುಖರ್ಜಿ ಅಲ್ಲಿ ನಿಲ್ಲದೆ ಕೇರಳದ ಹುಡುಗಿಯ ಕೈ ಹಿಡಿದು ತುರು ತುರು ಹೋಗಿಬಿಟ್ಟ.

ಮಂದಾಳಿಗೆ ಅವಮಾನವಾಯಿತು. ಒಳಗೆ ಏನೇನೋ ಉರಿಯಿತು. ಮನಸ್ಸು ಯಾರನ್ನೋ ಶಪಿಸಿತು. ಕಣ್ಣು ಶೂನ್ಯವಾಗಿ ಅಟಲಾಂಟಿಕ ಮಹಾ ಸಾಗರವನ್ನು ನೋಡಿ ದವು. ತನ್ನ ಬಗ್ಗೆ ಜನರಲ್ಲಿ ಏನೇನು ಎದ್ದುಬಿಟ್ಟಿದೆಯೋ ಎಂದು ಹೆದರಿದಳು. ಎದ್ದಿದ್ದರೆ ಅದಕ್ಕೇನು ಮಾಡಲಿಕ್ಕಾಗುತ್ತದೆ? ಇವರೇನು ನಾಳೆ ಪೇಪರಿನಲ್ಲಿ ಸುದ್ದಿ ಹಾಕುವರೇ, ಅಥವಾ ತನ್ನ ತಾಯಿ-ತಮ್ಮಂದಿರಿಗೆ ಬರೆದು ತಿಳಿಸುವರೇ, ಅಥವಾ ತನ್ನ ಹಣೇಬರಹ ದಲ್ಲಿಯೇ ಇಲ್ಲದ ಗಂಡನ ಮುಂದೆ ಚಾಡಿ ಹೇಳುವರೇ? ಆ ಮುದ್ದು ಸಪ್ರೂನನ್ನು ಹಿಡಿದರೆ ಎಲ್ಲ ತಿಳಿಯುವದು, ಎಂದು ಅವನನ್ನು ಹುಡುಕಿದಂತೆಯೂ ಆಯಿತು, ಸ್ವಲ್ಪ ಗಾಳಿಗೆ ತಿರುಗಾಡಿದಂತೆಯೂ ಆಯಿತು, ಎಂದು 'ಈ' ದಿಂದ 'ಡಿ'ಗೆ, 'ಡಿ'ದಿಂದ 'ಸೀ'ಗೆ

ಒಂದು ರೌಂಡು ಹಾಕಿ, 'ಬೀ'ಗೆ ಏರಿದಳು. 'ಬೀ' ಡೆಕ್ಕಿನ ಲಾಯಬ್ರರಿಯಲ್ಲಿ ಸಪ್ರೂ ಕಾಣಿಸಿದ – ಒಬ್ಬ ಮುದ್ದಾದ ಆಸ್ಟ್ರೇಲಿಯನ್ ಹುಡಿಗೆಯ ಸಂಗತಿಯಲ್ಲಿ. ಮಂದಾಳನ್ನು ನೋಡಿದೊಡನೆ ಸಪ್ರು ಎದ್ದು ಕರೆದ : "ಮಂದಾ ಬಹೆನ್, ಬನ್ನಿ ಇಲ್ಲಿ, ನಿಮ್ಮ ಪತ್ತೆಯೇ ಇಲ್ಲವಲ್ಲ ನಾಲ್ಕೈದು ದಿನಗಳಿಂದ? ಮಿಸೆಸ್ ಮೋಹಿತೆ ಹೇಳಿದರು ನಿಮಗೆ ಏನೋ ಕಾಯಿಲೆಯೆಂದು. ನಿಮ್ಮನ್ನು ನೋಡಲು ಬರಬೇಕು ಎಂದು ಹತ್ತು ಸಲ ನಿರ್ಧರಿಸಿದೆ... ಆದರೆ..." ಎಂದು ತನ್ನ ಸಂಗಾತಿಯತ್ತ ಓರೆಗಣ್ಣಿನಿಂದ ಮುಗುಳುನಗೆ ನಗುತ್ತಾ ನೋಡಿದ. "ಇವಳು ನನ್ನ ಫ್ರೆಂಡ್, ಮಿಸ್ ವೇಕಫಿಲ್ಡ್" ಮೆಲ್‌ಬೋರ್ನದಿಂದ ಆಕ್ಸ್‌ಫರ್ಡ್‌ಗೆ ಹೊರಟವಳು. ಅವಳು ಅಲ್ಲಿ ಬಿ.ಎ. ಮಾಡಲಿರುವಳು. ಅವಳ ಆಂಟಿ ಇದ್ದಾಳಂತೆ ಆಕ್ಸ್‌ಫರ್ಡಿನಲ್ಲಿ... ಇವರು ಮಿಸ್ ಭಾಟೆ" ಎಂದು ಪರಿಚಯ ಮಾಡಿಕೊಟ್ಟ. ಮಿಸ್ ವೇಕಫೀಲ್ಡ್ 'ಹಲೋ' ಎಂದು ತನ್ನ ಕೈಯಲ್ಲಿಯ ಮ್ಯಾಗಜೀನಿನಲ್ಲಿ ತಲೆಹಾಕಿದಳು. "ಹಾಗಾದರೆ ಬರಲಿಲ್ಲೇಕೆ ನನ್ನ ಕೇಬಿನ್ನಿಗೆ? ನನಗೆ ತುಂಬ ಬೇಸರ ಬಂತು. ಮಾರ್ಸೆಲ್ಸಿನಲ್ಲಿ ಮಿಸ್ ಜೊಸೆಫ್ ಇಳಿದುಹೋಗಿದ್ದರಿಂದ ನಾನು ಒಬ್ಬಳೇ ಆಗಿಬಿಟ್ಟಿದ್ದೆ. ಅದರಲ್ಲಿಯೂ ಜ್ವರ – ಫ್ಲೂ ಇರಬೇಕು – ಡಾಕ್ಟರರಿಗೆ ಗೊತ್ತಾಗಲಿಲ್ಲ..." ಮೂಲೆಯಲ್ಲಿಯ ಒಂದು ಸೋಫಾದಲ್ಲಿ ಕುಸಿಯುತ್ತ ನುಡಿದಳು ಮಂದಾ.

"ನಿಜ ಹೇಳಬೇಕಾದರೆ ನಿಮ್ಮಲ್ಲಿಯ interest ಎಲ್ಲ ಹೋಗಿಬಿಟ್ಟಿತು – ಆ ಗಾಲಾ ಡೇ ದಿನ" ತನ್ನ ಎಂದಿನ ಬಿಚ್ಚು ರೀತಿಯಲ್ಲಿ ಹೇಳಿದ – ಅದೇ ಸೋಫಾದ ಮೇಲೆ ಕೂಡುತ್ತ – "ಲೆಗ್ವಿ ನಿಮ್ಮನ್ನು monopolise ಮಾಡಿಬಿಟ್ಟ... ಆದಿನ ರಾತ್ರೆ ಡಾನ್ಸಿನ ಕಾಲಕ್ಕೆ ಇವಳನ್ನು ಹಿಡಿದೆ... ಅವಳು ಬಹಳ ugly ಇದ್ದಾಳೆ, ಅಲ್ಲವೆ? ಅಂತೆಯೇ ನನಗೆ ಸಿಕ್ಕಳು... ugly ಇದ್ದರೇನು, ಅವಳು ಬಹಳ ಹುಷಾರಾಗಿದ್ದಾಳೆ ಎಂದು ಬಡಬಡಿಸಿದ.

ಅವನ ಬಿಚ್ಚುತನದ ಉಪಯೋಗ ತೆಗೆದುಕೊಳ್ಳಲೇಬೇಕೆಂದು ಮಂದಾ ಕೂಡಲೇ ಕೇಳಿದಳು – "ಅಲ್ಲ, ಈ ನಾಲ್ಕೈದು ದಿನ ಜನ ನನ್ನ ಬಗ್ಗೆ ಏನೇನನ್ನುತ್ತಿದ್ದಾರೆ?"

"ಓಹ್, ಜನರಿಗೆಲ್ಲಿ ಸಮಯವಿದೆ ನಿಮ್ಮ ಬಗ್ಗೆ ಮಾತಾಡಲು? ಎಲ್ಲರೂ ತಮ್ಮ ತಮ್ಮ ರಾಡಿಯಲ್ಲಿ ಹೊರಳಾಡುತ್ತಿದ್ದಾರೆ... ಆನಂದಿಸುತ್ತಿದ್ದಾರೆ."

"ಅದಂತೂ ನನಗೂ ಕಾಣಿಸುತ್ತಿದೆ— ಸರಿ..."

"ಮುಖರ್ಜಿ ಮಾತ್ರ ಏನೇನೋ ಹೇಳುತ್ತ ಅಡ್ಡಾಡುತ್ತಾನೆ. ನೀವು ಆದಿನ ಲೆಗ್ವಿಯ ಕೇಬಿನ್ನಿಗೆ ಹೋದಿರಿ... ಹಾಗೆ ಹೀಗೆ ಎಂದು. ನನಗಂತೂ ಅದರಲ್ಲಿ ನಂಬಿಕೆಯಿಲ್ಲ ಬಿಡಿ. ಕೊನೆಗೆ ಒಮ್ಮೆ ಅವನೊಡನೆ ಜಗಳಾಡಿಯೇಬಿಟ್ಟೆ – ನಿನಗೇತಕ್ಕಪ್ಪ ಇಷ್ಟು ಹೊಟ್ಟೆ ಕಿಚ್ಚು – ನಿನಗೆ ಚಾನ್ಸು ಸಿಗಲಿಲ್ಲವೆಂದೇ?' ಎಂದು ಅಂದುಬಿಟ್ಟೆ. ಅದಿರಲಿ by the way ನೀವು ನಿಜಕ್ಕೂ ಹೋಗಿದ್ದೀರಾ?"

"ಹೂಂ..."

ಸಪ್ರು ದೀರ್ಘ ನಿಟ್ಟುಸಿರು ಬಿಟ್ಟ.

"ಆ ದಿನದ ಊಟ ಒಗ್ಗಲಿಲ್ಲ... ಪಿತ್ಥವೆದ್ದಿತೆಂದು ಕಾಣಿಸುತ್ತದೆ – ತಲೆ ತಿರುಗುತಿತ್ತು– ಭಯಂಕರ ಛಳಿ ಅನಿಸುತ್ತಿತ್ತು – ಎಂದು ಲೆಗ್ವಿ ತನ್ನ ಕೇಬಿನ್ನಿಗೆ ಕರೆದೊಯ್ದು ಔಷಧ ಕೊಟ್ಟ – ಸ್ವಲ್ಪ ಸರಿಯೆನಿಸಿದ ಮೇಲೆ ನನ್ನ ಕೇಬಿನ್ನಿಗೆ ತಂದುಮುಟ್ಟಿಸಿದ... ಇಷ್ಟಕ್ಕೇ... ಅಬ್ಬಾ!"

"ನೋಡಿ, ಜನರೆಂದರೆ ಎಷ್ಟು ಮೂರ್ಖರಿದ್ದಾರೆ!"

'ಇಂಗ್ಲೆಂಡ್! ಇಂಗ್ಲೆಂಡ್!... ಇಂಗ್ಲೆಂಡ್ ಕಾಣಿಸುತ್ತಿದೆ! ಎಂದು ಯಾರೋ ಒದರಿದರು. ಜನರೆಲ್ಲರೂ ಬುದು ಬುದು ಓಡಿದರು ಹಡಗದ ಎಡಬದಿಯ ರೇಲಿಂಗನತ್ತ. ಮಿಸ್ ವೇಕಫೀಲ್ಡ 'ಕಮೋನ್' ಎಂದು ಸಪ್ರೂನನ್ನು ಕರೆದೊಯ್ದಳು. ಮಂದಾಕಿನಿಗೆ ಏಳುವ ಮನಸ್ಸೇ ಆಗಲಿಲ್ಲ. ಇಂಗ್ಲಂಡಿಗೆ ಹೋಗಿ ಅಲ್ಲಿರಲು ತಾನು ಅಯೋಗ್ಯಳೆಂಬ ಭಾವನೆ ಅವಳನ್ನು ಮುತ್ತಿತ್ತು. ಏನು ಮಾಡುವುದು ಅಲ್ಲಿಗೆ ಹೋಗಿ? ಬರಿಯ ಟೀ.ಡೀ.? ಜೀವನದ ರಸವನ್ನು ಆಸ್ವಾದಿಸುವ ನಾಲಿಗೆಯಿಲ್ಲ, ತುಟಿಗಳಿಲ್ಲ, ಕೈಗಳಿಲ್ಲ... ಬರಿಯ ಕಣ್ಣಿನಿಂದೇನು ತಿನ್ನುವದಿದೆ? ಗಾಲಾ ರಾತ್ರಿಯು ಅವಳಿಗೆ ಅವಳ ವ್ಯಕ್ತಿತ್ವದ ನಗ್ನಸತ್ಯವನ್ನು ತೋರಿಸಿತ್ತು...

"ಆದಿನ ಲೆಗ್ವಿ ಅವಳನ್ನು ಅವಳ ಕೇಬಿನ್ನಿಗೆ ಕಳಿಸಿ ಹೋಗುವಾಗ 'ಮಿಸ್ ಬೋತೆ, ನಮ್ಮ ಸಂಜೆ ಈ ಪ್ರಕಾರ ಬಂಜೆಯಾಯಿತೆಂದು ನನಗೆ ಭಾರೀ ದುಃಖವಾಗುತ್ತದೆ. Doesn't matter ನಿಮ್ಮ ಸುಂದರ ಸಹವಾಸಕ್ಕೆ ಥ್ಯಾಂಕ್ಸ್, ನೀವು ನಿಜಕ್ಕೂ ವಂಡರ್ ಫುಲ್ ನಾನು farewell ಹೇಳುವುದಕ್ಕೆ ಮುಂಚೆ ಒಂದು ಮುತ್ತು ಕೊಡಬಹುದೇ? ಎಂದು ವಿನಯದಿಂದಲೂ ಮಮತೆಯಿಂದಲೂ ಕೇಳಿದ್ದ. ಆದರೆ ಅವನ ರೇಶಿಮೆ ತುಟಿಗಳಿಗೆ ಅವಳು ಕೊಟ್ಟದ್ದು ಬರಿ ಕಂದಿದ ಗಲ್ಲ, ಅವನ ತೋಳುಗಳಿಗೆ ಕೊಟ್ಟದ್ದು ಬರಿ ಕಲ್ಲಿನ ಪ್ರತಿಮೆ... ಬರೇ ಸಂಕೋಚ, ಹೆದರಿಕೆ – ತಲೆಯ ಮೇಲೆ ಕಾಣದ ಸತ್ತ ಅಪ್ಪನ (ತಾನೆಂದೂ ಅನುಭವಿಸದ) ಭಯಂಕರ ಚಾಟಿ... ಇಲ್ಲದಿದ್ದರೆ ಲೆಗ್ವಿಯ ಕೇಬಿನ್ನಿನಲ್ಲಿ ಅವನ ಪ್ರೀತಿಯ ಕೈ ಅವಳನ್ನು ಮೃದುವಾಗಿ ಹಿಡಿದಾಗ ಮರಳಿ ಒಕ್ಕೆಂದು ವಾಂತಿಯಾಗಬೇಕೇ? ಅವನು ಅಲ್ಲಿಯೇ ಮಲಗು ಎಂದು ಪ್ರೀತಿಯಿಂದ ಹೇಳುತ್ತಿರುವಾಗ, 'ಯಾಕೆ ನಿಮಗೆ ತೊದರೆ – ನೀವು ಡಾನ್ಸಿಗೆ ಮರಳಿ ಹೋಗಿರಿ. ನಾನು ನನ್ನ ಕೇಬಿನ್ನಿಗೆ ಹೋಗುವೆ. ನಿಮಗೆ ತೊಂದರೆಕೊಟ್ಟು ನಿಮ್ಮ ಸಂಜೆಯನ್ನು ರಾತ್ರಿಯನ್ನು ಕೆಡಿಸಿಬಿಟ್ಟೆ... ನೀವು ಡಾನ್ಸಿಗೆ ಹೋಗಲೇಬೇಕು ದಯವಿಟ್ಟು... ಎಂದು ಹುಚ್ಚಳಂತೆ ದುಂಬಾಲು ಬೀಳುತ್ತಿದ್ದಳೇ?

"ಹಲೋ, ಮಿಸ್ ಭಾಟೆ, ನೀನಿಲ್ಲಿ?" ಲಾಯಬ್ರರಿಯ ಬಾಗಿಲ ಬಳಿ ನಿಂತ ಮೆಕಾರ್ಥಿಯ ಧ್ವನಿ. ಬೆಚ್ಚಿಬಿದ್ದಳು ಮಂದಾಕಿನಿ.

"ಮಿಸ್ ಭಾಟೆ, ಹೇಗಿದ್ದೀಯಾ? ನಿನಗೆ ಮೈಯಲ್ಲಿ ನೆಟ್ಟಗಿದ್ದಿಲ್ಲವೆಂದು ಕೇಳಿದ್ದೆ. ಈಗ ಸೌಖ್ಯವಾಗಿದ್ದೀ ತಾನೇ?" ಅದೋ ಇಂಗ್ಲಂಡ ಬಂತು. ಎಲ್ಲರೂ ಇಂಗ್ಲಂಡಿನ ಕರಾವಳಿಯನ್ನು ನೋಡುತ್ತ ನಲಿಯುತ್ತಿದ್ದಾರೆ. ನೀನಿಲ್ಲಿ ಒಬ್ಬಳೆ...?

ನಡೆ ನೋಡೋಣ..."

"ಕಮೋನ್, ನಡೀರಿ..."

ಇಬ್ಬರೂ ರೇಲಂಗಿನ ಮೇಲೆ ಮೊಣಕೈಯೂರಿ ಕ್ಷಿತಿಜದತ್ತ ದೃಷ್ಟಿಬೀರಿ ನೋಡುತ್ತ ನಿಂತರು. ಮಂಜಿನ ಮುಸುಕಿನಲ್ಲಿ ಇಂಗ್ಲಂಡಿನ ಬಳಿ–ಕರೀ ಬಂಡೆಗಲ್ಲುಗಳು ಅಸ್ಪಷ್ಟವಾಗಿ ಕಂಡವು.

"ಹೇಗಿದೆ ಇಂಗ್ಲಂಡು?" ಮೆಕಾರ್ಥಿ ಕೇಳಿದ.

"ಹೇಗೆಂದರೆ... ಭೂತದಂತೆ!" ತನ್ನ ನಾಲಗೆ ತಾನೇ ಕಚ್ಚಿದಳು.

"ವೆಲ್ ಅಂತೂ ಕೊನೆಗೊಮ್ಮೆ ಬಂದು ಮುಟ್ಟಿದೆವಲ್ಲ! –ಅಂ! ಹೇಗಾಯಿತು ಪ್ರವಾಸ ಒಟ್ಟಿನ ಮೇಲೆ? ತುಂಬ ಚೆನ್ನಾಗಿತ್ತು ತಾನೇ?" ಮೆಕಾರ್ಥಿ ಬಾಯಲ್ಲಿ ಚಿರೂಟನ್ನು ಕಚ್ಚಿ ಹೇಳಿದ.

"ಊಂ? ಚನ್ನಾಗಿತ್ತಲ್ಲ..."

"ಯಾವುದರ ಬಗ್ಗೆಯೂ–ದುಃಖ, ವಿಷಾದವಿಲ್ಲ ತಾನೆ?"

"ದುಃಖ! ವಿಷಾದ! ಛೆ... ಎಲ್ಲವೂ ಇಂಟರೆಸ್ಟಿಂಗ್ ಆಗಿತ್ತು." ಎಂದು ಮೆಕಾರ್ಥಿಯ ನಗುವ ಕಣ್ಣುಗಳಲ್ಲಿ ಕಣ್ಣಿಟ್ಟು ಮಂದಾ ನಕ್ಕಳು.

"ಇಂಟರೆಸ್ಟಿಂಗ್! ... ಆಹಾ, ಅದೇ ಸರಿಯಾದ ವೃತ್ತಿ ನೋಡು: ಎಲ್ಲವನ್ನೂ ಇಂಟರೆಸ್ಟಿಂಗಾಗಿ ಕಂಡುಕೊಳ್ಳಬೇಕು... ಗುಡ್, ನಡೆ. ಇಂಗ್ಲಂಡ ಕಂಡ ಬಗ್ಗೆ ಒಂದು ಚಿಕ್ಕ ಉತ್ಸವ ಮಾಡೋಣ... ಚಿಕ್ಕ ಒಂದೊಂದು ಕೊನ್ಯಾಕದ ಕೋಕ್‌ಟೇಲ್ ಕುಡಿದು ಗುಡ್ ಓಲ್ಡ್ ಇಂಗ್ಲಂಡನ್ನು ಸ್ವಾಗತಿಸೋಣ..."

"ಓಕೇ"

"ಇಂಗ್ಲಂಡಿನ ಕ್ಷಿತಿಜದಲ್ಲಿ ಮಂಜು ತಿಳಿಯಾಗಿತ್ತು."

15. ಕ್ಲಿಪ್ ಜಾಯಿಂಟ್

–ಯು. ಆರ್. ಅನಂತಮೂರ್ತಿ

ಭಾಗ : ಒಂದು

"ಜೀವನಕ್ಕೊಂದು ಉದ್ದೇಶವಿರಬೇಕು" ಎಂದು ಪೈಪನ್ನು ಎಳೆದು, ಯೋಚಿಸಿ, ಮಾತಿಗೆ ಹುಡುಕಿ, "ನನ್ನ ಜೀವನದಲ್ಲಿ ಅದು ಇಲ್ಲ" ಎನ್ನುವಾಗ ಸ್ಟೂಅರ್ಟ್‌ನ ನೀಲಿ ಕಣ್ಣುಗಳು ಚಿಂತಾಕ್ರಾಂತವಾಗಿ ತೀವ್ರವಾಗುವುದರಲ್ಲಿ ಸೋಗೆಷ್ಟು? ನಿಜವೆಷ್ಟು? ಇವನೂ ಮೋಸವೆ? ನನ್ನಂತೆ?

ಕೇಶವ ಕೆಳಗೆ ನೋಡಿದ: ವಿದ್ಯುತ್ತಿನಿಂದ ತುಂಬಿ ತಂಪಾಗಿ ಕಾಣಿಸುವ ಟ್ಯೂಬ್ ಸ್ಟೇಶನ್ನಿನ ರೈಲ್ವೆ ಹಳಿಗಳು. ಧುಮುಕಿದರೆ—

"ಧುಮುಕಿದರೆ ಒಂದು ಕ್ಷಣದಲ್ಲಿ ಸಾವು" ಎಂದು ಸ್ಟೂಅರ್ಟ್ ಗಡ್ಡವನ್ನು ಕೆರೆದು, ಆಕಳಿಸಿ, "Excuse me" ಎಂದ.

ಓದಿದ್ದರ ನೆನಪು: ಎಲ್ಲ ಅನುಭವದ ಪರಾಕಾಷ್ಠಸ್ಥಿತಿ ಸಾವಿನಂತಿರುತ್ತದೆ.

"ಎರಡನೆಯ ಟ್ರೈನ್ ನಮ್ಮದು."

ಆರಿದ ಪೈಪನ್ನು ಜೇಬಿನಲ್ಲಿಟ್ಟು ಸ್ಟೂಅರ್ಟ್ ಕಾದು ಕರಕರೆಯಾದ ಧ್ವನಿಯಲ್ಲಿ ಶಪಿಸಿದ. ಪಬ್ಲಿಕ್ ಸ್ಕೂಲಿನಿಂದ ಓದಿ ಬಂದ ಥೇಟು ಅರಿಸ್ಟೋಕ್ರಟಿಕ್ ಲಿಬರಲ್ ಇವ – ಅಂಚು ಹೊಲೆಯದ ಉಲ್ಲನ್ ಟೈ, ಮಾಸಿದ ಗ್ರೇ ಪ್ಯಾನಲ್ ಬ್ಯಾಗ್ಸ್, ಹ್ಯಾರಿಸ್ ಟ್ವೀಡ್ ಜಾಕೆಟ್, ಪೈಪ್, ಉದ್ದಗೆ ಬೆಳೆಸಿದ ಎಣ್ಣೆ ಹಚ್ಚದ ಕ್ರಾಪ್, ಗಡ್ಡ, ನೀಳವಾದ ಶರೀರ – ಆದರೆ ತನ್ನದು ತೋರವಾದ ಮಂದವಾದ ಸ್ವರೂಪ. ಬೆತ್ತಲೆ ಸ್ನಾನ ಮಾಡುವಾಗ ಯೂನಿವರ್ಸಿಟಿ ಜಿಮ್‌ನಲ್ಲಿ ನೋಡಿದ್ದಾನೆ: ಭಾರತೀಯ ಯುವಕರಿಗೆಲ್ಲ ಸಾಮಾನ್ಯ ಸೊಂಟದ ಸುತ್ತ ಬೊಜ್ಜು.

ಕೇಶವ ಪ್ಯಾಡಿಂಗ್‌ಟನ್ ಸ್ಟೇಶನ್ನಿನ ಪ್ಲಾಟ್ ಫಾರಂನ ಮೇಲೆ ಅಡ್ಡಾಡಿದ. ಎಲ್ಲಿ? – ಪೌಂಡಿನ ಪದ್ಯದಲ್ಲೆ? – ಆ ಎರಡು ಸಾಲಿನ ಪದ್ಯ – ಮಂಜು ಮುಸುಕಿದ ಕಂದು ಬೆಳಕಿನಲ್ಲಿ ಈ ಮುಖಗಳು ಒಣಗಿದ ಕೊಂಬೆಗೆ ಬೀಸಿದ ಹೂವಿನ ಪಕಳೆಗಳಂತೆ – ಸ್ಟೂಅರ್ಟನ್ನ ಕೇಳಿದರೆ ಗೇಲಿ ಮಾಡುತ್ತಾನೆ: ಕೇಶವ್, ನೀವು ಭಾರತೀಯರು ಕಾವ್ಯದಲ್ಲಿ ಓದಿದ್ದನ್ನು ಇಲ್ಲಿ ಖುದ್ದು ಕಾಣಲು, ಹೋಲಿಸಿ ನೋಡಲು ಬರುತ್ತೀರಿ ಇಂಗ್ಲೆಂಡಿಗೆ. ನಿಜ.

ಯೂನಿವರ್ಸಿಟಿಗೆ ಹೋಗಿ ಬರುವಾಗಲೆಲ್ಲ ದಿನವಹಿ ನೋಡುತ್ತಿದ್ದ ಹೂವು ಡಫೊಡಿಲ್ಸ್ ಎಂದು ತಿಳಿದ ಮೇಲೆ ಮಾತ್ರ ವರ್ಡ್ಸ್‌ವರ್ಥ್ ಎಂದು ಮನಸ್ಸಿನಲ್ಲಿ ಬೆಲ್ಲು ಹೊಡೆಯಿತು. ಕೈಕಟ್ಟಿ ನಡೆಯುತ್ತ ಪ್ಲಾಟ್‌ಫಾರಂ ಸುತ್ತ ಕುತೂಹಲದಿಂದ ನೋಡಿದ : ಬೆಂಚು; ಅಡ್ವರ್ಟೈಜ್‌ಮೆಂಟ್ ಪೋಸ್ಟರು; ಸಿಗರೇಟಿನ, ಚಾಕ್‌ಲೇಟಿನ, ಹಾಲು, ಹಣ್ಣಿನ ರಸದ, ಬಿಸಿ ಬಿಸಿ ಕಾಫಿಯು, ಸ್ಲಾಟ್‌ಮೆಶಿನ್; ಬೆಂಚು; ಕಾರ್ಸೆಟ್‌ಗಳನ್ನು ಅಡ್ವರ್ಟೈಜ್ ಮಾಡುವ ಅರೆಬೆತ್ತಲೆ ಹೆಣ್ಣಿನ ದೇಹದ ಮೇಲೆ ಪೆನ್ಸಿಲ್ ಗೆರೆಗಳ ವ್ಯಭಿಚಾರ. Interesting, ಇಂಡಿಯಾದ ಕಾಲೇಜಿನ ಕಕ್ಕಸಿನ ಗೋಡೆಗಳು. ಭಾರತೀಯ ಕಾಲೇಜು ವಿದ್ಯಾರ್ಥಿಗಳಷ್ಟು ಅತೃಪ್ತ ತಪ್ತ ಕಾಮಿಗಳು ಜಗತ್ತಿನಲ್ಲಿ ಎಲ್ಲೂ ಇಲ್ಲ. ನನ್ನ ಹಾಗೆ. ಕಾಲೇಜಲ್ಲಿ ಯಾರಾದರೊಬ್ಬ ಹುಡುಗ ಒಂದು ಹುಡುಗಿಯ ಜೊತೆ ಮರದ ಕೆಳಗೆ ಎದುರುಬದುರಾಗಿ ನಿಲ್ಲುವಷ್ಟು ಧೈರ್ಯ ತೋರಿಸಿದನೆಂದರೆ ಸಾಕು : ಅಪ್ರಬುದ್ಧ ಹುಡುಗರಿದ್ದಿರಲಿ ಎಷ್ಟೊಂದು ಪ್ರಬುದ್ಧ ಲೆಕ್ಚರರುಗಳ ಕಣ್ಣು ಅವನ ಮೇಲೆ. ನನ್ನ ತಮ್ಮ ಪಕ್ಕದ ಮನೆ ಹುಡುಗಿಯ ಜೊತೆ ಕಿಟಕಿಯ ಮೂಲಕ ಕಣ್ಣಿನ ಸರಸ ನಡೆಸಿದ್ದಾನೆಂದು ತಿಳಿದು ನಾನು ಎಷ್ಟು ರೇಗಿದೆ, ರಂಪ ಮಾಡಿದೆ.

ತೇಗಿದರೆ ಕ್ಷಮಿಸು ಎನ್ನುವ ಈ ಜನ, ಸಾರ್ವಜನಿಕ ಸ್ಥಳಗಳಲ್ಲಿ ಬೆಂಚುಗಳ ಮೇಲೆ – ಆ ಕಡೆಯೇ ನಡೆದ...

ಬೆಂಚೊಂದರ ಮೇಲೆ ಬೀಟಲ್ಸ್ ಕ್ರಾಪಿನ ಒಬ್ಬ ಹುಡುಗ ಕೆಂಪು ಉಡುಪು ತೊಟ್ಟಿ ಹುಡುಗಿಯೊಬ್ಬಳನ್ನು ಅವಚಿಕೊಂಡು ಅವಳ ಕಿವಿಗಳನ್ನು ಕಡಿಯುತ್ತ ಪಿಸುಗುಟ್ಟುತ್ತಿದ್ದ. ಕೇಶವ ನಿಂತ. ಅವಳು ನರಳುತ್ತ ಅವನ ಸ್ವೆಟರ್ ಒಳಗೆ ಕೈಹಾಕಿ ತಡವಾಡಿದಳು. ಕೇಶವ ಅಲ್ಲಿಂದ ಕಣ್ಣು ಕೀಳಲಾರದೆ ನಿಂತ. ಕನ್ಯಾಮಾಸದಲ್ಲಿ ನಾಯಿಗಳು ಮಾತ್ರ ಹೀಗೆ... ಹುಡುಗಿಯ ಮುಚ್ಚಿದ ಕಣ್ಣುಗಳನ್ನು ಬೆರಳಿನಿಂದ ಅರಳಿಸಿ ನಾಲಗೆಯ ತುದಿಯಿಂದ... ಕಿಲಕಿಲ ನಕ್ಕು ತಳ್ಳಿದಳು. ಕೇಶವ ಮುಖ ತಿರುಗಿಸಿದ. ಕದ್ದು ನೋಡಿದ. ಕತ್ತರಿಸಿದ ಹಲ್ಲಿಯ ಬಾಲದಂತೊಂದು ವಿಲವಿಲ ಒದ್ದಾಡಿ ನಿಶ್ಚೇಷ್ಟಿತವಾದ ಹಾಗೆ, ಒಳಗಿನಿಂದ ಕಲಸಿದ ಹಾಗೆ,

'This is no country for old men'.

"ನನಗೀಗ ವಯಸ್ಸು ಮುವ್ವತ್ತೆರಡು ಸ್ಟೂಅರ್ಟ್. ತಲೆಗೂದಲು ಹಣ್ಣಾಗುತ್ತಿದೆ. ಯೌವನದಲ್ಲಿ ಬಾಲ್ಯದಲ್ಲಿ ಇದ್ದ ಬೆರಗು ಉತ್ಸಾಹ ಮಾಯವಾಗುತ್ತಿದೆ. ಒಂದು ಹುಡುಗಿಯ ಕೈಯನ್ನು ಕೂಡ ನಾನು ಮುಟ್ಟಿಲ್ಲ – ಇನ್ನೂ. ಅದಕ್ಕೆ ಏನೆನ್ನುತ್ತಿ?" – ಕೇಶವ ಸ್ಟೂಅರ್ಟ್‌ಗೆ ಪ್ಯಾಕಿನಿಂದ ಸಿಗರೇಟ್ ಹಿಡಿದ.

"ಥ್ಯಾಂಕ್ಸ್. ಬೇಡ. ನಾನು ಪೈಪನ್ನೇ ಸೇದುತ್ತೇನೆ. ನೀನು ಹೇಳೋದು ನನಗೆ ವಿಚಿತ್ರವೆನ್ನಿಸುತ್ತೆ..." ಎಂದು ಪೈಪನ್ನು ಕಚ್ಚಿ ಕೇಶವನ ಸಿಗರೇಟು ಹತ್ತಿಸಿ, ನಂತರ ತನ್ನ ಪೈಪನ್ನು ಹತ್ತಿಸಿ, ಹೊಗೆಯೆಳೆದು,

"ನೀನು ತುಂಬ ಸಿಗರೇಟ್ ಸೇದುತ್ತಿ ಕೇಶವ" ಎಂದ. ಅವರಿಬ್ಬರ ಐದಾರು ತಿಂಗಳಿನ ಸ್ನೇಹದಲ್ಲಿ ಇದು ಸ್ಟೂಅರ್ಟ್‌ನ ಮೊದಲನೆ ವೈಯಕ್ತಿಕ ಪ್ರತಿಕ್ರಿಯೆಯಾಗಿತ್ತು.

"ನಾಲಗೆ ಯಾವಾಗಲೂ ಏನನ್ನಾದರೂ ರುಚಿಸುತ್ತಲೇ ಇರಬೇಕು – ಸುಮ್ಮನೆ ಅರ್ಧ ಗಂಟೆ ಕಳೆಯಲಾರೆ; ಯಾರ ಸಂಗದಲ್ಲಾದರೂ ಸದಾ ಇರಬೇಕು. ಒಂಟಿಯಾಗಿ, ಏನನ್ನೂ ಮಾಡದೆ, ಸೇದಲು ಸಿಗರೇಟಿಲ್ಲದೆ, ಒಂದು ದಿನ ಕಳೆಯಬೇಕಾಗಿ ಬಂದರೆ ಬಹುಶಃ ನಾನು ಆತ್ಮಹತ್ಯೆ ಮಾಡಿಕೋತೇನೆ." ಕೆಂಪು ಉಡುಪಿನ ಹುಡುಗಿ ಅವಳ ಗೆಳೆಯನ ಮುಖವನ್ನು ಕೈಯಿಂದ ಎತ್ತಿ ಆರಾಧಿಸುವ ಕಣ್ಣುಗಳಿಂದ ನೋಡಿದಳು.

"ಯಾಕೆ?"

"ಗೊತ್ತಿಲ್ಲ. ಭಯ – ಒಂದು ರೀತಿಯ ವಿಚಿತ್ರ ದಿಗಿಲು."

ಧಾವಿಸಿ ಬಂದ ಟ್ರೈನನ್ನು ಹತ್ತಲು ಹೋದ ಕೇಶವನನ್ನು ತಡೆದು "ನಮ್ಮದು ಎರಡನೇ ಟ್ರೈನ್, ಇದಲ್ಲ" ಎಂದ ಸ್ಟೂಅರ್ಟ್. "ಇದು ನನ್ನ ಮೊದಲನೆ ಟ್ಯೂಬ್ ಪ್ರಯಾಣ" ಎಂದ ಕೇಶವ.

"ಜೀವನದಲ್ಲೊಂದು ಉದ್ದೇಶ ಬೇಕೂಂತ ಅದಕ್ಕೇ ಹೇಳಿದೆ. ಉದ್ದೇಶವಿಲ್ಲದಿದ್ದರೆ..."

"ನನಗೆ ಉದ್ದೇಶದಲ್ಲೂ ನಂಬಿಕೆಯಿಲ್ಲ, ಉದ್ದೇಶಪೂರ್ವಕತೆಯಲ್ಲೂ ನಂಬಿಕೆ ಇಲ್ಲ ಸ್ಟೂಅರ್ಟ್..."

ಟ್ರೈನಿನ ಬಾಗಿಲುಗಳು ಅಲಿಬಾಬನ ಕತೆಯಲ್ಲಿಯಂತೆ ತೆಗೆದುಕೊಂಡವು. ಜನ ಒಳಗೆ ನುಗ್ಗಿದ ಕ್ಷಣ ಮುಚ್ಚಿಕೊಂಡವು. ಸಿಗರೇಟು ಬಿಟ್ಟರೆ ತಿಂಗಳಿಗೆ ಹತ್ತು ಪೌಂಡ್ ದುಡ್ಡನ್ನು ಉಳಿಸಬಹುದು. ಹತ್ತು ಪೌಂಡ್ ದುಡ್ಡನ್ನು ಕಾಳಸಂತೆಯ ಆ ಪಂಜಾಬಿಗೆ ಕೊಟ್ಟರೆ ಇಂಡಿಯಾದಲ್ಲಿರುವ ತಾಯಿಗೆ ಅವನು ಇನ್ನೂರು ರೂಪಾಯಿ ಕೊಡಿಸುತ್ತಾನೆ. ಒಂದು ತಿಂಗಳ ಜೀವನಕ್ಕೆ ಅದು ಅವರಿಗೆ ಸಾಕಾಗುತ್ತೆ. ಬಡತನ, ರಗಳೆ, ತಂಗಿಯರ ಮದುವೆಯ ಚಿಂತೆ ತೀರಲು ಮೊದಲಿನ ಹೆಜ್ಜೆ – ನಾನು ಸಿಗರೇಟ್ ಬಿಡೋದು. ಆದರೆ ಬಿಡಲಾರೆ. 'ನಾನು ಸತ್ತಿದ್ದೇನೊ ಬದುಕಿದ್ದೇನೊ ಎಂದು ನೀನು ಚಿಂತಿಸುವುದು ಬೇಡ, ಈ ಮನೆಯನ್ನು ನಾನು ತ್ಯಜಿಸಿದ್ದೇನೆ' ಎಂದು ಮಾಧು ಬರೆದಿದ್ದಾನೆ. ನನ್ನ ಒಟ್ಟು ಜೀವನದ ಮೇಲೆ ಹೀಗೆ ಅವನು ತೀರ್ಪು ಕೊಟ್ಟಿದ್ದಾನೆ. ಆದರೆ ಇವತ್ತು ಆ ರಗಳೆ ಬೇಡ. ಎಲ್ಲವನ್ನೂ ಮರೆಯಲೆಂದು ಸ್ಟೂಅರ್ಟ್ ಜೊತೆ ಲಂಡನ್ನಿಗೆ ಬಂದಿದ್ದೇನೆ...

"ಕೊನೆಯ ಪಕ್ಷ ಕ್ಯಾನ್ಸರ್ ಬರುತ್ತದೆಂಬ ಭಯದಿಂದಲಾದರೂ ಸಿಗರೇಟ್ ಬಿಟ್ಟರೆ..." ತನ್ನೊಳಗೇ ಚಿಂತಿಸುತ್ತಿರುವಂತೆ ಸ್ಟೂಅರ್ಟ್ ಮಾತನಾಡಿದ.

"ಹಾಗೆ ನಾವು ಏನನ್ನೂ ಬಿಡಲ್ಲ ಸ್ಟೂಅರ್ಟ್ – ನೀನು ನಿನ್ನ ಕೈಯಲ್ಲಿ ಹಿಡಿದುಕೊಂಡಿರೋದು ಒಂದು ಸರ್ಪ ಅಂತ ಗೊತ್ತಾದರೆ ಏನು ಮಾಡ್ತಿ ಹೇಳು? ರಪ್ ಅಂತ ಅದನ್ನ ಅಲ್ಲೆ ಎಸೆದುಬಿಡ್ತಿ ಅಲ್ವ? ಧರ್ಮಸಂಕಟ, ಒಳತೋಟಿ, ಸರಿ ತಪ್ಪುಗಳ ಹೋರಾಟ

ಇತ್ಯಾದಿಗಳ ನಂತರ ಒಂದು ತೀರ್ಮಾನಕ್ಕೆ ಬರೋದಿಲ್ಲ ಅಲ್ವ? ಹಾಗೆ ಬರಬೇಕು ಜ್ಞಾನ, ಆತ್ಮಜ್ಞಾನ."

"ಆತ್ಮಜ್ಞಾನ, ಆತ್ಮವಿಮರ್ಶೆಯ ಶಕ್ತಿ ತಿಳುವಳಿಕೆಯಿಂದ, ಸಂಸ್ಕೃತಿಯಿಂದ ಬರತ್ತೇಂತ ನಾನು ತಿಳಿದಿದ್ದೇನೆ ಕೇಶವ್..."

"ತಪ್ಪು. ಇಕೊ ನನಗೆ ಆತ್ಮಜ್ಞಾನ, ಆತ್ಮವಿಮರ್ಶೆಯ ಶಕ್ತಿ ಇದೇಂತ ತಿಳಿಕೊಂಡಿದೀನಿ. ಆದರೆ ಈ ಆತ್ಮಜ್ಞಾನಾನೂ ನಾನು ಮೊದಲೇ ನಿಶ್ಚಿತ ಮಾಡಿಕೊಂಡ ಆತ್ಮದ ಜ್ಞಾನ. ಮನೇಲಿದ್ದಾಗ ಒಂದೊಂದು ಸಾರಿ ಮನಸ್ಸು ಮಾಡ್ತಾ ಇದ್ದೆ: ಹೀಗೆ ನಾನು ಗೋಗರೆಯೋದು, ಅಮ್ಮನ ಮೇಲೆ, ನನ್ನ ತಮ್ಮಂದಿರ ಮೇಲೆ ಸದಾ ರೇಗ್ತ ಪರಚಿಕೊಂಡಿರೋದು ನನಗೆ ವಿಪರೀತ Self-love ಇರೋದರಿಂದ, ಇದು ತಪ್ಪು – ನನ್ನ ಜೀವನದ ತುಂಬ ವಿಷಾನ ತುಂಬಿಸಿಕೊಳ್ತಿದೀನಿ ಅಂತ. ಅಬ್ಬಬ್ಬ ಅಂದರೆ ಒಂದು ವಾರ ಎಲ್ಲ ಸರಿಯಾಗಿ ನಡೀತಾ ಇತ್ತು. ಆದರೆ ಸ್ವಲ್ಪ ಏನಾದರೂ ಹೆಚ್ಚುಕಡಿಮೆಯಾದರೆ ಸಾಕು ನನ್ನ ಸ್ವಭಾವ ಮತ್ತೆ ಹೆಡೆಯೆತ್ತಿ ಬುಸ್ ಅಂತಾ ಇತ್ತು. ಅದಕ್ಕೇ ಕೈಯಲ್ಲಿರೋದು ಸರ್ಪ ಅಂತ ತಿಳಿದವನ ಉದಾಹರಣೆ ಕೊಟ್ಟೆ. ಆತ್ಮಜ್ಞಾನ ಗಕ್ಕನೆ ಬರಬೇಕು. ಜೀವ ಮಗುಚಿಕೊಂಡು ಹೊಸದಾಗೋದು ಹಾಗೆ. ಇಲ್ಲದಿದ್ದರೆ ನಾವು ಸದಾ ಪೂರ್ವ ನಿಶ್ಚಿತವಾದದ್ದರ ಸುತ್ತ ಸುತ್ತುತ್ತಿರುತ್ತೇವೆ. ಆತ್ಮಜ್ಞಾನ ಅನ್ನೋ ಭ್ರಮೇಲಿ ತೊಳಲ್ತಿರ್ತೇವೆ. ಅದಕ್ಕೇ ನನಗೆ ಉದ್ದೇಶದಲ್ಲಿ, ಉದ್ದೇಶಪೂರ್ವಕತೇಲಿ ನಂಬಿಕೆಯಿಲ್ಲಾಂತ ಅಂದೆ. ಎಲ್ಲ ಉದ್ದೇಶಾನೂ ಪೂರ್ವನಿಶ್ಚಿತವಾದದ್ದು... ನನ್ನ ಭಾಷಣಾನ್ನ ಕ್ಷಮಿಸು. ಇಂಡಿಯನ್ನರು ನಿರರ್ಗಳ ಮಾತಿನಲ್ಲಿ ಜಾಣರು" – ಥಟ್ಟನೆ ತೀರಾ ವೈಯಕ್ತಿಕವಾದ ತನ್ನ ಅನುಭವದ ಕಡೆ ಚರ್ಚೆಯನ್ನು ಹರಿಸಿದ್ದಕ್ಕೆ ಸಂಕೋಚ ಸ್ವಭಾವದ ಇಂಗ್ಲಿಷ್‌ಮನ್ ಏನೆಂದುಕೊಂಡಿರಬಹುದೆಂದು ಕುತೂಹಲದಿಂದ ಕೇಶವ ಸ್ಟೂಅರ್ಟ್‌ನನ್ನು ನೋಡಿದ.

"Thanks for the advice" ಎಂದು ಸ್ಟೂಅರ್ಟ್ ಲಿಟರ್ ಬಾಕ್ಸ್ ಹತ್ತಿರ ಹೋಗಿ ತನ್ನ ಪೈಪನ್ನು ಎಸೆದು ಬಂದು – "ನನ್ನ ನಾಟಕೀಯತೆಯನ್ನು ಕ್ಷಮಿಸು" ಎಂದ.

"ಈಗ ನಿನಗೆ ಪೈಪ್ ಬಗ್ಗೆ ಅನ್ನಿಸಿರೋ ಹಾಗೆ ನನಗೆ ಅನ್ನಿಸಿರೋದನ್ನ ನಾನು ಮಾಡೋದಾದ್ರೆ – ಒಂದೋ ಆ ಕೆಂಪು ಡ್ರೆಸ್ ಹಾಕಿ ಕೂತಿದಾಳಲ್ಲ ಅಲ್ಲಿ ಆ ಹುಡುಗೀನ ಅವಚಿಕೊಂಡು ಮುತ್ತು ಕೊಡಬೇಕು; ಅಥವಾ ಈ ನಗ್ನ ಹಳಿಗಳ ಮೇಲೆ ಧುಮುಕಬೇಕು"

ಎಂದು ಕೇಶವ ನಕ್ಕ. ಇನ್ನೊಂದು ಸಿಗರೇಟನ್ನು ಹಚ್ಚಿ, ಬಹಳ ದಿನದಿಂದ ತಾನು ಯೋಚಿಸಿದ್ದಕ್ಕೆ ಮಾತು ಹುಡುಕುತ್ತ,

"ನನಗೊಬ್ಬ ಚಿಕ್ಕಪ್ಪನಿದ್ದ. ಒಂದು ದಿನ ಅವ ಮನೆ ಮಠ ಎಲ್ಲ ಬಿಟ್ಟು ಬದರಿಕಾಶ್ರಮಕ್ಕೆ ತಪಸ್ಸಿಗೆ ಹೋದ... ನಿನ್ನ ರೀತಿ ಬೇರೆ; ನೀನು ಇಂಗ್ಲೆಂಡಿನ ಸಭ್ಯ ನಾಗರಿಕತೆಯ ಅತ್ಯುತ್ತಮ ಫಲ – ನನ್ನ ಚಿಕ್ಕಪ್ಪ ಭಾರತೀಯ ನಾಗರೀಕತೆಯ ಅತ್ಯುತ್ತಮ ಫಲವಿದ್ದ

ಹಾಗೆ. ಒಬ್ಬ ಸಂತ, ಇನ್ನೊಬ್ಬ ಸಭ್ಯ. ಸಭ್ಯ ತನ್ನ ಜೀವನದ ಓರೆ-ಕೋರೆಗಳನ್ನು ತಿದ್ದಿ ಕೊಂಡು ಬಾಳನ್ನು ಒಂದು ಹದ್ದಿನಲ್ಲಿ, ಕೌಶಲ್ಯದಲ್ಲಿ ನಡೆಸಿಕೊಂಡು ಹೋಗ್ತಾನೆ... ನಾನು ಹೇಳ್ತಿರೋದು ನನಗೇ ಇನ್ನೂ ತಿಳಿಯಾಗಿಲ್ಲ... ಆದರೂ ಇಷ್ಟು ಅನ್ನಿಸುತ್ತೆ: ನೀನು ಸಭ್ಯ, ಅವನು ಸಂತ, ನಾನು..."

"ನೀನು?" ಎಂದು ಸ್ಟೂವರ್ಟ್ ನಗುತ್ತ "Oh I miss my pipe" ಎಂದ.

"ನಾನು ಜೀವನದಲ್ಲಿ ಯಾವ ಕೌಶಲವೂ ಇರದ, ಸಂಪೂರ್ಣ ಸ್ವಭಾವಗತನಾದ, ಸಭ್ಯನೂ ಆಗಲಾರದ, ಸಂತನೂ ಆಗಲಾರದ, ತಪ್ತ" ಎಂದು ಕೇಶವ ಸಿಗರೇಟನ್ನೆಳೆದು ಹೊಗೆ ಬಿಡುತ್ತ,

"ಒಂದು ಸಿಗರೇಟ್ ತಗೊ"

ಎಂದು ಸ್ಟೂವರ್ಟ್‌ಗೆ ಕೊಟ್ಟು, ಕಡ್ಡಿ ಗೀರಿ, ಹತ್ತಿಸಿದ. ಸ್ಟೂವರ್ಟ್ ಮೌನವಾಗಿರಲು ಬಯಸುತ್ತಿರಬಹುದೆಂದು ಅವನ ಮುಖದ ಭಾವನೆಯಿಂದ ಅರಿತು ಕೇಶವ ಧುಮುಕಿ ಬರುತ್ತಿದ್ದ ಮಾತುಗಳನ್ನೆಲ್ಲ ನುಂಗಿಕೊಂಡ.

* * * *

ಅಮ್ಮ ಹೇಳಿದ ಹಾಗೆ ಕೇಳಿ, ಸ್ವಂತ ಅಕ್ಕನ ಮಗಳು ಭಾಗೀರತಿಯನ್ನು ಮದುವೆ ಯಾಗಿ, ನಾಲ್ಕು ತಂಗಿಯರಿಗೂ ವರ ಹುಡುಕಿ ಮದುವೆ ಮಾಡಿಸಿ, ಆದ ಸಾಲವನ್ನು ಟ್ಯೂಶನ್ನಿನಿಂದ, ಪರೀಕ್ಷೆಯ ಹಣದಿಂದ ತೀರಿಸಿ, ಪ್ರಜಾಯೈ ಗೃಹಮೇಧಿನಾಂ ಎಂದು ಭಾಗೀರತಿಯಿಂದ ಸುಪುತ್ರರನ್ನು ಪಡೆದು – ಥತ್ ಅದು ಜೀವನ ಅಲ್ಲ – ಅಲ್ಲ. ಜೊತೆಗೆ ಅಮ್ಮನ ಮೇಲೆ ರೇಗ್ತ, ತಮ್ಮಂದಿರ ಜೊತೆ ಕಾದಾಡ್ತಾ, ಬೆಳೆದು ನಿಂತ ತಂಗಿಯರು ಬೀದಿ-ಕಣ್ಣಿಗೆ ತುತ್ತಾಗ್ತ ಮನೆ ಹಾಳಾಗೋದು – ಅದೂ ಅಲ್ಲ. ಈಗ ಮಾಧು ಹೆದರಿಸಿ ದಂತೆ ಆತ್ಮಹತ್ಯೆ ಮಾಡಿಕೊಂಡು, ಅಮ್ಮ ಆ ದುಃಖದಲ್ಲೆ ಸತ್ತು, ನಾನು ಊರಿಗೆ ಮರಳಿ ದಾಗ ತಂಗಿಯರು ಪೋಲಿ ಪೋಕರಿಗಳ ಸ್ವತ್ತಾಗಿ – ಅಂಗಳ ಸಾರಿಸದೆ, ಹೊಸಲಿಗೆ ರಂಗವಲ್ಲಿ ಇಲ್ಲದೆ, ದೇವರ ಕೋಣೆಯಲ್ಲಿ ದೀಪವಿಲ್ಲದೆ ಸೂತಕದ ಮನೆಯಂತೆ ಬಿಕೊ ಎಂದರೆ...

"ಏನು ಯೋಚಿಸ್ತಿದಿ ಕೇಶವ್, ಅಷ್ಟೊಂದು ಗಾಢವಾಗಿ? ಇಗೋ ನಮ್ಮ ಟ್ರೈನ್" ಎಂದ ಸ್ಟೂವರ್ಟ್. ಬಾಗಿಲುಗಳು ತೆರೆದುಕೊಂಡವು. ಅವರು ನಿಂತಲ್ಲಿನ ಗಾಡಿಯ ಗಾಜಿನ ಕಿಟಿಕಿಯ ಮೇಲೆ ಕೆಂಪಕ್ಷರದಲ್ಲಿ "No Smoking" ಎನ್ನುವ ಬೋರ್ಡ್ ಇದ್ದುದರಿಂದ ಓಡಿ ಇನ್ನೊಂದು ಡಬ್ಬಿಯ ಎದುರು ನಿಂತು ಜನರೆಲ್ಲರೂ ಇಳಿದ ಮೇಲೆ ಹತ್ತಿಕೊಂಡರು. ಬಾಗಿಲು ಮುಚ್ಚಿತು. ಎರಡು ಕ್ಷಣದಲ್ಲಿ ಕತ್ತಲೆಯ ಬಿಲ ಹೊಕ್ಕರು. ನ್ಯೂಸ್ ಪೇಪರಿಗೆ ಕಣ್ಣು ಹತ್ತಿಸಿ ಕೂತಿದ್ದ, ಆಯಾಸದಿಂದ ಕಣ್ಣು ಮುಚ್ಚಿದ್ದ, ತಮ್ಮ ಉದ್ಯೋಗದಿಂದ

ಮರಳುತ್ತಿದ್ದ ಮುಖಗಳನ್ನು ಕೇಶವ ನೋಡಿದ – ಇವರು ಎಲಿಯಟ್ಟನ ಕಾವ್ಯದ ವಸ್ತುಗಳು. ಗಾಡಿಯ ಒಳಗಿದ್ದ ಅಡ್ವರ್ಟೇಜ್‌ಮೆಂಟುಗಳನ್ನೆಲ್ಲಾ ಒಂದು ಕಡೆಯಿಂದ ಓದುತ್ತ ಬಂದ – ಈ ಹಣ್ಣಿನ ರಸ ಕುಡಿದು ತೆಳ್ಳಗಾಗು, ವಾಲ್ಸ್ ಸಾಸೇಜುಗಳನ್ನೇ ತಿನ್ನು, ಒಲಿಸಿಕೊಳ್ಳುವ ಗಂಡಸರೆಲ್ಲ ಬರ್ಟನ್‌ನಲ್ಲಿ ತಯಾರಾದ ಸೂಟುಗಳನ್ನು ಹಾಕಿಕೊಳ್ಳುತ್ತಾರೆ...

"ರಷ್ಯಾದಲ್ಲಿ ಈ ರೀತಿಯ ಅಡ್ವರ್ಟೈಸ್‌ಮೆಂಟಿನ ಬದಲು ಕಮ್ಯೂನಿಸಂ ಪ್ರಚಾರದ ಬೋರ್ಡ್‌ಗಳಿರಬಹುದು ಅಲ್ಲವೇ ಸ್ಟೂಅರ್ಟ್? ಪಾರ್ಟಿ ಸೇರು, ಯುವಕರ ಮುಂದಾಳಾಗು, ಚಂದ್ರಲೋಕಕ್ಕೆ ಬಾ..."

"ಉದ್ದೇಶ ಮನುಷ್ಯನಿಗೆ ಮುಖ್ಯಾಂತ ಅದಕ್ಕೇ ಹೇಳಿದೆ ಕೇಶವ್. ಆದರೆ ನಾನು ಹೇಳಿದ್ದನ್ನ ನೀನು ಒಪ್ಪಲ್ಲ. ಕಮ್ಯೂನಿಸಂ ಒಂದು ಉದ್ದೇಶ. ಕ್ಯಾಥಲಿಕ್ ಧರ್ಮ ಇನ್ನೊಂದು ಉದ್ದೇಶ. ನಾನು ಈ ಎರಡನ್ನೂ ಒಪ್ಪಲ್ಲ. ಆದರೆ ಗುರಿಯಿಲ್ಲದೇ ಇರೋಕ್ಕಿಂತ ಈ ಸಾಸೇಜು ತಿಂದು, ಆ ಹಣ್ಣಿನ ರಸ ಕುಡಿದು, ಈ ಬರ್ಟನ್ ಸೂಟ್ ಧರಿಸಿ, ಅದಕ್ಕಾಗಿ ದುಡೀತ, ಹೀಗೆ ಪಾತಾಳದಿಂದ ಮೇಲಕ್ಕೆ, ಮೇಲಿನಿಂದ ಪಾತಾಳಕ್ಕೆ ಸಂಚರಿಸ್ತ ಇರೋದಕ್ಕಿಂತ ಯಾವುದಾದರೂ ಒಂದು ಉದ್ದೇಶ ಇರೋದು ಮುಖ್ಯ."

"ಇಲ್ಲಿ ಕೂತಿರೋ ಈ ಜನ ಅಸುಖಿಗಳೂಂತ ನಿಂಗೆ ಹೇಗೆ ಗೊತ್ತು ಹೇಳು? ನೀನು ನಿನ್ನ ದೃಷ್ಟಿಯಿಂದ ಅವರ ಜೀವನ ಸಫಲವೊ ವಿಫಲವೊ ಅಂತ ಹೇಳಬಹುದೇ ಹೊರತು ಅವರಿಗೆ ಅವರ ಜೀವನದಿಂದ ಸುಖ ಸಿಕ್ತೆ ಸಿಗಲಿಲ್ಲವೆ ಅಂತ ಹೇಳೋಕೆ ಆಗಲ್ಲ ಅಲ್ವೆ? ಸುಖ ಅಸುಖ ಅನ್ನೋದು ಈ ಘಳಿಗೇಲಿ ಅನ್ನಿಸೋದು; ಸಫಲ ವಿಫಲ ಅನ್ನೋದು ಭೂತ–ಭವಿಷ್ಯದಿಂದ ಅಳೆದು ನೋಡೋದು. ಭೂತ ಭವಿಷ್ಯಾನ್ನ ಚಿಂತೆ ಮಾಡದವನಿಗೆ ಸುಖ ಅಸುಖ ಮಾತ್ರ ಇದೆ, ಫಲದ ಪ್ರಶ್ನೆ ಇಲ್ಲ. ಇಲ್ಲಿ ಇಷ್ಟು mess ಮಾಡ್ತಿರೋದು ನನ್ನ ನಿನ್ನಂಥವರು."

"ನೆನಪು, ಕಲ್ಪನೆ ಎನ್ನೋ ಎರಡು ಪ್ರವೃತ್ತಿ ಮನಸ್ಸಿಗೆ ಇರೋವರೆಗೆ, ಕಲ್ಪನೆ ನೆನಪಿನ ಇನ್ನೊಂದು ಬೆಳವಣಿಗೆ ಆಗಿರೋವರೆಗೆ, ಮನುಷ್ಯನಿಗೆ ಭೂತ ಭವಿಷ್ಯದಿಂದ ಬಿಡುಗಡೆಯೇ ಇಲ್ಲ ಕೇಶವ್. ರಕ್ತದ ಬಿಸಿ ಕಡಿಮೆಯಾದಂತೆ ಭೂತ ಭವಿಷ್ಯ ಕಾಡಿಯೇ ತೀರತ್ತೆ. ಒಂದು ಸಿಗರೇಟ್ ಕೊಡ್ತೀಯ? ಇಳಿದ ಮೇಲೆ ಕೊಡುತ್ತೇನೆ."

"Oh Don't bother" ಎಂದು ಕೇಶವ ಅವನಿಗೆ ಸಿಗರೇಟನ್ನಿತ್ತು, "ಉದ್ದೇಶಾನ್ನೋದು old age ಗಾಗಿ ಮಾಡುವ ಒಂದು ರೀತಿಯ savings ಇದ್ದ ಹಾಗೆ ಅನ್ನು.. ನನ್ನ ಮಟ್ಟಿಗೆ ಹೇಳೋದಾದ್ರೆ ನನಗೆ ಅನ್ನಿಸೋದೂ ನಿನಗೆ ಅನ್ನಿಸೋ ಹಾಗೇನೆ. ಆದರೆ ನನಗೆ ಅನ್ನಿಸೋದು ಸರೀಂತ ಅನ್ನೊ ನಂಬಿಕೆ ನನಗಿಲ್ಲ."

ಟ್ರೈನ್ ನಿಂತಿತು. "ನಾವು ಇಲ್ಲಿ ಇಳಿಯೋದಲ್ಲ" ಎಂದು ಸ್ಟೂಅರ್ಟ್ ಕೇಶವನನ್ನು ತಡೆದ. ಅವರ ಗಾಡಿಗೆ ಜನ ತುಂಬಿದ್ದರಿಂದ ಸೀಟುಗಳೆಲ್ಲ ತುಂಬಿ ಕೆಲವರು ನಿಲ್ಲಬೇಕಾಗಿ

ಬಂತು. ಕೇಶವ ಸ್ಟೂಅರ್ಟ್ ಎದ್ದು ಇಬ್ಬರು ಮುದುಕಿಯರಿಗೆ ತಮ್ಮ ಸೀಟ್ ಬಿಟ್ಟರು. ಎದುರಿಗೆ ನಿಂತ ಹುಡುಗಿಯ ಕೋಳಿ-ಜುಟ್ಟಿನಂತಹ ಕೂದಲಿನ ವೈಖರಿಯನ್ನ ಗಮನಿಸುತ್ತ ಕೇಶವ ನಿಂತ.

ಈ ಹುಡುಗಿಯರು ಸರಿ : ನನ್ನ ತಂಗಿಯರ ಹಾಗಲ್ಲ, ಒಂಟಿಯಾಗಿ ಓಡಾಡ್ತಾರೆ, ಕೆಲಸ ಮಾಡ್ತಾರೆ, ತಮ್ಮ ಹುಡುಗನನ್ನು ತಾವೇ ಆರಿಸಿಕೊಂಡು ಮದುವೆಯಾಗ್ತಾರೆ. ನಮ್ಮ ಹುಡುಗಿಯರೋ? – ಅವರ ನಾಚಿಕೆಯೇನು, ಅವರ ಸೇಳೆಯೇನು, ಮೊಲೆಯ ಮೇಲೆ ಸೀರೆಯ ಸೆರಗನ್ನು ಎಳೆದುಕೊಳ್ಳುತ್ತ ಅವರ ಬಿಂಕ ಬಡಿವಾರ ವಯ್ಯಾರಗಳೇನು. ಈ ಹುಡುಗಿಯರು ಮೊಲೆಗಳನ್ನು ಧ್ವಜದಂತೆತ್ತಿ ತಮ್ಮ ಮೋಹಕತೆಯನ್ನು ಸಾರುತ್ತಾ ನಡೆಯುತ್ತಾರೆ. ನೇರ. ನಿರ್ಭಯ. ನಮ್ಮ ದೇಶದಲ್ಲಿ ಮಧ್ಯಮ ಶ್ರೀಮಂತ ವರ್ಗದ ಹುಡುಗಿಯರಿಗೆ ಅವರ ಅಂಗಾಂಗಗಳು ಹುದುಗಿಸಿಟ್ಟ ಬ್ರಹ್ಮಾಸ್ತ್ರ. ನನ್ನ ತಂಗಿಯರು ಯಾಕೆ ಮನೆಯವರನ್ನ ಹೀಗೆ ಪೀಡಿಸಬೇಕು, ತಮ್ಮ ಗಂಡನ್ನು ತಾವೇ ಹುಡುಕಿ ಯಾಕೆ ಮದುವೆಯಾಗಬಾರದು ಎನ್ನಿಸಿದ್ದುಂಟು. ಆದರೆ ಅದು ಬರಿ ಅನ್ನಿಸಿಕೆಯಷ್ಟೆ : ಹಾಗೇನಾದರೂ ಅವರು ನಡೆದರೆ ಮೊದಲು ರೇಗುವವನು ತಾನು. ಪ್ರತಿ ಭಾರತೀಯ ಯುವಕನೂ ಮನೆಯಲ್ಲಿ ಸನಾತನಿ, ಮನೆಯ ಹೊರಗೆ ಕ್ರಾಂತಿಜೀವಿ. ಈಗ ಸ್ಟೂಅರ್ಟ್‌ನ ಜೊತೆ ಆಡುತ್ತಿರುವ ಮಾತುಗಳು : ಒಂದು ರೌರವ ನರಕದ ಮೇಲೆ ಕಟ್ಟುವ ತತ್ವಗಳ ಮನೆ. ಭಾಗೀರತಿಯನ್ನು ಮದುವೆಯಾಗಿ ನಿಷ್ಕಾಮದಲ್ಲಿ ಮಕ್ಕಳನ್ನು ಹುಟ್ಟಿಸಲೆ? ಅಮ್ಮ ತನ್ನ ಮೊಮ್ಮಗಳನ್ನು ತಾರೀಪು ಮಾಡ್ತಾಳೆ : 'ಅವಳಿಗೆ ಏನಾಗಿದೆಯೋ, ಕಣ್ಣು ಮೂಗು ನೇರವಾಗಿದೆ, ಕೆಂಪಗಿದ್ದಾಳೆ, S.S.L.C. ಓದಿದಾಳೆ, ಬೇಕಾದರೆ ಮುಂದಕ್ಕೆ ಓದಿಸಂತೆ. ನಾನೇನೂ ಬೇಡಾಂತ ಅನ್ನಲ್ಲ. ಮನೆಗೆಲಸ ವೈನಾಗಿ ನೋಡಿಕೊಂಡು ಹೋಗ್ತಾಳೆ. ನನಗೂ ವಯಸ್ಸಾಗ್ತ ಬಂತಪ್ಪ. ಹಿರಿಯಣ್ಣನ ಚಾಳಿ ಮನೆಮಂದಿಗೆಲ್ಲಾಂತ, ನೀನೇ ದಾರಿ ಹಾಕಿ ಕೊಡದಿದ್ದರೆ ಹೇಗೊ?" ಭಾಗೀರತಿ ಮನೆಗೆ ಬಂದರೆ – ಆರು ಜನ ತಮ್ಮ ತಂಗಿಯರ ಕೂಡ – ನನಗೆ ಸಿಡಿಸಿಡಿ. ಇದಕ್ಕಿಂತ ದೊಡ್ಡ ಪ್ರಶ್ನೆ ನನಗೆ ಸಧ್ಯಕ್ಕೆ ನನ್ನ ತಮ್ಮ ಮಾಧುವಿನದ್ದು. ಅವನ ಜೊತೆ ನಾನು ಸರಿಯಾಗಿ ನಡಕೊಂಡೆನೆ? ಅವನಂತೂ S.S.L.C.ಗೆ ವಿದ್ಯೆ ಮುಗಿಸಿ ಹಾಳಾದ. ಕಿರಿಯವ ಸುಧೀಂದ್ರನಾದರೂ ಮುಂದೆ ಬಂದಾನೆಂದರೆ, ಅವನು ಬಿ.ಎಸ್‌ಸಿ.ಯಲ್ಲಿ ಗಸನಿಮುಹಮ್ಮದ್ ದಂಡಯಾತ್ರೆ ನಡೆಸಿದ್ದಾನೆ. ಸಾಯಂಕಾಲ ಇಸ್ತ್ರಿ ಮಾಡಿದ ಪ್ಯಾಂಟ್ ಹಾಕಿ, ಕೆಂಪು ಟೈ ಕಟ್ಟಿ ವಾಕಿಂಗ್; ಹೋಟೆಲಲ್ಲಿ ಬೈಟು ಮಸಾಲೆ, ಬೈಟು ಕಾಫಿ; ಇಸ್ಪೀಟಿನಲ್ಲಿ ಕಾಸಾದರೆ ಸಿನಿಮ; ರಾತ್ರೆ ಹತ್ತು ಗಂಟೆಗೆ ಹಿಂದಕ್ಕೆ ಮನೆಗೆ – ಅಮ್ಮ ಸಾರಿಸದೆ, ಮುಸುರೆ ತೊಳೆಯದೆ ಕಾದಿರಬೇಕು... "ಕೆಲಸಕ್ಕೆ ಬಾರದ ಈ ಠೊಣೆಯರಿಗೆ ನೀನು ಯಾಕೆ ಕಾದಿದ್ದು ಬಡಿಸಬೇಕು ಅಮ್ಮ? ನೀನಷ್ಟು ಹೇಳಬಾರ್ದಾ ಅವರಿಗೆ? ಸಾಯಂಕಾಲ ಆಯ್ತೂ ಅಂದ್ರೆ ತಿಂಗ್ಳಿ

ಗೊಂದು ಐವತ್ತು ರೂಪಾಯಿ ಹೆಚ್ಚಿಗೆ ದುಡಿಯೋಕ್ಕೇಂತ ನಾಲ್ಕು ಬ್ಯಾಚಿಗೆ ನಾನು ಟ್ಯೂಶನ್ ಹೇಳಿ ಇಲ್ಲಿ ಸಾಯಬೇಕು ಯಾಕೆ? ಈ ಅನಿಷ್ಟಗಳ ಹೊಟ್ಟೆ ತುಂಬಿಸೋಕ್ಕ?"

ಅಮ್ಮ ಬಡಿಸುವ ಪಾತ್ರೆಗಳನ್ನ ಎದುರಿಗಿಟ್ಟುಕೊಂಡು ತಲೆಯ ಮೇಲೆ ಕೈಹೊತ್ತು ಮೌನವಾಗಿ ಕೂರುತ್ತಾಳೆ. ಇಬ್ಬರು ತಮ್ಮಂದಿರೂ ಕಲಿಸಿದ ತುತ್ತನ್ನು ಎತ್ತದೆ ಕತ್ತು ಬಗ್ಗಿಸಿ ಕೂರುತ್ತಾರೆ: ಅವರಿಗೆ ತಾವು ಅಪರಾಧಿಗಳು ಎನ್ನಿಸುವವರೆಗೆ ಕೇಶವನಿಗೆ ಸಮಾಧಾನವಿಲ್ಲ. ಕಣಜದಂತೆ ಮೈಯೆಲ್ಲ ಕೋಪ ಹರಿದು ಉರಿಯಾಗಿ, ಬಿಸಿಯಾಗಿ, ತುರಿಗಜ್ಜಿಯಾಗಿ, ಇನ್ನಷ್ಟು ಮತ್ತಷ್ಟು ಕೋಪ ಕಡುಕೋಪವಶನಾಗಬೇಕೆಂದು ಒಳಗಿಂದ ಹಂಬಲವಾಗಿ; ಕೋಪದ ಮತ್ತು ನೆತ್ತಿಗೇರುವಂತೆ ತಾಯಿ ಏನಾದರೂ ಹೇಳಬಾರದೆ, ಮಾಧು ಎದುರು ಬಿದ್ದು ಮಾತಾಡಬಾರದೆ ಎನ್ನಿಸಿ; ಪ್ರಚೋದಿಸಲು ತನ್ನ ಶಬ್ದಕೋಶ ದಿಂದ ಅತಿ ಅವಾಚ್ಯವನ್ನು ಹುಡುಕುತ್ತ ಮಾತಾಡುತ್ತಾನೆ. ಅಮ್ಮ ಮಾತಾಡದೆ ನಿಟ್ಟುಸಿ ರಿಟ್ಟರೆ, ಮಾಧುವಿನ ಕಣ್ಣಲ್ಲಿ ನೀರು ತುಂಬಿ ಅವನು ಊಟದಿಂದೆದ್ದರೆ ಅತ್ಯಂತ ನಾಚಿಕೆ ಯಾಗಿ, ನಿರಾಸೆಯಾಗಿ – ಕೈತೊಳೆಯುತ್ತಿರುವ ಮಾಧವನ ಬಳಿ ಹೋಗಿ – "ನೀನು ಊಟ ಮಾಡಬಾರದ? ಊಟವನ್ನ ಬಿಟ್ಟು ನನ್ನ ಮೇಲೆ ರಚ್ಚು ತೀರಿಸಿಕೊಳ್ಳಬೇಕ?" ಎನ್ನುತ್ತಾನೆ. ಕೋಪ ಆತ್ಮಮರುಕವಾಗಿ, ಸರ್ಪ ಸಿಂಬಳದ ಹುಳವಾಗಿ, ಕಜ್ಜಿ ಕೀವಾಗು ತ್ತದೆ. ಒಮ್ಮೊಮ್ಮೆ ತಾಯಿ : "ಯಾಕೆ ಕೆಟ್ಟ ಮಾತಾಡ್ತೀಯ? ಎಲ್ಲ ಘಳಿಗೇನೂ ಒಂದೇ ಸಮ ಇರಲ್ಲ. ಇದು ವಿಷಘಳಿಗೇ ಇರಬಹುದು. ಕೆಟ್ಟದ್ದು ಬಯಸಿ ಮಾತಾಡಬಾರ್ದು. ಒಳಿತು ಎನ್ನು" ಎನ್ನುತ್ತಾಳೆ. ದೇವರಿಗೆ ಕಾಣಿಕೆ ಹಾಕಿ ತುಪ್ಪದ ದೀಪ ಹಚ್ಚುತ್ತಾಳೆ. ಅಥವಾ ಮಾಧವ – "ಆ ಹಾಳು ಫ್ಯಾಕ್ಟರೀಲಿ ನಾನು ಶೂದ್ರ ಮಕ್ಕಳ ಹಾಗೆ ದುಡೀಲಾರೆ ಗೊತ್ತಾಯ್ತು? ನಂಗದು ಒಗ್ಗಲ್ಲ. ನಿಂಗೇನು ಹೇಳು? ಎಂ.ಎ. ಓದಿ ಕಾಲೇಜು ಲೆಕ್ಚರರ್ ಆಗಿದೀಂತ ಕೊಬ್ಬು. ಅಪ್ಪ ನಿಂಗೆ ಮಾಡಿದಷ್ಟೂ ನಂಗೆ ಮಾಡಲಿಲ್ಲ... ನೀನು ನನ್ನ ಅಣ್ಣಾಂತ ನಿನ್ನ ಮನೇಲಿ ಊಟ ಮಾಡ್ತೀನಿ. ಇಷ್ಟವಿಲ್ದೇ ಇದ್ರೆ ಹೇಳು – ಹೊರಟು ಹೋಗ್ತೀನಿ" ಎನ್ನುತ್ತಾನೆ.

"ನಾನು ನಾನು ನಾನು..." ಮುಷ್ಟಿ ಕಟ್ಟಿ ಮುಂದೆ ನುಗ್ಗಿ ಮಾತು ಧಾರಾಕಾರವಾಗಿ ಸರಿಯುತ್ತದೆ. "ನಿಮ್ಮ ಹಾಗೆ ಪೋಲಿ ಅಲೀಲಿಲ್ಲ... ನಾನು ನಿಮಗೆ ಮಾಡಿದಷ್ಟು ಅಪ್ಪ ನಂಗೆ ಮಾಡಲಿಲ್ಲ... ಬಿಟ್ಟಿ ಹಾಸ್ಟಲಲ್ಲಿದ್ದು, ಕಕ್ಕಸ ಬಾಚಿ, ನೆಲ ಒರಸಿ ಓದಿ ಮುಂದೆ ಬಂದೆ..." – ಎಲ್ಲ ಕಹಿಯೂ ಹೊರಗೆ ಬರುತ್ತದೆ. ಹೀಗಾದ ದಿನ ಕೇಶವನಿಗೆ ಕೋಪದ ದೀಪಾವಳಿ : ಯಕ್ಷಗಾನದ ರಾವಣನ ಬಣ್ಣ ವೇಷಗಳು ಇಲ್ಲದಿರುವುದೊಂದು ಕೊರತೆಯಷ್ಟೆ. ಒಳಗಿನಿಂದೊಂದು ಆಸೆ – ಕಾಮದಂತಹ ಪ್ರಬಲವಾದ ಆಸೆ – ಸಫಲ ವಾದಂತಾಗಿ, ಕೊನೆಗೆ ಸುಸ್ತಾಗಿ, ಒಂದು ರೀತಿಯ ಸುಖದಲ್ಲೊ, ಶೂನ್ಯದಲ್ಲೊ ಮತ್ತನಾದಂತೆ ಕೂರುತ್ತಾನೆ. ರೋಷವೊಂದೇ ತನಗೆ ಇತ್ತೀಚೆಗೆ ಪಡೆಯಲು ಸಾಧ್ಯವಾದ ತೀವ್ರ ಭಾವನೆಯೆಂದು ಥಟ್ಟನೆ ಎನ್ನಿಸಿ ದಿಗಿಲಾಗುತ್ತದೆ.

"ನಾವು ಬೇಕರ್‌ಲೂ ಲೈನ್‌ನಲ್ಲಿ ಕೂತಿದೇವೆ. ಇದು ಬೇಕರ್ ಸ್ಟ್ರೀಟ್ ಸ್ಟೇಶನ್" ಎಂದು ಸ್ಟೂವರ್ಟ್ ಹೇಳಿದ. ಗಾಡಿ ಖಾಲಿಯಾದ್ದರಿಂದ ಇಬ್ಬರೂ ತಮ್ಮ ಸೀಟಿಗೆ ಮರಳಿದರು. ಸ್ಟೂವರ್ಟ್ ನಿಂತು ಪ್ರಯಾಣ ಮಾಡುತ್ತಿದ್ದಾಗ ತನ್ನ ಯೋಚನೆಯನ್ನು ಮುಂದುವರಿಸುತ್ತಿದ್ದನೆಂದು ಕೇಶವನಿಗೆ ಅನ್ನಿಸಿತು. ಬಿಟ್ಟ ಜಾಗದಿಂದ ಮತ್ತೆ ಹೊರಟ:

"ನಾನು ಉದ್ದೇಶದ ಮಾತು ಯಾಕೆ ಎತ್ತಿದೇಂದರೆ ಈ ದೇಶದಲ್ಲಿ ಜನ ತಮ್ಮದೇ ಆದ ಒಂದು ಸ್ವಾರ್ಥದ ಪುಟ್ಟ ಲೋಕದಲ್ಲಿ ಇದ್ದುಬಿಡ್ತಾರೆ. ಸಮಷ್ಟಿ ಕುಟುಂಬಗಳಿರುವ ನಿನ್ನಂತಹ ದೇಶದಲ್ಲಿ ಇನ್ನೂ ವ್ಯಕ್ತಿ ಸಮಾಜಗಳ ನಡುವೆ ರಕ್ತಸಂಬಂಧ ಉಳಿದಿದೆ. ಆದರೆ ನಮ್ಮಲ್ಲಿ ನೋಡು: ಹದಿನಾರನೆ ವರ್ಷಕ್ಕೆ ಒಬ್ಬ ಹುಡುಗ ದುಡಿಯೋಕ್ಕೆ ಪ್ರಾರಂಭಿಸುತ್ತಾನೆ; ಹದಿನೆಂಟಕ್ಕೆ ಮದುವೆಯಾಗ್ತಾನೆ. ಉದ್ಯೋಗ ದೊರೀದಿದ್ದರೆ ಅವನಿಗೆ ನಿರುದ್ಯೋಗ-ವೇತನ ಸಿಗುತ್ತೆ. ಮುದುಕರಾದ ಅಪ್ಪ ಅಮ್ಮನ್ನ ನೋಡಿಕೋ ಬೇಕು, ಯೌವನದಲ್ಲಿ ವೃದ್ಧಾಪ್ಯದ ಅನುಭವದ ಜೊತೆ ಸಂಬಂಧ ಬೇಕು ಅನ್ನಿಸೋ ಒತ್ತಾಯ ಇಲ್ಲ. ಅಪ್ಪ ಅಮ್ಮನನ್ನ ನೋಡಿಕೊಳ್ಳೊ old people's home ಇದ್ದಾವೆ – ಒಟ್ಟಿನಲ್ಲಿ ಜೀವನಾನ್ನ ಪಕ್ವಮಾಡುವ ಚಿಂತೆ ಒತ್ತಡ ಇಲ್ಲ. ಹೈರ್ ಪರ್ಚೇಸಿನಲ್ಲಿ ಅವನ ಹೆಂಡತಿ ಮನೆಗೆ ಬೇಕಾದ ಟಿ.ವಿ., ಹೂವರ್ ಮ್ಯಾಟಿಕ್ ವಾಶಿಂಗ್ ಮೆಶಿನ್, ಫ್ರಿಜಿಡೈರ್ ಕೊಳ್ಳುತ್ತಾಳೆ. ಈತ ಒಂದು ಕಾರ್ ಕೊಳ್ಳುತ್ತಾನೆ. ಸಾಯಂಕಾಲ ತಾವು ನಿತ್ಯ ಹೋಗುವ ಪಬ್ಬಿಗೆ ಹೋಗಿ ಒಂದೆರಡು ಗಂಟೆ ತನ್ನಂತೆ ಬದುಕುವ ಇನ್ನೂ ಕೆಲವರ ಜೊತೆ ಹರಟೆ ಹೊಡೆದು, ಮನೆಗೆ ಬಂದು ಟೆಲಿವಿಜನ್ ನೋಡಿ, ವರ್ಷಕ್ಕೊಮ್ಮೆ ಹಾಲಿಡೇಗೆ ಹೋಗಿ ಬೀಚಿನ ಮೇಲೆ ಅರ್ಧನಗ್ನರಾಗಿ ಸಹಸ್ರ ಜನರ ಜೊತೆ ಮಲಗಿ, ಮೈಯನ್ನು ಟ್ಯಾನ್ ಮಾಡಿಕೊಂಡು... ಇದನ್ನ ಜೀವನಾಂತೀಯ? ಇವರಿಗೂ ಒಟ್ಟು ಜೀವನಕ್ಕೂ ಏನು ಸಂಬಂಧ? ನನ್ನ ಜೀವನಾನೂ ಇದಕ್ಕಿಂತ ಬೇರೆಯಲ್ಲ ಕೇಶವ್. ಜೀವನದಲ್ಲಿ ತಿಕ್ಕಾಟ ಬೇಕು, ಬಿರುಸು ಬೇಕು, ಸುಖ ದುಃಖ ಬೇಕು – ಸಲೀಸಾಗಿ ಜಾರಿಬಿಡೋದಲ್ಲ. Oh! I am bored, terribly bored. ಇಂಗ್ಲೆಂಡಿನಲ್ಲಿ ಜೀವವಿಲ್ಲ – ಈ ಸುಖೀ ಸಮಾಜ ದಲ್ಲಿ ಜೀವನಕ್ಕೊಂದು ಉದ್ದೇಶ ಇಲ್ಲ. ನೀನು ಹೇಳ್ತಿ – ನಿನ್ನ ಜೀವನ ಬಡತನದ ವಿರುದ್ಧ ಹೋರಾಡೋದರಲ್ಲೆ ವ್ಯಯವಾಯಿತು, ಕಾಮದ ಅನುಭವವಿಲ್ಲದೆ ಮುರುಟಿತೂಂತ. ನನ್ನನ್ನೆ ತಗೊ ಕೇಶವ್: ನನಗೆ ಬಡತನದ ಅನುಭವ ಇಲ್ಲ; ಹಸಿವೆಂದರೆ ಏನೂಂತ ಗೊತ್ತಿಲ್ಲ; ಹದಿನಾರನೇ ವರ್ಷದಿಂದ ಈವರೆಗೆ ಹೆಣ್ಣು ಬೇಕೂಂತ ಅನ್ನಿಸಿದಾಗೆಲ್ಲ ಹೆಣ್ಣಿನ ಸುಖ ಅಲಭ್ಯ ಅಂತ ಅನ್ನಿಸಿದ್ದಿಲ್ಲ – ಸಂತಾನನಿರೋಧ ಎಲ್ಲರಿಗೂ ಗೊತ್ತಿರೊ ಈ ದೇಶದಲ್ಲಿ ಹುಡುಗಿಯರ ಜೊತೆ ಮಲಗೋದು ಭಯದ ವಿಷಯವಲ್ಲ. ಎಲ್ಲ ಆಯಿತು – ತಿಂದೆ, ಉಂಡೆ, ಮಲಗಿದೆ, ಸಂಭೋಗಿಸಿದೆ, ಇನ್ನಷ್ಟು ತಿಂದೆ, ಮಲಗಿದೆ, ಸಂಭೋಗಿಸಿದೆ – ಆಮೇಲೆ? ಬದುಕಿನಲ್ಲಿ ಇನ್ನು ಯಾವ thrill ಇದೆ?"

"ನಿನ್ನ ಕಂಡರೆ ನನಗೆ ಅಸೂಯೆಯಾಗ್ತ ಇದೆ ಸ್ಟೂಅರ್ಟ್" ಕೇಶವ ನಗುತ್ತ ಹೇಳಿದ. "ಈ ಗಾಡೀಲಿ ಕೂತಿರೋ ಜನರನ್ನು ನೋಡು. ನಮ್ಮ ಸಮಾಜದ ಒಂದು cross section ಇಲ್ಲಿದೆ. ಬೌಲರ್ ಹ್ಯಾಟ್, ಪಿನ್‌ಸ್ಟ್ರೈಪ್ ಕಪ್ಪು ಸೂಟ್ ಹಾಕಿ 'Times' ಓದ್ತಾ ಕೂತಿರೋ ಆತ ಬ್ಯಾಂಕಿನಲ್ಲೊ ಸರ್ಕಾರಿ ಉದ್ಯಮದಲ್ಲೊ ಇರಬೇಕು. ಅವನು Establishmentಗೆ ಸೇರಿದಾತ. ಕ್ರೀಮ್ ಹಾಕಿ ಕೂದಲನ್ನ ನುಣ್ಣಗೆ ಮೇಲಕ್ಕೇರಿಸಿ ಕಾಲರಿಲ್ಲದ ಜಾಕೆಟ್ ಧರಿಸಿಕೊಂಡು ಕೂತಿರೊ ಆತ working classನಲ್ಲಿ ಹುಟ್ಟಿದ ಡ್ಯಾಂಡಿ – ಎಲ್ಲೊ ಸೇಲ್ಸ್‌ಮನ್ ಆಗಿದಾನೆ. ಈ ಕಿರಿನಗುವಿನ ಕೂದಲಿಗೆ ಕೆಂಪು ಬಣ್ಣ ಹಾಕಿದ ಹುಡುಗಿ ಬಹುಶಃ Woolworthನಲ್ಲಿ ಸೇಲ್ಸ್‌ಗರ್ಲ್ – ಪ್ರಾಯಶಃ a pick up girl. ಆ ಇನ್ನೊಬ್ಬಳ ಮುಖ ನೋಡಿದರೇ ಗೊತ್ತಾಗುತ್ತೆ – ಅವಳು steno typist. ಅವರು ಉಪಯೋಗಿಸೊ ಸೆಂಟ್‌ನಿಂದ ಹೇಳಬಹುದು – ಯಾವ ವರ್ಗ ದವಳು, ಯಾವ ರುಚಿಯುವಳು ಅಂತ. ವರಮಾನ, ಸ್ಥಾನ ನೋಡಿ ಅವಳು ಮದುವೆ ಯಾಗುತ್ತಾಳೆ. slim ಆಗಿರಲು ನಿತ್ಯ ವ್ಯಾಯಾಮ ಮಾಡ್ತಾಳೆ. ಸಂಜೆ ಫ್ರೆಂಚ್ ಕಲೀತಾಳೆ. ಫೋನ್‌ನಲ್ಲಿ ಅಪಾಯಿಂಟ್‌ಮೆಂಟ್ ಫಿಕ್ಸ್ ಮಾಡಿ Hair stylist ಹತ್ತಿರ ಹೋಗಿ ತನ್ನ ಕೂದಲನ್ನು ಕೂರಿಸಿಕೊಂಡು ಬರುತ್ತಾಳೆ. ಈ ಬೀಟಲ್ಸ್ ಸ್ಟೈಲ್‌ನಲ್ಲಿ ಉದ್ದನೆ ಕೂದಲು ಬೆಳೆಸಿ ಟೈಟ್ ಪ್ಯಾಂಟ್ ಹಾಕಿ ಕೈಯಲ್ಲೊಂದೊಂದು ಟ್ರಾನ್ಸಿಸ್ಟರ್ ಹಿಡಿದು ಕೂತಿರೋ ಎಳೆಯರು ಇನ್ನೇನು ಎರಡು ವರ್ಷದಲ್ಲಿ ಮದುವೆಯಾಗಿ ಹೈರ್ ಪರ್ಚೇಸಿನಲ್ಲಿ ಕೊಂಡ ಸಾಮಾನುಗಳಿಗೆ ಪ್ರತಿ ವಾರ ಹಣ ತೆರಲು ಪ್ರಾರಂಭಿಸುತ್ತಾರೆ. ನಾನು ಕೂಡ ಇನ್ನೊಂದು ವರ್ಷದಲ್ಲಿ ಯೂನಿವರ್ಸಿಟಿ ಶಿಕ್ಷಣ ಮುಗಿಸಿ ಆ ಬೌಲರ್ ಹ್ಯಾಟ್ ಹಾಕಿದ್ದಾನಲ್ಲ ಅವನ ಎಸ್ಟಾಬ್ಲಿಶ್‌ಮೆಂಟ್‌ನ ಒಂದು ಸಾಮಾನ್ಯ, ಆದರೆ ಮುಖ್ಯ, ವೀಲ್ ಆಗ್ತೇನೆ... ಎಂತಹ ಕ್ರಾಂತಿಕಾರನಿಗೂ ಇಲ್ಲಿ Peer ಪದವಿ ಸಿಕ್ಕು ಎಸ್ಟಾಬ್ಲಿಶ್ ಮೆಂಟಿನ ಅಂಗವಾಗುತ್ತಾನೆ. Sartre ಇಂಗ್ಲೀಷಿನಲ್ಲಿ ಬರೆದಿದ್ದರೆ ಅವನು ಇಲ್ಲಿ House of Lordsನಲ್ಲಿ ಮೆಂಬರಾಗುತ್ತಿದ್ದ... ಇಲ್ಲ – ಇಂಗ್ಲೆಂಡ್ ತೋರವಾಗಿ, ತನ್ನ ಸೂಕ್ಷ್ಮ ಅಂತಃಕರಣವನ್ನು ಕಳೆದುಕೋತಿವೆ. All of us need slimming, suffering ... ನಮ್ಮ Angry young men ಏನಾದರೂ ನೋಡು : ಬಿ.ಬಿ.ಸಿ. ಮತ್ತು ನಮ್ಮ ಪ್ರಮುಖ ಪತ್ರಿಕೆಗಳು ಅವರನ್ನು ಶಕ್ತರೆಂದು ಬೇಗ ಗುರುತಿಸಿ ನಮ್ಮ ಅಪಾರವಾದ ಎಸ್ಟಾಬ್ಲಿಶ್‌ಮೆಂಟಿಗೆ ಸೇರಿಸಿಕೊಂಡರು. ಇಲ್ಲ ನಮಗೆ ಭವಿಷ್ಯವಿಲ್ಲ; ಈ ದೇಶದಲ್ಲಿ ಯಾವ ಹೊಸ ಅನುಭವಾನೂ ಇಲ್ಲ. ನಮ್ಮ ಒಳ್ಳೆ ಬರಹಗಾರರೆಲ್ಲ ಅದಕ್ಕೇ ಬೇರೆ ಬೇರೆ ದೇಶಗಳ ಬಗ್ಗೆ ಬರೀತಾರೆ : ಫಾರ್‌ಸ್ಟರ್, ಲಾರೆನ್ಸ್, ಗ್ರೀನ್, ಡರೆಲ್ – ಇಂಗ್ಲೆಂಡಲ್ಲಿ ಬರೆಯೋಕ್ಕೆ ಏನಿದೆ? Nothing but our stupid snobbery...ನನ್ನ ಉದ್ದನೆಯ ಭಾಷಣಾನ್ನ ಕ್ಷಮಿಸು. ನಿರರ್ಗಳ ಮಾತನ್ನ ನೀವು ಭಾರತೀಯರು ನಮ್ಮಿಂದಲೇ ಕಲಿತದ್ದು ತಾನೆ? Tit for Tat"

ಎಂದು ಸ್ಟೂವರ್ಟ್ ನಕ್ಕು ಮಾತು ಮುಗಿಸಿದ. ಕೆಂಪಗಾದ ಅವನ ಮುಖ ನೋಡಿ ಕೇಶವನಿಗೆ ಅವನು ಭಾವವಶನಾಗಿ ಮಾತಾಡುತ್ತಿದ್ದಾನೆಂದು ತಿಳಿಯಿತು. ಸಮಷ್ಟಿ ಕುಟುಂಬದ ಬಗ್ಗೆ ಅವನಾಡಿದ ಮಾತಿನ ಹಿಂದೆ ನಿರನುಭವವಿದೆ ಎನ್ನಿಸುತ್ತದೆ ಕೇಶವನಿಗೆ. ತನಗಂತೂ ಅದರ ಅನುಭವ ಸಾಕುಸಾಕಾಗಿದೆ. ಪ್ರಾಯಶಃ ಯಾವ ಸಮಾಜ ಸ್ಥಿತಿಯಲ್ಲೂ ಮನುಷ್ಯನಿಗೆ ಸುಖವಿಲ್ಲ; ಚಡಪಡಿಸುತ್ತಿರುವುದು ಮನುಷ್ಯನ ಅನಾದಿ ಅನಂತ ಅವಶ್ಯಕತೆ ಇರಬಹುದು. ನನ್ನ ಜೀವನ, ಕ್ರಿಯಾಶಕ್ತಿ ವ್ಯರ್ಥವಾಗ್ತಿದೆ ಅಂತ ನಾನು ಗೋಳೋ ಎಂದು ಎಂದು ಮನೆಯವರಿಗೆ ಅಭ್ಯಾಸವಾಗಿ ಈಗ ಯಾರೂ ಅದನ್ನ ಗಮನಿಸೋದೇ ಇಲ್ಲ. ನನ್ನ ನಾಲ್ಕು ತಂಗಿಯರು ಅರೆಹೊಟ್ಟೆ ಉಂಡು, ಕಾಟನ್ ಸೀರೆಯುಟ್ಟು, ಬರಿಗಾಲಿನಲ್ಲಿ ನಡೆದರೂ ವಸಂತ ಪ್ರಾಪ್ತವಾದ ಅರಣ್ಯದ ವೃಕ್ಷಗಳಂತೆ ಜೀವ ತುಂಬಿ, ಚಿಂತೆಯಲ್ಲಿ ಸೊರಗುತ್ತಿರುವ ಅಮ್ಮನ ಕಣ್ಣಿಗೆ ಬಾಂಬಿನಂತೆ ಕಾಣುತ್ತಾರೆ. ಮೊಲೆಗಳು ಎದ್ದು ಕಾಣದಂತೆ ಬಟ್ಟೆಯಲ್ಲಿ ಹೊಲೆದ ಬ್ರೇಸಿಯರ್‌ನಿಂದ ಬಿಗಿದು ಕಟ್ಟಿ, ಸೆರಗು ಹೊದ್ದು ಗೂನುಬೆನ್ನು ಮಾಡಿ, ತಲೆ ತಗ್ಗಿಸಿ, ಪುಸ್ತಕ, ಜಾಮಿಟ್ರಿ ಬಾಕ್ಸ್ ಹಿಡಿದು ಅವರು ಕಾಲೇಜು ಸ್ಕೂಲಿನಿಂದ ನಡೆದು ಬರುವುದು ಕಂಡರೆ ಕೇಶವನಿಗೆ ಸಂಕಟವಾಗುತ್ತದೆ. ಬಾಳು ಎಂತಹ ಹೊರೆ ಎನ್ನಿಸುತ್ತದೆ. ಆದರೆ ಸ್ವಕ್ಷೇಮಚಿಂತನೆಯನ್ನ ಹೆಣ್ಣಿಗೆ ಯಾರೂ ಕಲಿಸಬೇಕಾಗಿಲ್ಲ; ರಾತ್ರೆ ಹನ್ನೊಂದರವರೆಗೆ ಓದಿ, ಬೆಳಿಗ್ಗೆ ಮತ್ತೆ ನಾಲ್ಕು ಗಂಟೆಗೆದ್ದು ಓದಿ, ಮನೆಗೆಲಸದಲ್ಲಿ ತಾಯಿಗಷ್ಟು ಸಹಾಯಮಾಡಿ, ಫಸ್ಟ್ ಕ್ಲಾಸಿನಲ್ಲಿ ಪಾಸಾಗಿ, ಫ್ರೀಶಿಪ್ ಪಡೆದು, ಓದುತ್ತಿದ್ದಾರೆ – ತಮ್ಮಂದಿರಿಗೆ ನಾಚಿಕೆಯಾಗುವ ಹಾಗೆ. ಮಾಧುವಿ ಗಂತೂ ಸ್ವಕ್ಷೇಮಚಿಂತನೆ ಎಳ್ಳಷ್ಟೂ ಇಲ್ಲ. ಬೋನಸ್‌ನಲ್ಲಿ ಅವನಿಗೊಮ್ಮೆ ಅಷ್ಟು ಹಣ ಒಟ್ಟಿಗೇ ಸಿಕ್ಕಿತು. ನಾಲ್ಕು ತಂಗಿಯರಿಗೆ, ತಾಯಿಗೆ – ಸೀರೆ; ತನಗೆ, ಕೇಶವನಿಗೆ, ಸುಧೀಂದ್ರ ನಿಗೆ – ಪ್ಯಾಂಟಿನ ಬಟ್ಟೆ ಕೊಂಡು, ಒಂದು ವಾರ ನಗುತ್ತ, ತಂಗಿಯರಿಗೆ ಸಿನಿಮಾ ತೋರಿ ಸುತ್ತ ಬಂದ ಹಣವನ್ನು ಪೋಲುಮಾಡಿದ. ಹಾಗೆ ನೋಡಿದರೆ ಮಾಧು ತನಗಿಂತ ಹೆಚ್ಚು ಬಾಳಿನ ಗೆಲುವಿರುವ, ಯೌವನದಿಂದ ತುಂಬಿದ, ತನ್ನ ಹಾಗೆ ಅಳಿದು ಹೊಯ್ದು ಜವಾಬ್ದಾರಿಯೆಂದು ಚಿಮ್ಮುವ ಪ್ರೇಮವನ್ನು ಕಳೆದುಕೊಳ್ಳದ, ಹುಡುಗ. ಅದಕ್ಕಾಗಿ ಹುಡುಗಿಯರು ಅವನನ್ನೊಲಿದಂತೆ ತನ್ನನ್ನು ಒಲಿಯುವುದಿಲ್ಲ. ಸಂಸಾರವೆಂದು ರಗಳೆ ಮಾಡಿ ಕೊಂಡು ತಾನು ಒಣಗಿದ್ದೇನೆ, ಬತ್ತಿದ್ದೇನೆ, ಕರ್ತವ್ಯದ ವ್ಯಸನದಲ್ಲಿ ಪ್ರೇಮವನ್ನು ಕಳೆದುಕೊಂಡಿದ್ದೇನೆ. ಕರ್ತವ್ಯದ, ನೀತಿ ನಿಯಮದ ಅಂಕೆಯಿಲ್ಲದ ಮಾಧುವಿನ ಹೃದಯ ದಲ್ಲಿ ನಿರುಪಯೋಗವಾದ, ಅಪೇಕ್ಷೆಯಿಲ್ಲದ, ಹುಂಬ ಪ್ರೇಮವಿದೆ. ಈ ನಡುವೆ ತಂಗಿಯರು ಅಸಾಧಾರಣ ಜಾಣರು; ಬಹುಶಃ ಸ್ವಕ್ಷೇಮ ದೃಷ್ಟಿಯಿಂದ – ಮೋಸ ಗಾರರು. ಈ ಮನೆ ಕೊನೆಯವರೆಗೆ ತಮ್ಮದಲ್ಲವೆಂದು ಅವರಿಗೆ ಗೊತ್ತು. ಇರುವಷ್ಟು ದಿನ ತನಗೆ, ಮಾಧುವಿಗೆ, ತಾಯಿಗೆ ಹೊಂದಿಕೊಂಡಿರಲು ಹೆಣಗುತ್ತಾರೆ. ಮದುವೆಯಾಗಿ ಒಳ್ಳೆಯ ಗಂಡನ ಮನೆ ಸೇರಿದ ಕ್ಷಣ ಈ ರಗಳೆ ಅವರಿಗೆ ತಪ್ಪುತ್ತದೆ – ಆದ್ದರಿಂದ ಒಳ್ಳೆ

ಗಂಡನಿಗೆಂದು ಅವರು ಕಾಯುತ್ತಿದ್ದಾರೆ. ಅವರಿಗೆ ಒಳ್ಳೆ ಗಂಡನನ್ನು ಪಡೆಯಲು ತಾನೊಂದು ಸಾಧನವಾದ್ದರಿಂದ ಅಣ್ಣನ ಜೊತೆ ಪ್ರಿಯವಾಗಿ ನಡೆದುಕೊಳ್ಳುತ್ತಾರೆ. ಲೆಕ್ಚರರ್‌ನ ತಂಗಿಯೆಂದು ಅವರಿಗಷ್ಟು ಹೆಚ್ಚು ಬೆಲೆಯಲ್ಲವೆ? ಅದೂ ಅವರಿಗೆ ಗೊತ್ತು. ಅಪ್ಪ ಸತ್ತ ಮೇಲೆ ಸಾಲ ಇತ್ಯಾದಿ ಕಳೆದು ತೋಟ ಮಾರಿ ಉಳಿದ ಹಣ ಐದು ಸಾವಿರ ಇದೆ, ಬ್ಯಾಂಕಿನಲ್ಲಿ. ಇನ್ನೂ ಐದು ಸಾವಿರವಾದರೂ ಬೇಕು, ಆ ಹುಡುಗಿಯರಿಗೆ ತಕ್ಕ ಗಂಡಂದಿರನ್ನು ಕೊಳ್ಳಲು. ಅದಕ್ಕಾಗಿ ತಾನು ದುಡಿಯಬೇಕು – ಮನೆತನದ ಮರ್ಯಾದೆಗೆ ತಕ್ಕಂತ ಅದ್ದೂರಿಯಲ್ಲಲ್ಲದೆ ಮದುವೆ ಮಾಡಲು ಅಮ್ಮ ಕೇಳಬೇಕೆ? – ತೊಡೆಯ ಮೇಲೆ ಆಡಲು ಮನೇಲಿ ಮೊಮ್ಮಕ್ಕಳಿಲ್ಲದೆ ನೀನಾದರೂ ಮದುವೆಯಾಗೊ ಎನ್ನುತ್ತಾಳೆ ಅಮ್ಮ. ಮೊದಲು ತಂಗಿಯರದ್ದಾಗಲಿ ಎನ್ನುತ್ತೇನೆ. ನಿನ್ನ ಅಕ್ಕನ ಮಗಳೇ ಇದ್ದಾಳಲ್ಲ... ಶುರುವಾಗುತ್ತದೆ ಹಳೆ ಕತೆ. ಅವರದು ದೊಡ್ಡ ಸಂಸಾರಾಪ್ಪ, ಸ್ವಲ್ಪ ಉಪಕಾರ ಮಾಡಪ್ಪ, ಕನ್ಯಾ-ಹೊರೆ ಇಳಿಸಪ್ಪ... ನಾನು ರೇಗಿ, ಕೂಗಿ, ಕಿರುಚಿ, ಚಪ್ಪಲಿ ಹಾಕಿಕೊಂಡು ಹೊರಗೆ ಹೋಗುತ್ತೇನೆ – 'ಇವತ್ತು ಹುಡುಗರು ಬಂದ್ರೆ ಟ್ಯೂಶನ್ ಇಲ್ಲಾಂತ ಹೇಳು. ಈ ಮನೇಗೆ ದುಡಿದು ದುಡಿದು ಸುಣ್ಣ ಆದೆ!'

ನಂಗೂ ಗೊತ್ತು, ಅಮ್ಮನಿಗೂ ಗೊತ್ತು – ಭಾಗೀರತಿಯಲ್ಲದೆ ಬೇರೆ ಹುಡುಗೀನ ನಂಗೆ ಮದುವೆಯಾಗೋದು ಸಾಧ್ಯವಿಲ್ಲಾಂತ. ನಾಲ್ಕು ಜನ ಮದುವೆಯಾಗಬೇಕಾದ ತಂಗಿಯರು, ಇಬ್ಬರು ನಿರುಪಯೋಗಿ ಧಾಂಡಿಗ ತಮ್ಮಂದಿರು ಇರೋ ಮನೆಗೆ ಬೇರೆ ಯವರ ಮನೆ ಹುಡುಗಿ, ಕಲಿತವಳು, ಬಂದು ಸೇರಿದರೆ ಖಂಡಿತ ಜಗಳವೆಬ್ಬಿಸುತ್ತಾಳೆ. ಗಂಡನನ್ನ ಮನೇವರಿಂದ ಬೇರೆ ಮಾಡಿ ತನ್ನದೇ ಒಂದು ಪುಟ್ಟ ಸಂಸಾರ ಹೂಡಿಕೊಳ್ಳಲು ಪ್ರಯತ್ನಿಸುತ್ತಾಳೆ. ಭಾಗೀರತಿಯನ್ನಾದರೆ ಅಮ್ಮ ಗದರಿಸಿ ಹದ್ದಿನಲ್ಲಿಟ್ಟುಕೊಬಹುದು. ನನ್ನ ತಂಗಿಯರಿಗೂ ಇದು ಗೊತ್ತು. ನನಗೆ ಇಷ್ಟು ಪ್ರಿಯವಾಗಿ ನಡೆಕೊಳ್ಳೊ ಅವರು ತಮ್ಮ ಕ್ಷೇಮದ ದೃಷ್ಟಿಯಿಂದ, ತಾವು ಒಳ್ಳೆ ಕಡೆ ಸೇರೊ ಆಸೆಯಿಂದ, ಅತ್ಯಂತ ಸೂಕ್ಷ್ಮವಾಗಿ ನಾನು ಅಕ್ಕನ ಮಗಳನ್ನು ಒಲಿಯೋ ಹಾಗೆ ಮಾಡಲು ಒದ್ದಾಡುತ್ತಾರೆ: ಅವಳ ಕೈಲಿ ನಂಗೊಂದು ಸ್ವೆಟರ್ ಹಾಕಿಸೋದು, ಕೆಲಸದ ನೆವ ಹೇಳಿ ಅವಳನ್ನ ನನ್ನ ರೂಮಲ್ಲಿ ಬಿಟ್ಟು ಹೋಗೋದು – ಇತ್ಯಾದಿ. ಇದೊಂದು ದೊಡ್ಡ ಸ್ವಾರ್ಥದ ಜಾಲವೆಂದು ನಾನು ಒಮ್ಮೊಮ್ಮೆ ಬಿಡಿಸಿಕೊಳ್ಳಲು ಹೆಣಗುತ್ತೇನೆ. ಹೇಗೆ... ಹೇಗೆ... ಅದಕ್ಕೆಂದೆ ಇಂಗ್ಲೆಂಡಿಗೆ ಬಂದೆ.

ಭಾಗ: ಎರಡು

ಕತ್ತಲಿನಿಂದ ಮತ್ತೆ ಬೆಳಕಿಗೆ. ಬಾಗಿಲುಗಳು ಜಾರಿದವು. ಜನರನ್ನು ಕಕ್ಕಿ ನುಂಗಿ ಮುಚ್ಚಿಕೊಂಡವು. ಮೊಟ್ಟಮೊದಲು – ಈ ಭೂತ-ನಗರದಲ್ಲಿ, ಮನೆಯವರಿಂದ ಐದು

ಸಹಸ್ರ ಮೈಲಿ ದೂರದಲ್ಲಿ ಅರಿಯಬೇಕಾದ್ದು : ನನ್ನೊಳಗೆ ಎಲ್ಲ ಸೂಕ್ಷ್ಮವನ್ನೂ ನುಂಗುವ ರಾಕ್ಷಸ ರೋಷ ಕುದಿಯುತ್ತಿದೆ ಎಂದು. ಅದು ನಿರ್ಬಲ ಹೆಣ್ಣಿಗನ ರೋಷ ಎಂದು. ಪ್ರೇಮವನ್ನು ಕೊಡಲಾರದ, ಯಾರಿಂದಲೂ ಪಡೆಯಲಾರದ ಶುಷ್ಕತೆ ಒಳಗಿದೆ. ಕೆಲವು ಹಗಲುಗನಸುಗಳನ್ನು ಆಗಾಗ ಕಾಣುತ್ತಿರುತ್ತೇನೆ : ಒಂದು – ನಾನು ದುಡಿದು ದುಡಿದು ಸತ್ತು ಸುಣ್ಣವಾಗಿ, ಮದುವೆಯಿಲ್ಲದೆ ಬತ್ತಿ ಬೆಂಡಾಗಿ, ಅಮ್ಮ ಮಾಧು ತಂಗಿಯರು ಬಲಿತು ಕೃತಘ್ನರಾಗಿ, ನನ್ನ ಮೇಲೆ ಕತ್ತಿ ಕಟ್ಟಿ, ನಾನು ಇಡೀ ಲೋಕದ ಅಪಾರ ಕರುಣೆಗೆ ಪಾತ್ರನಾಗುವುದು; ಇನ್ನೊಂದು – ಅಕಸ್ಮಾತ್ ತಾಯಿ, ತಮ್ಮಂದಿರು, ತಂಗಿಯರು ಸತ್ತು, ನಾನೊಬ್ಬನೇ ಗಾಢವಾದ ದುಃಖದಲ್ಲಿ ಉಳಿಯುವುದು. ರೋಷ ದಿಂದ ನಿರ್ಬಲ, ನಿರ್ಬಲತೆಯಿಂದ ಇನ್ನಷ್ಟು ರೋಷ. ಕಾಮ, ಕ್ರೋಧ, ಸಮ್ಮೋಹ, ಸ್ಮೃತಿಭ್ರಮ, ಬುದ್ಧಿನಾಶ, ಬುದ್ಧಿನಾಶಾತ್ ಪ್ರಣಶ್ಯತಿ. ಕಲ್ಲು ಕಡೆಯಬೇಕು, ಮಣ್ಣು ಹೊರಬೇಕು, ಆಹಾ ಗರಗಸ ಹಿಡಿದು ಮರದ ದಿಣ್ಣೆಗಳನ್ನು ಕೊಯ್ಯಬೇಕು. ನಿವೃತ್ತಿ. ಎಸ್ಕಲೇಟರ್ ಮೇಲೆ ನಿಂತು ಮೇಲಿನ ಲೋಕಕ್ಕೆ ಮರಳುತ್ತಿದ್ದಂತೆ ಸ್ಟೂಅರ್ಟ್‌ಗೆ ಹೇಳಿದ :

"ನನಗೆ ಇವೆಲ್ಲ ಎಷ್ಟು ವಿಚಿತ್ರ ಅನುಭವ ಎನ್ನುತ್ತಿ? ಹದಿನಾರು ವರ್ಷಗಳಾಗುವ ತನಕ ನಾನು ಟ್ರೈನನ್ನಾಗಲಿ ಎಲೆಕ್ಟ್ರಿಕ್ ದೀಪವನ್ನಾಗಲಿ ಕಂಡಿರಲಿಲ್ಲ. ಹಳ್ಳಿಮನೇಂದ ಇನ್ನೊಂದು ದೊಡ್ಡ ಹಳ್ಳೀಲಿದ್ದ ಹೈಸ್ಕೂಲಿಗೆ ಬರಿಗಾಲಲ್ಲಿ ನಡೆದು ಬಂದು ಓದಿದೆ..."

"ನಿನ್ನ ಕಂಡರೆ ನನಗೆ ಅಸೂಯೆಯಾಗ್ತದೆ."

ರೋಷ. ನನ್ನ ಜೊತೆ ಹೀಗೇ ಹದಿನೈದು ದಿನ ಸ್ಟೂಅರ್ಟ್ ಇದ್ದರೆ ಪರಸ್ಪರ ಜುಗುಪ್ಸೆ ಯಲ್ಲಿ ಈ ಸ್ನೇಹ ಕೊನೆಯಾಗುತ್ತದೆ. ನಾನು ಒಳಹೊಕ್ಕು ಮುಟ್ಟಿದ್ದೆಲ್ಲ ಮಣ್ಣು. ನಡೆದಲ್ಲಿ ಮರಳುಗಾಡು. ಒಳಗಿನ ಆಸೆ : ಭಯಂಕರ ಹಿಂಸೆಯನ್ನು ಮಾಡಬೇಕು ಅಥವಾ ಅಂತಹ ಹಿಂಸೆಯನ್ನು ಅನುಭವಿಸಬೇಕು. ವಿಷಕನ್ಯೆಯೊಬ್ಬಳ ನಗ್ನ ಉರಿಗೆ ಬೀಳಬೇಕು. ಅವಳ ತುಟಿ, ಕಟಿ, ಮೊಲೆಗಳ ಬೆಂಕಿಗೆ ಹವಿಸ್ಸಾಗಿ, ಮತ್ತೆ ಅವಳ ಗರ್ಭವನ್ನು ಹೊಕ್ಕು, ಬೆಂದು, ಬಂಗಾರದ ವಿಗ್ರಹವಾಗಿ, ಅವಳ ಹೊಟ್ಟೆ ಸೀಳಿ ಬರಬೇಕು. ಭಾರತದಲ್ಲಿ ಯುದ್ಧ ವಾಗಬೇಕು; ಅದರಲ್ಲಿ ನಾವೆಲ್ಲ ಸಿಪಾಯಿಗಳಾಗಿ ಸಾಯಿಸಬೇಕು, ಸಾಯಬೇಕು; ವೈರಿಯ ನಗರ ಮುತ್ತಿ ಹೆಂಗಸರ ಮಾನಭಂಗ ಮಾಡಿ, ಕೊಳ್ಳೆಹೊಡೆದು, ಮೀಸೆ ಬಿಟ್ಟು...

"ಪರ್ಸನ್ನು ಭದ್ರವಾಗಿ ಹಿಡಿದುಕೊಂಡು ಬಾ" ಎಂದ ಸ್ಟೂಅರ್ಟ್.

ಗಂಡು-ಹೆಣ್ಣು ದೇಹಗಳ ಒಂದು ದೊಡ್ಡ ಗುಂಪು ಪರಸ್ಪರ ಉಜ್ಜಿ ತಾಗಿ ತಬ್ಬಿದರೂ ಬೇರೆ ಬೇರೆ ರೋಷಗಳ ಲೋಕಗಳಾಗಿ ಉಳಿದು, ಹೆಜ್ಜೆ ಮೇಲೊಂದು ಹೆಜ್ಜೆ ಸರಿದು, ಹೊರಗೆ ಬಂದದ್ದೆ ತಡ, ಗಾಳಿಗೆ ಹಾರುವ ಪಕಳೆಗಳಂತೆ... ಪೌಂಡಿನ ಪದ್ಯವನ್ನು ಕೇಶವ ಮತ್ತೆ ನೆನೆದ. ಇಂಗ್ಲೆಂಡಿನ ಜೂನ್ ತಿಂಗಳ ನೀಲಿ ಕಣ್ಣಿನ, ಮೃದುವಾಗಿ ನಗುವ ಹಸು ಗೂಸಿನಂತಹ ಅಪರೂಪದ ಬಿಸಿಲಿನ ಸಂಜೆ. ರಾತ್ರೆ ಒಂಬತ್ತು ಗಂಟೆಯ ತನಕ ಬಿಸಿಲಿ ನಲ್ಲಿದ್ದು, ಬಿಯರ್ ಕುಡಿದು, ಕಾಲು ಚಾಚಿ ಟೆಲಿವಿಜನ್ ನೋಡಿ, ಕರ್ಟನ್‌ಗಳನ್ನೆಳೆದು

Good Night ಹೇಳುವ, ಪಾರ್ಕುಗಳಲ್ಲಿ ಪ್ರೇಮವನ್ನು ಅರಳಿಸುವ, ಆಹಾ ಸಂಜೆ. ಸ್ಟೂಅರ್ಟ್‌ನನ್ನೇ ಹಿಂಬಾಲಿಸಿ ನಡೆದು ಕಿತ್ತಲೆ ಬಣ್ಣದ ಮಿಣುಗುವ ದೀಪಗಳಿದ್ದ ಜೀಬ್ರಾ ಕ್ರಾಸಿಂಗ್‌ನಲ್ಲಿ – 'ಬಂದ ಹೊಸದರಲ್ಲಿ ಇದು ಗೊತ್ತಿರಲಿಲ್ಲ, ರೋಡಿನ ಒಂದು ಅಂಚಿನಿಂದ ಇನ್ನೊಂದು ಅಂಚಿಗೆ ಅನಾಥಪಕ್ಷಿಯಂತೆ ಹಾರುತ್ತಿದ್ದೆ' – ದಾಟಿದ. ಅವರು ದಾಟಲೆಂದು ನಿಲ್ಲಿಸಿದ ಕಾರಿನ ಡ್ರೈವರ್‌ಗೆ ಸ್ಟೂಅರ್ಟ್‌ನಂತೆ ತಾನೂ ಅವಸರದ ಕೈಯೆತ್ತಿ ನಮಸ್ಕಾರ ಮಾಡಿದ.

* * * *

ಇಂಗ್ಲೆಂಡಿಗೆ ಬಂದವನು ಮೂರು ತಿಂಗಳ ತನಕ ಅಸಹ್ಯವಾದ ಒಂಟಿ ಜೀವನ ನಡೆಸ ಬೇಕಾಯಿತು. ಯೂನಿವರ್ಸಿಟಿಯಿಂದ ಡಿಗ್ಸ್‌ಗೆ, ಡಿಗ್ಸ್‌ನಿಂದ ಯೂನಿವರ್ಸಿಟಿಗೆ. ಕೆಲ ವೊಂದು ದಿನ ಲ್ಯಾಂಡ್‌ಲೇಡಿಯ ಜೊತೆ 'ಗುಡ್ ಮಾರ್ನಿಂಗ್', 'ಗುಡ್ ಈವೆನಿಂಗ್' ಗಳ ಹೊರತು ಬೇರೆ ಒಂದೂ ಮಾತಾಡದೆ ತನ್ನೊಳಗಿನ ನರಕದಲ್ಲೆ ಬಾಳಬೇಕಾಯಿತು. ಯೂನಿವರ್ಸಿಟಿಯಲ್ಲಿದ್ದ ಕೆಲವೊಂದು ಭಾರತೀಯ ವಿದ್ಯಾರ್ಥಿಗಳ ಪರಿಚಯವಾದರೂ ಅವರ ಜೊತೆ ಒಡನಾಟ ಅಸಹನೀಯವೆನಿಸಿತ್ತು. ಏನೊಂದು ಹೊಸ ಬಾಳನ್ನು ಹೊಸಮೌಲ್ಯಗಳನ್ನು ಆಶಿಸಿ ಇಂಗ್ಲೆಂಡಿಗೆ ಬಂದಿದ್ದನೊ, ಅದು ಅವರಿಂದ ದೊರೆಯ ಲಾರದೆಂಬುದು ಮನದಟ್ಟಾಯಿತು. ಇಷ್ಟು ದಿನದ ಸ್ನೇಹದ ನಂತರವೂ ಸ್ಟೂಅರ್ಟ್ ತನ್ನನ್ನು ಕೇಳದ ಪ್ರಶ್ನೆಯನ್ನು ಭಾರತೀಯ ವಿದ್ಯಾರ್ಥಿ ಪರಿಚಯವಾದೊಡನೆ ಕೇಳು ತ್ತಿದ್ದ: "ನಿನಗೆ ಎಷ್ಟು ಸ್ಕಾಲರ್‌ಶಿಪ್ ಸಿಗುತ್ತದೆ...?" "...ಇಷ್ಟು." "ಅರ್ಧಕ್ಕರ್ಧ ಅದರಲ್ಲಿ ಉಳಿಸಬಹುದು..." ಉಳಿಸಿ? ಹೆಂಡತಿಯನ್ನು ಕಟ್ಟಿಕೊಂಡು ಬಂದ ಪ್ರತಿ ಭಾರತೀಯನಿಗೂ ಇರುವ ಆಸೆ: ಒಂದು pop-up toaster, ಒಂದು washing machine, ಒಂದು refrigerator, ಒಂದು transistorನ್ನು ಏನಕೇನ export-duty ವಂಚಿಸಿ ಊರಿಗೆ ತಗೊಂಡು ಹೋಗೋದು. ಸ್ಟೂಅರ್ಟ್ ತನ್ನ ಜನದಲ್ಲಿ ಕಾಣುವ ಮೆಟೀರಿಯಲಿಸಂಗಿಂತ ಭಯಂಕರವಾದ ಮೆಟೀರಿಯಲಿಸಮ್ಮನ್ನು ಕೇಶವ ಭಾರತೀಯ ರಲ್ಲಿ ಕಂಡ. ಇಲ್ಲಿ ಓದುವ ಭಾರತೀಯರು ಸ್ವದೇಶಕ್ಕೆ ಮರಳಿದ ಮೇಲೆ, ಹೇಗೆ ಎಷ್ಟು ಆಸೆಬುರುಕರಾಗಿ ಅಲ್ಲಿ ನಡೆದುಕೊಳ್ಳುತ್ತಾರೆಂದು ಕೇಶವನಿಗೆ ಅನುಭವವಿದೆ. ಆದರೆ ಈ ಭಾರತೀಯರನ್ನು ಬಿಟ್ಟರೆ ಯಾವ ಇಂಗ್ಲಿಷಿನವನ ಸ್ನೇಹವೂ ಕೇಶವನಿಗೆ ಆಗಲಿಲ್ಲ. ವಿದ್ಯಾರ್ಥಿಯರಲ್ಲಿ ಮುಕ್ಕಾಲು ಪಾಲು ಜನ ತಮ್ಮ ಹುಡುಗಿಯರ ಜೊತೆ ವಿರಾಮದ ಕಾಲದಲ್ಲಿ ರೆಫೆಕ್ಟರಿಯ ಬೆಂಚುಗಳ ಮೇಲೆ ಪ್ರಣಯದಲ್ಲಿರುತ್ತಿದ್ದುದರಿಂದ ಒಬ್ಬನ ಜೊತೆಯೂ ಸ್ನೇಹ ಬೆಳೆಸುವುದು ಅಸಾಧ್ಯವಾಯಿತು. ಸಿಟಿಯಲ್ಲಿ, ದಾರಿಗಳ ಮೇಲೆ ಸಿಕ್ಕುವ ಬಿಳಿಯರಂತೂ ತಾನೊಬ್ಬ ಸವರ್ಣೀಯನೆಂದು ಅನುಮಾನದ, ಅಸಡ್ಡೆಯ ದೃಷ್ಟಿಯಿಂದ ಕಾಣುವರು.

ಬಂದು ಮೂರು ತಿಂಗಳಾದ ಮೇಲೆ ಯೂನಿವರ್ಸಿಟಿಯ ಆಂಟಿ, ಪಾರ್ಥೆಡ್ ಗುಂಪಿನ ಸಭೆಯೊಂದರಲ್ಲಿ ಕೇಶವನಿಗೆ ಸ್ಟೂಅರ್ಟ್‌ನ ಪರಿಚಯವಾಯಿತು. ಎಲ್ಲ ಇಂಗ್ಲಿಷ್ ಜನದಂತೆ, ಈ ಹವ ನಿನಗೆ ಒಪ್ಪುತ್ತದೊ – ಎಂದು ಹವದ ಮಾತಿನಿಂದ ಸಂಭಾಷಣೆ ಪ್ರಾರಂಭವಾಯಿತು. 'ಓಹ್! ಹೋದ ವರ್ಷ ನೀನು ಇಲ್ಲಿ ಇರಬೇಕಿತ್ತು – ಅಂತಹ ವಿಂಟರನ್ನು ನಾನು ನನ್ನ ಜೀವನದಲ್ಲೆ ಕಂಡಿಲ್ಲ' ಎಂದು ನಾಟಕೀಯವಾಗಿ ಕೈಗಳನ್ನೆತ್ತಿ ಸ್ಟೂಅರ್ಟ್ ಮುಖವನ್ನು ಅಲ್ಲಾಡಿಸಿದ್ದ. ಕೇಶವ ಅದಕ್ಕೆ 'ನನಗೆ ಮಂಜು ಬೀಳುವದನ್ನು ನೋಡಲು ಇಷ್ಟ. ಕಣ್ಣು ಹರಿಸಿದಲ್ಲೆಲ್ಲ ಹಿಮ ತುಂಬಿ ಬೆಳ್ಳಗಾಗಿರೋದನ್ನ ನೋಡಲು ಕಾಯ್ತಾ ಇದೀನಿ' ಎಂದಿದ್ದ... ಹೀಗೇ ಮಾತು ಸಾಗಿ ಅವನು ತನ್ನ ಡೈರಿ ತೆಗೆದು 'ಮುಂದಿನ ಗುರುವಾರ ಸಂಜೆ ನನ್ನ ಡಿಗ್ಸ್‌ಗೆ ಬರುತ್ತೀಯ? ಒಟ್ಟಿಗೆ ಊಟ ಮಾಡೋಣ' ಎಂದಿದ್ದ. ಸ್ಟೂಅರ್ಟ್‌ನ ಸ್ನೇಹ ಅವನಿಗೆ ಬೆಳದಿಂಗಳಿನಂತೆ ಹಿತವಾಗಿತ್ತು. ಅತಿ ಆಪ್ತತೆಯಲ್ಲಿ ಆವರಿಸಿಕೊಳ್ಳುವ, ಕಾವು ಕೂರುವ ಸ್ನೇಹವಲ್ಲ ಅದು. ಆಪ್ತತೆಯೆಂದರೆ ಕೇಶವ ಹೆದರುತ್ತಾನೆ – ಆಳದಲ್ಲಿ ಸಂಸರ್ಗಿಸುವುದು ಇನ್ನು ಮುಂದೆ ತನ್ನಿಂದ ಸಾಧ್ಯವಿಲ್ಲ ಎಂದುಕೊಂಡಿದ್ದಾನೆ. ತನ್ನ ಒಳಗಿರುವುದು ಅತ್ಯಂತ ಅಪ್ರಿಯವಾದ, ಆತ್ಮ ಮರುಕದಲ್ಲಿ ನಾರುವ, ಹೂಳದೆ ನೇತುಬಿದ್ದ ಭೂತಕಾಲದ ಶವಗಳು. ಸೌಜನ್ಯ ಸಭ್ಯತೆಯ ಮೇಲು ಮೇಲಿನ ಬದುಕೇ ವಾಸಿ. ಕೇಶವನ ಪರಿಚಯ ಚೆನ್ನಾಗಿ ಆದ ಮೇಲೂ ಅವನನ್ನು ಬಂದು ನೋಡುವ ಮುಂಚೆ, ಸ್ಟೂಅರ್ಟ್ 'ಬರಲೆ, ಬಿಡುವಿದೆಯೆ' ಎಂದು ಕೇಳುತ್ತಾನೆ. ಮಾತು ಸಾಮಾನ್ಯವಾಗಿ ಸ್ಟೂಅರ್ಟ್‌ಗೆ ಪ್ರಿಯವಾದ ಭಾರತೀಯ ಆಧ್ಯಾತ್ಮ, ಯೋಗ, ಹಿಂದುಳಿದ ದೇಶಗಳಿಗೆ ಆರ್ಥಿಕ ಸಹಾಯ ಇತ್ಯಾದಿಗಳ ಕಡೆ ಹರಿಯುತ್ತದೆ. ಕೇಶವನಿಗೆ ಗೊತ್ತು: ಸ್ಟೂಅರ್ಟ್ ಮೂಲತಃ ಯುರೋಪಿಯನ್ – ಅವನ ಆತ್ಮದ ಬೆಳವಣಿಗೆ ಸಭ್ಯತೆಯ ಹಾದಿಯಲ್ಲೆ ನಡೆಯಬೇಕು. ನಾಜೂಕಾಗಿ, ಬುದ್ಧಿಪೂರ್ವಕವಾಗಿ. ಆರೋಗ್ಯವಾಗಿ ಜೀವನವನ್ನು ನಡೆಸಲು ಪ್ರಯತ್ನಿಸುವ ಅವನ ಅಂತಿಮ ಘಟ್ಟ ಅತ್ಯಂತ ಸಭ್ಯವಾದ, ಮಾನವ ಸಂಬಂಧದಲ್ಲಿ ಅನಿವಾರ್ಯವಾದ ನೋವು, ಕೊಳಕು, ಕೊಚ್ಚೆ, ಗಂಜಲವನ್ನು ಸಂಪೂರ್ಣ ತೊಡೆದು ಹಾಕಿದ, ಆಂಟಿ–ಸೆಪ್ಟಿಕ್ ಸಮಾಜ. ಭಾರತದಲ್ಲಿ ಮಾನವ ಸಂಬಂಧ ಗಂಜಲದಲ್ಲಿ ಕೆಸರಿನಲ್ಲಿ ಬೆಳೆಯುತ್ತದೆ – ಕಾಲು ಹೂತು ಹೋಗಲೂಬಹುದು, ಹೂವೂ ಬಿಡಬಹುದು. ಆದ್ದರಿಂದ ಸ್ಟೂಅರ್ಟ್ ಎಷ್ಟೊಂದು ಅನುಭಾವಪರವಾದ ಭಾರತವನ್ನು ಪ್ರೀತಿಸಿದರೂ, ಅನುಭಾವಕ್ಕೆ ಪೂರ್ವವಾದ ಉಚ್ಚೆ ಕೆಸರಿನ ವಾಸನೆಯಲ್ಲಿ ಬೆಳೆದ ಜೀವನದ ತೀವ್ರತೆಯನ್ನು ಅನುಭವಿಸಲಾರ. ಕೇಶವನಿಗೆ ಗೊತ್ತು; ತಾನು ಕಾಲು ಹೂತವನು. ಆದರೆ ಭಾರತದ ನೆಲದಲ್ಲಿ ಜಿಗಿದವರು ಇದ್ದಾರೆ; ಉರಿಯುವ ಬಂಡೆಯ ಮೇಲೆ ದಾಹದಲ್ಲಿ ಕೂತು ಹುಳಹುಪ್ಪಟೆ ಸಹಿತವಾಗಿ ಸಮಸ್ತ ಲೋಕವನ್ನೂ ಪ್ರೇಮದಿಂದ ನೋಡಿ ಮೂಕರಾದವರು ಇದ್ದಾರೆ. ಎಲ್ಲವನ್ನೂ ನಿಯಂತ್ರಿಸಿದ, ನಿರ್ಮಲವಾದ ಸ್ಟೂಅರ್ಟ್

ಬೆಳೆದ ಭೂಮಿಯಲ್ಲಿ ಸಂತರು ಹುಟ್ಟುವುದಿಲ್ಲ – ಸಭ್ಯರು. ಮಾನವಹಿತೈಷಿಗಳು ಹುಟ್ಟು ತ್ತಾರೆ.

ಸ್ಟೂಅರ್ಟ್ ತಾನು ಎಷ್ಟು ಅತೃಪ್ತನೆಂದು ಅಂದರೂ ಅವನ ಜೀವನದಲ್ಲೊಂದು ನಿಯತಿಯಿದೆ. ತನ್ನ ಹಾಗೆ ಅವನು ಮಂಕುಬಡಿದು ಒಂದರಮೇಲೊಂದು ಸಿಗರೇಟ್ ಸೇದುತ್ತ ಕಿಂಕರ್ತವ್ಯಮೂಢನಾಗಿ ಶಾಪಗ್ರಸ್ತನಂತೆ ಕೂತಿರೋದನ್ನ ಕೇಶವ ಕಂಡಿಲ್ಲ. ತನ್ನ ಜೀವನದ ಪ್ರತಿ ಕ್ಷಣವನ್ನೂ ಡೈರಿಯಲ್ಲಿ ಮುಂಚಿತವಾಗಿ ಬರೆದಿಟ್ಟಂತೆ ವಿವೇಚಿಸಿ ಜೀವಿಸುತ್ತಾನೆ. ಪ್ರತಿ ವರ್ಷ ಬೇಸಗೆ ರಜದಲ್ಲಿ ಯೂರೋಪಿಗೆ ಬೆಟ್ಟಗಳನ್ನು ಹತ್ತಲು ಹೋಗುತ್ತಾನೆ. ಸಭ್ಯನ ಮುಖ್ಯ ಗುರಿ : ತನ್ನಿಂದ ಪರರಿಗೆ ನೋವಾಗಬಾರದು, ಅನ್ಯಾಯ ವಾಗಬಾರದು; ಹಂಗಿನಲ್ಲಿ ಇರುವುದೂ ಬೇಡ, ಇಡುವುದೂ ಬೇಡ. ಮೊದಲನೆಯ ಬಿಯರನ್ನು ಕೇಶವ ಕೊಂಡು ತಂದರೆ ಎರಡನೆಯದನ್ನು ಸ್ಟೂಅರ್ಟ್ ಕೊಳ್ಳುತ್ತಾನೆ. ಊಟಕ್ಕೆ ಕರೆದರೆ ತಿರುಗಿ ಕರೆಯುತ್ತಾನೆ. ಯಾರನ್ನಾದರೂ ದಾಟಿ ಹೋಗಬೇಕಾಗಿ ಬಂದರೆ 'ಕ್ಷಮಿಸು' ಎನ್ನುತ್ತಾನೆ. ತೇಗುವುದಿಲ್ಲ, ಗಟ್ಟಿಯಾಗಿ ಮಾತಾಡುವುದಿಲ್ಲ. ಮಾತಿನ ನಡುವೆ ಕೆಮ್ಮಬೇಕಾಗಿ ಬಂದರೆ, ಬಲಾತ್ಕಾರವಾಗಿ ಸೀನಲೇಬೇಕಾದರೆ, 'ಕ್ಷಮಿಸು' ಎಂದು ಹೇಳುತ್ತಾನೆ. ಸಂಭೋಗದಲ್ಲೂ ಈ ಜನ ಸಭ್ಯತೆಯ ಗೆರೆ ದಾಟುತ್ತಾರೊ ಇಲ್ಲವೊ. ಸ್ಟೂಅರ್ಟ್ ಅದಕ್ಕೆ ಕಾರಣ ತಮ್ಮದು ವರ್ತಕರ ದೇಶವಾದ್ದರಿಂದ ಎನ್ನು ತ್ತಾನೆ. ಈ ನಯ, ಈ ಸಭ್ಯತೆ – Salesmanship ಎಂದು ತನ್ನ ದೇಶವನ್ನು ಅಲ್ಲ ಗಳೆದುಕೊಳ್ಳುತ್ತಾನೆ. ಇವರು ಕೊಚ್ಚಿಕೊಳ್ಳುವುದನ್ನು ಅವನು ಕಂಡಿಲ್ಲ. ಒಂದು ದಿನ ಯೂನಿವರ್ಸಿಟಿಯ 'ಮರ್‌ಮೈಡ್' ಬಾರಿನಲ್ಲಿ ಬಿಯರ್ ಕುಡಿಯುತ್ತ ಸ್ಟೂಅರ್ಟ್ ಹೇಳಿದ್ದ :

"ಆತ್ಮಜ್ಞಾನ ಪರಮಾರ್ಥಗುರಿಯೆಂದು ಜಗತ್ತಿಗೆ ಮೊದಲು ಹೇಳಿದ ದೇಶ ಭಾರತ."

ಕೇಶವ ಅದಕ್ಕೆ, "ಆತ್ಮಜ್ಞಾನ – ನಿಜ – ಸಂತರಿಗೆ, ಅನುಭಾವಿಗಳಿಗೆ ಮಾತ್ರ. ಆದರೆ ಸಭ್ಯತೆಗೆ ಅವಶ್ಯವಾದ ಆತ್ಮವಿಮರ್ಶೆ ನಮ್ಮಲ್ಲಿ ಇಲ್ಲ. ಸಮಾಜದ ಹಿತದ ದೃಷ್ಟಿಯಿಂದ ಆತ್ಮಜ್ಞಾನಕ್ಕಿಂತ ಆತ್ಮವಿಮರ್ಶೆ ಮುಖ್ಯ... ನಮ್ಮದು ಜಗತ್ತಿನಲ್ಲಿ ತೊಡಗಿದವರಿಗೆ ಒಂದು ಸತ್ಯವಾದರೆ, ತೊಡಗದವರಿಗೆ ಇನ್ನೊಂದು" ಎಂದಿದ್ದ.

ಮಾತು ಗಾಢವಾದ ವಿಚಾರದ ಸುತ್ತ ಸುತ್ತಿದ್ದರೂ ಒಂದು ಕ್ಷಣ ಡ್ರಾಫ್ಟ್ ಬಿಯರಿನ ಹಿತವಾದ, ದಾಹವನ್ನು ಸಂಪೂರ್ಣ ಹಿಂಗಿಸುವ ತಂಪಿನಲ್ಲಿ ಜೀವಕ್ಕೆ ಸುಖವಾಗಿತ್ತು. ಅಗ್ಗಿಷ್ಟಿಕೆಯಲ್ಲಿ ಕಲ್ಲಿದ್ದಲಿನ ಬೆಂಕಿ. ಕೆಂಪು ಹೂಗಳ ಚಿತ್ರವಿರುವ ಕರ್ಟನ್‌ಗಳನ್ನೆಳೆದ ಮಂದ ವಾದ ಬೆಳಕಿನ ಪುಟ್ಟ ಬಾರು. ಮೂಲೆಯ ಸೋಫದಲ್ಲಿ ಯುವಕನೊಬ್ಬನ ಎದೆಯ ಮೇಲೆ ತಲೆಯಿಟ್ಟು ಅರ್ಧ ಕಣ್ಣು ಮುಚ್ಚಿ ಸಿಗರೇಟನ್ನು ಸೇದುತ್ತಿರುವ ಹುಡುಗಿಯನ್ನು ಕಂಡರೆ ಆಸೆಯಾಗಲಿ ಅಸೂಯೆಯಾಗಲಿ ಇವತ್ತು ಕೆರಳುವುದಿಲ್ಲ. ಬಾರ್‌ಮನ್ ಬಟ್ಟೆಯಿಂದ ಗಾಜುಗಳನ್ನು ಒರಸುತ್ತ, ಉಜ್ಜುತ್ತ, ಮೃದುವಾಗಿ ಸಿಳ್ಳೆಹಾಕುತ್ತಾನೆ. ಸೀಸೆಗಳಲ್ಲಿ ಶೆರಿ,

ವೈನ್‌ಗಳನ್ನು ತುಂಬಿಟ್ಟ, ವಿಸ್ಕಿ, ಜಿನ್, ಬ್ರಾಂಡಿಯ ಸೀಸೆಗಳನ್ನು ತಲೆಕೆಳಗಾಗಿ ನಿಲ್ಲಿಸಿದ ಬಾರಿನಲ್ಲೊಂದು ಮತ್ಸ್ಯದೇಹದ ಕನ್ನಿಕೆಯ ಬೊಂಬೆ ಸೂಕ್ಷ್ಮವಾದ ದಾರದ ತುದಿಯಲ್ಲಿ ಸುತ್ತುತ್ತಿದೆ. ಸ್ಟೂಅರ್ಟ್ ಎರಡು ಗ್ಲಾಸುಗಳನ್ನೂ ಎತ್ತಿಕೊಂಡು ಹೋಗುತ್ತಾನೆ... ಬಾರ್‌ಮನ್ ಕಣ್ಣು ಹೊಡೆಯುತ್ತಾನೆ... ಸ್ಟೂಅರ್ಟ್ 'ಇರಡು ಬಿಟ್ಟರ್' ಎನ್ನುತ್ತಾನೆ... ಬಾರ್‌ಮನ್ ಪಂಪ್ ಮಾಡಿ ಬಿಯರನ್ನು ತುಂಬಿಸಿಕೊಡುತ್ತಾನೆ...

ಬಾರಿನಿಂದ ಹೊರಗೆ ಬಂದ ಕ್ಷಣ ಜೀವ ಮತ್ತೆ ಒಣಗುತ್ತದೆ. ಚಳಿ, ಕತ್ತಲೆ, ಫಾಗ್. ಭಾರತದ ದಾರಿಯಲ್ಲಿ ಬೇಡುತ್ತ ನಿಂತ ಭಿಕ್ಷುಕರಂತೆ ಕಾಣುವ, ಕಪ್ಪು ಕಾಷ್ಠಗಳಾಗಿ ಒಣಗಿದ, ಹತಭಾಗ್ಯ ಮರಗಳು – ಬೀದಿಯ ದೀಪದಲ್ಲಿ. ಒದ್ದೆ, ಚಳಿ, ಫಾಗ್. ಕೇಶವ ಗ್ಲೌಸ್ ಧರಿಸಿ ಕೋಟಿನ ಜೇಬಿನಲ್ಲಿ ಕೈಹಾಕಿ ನಡುಗುತ್ತಾನೆ. "You are catching a chill, Bye—See you" ಎಂದು ಸ್ಟೂಅರ್ಟ್ ತನ್ನ ಡಿಗ್ಸ್‌ಗೆ ವೇಗವಾಗಿ ನಡೆಯುತ್ತಾನೆ. ಕೇಶವನಿಗೆ ತನ್ನ ಮತ್ತು ಅವನ ಜೀವನದ ನಡುವಿನ ವ್ಯತ್ಯಾಸ ಮರುಕಳಿಸಿ ವ್ಯಥೆಯಾಗುತ್ತದೆ, ಕರುಬುವಂತಾಗುತ್ತದೆ. ಈತನ ಶಕ್ತಿ ಸ್ವಮಗ್ನವಾಗಿ ರಗಳೆಯಲ್ಲಿ ವ್ಯಯವಾಗುವುದಿಲ್ಲ. ಮನೆಯಲ್ಲಿ ತಾಯಿ ತಂದೆಯ ಜೊತೆಯೂ ಅವನ ನಡೆವಳಿಕೆ ಹೀಗೆಯೇ ಸಭ್ಯವಾಗಿರಬೇಕು. ಬೆಳಿಗ್ಗೆ ಎದ್ದು ಗುಡ್ ಮಾರ್ನಿಂಗ್, ರಾತ್ರೆ ಮಲಗುವಾಗ ಗುಡ್ ನೈಟ್. ತನ್ನದು ಮನೆಯಲ್ಲಿ ನಿತ್ಯದ ರಗಳೆ, ಜಗಳ. ಕಾಲೇಜಿಗೆ ಹೋದರೂ ಇದು ತಪ್ಪಿದ್ದಲ್ಲ. ಲೆಕ್ಚರರು ಕೂರುವ ಹರಿದ ಸೋಫ. ಮೂರು ಕಾಲಿನ ಕುರ್ಚಿಗಳ ಆ ಸ್ಟ್ಯಾಫ್-ರೂಮು ಇನ್ನೊಂದು ನರಕ. ಅಲ್ಲಿ ಲಿಂಗಾಯತ, ಬ್ರಾಹ್ಮಣ, ಒಕ್ಕಲಿಗ, ಮತ್ತು ಇತರೆ ಎಂದು ಅಸೂಯೆಯ ಬೆಂಕಿ ಉರಿಯುವ ನಾಲ್ಕು ನರಕಗಳು. ಎಷ್ಟು ಬೇಡವೆಂದರೂ ಪ್ರತಿಯೊಬ್ಬನೂ ಈ ಯಾವುದಾದರೊಂದು ನರಕದಲ್ಲಿ ಬೇಯಲೇಬೇಕು. ಇಬ್ಬರು ಒಟ್ಟಾದರೆ ಮೂರನೆಯವನ ಮೇಲೆ ಏನಾದರೂ ಅಪಪ್ರಚಾರ ನಡೆಯಬೇಕು. ಒಂದು ಗುಂಪಿನಲ್ಲಿ ಮಾತಾಡುತ್ತ ಕೂತಿದ್ದು, ಬಿಟ್ಟೆದ್ದು, ಅಷ್ಟು ದೂರ ಹೋಗೋದರಲ್ಲೆ ತನಗೆ ಗೊತ್ತು – ಯಾರೋ ಬೆನ್ನ ಹಿಂದೆ ತನ್ನ ಬಗ್ಗೆ ಮಾತಾಡ್ತಿದಾರೆ ಅಂತ. ಅದಕ್ಕೇ ತನಗೆ ತಿರುಗಿ ತಿರುಗಿ ನೋಡ್ತಾ ನಡೆಯೋ ಅಭ್ಯಾಸ. ಇಂಗ್ಲೆಂಡಿಗೆ ಬಂದ ಮೇಲೂ ಅದು ಬಿಟ್ಟಿಲ್ಲ. ಗುಂಪಿನಲ್ಲಿದ್ದು ಎದ್ದು ಹೋಗುವಾಗ, ದಾರಿಯಲ್ಲಿ ನಡೆಯುವಾಗ, ತನ್ನ ಹಾಗೆ ತಿರುಗಿ ತಿರುಗಿ ನೋಡ್ತಾ ನಡೆಯೋ ಒಬ್ಬನನ್ನೂ ಇಲ್ಲಿ ತಾನು ಕಂಡಿಲ್ಲ. ಮನೆಯಲ್ಲಿ ಮತ್ತು ಕಾಲೇಜಿನಲ್ಲಿ ಅವನೊಂದು ಆತ್ಮ ಮರುಕದ, ಪರಸ್ಪರ ಅಸೂಯೆಯ, ಪರಚಿಕೊಳ್ಳುವ ಹಲ್ಲು ಮಸೆಯುವ ನರಕದಲ್ಲಿ ಬದುಕುತ್ತಿದ್ದೇನೆಂದು; ಅದರಿಂದ ತಪ್ಪಿಸಿಕೊಳ್ಳಲೆಂದು – ತಪಸ್ಸು ಮಾಡಿ, ಸತತ ಪ್ರಯತ್ನಿಸಿ, ಮನೆಯವರನ್ನು ಅಪಾರವಾದ ಕಷ್ಟಕ್ಕೊಡ್ಡಿ, ಅತ್ಯಂತ ಸ್ವಾರ್ಥದಲ್ಲಿ ಇಂಗ್ಲೆಂಡಿಗೆ ಬಂದಿದ್ದಾನೆ. 'ಘಟ್ಟ ಹತ್ತಿದರೂ ಹುಟ್ಟಿದ ಗುಣ ಬಿಟ್ಟೀತೆ', ಎನ್ನುವ ಅಪ್ಪನ ಮಾತು ಆಗಾಗ್ಗೆ ನೆನಪಾಗುತ್ತದೆ.

* * * *

'ನಾವೀಗ ಆಕ್ಸ್‌ಫರ್ಡ್ ಸ್ಟ್ರೀಟಿನಲ್ಲಿದ್ದೇವೆ. ಫೇಮಸ್ ಶಾಪಿಂಗ್ ಸೆಂಟರ್' ಎಂದ ಸ್ಟೂಅರ್ಟ್. ರೋಡಿನ ಎರಡು ಮಗ್ಗುಲುಗಳಿಗೂ ಸಾಲಾಗಿ ಇದ್ದ ಅಂಗಡಿಗಳ ವೈಭವ ಕೇಶವನ ಮೇಲೆ ಅಷ್ಟೊಂದು ಪರಿಣಾಮ ಮಾಡಲಿಲ್ಲ. ವೆಸ್ಟ್ ಮಿನಿಸ್ಟರ್ ಅಬ್ಬೆ, ಸೆಂಟ್ ಪಾಲ್ಸ್ ಕಥೆಡ್ರಲ್, ಹೈಡ್ ಪಾರ್ಕ್, ಬ್ಲೂಮ್ಸ್ ಬರಿ, ಚೆಲ್ಸೀ – ಇಲ್ಲಿ ಎಲ್ಲಾದರೂ ಹೋಗಿದ್ದರೆ ಇಂಗ್ಲಿಷ್ ಸಾಹಿತ್ಯದ ಬೆಲ್ ಹೊಡೆದು ಕಣ್ಣು ಗ್ರಹಿಸುತ್ತಿತ್ತು. ತನ್ನ ಮನಸ್ಸು ಪೂರ್ವನಿಶ್ಚಿತವಾದದ್ದನ್ನು, ಮಾತ್ರ ಗ್ರಹಿಸುತ್ತದೆ. ಕಾಣದ ಬಾಗಿಲನ್ನು ತೆರೆದು, ಹೊಸ ಲೋಕ ಕಂಡು ಬೆರಗಾದಂತಹ ಅನುಭವವೇ ಇಲ್ಲ. ಕೊಲಂಬಸ್ ತಾನು ಕಂಡ ಹೊಸ ಲೋಕವನ್ನೂ ತಾನು ಹುಡುಕಿಕೊಂಡು ಹೊರಟ ಇಂಡಿಯಾ ಎಂದು ತಿಳಿಯ ಲಿಲ್ಲವೆ? ಸ್ಟೂಅರ್ಟ್‌ಗೆ ಹೇಳಬೇಕು – ಹುಡುಕಿದರೆ ಸಿಗುವುದು ನಾವು ಹುಡುಕಿದ್ದು, ನಮ್ಮ ಮನಸ್ಸಿನಲ್ಲಿ ಪೂರ್ವನಿಶ್ಚಿತವಾದದ್ದು. ನಾವು ಅರಿಯದಿದ್ದದ್ದು, ಕಾಣದಿದ್ದದ್ದು ನಮ್ಮ ಅಂತರಂಗದ ಲೋಕಕ್ಕೆ ಬಂದು ಜಡಿದ ಬಾಗಿಲುಗಳು ತೆರೆದು, ಇನ್ನೊಂದು ಬೆಳಗು, ಇನ್ನೊಂದು ಸಂಜೆಯನ್ನು ನೋಡಿ ಬೆರಗಿನಲ್ಲಿ ತನ್ಮಯವಾಗುವುದು ಬೇರೆ ರೀತಿ. ಅವ್ಯಕ್ತ ಎದುರಾದಾಗಲೂ ನಾವು ನಮಗೆ ಮೊದಲೇ ವ್ಯಕ್ತವಾದದ್ದಷ್ಟನ್ನು ಮಾತ್ರ ಕಾಣುತ್ತೇವೆ. ಅವ್ಯಕ್ತವನ್ನು ಕಾಣುವೆನೆಂದು ನಾನು ಇಂಗ್ಲೆಂಡಿಗೆ ಬಂದೆ – ಆಗಲಿಲ್ಲ. ಕೆಸ್ಲರ್ ಇಂಡಿಯಾಕ್ಕೆ ಬಂದು ಯೋಗಿಯೊಬ್ಬನನ್ನು ಭೇಟ್ಟಿಯಾದಾಗ ಮೂಗು ತೋಡುತ್ತ ಕೂತೊಬ್ಬನನ್ನು ಗಮನಿಸಿದ ಹಾಗೆ ಇಲ್ಲಿ ನನಗೆ ಮೈಥುನದ ಚಿತ್ರಗಳು ಮಾತ್ರ ಕಾಣು ತ್ತವೆ. ಆಮೆ ತನ್ನ ಚಿಪ್ಪನ್ನು ಹೊತ್ತು ತಿರುಗುವಂತೆ ನನ್ನ ಭೂತದ ಜೊತೆ ನಾನು ಆಕ್ಸ್‌ಫರ್ಡ್ ಸ್ಟ್ರೀಟಿನಲ್ಲಿ ಅಲೆಯುತ್ತಿದ್ದೇನೆ. ಸ್ಟೂಅರ್ಟ್ ಇಂಡಿಯಾಕ್ಕೆ ಬಂದು ಯೋಗಿ ಗಳನ್ನು ಸಂಧಿಸಿದರೂ ತನ್ನ ಸಭ್ಯ ಲೋಕದ ಗೆರೆ ದಾಟಲಾರ. ಕೆಸ್ಲರ್‌ನಂತೆ – 'ಈ ಬೆಟ್ಟಿ ಯನ್ನು ನಾನು ಎದ್ದು ಮುಗಿಸಬೇಕೊ, ಯೋಗಿ ತಾನೇ ಎದ್ದು ಇನ್ನು ವೇಳೆಯಾಯಿ ತೆಂದು ಮುಗಿಸುತ್ತಾನೊ, ಇಲ್ಲಿ ಆತಿಥ್ಯದ ನಿಯಮಗಳೇನೊ' ಎಂದು ಮಾತಿನ ನಡುವಿನ ಮೌನಗಳಲ್ಲಿ ಚಿಂತಿಸುತ್ತ ಕೂರುತ್ತಾನೆ. ಇದು ಟ್ರಾಜೆಡಿ. ನಾನು ಎಲ್ಲಿ ಹೋದರೂ ನನ್ನ ತಮ್ಮನ ಭವಿಷ್ಯ – ಸಾವಾಗಲಿ ಉದ್ಧಾರವಾಗಲಿ – ನನ್ನ ಇಡಿಯ ಬಾಳ್ವೆಯ ಮೇಲೆ ತೀರ್ಪಿನಂತೆ ಕಾಡುತ್ತದೆ.

ನಿನ್ನೆ ತಮ್ಮನಿಂದ ಕಾಗದ ಬಂದ ಮೇಲೆ ನೊಣಚಿ ಹೊಕ್ಕ ಹೋರಿಯಂತೆ ಒದ್ದಾಡುತ್ತಿದ್ದೇನೆ; ಕಣ್ಣು ತೆರೆದು ಈ ಹೊಸ ಸಮಸ್ಯೆಯನ್ನು ಆಳವಾಗಿ ನೋಡಲಾರದೆ ಹೋಗಿದ್ದೇನೆ. ಆದರಿಂದ ತಪ್ಪಿಸಿಕೊಳ್ಳಲೆಂದು ಸ್ಟೂಅರ್ಟ್ ಜೊತೆ ಲಂಡನ್ನಿಗೆ ಬಂದೆ. ಇಂತಹ ವಿಷಯಗಳನ್ನು ತೋಡಿಕೊಳ್ಳುವ ಆಪ್ತತೆ ನನಗೆ ಸ್ಟೂಅರ್ಟ್ ಜೊತೆ ಇಲ್ಲ. ಇಂಗ್ಲೆಂಡಿಗೆ ನಾನು ಹೊರಡುವಾಗ ಮಾಧು ಸ್ವಂತ ಇಚ್ಛೆಯ ಮೇಲೆ ಶೂ-ಕಂಪೆನಿ ಒಂದರಲ್ಲಿ ಹೋಗಿ ಸೇಲ್ಸ್‌ಮನ್ ಆಗಿ ಸೇರಿಕೊಂಡ. ತಿಂಗಳಿಗೆ ಸಂಬಳ ಇನ್ನೂರು ರೂಪಾಯಿ. 'ಶೂ ಅಂಗಡಿಯಲ್ಲಿ ಕೆಲಸಕ್ಕೆ ಸೇರಬೇಕಾಯಿತೆ ನನ್ನ ಮಗ. ಸತ್ಕುಲದಲ್ಲಿ

ಹುಟ್ಟಿ ಅವರಿವರ ಕಾಲಿಗೆ ಪಾದರಕ್ಷೆ ಜೋಡಿಸಬೇಕೆ' ಎಂದು ಅಮ್ಮ ದುಃಖಿತಳಾದಳು. ನಾನು ಅವಳನ್ನು ಗದರಿಸಿದೆ. ದೊಡ್ಡ ತಂಗಿ ಮಿಡ್ಲ್ ಸ್ಕೂಲಿನಲ್ಲಿ ಉಪಾಧ್ಯಾಯಿನಿಯಾದ ಳೆಂದು ನನಗಿನ್ನಷ್ಟು ಹರ್ಷವಾಯಿತು. ಇಷ್ಟು ದಿನ ಮುಖ ತೋರಿಸದ ಶ್ಯಾಮಕಕ್ಕ ಮನೆಗೆ ಬಂದು ರಾದ್ಧಾಂತ ಮಾಡಿದ: ವೈದಿಕರ ಮನೆತನದಲ್ಲಿ ಹುಟ್ಟಿದ ಹುಡುಗ ಶೂ ಅಂಗಡೀಲಿ ಕೆಲಸ ಮಾಡಕೂಡದು ಅಂತ. ನಾನು ಸಿಟ್ಟನ್ನು ನುಂಗಿ ಸುಮ್ಮನಾದ್ರೆ– ಇದರಲ್ಲಿ ಎಲ್ಲೂ ನನ್ನ ತಪ್ಪಿಲ್ಲ. ನಾನು ಇಂಗ್ಲೆಂಡಿಗೆ ಹೋಗುತ್ತೇನೆಂದಾಗ ಅಮ್ಮ ಶ್ಯಾಮಕಕ್ಕ ನಾನು ಸ್ವಾರ್ಥಿಯೆಂದು ತಿಳಿದಿದ್ದರೆ ಅದು ಅವರ ತಪ್ಪು – ನನ್ನದಲ್ಲ. ಇಷ್ಟು ದಿನ ನಾನು ದುಡಿದೆ, ಈಗ ಮಾಧು ತನ್ನ ಯೋಗ್ಯತೆಗೆ ತಕ್ಕ ಕೆಲಸ ಮಾಡಿ ಮನೆಯವ ರನ್ನು ನೋಡಿಕೊಳ್ಳೋದರಲ್ಲಿ ಏನು ತಪ್ಪಿದೇಂತ ನನ್ನೊಳಗೇ ವಾದ ಹೂಡಿದೆ. ಅಮ್ಮ ದೇವರ ಮನೆಯ ಕತ್ತಲೆಯ ಮೂಲೆಗಳಲ್ಲಿ ಕೂತು ನಿತ್ಯ ಅತ್ತಳು – ದೇವರಿಗೆ ನಂದಾ ದೀಪ ಹಚ್ಚಿ ಮಗನ ಬುದ್ಧಿಯನ್ನು ಸರಿಯಾಗಿ ಕಾಯಪ್ಪ ಎಂದು ಬೇಡಿಕೊಂಡಳು. ಹೋಗುವ ಮುಂಚೆ ಮದುವೆಯಾಗೆಂದು ದುಂಬಾಲು ಬಿದ್ದಳು. ನೀನು ಬರೋವರೆಗೆ ನಾನು ಬದುಕಿರುತ್ತೇನೊ, ಸತ್ತಿರುತ್ತೇನೊ ಎಂದು ಹಲುಬಿದಳು.

ಇಂಗ್ಲೆಂಡಿಗೆ ಬಂದ ಮೇಲೆ ತಿಂಗಳಿಗೆ ಹತ್ತು ಪೌಂಡಿನಂತೆ ಉಳಿಸಿ ಒಬ್ಬ ಕಾಳಸಂತೆಯ ಪಂಜಾಬಿಯೊಬ್ಬನನ್ನು ಹಿಡಿದು ಮನೆಗೆ ಇನ್ನೂರು ರೂಪಾಯಿಗಳಂತೆ ಕಳಿಸುತ್ತ ಬಂದೆ. ತಾಯಿಗೆ ತಂಗಿಯರಿಗೆ ಇದರಿಂದ ಹರ್ಷವಾಗಿರಬೇಕು. ನನಗೂ ಈ ಹಣ ಕಳಿಸುತ್ತಾ ಬಂದಿದ್ದರಿಂದ ನನ್ನ ಜವಾಬ್ದಾರಿ ಮುಗೀತು ಎನ್ನುವ ಸಮಾಧಾನ. ಜವಾಬ್ದಾರಿಯುಳ್ಳ ನನ್ನಂಥ ಮನುಷ್ಯ ಇರುವಂತಹ ಸ್ವಾರ್ಥದ ನರಕದಲ್ಲಿ ಪೋಲಿ ಘಟಿಂಗರು ಇರುವುದಿಲ್ಲ.

ಒಂದು ದಿನ ಇದ್ದಕ್ಕಿದ್ದಂತೆ ತಾಯಿಯಿಂದ ಕಾಗದ ಬಂತು. ಮಾಧವ ಕೆಲಸವನ್ನು ಬಿಟ್ಟ ಅಂತ. ನಂತರ ಮಾಧವನಿಂದ ಕಾಗದ ಬಂತು – ತನಗಿನ್ನು ಮುಂದೆ ಇಂತಹ ಕೆಲಸಗಳನ್ನು ಮಾಡಲು ಸಾಧ್ಯವಿಲ್ಲ, ಇಷ್ಟು ದಿನ ಗುಪ್ತವಾಗಿದ್ದ ತನ್ನ ಯೋಗ್ಯತೆ ಬೆಳಕಿಗೆ ಬರುವ ಕಾಲ ಬಂದಿದೆ ಎಂತ. 'ನೀನು ನಂಬದೇ ಇರಬಹುದು ಅಣ್ಣ – ನಾನೊಂದು ಕಾದಂಬರಿ ಬರೆದಿದೀನಿ. ಒಬ್ಬ ಪಬ್ಲಿಶರ್ ಅದನ್ನ ಓದಿ ತುಂಬ ಚೆನ್ನಾಗಿದೆ ಅಂದಿದಾರೆ. ಅದು ಪ್ರಕಟವಾಗಿ ಬಂದ ಹಣವನ್ನು ಅಮ್ಮನಿಗೆ ಕೊಡುತ್ತೇನೆ. ಇನ್ನು ಮುಂದೆ ಹೀಗೆಯೇ ಬರೆದು ದುಡಿಯುತ್ತೇನೆ.' ಕಾಗದ ಓದಿ ನನಗೆ ವಿಚಿತ್ರವಾದ ಅನುಭವ. ಕಡು ಕೋಪ ಇತ್ಯಾದಿ... ಆದರೆ ಒಳಗೆ ಅಸೂಯೆಯೂ ಆಗದೆ ಇರಲಿಲ್ಲ. ನನ್ನಲ್ಲಿ ಇಲ್ಲದೇ ಇರುವ ಅವ್ಯಕ್ತವಾದ್ದೊಂದು ಮಾಧುವಿನಲ್ಲಿ ಇರಬಹುದು, ಅವನ ಜೀವನ ನನ್ನದನ್ನು ಅಲ್ಲಗಳೆದು ಜಗತ್ತಿಗೆ ಹೇಯವೆಂದು ಎತ್ತಿತೋರಬಹುದು ಅಂತ. ಸ್ವಲ್ಪ ದಿನಗಳ ಮೇಲೆ ತಂಗಿ ವಿಮಲೆಯಿಂದ ಕಾಗದ ಬಂತು: 'ಅಣ್ಣಾ – ಮಾಧು ಅಮ್ಮನನ್ನ ಗೋಳಾಡಿಸ್ತ ಇದ್ದಾನೆ, ತೋಟ ಮಾರಿ ಬಂದ ಹಣ ಅಮ್ಮನ ಹೆಸರಿನಲ್ಲಿ ಬ್ಯಾಂಕಲ್ಲಿ ಇದೆಯಲ್ಲ ಆ ಐದು ಸಾವಿರ ಬೇಕೂಂತ. ಅವನ ಇಬ್ಬರು ಸ್ನೇಹಿತರು ಐದು ಐದುಸಾವಿರ

ಕೊಡುತ್ತಾರಂತೆ. ಮಾಧು ಹದಿನೈದು ಸಾವಿರದಲ್ಲಿ ಒಂದು ಪ್ರೆಸ್ ಕೊಳ್ಳುತ್ತಾನಂತೆ. ಅದರಲ್ಲಿ ದುಡಿದು ಬಂದದ್ದನ್ನೆಲ್ಲ ಮನೆಗೆ ಕೊಡ್ತೇನೆ, ನಿಮ್ಮ ಹಣ ಗಟ್ಟಿಯಾಗಿರುತ್ತೆ, ಬ್ಯಾಂಕಿನಲ್ಲಿ ಹಣ ಕೊಳೆಯೋಕ್ಕಿಂತ ಪ್ರೆಸ್ ಇಟ್ಟರೆ ಲಾಭವಿದೆ ಅಂತ ಪೀಡಿಸ್ತಿದಾನೆ. ಅಮ್ಮ ಏನು ಮಾಡೋದು ತೋಚದೆ, ನಿನಗೆ ಬರೆಯೋಕೆ ಹೆದರಿ ಸುಮ್ಮನೇ ಕೂತಿದಾಳೆ. ಮಾಧುವಿನ ಪ್ಲಾನ್ ತನ್ನ ಕಾದಂಬರಿಗಳನ್ನ ತನ್ನ ಪ್ರೆಸ್ಸಿನಲ್ಲೆ ಅಚ್ಚು ಮಾಡಬಹುದೂಂತ. ಈಗ ಅವನ ಕಾದಂಬರಿ ಅಚ್ಚಾಗಿದೆ. ಈಗ ಅವನಿಗೆ ಜುಬ್ಬ ಪೈಜಾಮ ಹಾಕಿದ ಬರಹಗಾರ ಗೆಳೆಯರು. ಅವರ ಜೊತೆ ಹೋಗಿ ಕುಡೀತಾನೆಂತಲೂ ಒಂದು ಸುದ್ದಿ'... ಇತ್ಯಾದಿ.

ನಾನು ಧಗಧಗನೆ ಉರಿದು ಅಮ್ಮನಿಗೆ ಬರೆದೆ – ಮಾಧುವಿಗೆ ಕಾಸು ಕೊಡಬೇಡ ಅಂತ. ಮಾಧು ಅದಕ್ಕೆ ಬರೆದ: "ನೀನು ಮನೆಯಲ್ಲಿರುವಷ್ಟು ದಿನ ನನ್ನ ಸುಪ್ತ ಶಕ್ತಿ ನಿನ್ನ ವಿಷಪೂರಿತ, ಅನಿಷ್ಟ ವ್ಯಕ್ತಿತ್ವದ ತುಳಿತದಿಂದ ಬಾಡಿತು, ಒಣಗಿತು. ಹುಳದಂತೆ ನಾನು ಬದುಕಿದೆ. ನನಗೆ ಸಲ್ಲದ ಕೆಲಸಗಳನ್ನು ಮಾಡಿಕೊಂಡಿದ್ದೆ. ನೀನು ಹೋದ ಮೇಲೆ ನನ್ನ ಬಾಳು ಚಿಗುರಿತು. ಹೂ ಬಿಟ್ಟಿತು. ನನ್ನ ಇಬ್ಬರು ಗೆಳೆಯರು ನಾನು ಮುಂದೆ ಬಂದು ಅಮ್ಮನಿಗೂ ದುಡಿದು ಹಾಕುವಂತಹ ದಾರಿ ತೋರಿಸಿದರು. ನನ್ನ ಕ್ರಿಯಾಶಕ್ತಿಯೂ ಅರಳಿ ಒಂದು ಕಾದಂಬರಿ ಬರೆದೆ. ನಿನ್ನ ಕರಟಿರುವ ಕಾರ್ಪಣ್ಯದ ಕಠಿಣ ಹೃದಯಕ್ಕೆ ಇದರಿಂದ ಅಪಾರವಾದ ಅಸೂಯೆಯಾಗಿರಬೇಕು. ಜೀವಂತವಾದದ್ದು ಯಾವುದಿದ್ದರೂ ನೀನು ಕೊಲ್ಲುತ್ತಿ; ಪಕ್ಕದ ಮನೆ ಹುಡುಗಿ ನನ್ನಲ್ಲಿ ಅನುರಕ್ತಳಾದಳೆಂದು ನೀನು ಎಬ್ಬಿಸಿದ ಹುಯಿಲನ್ನು ನಾನು ಮರೆತಿಲ್ಲ. ಆದರೆ ನೀನು ಮಹಾ ನಿಸ್ವಾರ್ಥಿಯೆ? ನನಗೆ ತಿಳಿಯದೆಂದು ತಿಳಿಕೋಬೇಡ; ಮನೆಯವರಿಗೆ ಗೊತ್ತಾಗದಂತೆ ಬ್ಯಾಂಕಿನಲ್ಲಿ ಸ್ವಂತಕ್ಕೆಂದು ನೀನು ಐದುನೂರು ರೂಪಾಯಿಯನ್ನು ಕೂಡಿಸಿಕೊಳ್ಳಲಿಲ್ಲವೆ? ನನಗೆ ನಿನ್ನ ಬುದ್ಧಿಯಿಲ್ಲ. ಬಂದದ್ದೆಲ್ಲವನ್ನೂ ಎಲ್ಲ ಯುವಕರಂತೆ ಪೋಲು ಮಾಡಿದೆ ನಿಜ. ಎಲ್ಲರ ಕಣ್ಣಿಗೆ ನಾನು ಕೆಡುಕ; ನೀನು ಸಭ್ಯ. ಆದರೆ ನಿನಗೊಂದು ಆತ್ಮ ಇದ್ದರೆ ನಿನ್ನನ್ನೇ ನೀನೊಂದು ಪ್ರಶ್ನೆ ಕೇಳಿಕೊ – ನೀನು ಒಡಹುಟ್ಟಿದವನ ಜೊತೆಗೆ ನಡಕೊಂಡ ರೀತಿ ಸರಿಯೆ ಅಂತ? ಹಾಳಾಗಲಿ. ಇಗೊ ಈ ಕಾಗದ ಸೇರುವ ಒಳಗೆ ನಾನು ಈ ಮನೆಯನ್ನು ತ್ಯಜಿಸಿದ್ದೇನೆ. ನನ್ನ ಜೀವನದ ಬಗ್ಗೆಯಾಗಲಿ, ಸಾವಿನ ಬಗೆಗಾಗಲಿ ನೀನು ಚಿಂತಿಸೋದು ಬೇಡ. ನೀನು ಸುಖವಾಗಿರು. ನಿನ್ನಂತಹ ದೊಡ್ಡ ಮನುಷ್ಯನ ಕೀರ್ತಿಗೆ ಮಸಿ ಬಳಿಯುವಂತಹ ತಮ್ಮ ನಿದ್ದಾನೆನ್ನುವ ಅಪಕೀರ್ತಿ ನಿನಗೆ ತಟ್ಟದಿರಲಿ..."

ಅಮ್ಮನಿಂದ ಜೊತೆಗೊಂದು ಕಾಗದ: ಮೊದಲಿನಿಂದ ಕೊನೆಯವರೆಗೆ ಗೊಳೋ... ಹೆತ್ತ ಕರುಳು... ಇತ್ಯಾದಿ...

ಘಳಿಗೆ ಈಗ ಪ್ರಾಪ್ತವಾಗಿದೆ, ಒಪ್ಪಿಕೊ, ನನ್ನ ತಮ್ಮ ಮಾಧು ನನ್ನ ಬಗ್ಗೆ ಬರೆದದ್ದು ಸಂಪೂರ್ಣ ನಿಜ. ಆದರೂ ಆ ಐದುನೂರು ರೂಪಾಯಿಯ ಗುಪ್ತಧನದ ವಿಷಯದಲ್ಲಿ

ಮಾಧು ನನ್ನ ಬಗ್ಗೆ ನಿಷ್ಕರುಣೆಯಿಂದ ಮಾತನಾಡಿದ ಎನ್ನಿಸುತ್ತೆ... ಸ್ವಂತ ಸುಖ ಕಾಣದೆ ಮನೆಗೆ ಇಷ್ಟೊಂದು ದುಡಿದು, ಕನ್ಯಾಕುಮಾರಿಯಿಂದ ಹಿಮಾಲಯದವರೆಗೆ ಸಂಚರಿಸಿ ಎಲ್ಲ ದೇವಸ್ಥಾನಗಳನ್ನೂ ನೋಡಿ ಬರಬೇಕೆಂಬ ಒಂದು ಹಂಬಲಕ್ಕಾಗಿ ಐದು ನೂರು ರೂಪಾಯಿಗಳನ್ನು ಮುಚ್ಚಿಟ್ಟೆ–ಆದರೆ ಮಾಧು ಉದ್ಧಾರವಾಗಲಿ ಸಾಯಲಿ ಈ ಐದುನೂರು ರೂಪಾಯಿ ನನ್ನ ಅತ್ಯಂತ ಅಲ್ಪತೆಯ, ಕ್ಷುದ್ರತೆಯ ಕುರುಹೆಂದು ತಿಳಿಯುತ್ತಾನೆ. ನನ್ನ ವ್ಯಕ್ತಿತ್ವ ಭವಿಷ್ಯಕ್ಕೆ ಬಿಡುವ ಘೋರ ಚಿತ್ರಗಳಲ್ಲಿ ಇದೊಂದು ಅತಿ ಹೇಯವಾಗಿ ಉಳಿಯುತ್ತದೆ. ಏನು ಮಾಡಲಿ, ಏನು ಮಾಡಲಿ...

ಕೇಶವ ಕೈ ಹಿಸುಕಿಕೊಂಡ. ತಪ್ತನಿಗೆ ಶಾಂತಿಯಿಲ್ಲ. ತಪ್ತ ಮೊದಲು ತನ್ನ ಸಭ್ಯತೆ ಯನ್ನು ಕಳೆದುಕೊಳ್ಳುತ್ತಾನೆ; ನಂತರ ಸಂತನಾಗುವ ಯೋಗ್ಯತೆಯನ್ನು ಕಳೆದುಕೊಳ್ಳು ತ್ತಾನೆ. ರಂಪ, ರಗಳೆಗಳಲ್ಲಿ ತಪ್ತನ ಒಳಜೀವನ ಮೊದಲು ತನ್ನ ಸೂಕ್ಷ್ಮತೆಯನ್ನು ಕಳೆದುಕೊಂಡು ಒರಟಾಗುತ್ತದೆ, ಜಡ್ಡುಕಟ್ಟುತ್ತದೆ. ತಪ್ತ ಸ್ವಾರ್ಥಿಯಾಗುತ್ತಾನೆ, ಕೃಪಣ ನಾಗುತ್ತಾನೆ, ಮನೆಯವರಿಗೆ ಗೊತ್ತಾಗದಂತೆ ಪುಟ್ಟ ಗಂಟು ಮಾಡಿಟ್ಟುಕೊಂಡು ಸ್ವಂತ ಸುಖದ ಕನಸು ಕಾಣುತ್ತಾನೆ. ಮಾಧುವಿಗೆ ಅದು ಪತ್ತೆಯಾಗಿ ನನಗೆ ಬರೆದರೆ ಆ ಬಗ್ಗೆ ಯೋಚಿಸುವಾಗಲೂ ಘೋರವಾದ ಸತ್ಯ ಕಾಣಿಸುವುದಿಲ್ಲ–ನನ್ನ ಬಗ್ಗೆ ನನಗಿರುವ ಕರುಣೆ ಕಟುವಾದದ್ದನ್ನೂ ಕಟ್ಟುಹಾಕಿ ಸುಂದರ ಮಾಡಿ ತೋರಿಸುತ್ತದೆ. ಮಾಧು ಈಗ ಮನೆ ಬಿಟ್ಟವನು ಉದ್ಧಾರವಾಗಲಿ, ಸಾಯಲಿ–ನನ್ನ ಸ್ವಭಾವದಿಂದ ನನಗೆ ಬಿಡುಗಡೆ ಪ್ರಾಯಶಃ ಆಗುವುದಿಲ್ಲ. ಅಸೂಯೆಯಾಗಬಹುದು, ದುಃಖವಾಗಬಹುದು–ಆದರೆ ಈ ಎರಡು ಭಾವನೆಯಲ್ಲೂ ಮತ್ತೆ ನಾನು ನನ್ನ ಸುತ್ತಲೇ ಸುತ್ತಿ ಇನ್ನಷ್ಟು ಗೋಜು, ಗಂಟು. ಸುಖದ ದಾರಿ ಅಲ್ಪವೆಂದು ಕಾಣುವ ಸಂತನ ಸೂಕ್ಷ್ಮ ದಿವ್ಯದೃಷ್ಟಿಯನ್ನು ಕಳೆದು ಕೊಂಡು, ಸುಖ ಕಾಣದೆ ಯಾವಾಗಲೂ ಸುಖವನ್ನು ಬಯಸುವ, ಒಳತೋಟಿಗಳನ್ನು ಬೆಳಸಿಕೊಂಡು ಮೀರಿ ನಿಲ್ಲುವ ಶಕ್ತಿಯನ್ನು ಕಳೆದುಕೊಳ್ಳುವ, ಆತ್ಮಮರುಕದಲ್ಲಿ ತೊಳ ಲುವ, ಕುರುಬುವ, ಕಿರಿಕಿರಿಯೆನ್ನುವ, ತನ್ನವರನ್ನು ಹರಿದು ಹರಿದು ತಿನ್ನುವ, ಕೊಡುವ ಪ್ರೇಮವನ್ನು ಕಳೆದುಕೊಂಡ ಸ್ವರತಿಯ ನರಕದಲ್ಲಿ ಬಾಳುತ್ತಾನೆ. ಸಭ್ಯ ಸಂತ ಇಬ್ಬರೂ ಆತ್ಮರತರು, ಆತ್ಮತೃಪ್ತರು. ನನಗೆ ಸ್ವರತಿ ಮಾತ್ರ ಸಾಧ್ಯ : ನಾನು ನನ್ನಲ್ಲೆ ಕೊನೆಯಾಗಿ, ಮೊದಲಾಗಿ, ದಾರಗಳನ್ನು ಸುತ್ತಿಕೊಂಡು ವಿಲವಿಲ ಒದ್ದಾಡಿ, ಒಳಗಿನದನ್ನು ಕತ್ತರಿಸಿ ಹೊರಗೆ ತೆರೆದು ಪರೀಕ್ಷಿಸಿ, ಒಳಗಿಟ್ಟು, ಮತ್ತೆ ಕತ್ತರಿಸಿ ಹೊರಗೆ ತೆಗೆದು ಪರೀಕ್ಷಿಸಿ, ಮತ್ತೆ ಒಳಗಿಟ್ಟು, ಮೊದಲು ಪರೀಕ್ಷಿಸುವ ನನ್ನ ಆತ್ಮವಿಮರ್ಶೆಯ ಶಕ್ತಿಯನ್ನು ಮೆಚ್ಚುತ್ತ, ನಂತರ ಪರೀಕ್ಷಿಸಿದ ವಸ್ತುವನ್ನೆ ಪ್ರೀತಿಸುತ್ತ, ಕೊನೆಗೆ ಹೀಗೆ ಪರೀಕ್ಷಿಸುವುದು ಅಭ್ಯಾಸ ಬಿದ್ದು ಪರೀಕ್ಷಿಸುತ್ತ, ಪರೀಕ್ಷಿಸುತ್ತ, ತನ್ನ ಮಲವನ್ನು ತಾನೇ ಮೆಚ್ಚುವವನಂತಾಗಿ. ಪರೀಕ್ಷಿಸುವ ಮಲವೇ ತಾನಾಗಿ, ಅಮ್ಮ ಹೇಳಿದಂತೆ ಭಾಗೀರತಿಯನ್ನು ಮದುವೆಯಾಗಿ ಗೊಣಗುತ್ತ ಸಂಸಾರ ಮಾಡಿ, ಸದಾ ಆತ್ಮವಿಮರ್ಶೆಯಲ್ಲಿ ಪರೀಕ್ಷಿಸಿಕೊಳ್ಳುತ್ತ, ಹುಟ್ಟಿದ

ಮಕ್ಕಳ ಉದ್ಧಾರಕ್ಕಾಗಿ ಶ್ರಮಿಸುತ್ತ, ಅವರನ್ನು ಶಪಿಸುತ್ತ, ದುಡ್ಡು ಕೂಡಿಸಿ, ಮನೆ ಕಟ್ಟಿ, ಕೆಲಸದಿಂದ ರಿಟೈರ್ಡ್ ಆದ ಮೇಲೆ ಸರ್ಕಾರಾನ್ನ ಇನ್ನೆರಡು ವರ್ಷದ ಎಕ್ಸ್‌ಟೆನ್ ಶನ್‌ಗೆ ಅಂಗಾಲಾಚಿ...

ಮಾಧು ಸಾಯದಿದ್ದರೆ – ಅವನೊಬ್ಬ ದೊಡ್ಡ ಅಥವಾ ಸಾಮಾನ್ಯ ಕಾದಂಬರಿಕಾರ ನಾಗಿ, ಊರೂರು ಸುತ್ತಿ, ಹಾದರ ಮಾಡಿ, ಕುಡಿದು, ಜನಪ್ರಿಯ ಲೇಖಕನಾಗಿ, ಅಥವಾ ಆಗದೆ, ದುಡ್ಡಿಗಾಗಿ ನನ್ನನ್ನ ಸದಾ ಪೀಡಿಸುತ್ತ, ಈಗ ಸತ್ತರೂ ಭೂತವಾಗಿ ಪೀಡಿಸುತ್ತ...

ಸ್ಟೂಅರ್ಟ್ ಲೇಬರ್ ಪಾರ್ಟಿ ಸೇರಿ, ಹಿಂದುಳಿದ ದೇಶಗಳ ಉದ್ಧಾರಕ್ಕಾಗಿ ಶ್ರಮಿಸಿ, ಎಂ.ಪಿ.ಯಾಗಿ, ಇಂಡಿಯಾಕ್ಕೆ ಬಂದು ಏರ್‌ಕಂಡೀಶನ್ಡ್ ಹೋಟೆಲಲ್ಲಿ ಇಳಿದು, ಏರ್ ಕಂಡೀಶನ್ಡ್ ಕಾರಿನಲ್ಲಿ ಸುತ್ತಿ ಸಾಧು-ಸಂತರನ್ನು ನೋಡಿ, ಭಾರತೀಯ ಆಧ್ಯಾತ್ಮ ತನ್ನ ಆತ್ಮದ ಸಂಸ್ಕಾರಕ್ಕೆ ಅವಶ್ಯವಾದ ಒಂದು ಹೊಸ ಅನುಭವವೆಂದು ತಿಳಿದು, ಬುದ್ಧಿ ಪೂರ್ವಕವಾಗಿ ಯಾವ ತೊಡಕಿಗೂ ಸಿಕ್ಕಿಕೊಳ್ಳದೆ ಅದನ್ನು ಗ್ರಹಿಸಿ, ಆ ಬಗ್ಗೆ ಸುಂದರ ವಾದ ಒಂದು ಪುಸ್ತಕ ಬರೆದು, ಬಿ.ಬಿ.ಸಿ.ಯಲ್ಲಿ ಆ ವಿಷಯ ಮಾತಾಡಿ, ವೃದ್ಧನಾದಾಗಲೂ ಬೊಜ್ಜು ಬೆಳೆಯದೆ ಉದ್ದಗೆ ತೆಳ್ಳಗೆ ನೆಟ್ಟಗೆ ಉಳಿದು...

"ಇವತ್ತು ಶನಿವಾರ ಆದ್ದರಿಂದ ಆರು ಗಂಟೇವರೆಗೆ ಅಂಗಡೀ ಬಾಗಿಲು ತೆರೆದಿರುತ್ತವೆ. ಎಷ್ಟು ಜನಾ ನೋಡು ಶಾಪಿಂಗ್ ಮಾಡ್ತಿರೋರು..." ಎಂದು ಸ್ಟೂಅರ್ಟ್ ತಾನು ಸ್ಲಾಟ್ ಮಶೀನಿನಲ್ಲಿ ಕೊಂಡ ಪ್ಯಾಕಿನಿಂದ ಮರೆಯದೆ ಕೇಶವಗೊಂದು ಸಿಗರೇಟನ್ನು ಕೊಟ್ಟ. ತನಗಿಂತ ಕಿರಿಯನಾದ ಸ್ಟೂಅರ್ಟ್ ಬಗ್ಗೆ ಕೇಶವನಿಗೆ ಒಂದು ಕ್ಷಣ ತುಂಬ ಗೌರವ ಮಮತೆ ಅನ್ನಿಸಿತು.

ಭಾಗ : ಮೂರು

ದೊಡ್ಡ ದೊಡ್ಡ ಗಾಜಿನ ಕಿಟಕಿಗಳ ಮೂಲಕ ತಮ್ಮ ಬೆಲೆಯ ಚೀಟಿಗಳನ್ನು ಹೊತ್ತು ನಿಂತ ವಸ್ತುಗಳನ್ನು ಜೋಡಿಸಿಟ್ಟ ವೈಖರಿಯನ್ನು ನೋಡುತ್ತ ವಿಂಡೋ ಶಾಪಿಂಗ್ ಮಾಡೋದೆಂದರೆ ಕೇಶವನಿಗೆ ಖುಷಿ. ಈಗ ಬೇಸಗೆಯಾದ್ದರಿಂದ ಗಾಜುಗಳ ಮೇಲೆ ಕೆಂಪಕ್ಷರದಲ್ಲಿ 'SALES' ಎಂದು ಎಲ್ಲೆಲ್ಲೂ ಚೀಟಿಗಳನ್ನು ಅಂಟಿಸಿದ್ದಾರೆ. GALA SALES ಹದಿನೈದು ಪೌಂಡಿನ ಸೂಟಿಗೆ ಬರಿ ಒಂಬತ್ತು ಪೌಂಡ್. ಹೆಂಗಸರ ಬಟ್ಟೆ ಗಳನ್ನು ಮಾರುವ ಅಂಗಡಿಯಲ್ಲಿ ಬೆತ್ತಲೆ ನಿಂತ ಬೊಂಬೆಗಳು – ಅವುಗಳಿಗೆ ಮಾರನೆ ದಿನದ ಫ್ಯಾಶನ್ನಿನ ಬಟ್ಟೆಗಳನ್ನು ತೊಡಿಸುತ್ತ ಇನ್ನೊಬ್ಬಳು. ನಿಜ ಯಾವುದು, ಬೊಂಬೆ ಯಾವುದು – ಕ್ಷಣದ ಬೆರಗು, ಆಸೆ, ನಿರಾಸೆ. 'ಅದು ಸೆಲ್ಫ್ ರಿಜಸ್, ಯುರೋಪಿನ ದೊಡ್ಡ ಅಂಗಡಿಗಳಲ್ಲೊಂದು' – ಎಂದ ಸ್ಟೂಅರ್ಟ್. 'ಬಸ್ಸು ಹತ್ತೋಣವೆ? ನಡೆಯೋ ಣವೆ?' ಎಂದದ್ದಕ್ಕೆ ಕೇಶವ 'ನಡೆಯೋಣ' ಎಂದ. ಜಾಕೆಟ್ಟಿನ ಜೇಬಲ್ಲಿ ಕೈಯಿಟ್ಟು ಹೇಗೆ

ನೀಲವಾಗಿ ನೇರವಾಗಿ ಸ್ಟೂಅರ್ಟ್ ನಡೆಯುತ್ತಾನೆ. ತನ್ನ ಕಾಲುಗಳ ಹಾಗೆ ಅವನದು ಸೊಟ್ಟಗಿಲ್ಲ. ಇವನ ಹಿಂದಕ್ಕೆ ಆಕ್ಸ್‌ಫರ್ಡ್ ಸ್ಟ್ರೀಟಿದೆ, ಸೆಲ್ಫ್ ರಿಜಸ್‌ನಂತಹ ಅಂಗಡಿಯಿದೆ. ಭಾವನೆಯ ಸೂಕ್ಷ್ಮಾತಿಸೂಕ್ಷ್ಮವನ್ನು ತಿಳಿಸಬಲ್ಲ ಇಂಗ್ಲಿಷ್ ಭಾಷೆಯಿದೆ – ತಿರುಗಿ ನೋಡದೆ ನೇರವಾಗಿ ಹ್ಯಾರಿಸ್ ಟ್ವೀಡ್ ಜಾಕೆಟ್, ಸ್ಕಾಟಿಶ್ ಟೈ, ಗ್ರೇ ಫ್ಲಾನಲ್ ಬ್ಯಾಗಿನಲ್ಲಿ ಅಪ್ಪಟ ಇಂಗ್ಲಿಷ್ ಆಗಿ ಭವಿಷ್ಯದ ಕಡೆ ಕಣ್ಣು ಮಾಡಿ ನಡೆಯುತ್ತಾನೆ. ಅಡಿಗೆ ಖಾರವಾದರೆ ಖಾರ ಹೆಚ್ಚಾಯಿತೆಂದು, ಸಪ್ಪೆಯಾದರೆ ಖಾರ ಬೇಕಾಗಿತ್ತೆಂದು ಅಮ್ಮನ ಜೊತೆ ರಗಳೆ ಮಾಡಲು, ಮಾಧುವಿನ ಜೊತೆ ಜಗಳವಾಡಲು ನನಗೆ ಕನ್ನಡ; ಸುಂದರವಾದ ಸೂಕ್ಷ್ಮ ಭಾವನೆಗಳನ್ನು ಚರ್ಚಿಸಲು ಸ್ಟೂಅರ್ಟ್‌ನ ಕಿವಿಗೆ ಅಸಹನೀಯವಾಗಿ ಕೇಳಿಸುವ ಇಂಗ್ಲಿಷ್. ನಾನು ಎಡಬಡಂಗಿ – ಹೊರಗೆ ಭಟ್ಟಂಗಿ, ಅಪ್ಪರ ಕಿವಿಯಲ್ಲಿ ಕರ್ಣಪಿಶಾಚಿ. ವರ್ತಮಾನದ ಕೊಚ್ಚೆಯಲ್ಲಿ ನಿಂತು ಪೂರ್ವದ ವೈಭವವನ್ನು ಸ್ಮರಿಸುವ ದ್ವಿಭಾಷಾ ಚತುರ. ನನಗೆ ನನ್ನನ್ನು ಸಂಪೂರ್ಣ ವ್ಯಕ್ತಗೊಳಿಸಬಲ್ಲ ಭಾಷೆಯಿಲ್ಲ – ನೆಲದ ಕಡೆ ಚೂಪು ತುದಿ ಮಾಡಿ ಆಕಾಶದಲ್ಲಿ ಜಟಿಲ ಕಗ್ಗಂಟಾಗಿ ತೊಳಲುವ ಆಲದ ಬಿಳಲು, ಬಿಳಿಯನೂ ಅಲ್ಲ, ಕರಿಯನೂ ಅಲ್ಲ – ಕಿಲುಬುಗಟ್ಟಿದ ತಾಮ್ರ.

"ಇಕೊ ಆ ವಿಂಪಿ ಬಾರ್ ಇದೆಯಲ್ಲ – ಅದು ರಾತ್ರೆಯೆಲ್ಲ ತೆರೆದಿರುತ್ತದೆ. ಬೆಳಿಗ್ಗೆ ಎರಡು ಗಂಟೆಗೆ ಇತ್ತ ಬಂದರೆ ನಮ್ಮ ಸಭ್ಯ ಸಮಾಜದ ಅಲ್ಪಸಂಖ್ಯಾತರು ಅಲ್ಲಿ ಸಿಗುತ್ತಾರೆ – Homo-Sexuals ಮತ್ತು Lesbians."

ಸಣ್ಣಗೊಂದು ತುಂತುರು ಮಳೆ ಬೀಳಲು ಪ್ರಾರಂಭಿಸಿತು. "ಲಂಡನ್ನಿನ ಹಾಳು ಹವ" ಎಂದ ಸ್ಟೂಅರ್ಟ್.

"ನಮ್ಮ ದೇಶದ ಬಿಸಿಲು ಧೂಳಿಗಿಂತ ಈ ದೇಶದ ಚಳಿ ವಾಸಿ ಎನ್ನಿಸುತ್ತೆ ನನಗೆ" ಎಂದ ಕೇಶವ.

"ಓ ನನಗೆ ಬಿಸಿಲು, ಜೀವನ, ಸೂರ್ಯ ಬೇಕು."

"ಅನುಭವವಿಲ್ಲದೆ ನೀನು ಮಾತಾಡ್ತಿದಿ ಸ್ಟೂಅರ್ಟ್. ಸೂರ್ಯ ನೆತ್ತಿಯ ಮೇಲೆ ಉರಿಯೋದೆಂದರೆ ಏನೂಂತ ನಿನಗೆ ಗೊತ್ತಿಲ್ಲ. ನೆತ್ತಿಯ ಮೇಲೆ ಉರಿಯೋ ಸೂರ್ಯ ನನ್ನಿಂದ ಆಡಬಾರದ ಮಾತನ್ನು ಆಡಿಸಿದಾನೆ. ಮಾಡಬಾರದ ಯೋಚನೇನ್ನ ಮಾಡಿಸಿದಾನೆ. ಬಿಸಿಲಲ್ಲಿ ಒಂದು ಥರ ಮೌಢ್ಯ ಬರುತ್ತೆ. ನಮ್ಮದು ವಿರಾಗಿಗೆ ಯೋಗ್ಯವಾದ ಹವ, ಅನುರಾಗಿಗೆ ಅಲ್ಲ. ನನ್ನ ಅಪ್ಪ ಸತ್ತ ದಿನ ಅವರನ್ನ ಸುಡೋಕೆ ಸ್ಮಶಾನಕ್ಕೆ ತೆಗೆದುಕೊಂಡು ಹೋದಾಗ ಬೇಸಗೆ, ಮೇಲೆ ಮಟಮಟ ಮಧ್ಯಾಹ್ನ. ಮೌನದಲ್ಲಿ ಅಲ್ಲೊಂದು ಇಲ್ಲೊಂದು ಕಾಗೆ ಕೂಗಿದ ಸ್ವರ – ಅಷ್ಟೆ. ಸುಡುವ ಮರಳಿನಲ್ಲಿ ಮೂರು ಸೀಳಾಗಿ ಹರಿಯುವ ಬೆಚ್ಚಗಿನ ನೀರಿನ ನದಿಯ ದಂಡೆಯ ಮೇಲೆ ಅಪ್ಪನ ದೇಹಾನ ಚಟಚಟಾಂತ ಬೆಂಕಿ ಸುಡೋವಾಗ, ನನ್ನ ಹಣೇ ಮೇಲಿಂದ ಒಂದು ನರ ಕಿವೀವರೆಗೆ ಪಟಪಟನೆ ಬಡಕೊಂಡು. ಬೆವರು ಇಳಿದು ಕಣ್ಣು ತುಟಿ ಒದ್ದೆಯಾಗಿ, ಸುಖವೊ, ದುಃಖವೊ

ನನಗೆ ಯಾವ ಮಾನವ ಭಾವನೇನೂ ಅನ್ನಿಸಲಿಲ್ಲ. ಬಿಸಿಲು ಮುತ್ತಿ, ಆವರಿಸಿ, ಎಲ್ಲ ಭಾವನೇನ್ನೂ ನುಂಗಿಬಿಡುತ್ತೆ. ಇಲ್ಲಿ ಶೀತದೇಶದಲ್ಲಿ ಬೆಚ್ಚಗೆ ಬೆಂಕೀ ಎದುರು ಕೂತು, ಮುದ್ದಾಗಿ, ಮಾನವೀಯವಾಗಿ, ಸಭ್ಯವಾಗಿ, ಜಗತ್ತಿನ ಬಗ್ಗೆ ಚಿಂತಿಸಬಹುದು."

"ದಾಹವಾಗ್ತಿದೆ ಸ್ವಲ್ಪ ಬಿಯರ್ ಕುಡಿಯೋಣವೆ? ನನಗೆ ಸಾವಿನ ಅಂತಹ ಉತ್ಕಟ ಅನುಭವಾನೇ ಇಲ್ಲ – ಆಂಟಿಸೆಪ್ಟಿಕ್, ಸ್ಟರಿಲೈಸ್‌ಡ್. ಸೆಂಟ್ರಲ್ಲಿ ಹೀಟೆಡ್ ಸಮಾಜ ನಮ್ಮದು."

ಸಂದಿಯೊಂದರಲ್ಲಿದ್ದ ಕಪ್ಪು ಬಿಳಿ ಎಳೆಗಳನ್ನೆಳೆದ 'ಗನ್ ಬ್ಯಾರೆಲ್ಸ್' ಎಂದು ಬೋರ್ಡ್ ಇದ್ದ ಪಬ್ ಕಡೆ ನಡೆದರು; ಬಾಗಿಲು ತೆರೆದು ಒಳಗೆ ಹೋಗಿ ಕೂರಲು ಒಂದು ಮೂಲೆಯನ್ನು ಕೇಶವ ಹುಡುಕಿದ. ಸಿಗರೇಟ್ ಹೊಗೆ ತುಂಬಿದ ವಿಶಾಲವಾದ ಹಾಲಿನಲ್ಲಿ ಜನ ಕಿಕ್ಕಿರಿದು ಕೂತಿದ್ದರು – ಒರಗುವ ಸಾದಾ ಬೆಂಚಿನ ಮೇಲೆ. ಗುಂಡನೆಯ ಮೇಜಿನ ಸುತ್ತ ಹಾಕಿದ ದುಂಡನೆಯ ಸ್ಟೂಲ್‌ಗಳ ಮೇಲೆ, ಐದಾರು ಜನ ಯುವಕರು ನಿಂತು ಚೂಪಾದ ಪುಟ್ಟ ಬಾಣಗಳನ್ನು ಬೋರ್ಡಿಗೆ ಎಸೆಯುತ್ತ ಡಾರ್ಟ್ಸ್ ಆಡುತ್ತಿದ್ದರು – ಮುದುಕನೊಬ್ಬ ಸೀಮೆಸುಣ್ಣದಿಂದ ಸ್ಕೋರನ್ನು ಬರೆದುಕೊಳ್ಳುತ್ತ ನಿಂತಿದ್ದ. ಮೂಲೆಯಲ್ಲೊಬ್ಬಳು ಮಧ್ಯವಯಸ್ಸಿನ ತೋರವಾದ ಹೆಂಗಸು ಮಿರುಗುವ ಬಿಗಿಯಾದ ಬಟ್ಟೆಯನ್ನು ತೊಟ್ಟು ಪಿಯಾನೊ ಬಾರಿಸುತ್ತಿದ್ದಳು. ಅವಳ ಸುತ್ತ ಪೀಕ್ಯಾಪ್ ಧರಿಸಿ ಕೂತಿದ್ದ ಸುಕ್ಕುಗಟ್ಟಿದ ಮುಖದ, ಕೆಂಪು ಗುಜ್ಜು ಮೂಗಿನ ಮುದುಕರು ಹಳೆಯ ಕಾಲದ ಟ್ಯೂನಿಗೆ ಸ್ವರಪತ್ತಿ ಒಟ್ಟಿಗೇ ಹಾಡುತ್ತ ತಲೆ ತೂಗುತ್ತಿದ್ದರು. ಪಿಯಾನೋ ನಿಂತಿತು. ತೋರವಾದ ಹೆಂಗಸು ಎದ್ದಳು. ಎಲ್ಲರು ಚಪ್ಪಾಳೆ ತಟ್ಟಿದರು. ಅವಳು ಬಾಗಿ ಅದನ್ನು ಸ್ವೀಕರಿಸಿ ತಟ್ಟೆ ಹಿಡಿದು ಹೊರಟಳು. ಅವಳ ತಟ್ಟೆಗೆ ಮೂರು ಪೆನ್ನಿ ಆರು ಪೆನ್ನಿಗಳು ಬಿದ್ದವು. ಕೇಶವ ತನ್ನ ಜೇಬಿಂದ ಒಂದು ಶಿಲಿಂಗ್ ತೆಗೆದು ಹಾಕಿದ. "You are being over generous" ಎಂದು ಸ್ಟೂಅರ್ಟ್ 'ಇಲ್ಲಿ ಗಲಾಟೆ. ಬೇರೆ ರೂಮಿಗೆ ಹೋಗೋಣ' ಎಂದು ಕರೆದ.

ಇನ್ನೊಂದು ಪುಟ್ಟ ರೂಮು ಯೂನಿವರ್ಸಿಟಿಯ ಮರ್ಮೈಡ್ ಬಾರಿನಂತೆ ಮೆತ್ತನೆಯ ಕುರ್ಚಿಗಳಿಂದ ಹಿತವಾಗಿ ಕಾಣಿಸುತ್ತಿತ್ತು. ಅಲ್ಲಿ ಕೂತಿದ್ದವರ ಸಂಖ್ಯೆಯೂ ಕಡಿಮೆ. ಗಂಡ-ಹೆಂಡಿರು ಟೇಬಲ್ಲುಗಳಲ್ಲಿ ಎದುರುಬದಿರಾಗಿ ಕೂತು. ಬಿಯರ್ ಕುಡಿಯುತ್ತ ಸಂಜೆಯ ಪೇಪರ್ ಓದೋದರಲ್ಲಿ ಮಗ್ನರಾಗಿದ್ದರು.

"ಪೇಪರ್ ಓದೋಕೆ ಇಲ್ಲಿಗೆ ಬರಬೇಕೆ – ಗಂಡಹೆಂಡಿರು?" ಎಂದ ಕೇಶವ್.

ಮಧ್ಯಮ-ವರ್ಗದ ಜನ ಈ ರೂಮಿಗೆ ಬರ್ತಾರೆ. ನಾವು ಹೋದ ರೂಮಲ್ಲಿರೋರು Working class. ಇಲ್ಲಿಗೆ ಬಿಯರ್‌ಗೆ ಒಂದು ಪೆನ್ನಿ ಜಾಸ್ತಿ. ಅವರಿಗೆ ಒಂದು ಪೆನ್ನಿ ಹೆಚ್ಚು ಕೊಟ್ಟು ಇಲ್ಲಿ ಬರೋದು ಸಾಧ್ಯವಿಲ್ಲಾಂತ ಅಲ್ಲ. ಬಿಯರ್‌ನಲ್ಲಿ ಉಳಿದ ಪೆನ್ನೀನ ಅವರು ಪಿಯಾನೋ ಬಾರಿಸೋವಳಿಗೆ ಕೊಟ್ಟು ಅವಳಿಗೆ ಕುಡಿಸ್ತಾರೆ. ಇಲ್ಲಿಗವರು

ಬರದೇ ಇರೋಕ್ಕೆ ಕಾರಣ – ಇಲ್ಲಿ ಅವರಿಗೆ ಗೆಲುವಿಲ್ಲ, ತನ್ನ ಜನ ಬರಲ್ಲ. ವರ್ಗಭೇದವನ್ನ ನಮ್ಮ ಜನ ಸಂತೋಷದಿಂದ ಕಹಿಯಿಲ್ಲದೆ ಕಾಯ್ತಾರೆ. ಆದ್ದರಿಂದ ಈ ದೇಶಕ್ಕೆ ಮಾರ್ಕ್ಸಿಸಂ ಕೂಡ ವಿನಾಯತಿ" ಎಂದ ಸ್ಟೂಅರ್ಟ್.

ಕೇಶವ ಕೌಂಟರಿಗೆ ಹೋಗಿ ಎರಡು ಪೈಂಟ್ ಬಿಟ್ಟರನ್ನು ಕೊಂಡ. "ಆ ಬಾರಿನಲ್ಲಿ ಬಿಯರನ್ನು ಪಂಪ್ ಮಾಡಿಕೊಡಲು ಕಟ್ಟುಮಸ್ತಾದ ಒಬ್ಬಳು ಹೆಂಗಸಿದ್ದರೆ, ಇಲ್ಲೊಬ್ಬಳು ತೆಳ್ಳಗಿನ ಹುಡುಗಿಯಿದ್ದಾಳೆ ನೋಡು. ಅವಳು ಹಣ ಪಡೆಯೋವಾಗ 'Thank you, Love!' ಎಂದರೆ ಇವಳು 'Thank you Sir' ಎನ್ನುತ್ತಾಳೆ ಅಲ್ಲವೆ?" ಎಂದು ಸ್ಟೂಅರ್ಟ್ ನಕ್ಕ.

"ನಾನು Working classನ್ನೆ ಹೆಚ್ಚು ಮೆಚ್ಚುತ್ತೇನೆ" ಎಂದು ಕೇಶವ ಹೇಳಿದ.

"ನಾನೂ ಕೂಡ. ಆದರೆ ಅವರಿಗೆ prejudice ತುಂಬಾ ಇದೆ. ನಿನ್ನನ್ನು ಕಂಡರೆ ಅವರು 'ಕರಿಯ' ಎಂದು ದೂರವಿಡ್ತಾರೆ. ಆದರೆ ವಿದ್ಯಾವಂತರು..."

"ವಿದ್ಯಾವಂತರು ನನ್ನ ಗೊಡವೆಗೇ ಬರಲ್ಲ. ಎರಡೂ ಒಂದೆ. ಎರಡರಲ್ಲಿ Working classವೆ ಉತ್ತಮ."

ಇಬ್ಬರೂ ಬಿಯರ್ ಕುಡಿಯುತ್ತ ಮೌನವಾದರು. ಗ್ಲಾಸು ಬರಿದಾದ ಮೇಲೆ ಸ್ಟೂಅರ್ಟ್ ಎದ್ದು ಹೋಗಿ ಗ್ಲಾಸುಗಳನ್ನು ತುಂಬಿಸಿಕೊಂಡು ಬಂದ. ಎರಡನೇ ಪೈಂಟ್ ಮುಗಿಯುತ್ತಿದ್ದಂತೆ ಡ್ರಾಫ್ಟ್ ಬಿಟ್ಟರಿನ ಪ್ರಭಾವ ಒಳಗಿನಿಂದ ಹಿತವಾಗಿ ಹರಡಿ, ಕೇಶವನ ಮನಸ್ಸು ಸಡಿಲವಾಗತೊಡಗಿತು. ಸ್ಟೂಅರ್ಟ್ ಜೊತೆ ಆಪ್ತವಾಗಿ ಮಾತಾಡಬೇಕೆನಿಸಿತು :

"ನಿನಗೊಂದು ವಿಷಯ ಹೇಳಬೇಕು ಸ್ಟೂಅರ್ಟ್. ನನ್ನ ತಂದೆ ಥಟ್ಟನೆ ತೀರಿಕೊಂಡಾಗ ನಾನು ಇಂಟರ್‌ಮೀಡಿಯಟ್ ಓದ್ತಾ ಇದ್ದೆ – ಹಳ್ಳಿಯಲ್ಲಿದ್ದ ನಮ್ಮ ಮನೇಂದ ಇನ್ನೂರು ಮೈಲಿ ದೂರದಲ್ಲಿ. ಸಂಸಾರ ನಿರ್ವಹಣೆ ಕಷ್ಟವಾಗಿ ನನ್ನ ತಾಯಿ 'ನಿನ್ನ ಓದು ಸಾಕು, ಕೆಲಸಕ್ಕೆ ಸೇರು' ಎಂದಳು. ನಮ್ಮ ದೇಶದ ವಿದ್ಯಾರ್ಥಿಗಳಲ್ಲಿ ಎರಡು ಥರ : ಒಂದು ಪುಸ್ತಕದ ಹುಳ; ಓದಿ ಸಮಾಜದಲ್ಲಿ ಮುಂದೆ ಬರಬೇಕು, ಬಡತನದಿಂದ ಪಾರಾಗಬೇಕೆಂಬ ಹಂಬಲವೇ ಇವರ ಜೀವನದ ಸಾರಸರ್ವಸ್ವ. ಆಟಗಳನ್ನಾಡದೆ, ಒಡನಾಡದೆ, ಬಾಲ್ಯ ಯೌವನದ ಸುಖ ಕಾಣದೆ ಈ ವರ್ಗ ಶ್ರಮಿಸುತ್ತದೆ. ಇನ್ನೊಂದು ರೀತಿಯ ವಿದ್ಯಾರ್ಥಿ – ಅತ್ಯಂತ ಬೇಜವಾಬ್ದಾರಿಯವ – ಸ್ಟ್ರೈಕ್, ಆಟ, ಅಲೆತಾಂತ ಖುಶಿಯಾಗಿ ಕಾಲ ಕಳೀತಾನೆ – ನನ್ನ ತಮ್ಮಂದಿರ ಹಾಗೆ. ಓದುವಾಗ ನಾನು ಮೊದಲನೇ ವರ್ಗಕ್ಕೆ ಸೇರಿದ್ದೆ. First classಗಳಲ್ಲಿ ಪಾಸಾಗೋದೆ ನನ್ನ ಅಂತಿಮ ಗುರಿಯಾಗಿತ್ತು. ಮನೇಂದ ದುಡ್ಡು ಬಾರದಿದ್ದರೂ ಅಂತೂ ಓದಿ ಮುಂದೆ ಬರಬೇಕೂಂತ ಬೆಂಗಳೂರಿಗೆ ಬಂದು ಒಂದು ಫ್ರೀ ಹಾಸ್ಟೆಲ್ಲಿಗೆ ಸೇರಿದೆ. ಅದನ್ನು ನಡೆಸುತ್ತಿದ್ದಾತ ಒಬ್ಬ ಸಮಾಜಸೇವಕ – ಅವನ ಕೀರ್ತಿ ಎಲ್ಲ ಕಡೆ ಹರಡಿತ್ತು. ಹೆಗಲಿನ ಮೇಲೆ ಜೋಳಿಗೆ ಹಾಕಿ, ನಿತ್ಯ ಮನೆಮನೆ ಅಲೆದು, ಅಕ್ಕಿ ದುಡ್ಡನ್ನು ಬೇಡಿ ತಂದು, ಹಾಸ್ಟೆಲ್ ನಡೆಸ್ತಿದ್ದ. ನನಗೆ ಅವನ ಮೇಲೆ

ಅಪಾರವಾದ ಗೌರವ – ಗಾಂಧಿಜಿಯ ಆದರ್ಶವನ್ನು ಸತತವಾಗಿ ಪಾಲಿಸುತ್ತ ಬಂದವ ನೂಂತ. ಹಾಸ್ಟೆಲ್ ಕೂಡ ಅತ್ಯಂತ ಸಾತ್ವಿಕವಾದ ರೀತೀಲಿ ನಡೀತ ಇತ್ತು. ನಮಗೆ ಅಡಿಗೆ ಮಾಡಿ ಹಾಕೋರು ಕೂಡ ಸಂಬಳ ತಗೋತಿರಲಿಲ್ಲ. ನಿತ್ಯ ಬೆಳಿಗ್ಗೆ, ಸಂಜೆ ಪ್ರಾರ್ಥನೆ. ಪ್ರಾರ್ಥನೇಲಿ ಸರ್ವಧರ್ಮಸಮನ್ವಯ – ಗೀತೆ, ಖೊರಾನ್, ಬೈಬಲ್ ಪಠನ. ಪ್ರಾರ್ಥ ನೇಗೆ ವಿದ್ಯಾರ್ಥಿಗಳು ಹೋಗದಿದ್ದರೆ ಅವತ್ತು ಅವರಿಗೆ ಊಟವಿಲ್ಲ. ನಿತ್ಯ ವಿದ್ಯಾರ್ಥಿಗಳು ಸರದಿಯ ಮೇಲೆ ಕಕ್ಕಸನ್ನು ಎತ್ತಿ ಹಾಸ್ಟೆಲನ್ನು ತೊಳೆದು ಶುಭ್ರವಾಗಿಡಬೇಕು. ಪ್ರತಿ ಪ್ರಾತಃಕಾಲ ನಮ್ಮ ಅನ್ನದಾತ ತಾನೇ ಎದ್ದು ಎರಡು ಹಸುಗಳ ಹಾಲನ್ನು ಕರೆಸಿ ಅದನ್ನು ಕಾಯಿಸಲು ಇಟ್ಟು ಮೊಸರು ಕಡೀತಿದ್ದ…"

"ನೀನು ಹೇಳ್ತಿರೋದು Ideal ಆಗಿ ಕಾಣಿಸ್ತಿದೆ…"

ಕೇಶವ ಎದ್ದು ನಿಂತು – "ಇರು ಬಂದೆ. ಮುಂದಕ್ಕೆ ಇನ್ನೂ interesting ಆಗಿ ಇದೆ. ಮೊದಲು ಬಿಯರ್ ತರುತ್ತೇನೆ" ಎಂದು ಎದ್ದು ಹೋಗಿ ಇನ್ನೆರಡು ಪೈಂಟ್‌ಗಳನ್ನು ತುಂಬಿಸಿಕೊಂಡ. ಕೌಂಟರಿನಲ್ಲಿದ್ದ ಹುಡುಗಿ ಅವನ ಕಡೆಗೇ ನೋಡಿ ನಕ್ಕು ಹತ್ತು ಶಿಲಿಂಗಿಗೆ ಚಿಲ್ಲರೆ ಕೊಟ್ಟಳು. ಕೇಶವ ಬಿಯರನ್ನು ತಂದಿಟ್ಟು ಮುಂದಕ್ಕೆ ಹೇಳಿದ :

"ಹಾಸ್ಟೆಲಲ್ಲಿ ಸ್ಥಳ ಕಡಿಮೆಯಾದ್ದರಿಂದ ನಾವು ಮೂರು ನಾಲ್ಕು ಜನ ಒಂದೊಂದು ರೂಮಲ್ಲಿ ಮಲಗುತ್ತಿದ್ದೆವು. ನಾನು ಸೇರಿ ತಿಂಗಳಾದ ಮೇಲೆ ನಮ್ಮ ಅನ್ನದಾತ 'ಒಂದು ದಿನ ನೀನು ನನ್ನ ರೂಮಲ್ಲಿ ಮಲಗು, ಓದಲು ಬರೆಯಲು ಅನುಕೂಲವಾಗಿದೆ' ಎಂದ."

"ಇನ್ನು ಮುಂದೆ ಹೇಳೋದು ಬೇಡ – ಗೊತ್ತಾಯಿತು. ಅವನು Homo-Sexual ತಾನೆ?"

ಸ್ಟ್ಯೂಅರ್ಟ್‌ನ ಸಾಧಾರಣವಾದ ಧೋರಣೆಯಿಂದ ಕೇಶವನಿಗೆ ನಿರಾಸೆಯಾಯಿತು. ತನ್ನ ಭೂತದ ಬಗ್ಗೆ ತನಗಿರುವ ಜುಗುಪ್ಸೆಯನ್ನ ಸ್ಟ್ಯೂಅರ್ಟ್‌ಗೆ ಅನ್ನಿಸುವಂತೆ ಮಾಡ ಬೇಕೆಂದಿದ್ದ ತನ್ನ ಆಸೆ ಭಂಗವಾಗಿತ್ತು.

"ನಾನು ಪಬ್ಲಿಕ್ ಸ್ಕೂಲಲ್ಲಿ ಓದಿರೋವ್ನು ಕೇಶವ್, ನಿನಗೆ ಆಶ್ಚರ್ಯವಾಗಬಹುದು, ನಾನು ಅಲ್ಲಿ ಓದ್ತಾ ಇದ್ದಾಗ ನಾನೂ Homo-Sexual ಆಗಿದ್ದೆ. ಈಗ ನನಗೆ ಆಬಗ್ಗೆ ಜುಗುಪ್ಸೆಯಿಲ್ಲ. ಅಲ್ಲಿ ನಾನು ಅನುಭವಿಸಿದ ಗೆಳೆತನದ ತೀವ್ರತೆ ನನ್ನ ಉತ್ತಮ ಅನುಭವಗಳಲ್ಲೊಂದೆಂದು ತಿಳಿದಿದ್ದೇನೆ. ಯೂನಿವರ್ಸಿಟಿ ಸೇರಿದ ಮೇಲೆ ಹುಡುಗಿಯರ ಸಂಗದಲ್ಲಿ ನನ್ನ Homo-Sexuality ಕಡಿಮೆಯಾಯಿತು. ಇದು ಕಾಮಜೀವನದ ಆರೋಗ್ಯ, ಅನಾರೋಗ್ಯದ ಪ್ರಶ್ನೆ. ಇದಕ್ಕೆ ಸರಿಯಾದ ಪ್ರತಿಕ್ರಿಯೆ – a clinical-attitude. ರೋಗಕ್ಕೆ ಸರಿಯಾದ ರೋಗನಿದಾನ ಹುಡುಕಬೇಕು. ನನಗೆ ಕ್ರಿಶ್ಚಿಯನ್ನರಂತೆ ಪಾಪದಲ್ಲಿ ನಂಬಿಕೆಯಿಲ್ಲ. ಜೀವನದಲ್ಲಿ 'ರೋಗ' – 'ಆರೋಗ್ಯ' ಎಂದು ಎರಡು ಸ್ಥಿತಿಯಿದೆ. ಮುಖ್ಯವಾದ್ದು ಜೀವನ ಸಫಲವಾಯಿತೆ, ವಿಫಲವಾಯಿತೆ ಎನ್ನುವ ಪ್ರಶ್ನೆ. Homo - Sexualityಯಿಂದ ಒಬ್ಬನ ಜೀವನ ಸಫಲವಾಗುವುದಾದರೆ ಅಂತಹ ಕಾಮ

ಜೀವನ ರೋಗ ಕೂಡ ಅಲ್ಲ. ವುಲ್ಫೆನ್‌ಡನ್ ರಿಪೋರ್ಟ್ ವಿಷಯ ನೀನು ಕೇಳಿರಬಹುದು. ನನಗೊಂದು ಆಸೆಯಿದೆ – ಯೂನಿವರ್ಸಿಟೀಲಿ ಒಂದು ಚಳುವಳಿ ಪ್ರಾರಂಭಿಸಬೇಕು: ಈಗ ದೇಶದಲ್ಲಿರೊ Homo-Sexuality ಬಗೆಗಿನ ಕಾನೂನು ಇನ್ನು ಬದಲಾಗ ಬೇಕೂಂತ. ಅದಕ್ಕೆ ನಿನ್ನ ಸಹಕಾರಾನ ಬೇಡ್ತೀನಿ".

ಎಂದು ಸ್ಟೂಅರ್ಟ್ ನಕ್ಕ. ಕೇಶವ ಕ್ಷಣ ಸುಮ್ಮನಾಗಿ, ಕುಪಿತನಾಗಿ ಹೇಳಿದ :

"ನಿನಗೆ ಇಲ್ಲಿ ಗೊತ್ತಾಗದೇ ಇರೋದು ನಾನು ಎಷ್ಟು ಅವಮಾನಾನ ಸಹಿಸಿ ಓದಿದೇಂತ. ಅವನ ಒತ್ತಾಯಕ್ಕೆ ನಾನು ಒಪ್ಪದೇ ಹೋಗಿದ್ದರೆ ಹಾಸ್ಟಲನ್ನ ಬಿಡಬೇಕಾ ಗ್ತಿತ್ತು. ಎರಡು ವರ್ಷ ಅಲ್ಲಿ ನರಕವಾಯಿತು ನನಗೆ. ಹುಡುಗರು ಕಕ್ಕಸಿನ ಗೋಡೆಗಳ ಮೇಲೆ ನನ್ನ ಮತ್ತು ಅವನ ಹೆಸರುಗಳನ್ನ ಪ್ಲಸ್ ಹಾಕಿ ಬರೆದರು. ಅಡಿಗೆ ಮಾಡ್ತಾ ಇದ್ದವನೂ Homo-Sexual ಆದ್ದರಿಂದ, ಅವನಿಗೂ ನನ್ನ ಅನ್ನದಾತನಿಗೂ ಮೊದಲು ಸಂಬಂಧ ಇದ್ದುದರಿಂದ ಅವನು ಅಸೂಯೇಲಿ ರೇಗಾಡಿದ, ಬಿಟ್ಟುಹೋಗ್ತೇನೇಂತ ರಂಪ ಮಾಡಿದ. ಎರಡು ದಿನ ಬಿಟ್ಟು ಹೋಗಿ ಮತ್ತೆ ಬಂದು ಅತ್ತ. ನನ್ನ ಸ್ವಮರ್ಯಾದೆ, ಗಂಡಸುತನ ಅಲ್ಲಿ ನಾಶವಾಯ್ತು ಸ್ಟೂಅರ್ಟ್. ನೀನು ಮನಶ್ಶಾಸ್ತ್ರ ಓದಿ ಹೇಳೋ ಹಾಗೆ ಇದು ಬರಿ ರೋಗನಿದಾನದ ಪ್ರಶ್ನೆ ಅಲ್ಲ."

"I am sorry ಕೇಶವ್... ಒತ್ತಾಯ ಎಲ್ಲಿದ್ದರೂ ನಾನು ಅದನ್ನ ದ್ವೇಷಿಸುತ್ತೇನೆ. ಪಾಪ ಎನ್ನೋದು ಏನಾದರೂ ಇದ್ದರೆ ಅದು ನಮ್ಮ ಸುಖಕ್ಕೆ ಇನ್ನೊಬ್ಬರನ್ನ ಅಸುಖಿ ಗಳಾಗಿ ಮಾಡೋದು. ಆ ದೃಷ್ಟಿಯಿಂದ ನೀನು ಅನ್ನೋದನ್ನ ಒಪ್ತಿದೆ. ಆದರೆ Homo-Sexualityಯಲ್ಲೆ ಭಯಂಕರವಾದ ಒಂದು ನರಕ ಇದೇಂತ ನಾನು ಒಪ್ಪಲ್ಲ."

ಎಂದು ಸ್ಟೂಅರ್ಟ್ ಸಿಗರೇಟಿನ ಪ್ಯಾಕನ್ನು ಕೇಶವನಿಗೆ ಹಿಡಿದ. ಕೇಶವ ಒಂದು ಸಿಗರೇಟನ್ನು ಹಚ್ಚಿ, ನನ್ನ ಜೀವನದ ಯಾವ ಭಯಂಕರ ವಿಷಯಾನ್ನ ಹೇಳಿದರೆ ಸ್ಟೂಅರ್ಟ್‌ನ ಮನಸ್ಸಿನ ಸ್ಥಿಮಿತಕ್ಕೆ 'ಶಾಕ್' ಆದೀತೆಂದು ಚಿಂತಿಸುತ್ತ ಕೂತ.

"ಕೌಂಟರಿನಲ್ಲಿರೋ ಹುಡುಗಿ ಚೆನ್ನಾಗಿದಾಳೆ" ಎಂದ ಕೇಶವ. ಬಿಯರಿನ ಪ್ರಭಾವ ತಲೆಗೆ ಏರಿ ಹಿತವೆನ್ನಿಸುತ್ತಿತ್ತು.

"ಸಾಮಾನ್ಯ ಇದಾಳೆ. But that is the right attitude ಎಂದು ಸ್ಟೂಅರ್ಟ್ ನಸುನಕ್ಕ.

"ಬಿಳಿಯ ಚರ್ಮ ಸೌಂದರ್ಯದ ಹೆಗ್ಗುರುತು ಅಂತ ತಿಳಿಯೋ ದೇಶದಿಂದ ನಾನು ಬಂದಿದೀನಿಂತ ಮರೆಯಬೇಡ."

"You amaze me"

"ಶ್ರೀ ಕೃಷ್ಣನ ಎಳೆಯ ಜೀವನದಲ್ಲಿ ರಾಧೆ ಅವನ ಪ್ರಿಯೆ. ರಾಧೆ ಹಾಲಿನಂತಹ ಬಣ್ಣದವಳು. ಆದರೆ ಅವನ ಪಕ್ವ ವಯಸ್ಸಿನಲ್ಲಿ ದ್ರೌಪದಿ ಅವನ ಪ್ರಿಯೆಯಾಗುತ್ತಾಳೆ – ಕಾಮದ ಸೋಂಕಿಲ್ಲದ ಪ್ಲೆಟಾನಿಕ್ ಸಂಬಂಧ ಅದು. ದ್ರೌಪದಿ. ಕೃಷ್ಣೆ – ಕಪ್ಪಗಿದ್ದವಳು.

ಬಣ್ಣಕ್ಕೂ ಅನುಭವದ ಪಕ್ವತೆಗೂ ಸಂಬಂಧವಿರಬೇಕು. ನಾನು ಸದ್ಯ ಬಿಳಿಯ ಚರ್ಮ ದಿಂದ ಮೋಹಿತನಾದವನು. ನನ್ನ ಜನಾಂಗಕ್ಕೆ ಯೂರೋಪೇ ಕಾಶಿ, ರಾಮೇಶ್ವರ; ಪವಿತ್ರ ಯಾತ್ರಾಸ್ಥಳ. ವಿವೇಕಾನಂದ, ಟಾಗೋರ್‌ಗೆ ನಿಮ್ಮಿಂದ ಸರ್ಟಿಫಿಕೇಟ್ ಸಿಗೋ ವರೆಗೆ ನಮ್ಮ ದೇಶದಲ್ಲಿ ಬೆಲೆ ಸಿಗಲಿಲ್ಲ."

"ನನಗೆ ಸೀರೆಯುಟ್ಟ ಭಾರತದ ತಾಮ್ರವರ್ಣದ ಹುಡುಗಿಯರೆಂದರೆ ಇಷ್ಟ... ಕಾಮದ ವಿಷಯದಲ್ಲಿ ನಾನು ನಿನಗಿಂತ ಪಕ್ವ. ಹಾಗಾದರೆ...!"

"ಖಂಡಿತವಾಗಿ... ಹೆಣ್ಣು ನಾನಿನ್ನೂ ಕಾಣದ ಜಗತ್ತು... ನನ್ನ ತಲೆಯೀಗ ನೆರೆತಿದೆ – ವಯಸ್ಸು ಮುವ್ವತ್ತನ್ನ ದಾಟಿದೆ – ಮರೆಯಬೇಡ."

"ಇನ್ನೊಂದು ಡ್ರಿಂಕ್" ಎಂದು ಸ್ಟೂಅರ್ಟ್ ಕೇಳಿದ.

"ರೈಟ್. ಆದರೆ ಬಿಯರ್ ಬೇಡ. ನಾನಿನ್ನೂ ವೋಡ್ಕಾ ಕುಡಿದಿಲ್ಲ. Two Small Vodkas. ಹೊಸ ಅನುಭವಕ್ಕಾಗಿ ನಾನು ಇಂಗ್ಲೆಂಡಿಗೆ ಬಂದಿದೀನಿ" ಎಂದು ಕೇಶವ ನಗುತ್ತ ಟಾಯಿಲೆಟ್‌ಗೆಂದು ಎದ್ದ.

"Mix ಮಾಡೋದು ಒಳ್ಳೇದಲ್ಲ. All right...Vodka then ಎಂದು ಸ್ಟೂಅರ್ಟ್ ಎದ್ದು ಕೌಂಟರಿಗೆ ಹೋದ.

ಟಾಯಿಲೆಟ್‌ನಲ್ಲಿ ನಿಂತಾಗ ಕೇಶವನಿಗೆ ಎನ್ನಿಸಿತು : ನನ್ನ ಜೀವನದಲ್ಲಿ ಏನನ್ನು ಹೇಳಿ ದರೆ ಸ್ಟೂಅರ್ಟ್‌ಗೆ ಶಾಕ್ ಆದೀತು? ಎಲ್ಲವನ್ನೂ ನುಂಗಬಲ್ಲ ಅವನ ಸಮಚಿತ್ತದ ಗುಟ್ಟೇನು? ತಾನು ಯಾರಿಗೂ ಹೇಳದ ಆ ಒಂದು ಕನಸನ್ನು ಸ್ಟೂಅರ್ಟ್‌ಗೆ ಹೇಳಲೆ? ಆದರೆ ತಾನೇ ಮತ್ತೆ ನೆನೆಸಲು ಬಯಸದ ಆ ಕನಸನ್ನು ಯಾವ ಮಾತಿನಲ್ಲಿ ಹೇಳಲಿ? ಸ್ಟೂಅರ್ಟ್, ನಿನಗೆ ಮಾತ್ರ ಇದನ್ನ ಹೇಳ್ತಿದೀನಿ ಇವತ್ತು. ಐದಾರು ವರ್ಷಗಳ ಹಿಂದೆ ನನಗೊಂದು ಕನಸು ಬಿತ್ತು :

ಕನಸಿನಲ್ಲಿ ನಾನು...

...ಆದರೆ ಹೇಳಲಾರೆ. ಹೇಳಿದರೆ ಸ್ಟೂಅರ್ಟ್ ಇನ್ನೊಂದು ಮನಶ್ಶಾಸ್ತ್ರದ ಸಿದ್ಧಾಂತ ದಿಂದ ವಿವರಿಸಬಹುದು. ಹೇಳಿದ ನಂತರ ನನಗೆ ಸ್ಟೂಅರ್ಟ್‌ನನ್ನು ಕಂಡರೆ ಅತ್ಯಂತ ಜುಗುಪ್ಸೆ ಅನ್ನಿಸಬಹುದು. ಅತ್ಯಂತ ನನ್ನ ಒಳಗೆ ಯಾರೂ ಬರುವುದು ಬೇಡ; ನಾನೂ ಅಲ್ಲಿ ಹೋಗಲು ಬಯಸುವುದಿಲ್ಲ... ಗರ್ಭದೊಳಗಿನ ನಿದ್ದೆಯಲ್ಲಿರುವುದೇ ಕ್ಷೇಮ...

ವೋಡ್ಕಾ ಕುಡಿದ ಮೇಲೆ 'ಇನ್ನು ಹೋಗೋಣ' ಎಂದ ಸ್ಟೂಅರ್ಟ್.

"ಎಲ್ಲಿಗೆ?" ಎಂದ ಕೇಶವ.

"ಎಲ್ಲಿಗಾದರೂ – ಇದು ನಿನ್ನ ಸಂಜೆ – ನೀನೇ ಹೇಳು."

ಎಂದು ಸ್ಟೂಅರ್ಟ್ ಬಾಗಿಲನ್ನು ಎಳೆದು ಹಿಡಿದ After you ಎಂದ. ಕೇಶವ Thanks ಎಂದು ಹೊರಗಿನ ತಂಪಾದ ಗಾಳಿಗೆ ಬಂದು –

"ಒಂದು ನೈಟ್-ಕ್ಲಬ್ಬಿಗೆ ಹೋಗೋಣ ಸ್ಟೂಅರ್ಟ್. ನನಗೆ ಹುಡುಗಿಯರನ್ನು ನೋಡಬೇಕು – ಸಾಧ್ಯವಾದರೆ..." ಎಂದು ಸೂಚಿಸುವ ಧ್ವನಿಯಲ್ಲಿ ಹೇಳಿದ.

"Right. ನಾನು ವರ್ಜಿಲ್. ನೀನು ಡಾಂಟೆ. ಲಂಡನ್ನಿನ ನರಕಗಳನ್ನು ತೋರಿಸುತ್ತೀನಿ ಬಾ."

ಎಂದು ಸ್ಟೂಅರ್ಟ್ ನಾಟಕೀಯವಾಗಿ ಏರ್ ಇಂಡಿಯಾದ ಬೊಂಬೆಯಂತೆ ಕೈ ನೀಡಿ ಬಾಗಿದ.

ಭಾಗ: ನಾಲ್ಕು

"ಅನುಭವಾನ್ನ ಹುಡುಕಿಕೊಂಡು ಹೋದರೆ, ಸಿಗೋದು ಪೂರ್ವನಿಶ್ಚಿತವಾದದ್ದು ಅಂತ ನೀನೇ ಹೇಳಿದಿ..."

ಸ್ಟೂಅರ್ಟ್ ಕೇಶವನನ್ನ ಗೇಲಿ ಮಾಡಿದ.

"ಎಂಬ ಮಾತೂ ನನ್ನ ಅನುಭವಕ್ಕೆ ಬರಬೇಕು. ನಾನು ನಿರನುಭವಿ, ನನ್ನ ಯಾವ ಮಾತಿಗೂ ಬೆಲೆಯಿಲ್ಲ."

"ಪಿಕಡಿಲಿಯ ಒಂದು ಮೂಲೇಲಿ ಎಲ್ಲೋ 'ರೋರಿಂಗ್ ಟ್ವೆಂಟೀಸ್' ಎನ್ನೊ ಕ್ಲಬ್ ಇದೇಂತ ಕೇಳಿದೀನಿ – ಹೋಗೋಣ ಬಾ. ಲಂಡನ್ನಿನ ಪಾತಾಳ ಲೋಕಾನ ನೋಡುವಿಯಂತೆ."

"ಪಾತಾಳದಲ್ಲಿ ನನ್ನ initiation ಆಗಬೇಕು. Initiation ಎಂದರೆ ನಮ್ಮಲ್ಲಿ ಉಪನಯನ – ದ್ವಿಜನಾಗೋದು ಹಾಗೆ. ಸತ್ತು ಹೊಸ ಅನುಭವಕ್ಕೆ ಹುಟ್ಟೋದು."

ನಿಯಾನ್ ದೀಪಗಳ ಹುಚ್ಚಿನಲ್ಲಿ ಜ್ವಲಿಸುವ ಪಿಕಡಿಲಿ ಹತ್ತಿರವಾದಂತೆ ಕೇಶವನ ಮನಸ್ಸು ಕುಣಿಯತೊಡಗಿತು. ಇದು ಯಕ್ಷರ ಲೋಕ, ಇಲ್ಲಿ ಎಲ್ಲ ಸರಿ. ನಾಟ್ಯೋತ್ಸವ ಪದ್ಯ ನೆನಪಾಯಿತು: 'ತೇಲಿ ಬರುವ ಜಾಸ್ ಗಾನ । ನಮ್ಮ ಕುಣಿತಕಲ್ಲವೇನ?" ಬಿಯರ್ ಕುಡಿದು ಮೇಲೊಂದು ವೋಡ್ಕಾ ಕುಡಿದು ಮತ್ತಾದ ಕಣ್ಣುಗಳು ಪರವಶವಾದುವು. ಇಂಗ್ಲೆಂಡಲ್ಲಿ ಯುವಕರು ತಮ್ಮ ಗೆಳೆಯರ ಕೈಹಿಡಿದು, ಹೆಗಲಿನ ಮೇಲೆ ಕೈಹಾಕಿ ನಡೆಯುವುದಿಲ್ಲವೆನ್ನುವುದನ್ನು ಮರೆತು ಸ್ಟೂಅರ್ಟ್‌ನ ಹೆಗಲಿನ ಮೇಲೆ ಕೈಹಾಕಿ ನಡೆದ. ಧರ್ಮಜ-ದ್ರೌಪದಿಯರನ್ನು ಬೆತ್ತಲೆ ನೋಡಿ ಪಾಪಶಮನಕ್ಕೆಂದು ಪರ್ಯಟನ ಹೊರಟ ಅರ್ಜುನನ ಹಾಗೆ ನಾನು – ದಾರಿಯಲ್ಲಿ ಚಿತ್ರಾಂಗದೆ... ಇತ್ಯಾದಿಯೆಂದು – ತನ್ನ ಊಹೆಗೆ ತಾನೇ ಹಿಗ್ಗಿದ. ಪಿಕಡಿಲಿಯಲ್ಲಿ ಒಬ್ಬ ಒಂದು ಪೋಸ್ಟರನ್ನು ಹಿಡಿದು ದಾರಿಹೋಕರನ್ನುದ್ದೇಶಿಸಿ ಎತ್ತಿದ ಧ್ವನಿಯಲ್ಲಿ ಕೂಗುತ್ತಿದ್ದ: 'ಇಗೋ ದೇವರ ಅಂತಿಮ ತೀರ್ಮಾನದ ದಿನ ಸಮೀಪಿಸುತ್ತಿದೆ. ಪಾಪಿಗಳೇ, ಎಚ್ಚರವಾಗಿ, ಜೀಸಸ್‌ನ್ನು ನಂಬಿ ಉದ್ಧಾರವಾಗಿ.' 'A crank...' ಎಂದು ಸ್ಟೂಅರ್ಟ್ ನಕ್ಕ. ಮುಂದೆ ನಡೆಯುತ್ತಿದ್ದಂತೆ

ಇನ್ನೊಬ್ಬ ಮಿಲಿಟರಿ ಬಟ್ಟೆ ಹಾಕಿದ Salvation Armyಯವನೊಬ್ಬ ಕೈಯಲ್ಲಿ ತೂತಿನ ಡಬ್ಬಿಯೊಂದನ್ನು ಹಿಡಿದು ಗಂಭೀರವಾಗಿ ಹಣವನ್ನು ಬೇಡುತ್ತಿದ್ದ. 'NO ENTRY' ಬೋರ್ಡ್ ಹಾಕಿದ ಅಡ್ಡ ದಾರಿಗಳಲ್ಲಿ ಹಾಟ್ ಡಾಗ್ಸ್, ಹ್ಯಾಂಬರ್ಗರ್‌ನ್ನು ಗಾಡಿಗಳಲ್ಲಿ ತಂದು ಮಾರುವ ಅಂಗಡಿಯವರು. ಕೇಶವನಿಗೆ ಊರಿನ ನೆನಪು. ಇಂಡಿಯನ್, ಚೈನೀಸ್, ಇಟಾಲಿಯನ್, ಫ್ರೆಂಚ್ – ಬಗೆಬಗೆಯ ರೆಸ್ಟೋರೆಂಟ್‌ಗಳು. ಯಾವ ದೇಶದ ರುಚಿ ಬೇಕು, ಯಾವ ರೀತಿಯ ಬಟ್ಟೆ ಬೇಕು, ಯಾವ ಬೆಡಗು ಬಿನ್ನಾಣ ಬೇಕು – ಅಮರಾವತಿ. ಸ್ಟೂಅರ್ಟ್ ಒಂದು ಮೂಲೆ ಹೊಕ್ಕು ಹೇಳಿದ: "ಈ ಸಂದಿಯಲ್ಲೆಲ್ಲೊ ರೋರಿಂಗ್ ಟ್ವೆಂಟೀಸ್ ಇರುವ ನೆನಪು – ಹುಡುಕೋಣ ಬಾ."

ಒಂದು ವಿಷಯ ಖಚಿತ: ಆಂಗೀರಸ ಋಷಿಯನ್ನ ಮೂಲಪುರುಷನನ್ನಾಗಿ ಪಡೆದು, ಆಂಗೀರಸ ಆಂಬರೀಷ ಯೌವನಾಶ್ವ ತ್ರಯಾರ್ಷೇಯಪ್ರವರಾನ್ವಿತನಾಗಿ, ಆಶ್ವಲಾಯನಸೂತ್ರನಾಗಿ, ಋಕ್ಶಾಖಾಧ್ಯಾಯಿಯಾಗಿ, ಒಬ್ಬ ಯೋಗಿಯನ್ನ ಚಿಕ್ಕಪ್ಪ ನನ್ನಾಗಿ ಪಡೆದು, ಊಟಕ್ಕೊಂದು ಚಮಚ ಒಳ್ಳೆಣ್ಣೆಯಿಲ್ಲದಿದ್ದರೂ ದೇವರಿಗೆ ತುಪ್ಪದ ದೀಪವನ್ನು ಹತ್ತಿಸಲು ಮರೆಯದವಳನ್ನು ತಾಯಿಯನ್ನಾಗಿ ಪಡೆದು ನಾನು ಈಗ ಬಿಳಿಯನೊಬ್ಬನ ಜೊತೆ ಹೊಸ ಅನುಭವಕ್ಕೆಂದು ರೋರಿಂಗ್ ಟ್ವೆಂಟೀಸನ್ನು ಹುಡುಕು ತ್ತಿರೋದರ ಅಂತರಾರ್ಥ ನನಗೆ ಬೇರು ಇಲ್ಲ ಅಂತ. ಭಾರತದ ಅಸಂಖ್ಯಾತ ಯುವಕ ರಂತೆ ನನಗೆ ಬುಡ ಭದ್ರವಿಲ್ಲ ಅಂತ...

ಸಂತ, ತಪ್ತ, ಸಭ್ಯರ ಬಗ್ಗೆ, ಅನುಭವ, ನಿರನುಭವ, ಪಕ್ವತೆಯ ಬಗೆಗೆ ಯೋಚಿಸಿದ್ದು, ಸ್ಟೂಅರ್ಟ್ ಜೊತೆ ಉದ್ದೇಶದ ಬಗ್ಗೆ ಚರ್ಚಿಸಿದ್ದು ಮರುಕಳಿಸುತ್ತದೆ. ನನ್ನ ಅಪ್ಪನೂ ನಿರನುಭವಿಯಾಗಿ ತಪ್ತನಾಗಿ ಸತ್ತನೆ? ಸುಬ್ಬಣ್ಣಕಕ್ಕನೂ ನಿರನುಭವಿಯಾಗಿ ತಪ್ತನಾಗಿ ಬದರಿಕಾಶ್ರಮದಲ್ಲಿ ಅಲೆಯುತ್ತಿರಬಹುದೆ? ಸ್ಟೂಅರ್ಟ್‌ಗೆ ಇಡಿಯ ಕತೆಯನ್ನೆ ಹೇಳಿ ಅವನ ಸಭ್ಯ ಲಿಬರಲ್ ಮನಸ್ಸಿಗೆ ಇದೆಲ್ಲ ಹೇಗೆ ತಟ್ಟುತ್ತದೆಂದು ಕೇಳಬೇಕು.

ನನ್ನ ಅಪ್ಪ ಮನೆಗೆ ಹಿರಿಯನಾಗಿ ಯಾಕೆ ಮನೆತನದ ವಹಿವಾಟನ್ನು ತನ್ನ ತಮ್ಮ ಶ್ಯಾಮಕಕ್ಕನಿಗೆ ವಹಿಸಿದ? ಅಮ್ಮ ಅನ್ನುತ್ತಿರುತ್ತಾಳೆ: 'ತೋಟದಲ್ಲಿ ಎಷ್ಟು ಅಡಿಕೆ ಬೆಳೆದಿದೆ, ಬೆಳೆಯೆಷ್ಟು – ಹಸ ಎಷ್ಟು, ಒಟ್ಟು ಎಷ್ಟು ಸಂಪಾದನೆಯಾಯಿತು ಒಂದನ್ನೂ ಇವರು ತಲೆಗೆ ಹಚ್ಚಿಕೊಂಡಿದ್ದಿಲ್ಲ. ಹಚ್ಚಿಕೊಂಡಿದ್ದರೆ ನೀವು ಯಾಕೆ ಹೀಗೆ ಒದ್ದಾಡ ಬೇಕಾಗಿ ಬರ್ತಿತ್ತು? ಸುಖವಾಗಿ ಕಾಲು ಚಾಚಿ ಸಂಸಾರ ಮಾಡಬಹುದಿತ್ತು.' ಪೂಜೆ, ಪುನಸ್ಕಾರ, ಭಾರತ, ಭಾಗವತ ಪಠನ; ರಾಮನವಮಿಯಲ್ಲಿ ದೇವಸ್ಥಾನದ ಕಟ್ಟೆಯ ಮೇಲೆ ಕೂತು ವಾಲ್ಮೀಕಿರಾಮಾಯಣವನ್ನು ಓದಿ ಕನ್ನಡದಲ್ಲಿ ವ್ಯಾಖ್ಯಾನ ಮಾಡೋದು; ಊರಿನಲ್ಲಿ ಹುಟ್ಟಿದ ಮಕ್ಕಳಿಗೆಲ್ಲ ಕುಂಡಲಿ ಹಾಕಿಕೊಡೋದು; ಉಪಾಕರ್ಮದ ದಿನ ಊರಿನವರಿಗೆಲ್ಲ ಉಪಾಕರ್ಮ ಮಾಡಿಸೋದು; ಗೌರಿಹಬ್ಬದ ದಿನ ಊರಿನ ಹೆಂಗಸರನ್ನೆಲ್ಲ ಮನೆಗೆ ಕರೆದು ವ್ರತ ಮಾಡಿಸೋದು; ನೆರೆಹೊರೆಯವರ ಮನೆಯ ದನ

ತಪ್ಪಿಸಿಕೊಂಡರೆ ಹಲಗೆ ಮಂತ್ರಿಸಿ ಕೊಡೋದು; ಬೇರು ಬಳ್ಳಿಗಳನ್ನು ತಂದು ಖಾಹಿಲೆ ಯಾದವರಿಗೆ ಮುಟ್ಟಸ ಮಾಡೋದು – ಏನಾದರೂ ಸಮಯ ಉಳಿದರೆ, ಜನಿವಾರ ಮಾಡ್ತ ಕೂರೋದು. ಅಮ್ಮನಿಗೇನಾದರೂ ಸೀರೆ ಬೇಕಾದರೆ ಅಪ್ಪ ತನ್ನ ತಮ್ಮನ ಹತ್ತಿರ ಹೋಗಿ ಅದೂ ಇದೂ ಮಾತಾಡಿ, ಕೆಮ್ಮಿ 'ಮಾರಾಯ ನೋಡು – ಇವಳಿ ಗೊಂದು ಸೀರೆ ಬೇಕಂತೆ. ಕೈಯಲ್ಲಿ ದುಡ್ಡಿಲ್ಲದಿದ್ದರೆ ಬ್ಯಾರಿ ಅಂಗಡೀಲಿ ಕಡಾ ಆದರೂ ಬರಿಸಿ ತಗೊಂಬಾ, ಹೆಚ್ಚು ಬೆಲೇದೇನೂ ಬೇಕೂಂತಿಲ್ಲ' ಎಂದು ಅಳೆದು ಹೋಯ್ದು ಕೇಳುವುದು ನೋಡಿದರೆ ಅಮ್ಮನಿಗೆ ಸಿಡಿಸಿಡಿ ಎನ್ನುತ್ತಿತ್ತಂತೆ. ಅಪ್ಪನದು ಹೀಗೆ ವೈದಿಕ ವೃತ್ತಿಯಾದರೆ ಶ್ಯಾಮಕಕ್ಕನದು ಸಂಪೂರ್ಣ ಲೌಕಿಕ. ಊರಿನಲ್ಲಿ ಏನು ಗಲಾಟೆಯಾಗಲಿ, ಪಾಲು ಪಂಚಾಯ್ತಿ ನಡೆಯಲಿ, ಅಲ್ಲಿ ಶ್ಯಾಮಕಕ್ಕ ಇರಬೇಕು. ಕೋರ್ಟು ಕಛೇರಿಯೆಂದು ಅವ ಯಾವತ್ತೂ ಸಾಗರ ಶಿವಮೊಗ್ಗ ಅಲೆಯುತ್ತಿದ್ದ. ನಮಗಿದ್ದ ಆಸ್ತಿ ಅಷ್ಟರಲ್ಲೆ ಇದ್ದರೂ ಸದಾ ನಾಲ್ಕೈದು ಕೇಸುಗಳು ಸಾಗರದ ಕೋರ್ಟಿನಲ್ಲಿ ಇರುತ್ತಿದ್ದುವು. ಹೀಗಾಗಿ ಹೊರಗೆ ಹೇಗೋ ಹಾಗೆಯೇ ಅಡಿಗೆಮನೆ ಒಳಗೆ ಕಾರುಬಾರು ನಡೆಸುವವಳು ಚಿಕ್ಕಮ್ಮ. ಹಿರಿಯ ಳಾದರೂ ಅಮ್ಮನಿಗೆ ಅಲ್ಲಿ ಮಾತಿಲ್ಲ. 'ಒಂದಿಷ್ಟು ತುಪ್ಪಕ್ಕೆ, ನಿಮಗಿಷ್ಟು ಹಾಲಿಗೆ ಅವಳನ್ನ ನಾನು ಕೇಳಬೇಕಾಗ್ತಿತ್ತು ಕಣೊ' – ಎನ್ನುತ್ತಾಳೆ ಅಮ್ಮ. ಇದು ಹೆಚ್ಚು ದಿನ ಉಳಿಯಲಿಲ್ಲ – ಅಮ್ಮ ಚಿಕ್ಕಮ್ಮನ ನಡುವೆ ಛಿದ್ರ ದೊಡ್ಡದಾಗಿ ಮನೆ ಪಾಲಾಯಿತು. ಅಪ್ಪ ಅದಕ್ಕೆ ಹೂ ಎನ್ನಲಿಲ್ಲ, ಊಹೂ ಎನ್ನಲಿಲ್ಲ. ಅಪ್ಪನಿಗೆ ಪಾಲಿನ ಜೊತೆ ಚಿಕ್ಕಪ್ಪನ ಅದ್ದೂರಿ ಕಾರುಬಾರಿನಿಂದಾದ ಸಾಲವೂ ತಲೆಯ ಮೇಲೆ ಬಂತು. ಪಾಲು ಆದ ಮೇಲೂ ಅಪ್ಪ ಶುದ್ಧ ವೈದಿಕನಾಗಿಯೇ ಉಳಿದ. ಅಡಿಕೆ-ವ್ಯಾಪಾರ ಇತ್ಯಾದಿ ಕೆಲಸಕ್ಕೆ ಸಾಗರಕ್ಕೊ ಶಿವಮೊಗ್ಗೆಗೊ ಹೋಗಬೇಕಾಗಿ ಬಂದರೆ – 'ಪೇಟೇಲಿ ನನಗೆ ಸ್ನಾನ ಸಂಧ್ಯಾ ವಂದನೆಗೆ ಅಡಚಣೆ ಆಗ್ತದಪ್ಪ. ನಿನ್ನ ಅಡಿಕೇ ಜೊತೇಲಿ ನನ್ನದನ್ನೂ ಅಷ್ಟು ಮಾರಿ ಬಾ' ಎಂದು ಚಿಕ್ಕಪ್ಪನಿಗೆ ವಹಿಸಿಬಿಡುತ್ತಿದ್ದ.

ಆದರೆ ವಿಚಿತ್ರವೆಂದರೆ ಅಪ್ಪ ಸಾಯುವುದಕ್ಕೆ ಮುಂಚೆ ಅವರ ಇಳಿವಯಸ್ಸಿನಲ್ಲಿ ಇದ್ದಕ್ಕಿದ್ದಂತೆ ಬದಲಾದದ್ದು. ಸದಾ ಸೌಮ್ಯವಾಗಿರುತ್ತಿದ್ದವನು ಬೆಂಕಿಗೆ ಬಿದ್ದ ಉಪ್ಪಿನಂತೆ ಕಿಡಿಕಿಡಿಯೆನ್ನತೊಡಗಿದ. ವೈದಿಕವೃತ್ತಿಯಲ್ಲಿ ತತ್ಪರವಾದ ಮನಸ್ಸು ಹಣದ ಕಡೆ ತಿರು ಗಿತು. ದಪ್ಪ ಗಾಜಿನ ಕನ್ನಡಕ ಹಾಕಿಕೊಂಡು ಹಳೆಯ ಕಡತಗಳನ್ನೆಲ್ಲಾ ಹೊರಗೆ ತೆಗೆದು ಧೂಳು ಹೊಡೆದು ಲೆಖ್ಖವನ್ನೆಲ್ಲಾ ಕೂಡಿಸಲು ಶುರುಮಾಡಿದ. ಶ್ಯಾಮಕಕ್ಕನನ್ನು ಒಂದು ದಿನ ಕರೆದು, ನಿನ್ನಂತಹ ಠಕ್ಕ ಬೇರೊಬ್ಬನಿಲ್ಲೆಂದು ವಾಚಾಮಗೋಚರ ಬೈದ. ಯಾವತ್ತೊ ಯಾರಿಗೊ ಕೊಟ್ಟ ಒಂದಾಣೆ ಎರಡಾಣೆ ಸಾಲವನ್ನೆಲ್ಲ ತಗಾದೆ ಮಾಡಿ ವಸೂಲು ಮಾಡ ತೊಡಗಿದ. ದೇವರ ಪೂಜೆಯಲ್ಲಿದ್ದಾಗಲೂ ಥಟ್ಟನೆ ಏನೋ ನೆನೆದು, ಅಮ್ಮನನ್ನು ಕರೆದು – 'ಏನೇ ಅಡಿಕೇ ಸುಲಿಯೋರು ಬಂದರೇನೇ? ಚಪ್ಪರದ ಮೇಲೆ ಒಣಗ್ತಿರೋ ಅಡಿಕೇನ್ನ ಸುಲಿಯೋ ಹೆಂಗಸರು ಮಡಿಲಲ್ಲಷ್ಟು ಕಟ್ಟಿಕೊಂಡು ಹೋದರೂ ಅಷ್ಟು

ಭಂಗಾರಾನೇ ಹೋದಂಗೆ – ಸ್ವಲ್ಪ ನಿಗಾ ಇರಲೇ' – ಎಂದು ಸದಾ ರಗಳೆ ಮಾಡಲು ಶುರುಮಾಡಿದ. ಕಣ್ಣಿನ ದೃಷ್ಟಿ ಮಂದವಾಗುತ್ತಿದ್ದಂತೆ, ಕಿವಿ ಕಿವುಡಾಗುತ್ತಿದ್ದಂತೆ ಲೋಕದ ಮೇಲಿನ ಆಸಕ್ತಿ ಇನ್ನಷ್ಟು ಬಿಗಿಯಹತ್ತಿತು. ಯಾವ ಹೆಜ್ಜೆ-ಸಪ್ಪಳ ಕೇಳಿದರೂ 'ಯಾರದು?' ಎಂದು ತಡವಿಕೊಂಡು ಬಂದಾಯಿತು; ಯಾರು ಏನು ಆಡುತ್ತಿದ್ದರೂ 'ಏನದು' ಎಂದು ಕೂಡಲೇ ತಿಳಿಯಬೇಕು; ಹೆಂಡತಿ ಮಕ್ಕಳು ತಾನು ಹಾಕಿದ ಗೆರೆ ಮೀರ ಕೂಡದು, ತನ್ನನ್ನು ಕೇಳದೆ ಏನೂ ಮಾಡಕೂಡದು – ಸಾಯುವಾಗ ಅಪ್ಪ ಅತ್ಯಂತ ಕರುಣಾಜನಕ ದೃಶ್ಯವಾದ.

ವೈದಿಕಧರ್ಮದಲ್ಲಿ ಬೇರು ಬಿಟ್ಟ ಅಪ್ಪ ಯಾಕೆ ಹೀಗೆ ಬದಲಾದ? – ಅವನ ಜೀವನ ವನ್ನು ನಡೆಸಿದ ನಂಬಿಕೆ ಎಷ್ಟು ಪೊಳ್ಳು ಎಷ್ಟು ನಿಜ – ತನ್ನ ಹಾಗೆ ಅವನು ತಪ್ಪನೆ, ಅಕ್ಕತಂಗಿಯರ ಹಣ್ಣಿನ ಮರದಂತೆ ಅವನು ಒಳಗೆ ಠೊಳ್ಳೆ?

ಅಪ್ಪನ ಕತೆ ಹೀಗಾದರೆ ಶ್ಯಾಮಕಕ್ಕನದು ಇನ್ನೊಂದು. ಮೋಸ, ದಗ, ವಂಚನೆ ಮಾಡಿ ದುಡಿದದ್ದನ್ನೆಲ್ಲ ಸೂಳೆಯರ ಮೇಲೆ ಸುರಿದ, ಕೋರ್ಟುಗಳಿಗೆ ಅಲೆದು ಪೋಲು ಮಾಡಿದ. ಅವನ ಕಾಮ ಸೆಗಣಿ ತೆಗೆಯುವ ಹೊಲತಿಯನ್ನೂ ಬಿಡಲಿಲ್ಲ – ಸಿಕ್ಕಿಬಿದ್ದು ಗಲಾಟೆಯಾದರೂ ಅವ ಜಗ್ಗಲಿಲ್ಲ. ಸೀರೆಯುಟ್ಟದ್ದೊಂದು ಕಣ್ಣೆದುರು ಸುಳಿದರೆ ಸಾಕು ಬೆನ್ನುಹತ್ತುವ ಸ್ವಭಾವ ಅದು. ಅವನು ಠಿಕಾಣಿ ಬಿಟ್ಟಲ್ಲೆಲ್ಲ ಸೂಳೆಯರು – ಶಿವ ಮೊಗ್ಗೆಯಲ್ಲಿ, ಸಾಗರದಲ್ಲಿ, ಬಸರೂರಿನಲ್ಲಿ, ಹಿತ್ತಿಲಿನಲ್ಲಿ, ಗುಡ್ಡದಲ್ಲಿ, ತೋಟದಲ್ಲಿ. ಆದರೆ ಈಗ ಅವನ ದರ್ಬಾರೆಲ್ಲ ಮಾಯವಾಗಿದೆ; ಕೈಯಲ್ಲಿದ್ದ ಹಣ ಖರ್ಚಾಗಿದೆ; ಡಯಾಬಿಟಿಸ್ ರೋಗದಿಂದ ಜೀರ್ಣನಾಗಿದಾನೆ; ಮನೆತನದ ಮರ್ಯಾದೆಯೆಂದು ಸದಾ ಜಪಿಸುತ್ತಾನೆ. ದುರ್ಗಾಪೂಜೆ, ಸತ್ಯನಾರಾಯಣವ್ರತ, ತೀರ್ಥಯಾತ್ರೆ – ಹೀಗೇ ಹೇಗೋ ಕಾಲಹಾಕು ತ್ತಾನೆ.

ಇವರಿಬ್ಬರಿಗಿಂತ ಕೇಶವನಿಗೆ ಅತಿ ವಿಚಿತ್ರವೆನ್ನಿಸುವುದು ಅಪ್ಪನ ಕಿರಿಯ ತಮ್ಮ ಸುಬ್ಬಣ್ಣ ಕಕ್ಕನದು. ಅವನು ಕಿರಿಯ ವಯಸ್ಸಿನಲ್ಲೆ ಮನೆ ಬಿಟ್ಟು ಊರಿನಲ್ಲಿದ್ದ ಮಠ ವನ್ನು ಸೇರಿದ. ಅತ್ಯಂತ ನಿಷ್ಠ ಬ್ರಾಹ್ಮಣನಾದ. ದಿನಕ್ಕೊಂದು ಹೊತ್ತು ಮಾತ್ರ ಊಟ. ವರ್ಷಕ್ಕೊಮ್ಮೆ ಬೇಡಿ ಎರಡು ಪಾಣಿಪಂಚೆಯನ್ನು ಪಡೆದು ಒಂದನ್ನು ಒಗೆದುಹಾಕಿ ದಾಗ ಇನ್ನೊಂದನ್ನು ಉಡುವುದು. ಒಮ್ಮೆ ಕೇಶವನ ಕಣ್ಣೆದಿರೆ ಯಾವನೋ ಒಬ್ಬ ಹುಚ್ಚ ಬಂದು ಸುಬ್ಬಣ್ಣಕಕ್ಕನ ಹತ್ತಿರ 'ನನಗೊಂದು ವಸ್ತ್ರವನ್ನುಡಲು ಕೊಡು 'ಎಂದು ಕೇಳಿದ. 'ಉಟ್ಟದ್ದನ್ನು ಕೊಡಕೂಡದು' ಎಂದ ಸುಬ್ಬಣ್ಣಕಕ್ಕ. 'ಪರವಾಗಿಲ್ಲ ಕೊಡು' ಎಂದು ಹುಚ್ಚ ದುಂಬಾಲುಬಿದ್ದ. ಸುಬ್ಬಣ್ಣಕಕ್ಕ ಉಟ್ಟ ವಸ್ತ್ರವನ್ನು ಬಿಚ್ಚಿ ಕೊಟ್ಟು ಬರಿಯ ಕೌಪೀನದಲ್ಲಿ ಉಳಿದ. ಆ ವರ್ಷವೆಲ್ಲ ಇನ್ನೊಂದು ವಸ್ತ್ರವನ್ನು ಅವನು ಬೇಡ ಲಿಲ್ಲ. ಅವನ ದಿನ ಪ್ರಾತಃಕಾಲ ನಾಲ್ಕು ಗಂಟೆಗೆ ಪ್ರಾರಂಭವಾಗುತ್ತಿತ್ತು. ಹೊಳೆಯಲ್ಲಿ

ಸ್ನಾನಮಾಡಿ, ಮೂರು ಗಂಟೆಗಳ ಕಾಲ ನಿಂತು ಜಪಮಾಡಿ, ನಂತರ ಮತ್ತಷ್ಟು ಓದಿ, ಮಧ್ಯಾಹ್ನ ಮತ್ತೆ ಸ್ನಾನಮಾಡಿ, ಸುಡುವ ಬಿಸಿಲಿನಲ್ಲಿ ನಿಂತು ಜಪಮಾಡಿ, ಎಲ್ಲರೂ ಊಟಕ್ಕೆ ಕೂತಿದ್ದಾಗ ತನ್ನದೊಂದು ಪುಟ್ಟ ಬಟ್ಟಲನ್ನು ಹಿಡಿದು 'ಭವತಿ ಭಿಕ್ಷಾಂದೇಹಿ' ಎಂದು ಎಲ್ಲರಿಗೆ ಒಡ್ಡಿ ಹಿಡಿ ಹಿಡಿ ಅನ್ನವನ್ನು ಪಡೆದು ಅದನ್ನಷ್ಟು ಊಟಮಾಡಿ, ಮತ್ತೆ ಓದಲು ಕೂರುವುದು. ಸಂಜೆ ಮತ್ತೆ ಹೊಳೆಯಲ್ಲಿ ಸ್ನಾನಮಾಡಿ, ಜಪ. ಜಪ ಮುಗಿದ ಮೇಲೆ ಮಠದ ಗೋಡೆಯ ಕಿಂಡಿಯಲ್ಲಿ ಹತ್ತಿಸಿಟ್ಟ ಹಣತೆಯ ದೀಪದ ಎದುರು ನಿಂತು ಅದು ಆರುವವರೆಗೆ ಅಧ್ಯಯನ. ದೀಪ ಚಿಕ್ಕದಾಗಿ ಉರಿಯುತ್ತಿದ್ದರೆ ಅದನ್ನು ದೊಡ್ಡದಾಗಿ ಉರಿಸಿಕೊಳ್ಳುತ್ತಿರಲಿಲ್ಲ. ಇರುವಷ್ಟು ಬೆಳಕಿನಲ್ಲಿ, ಬೆಳಕು ಇರುವಷ್ಟು ಕಾಲ ಓದಿ, ಅಲ್ಲೆ ನೆಲದ ಮೇಲೆ ಮಲಗಿ, ನಿದ್ದೆ. ದುಡ್ಡನ್ನು ಕೈಯಿಂದ ಮುಟ್ಟುತ್ತಿರಲಿಲ್ಲ. ವರ್ಷಕ್ಕೊಂದು ತಿಂಗಳು ದಿನಕ್ಕೊಂದು ಹೊತ್ತಿನ ಊಟವನ್ನೂ ಬಿಟ್ಟು ಬರಿಯ ದಾಸವಾಳದ ಹೂವನ್ನೂ ತಿಂದು ಜೀವನ. ಹೊಟ್ಟೆ ಬೆನ್ನಿಗೆ ಅಂಟಿ, ಎದೆ ಎಲುಬುಗೂಡಾಗಿ – ಯಜ್ಞಕುಂಡದಲ್ಲಿ ಉರಿಯುವ ಅಶ್ವತ್ಥಕಾಷ್ಟದಂತೆ ತಪಸ್ಸಿನಲ್ಲಿ ಉರಿಯುತ್ತಿದ್ದ ಅವನ ಶರೀರದಲ್ಲಿ ಎರಡು ಕಣ್ಣುಗಳು ಪ್ರಶಾಂತ ಜ್ವಾಲೆಗಳಂತಿದ್ದುವು.

ತನ್ನ ಅಪ್ಪ ಅಮ್ಮನ ಶ್ರಾದ್ಧಕ್ಕೆಂದು ಮಾತ್ರ ಮನೆಗೆ ಬರುತ್ತಿದ್ದ ಸುಬ್ಬಣ್ಣಕಕ್ಕ ಒಂದು ದಿನ ಅಕಸ್ಮಾತ್ ಮನೆಗೆ ಬಂದ. ಅಪ್ಪನ ಕಾಲಿಗೆ ಸಾಷ್ಟಾಂಗ ನಮಸ್ಕಾರ ಮಾಡಿದ. ಅಪ್ಪ 'ದೀರ್ಘಾಯುವಾಗು' ಎಂದು ಅವನನ್ನು ಹರಸಿದರು. ಸುಬ್ಬಣ್ಣಕಕ್ಕ ಎದ್ದು ನಿಂತು ಕತ್ತನ್ನು ಬಾಗಿಸಿ ಕೈಮುಗಿದು ಹೇಳಿದ :

"ಇವತ್ತು ಬೆಳಿಗ್ಗೆ ಜಪಕ್ಕೆಂದು ಏಳುವ ಮುಂಚೆ ದೈವಾಜ್ಞೆಯಾದ ಹಾಗೆ ಅನ್ನಿಸಿತು – ನೀನಿನ್ನು ಸ್ವತಂತ್ರನಾಗುವ ಕಾಲ ಬಂದಿದೆ, ಆ ಅಧಿಕಾರವನ್ನು ನೀನು ಪಡೆದಿದಿ ಅಂತ. ಜಪ ಮುಗಿದ ಮೇಲೆ ಚಿಂತೆಯಾಯಿತು : ದೈವಾಜ್ಞೆಯೆಂದು ನಾನು ಬಗೆದಿದ್ದು ನಿದ್ದೆಗಣ್ಣಿನಲ್ಲಿದ್ದ ನನ್ನ ಭ್ರಮೆಯೋ, ನನ್ನ ಶರೀರದಲ್ಲಿ ಭಗ್ನವಾಗದೆ ಉಳಿದಿರುವ ನನ್ನ ಅಹಂಕಾರದ ಮೋಸವೋ – ಬಗೆಹರಿಯಲಿಲ್ಲ. ಹೊರಗೆ ಬಂದು ಒಂದು ಅಶ್ವತ್ಥದ ಎಲೆಯನ್ನು ಗಾಳಿಗೆ ಹಿಡಿದು ಕಣ್ಣು ಮುಚ್ಚಿ ದೇವರನ್ನು ಪ್ರಾರ್ಥಿಸಿ ಹೇಳಿದೆ : ದೈವಾಜ್ಞೆ ಎಂದು ನಾನು ಬಗೆದಿದ್ದು ನಿಜವಾದರೆ ಇದು ಅಂಗಾತನೆ ಬೀಳಲಿ – ಇಲ್ಲವೇ ಮಗುಚಿ ಬೀಳಲಿ. ಗಾಳಿಯಲ್ಲಿ ಎಲೆ ಸುತ್ತಿ ಸುತ್ತಿ ಅಂಗಾತ ಬಿತ್ತು. ದೈವಾಜ್ಞೆಯ ನಂತರ ಹಿರಿಯನ ಆಜ್ಞೆಗೆಂದು ನಿಮ್ಮ ಹತ್ತಿರ ಬಂದಿದ್ದೇನೆ. ನಾನು ಸಂನ್ಯಾಸವನ್ನು ಸ್ವೀಕರಿಸಿದರೆ ಆತ್ಮಶ್ರಾದ್ಧವನ್ನು ಮಾಡಿಕೊಂಡು ಎಲ್ಲ ಸಂಬಂಧವನ್ನೂ ತೊರೆಯಬೇಕಾಗುತ್ತದೆ – ಪಿತೃಋಣ, ಗುರುಋಣ, ದೇವಋಣ ಇತ್ಯಾದಿ ಎಲ್ಲ ಋಣದ ಭಾರವನ್ನು ನಿಮ್ಮೊಬ್ಬರ ತಲೆಯ ಮೇಲೆ ಹೊರಿಸಬೇಕಾಗುತ್ತದೆ. ನನಗೆ ಆ ಅಧಿಕಾರ ಇದೆಯೆ ಎಂದು ನಿಮ್ಮ ಅನುಜ್ಞೆಗೆ ಕಾದಿದ್ದೇನೆ."

ಮಾತನ್ನು ಮುಗಿಸಿ ಸುಬ್ಬಣ್ಣಕಕ್ಕ ಹಾಗೆಯೇ ಕೈಮುಗಿದು ವಿಗ್ರಹದ ಹಾಗೆ ನಿಂತ. ಅಪ್ಪನ ಕಣ್ಣಲ್ಲಿ ನೀರು ಸುರಿಯಿತು. ಯಾರೂ ಮಾತಾಡಲಿಲ್ಲ. ಕೊನೆಗೆ ಆರ್ದ್ರವಾದ ಕಂಠದಿಂದ ಅಪ್ಪ ಅಂದರು :

"ನೀನು ಮಹಾತ್ಮ. ದೈವಾಜ್ಞೆಯನ್ನು ತಡೆಯುವ ಅಧಿಕಾರ ನನಗೆ ಎಲ್ಲಿದೆ? ನಿನ್ನ ತಪಸ್ಸಿನಿಂದ ಪಶು-ಪಕ್ಷಿಯಾದಿಯಾಗಿ ಸಮಸ್ತಕ್ಕೂ ಕಲ್ಯಾಣವಾಗಲಿ."

ಅಪ್ಪ ನಮ್ಮನ್ನೆಲ್ಲ ಕರೆದು ಸುಬ್ಬಣ್ಣಕಕ್ಕನ ಕಾಲಿಗೆ ಎರಗಲು ಹೇಳಿದರು.

"ನೀನು ಸಂನ್ಯಾಸಿಯಾಗಿ ಬಾ ಮಗು. ಆಗ ನಿನ್ನ ಕಾಲಿಗೆ ನಾನೂ ಎರಗಿ ಕರ್ಮದಿಂದ ಬಿಡುಗಡೆ ಹೊಂದುತ್ತೇನೆ. ಈಗ ನಿನಗೆ ನಾನು ನಮಸ್ಕಾರ ಮಾಡಿದರೆ ನಿನ್ನ ಆಯುಸ್ಸಿಗೆ ಒಳ್ಳೆಯದಲ್ಲ."

ಎಂದು ಅಪ್ಪ ಕಣ್ಣೊರಸಿಕೊಂಡು ಅಮ್ಮನನ್ನು ಹತ್ತಿರ ಕರೆದು 'ದೇವರಿಗೆ ಇನ್ನೊಂದು ದೀಪ ಹಚ್ಚಿ ಬಾ' ಎಂದರು.

ಸುಬ್ಬಣ್ಣಕಕ್ಕ ಮತ್ತೆ ಅಣ್ಣನಿಗೆ ಅತ್ತಿಗೆಗೆ ನಮಸ್ಕರಿಸಿ, ಮೆಟ್ಟಿಲಿಳಿದು, ತಿರುಗಿ ನೋಡದೆ ನಡೆಯುತ್ತಿದ್ದಂತೆ ಅಪ್ಪ

"ನಿನ್ನ ಪ್ರಾಣವಾಯುವನ್ನ ಕಾಯುವ ಭೌತಶರೀರಾನ್ನ ತೀರಾ ಅಸಡ್ಡೇಂದ ನೋಡ ಬೇಡಪ್ಪ" ಎಂದರು.

ಸುಬ್ಬಣ್ಣಕಕ್ಕ ಕಾವಿಯನ್ನು ಧರಿಸಿ ಕೈಯಲ್ಲೊಂದು ದಂಡವನ್ನೂ ಕಮಂಡಲವನ್ನೂ ಹಿಡಿದು ಬದರಿಕಾಶ್ರಮಕ್ಕೆ ನಡೆದ.

* * * *

ಸ್ಟೂಅರ್ಟ್ ಮತ್ತು ಕೇಶವ ಒಂದು ಕ್ಷುದ್ರವಾಗಿ ಕಾಣುವ ಐದು ಅಂತಸ್ತಿನ ಮನೆಯ ಎದುರು ಬಂದು ನಿಂತರು. ಕೆಳಗೆ 'ರೋರಿಂಗ್ ಟ್ವೆಂಟೀಸ್' ಎಂದು ಬೋರ್ಡ್ ಇತ್ತು. ಆದರೆ ಇನ್ನೂ ಬಾಗಿಲು ತೆರೆದಿರಲಿಲ್ಲ. ತೆರೆಯುವ ಕಾಲ ರಾತ್ರಿ 10-30 ಎಂದು ಬರೆದಿತ್ತು. 'ಈಗಿನ್ನೂ ಗಂಟೆ 8-30' ಎಂದ ಸ್ಟೂಅರ್ಟ್. 'ಏನು ಮಾಡೋಣ?' ಎಂದು ಕೇಶವನನ್ನು ಕೇಳಿದ. "ನೀನು ಹೇಳಿದ ಹಾಗೆ. ಬೇರೆ ಎಲ್ಲಾದರೂ ಹೋಗೋಣ" ಎಂದು ಕೇಶವ ಹೇಳಿದ. ದಾರಿಯಲ್ಲಿ ಇಂಗ್ಲಿಷಿನಲ್ಲಿ ಅತ್ಯಂತ ಕಷ್ಟದಿಂದ ಮಾತು ಹುಡುಕುತ್ತ ಅಪ್ಪ ಚಿಕ್ಕಪ್ಪನ ಕತೆಯನ್ನು ಹೇಳಿದ. ಹೇಳಿ ಮುಗಿಸಿದ ಮೇಲೆ ಒಂದು ಪ್ರಶ್ನೆ ಅವನನ್ನು ಕಾಡಿತು. ಅಮ್ಮ, ತಂಗಿಯರು, ಮಾಧು, ಅಪ್ಪ, ಶ್ಯಾಮಕಕ್ಕ, ಸುಬ್ಬಣ್ಣಕಕ್ಕ, ಸ್ಟೂಅರ್ಟ್, ತಾನು – ತಪ್ತರು, ಸಂತರು, ಸಭ್ಯರು, ಅನುರಾಗಿಗಳು, ವಿರಾಗಿಗಳು, ಅಮ್ಮನ ಹಾಗೆ ಯಾವ ಸ್ವಾರ್ಥವೂ ಇಲ್ಲದೆ ಮದುವೆ ಮುಂಜಿಯೆಂದು ಬಾಳನ್ನು ನಡೆಸುವವರು... ಗುರಿಯೇನು, ಗಮ್ಯವೇನು – ಹೊಳೆಯುವುದಿಲ್ಲ. ಅಪ್ಪ,

ಶ್ಯಾಮಕಕ್ಕ, ತಾನು, ಪ್ರಾಯಶಃ ಮಾಧು – ಅದೃಶ್ಯದಲ್ಲಿ, ಅವ್ಯಕ್ತದಲ್ಲಿ, ಅಚಿಂತ್ಯದಲ್ಲಿ ಬೇರುಬಿಟ್ಟದ್ದೊಂದು ನಮ್ಮ ನಾಲ್ವರ ಸ್ವಭಾವದಲ್ಲೂ ಇಲ್ಲದೇ ಇರಬಹುದು; ತಿರುಳಿನಲ್ಲಿ ಶೂನ್ಯವಿರಬಹುದು; ನಮ್ಮ ಸ್ವಭಾವದ ಮತ್ತು ನಮ್ಮನ್ನು ಆವರಿಸಿದ ಪದಾರ್ಥ ಲೋಕದ ಮೇಲಿನ ನಮ್ಮ ಹಿಡಿತ ಸಡಿಲವಾದ ಕ್ಷಣ, ಕಪ್ಪು – ಶೂನ್ಯ ನಮ್ಮನ್ನು ಆವರಿಸಿಬಿಡಬಹುದು. ಯಾವುದಕ್ಕಾದರೂ ಜೋತುಬಿದ್ದಿರಲೇಬೇಕು ನಾವು – ಭಯಂಕರ ವಾದ ಟೊಳ್ಳು ಶೂನ್ಯ ಒಳಗೆ. ಸ್ವಭಾವದ ಪ್ರಳಯದಲ್ಲಿ ಬದುಕ ಹೊರಟ ನಮ್ಮ ಜೀವನದಲ್ಲಿ ದೃಢತೆಯಿಲ್ಲ. ಕೌಶಲವಿಲ್ಲ – ಕೋಲಾಹಲ, ಕುದಿ, ಉರಿ. ಸ್ಟೂಅರ್ಟ್ ನಂತಾಗಲಿ, ಸುಬ್ಬಣ್ಣಕಕ್ಕನಂತಾಗಲೀ ಕುಲುಮೆಯಲ್ಲಿಟ್ಟು, ಎರಕದಲ್ಲಿ ಹೊಯ್ದು, ತಿದ್ದಿ, ತೀಡಿ. ಒಳಗಿನಿಂದೊಂದು ಶಿಲ್ಪವನ್ನು ರೂಪಿಸಿಕೊಳ್ಳುವ ಕೌಶಲವಿಲ್ಲ. ನನಗೆ ನನ್ನ ಬಾಳು ಹಾಗೊಂದು ಪೂರ್ವನಿಶ್ಚಿತ ಶಿಲ್ಪವಾಗುವುದರಲ್ಲಿ ನಂಬಿಕೆಯೂ ಇಲ್ಲ. ಹತ್ತಿ ಕೊಂಡಿದ್ದು ಸಂಪೂರ್ಣ ಉರಿದು ಬೂದಿಯಾಗಬೇಕು. ಅದು ಶುಭ್ರ. ಇಲ್ಲವೇ ಕರಟಿ ಮಸಿಯಾಗುತ್ತದೆ.

ಭಾಗ : ಐದು

ಕಿರಿದಾದ ಸುತ್ತಿಕೊಂಡು ಹೋಗುವ ತುಕ್ಕು ಹಿಡಿದ ಕಬ್ಬಿಣದ ಮಹಡಿ ಮೆಟ್ಟಲುಗಳ ಬುಡದಲ್ಲೊಂದು ಗೂಡಿಸಂತಹ ಜಾಗ. ಅಲ್ಲೊಬ್ಬ ಪ್ಲಕಾರ್ಡ್ ಹಿಡಿದ ನೀಗ್ರೊ :

STRIP TEASE
ON THE FLOOR SHOW

ಹತ್ತು, ಹತ್ತು ಶಿಲಿಂಗ್ ಕೊಟ್ಟು ಕೇಶವ ಎರಡು ಟಿಕೆಟ್‌ಗಳನ್ನು ಪಡೆದ. ತನ್ನ ಪಾಲಿನ ಹತ್ತು ಶಿಲಿಂಗನ್ನು ಸ್ಟೂಅರ್ಟ್ ಕೊಡಹೋದರೆ 'ಬೇಡ. ಇವತ್ತು ನೀನು ನನ್ನ ಗೆಸ್ಟ್' ಎಂದ. ಕಿರಿದಾದ ಮೆಟ್ಟಿಲುಗಳನ್ನು ಕೇಶವ ಮುಂದಾಗಿ, ಸ್ಟೂಅರ್ಟ್ ಹಿಂದಾಗಿ ಹತ್ತಿಹೋಗಿ ಕಪ್ಪು ಕರ್ಟನ್ ಹಾಕಿದ್ದ ಒಂದು ರೂಮನ್ನು ಹೊಗುತ್ತಿದ್ದಂತೆ, ಎಲ್ಲ ದೀಪಗಳು ಥಟ್ಟನೆ ಆರಿ, ಮಿಣಿ ಮಿಣಿ ಒಂದು ದೀಪ ಮಾತ್ರ ಕೆಂಪಗೆ ಎಲ್ಲಿಂದಲೋ ಉರಿದು, ಕೇಶವನಿಗೆ ದಿಗ್ಭ್ರಮೆಯಾಯಿತು.

'ಸ್ಟೂಅರ್ಟ್' ಎಂದು ಕರೆದು ಗೆಳೆಯನಿಗಾಗಿ ಕೈನೀಡುತ್ತಿದ್ದಂತೆ ಒಬ್ಬ ಹುಡುಗಿ ಎಲ್ಲಿಂದಲೋ ಪ್ರತ್ಯಕ್ಷಳಾಗಿ ಅವನ ಕೈಹಿಡಿದು ಮೃದುವಾಗಿ ಎಳೆದಳು. ಇನ್ನೊಂದು ಕ್ಷಣದಲ್ಲಿ ಕೇಶವ ಮೆತ್ತನೆಯ ಸೋಫ ಒಂದರ ಮೇಲೆ ಕೂತಿದ್ದ. ಪಕ್ಕದಲ್ಲಿ ಹುಡುಗಿ ಕೂತಿದ್ದಳು. ಕೆಂಪು ದೀಪದ ಮಬ್ಬಿನಲ್ಲಿ 'ಸ್ಟೂಅರ್ಟ್' 'ಸ್ಟೂಅರ್ಟ್' ಎಂದು ಒಣಗಿದ ಗಂಟಲಿನಲ್ಲಿ ಕರೆಯುತ್ತ ಹುಡುಕಿದ.

"ನಿನ್ನ ಗೆಳೆಯನೆಲ್ಲಿ ಎಂದು ಹುಡುಕುತ್ತಿದ್ದಿ ಅಲ್ಲವೆ? ಇಲ್ಲಿಗೆ ಬರುವವರೆಲ್ಲ ಮೊದಲು ಹಾಗೇ ಮಾಡುತ್ತಾರೆ. ನಂತರ ಸರಿಹೋಗುತ್ತಾರೆ..."

"ಆಹಾ?" ಎಂದು ಕೇಶವ ಚೇತರಿಸಿಕೊಂಡ.

"ಇದು ಎಲ್ಲ ಸ್ಟ್ರಿಪ್ ಟೀಸ್ ಕ್ಲಬ್ಬುಗಳಂತಲ್ಲ. ಇಲ್ಲಿ ನಿನಗೆ ವಿಶೇಷವಾದ ಅನುಭವ ವಾಗುತ್ತದೆ... ಎಲ್ಲ ದೇಶದ ಎಲ್ಲ ಜನಾಂಗದ ಹುಡುಗಿಯರನ್ನೂ ನೀನು ಇಲ್ಲಿ ಬೆತ್ತಲೆ ನೋಡಬಹುದು... ಓಹೋ – ಮಾತಿನ ಭರದಲ್ಲಿ ಪರಿಚಯಮಾಡಿಕೊಳ್ಳುವುದಕ್ಕೆ ಮರೆತೆ. ನಾನು ಜೆನೆಟ್ – ನೀನು?"

"ನಾನು ಕೇಶವ್..."

"ಕೇಶವ್ – ಮುದ್ದಾಗಿದೆ ಹೆಸರು... ಇಲ್ಲಿ ಹವ ನಿನಗೆ ಒಗ್ಗುತ್ತದೆ?"

"ಈ ಸಾರಿ ವಿಂಟರ್ ಹೋದ ಸಾರಿಯಷ್ಟು ಭಯಂಕರವಾಗಿರಲಿಲ್ಲವೆನ್ನುತ್ತಾರೆ – ನಿಜವೆ?"

"ಜೀಸಸ್ – ಹೋದ ವಿಂಟರನ್ನು ಮತ್ತೆ ನೆನಪು ಮಾಡಬೇಡ."

ಸ್ವಲ್ಪ ಹೊತ್ತು ಮೌನ. ಕೇಶವ ಮಾತಿಗಾಗಿ ಹುಡುಕುತ್ತ ಕೂತ. ಆದರೆ ಜೆನೆಟ್ ತಾನೇ ಮಾತಿಗೆ ಪ್ರಾರಂಭಿಸಿದಳು :

"ನಮ್ಮ ಜೊತೆ ಒಬ್ಬ ಸಿಲೋನ್ ಹುಡುಗಿಯಿದ್ದಾಳೆ. ನಮಗೆ ನಾಚಿಕೆಯಾಗುವಂತೆ ಇಂಗ್ಲಿಷ್ ಮಾತಾಡುತ್ತಾಳೆ – ನಿನ್ನ ಇಂಗ್ಲಿಷ್ ಕೂಡ ಎಷ್ಟು ಚೆನ್ನಾಗಿದೆ!"

"ನಿನ್ನ ಮುಖ ನನಗೆ ಕಾಣಿಸುತ್ತಿಲ್ಲ. ಹೀಗೆ ಕತ್ತಲಲ್ಲಿ ಮುಖ ನೋಡದೆ ಮಾತಾ ಡೋದು ಕಷ್ಟ ಅಲ್ಲವೆ? – ದೀಪವನ್ನು ಹಾಕಲೆ?"

ಕೇಶವ ಧೈರ್ಯ ತಂದು ಕೇಳಿದ. ಅವನಿಗೆ ಸ್ಟೂಅರ್ಟ್ ಎಲ್ಲಿ ಕೂತಿರಬಹುದೆಂದು, ತವಕ–ಗಾಬರಿ. ಇನ್ನೆರಡು ಜನ ಒಳಗೆ ಬಂದ ಸದ್ದು, ಸೋಫದ ಮೇಲೆ ಕೂತ ಸದ್ದು ಪಿಸ ಪಿಸ ಮಾತು.

"ಇಲ್ಲಿ ಬರುವವರೆಲ್ಲ ಕತ್ತಲೆಯನ್ನ ಬಯಸುತ್ತಾರೆ. ನಿನ್ನ ಆಸೆ ವಿಚಿತ್ರ. ಸ್ವಲ್ಪ ತಾಳು – ಬೆಳಕಾಗುತ್ತದೆ."

ಜೆನೆಟ್ ಬೆತ್ತಲೆಯಾಗಿರಬಹುದೆ ಎಂದು ಕೇಶವನಿಗೆ ಆಸೆಯಾಯಿತು; ಆಗಿರಬಹು ದೆಂದು ಭಯವಾಯಿತು. ಮೆಲ್ಲಗೆ ಅವಳನ್ನು ತಡವಿದ: ಇಲ್ಲ – ಬಟ್ಟೆ ಹಾಕಿದ್ದಳು. ಸಮಾಧಾನವಾಗಿ ನಿರಾಸೆಯಾಯಿತು.

"ಇಲ್ಲಿ ಕುಡಿಯಬಹುದು ಕೇ... ಇನ್ನೊಮ್ಮೆ ನಿನ್ನ ಹೆಸರು ಹೇಳು...Sorry..."

"ಕೇಶವ್."

ತಾನೇ ಮೊದಲು ಸೂಚಿಸಬಾರದಿತ್ತೆ – ತಪ್ಪಾಯಿತು – ಎಂದು ಕೇಶವ 'ಎರಡು ಶೆರಿ' ಎಂದ.

ಎರಡು ಶೆರಿಯನ್ನು ತಂದಿಟ್ಟವಳ ಮುಖವೂ ಕಾಣಿಸಲಿಲ್ಲ. ಇನ್ನಿಬ್ಬರು ಒಳಬಂದ

ಸದ್ದು... ಪಿಸ, ಪಿಸ, ಮಾತು. ಯಾರೋ ಇಬ್ಬರು ದೊಡ್ಡದೊಂದು ಪೆಟ್ಟಿಗೆಯನ್ನು ಹೊತ್ತು ಒಳಗೆ ತೆಗೆದುಕೊಂಡು ಹೋದ ಸದ್ದು... ಆಯಾಸದ ಉಸಿರು... ರೂಮಿನ ತುಂಬ ಅಸ್ಪಷ್ಟ ರೂಪಗಳು...

ಕೂತ ಎಲ್ಲರೂ ಶೆರಿಯನ್ನು ಆರ್ಡರ್ ಮಾಡಿರಬೇಕು; ತಟ್ಟೆ ಹಿಡಿದು ಒಬ್ಬಳು Thanks ಎನ್ನುತ್ತಾ ಶೆರಿಯನ್ನು ಕೊಟ್ಟ ಸದ್ದು. ಎಲ್ಲರೂ ತನ್ನಂತೆ ಶೆರಿಯನ್ನು ಆರ್ಡರ್ ಮಾಡಿದ್ದಾರೆ, ಸ್ಟೂಅರ್ಟ್ ಕೂಡ – ಎಂದು ಸಮಾಧಾನ. ಕಡ್ಡಿ ಗೀರಿದ ಬೆಳಕು, ಅಲ್ಲೊಂದು ಇಲ್ಲೊಂದು ಮುಖ, ಮತ್ತೆ ಕತ್ತಲು... ಸುತ್ತಲೂ ಕೆಂಪು ತುದಿಯ ಸಿಗರೇಟುಗಳು. ಕೇಶವ ತಾನೊಂದು ಸಿಗರೇಟ್ ಹಚ್ಚಿದ. ಜೆನೆಟ್‌ಗೊಂದನ್ನು ಕೊಟ್ಟು ಮತ್ತೆ ಕಡ್ಡಿ ಗೀರಲು ಹೋದ. 'ಬೇಡ ನಿನ್ನ ಸಿಗರೇಟಿನ link ಕೊಡು' ಎಂದಳು. Thanks ಎಂದಳು.

ಮಿಣಮಿಣನೆ ಮಿನುಗುತ್ತಿದ್ದ ಕೆಂಪು ದೀಪವೂ ಆರಿ ಕತ್ತಲು ಕವಿಯಿತು. ಎದುರಿನಿಂದೊಂದು ಘರದೆ ಸರಿದ ಸಪ್ಪಳ. ಅದರೊಳಗಿಂದ ಫಕ್ಕನೆ ಉಜ್ವಲವಾದೊಂದು ದೀಪ. ಮೆತ್ತಗೊಂದು ಪಿಯಾನ್ ವಾದನದ ರಿಕಾರ್ಡ್ ಪ್ರಾರಂಭವಾಯಿತು. ಬೆಳಕಿನ, ಸಂಗೀತದ ಆವೃತ್ತದಲ್ಲೊಬ್ಬಳು ಹುಡುಗಿ ಕುಣಿಯುತ್ತ ಬಂದಳು – ಸಂಪೂರ್ಣ ವಸ್ತ್ರಾಲಂಕೃತೆಯಾಗಿ.

"ಹುಡುಗಿ ಚೆನ್ನಾಗಿದಾಳೆ ಅಲ್ಲವೆ?"

ಜೆನೆಟ್ ಪ್ರಶ್ನೆಗೆ ಕೇಶವ 'ಹೌದು' ಎಂದ. ದೀಪ ಹತ್ತಿದಾಗ ಕೇಶವನಿಗೆ ಮತ್ತೆ ಎನ್ನಿಸಿದ ಭಯ, ಆಸೆ, ವಸ್ತ್ರ ಉಟ್ಟವಳನ್ನು ಕಂಡು ಮಾಯವಾಗಿ ನಿರಾಸೆಯಾಗಿತ್ತು.

ಬೆಳಕಿನ ವೃತ್ತದಿಂದ ಕತ್ತಲೆಗೆ, ಮತ್ತೆ ಬೆಳಕಿಗೆ ಅವಳು ಸಂಗೀತದ ನಾದಕ್ಕೆ ಕೈಚಾಚಿ ಓಲಾಡುತ್ತ, ಮೈ ಬಳುಕಿಸುತ್ತ, ಬೆಲ್ಟ್ ಬಿಚ್ಚಿ ತೆರೆಯಾಚೆಯಿಂದ ಒಡ್ಡಿದ ಕೈಗೆ ಕೊಟ್ಟಳು. ಪಿಯಾನೋ-ವಾದನದ ಜೊತೆಗೆ ಈಗ ಒಂದು ವಯೋಲಾದ ಧ್ವನಿ ಬೆರೆಯಿತು. ಬಾಯಲ್ಲೊಂದು ಚುಯಿಂಗ್ ಗಮ್ಮನ್ನು ಸವಿಯುತ್ತ, ತುಟಿಯಲ್ಲಿ ನಸುನಗುತ್ತ, ತನ್ನ ಡ್ರೆಸ್ಸಿನ ಜಿಪ್ಪನ್ನು ಎಳೆದಳು. ಕಚ್ಚುವ, ಚೀಪುವ, ನುಂಗುವ, ಸವಿಯುವ ಮೂಕ ಅಭಿನಯದಲ್ಲಿ ಗಲ್ಲವನ್ನು ಅಲ್ಲಾಡಿಸುತ್ತ, ಹೆಗಲಿನಿಂದ ಡ್ರೆಸ್ಸನ್ನು ಸರಿಸಿ ಕೆಳಗೆ ಜಾರುವಂತೆ ತಳ್ಳಿ, ಥಟ್ಟನೆ ಎಳೆದು ಅದನ್ನು ಮತ್ತೆ ಧರಿಸಿ, ನಾಚಿಕೆಯಿಂದ ಮುಖ ಮುಚ್ಚಿಕೊಂಡಳು. ಮತ್ತೆ ಬೆನ್ನು ತಿರುಗಿಸಿ, ಡ್ರೆಸ್ಸನ್ನು ಸೊಂಟದ ವರೆಗೆ ಜರುಗಿಸಿ, ಎತ್ತಿಕೊಂಡಳು.

"ಅವಳ ಹೆಸರು ರೋಸಿ – ಪ್ಯಾರಿಸ್‌ನಿಂದ 'ಸ್ಟ್ರೀಪ್ ಟೀಸ್' ಕಲಿತು ಬಂದಿದ್ದಾಳೆ. ಇಲ್ಲಿರುವ ಎಲ್ಲ ಹುಡುಗಿಯರನ್ನೂ ಮೀರಿಸುತ್ತಾಳೆ" ಎಂದು ಜೆನೆಟ್ ಪಿಸುಗುಟ್ಟಿದಳು.

ಸಂಗೀತದ ವೇಗ ಹೆಚ್ಚುತ್ತ ಹೋಯಿತು. ಕೇಶವನಿಗೆ ತಿಳಿಯದ ವಾದ್ಯಗಳು ಇನ್ನೆರಡು ಬೆರೆತುಕೊಂಡವು. ಭಯದಿಂದ ಕೇಶವನ ಎದೆ ಹೊಡೆದುಕೊಳ್ಳಹತ್ತಿತು.

ತೋಳು ಕಂಕುಳು ಬರಿದಾಯಿತು. ಬೆಳಕಿನ ವೃತ್ತದಲ್ಲಿದ್ದವಳು ಗಾಬರಿಯಾದವಳಂತೆ ಕತ್ತಲೆಗೆ ಸರಿದಳು. ಸಂಗೀತದ ಪರಾಕಾಷ್ಠೆಯಲ್ಲಿ ಬೆಳಕಿಗೆ ಮತ್ತೆ ಬಂದಳು – ಬ್ರೇಸಿಯರ್ಸ್ ಮತ್ತು ಕಾಚವನ್ನು ಮಾತ್ರ ಧರಿಸಿ. ಒಂದು ಕ್ಷಣ... ಎರಡು ಕ್ಷಣ... ಕಪ್ಪು ಘರದೆ ಬಿತ್ತು.

ರೂಮಿನಲ್ಲಿ ಕಣ್ಣು ಕುಕ್ಕುವಂತಹ ದೀಪಗಳು ಹತ್ತಿಕೊಂಡವು. ಬೆಳಕನ್ನು ನೋಡಲಾರದೆ ನಿದ್ದೆಯಿಂದೆದ್ದವನಂತೆ ಕೇಶವ ಕಣ್ಣುಗಳನ್ನುಜ್ಜಿಕೊಂಡ. ಕೈಯಿಂದ ಕಣ್ಣುಗಳನ್ನು ಮರೆಮಾಡಿ ಸ್ಟೂಅರ್ಟ್‌ನನ್ನು ಹುಡುಕಿದ. ಇನ್ನೊಂದು ಮೂಲೆಯಲ್ಲಿ ಸೀರೆಯುಟ್ಟ ಸಿಲೋನ್ ಹುಡುಗಿಯೊಬ್ಬಳ ಜೊತೆ ಕೂತು ಸ್ಟೂಅರ್ಟ್ ಶೆರಿ ಕುಡಿಯುತ್ತಿದ್ದ. ಮಧ್ಯವಯಸ್ಸಿನ ತ್ರೀಪೀಸ್ ಸೂಟು ಧರಿಸಿದವನೊಬ್ಬ ತೊಡೆಯ ಮೇಲೆ ಹ್ಯಾಟನ್ನು ಇಟ್ಟು ನೀಗ್ರೋ ಹುಡುಗಿಯ ಜೊತೆ ಮಾತಾಡುತ್ತಿದ್ದ. ಉಳಿದವರು ತನ್ನಂತೆಯೆ ಬೇರೆ ಬೇರೆ ಬಣ್ಣದ ಕೂದಲಿನ ಬಿಳಿ ಹುಡುಗಿಯರ ಜೊತೆ ಕೂತಿದ್ದರು. ಅವರಲ್ಲಿ ಇಬ್ಬರು ನೀಗ್ರೊ ಹುಡುಗರು ಇದ್ದರು.

ತಾವು ಕೂತಿದ್ದ ಜಾಗವನ್ನು ಕಂಡು ಕೇಶವನಿಗೆ ಬೆರಗಾಯಿತು. ಎರಡು ಕಪ್ಪು ಘರದೆಗಳನ್ನು ಬಿಟ್ಟರೆ ರೂಮು ಕೆಂಪು ಬಣ್ಣದ ಓರೆ ಕೋರೆಯಾಗಿ ಜೋಡಿಸಿದ ಇಟ್ಟಿಗೆಗಳಿಂದ ಒಂದು ಗುಹೆಯ ರೂಪದಲ್ಲಿತ್ತು. ಪೊಟರೆಗಳಂತಹ ಸಂದಿಗಳಲ್ಲಿ ಸೋಫಗಳು. ಒಂದು ಮೂಲೆಯಲ್ಲಿ ಚಾಚಿದ ಕೆಂಪು ಇಟ್ಟಿಗೆಗಳ ಗೂಡಿನಲ್ಲಿ ಸೀಸೆಗಳು. ಅಲ್ಲೆ ಒಂದು ಮೇಜು, ಕುರ್ಚಿ; ಕುರ್ಚಿಯ ಮೇಲೆ ಆ ಕ್ಲಬ್ಬಿನ ಒಡತಿಯಂತೆ ಕಾಣುವ, ಬೆಳ್ಳಿಯ ಫ್ರೇಮಿನ ಕನ್ನಡಕ ಹಾಕಿಕೊಂಡ, ನೋಡಲು ಉಪಾಧ್ಯಾಯಿನಿಯಂತೆ ಇದ್ದ ಒಬ್ಬ ಹೆಂಗಸು. ಕೇಶವ ಇನ್ನೊಮ್ಮೆ ತಾವು ಕೂತಿದ್ದ ಜಾಗವನ್ನು ನೋಡಿದ: ಈಗ ಅದರ ಒಟ್ಟು ಸ್ವರೂಪ ಗುಹೆಯಂತೆ ಕಾಣಲಿಲ್ಲ. ಗಕ್ಕನೆ ಎನ್ನಿಸಿತು: ಮಾಂಸಖಂಡಗಳಂತೆ ಕೆಂಪಾದ ವಿವಿಧ ಪದರಗಳಲ್ಲಿ ಜೋಡಿಸಿದ ಇಟ್ಟಿಗೆಯ ಈ ಪ್ರದೇಶ ಗರ್ಭಕೋಶದಂತೆ ತನಗೆ ಕಾಣುತ್ತಿಲ್ಲವೆ?

"ಈ ರೂಮ್ ನಿನಗೆ ಹಿಡಿಸಿತೆ?" ಅಂದಳು ಜೆನೆಟ್, ಕೇಶವ ಪರೀಕ್ಷಿಸುತ್ತಿರುವುದನ್ನು ನೋಡಿ.

"ಹೌದು" ಎಂದು ಕೇಶವ ಜೆನೆಟ್‌ಳನ್ನು ನೋಡಿ ನಕ್ಕ.

"ಇದರ ಆಕಾರದ ಬಗ್ಗೆ ನಿನಗೆ ಏನನ್ನಿಸಿತು?"

"ಮೊದಲು ಗುಹೆಯಂತೆ ಎನ್ನಿಸಿತು. ಈಗ ಗರ್ಭಕೋಶದಂತೆ ಇದೆ ಎಂದು ಅನ್ನಿಸುತ್ತಿದೆ."

"ಒಬೊಬ್ಬರಿಗೆ ಒಂದೊಂದು ಥರ ಎನ್ನಿಸುತ್ತೆ. ನಾನು ಇಲ್ಲಿ ಸಂಧಿಸಿದ ಪ್ರತಿಯೊಬ್ಬ ಗೆಳೆಯನೂ ಬೇರೆ ಬೇರೆ ರೀತಿಯಲ್ಲಿ ಇದನ್ನು ವರ್ಣಿಸಿದ್ದಾನೆ."

ಮೂಲೆಯಲ್ಲಿ ಬರೆಯುತ್ತಿದ್ದ ಒಡತಿ ಪುಟ್ಟ ಪುಟ್ಟ ತಟ್ಟೆಗಳಲ್ಲಿ ಬಿಲ್‌ಗಳನ್ನು ತಂದಳು.

ಕೇಶವ ತನ್ನ ಬಿಲ್ಲನ್ನೆತ್ತಿ ಅದರಲ್ಲಿ ಮೂವತ್ತು ಶಿಲಿಂಗ್ ಎಂದು ಬರೆದದ್ದನ್ನು ನೋಡಿ ಕಂಗಾಲಾದ. ಅಬ್ಬಬ್ಬ ಎಂದರೆ ತಾವು ಕುಡಿದ ಶೆರಿಯ ಬೆಲೆ ಆರು ಅಥವಾ ಎಂಟು ಶಿಲಿಂಗ್, 'ಸ್ಟೂಅರ್ಟ್' ಎಂದ. ಬಿಲ್ ತಂದ ಒಡತಿ "ನಿನ್ನ ಗೆಳೆಯನ ಹೆಸರು ಸ್ಟೂಅರ್ಟ್ ಎಂದೆ? ಎಷ್ಟು ಸೊಗಸಾದ ಹೆಸರು, ಅಲ್ಲವೇ ಜೆನೆಟ್?" ಎಂದಳು.

ಸ್ಟೂಅರ್ಟ್‌ಗೆ ಕೇಶವ ಕರೆದದ್ದು ಕೇಳಿಸಲಿಲ್ಲ. ಜೆನೆಟ್ ಹೇಳಿದಳು :

"ಇವನ ಹೆಸರು ಕೇಶವ್ – ಇವನದೂ ಸೊಗಸಾದ ಹೆಸರು. ಅಲ್ಲವೇ ಬಾಬರಾ?"

ಒಡತಿ ಬಾಬರಾ ಹೇಳಿದಳು :

"ಚಿಲ್ಲರೆ ಇಲ್ಲದಿದ್ದರೆ ಚಿಂತೆಯಿಲ್ಲ. ಎರಡು ಪೌಂಡ್‌ಗಳನ್ನು ಕೊಡು – ನಾನು ಚಿಲ್ಲರೆ ಕೊಡುತ್ತೇನೆ."

ಕೇಶವ 'ಪರವಾಗಿಲ್ಲ' ಎಂದು ಜೇಬಿನಿಂದ ಮುವ್ವತ್ತು ಶಿಲಿಂಗ್‌ಗಳನ್ನು ತಟ್ಟೆಯ ಮೇಲಿಟ್ಟ. 'ಸರ್ವಿಂಗ್ ಚಾರ್ಜ್ ಎರಡೂವರೆ ಶಿಲಿಂಗ್' ಎಂದಳು ಬಾಬರಾ. ಇನ್ನೊಂದು ಎರಡೂವರೆ ಶಿಲಿಂಗನ್ನು ಕೇಶವ ತಟ್ಟೆಗೆ ಹಾಕಿದ. ಬಾಬರಾ Thanks ಎಂದು ಮುಂದೆ ಹೋದಳು. ಜೆನೆಟ್ ಕೇಶವನ ಕೈಹಿಡಿದು,

"ಇಲ್ಲಿ ಬರುವವರೆಲ್ಲ ನಿನ್ನಂತೆ ಬಿಲ್ ನೋಡಿ ಗಾಬರಿಯಾಗ್ತಾರೆ, ನಾನು ಇಲ್ಲಿ ಹೋಸ್ಟೆಸ್. ನನಗೆ ಶೆರಿಯನ್ನು ಕುಡಿಸಲೆಂದು ನಿನಗೆ ವಿಶೇಷವಾದ ಚಾರ್ಜ್ ಮಾಡ ಲಾಗಿದೆ, ಅಷ್ಟೆ. Cheer up darling" ಎಂದಳು.

"All right ಇನ್ನೊಂದು ಸಿಗರೇಟ್?" ಎಂದು ಕೇಶವ ತನ್ನ ಬೆವರೊರಸಿಕೊಂಡು ಜೆನೆಟ್‌ಗೆ ಸಿಗರೇಟನ್ನು ಹಿಡಿದ. ಜೆನೆಟ್ ಎರಡು ಸಿಗರೇಟನ್ನು ತೆಗೆದು,

"ನನ್ನ ಗೆಳತಿಗೊಂದು – ಪರವಾಗಿಲ್ಲ ತಾನೆ? ಎಂದಳು.

"ಓಹೋ" ಎಂದ ಕೇಶವ.

...ದೀಪವಾರಿ ಕತ್ತಲೆಯಾಯಿತು. ಥರದೆ ಸರಿಯಿತು. ಒಳಗಿನ ದೀಪ ಹತ್ತಿ ಕೊಂಡಿತು. ಸ್ಟೂಅರ್ಟ್ ಕತ್ತಲೆಯಲ್ಲಿ ಕೇಶವನ ಬಳಿ ಬಂದು, ಕೈಹಿಡಿದು, ಅವನ ಕಿವಿ ಯಲ್ಲಿ ಅನ್ನುತ್ತಿದ್ದಂತೆ – ಬೆಳಕಿಗೆ ಅರೆ-ನಗ್ನ ರೋಸಿ ಬಂದಿದ್ದಳು. 'ಏನು' ಎಂದು ಅವಸರದಲ್ಲಿ ಕೇಶವ ಕೇಳಿದ. ಪಿಯಾನೊ-ಸಂಗೀತ ಪ್ರಾರಂಭವಾಯಿತು.

"ಇದು ಕ್ಲಿಪ್ ಜಾಯಿಂಟ್ ಕೇಶವ್. ಇಲ್ಲಿರುವ ಹೆಂಗಸರು Sharks, ಜೇಬನ್ನು ಕತ್ತರಿಸಿ ಕಳಿಸುತ್ತಾರೆ. ಅನುಭವ ಇಲ್ಲದೆ ಇಲ್ಲಿಗೆ ನಿನ್ನನ್ನು ಕರಕೊಂಡು ಬಂದೆ – ಕ್ಷಮಿಸು. ಇಲ್ಲಿ ಇನ್ನೊಂದು ಕ್ಷಣಾ ಇರೋದು ಬೇಡ, ಬಾ" ಎಂದು ಸ್ಟೂಅರ್ಟ್ ಕೇಶವನನ್ನು ಎಳೆದ.

ಕೇಶವ ತಬ್ಬಿಬ್ಬಾದ. ರೋಸಿಯಿಂದ ಅವನಿಗೆ ಕಣ್ಣನ್ನು ಕೀಳಲಾಗಲಿಲ್ಲ –

"ಸ್ಟೂಅರ್ಟ್ ಡಾರ್ಲಿಂಗ್ – ಇನ್ನು ನಿಮ್ಮಿಂದ ಏನೂ ಹಣವನ್ನು ತೆಗೆದುಕೊಳ್ಳುವು ದಿಲ್ಲ. ಡ್ರಿಂಕ್ಸ್ ಆರ್ಡರ್ ಮಾಡಿರದಿದ್ದರೆ ಈ ಹಣಾನ್ನ ಕೊಡಬೇಕಾಗಿ ಬರ್ತಿರಲಿಲ್ಲ. ನಿನ್ನ ಗೆಳೆಯ ಇದ್ದು ಹೋಗಲಿ" ಎಂದು ಜೆನೆಟ್ ಮೃದುವಾಗಿ ಹೇಳಿದಳು.

ಕೇಶವ ಯಾಚಿಸುವ ಧ್ವನಿಯಲ್ಲಿ—

"ಸ್ವಲ್ಪ ಹೊತ್ತು ಇದ್ದು ಹೋಗೋಣ – ಸ್ಟೂಅರ್ಟ್. ಯಾಕೆ ಅವಸರ?" ಎಂದ. **'Oh! I am Sorry'** ಎಂದು ಸ್ಟೂಅರ್ಟ್ ತಿರುಗಿ ತಾನು ಕೂತಿದ್ದ ಜಾಗಕ್ಕೆ ಹೋದ. ಅರೆ-ನಗ್ನಳಾಗಿದ್ದ ರೋಸಿ ಒಂದೊಂದಾಗಿ ಬ್ರೇಸಿಯರ್‌ಗೆ ಸಿಕ್ಕಿಸಿದ ತೆಳುವಾದ ಮಸ್ಲಿನ್ ಬಟ್ಟೆಗಳನ್ನು ಸರಿಸುತ್ತ ಓಲಾಡಿದಳು. ಅನಂತರ ಒಂದೊಂದಾಗಿ ಬಿಚ್ಚಿದ್ದನ್ನು ಚಾಚಿದ ಕೈಗೆ ನೀಡುತ್ತ ಬೆಳಕಿನಿಂದ ಕತ್ತಲೆಗೆ, ಕತ್ತಲೆಯಿಂದ ಬೆಳಕಿಗೆ ಪ್ರತ್ಯಕ್ಷವಾಗಿ, ಮಾಯವಾಗಿ, ಕೊನೆಗೆ ಬಿಚ್ಚಿದ ಬ್ರೇಸಿಯರನ್ನು ಮೊಲೆಗಳಿಗವಚಿಕೊಂಡು ನಾಚಿ ನಿಂತಳು. ಸ್ನಾನ ಮಾಡಿ ಮಡಿ ಉಟ್ಟು ಬಂದ ಬ್ರಾಹ್ಮಣ ಹೆಂಗಸರ, ಕೊಟ್ಟಿಗೆಯಲ್ಲಿ ಸಗಣಿ ಎತ್ತುವ ಹೆಣ್ಣುಗಳ ನಗ್ನ ಎದೆಗಳನ್ನು ನೋಡಿದಾಗ ಏನೊಂದು ಭಾವನೆ ಅನ್ನಿಸದಿದ್ದರೂ ಈಗ ಮಾತ್ರ ಕೇಶವನಿಗೆ ಬೆಚ್ಚಗಾಗಿ ಭಯವಾಯಿತು. ನಾಚಿದವಳು ಮುಖವೆತ್ತಿ ಧೈರ್ಯ ತಂದು ಕೊಂಡು ಬ್ರೇಸಿಯರನ್ನು ಚಾಚಿದ ಕೈಗಿತ್ತು ನಿಂತಳು. ಮತ್ತೆ ಗಲ್ಲವನ್ನು ಸವಿಯುವಂತೆ ಅಲ್ಲಾಡಿಸುತ್ತ ಕಾಚಕ್ಕೆ ಸಿಕ್ಕಿಸಿದ ಮಸ್ಲಿನ್ ಬಟ್ಟೆಗಳನ್ನು ಒಂದೊಂದಾಗಿ ಸರಿಸಿ ಚಾಚಿದ ಕೈಗೆ ಎಸೆದಳು. ಕೊನೆಗೆ ಬರಿ ಕಾಚದಲ್ಲಿ ನಿಂತು ಅಲ್ಲೆ ಹಾಸಿದ್ದ ಸುಪ್ಪತ್ತಿಗೆಯ ಮೇಲೆ ಮಲಗಿ, ಕೂತವರಿಗೆ ಬೆನ್ನುಮಾಡಿ, ಕಾಚವನ್ನು ಸರಿಸಿ ಬಿಚ್ಚಿದಳು. ನಂತರ ಮೆಲ್ಲ ಮೆಲ್ಲನೆ ಮಗ್ಗುಲಾಗುವಂತೆ ನಟಿಸುತ್ತ, ಮುಖವನ್ನು ಮಾತ್ರ ತಿರುಗಿಸಿ, ನಾಚಿಕೆಯಿಂದ ಕಣ್ಣು ಮುಚ್ಚಿದಳು.

ಕೇಶವನ ಕಣ್ಣು ನೋಡುವ ಕಾಮದಿಂದ ಜ್ವಲಿಸಿತು; ಮೈಮುಟ್ಟುವ ಕಾಮದಿಂದ ಜ್ವಲಿಸಿತು; ಕಿವಿ ಅವಳು ನರಳುವುದನ್ನು ಕೇಳುವ ಕಾಮದಿಂದ ಜ್ವಲಿಸಿತು; ನಾಲಗೆ ಅವಳ ಮುತ್ತಿನ ರುಚಿಯನ್ನು ಅನುಭವಿಸುವ ಕಾಮದಿಂದ ಜ್ವಲಿಸಿತು. ಇನ್ನೇನು ಸಂಪೂರ್ಣ ತಿರುಗಿಬಿಡುವಳು ಎನ್ನುವಷ್ಟು ತಿರುಗುತ್ತಿದ್ದಾಳೆಯೆ? – ಭಯವಾಯಿತು. ಬೆಂಕಿಯ ಜ್ವಾಲೆಗಳ ನಡುವೆ ನಿಂತು ನೋಡಿದ – ವಿದ್ಯುಚ್ಛಕ್ತಿಯನ್ನು ತುಂಬಿಕೊಂಡ ಪಾತಾಳದ ಹಳಿಗಳಂತೆ, ಕೈಯಲ್ಲೆತ್ತಿದ ಸೆಟೆದ ಸರ್ಪದಂತೆ, ಎಲ್ಲ ಬಾಗಿಲುಗಳೂ ಧಡೀರನೆ ತೆರೆದುಕೊಂಡಂತೆ – ಇಲ್ಲ, ಥಟ್ಟನೆ ನಾಚಿದಂತೆ ಒಲ್ಲದವಳಂತೆ ಬೆನ್ನು ತಿರುಗಿಸಿದಳು.

ಘರದೆ ಬಿದ್ದಿತು—

ಮತ್ತು ಎಲ್ಲ ದೀಪಗಳೂ ಹತ್ತಿ ಅಸಹ್ಯವಾದ ಬೆಳಕಾಯಿತು.

ಕಣ್ಣುಗಳನ್ನು ಮುಚ್ಚಿ ಕೇಶವ "ನಾನು ಒಳಗೆ ಹೋಗಬಹುದೆ?" ಎಂದ. ಜೆನೆಟ್ "ಬಾಬರಾ" ಎಂದು ಒಡತಿಯನ್ನು ಕರೆದು "ಕೇಶವ್ ಒಳಗೆ ಹೋಗಬೇಕಂತೆ" ಎಂದಳು. ಸ್ಟೂಅರ್ಟ್ ಎದ್ದು ಬಂದು "ಬಾ ಕೇಶವ್" ಎಂದ. ಕೇಶವ "ಇಲ್ಲ – ನಾನು ಒಳಗೆ ಹೋಗಲೇಬೇಕು" ಎಂದ. "ಬೇಡ ಕೇಶವ್. ಅವಳ ಮೊಲೆಗಳು ಜೋತುಬಿದ್ದಿದ್ದಾವೆ. ಇದಕ್ಕಿಂತ ಸುಂದರವಾದದ್ದನ್ನು ನೋಡುವಿಯಂತೆ – ಬೇರೆ ಎಲ್ಲಾದರೂ ಹೋಗೋಣ" ಎಂದು ಸ್ಟೂಅರ್ಟ್ ಯಾಚಿಸುವ ಧ್ವನಿಯಲ್ಲಿ ಕೇಶವನಿಗೆ ಒತ್ತಾಯ ಮಾಡಿದ.

"ಸಾಧ್ಯವಿಲ್ಲ–ನಾನು ಹೋಗಲೇಬೇಕು" ಎಂದು ಕೇಶವ ಸ್ಟೂಅರ್ಟ್‌ನಿಂದ ಕೈ ಎಳೆದುಕೊಂಡ. ಬಾಬರಾ ಮೆಲ್ಲನೆ ಕೇಶವನನ್ನು ಎಳೆದು ಒಳಗೆ ಕರೆದುಕೊಂಡು ಹೋದಳು.

*   *   *   *

ಒಳಗೆ ಮೂರು ಕೋಣೆಗಳಿದ್ದುವು. ಒಂದರ ಮೇಲೆ MYSTERY BY YOUR SIDE ಎಂದು ಬರೆದಿತ್ತು. ಇನ್ನೊಂದರ ಮೇಲೆ MYSTERY REVEALED IN DARKNESS ಎಂದು ಬರೆದಿತ್ತು. ಮೂರನೇ ಕೋಣೆಯ ಮೇಲೆ ಮಾಸಿದ ಅಕ್ಷರದಲ್ಲಿ   MYSTERY FULLY REVEALED   ಎಂದು   ಬರೆದಿತ್ತು. ಬಾಬರಾ ಕನ್ನಡಕವನ್ನು ತೆಗೆದು ಕರ್ಚೀಫಿನಿಂದ ಒರೆಸುತ್ತ ವಿವರಿಸಿದಳು :

"ಮೊದಲನೆಯ ಕೋಣೆಗೆ ಎರಡು ಪೌಂಡ್, ಎರಡನೆಯದಕ್ಕೆ ಮೂರು ಪೌಂಡ್ ಹತ್ತು ಶಿಲಿಂಗ್, ಮೂರನೆಯದಕ್ಕೆ ಐದು ಪೌಂಡ್. ಮೊದಲನೆ ರೂಮಲ್ಲಿ ರೋಸಿ ಅರೆನಗ್ನಳಾಗಿ ಪಕ್ಕದಲ್ಲಿ ಕೂತು ಶೆರಿ ಕುಡಿದು ಬ್ರೇಸಿಯರ್ಸ್‌ನ್ನು ಮಾತ್ರ ಬಿಚ್ಚುತ್ತಾಳೆ; ಎರಡನೆ ರೂಮಲ್ಲಿ ಕತ್ತಲೆಯಲ್ಲಿ ಪೂರ್ಣ ನಗ್ನಳಾಗಿ ನಿನ್ನ ಪಕ್ಕದಲ್ಲಿ ನಿಲ್ಲುತ್ತಾಳೆ; ಮೂರನೇ ರೂಮಲ್ಲಿ ಬೆಳಕಿನಲ್ಲಿ ಪೂರ್ಣ ನಗ್ನಳಾಗಿ ನಿಲ್ಲುತ್ತಾಳೆ."

"ನಾಲ್ಕನೆಯ ರೂಮೊಂದು ಇಲ್ಲವೆ?"

ಒಣಗಿದ ಗಂಟಲಿನಲ್ಲಿ ಕೇಶವ ಕೇಳಿದ ಪ್ರಶ್ನೆಗೆ ಬಾಬರಾ ತಪ್ಪು ಉತ್ತರ ಹೇಳಿದ ವಿದ್ಯಾರ್ಥಿಯನ್ನು ನೋಡುವ ಉಪಾಧ್ಯಾಯಿನಿಯಂತೆ ಕೇಶವನನ್ನು ನೋಡಿ MYSTERY FULLY POSSESSED ಎಂದು ಪ್ರಶ್ನಾರ್ಥಕವಾಗಿ ಕೇಳಿ,

"ಇಲ್ಲಿ ಬರುವ ಜನ ಇಷ್ಟಕ್ಕೇ ತೃಪ್ತರಾಗಿ, ಕೃತಾರ್ಥರಾಗಿ, ಕೃತಜ್ಞರಾಗಿ, ಹೋಗುತ್ತಾರೆ. ಅಲ್ಲದೆ ಅದಕ್ಕಿಂತ ಮುಂದಿನ ಅನುಭವವನ್ನು ನಿನಗೆ ಕೊಡಲು ನಮಗೆ ಲೈಸೆನ್ಸ್ ಇಲ್ಲ."

"ನಾನು ಐದು ಪೌಂಡಿನ ರೂಮಿಗೆ ಹೋಗುತ್ತೇನೆ" ಎಂದು ಐದು ಪೌಂಡನ್ನು ಬಾಬರಾಗೆ ಕೊಟ್ಟ.

"ಕರೆದುಕೊಂಡು ಬಂದ ಚಾರ್ಜ್ ಹತ್ತು ಶಿಲಿಂಗ್ – ಪ್ಲೀಸ್" ಎಂದು ಬಾಬರಾ ಕೈಯೊಡ್ಡಿದಳು.

ಇನ್ನೊಂದು ಹತ್ತು ಶಿಲಿಂಗನ್ನೆತ್ತಿ ಕೇಶವ ಅವಳ ಕೈಯಲ್ಲಿಟ್ಟ. ಬಾಬರಾ Thanks ಎಂದು ರೂಮಿನೊಳಕ್ಕೆ ಕೇಶವನನ್ನು ಬಿಟ್ಟು ಬಾಗಿಲನ್ನು ಮುಚ್ಚಿ ಹೋದಳು.

*   *   *   *

ರೂಮಿನ ವಾಲ್-ಪೇಪರು ಹರಿದು ಕ್ಷುದ್ರವಾಗಿ ಕಾಣಿಸುತ್ತಿತ್ತು. ಅಗ್ಗಿಷ್ಟಿಕೆಯಲ್ಲಿ ವಿಂಟರಿನಲ್ಲಿ ಉರಿಸಿದ ಇದ್ದಿಲಿನ ಬೂದಿ ಇನ್ನೂ ತೆಗೆದಿರಲಿಲ್ಲ. ರೂಮಿನ ಮಧ್ಯದ ಲ್ಲೊಂದು ಛಾವಣಿಯಿಂದ ಶೇಡ್ ಇಲ್ಲದ ಬಲ್ಬು ಉರಿಯುತ್ತಿತ್ತು. ಒಂದು ಮೂಲೆ ಯಲ್ಲಿ ಗೋಡೆಗೆ ಒರಗಿಸಿದ ಮೂರು ಕಾಲಿನ ಕುರ್ಚಿ. ಇನ್ನೊಂದು ಮೂಲೆಯಲ್ಲಿ ಖಾಲಿಯಾದ ಬಿಯರ್ ಸೀಸೆಗಳು. ಮಣ್ಣಿನ ನೆಲದ ಮೇಲೆ ಕಾರ್ಪೆಟ್ ಇರಲಿ– ಲಿನೋಲಿಯಂ ಸಹಿತ ಇರಲಿಲ್ಲ. ಆದರೆ ರೂಮಿನ ಕ್ಷುದ್ರತೆಗಿಂತ ಕೇಶವನಿಗೆ ಕಾಯು ವುದು ಅಸಹ್ಯವಾಯಿತು. ಕೊನೆಗೆ knock ಮಾಡಿ ಬಾಗಿಲು ತೆರೆದು ರೋಸಿ ಬ್ರೇಸಿ ಯರ್ಸ್ ಮತ್ತು ಕಾಚದಲ್ಲಿ ನಿಂತಳು. ಬಾಗಿಲನ್ನು ಮುಚ್ಚಿದಳು.

ಕೇಶವನಿಗೆ ದಿಗಿಲಾಗಿ ಕಣ್ಣು ಮುಚ್ಚಿದ. ತಾನು ನೋಡಿದ್ದನ್ನೆಲ್ಲ ನೆನಸಿ ಧೈರ್ಯ ಪಡೆದು ಕಣ್ಣು ತೆರೆದು ತನ್ನ ಜಾಕೆಟ್ಟನ್ನು ಬಿಚ್ಚಲು ಹೋದ.

ರೋಸಿ, “ನೀನು ಸ್ಟ್ರಿಪ್ ಮಾಡಿಕೊಳ್ಳಬೇಕಾಗಿಲ್ಲ” ಎಂದಳು.

ಕೇಶವ ಮಾತು ಬಾರದೆ ನಿಂತ. ರೋಸಿ ಬ್ರೇಸಿಯರನ್ನು ಬಿಚ್ಚಿ ಆಕಳಿಸಿದಳು. ಕೇಶವ ಅವಳ ಹತ್ತಿರ ಹೋಗಿ ಮುತ್ತಿಡಲು ಬಾಯಿಯನ್ನು ಒಡ್ಡಿದ.

“Sorry ನಾನು ಮುತ್ತುಗಳನ್ನು ತೆಗೆದುಕೊಳ್ಳುವುದಿಲ್ಲ” ಎಂದು ರೋಸಿ ಮುಖ ವನ್ನು ತಿರುಗಿಸಿದಳು.

ಕೇಶವ ಅವಳ ಮುಖವನ್ನು ಸವರಿ ಮೆಲ್ಲನೆ ಅವಳ ಮೊಲೆಗಳನ್ನು ಮುಟ್ಟಿದ.

“ನಾನು ಮೊಲೆಯನ್ನೂ ಮುಟ್ಟಿಸಿಕೊಳ್ಳುವುದಿಲ್ಲ. ಕ್ಷಮಿಸು” ಎಂದು ರೋಸಿ ಗಂಭೀರವಾಗಿ ಹೇಳಿದಳು. ಕೇಶವನಿಗೆ ಕಾಲು ಬತ್ತಿದಂತಾಗಿ ನೆಲದ ಮೇಲೆ ಕೂತ. ಮ್ಯೂಸಿಯಂನಲ್ಲಿ ಮುಟ್ಟಬಾರದ ನಗ್ನವಿಗ್ರಹವನ್ನು ಕದ್ದು ಮುಟ್ಟುವವನಂತೆ ಮೆಲ್ಲಗೆ ಕಾಲನ್ನು ತೊಡೆಗಳನ್ನು ಸವರುತ್ತ ಧೈರ್ಯ ಮಾಡಿ ಮೇಲಕ್ಕೆ ಹೋದ. ಅವಳು ಅವನಿಗೆ ಬೆನ್ನುಮಾಡಿ ಕಾಚವನ್ನು ಬಿಚ್ಚಿ ತಿರುಗಿದಳು.

ಕೇಶವನ ಕಣ್ಣುಗಳು ನಿಧಾನವಾಗಿ ಮುಚ್ಚಿಕೊಂಡವು. ಮೈ ನಡುಗಿತು. ತುಂಬ ಬಳಲಿಕೆಯಾಗಿ ನೆಲದ ಮೇಲೆ ಮುದ್ದೆಯಾಗಿ ಕೂತ. ಕಣ್ಣು ತೆರೆದಾಗ ಮತ್ತೆ ಅವಳು ಕಾಚವನ್ನು ಧರಿಸಿ ಆಕಳಿಸುತ್ತ Sorry ಎಂದಳು. ಸೆಟೆದು ಹೆಡೆಯೆತ್ತಿದ ಸರ್ಪ ಸೊರಗಿ ಸಿಂಬಳದ ಹುಳವಾಯಿತು.

ದೊಡ್ಡದೊಂದು ಗುಡಾಣದಲ್ಲಿ ಸಣ್ಣ ಇಲಿಯ ಹಾಗೆ,– ಎಣ್ಣೆ-ನುಣುಪಿನ ಪಾತ್ರೆ ಯೊಳಗೆ ತೆವಳುತ್ತ ಪರಚುತ್ತ ವಿಲವಿಲನೆ ಒದ್ದಾಡಿದ ಹಾಗೆ,– ಇದನ್ನು ಕನಸಿನಲ್ಲಿ ನೋಡುತ್ತಿದ್ದ ಹಾಗೆ– ಕಾಣುವ ಕಣ್ಣಾಗಿ, ಜಾರುವ ಇಲಿಯಾಗಿ, ಚಾಚಲಾರದ ಕೈಯಾಗಿ, ಗರಬಡಿದ ಹಾಗೆ—

ಕನಸು ಮುಗಿದು ನಿರಾಕಾರವಾದ ಚಡಪಡ ಮಾತ್ರ ಉಳಿದು, ಕಸಿವಿಸಿಯ ಕಾರಣ

ಹುಡುಕುತ್ತ ಕಂಡ ಕನಸನ್ನು ಮತ್ತೆ ನೆನಸಿಕೊಳ್ಳಲು ಅಗೆದು ಅಗೆದು ಅಗೆದು ಒಳಕ್ಕೆ ಹೋದಹಾಗೆ,—

ಅಗೆಯುವಾಗ್ಗೆ ಮೊದಲು – ಮಣ್ಣು, ಮರಳು, ಮಣ್ಣು. ಎರೆಹುಳ, ಕಿಲುಬು ಗಟ್ಟಿದ ನಾಣ್ಯದೊಂದು ಚೂರು, ಮಡಕೆಯ ಚೂರು, ತುಕ್ಕು ಹಿಡಿದ ಕಬ್ಬಿಣದ ಹಾರೆ.

ಇನ್ನೂ ಕೆಳಗೆ ತನ್ನ ಚಡಪಡದ ಕನಸಿಗೆಂದು ಅಗೆದ ಹಾಗೆ, ಅಲ್ಲಿ ಬರಿ ಶೂನ್ಯವಿದ್ದ ಹಾಗೆ—

ಶೂನ್ಯದಲ್ಲೊಂದು ರೂಮು, ರೂಮಿನಲ್ಲೊಬ್ಬಳು ಬೆತ್ತಲೆ ನಿಂತ ಹುಡುಗಿ... ಕತ್ತಲೆ... ಶೂನ್ಯ... ಸಿಂಬಳದ ಹುಳ...

ಸುಬ್ಬಣ್ಣಕಕ್ಕನಿಗೂ ಬಹುಶಃ ಕೊನೆಯಲ್ಲಿ ಈ ಶೂನ್ಯದ ಅನುಭವವಾಗಿರಬಹುದೆ? ಉಪವಾಸದಲ್ಲಿ ಕೃಶನಾಗಿ, ದೇವರನ್ನು ಹುಡುಕಿ ಗುಹೆ ಗಹ್ವರ ಅಲೆದು, ಕೊನೆಗೊಂದು ತನ್ನಂತೆಯೇ ಕೃಶವಾದ ಕ್ಷುದ್ರ ಪರಮಾರ್ಥವನ್ನವನು ಕಂಡಿರಬಹುದೆ? ಈ ಕ್ಲಿಪ್ ಜಾಯಿಂಟಿನಿಂದ ಮೊದಲು ಎದ್ದು ಸ್ಟೂವರ್ಟ್ ಇದ್ದಲ್ಲಿಗೆ ಹೋಗಬೇಕು... ಪೆಚ್ಚಾದೆ,

"ನನ್ನ ಫ್ಲ್ಯಾಟಿನಲ್ಲಿ ನೀನು ರಾತ್ರೆಯನ್ನ ಕಳೆಯ ಬಯಸಿದರೆ ಹತ್ತು ಪೌಂಡ್. ಬಾಬರಾಗೆ ಮಾತ್ರ ತಿಳಿಸಬೇಡ. ಹ್ಯಾಂಪ್ ಸ್ಟೆಡ್‌ನಲ್ಲಿ ಇಸ್ಲಿಂಗ್‌ಟನ್ ಬೀದಿಯಲ್ಲಿ ನಂಬರ್ 10ನೇ ಮನೆ. ಈಗ ಐದು ಪೌಂಡ್ ಕೊಡು. ಅಲ್ಲಿ ಬಂದ ಮೇಲೆ ಉಳಿದದ್ದು..." ಎಂದು ರೋಸಿ ಹೇಳಿದಳು.

"ಬೇಡ" ಎಂದು ಕೇಶವ ತಲೆಯಾಡಿಸಿದ.

ಪ್ರಾಯಶಃ ಕೊನೆಯಲ್ಲಿ, ಅತ್ಯುನ್ನತ ಉದ್ದೇಶಗಳ ಕಮಿಟಿಗಳ ಮೇಲೊಂದು ಕಮಿಟಿಯ ಅನಂತ ಅಪಾರ ಶುಭ್ರ ಸ್ವಚ್ಛ ರೂಮುಗಳ ಮೇಲಿನ ರೂಮುಗಳ ಕೊನೆಯಿಲ್ಲದ ಸೆಂಟ್ರಲ್ಲಿ ಹೀಟೆಡ್ ಜಗತ್ತಾಗಿ ಸ್ಟೂವರ್ಟ್‌ಗೆ ಈ ಶೂನ್ಯದ ಅನುಭವವಾಗಬಹುದು.

ಮೊದಲು ಈ ಕ್ಲಿಪ್ ಜಾಯಿಂಟಿನಿಂದ ಎದ್ದು ಹೊರಗೆ ಹೋಗಬೇಕು.

"ಇಲ್ಲಿಯಂತೆ ನಾನು ಅಲ್ಲಿ ನಿನ್ನ ಹತ್ತಿರ ನಡೆದುಕೊಳ್ಳೋದಿಲ್ಲ. ಈಗ ದುಡ್ಡಿಲ್ಲದಿದ್ದರೆ ಬೇಡ. ಬರುವಾಗ ತರುವಿಯಂತೆ. ನನಗೆ ಇಲ್ಲಿ ಹೆಚ್ಚು ಸ್ವಾತಂತ್ರ್ಯ ಇಲ್ಲ. ಬಾಬರಾಗೆ ತಿಳಿಸಬೇಡ, ಒಂದು ಮುತ್ತನ್ನು ಕೊಡುತ್ತೇನೆ. ಏಳು."

ಅವಸರದಲ್ಲಿ ಮಾತಾಡುತ್ತ ರೋಸಿ ಬಗ್ಗಿದಳು. ಬೇಡ. ಏನೂ ಬೇಡ. ಪೂಜೆ, ಜಪ, ವ್ರತಗಳಲ್ಲಿ ತೊಡಗಿದ್ದ ಅಪ್ಪನನ್ನು ಗಿಡಗ-ಕಣ್ಣಿನಿಂದ ಈ ಶೂನ್ಯ ಮೊದಲಿನಿಂದಲೂ ಕಾದಿರಬಹುದೆ? ಬೇಡವೆನ್ನಿಸಿದ ಮೇಲೆ ಮುತ್ತಿಡುವ, ಆ ಮುತ್ತನ್ನೂ ಇನ್ನಷ್ಟು ಸುಲಿಯಲೆಂದು ಕೊಡುವ, ಈ ಕ್ಲಿಪ್ ಜಾಯಿಂಟಿಂದ ಬೇಗ ಪಾರಾಗಬೇಕು...

ಬಾಬರಾ ಬಂದು ಬಾಗಿಲು ತಟ್ಟಿ "ರೋಸಿ" ಎಂದು ಕರೆದಳು. "ಬಂದೆ" ಎಂದು ರೋಸಿ ಕೇಶವನನ್ನು ಚುಂಬಿಸಿ, "ಮತ್ತೆ ನೋಡುತ್ತೇನೆ. **Bye**" ಎಂದು ಕಣ್ಣು ಹೊಡೆದು ಹೊರಟು ಹೋದಳು.

ಕೇಶವ ಮಣ್ಣಾದ ಕೈಯನ್ನು ಕೊಡವಿಕೊಂಡ. ತೋಳಿನಿಂದ ಬಾಯಿಯನ್ನು ಒರೆಸಿಕೊಂಡ. ಪ್ಯಾಂಟಿನಿಂದ ಧೂಳನ್ನು ಕೊಡವಿ, ತುಂಬ ಬಳಲಿಕೆಯಾಗಿ ಮೂರು ಕಾಲಿನ ಕುರ್ಚಿಯ ಮೇಲೆ ಹೋಗಿ ಕೂತ. ಸಿಗರೇಟು ಹಚ್ಚಿದ...

ಈ ಐದು ಪೌಂಡ್ ಹತ್ತು ಶಿಲಿಂಗ್ ಮತ್ತು ಎರಡು ಹತ್ತು ಶಿಲಿಂಗ್ ಮತ್ತು ಮುವ್ವತ್ತು ಪ್ಲಸ್ ಎರಡುವರೆ ಶಿಲಿಂಗ್ ಬಿಯರ್ ಇತ್ಯಾದಿ ಹತ್ತು ಶಿಲಿಂಗ್ ಲಂಡನ್ನಿಗೆ ಬಂದು ಹೋದ ಪ್ರಯಾಣದ ಖರ್ಚು ನಾಲ್ಕು ಪೌಂಡ್ ಇಳಿದುಕೊಂಡ ಸ್ಥಳದ ಎರಡು ಪೌಂಡ್ ಇತರೆ ಖರ್ಚು ಎರಡು ಪೌಂಡ್ – ಒಟ್ಟು ಹದಿನಾರು ಪೌಂಡ್‌ಗಳ ಮೇಲೆ – ಪೆಚ್ಚಾದೆ – ಅಮ್ಮನಿಗೆ ಕಳಿಸಿದ್ದರೆ ಎರಡು ತಿಂಗಳ ಸಂಸಾರ ನಿರ್ವಹಣೆಯಾಗುತ್ತಿತ್ತು – ಮತ್ತದೇ ಹಿಂದಿನ ಚಿಂತೆಗಳು, ಈ ಕ್ಲಿಪ್ ಜಾಯಿಂಟಿಂದ ಮೊದಲು ತೊಲಗಬೇಕು...

ಮಾಧು ಆತ್ಮಹತ್ಯೆ ಮಾಡಿಕೊಂಡರೆ...

ಸ್ಟೂಅರ್ಟ್ ಕರೆದದ್ದು ಕೇಳಿ ಕೇಶವ ಮೂರು ಕಾಲಿನ ಕುರ್ಚಿಯಿಂದ ಎದ್ದು ನಿಂತ.

16. ತಬ್ಬಲಿಗಳು

– ರಾಘವೇಂದ್ರ ಖಾಸನೀಸ

ಬಹಳವಾದರೆ ಇಡೀ ಪಾದವು ಮುಳುಗುವಷ್ಟು ನೀರಿರಬೇಕು ಆ ಹಳ್ಳದಲ್ಲಿ. ಇಳಿಜಾರಿನಲ್ಲಿ ಸ್ವಲ್ಪ ಮುಂದಕ್ಕೆ ಹರಿದು ನದಿಗೆ ಕೂಡಿದ್ದರಿಂದ ನೀರಿಗೆ ಸಾಕಷ್ಟು ಸೆಳವೂ ಇತ್ತು ಆದರೆ ನಡುನೀರಲ್ಲಿ ಬಸ್ಸಿನ ಗಾಲಿಗಳು ಸಿಕ್ಕುಬೀಳುವಷ್ಟು ಕೆಸರು ಕಲೆತಿರುವ ಅಂದಾಜು ಸ್ವತಃ ಡ್ರಾಯವರನಿಗೇ ಇರಲಿಲ್ಲ. ಯಂತ್ರವನ್ನು ಪೂರ್ಣವೇಗದಲ್ಲಿ ಪುನಃ ಪುನಃ ಸುರು ಮಾಡಿ 'ಸ್ಟಿಯರಿಂಗ್ ವ್ಹೀಲನ್ನು' ತಿರುವಿ ತಿರುವಿ ಡ್ರಾಯವರ್ ಬೇಸತ್ತರೂ ಬಸ್ಸು ಮುಂದೆ ಹೋಗಲೊಲ್ಲದು. ಹಿಂದೆ ಸರಿಯಲೊಲ್ಲದು. ಹೊರಗೆ ನೀರು ನಿಮಿಷ ನಿಮಿಷಕ್ಕೆ ಏರತೊಡಗಿದೆ. ಡ್ರಾಯವರನು ಹತಾಶನಾಗಿ ಸಿಟ್ಟಿನಿಂದ 'ಸ್ಟಿಯರಿಂಗ್ ವೀಲನ್ನು ಒಮ್ಮೆ ಪೂರ್ಣ ತಿರುವಿ ಕೈಬಿಟ್ಟುಬಿಟ್ಟ. ಬಸ್ಸು ಒಮ್ಮೆಲೆ ವೇಗದಿಂದ ಮುಂದೆ ಹಾರಿ ಗಕ್ಕನೆ ನಿಂತುಬಿಟ್ಟಿತು.

ತಂಗಿಯು ಚಿಟ್ಟನೆ ಚೀರಿದಳು. ತಲೆಯು ಹಿಂದೆ ಸೀಟಿನ ಸಳಿಗೆ ಜಜ್ಜಿತ್ತು. ಅರ್ಧ ತೆರೆದು ನಿಂತ ಬಾಗಿಲಿನಿಂದ ನೀರು ಒಳಗೆ ನುಗ್ಗಿತು. ಒಳಗೆ ನಿಂತವರೆಲ್ಲ ರ್ಝೋಲಿ ತಪ್ಪಿ ಒಬ್ಬರ ಮೇಲೊಬ್ಬರು ಬಿದ್ದುಬಿಟ್ಟರು. ತಂಗಿಗೆ ಈ ಎಲ್ಲ ಗೊಂದಲದ ಅರ್ಥವೇ ಆಗಲಿಲ್ಲ. ಕಿಡಿಕಿಯಿಂದ ದೂರದಲ್ಲಿ ದೊಡ್ಡ ದೊಡ್ಡ ಬಂಡೆಗಲ್ಲುಗಳು ಕಾಣಿಸಿದವು. ನೋಡು ನೋಡುತ್ತಲೇ ನೀರು ಏರಿ ಬಂದು ಬಸ್ಸನ್ನೆಲ್ಲ ಸುತ್ತಿಕೊಂಡಂತೆ ಅವಳಿಗೆನಿಸಿತು. ತಂಗಿ ಮುಖ ಮುಚ್ಚಿಕೊಂಡು ಮತ್ತೊಮ್ಮೆ ಚೀರಿದಳು.

ತಂದೆ ಹಿಂದಿನ ಸಾಲಿನಲ್ಲಿ ತೂಕಡಿಸುತ್ತ ಕುಳಿತವರು, ಒಮ್ಮೆಲೆ ಬಸ್ಸು ನಿಂತ ರಭಸಕ್ಕೆ ಎಚ್ಚತ್ತರು. ಎಚ್ಚತ್ತು ಸುತ್ತಲೂ ಒಮ್ಮೆ ದೃಷ್ಟಿ ಹಾಯಿಸಿ ಮತ್ತೆ ಮಲಗಿಕೊಂಡರು. ತಂಗಿಯು ಎರಡನೇ ಸಲ ಚೀರಿದ್ದನ್ನು ಕೇಳಿ ಗಡಬಡಿಸಿಕೊಂಡು ಮತ್ತೆ ಎದ್ದು ಕುಳಿತರು. ಸುತ್ತಲೂ ಏನೋ ಅನಾಹುತ ನಡೆದಿದೆಯೆನ್ನುವದು ಅವರಿಗೆ ಕ್ರಮೇಣವಾಗಿ ಅರ್ಥವಾಗತೊಡಗಿತು.

ತಾಯಿ ಬಹಳ ಗಾಬರಿಯಾಗಿರಲಿಲ್ಲ. ತಂಗಿಯ ಮಗ್ಗಲಿಗೆ ಕುಳಿತವರು, ಅವಳು ಚೀರಿದ್ದನ್ನು ನೋಡಿ ಅವಳ ಭುಜವನ್ನು ಗಟ್ಟಿಯಾಗಿ ಹಿಡಿದಿಡಲು ಪ್ರಯತ್ನಿಸಿದರು. ಅವರ ಹೊಟ್ಟೆಯಲ್ಲಿ ತಣ್ಣೀರು ಸುರುವಿದಂತಾಯಿತು. ಅವರಿಗನಿಸಿತು, ತಂಗಿಯ

ಹುಚ್ಚು ಮತ್ತೆ ಮರುಕಳಿಸಿದೆಯೆಂದು. ಇಲ್ಲವಾದರೆ ಅವಳು ಹಾಗೇಕೆ ಅಷ್ಟು ಅಸಹ್ಯವಾಗಿ ಚೀರಿದಳು?

ಪ್ರಯತ್ನಪೂರ್ವಕವಾಗಿ ಇವರನ್ನೆಲ್ಲ ತಪ್ಪಿಸಿ ಮುಂದಿನ ಸೀಟಿನಲ್ಲಿ ಹೋಗಿ ಕುಳಿತಿದ್ದ ತಮ್ಮನಿಗೆ ತಂಗಿಯು ಚೀರಿದ್ದು ಕೇಳಿಸಿರಲಿಲ್ಲ. ಅವನ ಮಗ್ಗಲಲ್ಲಿ ಮರೆಬಿಟ್ಟು ಕುಳಿತಿದ್ದ ಹೆಂಗಸು ಅವನ ಮೈಮೇಲೆ ಬಿದ್ದುಬಿಟ್ಟಿದ್ದಳು. ಅವಳು ಮುಡಿದಿದ್ದ ಮಲ್ಲಿಗೆಯ ವಾಸನೆ ಅವನಿಗೆ ಆ ಅಪಘಾತವನ್ನು ಮರೆಯಿಸಿಬಿಟ್ಟಿತ್ತು. ಎಷ್ಟೊ ದಿವಸಗಳ ನಂತರ ಹೆಣ್ಣಿನ ಮೈ ಅವನ ಮೈಗೆ ಅಷ್ಟು ರಭಸವಾಗಿ ತಾಕಿತ್ತು. ಸ್ಪರ್ಷ ಹಾಗೂ ವಾಸನೆ ಇವೆರಡರ ಅನುಭವವು ಒಂದರಲ್ಲೊಂದು ಬೆರೆತು ಅವಳ ಸ್ಪರ್ಶಕ್ಕೇನೇ ಮಲ್ಲಿಗೆಯ ಪರಿಮಳವಿದ್ದಂತೆ ಅವನಿಗೆನಿಸಿತು. ಮರುಕ್ಷಣವೇ ತಾಯಿಯು ಹಿಂದಿನ ಸೀಟಿನಿಂದ ದುರುಗುಟ್ಟಿ ನೋಡುತ್ತಿರಬಹುದೆಂದು ಹೆದರಿಕೆಯಾಯಿತು. ನಿರುಪಾಯನಾಗಿ ದೂರ ಸರಿದು ಕುಳಿತುಕೊಂಡ.

ಬಸ್ಸು ನಿಂತಲ್ಲೇ ನಿಂತಿತ್ತು. ಡ್ರಾಯವರನು ಬೇಸತ್ತು, ಬೀಡಿಯನ್ನು ಬಾಯಲ್ಲಿ ಇಟ್ಟು, ಕಡ್ಡಿಕೊರೆದು, ಮೇಲೆಮುಖ ಮಾಡಿ ಫುಕ್ಕೆಂದು ಹೊಗೆ ಬಿಟ್ಟ. ಮುಂದಿನ ಬಾಗಿಲ ಹತ್ತಿರ ನಿಂತಿದ್ದ ಕಂಡಕ್ಟರ್, ಈ ಅಪಘಾತವೆಲ್ಲ ಒಂದು 'ರುಟೀನ್' ಎನ್ನುವಂತೆ, ಒಮ್ಮೆ ಬಸ್ಸಿನಲ್ಲಿದ್ದವರ ಕಡೆಗೆಲ್ಲ ಕಣ್ಣು ಹಾಯಿಸಿ ನಕ್ಕ.

"ಬಸ್ಸನ್ನು ನೀರಿನಲ್ಲಿ ಹಾಕಿ ನಮ್ಮನ್ನೆಲ್ಲ ಇಲ್ಲಿಯೆ ಅರ್ಪಣ ಮಾಡಬೇಕಂತೀಯೇನಯ್ಯಾ ಮಹಾರಾಯಾ?" ಸಮೀಪದಲ್ಲಿ ಕುಳಿತಿದ್ದ ವೃದ್ಧ ವಿಧವೆಯು ಕಂಡಕ್ಟರನ ಕಡೆಗೆ ಮುಖ ಮಾಡಿ ಡ್ರಾಯವರನ ಕಡೆಗೆ ಕಣ್ಣು ಮಾಡಿ ಸಿಡಿಮಿಡಿಗೊಂಡಳು. ಕೈಯಲ್ಲಿಯ ಗಂಟನ್ನು ಅದು ಒಂದು ಕೂಸು ಎನ್ನುವಂತೆ ಅವಚಿಕೊಂಡು ಹಿಡಿದು ಅತ್ತಿತ್ತ ನೋಡಿದಳು; ತನ್ನ ತಕರಾರನ್ನು ಯಾರಾದರೂ ಅನುಮೋದಿಸುತ್ತಾರೆಯೇ ಎಂದು. ಆದರೆ ಎಲ್ಲರೂ ಸುಮ್ಮನಿದ್ದುದನ್ನು ನೋಡಿ ಕಡೆಗೆ ತಾನೇ ಮುಂದುವರಿಸಿದಳು: "ಕಾಶಿಯಿಂದ ರಾಮೇಶ್ವರದ ವರೆಗೆ ಎಲ್ಲ ತೀರ್ಥಯಾತ್ರೆ ಮುಗಿಸಿ ಬಂದಿದ್ದೇನೆ. ತಿರುಪತಿ ಬೆಟ್ಟಕ್ಕೆ ಬಸ್ಸಿನಲ್ಲಿ ಹತ್ತಿದ್ದೇನೆ, ಬದರಿಗೆ ಕೂಡ ಬಸ್ಸಿನಲ್ಲಿಯೇ ಹೋಗಿ ಬಂದಿದ್ದೇನೆ. ಆದರೆ ಇಂಥ ಅನಾಹುತ ಎಲ್ಲಿಯೂ ಕಾಣಲಿಲ್ಲಮ್ಮಾ. ಈ ಪ್ರಾಯಿವ್ಹೆಟ್ ಬಸ್ ಸರ್ವಿಸ್‌ಗಳ ಹಣೆಬರಹವೇ ಇಷ್ಟು. ಜಟಕಾ ನಡಿಸೋ ಪೋಲಿಗಳನ್ನು ಬಸ್ ನಡೆಸೋಕೆ ನೇಮಿಸ್ತಾರೆ." ಹಾಗೂ ತಾನು ಅಂದದ್ದನ್ನು ಸಮರ್ಥಿಸಿಕೊಳ್ಳಲು ಅವಳು ಕೈಗಂಟಿನಲ್ಲಿದ್ದ ಜಪಮಾಲೆಯನ್ನು ತೆಗೆದುಕೊಂಡು ಎಣಿಸತೊಡಗಿದಳು. ಉತ್ತರ ಕೊಡುವದಂತೂ ದೂರವೇ ಉಳಿಯಿತು; ಅವಳ ಮಾತು ಮುಗಿಯುವ ವರೆಗೆ ಕೂಡ ಕಂಡಕ್ಟರ್ ಅಲ್ಲಿ ನಿಂತಿರಲಿಲ್ಲ. ಯಾವಾಗಲೋ ದೂರ ಸರಿದು ಹೋಗಿದ್ದ. ಡ್ರಾಯವ್ಹರನ ಹಿಂದಿನ ಸೀಟಿನಲ್ಲಿಂದ ಕಪ್ಪು ಬಣ್ಣದ ವೈಶ್ಯನೊಬ್ಬ ದೊಡ್ಡ ದನಿಯಲ್ಲಿ ಕಂಠಶೋಷಣೆ ನಡೆಸಿದ್ದ.

ಕಡೆಯ ಪ್ರಯತ್ನವೆಂದು ಕಂಡಕ್ಟರನು ಕೆಳಗಿಳಿದು ಬಸ್ಸಿನಲ್ಲಿದ್ದವರ ಸಹಾಯದಿಂದ

ಬಸ್ಸನ್ನು ನೂಕಿ ದಂಡೆಗೆ ತರಲು ಪ್ರಯತ್ನಿಸಿದ. ಕೆಸರಿನಲ್ಲಿ ಹೂತ ಗಾಲಿಗಳು ಕಿತ್ತಿಕೊಂಡಿದ್ದವು. ಬುರುಗು ಬುರುಗಾಗಿ ನೀರು ಗಾಲಿಯ ಹತ್ತಿರ ಇಬ್ಬದಿಯಾಗುವುದನ್ನು ತಂಗಿ ಕಿಟಕಿಯಿಂದ ದಿಟ್ಟಿಸುತ್ತ ಕುಳಿತಿದ್ದಳು. ನೀರಿನಲ್ಲಿ ತೇಲುತ್ತ ಹೊರಟ ಬಸ್ಸು, ತಿರುಗಣಿಯ ಮಡುವಿನಲ್ಲಿ ಸಿಕ್ಕು ಬೊಗರಿಯಂತೆ ಗಿರಿಗಿರಿ ತಿರುಗಿದಂತೆ ಅವಳಿಗೆ ಭಾಸವಾಯಿತು.

ಬಸ್ಸನ್ನು ದಂಡೆಗೆ ಮುಟ್ಟಿಸಿ ಕಂಡಕ್ಟರನ್ನು ಹಿಡಿದು ಎಲ್ಲರೂ ಒಬ್ಬೊಬ್ಬರಾಗಿ ಬಸ್ಸನ್ನೇರುವಷ್ಟರಲ್ಲಿಯೇ ಬಹಳ ಹೊತ್ತಾಗಿತ್ತು. ಬಸ್ಸು ವೇಗವಾಗಿ ಮುಂದೆ ಹೊರಟಿತು.

"ಎಷ್ಟೆಲ್ಲ ತೀರ್ಥಯಾತ್ರೆ ಮುಗಿಸಿ ಬಂದಿದ್ದೀರಿ. ನೀವು ತುಂಬ ಪುಣ್ಯವಂತರು, ತಾಯಿ. ಈಗೇನು ನೀವೂ ಮಂತ್ರಾಲಯಕ್ಕೇನಾ ಹೊರಟಿದ್ದು?" ಜಪಮಾಲೆಯ ಎಣಿಕೆಯಲ್ಲಿ ಗರ್ಕಾಗಿದ್ದ ವೃದ್ಧ ವಿಧವೆಯನ್ನು ನೋಡುತ್ತ ಕೌತುಕದಿಂದ ಆ ಹೆಂಗಸು ಕೇಳಿದಳು. ಅವಳ ಮುಖ ನಿಸ್ತೇಜವಿತ್ತು. ಹಣೆಯ ಮೇಲೆ ಬಹಳ ದೊಡ್ಡ ಕುಂಕುಮವಿದೆ. ಅವಳಿಗೆ ಏನಾದರೂ ರೋಗವಿರಬೇಕು. ಮೈಯೊಣಗಿ ಕೈಯ ಮೇಲಿನ ನರಗಳೆಲ್ಲ ಉಬ್ಬಿ ನಿಂತಿವೆ. ಕಣ್ಣುಗಳು ಒಳನಟ್ಟು ಕೆಳಗೆಲ್ಲ ಕಪ್ಪುಗೆರೆಗಳು ಬಿದ್ದಿವೆ. ಅವಳ ಮೈಗೆ ಮೈ ಹಚ್ಚಿ, ಅಶಕ್ತರಾಗಿದ್ದ ಇಬ್ಬರು ಹುಡುಗರು ಕುಳಿತಿದ್ದರು.

ವಿಧವೆ ಹೇಳಿದಳು: "ಎರಡು ವರ್ಷದಿಂದ ಮನೆಯನ್ನೇ ಕಂಡಿಲ್ಲ. ತೀರ್ಥಯಾತ್ರೆಯಲ್ಲೇ ಇದ್ದೇನೆ. ಆದರೆ ಹೋಗಿ ನೋಡಬೇಕಾದದ್ದು ಇನ್ನೂ ಬಹಳ ಇದೆ. ನೀವೇನು ಈಗ... ಅಷ್ಟರಲ್ಲಿಯೇ, ನಡುರಸ್ತೆಯಲ್ಲಿ ನಿರಂಕುಶವಾಗಿ ಹೊರಟಿದ್ದ ಚಕ್ಕಡಿಯನ್ನು ಬದಿಗೆ ಸರಿಸಲು ಡ್ರಾಯವ್ಹರನು ಕರ್ಕಶವಾಗಿ ಒಂದೇ ಸವನೆ ಹಾರ್ನು ಬಾರಿಸಿದ್ದರಿಂದ, ಹಾರ್ನಿನ ಆ ಧ್ವನಿಯಲ್ಲಿ ಅವಳ ಶಬ್ದಗಳೆಲ್ಲ ಮುಳುಗಿ ಹೋದವು. ಹಾರ್ನಿನ ಸಪ್ಪಳವು ನಿಂತಾಗ ಹೆಂಗಸು ವಿಧವೆಗೆ ಹೇಳುತ್ತಿದ್ದಳು: "...ಎಂಥೆಂಥ ಡಾಕ್ಟರರಿಗೆಲ್ಲ ತೋರಿಸಿದ್ದಾಯಿತು. ಪಥ್ಯ ಉಪಚಾರವನ್ನು ಮಾಡಿದ್ದಾಯಿತು. ದೇವರು ದಿಂಡರಿಗೆ ನಡಕೊಂಡದ್ದಾಯಿತು. ಏನೂ ಉಪಯೋಗವಾಗಲಿಲ್ಲ. ಯಾರೋ ಪುಣ್ಯಾತ್ಮರು ಹೇಳಿದರು, ಮಂತ್ರಾಲಯಕ್ಕೆ ಹೋಗಿ ರಾಯರ ಸೇವೆ ಮಾಡಿ ಬರ್ರಿ. ಖಂಡಿತ ಗುಣವಾಗುತ್ತದೆ ಎಂದು. ಅದಕ್ಕೆ ಮಂತ್ರಾಲಯಕ್ಕೆ ಹೊರಟಿದ್ದೇನೆ. ಏನು ಕಡಿಮೆಯಾಗುವುದು, ಏನು ಕತೆ? ಮತ್ತೇನೂ ಅಂಜಿಕೆಯಿಲ್ಲ ನನಗೆ. ಆದರೆ ಪಾಪ, ಇಷ್ಟೇ ಎಳೇ ಹುಡುಗರು. ನಾಳೆ ನಾ ಹೋದರೆ ಈ ಹುಡುಗರ ಗತಿ ಏನು?" ತಾಯಿಯು ಅವರಿಬ್ಬರ ಕಡೆಗೆ ನೋಡಿದಳು. ತಾಯಿಯ ಕೈಯನ್ನು ಗಟ್ಟಿಯಾಗಿ ಹಿಡಿದು, ಆ ಹುಡುಗರಿಬ್ಬರು ಆಜ್ಞಾಧಾರಕರಾಗಿ ತಾಯಿಯ ಕಣ್ಣಲ್ಲಿ ನೋಡಿದರು.

"ಶ್ರದ್ಧೆ ಇಡಿರಮ್ಮ. ರಾಯರು ಮಹಾಮಹಿಮರು. ಎಲ್ಲಾ ಒಳ್ಳೆಯದಾಗುತ್ತದೆ. ಇಂಥ ಎಷ್ಟೋ ಘಟನೆಗಳನ್ನು ನಾನು ಸ್ವತಃ ನೋಡಿದವಳಿದ್ದೇನೆ" ಯಾರು ಹಾಗೆ ಹೇಳಿದರೆಂಬುದನ್ನು ನೋಡಲು ಆ ಹೆಂಗಸು ತಿರುಗಿದಳು. ಮಧ್ಯಮ ವಯಸ್ಸಿನ ಒಬ್ಬ

ಮುತ್ತೈದೆಯಿದ್ದಳು. ಅವಳ ಗಲ್ಲದ ತುಂಬೆಲ್ಲ ಅರಿಸಿಣ ಮೆತ್ತಿದೆ. ಅವಳ ಸಣ್ಣ ಮೂಗಿನ ಮಾನದಿಂದ, 'ಮೂಗ್ಬೊಟ್ಟು' ಬಹಳೇ ದೊಡ್ಡದಿದೆ. ಮುತ್ತೈದೆ ಹೆಂಗಸನ್ನು ನೋಡಿ ನಕ್ಕಳು. ಹೆಂಗಸು ಏನೋ ಮಾತಾಡಬೇಕೆಂದು ಮನಸ್ಸಿನಲ್ಲಿ ಎಣಿಕೆ ಹಾಕುವಷ್ಟರಲ್ಲಿಯೇ, ಆ ಮುತ್ತೈದೆಯೇ ಮಾತಿಗೆ ಆರಂಭಿಸಿದಳು :

"ಮಂತ್ರಾಲಯ ಮಹಾ ಪುಣ್ಯಕ್ಷೇತ್ರವಮ್ಮ. ಎಂಥೆಂಥ ಅದ್ಭುತ ಇಲ್ಲಿ ನಡೆದು ಹೋಗಿದೆ. ಮಠದಲ್ಲಿ, ರಾಯರ ಮಂಗಳಾರತಿಯಾದ ಮೇಲೆ ಭಕ್ತರಿಗೆ ಮಂಗಳಾರತಿ ಕೊಡಲಿಕ್ಕೆ ಒಬ್ಬ ಹುಡುಗನಿದ್ದಾನೆ. ಅವನನ್ನು ನೀವು ಹೋದ ಮೇಲೆ ನೋಡಿಯೇ ನೋಡುತ್ತೀರಿ. ಆ ಹುಡುಗ ನಾಲ್ಕು ವರ್ಷಗಳ ಹಿಂದೆ ಇಲ್ಲಿ ಬಂದಾಗ ಅವನಿಗೆ ನಾಲಿಗೆ ಸರಿಸಲು ಕೂಡ ಬರುತ್ತಿರಲಿಲ್ಲ. ಹುಟ್ಟು ಮೂಕ. ಆದರೆ ಈಗ "ಸೇವೆ" ಮಾಡಿ, ತೊದಲು ತೊದಲು ಮಾತಾಡುತ್ತಾನೆ. ಒಂದೇ, ಎರಡೇ, ಇಂಥ ಎಷ್ಟೋ ಘಟನೆ ಗಳನ್ನು ನಾನು ಕಣ್ಣಾರೆ ಕಂಡವಳಿದ್ದೇನೆ. ಒಂದು ತಿಂಗಳ ಹಿಂದೆಯಂತೂ ಅದ್ಭುತ ಘಟನೆ ನಡೆಯಿತು. ತಲೆ ಕೆಟ್ಟಿದೆಯೆಂದು ಒಬ್ಬ ಗಂಡಸನ್ನು ಸೇವೆಗೆ ಕರೆದುಕೊಂಡು ಬಂದಿದ್ದರು. ಆತ ದಿನಾಲು ಪೂಜೆಯ ವೇಳೆಗೆ ರಾಯರ ಮುಂದೆ ದಳದಳ ಕಣ್ಣೀರು ಸುರಿಸುತ್ತ ನಿಂತುಬಿಡುತ್ತಿದ್ದ. ಒಂದು ದಿವಸ ಏನೆನಿಸಿತೋ ಏನೊ ಅವನಿಗೆ, ಯಾರಿಗೆ ಗೊತ್ತು ರಾತ್ರಿ ನದಿಗೆ ಹೋದ. ಬಹುಶಃ ಜೀವ ಕೊಡಲಿಕ್ಕೆ ಇರಬೇಕು. ನೀರಲ್ಲಿ ಇಳಿಯು ತ್ತಿದ್ದಾಗ ಅವನನ್ನು ಯಾರೋ ಕರೆದಂತಾಯಿತು. ಹಿಂದೆ ನೋಡಿದ ಒಬ್ಬ ತೇಜಸ್ವಿ ಯಾದ ಆಚಾರ್ಯರು ನಿಂತಿದ್ದರು. "ಸ್ನಾನ ಮುಗಿಯಿತು. ಶುಚಿಯಾದಿ. ಮೇಲೆ ಬಾ ಇನ್ನು" ಎಂದು ಅವನನ್ನು ಮೇಲೆ ಕರೆದು ಹೇಳಿದರು. "ಇದೋ ಈ ಗೋಪೀಚಂದನ ಹಚ್ಚಿಕೊ. ಒಳಗೆ ಮಾರುತಿಯ ದರ್ಶನ ತೆಗೆದುಕೊಂಡು ಮನೆಗೆ ಹೋಗು". ಮಂತ್ರಿಸಿ ದವನಂತೆ ಮೇಲೆ ಬಂದು ಗೋಪೀಚಂದನ ತೆಗೆದುಕೊಂಡು ಅವನು ಗುಡಿಯ ಕಡೆಗೆ ಹೊರಟ. ಅವನಿಗೆ ಆಗ ಏನೂ ಅನಿಸಿಯೇ ಇರಲಿಲ್ಲ. ಯಾರೋ ಒಬ್ಬರು ಆಚಾರ್ಯ ರಿರಬೇಕು ಎಂದಿಷ್ಟೇ ಅನಿಸಿತ್ತು. ಆದರೆ ಮುಂದೆ ಹೋದವನು ಅಕಸ್ಮಾತ್ತಾಗಿ ಹಿಂದೆ ತಿರುಗಿ ನೋಡಿದ. ಅವರು ಅಲ್ಲಿರಲಿಲ್ಲ. ಅದೂ ಆಗ ಅವನ ಲಕ್ಷ್ಯಕ್ಕೆ ಬರಲಿಲ್ಲ. ನಡು ರಾತ್ರಿಯಲ್ಲಿ ನೇರವಾಗಿ ಗುಡಿಯ ಆವಾರದೊಳಗೆ ಹೊಕ್ಕು ಮಾರುತಿಯ ದರ್ಶನ ತೆಗೆದು ಕೊಂಡು, ರಾಯರ ವೃಂದಾವನದ ದರ್ಶನಕ್ಕೆ ಹೋದವ, ಅಲ್ಲೇ ಎಚ್ಚರ ತಪ್ಪಿ ಹೊಸ್ತಿಲ ಹತ್ತಿರ ಬಿದ್ದುಬಿಟ್ಟ. ಅವನಿಗೆ ಎಚ್ಚರವಾದಾಗ ಬೆಳಗಾಗಿತ್ತು. ಮಠದ ಪೂಜಾರಿಗಳೆಲ್ಲ ಬೆರಗುಬಿಟ್ಟು ನಿಂತುಬಿಟ್ಟಿದ್ದರು. ಯಾಕೆಂದರೆ ರಾತ್ರಿ ಹತ್ತಕ್ಕೆ ಗುಡಿಯ ಬಾಗಿಲುಗಳನ್ನೆಲ್ಲ ಭದ್ರವಾಗಿ ಹಾಕಿ, ಬೀಗ ಹಾಕುತ್ತಾರೆ. ಒಳಗೆ ಹೋಗಲು ಬೇರೆ ಹಾದಿಯೇ ಇಲ್ಲ. ನೋಡಿದರೆ ಬಾಗಿಲುಗಳೆಲ್ಲ ಭದ್ರವಾಗಿ ಇದ್ದಂತೇ ಇವೆ. ಅವನನ್ನು ಕೇಳಿದರೆ ಅವನು ಆಗ ಏನೂ ಹೇಳುವ ಸ್ಥಿತಿಯಲ್ಲಿರಲಿಲ್ಲ. ಮುಂದೆ ಮೂರು ನಾಲ್ಕು ದಿವಸ ಒಂದೇ ಸವನೆ, ರಾತ್ರಿ ಭೆಟ್ಟಿಯಾದ ಆಚಾರ್ಯರನ್ನು ಅವನು ಊರಲೆಲ್ಲ ಹುಡುಕಾಡಿದ.

ಅವರೆಲ್ಲಿ ಬರಬೇಕು? ರಾಯರೇ ಪ್ರತ್ಯಕ್ಷ "ಫಲ" ಕೊಟ್ಟು ಹೋಗಿದ್ದರು. ಆ ಗಂಡಸು ಈಗ ಎಲ್ಲವನ್ನೂ ಬಿಟ್ಟು ದಾಸನಾಗಿದ್ದಾನೆ."

ಮಂತ್ರಾಲಯವು ಸಮೀಪಿಸಿತ್ತು. ಬಸ್ಸಿನ ಕಿಟಿಕಿಯಿಂದ ಹೊರಗೆ ನೋಡಿದರೆ ಮಗ್ಗುಲಲ್ಲೇ ತುಂಗಭದ್ರಾನದಿಯು ಮೌನವಾಗಿ ಟಿಸಿಲು-ಟಿಸಿಲಾಗಿ ಹರಿಯುವದು ಕಾಣಿಸುತ್ತಿತ್ತು. ಸುಣ್ಣ ಬಳಿದ ಮಠದ ದೊಡ್ಡ ದೊಡ್ಡ ಗೋಡೆಗಳು ಸರಿದು ಸಮೀಪಕ್ಕೆ ಬರುವಂತೆನಿಸುತ್ತಿತ್ತು.

ರೋಗಿಷ್ಠ ಹೆಂಗಸಿನ ಮುಖ ತುಸುವೇ ಅರಳಿತು. ಕಂಪಿಸುವ ಧ್ವನಿಯಲ್ಲಿ ಅವಳೆಂದಳು: "ಹಾಗಾದರೆ ನನಗೂ ಕಡಿಮೆಯಾದೀತೇನಮ್ಮ? ಯಾರು ತಾಯೇ, ನೀವು? ಇಷ್ಟೆಲ್ಲಾ ಕಣ್ಣಾರೆ ನೋಡಿದ್ದೀರಿ, ನೀವೂ ಇಲ್ಲಿ ಸೇವೆಗೆ ಬಂದಿದ್ದೀರಾ?"

ಮುತ್ತೈದೆಯು ನಕ್ಕಳು, ಕಾರಣವಿಲ್ಲದೆ. ಹಾಗೂ ಕೆಳಗಿಟ್ಟಿದ್ದ ಚೀಲವನ್ನು ಕೈಯಲ್ಲಿ ತೆಗೆದುಕೊಳ್ಳುತ್ತ ಹೇಳಿದಳು : "ನಾನು ಹೊರಗಿನವಳಲ್ಲ. ಇಲ್ಲಿಯವಳೇ. ನಮ್ಮ ಮನೆಯವರು ಇಲ್ಲಿಯೇ "ವೈದಿಕೀ" ಮಾಡುತ್ತಾರೆ. ನೀವು ಇಲ್ಲಿ ಬರುವದು ಇದು ಮೊದಲನೇ ಸಲವೆಂದು ಕಾಣುತ್ತದೆ. ಅದೋ, ಬಂದೇಬಿಟ್ಟಿತು ಮಂತ್ರಾಲಯ. ನೀವು ಅಲ್ಲೆ ಇಲ್ಲೆ ಇಳಿಯಬೇಡಿರಿ. ಮಠದ ಛತ್ರದಲ್ಲಿಯೇ ತಂಗಿರಿ. ಬೇರೆ ಕಡೆಗೆ ಹೋದರೆ ಸುಮ್ಮನೇ ದುಡ್ಡು ತೆತ್ತಬೇಕಾಗುತ್ತದೆ." ಬಸ್ಸು ಗರಕ್ಕನೆ ಹೊರಳಿತು. ಏಳಬೇಕೆಂದ ಆ ಮುತ್ತೈದೆಯು ಮತ್ತೆ ಸೀಟಿನಲ್ಲಿಯೇ ಕುಕ್ಕರಿಸಿದಳು. "ಬರುತ್ತೇನಮ್ಮ. ನಾಳೆ ನಿಮ್ಮನ್ನು ನದಿಯ ಮೇಲೆ ಭೇಟಿಯಾಗುತ್ತೇನೆ. ಮರದ ಬಾಗಿಣ ಕೊಡುವದಿದ್ದರೆ ನನಗೆ ಕೊಟ್ಟು ಬಿಡಿರಿ. ಬೇರೆ ಯಾರಿಗೂ ಕೊಡಬೇಡಿರಿ. ನನ್ನ ಹೆಸರು ಕಲಾವತಿ. ಇಲ್ಲಿ ಎಲ್ಲರೂ ನನಗೆ ಕಲ್ಲವ್ವ ಎನ್ನುತ್ತಾರೆ. ಮತ್ತೆ ಯಾರಾದರೂ ಕೇಳಿದರೆ, ಕಲ್ಲವ್ವನಿಗೆ ಕೊಡುತ್ತೇನೆಂದು ಹೇಳಿಬಿಡಿರಿ." ಹೆಂಗಸಿಗೆ ವಿಚಾರಮಾಡಲಿಕ್ಕೂ ಆಸ್ಪದ ಕೊಡದೆ, ಕಲ್ಲವ್ವನು ಅವಳಿಂದ ವಾಗ್ದಾನ ತೆಗೆದುಕೊಂಡುಬಿಟ್ಟಿದ್ದಳು.

ಹೊರಗೆ ದೂರದಲ್ಲಿ ನದಿಯ ನೀರು ಸಣ್ಣ ಹುಡುಗರು ಬಿಸಿಲಲ್ಲಿ ಹಿಡಿದು ನಿಂತ ಕನ್ನಡಿಯ ತುಣುಕಿನಂತೆ, ಥಕಪಕ ಹೊಳೆಯುತ್ತಿತ್ತು. ಪ್ರವಾಸದಿಂದ ದಣಿದು ಹೋಗಿದ್ದ ಜನರ ಮ್ಲಾನ ಮುಖಗಳು ಹೊರಗಿನ ನೋಟಕ್ಕಾಗಿ ಹಾತೊರೆದು ಕಿಟಿಕಿಯ ಹತ್ತಿರ ನೆರೆದವು.

ಬಸ್ಸು ಸ್ಟ್ಯಾಂಡನ್ನು ಮುಟ್ಟಿದಾಗ ತಮ್ಮನು ಮಲ್ಲಿಗೆಯ ವಾಸನೆಯ ತಪ್ಪು ದಾರಿ ಹಿಡಿದು ಗತಜೀವನದ ನೆನಪುಗಳ ಘೋರಾರಣ್ಯದಲ್ಲಿ ಕಳೆದುಕೊಂಡು ಹೋಗಿದ್ದ. ತಂಗಿಯು ಗಾಲಿಯ ಕೆಳಗೆ ಬುರುಗು ಬುರುಗಾಗಿ ಮೇಲೇರಿ ಬರುತ್ತಿದ್ದ ನೀರನ್ನು ನೆನೆದು ಥರಥರ ನಡುಗುತ್ತಿದ್ದಳು. ತಾಯಿಯು ಗಟ್ಟಿಯಾಗಿ ಹಿಡಿದುಕೊಂಡು ಶೂನ್ಯಮನಸ್ಕರಾಗಿ ಕುಳಿತಿದ್ದರು. ತಂದೆಯು ಇನ್ನೂ ಅರೆನಿದ್ದೆಯಲ್ಲಿ ತೂಕಡಿಸುತ್ತಿದ್ದರು.

* * * *

ಬೆಳಗಾಗಲು ಇನ್ನೂ ಒಂದು ತಾಸಿದ್ದರೂ ಜನರು ನದಿಯ ದಂಡೆಯಲ್ಲಿ ನೆರೆದಿದ್ದಾರೆ. ಹಾಗೆನೋಡಿದರೆ ನಸುಕು ಹರಿಯುವದರಲ್ಲಿಯೇ ಸ್ನಾನವಾಗಿ ಸೇವೆ ಸುರುವಾಗಬೇಕು.

ಬಂಡೆಗಲ್ಲುಗಳ ಮೇಲೆ ಕಾಳಜೀಪೂರ್ವಕವಾಗಿ ನಡೆಯುತ್ತ ಆ ನಾಲ್ಕೂ ಜನರು ನೀರನ್ನು ಸಮೀಪಿಸಿದರು. ತಂದೆಗೆ ನಿಜವಾಗಿಯೂ ಬಹಳ ಸಿಟ್ಟು ಬಂದಿತ್ತು. ಇಂಥ ಛಳಿಯಲ್ಲಿ ಹೋಗಿ ನದಿಯಲ್ಲಿ ಮುಳುಗು ಹಾಕಿ ಊರ ಮುಂಜಾನೆ ದೇವರ ಮುಂದೆ ಹೋಗಿ ನಿಲ್ಲಬೇಕೆಂದೆಲ್ಲಿದೆ? ಬಿಸಿಲೇರಿದ ಮೇಲೆ ಸ್ನಾನ ಮಾಡಿ ಹೋದರಾಗುವುದಿಲ್ಲವೆ? ಎದ್ದ ಕೂಡಲೆ ಛತ್ರದಲ್ಲಿಯೇ ತಮ್ಮನಿಗೆ ಖಡಾಖಂಡಿತವಾಗಿ ಹೇಳಿಬಿಟ್ಟಿದ್ದರು: ನೀವೆಲ್ಲ ಮುಂದೆ ಹೋಗಿರಿ. ನಾನು ಆಮೇಲೆ ಬರುತ್ತೇನೆ ಎಂದು. ಇದು ತಾಯಿಯ ಕಿವಿಗೆ ಬಿದ್ದಿತ್ತು. ಆ ಮಾತು ತಾಯಿಗೆ ಸರಿಬಿದ್ದಿದ್ದಿಲ್ಲವೆನ್ನುವದು ಅವರ ಮುಖ ನೋಡಿದಾಗಲೇ ತಂದೆಗೆ ಗೊತ್ತಾಗಿತ್ತು. "ಯಾವಾಗಲೂ ಇವರ್ದು ಹಿಂಗೇ. ಇಲ್ಲೇನು ನನ್ನ ಸಲುವಾಗಿ ಬಂದಾಂಗ ಮಾಡತಾರ. ಮಗಳ ಜಡ್ಡು ನೆಟ್ಟಗಾಗಬೇಕೂಂತ... ಇನ್ನೂ ಏನೆನ್ನುವವರಿದ್ದರೋ, ಅಷ್ಟರಲ್ಲಿ ತಂಗಿ ಓಡುತ್ತ ಬಂದಿದ್ದರಿಂದ ಮಾತು ಅರ್ಧಕ್ಕೆ ನಿಂತು ಹೋಗಿತ್ತು.

"ಓ ರಾಯರ, ಆ ಕಡೆಗೆ ಹೋಗಬ್ಯಾಡ್ರಿ. ನೀರಿನ ಸೆಳವು ಭಾಳ ಅದ ಅಲ್ಲೇ. ಹಾಂ. ತುಸು ಈ ಕಡೆ ಬರ್ರಿ. ಹೌದು. ಮತ್ತು ಅಲ್ಲಿಯೂ ಈಸಬ್ಯಾಡ್ರಿ ಮತ್ತ. ನೀರಾಗ ಎಲ್ಲಾ ಕಡೆ ಬಂಡಿಗಲ್ಲು ಬಹಾಳ ಮುಣಗ್ಯಾವ." ಹಾಗೆ ಒದರಿ ಹೇಳುತ್ತಿದ್ದವರು ಯಾರೆನ್ನುವದು ತಂದೆಗೆ ತಿಳಿಯಲಿಲ್ಲ. ಯಾರಿಗೆ ಅವರು ಹೇಳಿದರು ಎನ್ನುವುದೂ ಅರ್ಥವಾಗಲಿಲ್ಲ. ನದಿಯ ಮೇಲೆಲ್ಲ ಒಂದು ಮೇಳವೇ ನೆರೆದಿದೆ. ಗದ್ದಲದಲ್ಲಿ ಒಬ್ಬರ ಮಾತು ಇನ್ನೊಬ್ಬರಿಗೆ ಸಹಜವಾಗಿ ಕೇಳಿಸುವಂತಿಲ್ಲ. ತಂಗಿಯ ಮೈ ಮುಗಿಸಿ ತಾಯಿ ಬರುವ ವರೆಗೆ ಅವರು ಅಲ್ಲಿಯೇ ಬಂಡೆಗಲ್ಲ ಮೇಲೆ ಕುಳಿತರು. 'ಸ್ವಲ್ಪ ಹಾದೀ ಬಿಟ್ಟು ಕೂಡ್ರಪ್ಪ. ಹೆಂಗಸರು, ಹುಡುಗರು ಹೋಗಿ ಬರೂ ಹಾದಿ ಇದು. ಮಡೀ ಹೆಂಗಸರು ಹೋಗುವ ಹಾದ್ಯಾಗ ಹೀಂಗ ಕೂತರ..." ತಂದೆಯು ತಿರುಗಿ ನೋಡಿದರು. ಅದೇ ಹೆಂಗಸು. ಇನ್ನೂ ಅಷ್ಟೇ ಡೂಗಾಗಿ ಬಿಲ್ಲಿನಂತೆ ಬಾಗಿ ನಡೆಯುತ್ತಿದ್ದಾಳೆ. ಇಷ್ಟು ವರುಷವಾದರೂ ಏನೂ ಬದಲಾವಣೆಯಿಲ್ಲ. ಆಗಿನಕಿಂತ ಸ್ವಲ್ಪ ಸೊರಗಿ, ಕಪ್ಪಾಗಿದ್ದಾಳೆ ಅಷ್ಟೇ. ಕೈಯಲ್ಲಿ ತಂಬಿಗೆಯಿದೆ – ನೆಗ್ಗಿ ಸವಕಳಿಯಾದದ್ದು. ಬಹುಶ: ಅದೇ ತಂಬಿಗೆಯಿರಬೇಕು ಹನ್ನೆರಡು ವರ್ಷಗಳ ಹಿಂದಿನದು.

...ಆಗ ತಮ್ಮ ಹೈಸ್ಕೂಲಿಗೆ ಹೋಗುತ್ತಿದ್ದ. ತಂಗಿ ಅದೇ ಶಾಲೆ ಬಿಟ್ಟಾಗಿತ್ತು. ಹೆಂಡತಿ ಜಗಳವಾಡಿ ತವರೂರಿಗೆ ಹೋಗಿದ್ದರೆಂದು ಆಗ ಇಬ್ಬರೂ ಮಕ್ಕಳನ್ನು ಕರೆದುಕೊಂಡು ಅವರು ಮಂತ್ರಾಲಯಕ್ಕೆ ಬಂದಿದ್ದರು. ಅವರು ಆಗ ಬಂದದ್ದು ಮುಖ್ಯ ರೇಲ್ವೆ-ಪಾಸಿತ್ತೆಂದು. ಹಾಗೂ ಅನಾಯಾಸವಾಗಿ ಹುಡುಗರಿಗೂ ಸೂಟಿಯಿತ್ತು. ಆದರೆ ಹೆಂಡತಿ ತಿರುಗಿ ಬರಲಿ ಎಂದು ಹರಕೆ ಹೊರಲು ಮಾತ್ರ ಸರ್ವಥಾ ಅವರು ಬಂದಿರಲಿಲ್ಲ. ಅವಳ

ಸ್ವಭಾವವೇ ಹಾಗೆ. ಅವರು ಅವಳಿಗೆ ಯಾವುದಕ್ಕೂ ಎಂದೂ ಕಡಮೆ ಮಾಡಿರಲಿಲ್ಲ. ಆದರೂ ತುಡುಗಿನಿಂದ ಎಲ್ಲೆಲ್ಲಿಂದಲೋ ರೊಕ್ಕ ಕೂಡಿಸಿ ನೂರು ರೂಪಾಯಿಯಷ್ಟು ಕಳ್ಳಗಂಟು ಮಾಡಿಕೊಂಡಿದ್ದಳು. ಊರಿಗೆ ಹೋಗುವಾಗ ಸೀರೆಯ ಗಂಟಿನಲ್ಲಿ ಮುಚ್ಚಿಟ್ಟು ಟ್ರಂಕಿನಲ್ಲಿ ಹಾಕಿಕೊಂಡು ಹೊರಟಿದ್ದಳು. ಇದು ಆಗ ಅವರ ಲಕ್ಷ್ಯಕ್ಕೆ ಬಂದಿತ್ತು. ಹಾಗೆ ಗಂಡನಿಂದ ಮುಚ್ಚಿ ರೊಕ್ಕ ಒಯ್ಯುವದು ಒಳ್ಳೇಯದಲ್ಲ ಎಂದಿಷ್ಟು ಹೇಳಿದ್ದಕ್ಕೆ ಅವಳು ಸಿಟ್ಟಿಗೆದ್ದು ತವರುಮನೆಗೆ ಹೋಗಿದ್ದಳು.

...ಆಗ ಅವರು ಮಂತ್ರಾಲಯಕ್ಕೆ ಬಂದಿದ್ದರು.

ಆ ಡೂಗ ಹೆಂಗಸು ಅಂದಿನಿಂದಲೂ ಇಲ್ಲಿಯೇ ಇದ್ದಾಳೆ. ತಂಗಿ ಅವಳನ್ನು ಆಗ ನೋಡಿದಾಗ ಭಯ ಬೆರೆತ ತಾತ್ಸಾರದಿಂದ ಅವಳಿಂದ ಸರಿದು ದೂರ ಹೋಗಿ ನಿಂತಿದ್ದಳು. ತಮ್ಮ, ಅವಳ ಕೈಯಲ್ಲಿ ಯಾವಾಗಲೂ ಇರುವ ತಂಬಿಗೆಯನ್ನು ನೋಡಿ, ಅವಳಿಗೆ 'ತಂಬಿಗೆಯಡೂಗವ್ವ' ಎಂದು ಕರೆಯುತ್ತಿದ್ದ.

...ತಂಗಿಗಂತೂ ಈಗ ಅದನ್ನು ನೆನಪಿಡಲು ಸಾಧ್ಯವಿಲ್ಲ.

...ಆದರೆ ತಮ್ಮನೂ ಅದನ್ನು ಮರೆತುಬಿಟ್ಟಾನೆಂದರೆ...

ತಮ್ಮನಿಗೆ ನೆನಪು ಮಾಡಿಕೊಡಲೆಂದು ತಂದೆಯು ಸುತ್ತುಮುತ್ತಲೂ ನೋಡಿದರು. ಆದರೆ ತಮ್ಮನೆಲ್ಲಿದ್ದಾನೆ? ಆ ಕಡೆ ನೀಲಿಯಾದ ಆಕಾಶ. ಈ ಕಡೆ ಅಸ್ತವ್ಯಸ್ತವಾಗಿ ಬಿದ್ದ ಕಪ್ಪು ಬಂಡೆಗಳು. ತಮ್ಮನೆಲ್ಲಿಯೂ ಕಾಣಿಸಲಿಲ್ಲ. ದೂರದ ಇನ್ನೊಂದು ಬಂಡೆಗೆ ಅಡ್ಡಾಗಿ ಹೆಂಗಸರು ಮೈತೊಳೆದುಕೊಳ್ಳುತ್ತಿದ್ದರು. ಬಂಡೆಯ ಮೇಲೆ ಅರಿವೆಗಳನ್ನು ಹರವಿದ್ದರು ಒಣಗಿಸಲಿಕ್ಕೆಂದು.

ತಂದೆ ದಿಟ್ಟಿಸಿ ಪುನಃ ಪುನಃ ಸುತ್ತೂ ಕಡೆಗೆ ನೋಡಿದರು. ಆದರೆ ತಮ್ಮನೆಲ್ಲಿಯೂ ಸಿಗಲಿಲ್ಲ. ತಮ್ಮನ ಬಗೆಗೆ ಅವರಿಗೆ ಅಪಾರ ಕರುಣೆ ಹುಟ್ಟಿತು. ಕನಿಕರ ಬಂತು. ಅವನನ್ನು ಕರೆದು ಮಗ್ಗುಲಿಗೆ ಕೂಡಿಸಿಕೊಂಡು, ಬೆನ್ನಮೇಲೆ ಕೈಯಾಡಿಸಿ ಮತ್ತೆ ಮತ್ತೆ ರಮಿಸಬೇಕು ಎಂದೆನಿಸಿತು. ಅವನ ವಯಸ್ಸಿನಲ್ಲಿ ತಮ್ಮದು ಲಗ್ನ ಕೂಡ ಆಗಿರಲಿಲ್ಲ. ಆದರೆ ತಮ್ಮನು ಈಗ ಹೆಂಡತಿಯನ್ನು ಕಳೆದುಕೊಂಡು ವಿಧುರನಾಗಿದ್ದಾನೆ.

ತಂದೆಗೆ ತಮ್ಮನ ಹೆಂಡತಿ ನೆನಪಾದಳು. ತಾವಿದ್ದ ಸ್ಟೇಶನ್ನು ನೆನಪಾಯಿತು. ರೇಲ್ವೆ ಹಳಿ ನೆನಪಾದವು. ಮೊನ್ನೆ ಮೊನ್ನೆ ತಮ್ಮ ಕಣ್ಣರಕೆಯಲ್ಲಿಯೇ ಬೆಳೆದ ಹುಡುಗಿ, ಹೆಂಡತಿಯಾಗಿ ಈಗ ಕತೆಯಾಗಿ ಹೋಗಿಬಿಟ್ಟಿದ್ದಾಳೆ. ಸಾವಿನ ಅರ್ಥ ಕೂಡ ಗೊತ್ತಿರದ ಹಸುಳೆ–ವಯಸ್ಸಿನಲ್ಲಿ ಅವಳು ಸತ್ತು ಹೋದಳು. ಸತ್ತ ದಿನವೇ ಪುನಃ ಅವಳನ್ನು ಯಾರಾದರೂ ಎಚ್ಚರಿಸಿದರೆ, ಕಣ್ಣು ತಿಕ್ಕುತ್ತ ನೇರವಾಗಿ ಅವಳು ಮನೆಗೆ ನಡೆದು ಬಂದುಬಿಡಬಹುದಾಗಿತ್ತು.

ಕ್ರಮೇಣ ತಂದೆಯವರಿಗೆ ಅನಿಸತೊಡಗಿತು : ಬಿಸಿಲಿಗೆ ತಮ್ಮ ತಲೆ ಕಾಯಹತ್ತಿದೆ, ಎಂಬುದು. ಕೆಳಗಿಟ್ಟ ಒದ್ದೆಯಾಗಿದ್ದ ಪಂಚೆಯನ್ನು ತಲೆಯ ಮೇಲೆ ಹೊತ್ತುಕೊಂಡರು.

ಕಪ್ಪಾದ ದೊಡ್ಡ ದೊಡ್ಡ ಬಂಡೆಗಳು ಕಬ್ಬಿಣದ ತುಂಡುಗಳಂತೆ ಬಿದ್ದಿವೆ. ನದಿಯಿಂದ ಮಠಕ್ಕೆ ಹೋಗುವ ದಾರಿಯು ಆ ಬಂಡೆಗಳ ಮೇಲೆ ಹಾಯ್ದು ಹೋಗಿದೆ. ದಾರಿ ಮುಗಿಯುವಲ್ಲಿ ಎತ್ತರವಾದ ಭವ್ಯವಾದ ಗೋಡೆಯಿದೆ. ಗೋಡೆಯನ್ನು ದಾಟಿದ ರಾಯಿತು. ಮಠ ಬಂತು. ಗೋಡೆಗೆಲ್ಲ ಸುಣ್ಣ ಬಡೆದು ಪಟ್ಟಿಯಾಗಿ ಹುರಿಮಂಜನ್ನು ಇಳಿಬಿಟ್ಟಿದ್ದಾರೆ.

ತಾಯಿ ತಂಗಿ ಮೈ ಮುಗಿಸಿ ಒದ್ದೆಯಲ್ಲಿ ದಂಡೆಗೆ ನಡೆದು ಬರುತ್ತಿದ್ದರು. ತಾಯಿಗೆ ಹಾಗೆ ಬರಲು ಸಂಕೋಚವೆನಿಸಿತು. ನೀರಿನಿಂದ ಒಮ್ಮೆಲೆ ಎದ್ದು ಹೊರಗೆ ಬರುವ ದೆಂದರೆ ಎಷ್ಟು ಖಿಜೀಲಾಗುತ್ತದೆ ಮನಸ್ಸಿಗೆ. ಅರಿವೆಯೆಲ್ಲ ಮೈಗೆ ತಪತಪ ಅಂಟಿಕೊಂಡಿರು ತ್ತದೆ. ತಾವು ದೊಡ್ಡ ಹೆಂಗಸರು. ತಮಗೆ ಇನ್ನೂ ನಾಚಿಕೆಯಾಗುತ್ತದೆ. ಆದರೆ ತಂಗಿಗೆ ಇದರ ಜ್ಞಾನವೆಲ್ಲಿದೆ? ಸ್ನಾನ ಮಾಡಿ ಬಚ್ಚಲದಿಂದ ಓಡಿ ಹೋಗುವ ಸಣ್ಣ ಹುಡುಗ ರಂತೆ, ಧುಡುಧುಡು ದಂಡೆಗೆ ಓಡುತ್ತಿದ್ದಾಳೆ.

ನದಿಯ ಗದ್ದಲ ಬರಬರುತ್ತ ಕಡಿಮೆಯಾಗತೊಡಗಿತ್ತು. ಜನರೆಲ್ಲ ಗಡಬಡಿಸಿಕೊಂಡು ಮಠದ ಕಡೆಗೆ ಹೋಗುವ ಸಿದ್ಧತೆ ನಡೆಸಿದ್ದರು. ಒಣಗಹಾಕಲು ಬಂಡೆಯ ಮೇಲೆ ಹಾಸಿದ ಅರಿವೆಗಳೆಲ್ಲ ಕ್ರಮೇಣ ಇಲ್ಲವಾಗುತ್ತವೆ.

ಅಲ್ಲಿಯೇ ಅರಿವೆಯೊಗೆಯುತ್ತ ಕುಳಿತ ಕೊಮಟರ ಹೆಂಗಸು ಅಂದಳು : "ಸಾವಕಾಶ ಬಾರಮ್ಮ. ಕಲ್ಲು ಹಾವಸೆಗಟ್ಟಿರುತ್ತದೆ. ಕಾಲುಜರೆದೀತು. ಮೊನ್ನೆ ನಾನು ಇಷ್ಟು ಹೇಳಿದ್ದಕ್ಕೆ ಒಬ್ಬ ಅಮ್ಮ ಎಷ್ಟು ರೇಗಿಬಿಟ್ಟಳು. ಏನು ಕತೆ? ನಾನೇನು ಕೆಡುಕು ಹೇಳಿದೆ? ಕಡೆಗೆ ನಾನು ಹೇಳಿದಂತೇ ಆಯಿತು ಸಿಡಿಮಿಡಿಗೊಂಡು ಮುಂದೆ ಹೊರಟಾಗ ಆ ಅಮ್ಮ ಜರೆದುಬಿದ್ದು ತನ್ನ ಕಾಲು ಮುರಿದುಕೊಂಡಳು."

ತಾಯಿಗೂ ಬಹಳ ಸಿಟ್ಟು ಬಂತು. ಮಂದಿಯ ಉಸಾಬರಿ ಬಿಟ್ಟು ತನ್ನ ಕೆಲಸ ತಾನು ಮಾಡಿಕೊಂಡು ಹೋಗು ಎಂದು ಹೇಳಬೇಕೆನಿಸಿತು. ಆದರೆ ಮುಂಜಾನೆಯೆದ್ದು ಇಲ್ಲದ ನ್ಯಾಯ ತೆಗೆದುಕೊಂಡು ಕೂಡುವದರಲ್ಲಿ ಏನು ಅರ್ಥವಿದೆಯೆಂದು ಸುಮ್ಮನಾದರು. ಮೆಲ್ಲ ಮೆಲ್ಲನೆ ಕಾಲಿಡುತ್ತ ತಂಗಿಯನ್ನು ಮೇಲೆ ಮುಟ್ಟಿಸಿ ಆಳವಾಗಿ ಉಸಿರುಬಿಟ್ಟರು.

ತಂಗಿಯು ಇಲ್ಲಿ ಬಂದಕೂಡಲೆ ಬಹಳ ಸಮಾಧಾನಿಯಾಗಿದ್ದಾಳೆ. ಮುಖದ ಮೇಲೆಲ್ಲ ಮ್ಲಾನತೆ ಬಂದಿದೆ. ಯಾವಾಗಲೂ ಯಾವದೋ ತಂದ್ರಿಯಲ್ಲಿ ಮುಳುಗಿ, ಅಮಲೇರಿ ದಂತಿರುತ್ತಾಳೆ. ಅದೇ, ಸ್ಟೇಶನಲ್ಲಿದ್ದಾಗ ಎಷ್ಟು ಅಬ್ಬರ ಮಾಡುತ್ತಿದ್ದಳು. ಗಾಡಿಯ ಸಪ್ಪಳ ಕೇಳಿಸಿದಂತಾಗಲು ರೇಲ್ವೆ-ಹಳಿಯ ಕಡೆಗೆ ಮತ್ತೆ ಮತ್ತೆ ದಿಕ್ಕುಗೆಟ್ಟು ಓಡುತ್ತಿದ್ದಳು. ಆಗ ಅವಳನ್ನು ಹಿಡಿದಿಡುವುದೇ ಎಲ್ಲರಿಗೂ ಒಂದು ಕೆಲಸವಾಗುತ್ತಿತ್ತು. ಹಳಿಯ ಮೇಲೆ ಯಾವಾಗಲೂ ಗಾಡಿ ಬರದಿದ್ದರೇನಾಯಿತು, ಹಳಿಯೇರಿ ಇಳುಕಲು ಇಳಿದರೆ ತೀರಿತು, ಅಲ್ಲಿ ಹಾಳು ಬಾವಿಯಿದೆ.

ತಾಯಿ ಸೀರೆಯುಟ್ಟುಕೊಳ್ಳುತ್ತ ಒಂದು ಸಲ ಎಲ್ಲ ಕಡೆಗೂ ಕಣ್ಣು ಹರಿಸಿದರು, ತಮ್ಮ ಕಡೆಗೆ ಯಾರಾದರೂ ನೋಡುತ್ತಿದ್ದಾರೆಯೇ ಎಂದು. ಅದೇ ವೇಳೆಗೆ ಗಾಳಿಯ ಸೆಳಕು ಪ್ರಬಲವಾಗಿ ಬೀಸಿತು. ಕೈಯಲ್ಲಿ ಗಟ್ಟಿಯಾಗಿ ಹಿಡಿದಿದ್ದ ಸೆರಗಿನಲ್ಲಿ ಗಾಳಿ ತುಂಬಿ, ಹಡಗಿನ ಹಾಯಿಯಂತೆ ಉಬ್ಬಿ ಫಡಫಡಿಸಿತು. ತಾಯಿ ಒಮ್ಮೆಲೇ ಗೊಂದಲಿಸಿದರು. ಸೀರೆಯನ್ನೆಲ್ಲ ಮುದ್ದೆಮಾಡಿ ಅವಚಿ ಹಿಡಿದರು. ಆದರೆ ತಂಗಿ ಕುಳಿತಲ್ಲಿ ಇನ್ನಾರಾದರೂ ಇದ್ದರೆ ಅವರಿಗೆ, ಅವರ ಕಾಲಿನ ಹಿಂಭಾಗ ಗಟ್ಟಿಯಾಗಿ, ಬೆಳ್ಳಗಾಗಿ, ಮಾಂಸಲವಾಗಿ ಕಾಣಿಸಬಹುದಿತ್ತು.

ದೂರದಲ್ಲಿ ತಂದೆ ಯಾರೋ ಇಬ್ಬರೊಡನೆ ಮಾತಾಡುತ್ತಿದ್ದಾರೆ. ಕೈಮಾಡಿ ಏನೋ ತಿಳಿಸಿ ಹೇಳುವಂತಿದೆ. ಯಾರ ಮುಖವೂ ಅಲ್ಲಿಂದ ಸ್ಪಷ್ಟವಾಗಿ ಕಾಣಿಸುವುದಿಲ್ಲ. ತಾಯಿಗೆ ಒಮ್ಮೆಲೆ ನೆನಪಾಯಿತು. ಸುತ್ತುಮುತ್ತಲು ಗಾಬರಿಯಿಂದ ನೋಡಿದರು: ತಂಗಿ ಇದುವರೆಗೆ ಇಲ್ಲೇ ಕುಳಿತಿದ್ದಳು ಇಷ್ಟರಲ್ಲಿಯೇ ಎಲ್ಲಿ ಹೋದಳು?

ನಿಜವಾಗಿಯೂ ತಂದೆಗೆ ಅವರನ್ನು ಎಲ್ಲಿಯೂ ನೋಡಿದ ನೆನಪಿರಲಿಲ್ಲ. ಆ ಗೃಹಸ್ಥರು ಕಪ್ಪಾಗಿ ಕುಳ್ಳಗಿದ್ದರು. ಐವತ್ತೈದು ದಾಟಿರಬೇಕು. ಅವರು ನಕ್ಕ ಕೂಡಲೆ ಆ ಗೃಹಸ್ಥರ ಹರೆಯದ ಹಲ್ಲು ಹೊಳೆದವು. ಬಹುಶಃ ಅವು ಅವರವಿರಲಿಕ್ಕಿಲ್ಲ. ಅವರ ಕೂಡ ಬಂದ ಇನ್ನೊಬ್ಬರ ಪರಿಚಯವಂತೂ ಅವರಿಗೆ ಇಲ್ಲವೇ ಇಲ್ಲ. ಆ ಕಪ್ಪು ಮುದುಕರಂದರು: "ಏನು ರಾಯರ ಗುರುತೇ ಹತ್ತಲಿಲ್ಲ ಮೊದಲ ನನಗ. ಈಗ ಎಷ್ಟು ಬದಲಾಗಿದ್ದೀರಿ?" ತಂದೆಗೆ ಅವರ ಮಾತಿನ ರೀತಿಯೇ ಗೂಢವೆನಿಸಿತು. ಗುರುತು ಹತ್ತಲಿಲ್ಲವೆನ್ನುತ್ತಲೇ ಗುರುತು ಹಿಡಿದು ಮಾತಾಡುತ್ತಿದ್ದಾರೆ. ನಾನೆಲ್ಲಿ ಬದಲಾಗಿದ್ದೇನೆ? ಜೀವಮಾನವೆಲ್ಲ ಕಳೆದರೂ ತಾವು ಹಾಗೇ ಉಳಿದವರು. ಯಾವ ಬದಲಾವಣೆಯೂ ಆಗಲಿಲ್ಲ. ಇನ್ನು ಮೇಲೆಯಾದರೂ ಏನಾದರೂ ಬದಲಾಗಬೇಕು. ನನ್ನ ಗುರುತನ್ನು ನಾನೇ ಮರೆಯಬೇಕು. ಎಲ್ಲರಿಗೂ ಮರಿಸಬೇಕು... ಯಾರೂ ಗುರುತಿಸದಿದ್ದ ಸ್ಥಳವನ್ನು ಹುಡುಕಿಕೊಂಡು ಒಬ್ಬನೇ ದೂರ ದೂರ ಹೋಗಬೇಕು... ತಂದೆಯು ಹಾಗೆಯೇ ಮಾತಾಡದೆ ಮೌನವಾಗಿರುವುದನ್ನು ನೋಡಿ ಮುದುಕರು ಗಟ್ಟಿಸಿ ನುಡಿದರು :

"ನೀವು ಹಿಂದೊಮ್ಮೆ ಸೊಲ್ಲಾಪುರದಲ್ಲಿ ಗೂಡ್ಸು-ಕ್ಲಾರ್ಕ್ ಇದ್ದಾಗ ನಾನು ಅಲ್ಲಿ ಸಿಗ್ನಲರ್ ಎಂದು, ಬಂದಿದ್ದೆ. ಆ ಮಾತಿಗೆ ಈಗ ಮೂವತ್ತು ವರ್ಷವಾಗಿರಬೇಕು. ಮೊನ್ನೆ ಮೊನ್ನೆ 'ತಕಾರಿ'ಯ ಸ್ಟೇಶನ್ ಮಾಸ್ತರನಾಗಿ ರಿಟಾಯರ್ ಆದೆ. ಈಗ ಬಹಳ ಸೊರಗಿಬಿಟ್ಟೀರಿ ನೀವು."

"ವಯಸ್ಸಾಗುತ್ತಾ ಬಂತು. ಮನುಷ್ಯ ಹಾಗೆಯೇ ಹೇಗೆ ಉಳಿಯುತ್ತಾನೆ, ನೋಡಿರಿ? ನನಗೂ ಈಗ ನಿಮ್ಮದು ಸ್ವಲ್ಪ ಗುರುತು ಹತ್ತಿದಂತಾಯಿತು. ನೀವು ಈಗ ಆಗಿನಂತೆ ಉಳಿದಿಲ್ಲ?

ತಂದೆಗೆ ಇನ್ನೂ ಗುರುತು ಹತ್ತಿರಲಿಲ್ಲ. ಹತ್ತುವಂತೆಯೂ ಇರಲಿಲ್ಲ. ಔಪಚಾರಿಕವಾಗಿ ಅಂದರು, ಅಷ್ಟೇ,

ಮುದುಕರು ಕೇಳಿದರು : "ಈಗೇನು ಒಬ್ಬರೇ ಬಂದಿದ್ದೀರೋ? ಅಥವಾ..."

"ಎಲ್ಲರೂ ಕೂಡಿ ಬಂದಿದ್ದೇವೆ. ಮಗಳ ಪ್ರಕೃತಿ ನೆಟ್ಟಗಿಲ್ಲ. ರಾಯರ ಸೇವೆಗೆಂದು...

ಯಾಕೆ? ಏನಾಗಿದೆ?"

"ಹಾಗೆ ವಿಶೇಷವೇನೂ ಇಲ್ಲ. ಏನೋ ನಡುನಡುವೆ ಸ್ವಲ್ಪ ವಿಸ್ಮೃತಿ ಬಂದಹಾಗೆ ಮಾಡುತ್ತಾಳೆ ಅಷ್ಟೇ."

ತಾಯಿ, ನೀರಿನ ಕಡೆಗೆ ಧಾವಿಸಿದ್ದ ತಂಗಿಯನ್ನು ಹಿಡಿದುಕೊಂಡು ಬಂದು, ಅಸ್ವಸ್ಥರಾಗಿ ತಂದೆಯ ಹಾದಿ ನೋಡುತ್ತ ನಿಂತಿದ್ದರು.

"ಆಗಲಿ ಹಾಗಾದರೆ ಮತ್ತೆ ಭೆಟ್ಟಿಯಾಗೋಣ. ಉತ್ಸವದ ವರೆಗೆ ಇರಬೇಕೋ ಏನು ಬೇಗ ಸೇವೆ ಮುಗಿಸಿ ಹೊರಟುಬಿಡುವವರೋ?"

"ರಾಯರು ಹೇಗೆ ಅನುಕೂಲ ಮಾಡಿಕೊಡುತ್ತಾರೆಯೋ ನೋಡಬೇಕು. ಇರುವ ಸಂಕಲ್ಪವನ್ನಂತೂ ಮಾಡಿಕೊಂಡಿದ್ದೇನೆ. ಅದು ಸಾಧಿಸಬೇಕು, ಅಷ್ಟೇ."

ಮಠದ ಗಂಟೆ ಕೇಳಿಸುತ್ತಿದೆ. ನದಿಯ ದಂಡೆಯ ಮೇಲೆಲ್ಲ ಅರಿಷಿಣ, ಕುಂಕುಮ, ಗೋಪೀಚಂದನದ ವಾಸನೆ ಇಡುಗಿದೆ. ತಂದೆ ಹೊರಟು ಹೋದ ಮೇಲೆ ಕಪ್ಪು ಮುದುಕರು ಸಂಗಡಿಗರಿಗೆ ಹೇಳಿದರು :

"ಒಂದು ಲಕ್ಷದ ಕುಳ ಅಪ್ಪಾ, ಇದು. ಗುಡ್ಸ-ಮಾಸ್ತರಾಗಿ ರಿಟಾಯರ್ ಆದರು. ಬಹಳ ರೊಕ್ಕ ಮಾಡ್ಯಾರ. ಆದರೇನು, ಬರೀ ರೊಕ್ಕದ ಸುಖ ಸುರೀಲಿಕ್ಕೆ ಆಗತದ? ಇವರ ಹೆಂಡತಿ ರಾಕ್ಷಸಿ ಇದ್ದಾಂಗ ಇದ್ದಾಳ. ಅವರಿಬ್ಬರದೂ ಕಡೆಯವರೆಗೂ ಕೂಡಿ ನಡೀಲಿಲ್ಲ. ಮಾಸ್ತರರ ಮನಸ್ಸಿನ ವಿರುದ್ಧ ತೌರುಮನೀ ಕಡೀದು ಒಂದು ಹುಡಿಗಿನ್ನ ತಂದು ಮಗನಿಗೆ ಲಗ್ನಾ ಮಾಡಿದಳು. ಆ ಹುಡಿಗಿನ್ನ ಸಹಿತ ಒಳ್ಳೇ ರೀತಿಯಿಂದ ಇಟ್ಟು ಕೋಳಿಕ್ಕೆ ಆಗಲಿಲ್ಲ – ಆಕೀ ಕಡಿಂದ. ಇಕೀ ಕಾಟ ತಾಳಲಾರದಕ್ಕೆ ಹುಡಿಗಿ ಗಾಡೀ ತಳಗ ಬಿದ್ದು ಪ್ರಾಣ ಕೊಟ್ಟಿತು. ಮೊನ್ನೆ ಮೊನ್ನೆಯ ಕಥೀ ಇದು. ಮುಂದೆ ಮೂರೇ ತಿಂಗಳಾದಾಗ ಮಗಳಿಗೆ ಹುಚ್ಚು ಹಿಡೀತು. ಸೋಸೀನ್ ಬಡಕೊಂಡಾಳ ಅಂತ ಮಂದಿ ಆಡಕೋತಾರ. ವಿಸ್ಮೃತಿ-ಗಿಸ್ಮೃತಿ ಎಲ್ಲಾ ಸುಳ್ಳು. ಆ ಹುಡಿಗೀಗೆ ಹುಚ್ಚೆ ಹಿಡಿದದ."

ತಂದೆಯ ತಲೆಯ ಮೇಲೆ ಒದ್ದೆಯಾಗಿದ್ದ ಪಂಚೆ ಇದೆ. ತಾಯಿಯು ಸೀರೆಯ ಕಚ್ಚೆಯನ್ನು ಬಹಳ ಮೇಲೆ ಮಾಡಿ ಉಟ್ಟುಕೊಂಡಿದ್ದಾರೆ. ತೊಯ್ದು ಹೋಗಿದ್ದ ತಲೆಗೂದಲನ್ನು ಪುನಃ ಪುನಃ ಹರವಿಕೊಳ್ಳುತ್ತ ತಂಗಿಯು ಝಾಪುಗಾಲಿಟ್ಟು ಓಡುವವರಂತೆ ನಡೆಯುತ್ತಿದ್ದಾಳೆ.

ಮಠದ ಗಂಟೆಯ ಸಪ್ಪಳ ಕೇಳಿಸುತ್ತಿದೆ.

* * * *

ತಂದೆಯು ಕುಳಿತ ಅಲ್ಲಿಂದ ಉತ್ತರ ಭಾಗದ ಬಿಳಿಯ ಗೋಡೆ ಕಾಣಿಸುತ್ತಿತ್ತು. ಗೋಡೆಯ ಒಳಗೆ ಕಿಡಕಿಯ ಆಕಾರದ ಒಂದು ಸಣ್ಣ ಬಾಗಿಲಿದೆ. ನದಿಯಲ್ಲಿ ಸ್ನಾನಮಾಡಿ ಒಬ್ಬೊಬ್ಬರಾಗಿ ಆ ಬಾಗಿಲಿನಿಂದ ಒಳಗೆ ಬರುತ್ತಿದ್ದಾರೆ. ಬಾಗಿಲ ಹೊರಗೆ ದೊಡ್ಡ ಬೇವಿನ ಗಿಡವಿದೆ. ಸಣ್ಣವರಿದ್ದಾಗಲೆ ತಂದೆ ಕೇಳಿದ್ದರು. ಆ ಬೇವಿನಗಿಡದಲ್ಲಿ ಬ್ರಹ್ಮರಾಕ್ಷಸಗಳಿವೆ ಯೆಂದು. ಗೋಡೆಯನ್ನು ಬಿರಿದು ಬಂದ ಆ ಗಿಡದ ಟೊಂಗೆಯನ್ನು ದಿಟ್ಟಿಸುತ್ತ ತಂದೆಯು ಕುಳಿತಿದ್ದರು. ಒಮ್ಮೆ ಒಂದು ರಾತ್ರಿ ಭಕ್ತನೊಬ್ಬ ಆ ಬಾಗಿಲಿನಿಂದ ಹೊರ ಬಿದ್ದಾಗ ಬ್ರಹ್ಮರಾಕ್ಷಸವು ಅವನನ್ನು ಹಿಡಿಯಿತು. ಹೆದರಿದ್ದರೂ ಧೈರ್ಯವಾಗಿ ಆ ಭಕ್ತನು ರಾಯರ ಸ್ತೋತ್ರ ಪಠಿಸಲು ಆ ಬ್ರಹ್ಮರಾಕ್ಷಸವು ಕೈಬಿಟ್ಟಿತಂತೆ.

ಎದುರಿಗೆ ತಾಯಿ-ತಂಗಿ ಕಾಣಿಸಿದರು. ಇಬ್ಬರೂ ಪ್ರದಕ್ಷಿಣೆ ಹಾಕುತ್ತಿದ್ದರು. ತಂಗಿಯ ಹಣೆಗೆಲ್ಲ ಉಸುಕು ಹತ್ತಿದೆ. ಅವಳ ಕಣ್ಣು ರೆಪ್ಪೆಗಳೆಲ್ಲ ಒದ್ದೆಯಾಗಿವೆ. ತಾಯಿ ಒಂದೇ ಸವನೆ ತೇಕುತ್ತಿದ್ದಾರೆ. ಅವರನ್ನು ನೋಡಿದಾಗ ತಂದೆಗೆ ಎಂದೂ ಇಲ್ಲದ ವಿಚಿತ್ರ ಭಾವನೆ ಬಂತು. ಅವರಿಬ್ಬರೂ ಪೂರ್ಣ ಅಪರಿಚಿತರಂತೆ, ಜನಜಂಗುಳಿಯಲ್ಲಿಯ ಎರಡು ಕಣ ಗಳಂತೆ ಅವರಿಗೆ ಕಂಡರು. ಯಾರು ಅವರು? ಇಷ್ಟು ದಿವಸ ನಾವು ಕೂಡಿ ಇರದಿದ್ದರೆ, ಅವರಿಬ್ಬರಿಗೂ ನನಗೂ ಏನು ಸಂಬಂಧವಿಲ್ಲ ಎಂದು ನಾನು ಅನ್ನಬಹುದಿತ್ತೆ? — ಇಷ್ಟು ದಿವಸ ನಾವು ಯಾಕೆ ಕೂಡಿದ್ದೆವು ಹೇಗೆ ಕೂಡಿದ್ದೆವು? – ತಂದೆಗೆ ಯಾವ ಪ್ರಶ್ನೆಯ ಉತ್ತರವೂ ಹೊಳೆಯಲಿಲ್ಲ.

ಮಠದಲ್ಲಿ ಊಟ ಬಹಳ ತಡವಾಗುತ್ತದೆ. ಊಟದ ಸಮಯ ಸಮೀಪಿಸತೊಡಗಿ ದಂತೆ ಮಠದ ಜನಜಂಗುಳಿ ಹೆಚ್ಚುತ್ತದೆ. ತಂದೆಗೆ ಈಗಿನಿಂದಲೇ ಹಸಿವೆಯಾಗಿದೆ. ಎಂದಿ ನಿಂದಲೂ ಅವರಿಗೆ ಹಸಿವೆಯನ್ನು ತಡೆಯಲಿಕ್ಕಾಗುವದಿಲ್ಲ. ಹಸಿವೆಯಾದರೆ ಮನಸ್ಸು ಉದ್ವಿಗ್ನವಾಗಿಬಿಡುತ್ತದೆ. ಏನೂ ಸೂಚಿಸುವುದೇ ಇಲ್ಲ. ಸೊಸೆಯು ತೀರಿಕೊಂಡಾಗ ಹೀಗೇ ಆಗಿತ್ತು. ತಮ್ಮ ವಿರುದ್ಧ ಯಾರೋ ದೂರು ಕೊಟ್ಟಿದ್ದರೆಂದು ಆ ದಿವಸ ಅಕಸ್ಮಾ ತ್ತಾಗಿ ಸ್ಟೇಶನ್ ಇನಸ್ಪೆಕ್ಟರ್ ಬಂದಿತ್ತು. ಗಡಿಬಿಡಿಯಲ್ಲಿ ಊಟದ ಶಾಸ್ತ್ರ ಮಾಡಿ ಅವರು ಗುಡ್ಸ-ಶೆಡ್ಡಿಗೆ ಓಡಿದರು. ಮುಂದೆ ರಾತ್ರಿ ಊಟಕ್ಕೆ ಕೂಡುವ ವೇಳೆಗೆ ಇದೆಲ್ಲ ಆಯಿತು. ಭಯಾನಕವಾದ ಸಾವು ಇಷ್ಟು ಸಹಜವಾಗಿ ಸೊಸೆಯನ್ನು ಹೆಕ್ಕಿಕೊಂಡು ಹೋದೀತೆನ್ನು ವದು ಕಲ್ಪನೆಗೂ ಅಸಾಧ್ಯವಾದ ಮಾತಿತ್ತು. ಸೊಸೆ ಉಳ್ಳೇಗಡ್ಡಿಯನ್ನು ಹೆಚ್ಚುತ್ತ ಈಳಿಗೆಯ ಮಣೆಯ ಮೇಲೆ ಕುಳಿತಿದ್ದಳು. ಎದುರಿಗೆ ಒಲೆಯ ಮೇಲಿಟ್ಟ ಹಾಲು ಉಕ್ಕು ವದರಕಡೆಗೆ ಕೂಡ ಲಕ್ಷ್ಯವಿಲ್ಲದೆ ಅವಳು ಕುಳಿತಿದ್ದಕ್ಕಾಗಿ ತಾಯಿ ಬೈದರು. ಒಮ್ಮೆಲೇ ಎದ್ದು ಹೊರಗೆ ಹೋಗಿ ಬಿಟ್ಟಳು. ತಿರುಗಿ ಬರಲೇ ಇಲ್ಲ. ಓಡುತ್ತ ಓಡುತ್ತ ಸಂಜೆಯ ಎಕ್ಸಪ್ರೆಸ್ಸಿನ ಧಡಧಡ ಸಪ್ಪಳದಲ್ಲಿ ನೋಡುನೋಡುವದರಲ್ಲಿಯೇ ಕಾಣದಾಗಿಬಿಟ್ಟಿದ್ದಳು. ಎಲ್ಲ ರಗಳೆ ಮುಗಿದು ಮನೆ ಕಾಣಬೇಕಾದರೆ ರಾತ್ರಿ ನಾಲ್ಕು ಗಂಟೆಯಾಗಿಹೋಗಿತ್ತು. ಆ ದಿನವೂ ಅವರಿಗೆ ಹೀಗೆಯೇ ಹಸಿವೆಯಾಗಿತ್ತು.

ತಂದೆಗೆ ತಮ್ಮನನ್ನು ನೋಡಿ ಆಶ್ಚರ್ಯವೆನಿಸಿತು. ಒಮ್ಮೆಲೆ ಎಂದಿನಿಂದ ಅವನಿಗೆ ದೇವರಲ್ಲಿ ಭಕ್ತಿ ಹುಟ್ಟಿತು ತಿಳಿಯಲಿಲ್ಲ. ಹೆಂಡತಿಯ ಸಾವು ಅವನಿಗೆ ದೇವರಲ್ಲಿ ಶ್ರದ್ಧೆ ಹುಟ್ಟಿಸಿರಬಹುದೇನೋ? ತಮ್ಮನು ಕಣ್ಣು ಮುಚ್ಚಿ ಭಕ್ತಿಪೂರ್ವಕವಾಗಿ ಪ್ರದಕ್ಷಿಣೆ ಹಾಕಹತ್ತಿದ್ದಾನೆ. ಅಪೂರ್ಣವಾದ ಯಾವ ಆಕಾಂಕ್ಷೆಯ ಪೂರ್ತಿಗಾಗಿ ಅವನು ಪ್ರಾರ್ಥನೆ ಮಾಡುತ್ತಿರಬಹುದು?

ಪ್ರದಕ್ಷಿಣೆ ಹಾಕಿ ಹಾಕಿ ತಮ್ಮನಿಗೆ ಬೇಸರ ಬಂತು. ಇಷ್ಟಕ್ಕೆ ಕಾಲು ನೋಯುತ್ತಿದೆ. ಹೆಂಡತಿ ಇದ್ದರೆ ಈಗ ಅವಳು ಬೈದುಬಿಡಬಹುದಿತ್ತು: "ಊರಾಗ ಇದ್ದಾಗ ಊರೆಲ್ಲ ಕಾಲು ಬಿಟ್ಟ ಕತ್ತೀ ಹಂಗ ಫಿರೋ ಅಂತ ತಿರುಗ್ಯಾಡಿ ಬರ್ತೀರಿ. ದೇವರ ಪ್ರದಕ್ಷಿಣೇಂದ್ರ ಕಾಲು ನೋಯಿಸತಾವೇನು ನಿಮ್ದು? ದೇವರ ಸೇವಾಕ್ಕ ಹಾಂಗ ಬ್ಯಾಸರೀಬಾರದು" ಅದು ನೆನಪಾಗಿ ಅವನಿಗೆ ಪ್ರದಕ್ಷಿಣೆಯನ್ನು ಮತ್ತೆ ಮುಂದುವರಿಸಬೇಕೆನಿಸಿತು. ತನಗೆ ಸ್ವತ:ಕ್ಕೆ ಮಾತ್ರ ದೇವರಲ್ಲಿ ಎಂದೂ ವಿಶ್ವಾಸವಿರಲಿಲ್ಲ. ಈಗಲೂ ಇಲ್ಲ. ಹಾಗಾದರೆ ತಾನು ಈಗ ಪ್ರದಕ್ಷಿಣೆ ಹಾಕುತ್ತಿದ್ದಾನೆ. ಇದರಿಂದ ಅವಳಿಗೆ ಸಂತೋಷವಾಗಬಹುದೆಂದೆ? ಇದ್ದಾಗ ಅವಳನ್ನು ಸುಖವಾಗಿಡಲು ಪ್ರಯತ್ನಿಸಬೇಕು ಎನ್ನುವ ಮಾತು ಅವನ ಗಮನಕ್ಕೇ ಬಂದಿರಲಿಲ್ಲ. ಈಗ ಅವಳಿಗೆ ಯಾವದರಿಂದ ಸಂತೋಷವಾಗಬೇಕಾಗಿದೆ? ಇದ್ದಾಗ ಅವಳ ತೀರ ಒಂದು ಸಣ್ಣ ಇಚ್ಛೆಯನ್ನು ಕೂಡ ಪೂರ್ಣಗೊಳಿಸುವದಾಗಲಿಲ್ಲ. ಲಗ್ನ ವಾದ ಹೊಸತರಲ್ಲಿ ಒಮ್ಮೆ ಮಂತ್ರಾಲಯಕ್ಕೆ ಹೋಗಿಬರುವದು ಅವಳ ಮನಸ್ಸಿನಲ್ಲಿ ಬಹಳವಿತ್ತು. ಅವ್ವನೇ ಇದಕ್ಕೆ ಕಲ್ಲು ಹಾಕಿದಳು. "ಈಗೇನು ಬಹಾಳ ವಯಸ್ಸಾಗ್ಯಾವ ಆಕೀಗೆ? ಇಂದಿಲ್ಲ ನಾಳೆ ಹೋಗಿಯೇ ಹೋಗತಾಳಲ್ಲ. ಲಗ್ನದ ಖರ್ಚೇ ಬಹಾಳ ಆಗೇದ. ಮತ್ತೆಲ್ಲಿ ಹೊಸ ಖರ್ಚು ತಂದಿರಿ?" ಅದು ಉಳಿದದ್ದು ಉಳಿದೇ ಹೋಯಿತು. ಅವಳೇನು ಮಂತ್ರಾಲಯ ಕಾಣಲಿಲ್ಲ. ಈಗ ಅವಳು ತೀರಿಕೊಂಡ ಆರು ತಿಂಗಳು ಕೂಡ ಆಗಿಲ್ಲ. ತಾವು ಎಲ್ಲರೂ ಮಂತ್ರಾಲಯದಲ್ಲಿ ನೆರೆದಿದ್ದಾರೆ.

ನಡೆಯುವಾಗ ತಮ್ಮನ ಧೋತರ ಕಾಲಲ್ಲಿ ಸಿಕ್ಕಿತು. ಎಡವಿ ಇನ್ನೇನು ಕೆಳಗೆ ಬೀಳುವವ ಆದರೆ ಮಗ್ಗಲಿಗಿದ್ದ ಪೌಳಿಯ ಗೋಡೆ ಹಿಡಿದು ನಿಂತ. ದೂರದಲ್ಲಿ ತಾಯಿ ಯಾರೊಡ ನೆಯೋ ಮಾತಾಡುತ್ತಿದ್ದಂತೆ ಕಾಣಿಸಿತು. ಪ್ರದಕ್ಷಿಣೆಯನ್ನು ಅರ್ಧಕ್ಕೆ ನಿಲ್ಲಿಸಿ ಅವ್ವ ಏನೋ ಕೈಮಾಡಿ ಅವರಿಗೆ ಹೇಳುತ್ತಿದ್ದಾಳೆ. ಅವಳು ಏನು ಹೇಳುತ್ತಿದ್ದಾಳೆಂಬುದು ತಮ್ಮನಿಗೆ ನಿಶ್ಚಿತ ಗೊತ್ತಿತ್ತು. ಹೆಂಡತಿಗೆ ದುರ್ಮರಣ ಬಂತೆಂದು ಅವಳು ದೆವ್ವವಾಗಿ ತಂಗಿಗೆ ಬಡಿದುಕೊಂಡು ಕಾಡುತ್ತಿದ್ದಾಳೆ ಎಂದು ಎಲ್ಲರಿಗೂ ಹೇಳುತ್ತ ತಿರುಗಾಡುತ್ತಾಳೆ. "ಇದ್ದಾಗ ಸೊಸೆಗೆ ಇಷ್ಟು ಪರಿ ಮಾಡಿ-ಮಟ್ಟಿದರೂ ನನಗೆ ಕೆಟ್ಟ ಹೆಸರು ಕೊಟ್ಟು ಹೋದಳು" ಎಂದು ಎಲ್ಲರ ಇದಿರಿನಲ್ಲೂ ಅಬ್ಬರ ಮಾಡಿ ಅಳುತ್ತಾಳೆ.

ಅವ್ವನ ವಿಕ್ಷಿಪ್ತ ಸ್ವಭಾವದಿಂದ ಮನೆಯಲ್ಲಿ ಎಲ್ಲರೂ ಬೇಸತ್ತಿದ್ದರು. ತಂದೆಯಂತೂ ಸಾಂಸಾರಿಕ ಜೀವನಕ್ಕೆ ಎಂದೋ ತಿಲಾಂಜಲಿ ಮಾಡಿದ್ದರೆಂಬುದು ತಮ್ಮನಿಗೆ ವಯಸ್ಸಿಗೆ

ಬಂದ ಮೇಲೆ ತಿಳಿದಿತ್ತು. ಮೊದಲಿನಿಂದಲೂ ಅವ್ವನ ವರ್ತನೆ ವಿಚಿತ್ರವಾಗಿಯೇ ಇತ್ತು. ತಂದೆ ಬಹಳ ಊಟ ಮಾಡಿದರೆ ಸಂಶಯಪಟ್ಟುಕೊಳ್ಳುವದು, ಊಟ ಮಾಡದಿದ್ದರೂ ಸಂಶಯಪಟ್ಟುಕೊಳ್ಳುವದು. ಅದರಲ್ಲಿ ತಂದೆ ತಪ್ಪಿಯಾದರೂ ಹೆಂಗಸರ ಕೂಡ ನಗು ನಗುತ್ತ ಮಾತಾಡಿದರೋ ಮುಗಿದುಹೋಯಿತು. ಆಗ ಅವ್ವನ ಅವತಾರ ನೋಡಲಿಕ್ಕೆ ಆಗುತ್ತಿರಲಿಲ್ಲ. ಇದೆಲ್ಲ ತಮ್ಮ, ಬೆಳೆದು ದೊಡ್ಡವನಾದ ಮೇಲೆ ತಿಳಿಯತೊಡಗಿತ್ತು. ಯಾವುದಾದರೂ ಮಾತು ಅಪ್ಪನ ಮನಸ್ಸಿನ ವಿರುದ್ಧವಾದರೆ ತೀರಿತು; ಅವ್ವ ಮೈ ಮೈ ಪರಚಿಕೊಳ್ಳುತ್ತಿದ್ದಳು. ಮಾತು ಮಾತಿಗೆ ಸಿಟ್ಟು, ಸೆಡವು, ರಂದಿ, ರಸಕಸಿ. ತಾನು ಸಣ್ಣವನಿದ್ದಾಗ ಏನೋ ಕ್ಷುಲ್ಲಕ ಕಾರಣಕ್ಕಾಗಿ ತಂದೆಯವರೊಡನೆ ಜಗಳವಾಡಿ ದಿನವೆಲ್ಲ ಹಣಮಪ್ಪನ ಗುಡಿಯ ಕಟ್ಟೆಯ ಮೇಲೆ ಕುಳಿತು ಸಂಜೆಯಾದ ಕೂಡಲೆ ಮನೆಗೆ ಬಂದಿದ್ದಳು. ಮತ್ತೊಮ್ಮೆ ಇನ್ನೊಂದು ಕಾರಣಕ್ಕಾಗಿ ಜೀವ ಕೊಡುತ್ತೇನೆಂದು ಬಾವಿಯ ಕಟ್ಟೆಯ ಮೇಲೆ ಕುಳಿತು ಬಂದಿದ್ದಳು.

ಅವ್ವನ ಬಾಯಲ್ಲಿ ಸಾವು ದಿನಬಳಕೆಯ ಮಾತಾಗಿದೆ. ಸಿಟ್ಟು ಬಂತೆಂದರೆ ಸಾಯುವೆನೆಂದು ಹೊರಟು ಸಿಟ್ಟು ಇಳಿದ ಕೂಡಲೆ ಮನೆಗೆ ತಿರುಗುತ್ತಾಳೆ.

ತಮ್ಮನಿಗೆ ಈಗ ಬಹಳೇ ಕಾಲು ನೋಯತೊಡಗಿದವು. ಬಹಳ ನಿತ್ರಾಣವಾಗಿದೆ. ಪ್ರದಕ್ಷಿಣೆ ಹಾಕಿ ಬೇಸರ ಬಂತು. ಬಿಸಿಲು ಏರಿ ಕಾಲಲ್ಲಿಯ ಉಸುಕು ಕಾಯ್ದುಹೋಗಿದೆ. ಅವನಿಗೆ ತಾನು ನೀರಡಿಸಿದ್ದೇನೆ ಎಂಬುದರ ನೆನಪಾಯಿತು. ನದಿಯಿಂದ ತುಂಬಿ ತಂದಿಟ್ಟ ತಂಬಿಗೆಯನ್ನು ನೆನೆದು ಕಟ್ಟೆಯ ಕಡೆಗೆ ಹೋದ.

ತಮ್ಮನು ಕುಳಿತ ಆ ಕಟ್ಟೆಯಿಂದ ರಾಯರ ವೃಂದಾವನವು ಕಾಣಿಸುತ್ತಿತ್ತು. ಕೆಳಗಡೆ ಕಂಬಕ್ಕಾನಿಸಿಕೊಂಡು ಅಚ್ಚ ಕೆಂಪು ಬಣ್ಣದ ಪೀತಾಂಬರ ಉಟ್ಟುಕೊಂಡು ಒಬ್ಬ ಮುದುಕರು ಕುಳಿತಿದ್ದಾರೆ. ಅವರ ದೇಹದ ಅರ್ಧ ಭಾಗದ ಚಲನೆ ನಿಂತು ಬಿಟ್ಟಂತಿದೆ. ಅವರ ರಟ್ಟೆ ಹಿಡಿದು ಮಗ್ಗಲಿಗೆ ಕುಳಿತ ಆ ಹೆಂಗಸು ಅವರ ಹೆಂಡತಿಯಿರಬೇಕು. ಅವರ ಹತ್ತಿರ ಇಬ್ಬರು ಹುಡಿಗೆಯರು ಮಲ್ಲಿಗೆಯ ಹಾರ ಮಾಡುತ್ತ ಕುಳಿತಿದ್ದಾರೆ. ಒಬ್ಬಳದು ಹಸಿರು ಹಣೆಯಿದೆ. ಮೈಮೇಲೆ ಚೂರೂ ಶೃಂಗಾರವಿಲ್ಲ. ಶುಭ್ರವಾಗಿದ್ದ ಬಿಳಿಯ ಸೀರೆಯುಟ್ಟುಕೊಂಡಿದ್ದಾಳೆ. ಇನ್ನೊಬ್ಬಳ ಹಣೆಯ ಮೇಲೆ ಕುಂಕುಮವಿದೆ. ಅವಳದು ಇನ್ನೂ ಲಗ್ನವಾಗಿಲ್ಲ. ತಮ್ಮನದು ಅವಳ ಕಡೆಗೆ ವಿಶೇಷ ಲಕ್ಷ್ಯ ಹೋಗಲಿಲ್ಲ.

ಹಸಿರು ಹಣೆಯವಳನ್ನೇ ನೋಡುತ್ತ ಕುಳಿತ. ಎಷ್ಟೋ ಹೊತ್ತಿನ ನಂತರ ಅವನ ಲಕ್ಷ್ಯಕ್ಕೆ ಬಂತು, ತನಗೆ ಯಾಕೆ ಅವಳನ್ನು ನಿರೀಕ್ಷಿಸುತ್ತ ಕೂಡಬೇಕೆನಿಸುವದೆಂಬುದು. ಮಗ್ಗಲಿನಿಂದ ನೋಡಿದರೆ ಅವಳು ಥೇಟ್ ತನ್ನ ಹೆಂಡತಿಯಂತೇ ಕಾಣಿಸುತ್ತಿದ್ದಳು. ಎಷ್ಟು ಹೊತ್ತಿನಿಂದ ನೋಡುತ್ತಿದ್ದಾನೆ, ಅವಳು ನಗುವ 'ಧರತಿ' ಪೂರ್ಣ ಹಾಗೆಯೇ ಇದೆ. ಮುಂದೆ ಇವನು ನೋಡುವದು ಅವಳ ಲಕ್ಷ್ಯಕ್ಕೆ ಬಂದು ಅವಳು ಆ ಕಡೆ ಮುಖ

ತಿರುಗಿಸಿದಳು. ತಮ್ಮ ಒಮ್ಮೆಲೆ ಹೌಹಾರಿ ಆಕಡೆ ಈಕಡೆ ನೋಡಿ, ಕೊನೆಗೆ ಹತ್ತಿರವಿದ್ದ ಅಶ್ವತ್ಥ ವೃಕ್ಷದ ಕೆಳಗೆ ದೃಷ್ಟಿಯನ್ನು ಸ್ಥಿರಗೊಳಿಸಲು ಪ್ರಯತ್ನಿಸಿದ.

ಅವನ ಮೈ ಜುಮ್ಮೆಂದಿತು. ಎಷ್ಟೊತ್ತಿನಿಂದ ಅವರು ಅಲ್ಲಿ ನಿಂತಿದ್ದರೋ ಯಾರಿಗೆ ಗೊತ್ತು? ಭಾವನಾರಹಿತವೆಂಬ ಭ್ರಮೆ ಹುಟ್ಟಿಸುವ ನಿಶ್ಚಲದೃಷ್ಟಿಯಿಂದ ತಾಯಿ ಅವನನ್ನು ನೋಡುತ್ತ ನಿಂತಿದ್ದರು. ತಮ್ಮನಿಗೆ ಅಂಜಿಕೆ ಬಂತು. ತಮ್ಮನು ಯೋಚಿಸಿದ: ಅವ್ವನೆಂದರೆ ಅಷ್ಟೇಕೆ ಹೆದರಿಗೆ ಬರಬೇಕು? ಆ ಹೆಂಗಸನ್ನು ತಾನು ನೋಡಿದರೇನು ತಪ್ಪಾಯಿತು? ಅವ್ವನೇನು ಯಾವ ಗಂಡಸರ ಕಡೆಗೂ ನೋಡುವದೇ ಇಲ್ಲವೆ? ಆದರೆ... ಆದರೆ? ಅವ್ವನನ್ನು ಕಂಡರೆ ನಾವೆಲ್ಲರೂ ಯಾಕೆ ಅಂಜುತ್ತೇವೆ? ಸ್ವತ: ಅಪ್ಪ ಹೆದರುತ್ತಾರೆ. ತಂಗಿಯಂತೂ ಅವ್ವನ ಹೆದರಿಕೆಯ ಝಳಕ್ಕೆ ಹುರುಪಳಿಸಿ ಬೆಳೆಯದೆ ಕ್ರಮಶಃ ಕಮರಿ ಹೋಗುತ್ತಿದ್ದಾಳೆ. ತನಗೂ ಅವ್ವನೆಂದರೆ ಭೀತಿ. ಆದರೆ ಈ ಅಂಜಿಕೆಗೆ ಸ್ವಲ್ಪವೂ ಅಳುಕದ ಒಂದೇ ಒಂದು ಜೀವ ನಾಲ್ಕೊಪ್ಪತ್ತು ಬದುಕಿ ಹೋಯಿತು. ತಮ್ಮನಿಗೆ ತನ್ನ ಹೆಂಡತಿಯ ಬಗೆಗೆ ಅಭಿಮಾನವೆನಿಸಿತು. ಅವ್ವನ ಉಪದ್ರಕ್ಕೆ ಬೇಸತ್ತಳು. ಅತ್ತಳು. ಬದುಕಿನುದ್ದಕ್ಕೂ ಎಲ್ಲವನ್ನೂ ಮೂಕವಾಗಿ ಸಹಿಸಿದಳು. ಆದರೆ ಅವಳು ಅವ್ವನಿಗೆ ಎಂದೂ ಅಂಜಲಿಲ್ಲ. ಲಗ್ನವಾದ ಹೊಸದರಲ್ಲಿ ಅವ್ವನಿಗೆ ಗೊತ್ತಾಗದಂತೆ, ಗೆಳೆಯನ ಮನೆಗೆ ಹೋಗಿಬರುತ್ತೇವೆಂದು ಸುಳ್ಳು ಹೇಳಿ ಅವರಿಬ್ಬರೂ ಸರ್ಕಸ್ಸಿಗೆ ಹೋಗಿದ್ದರು. ಮರುದಿವಸವೇ ಅದು ಹೇಗೋ ಅವ್ವನಿಗೆ ಗೊತ್ತಾಗಿಹೋಯಿತು. ಸಿಟ್ಟಿನಿಂದ ಕಂಗಾಲಾಗಿ ಹೋಗಿದ್ದಳು. ತಂಗಿಯನ್ನು ತಪ್ಪಿಸಿ ಹೋಗಲು ಈ ಆಟ ಹೂಡಿದರೆಂದು ಚೀರಾಡಿ, ಹಟಕ್ಕೆ ಬಿದ್ದು ಅದೇ ದಿವಸ ನೆರಮನೆಯ ಹುಡುಗಿಯನ್ನು ಜೋಡುಮಾಡಿ, ತಂಗಿಯನ್ನು ಸರ್ಕಸ್ಸಿಗೆ ಕಳಿಸಿದ್ದಳು. ಆಗ ಇಷ್ಟೆಲ್ಲ ರಗಳೆಯಾದರೂ ಹೆಂಡತಿಯು ಪಿಟ್ಟೆನ್ನದೆ, ಶಾಂತವಾಗಿ ತನ್ನ ಪಾಡಿಗೆ ತಾನಿದ್ದಳು. ಮತ್ತೊಮ್ಮೆ ಅವ್ವನಿಗೆ ಹೇಳದೆ ಕೇಳದೆ ತಾವಿಬ್ಬರೂ ಕೂಡಿ ಫೋಟೋ ತೆಗೆಯಿಸಿಕೊಂಡು ಬಂದಾಗ ಅವ್ವನ ಅಬ್ಬರಕ್ಕೆ ಮಿತಿಯೇ ಇರಲಿಲ್ಲ. ಮಾತಿಗೆ ಮಾತು ಬೆಳೆದು ಅವ್ವ ಎಲ್ಲರನ್ನೂ ಬಾಯಿಗೆ ಬಂದಂತೆ ಬೈದು ತಾನು ಬಾವಿ ಬೀಳುತ್ತೇನೆಂದು ಹೊರಟಾಗ ಅಷ್ಟೇ ಸಿಟ್ಟಿನಿಂದ ಹೆಂಡತಿ ಧೈರ್ಯವಾಗಿ ಅಂದಿದ್ದಳು : "ಹೋಗಿ ಬೀಳಿರಲ್ಲ ಧೈರ್ಯ ಅದ ಏನು. ನೋಡೋಣ? ಸಾಯುವವರೇನ ಘಾಣಾ ಡಂಗರಾ ಹೊಡೆದು ಸಾಯತಿರತಾರೇನು?" ಕಡೆಗೆ ಅವಳು ತನ್ನ ಮಾತನ್ನು ಸಿದ್ಧಮಾಡಿ ಹೋಗಿದ್ದಳು. ಅಥವಾ ಆ ಮಾತನ್ನು ಸಿದ್ಧಮಾಡಲು ಅವಳು ಆ ದಿವಸ ಹಾಗೆ ಓಡಿದಳೋ?... ತಾಯಿಯ ಕೈಯಲ್ಲಿ ಸಾವು ಹಾಸ್ಯಾಸ್ಪದವಾದ ಅಗ್ಗದ ಸರಕಾಗಿತ್ತು. ಬದುಕಿದಾಗೆಲ್ಲ ಸಾವಿನ ನೆನಪಿಗೆ ಜೋತುಬಿದ್ದ ಅವಳಿಗೆ ಬದುಕಿನ ಸುಖವೂ ಸಿಗಲಿಲ್ಲ, ಸಾವಿನ ಸಮಾಧಾನವೂ ಲಭಿಸಲಿಲ್ಲ. ಇದ್ದಾಗ ಸಾವು ಸಾವು ಎಂದು ಬಡಬಡಿಸುವ ಅವ್ವ, ಸಾಯುವ ದಿವಸ ಬದುಕಿಗಾಗಿ ಹಂಬಲಿಸುವಳು.

ತಮ್ಮನು ಕುಳಿತಲ್ಲೇ ಎಣಿಕೆ ಹಾಕತೊಡಗಿದ. ಸ್ಟೇಶನ್ನಿನ ತಮ್ಮ ಮನೆಯಿಂದ ರಾತ್ರಿ

ಓಡುತ್ತ ರೇಲ್ವೆ-ಹಳಿಯ ವರೆಗೆ ಹೋಗಲು ಎಷ್ಟು ವೇಳೆ ಹಿಡಿಯುತ್ತದೆ? ಆ ದಿವಸ ಅವಳು ಓಡುವದಕ್ಕೂ ಗಾಡಿ ಬರುವದಕ್ಕೂ ವೇಳೆ ಹೇಗೆ ಸರಿಹೋಯಿತು? ಅವ್ವ ಬೈದಾಗ ಅವಳ ಕಣ್ಣಲ್ಲಿ ನೀರಾಡಿರಬೇಕು ಕಣ್ಣು ಮಂಜಾಗಿ ಆ ದಿವಸ ದಾರಿ ಏಕೆ ತಪ್ಪಲಿಲ್ಲ? ಹಗಲು ಹೊತ್ತಿನಲ್ಲಿ ಸಹಿತ ಹಳಿ ದಾಟಲು ಹೋದಾಗ ತಾನು ಸಿಗ್ನಲ್ಲಿನ ತಂತಿ ಎಷ್ಟು ಸಲ ಎಡವಿ ಮುಗ್ಗರಿಸಿಲ್ಲ ? ಆ ತಂತಿ ಆ ದಿವಸ ಅವಳ ವೇಗವನ್ನು ಯಾಕೆ ಕಡಿಮೆ ಮಾಡಲಿಲ್ಲ? ಕತ್ತಲೆಯೆಂದರೆ ಹೆದರುವವಳು ಅಂದು ಒಬ್ಬಳೇ ಹೇಗೆ ಹೋಗುವ ಧೈರ್ಯ ಮಾಡಿದಳು?...ಯಾವ ಪ್ರಶ್ನೆಗೂ ಉತ್ತರವಿರಲಿಲ್ಲ. ಆದರೆ ಎಲ್ಲವೂ ನಡೆದು ಹೋಗಿತ್ತು.

ಹೆಂಡತಿಯ ನೆನಪಿನಿಂದ ತಮ್ಮನಿಗೆ ಕಳವಳವಾಯಿತು. ಆದರೆ ಅಳುವು ಬರಲಿಲ್ಲ. ಸುಟ್ಟುಹೋದ ಹೆಂಡತಿಯ ಚಿತೆಯಲ್ಲಿ ಅವನ ಅಳುವೂ ಬೂದಿಯಾಗಿ ಹೋದಂತೆನಿಸಿತು. ತಂದೆ, ತಾಯಿ ತಂಗಿ ಹಾಗೂ ತಾನು. ಇವರಲ್ಲಿ ಯಾರಿಗೂ ಪರಸ್ಪರ ಸಂಬಂಧವೇ ಇಲ್ಲ. ಅನಿವಾರ್ಯವಾಗಿ ಒಬ್ಬರು ಇನ್ನೊಬ್ಬರನ್ನು ನಂಬಿ, ಅವಲಂಬಿಸಿ, ಒತ್ತಟ್ಟಿಗೆ ಇದ್ದೇವೆ. ಅವನಿಗೆ ಸರ್ಕಸ್ಸಿನಲ್ಲಿ ಅಂತರಾಳದಲ್ಲಿ ತೂಗಾಡುವ ಜೋಕಾಲಿಯಿಂದ ಜೋಕಾಲಿಗೆ ಜಿಗಿಯುವ ಆಟಗಾರರ ಗುಂಪು ನೆನಪಾಯಿತು. ಅದರಂತೆ ತಾವೂ ಒಬ್ಬರನ್ನೊಬ್ಬರು ನಂಬಿಕೊಂಡಿರುವದು ಅಗತ್ಯವಾಗಿದೆ. ಒಬ್ಬರ ಬದುಕು ಇನ್ನೊಬ್ಬರ ಮೇಲೆ, ಹಾಗು ಎಲ್ಲರ ಬದುಕೂ ಒಬ್ಬರ ಮೇಲೆ ಅವಲಂಬಿಸಿದೆ. ಈ ಸೂಕ್ಷ್ಮವನ್ನು ನಿರ್ಲಕ್ಷಿಸಿ ಒಂದು ಕ್ಷಣ ಸ್ವತಂತ್ರಳಾಗ ಬಯಸಿದ ಹೆಂಡತಿ ಝೋಲಿ ತಪ್ಪಿ ಕೆಳಗೆ ಬಿದ್ದುಬಿಟ್ಟಳು. ಈಗ ತಂಗಿ ಜೋತಾಡುತ್ತಿದ್ದಾಳೆ? ಅವಳೂ ಕೈ ಬಿಟ್ಟುಬಿಟ್ಟರೆ ಒಬ್ಬೊಬ್ಬರಾಗಿ ಎಲ್ಲರೂ ನೆಲಕ್ಕಪ್ಪಳಿಸುತ್ತೇವೆ. ಆದರೆ ತಂಗಿಗೆ ಗೊತ್ತೇ ಇಲ್ಲ, ಎಲ್ಲರ ಜೀವನಸೂತ್ರವೂ ಈಗ ತನ್ನ ಕೈಯಲ್ಲಿಯೇ ಇದೆಯೆಂಬುದು. ಅವಳಿಗೆ ಈಗ ವಿಚಾರಮಾಡುವ ಶಕ್ತಿಯಾದರೂ ಎಲ್ಲಿದೆ? ನಾಳೆ ಅವಳು ಮತ್ತೆ ಮೊದಲಿನಂತಾದರೆ, ಎಲ್ಲರೂ ತಮ್ಮ ತಮ್ಮ ಹಾದಿ ಹಿಡಿದು ಹೋಗುವರು. ತಂದೆ ಇನ್ನು ಬಹಳ ದಿವಸ ಮನೆನಂಬಿ ಇರಲಿಕ್ಕಿಲ್ಲ. ತನಗಾದರೂ ಮನೆಯಲ್ಲಿ ಯಾವ ಆಕರ್ಷಣೆಯಿದೆ? ಅವಳ ಜಡ್ಡು ಕಡಿಮೆಯಾಗದೇ ಇರುವದರಲ್ಲೇ ಮನೆತನದ ಮಾನವಿದೆ. ಅವಳಿಗೆ ಕಡಿಮೆಯಾದರೆ ಅದು ನುಚ್ಚುನೂರಾಗುವದು. ಎಲ್ಲರೂ ಚದುರಿ ಹೋಗುವರು.

ಬಿಸಿಲಿನ ಝಳ ವಿಪರೀತವಾಗಿದೆ. ಮೈಮೇಲೆ ನೀರಿಳಿಯುತ್ತಿದೆ. ಹಸಿವೆಯಿಂದ ನಿತ್ರಾಣನಾದ ತಮ್ಮನಿಗೆ ನಿದ್ದೆ ಬಂದಂತೆನಿಸಿತು. ಆದರೆ ನಿಜವಾಗಿ ನಿದ್ದೆ ಬಂದಿರಲಿಲ್ಲ, ಕುಳಿತವನು ಹಾಗೆಯೇ ಹಿಂದಿದ್ದ ಗೋಡೆಗೆ ತಲೆ ಆನಿಸಿದ. ಹತ್ತಿರ ಕುಳಿತವರು ತಮ್ಮ ತಮ್ಮೊಳಗೆ ಮಾತಾಡುತ್ತಿದ್ದರು. "ರಾಯರ, ನೀವು ಏನೇ ಅನ್ನಿರಿ, ಹಿಂದಿನ ಮಠದ ವೈಭವ ಈಗ ಉಳಿದಿಲ್ಲ. ಮಠದ ಪ್ರತಿಷ್ಠೆ ಬರಬರುತ್ತ ಕಡಿಮೆಯಾಗುತ್ತ ನಡೆದಿದೆ."

"ಇದೇನು ಸ್ವಾಮಿ ಹೀಗೆನ್ನುತ್ತೀರಿ ನೀವು? ಶ್ರೀಗಳವರ ಮಹಿಮೆ ಈಗ ಸರ್ವವ್ಯಾಪಿ

ಯಾಗಿ ಹೋಗಿದೆ. ನಾನಾ ಪ್ರಾಂತಗಳಿಂದ ಭಿನ್ನಭಾಷಿಗಳಾದ ಭಕ್ತರು ಬಹುಸಂಖ್ಯೆಯಲ್ಲಿ ಆಗಮಿಸುತ್ತಿದ್ದಾರೆ.

"ರಾಯರ ಮಹಿಮೆಯ ಬಗೆಗೆ ಹೇಳಲಿಲ್ಲ ನಾನು. ರಾಯರೇ, ಮಠದ ಮಹಿಮೆಯ ಬಗ್ಗೆ ಹೇಳಿದೆ. ಸ್ವಾಮಿಗಳವರು ಇಲ್ಲಿದ್ದಾಗ ಬಹುಶಃ ನೀವು ಬಂದಿರಲಿಕ್ಕಿಲ್ಲ ಆಗ. ಏನು ಅನ್ನ ಸಂತರ್ಪಣೆ ಆ ಮಹಾನುಭಾವರದು? ತಿಂಗಳುಗಟ್ಟಲೆ ಮಠದಲ್ಲಿ ಊಟಮಾಡಿದರೂ ಒಬ್ಬರಿಗೂ ಚಕಾರವೆತ್ತುವ ಧೈರ್ಯವಾಗುತ್ತಿರಲಿಲ್ಲ ಆಗ. ಈಗೇನು ನಾಲ್ಕು ದಿವಸ ಊಟಮಾಡಿದರೆ, ಬಡಿಸುವವರು ಕೂಡ ನಿಮ್ಮ ಕಡೆಗೆ ದಿಟ್ಟಿಸಿ ನೋಡಲಿಕ್ಕೆ ಸುರುಮಾಡಿಬಿಡುತ್ತಾರೆ. ಆಗಿನ ಅಡಿಗೆಯ ರುಚಿಯೇನು, ರಾಯರೆ? 'ರಾಯರ ಮಠ'ದ ಹುಳಿಯೆಂದರೆ ನಮ್ಮ ಕಡೆಗೆ ಮನೆಮಾತಾಗಿಬಿಟ್ಟಿದೆ. ಮುಂಜಾನೆ ಊಟಮಾಡಿ ಹೋದರೆ ಸಂಜೆಯವರೆಗೂ ಮಸಾಲೆಯ ವಾಸನೆ ಹೋಗುತ್ತಿರಲಿಲ್ಲ. ಈಗೆಲ್ಲ ಆ ಮಾನದಿಂದ ಮಠದ ಆಡಳಿತೆ ಕೆಟ್ಟುಹೋಗಿದೆ. ಮುಖ್ಯವಾಗಿ ಹುಳಿಯೇ ಮೊದಲಿನಂತೆ ಸರಿಯಾಗಿ ಆಗುವದಿಲ್ಲ."

"ಆದರೆ ರಾಯರ ಮಹಿಮೆಗೂ ಹಾಗೂ ಊಟಕ್ಕೂ ಏನು ಸಂಬಂಧ ಸ್ವಾಮಿ?"

"ನಾನು ಹೇಳುವದು ನಿಮಗೆ ಅಷ್ಟು ಸರಿಯಾಗಿ ಅರ್ಥವಾದಂತಿಲ್ಲ. ಜನರು ಒಂದು ಮಠದ ಯೋಗ್ಯತೆಯನ್ನು ಕಟ್ಟುವುದು ಆ ಮಠದ ಅನ್ನಸಂತರ್ಪಣೆಯ ಮೇಲಿಂದ, ಉಡುಪಿಯ ಶ್ರೀ ಕೃಷ್ಣನ ಸನ್ನಿಧಾನದಲ್ಲಿ ಎರಡೂ ಹೊತ್ತು ಊಟವಿರುತ್ತದಂತೆ. ಏನು ಪುಣ್ಯವಂತರು ಅವರು! ಮುಖ್ಯ ಕಲಿಕಾಲ ಬಂತು. ಎಲ್ಲ ಕಡೆಗೂ ಅನ್ನ ಸಂತರ್ಪಣೆ ಕಡಿಮೆಯಾಯಿತು.

ಮಂಗಳಾರತಿಯ ಸಪ್ಪಳ ಎಲ್ಲರನ್ನು ಹೊಡೆದೆಬ್ಬಿಸಿತು. ತಮ್ಮನು ಅಲ್ಲಿಯೇ ಎದ್ದು ನಿಂತ. ದೂರದಲ್ಲಿ ತಂದೆ ಓಡಿ ಬಂದು ಜನಸಮುದಾಯವನ್ನು ಕೂಡಿದ್ದು ಅವನಿಗೆ ಅಲ್ಲಿಂದ ಕಾಣಿಸಿತು. ಆಚಾರ್ಯರ ಮಂತ್ರಘೋಷಣೆ ಗುಡಿಯಲ್ಲಿ ಪ್ರತಿಧ್ವನಿಸುತ್ತಿದೆ. ಮಂಗಳಾರತಿಯ ಅಜಸ್ರ ಜ್ಯೋತಿಗಳ ಬೆಳಕಿನಲ್ಲಿ ಕಣ್ಣು ಛಕ್ಕನೆ ಮಂಜಾದಂತಾಗಿ ಆ ಬೆಳಕಿನ ಝುಳಕ್ಕೆ ತಮ್ಮನ ಮೈ ಜೋರನೆ ಬೆವತಿತು. ಹೆಂಡತಿಯ ಚಿತೆಯ ಹತ್ತಿರ ನಿಂತಾಗ ಗಾಳಿಯ ಸೆಳಕಿಗೆ ಝುಳವು ತೂರಿ ಹೀಗೆಯೇ ಮೈಮೇಲೆ ಬರುತ್ತಿತ್ತು. ಮಂಗಳಾರತಿಯ ಬತ್ತಿಗಳೆಲ್ಲ ಸುಟ್ಟು ಕರಕಾದ ವಾಸನೆ ಬರುತ್ತಿದೆ. ಬೆಂಕಿಗೆ ದರ್ಭೆ ತುಪ್ಪ ಹಾಗೂ ಅನ್ನವನ್ನು ಹಾಕಿದರೆ ಇಂಥದೇ ವಾಸನೆ ಬರುತ್ತದೆ. ತಮ್ಮನು ಕಣ್ಣು ಅರಳಿಸಿ ವೃಂದಾವನದ ಇದಿರು ವರ್ತುಳಾಕಾರವಾಗಿ ಚಲಿಸುವ ಜ್ಯೋತಿಗಳನ್ನು ನಿಶ್ಚಲವಾಗಿ ದಿಟ್ಟಿಸುತ್ತಿದ್ದಾನೆ. ಜಾಗಟೆಗಳು ಕರ್ಕಶವಾದ ಸಪ್ಪಳ ಮಾಡುತ್ತಿವೆ.

ಜನ ಮುಂದೆ ನುಗ್ಗುತ್ತಿದ್ದರು. ವೃಂದಾವನದ ಮೇಲೆ ಸಾಗರ ಬೀಳುತ್ತಿದ್ದರು, ತಮ್ಮನು ನಿಶ್ಚಲನಾಗಿ ಹಾಗೆಯೇ ನಿಂತಿದ್ದಾನೆ.

* * * *

ಮಂಗಳಾರತಿಯ ವೇಳೆಗೆ ಹೆಂಗಸರ ಗುಂಪಿನಲ್ಲಿ ತಾಯಿ ಸಿಕ್ಕುಬಿದ್ದಿದ್ದರು. ವಿಪರೀತ ಗದ್ದಲ. ಈ ತಿಕ್ಕಾಟದಲ್ಲಿ ಯಾರೋ ಕಾಲು ತುಳಿದರು. ವೈಶ್ಯರ ಹೆಂಗಸೊಬ್ಬಳು ಧಿಗ್ಗನೆ ಹಾಯ್ದು ಅವರನ್ನು ಮುಟ್ಟಿಬಿಟ್ಟಳು. ಇದೂವರೆಗೂ ಮಡಿಯಲ್ಲಿದ್ದು ತೀರ್ಥದ ವೇಳೆಗೆ ಸರಿಯಾಗಿ ಮೈಲಿಗೆಯಾಗುವುದೆಂದರೆ ಎಂಥ ಪ್ರಾರಬ್ಧ. ತಲೆಗೆ ತಲೆ ತಾಕಲಾಡುತ್ತಿದೆ. ತಾಯಿ ಗೋಣು ಮುರಿಯುವಂತೆ ಮುಖ ಮೇಲೆತ್ತಿದರು. ಆದರೆ ರಾಯರ ದರ್ಶನವೇ ಆಗಲೊಲ್ಲದು. ಕಪ್ಪಾದ ತಲೆಗಳು ಕಣ್ಣೆದಿರು ಬಂದು ಕಣ್ಣು ಕತ್ತಲೆಗುಡಿಸುತ್ತಿವೆ. ಗಂಟೆಯ ಸಪ್ಪಳ ಕೇಳಿಸುತ್ತಿದೆ. ದೂರದಿಂದಲೇ ಮಸುಕುಮಸಕಾಗಿ ಬೆಳಕು ಸುಳಿದ ಭಾಸವಾಗುತ್ತಿದೆ. ಆದರೆ ವೃಂದಾವನವೇ ಕಾಣಿಸಲೊಲ್ಲದು.

ಈ ಗೊಂದಲದಲ್ಲಿ ತಂಗಿಯು ಯಾವಾಗಲೋ ಅವ್ವನ ಕೈಕೊಸರಿಕೊಂಡು ಹೋಗಿಬಿಟ್ಟಿದ್ದಳು. ಹೊರಗೆ ಬಂದು ಬೇವಿನ ಗಿಡದ ಕೆಳಗೆ ರಾಶಿರಾಶಿಯಾಗಿ ಬಿದ್ದ ಒಣಗಿದೆಲೆಗಳನ್ನು ಚೆಲ್ಲಾಪಿಲ್ಲಿ ಮಾಡುತ್ತ ಕುಳಿತಳು. ಚೂರೂ ಮೋಡವಿಲ್ಲದ ಮುಗಿಲು ಬಿಸಿಲಿನ ಬೇಗೆಗೆ ಕಾಯ್ದು ಹೋಗಿದೆ. ಇದರ ಪರಿವೆ ಇಲ್ಲದೆ ತಂಗಿ ಆಕಾಶವನ್ನು ನಿರ್ವಿಕಾರವಾಗಿ ನೋಡುತ್ತ ಕುಳಿತಿದ್ದಾಳೆ. ಎದುರಿಗೆ, ಕಾಯ್ದು ಹೋಗಿದ್ದ ಬಂಡೆಕಲ್ಲುಗಳ ಕೊರಕಲೊಳಗಿನ ಆ ರಸ್ತೆ ನೇರವಾಗಿ ನದಿಗೆ ಹೋಗಿದೆ. ಗಾಳಿಯ ಸುಳಿವಿಲ್ಲದೆ, ಬಿಸಿಲಿನಿಂದ ಕಾಯ್ದು ನದಿಯು ಉಗಿಯಾಡುತ್ತಿದೆ. ತಂಗಿಯು ಝುಗ್ಗನೆ ಎದ್ದಳು. ಹತ್ತಿರವೇ ಬಿದ್ದಿದ್ದ ಒಣಗಿದ ಬಾಳೆಯ ಹಣ್ಣಿನ ಸಿಪ್ಪೆಗಳನ್ನು ಎತ್ತಿಕೊಂಡು ತುಸು ದೂರ ನೆರಳಲ್ಲಿ ಮಲಗಿದ್ದ ನಾಯಿಗೆ ತಿನಿಸಲು ಹೋದಳು. ನಾಯಿಯು ಅದರ ವಾಸನೆ ನೋಡಿ ಸೀನಿ, ಅಲ್ಲಿಂದ ಹೊರಟುಹೋಯಿತು. ಆಗ ತಂಗಿಗೆ ಅಕಸ್ಮಾತ್ತಾಗಿ ಹೊಳೆದಂತಾಯಿತು – ತನಗೂ ಹಸಿವೆಯಾಗಿದೆಯೆಂಬುದು. ಸಿಪ್ಪೆಯನ್ನು ಎತ್ತಿ ತಾನು ತಿನ್ನಬೇಕು ಎಂದು ಯೋಚನೆ ಮಾಡಿ ನಿರ್ಧರಿಸುವುದರಲ್ಲಿಯೇ ಮರೆತುಬಿಟ್ಟಳು.

ತಂಗಿಗೆ ಇತ್ತೀಚೆಗೆ ಏನೂ ನೆನಪಿರುವುದಿಲ್ಲ. ಒಂದೇ ವೇಳೆಗೆ ಎರಡು ಜಗತ್ತಿನಲ್ಲಿದ್ದು ವ್ಯವಹರಿಸುತ್ತಿದ್ದಂತೆ ಅವಳಿಗನಿಸುತ್ತದೆ. ಸುತ್ತಲಿನ ವಾಸ್ತವಿಕ ಜಗತ್ತಿನ ವ್ಯಾಪಾರ ಒಮ್ಮೆ ನೀರಸವೆನಿಸಿದರೆ ಇನ್ನೊಮ್ಮೆ ವಿಲಕ್ಷಣವೆನಿಸುತ್ತಿತ್ತು. ಈ ಜಗತ್ತಿನಲ್ಲಿದ್ದೂ ಇನ್ನೊಂದು ಜಗತ್ತಿಗೆ ತಾನು ತೇಲಿ ಹೋಗಿ ತುಟ್ಟತುದಿಯಲ್ಲಿ ಅಂತರಾಳದಲ್ಲಿ ಲಟಪಟ ವದ್ದಾಡುತ್ತಿದ್ದಂತೆ ಭಯಾನಕ ಕಲ್ಪನೆ ಬರುತ್ತಿತ್ತು. ಕಗ್ಗತ್ತಲೆಯಲ್ಲಿ ಚಿಕ್ಕೆ ತೂಗಾಡಿದ ರೀತಿಯಲ್ಲಿ ಕಣ್ಣೆದಿರು ಕತ್ತಲೆ ಪಸರಿಸಿ ಅದರಲ್ಲಿ ಬೆಳಕಿನ ಅಣುಗಳು ಹಲವಾರು ಆಕಾರ ಪಡೆದು ಸಾಲಾಗಿ ಸರಿದು ತೂಗಾಡಿ ಮಾಯವಾಗುತ್ತಿದ್ದವು. ಸಾವಿರ ಘಟನೆಗಳು, ಸಾವಿರ ಮುಖಗಳು ನೂಕುನುಗ್ಗಲಲ್ಲಿ ಎಡವುತ್ತ ಬೀಳುತ್ತ ಅಸಂಬದ್ಧವಾಗಿ ನೆರೆದು ಅವಳನ್ನು ಗೊಂದಲಗೆಡಿಸಿಬಿಡುತ್ತಿದ್ದವು. ಹಾಗೆ ಒಮ್ಮೆಲೇ ಎಂದಿನಿಂದ ಆಯಿತು, ಯಾಕೆ ಆಯಿತು ಎನ್ನುವದು ಅವಳಿಗೆ ಗೊತ್ತಿಲ್ಲ. ವಿಚಾರಶಕ್ತಿ ಈಗ ಅವಳ ಅಧೀನದಲ್ಲಿಲ್ಲ. ಕಣ್ಣೆದಿರು ಸುಳಿಯುವದನ್ನೆಲ್ಲ, ಮನಃಪಟಲದ ಮೇಲೆ ಮೂಡಿ ಹೋಗುವುದನ್ನೆಲ್ಲ ಚಿಕ್ಕ ಮಕ್ಕಳು

ಚಲನಚಿತ್ರ ನೋಡುತ್ತ ಕುಳಿತಂತೆ – ಅರ್ಥವಾಗದಿದ್ದರೂ ಅಸಹಾಯಕಳಾಗಿ ನೋಡುತ್ತ ಕುಳಿತುಬಿಡುತ್ತಿದ್ದಳು.

ಅತ್ತಿಗೆ ಸತ್ತಾಗ ಅವ್ವ–ಅಪ್ಪ–ಅಣ್ಣ ಎಲ್ಲರೂ ಅತ್ತರು. ಅದು ನೆನಪಾದರೆ ಅವಳಿಗೆ ಈಗಲೂ ನಗೆ ಬರುತ್ತದೆ. ದೊಡ್ಡವರು ಅಳುವದು ಇಷ್ಟು ವಿಚಿತ್ರ ಕಾಣಿಸುವದೆನ್ನುವದು ಅವಳ ಅನುಭವಕ್ಕೆ ಬಂದದ್ದು ಅದೇ ಮೊದಲನೇಯ ಸಲ. ತಾಯಿಗೆ ಧ್ವನಿ ಹೊರಡದೆ ಉಬ್ಬಸಬಿಡುತ್ತ ಕುಳಿತಿದ್ದರು. ಅಪ್ಪನ ಧ್ವನಿ ಅಳುವಿಗೆ ಸರಿಹೋಗುವುದಿಲ್ಲ. ಹಾಗೂ ಅತ್ತಾಗ ಮುಖ ಬಹಳೇ ವಿದ್ರೂಪವಾಗಿ ಕಾಣಿಸುತ್ತದೆ. ಆ ದಿವಸ ಅಪ್ಪನಿಗೆ ಅಳಬೇಡವೆಂದು ಸ್ಪಷ್ಟವಾಗಿ ಹೇಳಬೇಕೆನಿಸಿತ್ತು. ಆದರೆ ತುಣುಕು-ತುಣುಕಾಗಿ ಬಿದ್ದಿದ್ದ ಅತ್ತಿಗೆಯ ದೇಹದ ಹತ್ತಿರ ಹೋಗುವ ಧೈರ್ಯವಾಗಿರಲಿಲ್ಲ. ಗಾರ್ಡನ ಕೈದೀಪದ ಬೆಳಕಿನಲ್ಲಿ ಅತ್ತಿಗೆಯನ್ನು ವಿಚ್ಛಿನ್ನ ಮಾಡಿದ ಇಂಜನ್ನಿನ ದೊಡ್ಡ ಗಾಲಿಯು ಮಿಂಚಿತ್ತು. ಸಾಯುವ ನಿಸ್ಸಹಾಯಕ ಕ್ಷಣದಲ್ಲಿ ಅತ್ತಿಗೆಯು ವೇಗವಾಗಿ ತಿರುಗುವ ಆ ಗಾಲಿಯನ್ನು ಅಪ್ಪಿಕೊಳ್ಳುವ ಆಸೆಪಟ್ಟಿರಬೇಕು.

ತಂತಿಯು ಮೇಲೆ ಅಂತರಾಳದಲ್ಲಿ ಬೆತಿನಲ್ಲಿ ಸರಿಯುವ ದೊಡ್ಡ ಗಾಲಿ ತಂಗಿಯ ಕಣ್ಣೆದಿರು ಬಂದಿತು. ತಾನು ನೋಡಿದ ಸರ್ಕಸ್ಸು ನೆನಪಾಯಿತು. ಆ ಒಂದು ಗಾಲಿಯ ಸೈಕಲ್ಲನ್ನು ನಡಿಸುವ ಹೆಂಗಸು ಸ್ವಲ್ಪ ರ್ಝೋಲಿ ತಪ್ಪಿದ್ದರೆ ತಂತಿಯಿಂದ ಜರೆದು ನೆಲಕ್ಕಪ್ಪಳಿಸುತ್ತಿದ್ದಳು. ಬಣ್ಣ ಬಣ್ಣದ ಬೆಳಕಿನಲ್ಲಿ ಬ್ಯಾಂಡಿನ ಉನ್ಮಾದಕಾರಿಯಾದ ಸಂಗೀತದ ತಾಳಕ್ಕೆ ತಕ್ಕಂತೆ ಕುದುರೆಗಳು ಚಕ್ರಾಕಾರವಾಗಿ – ಆಸ್ಥೆಯಿಲ್ಲದೆ, ಬೇಸರವೂ ಇಲ್ಲದೆ – ಸುತ್ತುತ್ತಿದ್ದುವು. ಸರ್ಕಸ್ಸಿನಲ್ಲಿ ಸಿಂಹವನ್ನು ನೋಡಿದಾಗ ತಂಗಿಗೆ ಅಂಜಿಕೆ ಬಂದಿರಲಿಲ್ಲ. ಆಟದ ನೆವದಲ್ಲಿ ಅದಕ್ಕೆ ಕೊಟ್ಟ ಚಿತ್ರಹಿಂಸೆಯಿಂದ ಸಿಂಹವು ಬಹಳ ಸಿಟ್ಟಿಗೆದ್ದಿತ್ತು. ಆದರೆ ಚಾಬೂಕಿನ ಹೊಡೆತಕ್ಕೆ ತಳಮಳಿಸಿ, ಪಂಜರದ ಕಡೆಗೆ ಹೊರಟಿದ್ದು ಪುನಃ ತಿರುಗಿ ಪ್ರೇಕ್ಷಕರ ನಡುವೆ ಬಂದಾಗ ಮಾತ್ರ ಅವಳು ಅಂಜಿ ತಣ್ಣಗಾಗಿದ್ದಳು.

ಹೀಗೆ ಘಟನೆಗಳೆಲ್ಲ ಯದ್ವಾತದ್ವಾ ನೆರೆದು, ಮುಟ್ಟಾಟದಲ್ಲಿ ಹುಡುಗರು ದುಂಡಗೆ ನಿಂತು ಮುಟ್ಟಲು ಆಹ್ವಾನಿಸಿದಂತೆ – ನಾಲ್ಕು ಕಡೆಯಿಂದ ಅವಳನ್ನು ಆಹ್ವಾನಿಸಿದವು. ಮಠ ದೂರ ಹಿಂದೆ ಉಳಿದುಬಿಟ್ಟಿತ್ತು. ಮಂತ್ರಿಸಿದ ಬೂದಿಯನ್ನು ಕೊಟ್ಟು ಹೊರಟ ಸನ್ಯಾಸಿಯನ್ನು ಹಿಂಬಾಲಿಸುವಂತೆ ತಂಗಿಯು ಘಟನೆಗಳ ಬೆನ್ನು ಹತ್ತಿ ಹೊರಟಳು. ಅರ್ಧದಾರಿ ದಾಟಿ ಬಂದು, ನದಿಯ ಸಮೀಪಕ್ಕೆ ಬಂದಿದ್ದಾಳೆ. ಬಂಡೆಗಲ್ಲುಗಳು ಹಂಚಿನಂತೆ ಕಾಯ್ದುಹೋಗಿದ್ದವು. ತಂಗಿಯು ಕಾಲಿಡಲಿಕ್ಕಾಗದೆ ಥಕಥಕ ಕುಣಿದು ಖೊಳ್ಳೆಂದು ನಕ್ಕಳು. ಆದರೆ ಕಾಲು ಸುಡುವುದನ್ನು ಸಹಿಸಲಿಕ್ಕಾಗದೆ ಧ್ವನಿ ತೆಗೆದು ಸಣ್ಣ ಹುಡುಗರಂತೆ ಗಳಗಳ ಅಳತೊಡಗಿದಳು. ತಾನು ಮುಂದೆ ಎಲ್ಲಿ ಹೋಗಬೇಕೆಂಬುದು ಅವಳಿಗೆ ತಿಳಿಯಲಿಲ್ಲ. ಎದುರಿಗೆ ನದಿ ಅಡ್ಡಗಟ್ಟಿ ನಿಂತಿತ್ತು. ಹಿಂದೆ ದೂರದಲ್ಲಿ ಮಠದ ಗೋಡೆಗಳು ಭವ್ಯವಾಗಿ ಎತ್ತರವಾಗಿ ನಿಂತು ಜೇಲಿನ ಗೋಡೆಗಳಾಗಿ ಅವಳನ್ನು ಹಿಂದೆ ಹೋಗ

ಗೊಡಲೊಲ್ಲವು. ಈ ನೀರವತೆಯಲ್ಲಿ ಅಸ್ತವ್ಯಸ್ತವಾಗಿ ಬಿದ್ದ ಕರಾಳವಾದ ಕಲ್ಲುಗಳು ದುಂಡುಗಟ್ಟಿ ಒಮ್ಮೆಲೆ ಅವಳ ಮೇಲೆ ಏರಿ ಬಂತೆನಿಸಿತು. ಚಿಟಚಿಟ ಚೀರುತ್ತ ನೀರಿನ ಕಡೆಗೆ ಓಡಿದಳು. ಹಿಂದೆ ನಾಲ್ಕು ಕಡೆಗೆ ಬಂಡೆಗಲ್ಲುಗಳು ಕೈಕಟ್ಟಿಕೊಂಡು ಅವಳನ್ನು ಸುತ್ತುಗಟ್ಟುವ ಹವಣಿಕೆಯಿಂದ ನಿಂತಿವೆ. ಅವುಗಳನ್ನು ತಪ್ಪಿಸಿಕೊಂಡು ಮುಂದೆ ಹೋಗ ಬೇಕೆಂದರೆ ನೀರು. ತಂಗಿಯು ಹೌಹಾರಿದಳು. ಎರಡು ಕೈಗಳಿಂದ ತಲೆಯನ್ನು ಗಟ್ಟಿ ಹಿಡಿದು ಆಕಾಶದ ಕಡೆಗೆ ಮುಖಮಾಡಿ ಆಕ್ರಂದನ ಮಾಡಿದಳು.

ಮಠದಲ್ಲಿ ತೀರ್ಥ-ಪ್ರಸಾದವಾಗಿ ಊಟದ ಸಿದ್ಧತೆ ನಡೆದಿದೆ. ಹೆಂಗಸರು, ಹುಡುಗರು ತಮ್ಮ ತಮ್ಮ ಎಲೆ ಹಿಡಿದಿಡಲು ಧಾವಿಸುತ್ತಿದ್ದಾರೆ. ಹುಳಿಯ ವಾಸನೆ ಕಮ್ಮಗೆ ಮಠದಲ್ಲೆಲ್ಲ ಇಡುಗಿದೆ. ಸಾಲು ಸಾಲಾಗಿ ಪತ್ರಾವಳಿಗಳನ್ನು ಹಾಕಿದ್ದಾರೆ. ಎಲೆಯಲ್ಲಿ ಅನ್ನ ಪಾಯಸ ಹುಳಿ ಹಾಗೂ ಕುಂಬಳಕಾಯಿಯ ಪಲ್ಲೆ ಬಡಿಸಿದೆ.

ಅಪ್ಪ-ತಮ್ಮ ಗಂಡಸರ ಪಂಕ್ತಿಯಲ್ಲಿ ಕುಳಿತಿದ್ದರು. ಅಪ್ಪ ಗಂಧ ಹಚ್ಚಿಕೊಂಡಾಗಿದೆ. ಇನ್ನು ಊಟ ಸುರುವಾಗಲು ಆಚಾರ್ಯರು "ಕೃಷ್ಣಾರ್ಪಣಮಸ್ತು" ಎನ್ನುವುದೊಂದೇ ಬಾಕಿ ಉಳಿದಿದೆ. ಅಕ್ಷತೆ ಹಚ್ಚಿಕೊಳ್ಳಲು ತಂದೆಯು ಮುಖ ಮೇಲೆತ್ತಿದರೆ, ಎದುರಿನಲ್ಲಿ ತಾಯಿ ಬಂದು ನಿಂತಿದ್ದಾರೆ. ಮುಖ ಬಿಳುಪಿಟ್ಟಿದೆ. ಮಾತಾಡಲಿಕ್ಕಾಗದೇ ಒಂದೇ ಸವನೆ ತೇಕುತ್ತಿದ್ದಾರೆ. ಉಸುರು ಹಿಡಿದು ತಾಯಿ ಮೆಲ್ಲಗೆ ಹೇಳಿದರು "ತಂಗಿಯು ಮಠದಲ್ಲಿಲ್ಲ ಎಲ್ಲಿಗೋ ಹೋಗಿಬಿಟ್ಟಿದ್ದಾಳೆ."

ತಂದೆ ಊಟ ಬಿಟ್ಟೆದ್ದರು. ತಮ್ಮ-ತಾಯಿ ಇಬ್ಬರೂ ಅವರನ್ನು ಹಿಂಬಾಲಿಸಿದರು. ಎಲ್ಲರೂ ಓಡುತ್ತಾ ಓಡುತ್ತ ನದಿಗೆ ಬಂದರು. ನೋಡುತ್ತಾರೆ ತಂಗಿಯು ಬಂಡೆಗಲ್ಲಿಗೆ ತಲೆ ಜಜ್ಜಿಕೊಂಡು ನಿಶ್ಚೇಷ್ಟಿತಳಾಗಿ ಬಿದ್ದುಬಿಟ್ಟಿದ್ದಾಳೆ.

ಬಿಸಿಲು ರಣಗುಡುತ್ತಿದೆ.

ಗಾಳಿಗೂ ಉಸಿರು ಕಟ್ಟಿಹೋಗಿದೆ.

ಆದರೆ ತಂಗಿಯು ಇನ್ನೂ ಉಸಿರಾಡುತ್ತಿದ್ದಾಳೆ.

* * * *

"ತಂಗೀ ಕೈಬಿಡಬ್ಯಾಡ. ಘಟ್ಟಿಯಾಗಿ ಹಿಡಿ. ಗದ್ದಲದಾಗ ಎಲ್ಯಾರೆ ತಪ್ಪಿಸಿಕೊಂಡೀ." ಮಗಳ ಕೈಯ ಹಿಡಿತವನ್ನು ಇನ್ನೂ ಬಿಗಿಯಾಗಿ ಮಾಡುತ್ತ ತಾಯಿ ಹೇಳಿದರು. ತಂಗಿಯು ಉತ್ಸವಕ್ಕೆಂದು ನೆರೆದಿದ್ದ ಜನಜಂಗುಳಿಯನ್ನು ಬೆರಗುಬಿಟ್ಟು ನೋಡು ತ್ತಿದ್ದಾಳೆ. ಮಠದ ಇದಿರಿನ ಬಯಲಲ್ಲಿ ಸಾಲಾಗಿ ಅಂಗಡಿಗಳನ್ನು ಹಚ್ಚಿದ್ದಾರೆ. ಕೊಳ್ಳು ವದು ಏನೂ ಇರದಿದ್ದರೂ ಸುಮ್ಮನೆ ಯಾವುದಾದರೂ ಒಂದು ಅಂಗಡಿಯ ಮುಂದೆ ಹೋಗಿ ನಿಲ್ಲಬೇಕೆಂದು ಅವಳಿಗನಿಸಿತು. ತಂಗಿ ಇಂದು ಹುರುಪಿನಲ್ಲಿದ್ದಾಳೆ. ಹಿಂದಿದ್ದ

ಮ್ಲಾನತೆ ಕಡಿಮೆಯಾಗಿ ಮೈಯೆಲ್ಲ ಅಪರಿಮಿತ ಉತ್ಸಾಹದಿಂದ ತುಳುಕುತ್ತಿದೆ. ತಂದೆ-ತಮ್ಮ ಇವರ ಹಿಂದಿನಿಂದ ನಡೆದಿದ್ದರು. ತಂದೆಗೆ ತಾವೆಲ್ಲರೂ ಹೊರಟ ರೀತಿ ಹೊಸದೆನಿಸಿತು. ತುಸು ಸಂಕೋಚವೂ ಹುಟ್ಟಿತು. ಅಷ್ಟು ಸನಿಹದಿಂದ ಒಬ್ಬರೊಬ್ಬರಿಗೆ ಮೈಹಚ್ಚಿಕೊಂಡು ಇಡೀ ಸಂಸಾರದೊಂದಿಗೆ ತಾವು ಹಾಗೆ ಹೊರಗೆ ಹೋದದ್ದು ಬಹಳ ಅಪರೂಪ. ಒಂದು ಕ್ಷಣ ತಂದೆಗೆ ಅಭಿಮಾನವೆನಿಸಿತು; ತೃಪ್ತಿಯಾಯಿತು. ನಾವೆಲ್ಲರೂ ಬದುಕಿನಲ್ಲಿ ಹೀಗೆ ಕೂಡಿದ್ದರೆ ನಮ್ಮೆಲ್ಲರ ಬಾಳು ಹೇಗಾಗಬಹುದಿತ್ತು ಎಂಬುದರ ಕನಸು ಕಾಣುತ್ತ ಅವರು ಮುಂದೆ ನಡೆದರು. ತಮ್ಮ ಗದ್ದಲದಲ್ಲಿ ಹಿಂದೇ ಬೀಳುತ್ತಿದ್ದಾನೆ. ಅವನು ಬರುವವರೆಗೆ ನಿಂತು ಅವನ ಕೈಯನ್ನು ಗಟ್ಟಿಯಾಗಿ ಹಿಡಿದು ತಂದೆಯು ಮುಂದೆ ನಡೆದರು. ಆದರೆ ಬಹಳ ಅಶಕ್ತತನ ಬಂದಿದೆ. ಗದ್ದಲದಲ್ಲಿ ಸಮತೂಕವಾಗಿ ಉಳಿಯುವ ಶಕ್ತಿ ಈಗ ತಮ್ಮಲ್ಲಿ ಉಳಿದಿಲ್ಲವೆಂಬುದು ಅವರಿಗೆ ಮನದಟ್ಟಾಯಿತು. ಯಾಕೆಂದರೆ ಜನರು ಪ್ರವಾಹದಂತೆ ಕೊಚ್ಚಿ ಬಂದು ಅವರನ್ನು ಮುಂದೆ ಮುಂದೆ ನೂಕುತ್ತಿದ್ದರು. ತಾಯಿಯ ಮುಖವು ಸಿಟ್ಟಿನಿಂದಲೋ ಏನು ತಾತ್ಸಾರದಿಂದಲೋ ಮುದುಡಿಕೊಂಡಿತ್ತು. ಗದ್ದಲದಲ್ಲಿ ಜನರು ಬಂದು ಧಿಗ್ಗನೆ ಹಾಯುವದು ಅವರಿಗೆ ಬಗೆಹರಿದಿರಲಿಲ್ಲ. ಮುದ್ದೆಯಾಗಿ ಮಗಳನ್ನು ಕರೆದುಕೊಂಡು ಎಷ್ಟು ಜಪ್ಪಿಸಿ ನಡೆದರೂ ಜನರು ಹಾಯುತ್ತಿದ್ದರು.

ಆಕಾಶದಲ್ಲೆಲ್ಲ ಮೋಡ ಕವಿದಿದೆ. ಸಾವಿರಾರು ಜನರು ಉಂಡೆದ್ದ ಎಲೆಗಳು ತೆಗೆಯುವವರಿಲ್ಲದೆ ನದಿಯ ದಂಡೆಯ ಹಾದಿಯ ಮೇಲೆ ಹಾಗೆಯೇ ಬಿದ್ದಿವೆ. ರಥೋತ್ಸವದ ದರ್ಶನಕ್ಕೆ ಹಾತೊರೆದು ಜನರೆಲ್ಲರೂ ಮಠದ ಆವಾರದಲ್ಲಿ ಕಿಕ್ಕಿರಿಯತೊಡಗಿದ್ದಾರೆ.

ಈ ನಾಲ್ವರೂ ನುಗಿಸುತ್ತ ನುಗಿಸುತ್ತ ದಾರಿಮಾಡಿಕೊಂಡು ಹಾಗೂ ಹೀಗೂ ಗುಡಿಯ ಮಹಾದ್ವಾರದ ವರೆಗೆ ಬಂದು ಮುಟ್ಟಿದರು. ತಮ್ಮನಿಗೆ ಎರಡು ದಿನಗಳಿಂದಲೂ ಈ ಗದ್ದಲ ಸಹಿಸಿ ಕಡೆಗೆ ಈಗ ಬೇಸರ ಬಂದಿತ್ತು. ಹೆರವರ ಮೈ-ಬೆವರಿನ ವಾಸನೆ ಹೇಸಿಗೆ ಹುಟ್ಟಿಸುತ್ತಿತ್ತು. ಮಹಾದ್ವಾರದ ಪಾವಟಿಗೆಯ ಮೇಲಿಂದ ನೋಡಿದರೆ ತಮ್ಮನಿಗೆ ಸುತ್ತಲೂ ಬರೀ ತಲೆಗಳೇ ಕಂಡವು. ಈ ಕೋಲಾಹಲದಲ್ಲಿ ಕೈಕೊಸರಿಕೊಂಡು ಅಪ್ಪನನ್ನು ತನ್ನ ಪಾಡಿಗೆ ಬಿಟ್ಟು ಹೊರಗೆ ಓಡಿಹೋಗಬೇಕೆಂದು ತಮ್ಮನಿಗೆ ಉತ್ಕಟೇಚ್ಛೆಯಾಯಿತು. ಮುಂದೆ ಹೋದಂತೆಲ್ಲ ಆವಾರದಲ್ಲಿ ಸ್ಥಳ ಕಿರಿದಾಗುತ್ತಾ ನಡೆದಿತ್ತು. ಇನ್ನೂ ಸರಿದು ಹಾಗೇ ಮುಂದೆ ಹೋದರೆ ಇಕ್ಕಟ್ಟಿನಲ್ಲಿ ಸಿಕ್ಕು ಜನಸಮ್ಮರ್ದದ ಗಲಭೆಯಲ್ಲಿ ತಾನು ಹಿಸುಕಿ ಹೋಗಬಹುದೆಂದು ಅವನಿಗೆ ಹೆದರಿಕೆಯಾಯಿತು. ತಿರುಗಿ ನೋಡಿದರೆ ಅಲ್ಲಿಂದ ಹಿಂದಿದ್ದ ಅಂಗಡಿಗಳ ಸಾಲು ಕಾಣಿಸುತ್ತದೆ. ಜನರೆಲ್ಲರು ಅಂಗಡಿಗಳನ್ನು ತೆರವು ಮಾಡಿ ಈ ಗದ್ದಲವನ್ನು ಸೇರುತ್ತಿದ್ದಾರೆ. ತಮ್ಮನಿಗೆ ಈ ಉತ್ಸವದಲ್ಲಿ ಏನೂ ಆಸ್ಥೆ ಇರಲಿಲ್ಲ. ಅವನಿಗೆ ಈಗ ಹೆಂಡತಿ ನೆನಪಾದಳು. ಅವಳಿಗೆ ಸಾದಾ ಹಬ್ಬ-ಹುಣ್ಣಿಮೆಯೆಂದರೂ ಕೂಡ ಸಂಭ್ರಮವೇ ಸಂಭ್ರಮ. ಆ ಸಂಭ್ರಮದಲ್ಲಿ ಅವಳಿಗೆ ಏನೂ ಲಕ್ಷ್ಯದಲ್ಲಿರುತ್ತಿರಲಿಲ್ಲ. ಒಮ್ಮೆ ನವರಾತ್ರಿಯಲ್ಲಿ ವೆಂಕಟೇಶದೇವರ ಗುಡಿಗೆ ಹೋದಾಗ ಗದ್ದಲದಲ್ಲಿ ಒಂದು

ಭೆಂಡೋಲೆಯನ್ನೇ ಕಳೆದುಕೊಂಡು ಬಂದಿದ್ದಳು. ಅದು ಅವ್ವನ ಗಮನಕ್ಕೆ ಬರಲು ತಡ ವಾಗಲಿಲ್ಲ. ಇದರ ಪರಿಣಾಮವಾಗಿ ಅವಳ ಮೈಮೇಲಿನ ಆಭರಣಗಳೆಲ್ಲ ಮಾಯವಾಗಿ ಬಿಟ್ಟವು. ಆದರೆ ಅವಳ ಕೈಯಲ್ಲಿಯ ಉಂಗುರವೊಂದು ಮಾತ್ರ ಕಡೆಯವರೆಗೂ ಅವಳ ಹತ್ತಿರ ಉಳಿದಿತ್ತು. ಅವಳು ಸತ್ತ ದಿವಸ ಅವ್ವನು ಒಂದೇ ಸವನೆ ಸೊಸೆಯ ಕೈಹಿಡಿದು ಕೊಂಡು ಅತ್ತಿದ್ದಳು. ಅವಳು ಕಿರುಬೆರಳಿನ ಉಂಗುರವನ್ನು ದೊಡ್ಡ ಬೆರಳಿಗೆ ಹಾಕಿದ್ದರಿಂದ ಅದು ಬಿಗಿಯಾಗಿಬಿಟ್ಟು ಅವ್ವನ ಚಾತುರ್ಯವೆಲ್ಲ ನಿಷ್ಫಲವಾಗಿಬಿಟ್ಟಿತ್ತು. ಕಡೆಗೆ ನಿರುಪಾಯ ಳಾಗಿ ನೆರೆದವರ ಕಣ್ಣೆದಿರಿನಲ್ಲಿಯೇ ಆ ಉಂಗುರವನ್ನು ಜಗ್ಗಿ ತೆಗೆದಿದ್ದಳು.

ಮೋಡ ಕವಿದ ಆಕಾಶದಿಂದ ಎಲ್ಲಿಯೋ ಅಪ್ಪಿ ಸೂರ್ಯಕಿರಣ ತೂರಿ ಬಂದು ಬಿದ್ದಿದೆ. ಅದರ ಬೆಳಕಿನಲ್ಲಿ ಮೊದಲೇ ಶೃಂಗಾರವಾಗಿ ನಿಂತಿದ್ದ ರಥ ಇನ್ನೂ ಥಳಥಳಿಸುತ್ತಿದೆ. ರಥದ ಮುಂದೆ ಹಿಲಾಲು ಉರಿಯುತ್ತಿವೆ. ಕೆಂಪು ಬಣ್ಣದ ಸತ್ತಿಗೆಗೆ ಹಸಿರು ದಂಡೆಯನ್ನು ಕೂಡಿಸಿದ್ದಾರೆ.

ನೆರದಿದ್ದ ಸಹಸ್ರಾರು ಕಂಠಗಳು ನೆಲ ನಡುಗುವಂತೆ ಜಯಜಯಕಾರ ಮಾಡಿದವು. ರಥದ ಮೆರವಣಿಗೆ ಹೊರಟಿತು. ರಥ ಎಳೆದ ಪುಣ್ಯ ಪಡೆಯಲಿಕ್ಕೆ ಜನರು ಏಳುವದು ಬೀಳುವದನ್ನು ಕೂಡ ಲಕ್ಷಿಸದೆ, ಬಡಿದಾಡಿ ಒಬ್ಬರನ್ನೊಬ್ಬರು ಬಲವಾಗಿ ನುಗಿಸಿ ರಥದ ಕಡೆಗೆ ಧಾವಿಸಿದರು. ಮತ್ತೊಮ್ಮೆ ಜಯಜಯಕಾರ.

ಇಷ್ಟರಲ್ಲಿಯೇ ತಮ್ಮನ ಕೈ ತಂದೆಯ ಕೈಯಿಂದ ಬಿಡುಗಡೆಯಾಗಿತ್ತು. ಜನಜಂಗುಳಿ ಒಮ್ಮೆಲೆ ಅಸ್ಥಿರವಾಯಿತು. ನೂಕು-ನುಗ್ಗುಲಲ್ಲಿ ಕ್ರಮೇಣ ತಂದೆ ಹಾಗೂ ತಮ್ಮ ದೂರ ದೂರ ಸಾಗಿಸಲ್ಪಟ್ಟು ಕಡೆಗೆ ಒಬ್ಬರನ್ನೊಬ್ಬರು ಕಳೆದುಕೊಂಡು ಬಿಟ್ಟರು. ತಾಯಿ-ತಂಗಿ ಯರಂತೂ ಯಾವಾಗಲೋ ಆ ಪ್ರಕ್ಷುಬ್ಧ ಜನಪ್ರವಾಹದಲ್ಲಿ ಬೆರೆತುಹೋಗಿದ್ದರು. ತಂದೆ ನಿಸ್ಸಹಾಯಕ ಸ್ಥಿತಿಯಲ್ಲಿ ತಮ್ಮನನ್ನು ಹುಡುಕತೊಡಗಿದರು. ಆದರೆ ತಮ್ಮನನ್ನು ಜನಪ್ರವಾಹದ ತೆರೆ, ಎತ್ತಿ ದೂರ ಚೆಲ್ಲಿತ್ತು. ತಂದೆ ಹೌಹಾರಿದರು. ಅವರಿಗೆ ಕಾಲೇ ಹೋದಂತಾಯಿತು. ದೇಹದ ಮೇಲಿನ ಅಧೀನ ತಪ್ಪಿ ತಮ್ಮನ್ನು ತಾವೇ ಪೂರ್ಣವಾಗಿ ಆ ಜನಪ್ರವಾಹದ ಸೆಳವಿಗೆ ಒಪ್ಪಿಸಿ ಹತಾಶರಾಗಿ ನಿಂತುಬಿಟ್ಟರು. ತಮ್ಮ ಇನ್ನೂ ಬಹುಶ: ನನ್ನನ್ನು ಹುಡುಕಿಕೊಂಡು ಬರಲಿಕ್ಕಿಲ್ಲ. ಈ ಚಕ್ರ ವ್ಯೂಹದಿಂದ ಪಾರಾಗುವ ದಾರಿ ನನಗೆ ಗೊತ್ತಿಲ್ಲ. ತಮ್ಮನಿಗಾದರೂ ಇಲ್ಲಿಂದ ಹೊರಬೀಳುವ ಗುಟ್ಟು ಗೊತ್ತಿತ್ತೇನೊ? ಆದರೆ ತಮ್ಮನು ಇಷ್ಟೊತ್ತಿನ ವರೆಗೆ ನನ್ನ ಕೂಡ ಇದ್ದರೂ ಅದನ್ನು ಕೇಳುವದಕ್ಕೆ ನೆನಪೇ ಆಗಲಿಲ್ಲ. ಈ ಗದ್ದಲದಲ್ಲಿ ಇವರಿಬ್ಬರೂ ಎಲ್ಲಿ ಕರಗಿ ಹೋದರೋ ಯಾರಿಗೆ ಗೊತ್ತು? ತಂಗಿಯ ಆವೇಶ ಈ ದಿವಸ ಮತ್ತೆ ಹೆಚ್ಚಾಗಿದೆ. ಕೈ ಕೊಸರಿಕೊಂಡು ಹೋದರೆ ಅವಳು ಈ ಸಲ ಖಂಡಿತ ಮರಳಿ ಬರುವ ಆಸೆಯಿಲ್ಲ. ಆ ದಿನದಂತೆ ಅವಳು ಮತ್ತೆ ನದಿಗೆ ಓಡಿದರೆ...

ಧಮಧಮಧಮ ನಗಾರಿಯ ಸಪ್ಪಳ ಕೇಳಿಸುತ್ತಿದೆ. ರಥ ಮುಂದೆ ಸಾಗಿದೆ. ತಮ್ಮನಿಗೆ ಹರಿಯುವ ಜನಪ್ರವಾಹದ ವಿರುದ್ಧ ಸೆಣೆಸಿ ಹೊರಗೆ ಬರಬೇಕಾಗಿತ್ತು. ಹೊರಬೀಳುವದು

ಕೂಡ ಅಷ್ಟೇ ಅಸಾಧ್ಯವಾದ ಮಾತಾಗಿತ್ತು ಎಂಬುದು ತಮ್ಮನಿಗೆ ಗೊತ್ತಿತ್ತು. ತಾಯಿ-ತಂಗಿ ತಿರುಗಣಿಯಲ್ಲಿ ಸಿಕ್ಕು ಬಿಟ್ಟಿದ್ದರು. ತಂದೆ ನಡು-ನೀರನ್ನು ಮುಟ್ಟಿದಾಗ ಕೈಸಾಗದೆ ದುರ್ಬಲರಾಗಿ ಅಲ್ಲಿಯೇ ದೈವದಮೇಲೆ ಭಾರಹಾಕಿ ಉಳಿದುಬಿಟ್ಟರು. ಇವರೆಲ್ಲರನ್ನೂ ಈ ಸ್ಥಿತಿಯಲ್ಲಿ ಬಿಟ್ಟು ತಾನು ಹೊರ ಬೀಳುವದು ಯೋಗ್ಯವೇ ಎಂದು ಸಾಶಂಕನಾದ. ಜನರ ಪದಹತಿ ಪ್ರಬಲವಾಗುತ್ತ ನಡೆದಿತ್ತು. ಈ ಸೆಳವಿನಿಂದ ಯಾರು ಯಾರನ್ನೂ ಹೊರಗೆ ತೆಗೆಯಲು ಸಾಧ್ಯವಿಲ್ಲವೆಂಬ ನಿರ್ಣಯಕ್ಕೆ ಬಂದು, ತಮ್ಮ ಎಲ್ಲರನ್ನೂ ಅವರ ಪಾಡಿಗೆ ಬಿಟ್ಟು ತಾನು ಅಲ್ಲಿಂದ ಹೊರಬಿದ್ದ.

ಮೋಡ ದಟ್ಟವಾಗಿ ಕವಿದು, ಎಲ್ಲಿಂದಲೋ ಸುಂಟರಗಾಳಿಯು ಸುತ್ತಿ ಸುತ್ತಿ ಬಂದು ಬೈಲಿನ ಧೂಳನ್ನೆಲ್ಲ ತಂದು ಅದು ಮಠದ ಮೇಲೆ ತೂರುತ್ತಿದೆ. ರಥವನ್ನು ಎಲ್ಲರೂ ಕಸುವು ಹಾಕಿ ವೇಗವಾಗಿ ಎಳೆಯುತ್ತಿದ್ದಾರೆ. ಜನರೆಲ್ಲ ದಿಕ್ಕುಗೆಟ್ಟು ಕಣ್ಣು ತಿಕ್ಕಿಕೊಳ್ಳುತ್ತ ಚೆಲ್ಲಾಪಿಲ್ಲಿಯಾಗುವ ಬೇತಿನಲ್ಲಿದ್ದಾರೆ.

ರಥವು ಸಮೀಪಿಸಿದ ಕೂಡಲೆ ತಾಯಿಯು ತಂಗಿಯನ್ನೆಳೆದುಕೊಂಡು ಮುಂದೆ ನುಗ್ಗಿದರು. ತಂಗಿಯ ಹಣೆಯ ಮೇಲೆಲ್ಲ ಬೆವರು ಹನಿಹನಿಯಾಗಿ ಪೋಣಿಸಿಟ್ಟಂತೆ ನಿಂತಿದೆ. ಅವಳ ದೊಡ್ಡವಾದ ಕಣ್ಣುಗಳು ಮಂತ್ರಿಸಿದಂತೆ ರಥದಲ್ಲಿ ನಟ್ಟಿವೆ. ಮೈ ಥರಥರ ಕಂಪಿಸುತ್ತಿದೆ. ಯಾವುದೋ ಅಮಲಿನಲ್ಲಿ, ಭಯಭೀತಳಾಗಿ ಎಲ್ಲವನ್ನೂ ಮರೆತು ರಥವನ್ನು ನೋಡುತ್ತ ನಿಂತುಬಿಟ್ಟಿದ್ದಾಳೆ. ರಥದ ಪ್ರದಕ್ಷಿಣೆ ಮುಗಿಯುತ್ತ ಬಂದಿತು. ಜನರು ನಿಂತಲ್ಲಿಯೇ ತಲೆ ಬಾಗಿಸಿ ನಮಸ್ಕಾರ ಮಾಡುತ್ತಿದ್ದಾರೆ. ಸಿಂಗರಿಸಿಟ್ಟ ಉತ್ಸವವಿಗ್ರಹಗಳೆಲ್ಲ ರಥದ ಎಳೆದಾಟದಲ್ಲಿ ಹೊಯ್ದಾಡುತ್ತಿವೆ.

ತಂಗಿಯು ರಥದ ಕಡೆಗೆ ಕೈಮಾಡಿ ಒಮ್ಮಿಂದೊಮ್ಮೆಲೇ ಚಿಟ್ಟನೆ ಚೀರಿದಳು: "ಅಯ್ಯೋ, ಬೆಂಕೀ, ಬೆಂಕೀ. ಅವ್ವಾ ರಥಕ್ಕೆಲ್ಲಾ ಬೆಂಕಿ ಹತ್ತೇದ. ಅಲ್ಲೆನೋಡು. ರಥಾ ಹ್ಯಾಂಗ ಧಗ್‌ಧಗ್ ಉರೀತದ. ಅವ್ವಾ. ಬೆಂಕಿ...!" ತಂಗಿಯು ತಾಯಿಯ ಕೈಬಿಡಿಸಿಕೊಂಡು ರಥದ ಕಡೆಗೆ ಧಾವಿಸಿದಳು. ಅವಳ ಕಾಲ ನರಗಳೆಲ್ಲ ಛಟಛಟ ಹರಿದು ನಿರ್ಜೀವವಾದಂತೆನಿಸಿತು. ರಥದಂತೆ ತಾನೂ ಏಕ-ಶಿಖಿಯಾಗಿ ತಪ್ತವಾಗಿ ಅಖಂಡವಾಗಿ ಉರಿಯುತ್ತಿರುವಂತೆ ಅವಳಿಗೆ ವೇದನೆಯಾಯಿತು. ನಿಂತನೆಲವೆಲ್ಲ ಎಡೆಬಿಡದೆ ಅವಳ ಸುತ್ತಲೂ ದಿಮಿದಿಮಿ ತಿರುಗುತ್ತಿದೆ. ಝೋಲಿ ಹಿಡಿಯಲಿಕ್ಕಾಗದೆ ಬೀಳುತ್ತ ಏಳುತ್ತ ಮುಂದೆ ಧಾವಿಸುತ್ತಿದ್ದಾಳೆ. ಎದುರು ರಥ ಜ್ವಲಿಸುತ್ತಿದೆ. ಬೆಳಕಿಗೆ ಕಣ್ಣು ಕುಕ್ಕುತ್ತಿದೆ. ಅದರ ಝಳಕ್ಕೆ ಮೈಯೆಲ್ಲ ಕರಗಿ ಕ್ರಮೇಣ ತಾನು ಇಲ್ಲದಂತಾಗುತ್ತಿದ್ದೇನೆ. ಹವೆಯಂತೆ ವಿರಲವಾಗುತ್ತಿದ್ದೇನೆ. ನಿರ್ಲಿಪ್ತಳಾಗಿ ಎಲ್ಲರನ್ನೂ ನುಗಿಸುತ್ತ ರಥದ ಕಡೆಗೆ ಓಡಿದಳು.

ತಾಯಿ ಏನೂ ತೋಚದೆ ಹಾಗೇ ನಿಂತುಬಿಟ್ಟಿದ್ದಾಳೆ. ಹತ್ತಿರವಿದ್ದ ಹೆಂಗಸರೆಲ್ಲ ಅವರನ್ನು ಮನಸ್ವಿಯಾಗಿ ಬೈದರು. ಹುಚ್ಚಮಗಳು ಅವಲಕ್ಷಣವಾಗಿ ಮಾತಾಡುತ್ತ ರಥವನ್ನು ಮುಟ್ಟಿ ಮೈಲಿಗೆ ಮಾಡುತ್ತಿದ್ದರೆ ತಾಯಿಯಾದವಳು ಅದನ್ನು ತಡೆಯಬಾರ

ದೇನು? ಹುಚ್ಚಮಗಳನ್ನು ಕಟ್ಟಿಕೊಂಡು ಇಲ್ಲೇಕೆ ಬರಬೇಕು?... ಮಠದ ಆಚಾರ್ಯರಿಗೂ ಇದರಿಂದ ಬಹಳ ಅಸಮಾಧಾನವಾಯಿತು. ರಥೋತ್ಸವದ ವೇಳೆಯಲ್ಲಿ ಎಂಥ ಅಶುಭ ಮಾತು? ಹುಚ್ಚಿಯಾದರೇನಾಯಿತು? ಇಂಥ ಶುಭ ಗಳಿಗೆಯಲ್ಲಿ ರಥಕ್ಕೆ ಬೆಂಕಿ ಹತ್ತಿದೆಯೆಂದು ಕೂಗುವದೆಂದರೆ? ಆ ಹುಚ್ಚಿಯನ್ನು ತಡೆಯಿರಿ ಎಂದು ಅವರು ಒದರಿ ಹೇಳುವಷ್ಟರಲ್ಲಿಯೇ ತಂಗಿಯು ಹೋಗಿ ರಥದ ಗಾಲಿಯನ್ನು ಅಪ್ಪಿಕೊಂಡು ನಿಂತು ಬಿಟ್ಟಿದ್ದಳು.

ಸುತ್ತಲೂ ಧೂಳುಧೂಳಾದಂತಿದೆ. ಒಬ್ಬರ ಮುಖ ಇನ್ನೊಬ್ಬರಿಗೆ ಕಾಣಿಸುವುದಿಲ್ಲ. ಆಕಾಶವೇ ಹರಿದು ಬಿದ್ದಂತೆ ಧಾರೆಧಾರೆಯಾಗಿ ಮಳೆ ಸುರಿಯತೊಡಗಿದೆ. ಜನರೆಲ್ಲರೂ ಚೆಲ್ಲಾಪಿಲ್ಲಿಯಾಗಿ ಓಡುತ್ತಿದ್ದಾರೆ. ಇನ್ನು ಸ್ವಲ್ಪ ಅಂತರ ಸಾಗಿದರೆ ರಥವು ತನ್ನ ಕಟ್ಟೆಯನ್ನು ಮುಟ್ಟುವದು. ತಂಗಿಯು ಗಾಲಿಯನ್ನು ಗಟ್ಟಿಯಾಗಿ ಅಮುಕಿಕೊಂಡು ಸ್ಮೃತಿ ತಪ್ಪಿದಂತಿದ್ದಾಳೆ. ಕಣ್ಣಲ್ಲಿ ಒಂದೇ ಸವನೆ ನೀರು ಹರಿಯುತ್ತಿದೆ. ಉಳಿದ ಜನರು ಜಯ ಜಯಕಾರವನ್ನು ಬೊಬ್ಬಿಟ್ಟರು. ರಥವನ್ನು ಎಳೆಯಲು ಮತ್ತೆ ಅಣಿಯಾದರು.

ತಾಯಿಯು ತಂಗಿಯನ್ನು ಹುಡುಕುತ್ತಿದ್ದರು. ತಮ್ಮ, ತಂದೆ, ಅವರಲ್ಲಿ ಈಗ ಯಾರು ಸಿಕ್ಕರೂ ಅವರಿಗೆ ಅಪರಿಮಿತ ಸಮಾಧಾನವಾಗಬಹುದಾಗಿತ್ತು. ಆದರೆ ಎಲ್ಲರೂ ಎಲ್ಲೆಲ್ಲಿಯೋ ತಪ್ಪಿಸಿಕೊಂಡು ಹೋಗಿದ್ದಾರೆ. ಇನ್ನು ಯಾರನ್ನು ಎಲ್ಲೆಂದು ಹುಡುಕಬೇಕು?... ರಥದ ಗಾಲಿಯ ಕೆಳಗೆ ಸಿಕ್ಕರೆ ತಂಗಿಯು ನುಚ್ಚುನೂರಾಗಿ ಹೋಗುವಳು... ಮಳೆಯಲ್ಲಿ ಈ ಧೂಳಿನಲ್ಲಿ ಏನೂ ಕಾಣಿಸುವದೇ ಇಲ್ಲ.

ತಂದೆಯು ಆವಾರದ ಗೋಡೆಯನ್ನು ಗಟ್ಟಿಯಾಗಿ ಹಿಡಿದು ನಿಂತಿದ್ದರು. ಮಳೆಯು ಧಾರೆಧಾರೆಯಾಗಿ ತಲೆಯ ಮೇಲೆ ಇಳಿಯುತ್ತಿದ್ದರೂ ಅವರು ಅಲ್ಲಿಂದ ಚಲಿಸುವ ಯೋಚನೆ ಮಾಡಲಿಲ್ಲ. ಗೋಡೆಗೆ ತಲೆಯಾನಿಸಿ, ಮುಖ ಹಚ್ಚಿ, ಗೋಡೆಗುಂಟ ಆಕಾಶದೆಡೆಗೆ ನೋಡಿದರು. ಭವ್ಯವಾದ ಗೋಡೆ ಎತ್ತರವಾಗುತ್ತ ಚೂಪಾಗುತ್ತ ನಡೆದು, ಆಕಾಶದಲ್ಲಿ ಇರಿದು ಚುಚ್ಚಿಟ್ಟಂತೆ ಕಾಣಿಸುತ್ತದೆ. ಗೋಡೆಗುಂಟ ಕೆಳಗಿಳಿಯುವ ಮಳೆ-ನೀರಿನಲ್ಲಿ ಗೋಡೆಯ ಹುರಿಮಂಜು ಬೆರೆತು ಕೆಂಪಾಗಿ ರಕ್ತದಂತೆ ಹನಿಹನಿಯಾಗಿ ಒಸರುತ್ತಿದೆ. ಗೋಡೆಯೆಲ್ಲ ತಪತಪ ತೊಯ್ದು ಹಸಿಮಣ್ಣಿನ ವಾಸನೆ ಬರುತ್ತದೆ. ತಂದೆಯು ಪುನಃ ಪುನಃ ನಾಲಿಗೆಯಿಂದ ಗೋಡೆಯನ್ನು ನೆಕ್ಕತೊಡಗಿದರು.

ಹಸಿವೆಯಾಗಿದೆ. ಗಂಟಲೊಣಗಿ ಬಂದಿದೆ. ಓತಪ್ರೋತವಾಗಿ ನೀರು ತಲೆಯ ಮೇಲೆ ಸುರಿಯುತ್ತಿದೆ. ಗೋಡೆಯ ಆಚೆಗೆ ಹಾದಿಯಲ್ಲಿ ಸಾವಿರಾರು ಅರ್ಧ ಉಂಡೆದ್ದ ಎಲೆಗಳು ಉಣ್ಣುವವರಿಲ್ಲದೆ ತೆರೆದು ಬಿದ್ದಿವೆ. ತಂದೆಗೆ ಆಯಾಸದಿಂದಲೋ ಬೇಸರದಿಂದಲೋ ಕಣ್ಣ ರೆಪ್ಪೆಗಳು ಮೆಲ್ಲನೆ ಮುಚ್ಚತೊಡಗಿದವು. ಸಾವಕಾಶವಾಗಿ, ಆನಿಸಿ ನಿಂತ ಗೋಡೆಗುಂಟ ಜರೆದು, ಅವರು ಕೆಳಗೆ ಕುಸಿದುಬಿದ್ದರು.

ರಥ ಎಳೆಯುವವರ ಕೈ ಜರೆಯುತ್ತಿವೆ. ಹೊರಟ ರಥ ಒಮ್ಮೆಲೆ ಕೆಸರಿನಲ್ಲಿ ಸಿಕ್ಕಂತೆ ನಿಂತುಬಿಟ್ಟಿತು. ಎಲ್ಲರೂ ಜಯಜಯಕಾರ ಮಾಡಿ ಮತ್ತೆ ಸನ್ನದ್ಧರಾದರು. ಇದಿರು ಮಳೆ ರಭಸವಾಗಿ ಮುಖದಲ್ಲಿ ಕಣ್ಣಲ್ಲಿ ಗೊಜ್ಜುತ್ತಿದೆ. ಹುಟ್ಟುಗುರುಡರಂತೆ ಜನರು ರಥವನ್ನು ನೇರವಾಗಿ ಜಗ್ಗಿಯೇ ಜಗ್ಗುತ್ತಿದ್ದಾರೆ. ಪ್ರಾಣಿಗಳಂತೆ ಸರ್ವಶಕ್ತಿಯನ್ನೂ ಪಣಕ್ಕಿಟ್ಟು ಹೆಣಗುತ್ತಾರೆ. ರಥ ಸ್ವಲ್ಪವೂ ಸರಿಯಲೊಲ್ಲದು. ಗಾಲಿಯ ಕೆಳಗೆ ಏನಾದರೂ ಸಿಕ್ಕಿರಬೇಕು. ಅಥವಾ ಗಾಲಿಯೇ ನೆಲದಲ್ಲಿ ಹೂತುಹೋಗಿರಬೇಕು.

ತಾಯಿಯ ಮೈ ತೊಯ್ದು ತಪ್ಪಂಡಿಯಾಗಿದೆ. ಬಹಳ ಹೊತ್ತು ಅವರು ಸುತ್ತೂ ನೋಡಿದರು. ಆದರೆ ತಂಗಿಯು ಎಲ್ಲಿಯೂ ಕಾಣಿಸಲಿಲ್ಲ. ರಥವು ಯಾವಾಗಲೋ ದಾರಿ ಸಾಗದೆ ನಿಂತುಬಿಟ್ಟಿದೆ. ಒಂದೇ ಸವನೆ ಎಡೆಬಿಡದೆ ಸುರಿಯುವ ಮಳೆಯಿಂದ ನದಿಯ ಪಾತ್ರವು ತುಂಬಿ ಬಂದಿರಬೇಕು. ತಾಯಿ ನದಿಗೆ ಓಡಿದರು.

ಅರಿವೆಯೆಲ್ಲ ಮೈಗೆ ತಪತಪ ಅಂಟಿಕೊಂಡಿದೆ. ನಿರ್ಜನವಾದ ಬೀದಿಯಲ್ಲಿ ಅದು ಬಹುಶಃ ಯಾರ ಲಕ್ಷಕ್ಕೂ ಬರಲಿಕ್ಕಿಲ್ಲ. ಬೇಗ ಬೇಗ ನಡೆಯಬೇಕೆಂದರೆ ಕಾಲು ಕ್ಷಣಕ್ಷಣಕ್ಕೆ ಜರೆಯುತ್ತಿವೆ. ಬೀದಿಗುಂಟ ಹರಿದು ನೀರು ನದಿಯ ಕಡೆಗೆ ನುಗ್ಗುತ್ತಿದೆ. ಉಂಡಿದ್ದ ಎಲೆಗಳೆಲ್ಲ ಅಸ್ತವ್ಯಸ್ತವಾಗಿ ಬಿದ್ದುಬಿಟ್ಟಿವೆ. ದೊನ್ನೆಗಳು ದೋಣಿಗಳಂತೆ ತೇಲುತ್ತ ನದಿಯ ಕಡೆಗೆ ಸಾಗಿವೆ.

ಎಂಜಲು – ಮುಸುರೆಯನ್ನು ತುಳಿಯುತ್ತ ತಾಯಿಯು ನದಿಯ ಕಡೆಗೆ ಓಡುತ್ತಿದ್ದರು.

17. ರಾಮುನ ಸವಾರಿ ಸಂತೆಗೆ ಹೋದದ್ದು

—ಕೆ. ಸದಾಶಿವ

"ಕೇಳಸ್ತ ಪಾರ್ವತಿ, ಬೇಗ ಒಂದಿಷ್ಟು ಕಾಫಿ ಕಷಾಯ ಮಾಡು ನೋಡುವ. ಸಂತೆ ಎಂದಾದರೂ ಅಬು ಬ್ಯಾರಿ ಬಂದಾನಷ್ಟೆ. ದುಡ್ಡು ಪಾವತಿ ಮಾಡುವ ಯೋಚನೆ ಇಲ್ಲದಿದ್ದರೂ ಹಡಿಗೆ ಮಾತು ಆಡುವದಕ್ಕೇನಂತೆ. ಈ ಬ್ಯಾರಿ, ಪರ್ಬುಗಳ ಸಹವಾಸವೇ ಬೇಡವಪ್ಪ – ಎಂದವನು ನಾನು. ಆದರೆ ಅಚ್ಚುತಯ್ಯ ಬಿಟ್ಟರಷ್ಟೆ. ಮಧ್ಯಸ್ಥಿಕೆ ಮಾಡಿ ಹಣ ಕೊಡಿಸಿದ. ಈಗ ಅದೇ ಅಚ್ಚುತಯ್ಯ...

ಅಜ್ಜ ಸಂತೆ ಮಾತೆತ್ತಿದ್ದನ್ನು ಕೇಳಿಯೇ ರಾಮು ತಕತಕ ಕುಣಿದಾಡಿದ. ಆಗಲೇ ಅವನ ವರಾತ ಪ್ರಾರಂಭವಾದದ್ದು. ಪಾರ್ವತಿಯ ಸೆರಗು ಹಿಡಿದೇ ಓಡಾಡಿದ. 'ಅಮ್ಮ, ಅಮ್ಮ' ಅಂತ ನಾಲ್ಕು ನಾಲ್ಕು ಸರ್ತಿ ಕೊರಳು ಉದ್ದಮಾಡಿ ಕೇಳಿದ. "ಎಂಥದು ಮಾಣಿ ನಿಂದು ಬೆಳಗ್ಗಾತ ಎದ್ದು? ಇಶ್ಯಪ್ಪ" ಎಂದು ಸಿಟ್ಟು ಮಾಡಿಕೊಂಡೇ ಅಗ್ಗಿಷ್ಟಿಕೆ ಮೇಲೆ ಕಾಫಿಗೆ ನೀರಿಟ್ಟಳು.

ಒಳಕೋಣೆಯಿಂದ ಪಾರ್ವತಿಯ ತಾಯಿ – ಕಲ್ಯಾಣಿ – ಉಬ್ಬುಸದ ದನಿಯಲ್ಲೇ "ಹೌದ ಪಾರ್ವತಿ. ಏನಂತೆ ಮಾಣಿಯದು? ಯಾಕೆ ಬಯ್ಯುತ್ತಿದ್ದಿ, ಇವತ್ತು ಸಂತೆಯಲ್ಲವೆ ಕಳುಹಿಸಬಾರದ? ಶೆಣೈ ಮಕ್ಕಳು ಹೇಗೂ ಅಂಗಡಿಯಿಡಲು ಹೋಗುತ್ತಾರಷ್ಟೆ. ಅವರೊಟ್ಟಿಗೆ ಹೋಗಬಹುದಲ್ಲ. ಇವರೂ ಆ ಕಡೆ ಹೋಗುವವರು. ಬರುವಾಗ ಮಾಣಿಯನ್ನು ಕರೆತನ್ನಿ ಎಂದರೆ ಕೂಡದು ಎನ್ನಲಾರರಷ್ಟೆ" ಎಂದಳು.

ರಾಮುನಿಗೆ ಖುಷಿಯಾಯಿತು. ಚಂಗನೆ ಅಜ್ಜಿಯ ಕೋಣೆಗೆ ಓಡಿದ. ಅವಳು ಅವನನ್ನು ಸಂತೈಸುವುದು, 'ಆಯಿತು ಮಗು. ಸುಮ್ಮನಿರಬಾರದೆ ಒಮ್ಮೆ. ಮೈಗೊಂದಿಷ್ಟು ನೀರು ಹಾಕಿ ಕಳುಹಿಸು ಎಂದು ಹೇಳುತ್ತೇನೆ ಅವಳಿಗೆ' ಎನ್ನುವುದು ಪಾರ್ವತಿಗೂ ಕೇಳಿಸಿತು. ಅಲ್ಲಿಂದ ಮತ್ತೆ ಅಮ್ಮನ ಕಾಲು ಬುಡಕ್ಕೆ ಓಡಿ ಬಂದ. 'ಅಮ್ಮ ಅಮ್ಮ' ಎಂದು ಗೊಣಗಿದ. "ಆಯಿತು ಮಾಣಿ. ನಂಗೆ ಕಾಫಿ ಮಾಡುವಷ್ಟಾದರೂ ಪುರುಸೊತ್ತು ಕೊಡುತ್ತೀಯಷ್ಟೆ. ಮತ್ತೆ ಅಪ್ಪಯ್ಯ ಹೊತ್ತಾಯಿತೆಂದು ಸಿಟ್ಟಾದಾರು" ಎಂದಳು. ಸಿಟ್ಟಿನಲ್ಲಿ. ರಾಮು ಮಲಗುವ ಕೋಣೆಗೆ ಚಿಮ್ಮಿದ. ಕಾಲುಮಣೆಯನ್ನು ಗೋಡೆಗೆ ತಳ್ಳಿ ಅದರ ಮೇಲೆ ನಿಂತು, ಕೈ ಕಾಲು, ಕೊರಳು ಉದ್ದಮಾಡಿ ತೂಗು ಮಣೆಯಮೇಲೆ ಇದ್ದ ತನ್ನ ವಸ್ತ್ರ ಎಳೆಯಲೆತ್ನಿಸಿದ. ಕಾಲುಮಣೆ ಜಾರಿ ಅಂಗಾತ ಬಿದ್ದ. ಮೇಲಿಂದ ಬಟ್ಟೆಬರೆಯೆಲ್ಲ ಮೈ

ಮೇಲೆ ಮಗುಚಿಕೊಂಡುವು. ಹೋ ಎಂದು ಚೀರಿದ ಹೊಡೆತಕ್ಕೆ ಪಾರ್ವತಿ, ಮಂಜಯ್ಯ ಓಡಿ ಬಂದರು. ಕಲ್ಯಾಣಿ ಮಲಗಿದ್ದಲ್ಲಿಂದಲೇ 'ಮಾಣಿಗೆ ಏನಾಯಿತು' ಎಂದು ನಾಲ್ಕು ನಾಲ್ಕು ಬಾರಿ ಸೊರಗಿದ ಸ್ವರದಲ್ಲೇ ವಿಚಾರಿಸಿದಳು. "ನನಗೆ ಸಾವು ಆದರೂ ಏಕೆ ಬಾರದು. ಈ ಮಾಣಿಯಿಂದ ನನಗೆ ಆಗದು" ಎನ್ನುತ್ತ ಕೂಗಿಕೊಂಡೇ ಪಾರ್ವತಿ ಅವ ನನ್ನು ನೆಲದಿಂದ ಎತ್ತಿದಳು. ಕುಂಡೆಯಮೇಲೆ ಬಾರಿಸಿಯೂ ಬಾರಿಸಿದಳು. "ಹೌದ ಪಾರ್ವತಿ ಯಾಕೆ ಹಾಗೆ ಜಪ್ಪುತ್ತಿ. ಅವಕ್ಕೆ ಏನು ತಿಳಿಯುತ್ತದೆ" ಎಂದು ಅಜ್ಜ ಅಮ್ಮನಿಗೆ ಅಂದ ಮಾತಿಂದ ಉತ್ತೇಜನಗೊಂಡು ರಾಮ ಮತ್ತಷ್ಟು ಜೋರಾಗಿ ವಾಲಗ ಊದಿದ. ಕೋಣೆಯಿಂದ ಕಲ್ಯಾಣಿ ಏನಾಯಿತು, ಏನಾಯಿತು ಎಂದು ಕೇಳಿಯೇ ಕೇಳಿದಳು. "ಎಂಥದೂ ಆಗಿಲ್ಲ. ನೀನು ಸುಮ್ಮನೆ ಮಲಗಬಾರದೇ ಎಂದರು ಮಂಜಯ್ಯ.

ರಾಮಂದು ಲೆಕ್ಕಕ್ಕೊಂದು ಸ್ನಾನವೂ ಆಯಿತು? ಹಸಿವು ಎಂದು ರಾಗ ಮಾಲಿಕೆಯು ಪ್ರಾರಂಭವಾಯಿತು. ಹಿಂದಿನ ದಿನ ಮಾಡಿದ್ದ ಮಡ್ಡಿ ಉಳಿದದ್ದು ತನ್ನ ಪುಣ್ಯವೆಂದು ಕೊಂಡಳು ಪಾರ್ವತಿ. ಎರಡು ಮೂರು ಹೋಳು ಅವನ ಕೈಗೆ ಇತ್ತಳು. ಪೂರ್ತಿ ತಿನ್ನು ವಷ್ಟು ಪುರುಸೊತ್ತು ಅವನಿಗೆಲ್ಲಿದೆ? ಇಷ್ಟು ಹೊಟ್ಟೆಗಾದರೆ, ಅಷ್ಟು ಮುಖಕ್ಕೆ ಆಯಿತು. ಅಮ್ಮನಿಂದ ಬೈಯಿಸಿಕೊಂಡದ್ದೂ ಆಯಿತು.

ಊರಿನ ಗುಡ್ಡದ ಮೇಲಿನ ಶಾಲೆಗೆ ವಾರಕ್ಕೊಂದೇ ದಿನ ರಜೆಯಷ್ಟೆ. ಅದೂ ರವಿ ವಾರ ಹಾಗಾಗಿ ಶಾಲೆಗೆ ಕರೆದೊಯ್ಯಲು ಬರುವ ಸುಟ್ಟ ಮೋರೆಯ ಸೀತುವಿನ ಕಾಟವೂ ಇಲ್ಲ. ಮತ್ತೆ ಅದೇ ದಿನ ಸಂತೆ ಮಾಳದಲ್ಲಿ ಸಂತೆ. ಶಾಲೆಯಲ್ಲಿ ಕಾಲುಮಣೆಯ ಮೇಲೆ ಕೂತು ಅ ಆ ಇ ಈ ತಿದ್ದುವುದಕ್ಕಿಂತ ಇದೆಷ್ಟು ಚಂದ ಎನಿಸದಿರುತ್ತದೆಯೇ ರಾಮನಿಗೆ.

ಮಂಜಯ್ಯ ಪಾರ್ವತಿ ಕೊಟ್ಟ ಕಷಾಯ ಕುಡಿದು ಕೆರವನ್ನು ಕಾಲಿಗೆ ಸಿಕ್ಕಿಸಿಕೊಂಡು ಅಂಗಳ ದಾಟಿದ್ದೂ ಆಯಿತು.

ಪಾರ್ವತಿ ಮತ್ತೆ ಮತ್ತೆ ರಾಮನ ದಿರಿಸನ್ನು ಸರಿಪಡಿಸಿದಳು. ರಾಮನಿಗೆ ಎಂಥದೋ ನೆನಪಾಗಿ ಅವಳಿಂದ ಬಿಡಿಸಿಕೊಂಡು ಅಜ್ಜಿಯ ಕೋಣೆಗೆ ಓಡಿದ. "ಏನು ಮಗು, ಏನು ಎನ್ನುವುದು, ನನ್ನ ನನ್ನ ದಿಂಬಿನಡಿ ಏನುಂಟು ಎಂದು ಕೈ ಹಾಕುತ್ತಿದ್ದಿ" ಎನ್ನುವುದು ಕೇಳುತ್ತಿದೆ. "ಬರುತ್ತೀಯೋ ಇಲ್ಲವೋ ಒಮ್ಮೆ ಆಕಳಿಗೆ ಕಲಗಚ್ಚು ಕೊಡಬೇಕು ನಾನು. ಒಂದು ಸರ್ತಿ ನೀನು ಹೊರಡು ಮಾರಾಯ ಸಂತೆಗೊ ಪಂತೆಗೊ" ಎಂದು ಪಾರ್ವತಿ ಕೂಗಿ ಕರೆದಳು. ಇಷ್ಟಗಲ ಮೋರೆ ಮಾಡಿಕೊಂಡು ಓಡಿಬಂದ. ಚಡ್ಡಿಯ ಕಿಸೆ ಬಾತು ಕೊಂಡಿತ್ತು – ಸಣ್ಣ ಕಪ್ಪೆಯನ್ನು ನುಂಗಿದ ದೊಡ್ಡ ಕಪ್ಪೆಯ ಹೊಟ್ಟೆಯ ಹಾಗೆ. "ಕಿಸೆಯಲ್ಲಿ ಏನು, ಎಂದು ಕೈಹಾಕಿದಳು ಪಾರ್ವತಿ. ನಗುಬಂತು. ಒಂದೋ ಎರಡೋ ಗೋಲಿ. ಅಜ್ಜಯ್ಯನ ಖಾಲಿ ನಶ್ಯದ ಡಬ್ಬಿ. ಅದರೊಳಗೆ ಟೊಣ ಟೊಣ ಎನ್ನುವ ಬಳಪದ ತುಣುಕುಗಳು. ಮೊಳೆಯಿಲ್ಲದ ಬುಗುರಿ. ತಗಡಿನದೊಂದು ಪೀಪಿ. "ಇದೆಲ್ಲಿದು" ಎಂದಳು. "ಅಪ್ಪು ಕೊಟ್ಟಿದ್ದು" ಎಂದ. "ಹೌದು – ಅಪ್ಪು ಕೊಟ್ಟಾನಲ್ಲವೆ. ನೀನೆ ಎತ್ತಿಕೊಂಡು

ಬಂದಿರಬೇಕು" ಎಂದು ಬೈದಳು. "ಇಲ್ಲ ಅಮ್ಮ ಅವನೇ ಮತ್ತೆ ಕೊಟ್ಟಿದ್ದು" ಎಂದು ಒಮ್ಮೆ ಊದಿ ಕಿಸೆಗೆ ಹಾಕಿದ. ಎಂಥ ಸುಡುಗಾಡೋ ಎಂದು ಗೋಣಿಗೆ ಹಣೆಯಿಂದ ಅವನ ಕೂದಲನ್ನು ಸರಿಮಾಡುವಷ್ಟರಲ್ಲಿ ಶೆಣೈ ಮನೆ ಅಪ್ಪು ಬಾಗಿಲಿಗೆ ಬಂದ. "ಸಂತೆಗೆ ಕರೆದುಕೊಂಡು ಹೋಗುತ್ತೀಯಷ್ಟೆ" ಎಂದು ಕೇಳಿದಳು. "ಅದಕ್ಕೆ ಬಂದದ್ದು" ಎಂದ ಅಪ್ಪು.

ಇಬ್ಬರೂ ಹೊರಟು ನಿಂತರು. ಪಾರ್ವತಿ ಸೊಂಟದ ಬಾಳೇಕಾಯಿಯಿಂದ ಕಾಸು ತೆಗೆದು ಒಬ್ಬೊಬ್ಬರ ಕೈಗೂ ಎರಡೆರಡು ಪಾವಣೆಯಿತ್ತಳು. "ಕೌಂಟು ಪದಾರ್ಥ ಕೊಡಿಸ ಬೇಡ ರಾಮನಿಗೆ" ಎಂದಳು. "ಆಯಿತು" ಎಂದ ಅಪ್ಪು. ರಾಮನ ಕೈಹಿಡಿದು ಜಗುಲಿಗೆ ಬಂದ.

ಅಂತೂ ಇಂತೂ ಸುಮಾರು ಹತ್ತು ತಾಸಿಗೆ ರಾಮನ ಸವಾರಿ ಹಿರಿಯ ಸಂಗಡಿಗ ಅಪ್ಪು ವಿನೊಟ್ಟಿಗೆ ಸಂತೆಗೆ ಹೊರಟಿತು. ಮೊನ್ನೆ ಮೊನ್ನೆಯಷ್ಟೆ ಪೆರಡೂರಿನಿಂದ ಬಂದಿದ್ದ ಮಂಜಯ್ಯನ ಅಕ್ಕ ಕಾವೇರಿ ಕೊಡಿಸಿದ್ದ ರಬ್ಬರಿನ ಪಂಪು ಷೂ ಕಾಲಿಗೆ. ಮೈಸೂರಿನ ಚಕ್ಕಿನ ಚಡ್ಡಿ ಮಕಮಲ್ಲು ಕೋಟು. ಕೋಟಿನ ಕಾಲರು ಮುಚ್ಚಿ ಅಂಗಿಯ ಕಾಲರು. ಮಂಡೆಗೆ ನಕ್ಕಿ ಬಿಡಿಸಿದ ಮಕಮಲ್ಲಿನ ಟೊಪ್ಪಿಗೆ. ಕಿಸೆಯಲ್ಲಿ ಎರಡು ಪಾವಣೆ. ಇನ್ನೇನು ಬೇಕು ರಾಮನ ಸಂತಸಕ್ಕೆ?

ಸಂತೆಮಾಳ ಹತ್ತಿರ ಹತ್ತಿರ ಬರುತ್ತಿದ್ದಂತೆ ಇಬ್ಬರ ಉತ್ಸಾಹಕ್ಕೂ ಎಣೆ ಇಲ್ಲದಂತಾ ಯಿತು. "ರಾಮ, ಸಂತೆಯಲ್ಲಿ ನಿನಗೆ ಏನೆಲ್ಲ ಬೇಕು ಎನ್ನುವುದು ಈಗಲೇ ಹೇಳು. ಮತ್ತೆ ಅಲ್ಲಿ ರಂಪ ಮಾಡುವುದು ಬೇಡ. ಕಳೆದ ಸರ್ತಿಯ ಹಾಗೆ" ಎಂದು ಅಪ್ಪು ಎಚ್ಚರಿಸಿದ. ಏನು ಬೇಡ ರಾಮನಿಗೆ? ಬತ್ತಾಸು, ಸೀಖಾರದ ಕಡ್ಡಿ, ಬೆಂಡು – ಇವಂತೂ ಬೇಕೇ ಬೇಕಷ್ಟೆ. ಸಾಧ್ಯವಿದ್ದರೆ ಕಾಮತನ ಅಂಗಡಿಯಲ್ಲಿ ಗೋಲಿಬಜೆ. ಅಮ್ಮನಿಗೆ ತಿಳಿದರೆ? ಆದರೇನಂತೆ? – ಅಪ್ಪು ಕೊಡಿಸಿಯೇ ಕೊಡಿಸುತ್ತಾನೆ. ಕಳೆದ ಸರ್ತಿಯೂ ಕೊಡಿಸಿ ದ್ದಾನಷ್ಟೆ. ಕಾಮತನ ಅಂಗಡಿಯಲ್ಲಿ ಮತ್ತೊಂದು ಆಕರ್ಷಣೆಯೂ ಉಂಟು ಅವನಿಗೆ. ದೊಡ್ಡದೊಂದು ಪಾತ್ರೆಯಲ್ಲಿ ಕೊಣ ಕೊಣ ಸದ್ದು ಬರುತ್ತದಲ್ಲ. ಅದನ್ನು ಕೇಳುವುದೇ ಚಂದ. ಆದರೆ ಆ ಪಾತ್ರೆ ಯಾಕೆ ಹಾಗೆ ಸದ್ದು ಮಾಡುತ್ತದೆ ಎಂಬ ಆಶ್ಚರ್ಯವೂ ಉಂಟು. ಒಮ್ಮೆ ಅಪ್ಪುಗೆ ಆ ಪ್ರಶ್ನೆಯನ್ನು ಹಾಕಿಯೂ ಹಾಕಿದ. "ಪಾತ್ರೆಯೊಳಗೆ ನೀರು ಉಂಟಲ್ಲ, ಅದರೊಳಗೆ ಬಿಲ್ಲೆ ಹಾಕಿರುತ್ತಾರೆ" ಎಂದ ಅಪ್ಪು. "ಬಿಲ್ಲೆ ಯಾಕೆ ಹಾಕುತ್ತಾರೆ" ಎಂದು ಇವನದು ಮರುಪ್ರಶ್ನೆ. "ಯಾಕೆ ಅಂದರೆ?" ಅದು ಅಪ್ಪುಗೂ ತಿಳಿಯದು. ಆದರೆ ರಾಮನ ಮುಂದೆ ತನ್ನ ಅಜ್ಞಾನವನ್ನು ಬಹಿರಂಗಪಡಿಸುವುದು ಉಚಿತವೆ? "ನೀನಿನ್ನೂ ಚಿಕ್ಕವ. ದೊಡ್ಡವನಾದ ಮೇಲೆ ನಿನಗೆ ಅರ್ಥವಾಗುತ್ತದೆ" ಎಂದು ಅವನು ತನಗಿಂತ ಚಿಕ್ಕವ ಎನ್ನುವುದನ್ನು ತೋರಿಸಿ ಅವನ ಬಾಯಿಮುಚ್ಚಲೆತ್ನಿಸಿದ್ದಾನೆ. "ದೊಡ್ಡವ ಎಂದರೆ ನಿನ್ನಷ್ಟ?" ಎಂದು ಕೇಳಿದ ರಾಮ. "ಹೌದು. ನೀನು ಬಾಯಿಮುಚ್ಚು" ಎಂದು

ಹಿರಿಯನಂತೆ ವರ್ತಿಸಿದ ಅಪ್ಪು. ಬಾಯಿ ಮುಚ್ಚಿದರೆ ಏನು? ಮನಸ್ಸು ಮುಚ್ಚಿರಲಾರ ದಷ್ಟೆ. ಸಂತೆಯಲ್ಲಿ ದೊರೆಯಬಹುದಾದ ಯಾವತ್ತೂ ವಸ್ತು ಒಡವೆಗಳ ಬಗ್ಗೆ ರಾಮನ ವಿಚಾರ ಲಹರಿ ಹರಿದಿದೆ. ಜೊತೆಯಲ್ಲೆ ಅದು ಏನು, ಇದು ಏನು, ಯಾಕೆ, ಎಲ್ಲಿಂದ, ಹೇಗೆ ಇತ್ಯಾದಿ ಪ್ರಶ್ನೆಗಳನ್ನೂ ಕೇಳುತ್ತಿದ್ದಾನೆ. ಅಷ್ಟು ಹಿರಿಯನಾದರೇನಂತೆ – ಅವನಿ ಗೆಲ್ಲಿದೆ ವ್ಯವಧಾನ ರಾಮನ ಕುತೂಹಲಗಳಿಗೆ ಸಮಜಾಯಿಸಿ ಕೊಡಲು. ಮತ್ತೊಮ್ಮೆ ಗದರಿಸಿಯೂ ಆಯಿತು. ಅದಕ್ಕೆ ಕಾರಣವೂ ಇಲ್ಲದಿಲ್ಲ. ರಾಮನ ತಾಯಿ ಎರಡು ಪಾವಣೆ ಕೊಟ್ಟದ್ದು ಸರಿಯಷ್ಟೆ. ಆದರೆ ರಾಮನಿಗಿಂತ ಹಿರಿಯನಾದ ಅವನಿಗೆ ಅದು ಯಾತಕ್ಕೆ ಬಂದೀತು? ಮನೆಯಿಂದ ಹೊರಡುವಾಗಲೇ ಅಕ್ಕನನ್ನು ಪುಸಲಾಯಿಸಿ ಅರ್ಧ ಆಣೆಯ ಎರಡು ಬಿಲ್ಲೆ ತೆಗೆದುಕೊಂಡಿದ್ದಾನೆ. ತಾಯಿಯ ಹತ್ತಿರ ಕೇಳಿ ಅರ್ಧ ಆಣೆ ಯಾದರೆ, ಕೇಳದೆಯೇ ಜೇರಿಗೆ ಡಬ್ಬದಿಂದ ಒಂದೆರಡು ನಾಣ್ಯ ಹಾರಿಸಿದ್ದಾನೆ. ಲೆಕ್ಕ ಮಾಡಿದವರು ಯಾರು? ಒಟ್ಟು ಅಷ್ಟು ಹಣ ಅವನ ಚಡ್ಡಿ ಕಿಸೆಯಲ್ಲಿ ಝಣ ಝಣ ಗುಟ್ಟುತ್ತಿದೆ. ಅದನ್ನು ಹೇಗೆ ಹೇಗೆ ವಿಲೇವಾರಿ ಮಾಡುವುದೆಂಬುದೇ ಅವನ ಚಿಂತೆ. ಒಂದು ಪಾವಣೆಯಲ್ಲಿ ಕಾಮತನ ಹೋಟೆಲಿನಲ್ಲಿ ಸಜ್ಜಿಗೆ ಬರುತ್ತದಷ್ಟೆ. ಒಂದಿಷ್ಟು ಹಲ್ಲು ಕಿಸಿದರೆ ನೆಂಚಿಕೊಳ್ಳಲು ಒಂದು ಪಕೋಡವೋ ಮತ್ತೊಂದೋ ಕೊಟ್ಟಾನು. ಕೊಡದೇ ಏನು? ತಮ್ಮ ಅಂಗಡಿಯಲ್ಲಿ ಬೆಲ್ಲ ಸಾಬೂನು ಎಂತ ಸಾಲ ಕೊಂಡೊಯ್ಯುವು ದಿಲ್ಲವೆ ಅವನು? ಲಂಬಾಣಿ ಈ ಸರ್ತಿಯೂ ಅಂಗಡಿಯಿಟ್ಟಿದ್ದರೆ ಸಣ್ಣ ರಾಗಮಾಲಿಕೆ ಯನ್ನು ಕೊಳ್ಳಲಿಕ್ಕೇಬೇಕು. ಹೀಗವನ ವಿಚಾರಲಹರಿ ಹರಿಯುವಾಗ ಈ ಹಾಳು ರಾಮು ಅದೇನು, ಇದೇನು ಎಂದು ಕೇಳಿದರೆ ಅವನಿಗೆ ಸಿಟ್ಟು ಬಾರದೆ ಮತ್ತೇನು ಬಂದೀತು?

ಹಾಗೂ ಹೀಗೂ ಸಂತೆ ಮೈದಾನಕ್ಕೆ ಬಂದದ್ದೂ ಆಯಿತು – ಬಿಸಿಲು ನೆತ್ತಿಗೇರು ವಾಗ, ರಾಮನಿಗೆ ನೀರಡಿಕೆಯಾಗಿ, ಅಪ್ಪುಗೆ ಹಾಗೆಂದು ಹೇಳಿದ. "ಹಾಗಿದ್ದರೆ ಷರಬತ್ತು ಕುಡಿಯುವ" ಎಂದು ಷರಬತ್ತಿನ ಅಂಗಡಿಗೆ ರಾಮನನ್ನು ಒಯ್ದ. ಅಲ್ಲಿ ನೋಡಿದರೆ ಏನನ್ನುವುದು? ನಮುನಮೂನೆ ಬಣ್ಣದ ಷರಬತ್ತಿನ ಬಾಟಲುಗಳ ಸಾಲು ಸಾಲು. ಮೇಲೆ ಲಿಂಬೆಹಣ್ಣು. ಆ ಬದಿಯಲ್ಲಿ ಕೊಯ್ ಟಸ್ ಎಂದು ಸದ್ದುಮಾಡಿ ಸೋಡ ಕೊಡುವಾತ, "ಯಾವುದಾದೀತು" ಎಂದು ಅಪ್ಪು ಕೇಳಿದ. ಯಾವ ಬಣ್ಣದ್ದೆಂದು ಹೇಳುವುದು? ಕೊಡುವುದಾದರೆ ಎಲ್ಲ ಬಣ್ಣದ್ದೂ ಚಂದವೇ. "ಯಾವುದು ಬೇಗ ಹೇಳಿ" ಎಂದಳು ಅಂಗಡಿಯಾಕೆ. ನೇರಳೆ ಬಣ್ಣದ ಕಡೆ ಬೆರಳು ಮಾಡಿದ ರಾಮ. ಆಕೆ ಗಾಜಿನ ಲೋಟ ಒಂದನ್ನು ಬಾನಿಯ ನೀರಿಗೆ ಅದ್ದಿ ತೆಗೆದು ಅದಕ್ಕೊಂದಿಷ್ಟು ಬೆಲ್ಲದ ಪಾಕ ಹುಯ್ದಳು. ನೇರಳೆಗಿಂತ ಕೆಂಪು ಚೆಂದವೆನಿಸಬೇಕೆ ರಾಮನಿಗೆ? "ಅದು ಆದೀತು" ಎಂದ. "ಹೇ ಮಕ್ಕಳೇ ಆದೀತು ನೀವು" ಎಂದು ಗೊಣಗಿ ಕೆಂಪು ಬಣ್ಣದ ನೀರನ್ನು ಪಾಕಕ್ಕೆ ಹೊಯ್ದಳು. ತಂಪು ಬೀಜ ಒಂದು ಚಮಚ ಹಾಕಿದಳು. ಚಮಚದಿಂದ ಗ್ಲಾಸಿನೊಳಗೆ ಟೊಣ ಟೊಣ ಮಾಡಿ ಮುಂದೆ ಚಾಚಿದಳು. ಆ ಬದಿ ಥೋರದವನು ಎದೆಯ ಮೇಲೆ

ಸೋಡಾ ಬಾಟಲನ್ನು ಇಟ್ಟು, ಹೆಬ್ಬೆರಳಿನಿಂದ ಗೋಲಿ ಅಮುಕಿ, ಟೊಂಯ್ ಎಂದು ಸದ್ದು ಮಾಡಿದಾಗ ರಾಮನ ಗಮನ ಅತ್ತ ಸೆಳೆಯಬೇಕೆ? ಬಾಟಲಿನಿಂದ ನೊರೆ ಉಕ್ಕಿ ಉಕ್ಕಿ ಬಂದಾಗ, ಇದ್ಯಾವುದೂ ಬೇಡ. ಅದೇ ಆದೀತು ಎನಿಸಿ ಹಟಮಾಡಿದ. "ಕುಡಿ ಮಹಾರಾಯ ಒಮ್ಮೆ. ನಿನ್ನನ್ನು ಕರೆದು ತಂದದ್ದೆ ಆಗಲಿಲ್ಲ ನೋಡು" ಎಂದು ಅಪ್ಪು ಏರುಸ್ವರದಲ್ಲಿ ಹೇಳಿದಾಗ, ವಿಧಿಯಿಲ್ಲದೆ ಆಕೆ ಕೊಟ್ಟಿದ್ದನ್ನು ಕುಡಿದ. ಕುಡಿದ ಎಂದರೆ ಏನು? ಅರ್ಧಕ್ಕರ್ಧ ಕೋಟಿನ ಮೇಲೆ ಚಲ್ಲಿತು. ಒಂದಿಷ್ಟು ಮಾತ್ರ ಹೊಟ್ಟೆಗೆ ಹೋಯಿತು, ಬಾಯಿ, ಗಲ್ಲ, ಕೋಟಿನ ಮುಂಭಾಗವೆಲ್ಲ ಕೆಂಪುಮಯ. "ಪಾವಣಿ ಬರಲಿ" ಎಂದಳು. "ಕೊಡು" ಎಂದ ಅಪ್ಪು. ರಾಮನಿಗೆ ಅಳುವೇ ಬಂದಿತು. ಅಪ್ಪುಗೆ ಕೋಪ ಬಾರದಿರುತ್ತದೆಯೆ? "ನೀನೊಂದು..." ಎಂದು ಏನೋ ಗೊಣಗಿ ತನ್ನ ಕಿಸೆಯಿಂದಲೇ ಹಣ ತೆತ್ತು ರಾಮನನ್ನು ದರದರ ಎಳೆದುಕೊಂಡು ಹೋದರೆ "ಬಾಟಲಿನಲ್ಲಿ ಗೋಲಿ ಹ್ಯಾಗೆ ಹಾಕುತ್ತಾರೆ" ಎಂದು ಕೇಳುವುದೇ ಈ ಹಾಳು ರಾಮ? "ಒಮ್ಮೆ ಬಾಯಿ ಮುಚ್ಚಿಬಾ ನೀನು" ಎಂದ ಅಪ್ಪು.

ಮುಂದೆ ಇನ್ನೊಂದು ಬೇರೆಯೇ ಪ್ರಪಂಚ ಎದುರಾಗಬೇಕೆ ಈ ಮಕ್ಕಳಿಗೆ? 'ಮುಂಬಯಿ ಪಟ್ಣ ನೋಡು' 'ಪಟ್ಟಣದ ಸೂಳೆ ನೋಡು' ಎಂದು ಗೆಜ್ಜೆಯ ತಾಳಕ್ಕೆ ರಾಗವನ್ನು ಮೇಳೈಸಿ ಹಾಡುತ್ತಿದ್ದವನ ಸುತ್ತ ಹತ್ತಾರು ಮಕ್ಕಳು ನಿಂತಿದ್ದರು. ಮಕ್ಕಳೇ ಏನು – ಕೆಲವು ಗೌಡಗೌಡತಿಯರೂ ಅವನು ಹೇಳುತ್ತಿದ್ದ ಪದಕ್ಕೆ ನಾಚಿದವರಂತೆ ನಿಂತಿದ್ದರು. ಮತ್ತೆ ಇಂಥೆಲ್ಲ ಜಾತ್ರೆಯೇ ಅಲ್ಲಿರುವಾಗ ರಾಮನಿಗೆ ಅದೇನು ಎನ್ನುವ ಕುತೂಹಲ ಕೆರಳದಿರುತ್ತದೆಯೆ? ಕುತೂಹಲ ಹಟವಾಗಲು ಎಷ್ಟು ವೇಳೆ ಬೇಕಾದೀತು? ಹಟ ಸಾಧಿಸದೆ ಇದ್ದಾಗ ಇರುವುದು ಒಂದೇ ಒಂದು ಸಾಧನವೆಂದರೆ ಅಳುವಷ್ಟೆ ಅಪ್ಪು ರಾಮನನ್ನೇ ಏನು – ರಾಮನ ಸಂತಾನವನ್ನೇ ಶಪಿಸಿದ. ಹಾಗೆ ನೋಡಿದರೆ ಅವನಿಗೂ ಅದನ್ನು ನೋಡುವ ಆಸೆಯುಂಟು. ಹಿಂದೊಮ್ಮೆ ನೋಡಿಯೂ ನೋಡಿದ್ದಾನೆ. ಅಂದಮಾತ್ರಕ್ಕೆ ಇನ್ನೊಂದು ಬಾರಿ ನೋಡಬಾರದೆಂದೇನಿಲ್ಲವಲ್ಲ. "ಆದೀತು ಮಹಾರಾಯ ನೋಡು" ಎಂದ ರಾಮನಿಗೆ. ರಾಮ ಎರಡು ಕಣ್ಣಿಗೂ ಕೈಮರೆ ಮಾಡಿ ಇಣುಕಿ ಭೂತಕನ್ನಡಿಯಲ್ಲಿ ನೋಡಿದಾಗ, ಆ ಸಣ್ಣ ಡಬ್ಬದೊಳಗೆ ವಿಸ್ಮಯದ ಪ್ರಪಂಚವನ್ನೇ ಕಂಡ. ಓಹೋಹೋ ಎಂದು ನಕ್ಕ. ಮುಗಿಯಿತು. ಬಾ ಎಂದರೆ ಬರುತ್ತಾನೆಯೆ? "ಇನ್ನೊಂದು ಚೂರು, ಇನ್ನೊಂದು ಚೂರು" ಎಂದು ಕುಣಿದ. ನಡಿ ನಡಿ ಎನ್ನುತ್ತ ಅವನನ್ನು ಎಳೆದು, ತಾನೂ ಒಮ್ಮೆ ನೋಡಿದ ಅಪ್ಪು.

ಡಬ್ಬದೊಳಕ್ಕೆ ನೋಡಿದ ಮೇಲಂತೂ ಪ್ರಶ್ನೆಯ ಸುರಿಮಳೆಯೇ ಉದ್ದಕ್ಕೂ, ಡಬ್ಬದೊಳಕ್ಕೆ ಹೆಂಗಸೊಂದು ಬಂತಲ್ಲ, ಹ್ಯಾಗೆ ಬಂತು. ಮುಂಬೈ ಎಂದರೇನು, ಸೂಳೆ ಎಂದರೆ ಎಂಥದು – ಇತ್ಯಾದಿ ಇತ್ಯಾದಿ. ಹಾಳು ಪಿರಿಪಿರಿ ಎನಿಸಿತು ಅಪ್ಪುಗೆ.

ಬತ್ತಾಸಿನ ಅಂಗಡಿ ದೂರದಿಂದಲೇ ನೋಡಿದ ಅಪ್ಪು. "ರಾಮು, ಈಗ ನನ್ನ ಮಾತು ಕೇಳಲಿಕ್ಕೇ ಬೇಕು; ನೀನು. ನಿನ್ನ ಅಮ್ಮ ಕೊಟ್ಟ ಪಾವಣೆಯುಂಟಲ್ಲ ಅದನ್ನು ಇಲ್ಲಿ ಕೊಡು. ನಿನಗೆಂಥದು ಬೇಕೊ – ವತ್ತಾಸೊ, ಬೆಂಡೋ ಕೊಡಿಸುತ್ತೇನೆ. ನೀನು ಪಾವಣೆ ಕೊಡದಿದ್ದರೆ ನಿನಗೆ ಯಾವುದೂ ಇಲ್ಲ, ತಿಳಿಯಿತಷ್ಟೆ. ಎಂದು ಎಚ್ಚರಿಸಿದ. "ಆಯಿತು" ಎಂದ ರಾಮು. ಕಿಸೆಗೆ ಕೈಹಾಕಿದ. ಅಲ್ಲಿ ಇಡಿ ವಿಶ್ವವೇ ತುಂಬಿದೆಯಷ್ಟೆ – ಗೋಲಿ ಗಜ್ಜುಗ ಎಂದು ಆ ವಿಶ್ವದಲ್ಲಿ ಪಾವಣೆ ಸುಲಭವಾಗಿ ಸಿಕ್ಕುವುದೇ? ರಸ್ತೆಯ ಬದಿಯಲ್ಲೇ ಹಾಸುಗಲ್ಲಿನ ಪಕ್ಕ ನಿಂತರು. ರಾಮ ಶತಪ್ರಯತ್ನ ಮಾಡಿದ – ಪಾವಣೆ ತೆಗೆಯಲು. ಅದು ಸಿಗದಿರಲು "ಬಿಲ್ಲೆ ಇಲ್ಲ" ಎಂದು ಘೋಷಿಸಿದ. "ಪಷ್ಟ ಆಯಿತ ಮಹರಾಯ. ಇಷ್ಟು ಬೇಗ ಅದು ಹೋಗುವುದಾದರೂ ಎಲ್ಲಿಗೆ? ಎಂದು ತಲೆಗೆ ಕೈ ಹೊತ್ತ ಅಪ್ಪು ಒಂದು ಉಪಾಯ ಸೂಚಿಸಿದ – "ಕಿಸೆಯಲ್ಲಿ ಏನೇನೋ ಉಂಟಲ್ಲ. ಅವೆಲ್ಲ ತೆಗೆದರೆ ಬಿಲ್ಲೆ ಸಿಕ್ಕೀತು". ರಾಮನಿಗೆ ಸರಿಯೆನಿಸಿತು. ಒಂದೊಂದಾಗಿ ಕಿಸೆಯೊಳಗಿನ ಸರಕನ್ನು ಹೊರಗೆ ತೆಗೆದು ಕಲ್ಲಿನ ಮೇಲೆ ಹರಡಿದ. ಮೊಳೆಯಿಲ್ಲದ ಬುಗುರಿ ಮಹಾ ಪ್ರಯಾಸದಿಂದ ಹೊರಕ್ಕೆ ಬಂತು ಮೊದಲು. ನಂತರ ಬಂದದ್ದು ನಶ್ಯದ ಡಬ್ಬಿ ಟೊಣಟೊಣ ಎನ್ನುತ್ತ. ಅದಾದ ಮೇಲೆ ಬಂದದ್ದು...

ಮೋಸವಾದದ್ದು ಇಲ್ಲಿಯೇ. ಗಳಿಗೆಯಲ್ಲಿ ಗುಟ್ಟು ರಟ್ಟಾಗಿಯೇ ಹೋಗಬೇಕೆ? "ಹೋ, ನನ್ನದನ್ನು ಕದ್ದಿಲ್ಲವೇ ನೀನು" ಎನ್ನುತ್ತ ಅಪ್ಪು ಗಬಕ್ಕನೆ ಕಿತ್ತುಕೊಂಡ ಪೀಪಿಯನ್ನು ರಾಮನಿಂದ. "ಅಯ್ಯೋ ಅದು ನಂದು" ಎಂದು ಒದರಿದ ರಾಮ. "ಹ್ಯಾಗೆ ನಿಂದು ಆದೀತು. ನೆನ್ನೆ ನಮ್ಮ ಮನೆಗೆ ಬಂದವನು ಒಮ್ಮೆ ಊದುವೆ ಎಂದು ತೆಗೆದುಕೊಂಡವನು ಕೊಟ್ಟೆಯ ಮತ್ತೆ" ಎಂದು ಅಪ್ಪುವಿನ ಸವಾಲು. "ಅಯ್ಯೊ ಅದು ನಂದು. ಅಮ್ಮ ಕೊಡಿಸಿದ್ದು" ಎನ್ನುವುದು ರಾಮನ ಉತ್ತರ ಅಳುವಿನೊಂದಿಗೆ. "ಅದು ನಂದೇ" ಎಂದು ಕಿಸೆಗೆ ಸೇರಿಸಿದ ಅಪ್ಪು, ದು:ಖ ಉಕ್ಕಿ ಬಂದು ಕೈಕಾಲು ಒದರಿದ ರಾಮು, ನಾಲ್ಕು ಮಕ್ಕಳು ಸೇರಿದರು. ಒಂದಿಬ್ಬರು ಹಿರಿಯರೂ ಬಂದರು. ಹಿರಿಯನಿಗೆ ಬೈದರು ಒಬ್ಬರು. ಕಿರಿಯನಿಗೆ ಹೆದರಿಸಿದರು ಇನ್ನೊಬ್ಬರು. ರಾಮು ಅಪ್ಪುವಿನ ಕೈ ಹಿಡಿದು ಜಗ್ಗಿಸಿದ್ದಾನೆ. ಅಪ್ಪು ಕೋಪದಿಂದ ಕೈ ಝಾಡಿಸಿದ್ದಾನೆ. ಈ ಗೊಂದಲದಲ್ಲಿ ಅಪ್ಪುಗೆ ಹೇಗೋ ಒಂದು ಪೆಟ್ಟು ಬಿತ್ತು. ಕೋಪದಲ್ಲಿ ಅವನು ರಾಮನ ಬೆನ್ನಿಗೆ ಗುದ್ದಿದ. ರಾಮ ದಪ್ಪದೊಂದು ಕಲ್ಲೆತ್ತಿಕೊಂಡ. ಅಷ್ಟರಲ್ಲಿ ಯಾರೊ ಪುಣ್ಯಾತ್ಮರು ಅವನ ಕೈ ಹಿಡಿದು ಕಲ್ಲನ್ನು ಕೆಳಕ್ಕೆ ಹಾಕಿಸಿದರು. ಜಗಳಕ್ಕೆ ಕಾರಣವೇನೆಂದು ಕೇಳಿದರು. ಅಪ್ಪು – ಸವಿವರವಾಗಿ ಪೀಪಿಯ ಕಥೆ ಹೇಳಿದ. "ಅಲ್ಲ ಅದು ನಂದು" ಎಂದು ನಡುನಡುವೆ ರಾಮು ಬಾಯಿ ಹಾಕಿದ. ಅತ್ತ. ಮಕ್ಕಳ ಜಗಳಕ್ಕೆ ಪುರಾವೆ ತರುವುದು ಎಲ್ಲಿಂದ? ಅತ್ತವರು ಗೆಲ್ಲುವುದು ನ್ಯಾಯವಷ್ಟೆ. ಹಿರಿ ಕಿರಿಯರ ಜಗಳದಲ್ಲಿ ಕಿರಿಯರ ಕಡೆಗೇ ಮತವಷ್ಟೆ. ಗಂಡಸು ಹೆಂಗಸು ಜಗಳವಾಡಿದರೆ ಹೆಂಗಸಿಗಲ್ಲದೆ ಗಂಡಸಿಗೆ ಯಾರು ನ್ಯಾಯ ಕೊಡು

ತ್ತಾರಂತೆ? ಅಪ್ಪುವಿನ ಮಾತೇ ಸುಳ್ಳು ಎಂದು ತೀರ್ಮಾನಿಸಿದರು ಆ ಹಿರಿಯರು. ರಾಮನಿಗೆ ಪೀಪಿ ದೊರೆಯಿತು. ಅಪ್ಪುಗೆ ನಾಲ್ಕು ಬೈಗಳದ ಮಾತೂ ಆಯಿತು. ಸತ್ಯವೇ ಸುಳ್ಳಾದಾಗ ಮೈ ಪರಚಿಕೊಳ್ಳುವುದಲ್ಲದೆ ಮತ್ತೇನುಂಟು? ಹಿರಿಯರು ಕೇಸು ಫೈಸಲ್ಲು ಮಾಡಿ ಮುಂದೆ ಹೊರಟರು. ಅಪ್ಪುವಿನ ಮುಖಕ್ಕೆ ರಾಮ ಪೀಪಿ ಊದಿದ. ಮತ್ತೆ ಕದನ ಪ್ರಾರಂಭ. "ಮನೆಗೆ ಬಾ ಅಪ್ಪಯ್ಯನ ಹತ್ತಿರ ಹೇಳುವೆ" ಎಂದ ಅಪ್ಪು. ರಾಮ ಸುಮ್ಮನಿರುತ್ತಾನೆಯೇ? "ನಾನೂ ನನ್ನ ಅಪ್ಪಯ್ಯನೊಟ್ಟಿಗೆ ಹೇಳುವೆ" ಎಂದ ಅವನಿಗೆ ಅಣಕಿಸುತ್ತ. ಅಪ್ಪುಗೆ ತಮಾಷೆಯೆನಿಸಿತು. "ನಿನಗೆ ಅಪ್ಪಯ್ಯ ಎಲ್ಲುಂಟೋ" ಎಂದು ಗಟ್ಟಿಯಾಗಿ ನಕ್ಕ.

ಅದೇ ಸಮಯಕ್ಕೆ —

"ನಿಮ್ಮ ಅಪ್ಪಯ್ಯ ಕೂಗುತ್ತಿದ್ದಾರೆ ಒಡೆಯರೆ" ಎಂದು ಹೆಗ್ಗಡತಿಯೊಬ್ಬಳು ಅವನ ತೋಳು ಹಿಡಿದು ಕರೆದಳು. ತಿರುಗಿ ತಲೆಯೆತ್ತಿ ನೋಡಿದ ರಾಮ, ಆ ಅಪರಿಚಿತ ಹೆಂಗಸಿನ ಕಡೆ. ಒಂದು ಘಳಿಗೆ ಕಂಗಾಲಾದ. "ನಿಮ್ಮ ಹೆಸರು ರಾಮ ಅಲ್ಲವೆ?" ಎಂದು ಕೇಳಿ ಖಚಿತ ಪಡಿಸಿಕೊಂಡಳು. "ಎಲ್ಲಿ" ಎಂದು ಕೇಳಿದ ರಾಮ. "ಓ ಅಲ್ಲಿ ಬಟ್ಟೆಯಂಗಡಿಯಲ್ಲಿ" ಎಂದಳು. "ಯಾವ ಬಟ್ಟೆ ಅಂಗಡಿ" ಎಂದ. "ಓ ಅಲ್ಲಿ ಬನ್ನಿ ಹೋಗುವ" ಎಂದಳು. ಬಟ್ಟೆಯಂಗಡಿ ಎಂದಮೇಲೆ ಅಲ್ಲಿ ತನಗೆ ಲಾಭ ಉಂಟಷ್ಟೆ. ಅಪ್ಪು ಒಟ್ಟಿಗೆ ಕಾದ ಜಗಳ ಮರತೇ ಹೋಯಿತು ಅಷ್ಟೆ ಏನು? ಅಪ್ಪು ಅಲ್ಲಿ ನಿಂತಿದ್ದಾನೆಂಬುದನ್ನು ಮರೆತು ಹೋಗಿರಲಿಕ್ಕೆ ಸಾಕು. ಅವಳ ಸೆರಗಿಗೆ ಅಂಟಿಕೊಂಡು ಹೊರಟ. 'ತೊಲಗಿತು ಶನಿ ಮಹರಾಯ, ಇನ್ನು ಅವನುಂಟು, ಅವನ ಅಜ್ಜ ಉಂಟು' ಎಂದು ಅಪ್ಪು ತನ್ನ ತಂದೆಯ ಅಂಗಡಿ ಕಡೆ ಓಡಿದ.

"ಎಲ್ಲಿ ಮತ್ತೆ ಅಪ್ಪಯ್ಯ" ಎಂದು ಪದೇ ಪದೇ ಕೇಳಿದ ರಾಮ. "ಓ, ಇಲ್ಲೇ, ಇಲ್ಲೆ ಬನ್ನಿ ಒಡೆಯರೇ" ಎನ್ನುತ್ತ ಅವನ ತೋಳು ಹಿಡಿದುಕೊಂಡೇ ಮುಂದೆ ನಡೆದಳು ಹೆಗ್ಗಡತಿ. ಅವಳು ಇಲ್ಲೇ ಇಲ್ಲೇ ಎಂದು ತೋರಿಸಿದ ಅಂಗಡಿಯೂ ಸಿಕ್ಕಿತು. ಅಂಗಡಿಯೊಳಕ್ಕೆ ಕಾಲಿಟ್ಟ ಕೂಡಲೇ ರಾಮನ ಕಣ್ಣು ಅಪ್ಪಯ್ಯನನ್ನು ಹುಡುಕಿತು, ಹತ್ತಾರು ಗಿರಾಕಿಗಳ ನಡುವೆ. ಆದರೆ ಅವರೆಲ್ಲಿದ್ದಾರೆ ಅಲ್ಲಿ? ಅಂಗಡಿಯದೊಂದು ಮುರುಕು ಖುರ್ಚಿಯಲ್ಲಿ ಕೂತಿದ್ದವನ ಕಡೆ ತೋರಿಸಿ "ನೋಡಲ್ಲಿ – ನಿನ್ನ ಅಪ್ಪಯ್ಯ" ಎಂದಳು ಹೆಗ್ಗಡತಿ. ಅದು ಹೇಗೆ ಅಪ್ಪಯ್ಯ ಆದೀತು? ಒಂದು ಘಳಿಗೆ ಯಾಕೋ ಗೊಂದಲಮಯವಾಯಿತು. ಹೆದರಿಕೆ ನಗು. "ಅಯ್ಯೋ, ಅಪ್ಪಯ್ಯ ಅವರಲ್ಲ ಥೂ" ಎಂದ ಮುದ್ದಾಗಿ ನಗುತ್ತ. ಹೆಗ್ಗಡಿತಿಗೆ ಎಂಥದೂ ತಿಳಿಯದು ಎನ್ನುವ ಧಾಟಿಯಲ್ಲಿ. ಅವನು ಹಾಗಂದದ್ದು ಕೇಳಿಯೇ ಕುರ್ಚಿಯಲ್ಲಿ ಕೂತಿದ್ದ ಅಸಾಮಿ ಧಡಕ್ಕನೆ ಎದ್ದ. ತಲೆಯಲೊಂದು ಮಸಿ ಹಿಡಿದಿದ್ದ ಬಿಳಿ ಟೊಪ್ಪಿಗೆ. ಅದರ ಹಿಂದೆ ಕಾಣುವ ಕುಚ್ಚಿನ ಗಂಟು. ಕಿವಿಯಲ್ಲಿ ಒಂಟಿ. ಕಿವಿಯ ಮೇಲೆ ಗೊಂಡೆ ಹೂವು. ಕೈಯಲ್ಲೊಂದು ಕೊಡೆ, ಮೊಣಕಾಲಿನ ವರೆಗೆ ಮಾತ್ರವಿದ್ದ ಕಚ್ಚೆ

ಬಿಗಿದ ಪಾಣಿಪಂಚೆಯಂತಿದ್ದ ಧೋತ್ರ. ಒಂದು ಕಾಲಿಗೆ ಬೆಳ್ಳಿ ಬಳೆ. ದಪ್ಪ ಚರ್ಮದ ಚಡಾವು. "ಬಾ ಮಗು" ಎಂದು ಅವನು ಕೂಗಿದ. ರಾಮು, ಅವನ ಪಕ್ಕದಲ್ಲಿದ್ದ ಹೊಸ ವಸ್ತ್ರಗಳ ರಾಶಿಯನ್ನು ನೋಡಿದ. "ಇದು ನಿಂಗೆ" ಎಂದ ಅವನು ಬಾ ಎಂದು ಮೂರು ಮೂರು ಬಾರಿ ಕೂಗಿದ. "ಹೋಗಿ ಒಡೆಯರೇ" ಎಂದು ಹೆಗ್ಗಡತಿ ಬೆನ್ನು ಹಿಂದಿಂದ ನೂಕಿದಳು. ಮಂತ್ರಮುಗ್ಧನಾದಂತೆ, ಆಮೆ ಹೆಜ್ಜೆಯಿಡುತ್ತ ಮುಂದು ಮುಂದಕ್ಕೆ ಹೋದ ರಾಮ. ಕಣ್ಣು ಪಿಳಿಪಿಳಿ ಬಿಡುತ್ತ ಅವನ ಮುಂದೆ ನಿಂತ. ಆತನೇ ಮುಂದೆ ಬಂದು ಅವನ ಕೈ ಹಿಡಿದು ನಡೆಸಿಕೊಂಡು ಹೋಗಿ ಕುರ್ಚಿಯಲ್ಲಿ ಕೂರಿಸಿದ. "ಈ ಬಟ್ಟೆಯೆಲ್ಲ ನಿಂಗೆ ಗೊತ್ತುಂಟ" ಅಂದ. "ಚೆನ್ನಾಗುಂಟ" ಎಂದು ಕೇಳಿದ. ಹೂಂ ಎನ್ನುವಂತೆ ತಲೆ ಯಾಡಿಸಿದ ರಾಮ. "ನನ್ನ ಮಗನೇ" ಎಂದು ತಬ್ಬಿಕೊಂಡ ಅವನು. ರಾಮನ ಗಲ್ಲವೆತ್ತಿ ಅವನ ಕಣ್ಣನ್ನೇ ದೃಷ್ಟಿಸಿದ. ಒರಟು ಕೈ ಎನಿಸಿದರೂ ರಾಮನಿಗೆ ಏಕೋ ಖುಷಿಯಾ ಯಿತು. ಮತ್ತೆ ಯಾಕೆ ಅಷ್ಟು ದೊಡ್ಡವರ ಕಣ್ಣಲ್ಲಿ ನೀರು ಬರುತ್ತಿದೆಯಲ್ಲ ಎಂದು ವಿಸ್ಮಯವೂ ಆಯಿತು. ಅಳುವೂ ಬಂತು. ದೂರ ನಿಂತಿದ್ದ ಹೆಗ್ಗಡತಿಯ ಕಣ್ಣಲ್ಲೂ ನೀರೂರಬೇಕೆ?

ಇವೆಲ್ಲ ಐದು ಹತ್ತು ಮಿನಿಟುಗಳಲ್ಲಿ ನಡೆದುಹೋದ ವ್ಯಾಪಾರವಷ್ಟೆ. ಹೆಗ್ಗಡತಿ ವಸ್ತ್ರದ ಗಂಟು ಕಟ್ಟಿಕೊಳ್ಳುವಂತೆ ಹೇಳಿಯೂ ಆಯಿತು. ರಾಮನನ್ನು ಎತ್ತಿ, ಹೆಗಲ ಮೇಲೆ ಹೇರಿಕೊಂಡು ಅಂಗಡಿಯಿಂದ ಹೊರಕ್ಕೆ ನಡೆದೂ ಆಯಿತು. ಆಚೆಕಡೆಯಿರುವ ಬತ್ತಾಸು ಅಂಗಡಿಯಲ್ಲಿ ಬೆಂಡು ಅದು ಇದು ಎಂದು ದೊಡ್ಡ ಪೊಟ್ಟಣವೇ ಸಿದ್ಧ ವಾಯಿತು. ರಾಮನ ಹಾಲು ಮುಖ ಇಷ್ಟಗಲವಾಗದಿರುತ್ತದೆಯೆ? 'ನಂಗೆ' ಎಂದು ಹೆಗಲ ಮೇಲಿಂದಲೇ ಹಿರಿಯನ ಮುಖಕ್ಕೆ ಕೈಚಾಚಿದ. "ಇದು ನಿನಗಲ್ಲದೆ ಮತ್ಯಾರಿಗೆ ಮಾಣಿ" ಎನ್ನುತ್ತ ಪೊಟ್ಟಣದ ಒಂದು ಬದಿಯಲ್ಲಿ ತೂತು ಮಾಡಿ ಎರಡೆರಡು ಸೀಖಾರದ ಕಡ್ಡಿಯನ್ನು ಎಳೆದು ಅವನ ಕೈಗೆ ಕೊಟ್ಟ? ಒಂದು ಕಾಲು ಎದೆಯ ಕಡೆ, ಒಂದು ಕಾಲು ಬೆನ್ನು ಕಡೆ ಹಾಕಿ ಹಿರಿಯನ ತಲೆ ಹಿಡಿದುಕೊಂಡು ಹೊರಟ ರಾಮನಿಗೆ ಕುದುರೆ ಸವಾರಿ ಮಾಡುತ್ತಿದ್ದಂತೆ ಅನಿಸದಿರುತ್ತದೆಯೆ? ಹೇಳಿಯೂ ಹೇಳಿದ – "ನೀನು ಕುದುರೆಯಂತೆ, ನಾನು ಮೇಲೆ ಕೂತಿದ್ದೇನಂತೆ" ಎಂದು. ಹೈ ಹೈ ಎಂದು ನಡು ನಡುವೆ ಕಾಲಿಂದ ಬೆನ್ನನ್ನು ಎದೆಯನ್ನು ಒದೆಯುತ್ತಲೂ ಇದ್ದಾನೆ. ಸಣಕಲು ಮುದ್ದು ಕಾಲಿನ ಒತ್ತುವಿಕೆ ಹಿರಿಯ ನಿಗೆ ಹಿತವಾಗಿ ಕಂಡಿತು. ಅಷ್ಟು ದೂರ ಹೋದಮೇಲೆ, ಹಿರಿಯ ಹೆಗ್ಗಡತಿಗೆ ಏನೋ ಹೇಳಿದ. ಅವಳು "ಆಯಿತು" ಎಂದು ಬೇಗ ಬೇಗ ಮುಂದೆ ನಡೆದಳು. ತನ್ನ ಮನೆ ಇರು ವುದು ಆಚೆಕಡೆ ಅಲ್ಲವೆ. ಮತ್ತೆ ಹೋಗುತ್ತಿರುವುದು ಎಲ್ಲಿಗೆ ಎನಿಸಿತು ರಾಮನಿಗೆ. "ಮನೆಗೆ ಹೋಗುವ" ಎಂದ. "ಮನೆಗೇ ಹೋಗುತ್ತಿರುವುದಲ್ಲವೆ?" ಎಂದ ಹಿರಿಯ. ಸಂತೆ ಮಾಳದ ಸೆರಗಿನಂಚಿಗೆ ಹೋಗಿ ಗಣಪಕಾಯಿ ಮರದಡಿಯಲ್ಲಿ ರಾಮನನ್ನು ಇಳಿ ಸುವುದಕ್ಕೂ, ಅವನಿದ್ದಲ್ಲಿಗೆ ಜೋಡು ಎತ್ತಿನ ಕಮಾನು ಗಾಡಿ ಬರುವುದಕ್ಕೂ ಒಂದೇ

ಆಯಿತು. ಹಿರಿಯ ರಾಮನನ್ನು ಎತ್ತಿ ಗಾಡಿಯ ಹಿಂದಿನಿಂದ ಒಳಕ್ಕೆ ಚಾಚಿದ. ಹೆಗ್ಗಡತಿ ಒಳಕ್ಕೆ ಎಳೆದುಕೊಂಡಳು. ರಾಮನಿಗೆ ಈಗ ನಿಜಕ್ಕೂ ಭಾರಿ ಅಳು ಬಂತು. ಹಿರಿಯ ಗಾಡಿ ಹತ್ತಿ "ಬೇಗ" ಎಂದ. ಎತ್ತು ಕೊರಳ ಗಂಟೆ ಝಣಝಣಿಸುತ್ತ ಮುಸುರೆ ಹಳ್ಳದ ಮೂಲಕ ಸೀತೂರು ಕಡೆ ಧಾವಿಸಿತು, ಕೆಂಪು ಧೂಳೆಬ್ಬಿಸುತ್ತ.

ಗಾಡಿಯಲ್ಲಿ ಕೂರುವುದು ಖುಷಿಯಾದರೂ, ಪರಕೀಯರೊಟ್ಟಿಗೆ ಎಲ್ಲಿಗೆ ಹೋಗುತ್ತಿರುವುದೆಂದು ಎಣಿಸಿಯೇ ರಾಮನು ಬಿಕ್ಕಿ ಬಿಕ್ಕಿ ಅತ್ತ – ಅಮ್ಮ, ಅಪ್ಪಯ್ಯ ಎನ್ನುತ್ತ. ಹೆಗ್ಗಡತಿ ತನ್ನ ತೊಡೆಯ ಮೇಲೆ ಅವನನ್ನು ಕೂರಿಸಿಕೊಂಡು "ಅಳುವುದು ಬೇಡ ಒಡೆಯರೆ" ಎಂದು ಸಂತೈಸುತ್ತ ಪೊಟ್ಟಣದಿಂದ ತಿನಿಸನ್ನು ತೆಗೆದುಕೊಟ್ಟಳು. ಬತ್ತಾಸು ಕಂಡ ಕೂಡಲೇ ಅವನ ಅಳು ನಿಂತರೂ, ಬಿಕ್ಕುವುದು ನಿಲ್ಲಲಿಲ್ಲ. ಅವನ ಕೋಟಿನ ಮೇಲೆ ತುಟಿಯ ಬದಿಯಲ್ಲಿ ಕೆಂಪು ನೋಡಿ "ಇದೆಂಥದು" ಎಂದಳು. "ಅಲ್ಲಿ ಷರಬತ್ತು ಕುಡಿದದ್ದು" ಎಂದ ರಾಮ. "ಎಷ್ಟು ಚೆಂದ ಗೊತ್ತ ಅದು. ನೀನೂ ಕುಡಿದಿದ್ದೀಯಾ" ಎಂದೂ ಕೇಳಿದ. ಅವಳು ನಕ್ಕಳು. ಹಿರಿಯನೂ ನಕ್ಕ. ಗಾಡಿಯ ಓಲಾಟದಿಂದ ಬೆನ್ನಿಗೆ ಕಮಾನು ತಾಕಿ ನೋವಾಯಿತು. ಘಳಿಗೆಯಲ್ಲಿ ಸುಖವೆಲ್ಲ ಮಾಯವಾಗಿ "ನಂಗೆ ಪೆಟ್ಟು ಬಿತ್ತು" ಎಂದು ಬೊಬ್ಬೆ ಹಾಕಿದ. "ಎಲ್ಲಿಗೆ ಹೋಗುತ್ತಿರುವುದು" ಎಂದು ಕೇಳಿದ. "ನಮ್ಮ ಮನೆ ಇಲ್ಲಿ ಅಲ್ಲ" ಎಂದೂ ಹೇಳಿದ. "ನಿಮ್ಮ ಮನೆಗೇ ಹೋಗುತ್ತಿರುವುದು ಒಡೆಯರೆ. ಇವರು ಯಾರು ಗೊತ್ತುಂಟಲ್ಲ ನಿಮ್ಮ ಅಪ್ಪಯ್ಯ ಅಲ್ಲವೆ" ಎಂದಳು. ಹಿರಿಯನ ಮುಖ ನೋಡಿದ ರಾಮ. "ಇದು ನನ್ನ ಅಪ್ಪಯ್ಯ ಅಲ್ಲವೇ ಅಲ್ಲ" ಎಂದ ರಾಮ. "ನಾನೇ ನಿನ್ನ ಅಪ್ಪಯ್ಯ" ಎಂದ ಹಿರಿಯ. "ಉಹುಂ ಮನೆಯಲ್ಲುಂಟು ನನ್ನ ಅಪ್ಪಯ್ಯ. ಮನೆಗೆ ಹೋಗೋಣ ಮತ್ತೆ" ಎಂದು ಹಟಹಿಡಿದ. "ಅಳುವುದೇಕೆ ಮಾಣಿ, ನಾನೆ ನಿನ್ನ ಅಪ್ಪಯ್ಯ. ಅಲ್ಲಿರುವುದು ನಿನ್ನ ಅಮ್ಮ ಉಂಟಲ್ಲ, ಅವಳ ಅಪ್ಪಯ್ಯ" ಎಂದ ಹಿರಿಯ. ರಾಮನಿಗೆ ಮತ್ತೆ ಗೊಂದಲವಾಯಿತು. "ಮತ್ತೆ ನಂಗೆ ಅಪ್ಪಯ್ಯ ಇಲ್ಲಾಂತೆ. ಅಪ್ಪು ಹೇಳಿದ" ಎಂದ. ಹಿರಿಯ ಹೆಗ್ಗಡತಿಯನ್ನು ಹೆಗ್ಗಡತಿ ಹಿರಿಯನನ್ನು ನೋಡಿದರು. "ಅವನಿಗೆ ಹೊಡೆಯುವ ಸುಮ್ಮನಿರು". ರಾಮನಿಗೆ ಖುಷಿಯಾಯಿತು.

ಹೆಗ್ಗಡತಿ ಹಿರಿಯ ಏನೇನೋ ಮಾತಾಡಿದರು. ನಡು ನಡುವೆ ಪಾರ್ವತಿ, ಮಂಜಯ್ಯ, ಅಜ್ಜಿ ಮುಂತಾದ ಪದಗಳೆಲ್ಲ ಬಂದುದರಿಂದ ಅದು ತನ್ನ ಮನೆಯವರಿಗೇ ಕುರಿತದ್ದು ಎನಿಸಿದರೂ ಒಟ್ಟು ಮಾತಿನ ತಲೆ ಬುಡ ಅರ್ಥವಾಗುತ್ತದೆಯೇ? ಕಣ್ಣು ಪಿಳಿ ಪಿಳಿ ಬಿಡುತ್ತ ಒಮ್ಮೆ ಹಿರಿಯನ ಕಡೆ, ಮತ್ತೊಮ್ಮೆ ಹೆಗ್ಗಡತಿಯ ಕಡೆ ಹೊರಳಿ ನೋಡುತ್ತಿದ್ದಾನೆ. ಜೊತೆ ಜೊತೆಯಲ್ಲೆ ತಿನಿಸಿದ ಪೊಟ್ಟಣದ ಕಡೆಯೂ ದೃಷ್ಟಿಯಿಟ್ಟಿದ್ದಾನೆ.

ಬಾಲ್ಗಡಿ ದಾಟಿ ಎಡಕ್ಕೆ ಗಾಡಿ ತಿರುಗಿತು. ಗಾಡಿಯ ಜೋಲಾಟದಿಂದ ರಾಮನಿಗೆ ನಿದ್ದೆಯೂ ಬಂತು. ಹೆಗ್ಗಡತಿಯ ತೊಡೆಯ ಮೇಲೆ ಮಲಗಿದ. ಬತ್ತಾಸಿನ ತುಣುಕು ಬಾಯಿಯಲ್ಲೆ ಇದ್ದಿತ್ತಾದ್ದರಿಂದ ಒಂದು ಬದಿಯಿಂದ ಜೊಲ್ಲು ಲೋಳಿ ಲೋಳಿಯಾಗಿ

ಹರಿಯಿತು. ಅವನಿಗೆ ಎಚ್ಚರಿಕೆಯಾದೀತೆಂಬ ಹೆದರಿಕೆಯಿಂದ ಹೆಗ್ಗಡತಿ ಅದನ್ನು ಒರೆಸದೇ ಬಿಟ್ಟಳು. ಜೊಲ್ಲು ತುಟಿಯಿಂದ ಹರಿದು ಅವಳ ಸೀರೆಯೂ ತೇವವಾಯಿತು. "ಎಷ್ಟು ಚೆಂದದ ಮಗು ಒಡೆಯರೆ" ಎಂದಳು ಹಿರಿಯನಿಗೆ – ರಾಮನ ತಲೆಯನ್ನು ಮೃದುವಾಗಿ ನೇವರಿಸುತ್ತ ಬಂಡಿ ಹಾಗೊಮ್ಮೆ ಹೀಗೊಮ್ಮೆ ಜೋಲಾಡುತ್ತ ಹೋಗುತ್ತಿದ್ದರೆ, ಎತ್ತುಗಳ ಕೊರಳ ಮಣಿಗಳು ಗಿಲಿಕಿಯಾಡಿಸುತ್ತಿವೆ.

ಗಾಡಿಯೊಮ್ಮೆ ದಪ್ಪ ಕಲ್ಲೊಂದರ ಮೇಲೆ ಏರಿ ಇಳಿದದ್ದರಿಂದ ರಾಮನಿಗೆ ಎಬ್ಬಿಸಿದಂತಾಯಿತು. ತಟಕ್ಕನೆ ಕಣ್ಣುಬಿಟ್ಟು ಅಮ್ಮ ಎಂದು ಚೀರಿ ಹೆಗ್ಗಡತಿಯ ಮುಖ ನೋಡಿದ. ಹಿರಿಯನ ಮುಖ ನೋಡಿದ. ಯಾವುದೋ ಹೊಸ ಲೋಕದಲ್ಲಿರುವಂತೆನಿಸಿ "ಅಮ್ಮ ಎಲ್ಲಿ, ಅಮ್ಮ" ಎಂದು ಅತ್ತ. ಅವನಿಗೆ ಮತ್ತಷ್ಟು ತಿನಿಸು ಕೊಟ್ಟು ಅಳು ನಿಲ್ಲಿಸಬೇಕಾದರೆ ಇಬ್ಬರಿಗೂ ಸಾಕುಸಾಕಾಯಿತು. "ನನಗೆ ಭಯವಾಗುತ್ತದೆ ಒಡೆಯರೆ" ಎಂದಳು ಹೆಗ್ಗಡತಿ ಹಿರಿಯನನ್ನು ಕುರಿತು.

ರಾಮನಿಗೆ ಎಚ್ಚರವಾದ ಮೇಲೆ ಒಂದೋ ಎರಡೋ ಫರ್ಲಾಂಗು ಹೋಗಿರಬಹುದು ಗಾಡಿ. ಹಿಂದಿಂದ ಪಾಂ ಪಾಂ ಎನ್ನುತ್ತ ಮೋಟಾರು ಕಾರೊಂದು ಬಂತು. ರಾಮ ಅದನ್ನೇ ನೋಡುತ್ತಿದ್ದಾನೆ. ಮೋಟಾರು ಬಂಡಿಯನ್ನು ಹಾಯ್ದು ರಸ್ತೆಗೆ ಅಡ್ಡವಾಗಿ ನಿಂತಿತು. ಗಾಡಿಯ ಹಗ್ಗವನ್ನು ಬಲವಾಗಿ ಎಳೆದ. ಎತ್ತುಗಳು ನಿಂತವು – ಬುಸ್ ಬುಸ್ ಉಸಿರಾಡುತ್ತ. ಕೊರಳಿನ ಘಂಟೆಗಳು ಕೊಣಕೊಣ ಎಂದುವು. ರಾಮನಿಗೆ ಅಜ್ಜನ ಮೋರೆ ಕಂಡಿತು. ಚಂಗನೆ ಎದ್ದು ನಿಂತು, "ಅಪ್ಪಯ್ಯ ನಾನು ಇಲ್ಲೀ" ಎಂದು ಕೂಗಿದ ಜಂಭದಿಂದ. "ಏನು ಮಾಡುತ್ತೀರಿ ಒಡೆಯರೆ ಈಗ? ಎಂದಳು ಹೆಗ್ಗಡತಿ. ಹಿರಿಯನಿಗೆ ಈ ಸಮಯದಲ್ಲಿ ಕೋಪ ಬಾರದಿರುತ್ತದೆಯೆ? "ನಿನ್ನ ಬಾಯಿ ಒಮ್ಮೆ ಮುಚ್ಚಲಿ ಮಹರಾಯಗಿತ್ತಿ" ಎಂದು ಕೆರಳಿ ಅಲ್ಲಾಡದೇ ಕೂತ. ರಾಮ "ನಾನು ಇಳಿಯುತ್ತೇನೆ" ಎಂದು ಗಾಡಿಯ ತುದಿಗೆ ಓಡಿದ. ಹೆಗ್ಗಡತಿ ಎಳೆದುಕೊಂಡಳು ಅವನನ್ನು.

ಮಂಜಯ್ಯ, ಸೀತಾರಾಮ, ಅಂಗಡಿಯ ಸದಾನಂದ ಭಟ್ಟರು, ಮೋಟಾರಿನ ಒಡೆಯ ಶೀನಪ್ಪ ಭಟ್ಟರ ಆಳು ಶಂಭು – ಎಲ್ಲ ಪರಿಚಯದ ಮುಖಗಳು. ರಾಮನಿಗೆ ಖುಷಿಯೋ ಖುಷಿ. "ಅಪ್ಪಯ್ಯ, ನಾನು ಇಲ್ಲಿದ್ದೀನಿ" ಎಂದು ಕೂಗಿದ ಬತ್ತಾಸು ಕಚ್ಚುತ್ತ.

"ಇಳಿಸು ಅವನನ್ನು" ಎಂದು ಘರ್ಜಿಸಿದರು ಮಂಜಯ್ಯ.

"ಅದು ಎಷ್ಟಕ್ಕೂ ಆಗದು" ಗಾಡಿಯೊಳಗಿಂದಲೇ ಉತ್ತರಿಸಿದ ಹಿರಿಯ.

"ಅಬ್ಬಾ ನಿನ್ನ ಸೊಕ್ಕೆ! ನಿನ್ನ ಕೊರಳು ಕಿಂಚಿತ್ತಿಯೇನು ತಿಳಿಯಿತಾ. ಇಳಿಸು ಅವನನ್ನು ಮೊದಲು."

"ನೋಡುವ – ಹೇಗೆ ಅವನನ್ನು ಕೊಂಡೊಯ್ಯುತ್ತೀರೆಂದು" ಎಂದವನೇ ಹಿರಿಯ ಗಾಡಿಯಿಂದ ಟಮ್ಮ ಕೆಳಕ್ಕೆ ನೆಗೆದ.

"ಏನು ನನ್ನನ್ನು ಹೊಡೆಯಲು ಬರುತ್ತೀಯಾ? ನನ್ನನ್ನು ಮುಟ್ಟಿದ್ದೇ ಆದರೆ ನಿನ್ನ ಹೆಣ ಇಲ್ಲಿ ಬೀಳುವುದೇ ಸಮ" ಎಂದರು ಮಂಜಯ್ಯ.

ಇಬ್ಬರೂ ಒಬ್ಬರಿಗೊಬ್ಬರು ಇದಿರಾದರು. ಸದಾನಂದಭಟ್ಟರು ಕೂಡಲೇ ಇಬ್ಬರ ನಡುವೆ ನಿಂತರು.

"ಅಪ್ಪಯ್ಯ ನಾನು ಬರುವೆ" ಎಂದು ರಾಮ ಹೆಗ್ಗಡತಿಯ ಹಿಡಿತದಿಂದ ಬಿಡಿಸಿಕೊಳ್ಳ ಲೆತ್ನಿಸಿದ. ಅವಳಿಗೆ ಏನು ಮಾಡಬೇಕೆಂದು ತೋಚಿದ್ದರಲ್ಲವೆ. ಕಂಡ ಕಂಡ ದೈವಗಳನ್ನು ಸ್ಮರಿಸುತ್ತ ಅವನನ್ನು ಗಟ್ಟಿಯಾಗಿ ಹಿಡಿದುಕೊಂಡಳು, ರಾಮ ವಿಲಿ ವಿಲಿ ಒದ್ದಾಡಿದ. "ಬಿಡು ನಂಗೆ ಬಿಡು. ನಾನು ಹೋಗುತ್ತೇನೆ" ಎಂದು ಕೂಗಿದ. ಅವಳು ಸಮಾಧಾನ ಮಾಡಲೆತ್ನಿಸುತ್ತಿದ್ದಾಳೆ. ಪೊಟ್ಟಣದಿಂದ ಎರಡೆರಡು ನಮೂನೆ ತಿನಿಸು ಅವನ ಮೂತಿಗೆ ಒಡ್ಡಿದ್ದಾಳೆ. ಅವನು ಅದನ್ನು ಕಿತ್ತುಕೊಂಡಿದ್ದೂ ಆಯಿತು. ಬಿಡು ನಾನು ಹೋಗುವೆ ಎನ್ನುವ ರಾಗ ಮಾತ್ರ ನಿಲ್ಲಲಿಲ್ಲ.

"ರಸ್ತೆಯಲ್ಲಿ ನಿಂತು ನಿಮ್ಮ ಪಂಚಾಯಿತಿ ಬೇಡ. ಹೇಳಿ ಕೇಳಿ ನಿಮ್ಮ ಮಾವ ಅಲ್ಲವೆ ಅವರು. ನಿನಗೆ ಹೇಳುತ್ತಿರುವುದು ಶಿವರಾಮ" ಎಂದರು ಸದಾನಂದಭಟ್ಟರು.

"ಯಾರು? ಇವರೇ ನನ್ನ ಮಾವ? ಥೆ" ಎನ್ನುತ್ತ ಹಲ್ಲು ಮುಡಿಕಚ್ಚಿದ ಶಿವರಾಮ. "ಇವರು ಆ ಬೇವರ್ಸಿ ಪಾರ್ವತಿಯ ಅಪ್ಪ. ಅದಕ್ಕೆಂದೇ ಅಲ್ಲವೆ ಅವಳನ್ನು ಇಟ್ಟು ಕೊಂಡದ್ದು ಮನೆಯಲ್ಲಿ. ಆಯಿತು ಅವಳು ನಿಮ್ಮ ಮಗಳಷ್ಟೆ. ಇವನು ನನ್ನ ಮಗ ಅವನ ಮೇಲೆ ನಿನಗೇನು ಹಕ್ಕುಂಟು? ನನ್ನ ನೆತ್ತರು ಚೆಲ್ಲಿಯಾದರೂ ಸರಿಯೇ, ಅವ ಹೇಗೆ ನಿಮ್ಮೊಟ್ಟಿಗೆ ಹೋದಾನು ನಾನು ನೋಡುವೆ."

ರಾಮನಿಗೆ ಈ ಹಿರಿಯರ ಕದನದ ತುದಿಬುಡ ಅರ್ಥವಾಗಲಿಲ್ಲ. ಕಿಸೆಯಲ್ಲಿ ಬುಗುರಿ ಹಿಂಸೆ ಕೊಟ್ಟದ್ದರಿಂದ ಅದನ್ನು ತೆಗೆಯಲು ಕೈಹಾಕಿದ. ಪೀಪಿ ಕೈಗೆ ಸಿಕ್ಕಿತು. ಮುಖ ವರಳಿತು "ಇಲ್ಲಿ ನೋಡು ಪೀಪಿ. ನಂದು ಇದು – ಗೊತ್ತುಂಟ" ಎನ್ನುತ್ತ ಹೆಗ್ಗಡತಿಯ ಮೂತಿಗೆ ಚಾಚಿದ. ಊದು ಎಂದು ಬಲವಂತ ಮಾಡಿದ. ಹೆದರಿಕೆಯಲ್ಲಿಯೂ ನಗು ಬಾರದಿರುತ್ತದೆಯೇ ಅವಳಿಗೆ. "ನನ್ನಿಂದಾಗದು. ನೀವೇ ಊದಿಯಪ್ಪ" ಅಂದಳು.

"ಅಯ್ಯೋ, ನಿಂಗೆ ಬರುವುದಿಲ್ಲ. ನೋಡು ನಾನು ಊದುತ್ತೇನೆ." ಎನ್ನುತ್ತ ಕೊರಳಿನ ನರ ಉಬ್ಬಿಸಿ ಕೆನ್ನೆ ಉಬ್ಬಿಸಿ ಗಟ್ಟಿಯಾಗಿ ಊದಿದ. ಪೀ ಪೀ ಪೀ ಎಂದು ಹಾಗೆ ಮಾಡು ವಾಗಲೇ ಜಿಂಕೆಯ ಹಿಂಡೊಂದು ಗುಡ್ಡ ಇಳಿದು ರಸ್ತೆಯ ಮೇಲೆ ಕಿವಿ ನೇರಮಾಡಿ ಕೊಂಡು ಶಿಲೆಯಂತೆ ನಿಂತು ರಾಮನ ಗಮನ ಸೆಳೆದವು. "ಅಯ್ಯೋ ಅಲ್ಲಿ ನೋಡು, ಅಲ್ಲಿ ನೋಡು" ಎನ್ನುತ್ತ ಹೆಗ್ಗಡತಿಯ ಮೂತಿ ತಿವಿದು ತೋರಿಸಿದ. ಒಂದೇ ಒಂದು ಮಿನಿಟು. ಮರುಗಳಿಗೆಯಲ್ಲಿ ಅವು ಮಾಯವಾದವು. ಆಚೆ ಬದಿಯ ಇಳಿಜಾರಿನ ಬಿದಿರು ಕಾಡಿನೊಳಕ್ಕೆ ಹೊಕ್ಕುವು. "ಜಿಂಕೆ ನಿಮ್ಮಲ್ಲುಂಟ" ಎಂದ. ಅವಳ ಎದೆಯಲ್ಲಿ ಅವಲಕ್ಕಿ ಕುಟ್ಟುತ್ತಿರುವಾಗ ಅವನ ಮುಗ್ಧ ಪ್ರಶ್ನೆಗಳಿಗೆ ಏನುತ್ತರ ಕೊಟ್ಟಾಳು.

ಒಮ್ಮೆ ಸ್ವರವೇರಿಸಿ ಬೊಬ್ಬೆಯಿಟ್ಟ ಶಿವರಾಮ – "ನನ್ನ ಹೆಣ ಇಲ್ಲಿ ಬಿದ್ದ ನಂತರವೇ ಅವನನ್ನು ಕೊಂಡೊಯ್ಯುವುದು ನೀವು". ಮತ್ತೆ ಸದಾನಂದಭಟ್ಟರು, ಶೀನಪ್ಪ ಎಲ್ಲ ಮುಂದಾದರು. ಮಂಜಯ್ಯ ದಡಬಡ ಗಾಡಿಯ ಹಿಂದಕ್ಕೆ ಬಂದರು. "ಅವನನ್ನು ಇಲ್ಲಿ ಕೊಡು ಇವಳೇ" ಎಂದರು ಅಧಿಕಾರವಾಣಿಯಿಂದ. "ನೀನು ಕೊಟ್ಟಿದ್ದೇ ಆದರೆ ನಿನ್ನ ಹೆಣ ಬಿದ್ದೀತು, ತಿಳಿಯಿತಾ" ಎಂದ ಶಿವರಾಮ. ಪಾಪದ ಹೆಂಗಸು ಮಾಡುವುದಾದರೂ ಏನು ಈ ಗೊಂದಲದ ನಡುವೆ? ರಾಮ ಚಂಗನೆ ಹಾರಿದ. ಅವಳು ಸರಕ್ಕ ತಿರುಗಿ ಅವನ ಕೈ ಹಿಡಿದಳು. ಕೆಳಗಿಂದ ಮಂಜಯ್ಯ ಅವನ ಮತ್ತೊಂದು ರಟ್ಟೆ ಹಿಡಿದು ಜಗ್ಗಿಸಿದರು. ಈಗ ನಿಜಕ್ಕೂ ರಾಮನಿಗೆ ನೋವಾಯಿತು. "ಅಪ್ಪಯ್ಯ ನೋವಾಗುತ್ತೆ" ಎಂದು ಅತ್ತ. ಶಿವರಾಮ ಓಡಿಬಂದು ಮಾವನ ಕೈ ಹಿಡಿದು ಎಳೆದ. ಮಿಕ್ಕವರೂ ಓಡಿ ಬಂದರು. ಯಾರು ಇಳಿಸಿದರೋ ಏನು ಆಯಿತೋ ಒಂದೂ ಅರ್ಥವಾಗಲಿಲ್ಲ ರಾಮನಿಗೆ. ಅಂತೂ ಅವನು ನೆಲದಲ್ಲಿ ಹಿರಿಯರ ಕಾಲು ಸಂದಿಯಲ್ಲಿ ಸಿಕ್ಕಿ ಹಾಕಿಕೊಂಡ. ತಲೆ ಎತ್ತಿ ನೋಡಿದರೆ ಘೋರ ಘೋರ ತೊಡೆಗಳು, ಗಲ್ಲಗಳು – ಕಾಣುತ್ತಿವೆ ಅವನಿಗೆ. ಅಮ್ಮ ಹೇಳುತ್ತಿದ್ದ ರಾಕ್ಷಸರ ತುಣುಕು ತುಣುಕಾಗಿ ಹೆದರಿಸಿದವು. ಅಮ್ಮ ಅಮ್ಮ ಎಂದು ನರಳಿದ. ಅಪ್ಪಯ್ಯ ಎಂದು ನಡುಗಿದ. ಶಂಭು ಅವನನ್ನು ಹೊರಕ್ಕೆಳೆದು ದೂರ ಕೊಂಡೊಯ್ದು ಸಂತೈಸಲು ಎತ್ನಿಸುತ್ತಿದ್ದಾನೆ. ರಾಮ ನಿಜಕ್ಕೂ ಗಡಗಡ ನಡುಗುತ್ತಿದ್ದಾನೆ. ಅವರು ಯಾಕೆ ಹಾಗೆ ಮಾಡುತ್ತಿದ್ದಾರೆ ಎಂದು ಕೇಳುತ್ತಿದ್ದಾನೆ.

ಹತ್ತಾರು ಮಿನಿಟುಗಳೇ ಸಂದಿರಬಹುದು. ಮಂಜಯ್ಯ ಬಂದವರೇ ಶಂಭುವಿನ ಹೆಗಲಿನಿಂದ ರಾಮನನ್ನು ಕಸಿದುಕೊಂಡು ನೇರ ಮೋಟಾರಿನತ್ತ ಸಾಗಿದರು. ಅವನನ್ನು ಒಳಕ್ಕೆ ಹೊತ್ತು ಹಾಕಿದರು. ಗಾಡಿಯ ಪಕ್ಕದಿಂದ ಶಿವರಾಮ ಏನೇನೋ ಕೂಗಾಡಿದ. ಸ್ಥಾನ ಪಲ್ಲಟದಿಂದ ರಾಮ ಗಾಬರಿಗೊಂಡ.

ಮೋಟಾರಿನಲ್ಲಿ ಎಲ್ಲರೂ ಕೂತರು. ಮೋಟಾರು ಮರಳಿ ಊರಿನ ಕಡೆ ಹೊರಟಿತು. ಮೋಟಾರುಕಾರಿನ ಮೆತ್ತನೆಯ ದಿಂಬು ಗಾಡಿಯ ಹುಲ್ಲಿನ ಹಾಸಿಗೆಗಿಂತ ಹಿತವಾಗಿ ಕಂಡಿತು ರಾಮನಿಗೆ. ರಾಮ ಹಿಂದುಗಡೆ ಗಾಜಿಂದ ನೋಡಿದ. ಗಾಡಿ, ಹೆಂಗಸು, ಹಿರಿಯ ಎಲ್ಲ ದೂರ ದೂರವಾದರು ಸಣ್ಣ ಸಣ್ಣಗಾದರು. ಒಂದು ತಿರುವಿನಲ್ಲಿ ಎಲ್ಲರೂ ಮಾಯವಾದರು. ಗಾಡಿ ಮರೆಯಾದ ಕೂಡಲೇ ರಾಮನಿಗೆ ಬತ್ತಾಸು ಬೆಂಡಿನ ಪೊಟ್ಟಣ ನೆನಪಿಗೆ ಬರುವುದೇ? "ಅಯ್ಯೋ ಅಲ್ಲಿ ಬತ್ತಾಸು ಉಂಟು" ಎಂದ. "ಸುಮ್ಮನೆ ಕೂರು ಒಮ್ಮೆ" ಎಂದರು ಅಜ್ಜ. "ಸಂತೆಯಲ್ಲಿ ಕೊಡಿಸುತೀಯಾ" ಎಂದು ಕೇಳಿದ. "ಆಯಿತಪ್ಪ ನೀನು ಜಾಣ. ಸುಮ್ಮನಿರು" ಎಂದರು ಸದಾನಂದ ಭಟ್ಟರು. "ನಾವು ಹೋಗುವುದೆಲ್ಲಿಗೆ" ಎಂದು ಕೇಳಿದ. "ಮನೆಗೆ" ಎಂದುತ್ತರ ಬಂದಿತು ಯಾರಿಂದಲೋ. "ಅಪ್ಪಯ್ಯ, ಅಪ್ಪಯ್ಯ ಅವರ ಮನೆಯಲ್ಲಿ ಜಿಂಕೆಯುಂಟಂತೆ. ಅಪ್ಪಯ್ಯ ನಂಗೂ ಕೊಡಿಸುತ್ತೀಯಾ" ಎಂದು. ಕೇಳಿದ, ಅವರ ಗಲ್ಲ ಹಿಡಿದು. "ಸುಮ್ಮನೆ ಕೂರು ಮಾಣಿ" ಎಂದರು ಮಂಜಯ್ಯ ಸಿಟ್ಟಿ

ನಿಂದ. ಸಪ್ಪೆಯಾದ ರಾಮು. "ಗಾಡಿಗಿಂತ ಇದೇ ಚೆಂದವಪ್ಪ" ಎಂದ. ಇನ್ನೂ ಏನೇನೋ ಹೇಳಿದ. ಯಾರ ಮನಸ್ಸಿಗೆ ಶಾಂತಿಯುಂಟು ಅವನ ಮಾತು ಕೇಳಲು?

"ಹೌದ ಮಂಜಯ್ಯ, ಈಗೊಮ್ಮೆಯೇನೋ ಗೆದ್ದುದಾಯಿತು ನೀನು, ಮುಂದೇನು" ಎಂದರು ಭಟ್ಟರು. ಬೆಳಗ್ಗಿನಿಂದ ನಡೆದ ಘಟನೆಗಳು, ಅದರ ಬೆನ್ನಿಗೇ ಹಿಂದೆ ನಡೆದದ್ದು, ಮುಂದೆ ನಡೆಯಬಹುದಾದ್ದು – ಈ ಯಾವತ್ತೂ ಸಂಗತಿಗಳು ಮಂಜಯ್ಯನನ್ನು ಒಂದೇ ಮಿನಿಟಿನಲ್ಲಿ ಕುಗ್ಗಿಸಿಬಿಟ್ಟಿವೆ. ಜೊತೆಯಲ್ಲಿ "ಲಗ್ನ ಮಾಡಿಕೊಟ್ಟ ಮಗಳನ್ನು ಮನೆಯಲ್ಲಿ ಇರಿಸಿಕೊಂಡಿರುವುದು ನಿಮಗೆ ಚೆಂದವಾಗಿ ಕಾಣುತ್ತಿದೆಯಲ್ಲವೆ. ಅಬ್ಬ ಆ ಹೆಣ್ಣಿನ ಸೊಕ್ಕೆ" ಎಂದರು. ಅಪ್ಪಯ್ಯ ಅಪ್ಪಯ್ಯ ಎಂದು ಏನೋ ಹೊಸ ವಿಷಯವೇ ಹೇಳಲು ಹೊರಟ ರಾಮು. ಅವರು ಅದಕ್ಕೆ ಗಮನ ಕೊಟ್ಟರಲ್ಲವೇ? ಅವನ ಮನಸ್ಸು ಚಂಚಲ ವಾಗಿ ಓಡಿಯಾಡಿತು. ಪೀಪಿ ನೆನಪಿಗೆ ಬಂತು. ಕಿಸೆಯಿಂದ ಪೀಪಿ ತೆಗೆದು ಜೋರಾಗಿ ಊದಿದ. "ಎಂಥದು ಮಾಣಿ ನಿಂದು ಕರೆಕರೆ" – ಎಂದರು ಮಂಜಯ್ಯ. ಅವನು ಪೆಚ್ಚಾದ. ಆದರೆ ಹೇಳಿದ ಮಾತು ಕೇಳುವ ವಯಸ್ಸೆ? ಸಣ್ಣಗೆ ಊದೇ ಊದಿದ. ಶಿವರಾಮ ತಮ್ಮ ಅಂಗಡಿಗೆ ಬಂದದ್ದು, ರಾಮನನ್ನು ಹೊತ್ತುಕೊಂಡು ಹೋದದ್ದು, ತಾವು ಅವನನ್ನು ಹಿಂಬಾಲಿಸಿದ್ದು ಮೊದಲುಗೊಂಡು ಎಲ್ಲವನ್ನೂ ಹೇಳಿದರು ಸದಾನಂದ ಭಟ್ಟರು. "ಅಷ್ಟು ಉಪಕಾರ ಮಾಡಿದೆಯಲ್ಲ ಸದಾನಂದ ನೀನು" ಎಂದರು ಮಂಜಯ್ಯ. ಮೋಟಾರು ಸಂತೆ ಹಾದು ಹೋದಾಗ ರಾಮು, ಅಪ್ಪಯ್ಯ ಅಪ್ಪಯ್ಯ ಎಂದು ಕುಸು ಕುಸು ಮಾಡಿದ, ಅದು ದಾಟಿತಲ್ಲ ಎಂಬ ವ್ಯಥೆಯಿಂದ.

ಮೋಟಾರು ಪಾಂ ಪಾಂ ಎನ್ನುತ್ತ ಮನೆಯ ಮುಂದೆ ನಿಂತಿತು. ರಾಮು ನೋಡಿದ. ಮುಂದೆ ಜಾತ್ರೆಯೇ ಸೇರಿದೆ. ಎಲ್ಲರೂ ಒಟ್ಟಿಗೆ 'ಬಂದರು ಬಂದರು' ಎಂದರು. ಮೋಟಾ ರಿಂದ ಒಬ್ಬೊಬ್ಬರಾಗಿ ಇಳಿದರು. "ಇಳಿ ಮಾಣಿ" ಎಂದರು ಮಂಜಯ್ಯ. ಅಷ್ಟು ಚೆಂದದ ಮೋಟಾರು ತ್ಯಜಿಸಲು ಮನಸ್ಸು ಬಂದೀತೆ? ಆದರೆ ಅಷ್ಟೊಂದು ಜನ ತನ್ನ ಕಡೆಗೇ ನೋಡುತ್ತಿದ್ದುದರಿಂದ ಹೆಮ್ಮೆಯುಂಟಾಗಿ ಮೆಲ್ಲನೆ ಇಳಿದ. ಗುಂಪೊಡೆದು ಪಾರ್ವತಿ ಓಡಿ ಬಂದು ಅವನನ್ನು ಎತ್ತಿ ಮುದ್ದಾಡಿ ಹಿಸುಕಿ ಅತ್ತಳು – "ಎಲ್ಲಿ ಹೋದದ್ದು ಚಿನ್ನ ನೀನು. ನನ್ನ ಜೀವ ನಿಂತದ್ದೇ ಹೆಚ್ಚಲ್ಲವೆ" ಎನ್ನುತ್ತ. ಅಮ್ಮನನ್ನು ಕಂಡು ಮನಸ್ಸು ಅರಳಿ ದರೂ ದೇಹಕ್ಕೆ ಅವಳು ಕೊಡುತ್ತಿದ್ದ ಹಿಂಸೆಯಿಂದ ನೋವಾಗಿ ಬಿಡು ಬಿಡು ಎಂದು ಮಿಸುಕಾಡಿದ. ತಾಯಿ ಮಕ್ಕಳು ಮುಂದಾಗಿ, ಮಿಕ್ಕವರೆಲ್ಲಾ ಹಿಂದಾಗಿ ಮನೆಯೊಳಕ್ಕೆ ಹೋದರು. ಒಳಕೋಣೆಯಿಂದ ಕಲ್ಯಾಣಿ "ಬಂದಿತೆ? ಮಗು ಬಂದಿತೆ? ಅವರು ಬಂದರೆ?" ಎಂದು ಏನೇನೋ ಒದರಿದಳು. ಜನಗಳ ನಡುವೆ ನಿಂತಿದ್ದ ಅಪ್ಪು ರಾಮನನ್ನು ಕೂಗಿದ. ಅವನೊಟ್ಟಿಗೆ ಹೋಗಬೇಕೆನ್ನಿಸಿತು. ಆದರೆ ಪೀಪಿಯ ಪ್ರಕರಣ ನೆನಪಾಗಿ "ಹೋಗೋ, ನೀನೊಬ್ಬ" ಎಂದ – ಮುಖ ಕಡುಬು ಮಾಡಿಕೊಂಡು, ತಾಯಿಯ ಸೊಂಟದಿಂದ.

"ಅಪ್ಪಯ್ಯ, ಎಲ್ಲಿ ಸಿಕ್ಕಿದ ಇವನು? ನೀನು ಹೋದದ್ದಾರೂ ಎಲ್ಲಿಗೆ?" ಎಂದು ಹತ್ತಾರು ಪ್ರಶ್ನೆ ಹಾಕಿದಳು ಪಾರ್ವತಿ – ಗೋಡೆಗೆ ಒರಗಿ ಕೂರುತ್ತ.

"ಹೋಗಿದ್ದೆ ಸುಡುಗಾಡಿಗೆ" ಎಂದರು ಮಂಜಯ್ಯ ಧೋತರವನ್ನು ಬಿಸಾಟು. ತೂಗು ಮಂಚದ ಮೇಲೆ ಕೂರುತ್ತ.

ನಿಂತಿದ್ದವರು ಒಬ್ಬೊಬ್ಬರಾಗಿ ತಮ್ಮ ತಮ್ಮ ಕಾರ್ಯಭಾರದ ನೆನಪಾಗಿ ಕಾಲ್ತೆಗೆದರು ಅಲ್ಲಿಂದ. ಉಳಿದವರೆಂದರೆ ಸದಾನಂದಭಟ್ಟರೊಬ್ಬರೇ. ನಡೆದಿದ್ದೆಲ್ಲವನ್ನೂ ಒಂದೆರಡು ಮಾತಿನಲ್ಲಿ ಹೇಳಿದರು ಅವರು. ತೊಡೆಯ ಮೇಲೆ ಕೌಂಚಿ ಮಲಗಿದ್ದ ಮಗನ ಕಂಗಾಲಾದ ಮುಖವನ್ನು ನೋಡಿ ನೋಡಿ"ಅಯ್ಯೋ ಮಗುವೇ" ಎಂದು ಅತ್ತಳು. ರಾಮನೂ ಬಿಕ್ಕಿದ.

ತಾಯಿ ಮಕ್ಕಳ ಅಳುವು ಸ್ವಲ್ಪ ಕಮ್ಮಿಯಾದಾಗ ಸದಾನಂದಭಟ್ಟರು ಹೇಳಿದರು— ಒಮ್ಮೆ ಹೀಗೆ ಮಾಡಿದವನು ಮುಂದೆ ಏನೂ ಮಾಡಿಯಾನು ನಿನ್ನ ಅಳಿಯ. ಅದಕ್ಕೆಂದೇ ಹೇಳುವುದು – ನಿಮ್ಮ ನಿಮ್ಮ ಹಟದಲ್ಲಿ..." ಮಂಜಯ್ಯ ನಡುವೆ ಬಾಯಿ ಹಾಕಿದರು. "ಹೌದು. ಬೇವರ್ಸಿ ಹೆಗ್ಗಡತಿಯೂ ಅದೇ ಮಾತಲ್ಲವೇ ಅಂದದ್ದು. ಈಗ ನೀನು ಅದೇ ಧಾಟಿಯಲ್ಲಿ ಮಾತನಾಡುತ್ತಿ. ನಾನು ಮಾಡಬೇಕು ಏನು – ಅದಾದರೂ ಹೇಳಬಹುದಲ್ಲ" ಅವರ ಸ್ವರದಲ್ಲಿ ಬೇಸರಿಕೆಯಿತ್ತು, ಸಿಟ್ಟಿತ್ತು. ಆದರೆ ಅದರಿಂದ ಭಟ್ಟರಿಗೆ ಬೇಸರಿಕೆಯೂ ಆಗಲಿಲ್ಲ, ಸಿಟ್ಟೂ ಬರಲಿಲ್ಲ. ಬದಲು, ಹೇಗೂ ಪಾರ್ವತಿ ಎದುರಿಗೇ ಇದ್ದಾಳೆ. ಮಲಗುವ ಕೋಣೆಯಲ್ಲಿ ಅವಳ ತಾಯಿಯೂ ಇದ್ದಾಳೆ. ತನ್ನ ಮಾತು ಅವಳಿಗೂ ಕೇಳಿಸೀತು. ಕೇಳಿಸುವುದೊಳಿತು ಎನಿಸಿ—

"ನಿನ್ನದೇ ತಪ್ಪೆಂದು ನಾನು ಹೇಳಿದ್ದೆ ಮಂಜಯ್ಯ? ನಿನ್ನ ಸಂಸಾರದ ಬಗ್ಗೆ ಎಂದೂ ಪಾರ್ವತಿಯ ಎದುರು ನಾನು ಮಾತನಾಡಿದವನಲ್ಲ. ಈ ಹೊತ್ತು ಎಲ್ಲ ಅನಿಷ್ಟಗಳೂ ಆಗಿವೆಯಷ್ಟೆ. ಅದರಿಂದಾಗಿ ನಾಲ್ಕು ಮಾತನಾಡುವ ಎಂದು ಎಣಿಸಿದೆ. ಪಾರ್ವತಿ ನನ್ನನ್ನು ತಪ್ಪು ಎಣಿಸಲಾರಳು. ಎಷ್ಟೆಂದರೂ ನಾನು ಆಡಿಸಿದ ಕೂಸಲ್ಲವೇ ಅವಳು. ನಿಜ ಹೇಳ ಬೇಕೆಂದರೆ ಅವಳ ಲಗ್ನದ ನಂ[illegible] ಅವಳನ್ನು ಸಮನಾಗಿ ನೋಡಿದ್ದೆಂದರೆ ಇಂದೇ ಅಲ್ಲವೇ? ಎಷ್ಟು ಘೋರ ಇದ್ದವಳು ಹೀಗೆ ಆಗಿದ್ದಾಳಲ್ಲ ಎಂದು ನನಗೆ ನಿಜಕ್ಕೂ ನೋವಾಗುತ್ತಿದೆ ನೋಡು." ಎನ್ನುವಾಗ ನಿಜಕ್ಕೂ ಪಾರ್ವತಿ ಬಿಕ್ಕಿ ಬಿಕ್ಕಿ ಅತ್ತಳು 'ನನ್ನ ಕರ್ಮ, ನನ್ನ ಕರ್ಮ' ಎಂದು. ಯಾಕಮ್ಮ ಎನ್ನುತ್ತ ಗಾಬರಿಯಿಂದ ರಾಮನೂ ಅತ್ತ.

'ಬಾ ಮಗು – ಒಮ್ಮೆ ನೋಡುತ್ತೇನೆ ನಿನ್ನನ್ನು' ಎಂದು ಒಳಗಿಂದ ಅಜ್ಜಿ ಕೂಗುತ್ತಲೇ ಇದ್ದಾಳೆ. ಆದರೆ ರಾಮನಿಗೆ ಈಗ ಆ ಕತ್ತಲು ಕೋಣೆಯೆಂದರೆ ಏಕೋ ಹೆದರಿಕೆಯಾಗಿ 'ಊಹು' ಎನ್ನುತ್ತ ತಾಯಿಯ ತೊಡೆಯ ಮೇಲೆ ಗಟ್ಟಿಯಾಗಿ ಕೂತಿದ್ದಾನೆ. ಸದಾನಂದ ಭಟ್ಟರು ತಮ್ಮ ಮಾತಿನ ಸರಣಿಯನ್ನು ಬಿಡದೆ ಹೇಳಿದರು. "ಅಲ್ಲ ಮಂಜಯ್ಯ ನಿನ್ನ ಈ ಮನೆಯಲ್ಲಿ ಯಾರು ಸುಖಿಗಳಾಗಿದ್ದಾರೆ ಇವತ್ತು, ಹೇಳು ನೋಡುವ. ನಿನ್ನ ಹೆಂಡತಿ

ಹಾಸಿಗೆ ಹಿಡಿದವಳು. ಇನ್ನು ಪಾರ್ವತಿಯ ಗತಿ ಹೀಗೆ. ಇವೆಲ್ಲ ನೋಡುತ್ತ ನಿನ್ನ ಮನಸ್ಸು ಏನು ಮರವೇ, ಖುಷಿಪಡಲು? ಬೇಡ, ನಮ್ಮಗಳ ಮಾತೇ ಬೇಡ. ನನಗು ನಿನಗೂ ತ್ರಾಣ ಬರುತ್ತಿಲ್ಲವಷ್ಟೆ. ಯಮರಾಯ ಬಾ ಎಂದಾಗ ನಾವು ಹೊರಡಲು ಸಿದ್ಧರಾಗ ಬೇಕಷ್ಟೆ. ನಂತರದ ಮಾತು ಯೋಚಿಸು. ಪಾರ್ವತಿಯ ಗತಿ ಏನು? ಈ ರಾಮನ ಭವಿಷ್ಯವೇನಾದೀತು? ನಾಳೆ ಅವನು ದೊಡ್ಡವನಾಗುತ್ತಿದ್ದ ಹಾಗೆ ನಿಮಗೆಲ್ಲ ಅವನ ತಾಯಿಗೂ ಶಪಿಸಬಾರದಷ್ಟೆ." ಅವರು ರಾಮನ ಕಡೆಗೆ ಬೆರಳು ಮಾಡಿ ಈ ಮಾತೆಲ್ಲ ಆಡುವಾಗ, ಅವನಿಗೆ ತನ್ನನ್ನೇ ಕುರಿತು ಅವರೆಲ್ಲ ಏನೋ ಮಾತನಾಡುತ್ತಿದ್ದಾರೆನಿಸಿ ಗಂಭೀರನಾಗಿ ಭಟ್ಟರಿಂದ ಅಜ್ಜಯ್ಯ, ಅಜ್ಜನಿಂದ ಅಮ್ಮನ ಕಡೆ ದೃಷ್ಟಿ ಹೊರಳಿಸು ತ್ತಿದ್ದಾನೆ.

ಒಳಗಿನಿಂದ ರಾಮನ ಅಜ್ಜಿ ಗೂರಲು ಸ್ವರದಲ್ಲೇ ನಡುವೆ ಬಾಯಿ ಹಾಕಿ ಯಾರದು – ಸದಾನಂದನೆ? ಸ್ವರ ಕೇಳಿ ಹಾಗೆಯೇ ಎಣಿಸಿದೆ. ಹೌದ ಸದಾನಂದ – ನಿನ್ನ ತಮ್ಮ ವೆಂಕಟೇಶನ ಮಗಳು ಆ ಹೋಟಲಿನ ಮಾಣಿಯೊಟ್ಟಿಗೆ ಘಟ್ಟದ ಕೆಳಕ್ಕೆ ಓಡಿ ಹೋದ ಳೆಂದು ಸುದ್ದಿ. ನಿಜವಾ" ಎನ್ನಬೇಕೆ?

ಅಮ್ಮ ಹೇಳಿದ್ದು ಸಮಾ ಆಯಿತು ಎಂದು ಸಂತೋಷವಾಗಿ ಹಲ್ಲು ಕಡಿದಳು ಪಾರ್ವತಿ.

ಮಂಜಯ್ಯನ ತಲೆ ಬಿಸಿಯಾಯಿತು. "ನೀನು ಸುಮ್ಮನೆ ಬಿದ್ದಿರಬಾರದೆ ಅಲ್ಲಿ. ನಿನ್ನ ಮಾತು ಕೇಳಿಯೇ ನಾನು ಸೋತದ್ದು" ಎಂದರು.

"ನನ್ನ ಮಾತು ಕೇಳಿ ಆದದ್ದಾದರೂ ಏನು" ಎಂದಳು ಕಲ್ಯಾಣಿ ಒಳಗಿಂದ ಸಿಟ್ಟಿನಲ್ಲಿ.

"ನಾಲಿಗೆ ಸಡಿಲ ಬಿಡಬೇಡ ತಿಳಿಯಿತಾ?" ಎಂದು ಅಬ್ಬರಿಸಿದರು ಮಂಜಯ್ಯ.

"ಏ ಅಜ್ಜಿ, ಸುಮ್ಮನಿರು ಓಹೋ" ಎಂದ ರಾಮು – ದೊಡ್ಡ ಗಂಡಸಿನ ಹಾಗೆ ನಟಿ ಸುತ್ತ, ತಾಯಿ ಮುಖ ನೋಡಿ ನಗುತ್ತ.

ಅಜ್ಜಿ ಒಳಗಿಂದ ಇನ್ನೇನೋ ಅಂದಳು. ಮಂಜಯ್ಯ ಹೌಹಾರಿದರು. ಅವರಿಬ್ಬರೂ ಹೀಗೆ ಕಚ್ಚಾಡುವಾಗ ತಾಯಿಯಷ್ಟೇ ಆಸರೆ, ರಾಮನಿಗೆ. ಏಕೋ ಹೆದರಿಕೆಯಾಗಿ ಮತ್ತಷ್ಟು ಮೈ ಮುದುಡಿಕೊಂಡು ಕೂತ-ತಾಯಿಯ ತೊಡೆಯಲ್ಲಿ. ಕಿಸೆಯಲ್ಲಿ ಇನ್ನೂ ಉಳಿದಿದ್ದ ಬೆಂಡು ತೊಡೆಗೆ ಒತ್ತಿದಾಗ, ಅದರ ನೆನಪು ಬಂದು, ದಡಕ್ಕ ಎದ್ದು ಕಿಸೆಯಿಂದ ಅದನ್ನು ತೆಗೆದು "ಅಮ್ಮ ನೋಡು ಇಲ್ಲಿ, ಯಾರು ಕೊಡಿಸಿದ್ದು ಗೊತ್ತುಂಟ" ಎನ್ನುತ್ತ ಅವಳಿಗೆ ತೋರಿಸಿದ. "ನಿಂಗೆ ಬೇಕಾ" ಎಂದು ಕೇಳಿದ. ಸೇಳೆಯಿಂದ ಅವಳ ಬಾಯಿಗೆ ಬೇಡ ಬೇಡವೆಂದರೂ ಚೂರು ಬೆಂಡನ್ನು ತುರುಕಿದ. "ಎಂಥದೋ ನಿಂದು ಹಾಳು ಪಿರಿಪಿರಿ" ಎನ್ನುತ್ತ ಅವಳು ಅದನ್ನು ನುಂಗಿದಳು ವಿಧಿಯಿಲ್ಲದೆ.

ಮಂಜಯ್ಯ ಗುಡುಗಿದರು – "ಇಗೋ ನೋಡು ಸದಾನಂದ ನನಗೆ ಇವೆಲ್ಲ ಇಷ್ಟ ವೆಂದು ತಿಳಿದೆಯಾ? ಇವೆಲ್ಲ ಗೊತ್ತಿಲ್ಲವೆಂದು ತಿಳಿದಿಯಾ? ಈ ಇವಳು ಬೇವರ್ಸಿ, ಲಗ್ನ

ವಾದ ಮೂರೇ ಮೂರು ದಿನಕ್ಕೆ ನನ್ನಿಂದಾಗದು ಎಂದು ಅವನ ಮನೆಯಿಂದ ಓಡಿ ಬಂದಳಲ್ಲವೆ. ನಾನು ಸಾವಿರ ಸರ್ತಿ ಹೇಳಿದೆ – ಇದು ಆಗದು, ಇದು ಕೂಡದು ಎಂದು. ಯಾರಿದ್ದಾರಂತೆ ಇಲ್ಲಿ ನನ್ನ ಮಾತು ಕೇಳಲು. ಅಮ್ಮ ಅಮ್ಮ ಎಂದು ಇವಳು ಅತ್ತಳು. ಅವಳು – ಅಲ್ಲಿ ಮಲಗಿದ್ದಾಳಲ್ಲ ಇವಳ ಅಮ್ಮ – ಇವಳು ಆಡಿದ್ದಕ್ಕೆಲ್ಲ ಸೈ ಅಂದು ತಕಪಕ ಕುಣಿದಳು. ಒಮ್ಮೆ ಹೀಗಾದದ್ದು ಉದ್ದಕ್ಕೂ ಆಯಿತಷ್ಟೆ. ಈ ರಾಮನ ಬಸುರಲ್ಲಿ ಬಂದೇ ಬಿಟ್ಟಳು. ಮತ್ತೆ ಅಲ್ಲಿಗೆ ಹೋಗುವುದಿಲ್ಲವೆಂದು. ನನ್ನ ಮಗಳು ನನಗೆ ಹೊರೆ ಯಲ್ಲ ಎಂದಳು ಅವಳು. ಬೀದಿಯಲ್ಲಿ ಓಡಿಯಾಡಬೇಕಾದವನು ನಾನಷ್ಟೆ. ಈ ಮೂರು ಕಾಸಿನ ಹೆಂಗಸರಿಗೆ ಏನು?

ರಾಮನನ್ನು ಧಡಕ್ಕ ಪಕ್ಕಕ್ಕೆ ಉರುಳಿಸಿ, ಎದ್ದಳು ಪಾರ್ವತಿ. "ಅಪ್ಪಯ್ಯ ನೀವು ಹಾಗೆಲ್ಲ ಯಾಕೆ ಮಾತಾಡುತ್ತೀರಿ? ಅವರೊಟ್ಟಿಗೆ ಇರುವುದು ಬೇಡವೆಂದು ಬಂದೆನೆ? ಅವರು ಕೊಟ್ಟ ಕಿರುಕುಳ ಒಂದೇ ಎರಡೇ? – ನಾನೇ ಏನು – ಯಾವ ಹೆಣ್ಣಾದರೂ ಅವರೊಟ್ಟಿಗೆ ಇರುವುದಕ್ಕೆ ಬಂದೀತೆ? ಈಗ ಯಾಕೆ – ಕಾಲ ಬಂದೀತು ಅವರವರ ತಪ್ಪು ಅವರವರಿಗೆ ತಿಳಿದೀತು". ಗಳಗಳ ಅತ್ತಳು. ಇನ್ನು ಅವಳಿಗೆ ಅಲ್ಲಿರಲು ಸಾಧ್ಯ ವಾಗಲಿಲ್ಲ "ಬಾರೋ ಏ ಮಾರಿ" ಎಂದು ರಾಮನನ್ನು ದರ ದರ ಎಳೆದುಕೊಂಡು ತಾಯಿಯ ಕೋಣೆಗೆ ಹೊರಟಳು – "ಯಾರಿಗೂ ನಾವು ಹೊರೆಯಾಗುವುದು ಬೇಡ. ಹೋಗುವ – ಎಲ್ಲಾದರೂ ಹಾಳಾಗಿ" ಎನ್ನುತ್ತ. "ಅಯ್ಯೋ ಬಿಡಮ್ಮ, ಬಿಡಮ್ಮ ಎನ್ನುತ್ತಲೇ ಇದ್ದ ರಾಮ. ತಾಯಿ, ಮಗಳು ಏನೇನೋ ಮಾತಾಡುತ್ತಿದ್ದರು ಒಳಗೆ. ಒಮ್ಮೆ ಪಾರ್ವತಿ ಎತ್ತರದ ಸ್ವರದಲ್ಲಿ ತಾಯಿಗೆ ಏನೇನೋ ಅಂದಳು. ಕಲ್ಯಾಣಿ ಅಳುವುದೂ ಕೇಳಿಸುತ್ತಿತ್ತು. ರಾಮ ಗಾಬರಿಯಿಂದ ಹೊರಕ್ಕೋಡಿ ಬಂದು ಅಜ್ಜಯ್ಯನ ತೊಡೆ ಯೇರಿದ.

"ಏನೇ ಅನ್ನು ಮಂಜಯ್ಯ ನಿನ್ನ ಅಳಿಯ ನೀವೆಲ್ಲ ಭಾವಿಸುವಷ್ಟು ಕೆಟ್ಟವ, ಕ್ರೂರಿ ಎಂದು ನಾನಂತೂ ಎಣಿಸಲಾರೆ. ಇವತ್ತು ನಾನೇ ನೋಡಿದೆನಲ್ಲ. ಯಾಕೆ – ನೀನೂ ನೋಡಿದೆಯಷ್ಟೆ. ಮಗನ ಮೇಲಿನ ಮೋಹವೊಂದಿಲ್ಲದಿದ್ದಲ್ಲಿ ಅವನು ಹಾಗೆ ಮಾಡು ತ್ತಿದ್ದನೇ ಎನಿಸುತ್ತದೆ ನನಗೆ. ರಾಮನನ್ನು ಮರಳಿ ಕೊಡಲು ಹೆಣವೇ ಬೀಳಬೇಕು ಅಂದನಲ್ಲವೆ? ಹೆಂಡತಿ, ಮಕ್ಕಳು ಎನ್ನುವ ಮೋಹವಿಲ್ಲದೆ ಆ ಮಾತು ಅವನ ಬಾಯಿಂದ ಹೊರಟಿತೆ? ಯಾಕೆ? – ಅವನ ಹಣ ನೋಡಿ ಯಾರೂ ಮತ್ತೊಂದು ಹೆಣ್ಣು ಕೊಡ ಲಾರರು ಎಂದೇನಿಲ್ಲವಷ್ಟೆ".

ಯಾವುದು ನೆನಪಿಗೆ ಬಾರದಿದ್ದರೂ, ತನಗಾಗಿ ಆ ಹಿರಿಯ ಮತ್ತೆ ಅಜ್ಜ ಕೈ ಹಿಡಿದು ಬಾ ಎಂದು ಜಗ್ಗಾಡಿದ್ದು ಇನ್ನೂ ರಾಮನ ಮನಸ್ಸಲ್ಲಿ ಹಸಿರು ಹಸಿರಾಗಿಯೇ ಉಳಿದಿದ್ದ ರಿಂದ ಹಿರಿಯನ ನೆನಪು, ಹೆಂಗಸಿನ ನೆನಪು, ಜಿಂಕೆಯ ನೆನಪು, ಗಾಡಿಯ ನೆನಪು – ಎಲ್ಲಾ ಒಟ್ಟೊಟ್ಟಾಗಿ ಬಂದವು. "ಹೌದು ಅಪ್ಪಯ್ಯ. ಆ ಗಾಡಿ ಎಷ್ಟು ಚಂದವೆನ್ನುತ್ತೀ. ಅಪ್ಪಯ್ಯ

ಅಪ್ಪಯ್ಯ ಇಲ್ಲಿ ನೋಡು. ಅಲ್ಲಿ, ಅವರ ಮನೆಯಲ್ಲಿ ಜಿಂಕೆಯುಂಟಂತೆ ಅಪ್ಪಯ್ಯ ನಂಗೆ ಜಿಂಕೆ ಕೊಡಿಸುತ್ತೀಯಾ" ಎಂದು ಅವನ ಗಲ್ಲ ಚುಚ್ಚಿ ಹೇಳಿದ. ಆ ಹೊತ್ತಿಗೇ ಪಾರ್ವತಿ ತಾಯಿಯ ಕೋಣೆಯಿಂದ ಹೊರಕ್ಕೆ ಬಂದು "ಮಗು ಮಾತ್ರ ಬೇಕು, ಅವರಿಗೆ. ನಾನು ಬೇಡವಾದೆ ಅಲ್ಲವೆ" ಎಂದಳು ಸಿಟ್ಟಿನಲ್ಲಿ.

"ಈಗ ನೀವು ಹಾಗೆಲ್ಲ ಹೇಳುವವರು, ಅವನು ನಾಲ್ಕು ನಾಲ್ಕು ಸರ್ತಿ ಬಂದು ನಿನ್ನ ಅಪ್ಪನನ್ನು ಕೇಳಿದಾಗ, ಇವನೇನು ಉತ್ತರ ಕೊಟ್ಟನಂತೆ ಹೇಳು ನೋಡುವ. ನೀನಾದರೂ ಏನು? ಬಾಗಿಲಿಗೆ ಬಂದ ಗಂಡನನ್ನು ನೀನು ಯಾವ ಊರಿನವ' ಎಂದು ಕೇಳಿದೆಯಾ? ಇದೇ ನಿನ್ನ ಅಮ್ಮ ಅವನ ಮುಖಕ್ಕೆ ಏನೆಲ್ಲ ಅಂದಳು? ಶಿವರಾಮ ನನ್ನಲ್ಲಿ ಎಲ್ಲವನ್ನೂ ಹೇಳಿದ್ದಾನೆ. ಕಣ್ಣೀರು ಸುರಿಸಿದ್ದಾನೆ" ಎಂದು ಸದಾನಂದಭಟ್ಟರು ಹೇಳುವಾಗ ಪಾರ್ವತಿಗೆ ಅವಮಾನವಾಯಿತು.

"ನೋಡಿ ಇವರೇ, ನೀವು ನನಗೆ ಏನೂ ಅನ್ನಿ ಆದರೆ ತ್ರಾಣವಿಲ್ಲದೆ ಮಲಗಿರುವ ನನ್ನ ಅಮ್ಮನಿಗೆ ಏನಾದರೂ ಅಂದರೆ ನಾನು ಸುಮ್ಮನಿರುವುದಿಲ್ಲ" ಎನ್ನುತ್ತ ಅಪ್ಪನ ತೊಡೆಯಿಂದ ಮಗನನ್ನು ಎಳೆದು ಸೊಂಟಕ್ಕೆ ಹೇರಿಕೊಂಡು ಅಮ್ಮನ ಕೋಣೆಗೆ ಹೊರಟಳು. ಅಲ್ಲಿಂದ ಇಲ್ಲಿಗೆ, ಇಲ್ಲಿಂದ ಅಲ್ಲಿಗೆ ಚಂಡಿನ ಹಾಗೆ ತನ್ನನ್ನು ಹಿಡಿದಾಡಿಸುವ ಹಿರಿಯರ ಬಗ್ಗೆ ಹೆದರಿಕೆಯಾಯಿತು ರಾಮನಿಗೆ. "ಬಾಯಿಮುಚ್ಚು ಪಾರ್ವತಿ, ಹಿರಿಯರು ಎನ್ನುವ ಗೌರವವನ್ನಾದರೂ ಕೊಡುವುದಕ್ಕೆ ಕಲಿ" ಎಂದು ಘರ್ಜಿಸಿದರು ಮಂಜಯ್ಯ. "ಹಿರಿಯರು ಹಿರಿಯರಾಗಿದ್ದಾರೆ ಸಲ್ಲುವ ಗೌರವ ಸಲ್ಲೇ ಸಲ್ಲುತ್ತದೆ" ಎಂದಳು ಅಪ್ಪನ ಮುಖಕ್ಕೇ. "ನಿನ್ನ ಸೊಕ್ಕಿಗೆ" ಎಂದು ಕೂಗಿದರು ಮಂಜಯ್ಯ. ಅವಳಿಗೆ ಅಳು ಬಂತು. "ಹೌದು ನನಗೆ ಸೊಕ್ಕು. ಯಾಕೆ? ನನಗೆ ಬೇಕಾದ್ದು ಎಲ್ಲ ಇಲ್ಲುಂಟು ಎಂದಲ್ಲವೆ? ಅಯ್ಯೋ ಯಾವ ಸುಖಕ್ಕೆ ಬದುಕಬೇಕೋ" ಎಂದು ರಾಮನನ್ನು ನೆಲಕ್ಕೆಸೆದು ತಲೆ ಚಚ್ಚಿಕೊಂಡಳು ಬಾಗಿಲಿಗೆ. ಸದಾನಂದಭಟ್ಟರು 'ಓಡಿಹೋಗಿ ಅವಳನ್ನು ತಡೆಯಲೆತ್ನಿಸಿದರು. "ಬಿಡಿ ಮುಟ್ಟಬೇಡಿ. ನಾನು ಸಾಯುತ್ತೇನೆ. ನನ್ನಿಂದಲ್ಲವೆ ಇವೆಲ್ಲ" ಎನ್ನುತ್ತ ಮಿಸುಕಾಡಿದಳು. ರಾಮ ಗಡ ಗಡ ನಡುಗಿದ. "ಅಮ್ಮ ಅಮ್ಮ" ಎಂದು ರೋದಿಸಿದ. ಆದರೆ ಅವಳ ಹತ್ತಿರ ಹೋಗುವ ಧೈರ್ಯ ಮಾತ್ರ ಬರಲಿಲ್ಲ. ಮಂಜಯ್ಯನಿಗೆ ಒಟ್ಟಾರೆ ದೃಶ್ಯವೇ ಹೇಸಿಗೆಯಾಯಿತು. ತಲೆ ಬಿಸಿಯಾಯಿತು. "ಸಾಯುತ್ತೀಯಾ ರಂಡೆ, ಸಾಯುತ್ತೀಯಾ" ಎನ್ನುತ್ತ ಚಟಾರನೆ ಅವಳ ಕೆನ್ನೆಗೆರಡು ಬಿಗಿದರು. "ಅಯ್ಯೋ ನಾನು ಸತ್ತೆ" ಎಂದು ಬೊಬ್ಬೆಹೊಡೆದಳು. "ಮಂಜಯ್ಯ ಎಂಥದು ಮಾಡುವುದು ನೀನು" ಎಂದು ಸದಾನಂದ ಭಟ್ಟರು ರೇಗಿದರು. ಎಲ್ಲರೂ ರಾಕ್ಷಸರಂತೆ ಕಂಡರು ರಾಮನಿಗೆ ಅಪ್ಪಯ್ಯ ಎನ್ನುತ್ತಿದ್ದಾನೆ ಆದರೆ ಯಾರ ಬಳಿಯೂ ಹೋಗುವ ತ್ರಾಣವಿಲ್ಲದಂತಾಗಿದೆ." ಸಾಲದು ಎಂತ ನೀನೊಬ್ಬ ನನ್ನ ಕೊರಳಿಗೆ. ನಡಿಯೋ – ಕೆರೆಗೋ ಬಾವಿಗೋ ಬಿದ್ದು ಸಾಯುವ. ಈ ನರಕ ಯಾರಿಗೆ ಬೇಕು" ಎಂದು ರಾಮನನ್ನು ಹಿಡಿಯಲು ಹೋದಳು. ರಾಮನಿಗೆ

ಎಲ್ಲ ಸಂಗತಿ ಭಯಂಕರವಾಗಿ ಕಂಡಿತು. ಹೊಸತೊಂದು ರಾಜ್ಯದಲ್ಲಿ ಇರುವಂತೆ ಅನಿಸಿತು. ಅಮ್ಮ ಥೇಟು ಕತೆಯಲ್ಲಿ ಬರುವ ರಾಕ್ಷಸಿಯಂತೆ ಕಂಡಳು – ಆ ಬಿಚ್ಚಿದ ತಲೆಯಲ್ಲಿ, ಸೆರಗಿಲ್ಲದ ಮೈಯಲ್ಲಿ. ಹಿಂದಕ್ಕೆ ಹಿಂದಕ್ಕೆ ಹೋದ, ಅಳುತ್ತ ಬಾಗಿಲ ವರೆಗೆ ಬಂದ. ಹೊಸಿಲು ದಾಟಿದ. ಕಿಸೆಗೆ ಕೈಹಾಕಿದ. ಪೀಪಿ ಸಿಗಬೇಕೆ ಅಲ್ಲಿ? ಅಪ್ಪುವಿನ ನೆನಪಾಯಿತು. ಕದ್ದರೆ ರಾಕ್ಷಸರು ಬಂದು... ತಾಯಿ ಹೇಳಿದ ಕತೆ ನೆನಪಿಗೆ ಬಂದು, ಅವನಿಗೆ ಪೀಪಿ ಹಿಂತಿರುಗಿಸುವುದೇ ಸಮ ಎನಿಸಿ, ಅಲ್ಲಿ ನಿಲ್ಲದೆ ಅಪ್ಪುವಿನ ಮನೆಕಡೆಗೆ ಓಡಿದ ರಾಮು.

18. ಶ್ರಾದ್ಧ

– ಟಿ. ಜಿ. ರಾಘವ

ನೆನ್ನೆ ಶನಿವಾರ. ಆಫೀಸಿನಲ್ಲಿ ಶ್ರೀನಿವಾಸ ನಾಳೆ ಬೆಳಿಗ್ಗೆ ಸಿನಿಮಾಕ್ಕೆ ಹೋಗೋಣವೇ ಎಂದಾಗ, ನಾಳೆ ಆಗೋದಿಲ್ಲಾರಿ, ನಮ್ಮಮ್ಮ, ಅಪ್ಪನ ತಿಥಿ ಅಂತ ಏನೋ ಹೇಳ್ತಿದ್ದಂಗಿತ್ತು, ಎಂದೆ. ಇದೇನ್ರಿ ಹೀಗ್ಮಾತಾಡ್ತೀರಾ, ಎಂದು ಆತ ಕಣ್ಣಲ್ಲಿ ಆಶ್ಚರ್ಯ, ಅನುಮಾನ, ವ್ಯಂಗ್ಯ ತಿರಸ್ಕಾರ ಮೂಡಿಸಿ ನನ್ನ ಮುಖ ದಿಟ್ಟಿಸಿದಾಗ ನಾನು ಹೇಳಿದ ರೀತಿ ತಪ್ಪೆನಿಸಿ, ತಕ್ಷಣ ಇಲ್ಲಾರಿ, ತಮಾಷೆಗೆ ಹಾಗೆಂದೆ, ಎಂದೆ. ನನಗೆ ಇದೇನಪ್ಪ ಹೀಗಂತೀರಿ ಅಂತ ಆಶ್ಚರ್ಯವಾಯ್ತು ಎಂದು ನಿಟ್ಟುಸಿರು ಬಿಟ್ಟವರಂತೆ ಸಮಾಧಾನಪಟ್ಟು, ನಮ್ಮ ತಂದೆಯವರ ತಿಥಿ ನೋಡಿ ಕಾರ್ತೀಕ ಶುದ್ಧ ನವಮಿಯ ದಿನ ಬರುತ್ತೆ, ಕಾರ್ತೀಕ ಮಾಸದ ಮೊದಲಲ್ಲೆ ಪುರೋಹಿತರ ಮನೆಗೆ ಹೋಗಿ ವಿಚಾರಿಸಿ ತಾರೀಖನ್ನು ಗೊತ್ತು ಮಾಡಿಕೊಂಡು ಬಂದು ಬಿಡ್ತೇನೆ, ಶ್ರದ್ಧೆಯಿಂದ ಮಾಡುವುದಲ್ಲವೇ, ಶ್ರಾದ್ಧ ಎಂದ. ಹೌದು, ಎಂದೆ. ಹಾಗಾದರೆ ನಾಳೆ ಬರೋದಿಲ್ಲವೆ, ಎಂದ. ಇಲ್ಲ, ಎಂದೆ.

ಬೆಳಗ್ಗೆ ಸ್ನಾನಕ್ಕೆ ಹೊರಟಾಗ ಅಮ್ಮ ಹಿಂದಿನ ರಾತ್ರಿ ಮಡಿಹಾಕಿದ್ದ ಪಂಚೆ ಕೊಡಲೆ ಎಂದರು. ಬೇಡ, ಎಂದು ಒರಟಾಗಿ ಉತ್ತರಕೊಟ್ಟೆ. ಸುಮ್ಮನೆ ಹೊರಟು ಹೋದರು. ಸ್ನಾನ ಮಾಡಿ ಒಗೆದ ಬಟ್ಟೆಗಳನ್ನು ಹಾಕಿಕೊಂಡು ಬಂದೆ. ತಲೆ ಬಾಚಿದ ಮೇಲೆ ಹೊರಗೆ ಹೋಗೋಣ ಎನಿಸಿತು. ಬಟ್ಟೆ ಹಾಕಿಕೊಳ್ಳುತ್ತಿದ್ದಂತೆ ಅಮ್ಮ ಬಂದು ಹನ್ನೊಂದು ಗಂಟೆ ಹೊತ್ತಿಗೆ ಬಂದ್ಬಿಡು, ಎಂದರು. ನಾನು ಆ ಬೆಂಕಿ ಮುಂದೆ ಕೂತ್ಕೊಳ್ಳೊದಿಲ್ಲ, ನನಗೆ ಇಷ್ಟ ಇಲ್ಲ, ಎಂದು ಒದರಿ ಉತ್ತರಕ್ಕೆ ಕಾಯದೆ ಷೂ ಹಾಕಿಕೊಳ್ಳತೊಡಗಿದೆ. ತಟ್ಟನೆ ಅನಿಸಿತು – ನಂಬಿಕೆಯಿಲ್ಲ ಎಂದು ಹೇಳಬೇಕಿತ್ತು. ಇಷ್ಟಕ್ಕೂ ನಂಬಿಕೆಗೂ ಅಜಗಜಾಂತರ. ನನಗೆ ನಂಬಿಕೆಯಿಲ್ಲವೆ ಅಥವಾ ಇಷ್ಟವಿಲ್ಲವೆ? – ಯಾವುದು ನಿಜ? ಆದರೆ ಆಡಿದ ಮಾತಂತೂ ಹಿಂತೆಗೆದುಕೊಳ್ಳುವ ಹಾಗಿಲ್ಲವಲ್ಲ. ಅಮ್ಮ ತಮ್ಮನಿಗೆ ಸ್ವಲ್ಪ ಕಾಫಿ ತೊಗೋತೀಯೇನೋ ಕಾಫಿಗೆ ದೋಷವಿಲ್ಲ, ಎಂದಾಗ ರೇಗಿಬಿದ್ದ.

ಮನೆಯಿಂದ ಹೊರಟೆ. ಇಷ್ಟವಿಲ್ಲ, ಎಂದೇಕೆ ಹೇಳಿದೆ, ಎನಿಸಿ ಅದೂ ಸರಿಯೇ ಎನಿಸಿತು. ನಿಜವಾಗಿಯೂ ನನಗೆ ಇಷ್ಟವಿಲ್ಲದ, ನಾನು ಪ್ರೀತಿಸದ ಪಿತೃಗಳು. ಅಪ್ಪನ ಬಗ್ಗೆ ನನ್ನ ಮನಸ್ಸಿನಲ್ಲಿ ಉಳಿದಿರುವುದೆಲ್ಲ ಕಹಿ ನೆನಪುಗಳು – ತಾನು ತುಂಬಿಟ್ಟಿದ್ದ ನೀರು ಕೊಡುವುದಿಲ್ಲವೆಂದು ಕೂಗಾಡಿದಾಗ ಕಕ್ಕಸಿಗೆ ಹೋಗಿ ಕಾಗದದಲ್ಲಿ ಒರೆಸಿ ಹಾಕಿದ್ದು;

ಹಾಸಿಗೆಯಿಂದ ಬೇಗನೆ ಏಳಲಿಲ್ಲವೆಂದು ಒದೆಸಿಕೊಂಡಿದ್ದು; ಹಣೆಗಿಲ್ಲದೆ ಊಟಕ್ಕೆ ಕುಳಿತೆನೆಂದು ಮುಖದ ತುಂಬ ಉಗಿಸಿಕೊಂಡು ಊಟ ಬಿಟ್ಟೆದ್ದದ್ದು; ಆದರೆ ಅಪ್ಪನ ಥರ್ಮಾಸ್ ಫ್ಲಾಸ್ಕ್ ಒಡೆದಾಗ ಅಪ್ಪ ಏನೂ ಹೇಳದಿದ್ದುದು – ಮರೆತು ಬಿಡಬೇಕು, ತೊಡೆದು ಬಿಡಬೇಕು ಎಂದೆನಿಸಿದರೂ ಭೂತವಾಗಿ ಕಾಡುವ ಅಪ್ಪನ ನೆನಪು. ನನ್ನ ಮನಸ್ಸಿನಲ್ಲಿ ಅಮರತ್ವ ಪಡೆದ ಈ ಪಿತೃ ಭೂತದಿಂದ ನನಗೆ ಬಿಡುಗಡೆಯೇ ಇಲ್ಲವೆ, ಎನಿಸಿ, ನನ್ನ ಅಸಹಾಯಕತೆಯ ಬಗ್ಗೆ ಹಣೆಯಲ್ಲಿ ಸುಕ್ಕು ಮೂಡಿ ಮಾಯವಾಯಿತು. ನಿಟ್ಟುಸಿರಿಟ್ಟೆ. ಹೋಟೇಲಿನಲ್ಲಿ ತಿಂಡಿ ತಿನ್ನಬೇಕೆನಿಸಿದರೂ ತಿನ್ನದೆ, ಕಾಫಿ ಕುಡಿದು ಎರಡು ಸಿಗರೇಟು ಸೇದಿದೆ.

ಮನೆಗೆ ಬಂದಾಗ, ಸತ್ತವರ ಮೇಲೂ ಎಂಥದೋ ದ್ವೇಷ, ಕಾಣೆ, ಎನ್ನುತ್ತಿದ್ದ ಅಮ್ಮ, ನನ್ನನ್ನು ನೋಡಿದೊಡನೆ ಸುಮ್ಮನಾದರು. ಇನ್ನೂ ಪುರೋಹಿತರು ಬಂದಿರಲಿಲ್ಲ. ನನ್ನ ತಮ್ಮ ಸ್ನಾನಮಾಡಿ ಮಡಿ ಪಂಚೆಯುಟ್ಟು ಕುಳಿತಿದ್ದ. ಅಡಿಗೆ ಮಾಡಲು ಬಂದಿದ್ದ ಬ್ರಾಹ್ಮಣ ಮಂತ್ರ ಹೇಳಿ ಅವನಿಗೆ ಹೊಸ ಜನಿವಾರ ಹಾಕಿಸಿದ. ನಾನು ಜನಿವಾರ ಹಾಕಿದ್ದು ಒಂದೇ ದಿನ. ಮುಂಜಿಯಾದ ಮಾರನೆಯ ದಿನ ಮೈಗೆ ಒತ್ತುತ್ತೆ, ಎಂದು ಅಮ್ಮನ ಹತ್ತಿರ ಹೇಳಿ ಗೂಟಕ್ಕೆ ತಗುಲಿ ಹಾಕಿದವನು ಮತ್ತೆ ಹೋದ ವರ್ಷದ ತಿಥಿಯ ದಿನ ಹಾಕಿದ್ದೆ.

ಮನುಷ್ಯ ಸತ್ತೊಡನೆ ಜನ ಏಕೆ ಅವನನ್ನು ಕ್ಷಮಿಸಿ ಬಿಡುತ್ತಾರೆ? ಏಕೆ? ಇಷ್ಟೆಲ್ಲ ನಮ್ಮ ಮೇಲೆ ದ್ವೇಷ ಕಾರೋ ಅವರಿಗೆ ಸಾಯೋವಾಗ ಬಾಯಲ್ಲಿ ಒಂದು ತೊಟ್ಟು ನೀರು ಹಾಕೋರು ಯಾರೂ ಇರೋದಿಲ್ಲ, ನೋಡ್ತಿರು, ಎಂದಿದ್ದ ಅಮ್ಮ ಮೂರು ದಿನದ ಮೊದಲಿನಿಂದ ಶ್ರಾದ್ಧದ ಬಗ್ಗೆ ಶ್ರದ್ಧೆಯಿಂದ ಮಾತನಾಡುವುದು ನನಗೆ ಅರ್ಥ ವಾಗುವುದಿಲ್ಲ. ಸತ್ತವನು ಭೂತವಾಗಿ ಕಾಡುತ್ತಾನೆಂದೆ? ನರಕದಲ್ಲಿ ನರಳುತ್ತಾನೆಂದೆ? ಇಲ್ಲಾ, ತಾನು ನರಕದಲ್ಲಿ ನರಳಬೇಕಾಗಬಹುದೆಂದೆ? ಏಕೆ? ಒಡೆಯಲಾರದ ಒಗಟಾಗಿ ಕಾಣಿಸಿತು ನನಗೆ ಮನುಷ್ಯ ಸ್ವಭಾವ.

ನನಗಂತೂ ಅಪ್ಪ ಸತ್ತ ಸುದ್ದಿ ತಿಳಿದಾಗ ಅಂಥದೇನೂ ದುಃಖವಾಗಿರಲಿಲ್ಲ; ಕಣ್ಣಿನಲ್ಲಿ ನೀರು ಬರಬಹುದೆಂದುಕೊಂಡಿದ್ದೆ, ಬರಲಿಲ್ಲ. ಆದರೆ ಹೆಣ ಎತ್ತುವಾಗ, ಎಲ್ಲ ಅಳುತ್ತಿದ್ದಾಗ, ನಾನು ಅಳು ತಡೆಯಲು ಯತ್ನಿಸುತ್ತಿದ್ದಾಗ ಯಾರೋ ನನ್ನತ್ತ ನೋಡಿ ಈ ತಬ್ಬಲಿ ಮಕ್ಕಳನ್ನ ನೋಡೋಕೆ ಆಗೋದಿಲ್ಲಾಮ್ಮ, ಎಂದಾಗ ನನ್ನ ಕಣ್ಣಿನಲ್ಲೂ ನೀರು ಬರಲು ಮೊದಲಾಯಿತು. ಇದು ನನ್ನ ಸ್ವಂತ ದುಃಖವಲ್ಲ, ಇನ್ನೊಬ್ಬರು ಅಳುವುದನ್ನು ನೋಡಿದರೆ ಎಂಥವರಿಗೂ ಕಣ್ಣಿನಲ್ಲಿ ನೀರು ಬರುತ್ತದೆ, ನಾನು ಭಾವಾತಿರೇಕಕ್ಕೆ ಒಳಗಾಗಬಾರದು, ಎಂದು ಮನಸ್ಸಿನಲ್ಲಿ ಸಮಾಧಾನ ಮಾಡಿಕೊಂಡೆ. ಅಪ್ಪನನ್ನು ಸುಟ್ಟು ಬಂದ ದಿನ ರಾತ್ರಿ ಕಣ್ಣು ಮುಚ್ಚಿದರೆ ಕಣ್ಣೆದುರಿಗೆ ಚಿತೆಯುರಿಯುವುದು ಕಾಣುತ್ತಿತ್ತು.

ಹನ್ನೆರಡರ ವೇಳೆಗೆ ಪುರೋಹಿತರು ಬಂದರು. ಅಕ್ಕನ ಮಗುವಿನೊಂದಿಗೆ ಆಡುತ್ತಿದ್ದ ನಾನು ನನ್ನ ರೂಮು ಸೇರಿ ಬಾಗಿಲು ಹಾಕಿಕೊಂಡು ಕಿಟಿಕಿಯಲ್ಲಿ ಕಾಣುತ್ತಿದ್ದ ಆಕಾಶ ನೋಡುತ್ತ ಕುಳಿತೆ. ನನ್ನ ಪೈಜಾಮ, ಷರಟಿನಲ್ಲಿ ಅವರ ಮುಂದೆ ಓಡಾಡಲು ನಾಚಿಕೆ, ಸಂಕೋಚ, ಜೊತೆಗೆ ತಪ್ಪು ಮಾಡಿದವನ ಭಾವ. ಆದರೆ ಪುರೋಹಿತರ ಏಕೆ, ಏನುಗಳಿಗೆ ಒರಟಾಗಿ ಉತ್ತರಕೊಟ್ಟು ಅವರ, ಮನೆಯವರ ಮನ ನೋಯಿಸಲು ಇಷ್ಟವಿಲ್ಲದ್ದರಿಂದ ಕೊಠಡಿಯಲ್ಲಿ ಸೇರಿ ಬಾಗಿಲು ಮುಚ್ಚಿಕೊಂಡದ್ದು, ಎಂದು ಮನಸ್ಸಿಗೆ ಸಮಾಧಾನ ಹೇಳಿಕೊಂಡೆ.

ರೂಮಿನ ಪಕ್ಕದ ಹಾಲಿನಲ್ಲಿಯೇ ಪುರೋಹಿತರು ಕುಳಿತಿದ್ದರು. ಪುರೋಹಿತರ ಎದುರಿಗೆ ನನ್ನ ತಮ್ಮ ಬಂದನೆಂದು ಕಾಣುತ್ತದೆ. ಇನ್ನೊಬ್ಬರೆಲ್ಲಿ, ಎಂದರು. ಇಲ್ಲ, ನಾನೊಬ್ಬನೆ, ಎಂದ ತಮ್ಮ. ಸರಿ, ಎಂದರು. ಓಂ ಭೂರ್ಭುವಸ್ವ: – ಮಂತ್ರ ಶುರು ವಾಯಿತು. ಮಂತ್ರದ ಅರ್ಥವನ್ನು ಅನುಸರಿಸಲು ಪ್ರಯತ್ನಿಸಿದೆ. ಪುರೋಹಿತರು ವೇಗವಾಗಿ ರಾಗವಾಗಿ ಹೇಳುತ್ತಿದ್ದುದರಿಂದ, ಕ್ಲಿಷ್ಟ ಪದಗಳು ಬೇರೆ ಇದ್ದುದರಿಂದ ಕಷ್ಟವಾಯಿತು. ರಾಗವಾಗಿ ಬರುತ್ತಿದ್ದ ಮಂತ್ರ ಮೆದುಳಿಗೆ ಒಂದು ರೀತಿಯ ಮಂಪರು ಕವಿಸುತ್ತಿದೆ ಎನಿಸಿ, ಸಂಸ್ಕೃತ ಶ್ಲೋಕಗಳನ್ನು ರಾಗವಾಗಿ ಹೇಳಿ ಜನಗಳನ್ನು ಮಂಕು ಗೊಳಿಸುವುದು ಸುಲಭ ಎನಿಸಿತು. ಪುರೋಹಿತರು ಮಂತ್ರ ನಿಲ್ಲಿಸಿ ತಟ್ಟನೆ ಹೇಳಿದರು – ನೀ ಒಬ್ಬನಾದರೂ ಆಚಾರ, ಗೀಚಾರ ಇಟ್ಕೊಂಡಿದಿಯಲ್ಲ, ನನಗೆ ಬಹಳ ಸಂತೋಷ. ಬಹಳ ಸಂತೋಷ. ಬಿಡಬೇಡ, ನಿನಗೆ ಒಳ್ಳೆಯದಾಗುತ್ತೆ.

ತಟ್ಟನೆ ನನ್ನ ಮನಸ್ಸು ಪೆಚ್ಚಾಯಿತು. ಬ್ರಾಹ್ಮಣಾರ್ಥದವನೊಬ್ಬ ನಿಧಾನವಾಗಿ, ಎಲ್ಲಾ ಅಚ್ಚುಕಟ್ಟಾಗಿ ಮಾಡಿ, ಪುರೋಹಿತರೆ, ನಮಗೂ ಅನುಕೂಲವೆ, ಎಂದ. ತಮ್ಮ ಏಕೆ? ಎಂದ. ರಾತ್ರಿ ಊಟಮಾಡಬಾರದಲ್ಲ, ಲೇಟಾದಷ್ಟೂ ಅನುಕೂಲವೆ, ಎಂದು ನಕ್ಕ. ಶ್ರದ್ಧೆಯಿಲ್ಲದ ಅಬ್ರಾಹ್ಮಣ ಎಂದು ನನ್ನ ಅರಿವಿನಾಚೆಯಿಂದ ತಟ್ಟನೆ ನುಗ್ಗಿಬಂದ ಸಿಟ್ಟಿಗೆ ನಾನೇ ನಾಚಿ, ನನಗೆ ಸಂಬಂಧವಿಲ್ಲದ್ದರ ಬಗ್ಗೆ ನನಗೇಕೆ ಸಿಟ್ಟು ಬರಬೇಕು, ಎಂದು ಕೊಂಡೆ.

ಪುರೋಹಿತರು ಪಿತೃಪಿತಾಮಹರನ್ನು ಆಸನವನ್ನು ಅಲಂಕರಿಸಲು, ಇದಮಾಸನಂ, ಇದಮರ್ಚನಂ ಎಂದು ಕರೆಯುತ್ತಿದ್ದರು, ತಮ್ಮನ ಪರವಾಗಿ ನಾಲ್ಕು ದರ್ಭೆಹಾಕಿ. ಬೆಂಕಿಗೆ ಹಾಕುತ್ತಿದ್ದ ತುಪ್ಪದ ವಾಸನೆ, ಸೌದೆಮುರಿಯುವ ಹೊಗೆಯೊಂದಿಗೆ ಬೆರೆತು ಬರುತ್ತಿತ್ತು. ತುಪ್ಪವಿಲ್ಲದ ಊಟಮಾಡುವವರಿರುವಾಗ, ಎಂಬ ಭಾವಾತಿರೇಕ, ಆ ತರಹದ ಪುಸ್ತಕಗಳ ಕೆಟ್ಟ ಪ್ರಭಾವ ಎಂದುಕೊಂಡೆ; ಮನಸ್ಸಿನ ಯಾವ ಮೂಲೆಯಲ್ಲಿ ಕುಳಿತು ಇಂಥವೇ ಇನ್ನೆಷ್ಟು ಹೊಲಸು ಕಾವು ತೆಗೆದುಕೊಳ್ಳುತ್ತಿವೆಯೋ, ಯಾವ ಕೆಟ್ಟ ಘಳಿಗೆಯಲ್ಲಿ ಇಣುಕುವವೊ.

ಪುರೋಹಿತರು ತಮ್ಮನೊಂದಿಗೆ ಬೀದಿಯ ಕಡೆ ಬಂದಿದ್ದರು, ಬಂದಿದ್ದ ಬ್ರಾಹ್ಮಣರಿಗೆ

ದರ್ಭೆಹಾಕಿ (ತುಪ್ಪ, ಸಗಣಿ ಅಥವಾ ಸಗಣಿ, ತುಪ್ಪ?) ತುಪ್ಪ ಸಗಣಿ ತುಪ್ಪ ಕಾಲಿಗೆ ಹಚ್ಚಿ ಕಾಲುತೊಳೆದು ಒಳಗೆ ಕರೆದುಕೊಂಡು ಹೋಗಲು. ಪುರೋಹಿತರು ತಟ್ಟನೆ ಕಿಟಿಕಿಯಲ್ಲಿ ಇಣುಕಿನೋಡಿ, ಏನ್ರಿ ಮಾಡ್ತಿದೀರಾ? ಬನ್ರಿ ಹೊರಗೆ, ಎನ್ನುವರೆಂಬ ಹೆದರಿಕೆ ಬಂತು ಆಶ್ಚರ್ಯ, ಹನ್ನೆರಡರ ವೇಳೆಗೆ ಕಳೆದುಕೊಳ್ಳಬೇಕಾದ ಹೆದರಿಕೆ – ಹಾಗೆ ಕಿಟಿಕಿಯಲ್ಲಿ ಯಾರೂ ಮರ್ಯಾದಸ್ಥರು ಎನಿಸಿಕೊಳ್ಳುವವರು ಇಣುಕರು, ಎಂದು ಸಮಾಧಾನ ಮಾಡಿಕೊಂಡೆ.

ಆಗಲೇ ಒಂದು ಘಂಟೆ ಬೆಳಗ್ಗೆಯಿಂದ ಎರಡು ಲೋಟ ಕಾಫಿ ಕುಡಿದು ಕುಳಿತಿದ್ದೇನೆ. ತಮ್ಮ ಅದನ್ನೂ ಕುಡಿದಿರಲಿಲ್ಲ. ಅವನಿಗೆ ತಲೆನೋವು ಬರುವುದು ಖಂಡಿತ. ಶ್ರದ್ಧೆಯಿಂದ ಮಾಡುವುದೇ ಶ್ರಾದ್ಧ. ಪುರೋಹಿತರ ಮಂತ್ರ ರಾಗ ನಿಧಾನವಾಗಿ ಎಳೆಯುತ್ತಿತ್ತು, ಊಟ ಮಾಡಿಯೇ ಬಂದಿರುವರೇನೊ ಎನಿಸಿತು. ದ್ವಾದಶಿ ಬೇರೆ. ಬ್ರಾಹ್ಮಣಾರ್ಥದವರು ಕೊನೆಯ ಪಕ್ಷ ತಿಂಡಿಯಾದರೂ ತಿಂದು ಬಂದಿರಬೇಕು ಎನಿಸಿದಾಗ, ಏಕೆ ಜನಗಳಲ್ಲಿ ನನಗೆ ಇಷ್ಟು ಅಪನಂಬಿಕೆ, ಆಚಾರ ನಿಯಮದಂತೆ ನಡೆಯುವ ಜನ ಕೆಲವರಾದರೂ ಇರಲು ಸಾಧ್ಯವಿಲ್ಲವೆ ಎನಿಸುತ್ತಿದ್ದಂತೆ ಅಂತಹವರಿರುವುದರಿಂದಲೇ ಇಷ್ಟಾದರೂ ಮಳೆ ಬೆಳೆಯಾಗುತ್ತಿರುವುದು ಎಂದು ಹೇಳುವ ಗೊಡ್ಡು ಮುದಿ ಮಾತೊಂದು ನೆನಪಿಗೆ ಬಂತು.

ಕಿಬ್ಬೊಟ್ಟೆ ಕಡಿತವಾಗಿ ಕೆರೆದುಕೊಂಡೆ. ಅಕ್ಕನ ಮಗುವಿಗೆ ಮುತ್ತಿಟ್ಟರೆ ಬರುವ ವಾಸನೆ ಬಂತು. ಬೆಳಗ್ಗೆ ಅಕ್ಕ ಒಳಗಿನ ನ್ಯಾಪ್ಕಿನ್ ಇಲ್ಲದೆ ಒಂದು ತುಂಡು ಬಟ್ಟೆ ಮಗುವಿನ ಉಡಿದಾರಕ್ಕೆ ಸಿಕ್ಕಿಸಿದ್ದಳು; ಥೂ ಅಸಹ್ಯ, ಎನ್ನುತ್ತ. ಮೊನ್ನೆ ಸಂಜೆ ಮನೆಯವರೆಲ್ಲ ಮಾತಾಡುತ್ತಾ ಕುಳಿತಿದ್ದಾಗ ಪಕ್ಕದ ಮನೆಯ ಹುಡುಗ, ಮಗು ಯಾರು ಮಾಡ್ತಾರೆ, ಎಂದಾಗ, ದೇವರು, ಎಂದಳು ಅಕ್ಕ. ಮಗು ಎಲ್ಲಿಂದ ಬರುತ್ತೆ, ಅಂತ ಕೇಳಿದಾಗ, ನಾ ಹೇಳ್ತೀನಿ ಬಾರೊ ಇಲ್ಲಿ, ಎಂದು ಹತ್ತಿರ ಕರೆದೆ. ಅಕ್ಕ, ತಂಗಿ, ಅಮ್ಮ ಎಲ್ಲ, ಸುಮ್ಮನಿರೋ ಎಂದು ಕಿರುಚಿದರು. ಆದರೂ ಬಿಡದೆ ಅವನಿಗೆ ಹೇಳಿದೆ-ಹೊಟ್ಟೆಯಿಂದ. ಗರ್ಭಕೋಶ ಎನ್ನುವ ಪದ ಅವನಿಗೆ ಅರ್ಥವಾಗುವುದಿಲ್ಲವೆನಿಸಿದ್ದರಿಂದ. ಮತ್ತೆ ನಮ್ಮ ತಾಯಿ ಕಾಡಿಂದ ಬರುತ್ತೆ ಅಂದ್ರಲ್ಲ, ಎಂದ. ಸುಳ್ಳು ಎಂದೆ. ನೀವೆ ಸುಳ್ಳು ಹೇಳ್ತಿರೋದು ಎಂದ. ಹೋಗೋ ಛೀ, ಎಂದು ಸುಮ್ಮನಾದೆ. ಅಮ್ಮ ನನ್ನನ್ನು ಬೈಯ್ಯತೊಡಗಿದರು. ಏನೇನು ಬೈದರು ಎನ್ನುವುದು ಮರೆತಿದ್ದರೂ, ನೀ ಪೋಲಿಬಿದ್ದಿರೋದಲ್ಲದೆ ಚಿಕ್ಕ ಹುಡುಗರನ್ನೂ ಹಾಳು ಮಾಡ್ತೀಯಾ, ಎಂದದ್ದು ನೆನಪಿದೆ.

ಎಂಜಲು ನುಂಗಿ ಕೊಠಡಿಯಲ್ಲಿ ಸುತ್ತಲೂ ಕಣ್ಣಾಡಿಸಿದೆ – ಪುಸ್ತಕ, ಮೇಜು, ಕುರ್ಚಿ ಛತ್ರಿ, ಕಪ್ಪು ಷೂ, ಬಟ್ಟೆ, ಉಲ್ಲನ್ ಪ್ಯಾಂಟು, ಕೋಟು, ಹಾಸಿಗೆ, ಏನು ಮಾಡಲಿ ಈಗ ಎನಿಸುತ್ತಿದ್ದಂತೆ ಬೆತ್ತಲೆಯಾಗಬೇಕು ಎನಿಸಿತು. ಎದ್ದು ಕಿಟಕಿ ಮುಚ್ಚಿ ಬೆತ್ತಲೆಯಾಗಿ ನಿಲ್ಲಬೇಕು ಎಂಬ ನನ್ನ ತುಂಬ ದಿನದ ಬಯಕೆ ಕೈಗೂಡಿಸಲು ಮೈಮೇಲಿನ ಬಟ್ಟೆ

ಗಳನ್ನು ಒಂದೊಂದಾಗಿ ಕಳಚಿದೆ. ಸುತ್ತ ನೋಡಿದೆ. ನನ್ನನ್ನು ನಾನೇ ನೋಡಿಕೊಂಡೆ. ಕಳಚಿ ಬಿದ್ದ ಬಟ್ಟೆಗಳನ್ನು ನೋಡಿದೆ. ಒಂದು ನಿಮಿಷ ಕಣ್ಣುಮುಚ್ಚಿ ನಿಂತೆ. ಬೆತ್ತಲೆಯಾದರೆ ಎಲ್ಲಕ್ಕೂ ಹೊಸ ಅರ್ಥ ಬರುತ್ತದೆ ಎಂಬ ಇಣುಕು ಭಾವನೆಗೂ ಇದಕ್ಕೂ ಸಂಬಂಧವಿಲ್ಲವೆನಿಸಿ ಅರ್ಥವಿಲ್ಲವೆನಿಸಿ ಮತ್ತೆ ಬಟ್ಟೆತೊಟ್ಟೆ. ಬಟ್ಟೆ ಸ್ವಲ್ಪ ತಣ್ಣಗಿತ್ತು, ಮೈ ಮುಟ್ಟಿದಾಗ. ಕಿಟಿಕಿ ತೆರೆದೆ. ಮುಖದ ಮೇಲೆ ತೆಳುಗಾಳಿಯಾಡಿತು. ಆಕಾಶದಲ್ಲಿ ಬಿಳಿ ಮೋಡವೊಂದು ಸಾವಕಾಶ ಸಾಗುತ್ತಿತ್ತು. ಹಾಸಿಗೆಯ ಮೇಲೆ ಕುಳಿತೆ.

ಮಂತ್ರ ನಿಂತು ಹೋಗಿದೆ. ಬೆಂಕಿಯ ಚಟಪಟ ಸದ್ದು. ಏನು ಮಾಡುತ್ತಿರಬಹುದೀಗ ಎಂಬ ಕುತೂಹಲದಿಂದ ಆಲಿಸಿದೆ. ಬ್ರಾಹ್ಮಣರು ಊಟಕ್ಕೆ ಕುಳಿತಿರುವರೆಂದು ಕಾಣುತ್ತದೆ. ಅವರ ಊಟ ಒಂದರ್ಧ ಘಂಟೆಯೆಂದಿಟ್ಟುಕೊಂಡರೂ, ಮುಗಿಯುವುದು ಎರಡು ಗಂಟೆ. ಆಮೇಲೆ ಅರ್ಧ ಗಂಟೆ ಅವರನ್ನು ಮಂತ್ರಪೂರ್ವಕ ಸಾಗಹಾಕಲು. ಸರಿ ನನಗೆ ಊಟಕ್ಕೆ ಕರೆಯುವ ವೇಳೆಗೆ ಮೂರು ಘಂಟೆ. ಹೆಚ್ಚಿದ್ದ ಹಸಿವು ಆಗಲೇ ಹಿಂಗತೊಡಗಿದೆ. ಹೊರಗೆ ಹೋಗಿದ್ದಾಗ ತಿಂಡಿ ತಿಂದಾದರೂ ಬರಬೇಕಿತ್ತು ಎನಿಸಿತು. ಆದರೆ ಆಗ ನೆನಪಿಗೆ ಬಂದರೂ ತಿನ್ನಲು ಮನಸ್ಸು ಬರಲಿಲ್ಲ.

ಹಾಗೆಯೇ ಆಲಿಸಿದೆ. ಸ್ವಲ್ಪ ಹೊತ್ತು ಏನೂ ಗೊತ್ತಾಗಲಿಲ್ಲ. ಮೆಲ್ಲಗೆ ಮಾತಾಡುತ್ತಿದ್ದ ಸುದ್ದು, ಮಾತುಗಳು ಬೆರೆಯುತ್ತಿದ್ದುದರಿಂದ ಏನೂ ಅರ್ಥವಾಗಲಿಲ್ಲ. ಉದ್ದಿನ ವಡೆಯ ವಾಸನೆಯೊಂದಿಗೆ ಸಾರು ಎಂದು ಅಡಿಗೆಯವನ ಮಾತು ಕಿವಿಗೆ ಬಿದ್ದು, ಊಟ ಮಾಡತ್ತಿದ್ದಾ ರೆ ಎಂದುಕೊಂಡೆ. ಯಾರೋ ಬಾಗಿಲು ತೆರೆದು ಮೂಗು ಸೀದಿದ ಸದ್ದು, ಪುರೋಹಿತನೇ ಇರಬೇಕು – ಕೊಳಕ. ಅಂಗಳದಲ್ಲಿಯೇ ಮೂಗು ಸೀದಿ ಪಂಚೆಯ ತುದಿಯಲ್ಲಿ ಒರಸುವ ಕೊಳಕ. ಸಾವಧಾನವಾಗಿ ಅಲ್ಲಿ, ಪಿತೃಗಳಿಗೆ ತೃಪ್ತಿಯಾಗಬೇಕು ಎಂದ ಅಡಿಗೆಯವನು.

ಹಸಿವೆಯಿಂದ ಒಂದು ರೀತಿಯ ಸುಸ್ತು ಕಾಣಿಸುತ್ತಿತ್ತು. ಹಾಸಿಗೆ ಹರವಿ ಅಂಗತ್ತನಾಗಿ ಮಲಗಿದೆ ತಲೆಯ ಹಿಂದೆ ಕೈಕಟ್ಟಿ. ಎಲ್ಲಿಯೋ ಬಟ್ಟೆ ಒಗೆಯುವ ಸದ್ದು, ಮೂಸಂಬಿ ಕೂಗು, ಕಣ್ಣುಬಿಟ್ಟು ಅನುಭವಿಸುತ್ತಿದ್ದ ಮಧ್ಯಾಹ್ನದ ಪ್ರಶಾಂತತೆಯಲ್ಲಿ ಪಾಯಸ ಹೀರಿದ ಸದ್ದು, ಕಚಕಚನೆ ತಿನ್ನುತ್ತಿರುವ ಸದ್ದು – ಶತ ಶತಮಾನಗಳಿಂದ ಹಸಿದಿರುವರೇನೋ, ಎನಿಸಿತು, ಬಾಯಲ್ಲಿ ಬಂದ ಜೊಲ್ಲು ನುಂಗಿದೆ. ನರಸಿಂಹ ಇಷ್ಟು ಹೊತ್ತಿಗೆ ಊಟಮಾಡಿ ಒಂದು ನಿದ್ದೆ ತೆಗೆದಿರಬಹುದು. ಮೂರು ವರ್ಷದ ಹಿಂದೆ ತಂದೆ ಕಳೆದುಕೊಂಡ ನರಸಿಂಹ ಮೊನ್ನೆ ಮೊದಲಾವರ್ತಿಗೆ ಅಪ್ಪನ ಶ್ರಾದ್ಧ ಮಾಡುವನೆಂದು ತಿಳಿದಾಗ ಎಲ್ಲರೂ ನಕ್ಕಿದ್ದರು. ದೇವರು ಸರಿಯಾಗಿ ಬುದ್ಧಿ ಕಲಿಸಿದ ಅವನಿಗೆ; ಎಂದಿದ್ದಳು ಅಕ್ಕ, ಹೋದವರ್ಷ – ಅಪ್ಪನ ಶ್ರಾದ್ಧದ ದಿನ ರಾತ್ರಿ ಬೆಕ್ಕೊಂದು ಇವನ ಹಾಸಿಗೆಯಲ್ಲಿ ಹೇತುಬಿಟ್ಟಿತ್ತಂತೆ. ಅದು ಅಪ್ಪನ ಕೋಪದ ರೂಪವೇ ಇರಬೇಕೆಂದುಕೊಂಡು, ತಪ್ಪೊಪ್ಪಿಕೊಂಡು ಮುಂದಿನ ವರ್ಷದಿಂದ ಶ್ರದ್ಧೆಯಿಂದ ಶ್ರಾದ್ಧ ಮಾಡುತ್ತೇನೆ ಎಂದು ಹರಕೆಹೊತ್ತನಂತೆ.

ಹಸಿವು. ನಿಟ್ಟುಸಿರಿಟ್ಟು ಪಕ್ಕಕ್ಕೆ ಹೊರಳಿದೆ. ತೋಳಿನ ಮೂಳೆ ಒಟಕ್ಕೆಂದಿತು. ಕಣ್ಣು ಮುಚ್ಚಿ ಎದೆಯ ಕೂದಲ ಮೇಲೆ ಕೈಯಾಡಿಸಿದೆ. ತೊಡೆ ಕಡಿತವಾಯಿತು, ಕೆರೆದೆ ಕೂದಲಿನ ರಪಿರ ಸದ್ದನ್ನು ಆಲಿಸುತ್ತ. ಏನೂ ಮಾಡಲಾಗದೆ ಸುಮ್ಮನೆ ಬಿದ್ದುಕೊಂಡಿರುವ ನನ್ನ ಬಗ್ಗೆ ನನಗೇ ಸಿಟ್ಟು ಬಂತು. ತೊಡೆ ಸಂದಿ ಕೈಹಾಕಿ ಕುಳಿತ ಖೋಜರಾಜರು ನಾವು. ಖೋಜನಿಗೇಕೆ ಮಹಾಪ್ರಾಣ? ಅಲ್ಪಪ್ರಾಣಿಯಲ್ಲವೆ ಖೋಜ? ಪುರೋಹಿತ ಖೋಜ ನಿರಬಹುದೆ? ನಮ್ಮಪ್ಪ ಖೋಜನಾಗಿದ್ದರೆ ಶ್ರಾದ್ಧವಿಲ್ಲ, ನಾನೂ ಇಲ್ಲ. ಕಡಿತವಾಯಿತು. ಮತ್ತೊಂದಾವರ್ತಿ ತೊಡೆಸಂದಿಯಲ್ಲಿ ಕೆರೆದೆ, ಹಿತವಾಯಿತು. ಹಿತಮಿತವಾದ ಸಂತೋಷ ನನ್ನು ಕೊಡುತ್ತ. ಕೆರೆತ ಹುಸಿನಗೆ ಏನೂ ಮಾಡುವ ಹಾಗಿಲ್ಲದೆ ಕಣ್ಣು ಎಳೆಯುತ್ತಿದೆ. ಹಣೆಯುಜ್ಜಿಕೊಂಡೆ, ಎಚ್ಚರವಿರುವ ಪ್ರಯತ್ನದಲ್ಲಿ ಬಿಡುಗಣ್ಣ ಮಾಡಿದೆ. ಹುಬ್ಬು ಮೇಲೇರಿಸಿ ಒಂದೆರಡಾವರ್ತಿ – ಹಣೆಯಲ್ಲಿ ಸುಕ್ಕುಮೂಡಿಸಿದೆ. ನಿಟ್ಟುಸಿರಿಟ್ಟೆ ಏಳಲೂ ಹೊರಳಲೂ ಬೇಸರ. ಉಚ್ಚೆಯವಸರ ಬೇರೆ ಕಾಡಿಸತೊಡಗಿದೆ. ಅವರೆಲ್ಲ ಹೋಗುವ ವರೆಗೂ ಹೀಗೆಯೇ ಒದ್ದಾಡಬೇಕು; ಕುತ್ತಿಗೆಯ ಸರಪಳಿ ಕಟ್ಟಿದ ನಾಯಿಯಂತೆ. ನನಗೆ ಮದುವೆಯಾಗಿದ್ದಿದ್ದರೆ, ನನ್ನ ಹೆಂಡತಿ ಈ ರೂಮಿನಲ್ಲೇ ಈಗ ಇದ್ದಿದ್ದರೆ ನನ್ನ ಶ್ರಾದ್ಧಕ್ಕೂ ತಯಾರಿ ನಡೆಸಬಹುದಾಗಿತ್ತು. ಈಗ ನಾನು ಸತ್ತರೆ ನನಗೆ ಶ್ರಾದ್ಧವಿಲ್ಲ ಪುರೋಹಿತರಿಗೆ, ಬ್ರಾಹ್ಮಣರಿಗೆ ಎರಡು ರೂ. ಖೋತ, ಊಟ ಖೋತ, ಎಲ್ಲಾ ಖೋತ. ಕಣ್ಣುಮುಚ್ಚಿ ಮಲಗಿದವನಿಗೆ ರೂಮಿನ ಬಾಗಿಲಿನಲ್ಲಿ ನಿಂತು ಅಗ್ನಿಗೆ ಸರಿಯಾಗಿ ಉಚ್ಚೆ ಹುಯ್ದಂತೆ, ತಮ್ಮ ಕೆರಳಿ ನಿರ್ವಂಶನಾಗು ಎಂದು ಶಪಿಸಿದಂತೆ ಬೆಚ್ಚಿ ಕಣ್ಣು ಅಗಲಿಸಿದೆ.

ಮತ್ತೆ ಮಂತ್ರ ಶುರುವಾಗಿದೆ. ಅನ್ನಂಬ್ರಹ್ಮ ಇತ್ಯಾದಿ. ಮುಂದಿನ ಬಾಗಿಲು ತೆರೆದ ಸದ್ದು. ಹಿಂದುಗಡೆ ಇಟ್ಬಿಡಿ ಎಂದು ಅಮ್ಮನ ಧ್ವನಿ. ಪಿಂಡ ಕಾಗೆಗಿಡುತ್ತಿದ್ದಾರೆ. ಹಿಂದುಗಡೆ ಇಡಿ ಎಂದು ಅಮ್ಮ ಹೇಳಿದ್ದು ಬಹುಶಃ ಅವರು ಕಾಂಪೌಂಡಿನ ಮೇಲೆ ಹತ್ತಿದಾಗ ನನ್ನ ಮುಖ ನೋಡುವರೆಂದೋ ಏನೊ. ನಾನು ಅದೇ ಯೋಚನೆಯಲ್ಲೇ ಹೊಡೆ ಯೊತ್ತಿಗೆ ಹಾಸಿಗೆಯೆಳೆದು ಮಲಗಿದ್ದೇನೆ. ಮುಂದಿನ ಬಾಗಿಲು ಹಾಕಿದ ಸದ್ದು. ಹೆಜ್ಜೆಯ ಸದ್ದು ಕರಗುತ್ತಿದ್ದಂತೆ ಹಿತ್ತಲ ಕಡೆಯಿಂದ ಹಾಯ್, ಹಾಯ್, ಹಾಯ್ ಕೂಗು. ಕಾಗೆ ಬರದಿದ್ದರೆ ಅಪ್ಪನಿಗೆ ತೃಪ್ತಿಯಾಗಿಲ್ಲ, ಕೋಪ ಬಂದಿದೆ ಎನ್ನುತ್ತಾರೆ. ಅಂದರೆ ಅಂದರು. ಕಾಗೆ ಬಂತೋ ಇಲ್ಲವೋ ಎನ್ನುವ ಚಿಂತೆ ಹಚ್ಚಿಕೊಳ್ಳುವುದು ಮೂರ್ಖತನ ಎನಿಸಿತು. ಬ್ರಾಹ್ಮಣಾರ್ಥದವನೊಬ್ಬನಿರಬೇಕು – ಪಿತೃಗಳಿಗೆಲ್ಲ ತೃಪ್ತಿಯಾಗಿದೆ ಕಣಪ್ಪ ಒಂದ, ಎರಡ, ಈ ನಾಲ್ಕೈದು ಕಾಗೆಗಳು ಬಂದು ಸಂತೃಪ್ತಿಯಿಂದ ತಿನ್ತಾ ಇವೆ, ಎಂದ. ಬರದೆ ಏನು ಕಾಗೆಗಳು ಎಂದುಕೊಂಡೆ.

ಮಂತ್ರ ಮತ್ತೆ ಮಂತ್ರ, ಮಂತ್ರ, ಪ್ರಾಚೀನಾ ಮೇಲೆ ಮಂತ್ರ. ಉಪವೀಲೆ ಮಂತ್ರ ಪ್ರಾಚೀನಾ ಮೇಲೆ ಮಂತ್ರ, ಉಪವೀಲೆ ಮಂತ್ರ. ಇದು ನಿಲ್ಲುವ ಗೋಜೇ ಇಲ್ಲವೆ ಎನಿಸು ತ್ತಿದ್ದಂತೆ, ನಮಸ್ಕಾರ ಮಾಡುವವರೆಲ್ಲ ಮಾಡ್ಬಿಡಿ ಎಂದರು ಪುರೋಹಿತರು. ಒಬ್ಬರಾದ

ಮೇಲೊಬ್ಬರು ನಮಸ್ಕಾರ ಮಾಡುತ್ತಿರಬೇಕು. ಪಿತೃ-ಪಿತಾಮಹ ಜಿಗಣೆಗಳಿಗೆ ನಮಸ್ಕಾರ ಭೋ ಅಭಿವಾದಯೇ – ಅಹಂ ರಾಘವಶರ್ಮಂ ಭೋ ಅಭಿವಾದಯೇ. ಪುರೋಹಿತರು ಹೇಳುತ್ತಿದ್ದಾರೆ ಪಿತೃ-ಪಿತಾಮಹ ಉತ್ತಿಷ್ಠ. ಆಮೇಲೆ ಇನ್ನೇನೋ ಹೇಳಿ ಉತ್ತಿಷ್ಠ ಎಂದರು. ಸರಿಯಾಗಿ ಕಿವಿಗೆ ಬೀಳಲಿಲ್ಲ; ಸ್ನೇಹಿತರು ಆಗಾಗ ನಿನಗೆ ಕೆಪ್ಪೇನೋ ಎನ್ನು ತ್ತಿದ್ದರು, ಏನು ಎಂದು ಮತ್ತೆ ಕೇಳಿದಾಗ. ಕಾಯೇನವಾಚಾ ಮನಸೇಂದ್ರಿಯೈವಂ – ಮಂತ್ರ, ಮಂತ್ರ.

ಸರ್ವಂ ಶ್ರೀಕೃಷ್ಣಾರ್ಪಣಮಸ್ತು ಎಂದರು ಪುರೋಹಿತರು. ಸದ್ಯ ಮುಗಿಯಿತೆಂದು ಕೊಂಡ. ಇಲ್ಲ, ಮಂತ್ರ ಮುಂದುವರಿಯುತ್ತಿದೆ. ಶತಮಾನಂಭವತಿ ಶತಾಯುಃಪುರು ಷೇಂದ್ರಿಯಾ – ಇತ್ಯಾದಿ. ಹಾಗಾದರೆ ಈಗ ನಮಸ್ಕಾರ ಮಾಡುತ್ತಿದ್ದಾರೆಯೆ? ಮಂತ್ರ ನಿಂತಿತು.

ನಿಶ್ಶಬ್ದ. ಕಣ್ಣುಮುಚ್ಚಿದೆ. ಒಂದು ರೀತಿಯ ಮಂಪರು. ನಿಶ್ಚಲ ಉರಿಯುತ್ತಿದ್ದ ಹಣತೆ ಯೆಂದು ಅಪ್ಪ ಸತ್ತ ಖಾಲಿ ಮಂಚದ ಕೆಳಗಡೆ ಹತ್ತಿಸಿದ್ದ ಹಣತೆಯಾಗಿ ಕಣ್ಣು ಬಿಟ್ಟೆ. ನಿಶ್ಚಲ ಉರಿಯುವ ಹಣತೆ ಆಗಾಗ ಕಣ್ಣುಮುಂದೆ ಬರುತ್ತದೆ. ಬಹುಶಃ ಯಾರಾದರೂ ಮನಶ್ಶಾಸ್ತ್ರಜ್ಞನನ್ನು ಕೇಳಿದರೆ ಅಪ್ಪನ ಜೊತೆಗೆ ಸಂಬಂಧ ಹಚ್ಚಿ ಹೇಳಿಯಾನು.

ತಮ್ಮ, ತಂಗಿ ಏನೋ ಮಾತಾಡುತ್ತಿದ್ದಾರೆ. ಪುರೋಹಿತರು ಹೊರಟು ಹೋಗಿರ ಬೇಕು. ಪಿತೃ-ಪಿತಾಮಹರು ಹೊರಟು ಹೋದರು. ಹೋದರೆ? ಗಚ್ಛ ಗಚ್ಛ ಪಿತೃ ಪಿತಾಮಹ ತೃಪ್ತೋsಸ್ಮಿಭಾವೇನ. ಹನ್ನೊಂದನೆಯ ದಿನವೊ ಹನ್ನೆರಡನೆಯ ದಿನವೊ ನೆನಪಿಲ್ಲ. ಪ್ರೇತಸ್ಥಾನದಲ್ಲಿ ಕುಳಿತಿದ್ದವನಿಗೆ ಊಟವಾದಮೇಲೆ ಹೇ ಪ್ರೇತ ಗಚ್ಛ ಗಚ್ಛ. ಗಚ್ಛನಿ ಗಚ್ಛ ಎಂದು ಗಟ್ಟಿಯಾಗಿ ಕಿರುಚಬೇಕೆನಿಸಿತು, ಹೆಜ್ಜೆಯ ಸದ್ದು ಕೇಳಿಸಿತು. ಬಹುಶಃ ಈಗ ಅಮ್ಮ ಬಂದು ಬಾಗಿಲು ತಟ್ಟಬಹುದು. ಯಾರೊ ಬಾಗಿಲು ತಟ್ಟುತ್ತಿ ದ್ದಾರೆ. ಆಲಿಸಿದೆ ಇಲ್ಲ, ಯಾರೂ ಇಲ್ಲ, ಮನಸ್ಸಿನ ಭ್ರಮೆ ಅಷ್ಟೆ. ಯಾರೊ ಎಂಥದೋ ತಿನ್ನುತ್ತಿರುವ ಸದ್ದು, ತಮ್ಮನಿರಬೇಕು. ಬಾಗಿಲಿಗೆ ನೀರು ಹಾಕಿ ರಂಗೋಲಿ ಇಡಲು ಅಮ್ಮ ಹೇಳಿದುದು ಕೇಳಿಸಿತು.

ಸಮರಾತ್ರಿಯಲ್ಲಿ ಫಕ್ಕನೆ ಎಚ್ಚರವೂ ಅಲ್ಲ, ನಿದ್ದೆಯೂ ಅಲ್ಲದ ಸ್ಥಿತಿಯಲ್ಲಿ ಯಾವು ದಕ್ಕೊ ಮೈಮನಸ್ಸು ತಡವರಿಸಿದಂತಾಗಿ ಮತ್ತೆ ನಿದ್ದೆಯ ಸ್ಥಿತಿಗೆ ಮರಳಿದೆ. ನಂತರ ಯಾವಾಗಲೋ ಗೊತ್ತಿಲ್ಲ ಕಿಟಿಕಿಯಿಂದ ಧಡ್ಡನ್, ಉದ್ದನೆಯ, ದೊಡ್ಡ, ಮುತಿಕೆಂಪಿನ ತೊಲೆಯಂಥ? ಒನಕೆಯಂಥ? ನಂದಿಕಂಬದಂಥ? ಶಿಶ್ನದಂಥ? ಎಂತದೋ ನುಗ್ಗಿ ಎದೆಗೆ ಗುದ್ದಿದಂತಾಗಿ ಚೀರಿ ಎಚ್ಚತ್ತೆ. ಅಮ್ಮ ಏನೋ ಎನ್ನುತ್ತಿದ್ದರು. ನಾಚಿಕೆಯಾದ್ದರಿಂದ ನಾನು ಮಾತನಾಡಲಿಲ್ಲ. ಎಚ್ಚರವಾಗಿದ್ದೇನೆಂದು ತೋರಿಸಲು ಗಂಟಲು ಸರಿ ಮಾಡಿಕೊಂಡು ಕೆಮ್ಮಿದೆ. ಥೂ, ಎಲ್ಲಾ ಬಿಟ್ಟು ಇವತ್ತೇ ಕಿರುಚಿದೆನಲ್ಲಾ ಎಂದು ವ್ಯಥೆಯಾಯಿತು. ತಂಗಿ, ಏನಮ್ಮಾ ಎಂದಳು. ಎಂಥದೋ ದುಃಸ್ವಪ್ನ ಕಿರುಚಿದ ಎಂದು ಅಮ್ಮ ಸುಮ್ಮನಾದರು.

19. ನಿವೃತ್ತರು

– ಪಿ. ಲಂಕೇಶ್

ಅಚ್ಚು ಕಾಣದೆ ಸತ್ತ ನನ್ನ ಚೊಚ್ಚಲು ಕಾದಂಬರಿ ಬರೆಯುತ್ತಿದ್ದಾಗ ನಾನು ಲಾಲ್ ಬಾಗಿನ ಮೂಲೆಯಲ್ಲಿ ಕಲ್ಲು ಹಿಡಿದು ಕೂತು ನನ್ನ ಅನುಭವಗಳನ್ನು ಒಕ್ಕಿಕೊಳ್ಳುತ್ತಿದ್ದ ದಿನಗಳು. ಬರೆಯುವಾತ ಒಂದು ರೀತಿಯ ವಿಚಿತ್ರ ಪ್ರಾಣಿ: ಅದಕ್ಕೆ ಕೆಲವು ಸಲ ತನ್ನ ಬಾಲದ ನೆರಳನ್ನು ಹಿಡಿಯಲು ಯತ್ನಿಸಿ ದಣಿವಾಗುತ್ತದೆ. ದಟ್ಟ ಕಾಡಿನ ದಾರಿ ಹಿಡಿದು ಗೊತ್ತು ಗುರಿ ಅನ್ನುವುದು ಇಲ್ಲದೆ ಸುಮ್ಮನೆ ಕಾಲು ಹಾಕುತ್ತ ಹೋಗುತ್ತದೆ. ಮೈಯಲ್ಲಿ ಕೊಬ್ಬು ಬೆಳೆಸಿಕೊಂಡು ಈ ಪ್ರಾಣಿ ಸಸ್ಯ, ಮಾಂಸ, ಪಾಪ, ಪುಣ್ಯಗಳನ್ನು ದಕ್ಕಿಸಿಕೊಂಡು ಕೆಚ್ಚಲು ಹಗುರಾದ ಎಮ್ಮೆಯ ಹಾಗೆ ಬಗ್ಗಡವಾದ ನೀರಿನಲ್ಲಿ ಬಿದ್ದು ಹತ್ತಾರು ವೃತ್ತ ಹಾಕುತ್ತದೆ.

ನನಗೆ, ನಿಜ ಹೇಳಬೇಕೆಂದರೆ, ಕಾನೂನು ಕಟ್ಟಳೆಗಳಲ್ಲೂ ಇಕ್ಕಟ್ಟಾದ ಪ್ರಾಮಾಣಿಕತೆಯಲ್ಲೂ ನಂಬಿಕೆ ಕಡಮೆ. ಹಣ ಬಹಳ ಸುಖ ತರಬಲ್ಲದೆಂದು ಗೊತ್ತಿದ್ದರೂ ಹಣವಂತರ ಬಗ್ಗೆ ಗೌರವ ಕಡಮೆ. ಅಧಿಕಾರ ನನ್ನನ್ನು ಬೇಸರಗೊಳಿಸಿದೆ; ನನ್ನ ಮೇಲಧಿಕಾರಿಗಳನ್ನು ದೂರದಲ್ಲೇ ಗುರುತಿಸಿ ಬೇರೆ ದಾರಿ ಹಿಡಿಯುವುದು ನನ್ನ ಚಾಳಿ. ನನ್ನನ್ನು ಬಲ್ಲ ಅನೇಕರು ಇದನ್ನು ಜಂಬ ಅನ್ನುತ್ತಾರೆ. ಕೆಲವರು ದಡ್ಡತನ ಅನ್ನುತ್ತಾರೆ. ನನ್ನ ತಪ್ಪುಗಳನ್ನು ಅಣಕಿಸಿ ಕ್ಷಮಿಸಿ ಪ್ರೇಮ ತೋರಬಲ್ಲ ಗೆಳೆಯರು ನನ್ನ ಆಸ್ತಿ. ನಾನು ತೀರಾ ಪೆಡ್ಡನಾಗಿ ತುಂಟನಾಗಿ ವರ್ತಿಸಿದರೂ ಸಹಿಸಿಕೊಂಡು ನನಗಾಗಿ ಹಂಬಲಿಸುವ ನನ್ನ ಹೆಂಡತಿ, ಮಗಳು ನನ್ನ ಪ್ರಾಣ.

ಲೇಖಕ ಕೆಲವು ಗುಣಗಳನ್ನು ಬೆಳೆಸಿಕೊಳ್ಳಬೇಕಂತೆ. ಎಲ್ಲಕ್ಕೂ ಹೆಚ್ಚಾಗಿ ಭಾವನೆಗಳನ್ನು. ಅದು ಆತ ತನ್ನ ಪ್ರಾಣ ಉಳಿಸಿಕೊಳ್ಳುವ ಮಾರ್ಗ. ಮೂವತ್ತಕ್ಕೆ ರಾಕ್ಷಸ ಬಂದು ನಮ್ಮ ಎದೆ ತಟ್ಟಿ ಕೋರೆಗಳನ್ನು ಮಸೆಯುತ್ತಾನೆ. ಜೀವಂತ ವ್ಯಕ್ತಿಯ ಬೆವರ ವಾಸನೆಗೇ ಆತ ಸೋಲನ್ನಪ್ಪಿ ಕಾಲು ಕೀಳುತ್ತಾನೆ. ಇಲ್ಲದಿದ್ದರೆ ಆ ರಕ್ಕಸ ನಮ್ಮ ಪ್ರಾಣವನ್ನು ಮಾತ್ರ ತೆಗೆದುಕೊಂಡು ಹೋದ ಮೇಲೆ ನಾವು ಬರೀ ದೇಹಗಳಾಗಿ ಓಡಾಡಬೇಕಾಗುತ್ತದೆ. ಆ ರಾಕ್ಷಸನನ್ನು ಅಟ್ಟುತ್ತ ಏಟ್ಸ್‌ನಂಥ ಕವಿ ತನ್ನ ವರ್ಷಗಳನ್ನು ಬಹಳ ಕಾಲ ಹುಲುಸಾಗಿ ಇಡಲು ಯತ್ನಿಸಿ ಸಾರ್ಥಕ್ಯ ಪಡೆದ.

ಲಾಲ್‌ಬಾಗಿನ ಹುಲ್ಲಿನ ಮೇಲೆ ತಲೆಯಲ್ಲಿ ಕೋತಿಗಳನ್ನು ತುಂಬಿಕೊಂಡು ಸುಮ್ಮನೆ ಕೂತುಕೊಳ್ಳುವೆ. ಸಂತೋಷ ತುಂಬಿದ ಹತ್ತು ವರ್ಷದ ಲಂಗದ ಹುಡುಗಿಯರು ನಡೆಯಲು ಸಾಧ್ಯವಿಲ್ಲದೆ ಕುಣಿಯುತ್ತ ಸಂಚರಿಸುವರು: ಹುಡುಗರು, ಶೆಟ್ಟಿಗಳು, ಸಿಂಧಿಗಳು, ಬೆಂಗಳೂರು ನೋಡಲು ಬಂದ ಧಾರವಾಡದ ಕಡೆಯ ಮಕ್ಕಳು, ಮಾಸ್ತರು, ಏಕಾಂತ ಬಯಸಿ ಅಲೆಯುವ ಪ್ರೇಮಿಗಳು, ನಾಲ್ಕು ವರ್ಷದ ಮಗುವಿನಿಂದ ಬೆರಳು ಹಿಡಿಸಿಕೊಂಡು ವರ್ಷದ ಕೂಸನ್ನೆತ್ತಿಕೊಂಡು ಅಡ್ಡಾಡುವ ಗುಮಾಸ್ತರು; ನಾನು ಜೊತೆಗೆ ಯಾರೂ ಇಲ್ಲದೆ ಕೂತದ್ದು ನೋಡಿ ನಕ್ಕು ಟೀಕೆ ಮಾಡಿಕೊಂಡು ಹೋಗುವ ತುಂಟ ಹುಡುಗಿಯರು; ಮರುಕ ಪಡುವರು. ಮನುಷ್ಯ ಒಬ್ಬನೇ ಇದ್ದಾಗ ನಿಜ ವಾಗಿಯೂ ಕಣ್ಣು ತೆರೆದಿರುತ್ತಾನೆ.

ಒಂದು ಭಾನುವಾರ ಇಬ್ಬರು ಮುದುಕರು ನಾನು ಕೂತಿದ್ದ ಹತ್ತಿರಕ್ಕೆ ಬಂದರು. ಅದರಲ್ಲಿ ಒಬ್ಬ ಸ್ವಲ್ಪ ದಪ್ಪಕ್ಕೆ, ಎತ್ತರಕ್ಕಿದ್ದ. ದುಂಡು ಮುಖ; ಚೆನ್ನಾಗಿ ಕ್ಷೌರ ಮಾಡಿ ಕೊಂಡು ನಾಮ ಹಾಕಿಕೊಂಡಿದ್ದ. ಬನೀನು ಹಾಕದೆ ಶುಭ್ರವಾದ ಬಿಳಿಯ ಸಡಿಲ ಅಂಗಿ ತೊಟ್ಟಿದ್ದರಿಂದ ಆತನ ಎದೆಯ ಬಿಳಿಯಕೂದಲೂ, ಹೊಟ್ಟೆಯ ಗಾತ್ರವೂ ಬೊಜ್ಜೂ ಅವನ ಮೈಯಲ್ಲಿ ಹೆಚ್ಚು ಜೀವ ಉಳಿದಿಲ್ಲವೆಂದು ತೋರಿಸುತ್ತಿದ್ದವು. ಇನ್ನೊಬ್ಬನಿಗೆ ಅದೇ ವಯಸ್ಸು; ತೆಳ್ಳಗೆ, ನಾಯಿ ಹೊಡೆಯುವ ಕೋಲಿನ ಹಾಗಿದ್ದ. ಅವನ ತಲೆಯಲ್ಲಿ ಅಲ್ಲೊಂದು ಇಲ್ಲೊಂದು ಕೂದಲು; ಅಲ್ಲಲ್ಲಿ ಕಪ್ಪು ಕೂದಲು ಕೂಡ. ಅವನ ಮುಖದ ಅಸಂಖ್ಯಾತ ಸುಕ್ಕು ನೋಡುತ್ತ ಕೂತರೆ ಆತನ ಒಟ್ಟಾರೆ ರೂಪು ಮರೆತು ಹೋಗುವಷ್ಟು ಸುಕ್ಕು ಮುಖ. ಅವನ ಕಣ್ಣಲ್ಲಿ ಸ್ವಲ್ಪ ಬೆಳಕು ಇತ್ತು. ನನಗೆ ಯಾರೊ ಡನೆಯೂ ಮಾತಾಡುವ ಇಷ್ಟವಾಗಲಿ, ಮಾತಾಡಕೂಡದೆಂಬ ಹಟವಾಗಲಿ ಇರಲಿಲ್ಲ.

ದಪ್ಪನೆಯ ಮುದುಕ ಯಾವ ಬಿಂಕವೂ ಇಲ್ಲದೆ ಇಂಗ್ಲಿಷ್‌ನಲ್ಲಿ "ನಾವೂ ಇಲ್ಲಿ ಕೂರ ಬಹುದೆ?" ಅಂದ. 'ಓಹೋ' ಅಂದೆ. ಮುದುಕ ಬಹಳ ಹಿಗ್ಗಿನಿಂದ ವಾಕಿಂಗ್ ಕೋಲನ್ನು ಇಟ್ಟು ಕೂತುಕೊಳ್ಳುತ್ತ "ಬನ್ನಿ ಪ್ರಹ್ಲಾದರಾಯರೆ, ಕೂತುಕೊಳ್ಳಿ" ಅಂದ. ತೆಳ್ಳನೆಯ ಆಸಾಮಿ ಸಂಕೋಚದಿಂದ ಹಿಂಜರಿಯುತ್ತಿದ್ದಾಗ ನಾನು "ಬನ್ನಿ ಸಾರ್, ಕೂತ್ಕೊಳ್ಳಿ" ಅಂದಮೇಲೆ ಬಂದು ಕೂತ. ಅಷ್ಟರಲ್ಲೇ ಅವರಿಬ್ಬರ ನಡುವೆ ಬಹಳ ಮಾತುಕತೆ ನಡೆದಿರ ಬೇಕು; ಇಬ್ಬರೇ ಇದ್ದಾಗ ಮಾತು ಬಹಳ ಕಾಲ ನಡೆಯುವುದಿಲ್ಲ. ಮೂರನೆಯ ಮನುಷ್ಯ ನೊಂದಿಗೆ ಹರಟಲು ಇಬ್ಬರೂ ಸಿದ್ಧರಿದ್ದರು. ದಪ್ಪನೆಯ ಮುದುಕ ಒಂದೆರಡು ನಿಮಿಷ ವಸ್ತುವಿಲ್ಲದೆ ಮಾತಾಡಿದ. ಲಾಲ್‌ಬಾಗ್ ತುಂಬ ಚೆನ್ನಾಗಿದೆ, ಅಂದ; ಗಾಳಿ ತಣ್ಣಗಿದೆ, ಅಂದ; ಉದ್ದನೆಯ ಮರಗಳನ್ನು ಕಣ್ಣಿನಿಂದ ಅಳೆದ ಮೇಲೆ ನನ್ನ ಕಡೆ ತಿರುಗಿ "ನಿಮ್ಮ ಹೆಸರು ಕೇಳಬಹುದೆ ಸ್ವಾಮಿ?" ಅಂದ.

ಆತನಿಂದ ಅನೇಕ ಪ್ರಶ್ನೆಗಳು ಬಾರದ ಹಾಗೆ, "ಲಂಕೇಶಪ್ಪ ಅಂತ. ಇಲ್ಲೇ ಸೆಂಟ್ರಲ್ ಕಾಲೇಜಿನಲ್ಲಿ ಕೆಲಸ ಮಾಡ್ತಿದೇನೆ, ಮದುವೆಯಾಗಿದೆ" ಅಂದು ನಕ್ಕೆ.

ಮುದುಕ ಗಹಗಹಿಸಿ ನಕ್ಕ (ಕೊಳಕು ಹಲ್ಲುಗಳು). "ಹಹಹ! ನಿಮ್ಮ ಉತ್ತರ ಸ್ವಾರಸ್ಯವಾಗಿದೆ! ನಾನೇನೂ ನಿಮಗೆ ಹೆಣ್ಣು ಕೊಡೋಕೆ ಬಂದೆ ಅಂತ ತಿಳ್ಕೋಬೇಡಿ! ನೋಡಿ ಪ್ರಹ್ಲಾದರಾವ್. ನೋಡಿದಿರಾ ಈಗಿನ ಕಾಲದ ಉತ್ತರಾನಾ? ನೀವು ಮಗಳಿಗೆ ವರ ಸಿಕ್ತಾ ಇಲ್ಲ ಅಂದಾಗ ನಾನು ಸೀರಿಯಸ್ಸಾಗಿ ತಗೊಳ್ಳೇ ಇಲ್ಲ. ನಿಮ್ಮ ಮಗಳೇನು ಬಿಡಿ, ಗೊಂಬೆ-ಗೊಂಬೆಯ ಹಾಗಿದಾಳೆ. ಅವಳಿಗೆ ವರ ಹುಡುಕೋ ವಿಚಾರ ನನಗೆ ಬಿಡಿ ಅಂದೆ, ನೀವು ಕೇಳಲಿಲ್ಲ" ಎಂದು ಆ ದಪ್ಪನೆಯ ಮನುಷ್ಯ ಹೇಳಿದಾಗ ಪ್ರಹ್ಲಾದರಾಯ ಅನ್ನಿಸಿಕೊಂಡ ಮನುಷ್ಯ ತನ್ನ ಸ್ವಂತ ವಿಷಯ ಬೆಳೆಸುವ ಇಷ್ಟವಿಲ್ಲದೆ ನನಗೆ "ನಾವಿಬ್ಬರೂ ಇಲ್ಲೇ ರೆವೆನ್ಯೂ ಆಫೀಸಿನಲ್ಲಿದ್ದೆವು. ಈಗ ರಿಟೈರಾಗಿದೆ. ಯಜಮಾನ್ರು ನಮ್ಮ ಬಾಸ್, ಅವರ ಹೆಸರು ನರಸಿಂಗರಾಯರು ಅಂತ" ಅಂದ.

"ಬಾಸ್ ಆಗಿದ್ರು ಅನ್ನಿ ಪ್ರಹ್ಲಾದರಾಯರೆ. ಈಗ ಬರೀ ಸ್ನೇಹಿತರು. ಎಲ್ಲ ಆ ಸರ್ವ ಶಕ್ತನ ಲೀಲೆ" ಎಂದು ನರಸಿಂಗರಾಯರು ನಶ್ಯದ ಡಬ್ಬಿ ತೆಗೆದರು.

ಮಾತು ಬೆಳೆಯುವ ಸೂಚನೆ.

ನನಗೆ ವಯಸ್ಸೆಂದರೆ ಕೊಂಚ ಗೌರವ. ಆ ಗೌರವದಲ್ಲಿ ಹೆದರಿಕೆ ಕೂಡ ಇರಬೇಕು – ನಾನೂ ಮುಪ್ಪನ್ನು ಎದುರಿಸಬೇಕೆಂಬ ಭಯ. ಆದ್ದರಿಂದ ಅವರ ಕತೆಯಲ್ಲಿ ಆಸಕ್ತಿ ಹುಟ್ಟಿಸಿಕೊಂಡೆ. ನರಸಿಂಗರಾಯರು ತಮ್ಮ ದರ್ಪ, ದರ್ಬಾರು ಕುರಿತು ಮಾತಾಡಿದರು. ಅವರು ಶಿಕಾರಿಪುರದಲ್ಲಿ ಅಮಲ್ದಾರರಾಗಿದ್ದಾಗ ಅಪಾಪೋಲಿಯೆಂದು ಖ್ಯಾತನಾಗಿದ್ದ ಉಗ್ರ ಅನ್ನುವ ಮನುಷ್ಯನ ಮನೆಯನ್ನು ಜಪ್ತಿ ಮಾಡಿ ಅರವತ್ತು ಮೂಟೆ ಬತ್ತ ಹೊರಕ್ಕೆ ತೆಗೆಸಿದ್ದು; ತಮ್ಮ ಆಫೀಸಿನಲ್ಲಿ ಯಾರಿಗೂ ಮೈಟ್ ಮಾಡದಿದ್ದ ಗೋವಿಂದ ರಾಜು ಎಂಬ ಗುಮಾಸ್ತನನ್ನು ಸಸ್ಪೆಂಡ್ ಮಾಡಿ ಕಾಲು ಹಿಡಿದುಕೊಳ್ಳುವ ಸ್ಥಿತಿಗೆ ತಂದದ್ದು; ಯಾವ ಅಧಿಕಾರಿಗೂ ಸೊಪ್ಪು ಹಾಕದ ಟೈಪಿಸ್ಟ್ ಮೀರಾ ತಮ್ಮ ಮನೆಗೆ ಲಾಟರಿ ಹೊಡೆಯುವ ಹಾಗೆ ರಿಮಾರ್ಕ್ ಮಾಡುವ ಹೆದರಿಕೆ ಹಾಕಿದ್ದು... ಹೀಗೆ ತಮ್ಮ ಕತೆ ಹೇಳಿಕೊಳ್ಳುತ್ತ ಆತ ಪ್ರಹ್ಲಾದರಾಯನ ಕಡೆ ತಿರುಗಬೇಕು; ಆಗ ಆತ ಸಂದರ್ಭೋಚಿತ ವಾಗಿ "ಅಲ್ಲವೇ," "ಮತ್ತೆ!" "ಅವನಿಗೆ ಬುದ್ಧಿ ಬೇಡವೆ" ಅನ್ನಬೇಕು. ನಾನು ಈ ಇಬ್ಬರು ಮುದುಕರ ಪುಕ್ಕಟೆ ನಾಟಕ ನೋಡುವಾತ. ಈ ನಾಟಕದ ಹಿನ್ನೆಲೆ ತೀರ ಸರಳ. ನರಸಿಂಗ ರಾಯ ತನ್ನ ಆಫೀಸು ಬದುಕನ್ನು ಗೋರಿಯಿಂದ ಎತ್ತಿ ಹಿಡಿದು ಪ್ರಹ್ಲಾದರಾಯನಿಗೆ ತನ್ನ ದೊಡ್ಡಸ್ತಿಕೆಯ ನೆನಪು ಮಾಡಿಕೊಡುವನು; ಪ್ರಹ್ಲಾದರಾಯ ಯಂತ್ರದ ಹಾಗೆ "ಅಲ್ಲವೇ" "ಮತ್ತೆ"ಗಳನ್ನು ಸೇರಿಸುವನು.

ಒಬ್ಬನಲ್ಲಿ ಈಗ ಅಧಿಕಾರವಿಲ್ಲ; ಇನ್ನೊಬ್ಬನಲ್ಲಿ ವಿಧೇಯತೆ ಇಲ್ಲ. ಸ್ನೇಹಿತರಾಗಲು ಯತ್ನಿಸುತ್ತಿದ್ದಾರೆ; ಸೋಲುತ್ತಿದ್ದಾರೆ.

ಜಗತ್ತಿಗೆ ತನ್ನ ಅಸ್ತಿತ್ವ ತೋರಿಸಬೇಕೆಂಬ ನರಸಿಂಗರಾಯನ ಆಸೆಯನ್ನು ನಾನು ಅವನ ಮಾತು ಕೇಳಿ ಸಫಲಗೊಳಿಸುತ್ತಿರಬೇಕು. ಕೇಳುವುದರಲ್ಲಿ ನಾನು ಗಟ್ಟಿಗ. ನರಸಿಂಗರಾಯ

ಹೇಳಬೇಕಾದ್ದು ಬಹಳ ಇತ್ತೆಂದು ಕಾಣುತ್ತದೆ. ಬಹಳ ಮಾತಾಡಿದ. ಈಗಿನ ಕಾಲದ ಆಫೀಸರುಗಳನ್ನು ಬೈದ. ಈಗಿನ ಆಫೀಸರುಗಳಿಗೆ ನಾಯಿ ಕೂಡ ಮಣಿಯುವುದಿಲ್ಲ ಎಂದು ತನ್ನ ತರುವಾಯದ ಅಧಿಕಾರಿಯ ಉದಾಹರಣೆ ಕೊಟ್ಟ. ಈಗೀಗ ಲಂಚ ರುಶುವತ್ತು ತಲೆಬುಡವಿಲ್ಲದೆ ಬೆಳೆದಿದೆ. ಆಗಲೂ ಇರಲಿಲ್ಲ ಅಂತ ತಿಳೀಬೇಡಿ. ಇತ್ತು ಮೇಲಿನ ಅಧಿಕಾರಿಗಳು ಸ್ವಲ್ಪ ಹದ್ದೋಬಸ್ತಿನಲ್ಲಿಡುತ್ತಿದ್ದರು. ಈಗಿನ ಹಾಗೆ ರಾಜಾ ರೋಷ ನಡೀತಿರಲಿಲ್ಲ. ಅಲ್ಲವೇ ಪ್ರಹ್ಲಾದರಾಯರೆ? ನೀವು ಆಗಲೇ ಕಟ್ಟಿಸಿದಿರಲ್ಲ ಆ ಮನೆಗೆ ಎಷ್ಟು ಬಾಡಿಗೆ ಬರುತ್ತೆ? ಗೃಹಪ್ರವೇಶದ ಅದ್ದೂರಿ ಇವತ್ತಿಗೂ ಮರೆಯೋ ಹಾಗಿಲ್ಲ. ಗುಮಾಸ್ತರಾಗಿದ್ದುಕೊಂಡು ಇಷ್ಟು ಮಾಡಿದ್ದೀರಿ ನೋಡಿ. ಗಟ್ಟಿ ಆಸಾಮಿ ಯಪ್ಪ" ಎಂದ.

ಮುದುಕನ ಕೀಳು ಅಭಿರುಚಿ ಕಂಡು ನನ್ನ ರಕ್ತ ಬಿಸಿಯಾಯಿತು. ಆದ್ದರಿಂದ ಕೇಳಿದೆ: "ನೀವು ದುಡೀಲಿಲ್ಲ ಅಂತ ಕಾಣುತ್ತೆ? ಅಥವಾ ಅವಕಾಶ ಸಿಕ್ಕಲಿಲ್ಲವೋ?"

"ಸ್ವಾಮಿ, ಕೇಳಿ... ಮನಸ್ಸು ಮಾಡಿದ್ರೆ ಲಕ್ಷ ಲಕ್ಷ ದುಡೀಬಹುದಿತ್ತು. ಅಂಥ ಎಂಜಲಿಗೆ ನಾಲಗೆ ಚಾಚುವ ಚೇತನ ಅಲ್ಲ ನಂದು. ಹಾಗೆ ದುಡಿದಿದ್ರೆ ಇವತ್ತು ಯಾಕೆ ಬಾಡಿಗೆ ಮನೇಲಿ ಇರಬೇಕಿತ್ತು? ಕೆಲವರಿದ್ದಾರೆ, ಕೊಚ್ಚೆಯಲ್ಲಿ ಬಿದ್ದ ನಯೆಪೈಸೆ ನಾಲಗೆಯಲ್ಲಿ ತಗೋತಾರೆ. ಅವರನ್ನ ದೇವರು ಸುಮ್ಮನೇ ಬಿಡ್ತಾನ? ಬರೀ ಹೆಣ್ಣು ಮಕ್ಕಳನ್ನೆ ಕೊಟ್ಟು ಹೆಂಡತಿಯನ್ನು ಬೇರೆಯವರ ಪಾಲು ಮಾಡಿ, ರೋಗಕೊಟ್ಟು ಪೀಡಿಸ್ತಾನೆ. ದೇವರು ದೊಡ್ಡವನು ಸ್ವಾಮಿ".

ಮುದುಕನ ತುಂಬ ಹೊರಗೆ ಬರಲು ಕಾದಿರುವ ಕೆಟ್ಟ ಯೋಚನೆಗಳು. ಅವನಿಗೆ ಗೊತ್ತಿಲ್ಲದೆಯೋ ಗೊತ್ತಿದ್ದೋ ಪ್ರಹ್ಲಾದರಾಯನನ್ನು ಬೈಯುತ್ತಿದ್ದ. ಆಗ ಪ್ರಹ್ಲಾದ ರಾಯನ ಮುಖ ನೋಡುವ ಧೈರ್ಯ ನನಗಿರಲಿಲ್ಲ. ಇಬ್ಬರೂ ಸಪ್ತ ಸಮುದ್ರಗಳ ಆಚೆ ಈಚೆ ನೆರಳಿನ ರೂಪ ತಾಳಿ ಹುಚ್ಚು ಅಲೆಯುವ ಜೀವಗಳು. ಗೆಳೆತನ ಬೆಳೆಸಿಕೊಳ್ಳುವ ಕಾಲದಲ್ಲೇ ಭೂತ ಚಿಗುರು ಕೊಂಬೆಗಳನ್ನು ಕತ್ತರಿಸುತ್ತಿತ್ತು, ಮೊಗ್ಗುಗಳನ್ನು ಕಮರಿ ಸುತ್ತಿತ್ತು. ನನ್ನ ಪಕ್ಕದಲ್ಲಿ ಕೂತ ಆ ಎರಡು ದೇಹಗಳ ಸುತ್ತ ಹುತ್ತಗಳು ಬೆಳೆದುಕೊಂಡು ಪ್ರಾಣ ಎಲ್ಲೋ ಆಳದಲ್ಲಿ ನರಳುತ್ತಿದ್ದವು. ಅವರ ನಾಲಗೆಯಿಂದ ತಪ್ಪಿಸಿಕೊಂಡು ಹೊರಬಿದ್ದ ಮಾತುಗಳು ತುಕ್ಕು ಹಿಡಿದು ಚಲಾವಣೆ ಕಳೆದುಕೊಂಡಿದ್ದವು.

* * * *

ನಾನು ಚಿಕ್ಕಂದಿನಲ್ಲಿ ಸಕ್ಕರೆಗಾಗಿ ಅಳುತ್ತಿದ್ದೆ. ದೊಡ್ಡವನಾದರೆ ನಾಗಂದಿಗೆಯ ಮೇಲಿನ ಸಕ್ಕರೆಯನ್ನೆಲ್ಲ ತಿನ್ನಬಹುದಲ್ಲ ಎಂಬ ಆಶೆಯಿಂದ ದಿನವೂ ನನ್ನ ಬೆಳವಣಿಗೆಯನ್ನು ನೋಡಿಕೊಳ್ಳುತ್ತಿದ್ದೆ.

ಆದರೆ ದೊಡ್ಡವನಾಗುವ ಹೊತ್ತಿಗೆ ಸಕ್ಕರೆಯ ಮೇಲಿನ ಪ್ರೀತಿ ಹೊರಟು ಹೋಗಿತ್ತು. ಬೆಳೆಯುವುದನ್ನು ಕುರಿತು ಆಸಕ್ತಿ ಕಮ್ಮಿಯಾಯಿತು. ಹೊಸ ಕುತೂಹಲಗಳು ಬದುಕನ್ನು ಹಸುರು ಮಾಡತೊಡಗಿದವು.

ಕುತೂಹಲ ಬಹಳ ಒಳ್ಳೆಯ ಗುಣವಿರಬೇಕು.

ಮರುದಿನ ಲಾಲ್‌ಬಾಗಿಗೆ ಮೊದಲು ಬಂದವನು ಪ್ರಹ್ಲಾದರಾಯ. ನಾನು ಆಗ ಅವಸರವಿಲ್ಲದೆ ಉಗುರು ತೆಗೆದುಕೊಳ್ಳುತ್ತ ಕೂತಿದ್ದೆ. ಈ ಮನುಷ್ಯ ಈವೊತ್ತು ನಿನ್ನೆಗಿಂತ ಧಡೂತಿಯಾಗಿ ಕಂಡ. ನರಸಿಂಗರಾಯ ಮಗ್ಗುಲಲ್ಲಿ ಇಲ್ಲದಿದ್ದರಿಂದ ಇರಬೇಕು. 'ಗುಡ್ ಈವ್ನಿಂಗ್' ಎಂದು ಬಹಳ ಗತ್ತಿನಿಂದ ಹೇಳುತ್ತಾ ಬಂದು ಕೂತು "ನರಸಿಂಗರಾಯ ಇನ್ನೂ ಬರಲಿಲ್ಲವೇ? ಬರಬೇಕಿತ್ತಲ್ಲ?" ಅಂದ.

ನಾನು ತಮಾಷೆಗೆ "ತಮ್ಮ ಪ್ರಾಮಾಣಿಕತೆ, ದರ್ಬಾರಿನ ಮೇಲೆ ಯಾರಿಗೋ ಲೆಕ್ಚರ್ ಕೊಡ್ತಿರಬೇಕು" ಎಂದು ಮುಗುಳ್ನಕ್ಕೆ.

ಆತ ಹೇಳಿದ : "ಅಯ್ಯೋ ಬಿಡಿ, ಅವರ ಪ್ರಾಮಾಣಿಕತೆ ಯಾರಿಗೂ ಗೊತ್ತಿಲ್ಲದ್ದೆ?"

"ಹಾಗಾದರೆ ಅವರು ಹೇಳಿದ್ದೆಲ್ಲ ಸುಳ್ಳೇ?"

"ಅಯ್ಯೋ ಬಿಡಿ" ಅಂದ ಪ್ರಹ್ಲಾದರಾಯ. "ಕಚ್ಚೆಹರುಕ ಮನುಷ್ಯ ದುಡಿದದ್ದನ್ನೆಲ್ಲ ಹೆಂಗಸರಿಗೆ ಹಾಕಿದ. ಮೂರು ಜನ ಹೆಂಡಂದಿರ ತಿಂದು ಕೂತ. ಆಫೀಸಿನಲ್ಲಿ ಮೀರಾ ಅಂತ ಟೈಪಿಸ್ಟು ಇದ್ಲು. ಆಕೆಯನ್ನು ಶನೀ ಕಾಡಿದ ಹಾಗೆ ಕಾಡಿ ಕಾಡಿ ಕೊನೆಗೆ ಅವಳು ಚಪ್ಲಿ ಹಿಡಕೊಂಡು ನಿಂತುಗೋಬೇಕಾಯ್ತು."

"ಆಮೇಲೆ, ಆಮೇಲೆ?"

"ಅಯ್ಯೋ ಬಿಡಿ, ಅದು ಒಂದು ಬದುಕೇ? ಈಗ ಮತ್ತೆ ಮದುವೆ ಮಾಡಿಕೋಬೇಕು ಅನ್ನುತ್ತೆ, ಕೆಟ್ಟಪಾಣಿ"

ಪ್ರಹ್ಲಾದರಾಯ ನಿನ್ನೆಯ ಅವಮಾನದ ಸೇಡು ತೀರಿಸಿಕೊಳ್ಳುತ್ತಿದ್ದ. ದೂರದಲ್ಲಿ ನರಸಿಂಗರಾಯ ಕಾಣಿಸಿಕೊಂಡೊಡನೆ ಈತ ಬೇಗ ಬೇಗ ಕತೆ ಹೇಳುತ್ತ ಮಧ್ಯೆ ಮಧ್ಯೆ ಜೋರಾಗಿ ನಕ್ಕು ಮುಗಿಸುವುದಕ್ಕೂ ನರಸಿಂಗರಾಯ ಬರುವುದಕ್ಕೂ ಸರಿಹೋಯಿತು. ಆತ ಮೊದಲೇ ಅನುಮಾನದ ಮುದುಕ; ಯಾಕೋ ನಕ್ಕಿರಲ್ಲ, ಅಂದ. ಪ್ರಹ್ಲಾದರಾಯ ಸುಳ್ಳು ಹೇಳಿ ಬಾಯಿ ಮುಚ್ಚಿಸಲು ಯತ್ನಿಸಿದ. ನರಸಿಂಗರಾಯ ನಂಬಿದಹಾಗೆ ನಟಿಸಿದರೂ ಸಿಟ್ಟನ್ನು ಬಚ್ಚಿಟ್ಟುಕೊಂಡ. ಕೊಂಡಿಗೊಣಸು ಇಲ್ಲದೆ ಹರಟುತ್ತಿದ್ದ. ಹುಡುಗಿಯರಿಗೆ ಗಂಡು ಹುಡುಕುವುದರಿಂದ ಲಂಚ ನಿರೋಧದ ವರೆಗೆ ಮಾತಾಡಿದ. ಪ್ರಹ್ಲಾದರಾಯನ ಉದಾಹರಣೆ ತೆಗೆದುಕೊಂಡ. ನನಗೆ ಬೇಸರವಾಯಿತು. ಇನ್ನು ಮುಂದೆ ಇಲ್ಲಿ ಕೂತುಕೊಳ್ಳಬಾರದೆಂದು ತೀರ್ಮಾನಿಸಿಕೊಂಡೆ. ನರಸಿಂಗರಾಯನ ಬಾಯಿಮುಚ್ಚಿಸಲೇಬೇಕೆಂದು ಕೊಂಚ ಗಡುಸಾಗಿಯೇ, "ಸ್ವಾಮಿ, ನಿಮಗೆ ಮಕ್ಕಳೆಷ್ಟು?" ಅಂದೆ.

"ಇಲ್ಲ."

"ಇದ್ದಿದ್ದರೆ ಆತ ನನ್ನ ವಯಸ್ಸಿನವನಾಗ್ತಿದ್ದ. ಏನೂ ತಿಳ್ಕೋಬೇಡಿ. ಸ್ನೇಹ ಬಹು ದೊಡ್ಡದು. ತಾವು ಹೀಗೆ ಮಾತಾಡಬಾರದು. ಪ್ರಹ್ಲಾದರಾಯರಿಗೆ ನೋವಾಗುತ್ತೆ" ಅಂದೆ.

ಆತ ದೊಡ್ಡದಾಗಿ ನಗೆಯಾಡಿ ಹೊಟ್ಟೆ ಕುಣಿಸಿದ.

"ಹಹಹ! ನನಗೆ ಗೊತ್ತಿಲ್ಲದವನೇ ಪ್ರಹ್ಲಾದರಾಯ! ನನ್ನೆದುರಿಗೆ ಕಣ್ಣುಮುಚ್ಚಿ ಕೊಂಡು ಹಾಲು ಕುಡಿದೋನು!" ಎಂದು ಸಲಿಗೆ ತೋರಲಿಕ್ಕೆ ಪ್ರಹ್ಲಾದರಾಯನ ಭುಜಕ್ಕೆ ಹೊಡೆಯುತ್ತ ಕಣ್ಣಲ್ಲಿ ತುಂಟತನ ಹೊಮ್ಮಿಸಿ (ಪ್ರಹ್ಲಾದರಾಯನಿಲ್ಲದಾಗ ಎರಡು ಮಾತಾಡುವ ಆಶೆ ಇರಬೇಕು) "ರೀ ರಾಯರೆ, ಅಕೋ ಅಲ್ಲಿ ಕಳ್ಳೆಕಾಯಿ ಮಾರೋನು ಇದಾನೆ, ಹೋಗಿಬಿಟ್ಟು ಎರಡಾಣೆ ಕಳ್ಳೆಕಾಯಿ ತನ್ನಿ. ಇಗೋ ಎರಡಾಣೆ, ಬೇಗ ಹೋಗಿ" ಅಂದ.

ಪ್ರಹ್ಲಾದರಾಯ ಏಳಲಿಲ್ಲ. ತಾನು ಇಲ್ಲದಾಗ ಇನ್ನೂ ಹೊಲಸಾಗಿ ನರಸಿಂಗರಾಯ ಮಾತಾಡಬಹುದೆಂದು ಅವನಿಗೆ ಹೆದರಿಕೆ. ಅದಕ್ಕಿಂತ ಹೆಚ್ಚಾಗಿ, ತನ್ನ ಜೀವನದಲ್ಲಿ ಮೊದಲ ಬಾರಿಗೆ ತನ್ನ ಮೇಲಿದ್ದವನ ಮಾತು ಎದುರಿಸುವ ದಿಟ್ಟತನ. ಗಟ್ಟಿ ಧೈರ್ಯ ಮಾಡಿ ಕೂತಲ್ಲಿಯೇ ಕೂತ. ಮುಖ ಗಂಟುಹಾಕಿಕೊಂಡು "ನೀವೇ ಹೋಗಿಬಿಟ್ಟು ಬನ್ನಿ" ಅಂದ.

ನನ್ನ ಎದುರು ತನ್ನ ಶೌರ್ಯ ಕೊಚ್ಚಿಕೊಂಡ ನರಸಿಂಗರಾಯನಿಗೆ ತನ್ನ ಕೈಕೆಳಗಿನವನ ಮಾತು ನುಂಗಲಾರದ ತುತ್ತು. ಅನಿರೀಕ್ಷಿತ ಉತ್ತರಕ್ಕೆ ಪೆಚ್ಚಾಗಿ ಅದರಲ್ಲೂ ಧೈರ್ಯ ಕೂಡಿಸಿಕೊಂಡು, ಹಳೆಯ ದರ್ಪವನ್ನು ಪ್ರತಿ ಮಾತಿನಲ್ಲೂ ತುಂಬುತ್ತ ಅಂದ : ಹೋಗ್ರಿ ಇವ್ರೆ, ಎಷ್ಟರೀ ನಿಮಗೆ ಸೊಕ್ಕು?"

"ನೀವೇ ಹೋಗ್ರಿ, ಇವ್ರೆ, ನಿಮಗೆಷ್ಟು ಸೊಕ್ಕು?" ಅಂದ ಪ್ರಹ್ಲಾದರಾಯ. ಅವನ ಎಣ್ಣೆಗಪ್ಪು ಮುಖದಲ್ಲಿ ಹಾಸ್ಯವನ್ನೊಡೆದು ಕೋಪ ಹೊರಬರುತ್ತಿತ್ತು. "ಸ್ವಾಮಿ ನರಸಿಂಗರಾಯರೆ, ನಿಮ್ಮ ಕಟ್ಟಾರೋಪು ಇನ್ನು ನಡೆಯೊಲ್ಲ. ತೋರಿಸ್ತಾನೆ – ಮಹಾ! ಯಾರಿಗೂ ಗೊತ್ತಿಲ್ಲ ನಿನ್ನ ಬಂಡವಾಳ ಅಂತ ತಿಳಿದಿದಿಯೋ – ವೀರ ಚಪ್ಲಿಯಿಂದ ಹೊಡೆದದ್ದು? ಗೋವಿಂದರಾಜು ಫೈಲಿನಿಂದ ತಲೆಗೆ ಕುಕ್ಕಿದ್ದು?" ನರಸಿಂಗರಾಯ ಸಿಟ್ಟಿನಿಂದ ಕೋಲು ತೆಗೆದುಕೊಂಡು ಎದ್ದ. "ಲೋ ಭಡವಾ – ಬಾಯಿ ಮುಚ್ತೀಯೋ ಪೂಜೆ ಬೇಕೊ?"

ಇಬ್ಬರು ಮುದುಕರೂ ಎದ್ದು ನಿಂತು ಹುಚ್ಚು ನಾಯಿಗಳ ಹಾಗೆ ಅರಚುತ್ತಿದ್ದಾರೆ. ದಾಕ್ಷಿಣ್ಯಕ್ಕೋ ಸಂಕೋಚಕ್ಕೋ ಇಲ್ಲಿಯವರೆಗೆ ಒತ್ತಿಟ್ಟಿದ್ದ ಭೂತಗಳು ಎದ್ದು ಕುಣಿಯುತ್ತಿವೆ; ನನಗೆ ಭಯವಾಗುತ್ತಿದೆ; ಬದುಕಿನ ಆಳಕ್ಕೆ ನನ್ನನ್ನು ಈ ಇಬ್ಬರೂ ಎಸೆಯುತ್ತಿದ್ದಾರೆ. ಸಣ್ಣಪುಟ್ಟ ನೆಪಹಾಕಿಕೊಂಡು ನರಸಿಂಗರಾಯ ಪ್ರಹ್ಲಾದರಾಯನ ಮನೆಗೆ

ಹೋಗಿ ಮಗಳ ಮೇಲೆ ಕಣ್ಣು ಹಾಕುತ್ತಿರಬೇಕು; ಪ್ರಹ್ಲಾದರಾಯ ನಚ್ಚಗೆ ಹೇಳುವು ದಕ್ಕೆ ಇಲ್ಲಿಯವರೆಗೆ ಕಾದಿರಬೇಕು. ಈ ತನಕದ ಬದುಕು ಇಬ್ಬರಿಗೂ ಭಾರವಾಗಿದೆ.

ಕೈಗೆ ಕೈ ಹತ್ತಿಬಿಟ್ಟೀತೆಂದು ನಾನು ಎದ್ದು ನಿಂತು (ತೆಳ್ಳಗಿದ್ದದ್ದರಿಂದ) ಪ್ರಹ್ಲಾದ ರಾಯನನ್ನು ಕರೆದುಕೊಂಡು ದೂರ ಹೋದೆ. "ಸಾರ್, ನರಸಿಂಗರಾಯರೆ, ಈ ವಯಸ್ಸಿ ನಲ್ಲಿ, ಜಗಳ ತರವಲ್ಲ ಹೋಗಿ, ಮನೆಗೆ ಹೋಗಿ" ಅಂದೆ.

ಪ್ರಹ್ಲಾದರಾಯ : "ಮನೆ ಬೇರೆ ಇದೆಯೆ ಆ ಬೀದಿ ನಾಯಿಗೆ?"

ನರಸಿಂಗರಾಯ : "ಅದಕ್ಕೇ ಅಲ್ಲವಾ ನಿನ್ನ ಮನೆಗೆ ಬರ್ತಿದ್ದು? ನಿನ್ನ ಮಗಳು, ಹೆಂಡತಿ ಇರೋತನಕ ನನಗ್ಯಾಕೆ ಮದುವೆ?"

ಆ ಮನುಷ್ಯ ಆ ವಯಸ್ಸಿನಲ್ಲಿ ಹೆಂಗಸು ಮದುವೆ ಅನ್ನುವುದು ನೋಡಿ ನನಗೆ ನಗೆ ಬರುವುದರ ಬದಲು ತೀವ್ರ ನೋವಾಯಿತು. ಹೆಂಗಸು ಆತನಲ್ಲಿ ಬಹಳ ನಮೂನೆಯ ಕಲ್ಪನೆಗಳನ್ನು ಕೆರಳಿಸಿರಬಹುದು. ಆದರೆ ಆತ ಯಾವ ಸಂಬಂಧಕ್ಕೂ ಅಯೋಗ್ಯನಾಗಿ ಬೆಳೆದು ಎಂದೋ ರಕ್ಕಸನಿಗೆ ಪ್ರಾಣ ಮಾರಿಕೊಂಡಿದ್ದ; ಗುಂಪು ಬಿಟ್ಟ ಹಕ್ಕಿಯ ಹಾಗೆ ಕ್ರಮೇಣ ನಶಿಸುತ್ತಿದ್ದ; ರಕ್ತ ಮಾಂಸವಾಗಿ ಅಡ್ಡಾಡುತ್ತಿದ್ದ.

* * * *

ಆಫೀಸಿನಿಂದ ತಮ್ಮ ವ್ಯಕ್ತಿತ್ವ ನಿರ್ಧರಿಸಿಕೊಂಡ ಆ ಇಬ್ಬರು ಮನುಷ್ಯರು ಕಳೆದ ವರ್ಷಗಳ ಭಾರದ ಅಡಿಯಲ್ಲಿ ವಿಕಾರವಾಗಿ ನರಳುವುದನ್ನು ಕಂಡು ವಿಶಾಲವಾಗಿ ಗಗನ ಚುಂಬಿತವಾಗಿ ಬೆಳೆದ ಮರಗಳ ಸ್ವಚ್ಛಂದವನ್ನು ಮೆಚ್ಚಿ ತಲೆದೂಗಿದೆ.

ಮಾಗಿಯಲ್ಲಿ ಎಲೆಗಳಚಿ ಬರಕಲು ಬರಕಲಾದ ಮರಗಳು ವಸಂತದಲ್ಲಿ ದಟ್ಟ ಹಸುರುಟ್ಟು ಉದಾರವಾಗುತ್ತವೆ, ಹರ್ಷೋದ್ಗಾರ ಮಾಡುತ್ತವೆ. ತಕ್ಕ ಋತುವಿನಲ್ಲಿ ಉತ್ಸಾಹದಿಂದ ಕುಣಿಯುವ ಹೆಣ್ಣು ಮತ್ತು ಗಂಡು ಜಿಂಕೆಗಳು ಮಿಕ್ಕ ವೇಳೆಯಲ್ಲಿ ತಮ್ಮ ತಮ್ಮ ಕರ್ತವ್ಯ ನೋಡಿಕೊಂಡು ತಣ್ಣಗಿರುತ್ತವೆ. ಅನ್ನಕ್ಕೆ, ಆನಂದಕ್ಕೆ ಅಡ್ಡಿಯಾಗದೆ ಇದ್ದಾಗ ಎಷ್ಟೊಂದು ಸತ್ಸಂಕಲ್ಪ, ಸದ್ಬುದ್ಧಿ, ಅವಕ್ಕೆ!

ಇದೆಲ್ಲ ನನ್ನ ಬರೀ ಭಾವಾಡಂಬರ ಇರಬಹುದು. ಕಾಲ ಮೀರಿದ ಬಳಿಕ ಹೂವನ್ನು ಕಾಯಾಗಿ ಗಟ್ಟಿಸಲಾಗದ, ನೆರಳು ಕೊಡಲಾಗದ ಸೌದೆಗೆ ಕೂಡ ನಿಷ್ಪ್ರಯೋಜಕವಾದ ಮರಗಳಿಲ್ಲವೆ? ಮರಿಗಳನ್ನು ಹೆರದ, ಯಾರಿಗೂ ಉಪಯೋಗವಿಲ್ಲದ ಪ್ರಾಣಿಗಳಿಲ್ಲವೆ?

ಹೋಲಿಕೆಯನ್ನು ಮೀರಿದ ನೋವು, ಆಶೆ ನನ್ನನ್ನು ಮುತ್ತುತ್ತದೆ.

ಸುತ್ತಲೂ ಚಿಕ್ಕ ಮಕ್ಕಳು ಲಂಗವನ್ನು ಗಿರ್ರನೆ ತಿರುಗಿಸಿ ಕೈಗಳನ್ನು ಬೀಸಿ ಕುಣಿಯು ತ್ತಿವೆ; ಕೇಕೆ ಹಾಕುತ್ತಿವೆ.

ಅತ್ತಕಡೆ ಈಚೆಗೆ ಲಗ್ನವಾದವರು ತೆಕ್ಕೆಹಾಕಿಕೊಂಡು ಗಂಭೀರವಾಗಿ 'ಓಡಾಡುತ್ತಿದ್ದಾರೆ' ನಾನು ಕುಳಿತ ಕಡೆಗೆ ಬರುತ್ತಿದ್ದ ನನ್ನ ವಿದ್ಯಾರ್ಥಿ-ವಿದ್ಯಾರ್ಥಿನಿಯರು ನನ್ನನ್ನು ನೋಡಿ ಇನ್ನೊಂದು ದಾರಿಗೆ ತಿರುಗುತ್ತಿದ್ದಾರೆ.

ಅಪಾರ ನೋವು.

ನೋವಿಗೆ ಬದಲಾಗಿ ಔದಾರ್ಯ ಬರಲಾರದೆ? ನನ್ನನ್ನು ಸಂತೋಷ ತುಂಬಿ ಉದ್ಗಾರವಾಗಬಾರದೆ? ದಿನಗಳು ನನ್ನನ್ನು ಗುಪ್ತವಾಗಿ ಕೊಲ್ಲುವ ಜೊತೆಗೆ ಒಂದಿಷ್ಟು ಜೀವರಸವನ್ನು ಹನಿಸಬಾರದೆ? ಮರದಂತೆ ನಿಂತು ಪಕ್ಷಪಾತವಿಲ್ಲದೆ, ಸಣ್ಣತನವಿಲ್ಲದೆ, ನೆರಳು ಚೆಲ್ಲಲು, ಹೂ ಅರಳಿಸಲು ಸಾಧ್ಯವಾಗಬಾರದೆ?

20. ಅಬಚೂರಿನ ಪೋಸ್ಟಾಫೀಸು

– ಕೆ. ಪಿ. ಪೂರ್ಣಚಂದ್ರ ತೇಜಸ್ವಿ

ಹೊಸದಾಗಿ ಆರಂಭವಾಗಿದ್ದ ಅಬಚೂರಿನ ಪೋಸ್ಟಾಫೀಸಿನಲ್ಲಿ ಹಂಗಾಮಿಯಾಗಿ ಪೋಸ್ಟಮಾಸ್ತರನಾಗಿದ್ದ ಬೋಬಣ್ಣ ಇಂದು ಅತ್ಯಂತ ಅಸಂತುಷ್ಟನೂ ತೊಂದರೆಗೊಳಗಾದವನೂ ಆಗಿದ್ದನು. ಮೊದಲು ಅವನು ಅಬಚೂರಿನ ಸಾಹುಕಾರರಾದ ಅಲ್ಲೀಜಾನ್ ಸಾಬರ ತೋಟದಲ್ಲಿ ರೈಟರ ಕೆಲಸ ಮಾಡುತ್ತಿದ್ದನು. ಪೋಸ್ಟಾಫೀಸು ಅಬಚೂರಿನಲ್ಲಿ ಹೊಸದಾಗಿ ತೆರೆದಾಗ ಬೋಬಣ್ಣ ಸಾಯಂಕಾಲ ಒಂದು ಗಂಟೆ ಬೆಳಿಗ್ಗೆ ಒಂದು ಗಂಟೆ ಹಂಗಾಮಿಯಾಗಿ ಪೋಸ್ಟಮಾಸ್ತರ ಕೆಲಸ ಮಾಡಲು ಒಪ್ಪಿದ್ದನು. ಬೋಬಣ್ಣ ಒಪ್ಪದಿದ್ದರೆ ಅಬಚೂರಿಗೆ ಪೋಸ್ಟಾಫೀಸು ಬರಲು ಸಾಧ್ಯವೇ ಇರಲಿಲ್ಲ. ಏಕೆಂದರೆ ಅಲ್ಲಿ ಇನ್ನೂ ಯಾರಿಗೂ ಇಂಗ್ಲಿಷ್ ಅಕ್ಷರಗಳು ತಿಳಿಯುತ್ತಲೇ ಇರಲಿಲ್ಲ. ಹಾಗೂ ಇಂಗ್ಲಿಷ್ ತಿಳಿದವರಾರೂ ಆ ಕೊಂಪೆಗೆ ಅಷ್ಟೊಂದು ಸಣ್ಣ ಸಂಬಳಕ್ಕೆ ಬಂದು ಕೆಲಸ ಮಾಡಲು ತಯ್ಯಾರಿರಲಿಲ್ಲ. ಬೋಬಣ್ಣ ಒಪ್ಪಿದ ನಂತರ ಅವನ ಅತ್ತೆಮನೆಯೇ ಪೋಸ್ಟಾಫೀಸೂ ಆಗಿ ಹಂಗಾಮಿಯಾಗಿ ರೂಪಾಂತರಗೊಂಡಿತು. ಹೀಗಾಗಿ ಪೋಸ್ಟಾಫೀಸು ತೆರೆದ ಕೆಲವೇ ದಿನಗಳಲ್ಲಿ ಬೋಬಣ್ಣನೂ ಪೋಸ್ಟಾಫೀಸೂ ಅವಿಭಾಜ್ಯ ಅಂಗಗಳೆನ್ನುವಂತಾಯ್ತು.

ಪೋಸ್ಟಾಫೀಸು ಆರಂಭವಾಯ್ತು. ಎಲ್ಲರೂ ಬೋಬಣ್ಣನನ್ನು ಪೋಸ್ಟಮಾಸ್ತರ ಎಂದು ಗೌರವದಿಂದ ಕರೆಯುತ್ತಿದ್ದರು. ಬೋಬಣ್ಣನಿಗೆ ತಾನೊಬ್ಬ ದಿಲ್ಲಿಯೊಡನೆ ಸಂಪರ್ಕ ಹೊಂದಿರುವ ಭಾರತದ ಪ್ರಜೆ ಎಂಬ ಹೆಮ್ಮೆಯುಂಟಾಗ ತೊಡಗಿತು. ಬೋಬಣ್ಣ ಎಸ್ಸೆಲ್ಸಿ ವರೆಗಿನ ಇಂಗ್ಲೀಷೇ ಅವನ ಎಷ್ಟೋ ಪೋಸ್ಟಾಫೀಸಿನ ಕೆಲಸ ಕಾರ್ಯಗಳಿಗೆ ಸಾಲದಾಗುತ್ತಿದ್ದಿತು. ಅದಕ್ಕಾಗಿ ಅವನು ಒಂದು ಹಳೆ ಇಂಗ್ಲಿಷ್-ಕನ್ನಡ ಡಿಕ್ಷನರಿಯನ್ನೂ ಇಟ್ಟುಕೊಂಡನು. ಬೋಬಣ್ಣನು ಅವನ ಅತ್ತೆಮನೆಯಲ್ಲಿಯೇ ವಾಸವಾಗಿದ್ದನು. ಆತನ ಅತ್ತೆಯೂ ಹೆಂಡತಿಯೂ ಸಾಬರ ತೋಟದಲ್ಲಿಯೇ ಬಹುಕಾಲದಿಂದ ಕೆಲಸ ಮಾಡಿಕೊಂಡು ಬಂದವರಾಗಿದ್ದರು. ಬೋಬಣ್ಣ ಸಕಲೇಶಪುರದ ಹತ್ತಿರ ಕೊಡಲಿಪೇಟೆ ಎಂಬ ಒಂದು ಹಳ್ಳಿಯವನಾಗಿದ್ದನು. ಅವನು ಅಲ್ಲಿ ಕೆಲಸವಿಲ್ಲದೆ ಪೋಕರಿ ತಿರುಗುತ್ತಿದ್ದಾಗ ಬೋಬಣ್ಣನ ಅತ್ತೆ ಮಾಚಮ್ಮನೇ ಅವನನ್ನು ಕರೆತಂದು ಮಗಳಿಗೆ ಮದುವೆ ಮಾಡಿ ಮನೆಯಲ್ಲಿಯೇ ಇರಿಸಿಕೊಂಡಿದ್ದಳು. ಓದಿದ ಹುಡುಗನೆಂದು ಅಲ್ಲೀಜಾನ್ ಸಾಬರ ಬಳಿ ಕೇಳಿ ಒಂದು ಕೆಲಸವನ್ನೂ ಕೊಡಿಸಿದ್ದಳು. ಬೋಬಣ್ಣನಿಗೆ ತಂದೆ-ತಾಯಿ ಇವರು

ಯಾರೂ ಇರಲಿಲ್ಲ. ಇಬ್ಬರು ಅಣ್ಣಂದಿರು ಮಾತ್ರ ಇದ್ದರು. ಬೋಬಣ್ಣ ಅತ್ತೆಮನೆಗೆ ಹೋಗುವುದಾಗಿ ಹೇಳಿದಾಗ ಸಂತೋಷಗೊಂಡು ಮರುಮಾತನಾಡದೇ ಒಪ್ಪಿ ಸಮ್ಮತಿಸಿದ್ದರು. ಸ್ವಭಾವತಃ ಒಳ್ಳೆಯವನೇ ಆಗಿದ್ದ ಬೋಬಣ್ಣನು ಕೆಲಸವಿಲ್ಲದೆ ಇರುವುದರಿಂದ ಕೊಡಲಿಪೇಟೆಯಲ್ಲಿ ಪೋಕರಿ ತಿರುಗುತ್ತಿದ್ದನು. ಮದುವೆಯಾಗಿ ಕೆಲಸ ದೊರೆತುದರಿಂದ ಈಗ ಪೋಕರಿ ಅಲೆತ ಸಂಪೂರ್ಣ ನಿಂತು ಹೋಗಿದ್ದಿತು. ಈಪರಿಯಾಗಿ ಸುಮಾರು ಮೂರು-ನಾಲ್ಕು ವರ್ಷಗಳ ವರೆಗೆ ನೆಮ್ಮದಿಯಿಂದ ಕಾಲ ಹಾಕಿದ್ದ ಬೋಬಣ್ಣ ಇಂದು ಅತ್ಯಂತ ಅಸಂತುಷ್ಟನೂ ದುಃಖಿಯೂ ಆಗಿದ್ದನು.

ಏಕೆ ಸಂಕಟಗ್ರಸ್ತನಾಗಿದ್ದೇನೆಂದು ಅವನಿಗೆ ಬಗೆಹರಿಯದಾಯಿತು. ಸಂಕಟಗಳಿಗೆ ಅವನು ಕಾರಣ ಕಂಡುಹಿಡಿಯುವುದಿರಲಿ, ಸಂಕಟಗಳೇ ಏನೆಂದು ಅವನಿಗೆ ಅರ್ಥವಾಗಿರಲಿಲ್ಲ.

ಬೋಬಣ್ಣ ಕೆಲಸ ಆರಂಭಿಸಿದಾಗ ಅಲ್ಲೀಜಾನ್ ಸಾಬರ ಮಗನಿಗೆ ಬಂದ ಒಂದು ಕಾಗದ ಕದ್ದಿದ್ದನು. ಒಮ್ಮೊಮ್ಮೆ ತನ್ನ ಈ ಕೃತ್ಯದಿಂದ ಪೋಸ್ಟಾಫೀಸಿಗೆ ಸಂಬಂಧಿಸಿದ ಯಾವುದಾದರೂ ದೆವ್ವವೋ ದೇವರೋ ಮುನಿಯಿತೋ ಎಂದು ಆಲೋಚನೆ ಮಾಡುತ್ತಿದ್ದನು.

ಮಂಗಳೂರಿನಲ್ಲಿ ಓದುತ್ತಿದ್ದ ಅಲ್ಲೀಜಾನ್ ಸಾಬರ ಮಗ ಅಜೀಜ್ ರಜಕ್ಕೆ ಊರಿಗೆ ಬಂದಿದ್ದಾಗ ಅವನಿಗೆ ಯಾರೋ ಸ್ನೇಹಿತರು ಒಂದು ಕವರ್ ಕಳಿಸಿದ್ದರು. ಅದೇನಿರಬಹುದೆಂದು ಬೋಬಣ್ಣನಿಗೆ ಕುತೂಹಲ ಆರಂಭವಾಯ್ತು. ಮೊದಲು ಹಣವಿರಬಹುದೆಂದು ಶಂಕಿಸಿದನು. ಆದರೆ ಕೊನೆಗೆ ಅದೊಂದು ಪ್ರೇಮ-ಪತ್ರವಿರಬಹುದೆಂದು ಗುಮಾನಿಯಾಯ್ತು. ಅವನು ಆವರೆಗೂ ಕೂಡ ಒಂದೂ ಪ್ರೇಮ ಸಲ್ಲಾಪ ಕೇಳಿರಲಿಲ್ಲ. ಅಷ್ಟೇ ಅಲ್ಲದೆ ಮದುವೆಯಾದ ನಂತರವೂ ಕೂಡ ಒಂದೇ ಒಂದು ದಿನ ಹೆಂಡತಿಯೊಡನೆ ಹಾಗೆ ವ್ಯವಹರಿಸಿರಲಿಲ್ಲ. ಅತ್ತೆಯೂ ಸಹ ಇದ್ದ ಆ ಮನೆಯೊಳಗೆ ಬೋಬಣ್ಣನಿಗೆ ಅಂಥದಕ್ಕೆ ಅವಕಾಶ ಬಹಳ ಕಡಿಮೆ ಇತ್ತು. ಬೋಬಣ್ಣನಿಗೆ ಅವನ ಹೆಂಡತಿಯ ನಗ್ನತೆಯ ಸ್ಪರ್ಶದ ಅರಿವಿತ್ತೇ ಹೊರತು ಯಾವತ್ತೂ ಬೆಳಕಿನಲ್ಲಿ ಕಂಡೇ ಇರಲಿಲ್ಲ. ಅಜೀಜನಿಗೆ ಬಂದ ಕಾಗದವು ಪ್ರೇಮಪತ್ರವಿರಬಹುದೆಂದು ಸಂಶಯ ಬಂದೊಡನೆಯೇ ಬೋಬಣ್ಣನಿಗೆ ಕುತೂಹಲ ತಲೆಗೇರಿತು. ಎದೆ ಡವಡವ ಹೊಡೆದುಕೊಂಡಿತು. ಆ ಕಾಗದವನ್ನು ಕದ್ದು ಜೇಬಿಗೆ ಇಳಿಬಿಟ್ಟ. ಆ ದಿನವೆಲ್ಲಾ ಬೋಬಣ್ಣನ ಚರ್ಯೆಯೇ ಒಂದು ತರಹೆಯದಾಗಿತ್ತು. ಅನೇಕ ಬಾರಿ ಅದನ್ನು ಹಿಂದಿರುಗಿಸಬೇಕೆಂದು ಯೋಚಿಸಿದ. ಅದನ್ನು ಒಡೆದು ನೋಡಿದರೆ ಅದನ್ನು ಎಂದೂ ಹಿಂದಿರುಗಿಸಲಸಾಧ್ಯವಾಗುತ್ತದೆಂದು ಹೆದರಿ ಅದನ್ನು ಒಡೆದು ನೋಡಲಲೂ ಇಲ್ಲ, ಹಿಂದಿರುಗಿಸಲೂ ಇಲ್ಲ.

ಬೋಬಣ್ಣನ ಹೆಂಡತಿಯ ಹೆಸರು ಕಾವೇರಿ. ಕಾವೇರಿಗೆ ಒಂದು ಹೆಣ್ಣು ಮಗಳೂ ಒಂದು ಗಂಡುಮಗುವೂ ಇದ್ದಿತು. ಎರಡನೆಯ ಹೆರಿಗೆಯಾದನಂತರ ಕಾವೇರಿ ಪುರಸೊತ್ತು ಸಿಕ್ಕದಿನ ಮಾತ್ರ ಕೆಲಸಕ್ಕೆ ಹೋಗುತ್ತಿದ್ದಳು. ಇಲ್ಲದಿದ್ದರೆ ಅತ್ತೆಯೊಬ್ಬಳೇ ಕೆಲಸಕ್ಕೆ

ಹೋಗುತ್ತಿದ್ದಳು. ಬೋಬಣ್ಣನ ಈ ಪರಿಯ ಚರ್ಯೆಯಿಂದ ಅವಳಿಗೆ ಏನೋ ಸಂಶಯ ಆರಂಭವಾಗಿ ಮನಿಯಾರ್ಡರು ಹಣವನ್ನೇನಾದರೂ ಸ್ವಂತಕ್ಕೆ ಉಪಯೋಗಿಸಿಕೊಂಡನೇ ಎಂದು ಗಾಬರಿಯಾದಳು. ಒಂದು ಬಾರಿ ಬೋಬಣ್ಣ ಮನಿಯಾರ್ಡರೊಂದರ ಒಂದು ರೂಪಾಯಿಯನ್ನು ಸ್ವಂತಕ್ಕೆ ಉಪಯೋಗಿಸಿ ದೊಡ್ಡ ರಾದ್ಧಾಂತವಾಗಿತ್ತು. ಬೋಬಣ್ಣ ಸ್ವಂತ ಸಂಬಳದಿಂದ ಅದನ್ನು ಕಟ್ಟಿ ಎಲ್ಲರೆದುರು ಅವಮಾನ ಅನುಭವಿಸಿದನು. ಆದುದರಿಂದ ಬೋಬಣ್ಣ ಕೆಲಸಕ್ಕೆ ತೋಟಕ್ಕೆ ಹೋದಾಗ ಪೋಸ್ಟಾಫೀಸಿನ ಬಳಿ ಯಾರು ಸುಳಿದರೂ ನಿಮ್ಮದು ಏನಾದರೂ ಮನಿಯಾರ್ಡರು ಬರಬೇಕಿತ್ತಾ ಎಂದು ಎಲ್ಲರನ್ನೂ ಕೇಳಿದ್ದಳು, ಕಾವೇರಿ.

ಬೋಬಣ್ಣ ನಾಲ್ಕಾರು ದಿನ ಕಳೆದ ನಂತರ ಇನ್ನು ಇದನ್ನು ಕೊಟ್ಟರೆ ಅದಕ್ಕೂ ಗುಮಾನಿ ಬರುತ್ತದೆಂದು ಬಗೆದು ಅದನ್ನು ಬಿಚ್ಚಿ ಓದಲು ನಿರ್ಧರಿಸಿದನು. ಆ ದಿನ ತೋಟಕ್ಕೆ ಹೋದವನು ಏನನ್ನೋ ನೋಡುವವನಂತೆ ಆಳುಗಳು ಕಾಣದ ಒಂದು ಮರೆಗೆ ಹೋಗಿ ಅದನ್ನು ಒಡೆದು ನೋಡಿದನು. ಆ ಕವರಿನೊಳಗೆ ಒಂದು ಕಾರ್ಡು ಮಾತ್ರವಿತ್ತು. ಹಾಗೂ ಉರ್ದು ಲಿಪಿಯಲ್ಲಿ ಅದರಲ್ಲಿ ಏನೇನೋ ಬರೆದಿತ್ತು. ಬೋಬಣ್ಣನಿಗೆ ಹತಾಶೆಯಾಯ್ತು. ಅದರ ಬಗ್ಗೆ ಏನೇನೋ ಈವರೆಗೆ ಕಲ್ಪನೆ ಮಾಡಿಕೊಂಡುದಕ್ಕಾಗಿ ತನ್ನ ಮೇಲೆ ತನಗೇ ಮುನಿಸು ಬಂದಿತ್ತು. ಅಷ್ಟರಲ್ಲಿ ಆ ಕಾಗದವನ್ನು ಹಿಡಿದುಕೊಂಡಿದ್ದವನು ಅದರ ಇನ್ನೊಂದು ಪಾರ್ಶ್ವಕ್ಕೆ ತಿರುಗಿಸಿದನು. ಬೋಬಣ್ಣನಿಗೆ ಆಕಡೆ ಸೊಂಟದವರೆಗೆ ನಗ್ನಳಾಗಿದ್ದ ಹೆಂಗಸಿನ ಚಿತ್ರವೊಂದು ಕಂಡಿತು. ಅವಳ ಕೆಂಪು ಶರೀರ ದುಂಡನೆಯ ಕುಚಗಳು ದೊರೆಸಾನಿಯಂಥ ಮುಖ ಎಲ್ಲಾ ನೋಡಿ ಬೋಬಣ್ಣನಿಗೆ ಅಚ್ಚರಿಯಾಗಿ ಮೂಕನಾಗಿ ಹೋದನು. ಕೊಂಚ ಹೊತ್ತು ಅದರಲ್ಲೇ ತಲ್ಲೀನನಾಗಿದ್ದವನು ಪಕ್ಕನೆ ಎಚ್ಚೆತ್ತು ಅದನ್ನು ಜೋಬೊಳಗಿಟ್ಟುಕೊಂಡು ಕೆಲಸಕ್ಕೆ ಹಿಂದಿರುಗಿದನು. ಕೆಲಸ ಮಾಡುವಲ್ಲಿಗೆ ಹಿಂದಿರುಗಿದ ಬೋಬಣ್ಣನ ನಾಚಿದ ಮುಖನೋಡಿ ಆಳುಗಳೆಲ್ಲ ಚಕಿತರಾದರು. ಆದರೆ ಬೋಬಣ್ಣ ಆ ಕವರಿನೊಳಗಿನ ಗೂಢತೆ ಬಯಲಾದುದಕ್ಕೋ ಏನೋ ನಿಧಾನವಾಗಿ ತನ್ನ ಉದ್ವಿಗ್ನತೆಯನ್ನು ಹತೋಟಿಗೆ ತಂದುಕೊಂಡನು. ಕೆಲಸ ಕಾರ್ಯಗಳ ಆವೇಗದಲ್ಲಿ ಅದನ್ನು ಮರೆಯಲೆತ್ನಿಸಿದನು.

ಪೋಸ್ಟಾಫೀಸಿಗೆ ಸಾಕಷ್ಟು ಕೆಲಸ ಕಾರ್ಯ ಇರಲಿಲ್ಲ. ಆದುದರಿಂದ ಹೆಡ್ ಪೋಸ್ಟಾಫೀಸಿನಿಂದ ಸಾಕಷ್ಟು ಕಾಗದ-ಪತ್ರಗಳ ವಹಿವಾಟು ಇಲ್ಲದಿದ್ದರೆ ಅದನ್ನು ಮುಚ್ಚಬೇಕಾಗುತ್ತದೆಂದು ಬೋಬಣ್ಣನಿಗೆ ಎಚ್ಚರಿಕೆ ಬಂದಿತು. ಬೋಬಣ್ಣ ಅದಕ್ಕಾಗಿ ವಿಶೇಷ ಗಮನ ವಹಿಸಿ ಅಕ್ಕಪಕ್ಕದ ಗ್ರಾಮಗಳಿಗೆಲ್ಲಾ ಹೋಗಿ ತಮ್ಮ ಪೋಸ್ಟಾಫೀಸಿನ ಮುಖಾಂತರವೇ ವ್ಯವಹರಿಸಬೇಕೆಂದು ಮನವಿ ಮಾಡಿಕೊಂಡನು. ಈ ಪ್ರಚಾರದ ದೆಸೆಯಿಂದ ಅವನು ಸುತ್ತುಮುತ್ತಲ ಅನೇಕ ನಿರಕ್ಷರ ಕುಕ್ಷಿಗಳ ಪರವಾಗಿ ಕಾಗದ ಬರೆಯಬೇಕಾಯ್ತು ಮತ್ತು ಅವರಿಗೆ ಬಂದಿದ್ದ ಕಾಗದಗಳನ್ನು ಓದಿ ತಿಳಿಸಬೇಕಾಯ್ತು. ಈ ದಿಸೆಯಿಂದ ಅವನಿಗೆ

ಸುತ್ತುಮುತ್ತಲವರ ಎಲ್ಲಾ ವ್ಯವಹಾರ ಹಾಗೂ ಒಳ ವ್ಯವಹಾರಗಳ ಪರಿಚಯ ಅರಿವು ಆಗತೊಡಗಿತು. ಕಾಗದ ಬರೆಯುವಾಗ ಮತ್ತು ಅದನ್ನು ಅರ್ಥೈಸುವಾಗ ಎಷ್ಟೋ ಸಾರಿ ಅವನು ಸುತ್ತಮುತ್ತಲ ವ್ಯವಹಾರಗಳನ್ನು ನಿಯಂತ್ರಿಸುತ್ತಲೂ ಇದ್ದನು. ಈ ರೀತಿ ಯಾಗಿ ಪೋಸ್ಟಾಫೀಸಿನ ವ್ಯವಹಾರಗಳು ಹೆಚ್ಚುತ್ತಾ ಬಂದಂತೆ ಬೋಬಣ್ಣನ ಮನಶ್ಶಾಂತಿ ನಶಿಸುತ್ತಾ ಬಂದಿತು.

ಬೋಬಣ್ಣ ತನ್ನ ಮನಸ್ಸಿನ ಕಿರಿಕಿರಿ ಅಶಾಂತಿಗಳಿಗೆ ಏನು ಕಾರಣವೆಂದು ಅನೇಕ ಸಾರಿ ಆಲೋಚಿಸಿದ್ದನು. ಈ ಹಾಳು ಪೋಸ್ಟಾಫೀಸೇ ಅದಕ್ಕೆ ಕಾರಣವೋ? ಅಥವಾ ಅಜೀಜನಿಗೆ ಬಂದ ಆ ನಗ್ನ ಚಿತ್ರವೋ? ಎಂದು ಆಲೋಚಿಸಿದ. ಅದೊಂದು ಅನಿಷ್ಟವೆಂದೂ ಆ ಚಿತ್ರವನ್ನು ಹರಿದೆಸೆಯಬೇಕೆಂದೂ ಆಲೋಚಿಸಿದ. ಅದನ್ನು ಇಟ್ಟುಕೊಂಡ ದಿನ ದಿಂದಲೂ ಆಗಾಗ್ಗೆ ಅದನ್ನು ತೆಗೆದು ನೋಡುತ್ತಲೇ ಇದ್ದನು. ಆ ನಗ್ನ ಸುಂದರಿಯ ಕುಚಗಳು ಮನೋಹರ ನಯನಗಳು ಮುಂತಾದವುಗಳನ್ನು ನೋಡಿದಾಗಲೆಲ್ಲಾ ಅದನ್ನು ಹರಿದೆಸೆಯಬೇಕೆಂಬ ಬೋಬಣ್ಣನ ನಿರ್ಧಾರ ಹಾರಿಹೋಗುತ್ತಿದ್ದಿತು. ಇದಕ್ಕೂ ನನ್ನೀ ಬೇಸರಗಳಿಗೂ ಏನು ತಾನೆ ಸಂಬಂಧ ಎಂದು ತರ್ಕಿಸಿ ಅದನ್ನು ಮಡಿಚಿಡುತ್ತಿದ್ದನು.

ಬೋಬಣ್ಣ ಕೆಟ್ಟವನೇನಲ್ಲ. ಅವನೇನು ಆ ಚಿತ್ರ ನೋಡಿ ಉದ್ರೇಕಿತನಾಗಿ ಸೂಳೆಯ ಮನೆಗೆ ಹೋಗಲೂ ಇಲ್ಲ. ಅಥವಾ ಯಾವುದೇ ಹೆಂಗಸಿನೊಡನೆ ಅನ್ಯಾಸಕ್ತನಾಗಲೂ ಇಲ್ಲ. ಆದರೆ ತನ್ನ ಹೆಂಡತಿ ಕಾವೇರಿಯನ್ನು ನೋಡಿದಾಗಲೆಲ್ಲಾ ಅವನಿಗೆ ನಿಜವಾಗಿಯೂ ಕಾವೇರುತ್ತಿದ್ದಿತು. ಸ್ತ್ರೀಯ ನಗ್ನಸ್ವರೂಪದ ಅನಂತ ಸಾಧ್ಯತೆಗಳನ್ನು ಆಕೆಯ ವದನದ ಅಡಿ ರಚಿಸುತ್ತಿದ್ದನು.

ಎರಡು ಮಕ್ಕಳ ತಾಯಿಯಾಗಿದ್ದ ಕಾವೇರಿಗೆ ಬೋಬಣ್ಣನ ಚೇಷ್ಟೆಗಳು ಚರ್ಯೆಗಳು ನಾಚಿಕೆಯಾಗುವಂತೆ ಮಾಡಿದವು. ಮಗಳು ಬೇರೆ ಕೊಂಚ ದೊಡ್ಡವಳಿದ್ದುದರಿಂದ ನಾಚಿಕೆಯೊಡನೆ ಗಾಭರಿಯೂ ಆಗುತ್ತಿದ್ದಿತು. ಒಂದು ಸಾರಿ ಬೋಬಣ್ಣ ಅವಳನ್ನು ಮುತ್ತಿಡಲು ಹಿಡಿದುಕೊಂಡಾಗ ಅವಳು ಗಾಬರಿಯಿಂದ ಆಚೀಚೆ ಬಾಗಿಲುಗಳನ್ನು ನೋಡುತ್ತಾ ಬೋಬಣ್ಣನ ಕೈಯಲ್ಲಿ ಕೊಸರಾಡಿದಳು. ಬೋಬಣ್ಣ ಅವಳನ್ನು ಬಿಟ್ಟಾಗ ಅವಳು ಕೊಂಚ ಮುನಿಸಿನಿಂದಲೇ "ಏಕೆ ಹೀಗೆ ಪೀಡಿಸುತ್ತಿದ್ದೀರಿ?" ಎಂದು ರೇಗಿದಳು. ಏಕೆಂದು ಹೇಳಿಯಾನು ಬೋಬಣ್ಣ. ಒಟ್ಟಿನಲ್ಲಿ ಗತಕಾಲದ ಪೋಕರಿಚಾಳಿಗಳು ಬೋಬಣ್ಣ ನಲ್ಲಿ ಮರುಕಳಿಸುತ್ತಿವೆ ಎಂದು ಕಾವೇರಿ ನಿಜವಾಗಿ ಗುಮಾನಿಸತೊಡಗಿದಳು.

ಮಾಚಮ್ಮ ಹಲವಾರು ಬಾರಿ ಸೂಕ್ಷ್ಮವಾಗಿ ಬೋಬಣ್ಣನ ಈ ಬಗೆಯ ಚರ್ಯೆ ಗಳನ್ನು ಗಮನಿಸಿದ್ದಳು. ಅವಳಿಗೆ ತಾನು ವಯಸ್ಸಾದವಳು, ಬೋಬಣ್ಣ ತನ್ನನ್ನು ಗೌರವಿಸಬೇಕು ಎಂದು ಇಷ್ಟವಿದ್ದಿತು. ಅವಳು ತನ್ನ ಗಂಡನ ಮರಣಾನಂತರ ಏಕಾಂಗಿ ಯಾಗಿ ದುಡಿದು ಕಾವೇರಿಯನ್ನು ಸಾಕಿದ್ದಳು. ಅದಕ್ಕಿಂತ ಮಿಗಿಲಾಗಿ ಕಾವೇರಿ ಮದುವೆ ಯಾದ ನಂತರ ಗಂಡನ ಮಾತನ್ನೇ ಕಟ್ಟಿಕೊಂಡು ಅವನನ್ನೇ ಓಲೈಸುತ್ತಾ ಬೇರೆ ಹೋದರೆ

ಈ ಮುಪ್ಪಿನಲ್ಲಿ ತಾನೇನುಮಾಡುವುದು ಎಂದು ಭಯವಿದ್ದಿತು. ಆದುದರಿಂದ ಕಾವೇರಿಗೆ ಮದುವೆ ಮಾಡಲಿಕ್ಕೇ ಆಕೆಗೆ ಇಷ್ಟವಿರಲಿಲ್ಲ. ಆದರೆ ಆಚೀಚಿನವರ ಮಾತಿಗೆ ಹೆದರಿ ಮತ್ತು ಕಾವೇರಿಯೇ ಅಡ್ಡ ಹಾದಿ ಹಿಡಿದರೆ ಎಂದು ಹೆದರಿ ಕಾವೇರಿಗೆ ಗಂಡು ಹುಡುಕ ತೊಡಗಿದ್ದಳು. ಬೋಬಣ್ಣನಿಗೆ ತಂದೆ ತಾಯಿ ಯಾರೂ ಇಲ್ಲದಿದ್ದುದರಿಂದಲೂ ಅವನು ಮಾಚಮ್ಮನ ಮನೆಗೇ ಬಂದು ಇರಲು ಒಪ್ಪಿದುದರಿಂದಲೂ ಅವನು ಕಾವೇರಿಗೆ ಅನುರೂಪನಾದ ವರನಾಗಿ ಕಂಡಿದ್ದನು. ಆದರೆ ಆಕೆ ಸೂಕ್ಷ್ಮವಾಗಿ ಕಾವೇರಿಯ ಮೇಲಿನ ಪ್ರೀತಿ ತನ್ನ ಮೇಲಿನ ಗೌರವ ಎರಡೂ ಜೊತೆಜೊತೆಯಾಗಿ ವೃದ್ಧಿಯಾಗುವಂತೆ ನೋಡಿಕೊಂಡಿದ್ದಳು. ತನ್ನ ಮನೆ ಯಾವಾಗಲೂ ಒಂದು ಬಗೆಯ ಗಾಂಭೀರ್ಯದಿಂದಿರುವಂತೆ ನೋಡುತ್ತಾ ಪೂಜೆ-ಪುರಸ್ಕಾರಗಳಲ್ಲೇ ತೊಡಗಿ ಬೋಬಣ್ಣ ಹಾಸ್ಯ ಕುಚೋದ್ಯಗಳಿಲ್ಲದೆ ಗಂಭೀರನಾಗಿರುವಂತೆ ನೋಡಿಕೊಂಡಿದ್ದಳು. ಇಂಥದರಲ್ಲಿ ಬೋಬಣ್ಣನ ಚೇಷ್ಟೆ ಅವನ ಕಾಮುಕತೆಗಳು ಮಾಚಮ್ಮನಿಗೆ ಭಯಂಕರ ಅಧಿಕಪ್ರಸಂಗಗಳಾಗಿ ಕಂಡವು. ಇದು ಹೀಗೆ ಮುಂದುವರಿದರೆ ಬೋಬಣ್ಣ ತನ್ನ ಮನೆಯಲ್ಲೇ ಉಳಿದರೂ ಕೂಡ ತನ್ನ ಯಜಮಾನಿಕೆಗೆ ಸಂಚಕಾರ ಬರುತ್ತದೆ ಅಥವಾ ಬೋಬಣ್ಣ ಕಾವೇರಿಯನ್ನು ಕರೆದೊಯ್ದು ತನ್ನನ್ನು ಅನಾಥೆಯನ್ನಾಗಿ ಮಾಡುತ್ತಾನೆ. ಈ ಎರಡರಲ್ಲಿ ಒಂದು ಆಗುತ್ತದೆ ಎಂದು ಬಗೆದಳು. ಕಾವೇರಿಗೆ ಈಚೆಗೆ ಒಂದು ಗಂಡು ಮಗುವಾಗುವ ವರೆಗೂ ಕೂಡ ಬೋಬಣ್ಣ ಕಾವೇರಿಯನ್ನು ತೊರೆದರೆ ಎಂದು ಚಿಂತೆಯಾಗುತ್ತಿದ್ದಿತು. ಆದರೆ ಈಗ ತೊರೆದರೂ ಪರ್ವಾ ಇಲ್ಲ ಎಂದು ಧೈರ್ಯ ಬಂದಿತ್ತು. ತಾನು ಗಂಡನಿಲ್ಲದೆ ಕಾವೇರಿಯನ್ನು ಸಾಕಿ ಸಲುಹಿ ಬದುಕಲಿಲ್ಲವೆ. ಇವಳೂ ಹಾಗೆ ಬದುಕಲಿ ಎಂದುಕೊಳ್ಳುತ್ತಿದ್ದಳು. ಆದುದರಿಂದಲೇ ಒಂದು ದಿನ.

"ಕಾವೇರಿ ನಿನಗೆ ಬಾಳ ದಿನದಿಂದ ಹೇಳಬೇಕೆಂದಿದ್ದೆ. ಬೋಬಣ್ಣ ಹಾಗೇಕೆ ಈಚೆಗೆ ಚೆಲ್ಲು ಚೆಲ್ಲಾಗಿ ಮಾಡುತ್ತಾನೆ. ಮಕ್ಕಳ ಎದುರು ದೇವರ ಎದುರು ಎಲ್ಲಾ ಒಂದೇ ತರ ಮಾಡೋದೆ. ನಿನಗೆ ನಾನೇನು ಹೇಳಬೇಕಾಗಿಲ್ಲ. ನೀನು ಕಷ್ಟಸುಖ ನೋಡಿದವಳು. ಅವರು ತೀರಿಕೊಂಡ ಮೇಲೆ ನಾನು ಏನೇನು ಕಷ್ಟಪಟ್ಟಿದ್ದೇನೆ. ನಿನ್ನನ್ನು ಹೇಗೆ ಸಾಕಿದೆ ನೀನೇ ನೋಡಿದ್ದೀಯ. ಹಾಗೇ ನಿನ್ನ ಮಕ್ಕಳನ್ನು ನೀನೂ ಮುಂದೆ ತರಬೇಕು." ಎಂದಳು.

"ಹೌದಮ್ಮಾ, ನೀನೇ ನನ್ನನ್ನು ಸಾಕಿದವಳು. ನೀನೇ ನನ್ನ ಮದುವೆ ಮಾಡಿದವಳು. ನೀನೇ ಒಂದು ಮಾತು ಹೇಳಿಬಿಡು. ನನಗೆ ಹೇಳಲಿಕ್ಕೆ ಒಂದು ತರಾ ಆಗುತ್ತೆ" ಎಂದಳು ಕಾವೇರಿ.

"ಹಾಗಲ್ಲಾ, ಮೈಯಲ್ಲಿ ಸೊಕ್ಕು ಬಂದಾಗ ನಾವು ಯಾರೂ ಎದುರಿಲ್ಲ ಎಂಬಂತೆ ಆಡಬಾರದು" ಎಂದಳು ಮಾಚಮ್ಮ.

"ಕಾವೇರಿಗೆ ವಿಪರೀತ ನಾಚಿಕೆಯಾಯ್ತು. ಮಾಚಮ್ಮ ಏನೇನನ್ನು ನೋಡಿದ್ದಾಳೋ ಎಂದು ಬೋಬಣ್ಣನ ಮೇಲೆ ಕೋಪವೂ ಬಂದಿತು. ಗಂಡಿನ ಜಾತಿಯೇ ಹೀಗೆ. ಖಿತಿ

ಗೊಂಡಳು. ಮಕ್ಕಳು ಅತ್ತರೂ ಎದ್ದು ಹೋಗಲು ಬಿಡದ ಬೋಬಣ್ಣನ ಶೃಂಗಾರ-ಚೇಷ್ಟೆಗಳು ನೆನಪಿಗೆ ಬಂದಿತು; ಕೋಪ ಇನ್ನಷ್ಟು ಮಿಗಿಲಾಯ್ತು.

"ನನಗೇನೋ ನಮ್ಮ ಮನೆ ಪೋಸ್ಟಾಫೀಸು ಮಾಡಿದ್ದೇ ಸರಿ ಬರಲಿಲ್ಲ. ಇವರಿಗೆ ತಾನು ಭಾರಿ ದೊಡ್ಡ ಆಫೀಸರು ಎಂಬ ಜಂಬ ಬಂದಿದೆ. ಈ ತಿಂಗಳ ಸಂಬಳದಲ್ಲಿ ಒಂದು ಕರಿ ಕನ್ನಡಕ ತರ್ತೀನಿ ಅಂತ ಹೇಳಿದ್ದರು" ಎಂದು ಬೋಬಣ್ಣನನ್ನು ಬಯ್ದಳು.

ಬೋಬಣ್ಣನಿಗೆ ಈ ರೀತಿ ಅವರಿವರ ಕಾರ್ಡುಗಳನ್ನು ಓದುವುದು; ಯಾರಿಗಾದರೂ ಯಾವುದಾದರೂ ಪುಸ್ತಕ ಬಂದರೆ ಅದನ್ನು ಉಪಾಯವಾಗಿ ಬಿಚ್ಚಿ ಓದುವುದು. ಅನಂತರ ಅದನ್ನು ತಲುಪಿಸುವುದು ಮುಂತಾದ ಚೇಷ್ಟೆಗಳು ಸಪ್ಪೆಯಾದ ಪೋಸ್ಟಾಫೀಸಿನ ಕೆಲಸದಲ್ಲಿ ಒಂದು ಬಗೆಯ ಮನರಂಜನೆಯನ್ನು ಒದಗಿಸುತ್ತಿದ್ದುವು. ಅಜೀಜನಿಗೆ ಬಂದ ನಗ್ನ ಚಿತ್ರ ನೋಡಿದ ಮೇಲಂತೂ ಕವರಿನೊಳಗೆ ಸುತ್ತಿ ಬಂದುದೆಲ್ಲಾ ನಗ್ನ-ಚಿತ್ರವೇ ಎಂದು ತಿಳಿಯುತ್ತಿದ್ದನು. ಮಾಸಿಕಗಳೋ, ವಾರಪತ್ರಿಕೆಗಳೋ ಯಾರಿಗಾದರೂ ಬಂದರೆ ಅದರ ಮೂಲೆ ಮೂಲೆಗಳಲ್ಲೂ ನಗ್ನ-ಚಿತ್ರಗಳಿಗಾಗಿ ಹುಡುಕುತ್ತಿದ್ದನು.

ಇಂಥ ಸಂದರ್ಭದಲ್ಲಿ ಎಲ್ಲಿಂದಲೋ ಒಂದು ಕಾರ್ಡು ಬೇಲಾಯದ ಎನ್ನುವ ಒಬ್ಬನ ವಿಳಾಸಕ್ಕೆ ಬಂದಿತು. ಬೇಲಾಯುದ ಷರಾಬು ಅಂಗಡಿ ಮರಸಪ್ಪನವರ ಬಳಿ ಕೆಲಸಕ್ಕಿದ್ದವನು. ಬೇಲಾಯುದನ ಕೆಲಸ ಬೆಳಿಗ್ಗೆ ಎದ್ದು ಮರಸಪ್ಪನವರು ಕಂಟ್ರಾಕ್ಟು ಹಿಡಿದಿದ್ದ ಕಳ್ಳಿನ ಮರದ ಮಡಕೆಗಳನ್ನೆಲ್ಲ ಇಳಿಸಿ ಹೊಸ ಮಡಕೆ ಕಟ್ಟುವುದು. ಅವನು ಮುದುಕನಾಗಿದ್ದುದರಿಂದ ಅವನಿಗೆ ಮರ ಹತ್ತುವ ಕೆಲಸ ಬೇಡೆಂದೂ ಎಲ್ಲರೂ ಹೇಳುತ್ತಿದ್ದರು. ಅವನು ಇದೇ ತನ್ನ ಕುಲಕಸಬೆಂದೂ ತನ್ನ ಪ್ರಾಣ ಹೋದರೆ ಇದರಲ್ಲೇ ಹೋಗಬೇಕೆಂದೂ ಹೇಳುತ್ತಿದ್ದನು. ಅವನ ಹೆಂಡತಿ ಹಾಗೂ ಮಗಳು ಪದ್ಮಿ ಅಬಚೂರಿನ ಬಳಿಯ ಇನ್ನೊಂದು ಊರಾದ ಮೂಗೂರಿನ ಸಾವುಕಾರರ ತೋಟದಲ್ಲಿ ಕೆಲಸಕ್ಕಿದ್ದರು. ಅಲ್ಲಿಗೂ ಅಬಚೂರಿಗೂ ಮೂರೇ ಮೈಲು ದೂರ ಇದ್ದುದರಿಂದ ಬೇಲಾಯುದನು ಸಮಯ ಸಿಕ್ಕ ಕೂಡಲೇ ಹೆಂಡತಿ ಮನೆಗೆ ಹೋಗುತ್ತಿದ್ದನು. ಹೋಗುತ್ತಾ ಒಂದು ಗಡಿಗೆ ಸೇಂದಿ ತೆಗೆದುಕೊಂಡು ಹೋಗಿ ಕೊಟ್ಟು, ಮೈಗೆ ಎಣ್ಣೆ ತಿಕ್ಕಿಸಿಕೊಂಡು ಸ್ನಾನ ಮಾಡಿ ಆರಾಮ ತೆಗೆದುಕೊಂಡು ಹಿಂದಿರುಗುತ್ತಿದ್ದನು.

ಬೇಲಾಯುದನಿಗೆ ಬಂದ ಪತ್ರವನ್ನು ಯಥಾ ಪ್ರಕಾರ ಬೋಬಣ್ಣ ಓದಿದನು.

ಬೇಲಾಯುದನ ಮಗಳು ಪದ್ಮಿ ವಿಪರೀತ ಹಾದಿ ತಪ್ಪಿ ಹೋಗುತ್ತಿದ್ದಾಳೆಂದೂ, ಈ ಕೂಡಲೇ ಬಂದು ಪದ್ಮಿಯನ್ನು ಬಂದೊಬಸ್ತು ಮಾಡಬೇಕೆಂದೂ ಬೇಲಾಯುದನು ಊರಿಗೆ ಬರದೆ ಬಹಳ ದಿನವಾದುದರಿಂದ, ಈ ಕಾಗದ ಬರೆಯಬೇಕಾಗಿದೆ ಎಂದೂ, ಮೂಗೂರಿನ ಸಾಹುಕಾರರ ತೋಟದ ಮೇಸ್ತ್ರಿ ಪದ್ಮಿಯನ್ನು ಒಂದು ತಿಂಗಳು ತನ್ನ ಮನೆಯಲ್ಲಿ ಬಿಡಬೇಕೆಂದು ಪದ್ಮಿಯ ತಾಯಿಗೆ ನೂರು ರೂಪಾಯಿ ಕೊಟ್ಟಿದ್ದಾನೆಂದು ಬರೆದಿತ್ತು. ಬೋಬಣ್ಣ ನಿರ್ವಿಕಾರ ಚಿತ್ತದಿಂದ ಓದಿ ಅದನ್ನು ಒಂದು ದೊಡ್ಡ ಜಾಯಿಕಾಯಿ

ಪೆಟ್ಟಿಗೆಗೆ ಹಾಕಿದನು. ಬಂದ ಕಾಗದಗಳನ್ನೆಲ್ಲಾ ಅದರೊಳಗೆ ಹಾಕುವುದು ಅವನ ಕ್ರಮವಾಗಿತ್ತು. ವಾರಸುದಾರರು ತಮತಮಗೆ ವಿರಾಮವಾದಾಗ ಹುಡುಕಿ ಅದರೊಳಗಿಂದ ತಮ್ಮ ಪತ್ರಗಳನ್ನು ತೆಗೆದುಕೊಂಡು ಹೋಗುತ್ತಿದ್ದರು. ಈ ಸಂದರ್ಭದಲ್ಲೇ ವಿಳಾಸ ನೋಡುವ ನೆವದಿಂದ ಇತರರ ಕಾಗದಗಳನ್ನೂ ಓದುತ್ತಿದ್ದರು. ಕೆಲವರಂತೂ ತಮಗೆ ಬಂದ ಪತ್ರಗಳಲ್ಲಿ ತಮಗೆ ಹೆಮ್ಮೆ ತರಬಹುದಾದಂಥದು ಏನಾದರೂ ಇದ್ದರೆ ಅದು ಆದಷ್ಟು ಇತರರಿಗೆ ಪ್ರಚಾರವಾಗಲೆಂದು ಓದಿ ಅಲ್ಲಿಯೇ ಬಿಟ್ಟು ಹೋಗುತ್ತಿದ್ದರು. ಇಟ್ಟಿಗೆ ಕುಯ್ಯುವ ಜಿಂಬಣ್ಣನಿಗೆ ಮೂಡಿಗೆರೆಯ ರಾಜ್ಯೋತ್ಸವದ ಸಂದರ್ಭದಲ್ಲಿ ಹಾಡಬೇಕೆಂದು ಕರೆ ಬಂದಿತ್ತು. ಅದನ್ನು ಓದಿದ ನಂತರ ಜಿಂಬಣ್ಣ ಅದನ್ನು ಆದಷ್ಟು ಜನರು ಓದಲೆಂದು ಅಲ್ಲಿಯೇ ಬಿಟ್ಟಿದ್ದನು. ಯಾರೋ ಒಬ್ಬರು ಅವನಿಗೆ ಬಂದಿರುವ ಪತ್ರವನ್ನು ಒಯ್ದು ಅದನ್ನು ಮಾರನೆಯ ದಿನ ತಲುಪಿಸಿದಾಗ ಜಿಂಬಣ್ಣನು ಒಳಗೊಳಗೇ ಬೇಜಾರು ಮಾಡಿಕೊಂಡು ಮತ್ತೆ ತನ್ನ ಕಾಗದಗಳೇನಾದರೂ ಇವೆಯೇ ಎಂದು ನೋಡುವ ನೆವದಲ್ಲಿ ಪೋಸ್ಟಾಫೀಸಿಗೆ ಹೋಗಿ ಆ ಕಾಗದವನ್ನು ಮತ್ತೆ ಅದೇ ಪೆಟ್ಟಿಗೆಯೊಳಕ್ಕೇ ಹಾಕಿದ್ದನು. ಕೆಲವರಂತೂ ಯಾರಾದರೂ ಬಂದು "ನಿಮಗೊಂದು ಕಾಗದ ಇತ್ತು ಪೋಸ್ಟಾಫೀಸಿನಲ್ಲಿ" ಎಂದು ತಿಳಿಸಿದರೆ ನಿರಾತಂಕವಾಗಿ "ಯಾರದು? ಏನಂತೆ?" ಎಂದೆಲ್ಲಾ ಅವನಿಂದಲೇ ಕಾಗದದ ಸಾರಾಂಶ ಕೇಳಿ ತಿಳಿದುಕೊಳ್ಳುತ್ತಿದ್ದನು.

ಅಂಥ ಆ ಜಾಯಿಕಾಯಿಪೆಟ್ಟಿಗೆಯೊಳಕ್ಕೇ ಬೇಲಾಯುದನ ಕಾಗದವನ್ನೂ ಹಾಕಿದನು. ಬೇರೆ ಹೆಚ್ಚಿಗೆ ಯಾವುದೇ ಕಾಗದವೂ ಇರಲಿಲ್ಲ. ತೋಟದ ಕೆಲಸಕ್ಕೆ ಹೊತ್ತಾದೀತೆಂದು ಕಳಿಸಬೇಕಾದ ಕಾಗದಗಳಿಗೆಲ್ಲಾ ಠಸ್ಸೆ ಹೊಡೆದು ಪೋಸ್ಟ್‌ಚೀಲದೊಳಕ್ಕೆ ಹಾಕಿ ಮುದ್ರೆ ಮಾಡಿದನು. ಹೆಂಡತಿಗೆ ಬಸ್ಸಿಗೆ ಕಳಸಲು ಹೇಳಿ ಸರಸರ ಹೊರಟನು. ಅವನ ತಲೆಯೊಳಗೆ ಪದ್ಮಿ ತಾಯಿಗೆ ನೂರು ರೂ. ಕೊಟ್ಟ ಮೇಸ್ತ್ರಿ ಎಂಥ ಮೋಜುಗಾರನಿರಬೇಕು ಎಂದು ಕುತೂಹಲವಾಗಿತ್ತು. ಅವನು ಬ್ರಹ್ಮಚಾರಿಯೋ ಮದುವೆಯಾದವನೋ ಎಂದು ಯೋಚಿಸಿದನು.

ತೋಟಕ್ಕೆ ಹೋದವನು ಸಾಬರ ತೋಟದ ಕುಳುಪ ಮೇಸ್ತ್ರಿ ಕೈಯಲ್ಲಿ ಮೂಗೂರಿನ ಸಾಹುಕಾರರ ಬಳಿ ಇರುವ ಮೇಸ್ತ್ರಿ ಯಾರು ಏನು ಎಂದು ಕೇಳಿದನು. ಕುಳುಪನು ತನಗೆ ಗೊತ್ತಿಲ್ಲವೆಂದೂ ಬೇಕಾದರೆ ಸಂತೆ ದಿನ ವಿಚಾರಿಸಿ ತಿಳಿಸುತ್ತೇನೆಂದೂ ಹೇಳಿದನು. ಅದರೊಡನೆಯೇ ಏನು ಸಮಾಚಾರ? ಏತಕ್ಕೆ ಕೇಳಿದಿರಿ? ಎಂದೂ ವಿಚಾರಿಸಿಕೊಂಡನು. ಅದಕ್ಕೆ ಬೋಬಣ್ಣನು ಎಲ್ಲಾ ವಿಷಯವನ್ನು ಸಮಗ್ರವಾಗಿ ತಿಳಿಸಿದ. ಆದರೆ ಬೋಬಣ್ಣ ಈ ವಿಷಯವನ್ನು ಬಹಿರಂಗಪಡಿಸುವ ಮೊದಲೇ ಅನೇಕರು ಜಾಯಿಕಾಯಿ ಪೆಟ್ಟಿಗೆಯ ಸಮ್ಮುಖದಲ್ಲೇ ಇದನ್ನು ಅರಿತು ಪುಳಕಿತರಾಗಿದ್ದರು. ಒಟ್ಟಿನಲ್ಲಿ ಆ ಪೋಸ್ಟಾಫೀಸು ಪೇಟೆಯಲ್ಲಿ ಕ್ಯಾಬರೆ ಹೋಟೆಲು ಮಾಡುವಂಥ ಗೊಂದಲ ಉಂಟು ಮಾಡಿತ್ತು.

ಬೇಲಾಯದ ಊರಿನಲ್ಲಿ ಇರಲೇ ಇಲ್ಲ. ಕಾಗದ ತೆಗೆದುಕೊಳ್ಳಲು ಅವನು ಬರಲೇ ಇಲ್ಲ. ಹೆಂಡತಿ ಮನೆಯಲ್ಲಿಯೇ ಇರಬೇಕೆಂದು ಕೆಲವರೂ, ಊರಿಗೆ ಹೋದನೆಂದು ಕೆಲವರೂ, ಅವನಿಗೆ ಆರೋಗ್ಯ ಸರಿ ಇರಲಿಲ್ಲೆಂದೂ, ಸತ್ತುಗಿತ್ತು ಹೋದನೋ ಎಂದು ಹಲವರೂ ಶಂಕಿಸಿದರು. ಅವನ ಕಾಗದ ವಾರಸುದಾರರಿಲ್ಲದೆ ಪೋಸ್ಟಾಫೀಸಿನ ಜಾಯಿಕಾಯಿಪೆಟ್ಟಿಗೆಯಂಥ ಅತ್ಯಂತ ಅಪಾಯಕಾರಕ ಸಾರ್ವಜನಿಕ ಸ್ಥಳದಲ್ಲಿ ಬಿದ್ದಿದ್ದಿತು.

ಸಾಯಂಕಾಲವಾದನಂತರ ದಿನವೂ ಬೋಬಣ್ಣ ಯಾರಾದರೂ ಕಾಗದ ಬರೆಸುವುದಿದ್ದರೆ ಅವರಿಗೆ ಕಾಗದ ಬರೆದುಕೊಡುವ ಕೆಲಸವನ್ನೋ, ಓದಿಸುವುದಿದ್ದರೆ ಅವರಿಗೆ ಓದಿ ತಿಳಿಸುವ ಕೆಲಸವನ್ನೋ ಮಾಡುತ್ತಿದ್ದನು. ನಾಲ್ಕಾರು ಜನ ಕುಳಿತು ಎಲ್ಲಾ ಒಂದೊಂದು ರೀತಿ ಅಭಿಪ್ರಾಯ ಕೊಟ್ಟನಂತರ ಅದನ್ನು ಸಮಗ್ರವಾಗಿ ಸಂಗ್ರಹಿಸಿ ಹಾಗಾದರೆ ಹೀಗೆ ಬರೆಯಲೋ ಎಂದು ಕೇಳಿ; ಎಲ್ಲರೂ ಸರಿ ಸರಿ ಎಂದು ತಲೆದೂಗಿದ ನಂತರ ಬರೆದುಕೊಡುತ್ತಿದ್ದನು. ಬಂದವರ ಬಳಿ ಆ ಕಾಗದ ಬರೆಸುವುದಕ್ಕೆ ಪೂರ್ವಭಾವಿಯಾಗಿ ಬಂದ ಕಾಗದಗಳು ಇತ್ಯಾದಿ ದಾಖಲುಗಳೆಲ್ಲಾ ಇರುತ್ತಿದ್ದವು. ಬೋಬಣ್ಣ ಅಗತ್ಯ ಕಂಡಾಗ ಅವುಗಳನ್ನು ಒರೆ ಹಚ್ಚಿ ನೋಡುತ್ತಿದ್ದನು.

ಇಂಥದೊಂದು ಸಮಾಲೋಚನೆಯ ಗೋಷ್ಠಿ ನಡೆಯುತ್ತಾ ಇತ್ತು. ಆಗ ಮುಗೂರಿನ ಪ್ರೈಮರಿ ಸ್ಕೂಲ್ ಮೇಷ್ಟ್ರ ದಾಸಣ್ಣ ಹಾಜರಾದರು.

"ಏನ್ ಪೋಸ್ಟ್ ಮಾಸ್ಟರ್ ನಮ್ಮೂರಿಂದು ಯಾವುದಾದರೂ ಕಾಗದ ಇದಿಯಾ?" ಎಂದು ಬೋಬಣ್ಣನನ್ನು ಕೇಳಿದ.

"ಇಲ್ಲಾ ಮಾರಾಯರಾ ನಿಮ್ಮೂರಿಂದೇ ಒಂದು ಕಾಗದ ಇತ್ತು."

"ಎಂತದಪ್ಪಾ, ಏನು ಸಮಾಚಾರ?"

"ಏನಂತ ಹೇಳದು, ಹೋಗಿ ನೋಡಿ ನೀವೇನೇ. ಆಮೇಲೆ ಹೇಳ್ತೀನಿ."

"ಅಯ್ಯೋ ದೇವರೆ. ಎಂಥದ್ರೀ ಗ್ರಾಚಾರ?" ಎಂದು ದಾಸಣ್ಣ ಲಗುಬಗೆಯಿಂದ ಜಾಯಿಕಾಯಿ ಪೆಟ್ಟಿಗೆಗೆ ಕೈಹಾಕಿದ.

"ಅದಲಾ ನೋಡಿ ಇದು. ಹ್ಞಾ ಇದೇ ಇದೇ ಎಂದು ಬೋಬಣ್ಣ ನಿರ್ದೇಶಿಸಿದನು. ದಾಸಣ್ಣ ಬ್ರಹ್ಮಚಾರಿ. ಮೂಗೂರಿನಲ್ಲಿ ಅವನ ಸ್ಕೂಲು ಪ್ರೈಮರಿ ಸ್ಕೂಲಾದರೂ ಕೊಂಚ ದೊಡ್ಡ ಹುಡುಗಿಯರೂ ಬರುತ್ತಿದ್ದರು. ದಾಸಣ್ಣ ಇನ್ನೇನೂ ಮಾಡಿರದಿದ್ದರೂ ಅವರ ಅಂಗಾಂಗಗಳ ಮೇಲೆ ಸ್ವೇಚ್ಛೆಯಾಗಿ ಕೈಯಾಡಿಸಿ ತನ್ನ ಬ್ರಹ್ಮಚಾರಿ ಚಪಲ ತೀರಿಸಿಕೊಂಡಿದ್ದನೆಂದೂ ಭಾರಿ ಅಪಕೀರ್ತಿಗೆ ಪಕ್ಕಾಗಿದ್ದ ಅವನು ನರಿಯ ಮುಸುಡಿ ಮಾಡಿಕೊಂಡು ಹೊರಟನೆಂದರೆ ಹೆಂಗಸರು ಎಲ್ಲಾ ಮೂಗು ಮುರಿಯುತ್ತಲಿದ್ದರು.

ದಾಸಣ್ಣ ಕಾಗದ ಓದಿ "ಒಳ್ಳೇ ಲಾಯಿಖ್ಖಾಯಿತು ಈ ಪದ್ಮಿದು" ಎಂದು ಕಾಗದವನ್ನು ತಿರುಗಿ ಜಾಯಿಕಾಯಿಪೆಟ್ಟಿಗೆಯೊಳಗೆ ಹಾಕಿದನು. ತಿರುಗಿ ಬೋಬಣ್ಣನ ಹರಟೆ ಗೋಷ್ಠಿಯನ್ನು ಕೂಡಿಕೊಂಡನು.

"ಅಲ್ಲರೀ ದಾಸಣ್ಣ ಮೂಗೂರಿನಲ್ಲಿ ಕಾಗದ ಬರೆಯೋದಕ್ಕೆ ನಿಮ್ಮನ್ನು ಬಿಟ್ಟರೆ ಇನ್ಯಾರು ಇದಾರ್ರಿ. ನೀವೇ ಬರೆದು ಗೊತ್ತಿಲ್ಲದಂತೆ ಆಡ್ತಿರಲ್ಲ" ಎಂದು ಕೇಳಿದ.

"ಛೇ ಛೇ ನಾನು ಬರೆದರೆ ಇಲ್ಲೇ ಪೋಸ್ಟು ಮಾಡಬೇಕು ತಾನೆ. ನೀವೇ ಮೊನ್ನೆ ಊರಿಗೆ ಬಂದವರು ಇಲ್ಲಿಗೇ ಕಾಗದ ಹಾಕಬೇಕೆಂದು ಹೇಳಿದಿರಲ್ಲಾ. ಎಲ್ಲರಿಗೂ ನಾನು ಹೇಳಿದ್ದೀನಿ. ಇರ್‍ಲಿ ಕಾಗದ ತಗೊಂಡು ಠಸ್ಸೆ ನೋಡಿ ಎಲ್ಲಿಂದ ಬಂದಿದೇ ಅಂತ" ಎಂದನು. ಬೋಬಣ್ಣನಿಗೆ ಈ ವರೆಗೆ ಅದು ಹೊಳೆದಿರಲಿಲ್ಲ. ಕೂಡಲೇ ಪೆಟ್ಟಿಗೆಯಿಂದ ಅದನ್ನು ತೆಗೆದುಕೊಂಡು ಎಲ್ಲಿಂದ ಬಂದುದೆಂದು ಪರೀಕ್ಷಿಸಿದನು. ಪೋಸ್ಟಾಫೀಸಿನ ಠಸ್ಸೆಯಲ್ಲಿ ದಿನಾಂಕ ಒಂದನ್ನುಳಿದು ಇನ್ನೇನೂ ಗೋಚರವಾಗುತ್ತಿರಲಿಲ್ಲ.

ಆ ಕಾಗದದ ಠಸ್ಸೆ ಪರೀಕ್ಷಿಸುವ ನೆವದಿಂದ ಇನ್ನೊಮ್ಮೆ ಗೋಷ್ಠಿಯ ಎಲ್ಲಾ ಸದಸ್ಯರೂ ಅದನ್ನು ಓದಿ ಸವಿದರು. ಅದರಲ್ಲಿ ಒಬ್ಬ ಸದಸ್ಯ "ಬೇಲಾಯುದನ ಹೆಂಡತಿಗೆ ಏನೋ ಈ ಚಾಳಿ ಇದೆ. ಅದಕ್ಕೇ ಬೇಲಾಯುದ ಅವನ ಹೆಂಡತೀ ಬಿಟ್ಟು ಇರುತ್ತಾನೆ ಎನ್ನುತ್ತಾರಪ್ಪ," ಎಂದು ಗೊಣಗಿದನು.

ದಾಸಣ್ಣ "ಛೇ ಛೇ ಹೋಗ್ರೀ ಹೋಗ್ರೀ ವಯಸ್ಸಾಗಿ ಜಬ್ಬುಹಿಡಿದ ಮುದುಕಿ. ಅದಕ್ಕೆ ಎಂಥ ಹುಮ್ಮಸ್ಸು ಇರ್‍ತದೆ. ಯಾರೂ ಒಪ್ಪೋ ಮಾತಲ್ಲ ಇದು" ಎಂದ.

ಅದಕ್ಕೆ ಮೊದಲಿನವನು "ಹ್ಞೂ ಹ್ಞೂ ನಿನಗೆ ಗೊತ್ತಿಲ್ಲ ಮುದುಕರಿಗೆ ಇರೋ ತೆವಲು" ಎಂದು ಮುಸಿ ಮುಸಿ ನಕ್ಕನು. ಆ ಗುಂಪಿನಲ್ಲಿದ್ದ ಓರ್ವ ಕೊಂಚ ವಯಸ್ಸಾದ ವ್ಯಕ್ತಿ ಈ ಮಾತು ತನಗೇ ಅನ್ವಯಿಸುತ್ತದೆ ಎಂದು ಪರಿಭಾವಿಸಿ ಅದನ್ನೊಂದು ಹೊಗಳಿಕೆ ಎಂದು ಗಣಿಸಿ ಹೆಮ್ಮೆಯಿಂದ ನಕ್ಕನು.

ಅದಕ್ಕೆ ಮೊದಲು ಮಾತನಾಡಿದ ವ್ಯಕ್ತಿ "ಹಂಗಲ್ಲ ಪೋಸ್ಟುಮಾಸ್ಟರೇ! ಮುದುಕರಿಗೆ ಮುದುಕರ ಮೇಲೇ ಚಪಲ ಇದ್ದಿದ್ದರ ಸರಿಯಿರೋದು. ಮುದಕರಿಗೆ ಹುಡುಗರನ್ನು ಕಂಡರೇ ತೆವಲು ಹೆಚ್ಚು" ಎಂದನು.

"ಹಾಂಗಾರ ಮುದುಕರ ಸಾವಾಸ ಕಷ್ಟ. ಇವರ ಮೇಲೆ ಕೊಂಚ ನಿಗಾ ಇಟ್ಟೇ ಇರಬೇಕು" ಎಂದ ಬೋಬಣ್ಣ. ಅವನ ಮಾತಿಗೆ ಎಲ್ಲರೂ ಮುಸಿ ಮುಸಿ ನಕ್ಕರು.

ಅವರ ಗೋಷ್ಠಿ ಚದುರಿತು. ಆದರೆ ಆ ದಿನ ಬೋಬಣ್ಣನ ಮನೆಯಲ್ಲಿ ಮಾತ್ರ ಒಂದು ಹಗರಣವೇ ನಡೆಯಿತು. ಮುದುಕರ ಮೇಲೆ ಮುದುಕಿಯರ ಮೇಲೆ ಕಟ್ಟೆಯ ಮೇಲೆ ಕುಳಿತು ಲೋಕಾಭಿರಾಮವಾಗಿ ಆಡಿದ ಮಾತು ಬೋಬಣ್ಣನ ಅತ್ತೆಗೆ ತಾಗಿತ್ತು.

ಮನೆಯನ್ನು ಪೋಸ್ಟಾಫೀಸು ಮಾಡಿದ ನಂತರ ಕಾಗದ ಬರೆಸಲು ಮುಂತಾಗಿ ಸೇರುತ್ತಿದ್ದ ಈ ಗುಂಪುಗಳು ಕ್ರಮೇಣ ಕ್ಲಬ್ಬಿನಲ್ಲಿ ನೆರೆಯುವ ಮನರಂಜನೆಯ ಗುಂಪುಗಳಂತೆ ಪರಿವರ್ತಿತವಾಗುವುದನ್ನು ಮಾಚಮ್ಮ ಗಮನಿಸಿದ್ದಳು. ಮೊದಮೊದಲು ಕಾಗದವನ್ನಷ್ಟೇ ಬರೆದು ಕೊಡುತ್ತಿದ್ದ ಬೋಬಣ್ಣ ಕೊನೆಕೊನೆಗೆ ಕಾಗದ ಬರೆಸಲು ಬಂದವರೊಡನೆ ಕಾಗದದ ಇತ್ಯೋಪರಿಗಳನ್ನು ಕುರಿತು ಹರಟುತ್ತಿದ್ದನು. ಅನಂತರ ಈ ಕೆಲಸ ಹಾಗೇ

ವಿಸ್ತಾರವಾಗುತ್ತಾ ಇಬ್ಬರೇ ಆಲೋಚನೆ ಮಾಡಿ ಕಾಗದ ಬರೆಸುತ್ತಿದ್ದುದು ಅನೇಕ ಜನ ಸಮಾಲೋಚನೆ ಮಾಡಿ ಬರೆಯುತ್ತಿದ್ದರು. ಮಾಚಮ್ಮನೂ ಕಾವೇರಿಯೂ ಅನೇಕ ಬಾರಿ ಈ ಪರಿ ಗುಂಪುಕೂಡಿಕೊಂಡು ಹರಟೆ ಹೊಡೆಯಬಾರದೆಂದು ಎಚ್ಚರಿಸಿದಾಗ ಪೋಸ್ಟ್ ಆಫೀಸಿನ ವ್ಯವಹಾರ ಕಡಿಮೆಯಾದರೆ ಪೋಸ್ಟಾಫೀಸು ಮುಚ್ಚುತ್ತಾರೆಂದೂ, ಅದಕ್ಕಾಗೇ ತಾನು ಕಾಗದ-ಪತ್ರಗಳನ್ನು ಹೆಚ್ಚು ಹೆಚ್ಚಾಗಿ ಬರೆಯಲು ಪ್ರೋತ್ಸಾಹಿಸಬೇಕಾಗಿದೆ ಎಂದೂ ಬೋಬಣ್ಣ ಸಮಾಧಾನ ಹೇಳಿದ್ದನು. ಅದು ಈಗ ಇನ್ನೂ ಮುಂದುವರಿದು ಇತರರ ಕಾಗದಗಳ ಬಗ್ಗೆ ಹರಟೆ ಕೊಚ್ಚುವ ಮಟ್ಟಕ್ಕೆ ಮುಟ್ಟಿತ್ತು. ಮಾಚಮ್ಮನಿಗೆ ಇದನ್ನು ಮಾತ್ರ ತಡೆಯಲಾಗಲಿಲ್ಲ. ಕಾವೇರಿ ಬಳಿ ಬಂದು "ನೋಡು : ಆ ಪೋಲಿ ದಾಸಪ್ಪನನ್ನು ಕೂರಿಸಿಕೊಂಡು ಹರಟುತ್ತಿದ್ದಾನಲ್ಲ ಎಲ್ಲಿಗೆ ಬಂತು ನಮ್ಮ ಮನೆ ಅವಸ್ಥೆ" ಎಂದು ಹಲ್ಲು ಕಡಿದಿದ್ದಳು. ಕಾವೇರಿಗೂ ತಡೆಯಲಾರದ ಕೋಪ ಬಂತು.

ಬೋಬಣ್ಣ ಮನೆಯೊಳಗೆ ಬಂದನು. ಯಾರೂ ಏನೂ ಮಾತನಾಡಲಿಲ್ಲ. ಕೆಲವು ದಿನಗಳಿಂದ ಈ ಬಗೆಯ ಒಂದು ಬಿಗಿಯ ವಾತಾವರಣ ಮುಂದುವರಿಯುತ್ತಲೇ ಇತ್ತು. ಬೋಬಣ್ಣ ಅಂಥದರಲ್ಲೂ ತನ್ನ ಕೊಂಚ ಬೆಳೆದು ದೊಡ್ಡವಳಾಗಿದ್ದ ಮಗಳ ಬಳಿ ಮಾತನಾಡಿ ಆಟವಾಡುತ್ತಿದ್ದನು. ಕಾವೇರಿ ಮಾಚಮ್ಮನ ಸಾನ್ನಿಧ್ಯದಲ್ಲಿಯಂತೂ ಇನ್ನಷ್ಟು ಬಿಗಿಯಾಗಿರುತ್ತಿದ್ದಳು. ತನ್ನ ತಾಯಿಯ ಪ್ರೀತ್ಯರ್ಥವಾಗಿ ಹೀಗಿದ್ದಾಳೆಂದು ತಿಳಿದಾಗ ಬೋಬಣ್ಣನಿಗೆ ವಿಪರೀತ ದುಃಖವಾಗುತ್ತಿದ್ದಿತು. ಬೋಬಣ್ಣನೇನಾದರೂ ಮನೆಯೊಳಗಿನ ಅಸಮಾಧಾನದ ವಾತಾವರಣವನ್ನೇನಾದರೂ ಕೊಂಚ ಕಡಿಮೆ ಮಾಡಲು ಯತ್ನಿಸಿದರೆ ಅದು ಇನ್ನಷ್ಟು ತೊಂದರೆಗೂ ಜಟಿಲತೆಗೂ ದಾರಿಮಾಡಿ ಕೊಡುತ್ತಿದ್ದಿತು.

ಬೋಬಣ್ಣ ಮನೆಯೊಳಗೆ ಬಂದಾಗ ಎಲ್ಲರೂ ಅನ್ಯಾಸಕ್ತರಾಗಿ ತಮ್ಮ ತಮ್ಮ ಕೆಲಸ ತಾವು ಮಾಡಿಕೊಳ್ಳುತ್ತಾ ಮೌನವಾಗಿದ್ದರು. ಬೋಬಣ್ಣನ ಮಗಳು ಸೀತಾ ಬಂದು "ಅಣ್ಣ ಅಣ್ಣ ನೋಡಿಲ್ಲಿ" ಎಂದು ಲಂಗ ಎತ್ತಿ ಪೋಸ್ಟಾಫೀಸಿನ ಠಸ್ಸೆಯನ್ನು ಹೊಟ್ಟೆಯ ಮೇಲೆ ಒತ್ತಿಕೊಂಡಿದ್ದನ್ನು ತೋರಿಸಿದಳು. "ಅಯ್ಯೋ ಹುಡುಗಿ, ನೀನೂ ಪೋಸ್ಟಾಫೀಸಿನ ಕೆಲಸಕ್ಕೇ ಇಳಿದಿದ್ದೀ ಏನೇ?" ಎಂದು ಬೋಬಣ್ಣ ಅವಳನ್ನು ಕೇಳಿದನು.

ಅಷ್ಟರಲ್ಲಿ ಮಾಚಮ್ಮ ಹುಡಿಗೆಯರು ಆ ರೀತಿ ಲಂಗ ಎತ್ತುವುದು ಅಸಭ್ಯವನ್ನುವಂತೆ 'ಥತ್' ಎಂದು ಅವಳ ಲಂಗ ಕೆಳಕ್ಕೆ ಜಾಡಿಸಿ ಕೊಡಕಿದಳು. "ಸಾಕು ಇಲ್ಲಿಗೆ ಈ ಕೆಲಸ" ಎಂದು ಗೊಣಗುತ್ತ ಒಳಗೆ ನಡೆದಳು.

ಬೊಬಣ್ಣನಿಗೆ ಊಟಕ್ಕೆ ಏಳಲೂ ನಾಚಿಕೆಯಾಯ್ತು. ಈವರೆಗೂ ತನ್ನ ತೋಟದ ಸಂಬಳ, ಪೋಸ್ಟಾಫೀಸಿನ ಕೆಲಸದ ಸಂಬಳ ಎಲ್ಲವನ್ನೂ ಮನೆ ಖರ್ಚಿಗೇ ವಿನಿಯೋಗಿಸಿದ್ದರೂ ಅವನಿಗೆ ಅಂದು ಅದೆಲ್ಲಾ ತಾನು ದುಡಿದ ಅನ್ನದಂತೆ ಕಾಣಲಿಲ್ಲ.

ಆದರೆ ಬೋಬಣ್ಣ ಪೋಕರಿಯೂ ಮುಂಗೋಪಿಯೂ ದುಡುಕು ಸ್ವಭಾವದವನೂ ಆಗಿರಲಿಲ್ಲ. ತನ್ನ ಜೀವನದಲ್ಲಿ ಯಾವುದೇ ಕ್ರಾಂತಿಕಾರಕ ಬದಲಾವಣೆಯನ್ನೂ ಅವನು

ಕಂಡಿರಲಿಲ್ಲ ಮತ್ತು ಬಯಸಿಯೂ ಇರಲಿಲ್ಲ. ಆದುದರಿಂದಲೋ ಏನೋ ಗಂಭೀರ ವಾಗಿ ಊಟಮಾಡಿದ.

ಕಾವೇರಿ, ಬೋಬಣ್ಣ ಅಮ್ಮನಿಗೆ ಬೇಜಾರು ಮಾಡುತ್ತಿದ್ದಾನಲ್ಲಾ ಎಂದು ಬೇಜಾರು ಮಾಡಿಕೊಂಡಿದ್ದಳು. ಬೋಬಣ್ಣನ ಮೇಲೆ ಒಂದು ಬಗೆಯ ಬಲಾತ್ಕಾರದ ಸೇಡನ್ನೇ ಬೆಳಸಿಕೊಳ್ಳತೊಡಗಿದಳು. ಬೋಬಣ್ಣನನ್ನು ಪ್ರೀತಿಯಿಂದ ಆಲಂಗಿಸಿದರೆ ಅವಳಿಗೆ ಅಮ್ಮನಿಗೆ ದ್ರೋಹ ಬಗೆದಂತಾಗುತ್ತಿತ್ತು. ದಿನ ರಾತ್ರಿ ಏನಾದರೊಂದು ಜಗಳ ತೆಗೆದು ಮುಖ ತಿರಿಗಿಸಿಕೊಂಡು ಮಲಗತೊಡಗಿದಳು. ಬೋಬಣ್ಣ ಎಂಥ ಸಂದರ್ಭವಾದರೇನು ತನ್ನ ಕಾಮ-ತೃಷೆ ತೀರಿದರಾಯ್ತೆಂಬ ಮೃಗವಾಗಿರಲಿಲ್ಲ. ಆದ್ದರಿಂದ ಕಾವೇರಿಯೊಡನೆ ಪ್ರೀತಿಯಿಂದಿರಲು ಪ್ರೇಮದ ವಾತಾವರಣ ಸೃಜಿಸಲು ಯತ್ನಿಸಿದನು. ಒಂದು ದಿನ ಕಾವೇರಿ ಬೋಬಣ್ಣನನ್ನು ನಿದ್ದೆಗಣ್ಣಿನಲ್ಲಿ ಆಲಂಗಿಸಿಕೊಂಡಿದ್ದವಳು ಹಾಗೆ ಎಚ್ಚರಾ ದಂತಾಗಿ ಬೋಬಣ್ಣನನ್ನು ದೂಡಿ ಆ ಕಡೆ ತಿರಿಗಿ ಮಲಗಿದಳು.

ಕಾವೇರಿಯು ಆ ದಿನ "ಆ ಹಡಬೇ ದಾಸಣ್ಣನೊಂದಿಗೆ ಅಷ್ಟೊಂದು ನೀವು ಕುಶಾಲಿ ನಿಂದ ಮಾತಾಡುವಂಥದು ಏನಿತ್ತು?" ಎಂದು ಜಗಳವಾಡಿ ಆಕಡೆ ತಿರುಗಿ ಮಲಗಿದಳು. ಬೋಬಣ್ಣ ದುಃಖದಿಂದ ಮನೆಯ ಮಾಡನ್ನೇ ನಿಟ್ಟಿಸುತ್ತಾ ಮಲಗಲು ಯತ್ನಿಸಿದನು. ಅಜೀಜನಿಗೆ ಬಂದ ನಗ್ನ-ಸ್ತ್ರೀಯ ಚಿತ್ರವು ಒಂದು ದೇವತೆಯಂತೆ ಯಾವುದೋ ಹಿಂಗದ ಕಾಮನೆಗಳ ಸಂಕೇತವಾಗಿ ಬೋಬಣ್ಣನ ಕಲ್ಪನೆಗಳಲ್ಲಿ ಹೊಳೆಯಿತು. ತಾನು ಇಷ್ಟೊಂದು ದುಃಖಿಯಾಗಿರುವುದಕ್ಕೆ ಕಾರಣ ಮಾತ್ರ ಬೋಬಣ್ಣನಿಗೆ ಹೊಳೆಯಲೇ ಇಲ್ಲ.

ಬೇಲಾಯುದ ಮಾತ್ರ ಕಾಗದ ತೆಗೆದುಕೊಳ್ಳಲು ಬರಲೇ ಇಲ್ಲ. ಯಾರೋ ಅವನು ಉಜಿರೆಗೆ ಹೋಗಿದ್ದಾನೆಂದು ಹೇಳಿದರು. ಇತ್ತ ಯಥೇಚ್ಛವಾಗಿ ಊರಿನ ಜನಗಳೆಲ್ಲಾ ಬೇಲಾಯುದನ ಮಗಳ ವಿಷಯವನ್ನು ಊಟಕ್ಕೆ ಉಪ್ಪಿನಕಾಯಿಯಂತೆ ನಂಜಿಕೊಂಡು ಹೊಡೆದರು. ಎಲೆಯಡಿಕೆಯ ನಡುವೆ ಬಾಯಲಿಟ್ಟುಕೊಂಡು ಜಗಿದರು. ಬೋಬಣ್ಣನ ಪೋಸ್ಟಾಫೀಸಿನ ಗೋಷ್ಠಿಯೊಳಗೆ ನಿತ್ಯವೂ ಪದ್ಮಿಯ ವಿಷಯ ಸುಳಿಯುತ್ತಿದ್ದಿತು. ಕೇಳಿದವರೆಲ್ಲಾ ಆ ಕಾಗದವನ್ನು ಜಾಯಿಕಾಯಿ ಪೆಟ್ಟಿಗೆಯಿಂದ ತೆಗೆದುಕೊಂಡು ಪರ್ಯಾಲೋಚಿಸುತ್ತಿದ್ದರು. ಹೀಗಾಗಿ ಕಾಗದವೆಲ್ಲಾ ಜೂಲುಜೂಲಾಗಿ ಕೊಳೆಯಾಗಿ ಅದರ ಅಕ್ಷರಗಳೆಲ್ಲಾ ಅಳಿಸಿಹೋಗುವ ಸ್ಥಿತಿಗೆ ಬಂದಿತು. ಒಂದು ದಿನ ಸಂಜೆ ಬೋಬಣ್ಣನ ಪೋಸ್ಟಾಫೀಸಿನಲ್ಲಿ ನಾಲ್ಕಾರು ಜನ ಕುಳಿತು ಈ ಕಾಗದದ ದುಃಸ್ಥಿತಿಯನ್ನು ಪರ್ಯಾಲೋ ಚಿಸಿದರು.

ಒಬ್ಬ ಹೇಳಿದ: "ಆ ಕಾಗದವನ್ನು ಅತ್ತಲಾಗಿ ಹರಿದು ಹಾಕಿಬಿಟ್ಟರೆ ಈ ಗೋಳು ತಪ್ಪುತ್ತದೆ. ಬೇಲಾಯುದ ಬಂದ ಮೇಲೆ ನಾವೇ ಹೀಗೊಂದು ಕಾಗದ ಬಂದಿತ್ತು ಎಂದು ತಿಳಿಸಿದರೆ ಸಾಕು..." ಎಂದು ಹೇಳಿದರು.

ಇದಕ್ಕೆ ಆ ಗುಂಪಿನಲ್ಲಿದ್ದವರೆಲ್ಲಾ ಏಕ್‌ದಂ ತಮ್ಮ ಅಸಮಾಧಾನವನ್ನೂ ಅಸಮ್ಮತಿಯನ್ನೂ ಸೂಚಿಸಿದರು.

"ಏನು ಪೋಸ್ಟ್‌ಮಾಸ್ತರ ಕೆಲಸ ಅಂದರೆ ಬೀಡಿಅಂಗಡಿ ಕೆಲಸ ಅಂತ ತಿಳಿದಿರೋ ಹಾಗಿದೆ ನೀನು. ಪೋಸ್ಟಾಫೀಸು ಶುರುಮಾಡೋ ದಿನ ನೀನು ಬಂದಿರಲಿಲ್ಲಾಂತ ಕಾಣುತ್ತೆ. ಇದು ಗೌರ್ನಮೆಂಟು ಕೆಲಸ. ಒಂದು ಚೂರು ಹೆಚ್ಚು ಕಡಿಮೆ ಆದರೆ ದಿಲ್ಲಿಯಿಂದ ಸಿಪಾಯಿ ಬರ್ತದೆ. ಊರವರಿಗೆಲ್ಲಾ ಕೋಳಹಾಕಿ ತಗೊಂಡು ಹೋಗ್ತಾರೆ. ಸರ್ಕಾರ ಅಷ್ಟೊಂದು ನಿಗಾ ನಂಬಿಕೆ ಇಟ್ಟಿರಬೇಕಾದರೆ ಬೋಬಣ್ಣ ಅಂಥ ಕೆಲಸ ಮಾಡ ಕೂಡದು" ಎಂದು ಹೇಳಿದ. ಅವನ ಮಾತಿನಿಂದ ಬೋಬಣ್ಣನಿಗೆ ಒಳ್ಳೇ ಹುರುಪು ಬಂತು. ಕಳ್ಳ ನಾಟಿ ಅಥವಾ ಕಳ್ಳ ಶರಾಬು ಮುಂತಾದವನ್ನೇನಾದರೂ ಪೋಲಿಸಿನವರು ಹಿಡಿದರೆ ಮಹಜರಿಗೆ ಬೋಬಣ್ಣನನ್ನೇ ಕರೆಯುತ್ತಿದ್ದರು. ಇದರಿಂದೆಲ್ಲಾ ಬೋಬಣ್ಣನಿಗೆ ಆಗಲೇ ಪೋಸ್ಟ್‌ಮಾಸ್ತರಿಕೆ ಬಗ್ಗೆ ಒಂದು ಒಳ್ಳೇ ಗೌರವ ಹೆಮ್ಮೆ ಬಂದಿತು. ಆದುದರಿಂದ–

"ಮತ್ತೆ ಕಾಣದಿಲ್ಲೇನು ಸಾವಿರಾರು ರೂಪಾಯಿಯ ಮಾಲನ್ನು ನನ್ನ ಸುಪರ್ದಿಗೆ ಕೊಟ್ಟಿದ್ದಾರೆ. ಯಾರು ಕೊಡ್ತಾರೆ ಹೀಗೆ ಹೇಳು ನೋಡನ!" ಎಂದು ಜಂಬದಿಂದ ಕೇಳಿದನು.

"ಮತ್ತೆ! ಮತ್ತೆ! ಅಲ್ಲವೆ?" ಮುಂತಾದ ಉದ್ಗಾರಗಳು ಗುಂಪಿನಿಂದ ಹೊರಟವು.

"ಯಾರು ಯಾರಿಗೆ ಏನಾದರೂ ಕಾಗದ ಬರೆದುಕೊಳ್ಳಲಿ, ಪೋಸ್ಟ್ ಮಾಸ್ತರ ಡೂಟಿ ಅವನು ಮಾಡಲೇಬೇಕು. ಡೂಟಿ ಅಂದಮೇಲೆ ಡೂಟಿ. ಪೋಸ್ಟ್‌ಮಾಸ್ತರು ಅಂದರೆ ಏನೂ ಸ್ಕೂಲು ಮಾಸ್ತರ ಹಂಗ?" ಎಂದ ಇನ್ನೊಬ್ಬ.

"ಪೋಸ್ಟ್‌ಮಾಸ್ತರು ಅಂದರೆ ಮಿನಿಸ್ಟರು ಇದ್ದಂಗೆ. ಪೋಲಿಸ್ನೋರೂ ಸಹ ಅವನನ್ನು ಮುಟ್ಟೋ ಹಾಗಿಲ್ಲ" ಎಂದ ಇನ್ನೊಬ್ಬ.

ಹೀಗೆ ಒಬ್ಬೊಬ್ಬರು ಒಂದೊಂದು ಬಗೆಯಾಗಿ ಪೋಸ್ಟಮಾಸ್ತರಿಕೆಯನ್ನು ಹೊಗಳಿದರು. ಅಂತೂ ಬೇಲಾಯದನ ಕಾಗದಕ್ಕೇನು ಮಾಡಬೇಕೆಂಬುದರ ಬಗ್ಗೆ ಯಾರಿಗೂ ಯಾವೊಂದೂ ಸುಸಂಬದ್ಧ ಅಭಿಪ್ರಾಯವೂ ಇದ್ದಂತೆ ಕಾಣಲಿಲ್ಲ.

ಬೋಬಣ್ಣನಿಗೂ ಏನು ಮಾಡಬೇಕೆಂದು ತಿಳಿಯಲಿಲ್ಲ. ಆದರೂ ಆ ಕಾಗದ ಹರಿದೆಸೆದು ಇದನ್ನು ಗತಕಾಲದ ಗೋರಿಯೊಳಗೆ ಹೂಳಿ ಹಾಕಲು ಅವನು ತಯ್ಯಾರಿರಲಿಲ್ಲ. ನಗ್ನ-ಚಿತ್ರ; ಪದ್ಮಿ ಎಲ್ಲ ಯಾವುದೋ ಒಂದು ಅಸಂತೃಪ್ತಿಯ ಸಮುದ್ರದೊಳಗಿಂದ ಚಿಮ್ಮಿದ ಬಿಂದುಗಳಂತೆ ಹೊಳೆದವು.

ಅವತ್ತು ಬೋಬಣ್ಣ ಬೇಲಾಯದನ ಕಾಗದವನ್ನು ಇನ್ನೊಂದು ಕಾಗದಕ್ಕೆ ನಕಲು ಮಾಡಿ ಬೇಲಾಯದನ ಉಜಿರೆ ವಿಳಾಸ ತಂದು ಅದನ್ನು ಪೋಸ್ಟ್ ಮಾಡಿದನು. ಯಾವುದೋ ಒಂದು ಅಧ್ಯಾಯ ಮುಗಿದಂತೆನ್ನಿಸಿ ವ್ಯಾಕುಲಗ್ರಸ್ತನಾಗಿದ್ದ ಬೋಬಣ್ಣ ಒಂದು ಕ್ಷಣ ಕರ್ತವ್ಯ ಪರಿಪಾಲಿಸಿದವನಂತೆ ನೆಮ್ಮದಿಯಾದನು. ಅತ್ತ ಮಾಚಮ್ಮ

ಆದಿನ ಕಿಸಿಕಿಸಿ ಎಂದಾಗ "ಡೂಟಿ ಡೂಟಿ, ನನ್ನ ಡೂಟಿ ನನಗೆ. ನಿನ್ನ ಡೂಟಿ ನಿನಗೆ. ನನ್ನ ಡೂಟಿಗೆ ನೀನು ಅಡ್ಡಬರಬೇಡ. ನಿನ್ನ ಡೂಟಿಗೆ ನಾನು ಅಡ್ಡ ಬರೋಲ್ಲ" ಎಂದು ಪ್ರತಿಯಾಗಿ ರೇಗಿದನು.

ಕಾವೇರಿಗೆ ಆದಿನ ಎಲ್ಲಿಲ್ಲದ ಕ್ರೋಧ ಬಂದಿತ್ತು. ಆದರೆ ಬೋಬಣ್ಣ ಆ ದಿನದ ಮಾತುಕತೆಗಳನ್ನು ಮರೆತುಬಿಟ್ಟಿದ್ದ. ರಾತ್ರೆ ಮಲಗಿದಾಗ ಅಭ್ಯಾಸವೋ, ಆಸೆಯೋ, ಚಪಲವೋ ಬೋಬಣ್ಣನ ಕೈ ಕಾವೇರಿಯ ಮೇಲೆ ಹೋಯಿತು. ಕಾವೇರಿ ವಿಪರೀತ ಕೋಪದಿಂದ ಬೋಬಣ್ಣನ ಕೈಯನ್ನು ಝಾಡಿಸಿ ದೂಡಿದಳು.

ಬೋಬಣ್ಣನಿಗೆ ಎಷ್ಟೋ ದಿನದಿಂದ ತಡೆಹಿಡಿದಿದ್ದ ತನ್ನ ಕೋಪವೆಲ್ಲಾ ಬಾಯಿಗೆ ಬಂದಂತಾಯ್ತು. ತನ್ನನ್ನು ಅವಶ್ಯಕವಾದ ಕಸಿವಿಸಿಯಲ್ಲಿ ನರಳಿಸುತ್ತಾ ಜೀವ ತಿನ್ನುವ ಶನಿ ಇವಳು ಎಂದುಕೊಂಡ. ಎಲ್ಲರ ಮನೆಯಲ್ಲಿನ ಎಲ್ಲ ಹೆಂಗಸರೂ ಹೀಗೇ ಇರುತ್ತಾರೆಯೇ ಎಂದು ಪ್ರಶ್ನಿಸಿಕೊಂಡ. ಪ್ರೀತಿಯಿಂದಲ್ಲದಿದ್ದರೂ ರೋಷದಿಂದಲಾದರೂ ಇವಳ ಮೇಲೆ ಅತ್ಯಾಚಾರ ಮಾಡಬೇಕು – ಎಂದು ಆಲೋಚಿಸಿದನು. ಒಂದು ಕಾಲದಲ್ಲಿ ಆಲಂಗಿಸಿ ಮುದ್ದಿಸಿದ ಈ ಶರೀರವನ್ನು ಹೇಗೆ ಶಿಕ್ಷಿಸುವುದು ಎಂದು ಅವನ ಮನಸ್ಸು ಹೊಯ್ದಾಡ ತೊಡಗಿತು.

"ಥತ್ ದರಿದ್ರದವಳೆ ನಿನಗೆ ತೆವಲು ಹೆಚ್ಚಾದಾಗ ಮುದುಕಿಗೆ ಕಾಣದಂತೆ ಕದ್ದುಕದ್ದು ಬರ್ತಿದ್ದೆ; ಈಗ ಹೀಗನ್ತೀಯ. ಸೂಳೇರು ವಾಸಿ ನಿನಗಿಂತ. ಸಿಡಿಸಿಡಿ ಅನ್ನದೆ ದುಡ್ಡಿಸ್ಕೊಂಡು ಕುಪ್ಪಸ ಬಿಚ್ಚುತ್ತಾರೆ" ಎಂದು ರೇಗಿದ. ಬೋಬಣ್ಣ ಸೂಳೆ ಮನೆಗೇನೂ ಹೋಗಿರಲಿಲ್ಲ. ಕಾವೇರಿ ಮನ ನೋಯಿಸಲಿಕ್ಕಾಗಿ ಒಂದು ಅಂದಾಜಿನ ಮೇಲೆ ಹೇಳಿದ್ದ. ಕಾವೇರಿಗೂ ಇದು ಗೊತ್ತಿದ್ದಿತು.

ಕಾವೇರಿಗೂ ಸಿಟ್ಟು ಬಂದಿತು. ಹಂಗೆ ಹತ್ತೂ ಕಡೆ ತೀರಿಸಿಕೊಂಡಿದ್ದರೇ ಮನೇಲಿ ಹಿಂಗಾಗೋದು" ಎಂದಂದಳು.

ಬೋಬಣ್ಣ ಕೋಪದಿಂದ ಇನ್ನೂ ಏನೇನೋ ಅಂದ. ಮಾತಿನ ಅಸ್ತ್ರಪ್ರತ್ಯಸ್ತ್ರಗಳ ಸುರಿಮಳೆಯಾಯ್ತು. ಕಾವೇರಿ ಮಾತನಾಡದೆ ಮೌನವಾಗಿ ಅಳತೊಡಗಿದಳು.

ಅಲ್ಲಿಂದಾಚೆಗೆ ದಿನೇ ದಿನೇ ಪರಿಸ್ಥಿತಿ ಹದಗೆಡುತ್ತಾ ಹೋಯ್ತು. ಕಾವೇರಿ ಬೋಬಣ್ಣನೊಡನೆ ಹೆಚ್ಚು ಮಾತನಾಡುತ್ತಿರಲಿಲ್ಲ. ಪೋಸ್ಟಾಫೀಸು ಒಂದು ಬಗೆಯ ವಿಷಾದಗೃಹವಾಗಿಹೋಯ್ತು. ಎಲ್ಲ ಸತ್ತವರ ಮನೆಯಂತೆ ವಿಷಣ್ಣವದನರಾಗಿ ಇರುತ್ತಿದ್ದರು.

ಬೋಬಣ್ಣನ ಬಗ್ಗೆ ಇದ್ದ ಪ್ರೀತಿ ಎಲ್ಲಾ ಹೋದನಂತರ ಅವನೊಡನೆ ಒಡನಾಟ ಸರಸ ಸಲ್ಲಾಪ, ಸಂಭೋಗ ಯಾವುದಕ್ಕೂ ಯಾವುದೇ ಅರ್ಥವೂ ಇಲ್ಲದೆ ಅಸಂಬದ್ಧವಾಗಿಹೋಯ್ತು. ಬೋಬಣ್ಣನ ಕಾಮಚೇಷ್ಟೆಗಳೆಲ್ಲಾ ಅವನು ಎಲ್ಲೆಲ್ಲೋ ಕೈಹಾಕಿ ಕಚಕುಳಿ ಇಟ್ಟಂತಾಗುತ್ತಿತ್ತು. ತಬ್ಬಿಕೊಂಡರೆ ಮೈಮೇಲೆ ಹುಳು ಬುಳುಬುಳು ಹರಿದಾಡಿದಂತಾಗುತ್ತಿತ್ತು. ಕೊಡವಿಕೊಂಡೇಳುವಂತೆ ಆಗುತ್ತಿದ್ದಿತು. ಅವೇ ಒಂದು ಕಾಲದಲ್ಲಿ

ಕಾವೇರಿಯನ್ನು ಕಾಮದ ಜ್ವಾಲಾಮುಖಿಯನ್ನಾಗಿ ಮಾಡುತ್ತಿದ್ದುವು. ಬೋಬಣ್ಣ ನಿಸ್ಸಹಾಯಕನಾಗಿದ್ದ. ತಾನು ಎಂದೆಂದೂ ಇವಳಿಗೆ ಚೈತನ್ಯವನ್ನೂ ಸ್ಫೂರ್ತಿಯನ್ನೂ ನೀಡದವನಾಗಿದ್ದೇನೆ ಎಂದೆನ್ನಿಸಿದಾಗ ಹುಚ್ಚು ಹಿಡಿದಂತೆನ್ನಿಸುತ್ತಿತ್ತು.

ವರುಷದ ಕೊನೆಯಾಗುತ್ತಾ ಬಂದಿತು. ತೋಟಕ್ಕೆ ಹೊಸ ಆಳುಗಳನ್ನು ಮಾಡುವ; ಹಳೆ ಆಳುಗಳಿಗೆ ಲೆಕ್ಕಾಚಾರಮಾಡಿ ಉಳಿದದ್ದು ಕೊಡುವ ಕೆಲಸ ಆರಂಭವಾಯ್ತು.

ಇದೇ ಸಂದರ್ಭದಲ್ಲಿ ಮಾಚಮ್ಮ ಬೋಬಣ್ಣನ ಮದುವೆಗೆ ಮಾಡಿದ ಸಾಲವನ್ನು ಅವನೇ ತೀರಿಸಬೇಕೆಂದು ತೋಟದ ಮಾಲೀಕರಾದ ಸಾಹೇಬರಲ್ಲಿ ವಿನಂತಿಸಿಕೊಂಡಳು. ಅವಳ ವಾದ ಇಷ್ಟೇ: ಅವಳು ಆ ಹಣವನ್ನು ಬೋಬಣ್ಣನ ಮದುವೆಗೆ ಖರ್ಚು ಮಾಡಿದ್ದೇ ಹೊರತು ತನ್ನ ಸ್ವಂತಕ್ಕೆ ಅಲ್ಲ, ಕಾವೇರಿ ಮದುವೆಯಾದಾಗಿನಿಂದ ಅವಳು ಕೆಲಸಕ್ಕೆ ಬರುವುದು ಕಡಿಮೆಯಾಗಿ ತನ್ನ ಗಳಿಕೆಯೂ ಕಡಿಮೆಯಾಗಿದೆ. ಬೋಬಣ್ಣನಿಗೆ ಪೋಸ್ಟುಮಾಸ್ತರ ಸಂಬಳ ಪೋಸ್ಟಾಫೀಸಿನ ಬಾಡಿಗೆ ಇತ್ಯಾದಿ ಹೊಸ ಗಳಿಕೆ ಇದೆ... ಎಂದು.

ಬೋಬಣ್ಣ ಏನೇನು ವಾದ ಹೂಡಿದರೂ ಅದನ್ನು ಬೋಬಣ್ಣನ ಲೆಕ್ಕಕ್ಕೇ ಮುರಿ ಹಾಕಬೇಕೆಂದು ತೀರ್ಮಾನವಾಯ್ತು. ಬೋಬಣ್ಣ ಅವಳ ಮಗಳ ಮದುವೆಗೆ ಮಾಡಿದ ಸಾಲಕ್ಕೆ ತಾನು ಹೇಗೆ ಬಾಧ್ಯನೆಂದು ಕೇಳಿದ್ದಕ್ಕೆ, ಸಾಹೇಬರು "ಅವಳ ಮಗಳು ಯಾರು ನಿನ್ನ ಹೆಂಡ್ತಿ ಅಲ್ಲೇನೋ;" ಎಂದು ದಬಾಯಿಸಿದರು.

ಬೋಬಣ್ಣನಿಗೆ ಕೋಪ ತಡೆಯಲಾಗಲಿಲ್ಲ. ಹಾಗಿದ್ದರೆ ತಾನು ಬೇರೆ ಮನೆ ಮಾಡುತ್ತೇನೆಂದು ಸಾಹೇಬರ ಎದುರು ಕೂಗಾಡಿದನು.

ಮಾಚಮ್ಮ ಆಗ "ಇಷ್ಟು ದಿನ ಸಾಕಿದ್ದು ಅವಳನ್ನು ನಿನ್ನ ಹಿಂದೆ ಬೀದಿಪಾಲು ಮಾಡಕ್ಕೆ ಅಲ್ಲವಾ;" ಎಂದು ಕೊಂಕು ಮಾತನಾಡಿದಳು. ಕಾವೇರಿ ಅಲ್ಲೇ ಇದ್ದಳು. ಮಾಚಮ್ಮ ಹಾಗೆಂದಾಗ ಬೋಬಣ್ಣ ಕಾವೇರಿ ಕಡೆ ನೋಡಿದ. ಕಾವೇರಿ ಬೋಬಣ್ಣ ಯಾವನೋ ಎಂಬಂತೆ ಬೋಬಣ್ಣನ ಕಡೆ ಶೂನ್ಯ ನೋಟ ಬೀರುತ್ತಿದ್ದಳು.

ಬೋಬಣ್ಣನಿಗೆ ತಾನೆ ಬಿಟ್ಟು ಹೋಗುವುದಾದರೆ ಅದಕ್ಕೂ ತಯ್ಯಾರಿರುವುದನ್ನು ನೋಡಿ ಹತಾಶೆಯಾಯ್ತು. ತನ್ನ ಮಗುವನ್ನೂ ಮಗಳನ್ನೂ ನೆನೆದ. ತನ್ನ ಪೋಸ್ಟ್ ಮಾಸ್ತರಿಕೆಯನ್ನು ನೆನೆದ. "ಆಗಬಹುದು ತಾನೇ ತೀರಿಸುತ್ತೇನೆಂದು ಹೇಳಿದ. ಹಾಗೆ ಹೇಳುವಾಗ ಅವನ ಕಂಠ ಗದ್ಗದವಾಗಿತ್ತು.

ಆ ದಿನ ಸಾಯಂಕಾಲದ ವರೆಗೂ ಬೋಬಣ್ಣ ಸುಮ್ಮನೆ ಕುಳಿತಿದ್ದ. ಜೀವನದಲ್ಲಿ ತಾನು ಯಾವ ಧೋರಣೆಯನ್ನು ಅನುಸರಿಸಬೇಕೆಂಬುದೇ ಅವನಿಗೆ ತೋಚದಾಗಿದ್ದಿತು. ಎಲ್ಲದಕ್ಕೂ "ಹೂಂ ಉಹೂಂ" ಎಂಬ ಎರಡೇ ಉತ್ತರ ಕೊಡುತ್ತಿದ್ದ. ಯಾರೋ ಕಾಗದ ಬರೆದು ಕೊಡಲು ಹೇಳಿದರು. ಸುಮ್ಮನೆ ಯಾಂತ್ರಿಕವಾಗಿ ಬರೆದುಕೊಟ್ಟನು.

ಸಾಯಂಕಾಲ ಮುಗಿದು ಕತ್ತಲಾಗುತ್ತಾ ಬಂದಿತು. ಮನೆಯೊಳಗೆ ಹೋಗಬಹುದೋ ಬೇಡವೋ ಎನ್ನುವಂತೆ ಧೇನಿಸುತ್ತಾ ಎದ್ದ.

ಆ ಹೊತ್ತಿಗೆ ಸರಿಯಾಗಿ ದೂರದಲ್ಲಿ ಯಾರೋ ಮಾತನಾಡುತ್ತಾ ಬರುತ್ತಿರುವಂತೆ ಕಂಡಿತು. ಹತ್ತು ಹದಿನೈದು ಜನರಿರುವಂಥ ಗುಂಪೊಂದು ರಸ್ತೆ ತಿರುವಿನಲ್ಲಿ ಕಾಣಿಸಿಕೊಂಡಿತು. ಬೋಬಣ್ಣ ಯಾರೆಂದು ನೋಡುತ್ತಾ ನಿಂತ. ಗುಂಪು ನಿಧಾನವಾಗಿ ಪೋಸ್ಟಾಫೀಸಿನ ಬಳಿಯೇ ಬಂದಿತು. ಬೋಬಣ್ಣ ನೋಡುತ್ತಲೇ ಇದ್ದ. ಕತ್ತಲಾಗುತ್ತಿದ್ದುದರಿಂದ ಯಾರೂ ದೂರದಿಂದ ಸ್ಪಷ್ಟವಾಗಿ ಕಾಣುತ್ತಿರಲಿಲ್ಲ. ಯಾರೊ ಓರ್ವ ಹೆಣ್ಣುಮಗಳು ಅಳುತ್ತಿರುವುದು ಮಾತ್ರ ಕೇಳಿತು. ಬೋಬಣ್ಣ ಕಣ್ಣಿಗೆ ಕಾಣುತ್ತಲೂ ಯಾವನೋ ಒಬ್ಬನು "ಈ ತಲೆ ಹಿಡಕ ನನ್ನ ಮಕ್ಕಳಿಗೆಲ್ಲಾ ಪೋಸ್ಟಮಾಸ್ತರಿಕೆ ವಹಿಸಿದರೆ ಇನ್ನೇನಾಗುತ್ತೆ" ಎಂದು ಕೂಗುತ್ತಾ ಬಂದನು. ಬೋಬಣ್ಣನ ನೊಂದ ಮನಸ್ಸಿಗೆ ಕುದಿ-ನೀರು ಚೆಲ್ಲಿದಂತಾಯ್ತು. ಗುಂಪು ಹತ್ತಿರ ಬರುತ್ತಿದ್ದಂತೆಯೇ ಮೂಗೂರಿನ ತೋಟದ ಮೇಸ್ತ್ರಿ "ಯಾವೋನೋ ಸೂಳೆಮಗ ಇಲ್ಲದ್ದು ಸಲ್ಲದ್ದು ನನ್ನ ಮೇಲೆ ಹೇಳಿರೋದು. ಅವನು ಗಂಡಸಾಗಿದ್ದರೆ ಹೇಳಲಿ ಇಲ್ಲಿ" ಎಂದು ಕೂಗಾಡಿದನು. ಬೋಬಣ್ಣನ ಕಣ್ಣಿಗೆ ಆ ಗುಂಪಿನಲ್ಲಿದ್ದ ಬೇಲಾಯುದ, ಅವನ ಹೆಂಡತಿ, ಮಗಳು ಮುಂತಾದವರೆಲ್ಲಾ ಒಬ್ಬೊಬ್ಬರಾಗಿ ದೃಗ್ಗೋಚರವಾದರು.

ಎಲ್ಲರೂ ಶರಾಬು ಕುಡಿದುಕೊಂಡು ಗಮಗಮ ವಾಸನೆ ಹೊಡೆಯುತ್ತಿದ್ದರು. ಬಂದವರೇ ಹೀನಾಮಾನ ಬೋಬಣ್ಣನನ್ನು ದೂಡಾಡಿದರು. ಬೋಬಣ್ಣ ಮೂಗೂರಿನ ತೋಟದ ಮೇಸ್ತ್ರಿಗೆ "ಹಲ್ಲಿಡಿದು ಮಾತನಾಡೋ ಮಗನೇ, ನಿನ್ನಂತಾವರು ಹತ್ತು ಜನ ನನ್ನ ಕೈಕೆಳಗೆ ಕೆಲಸಕ್ಕಿದ್ದಾರೆ. ಗೊತ್ತಾಯ್ತೋ" ಎಂದು ಬಯ್ದನು.

"ನೀನು ಅಪ್ಪಂತ ಮನುಷಾ ಆಗಿದ್ರೆ ಈ ಕಾಗದ ಬರೆದು ಹೆಣ್ಣಿನ ಮರ್ಯಾದೆ ತೆಗೆಯೋ ಕೆಲಸಕ್ಕೆ ಯಾಕೋ ಹೋದೆ?" ಎಂದಿತು ಯಾವದೋ ದನಿ.

"ಯಾವನು ಬರೆದನೋ ಅವನನ್ನ ಕೇಳಿಕೋ, ನನ್ನ ಹತ್ರ ಯಾಕೆ ಪೊಗರು ತೋರಸ್ತೀಯಾ?" ಎಂದು ಬೋಬಣ್ಣ ಆ ಗುಂಪಿನಿಂದ ಬಂದ ಅಶರೀರವಾಣಿಗೆ ಉತ್ತರಿಸಿದನು.

ಬೋಬಣ್ಣ ಹಾಗೆಂದ ಕೂಡಲೆ "ಇನ್ಯಾವನೋ ಬರೆದವ ನಿನ್ನಪ್ಪ; ಸುಳ್ಳು ಬೇರೆ ಬೊಗಳ್ತೀಯಾ?" ಎಂದು ಬೇಲಾಯುದ ಒಂದು ಕಾರ್ಡನ್ನು ಬೋಬಣ್ಣನ ಎದುರು ಹಿಡಿದನು. ಬೋಬಣ್ಣ ನೋಡಿದ. ನೋಡಿದರೆ ಅದು ಬೇಲಾಯುದನಿಗೆ ಬಂದ ಕಾಗದವನ್ನು ಬೋಬಣ್ಣ ನಕಲುಮಾಡಿ ಹಾಕಿದ್ದುದಾಗಿತ್ತು. ಬೋಬಣ್ಣ ಅದು ತಾನು ಬರೆದುದು ಹೌದೆಂದೂ ಆದರೆ ಅದು ಬೇಲಾಯುದನಿಗೆ ಬಂದ ಕಾಗದವನ್ನು ನಕಲು ಮಾಡಿ ಹಾಕಿದುದೆಂದೂ ಹೇಳಿದನು. ಗುಂಪಿನಲ್ಲಿ ಅದನ್ನು ಯಾರೂ ಕೇಳಲು ಸಿದ್ಧರಿರಲಿಲ್ಲ.

ಅವರು ಆ ಸುದ್ದಿಯ ಸುಳ್ಳನ್ನು ರುಜುವಾತು ಮಾಡುವುದು, ಆ ಕಾಗದ ಬರೆದವನನ್ನು ಹೇಗೆ ಶಿಕ್ಷಿಸುತ್ತಾರೆ ಎಂಬುದನ್ನೇ ಅವಲಂಬಿಸಿತ್ತು. ಅದೂ ಅಲ್ಲದೆ ಮೂಗೂರಿನ

ಮೇಸ್ತ್ರಿಯೂ ಮತ್ತೆ ಹಲವರು ಈ ಸಂದರ್ಭವನ್ನೇ ಉಪಯೋಗಿಸಿಕೊಂಡು ಬೇಲಾಯದನ ಮಗಳು ಪದ್ಮಿಯ ಮೇಲೆ ಪ್ರಭಾವ ಬೀರಲು ಪ್ರಯತ್ನಿಸುತ್ತಿದ್ದರು.

ಈ ಗಲಾಟೆ ಕೇಳಿ ಕಾವೇರಿ ಮಾಚಮ್ಮ ಎಲ್ಲಾ ಒಳಗಿಂದ ಹೊರಬಂದು ನಿಂತರು. ಬೇಲಾಯದ ನಡೆದುದೆಲ್ಲವನ್ನೂ ವಿವರಿಸತೊಡಗಿದ. ಬೋಬಣ್ಣ ತನ್ನ ಮಗಳನ್ನು ಮೂಗೂರಿನ ಮೇಸ್ತ್ರಿ ಇಟ್ಟುಕೊಂಡಿದ್ದಾನೆಂದು, ಊರೆಲ್ಲಾ ಸುದ್ದಿ ಮಾಡಿದುದಲ್ಲದೆ ಕಾಗದವನ್ನೂ ಉಜಿರೆಗೆ ಬರೆದನೆಂದೂ, ತಾನು ಉಜಿರೆಯಲ್ಲಿ ಇಲ್ಲದೆ ಬೆಳ್ತಂಗಡಿಗೆ ಹೋಗಿದ್ದರಿಂದ ಆ ಕಾಗದವನ್ನು ಅಲ್ಲಿಗೆ ಕಳಿಸಿದರೆಂದೂ ಆದರೆ ಕಾಗದ ಅಲ್ಲಿಗೆ ಬರುವ ಹೊತ್ತಿಗೆ ನಾನು ಅಲ್ಲಿಯೂ ಇರದೆ ಬಂಟವಾಳಕ್ಕೆ ಹೊರಟಿದ್ದೆನೆಂದೂ, ಆದುದರಿಂದ ಆ ಕಾಗದ ಬಂಟವಾಳಕ್ಕೆ ಬಂದಿತೆಂದೂ, ಹೋದ ಹೋದಲ್ಲೆಲ್ಲಾ ಎಲ್ಲರೂ ಆ ಕಾರ್ಡನ್ನು ಓದಿ ಕಳಿಸಿದ್ದರಿಂದ ತನ್ನ ಬಂಧುವರ್ಗದಲ್ಲಿ ತನ್ನ ಮರ್ಯಾದೆ ಸಂಪೂರ್ಣವಾಗಿ ಹೋಯ್ತೆಂದೂ ಬೇಲಾಯದ ಮಾಚಮ್ಮನಿಗೆ ವಿವರಿಸಿದ.

ಅವನು ತನ್ನ ಮಗಳಿಗೆ ಗಂಡು ನೋಡಲು ಹೋಗಿದ್ದನೆಂದೂ, ಆದರೆ ಈಗ ಸದ್ಯದ ಭವಿಷ್ಯದಲ್ಲಿ ಯಾರೂ ಮದುವೆಯಾಗೋ ಸಂಭವವೇ ಇಲ್ಲವೆಂದೂ ಗಂಡು ಸಿಗದೆ ತನ್ನ ಜಾತಿಯಲ್ಲಿ ಸುಮಾರು ಜನ ಹುಡಿಗೆಯರು ಹಾದಿ ತಪ್ಪಿಹೋಗಿದ್ದಾರೆಂದೂ ಗೋಳೋ ಎಂದು ಅತ್ತನು.

ಇದರೊಡನೆ ಮೂಗೂರಿನ ಮೇಸ್ತ್ರಿಯು ಬೇಲಾಯದ ಅವನ ಮಗಳನ್ನು ಹೊಡೆದು ಕೊಂದೇ ಹಾಕುವುದರಲ್ಲಿದ್ದನೆಂದು, ಪುಣ್ಯಕ್ಕೆ ಅಷ್ಟರಲ್ಲಿ ಅವನಿಗೆ ಗೊತ್ತಾಗಿ ಓಡಿ ಹೋಗಿ ಒಂದು ಹೆಣ್ಣುಮಗಳ ಜೀವ ಉಳಿಸಿದನೆಂದೂ ಆತ್ಮಪ್ರಶಂಸೆಯೊಂದಿಗೆ ಚಾಡಿ ಹೇಳಿದ.

ಮಾಚಮ್ಮನೂ ಅವನೊಡನೆ ಊರಿನ ಪಂಚಾಯ್ತಿಗೆ ಇವನು ಯಾಕೆ ಮೂಗು ಹಾಕಬೇಕು. ನನ್ನ ಮನೆ ಪೋಸ್ಟಾಫೀಸು ಮಾಡಿ ನನ್ನ ಮರ್ಯಾದೆ ಎಲ್ಲಾ ತೆಗೆಯುತ್ತಿದ್ದಾನೆ. ಈ ಪೋಸ್ಟಾಫೀಸು ಬಂದು ಊರಿಗೇ ಅನಿಷ್ಟ ಹಿಡಿದಿದೆ" ಎಂದು ಕೂಗಾಡ ತೊಡಗಿದಳು.

ಬೋಬಣ್ಣನ ಪರವಾಗಿ ಮಾತನಾಡುವವನು ಯಾರೂ ಕಾಣಲೇ ಇಲ್ಲ. ಒಂದೆರಡು ಜನ ಬೇಲಾಯದನಿಗೆ ಬಂದ ಮೂಲ ಕಾಗದ ನೋಡಿದವರಿದ್ದರು. ಅವರು ಬೋಬಣ್ಣನೇ ಅದನ್ನು ಯಾಕೆ ಬರೆದಿರಬಾರದು ಎಂಬ ಗುಮಾನಿ ಆರಂಭವಾಯ್ತೋ ಏನೋ ಅವರು ಯಾರೂ ಮಧ್ಯೆ ಬಾಯಿ ಹಾಕಲೇ ಇಲ್ಲ. ಹಾಗಾಗಿ ಅಲ್ಲಿ ಬಂದಿದ್ದವರೆಲ್ಲಾ ಬೋಬಣ್ಣನಿಗೆ ಯದ್ವಾತದ್ವಾ ಬಯ್ಯತೊಡಗಿದರು.

ಬೋಬಣ್ಣನಿಗೆ ತನ್ನ ತಪ್ಪಾದರೂ ಏನೆಂದು ಅರ್ಥವಾಗದೆ ಸುಮ್ಮನೆ ಪಶುವಿನ ತರ ನಿಂತಿದ್ದ, ಎಲ್ಲ ಬಯ್ದು ಬಯ್ದು ಸುಸ್ತಾಗಬಹುದೆಂದು. ಎಲ್ಲಕ್ಕೂ ಕೊನೆ ಎಂಬುದೊಂದಿದೆ ಎಂದು. ಎಲ್ಲಕ್ಕಿಂತ ಹೆಚ್ಚು ದುಃಖ ಉಂಟುಮಾಡಿದ್ದೆಂದರೆ ಕಾವೇರಿಯ

ಮೌನ. ಒಂದು ಚಕಾರ ಎತ್ತದೆ ಅವಳು ಸುಮ್ಮನಿದ್ದಳು. ಅವಮಾನ ಸಹಿಸುವುದಕ್ಕಿಂತ ರೌರವ ನರಕ ಇನ್ನೊಂದಿಲ್ಲ ಎನ್ನಿಸಿತು ಬೋಬಣ್ಣನಿಗೆ.

"ನೋಡು ಬೇಲಾಯುದ, ನನ್ನ ಡೂಟಿ ನಾನು ಮಾಡಿದ್ದೀನಿ. ನಿನ್ನ ಕಾಗದ ಇಲ್ಲಿ ಹಾಳಾಗ್ತಾ ಬಿದ್ದಿತ್ತು. ಅದನ್ನು ನಕಲುಮಾಡಿ ಕಳಿಸಿದೆ. ನಿನ್ನ ಮಗಳು ಎಂಥವಳೋ ನೀನೆಂಥವನೋ ನನಗೇನು ಗೊತ್ತು" ಎಂದು ಬೇಲಾಯುದನಿಗೆ ಹೇಳಿದ.

"ಹೌದೌದು ನೀನೊಬ್ಬ ಅಪ್ಪಂತವ, ಊರವರೆಲ್ಲಾ ಪೋಲೀಗಳು. ನಿನ್ನ ಮನೆ ನಿನ್ನ ಹೆಣ್ತಿ ಬಂದೋಬಸ್ತು ಮಾಡಿಕೊಂಡು ಊರವರ ಮಾತಾಡು. ನಿನ್ನ ಕೈನ ಹಿಡಿದೋಳು ಎಷ್ಟು ಜನರ ಮನೇಲಿದ್ದು ಬಂದವಳೋ ನೋಡಿಕೋ" ಎಂದು ಮೂಗೂರಿನ ಮೇಸ್ತ್ರಿ ಬೋಬಣ್ಣನ ಮನ ನೋಯಿಸಲೆಂದೇ ನುಡಿದನು.

ಆವರೆಗೂ ತಾಳ್ಮೆಯಿಂದ ಮಾತನಾಡುತ್ತಿದ್ದ ಬೋಬಣ್ಣನಿಗೆ ರುಮ್ಮನೆ ಸಿಟ್ಟು ನೆತ್ತಿಗೇರಿತು.

ಮೂಗೂರಿನ ಮೇಸ್ತ್ರಿ ಮಾತಿಗೆ ಅಲ್ಲಿದ್ದವರೆಲ್ಲಾ ಅಪ್ರತಿಭರಾದರು. ಒಂದು ಕ್ಷಣಕಾಲ ಅಲ್ಲಿ ಮೌನ ಆವರಿಸಿತು. ಎಲ್ಲರೂ ಬೋಬಣ್ಣ ಏನು ಮಾಡಿದನೆಂದು ಆಪಾದಿಸಿ ಅಲ್ಲಿಗೆ ಬಂದಿದ್ದರೋ ಅಂಥದೇ ಹೀನ ಕೆಲಸಕ್ಕೆ ಮೂಗೂರಿನ ಮೇಸ್ತ್ರಿ ಇಳಿದಿದ್ದ. ಆದರೆ ಅದರ ವಿರುದ್ಧ ಯಾರೂ ಮಾತನಾಡಲಿಲ್ಲ. ಏಕೆಂದರೆ ಮೂಗೂರಿನ ಮೇಸ್ತ್ರಿ ಯಾರನ್ನುದ್ದೇಶಿಸಿ ಅಂದನೋ ಅವರಿಂದ ಮೊದಲು ಪ್ರತಿಭಟನೆಯನ್ನು ಅಪೇಕ್ಷಿಸಿದರು. ಬೋಬಣ್ಣ ಕಾವೇರಿಯ ಕಡೆ ನೋಡಿದ. ಕಾವೇರಿಯ ಕಣ್ಣಿನಲ್ಲಿ ಏನೋ ದಿಗ್ಮೂಢತೆ ಆವರಿಸಿತ್ತು. ಆಕೆ ಏನೂ ಮಾತಾಡದೆ ತನ್ನ ತಾಯ ಕಡೆ ತಿರುಗಿದಳು. ಮಾಚಮ್ಮನು ಬೋಬಣ್ಣನ ಮೇಲಿನ ಹಗೆತನದಿಂದ ಮಾತನಾಡದೆ ನಿಂತಳು.

ಇವರೆಲ್ಲಾ ತನ್ನ ಮೇಲಿನ ತಿರಸ್ಕಾರದಿಂದ ಆ ಆಪಾದನೆಯನ್ನೂ ಹೊರಲೂ ತಯಾರಾದುದನ್ನು ಕಂಡು ಬೋಬಣ್ಣನಿಗೆ ಕಣ್ಣು ಕೆಂಡವಾಯ್ತು. "ಏನೆಂದೆ ಸೂಳೇ ಮಗನೆ" ಎಂದು ಮುಷ್ಟಿಕಟ್ಟಿ ಬಲವಾಗಿ ಮೂಗೂರಿನ ಮೇಸ್ತ್ರಿ ಮುಸುಡಿಗೆ ಗುದ್ದಿದನು. ಮೇಸ್ತ್ರಿ ವಿಕಾರವಾಗಿ ತೊದಲಿ ಧುಪ್ಪನೆ ನೆಲಕ್ಕೆ ಬಿದ್ದನು. ಅವನು ಬಿದ್ದ ರೀತಿಯನ್ನು ನೋಡಿ ಬೋಬಣ್ಣ ಅವನ ಗತಿ ಪೂರೈಸಿತೆಂದೇ ತಿಳಿದನು. ಗುಂಪಿನಲ್ಲಿದ್ದವನು ಯಾವನೂ ಮೂಗೂರಿನ ಮೇಸ್ತ್ರಿಗೆ ಶೈತ್ಯೋಪಚಾರ ಮಾಡಲು ಮುಂದೆ ಬರಲಿಲ್ಲ. ಅವನ ಪರವಾಗಿ ಇನ್ಯಾರು ಬರುತ್ತಾರೋ ಬರಲಿ ಎಂದು ಮುಷ್ಟಿ ಕಟ್ಟಿಕೊಂಡು ಕೋಪಾವೇಶದಿಂದ ಬೋಬಣ್ಣ ನಿಂತಿದ್ದ.

ಮಾಚಮ್ಮ ನೋಡಿದಳು ಬೋಬಣ್ಣನ ಕೈಮೇಲಾಗುತ್ತಿರುವಂತೆ ಕಂಡಿತು. ಗುಂಪಿನಲ್ಲಿ ದೊಡ್ಡ ವೀರನಂತೆ ಬೆಳೆಯುತ್ತಿದ್ದಾನೆ ಬೋಬಣ್ಣ ಎಂದು ಗುಮಾನಿ ಬಂತು. ಕಾವೇರಿಯ ಮನಸ್ಸೆಲ್ಲಿ ತಿರುಗುತ್ತದೆಯೋ ಎಂದು ಭಯವಾಯ್ತು. ಮೌನವಾಗಿ ನಿಂತಿದ್ದ ಗುಂಪಿನೊಳಗೆ ನುಗ್ಗಿ ಬಿದ್ದಿದ್ದ ಮೇಸ್ತ್ರಿ ಬಳಿ ಕುಳಿತು "ಅಯ್ಯಯ್ಯೋ ಕೊಂದೇಬಿಟ್ನಲ್ಲೋ ನಿನ್ನ

ಮನೆ ಹಾಳಾಗ; ನಿನ್ನಂತ ಮನೆಹಾಳನಿಗೆ ಮಗಳು ಕೊಟ್ಟು ಅವಳ ಬಾಯಿಗೆ ಮಣ್ಣು ಹಾಕಿದೆನಲ್ಲೋ;" ಎಂದು ಒರಲಿ ಊಳಿಡತೊಡಗಿದಳು. ಅವಳೊಡನೆ ಇನ್ನೊಂದೆರಡು ಜನ ಇದ್ದಕ್ಕಿದ್ದಂತೆ ಮೂಗೂರಿನ ಮೇಸ್ತ್ರಿಗೆ ತಾವು ಆಪ್ತರೆಂಬಂತೆ ಆರೋಪಿಸಿಕೊಂಡು "ಅಯ್ಯಯ್ಯೋ ಹೋದ್ಯೇನೋ ಬರ್ತ್ತರಲ್ಲೋ ಪೋಲಿಸ್ನೋರು ನಾಳೆ" ಎಂದು ಒರಲತೊಡಗಿದರು.

ಬೋಬಣ್ಣ ನೋಡಿದ ಪರಿಸ್ಥಿತಿ ವಿಕೋಪಕ್ಕೆ ಸರಿಯುತ್ತಿದ್ದಂತೆ ಕಂಡಿತು. ಮೂಗೂರಿನ ಮೇಸ್ತ್ರಿಗೆ ಶ್ವಾಸವೇ ನಿಂತುಹೋಗಿದೆಯೋ ಏನೋ ಎಂದು ಅನುಮಾನವಾಯ್ತು. ಅನಿರೀಕ್ಷಿತ ಅನಪೇಕ್ಷಿತ ತೊಂದರೆಗಳ ಆಘಾತಕ್ಕೆ ಜರ್ಝರಿತನಾಗಿದ್ದ ಬೋಬಣ್ಣನ ಬಿಗಿದ ಮುಷ್ಟಿ ಸಡಿಲಗೊಳ್ಳತೊಡಗಿತು.

ಕಾವೇರಿ ನೀರು ತರಲು ಒಳಗೆ ಹೋಗಿದ್ದಳು. "ಸತ್ತುಹೋಗಿ ಸೂಳೆಮಕ್ಳಾ" ಎಂದು ಒಂದಷ್ಟು ಜನರನ್ನು ದೂಡಿ ಗುಂಪು ಬಿಟ್ಟು ಹೊರಟ.

"ಅರೆ ಎಲ್ಲಿಗ್ರೀ ಹೋಗ್ತೀರಾ?"

"ಅರೆ ತಡೀರಿ ಕೊಂಚಾ."

"ನಿಲ್ಲಯ್ಯಾ."

"ಏ ಏ ನಿಲ್ಲಸರೀ ಅವರನ್ನ"

ಇತ್ಯಾದಿ ಮಾತುಗಳು ಗುಂಪಿನಿಂದ ಬರುತ್ತಿದ್ದಂತೆಯೇ ಬೋಬಣ್ಣ ಎಲ್ಲರನ್ನೂ ದೂಡಿಕೊಂಡು ವೇಗವಾಗಿ ಹೊರಟುಹೋದ.

"ಏ ಏ ಏ ಹಿಡಿಕೋ ಅವರನ್ನ" ಎಂದು ಯಾರೋ ಯಾವನಿಗೋ ಕೂಗಿ ಹೇಳಿದರು. ಯಾವನೋ ದಾರಿಯಲ್ಲಿ ಬರುತ್ತಿದ್ದವನು ವೇಗವಾಗಿ ಬರುತ್ತಿದ್ದ ಬೋಬಣ್ಣನನ್ನು ತಡೆಯಲು ಅಡ್ಡಬಂದ. ಬೋಬಣ್ಣ ಝಾಡಿಸಿ ಅವನ ಹೊಟ್ಟೆಗೆ ಒದ್ದು ಮುಷ್ಟಿಯಿಂದ ಮೋರೆಗೆ ಅಪ್ಪಳಿಸಿದ. ಅವನು ಹೆಚ್ಚುಕಡಿಮೆ ಉಸಿರೆತ್ತದೆ ನೆಲಕ್ಕೆ ಬಿದ್ದನು. ಇವನ ಹಿಂದೆ ಬರುತ್ತಿದ್ದ ಇನ್ನೊಬ್ಬನು ಮೊದಲಿನವನಿಗಾದ ಗತಿ ನೋಡಿ ಕಾಲಿಗೆ ಬುದ್ಧಿಹೇಳಿದ. ಎರಡು ಮೂರು ಜನ ರಸ್ತೆಯಲ್ಲಿ ಓಡುತ್ತಿರುವುದನ್ನು ನೋಡಿ ಯಾರನ್ನು ಹಿಡಿಯಬೇಕೋ ಏನು ಕತೆಯೋ ತಿಳಿಯದೆ ಸುತ್ತಲಿನ ಜನ ಕಂಗಾಲಾಗಿ ನಿಂತರು. ಕೋಪದಿಂದ ಕೆಂಡವಾಗಿದ್ದ ಬೋಬಣ್ಣ ಅಡ್ಡಬಂದ ನೊಗ ಹೊತ್ತಿದ್ದ ಎರಡೆತ್ತುಗಳಲ್ಲಿ ಒಂದಕ್ಕೆ ಹೊಟ್ಟೆಯಲ್ಲಿದ್ದುದೆಲ್ಲಾ ಕಕ್ಕಿಕೊಳ್ಳುವಂತೆ ಒದ್ದನು. ಅವಕ್ಕೆ ತಲೆ ಕೆಟ್ಟು ನೊಗದ ಸಮೇತ ಗುಂಪಿನ ಮೇಲೆ ನುಗ್ಗಿ ನಾಲ್ಕಾರು ಜನ ಅಪ್ಪಳಿಸಿ ನೆಲಕ್ಕೆ ಬಿದ್ದರು. ಬೋಬಣ್ಣ ಹಿಂದಿರುಗಿ ನೋಡದೆ ಓಡಿ ಓಡಿ ಕತ್ತಲಲ್ಲಿ ಕರಗಿಹೋದನು.

ಮಾರನೆ ದಿನ ಪೋಸ್ಟಾಫೀಸನ್ನು ವಿದ್ಯುಕ್ತವಾಗಿ ಮುಚ್ಚಲಾಯ್ತು. ಕಾವೇರಿ ಮಾಚಮ್ಮನೊಂದಿಗೆ ತೋಟದ ಕೆಲಸಕ್ಕೆ ಹೋಗತೊಡಗಿದಳು.

21. ಹ್ಯಾಂಗೋವರ್

–ಜಿ. ಎಸ್. ಸದಾಶಿವ

ಸೋಮು, ಶೃಂಗಾರ್ ಶಾಪಿಂಗ್ ಸೆಂಟರ್ ಎದುರು ತನ್ನನ್ನು ತಾನೇ ಕಳಕೊಂಡವನಂತೆ ನಿಂತಿದ್ದ. ಮಹಾತ್ಮಾ ಗಾಂಧಿ ರಸ್ತೆಯಲ್ಲಿ ನಡೆದು ಬರುತ್ತಿದ್ದ ನನಗೆ ಈ ಸೋಮುವಿನ ದರ್ಶನ ಅಕಸ್ಮಾತ್ ಆಯಿತು. ಪುಸಪುಸನೆ ಸಿಗರೇಟಿನ ಹೊಗೆ ಬಿಡುತ್ತ ದೊಗಳೆಯಾದ ಪ್ಯಾಂಟಿನ ಒಂದು ಕಿಸೆಯಲ್ಲಿ ಒಂದು ಕೈ ತುರುಕಿ ನಿಂತಿದ್ದ ಅವನ ಶೈಲಿ ಮರುಕ ತರುವಂತಿತ್ತು. 'ಹಲೋ' ಎಂದೆ. ಓಹ್ ಎಂದು ಬೆಚ್ಚಿದ. ನನ್ನನ್ನು ನೋಡಿ ಮುಖ ಊರಗಲ ಮಾಡಿಕೊಂಡ.

'ಯಾವುದಾದರೂ ಹುಡುಗಿಗಾಗಿ ಕಾಯ್ತಾ ಇದೀಯಾ?' ಎಂದೆ. ತನ್ನ ಸಣ್ಣ ಹಣೆಯ ಮೇಲಿನ ಬೆವರನ್ನು ಒರೆಸಿಕೊಳ್ಳುತ್ತ 'ಛೆ ಛೆ ' ಎಂದ.

'ನೋಡೋ ಕಿಟ್ಟು' ಎಂದು ಏನೋ ಹೇಳಲು ಹೋಗಿ, ಈಚೆಗೆ ನೀನು ಕಾಣಲೇ ಇಲ್ಲವಲ್ಲ ಎಂದು ಬೇರೆ ಮಾತಾಡಿ ನನಗೆ ಏರೋನಾಟಿಕ್ಸ್‌ನಲ್ಲಿ ಕೆಲಸ ಸಿಕ್ಕಿತು. ಕೈಗೆ ಆರುನೂರು ರೂಪಾಯಿ ಬರುತ್ತೆ ಎಂದು ಅವಸರವಸರದಿಂದ ಸಿಗರೇಟಿನ ಹೊಗೆ ಬಿಟ್ಟ.

ಈ ಪ್ರಾಣಿಯನ್ನು ನೋಡಿದರೆ ಇದ್ದ ಒಂದು ಚಿಲ್ಲರೆ ಕೆಲಸವೂ ಹೋಗಿ, ಮನೆಯಲ್ಲಿ ಸಿಂಬಳ ಸುರಿಸುವ ಒಂಬತ್ತು ಮಕ್ಕಳ ಕೂಳಿಗೇನು ಮಾಡಬೇಕು ಎಂಬ ಚಿಂತೆಯಲ್ಲಿರುವ ತರಲೆ ಗುಮಾಸ್ತನ ಥರ ನಿಂತಿದ್ದ. ಸ್ವಲ್ಪ ನಾಟಕದ ಭಾಷಣದಂತೆ ಅದನ್ನು ಅವನಿಗೆ ಹೇಳಿದೆ.

'ಅಲ್ಲ ಕಣೊ... ನನಗೆ... ಹೋಗಲಿ ಬಿಡು. ನೀನು ಸಿಕ್ಕಿದ್ದು ಒಳ್ಳೇದಾಯ್ತು. ನನಗೆ ಒಂದಿಷ್ಟು ಒಳ್ಳೇ ಬಟ್ಟೆ ತಗೋಬೇಕು. ಒಂದು ಸೂಟು ಬೇಕು. ಆದರೆ ಆರ್‍ನೋಕೆ ಕಷ್ಟ ಆಗ್ತಾ ಇದೆ. ಒಂದು ಅಂಗಡಿಗೆ ಹೋಗಿ ನೋಡಿದೆ. ಎಲ್ಲಾ ಚೆನ್ನಾಗಿದ್ದ ಹಾಗಿತ್ತು. ಆದರೆ ಯಾವುದನ್ನೂ ತಗಳೋದು ಕಷ್ಟವಾಯ್ತು. ಅರ್ಧ ಘಂಟೆ ನನ್ನ ಅವಸ್ಥೆ ನೋಡಿ ಅಂಗಡಿಯವ ತನಗೆ ಬೇಜಾರಾಗಿದೆ ಎಂದು ತೋರಿಸಿಕೊಂಡ. ಹೊರಟು ಬಂದೆ' ಎಂದು ತನ್ನ ಗೋಳು ತೋಡಿಕೊಂಡ.

ಬಟ್ಟೆ ಆರಿಸುವುದರಲ್ಲಿ ನಾನು ತಜ್ಞ ಎಂದು ಸೋಮು ತಿಳಿದಿದ್ದ. ಅದನ್ನು ಸಮರ್ಥಿಸಿಕೊಳ್ಳುವಂತೆ, ಅವನಿಗಾಗಿ ಬಣ್ಣ ಬಣ್ಣದ ಎರಡು ಬಾಂಬೆ ಡೈಯಿಂಗ್

ಶರ್ಟು ಆರಿಸಿದೆ. ಗ್ವಾಲಿಯರ್ ಟೆರಿವುಲ್ ಸೂಟ್ ಪೀಸ್ ತಗೋಬಹುದು ಎಂದೆ. ತೀರಾ ಬಣ್ಣದ ಬಟ್ಟೆಯನ್ನು ಅವನು ಇಷ್ಟಪಡದಿದ್ದರೂ ಶೋಕಿಯಾಗಿ ಓಡಾಡುವ ನನ್ನೆದುರು ಹೇಳಿದರೆ ಎಲ್ಲಿ ಹಾಸ್ಯ ಮಾಡುತ್ತೇನೋ ಎಂದು ಸಂಕೋಚ ಕಾಡಿರಬೇಕು. ಉಸಿರೆತ್ತದೆ ಪ್ಯಾಕೆಟ್ಟುಗಳನ್ನೆತ್ತಿಕೊಂಡು ನೂರರ ನೋಟುಗಳನ್ನು ಕೌಂಟರಿನಲ್ಲಿ ಚೆಲ್ಲಿದ. ಬಟ್ಟೆಯನ್ನು ಕಂಕುಳಲ್ಲಿ ಒತ್ತಿಕೊಂಡು ಹಣ ಒಗೆದಾಗ ಅವನ ಮುಖ ಗೆಲುವಿನ ಕಳೆ ಸೂಸುತ್ತಿತ್ತು. ನನ್ನ ಸೆಲೆಕ್ಷನ್ ಅವನಿಗೆ ಹಿಡಿಸಿತು ಎಂದು ನನಗೆ ಖುಷಿಯಾಯಿತು.

'ನೋಡೋ ಕಿಟ್ಟು, ಇಷ್ಟು ಹಣ ಒಂದೇ ಸಾರಿ ಖರ್ಚು ಮಾಡ್ತಿರೋದು ಇದೇ ಮೊದಲ ಸಲ' ಎಂದ ಹಿಗ್ಗಿನಿಂದ. ಆಗ ನನಗೆ ಅವನ ಗೆಲುವಿನ ಅರ್ಥ ಬೇರೆಯಾಗಿ ಹೊಳೆಯಿತು.

'ಅದು ಸರಿ, ಇಷ್ಟೊಂದು ದುಡ್ಡು ಹೇಗೆ ಬಂತಪ್ಪಾ...'

'ನೀನೊಬ್ಬ ಗುಗ್ಗು. ಕೆಲಸ ಸಿಕ್ಕಿದೆ ಅನ್ನಿಲ್ವಾ?' ಎಂದ.

ಮೊದಲಿನ ಹ್ಯಾಪುಮೋರೆಯ ಸೋಮುವಿನ ಧ್ವನಿ ಈಗ ಗೆಲುವಿನಿಂದ ಉಕ್ಕುತ್ತಿತ್ತು. ಆತನ ಈ ರೀತಿಯನ್ನು ನಾನು ಈ ಹಿಂದೆ ನೋಡಿರಲಿಲ್ಲ.

'ಅದೇನು ಕೆಲ್ಸ ಕೊಟ್ಟ ಕೂಡ್ಲೆ ಸಂಬಳ ಕೊಟ್ರಾ?'

'ನಿನಗೆ ಹೇಳಲೇ ಇಲ್ಲ; ಅಲ್ವಾ. ಕೆಲಸ ಸಿಕ್ಕಿ ಆಗಲೇ ಎರಡು ತಿಂಗಳಾಯಿತು. ಈಗ ಇನ್ನೂರೈವತ್ತು ಹೋಯ್ತು. ಕೈಯಲ್ಲಿ ಇನ್ನೂ ಇನ್ನೂರೈವತ್ತು ಇದೆ. ತಿಂಗಳ ಖರ್ಚಿಗಾಗೋ ಅಷ್ಟು ಬೇರೆ ತೆಗೆದಿಟ್ಟಿದೀನಿ. ಈಗ ಕೈಲಿರೋದು ಯಾಕೆ ಗೊತ್ತಾ?' ಅವನ ಧ್ವನಿಯಲ್ಲಾಗುತ್ತಿದ್ದ ಸೂಕ್ಷ್ಮ ವ್ಯತ್ಯಾಸವನ್ನು ಗಮನಿಸುತ್ತಾ ಬಂದ ನನಗೆ ಇದು ಕೇವಲ ಕೆಲಸ ಸಿಕ್ಕಿದ ಗೆಲುವಿನಿಂದ ಬಂದದ್ದು ಎನಿಸಲಿಲ್ಲ. ಕಣ್ಣನ್ನು ಕಿರಿದುಗೊಳಿಸಿ, ಸಿಗರೇಟನ್ನು ಶಕ್ತಿಮೀರಿ ಎಳೆದು ಕೆಮ್ಮುತ್ತ, ಕಂಪಿಸುವ ಧ್ವನಿಯಲ್ಲಿ ಮಾತಾಡುತ್ತಿದ್ದ ಸೋಮು ಯಾರ ಮೇಲೊ ರೊಚ್ಚು ತೀರಿಸಿಕೊಳ್ಳುತ್ತಿದ್ದಾನೆ ಎನಿಸಿತು. ಅವನ ರೀತಿಯಿಂದ ನನಗೆ ಗಲಿಬಿಲಿಯಾಯಿತು.

'ಏ ಕಿಟ್ಟು, ಈ ಹಣ ನನ್ನ ಸ್ವಯಾರ್ಜಿತ, ಏನೂ ಯೋಚನೆ ಮಾಡಬೇಡ. ಅದು ನನ್ನಪ್ಪಂದೂ ಅಲ್ಲ, ನಿನ್ನಪ್ಪಂದೂ ಅಲ್ಲ. ನಡಿಯೋ ಗುಂಡು ಹಾಕೋಣ' ಎಂದ.

ಅವನ ಮಾತಿನ ಭರಾಟೆ ಸಂಜೆಯ ಸಂತೋಷಿಗಳ ಗಮನ ಸೆಳೆದು ನಾನು ಇನ್ನಷ್ಟು ಮುಜುಗರಪಟ್ಟೆ. ಇಷ್ಟು ದಿನವೂ ನಾನು ನೋಡಿದ ಸೋಮು ಬೇರೆ. ಆತ ಹೆಚ್ಚು ಮಾತಾಡುತ್ತಿರಲಿಲ್ಲ. ತನ್ನ ಪಾಡಿಗೆ ತಾನಿದ್ದು, ಯಾವಾಗಲೂ ಚಿಪ್ಪಿನೊಳಗೆ ಅಡಗಿಕೊಳ್ಳುತ್ತಿದ್ದ. ನನಗೆ ಗೊತ್ತಿದ್ದ ಹಾಗೆ ನನ್ನ ಬಿಟ್ಟು ಆತ ಇನ್ನಾರ ಜತೆಯೂ ಹೆಚ್ಚು ಸಂಪರ್ಕ ಇಟ್ಟುಕೊಂಡಿದ್ದು ಕಂಡಿರಲಿಲ್ಲ. ನಾನು ಗುಂಡು ಹಾಕುತ್ತಿದ್ದುದು ಅವನಿಗೆ ಗೊತ್ತಿತ್ತು. ಅವನ ವಿಷಯ ನನಗೆ ತಿಳಿದಿರಲಿಲ್ಲ. ಆಶ್ಚರ್ಯದಿಂದ ಕಣ್ಣರಳಿಸಿದೆ. ನನಗೂ ಸ್ವಲ್ಪ ಅಭ್ಯಾಸ ಇದೆ ಕಣೋ ಎಂದು ಸ್ವಲ್ಪ ನಾಚಿದವರಂತೆ ಹೇಳಿದ.

ಗುಂಡು ಹಾಕಲು ನನ್ನದೇನೂ ಅಭ್ಯಂತರ ಇರಲಿಲ್ಲ.

ಕಾಂಟಿನೆಂಟಲ್‌ನ ಒಂದು ಮೂಲೆಯಲ್ಲಿ ಕೂತು ಎರಡು ಬಿಯರ್ ಹೇಳಿದಾಗ ಸೋಮು ಕಣ್ಣು ಹೊಳಪಿಸುತ್ತ 'ನನಗೆ ಇಂದು ಮಾಂಸ ಮದ್ಯ ಎರಡೂ ಬೇಕು' ಎಂದ. ಸರಿಯಪ್ಪ ಎಂದೆ. ಬಟ್ಟೆ ಆರಿಸುವಾಗ ನನ್ನಲ್ಲಿ ಬೇಡಿಕೊಳ್ಳುವ ಧ್ವನಿಯಲ್ಲಿ ಮಾತಾಡುತ್ತಿದ್ದ ಸೋಮು ಈಗ ಅಪ್ಪಣೆ ಕೊಡುವಂತೆ ಹೇಳುತ್ತಿದ್ದ.

'ಏನು ತಿನ್ತೀಯಾ?' ಅಂದೆ. 'ಅದೆಲ್ಲ ನಂಗೆ ಗೊತ್ತಿಲ್ಲ. ನೀನೇ ಹೇಳಬೇಕು' ಎಂದ. ಬೇರರ್ ಕೂಗಿ 'ಒಂದು ಪ್ಲೇಟ್ –' ಎನ್ನುವಷ್ಟರಲ್ಲಿ 'ನೀನೂ ತಿನ್ನಬೇಕು' ಎಂದ. ಯಾಕೋ ಇದು ಉಸಿರು ಕಟ್ಟುವ ಸ್ಥಿತಿಗೆ ಬಂತೆಂದು ಸ್ವಲ್ಪ ಕಿರಿಕಿರಿಯಾಯಿತು.

'ನಾನು ತಿನ್ನೋಲ್ಲ ಅನ್ನೋದು ನಿನಗೆ ಗೊತ್ತು, ಮತ್ಯಾಕೆ ಹಟ' ಎಂದು ಸ್ವಲ್ಪ ಖಾರವಾಗಿ ಹೇಳಿದೆ. ಸೋಮು ಸಪ್ಪಗಾದ. ಯಾಕೋ ಪಾಪ ಅನಿಸಿತು. O. K. ಎರಡು ಪ್ಲೇಟ್ ಮಟನ್ ಪಲಾವ್' ಎಂದೆ.

ಉರಿದು ಬೂದಿಯಾಗುತ್ತಿದ್ದ ಸಿಗರೇಟಿನ ತುದಿಗೇ ಮತ್ತೊಂದನ್ನು ತೆಗೆದು ಅಂಟಿಸಿದ. ತಕ್ಷಣ ಇವನೊಬ್ಬ ನ್ಯೂರೋಟಿಕ್ ಎನಿಸಿತು. ಒಂದೆರಡು ಗುಟುಕು ಬಿಯರ್ ಕುಡಿದು ಮುಖ ಕಹಿ ಮಾಡಿಕೊಂಡು ತೆಪ್ಪಗೆ ಕೂತ. ಸ್ವಲ್ಪ ಹೊತ್ತಾದ ಮೇಲೆ 'ಯಾಕೋ ಮದ್ಯ ಮುಟ್ಟಲೇ ಇಲ್ಲ' ಎಂದೆ. 'ನಿನಗೆ ಹಾಸ್ಯ ಅಲ್ಲವಾ – ಮಾಂಸಾನೂ ಬರಲಿ ಇರು' ಎಂದು ನನ್ನ ಮಾತಿಗೆ ತಾನೇನೂ ಬೇಜಾರುಪಟ್ಟಿಲ್ಲ ಎನ್ನುವಂತೆ ಹೇಳಿದ.

ಅರ್ಧ ಘಂಟೆ. ಸೋಮು ಗ್ಲಾಸಿನಲ್ಲಿ ಇನ್ನೂ ಅರ್ಧ ಬಿಯರ್ ಇತ್ತು. ಅವನ ಮಾಂಸವೂ ಪ್ಲೇಟಿನಲ್ಲಿ ಆರಿ ತಣ್ಣಗಾಗುತ್ತಿತ್ತು. ಇನ್ನೂ ಸ್ವಲ್ಪ ಹೊತ್ತು ಬಿಟ್ಟರೆ ಅದನ್ನು ತಿಂದರೆ ವಾಕರಿಕೆ ಬರಬಹುದು ಎನಿಸಿತು. ಸೋಮುವಿಗೆ ಬಿಯರ್ ಕುಡಿಯುವುದರಲ್ಲಾಗಲೀ, ಮಟನ್ ತಿನ್ನುವುದರಲ್ಲಾಗಲೀ ಮನಸ್ಸಿರಲಿಲ್ಲ ಎಂದು ನನಗೆ ಹೊಳೆಯಿತು. ಸಂಜೆ ಕಂಡಾಗಿನಿಂದ ಇಷ್ಟು ಹೊತ್ತಿನವರೆಗೆ ಅವನು ಅಶಾಂತನಾಗಿದ್ದ, ಉದ್ವಿಗ್ನನಾಗಿದ್ದ, ಒತ್ತಾಯದ ಸಂತೋಷ ತಂದುಕೊಂಡಿದ್ದ. ಸುಖ ಕೊಂಡುಕೊಳ್ಳಲು ಬಾರಿಗೆ ಬಂದಿದ್ದ. ಅವನಿಗೆ ಸುಖ ದೊರಕಿಸುವ ದಳ್ಳಾಳಿಯಾದ್ದಕ್ಕೆ ನನಗೇನೂ ವ್ಯಥೆ ಇರಲಿಲ್ಲ. ಮೆತ್ತಗೆ ಮಡಿಲಲ್ಲಿ ಬಾಂಬ್ ಹಾಕುವ ರೀತಿಯಲ್ಲಿ ಕುಳಿತಿದ್ದ ಸೋಮುವನ್ನು ಕಂಡು ನನಗ ಕೆಣಕಬೇಕೆನಿಸಿತು.

'Shoot' ಎಂದೆ, ಅಮೆರಿಕದ ಜನಪ್ರಿಯ ಕಾದಂಬರಿಗಳ ಪ್ಲೇಬಾಯ್ ಹೀರೋಗಳ ರೀತಿಯಲ್ಲಿ. ಆದರೆ ಎಂಜಿನಿಯರಿಂಗ್ ಪುಸ್ತಕಗಳನ್ನು ಮಾತ್ರ ಓದುವ ಸೋಮು ಕಕ್ಕಾಬಿಕ್ಕಿಯಾದ. 'ಏನು ಹೇಳು?' ಎಂದೆ.

'ಏನ್ನ?'

'ಅದೇ ಕೊರೀತಾ ಇದ್ದೆಯಲ್ಲ ಅದನ್ನ'.

ಸಿಟ್ಟು ಬಂದವನಂತೆ ಗ್ಲಾಸಿನಲ್ಲಿದ್ದ ಬಿಯರನ್ನು ಗಟಗಟ ಕುಡಿದ. ಒಂದು ತುಂಡು ಮಾಂಸವನ್ನು ಗುಳಕ್ಕನೆ ನುಂಗಿದ. ಅದಕ್ಕೆ ಪ್ರಾಯಶ್ಚಿತ್ತ ಮಾಡಿಕೊಳ್ಳುವವನಂತೆ ಎರಡು ದಮ್ ಹೊಗೆ ಎಳೆದು ಮತ್ತೆ ಐದು ನಿಮಿಷ ತಣ್ಣಗೆ ಕೂತು; ಒಬ್ಬರೇ ಆಗಿ, ಇಬ್ಬಿಬ್ಬರೇ ಆಗಿ, ನಗು ನಗುತ್ತ, ನಗದೆ ಮುಖದ ತುಂಬ ಚಿಂತೆಯ ತೆರೆ ಎಳೆಯುತ್ತಾ, ಕೂಗುತ್ತ, ಮಾತಾಡದೆಯೇ ಸನ್ನೆ ಮಾಡುತ್ತಾ ಬಂದು ತುಂಬುತ್ತಿದ್ದ ಜನರನ್ನು ಬೆರಗು ಗಣ್ಣುಗಳಿಂದ ನೋಡುತ್ತಾ ಹೊತ್ತು ಕಳೆದ.

'ನನ್ನ ದುಡ್ಡಲ್ಲಿ ನಾನು ಸುಖ ಪಡೋದು ತಪ್ಪಾ?' ಎಂದ.

'ಅದೇನೂ ತಪ್ಪಲ್ಲ. ಆದರೆ ಈಗ ನೀನು ಸುಖಪಡ್ತಾ ಇದೀಯ?' ಎಂದೆ.

'ಅದೇ ಕಷ್ಟ, ಕಿಟ್ಟು, ಸುಖ ಅನ್ನೋದು ನಂಗೆ ಗೊತ್ತೇ ಇಲ್ಲ. ಈಗ ಒಳ್ಳೇ ಕೆಲಸ ಸಿಕ್ಕಿದೆ. ಕೈಯಲ್ಲಿ ದುಡ್ಡಿದೆ. ಕಳೆದ ತಿಂಗಳು ಪೂರ್ತಿ ರೂಮಲ್ಲೇ ಕೂತು ದುಡ್ಡು ಕೂಡಿಟ್ಟೆ. ನೂರರ ಆರು ನೋಟು ಕೈಗೆ ಬಂದಾಗ ಖರ್ಚು ಮಾಡೋಕೇ ಮನಸ್ಸು ಬರಲಿಲ್ಲ. ಅದೂ ಅಲ್ಲದೆ ನೂರಾರು ಕನಸು ಕಂಡಿದ್ದ ನನಗೆ ಯಾವ ಕನಸಿಗೆ ಮೊದಲು ಹಣ ಹಾಕಲಿ ಎಂದು ತೊಂದರೆಯಾಯಿತು. ಇಂದು ಸಂಜೆ ಇದ್ದಕ್ಕಿದ್ದ ಹಾಗೆ ಅದನ್ನೆಲ್ಲಾ ಸುಖಕ್ಕೆ ಖರ್ಚು ಮಾಡಬೇಕು ಎನಿಸಿತು. ತಕ್ಷಣ ನನಗೆ ಹೊಳೆದದ್ದು ಎರಡೇ. ಒಂದು ಬಟ್ಟೆ ತಗೊಳೋದು, ಎರಡು ಗುಂಡು ಹಾಕೋದು. ಆದರೆ ಸುಖಪಡೋದು ಹ್ಯಾಗೆ?... ಬಹುಶ: ನೀನು ಸಿಕ್ದೇ ಹೋಗಿದ್ರೆ ನಾನು ಒಂದೆರಡು ಪ್ಯಾಕ್ ಸಿಗರೇಟು ಕೊಂಡ್ಕೊಂಡು ವಾಪಾಸ್ ರೂಮಿಗೆ ಹೋಗ್ತಾ ಇದ್ದೆ. ಈಗೇನೂ ದು:ಖ ಇಲ್ಲ ಅನ್ನು. ಆದರೂ ಮನಸ್ಸು ಒಂದು ಥರಾ......'

ಸೋಮು ತನ್ನ ಬಗ್ಗೆ ಎಂದೂ ಹೇಳಿಕೊಂಡವನಲ್ಲ. ನಾನು ಕೆದಕಿ ಕೇಳುವಂಥ ಕುತೂಹಲವನ್ನು ಅವನು ಹುಟ್ಟಿಸಿಯೂ ಇರಲಿಲ್ಲ. ಎಂಜಿನಿಯರಿಂಗ್‌ನಲ್ಲಿ ಒಂದೆರಡು ಬಾರಿ ಫೇಲಾದ. ಆಮೇಲೆ ರ್‍ಯಾಂಕುಗಳನ್ನೇ ಗಿಟ್ಟಿಸಿದ – ಎಂದಿಷ್ಟೇ ಗೊತ್ತು. ಎಂಜಿನಿಯರಿಂಗ್ ಓದುವಾಗ ಆತ ಇದ್ದ ರೂಮಿನ ಪಕ್ಕದಲ್ಲೇ ನಾನಿದ್ದುದು ಆತನ ಪರಿಚಯ, ಮುಂದೆ ಒಂದು ರೀತಿಯ ಸ್ನೇಹಕ್ಕೆ ಕಾರಣವಾಯಿತು. ಆದರೆ ಈತ ಮನಸ್ಸಿನ ಕತ್ತಲೆಯಲ್ಲಿ ಏನಾದರೂ ಇಟ್ಟುಕೊಂಡಿರಬಹುದೆಂಬುದು ನನಗೆ ಹೊಸತು.

'ಇನ್ನೊಂದು ಬಿಯರ್ ಹೇಳೋಣ?' ಎಂದೆ.

'ವ್ವಿಸ್ಕಿ ಬೇಕು' ಎಂದ – ಹೋಟೆಲಿನಲ್ಲಿ ಎಲ್ಲ ಬಗೆಯ ತಿನಿಸನ್ನೂ ರುಚಿ ನೋಡ ಬೇಕೆಂಬ ತಿಂಡಿಪೋತನಂತೆ.

'ನಾನು ವ್ವಿಸ್ಕಿ ಕುಡಿಯಲ್ಲ' ಎಂದೆ.

ಅವನಿಗೆ ರೇಗಿತು. 'ಥುತ್ ತರಲೆ ನೀನು. ಬಿಯರ್ ಕುಡಿದರೆ ಪರವಾಯಿಲ್ಲ, ವ್ವಿಸ್ಕಿ ಕುಡಿದರೆ ನಿನ್ನ ಜನಿವಾರ ಮೈಲಿಗೆಯಾಗುತ್ತಾ' ಎಂದ. 'Shut up.' ಎಂದೆ.

ಗಬಕ್ಕನೆ, ಒಂದು ತುಂಡು ಮಾಂಸ ಬಾಯಿಗೆ ಎಸೆದುಕೊಂಡ, ಅದು ಗಂಟಲಲ್ಲಿ ಸಿಕ್ಕಿಕೊಂಡಿತು. ಬಿಯರ್ ಕುಡಿದು ಕೆಳಗೆ ತಳ್ಳಿದ. ನಾನು ಬಯ್ದಿದ್ದು ಮರತೇ ಹೋದವ ನಂತೆ ನಕ್ಕ.

'ಹಳ್ಳೀಲಿ ನನ್ನಪ್ಪ ದೇವಸ್ಥಾನದ ತೀರ್ಥ ಎಲ್ರಿಗೂ ಹಂಚ್ತಾನೆ. ದಕ್ಷಿಣೆ ತಕ್ಕೊಂಡು ಸೊಂಟಕ್ಕೆ ಸಿಕ್ಕಿಸಿಕೊಳ್ತಾನೆ. ಇಲ್ಲಿ, ಆ ಕುರ್ಚಿ ಮೇಲೆ ಕೂತು ಕೆಂಪು ಮುಖದ ಆಸಾಮಿ ನಮಗೆ ಈ ತೀರ್ಥ ಹಂಚ್ತಾ ಇದಾನೆ. ಅವನನ್ನ 'ಫಾದರ್ ಇಮೇಜ್' ಅನ್ನಬಹುದೆ'? ಎಂದ.

'ಎಲಾ ಬಡ್ಡೀಮಗನೆ. ಕುಡಿದ ಹಾಗೂ ಬುದ್ಧಿವಂತನಾಗ್ತಾ ಇದೀಯಲ್ಲ' ಎಂದೆ.

'ನಾನೂ ಸೈಕಾಲಜಿ ಓದಿದೀನಿ, ಮರಿ, ನಿನ್ನ ಹಾಗೆ ಚೀಪ್ ಫಿಕ್ಷನ್ ಅಲ್ಲ. ನಂದು ಸೈಂಟಿಫಿಕ್ ಮೈಂಡ್. ನಾನು ಒಂದೆರಡು ಬಾರಿ ಫೇಲಾದೆ ಅಂತ ನಾನು ದಡ್ಡ ಅಂತ ತಿಳಿದೆಯಾ?... ನನ್ನ ಪೂಜಾರಪ್ಪನೂ ಅದೇ ತಿಳಿದಿದ್ದ. ತಮಾಷೆ ಅಂದರೆ, ನಾನೂ ಹಾಗೆ ತಿಳಿದಿದ್ದೆ. ಅಪ್ಪನ ಥರ ಪಾಣಿ ಪಂಚೆ ಉಟ್ಕೊಂಡು, ಪಿಳ್ಳೆ ಜುಟ್ಟು ಬಿಟ್ಕೊಂಡು ಪೂಜೆ ಮಾಡ್ಕೊಂಡು, ಬೆಳಿಗ್ಗೆ ಎದ್ದು ಸೆಗಣಿ ತೆಕ್ಕೊಂಡು, ಅಪ್ಪ ಹೇಳಿದ ಹಾಗೆ ಅಪ್ಪನ ಹೆಂಡತಿ ಹೇಳಿದ ಹಾಗೆ ಕೇಳ್ಕೊಂಡು ಇರೋದೇ ಚೆನ್ನ ಅಂತ ಆವಾಗೆಲ್ಲ ಅನ್ನಿಸ್ತಾ ಇತ್ತು. ಹಾಗೆ ಮಾಡ್ತಿದ್ನೋ ಏನೋ. ಆದರೆ ಒಂದು ದಿನ ನನ್ನ ಚಿಕ್ಕತಾಯಿ ಎದುರು ಅಪ್ಪ ನನ್ನ ಒದ್ದ. ನಾನು ಬೆಂಗಳೂರಲ್ಲಿ ಓದ್ತಾ ಇರೋದೇ ಸುಳ್ಳು ಎಂದ. ಊರೆಲ್ಲ ಅದೇ ಮಾತು ಕೇಳಿ ಜನ ನನ್ನ ಗೇಲಿ ಮಾಡೋ ಹಾಗೆ ಆಯ್ತು. ದುಡ್ಡು ಕೊಡೊಲ್ಲ ಅಂದ. ಜಮೀನಿನಲ್ಲಿ ಒಂದು ಚೂರೂ ಸಿಕ್ಕೋಲ್ಲ ಅಂದ. ಅವತ್ತೇ, ಇನ್ನು ಮೇಲೆ ನಿನ್ನ ಮೂತಿ ನೋಡೋಲ್ಲ ಎಂದು ಮನೆ ಬಿಟ್ಟೆ'.

ಯಾರದ್ದಾದರೂ ಜೀವನ ಚರಿತ್ರೆ ಕೇಳುವುದೆಂದರೆ ನನಗೆ ಬೇಸರ. ಏನೋ ಗೋಳು, ಇಲ್ಲವೇ ಜಂಭ. ಹೀಗೆ ನನ್ನ ಮಟ್ಟಿಗೆ ಅರ್ಥಹೀನವಾಗುವ ಬೇರೊಬ್ಬನ ಬದುಕನ್ನು ಕೇಳುವುದರಲ್ಲಿ ನನಗೆ ಎಂದೂ ಇಷ್ಟವಿಲ್ಲ. ಇನ್ನಷ್ಟು ಬಿಯರ್ ಕುಡಿದೆ. ಸೋಮುವಿನ ಮಾತು ಕೇಳುತ್ತ ಹೋದಂತೆ ಮಲತಾಯಿ ಟ್ರ್ಯಾಂಗಲ್ಲಿನ ಹಳೆಯ ಕತೆ ಓದಿದಂತಾಗುತ್ತಿತ್ತು. ಅದೂ ಬಿಯರ್ ಕುಡಿದು ನಾಲಗೆ ತಡೆಯುತ್ತಿತ್ತು. ಒಮ್ಮೊಮ್ಮೆ ಧ್ವನಿ ಏರಿಸಿ ಇಳಿಸಿ ತನ್ನ ಕಥೆಯನ್ನು ಒಳ್ಳೇ ಮೆಲೋಡ್ರಾಮಾ ಮಾಡುತ್ತಿದ್ದಾನೆ ಎನಿಸಿತು. ಆದರೆ ಇನ್ನೊಂದು ಮಗ್ಗುಲಲ್ಲಿ ಅವನ ಈ ಸಂಜೆಯ ವರ್ತನೆಗೆ ಏನೋ ಅರ್ಥ ಹೊಳೆದಂತಾಗಿ ಕಿವಿ ಕೊಟ್ಟೆ.

'ಕಿಟ್ಟು ನೀನು ಅದೃಷ್ಟ ಮಾಡಿದೀಯ' ಎಂದ. ಅದ್ಯಾವುದಪ್ಪಾ ಎಂದು ಕೇಳುವ ಮನಸ್ಸಾದರೂ ಸುಮ್ಮನೆ ಕೂತೆ. ಆದರೂ ಒಂದು ಒಂದೂವರೆ ಗಂಟೆಯಾದರೂ ಪ್ಲೇಟಿನಲ್ಲಿ ಇನ್ನೂ ಪಲಾವ್ ಇರುವುದು ಸರಿ ಎನ್ನಿಸಲಿಲ್ಲ. 'ಅಯ್ಯಾ ಸೋಮಶೇಖರ, ನಿನ್ನ ಆತ್ಮವೃತ್ತಾಂತ ಇರಲಿ, ಮೊದಲು ಅದನ್ನು ಮುಗಿಸು' ಎಂದೆ.

ಮತ್ತೊಂದು ತುಂಡಿಗೆ ಫೋರ್ಕ್‌ನಲ್ಲಿ ಚುಚ್ಚಿ ಬಾಯಿಗೆ ಒಗೆದ. ಆಗಿನಿಂದಲೂ ಆತ ಅದನ್ನು ಅಗಿಯದೇ ನುಂಗುತ್ತಿದ್ದ – ಮಾತ್ರೆ ನುಂಗಿದ ಹಾಗೆ. ಬ್ರಾಹ್ಮಣ ಪೂಜಾರಿಯ ಮಗ ಮಾಂಸ ತಿನ್ನುತ್ತಿದ್ದಾನೆ ಎನಿಸಿದಾಗ ಆ ದೃಶ್ಯ ತುಂಬಾ ಮೋಜಾಗಿ ಕಂಡಿತು. ನೈಫ್, ಫೋರ್ಕ್ ಉಪಯೋಗಿಸುವುದು ಸೋಮುವಿಗೆ ತಿಳಿದಿರಲಿಲ್ಲ. ಬಿಯರ್ ಕುಡಿಯುವಾಗ ಶಬ್ದ ಮಾಡುತ್ತಿದ್ದ.

'ನೀನು ಹಾಸ್ಯ ಮಾಡಿದ್ರೂ ನಿಜವಾದ ಫ್ರೆಂಡು ನೀನೊಬ್ನೇ. ಅದಲ್ಲ, ತಮಾಷೆ ಅಂದ್ರೆ ನಾನು ನನ್ನ ಸೋದರ ಮಾವನ ಮನೆಯಲ್ಲಿ ಶಾಲೆಯಲ್ಲಿ ಸಂಬಳದ ಮೇಲೆ ಕೆಲಸ ಮಾಡಿದೆ. ಸಗಣಿ ತೆಗೆದೆ. ಗೇಣಿ ಗದ್ದೆ ಮಾಡಿ ಕಾಲೇಜು ಫೀ ತುಂಬಿದೆ. ಆಮೇಲೆ ಎಲ್ಲೂ ಫೇಲಾಗಲಿಲ್ಲ. ನನ್ನಪ್ಪನ ಯೋಚ್ನೇನೂ ಬರಲಿಲ್ಲ' ಎಂದು ಕೂತ.

'ಅದ್ಸರಿ. ಈಗ್ಯಾಕೆ ನಿನ್ನಪ್ಪನ ಯೋಚನೆ? This is the time to forget everything.'

'ಇಂದು ಸಂಜೆಯೆಲ್ಲಾ ನನಗೆ ಕಾಡ್ತಾ ಇರೋ ಪ್ರಶ್ನೆ, ಅದೇ. ಇಷ್ಟು ದಿನ ಬೇಡ ವಾಗಿದ್ದ ಅಪ್ಪ ಇಂದು ಯಾಕೆ ಬಂದ ಅಂತ. ಮನಸ್ಸೆಲ್ಲ ಬುಗ ಬುಗ ಅಂತ ಹತ್ತಿಕೊಂಡು ಉರಿಯುವಂತಾಗಿ ರೂಮಿನಿಂದ ಓಡಿದೆ. ನಾನು ಕೆಲಸಕ್ಕೆ ಸೇರಿದ ಒಂದು ವಾರಕ್ಕೆ ನನ್ನಪ್ಪನಿಂದ ಒಂದು ಕಾಗ್ದ ಬಂತು. ಮೊದಲು ಆಶ್ಚರ್ಯ ಆಯ್ತು. 'ಕೆಲಸಕ್ಕೆ ಸೇರಿ ದ್ದೀಯಂತಲ್ಲಾ. ತಿಂಗಳಾ ಒಂದಿಷ್ಟು ದುಡ್ಡು ಕಳಿಸುತ್ತಾ ಇರು' ಅಂತ ಅಷ್ಟೇ ಇತ್ತು. ಒಂಥರಾ ಅಸಹ್ಯವಾಯಿತು. ರೇಗಿಬಿಟ್ಟು ಒಂದು ದಮ್ಡಿ ಕೊಡಲ್ಲ ಅಂತ ಉತ್ತರ ಬರೆದೆ. ಆಮೇಲಿಂದ ನನಗೆ ಕೆಲಸ ಸಿಕ್ಕಿದ ಸಂತೋಷಾನೇ ಹೊರಟು ಹೋಯಿತು...' ಅಂದ. 'ಅಮ್ಮನಿಗೆ ಗೋಳುಹೊಯ್ದು ಬಾವಿಯಲ್ಲಿ ಬೀಳುವಂತೆ ಮಾಡಿದ. ಆರು ವರ್ಷದ ನನ್ನ ಮೇಲೆ ಸೆಗಣಿ ಬುಟ್ಟಿ ಹೊರಿಸಿದ. ಮಂತ್ರ ಕಲಿಸೋಕೆ ಮಧ್ಯೆ ಮಧ್ಯೆ ಹುಣಸೆ ಬರಲು ಹುಡಿ ಮಾಡಿದ' ಎಂದೆಲ್ಲಾ ಮಧ್ಯೆ ಅವಸರವಸರದಿಂದ ಗ್ಲಾಸಿನಲ್ಲಿ ದ್ದುದನ್ನು ಕುಡಿಯುತ್ತ ಹೇಳಿದ. 'ನಾನು ದುಡ್ಡು ಕಳಿಸ್ದೇ ಇದ್ದುದು ಸರೀನಾ?' ಎಂದು ಕೇಳಿದ.

'ನೀನೇ ನಿರ್ಧರಿಸಬೇಕು ಅದನ್ನ' ಎಂದೆ. ಅವನಿಗೆ ನಿರಾಶೆಯಾಯಿತು. ಅವನು ನಿಜಕ್ಕೂ ಹೊಯ್ದಾಟದಲ್ಲಿದ್ದ. ಅಪ್ಪನನ್ನು ಎದುರಿಸಿ ಬದುಕಲು ಕಲಿತ ವ್ಯಕ್ತಿಗೆ ಈಗ ದುಡ್ಡು ಕೇಳಿದ್ದು ದೊಡ್ಡ ಸವಾಲಾದ್ದು ನನಗೆ ಆಶ್ಚರ್ಯವಾಯಿತು. ನೈತಿಕವಾಗಿ ಆತ ಈ ತೊಳಲಾಟಕ್ಕೆ ಸಿಕ್ಕಿದ್ದು ನನಗೆ ಅರ್ಥವಾಗಲಿಲ್ಲ. 'ನೀನು ಹೇಳುವ ರೀತಿ ನೋಡಿದರೆ ನಿನ್ನ ಅಪ್ಪನಿಗೆ ನಿನ್ನ ದುಡ್ಡು ಕೇಳುವ ಹಕ್ಕೇ ಇಲ್ಲ' ಎಂದು ಅವನ ಸಮಾಧಾನಕ್ಕೆ ಅಂದೆ.

ಆಗಲೂ ಅವನಿಗೆ ಸಮಾಧಾನವಾದಂತೆ ಕಾಣಲಿಲ್ಲ.

'ಕಿಟ್ಟು ಒಂದು ಕೆಲಸ ಮಾಡೋಣ' ಎಂದ.

'ಏನು?'

'ಒಂದು ಬಾಟ್ಲ್ ವ್ಹಿಸ್ಕಿ ಕೊಂಡ್ಕೊಂಡು ನಿನ್ನ ಮನೆಗೆ ಹೋಗೋಣ. ಹ್ಯಾಗೂ ಒಬ್ನೇ ಇದ್ದು ಸುಖಪಡ್ತಾ ಇದೀಯ. ಒಂದಿನ ನಾನೂ ಅಲ್ಲೇ ಮಲಗ್ತೀನಿ. ಚೆನ್ನಾಗಿ ಪ್ರಜ್ಞೆ ತಪ್ಪೋವರೆಗೆ ಕುಡಿಯೋಣ' ಎಂದ. ತಕ್ಷಣವೇ 'ಅದ್ಯಾಕೆ ಒಬ್ನೇ ಒಂದು ಮನೆ ಮಾಡ್ಕೊಂಡಿದೀಯೆ?' ಎಂದ.

'ಆಗಾಗ ಹುಡುಗೀರ್ನ ಕರಕೊಂಡು ಹೋಗೋಕೆ ಅನುಕೂಲ ಅಂತ' ಎಂದೆ.

ಸೋಮು ನಂಬಿಕೊಂಡ. 'ಅಂತೂ ನೀನು ಯಾವ ಯೋಚ್ನೇನೂ ಇಲ್ದ ಲಕ್ಕಿ ಬಾಯ್' ಎಂದ. ಎಷ್ಟು ಮುಗ್ಧ ಈ ಎಂಜಿನಿಯರ್ ಎಂದುಕೊಂಡೆ.

ವ್ಹಿಸ್ಕಿ ಬಾಟ್ಲ್ ಪ್ಯಾಕ್ ಮಾಡಿಸಿಕೊಂಡು ಕಾಂಟಿನೆಂಟಲ್ ಬಿಟ್ಟಾಗ ಹನ್ನೊಂದು.

ಹಾಲಿನಲ್ಲಿ ಟೀಪಾಯ್ ಮೇಲೆ ಎರಡು ಗ್ಲಾಸ್ ತಂದಿಟ್ಟೆ. ಮನೆಯ ಸುತ್ತಲೂ ಸೋಮು ಕಣ್ಣಾಡಿಸಿ 'ನಿಜಕ್ಕೂ ನಿನಗೆ ಗರ್ಲ್ ಫ್ರೆಂಡ್ಸ್ ಇದಾರಾ?' ಎಂದ. ಗುಂಡಿನಿಂದ ಅವನ ಧ್ವನಿ ಭಾರವಾಗಿತ್ತು. ಶಬ್ದಗಳು ಸ್ವಲ್ಪ ವಿಚಿತ್ರ ಧಾಟಿಯಲ್ಲಿ ಪ್ರಯಾಸದಿಂದ ನಾಲಗೆಯಲ್ಲಿ ಹೊರಳುತ್ತಿತ್ತು.

ಗ್ಲಾಸಿಗೆ ವ್ಹಿಸ್ಕಿ ಬಗ್ಗಿಸುತ್ತಾ 'ಬೇಕಾದಷ್ಟಿದಾರೆ. ಅನುರಾಧ, ಅನುಪಮ, ಅನಾರ್ಕಲಿ, ಅಲಕನಂದಾ, ರೀಟಾ, ಜೊಸೆಫೀನ, ಸ್ವಪ್ನಾ, ಸ್ವಯಂಪ್ರಭಾ...' ಎಂದು ಹೇಳುತ್ತಲೇ ಇದ್ದೆ.

'ಅಷ್ಟೆಲ್ಲಾ ಜನ ಇಲ್ದೇ ಇದ್ರೂ ಇದಾರೆ ಅಂತ ತಿಳ್ಕೊಳ್ಳೋದು egoಕ್ಕೆ ಒಳ್ಳೇದು ಅಲ್ವಾ' ಎಂದ.

ಗುಂಡಿನ ಅಮಲಿನಲ್ಲೂ ಸೋಮು ಒಮ್ಮೊಮ್ಮೆ ಆಶ್ಚರ್ಯಕರ ತರ್ಕದಿಂದ ಮಾತನಾಡುತ್ತಿದ್ದ.

'ಹೋಗಲಿ, ನಿನ್ನ ಅಪ್ಪನ ವಿಷಯ ಹೇಳು.'

'ಅದು ಮುಗಿಯಿತಲ್ಲ, ಬಿಡು. ಈಗ ಪ್ರಜ್ಞೆ ತಪ್ಪಬೇಕು' ಎಂದು ಎರಡು ಮೂರು ಔನ್ಸಿನಷ್ಟು ಸ್ಟ್ರೇಟ್ ವ್ಹಿಸ್ಕಿ ಗಟಕ್ಕನೆ ಕುಡಿದ.

ಯಾರೋ ಬಾಗಿಲು ತಟ್ಟಿದಂತಾಯಿತು. ಸೋಮು ಕಸಿವಿಸಿಯಿಂದ ಒದ್ದಾಡಿದ. ನಾನು ನಿಧಾನವಾಗಿ ಗ್ಲಾಸನ್ನು ಕೆಳಗಿಟ್ಟೆ.

ಬಾಗಿಲು ತೆಗೆದಾಗ ಎದುರು ಮನೆಯ ಚಂದ್ರಯ್ಯ, ಬಿಯರ್, ವ್ಹಿಸ್ಕಿ ವಾಸನೆ ಮೂಗಿಗೆ ಬಡಿದಾಗ ತುಸು ತಬ್ಬಿಬ್ಬಾದ. ಒಂದು ಹೆಜ್ಜೆ ಹಿಂದೆ ನಿಂತು, 'ಸಾರಿ ಸಾರ್, ಡಿಸ್ಟರ್ಬ್ ಮಾಡಿದ್ರೆ. ಏನೋ ನಿದ್ದೇನೆ ಬರಲಿಲ್ಲ ನೋಡಿ. ಮನೇವ್ರು ಇಲ್ಲ. ನಿಮಗೆ ಅದರ ಅನುಭವ ಇಲ್ಲ. ಇದ್ದಾಗ ಒಂದು ಥರಾ, ಇಲ್ದೇ ಇದ್ದಾಗ ಒಂದು ಥರಾ. ಹಾಗೇ ನಿಮ್ಮ ಮನೇಲಿ ದೀಪ ಕಾಣ್ತು. ಈ ವಾರದ ಬ್ಲಿಟ್ಜ್ ಏನಾದ್ರೂ ತಂದಿದೀರೇನೋ ಅಂತ ಬಂದೆ. ಯಾರೋ ಫ್ರೆಂಡ್ಸ್ ಬಂದ ಹಾಗಿದೆ...' ಎಂದು ಹೇಳುತ್ತಲೇ ಇದ್ದ.

ನನ್ನ ತಲೆ ನಿಮಿಷಕ್ಕೆ ಹತ್ತು ಸುತ್ತಿನ ವೇಗದಲ್ಲಿ ತಿರುಗುತ್ತಿತ್ತು. ಕಾಲು ಸ್ವಲ್ಪ ಬಲ ಕಳಕೊಂಡಿತ್ತು. ಆತ ಮಾತು ಮುಗಿಸುವ ಯೋಚನೆಯೇ ಇಲ್ಲ ಎಂದು ಬಯ್ದುಕೊಳ್ಳುತ್ತಿದ್ದೆ. ಕೂಡಲೇ ಅಲ್ಲಿದ್ದ ಹಳೆಯ ಪೇಪರನ್ನು ಅವನ ಕೈಗಿಟ್ಟು, 'ಇದೇ ತುಂಬಾ ಲೇಟೆಸ್ಟು ನೋಡಿ. ಡೆಲ್ಲೀಲಿ ಕೂಡಾ ರಿಲೀಸ್ ಆಗಿಲ್ಲ' ಎಂದು, ಅವನ ಮುಖಕ್ಕೆ ಬಾಗಿಲು ಬಡಿದು ಒಳಗೆ ಬಂದೆ.

ಸೋಮು ನಾಪತ್ತೆ. ನನಗೆ ನಿಜವಾಗಿಯೂ ಗುಂಡು ತಲೆಗೆ ಹೋಗಿದೆ ಅಥವಾ ಸೋಮು ಇಲ್ಲಿ ಬಂದಿರಲೇ ಇಲ್ಲ ಅಥವಾ ಸೋಮು ನನ್ನ ಯೋಚನೆಯಲ್ಲಿ ಮಾತ್ರ ಇದ್ದ ಅಥವಾ ಬಾಗಿಲು ತಟ್ಟಿದ್ದು ತನ್ನ ಅಪ್ಪ ಎಂದು ಎಲ್ಲೋ ಅಡಗಿದಾನೆ ಎಂದು ಯೋಚಿಸುತ್ತ, ಕೊನೆಯದೇ ಸರಿ ಎಂದು ತೀರ್ಮಾನಿಸಿ, ತುಸು ಜೋಲಿ ಹೊಡೆಯುತ್ತ ಟೇಬಲ್ಲಿನ ಕೆಳಗೆ, ರೂಮಿನ ಮಂಚದ ಕೆಳಗೆ, ಬಾಗಿಲ ಪರದೆಯ ಹಿಂದೆ, ಅಡಿಗೆ ಮನೆಯ ಮೂಲೆ ಮೂಲೆ, ಬಾತ್‌ರೂಮು ಎಲ್ಲಾ ಒಂದೊಂದಾಗೇ ಶೋಧಿಸಿದೆ. ಸೋಮು ಕಾಣಲಿಲ್ಲ. ಟೀಪಾಯ್ ಮೇಲೆ ಒಂದೇ ಒಂದು ಗ್ಲಾಸಿತ್ತು. ನನಗೆ ನಿಜವಾಗಿಯೂ ಗುಂಡು ತಲೆಗೆ ಹೋಗಿದೆ ಎಂದುಕೊಂಡೆ. ಸೋಮು ಎಲ್ಲಾದರೂ ಓಡಿಹೋದನೇ, ಮುಂದಿನ ಬಾಗಿಲಲ್ಲಿ ನಾನು ನಿಂತೇ ಇದ್ದೆ. ಅನುಮಾನ ಬಂದು ಹಿತ್ತಲ ಬಾಗಿಲು ತೆರೆದೆ.

ಕುಕ್ಕುರುಗಾಲಿನಲ್ಲಿ ಮೋರಿಯ ಅಂಚಿನ ಮೇಲೆ ಕೂತು, ಎಡಗೈಯಲ್ಲಿ ವಿಸ್ಕಿ ಗ್ಲಾಸನ್ನು ಹಿಡಿದು, ಬಲಗೈಯನ್ನು ಹೊಟ್ಟೆಗೆ ಅಮುಕಿಕೊಂಡು ಸೋಮು 'ವೆಕ್ ವೆಕ್ ವ್ಯಾಕ್' ಎಂದು ಒಂದೇ ಸಮನೆ ಮೋರಿಗೆ ವಾಂತಿ ಮಾಡಿಕೊಳ್ಳುತ್ತಿದ್ದ. ವಾಂತಿಯಲ್ಲಿ ಉಂಡೆ ಉಂಡೆಯಾಗಿ ಮಾಂಸದ ತುಂಡುಗಳು 'ಪಳಪಳನೆ' ಮೋರಿಗೆ ಬೀಳುತ್ತಿತ್ತು.

ಸೋಮು ಬೆಳಿಗ್ಗೆ ಹತ್ತು ಗಂಟೆಗೆ ಎದ್ದ. ಉತ್ಸಾಹ ನಟಿಸಿದ. ಚಟುವಟಿಕೆಯಿಂದ ಎದ್ದು ಬಾತ್ ರೂಮಿಗೆ ಹೋಗಿ ಮುಖ ತೊಳೆದ.

'ಭಾಳ ಚೆನ್ನಾಗಿತ್ತು ಕಣಯ್ಯ, ನಿನ್ನೆ' ಎಂದ. ನಾನು ನಸ್‌ಕಾಫ್ ಮಾಡಿಕೊಟ್ಟೆ. ಕುಡಿಯುತ್ತಾ—

'ಸ್ವಲ್ಪ ತಲೆನೋವು ಬಂದುಬಿಟ್ಟಿದೆ. ಬಾಯಿ ಸಪ್ಪಗಾಗಿದೆ' ಎಂದ.

'ಅಪ್ಪನ ವಿಷಯ ಏನು ತೀರ್ಮಾನಕ್ಕೆ ಬಂದೆ?' ಎಂದೆ. 'ಓಹ್' ಎಂದ. ಮಾತಾಡದೆ ಒಂದು ನಿಮಿಷ ಕಣ್ಣು ಪಿಳಿಪಿಳಿ ಬಿಟ್ಟ. 'ನಿಜ ಏನು ಗೊತ್ತಾ? ನಿನ್ನೆ, ಊರಿಗೆ 150 ರೂ. ಮನಿಆರ್ಡರ್ ಮಾಡಿದೆ. ಪ್ಯಾಂಟಿನಲ್ಲಿ ಅದರ ರಶೀದಿ ಇದೆ ನೋಡು. ಹಾಗೆ ಹಣ ಕಳಿಸಿದ ಮೇಲೆ ಬೇಜಾರಾಯ್ತು. ಒಂದೂವರೆ ತಿಂಗಳು ಕಳಿಸಬಾರದು ಅಂತ ಒದ್ದಾಡಿದೆ. ನಿನ್ನೆ ಕಳಿಸಿದ ಮೇಲೆ ಅದು ನಿಲ್ಲಬಹುದು ಅಂತ ಇದ್ದೆ. ಸುಳ್ಳಾಯ್ತು ನೋಡು. ಹಣ ಕಳಿಸಿದ್ದು ತಪ್ಪು ಅಂತ ನಿಂಗೆ ಅನ್ನೊಲ್ವ?'

ನನ್ನ ಮಾತು ಕಟ್ಟಿಹೋಗಿತ್ತು.

ನಾನು ಕೇವಲ ಬೆರಗಾಗಿದ್ದೆ.

22. ಹಂಗಿನರಮನೆಯ ಹೊರಗೆ

– ರಾಜಶೇಖರ ನೀರಮಾನ್ವಿ

1

ನೋವು ಹೆಚ್ಚಾಗಿ ಅದೇ ಜೊಂಪು ಹತ್ತಿದ್ದ ನನಗೆ ಎಚ್ಚರವಾಯಿತು. ಕಣ್ಣು ತೆರೆದು ನೋಡಿದೆ ಯಾರೂ ಇರಲಿಲ್ಲ. ಮಗ್ಗುಲಿಗೆ ಹೊರಳಿ ಕಣ್ಣು ಮುಚ್ಚಿದೆ. ಅಪ್ಪ ಹೊರಗೆ ಯಾರೊಡನೆಯೋ ಮೆಲುದನಿಯಲ್ಲಿ ಮಾತಾಡುತ್ತಿದ್ದಂತಿತ್ತು.

"ಏನನ್ನ ಅನ್ರಿ ಈ ಜಡ್ಡು ಇಷ್ಟು ಬಲಕೊಂಬೋ ತನಕ ಬಿಡಬಾರದಿತ್ತು" ಕೇಳುತ್ತಿದ್ದ ವ್ಯಕ್ತಿ "ನಾ ಇನ್ನ ಏನು ಮಾಡ್ಲಿರಿ. ತನ ಬ್ಯಾನಿ ತನಗ ಗೊತ್ತಾಗ್ಲಾರ್ದ ಇರುವಾತಗ ನಾವೇನು ಮಾಡಬೇಕು? ಕಲಿತೋರು ನಮಗಿಂತ ಶಾಣ್ಯೋರು ಅಂಬೋದೇ ತಲೆತುಂಬ ತುಂಬಿಕೊಂಡಿರೋರಿಗೆ ಏನು ಹೇಳಬಹುದು? ಇವನ ಕಾಳಿಜ್ಯಾಗ ಇತ್ತಿತ್ಲಾಗ ನಿದ್ದೀನ ಇಲ್ಲ, ಊಟ ಇಲ್ಲ......"

ಅಪ್ಪನ ಮಾತು ಕೇಳಿ ಆತನ ಮೇಲಿನ ಮರುಕ ಇನ್ನೂ ಹೆಚ್ಚಿತು. "ಅಪ್ಪ ಈ ಪರಿಸ್ಥಿತಿಗೆ ನನ್ನನ್ನು ತಂದಾತನೇ ನೀನು" ಎಂದು ಜೋರಾಗಿ ಕೂಗಬೇಕೆನಿಸಿತು. ಯಾವಾಗಲೂ ತನ್ನ ಹಿರಿಮೆಯನ್ನೇ ಮೆರೆಸುವ ಅಪ್ಪ, ನನಗೆ ಜಡ್ಡಾದ ಈಗಲೂ ಅದನ್ನೇ ಮಾಡುತ್ತಿದ್ದಾನೆ. ಹುಟ್ಟಿದ ದಿನದಿಂದ ಇಲ್ಲಿಯವರೆಗೆ ನನ್ನನ್ನು ಧೂಳಿಯ ಕಣಕ್ಕಿಂತಲೂ ಕಡೆಯಾಗಿ ಕಂಡ ಅಪ್ಪ ಈ ಕೊನೆಯಂಕದ ಪಾತ್ರವನ್ನು ಚೆನ್ನಾಗಿ ಆಡಿ ಎಲ್ಲರಿಂದಲೂ ಶಹಬಾಷ್‌ಗಿರಿ ಪಡೆದುಕೊಳ್ಳುತ್ತಿದ್ದಾನೆ. ಯಾಕೋ ಏನೋ. ಅಪ್ಪನಿಗೂ ನನಗೂ ಮೊದಲಿನಿಂದಲೂ ಸರಿ ಬರಲಿಲ್ಲ. ಹುಡುಗನಿದ್ದಾಗ ಬೆತ್ತದಿಂದ ಬಡಿದು, ಕಿವಿಹಿಂಡಿ, ಮೂಲದಂಡಿಗೆಗೆ ಹಾಕಿ ಓನಾಮ ಕಲಿಸಿದ ಅಯ್ಯನವರ ಚಿತ್ರ ನನ್ನ ಬಗೆಗಣ್ಣೆದುರು ಬದಲಾದರೂ; ಅಪ್ಪನ ಚಿತ್ರ ಮಾತ್ರ ಬದಲಾಗಲಿಲ್ಲ. ಅಕಾರಣ ಕೋಪ, ಯಾವುದು ಮಾಡಿದರೆ ಸರಿ, ಯಾವುದು ಮಾಡಿದರೆ ತಪ್ಪು ಎಂದು ಪ್ರತಿಯೊಂದು ಕೆಲಸವನ್ನು ವಿಚಾರಮಾಡಿ ಮುಗಿಸಿದ ಮೇಲೂ ಅದರ ಪರಿಣಾಮ ಈತನ ಮೇಲೆ ಇಂತಹುದೇ ಆಗುವುದೆಂದು ಹೇಳಲು ಬರುವುದೇ ಇಲ್ಲ, ಕೆಲವು ಸಲ ಹೊಗಳಿ ಕೊಂಡಾಡಿದರೆ, ಬಹಳ ಸಲ ಬೈದು ಮೂದಲಿಸುತ್ತಾನೆ. ಇತ್ತೀಚೆಗೆ ಆದ ಬದಲಾವಣೆ ಎಂದರೆ ಮೊದಲು ಬಡಿಯುತ್ತಿದ್ದ, ದೊಡ್ಡವನಾಗಿರುವನೆಂದು ಈಗ ಬೈಯುತ್ತಾನೆ ಅಷ್ಟೆ.

ಇಂತಹ ವಿಚಾರಗಳನ್ನು ಅಪ್ಪನ ಬಗೆಗೆ ಮಾಡುವುದು ಕ್ಷುಲ್ಲಕತನವಲ್ಲವೇ ಅನಿಸುತ್ತದೆ. ಈಗಲ್ಲ ನನಗೆ ತಿಳುವಳಿಕೆ ಬಂದಾಗಿನಿಂದ ಈ ಕ್ಷುಲ್ಲಕತನದೊಂದಿಗೆ ಹೋರಾಡುತ್ತಿದ್ದೇನೆ. ನಾನು ಗೆದ್ದಿಲ್ಲ ಅದು ಸೋತಿಲ್ಲ. "ಅಪ್ಪ ನಿನ್ನೆ ಕನಸಿನಲ್ಲಿ ನಿನ್ನ ಹೆಣ ಕಂಡಿದ್ದೆ" ಎಂದು ಯಾರೋ ಬರೆದ ಕವನ ಓದಿದಾಗ, ಈ ರೀತಿಯ ಹೋರಾಟ ನಡೆಸಿದವನು ನಾನೊಬ್ಬನೇ ಅಲ್ಲ ಎಂದುಕೊಂಡು ಸಮಾಧಾನ ಪಟ್ಟಿದ್ದೇನೆ. ನಾನು ಬೆಳದಂತೆಲ್ಲಾ, ನನ್ನಲ್ಲಿಯ ನಾನು ಬೆಳೆದಂತೆಲ್ಲಾ; ಯಾವದಾದರೂ ದೊಡ್ಡದನ್ನು ತೋರಿಸಿ ನನ್ನನ್ನು, ನನ್ನಲ್ಲಿಯವನನ್ನು ಸಣ್ಣವನನ್ನಾಗಿ ಮಾಡುತ್ತಾನೆ ಅಪ್ಪ. ಅದಾವದೂ ಸಿಕ್ಕದಿದ್ದಾಗ ಯಾವದೋ ತಪ್ಪು ಹುಡುಕಿ "ಓದಿ ಕಲಿತು ನಮಗಿಂತಲೂ ತಿಳುವಳಿಕೆ ಪಡೆದವರು ನೀವು" ಎಂದು ಮೂದಲಿಕೆ. ತನಗಿಂತಲೂ ನಾನು ಹೆಚ್ಚು ಓದಿದ್ದು ತಪ್ಪೇನು? ಇದ್ದದ್ದನ್ನು ನೋಡಿ ಸಂತೋಷ ಪಡುವುದಕ್ಕಿಂತ ಇಲ್ಲದ್ದನ್ನು ಕಂಡು ಕರಬುವುದೇ ಹೆಚ್ಚಾಯಿತು... ಜನರಲ್ ವಾರ್ಡಿನಲ್ಲಿದ್ದ ಯಾವನೋ ನೋವು ಹೆಚ್ಚಾಗಿ ಕಿರುಚಲಾರಂಭಿಸಿದ್ದ... ನರ್ಸ ಬಂದು ಟೆಂಪರೇಚರ್ ನೋಡಿ ಚಾರ್ಟಿನಲ್ಲಿ ಬರೆದು ಮುಗುಳು ನಕ್ಕು ಹೋದಳು. ಈ ಮುಗುಳುನಗೆಯೂ ಅವಳ ಡ್ಯೂಟಿಯ ಒಂದು ಭಾಗ.

ಅವಳ ನಗೆ ಯಾವದೋ ಒಂದು ಭಾವನೆಯನ್ನು ಬಡಿದೆಬ್ಬಿಸಿತು. ಎಲ್ಲವೂ ಒಂದು ವ್ಯಾಪಾರ. ಯಾಕೋ ತಿಳುವಳಿಕೆ ಮೂಡಿದಾಗಿನಿಂದ ದಿನಕ್ಕಿಷ್ಟು ಅಂಜುಗುಳಿತನ ಹೆಚ್ಚುತ್ತಿದೆ. ನಾನು ಇನ್ನು ಒಂದೆರಡು ಶತಮಾನ ತಡೆದು ಹುಟ್ಟಿದ್ದರಾಗುತ್ತಿತ್ತೇನೊ.

ಸ್ವಾತಂತ್ರ್ಯವಿಲ್ಲದೆ ಜೀವ ಬದುಕಿದ್ದರೆಷ್ಟು, ಬಿಟ್ಟರೆಷ್ಟು. ಒಂದು ವ್ಯಕ್ತಿಯ ಸುತ್ತಲೂ ಯಾಕಿಷ್ಟು ಬಂಧನ? ತಾನು, ತನ್ನದು, ತನ್ನವರು, ತನ್ನವರಂದುಕೊಂಡಿರುವವರು, ಒಂದೇ... ಎರಡೇ...

ಹೊರಗೆ ಜನರ ಗದ್ದಲ ಹೆಚ್ಚಾಯಿತು. ನಾಲ್ಕು ಗಂಟೆಯಾಗಿರಬೇಕು. ಇನ್ನು ಎರಡು ತಾಸು ದಿನದ ಮಾಮೂಲು ಜಾತ್ರೆ. ಬಂದ ಜನ ತಮ್ಮ ಯೋಗ್ಯತೆಗೆ ತಕ್ಕಮಟ್ಟಿಗೆ ಕಣ್ಣೀರು ಸುರಿಸಿ ಅನುಕಂಪ ತೋರಿಸಿ ತಮ್ಮ ಸಜ್ಜನಿಕೆಗೆ ತಾವೇ ಭೂತಕನ್ನಡಿ ಹಿಡಿದು ಸಂತೋಷಪಡುವ ಸುಯೋಗ.

ಅಮ್ಮ ತಮ್ಮನೊಡನೆ ಬಂದಳು. ತಮ್ಮ ಫ್ಲಾಸ್ಕು ಹಣ್ಣುಗಳನ್ನು ಇಟ್ಟು, ಚಾರ್ಟ್ ನೋಡಿ "ಎಲ್ಲಾ ನಾರ್ಮಲ್ ಐತಲ್ಲಣ್ಣ" ಮೆಚ್ಚಿಕೆಯ ಧ್ವನಿಯಲ್ಲಿ ಅಂದ. ಅವನು ಫೈನಲ್ ಎಂ.ಬಿ.ಬಿ.ಎಸ್.

ಅಮ್ಮ ಮಾಮೂಲಿನಂತೆ ಒಂದು ಬಕೀಟು ಕಣ್ಣೀರು ಸುರಿಸಿದಳು. ಅಪ್ಪ ಅದೇ ನೆಪದಿಂದ ಪ್ರತಿದಿನದಂತೆ ಒಳಗೆ ಬಂದು,—

"ಆಪರೇಷನ್‌ಗೆ ಇಷ್ಟು ಅಂಜಿಕೊಂತಾರೇನು? ಈಗ ಹೃದಯದ ಆಪರೇಷನ್‌ಗಳೇ ನಡೀತಾವಂತ; ಇದಲ್ಲ ಏನು" ಎಂದು ಹೇಳಿ ಸಮಾಧಾನ ಮಾಡಲೆತ್ನಿಸಿದ. ಆತನಲ್ಲಿ ತನ್ನ ಮಗ ಸಾಯಲಿಕ್ಕಿಲ್ಲ ಎನ್ನುವ ಭಾವನೆಯಿತ್ತು.

"ನಾಳೆ ಮುಂಜಾನೆ ಎಂಟು ಗಂಟೆಗೇನಣ್ಣ ಆಪರೇಷನ್" ಎಂದ ತಮ್ಮ.

"ಹೌದೆ"ನ್ನುವಂತೆ ತಲೆ ಹಾಕಿದೆ.

ಅಮ್ಮನ ಕಣ್ಣಿನ ನೀರಾವರಿ ಇನ್ನು ಮುಂದುವರಿದಿತ್ತು.

ಡಾಕ್ಟರ್ ದಿನದ ಭೆಟ್ಟಿಗಾಗಿ ಒಳಗೆ ಬಂದಾಗ, ನೀರು ಹಾಕಿದ ಕೂಡಲೇ ಕಡಿಮೆಯಾಗುವ ಹಾಲಿನ ಉಕ್ಕಿನಂತೆ ಅಮ್ಮನ ಅಳು ಕಡಿಮೆಯಾಯಿತು.

ಡಾಕ್ಟರ್ ಚಾರ್ಟ್ ನೋಡಿ, ಎದೆ, ಹೊಟ್ಟೆ, ಬೆನ್ನುಗಳ ಮೇಲಿಟ್ಟು ತಮ್ಮ ಸ್ಟೆತಾಸ್ಕೋಪು ಚೆನ್ನಾಗಿ ಕೆಲಸ ಮಾಡುತ್ತಿದೆಯೆಂದು ಖಾತ್ರಿ ಮಾಡಿಕೊಂಡು,

"To-morrow by this time you will be alright Mr......" ಎಂದು ಹೇಳಿ ಅಮ್ಮನಿಗೆ ಧೈರ್ಯಕೊಟ್ಟು ಹೊರಟುಹೋದರು.

ಅಮ್ಮನ ಅಳು ಹೆಚ್ಚಾದುದರಿಂದಲೋ, ಬಹಳ ಹೊತ್ತು ಆಸ್ಪತ್ರೆಯಲ್ಲಿದ್ದ ಬೇಸರದಿಂದಲೋ ಅಪ್ಪ ಅಮ್ಮನನ್ನು ಕರೆದುಕೊಂಡು ಮನೆಗೆ ಹೋಗುವುದಾಗಿ ಹೇಳಿ, ತಮ್ಮನಿಗೆ ಅಷ್ಟುಹೊತ್ತು ಇರಲು ಸೂಚಿಸಿಹೋದ.

"ಅಣ್ಣ ಅತ್ತಿಗಿ ಬಂದಾಳ" ಹೊಸ ಸುದ್ದಿ ಹೇಳುವವನಂತೆ, ತಮ್ಮ.

"ಈಗ್ಯಾಕ ಬಂದ್ಲು"

"ಇದೇನಣ್ಣ ಹಿಂಗ ಕೇಳ್ತಿದ್ದಿ. ಇಂಥಾ ಹೊತ್ತಿನ್ಯಾಗ ಇಲ್ಲದಿದ್ರೆ ಮತ್ತ್ಯಾವಾಗ ಬರಬೇಕು."

"ಹೇಣ್ತೀ, ಬಂಧು, ಬಳಗ ಅಂದ್ರೆ ಸಾಯುವಾಗ ಭೆಟ್ಟಿ ಕೊಡೋದರ ಸಲುವಾಗಿಯೇ ಇರ್‍ತಾರೇನು? ನಾನು ಸತ್ತದು ಖಾತ್ರಿ ಮಾಡಿಕೊಂಡು ಹೋಗಬೇಕಂತ..."

ತಮ್ಮ ಬಾಯಿಯ ಮೇಲೆ ಕೈಯಿಟ್ಟು ಮಾತಿಗೆ ತಡೆ ಹಾಕಿದ. ಅವನಿಗೂ ಹಿಂದಿನದೆಲ್ಲಾ ನೆನಪಾಗಿರಬೇಕು; ಹೊರಗೆ ಹೋಗಿ ಬಿಟ್ಟ.

ಯಾಕೋ ಒಂದು ರೀತಿಯ ಸಂತೋಷದ ಭಾವ ಮನಸ್ಸಿನಲ್ಲಿ ಹಾದುಹೋಯಿತು. ತಮ್ಮನ ಮನಸ್ಸನ್ನು ನೋಯಿಸಿದ್ದರೂ "ನೋಡಿದೆಯಾ ಹೇಗೆ ಸೇಡು ತೀರಿಸಿಕೊಂಡೆ" ಎನ್ನುವ ಒಂದು ರೀತಿಯ ವಿಕಟ ಸಂತೋಷವಾಗಿರಬೇಕು. ಅವಳ ಮೇಲಿನ ಸಿಟ್ಟಿನಿಂದ ತಮ್ಮನ ಮನಸ್ಸು ನೋಯಿಸಬೇಕಾಯಿತಲ್ಲಾ ಎಂದು ಒಂದು ಮನಸ್ಸು ಹೇಳಿತು.

ಹೌದು ಇದರಲ್ಲಿ ನನ್ನ ತಪ್ಪೇನು? ನನಗನ್ನಿಸಿದ್ದನ್ನು ಈರೀತಿ ಮುಖಕ್ಕೆ ಹೊಡೆದಂತೆ ಹೇಳಬಾರದು ಎಂದು ಎಷ್ಟು ಪ್ರಯತ್ನಿಸಿದರೂ ಅದು ಹೇಗೋ ನುಸುಳಿ ಮಾತಾಗಿ ಹೊರಬೀಳುತ್ತವೆ ನನ್ನ ಭಾವನೆಗಳು. ನಾನು ಜೀವಿಸುತ್ತಿರುವ ಪರಿಸರದಲ್ಲಿ ನನಗನಿಸಿದಂತೆ ನುಡಿಯಲು, ನಡೆಯಲು, ಬದುಕಲು ಸಾಧ್ಯವಿಲ್ಲವೆಂದು ಮನವರಿಕೆಯಾಗಿಯೇ ನಾನು ಈ ಸಮಾಜದಲ್ಲಿ, ಜಗತ್ತಿನಲ್ಲಿ ಬದುಕಲು ಅನರ್ಹ ಎನ್ನುವ ನಿರ್ಣಯಕ್ಕೆ ಬಂದದ್ದು.

ಮನಸ್ಸಿನ, ಹೃದಯದ ಅನಿಸಿಕೆಗಳಿಗೆ ಓಗೊಡದೆ ಯಾರದೋ ಬಂಧನ, ಯಾರದೋ ಭಿಡೆಗೊಳಗಾಗಿ ತನ್ನತನವನ್ನು ಅದುಮಿಟ್ಟುಕೊಂಡು; ಯಾರದೋ ನಾಲಿಗೆ, ಯಾವದೋ ಕಣ್ಣು, ಎಂಥದೋ ಕಿವಿಯಾಗಿ ಮನುಷ್ಯ ತನ್ನತನವನ್ನು ಹಂಚಿಕೊಂಡು ಬಾಳುವವರ ಘಟಕವಾದ ಈ ಜಗತ್ತು, ಸಮಾಜ ನನ್ನ ಪಾಲಿಗಂತೂ ಎಂದೋ ಸತ್ತಂತಾಗಿಬಿಟ್ಟಿದೆ. ಅದಕ್ಕೇ ಈ ಸತ್ತ ಜನಜಂಗುಳಿಯಲ್ಲಿ ಬದುಕಿದವನಾಗಿರುವದಕ್ಕಿಂತ, ಮುಂದೆ ಬದುಕಿರುವ ಸಮಾಜ ನಿರ್ಮಿಸಲು ಸಾಯುವದು ಲೇಸು...

"ಅತ್ತಿಗಿ ಬರ್ತಾಳಂತ ಮತ್ತೆ ನನಗಂದಂಗ ಆಕೀಗೂ ಅಂದುಬಿಟ್ಟೀಯಣ್ಣಾ" ಒಳಗೆ ಬಂದು ತಮ್ಮ ಹೇಳಿದ. ಮುಗುಳ್ನಗುತ್ತಾ ಅವನ ಮುಖ ನೋಡಿದೆ. ತನ್ನಣ್ಣ ಯಾವ ಪರಿಸ್ಥಿತಿಯಲ್ಲಿಯೂ ಹಾಗೆ ಮಾಡಲಾರ ಎನ್ನುವ ಭರವಸೆ ಆ ನೋಟಧಿಂದ ಮತ್ತಷ್ಟು ಸ್ಥಿರಪಟ್ಟಿರಬೇಕು. ಯಾವದೋ ಔಷಧಿ ತರುವೆನೆಂದು ಹೇಳಿ ಹೋದ.

2

ನನ್ನನ್ನು ಸಾಯಹಚ್ಚುವ ಕಾರಸ್ಥಾನದಲ್ಲಿ ಈ ಹೆಂಡತಿಯೊಬ್ಬಳು ಮುಖ್ಯ ಪಾತ್ರಧಾರಿ. ಪ್ರೀತಿಸಿದವಳನ್ನು ಬಿಟ್ಟರೂ, ಇದ್ದವಳನ್ನಾದರೂ ಪ್ರೀತಿಸಬೇಕು ಎಂದುಕೊಂಡು ಲಗ್ನವಾದ ತರುಣದಲ್ಲಿಯೇ ನನ್ನ ಹಿಂದಿನ ಕತೆಯನ್ನು ಹೇಳಿದೆ. ಮುಂದೆ ಅದೇ ದೊಡ್ಡ ಗುಡ್ಡವಾಗಿ ನಮ್ಮಿಬ್ಬರ ನಡುವೆ ನಿಲ್ಲಬಾರದೆಂದುಕೊಂಡು. ಅಷ್ಟೇ ಸಾಕಾಯಿತವಳಿಗೆ. ಆಗ ಕೂದಲೆಳೆಗಿಂತಲೂ ಸಣ್ಣದಾಗಿ ಪ್ರಾರಂಭವಾದ ಬಿರುಕು ಬರಬರುತ್ತಾ ದೊಡ್ಡದಾಗಿ, ದೊಡ್ಡ ಪ್ರಪಾತವೇ ಆಗಿ ಅವಳು ಆ ದಂಡೆ ನಾನು ಈ ದಂಡೆಯಲ್ಲಿರುವಂತೆ ಮಾಡಿತ್ತು. ಈಗ ಆಸ್ಪತ್ರೆಯಲ್ಲಿ ಮಲಗಿರುವಾಗ ನನ್ನ ಮರಣದ ಛಾಯೆ ಸೇತುವೆಯಾಗಿ ಅವಳನ್ನು ಇಲ್ಲಿಗೆ ಕರೆತಂದಿದೆ. ನೋಡಬೇಕು ಇವಳು ತನ್ನ ಪಾತ್ರವನ್ನು ಹೇಗೆ ನಿರ್ವಹಿಸುವಳೋ!

ಈಗ ಅವಳಿಗೆ ಕೊನೆಯ ಸಲ ಹೇಳಿಬಿಡುತ್ತೇನೆ. ಮೊದಲು ಹೇಳಬಾರದ್ದನ್ನೇ ಹೇಳಿದಮೇಲೆ ಈಗ ಹೇಳಲೇಬೇಕಾದುದನ್ನು ಹೇಳದೆ ಬಿಟ್ಟರೆ ಹೇಗೆ. ಕೊನೆಗೂ ಸತ್ಯ ಸಂಗತಿ ಗೊತ್ತಾಗಿ ತನ್ನ ಕಿಮ್ಮತ್ತು ಎಷ್ಟು ಅನ್ನುವುದರ ಅರಿವು ಅವಳಿಗಾಗಲಿ.

"ಎಲೆ ಹೆಣ್ಣೆ ನಿನ್ನನ್ನು ಮದುವೆಯಾದದ್ದು ನಿನ್ನ ಮುಖ, ಅಂತಸ್ತು, ನೋಡಿಯಲ್ಲ. ನಿನ್ನ ಮೇಲಿನ ಪ್ರೀತಿಯಿಂದಲೂ ಅಲ್ಲ. ನೀನು ಈ ಮನೆಗೆ ಕಾಲಿಟ್ಟದ್ದು ಮನೆಯ ಹಿರಿಯ ಸೊಸೆಯಾಗಿಯೋ ಅಥವಾ ನನ್ನ ಹೆಂಡತಿಯಾಗಿಯೋ ನಿನ್ನ ಮಾವನನ್ನೇ ಕೇಳಿನೋಡು. ಗಂಡನಾಗಿ ನನ್ನೆಲ್ಲ ಕರ್ತವ್ಯಗಳನ್ನು ನಿರ್ವಂಚನೆಯಿಂದ ನಿರ್ವಹಿಸಿದ್ದೇನೆ. ಹಿಂದೆ ಅವಳನ್ನು ಪ್ರೀತಿಸಿದ್ದ, ಇವಳನ್ನು ಒಲಿದಿದ್ದ ಎಂದುಕೊಂಡು ಗಂಟೆಯ ಶಬ್ದ ಕೇಳಿ

ಜೊಲ್ಲು ಸುರಿಸುವ ಘಾವ್ಲೋವನ ನಾಯಿಯಂತೆ ಕುಂಯ್ಗುಟ್ಟಿ ನೀನಾಗಿಯೇ ಮೈ ಪರಚಿಕೊಂಡರೆ ನಾನೇನು ಮಾಡಲಿ?...

ಅವಳು ಬಂದಳು. ಒಬ್ಬಳೇ ಬಂದರೆ ಮತ್ತೇನಾಗುವುದೋ ಅನ್ನುವ ಅಂಜಿಕೆಯಿಂದ ಗೆಳತಿಯರ ಹಿಂಡನ್ನು ಕಟ್ಟಿಕೊಂಡು ಬಂದಿದ್ದಳು. ಅದರಲ್ಲಿ ಕೆಲವರು ನನ್ನ ಕ್ಲಾಸುಮೇಟುಗಳು ಇದ್ದರು. ಯಥಾಪ್ರಕಾರ ಎಲ್ಲರೂ ತಮ್ಮ ಶಕ್ತ್ಯಾನುಸಾರ ಅನುಕಂಪ, ದುಃಖಗಳನ್ನು ಸೂಚಿಸಿ ಅವಳೊಬ್ಬಳನ್ನೇ ಬಿಟ್ಟು ಹೊರಗೆ ಹೋದರು. ಅವಳೂ ತನ್ನ ಕರ್ತವ್ಯ ಪೂರೈಸಲೆಂಬಂತೆ ಬದಿಯಲ್ಲಿ ಕುಳಿತು, ಹಣೆಮುಟ್ಟಿ, ಜ್ವರ ಅಳೆದಳು. ಹೊಟ್ಟೆಯಮೇಲೆ ಕೈಯಾಡಿಸುತ್ತಾ, "ನೋವು ಭಾರ ಐತೇನು?" ಅಂದಳು ಬಸಿರಿಯರಿಗನ್ನುವಂತೆ.

"ಅಷ್ಟೇನಿಲ್ಲ" ನಾನು ಸ್ವಲ್ಪದರಲ್ಲೇ ರಸೀತಿ ಕೊಟ್ಟೆ.

ಮಲಗಿದ್ದ ನನ್ನ ತಲೆಗೂದಲನ್ನು ನೇವರಿಸುತ್ತಿದ್ದವಳು, ಸ್ವಲ್ಪ ಹೊತ್ತಿನನಂತರ ಎದೆಯ ಮೇಲೆ ತಲೆಯಿಟ್ಟು ಅಳಲಾರಂಭಿಸಿದಳು. ನನಗೆ ನಗು ಬಂದಿತು.

"ಬಹಳ ಅಳಬೇಡ ಮನೆಗೆ ಹೋಗಬೇಕಾದರೆ ಮತ್ತೆ ಸ್ನೋ, ಪೌಡರ್ ಹಚ್ಚಬೇಕಾದೀತು" ಎಂದು ಹೇಳಬೇಕೆನಿಸಿತು. ಮುಖತುಂಬ ಬಣ್ಣ ಬಡಿದುಕೊಂಡು ಸಿನಿಮಾದಲ್ಲಿ ಅಳುತ್ತಿರುವ ಮೀನಾಕುಮಾರಿಯ ನೆನಪಾಯಿತು.

ಈ ಅಳು ಹೆಣ್ಣಿನ ದೈವದತ್ತ ಕಲೆ. ಕೆಲವರಿಗೆ ಅದೊಂದು ಫ್ಯಾಷನ್, ಇನ್ನುಳಿದವರಿಗೆ ಅದೊಂದು ರೋಗ.

ಅಮ್ಮ ಎರಡನೇ ಜಾತಿಗೆ ಸೇರಿದವಳು. ಅತ್ತೂ, ಅತ್ತೂ ಕಣ್ಣೀರಿನಲ್ಲಿಯೇ ಎಲ್ಲವನ್ನೂ ಕರಗಿಸಿಬಿಡುತ್ತಾಳೆ. ಕೆಲವೊಮ್ಮೆ ಅಪ್ಪನೂ ಕರಗಿ ನನ್ನನ್ನು ಶಿಕ್ಷಿಸದೆ ಬಿಟ್ಟದ್ದೂ ಉಂಟು. ಈ ಅಮ್ಮ ಒಂದು ಕಿರಿಕಿರಿ. ಯಾವುದರಲ್ಲಿಯೂ ಬಲು ಅತಿ. ಆಕೆ ನನ್ನನ್ನು ಅಷ್ಟು ಪ್ರೀತಿಸಿ, ಮುದ್ದುಮಾಡಿ ಬೆಳೆಸಿರದಿದ್ದರೆ ನನ್ನಲ್ಲಿ ಇಷ್ಟು ಮೊಂಡುತನವೇ ಬರುತ್ತಿರಲಿಲ್ಲ. ಅಪ್ಪನ ಪ್ರೀತಿಯನ್ನೂ, ಅಮ್ಮನ ಪ್ರೀತಿಯನ್ನು ಕೂಡಿಸಿ ಸರಾಸರಿ ತೆಗೆದರೆ, ಒಬ್ಬ ಮನುಷ್ಯನಲ್ಲೆಷ್ಟಿರಬೇಕೋ ಅದಕ್ಕಿಂತಲೂ ಹೆಚ್ಚಾಗಿಯೇ ಬರುತ್ತದೆ ಇಬ್ಬರಿಗೂ. ಆದರೆ ಅಮ್ಮ ಈ ವಿಷಯದಲ್ಲಿ ಕ್ಯಾಪಿಟಲಿಸ್ಟ್. ಆಕೆ ಎಲ್ಲವನ್ನೂ ತನ್ನ ಪಾಲಿಗೆ ತೆಗೆದುಕೊಂಡಿದ್ದರಿಂದಲೋ ಏನೋ ಅಪ್ಪ ಯಾವಾಗಲೂ ಕಮ್ಯೂನಿಸ್ಟ್‌ನಂತೆ ಮನೆಯಲ್ಲಿ ಎಲ್ಲರ ವಿರುದ್ಧ ಚಳುವಳಿ ಹೂಡುತ್ತಾನೆ......

ಎದೆಯ ಮೇಲಿನ ತನ್ನ ಮುಖವನ್ನು ತೆಗೆದು ನನ್ನ ಎದೆಯ ಭಾರವನ್ನು ಕಡಿಮೆ ಮಾಡಿದಳು. ಅಳುವ ಸ್ಟಾಕು ಮುಗಿದಿರಬೇಕು. ವಿಚಾರಗಳ ಸುಳಿಯಲ್ಲಿ ಅವಳ ಅಸ್ತಿತ್ವ ಕೊಚ್ಚಿಹೋಗಿತ್ತು. ಇವಳಲ್ಲಿ ಪ್ರೇಮದ ಆಕರ್ಷಣೆ ನನ್ನ ಎಣಿಕೆಗೆ ಮೀರಿ ಕಡಿಮೆ ಇದೆ ಎಂದಾಯಿತು. ಈ ಅಳುವ ಮುಖವಾಡ ಅವಳ ವ್ಯಕ್ತಿತ್ವಕ್ಕೆ ಎಷ್ಟು ಕಳೆ ತಂದಿದೆಯಲ್ಲಾ ಎಂದುಕೊಂಡೆ. ಅವಳ ತಲೆಯ ಮೇಲೆ ಕೈಯಾಡಿಸಿ ಕಣ್ಣೀರೊರೆಸಿದೆ.

ಇವತ್ತೊಂದೇ ದಿನ. ನಾಳೆ ಮುಂಜಾನೆ ಆಪರೇಷನ್ ಆದ್ರೆ ಎಲ್ಲಾ ಸರಿ ಹೋಗ್ತದ. "ಈ ಎಲ್ಲದಕ್ಕೂ ನಾನೇ ಕಾರಣ. ನಾನು ಬಿಟ್ಟು ಹೋಗದಿದ್ರೆ ನಿಮಗೆ ಈ ಪರಿಸ್ಥಿತಿ ಬರುತ್ತಿರಲಿಲ್ಲ" ಎಂದಳು ಅಳುತ್ತಾ.

ಪ್ವಾರೆ ಹುಡುಗಿ! ನಿನ್ನನ್ನು ಅಷ್ಟು ಪ್ರೀತಿಸುತ್ತೇನೆನ್ನುವ ಭ್ರಮೆ ಹೇಗೆ ಹುಟ್ಟಿತು ನಿನ್ನ ತಲೆಯಲ್ಲಿ? ಅಷ್ಟು ಪ್ರೀತಿಸಲು ಯೋಗ್ಯಳು ನೀನು ಎನ್ನುವ ಅಹಂಭಾವವಾದರೂ ಇದೆಯಲ್ಲ ನಿನ್ನಲ್ಲಿ. ಈಗ ನಿನ್ನಲ್ಲಿರುವ, ಭಾವನೆಗಳೆಲ್ಲಾ ಎದೆಯೊಳಗಿಂದ ಬಂದಿರುವ ವೆಂದು ತಿಳಿದಿರುವಿಯೇನು? ಅದು ನಿಜವೇ ಇದ್ದರೆ, ಸಾವು ಎನ್ನುವ ಶಬ್ದ ಎಲ್ಲರನ್ನಲ್ಲ ದಿದ್ದರೂ ಕೆಲವರನ್ನಾದರೂ ದಾರಿಗೆ ತರುತ್ತದೆ ಅಂದಂತಾಯ್ತು. ಅಕಸ್ಮಾತ್ ಆಪ ರೇಶನ್ ಯಶಸ್ವಿಯಾಗಿ ನಾನು ಬದುಕಿ ಉಳಿದು; ಈ ಪ್ರೀತಿ, ಈ ವಿಶ್ವಾಸ ಆಮೇಲೆಯೂ ಉಳಿಯುವಂತಿದ್ದರೆ ನಾನು ಬದುಕಲಡ್ಡಿಯಿಲ್ಲ. ಇವೆಲ್ಲಾ ವಿಚಾರಗಳು ನನ್ನ ನಿರಾಳ ವಾದ ಪ್ರಾಂಜಲ ಮನಸ್ಸಿನಿಂದ ಹೊರಬಿದ್ದವೋ, ಅಥವಾ "ಬದುಕಬೇಕು" ಎನ್ನುವ ಆಸೆಯುಳ್ಳ ನಾನು ದ್ವೇಷಿಸುತ್ತಿರುವ ಈ ಜಗತ್ತಿನ ಗೂಢಚಾರಿಯಾಗಿ ಕೆಲಸ ಮಾಡು ತ್ತಿರುವ ನನ್ನದೇ ಮನಸ್ಸಿನ ಇನ್ನೊಂದು ಮುಖವೋ? ಎನ್ನುವ ವಿಚಾರ ತಲೆ ತಿನ್ನ ಹತ್ತಿತ್ತು.

"ನಿಮ್ಮನ್ನ ಬಿಟ್ಟು, ಈ ಎರಡು ವರ್ಷ ಹೆಂಗ ಕಳದೆ ಅನ್ನೋದು ದೇವರಿಗೇ ಗೊತ್ತು. ನೀವು ಕರಕೊಂಡು ಹೋಗಾಕ ಬರ್‍ತೀರಂತ ದಾರಿ ನೋಡದ ದಿವಸವೇ ಇರಲಿಲ್ಲ. ನನ್ನ ಕಷ್ಟ ಯಾವ ವೈರಿಗೂ ಬರಬಾರದು" ಅಂದಳು ಅಳುತ್ತಾ.

ಈ ಹೆಣ್ಣು ಜಾತಿಯೇ ಹೀಗೆ. ಅದರಲ್ಲೂ ಈ ಇವಳಿಗಂತೂ ತನ್ನ ಕಣ್ಣೀರಿನ ಬೆಲೆ ಚನ್ನಾಗಿ ಗೊತ್ತು. ಜಿಪುಣ ಕೋಮಟಿಗನಂತೆ ಅತಿ ಅಗತ್ಯವಿದ್ದಾಗಲಷ್ಟೆ ತನ್ನ ಕಣ್ಣೀರನ್ನು ಖರ್ಚು ಮಾಡುತ್ತಾಳೆ. ಸಂದರ್ಭಕ್ಕೆ ತಕ್ಕ ಅಭಿನಯ. ಆ ಅಭಿನಯದಲ್ಲಿ ಬರುವ ಮಾತು ಗಳೆಲ್ಲವೂ ತನ್ನ ಎದೆಯಾಳದಿಂದ ಬಂದಿವೆಯೋ ಎನ್ನುವಷ್ಟು ಅಭಿನಯಪರಿಣಿತಿ. ಇದೆಲ್ಲಾ ನನಗೆ ಗೊತ್ತು.

ಆದರೂ ಇದೆಲ್ಲಕ್ಕೆ ಅಪವಾದವಾಗಿ ಒಬ್ಬಳಿದ್ದಳು. ಅಳುವ ಸರದಿ ಬಂದಾಗ ನಗು ವವಳು. ಎಲ್ಲರೂ ನಗುವಾಗ ಗಂಭೀರವಾಗಿರುವವಳು. ಜೀವನದ ಒಂದು ತಿಟ್ಟಿನಲ್ಲಿ ಸಂಧಿಸಿ ಸ್ವಲ್ಪ ಕಾಲ ನನ್ನ ಹೆಜ್ಜೆಯಲ್ಲಿ ಹೆಜ್ಜೆಯಿಟ್ಟವಳು. ಆಗ ನನ್ನವರಿಗಾಗಿ, ನನ್ನ ಅಂತಸ್ತು ಗೌರವಗಳನ್ನು ಕಾಯ್ದುಕೊಳ್ಳಬೇಕೆನ್ನುವವರ ಒತ್ತಾಯಕ್ಕೆ ಕಟ್ಟುಬಿದ್ದು ಅವಳನ್ನು ನಡುದಾರಿಯಲ್ಲಿ ಬಿಟ್ಟು ತಲೆಮರೆಸಿಕೊಂಡವನೇ ನಾನು. ಜಗತ್ತು ಇದೊಂದು ವಿಷಯದಲ್ಲಿ ರಿಯಾಯಿತಿ ತೋರಿಸಿದ್ದಿದ್ದರೆ ನಾನು ಎಂದೋ ಅದರ ಗುಲಾಮನಾಗಿ ಸೇವೆ ಮಾಡುತ್ತಿದ್ದೆ.

ತಮ್ಮ ಬಂದ. ಇಷ್ಟರವರೆಗಿನ ಅಭಿನಯದಲ್ಲಿ ಕೆಟ್ಟುಹೋಗಿದ್ದ ತನ್ನ ಮೇಕಪ್ಪನ್ನು ಅಷ್ಟರ ಮಟ್ಟಿಗೆ ಸರಿಪಡಿಸಿಕೊಂಡು ಅವನ ಅತ್ತಿಗೆ ಸಾವರಿಸಿಕೊಂಡು ಕುಳಿತಳು.

"ಅತ್ತಿಗೆ ನಿಮ್ಮ ಗೆಳತೀರು ಕರೀತಾರ" ವಿಜಿಟಿಂಗ್ ಹೊತ್ತೂ ಮುಗೀತು. ನೀವು ಮನೆಕಡೆ ನಡೀರಿ ನಾನು ಬರ್ತೀನಿ" ಅಂದ, ಅವಳು ಎದ್ದು

"ಮುಂಜಾನೆ ಬರ್ತೀನಿ" ಎಂದು ಹೇಳಿ ಹೋದಳು.

ಅವಳು ಹೊರಟು ಹೋದಮೇಲೆ ಅವಳು ಈ ಎರಡು ವರ್ಷ ತನ್ನನ್ನು ಬಿಟ್ಟು ಇದ್ದ ವಿಷಯವನ್ನು ತೆಗೆದುಕೊಂಡು ಅವಳನ್ನು ಬಯ್ದ.

ಅವನು ಯಾವಾಗಲೂ ತನ್ನ ಅಣ್ಣನಿಗೆ ಯಾರಿಂದ ಅನ್ಯಾಯವಾದರೂ ಸಹಿಸುವುದಿಲ್ಲ. ತಾನೂ ಅವರ ಜಾಗೆಯಲ್ಲಿ ನಿಂತುಕೊಂಡು ವಿಚಾರಮಾಡಿ, ಅವರು ಮಾಡಿದ್ದು ತಾನಾಗಿದ್ದರೆ ಮಾಡುತಿದ್ದೆನೋ ಇಲ್ಲವೋ ಎಂದು ವಿಚಾರಿಸುವ ಗೊಡವೆಗೆ ಎಂದೂ ಹೋಗುವುದಿಲ್ಲ. ಎಷ್ಟೋ ಸಲ ಇದರ ಬಗ್ಗೆ ತಿಳಿಹೇಳಿದಾಗ

"ನಿನಗೇನಣ್ಣ ಸಮುದ್ರ ಇದ್ದಂಗಿದ್ದಿ. ಏನು ಎಷ್ಟ ಹಾಕಿದರೂ ಕಾಣದಂಗ ಹೋಗ್ತೈತೊ ಹೊರ್ತು, ಅದರ ಸುಳಿವೂ ಹತ್ತಗೊಡೋದಿಲ್ಲ. ತಡಕೊಂಬೋದೂ ಅಂದ್ರೆ ಅದಕೂ ಒಂದು ಮಿತಿ ಮ್ಯಾರೆ ಇರಬೇಕು. ನನಕೈಲೆ ಇದೆಲ್ಲಾ ನೋಡಿಕೊಂತ ಸುಮ್ನೆ ಇರೋದಾಗೋದಿಲ್ಲ ನೋಡಪ್ಪ" ಅನ್ನುತ್ತಿದ್ದ.

ನನ್ನಲ್ಲಿ ಏನು ಕಂಡಿದ್ದನೋ. ಮನೆಯಲ್ಲಿ ಅಪ್ಪನಾದಿಯಾಗಿ ಎಲ್ಲರ ಮೇಲೂ ಅಧಿಕಾರ ಚಲಾಯಿಸುವ ಇವನು ಮಾತ್ರ ನನ್ನೊಂದಿಗೆ ಬಲು ನಯವಾಗಿರುತ್ತಾನೆ. ತಮ್ಮನ ಮಾತು ಮುಂದುವರಿದೇ ಇತ್ತು. ವಿಷಯ ಬದಲಾಯಿಸಲೆಂದು,

"ರವಿ ಯಾವಾಗ ಬರ್ತಾನಂತ, ಇವತ್ತೂ ತಡ ಆಯ್ತಲ್ಲ."

"ಅಂದಂಗ ಹೇಳೋದೆ ಮರ್ರು ಬಿಟ್ಟಿದ್ದೆ. ಅವರ ಮನೆಗೆ ಯಾರೋ ಬಂದಾರಂತ ಅದಕ್ಕ ತಡ ಆಗ್ತದ ಅಂತ ಹೇಳು ಅಂದಿದ್ದ ಈ ಬಾಜಾರದಾಗ."

ರಾತ್ರಿ ನನ್ನೊಡನೆ ರವಿ ತಪ್ಪಿದರೆ ತಮ್ಮ ಇರುತ್ತಿದ್ದರು.

"ಅಣ್ಣ ಒಂದಿಷ್ಟು ಕೆಲಸ ಐತೆ ಹೋಗಿ ಎಂಟು ಎಂಟೂವರೆಗೆ ಬರ್ತೀನಿ" ಸಮ್ಮತಿ ಪಡೆದು ತಮ್ಮ ಹೊರಟು ಹೋದ.

3

ನನ್ನ ಇಷ್ಟು ವರ್ಷದ ಬಾಳುವೆಯಲ್ಲಿ ಯಾರಾದರೂ ನನ್ನನ್ನು ಅರ್ಥಮಾಡಿಕೊಂಡು, ನನ್ನಂತರಂಗದ ಸಂಗಾತಿಗಳಾಗಿದ್ದರೆ ಅವರ ಈ ರವಿ ಮತ್ತು ಜನಕ್ಕಂಜಿ ನಾನು ತಲೆ ಮರೆಸಿಕೊಂಡು ಪರದೇಸಿಯನ್ನಾಗಿ ಮಾಡಿಬಿಟ್ಟಿದ್ದ ಆ ಇನ್ನೊಬ್ಬಳು.

ಈ ರವಿ ನನ್ನಂತೆಯೇ ಜೀವನದಲ್ಲಿ ಬಹಳ ಕಷ್ಟಗಳನ್ನು ಅನುಭವಿಸಿದವನು. ಯಾವದೋ ಮಾತಿಗಾಗಿ ಮನೆಯವರೊಡನೆ ವ್ಯತ್ಯಾಸವಾಗಿ ತುಂಬಿದ ಮನೆಯನ್ನು

ಬಿಟ್ಟು ಬಂದು ನನ್ನ ಜೊತೆಯಲ್ಲಿ, ತನ್ನ ಸ್ವಂತ ಪರಿಶ್ರಮದಿಂದ ಅಭ್ಯಾಸ ಮುಗಿಸಿದ. ಈಗ ಅವನು ಕಾಲೇಜಿನಲ್ಲಿ ಲೆಕ್ಚರರ್.

ಅವನ ದುಃಖಗಳನ್ನು ಕಷ್ಟ-ನಷ್ಟಗಳನ್ನು ನೋಡಿದರೆ ನನ್ನವೆಲ್ಲ ತೃಣ ಸಮಾನ. ಆದರೆ ಅವಾವುಗಳನ್ನೂ ಅವನು ಮನಸ್ಸಿಗೆ ಹಚ್ಚಿಕೊಳ್ಳುವುದಿಲ್ಲ. ಯಾವಾಗಲೂ ಪ್ರತಿಯೊಂದರ ಒಳ್ಳೆಯ ಮುಖವನ್ನೇ ಕಾಣುವನೇ ಹೊರತು, ಕೆಟ್ಟದು ಅವನ ಮನಸ್ಸಿನಲ್ಲಿಯೆ ಸುಳಿಯದು. ಜೀವನದ ಕಹಿಯನ್ನು ಸಿಹಿಯಷ್ಟೇ ತುಂಬು ಮನಸ್ಸಿನಿಂದ ಸ್ವೀಕರಿಸುತ್ತಾನೆ.

ಒಂದು ರೀತಿಯಲ್ಲಿ ಅವನು ಸುಖಿ. ಅವನ ವಿಚಾರದಂತೆ ಇಲ್ಲಿ ಸಂಭವಿಸುವ ಎಲ್ಲ ಸಂಗತಿಗಳೂ ಸಂಭವಿಸಲೇ ಬೇಕಾದುವಾದ್ದರಿಂದ ಅವುಗಳಿಂದ ನಮಗೆ ಬಿಡುಗಡೆಯಿಲ್ಲ. ಇಲ್ಲೇ ಬರುವದು ನಮ್ಮಿಬ್ಬರಲ್ಲಿ ಭಿನ್ನಾಭಿಪ್ರಾಯ.

ನಾವು ಮಾಡಿದ ಒಳ್ಳೆ-ಕೆಟ್ಟವುಗಳಿಗೆ ನಾವೇ ಹೊಣೆ. ನಮಗೆ ಸಂಬಂಧವಿಲ್ಲದ ವಿಷಯಗಳಲ್ಲಿ, ಬೇರೆಯವರು ಏನೇನನ್ನೋ ತಂದುಹಾಕಿ ನಮಗೆ ಹೊಣೆಗಾರಿಕೆಯ ಪಟ್ಟವನ್ನೇಕೆ ಕಟ್ಟಬೇಕು? ಎಂದು ನನ್ನ ಕೇಳಿಕೆ. ಅದಕ್ಕೆ ಏನೇನೋ ಪುರಾಣ ಹೇಳಿ ನನಗೆ ಮನಸ್ಸಿಲ್ಲದಿದ್ದರೂ ತನ್ನ ತರ್ಕವನ್ನು ಒಪ್ಪುವಂತೆ ಮಾಡಿಬಿಡುತ್ತಾನೆ.

ಜೀವನದ ಘಟನೆಗಳು ನಮ್ಮಿಬ್ಬರಲ್ಲಿ ಸಾಮ್ಯವನ್ನು ತೋರಿಸಿದ್ದರೂ, ಮಾನಸಿಕವಾಗಿ ನಾವಿಬ್ಬರೂ ಒಂದೊಂದು ಧ್ರುವ. ಆದರೂ ಯಾವದೋ ಆಕರ್ಷಣ ಶಕ್ತಿ ನಮ್ಮಿಬ್ಬರನ್ನು ಬಂಧಿಸಿ ಬಿಟ್ಟಿದೆ. ಇವನ ದಾರಿಯೇ ಬೇರೆ, ನನ್ನ ದಾರಿಯೇ ಬೇರೆ ಎಂದು ಎಷ್ಟೋ ಸಲ ಅನ್ನಿಸಿದ್ದರೂ; ಡಾಕ್ಟರರ ಔಷಧದಂತೆ, ನನ್ನ ಕಣಕಣದಲ್ಲಿ ತನ್ನ ಪ್ರಭಾವ ಬೀರಿ, ನನ್ನ ಒಳಗಿನ ಕೋಟೆಯನ್ನು ನನಗರಿಯದಂತೆಯೇ ತನ್ನ, ವಶಪಡಿಸಿಕೊಂಡಿದ್ದಾನೆ. ಕೊನೆಗೊಂದು ದಿನ ಎಲ್ಲಿ ಅವನ ವಿಚಾರಗಳ ಸೆಳವಿನಲ್ಲಿ ಸಿಕ್ಕು ನಾನು ಕೊಚ್ಚಿ ಹೋಗುವೆನೋ ಎಂದು ಭಯಪಡುತ್ತೇನೆ.

ಆದರೂ ಯಾಕೋ ಒಂದೊಂದು ಸಲ ಅವನಲ್ಲಿಯೂ ನಿರ್ವಿಣ್ಣತೆ ತಲೆಹಾಕುತ್ತಿರುತ್ತದೆ. ಆಗ ನಾನೇ; ಇವನೂ ನನ್ನಂತೆಯೇ ಆದರೆ ನನ್ನನ್ನು ಈ ಜಾರುಬಂಡೆಯಿಂದ ಉಳಿಸುವರಾರು ಎನ್ನುವ ಅವ್ಯಕ್ತ ಭಯದಿಂದಲೋ ಏನೋ; ಅವನಿಗೆ ಧೈರ್ಯ ತುಂಬಿ, ಅನಿವಾರ್ಯವಾದ ಈ ಜೀವನವನ್ನು ಇದ್ದಷ್ಟು ಸರಿಯಾಗಿ ಅಭಿನಯಿಸಿ ಮಣ್ಣು ಮರೆಯಾಗೋಣವೆಂದು ಹೇಳಿದ್ದೇನೆ. ಏನೇ ಆದರೂ...

ಹೊರಗೆ ಓಡಾಟ ಹೆಚ್ಚಾದಂತಾಯಿತು. ನನ್ನ ಕೋಣೆಯ ಮುಂದೆ ಹಾದು ಹೊರಟಿದ್ದ ನರ್ಸಳನ್ನು ಕರೆದು ಕೇಳಿದೆ. ಯಾರೋ ಹುಡುಗಿ ಟಿಕ್-20 ತೆಗೆದುಕೊಂಡಿದ್ದಾಳೆಂದು ಹೇಳಿದಳು.

"ಯಾರು ಆ ಹುಡುಗಿ"

"ಶ್ರೀ............ರ ಮಗಳು. ಕಾಲೇಜು ಓದ್ತಿದ್ಳಂತೆ"

"ಅಂಥ ಶ್ರೀಮಂತರ ಮಗಳಿಗೆ ಏನಾಗಿತ್ತೋ ಸಾಯ್ಲಿಕ್ಕೆ?"

"ಏನಾಗಿತ್ತೇನ್ರಿ ಸಾರ್. ಈ ಕಾಲದಾಗ ಸಾಯ್ಲಾಕಾ ಯಾಕ ಕಾರಣಗಳು ಬೇಕಾಗ್ತಾವರಿ. ಅದೂ ಕಾಲೇಜಿನ್ಯಾಗ......"

"ಸಿಸ್ಟರ್, ಡಾಕ್ಟರ್ ಕರೀತಾರ" ಚಪರಾಸಿ. ನರ್ಸ್ ಹೊರಟು ಹೋದಳು.

ಕಾಲೇಜು ಹುಡುಗಿಯರೆಂದರೆ ಮತ್ತೇನಿರುತ್ತದೆ. ಪರೀಕ್ಷೆಯಲ್ಲಿ ಫೇಲಾಗಿರಬಹುದು. ಹುಡುಗರು ಸಾಯುವರು ಹೆಚ್ಚಾಗಿದೆಯೆಂದು ವಿಶ್ವವಿದ್ಯಾನಿಲಯದವರು ಸ್ವಲ್ಪ ಬರೆದರೂ ಪಾಸು ಮಾಡಿ ಸಾಯುವವರ ಸಂಖ್ಯೆ ಕೆಳಗಿಳಿಸಲು ಪ್ರಯತ್ನಿಸುತ್ತಿರುವ ಈ ಕಾಲದಲ್ಲಿಯೂ ಸಾಯುವವರಿದ್ದಾರೆ! ಫೇಲಾದರೂ ಏನಂತೆ, ಅಷ್ಟು ಶ್ರೀಮಂತರ ಮಗಳು ಈ ಇವಳಿಗೇನಾಗಿತ್ತು ಧಾಡಿ. ಅದೂ ಅಲ್ಲದೆ ಫೇಲುಗಳಿಗೆ ಹೊಂದಿಕೊಂಡ ಅವರೇ ಸತ್ತರೆ?

ಇಲ್ಲದಿದ್ದರೆ ಹೀಗಿರಬೇಕು. ಇವಳು ಶ್ರೀಮಂತರ ಹುಡುಗಿ. ಅದಕ್ಕೆ ಅಪವಾದವಾಗಿ ಚೆಂದವೂ ಇರಬೇಕು. ಒಬ್ಬ ಹುಡುಗ, ಬಡವ, ಬುದ್ಧಿವಂತ, ಚುರುಕುಬುದ್ಧಿ ಡಿಬೇಟಿಂಗ್, ನಾಟಕ ಓದುಗಳಲ್ಲಿ ಮೊದಲಿಗ. ಇವಳ ಮದಡು ಬುದ್ಧಿಗೆ ಅವನು ಮೆಚ್ಚಿಕೆಯಾಗಿರಬೇಕು. ಮುಂದಿನದಂತೂ ಹೇಳಬೇಕಾಗಿಯೆ ಇಲ್ಲವಲ್ಲ.

ಪ್ರೇಮ.

ಇವರಪ್ಪ ಖಳನಾಯಕ

ಯಾವನೊಂದಿಗೋ ಇವಳ ಮದುವೆ ನಿಶ್ಚಯ

ಆತ್ಮಹತ್ಯೆಗೆ ಇದಕ್ಕಿಂತ ಹೆಚ್ಚಿಗಿನ್ನೇನು ಬೇಕು?

ಅಥವಾ ಇವಳೇನಾದರೂ...

ತಾಯಿಯಾಗಲಿದ್ದಳೋ ಏನೊ...

ಛೇ! ಅದೂ ಅಲ್ಲ.

ಏಕೆಂದರೆ ಇದು ಇದರ ವಿರುದ್ಧವಾದ ಪ್ರಸಂಗದಲ್ಲಿ ಸಾಧ್ಯ. ಶ್ರೀಮಂತ ಹುಡುಗ, ಬಡ ಹುಡುಗಿ; ಇವರಿಬ್ಬರ ಪ್ರೇಮ. ಆಗ ಆ ಹುಡುಗಿ ತಾಯಿಯಾಗುತ್ತಾಳೆ. ಮದುವೆಯೇ ಇಲ್ಲ. ಆಗ ಆತ್ಮಹತ್ಯೆ. ಈಗ ಸರಿ.

ಹಾಗಾದರೆ ನಮ್ಮಿಬ್ಬರಲ್ಲಿ ಒಬ್ಬರೂ ಆ ವಿಚಾರಕ್ಕೆ ಮನಸೋಲಲಿಲ್ಲವಲ್ಲ. ನಾನು ಅವಳನ್ನು ಈರೀತಿ ಕೈಬಿಟ್ಟರೆ ಆತ್ಮಹತ್ಯೆ ಮಾಡಿಕೊಂಡರೇನು ಗತಿ? ಎನ್ನುವ ವಿಚಾರ ನನಗೇಕೆ ಬರಲಿಲ್ಲ? ಆದರೆ ಅವಳು ಆತ್ಮಹತ್ಯೆ ಮಾಡಿಕೊಳ್ಳುವಷ್ಟು ಹೇಡಿಯಲ್ಲ, ಆ ಮಾತು ಬೇರೆ.

ನನಗೆ ತಿಳುವಳಿಕೆ ಮೂಡಿದಂದಿನಿಂದ ಇಂಥ ನೂರಾರು ಪ್ರಸಂಗಗಳು ನನ್ನೆದುರು ಘಟಿಸಿ ಈ ಜಗತ್ತಿನಲ್ಲಿ ವಿರುದ್ಧ ಈ ಜನಜಂಗುಳಿಯ ವಿರುದ್ಧ ನನ್ನನ್ನು ಎತ್ತಿಕಟ್ಟಿ ಚಳುವಳಿ ಹೂಡುವಂತೆ ಮಾಡುತ್ತವೆ. ಇಷ್ಟು ಮುಂದುವರಿದ ಜಗತ್ತಿನಲ್ಲಿ ಇನ್ನು ಶಿಲಾಯುಗದಲ್ಲಿಯಂತೆ, ಮನುಷ್ಯನ ಪ್ರತಿಯೊಂದು ಚಲನವಲನವೂ ಬೊಂಬೆಯಂತೆ

ಸೂತ್ರ ಬದ್ಧವಾಗಿರಬೇಕೆಂದರೆ ಹೇಗೆ. ಮನುಷ್ಯ ಜೀವಿಸಲು, ಅವನು ತನ್ನ ಮನಸ್ಸಿಗೆ ತಕ್ಕಂತೆ ಬಾಳಲು ಜಗತ್ತಿನ ಯಾವ ಸಂಗತಿಯೂ ಅಡ್ಡ ಬರಬಾರದು. ಈ ರೀತಿ ಅಡ್ಡ ಬಂದು ವಿಷಗಳು ಕ್ರಿಮಿಕೀಟಗಳ ಮೇಲೆ ಪ್ರಯೋಗವಾಗುವದಕ್ಕಿಂತ ಹೆಚ್ಚಾಗಿ ಮನುಷ್ಯ ತನ್ನ ಮೇಲೆ ತಾನೇ ಪ್ರಯೋಗ ಪಡಿಸಿಕೊಳ್ಳುವಂತೆ ಒತ್ತಾಯ ಪಡಿಸಬಾರದು.

ಇವಳು ಅವನನ್ನು ಲಗ್ನವಾದರೆ ಜೀವನವನ್ನು ಬಡತನದಲ್ಲಿಯೇ ಕಳೆಯುತ್ತಾಳೆ. ಇವನು ಅವಳನ್ನು ಮದುವೆಯಾದರೆ ನಮ್ಮ ಮನೆತನ, ಅಂತಸ್ತು, ಶ್ರೀಮಂತಿಕೆಗಳಿಗೆ ಕುಂದು. ನಮ್ಮಲ್ಲಿ ಕುಂದುಕೊರತೆಗಳು ಇವೆಯೆಂದು ನಮಗರಿವಾಗಕೊಟ್ಟರೆ ನಮ್ಮ ತನಕ್ಕೇ ಅವಮಾನ. ಇನ್ನೊಬ್ಬನಲ್ಲಿ ಬುದ್ಧಿವಂತಿಕೆಯಿದೆಯೆಂದು ಒಪ್ಪಿಕೊಂಡರೆ ನಮ್ಮ ವ್ಯಕ್ತಿತ್ವದ ಬೆಳವಣಿಗೆಗೆ ಅಡ್ಡಿ ಇಂತಹ ಎಷ್ಟೋ ಸಾವಿರಾರು ಪೂರ್ವಗ್ರಹಗಳಿಂದ ದೂಷಿತವಾದ ಮನಸ್ಸು ಪ್ರತಿಯೊಂದು ವಿಷಯದಲ್ಲಿಯೂ, ಪಾವ್ಲೋವನ ನಾಯಿಯಂತೆ, ಕಂಡೀಷನ್ಡ್ ರೀಫ್ಲೆಕ್ಸ್ (Conditioned Reflex)ನಲ್ಲಿ ಬದುಕುತ್ತಿದೆ.

ನಿಜವಾಗಿ ಹೇಳಬೇಕೆಂದರೆ ನನ್ನ ಚಳುವಳಿ ಇಂಥ ಪಾವ್ಲೋವನ ನಾಯಿಗಳ ವಿರುದ್ಧವಲ್ಲದೆ ಈ ಜಗತ್ತಿನ ವಿರುದ್ಧವಲ್ಲ. ನಾನೊಬ್ಬ ಮನುಷ್ಯ. ನನಗೆ ವ್ಯಕ್ತಿತ್ವವಿದೆ. ನನ್ನನ್ನು ನನ್ನಂತೆಯೇ ಬಾಳಗೊಡಿರಿ. ನಾನು ಒಳ್ಳೆಯವನಾಗಿ, ಗಾಂಧಿ ಲಿಂಕನ್‌ರಂತೆ ದೊಡ್ಡವನಾಗಬೇಕಿಲ್ಲ. ಕೆಟ್ಟವನಾಗಿ ಗೋಡ್ಸೆಯಾಗುವದೂ ಬೇಕಾಗಿಲ್ಲ. ಅವರು ಅದಾಗಿದ್ದಾರೆ, ಇವರು ಇದಾಗಿದ್ದಾರೆ ನನಗೆ ಇದೊಂದೂ ಬೇಕಿಲ್ಲ. ನಾನು ನಾನೇ ಆಗಬೇಕಾಗಿದೆ. ಅದಕ್ಕಾಗಿ ಪೇಟೆಯಲ್ಲಿ ನನಗೆಷ್ಟು ಧಾರಣಿ ನಿಜವಾಗಿ ಬರಬೇಕಾಗಿದೆಯೋ ಅಷ್ಟು ಬೆಲೆ ಕೊಡಿರಿ. ಅದೆಲ್ಲಾ ಬಿಟ್ಟು ನಮ್ಮ ಮಾಲೇ ಶ್ರೇಷ್ಠವೆಂದು ನನ್ನ ಮನುಷ್ಯತ್ವವನ್ನು ಅಣಕಿಸಿ, ಘಂಟೆಯ ಶಬ್ದಕೇಳಿ ಜೊಲ್ಲು ಸುರಿಸುವ ನಾಯಿಗಳಾಗುವದು ನಿಮಗೆ ಸಲ್ಲದು. ಏಕೆಂದರೆ ಇಂಥ ಜಗತ್ತಿನಲ್ಲಿ ಬದುಕಲು ನನಗಿಷ್ಟವಿಲ್ಲ. ನಾನು ಮನುಷ್ಯರಿದ್ದ ಜಗತ್ತಿನಲ್ಲಿ ಬದುಕಬೇಕಾಗಿದೆ. ಅದಕ್ಕೇ ನೀವೂ ಮನುಷ್ಯರಾಗಿರಿ ಎಂದು ಹೇಳುತ್ತಿರುವದು. ಅಲ್ಲದೆ....

"ಆ ಹುಡುಗಿ ಸತ್ತುಹೋಯ್ತು ಸಾರ್ ಪಾಪ" ಅದೇ ನರ್ಸು

"ಯಾಕೆ ಸಿಸ್ಟರ್ ಯಾಕೆ ಸತ್ತಳು. ಏನಾದರೂ ಲವ್-ಗಿವ್" ನನ್ನ ನಿರೀಕ್ಷೆ ಸುಳ್ಳಾಗದಿರಲೆಂದು ಕೇಳಿದೆ.

"ಹೌದಂತೆ ಸರ್, ಆತಗೆ ಬ್ಯಾರೆಲ್ಲೋ ಲಗ್ನ ಆಗಿಬಿಟ್ಟಿತಂತೆ ಅದಕ್ಕೆ..."

"ಯಾಕ ಆ ಹುಡುಗ ಇವ್ರಿಗಿಂತ ಶ್ರೀಮಂತನೇನು"

"ಅಲ್ಲಂತ ಸರ್, ಪೂರ್ತಿ ಬಡವರಂತೆ"

"ಅದಕ್ಕ ಈ ಹುಡುಗಿ ಅಪ್ಪ ಲಗ್ನ ಸಾಧ್ಯವಿಲ್ಲ ಅಂದಿರಬೇಕು?"

"ಅದೂ ಅಲ್ಲ ಸರ್, ಹುಡುಗಿ ಮನೆಯವ್ರು ಎಲ್ರೂ ಒಪ್ಪಿದ್ರಂತೆ"

"ಮತ್ತೇನಂತ, ಬಂದದ್ದು ಅವ್ನಿಗ"

"ಆದ್ರೆ ಈ ವಿಷಯ ಆ ಹುಡುಗ್ಗ ಗೊತ್ತಿರ್ಲಿಲ್ಲಂತ ಸರ್, ಈಕೆ ಆತಗ ಗೊತ್ತಾಗ್ಲಾರ್ದಂಗ ಮನೆಯವರನ್ನು ಒಪ್ಪಿಸಿದ್ಲು. ಅದನ್ನ ತಿಳಿಸುವಷ್ಟರೊಳಗ, ಆತನ ಮದಿವಿ ಆಗಿಹೋಗಿತ್ತು. ಅಂಥಾ ಅವಸರ ಏನಿತ್ತಮ್ಮ ಆತಗ?

"ಗುಪ್ತಪ್ರೇಮ ಅಂತಾರಲ್ಲ ಸರ್ ಅದು. ಒಬ್ರಿಗೊಬ್ರು ತಿಳಿಸೋದು ಆಗಿಲ್ಲ. ಮದಿವಿ ಆದಮ್ಯಾಲ ಆತ ಪತ್ರ ಬರದ. ಅದನ್ನ ನೋಡಿ ಈಕಿ ವಿಷ ತಗೊಂಡುಬಿಟ್ಲು."

"ಹಿಂಗೈತೇನು ಸಮಾಚಾರ!"

ಮನುಷ್ಯ ಯಾವಾಗಲೂ ಭಾವನೆಗಳ ಕೈಯಲ್ಲಿ ಬುದ್ಧಿಯನ್ನು ಕೊಡಬಾರದು. ಅದರ ಪರಿಣಾಮಗಳೇ ಈ ಆತ್ಮಹತ್ಯೆಗಳು, ಯುದ್ಧಗಳು. ಯಾವಾಗಲೂ ಬುದ್ಧಿಯ ಹಿಡಿತದಲ್ಲಿ ಹೃದಯವಿರಬೇಕು. ಈ ಜಗತ್ತು ಕೊಟ್ಟ ಪೆಟ್ಟುಗಳನ್ನು ಸಹಿಸಿಕೊಳ್ಳುವ ವಸ್ತುವಷ್ಟೆ; ಆ ಪೆಟ್ಟುಗಳನ್ನು ತಾಳಿಕೊಂಡು ಅವುಗಳಿಗೆ ಶರಣಾಗದೆ ಉಳಿಯುವದಷ್ಟೇ ಬಾಳುತ್ತದೆ. ಅದನ್ನೇ ಡಾರ್ವಿನ್ Servival of the fittest ಎಂದು ಹೇಳಿದ್ದು.

4

ನರ್ಸ್ ಯಾವಾಗಲೋ ಲೈಟುಹಾಕಿ ಹೋಗಿದ್ದಳು.

ಬಹಳ ಹೊತ್ತು ಹಾಸಿಗೆಯಲ್ಲಿಯೇ ಬಿದ್ದುಕೊಂಡಿದ್ದರಿಂದ ಬೇಸರ ಬಂದಿತ್ತು. ಹೊರಗೆ ನಿಂತಿದ್ದ ಚಪರಾಸಿಯನ್ನು ಕರೆದು, ಅವನ ಸಹಾಯದಿಂದ ಕಕ್ಕಸದತ್ತ ನಡೆದೆ. ರೂಮಿನಲ್ಲಿಯೇ ಕ್ಯಾನು ಇದ್ದರೂ, ಅದರಲ್ಲಿ ಮೂತ್ರ ವಿಸರ್ಜಿಸಲು ಮನಸ್ಸಾಗಲಿಲ್ಲ. ಕಕ್ಕಸದಿಂದ ತಿರುಗಿ ಬಂದು ಸ್ಟೂಲಿನ ಮೇಲೆ ಕುಳಿತು, ಚಪರಾಸಿಗೆ ಹೇಳಿ ಮಗ್ಗಲು ಹಾಸಿಗೆ ಬದಲಾಯಿಸಿದೆ. ಅವನು ಅಷ್ಟುಮಾಡಿ ನನ್ನನ್ನು ಮಂಚದ ಮೇಲೆ ಕುಳ್ಳಿರಿಸಿ ಹೊರಟುಹೋದ.

ಇಷ್ಟು ಹೊತ್ತಾದರೂ ರವಿ ಯಾಕೆ ಬರಲಿಲ್ಲ? ಅವನ ಮನೆಗೆ ಅಂಥ ಬಂಧುಗಳು ಯಾರು ಬಂದಿರಬಹುದು? ಯೋಚಿಸಿ, ಯೋಚಿಸಿ ತಲೆ ಬಿಸಿಯಾಗಿಬಿಟ್ಟಿದೆ.

ಚಪರಾಸಿ ಯಾರೊಡನೆಯೋ ಮಾತನಾಡಹತ್ತಿದ. ರವಿ ಬಂದಂತಿದೆ. ಇಲ್ಲಿಗೆ ಬರುವಷ್ಟು ತಾಳ್ಮೆಯೂ ಅವನಲ್ಲಿಲ್ಲ. ನನ್ನ ಆರೋಗ್ಯದ ಎಲ್ಲ ವಿವರಗಳನ್ನು ಸಂಗ್ರಹಿಸಿಕೊಂಡೇ ಇಲ್ಲಿಗೆ ಬರ್‍ತಾನೆ. ಇನ್ನೂ ಎಷ್ಟು ಹೊತ್ತು ಮಾತನಾಡುತ್ತಾ ನಿಲ್ಲುತ್ತಾನೋ ಮಹಾರಾಯ.

ಇವನು ಈ ಚಪರಾಸಿ ದಾರಿಯಲ್ಲೇಕೆ ನಿಲ್ಲಬೇಕಾಗಿತ್ತು?

ಮಾತು ಮುಗಿದಂತಾದವು. ಇತ್ತಲೇ ಬರುತ್ತಿದ್ದಂತಿದೆ.

"ಅಂತೂ ಬಂದೆಯಲ್ಲ. ಅವನ್ಜೋಡಿ ಮಾತಾಡಿ ಹಂಗಿಂದಂಗ ಹೋಗ್ತಿ ಅಂತಿದ್ದೆ"

"ಯಾಕ ಎಂದೂ ಇಲ್ಲದ ಅಪನಂಬಿಕಿ ಇವತ್ಯಾಕ?" ನಗುತ್ತಾ ಕೇಳಿದ.

ಏನು ಮಾಡೋದು, ಈಗ ಕೊನಿಗೆ ನನಮ್ಯಾಲೆ ಇರುವ ನನ ನಂಬಿಕೆ ಎಲ್ಲಿ ಹಾರಿ ಹೋಗತೈತೂ ಅನಸ್ತದ. ಇಷ್ಟಾಕ ತಡ? ಮನಿಗೆ ಯಾರೊ ಬಂದಾರಂತ ಹೇಳಿದ ತಮ್ಮ. ಅವರ ಸಲುವಾಗಿ ತಡ ಆದ್ದದ್ದೇನು?"

"ಅವರ ಸಲುವಾಗಿ ಅಲ್ಲ, ನಿನಸಲುವಾಗಿ".

"ನನಸಲುವಾಗಿ ಯಾಕಪ?"

"ಬಂದವ್ರು ಯಾರು ಗೊತ್ತಾ? ಕಿರಣ ಬಂದ ಬರತ್ಲೇ ಇಲ್ಲಿಗೇ ಬರ್ತೀನಿ ಅಂತ ಕುಂತಿದ್ಲು ಆಕಿಗೆ ಅದೂ ಇದೂ ಹೇಳಿ ಒತ್ತಾಯಮಾಡಿ, ವಿಶ್ರಾಂತಿ ತಗೊಳ್ಳಲಿ ಅಂತಂದು ಬಿಟ್ಟು ಬರಬೇಕಾದ್ರೆ ಸಾಕು ಸಾಕಾಯ್ತು."

"ಅವನ ಮಾತು ಕೇಳಿ ಏನು ಹೇಳಬೇಕೋ ಗೊತ್ತಾಗಲಿಲ್ಲ. ಯಾವಳನ್ನು ಇಷ್ಟುದಿನ ಪರದೇಸಿಯನ್ನಾಗಿ ಮಾಡಿ ಮರೆತು ಬಿಟ್ಟಿದ್ದೆನೊ, ಅವಳು ಈದಿನ ಬಂದ ಸುದ್ದಿ ಕೇಳಿ ಗರಹೊಡೆದಂತಾಯಿತು ನನ್ನ ಸ್ಥಿತಿ.

"ಯಾಕ ಸುಮ್ಕಾದೆಲ್ಲ ಆಕೆ ಬರಬಾರದಾಗಿತ್ತೇನು?"

"ಹಂಗಲ್ಲ ರವಿ. ಆಕೆ ಬಗ್ಗೆ ವಿಚಾರ ಮಾಡೋ ಅಧಿಕಾರವೆ ನನಗಿಲ್ಲ. ಹಿಂದಕ ನಾನು ಮಾಡಿದ್ದೇ ಇವೊತ್ತು ನನ್ನನ್ನು ಅತಿ ನೀಚತನಕ್ಕೆ ನೂಕಿ ಕೇಕೆ ಹೊಡೆದು ನಗತ್ತಿದ್ದಂಗ ಆಗಿ ಬಿಟ್ಟದ. ಆಕೆ ನನ್ನ ಕ್ಷಮಿಸಿರಬಹುದು. ಆದರೆ ಅದಕ್ಕೆ ನಾನು ಅರ್ಹನೇ ಅಂತ ನನ್ನ ಮನಸೇ ಕೇಳಿದರೆ ನಾನೇನು ಹೇಳ್ಲಿ. ನಿನಗ ಗೊತ್ತೈತೆ ನನಗೆ ನಾನೆ ಅಂಜುವಷ್ಟು ಇನ್ನಾರಿಗೂ ಅಂಜೋದಿಲ್ಲ ಅಂತ"

"ಅದರಾಗ ನಿನ್ನೊಬ್ಬಾತಂದೇ ತಪ್ಪು ಅಂತ ತಿಳಕೊಂಡದ್ದೇ ನಿನ್ನ ಅಂಜಿಕೆಗೆ ಕಾರಣ. ಯಾವಾಗಲೂ ಎಲ್ಲಾ ನಿನ್ನಿಂದನೇ ಆಗ್ತೈತಂತ ಯಾಕ ತಿಳಕೊಂಡಿದ್ದಿ? ಈ ಅತಿ ನಿನ್ನ ತನವೇ ಒಳ್ಳೇದಲ್ಲ ಅಂಬೋದು"

"ನಿನಗೂ ಗೊತ್ತೈತೆ ರವಿ; ನಾನು ಅದನ್ನ ಪಳಗಸೋದಕ್ಕ ಎಷ್ಟು ಪ್ರಯತ್ನ ಮಾಡ್ಲಿಲ್ಲ? ಸ್ಥಿತಪ್ರಜ್ಞತೆ ಎಲ್ಲರಿಗೂ ಬರೋ ಗುಣ ಅಲ್ಲ. ಮತ್ತ ಅದನ್ನ ಪಡೆಯೋಕೆ ನನ್ನಿಂದಂತೂ ಸಾಧ್ಯವೇ ಇಲ್ಲ......"

ಸಂಜೆಯಿಂದ ಇಲ್ಲಿಯವರೆಗೆ ನಡೆದ ನನ್ನ ವಿಚಾರ ದ್ವಂದ್ವವನ್ನು ವಿವರಿಸಿದೆ. ಅದಕ್ಕೆ "ಜೀವನದ ಪ್ರತಿಕ್ಷಣವನ್ನು ತುಂಬು ಮನಸ್ಸಿನಿಂದ ಅನುಭವಿಸ್ಬೇಕು ಅನ್ನೋದು ನನ್ ಸಿದ್ಧಾಂತ, ನಿನ್ ಸುತ್ತ ಮುತ್ತ ಇಷ್ಟು ಜನರಿದ್ರೂ ನೀನು ಪರದೇಸಿ, ಅಸುಖಿ ಅಂದುಕೊಂತೀಯಲ್ಲ; ಅಸಂಖ್ಯಾತ ಪರದೇಸಿಗಳು ಹೆಂಗ ಬದುಕ್ತಾರ ಅಂತ ವಿಚಾರ ಮಾಡಾಕ ಎಂದನ್ನಹೋಗಿದ್ದೇನು?"

"ನೋಡು ಯಾವಾಗ್ಲೂ ನನ್ನಲ್ಲಿ ಇಲ್ಲದ್ದನ್ನ ಐತಿ ಅಂತ ತಿಳಿಕೊಳ್ಳೋ ಮೂರ್ಖತನ ಎಂದೂ ಮಾಡಿಲ್ಲ. ನೀನು ಇಷ್ಟು ಹೇಳ್ತಿದ್ದಲ್ಲ. ನಿಮ್ಮ ಅಪ್ಪನಲ್ಲಿಗೆ ಹೋಗಿದ್ದು ಯಾಕ ಪಿತೃಸುಖ ಅನುಭವಿಸ್ಬಾರ್ದು?"

"ನಿನಗ ಗೊತ್ತೈತೋ ಇಲ್ಲೋ, ಒಂದು ಕೈಯಿಂದ ಚಪ್ಪಾಳೆ ಬರಿಸ್ಲಿಕ್ಕೆ ಬರೋದಿಲ್ಲ ಅನ್ನೋದು. ನಾನುಬ್ಯಾರೆ ಜಾತಿ ಹುಡುಗೀನ್ನ ಮದ್ವಿ ಆದದ್ದು ಮೊದಲೇ ನನ ಮ್ಯಾಲಿದ್ದ ಅಪ್ಪನ ಸಿಟ್ಟನ್ನ ಹೆಚ್ಚಿಸಿ, ಅವ್ರು ತಮ್ಮ ಮಗ ರವಿ ಅನ್ನುವವ ಇದ್ದಾನೆ ಅನ್ನೋದೇ ಮರ್ತುಬಿಟ್ಟಿದ್ದಾರೆ"

"ಇರ್ಲಿ ಬಿಡು ಎಷ್ಟು ಮಾತಾಡಿದರೂ ಅದೇ ಅಲ್ಲ. ಈಗ ಕಿರಣ ಎಲ್ಲಿಂದ ಬಂದ್ಲು? ಈ ನಾಲ್ಕೈದು ವರ್ಷದಾಗ ಆಕಿ ಸುದ್ದೀನೇ ಕೇಳಿಲ್ಲ. ಆಕಿ ಮದ್ವಿ ಆಯ್ತು ಅನ್ನೋದು ಮಾತ್ರ ಗೊತ್ತು"

ಅದಕ್ಕೆ ರವಿ ಹೇಳಿದ ಸಮಾಚಾರ ಇಷ್ಟು? ಅವಳ ಲಗ್ನವಾಗಿ ಇಲ್ಲಿಗೆ ಮೂರು ವರ್ಷವಾಯಿತು. ಗಂಡನಿಗೆ ಅವಳ ಹಿಂದಿನ ಕಥೆ ಗೊತ್ತಾಗಿ, ವಿರಸ ಹೆಚ್ಚಿ, ಈಗ ಒಂದು ವರ್ಷದಿಂದೀಚೆಗೆ ಗಂಡನನ್ನು ಬಿಟ್ಟು ಬಂದು ಯಾವದೋ ಊರಿನಲ್ಲಿ ಹೈಸ್ಕೂಲ್ ಮಾಸ್ತರಿಣಿಯಾಗಿದ್ದಾಳೆ. ಈಗ ನನ್ನ ಬೇನೆಯ ಸುದ್ದಿ ಕೇಳಿ ಇಲ್ಲಿಗೆ ಬಂದಿದ್ದಾಳೆ.

ತಮ್ಮ ಬಂದಿದ್ದ. ಈ ರಾತ್ರಿ ರವಿಯೇ ಇಲ್ಲಿ ಇರುವನೆಂದು ಹೇಳಿ ಅವನನ್ನು ಕಳಿಸಿ ಕೊಟ್ಟೆ. ಕಿರಣಳನ್ನು ಕಾಣಲು ಮನಸ್ಸು ಕಾತರಿಸಿತ್ತು. ರವಿ ಮನಸ್ಸಿನಿಂಗಿತ ತಿಳಿದವನಂತೆ ಕಿರಣಳನ್ನು ಕಳಿಸುವುದಾಗಿ ಹೇಳಿ ಹೊರಟುಹೋದ.

ಈ ಕಿರಣ ಈಗಿನ ಬದಲು ಆರೆಂಟು ತಿಂಗಳು ಹಿಂದೆಯಾದರೂ ಬಂದಿದ್ದರೆ ನನ್ನಲ್ಲಿ ಬದುಕುವ ಆಸೆ ಬಲವತ್ತರವಾಗಿ ನನ್ನ ಜೀವ ಉಳಿಯುವ ಸಾಧ್ಯತೆ ಇತ್ತೇನೋ. ಆಟ ನೋಡುತ್ತಿರುವವರಂತೆ ತೆರೆಯ ಮರೆಯಲ್ಲಿದ್ದು, ಎಲ್ಲರೂ ಈಗ ಒಮ್ಮೆಗೇ ಪ್ರತ್ಯಕ್ಷವಾಗಿದ್ದಾರೆ; ನನ್ನೆಲ್ಲ ಆಟಿಕೆ ಸಾಮಾನುಗಳನ್ನು ಕಟ್ಟಿಕೊಂಡು ಮನೆಗೆ ಹೋಗ ಲಣಿಯಾದಾಗ?

ಈಗ ಒಂದು ವರ್ಷದ ಹಿಂದೆಯೇ ಗೊತ್ತಾಗಿತ್ತು, ನನ್ನಲ್ಲಿಯ ರೋಗ ಪ್ರಬಲವಾಗಿ ಬಹಳಕಾಲ ಬದುಕಲಿಕ್ಕಿಲ್ಲ ಎನ್ನುವುದು. ಆಗಲೇ Radio-Therapy ಚಿಕಿತ್ಸೆ ಮಾಡಿಸಿ ಕೊಂಡಿದ್ದರೆ ನನ್ನ ಕರುಳುಗಳು ಕೊಳೆತು ಹೋಗುವುದನ್ನು ತಪ್ಪಿಸಬಹುದಾಗಿದ್ದಿತು. ಜೀವನದಿಂದ ವಿಮುಖವಾದ ಮನಸ್ಸು, ಈ ರಾಕ್ಷಸ ಹುಣ್ಣು ಬೆಳೆದು ಅದರ ಪೂರ್ಣ ಬೆಳವಣಿಗೆಯೊಡನೆ, ನನ್ನ ಜೀವನದ ಪೂರ್ಣತೆಯನ್ನು ಪಡೆಯುವಂತೆ ಪ್ರೇರೇಪಿಸಿತ್ತು.

ತನ್ನ ಗಂಡನಿಂದ ಬಿಡುಗಡೆ ಪಡೆದೊಡನೆಯೇ ಕಿರಣಳ ಸುದ್ದಿ ತಿಳಿದಿದ್ದರೆ ಯಾವ ತೊಂದರೆಯೂ ಇರಲಿಲ್ಲ. ಇತ್ತೀಚೆಗೆ ನನಗೆ ಸರಿ ತೋರಿದುದನ್ನು ಅದು ಅಕಾರ್ಯವೆಂದು ಅನಿಸಿದರೂ, ಸಾಧಿಸುವ ಧೈರ್ಯ ನನ್ನಲ್ಲಿ ಬೆಳೆದಿದೆಯೆಂದು ಆಗಾಗ್ಗೆ ಅನಿಸುತ್ತಿರುತ್ತದೆ. ಆಗಲೇ ಆಗದಿದ್ದರೆ ಈ ಜಗತ್ತನ್ನು ಕಾಲ್ಚೆಂಡಿನಂತೆ ಅತ್ತ ಒದ್ದು ಅವಳೊಡನೆ ಬಾಳುವೆ ನಡೆಸುತ್ತಿದ್ದೆ.

ಬಹುಶಃ ರವಿ ಹೇಳುವದು ನಿಜವಿರಬಹುದು. ಇಲ್ಲಿ ಪ್ರತಿಯೊಂದು ಘಟನೆಯೂ ಆಳವಾದ ಬೇರುಗಳನ್ನು ಪಡೆದುಕೊಂಡೇ ಸಂಭವಿಸುತ್ತಿರಬೇಕು. ಕಿರಣಳೊಡನೆ ಸಹ

ಬಾಳ್ವೆ ನಡೆಸುವ ಸುಯೋಗ ಒದಗಿದಾಗ, ಈ ಜಗತ್ತನ್ನೆದುರಿಸುವ ಧೈರ್ಯ ನನಗಿರಲಿಲ್ಲ. ಆ ಧೈರ್ಯ ಬಂದಾಗ ಕಿರಣಳಿರಲಿಲ್ಲ.

ಕಿರಣಳನ್ನು ಹೇಗೆ ಎದುರಿಸಲಿ? ನನ್ನಂಥವನ ಮುಖ ನೋಡಲು ಅವಳಿಗೆ ಮನಸ್ಸಾದರೂ ಹೇಗೆ ಬಂತೋ. ಮೋಹಿಸಿ, ಪ್ರೀತಿಸಿ, ಕನಸುಕಟ್ಟಿ ಕೊನೆಗೊಮ್ಮೆ ಆ ಕನಸಿನ ಮನೆಗೆ ಬೆಂಕಿಯಿಟ್ಟು, ಅದು ಬೂದಿಯಾಗುವಾಗ ಅವಳೊಬ್ಬಳನ್ನೇ ಬಿಟ್ಟು ಪಾರಾದ ನನಗೆ ಪ್ರಾಯಶ್ಚಿತ್ತವೆನ್ನುವದಾದರೂ ಇದೆಯೇ? ಆ ಉರಿಯಲ್ಲಿ ಅವಳ ಸೆರಗಿಗೆ ಹತ್ತಿದ ಕಪ್ಪು ಕಲೆ ಈ ರೀತಿ ಜೀವನದುದ್ದಕ್ಕೂ ಅವಳನ್ನು ಕಾಡಿ ಬಾಳುವೆಯನ್ನೇ ಹಾಳು ಮಾಡಿತು.

5

ಎಚ್ಚರವಾದಾಗ ಕಿರಣ ಮೃದುವಾಗಿ ತಲೆಯನ್ನು ನೇವರಿಸುತ್ತಿದ್ದಳು. ರವಿ ಮುಂಜಾನೆ ಬೇಗ ಬರುವುದಾಗಿ ಹೇಳಿ ಹೊರಟುಹೋದ. ಬಹಳ ಹೊತ್ತು ಯಾರೂ ಮಾತಾಡಲಿಲ್ಲ. ಕೊನೆಗೆ ಧೈರ್ಯವಹಿಸಿ,

"ನೀನು ಬರಬಾರದಾಗಿತ್ತು ಕಿರಣ" ಎಂದು ನಾನೇ ಮೌನ ಮುರಿದೆ.

"ಯಾಕ, ಈ ಜಡ್ಡಿನ್ಯಾಗ ನಿಮಗೇ ನನ್ನ ಆದರೆ ಅದನ್ನೂ ನನ್ನ ತಲೆಮ್ಯಾಗ ಹೊರೆಸಬೇಕೆಂತ ಮಾಡಿದ್ರೇನು?" ನಗುತ್ತಾ ಕೇಳಿದಳು.

"ನೋಡು ಎಲ್ಲಾ ನಗುವಿನ್ಯಾಗ ತೇಲಿಸಿ ಬಿಡಬ್ಯಾಡ. ಜೀವನದಾಗ ಇಷ್ಟು ಕೆಟ್ಟದು ಮಾಡಿದ ಮ್ಯಾಗೂ ಒಬ್ಬನ್ನ ಕ್ಷಮಿಸುತ್ತಾರಂದ್ರೆ..." ಮುಂದೆ ಮಾತೇ ಹೊರಡಲಿಲ್ಲ.

"ಪಾರಾಗೋದು ಇದೂ ಒಂದು ರೀತಿ. ನನಕಿಂತ ಮೊದ್ಲೇ ನೀವು ನಿಮ್ಮನ್ನ ಬೈದುಕೊಂಡ್ರೆ ಪಾರಾಗತೀರಂತ ತಿಳಿದಿರೇನು?" ಮತ್ತೆ ಅದೇ ನಗು.

"ನೀನು ಹಿಂಗೆಲ್ಲಾ ನಕ್ಕು ನನ್ನ ಕೊಲ್ಲಬ್ಯಾಡ. ನನ್ನ ಬೈ, ನನಕೂಡ ಜಗಳಾಡು, ಏನಾದ್ರೂ ಮಾಡಿ ನನ್ನ ಮ್ಯಾಲಿನ ಸಿಟ್ಟು ತೀರಿಸ್ಕೊ."

"ಅದೇ ಹುಡುಗುತನ, ಅದೇ ಮೂಗಿನ ಮ್ಯಾಲಿನ ಸಿಟ್ಟು. ಈ ನಾಲ್ಕೈದು ವರ್ಷದಾಗ ಏನನ್ನ ಬದಲಾಗೀರಂತ ಮಾಡಿದ್ದೆ. ಅತಿ ಭಾವುಕತನ ಒಳ್ಳೇದಲ್ಲ. ಒಂದಿಷ್ಟು ಹಣ್ಣು ತಿಂದು ಸಮಾಧಾನ ಮಾಡಿಕೊಳ್ರಿ."

ಇವಳೂ ಇಷ್ಟೆ. ಎಷ್ಟು ವರ್ಷವಾದರೂ ಬದಲಾಗುವವಳಲ್ಲ. ಇವಳ ಮುಂದೆ ವಾದಿಸುವುದು, ಒಂದು ಗುಂಡುಕಲ್ಲಿನ ಮುಂದೆ ನಿಂತು ಒದರುವದು ಒಂದೇ. ಕೇಳುವವರೆಗೆ ಕೇಳಿ ತನಗೆ ತಿಳಿದದ್ದನ್ನೇ ಮಾಡಿಯಾಳು ಕೊನೆಗೆ.

ನೋವು ಕಡಿಮೆಯಾದಂತೆನಿಸಿ ಲೋಡಿಗಾತು ಕುಳಿತೆ. ನೀರು ಮತ್ತು ತಟ್ಟೆಯೊಡನೆ ಬಂದಳು. ನೀರನ್ನು ಬಾಯಿಯಲ್ಲಿ ಮುಕ್ಕಳಿಸಿ ಉಗುಳಿದ ಮೇಲೆ ವಸ್ತ್ರದಿಂದ ಬಾಯಿ ಒರೆಸಿದಳು. ತಾನೇ ಹಣ್ಣು ತಿನ್ನಿಸಿ, ಫ್ಲಾಸ್ಕಿನಲ್ಲಿದ್ದ ಹಾಲು ಹಾಕಿಕೊಟ್ಟಳು. ಕುಡಿದೆ.

ಮೋಸ, ವಂಚನೆ, ಕುಟಿಲತೆ, ಚಂಚಲತೆ, ಅಸೂಯೆ ಇಂತಹ ಎಷ್ಟೋ ಗುಣಗಳನ್ನು ಹೆಣ್ಣಿನ ಮೇಲೆ ಆರೋಪಿಸಿದ್ದಾರೆ, ಕವಿಗಳು. ಆದರೆ ಬ್ರಹ್ಮ ಇವಳನ್ನು ಸೃಷ್ಟಿಸುವಾಗ ಹೆಣ್ಣಿನ ಆ ಮೂಲ ದ್ರವ್ಯಗಳನ್ನು ತುಂಬಲು ಮರೆತುಬಿಟ್ಟಿರಬೇಕು...

"ಹಂಗ್ಯಾಕ ದಿಟ್ಟಿಸಿ ನೋಡತೀರಿ"

"ಹೆಣ್ಣಿನ ನೆಲೆ, ಕುದುರೆ ನೆಲೆ ಸಿಗೋದಿಲ್ಲ ಅಂತೈತೆ ಗಾದೆ. ನಿನ್ನಲ್ಲಿ ಅದನ್ನ ಹುಡುಕುತ್ತಿದ್ದೆ."

"ಸಿಕ್ಕಿತೇನು?"

"ಅದೇನೋ ನಿನಗೇ ಗೊತ್ತು, ಹೊತ್ತೆಷ್ಟು?"

"ಒಂದು ಗಂಟೆ" ಗಡಿಯಾರ ನೋಡಿ ಹೇಳಿದಳು.

"ಯಾಕೋ ಕಂದಿ ಭಾಳ ಆದನಗ ಆಗಿ, ಉಸಿರುಗಟ್ಟಿದಂಗ ಆಗೈತೆ. ಹೊರಗ ಕರಕೊಂಡು ಹೋಗ್ತೀಯಾ."

"ಇಷ್ಟು ಕತ್ತಲದಾಗ ಹೊರಗ ಹೋಗ್ತೀರೇನು. ಅದೂ ಈ ನೋವಿನ್ಯಾಗ?"

"ಇನ್ನು ನನಮ್ಯಾಗ ಅಪನಂಬಿಕೆ ಏನು?"

"ನಿಮ್ಗೊ ಹುಡುಗಾಟ ಮಾಡ್ಲಿಕ್ಕೆ ಬರ್ತೈತಂತ ಮಾತಾಡ್ತೀರೇನು."

ಮಂಚದಿಂದ ನಿಧಾನವಾಗಿ ಎಬ್ಬಿಸಿದಳು. ಆಸರೆಗಾಗಿ ಹೆಗಲ ಮೇಲೆ ತೋಳು ಹಾಕಿ ನಿಂತುಕೊಂಡೆ. ಅಲಮಾರಿನೊಳಗಿದ್ದ ಬ್ಯಾಟ್ರಿ ತೆಗೆದುಕೊಂಡಳು. ನಿಧಾನವಾಗಿ ಬಾಗಿಲವರೆಗೆ ಬಂದೆವು. ಬ್ಯಾಟ್ರಿ ನನ್ನ ಕೈಯಲ್ಲಿ ಕೊಟ್ಟು ಬಾಗಿಲು ತೆರೆದಳು. ಕೋಣೆಯ ಹಿಂದೆ ಬಯಲು. ಬ್ಯಾಟ್ರಿ ಬೆಳಕಿನಲ್ಲಿ ಹೊರಗೆ ಅಂಗಳದಲ್ಲಿ ಬಂದು ಕುಳಿತೆವು.

ಅಮಾವಾಸ್ಯೆ ಹೋಗಿ ಎರಡು ಮೂರು ದಿನಗಳಾಗಿರಬೇಕು. ಎಲ್ಲೆಲ್ಲೂ ಕತ್ತಲೆಯೋ ಕತ್ತಲೆ. ಆಕಾಶದ ತುಂಬಾ ನಕ್ಷತ್ರಗಳು. ಆಕಾಶದಲ್ಲಿ ಬೆಳಕಿನ ಮೆರವಣಿಗೆ ಹೊರಟಂತಿತ್ತು.

"ಹಾ" ಎಂಥ ನೋವಿದು. ಹೊಟ್ಟೆಯಲ್ಲಿ ಅಲಗು ಆಡಿಸಿದಂತಾಗುತ್ತಿದೆ.

"ನೋವು ಹೆಚ್ಚಾಯಿತೇನು? ಒಂದಿಷ್ಟು ಆರಾಮವಾಗಿ ಕೂಡ್ರಿ" ಎಂದು ಹೇಳಿ ಕಿರಣ ನನ್ನನ್ನು ಎದೆಗೆ ಒರಗಿಸಿಕೊಂಡಳು. ಅವಳೆದೆಯ ಮೇಲೆ ತಲೆಯಿಟ್ಟು ಹಾಗೆಯೇ ಆಕಾಶ ನೋಡುತ್ತಿದ್ದೆ.

ಹುಚ್ಚು ಹಿಡಿಸುವಷ್ಟು ನಕ್ಷತ್ರಗಳು. ಅದೋ ಪಾಂಡವರ ದಾರಿ. ಅದೇ ಇರಬೇಕು ವರ್ಡ್ಸ್‌ವರ್ತ್ ಕವಿ ಕಂಡ ಮಿಲ್ಕಿ ವೇ (Milky Way) ಪ್ರತಿ ರಾತ್ರಿಯೂ ಎಷ್ಟೆಲ್ಲಾ ನಕ್ಷತ್ರಗಳು ಮೂಡಿ ಮುಳುಗುತ್ತವೆಯೋ ಏನೋ. ಕತ್ತಲೆಯೂ ಇಷ್ಟು ಸುಂದರವಾಗಿ ಸಿಂಗರಿಸಿಕೊಳ್ಳುವದೆಂದು ಗೊತ್ತಿರಲಿಲ್ಲ. ಜೀವನದ ಈವರೆಗಿನ ಎಲ್ಲಾ ರಾತ್ರಿಗಳನ್ನೂ ವ್ಯರ್ಥವಾಗೇ ಕಳೆದುಬಿಟ್ಟೆನಲ್ಲ. ನಿಜ. ರವಿಯೆಂದಂತೆ ಜೀವನದ ಪ್ರತಿ ಕ್ಷಣವನ್ನೂ ಬದುಕಲಿಲ್ಲ. ನಾನು ಪ್ರತಿಯೊಂದರ ವಿರುದ್ಧವೂ ಮಾನಸಿಕವಾಗಿ ಬಂಡು ಹೂಡುವದರಲ್ಲಿಯೇ ಆಯುಷ್ಯ ಕಳೆಯಿತು. ಕೋಟ್ಯಾನುಕೋಟಿ ವರ್ಷಗಳಿಂದ ಕ್ಷಣಕ್ಷಣಕ್ಕೆ

ಒಂದೊಂದು ಹೊಸತನದಿಂದ ಬೆಳಗುತ್ತಿರುವ ಈ ನಕ್ಷತ್ರಗಳಂತೆ ನಾನು ಪ್ರತಿ ಕ್ಷಣ ದಲ್ಲಿಯೂ ಹೊಸತನವನ್ನು ಗುರುತಿಸಬೇಕಾಗಿತ್ತು.

"ಚುಕ್ಕಿಗಳನ್ನು ನೋಡಿದೆಯಾ ಕಿರಣ?"

"ಅವನ್ನ ನೋಡ್ತಾ ಇದ್ದೆ. ಸತ್ತವ್ರು ನಕ್ಷತ್ರ ಆಗ್ತಾರಂತ ಹೇಳ್ತಿದ್ಲು ನಮ್ಮಮ್ಮ."

"ನಾಳೆ ಸತ್ರೆ ನಾನು ಒಂದು ಚುಕ್ಕೆ ಆಗ್ತೀನಿ ಅನ್ನು..."

"ನಾನು ಅನಬ್ಯಾಡ್ರಿ, ನಾವು ಅನ್ರಿ. ನೀವು ಸತ್ರೆ ನಾನು ಉಳಿಯಾಕ ಸಾಧ್ಯ ಅಂತ ಇನ್ನೂ ಅನಸ್ತೈತೇನು ನಿಮಗ?"

"ಇಷ್ಟೆಲ್ಲಾ ಕಷ್ಟಕೊಟ್ರೂ, ನನ್ನಲ್ಲಿ ಏನು ಕಂಡಿದ್ದಿ ಅಂತ ಇಷ್ಟು ಇದು ಐತ ನನ ಮ್ಯಾಲೆ?"

"ಅದೇನು ಕಂಡೀನೋ ನನಗು ಗೊತ್ತಿಲ್ಲ. ಎಲ್ಲಾನೂ ತಳದ ತನಕ ಶೋಧಿಸಿಕೊಂತ ಹೋದ್ರೆ ಕೊನಿಗೆ ಸಿಗೋದು ಶೂನ್ಯ. ನನಗ ನನ ಜೀವನದಾಗ ಏನೂ ಗೊತ್ತಿಲ್ಲ. ಏನರ ಗೊತ್ತಿದ್ದ್ರೆ, ಅದು ನೀವು ಒಬ್ರೆ."

"ಕಿರಣ."

"ಹೂಂ."

"............"

"............"

6

ಎಚ್ಚರವಾಗಿ ಕಣ್ಣುಬಿಟ್ಟು ನೋಡಿದೆ. ಅವಳೆದೆಯಲ್ಲಿ ಎಷ್ಟು ಹೊತ್ತು ಮುಖವಿಟ್ಟು ಮಲಗಿದ್ದೆನೋ.

"ಚಳಿ ಸುರುವಾಗೈತೆ, ಒಳಗ ಹೋಗೋಣ ನಡ್ರಿ" ಎಂದು ಹೇಳಿ ನನ್ನನ್ನು ನಿಧಾನ ವಾಗಿ ಒಳಗೆ ನಡೆಸಿಕೊಂಡು ಬಂದು ಹಾಸಿಗೆಯ ಮೇಲೆ ಕೂಡಿಸಿದಳು.

"ಹಾಸಿಗೊಂಬಾಕ ರವಿ ಹಾಸಿಗಿ ಐದಾವ ಮಲಿಕ್ಕೊಂಡುಬಿಡು."

ಉತ್ತರಿಸದೆ ನನ್ನನ್ನು ಮಲಗಿಸಿ, ಸ್ಟೂಲಿನ ಮೇಲೆ ಕುಳಿತು,

"ನಿದ್ರೆ ಬಂದ್ರೆ ಮಲಕೊಂತೀನಿ."

ಜೀವನ ನನ್ನೊಡನೆ ಹೀಗೇಕೆ ಕಣ್ಣು ಮುಚ್ಚಾಲೆ ಮಾಡಿತು? ಹೇಡಿತನವಾಗಿ ಕಾಡಿ ಕಿರಣಳ ಬಾಳನ್ನು ಹಾಳುಮಾಡಿತು. ಅದೇ ಹೇಡಿತನ ಹೆಣ್ಣಾಗಿ ಬಂದು ನನ್ನ ಹೆಂಡತಿ ಯಾಗಿ ನನ್ನನ್ನು ಕಾಡಿತು. ಆದ ಈ ತಪ್ಪುಗಳನ್ನೆಲ್ಲಾ ತಿದ್ದಿಕೊಂಡು, ಜೀವನವನ್ನು ಹೊಸದಾಗಿ ಪ್ರಾರಂಭಿಸಲು ಬರುವಂತಿದ್ದರೆ...

ಒಂದುವೇಳೆ ನಾಳಿನ ಆಪರೇಷನ್ ಯಶಸ್ವಿಯಾಗಿ ನಾನು ಬದುಕಿ ಉಳಿದರೆ, ನನ್ನ ಮುಂದಿನ ದಾರಿ ಯಾವುದಾಗಬೇಕು? ಕೊನೆಗೂ ಕಿರಣ ಸಿಕ್ಕಳು ಎನ್ನುವಷ್ಟರಲ್ಲಿ ಹೆಂಡತಿ

ಎನ್ನುವವಳು ಹದ್ದಿನಂತೆ ಬಂದು ನನ್ನ ಜೀವನದ ಮೇಲೆರಗಿದ್ದಾಳೆ. ಇಲ್ಲ ಈ ಸಲ ಅವಳನ್ನು ಶಾಶ್ವತವಾಗಿ ಕಳಿಸಿಕೊಟ್ಟುಬಿಡಬೇಕು. ಹೆಂಡತಿಯ ಯಾವ ಕರ್ತವ್ಯವನ್ನು ಪೂರ್ತಿಗೊಳಿಸಿದ್ದಾಳೆಂದು, ಮುಂದೆಯೂ ನಾನು ಹೆಂಡತಿಯೆಂದು ಅವಳನ್ನು ಪರಿಗಣಿಸಲಿ?...

ನಾನು ಕಿರಣ ಇಬ್ಬರೇ ಹೊರಟಿದ್ದೆವು. ಎಷ್ಟು ಹೊತ್ತಿನಿಂದ ನಡೆಯುತ್ತಲಿದ್ದೆವೋ ತಿಳಿಯಲಿಲ್ಲ. ಒಂದು ಅಡವಿ ಬಂದಿತು. ಒಂದು ಹಾವು ಹೆಡೆಯೆತ್ತಿ ನನ್ನನ್ನು ಕಚ್ಚಬೇಕೆನ್ನುವಷ್ಟರಲ್ಲಿ ಕಿರಣ ಅದರ ಹೆಡೆಯನ್ನೇ ಹಿಡಿದಳು. ಅದು ಸೆಣಸಾಡತೊಡಗಿತು. ನಾನು ಅದರ ಬಾಲ ಹಿಡಿದೆ. ಬೀಸಿ ನೆಲಕ್ಕೆ ಬಡಿಯಬೇಕೆನ್ನುವಷ್ಟರಲ್ಲಿ, ನನ್ನ ಕೈಯಿಂದ ನುಸುಳಿ ಹುಲಿಯಾಗಿ ಕಿರಣಳ ಮೇಲೆರಗಿತು. ಆ ಹುಲಿಗೆ ನನ್ನ ಹೆಂಡತಿಯದೇ ಮುಖವಿದ್ದಂತೆನಿಸಿತು. ಅದರೊಡನೆ ಸೆಣಸಾಡಬೇಕೆಂದುಕೊಂಡೆ. ವಿಶ್ವಪ್ರಯತ್ನ ಮಾಡಿದರೂ ಕೈಕಾಲು ಒಂದಿಂಚೂ ಅಲುಗಾಡಲಿಲ್ಲ. ಅಸಹಾಯಕನಾಗಿ ಕೂಗಿದೆ.

ಒಮ್ಮೆಲೇ ಎಚ್ಚರವಾಯಿತು. ಭಯದಿಂದ ಮೈಯೆಲ್ಲಾ ಬೆವೆತುಹೋಗಿತ್ತು. ಕಣ್ಣು ತೆರೆದು ಸುತ್ತಲೂ ನೋಡಿದೆ. ಅದೇ ಕೋಣೆ. ಸ್ಟೂಲಿನ ಮೇಲೆ ಕುಳಿತು ಮಂಚದ ಮೇಲೆ ತಲೆಯಿಟ್ಟು ಹಾಗೆಯೇ ನಿದ್ದೆಹೋಗಿದ್ದಳು ಕಿರಣ. ಅವಳ ಒಂದು ಕೈ ನನ್ನ ಎದೆಯನ್ನು ಬಳಸಿತ್ತು. ಎರಡೆರಡು ಸಲ ಮುಟ್ಟಿ ನೋಡಿ ಅವಳೆ ಎಂದು ಖಾತ್ರಿ ಮಾಡಿಕೊಂಡೆ. ದಣಿದಿದ್ದರೂ ಮುಖದಲ್ಲಿ ಪ್ರಶಾಂತತೆ ಲಾಸ್ಯವಾಡುತ್ತಿತ್ತು. ಎಷ್ಟೋ ಜನರು ನನ್ನವರೆಂದೆನಿಸಿಕೊಂಡಿದ್ದರೂ, ಜೀವನವಿಡೀ ನೀನೆ ಎಂದು ನನ್ನನ್ನು ನೆಚ್ಚಿಕೊಂಡ ಜೀವ ಇದೊಂದೇ. ನಿನ್ನಲ್ಲಿಯೂ ಮನುಷ್ಯತ್ವವಿದೆ, ನೀನೂ ಒಬ್ಬ ಮನುಷ್ಯ ಎಂದು ನನ್ನನ್ನು ನನಗೇ ಪರಿಚಯ ಮಾಡಿಸಿಕೊಟ್ಟವಳಿವಳು. ಸಮೀಪದಲ್ಲಿದ್ದಾಗ ನನ್ನ ಸುಪ್ತ ಚೇತನವನ್ನು ಮನದಾಳದಿಂದ ಹಿಡಿದೆತ್ತಿ ಮನಸ್ಸಿನ ಪಾತಳಿಯಿಂದ ಆಕಾಶದತ್ತ ಹಾರಿಬಿಡುತ್ತಾಳಿವಳು. ನನ್ನೊಂದಿಗೆ ನಿಂತಳೆಂದರೆ ಜಗದಗಲ, ಮುಗಿಲಗಲ, ಮಿಗೆಯಗಲ, ವಿಶ್ವದ ಉದ್ದಗಲಗಳನ್ನು ಅಳೆಯ ಹಚ್ಚುತ್ತಾಳೆ. ಮನಸ್ಸಿನ ವೀಣೆ ಝೇಂಕರಿಸಿ ಸಾವಿರ ರಾಗಗಳನ್ನು ಒಮ್ಮೆಗೇ ಹಾಡಹಚ್ಚುತ್ತದೆ. ನೂರು ಆಸೆಗಳ ಬುದ್ಬುದಗಳನ್ನು ಸೃಷ್ಟಿಸಿ ಮನಸನ್ನುಕ್ಕಿಸುವ ಇವಳು, ವಾಸ್ತವತೆಯ ನೀರು ಹಾಕಿ ಉಕ್ಕು ಹೊರಚೆಲ್ಲದಂತೆಯೂ ಮಾಡುತ್ತಾಳೆ.

ಕಿಟಿಕಿಯ ಹೊರಗೆ ನೋಡಿದೆ. ಬೆಳಗಿನ ಶುಕ್ರ ಮೇಲೇರುತ್ತಿದ್ದ. ಪ್ರತಿದಿನ ಅವನು ನನ್ನಂಥ ಎಷ್ಟು ಬಂದಿಗಳನ್ನು ನೋಡುವನೋ. ನಾಲ್ಕು ಗೋಡೆಗಳ ಬಂಧನದಿಂದ ಹೊರಗೆ ಹೋದರೆ ಬಯಲಿನಲ್ಲಿ ಹತ್ತು ದಿಕ್ಕುಗಳ ಬಂಧನ ಕಾದಿದೆ. ಭೂಮಿಯ ಮೇಲೆ ಹುಟ್ಟಿದ ಯಾರಿಗೂ ಈ ಹಂಗಿನರಮನೆಯ ಬಂಧನ ತಪ್ಪಿದ್ದಲ್ಲ. ಈ ಹಂಗಿನರಮನೆಯ ಹೊರಗೆ ಕ್ಷಿತಿಜದಾಚೆ ಏನಿದೆ ಎಂದು ನೋಡುವ ಹಂಬಲ, ನೋಡಲಾಗದಿದ್ದರೂ ನೋಡಿದವರನ್ನಾದರೂ ಕೇಳಬೇಕೆನ್ನುವ ಆಸೆ. ಈ ಭೂಮಿಯ ಗೋರಿಯ ಮೇಲೆ ಹೊದೆಸಿದ ಆಕಾಶದ ಪರದೆಯನ್ನು ಹರಿದು ಭೂಮವಾಗಿ ಬೆಳೆದು ನಿಲ್ಲುತ್ತೇನೆ ಒಮ್ಮೊಮ್ಮೆ.

ಮರುಕ್ಷಣದಲ್ಲಿ ದೂಳಿಯ ಕಣವಾಗುತ್ತದೆ ನನ್ನ ಅಸ್ತಿತ್ವ. ಚೆನ್ನಮ್ಮನ ದಂಡೆಯನ್ನು ನನ್ನ ಈ ಇವಳ ಸಿರಿಮುಡಿಯಲ್ಲಿ ಮುಡಿಸುವ ಕೈ ತೀಟೆ. ಕೈಗೆಟುಕದ ಅದನ್ನು ಕಿತ್ತು ಕೊಡಲು ಸಪ್ತರ್ಷಿ ಮಂಡಲಕ್ಕೆ ಮೊರೆಯಿಡುತ್ತೇನೆ.

ಯಾಕೋ ಏನೋ ಇವಳು ತಿರುಗಿ ಬಂದಾಗಿನಿಂದ ಬದುಕಬೇಕೆನ್ನುವ ಆಸೆ ಬಲಿಯುತ್ತಿದೆಯೇನೋ ಎನ್ನುವ ಸಂಶಯ ಬರಹತ್ತಿದೆ. ಅದೇ ಗಾಂಭೀರ್ಯ, ಅದೇ ನಿಷ್ಕಪಟತೆ, ಪ್ರಶಾಂತತೆ. ಅಹುದೋ ಅಲ್ಲವೋ ಎನ್ನುವಷ್ಟು ಮುಗುಳುನಗೆಯ ಮಿಂಚು ತುಟಿಯ ಮೇಲೆ. ಮಮತೆಯುಕ್ಕಿ ಬಂತು. ಅವಳ ಕೈಯನ್ನು ನಿಧಾನವಾಗಿ ನನ್ನ ಎದೆಯ ಮೇಲಿನಿಂದ ತೆಗೆದು, ಎದ್ದು, ಬಾಗಿ ನವಿರಾಗಿ ಚುಂಬಿಸಿದೆ.

ಎಚ್ಚರವಾಗಿ ಸಾವರಿಸಿಕೊಂಡು ಎದ್ದಳು. ಗಡಿಯಾರ ನೋಡಿಕೊಂಡು

"ಘಂಟೆ ಐದಾಯ್ತು ಇನ್ನೂ ನಿದ್ದೆ ಬರಲಿಲ್ಲವೇನು ನಿಮಗೆ?" ಎಂದು ಹೇಳಿ ನನ್ನನ್ನು ಮಲಗಿಸಿ ಕಾವಲು ಕೂತಳು. ನನಗರಿಯದಂತೆಯೇ ನಿದ್ದೆ ನನ್ನನ್ನಾವರಿಸಿತು. ಕಣ್ಣು ತೆರೆದು ನೋಡಿದಾಗ ಕಿಟಕಿಯಿಂದ ಬಿಸಿಲು ಬಿದ್ದಿತ್ತು. ಎದುರಿಗೆ ಕಿರಣ ನಿಂತಿದ್ದಳು. ಎಚ್ಚರಗೊಂಡದ್ದನ್ನು ನೋಡಿ ನನಗೆ, ಮುಖ ತೊಳೆಸುವ ಸಿದ್ಧತೆ ಮಾಡಿದಳು. ಹೊರಗೆ ರವಿ ತಮ್ಮನೊಡನೆ ಮಾತನಾಡುತ್ತಿದ್ದಂತಿತ್ತು. ಮುಖ ತೊಳೆದ ಸ್ವಲ್ಪ ಹೊತ್ತಿನೊಳಗಾಗಿ ಅಮ್ಮ, ಅಪ್ಪ ಮತ್ತು ನನ್ನ ಹೆಂಡತಿ ತನ್ನ ಗೆಳತಿಯರೊಡನೆ, ಹಾಜರಾದರು. ಒಬ್ಬೊಬ್ಬರಾಗಿ ಮಾತನಾಡಿಸಿದರು. ಯಾರೋ ಇವರೆಲ್ಲರನ್ನು ಹೊಸದಾಗಿ ನೋಡಿದಂತೆನಿಸುತ್ತದೆ. ಯಾರ ಮೇಲೆಯೂ ಯಾವ ಭಾವನೆಗಳೂ ಮೂಡಲಿಲ್ಲ.

ಯಾವ ಭಾವನೆಗಳನ್ನು ವ್ಯಕ್ತಪಡಿಸಿಯಾದರೂ ಪ್ರಯೋಜನವೇನು? ಸತ್ತುಹೋದರಂತೂ ನನ್ನ ಬಯಕೆ ಈಡೇರಿದಂತಾಯಿತು. ಇಲ್ಲ ಬದುಕಿದೆನೆಂದರೆ... ಇಷ್ಟೆ, ಜೀವನವನ್ನು ಇನ್ನೂ ಅರ್ಥಪೂರ್ಣವಾಗಿ ಬದುಕಬೇಕು. ಜೀವನದ ಪ್ರತಿಯೊಂದು ಕ್ಷಣವನ್ನು ಬದುಕಬೇಕು. ಅಂದರೆ ನನ್ನಲ್ಲಿ ಬದುಕಲೇಬೇಕೆನ್ನುವ ಹಠವಿಲ್ಲ. ಸಾವಿನ ವಿಷಯವಾಗಿ ಜೀವಂತವಾಗಿದ್ದ ಇಷ್ಟು ದಿನಗಳೆಲ್ಲವೂ ವಿಚಾರಮಾಡಿದೆ. ಈಗ ಉಳಿದಿರುವ ಒಂದು ಕ್ಷಣ ಬದುಕಿನ ಬಗ್ಗೆ ಯೋಚಿಸಿದರೆ ಆಗುವುದಾದರೂ ಏನು?...

ಡಾಕ್ಟರು, ನರ್ಸ್‌ರೊಡನೆ ಬಂದು ನನ್ನನ್ನು ಬಂಡಿಯ ಮೇಲೆ ಮಲಗಿಸಲಾಯಿತು. ಎಲ್ಲರೂ ಸಾಲಾಗಿ ನಿಂತು ನೋಡುತ್ತಿದ್ದರು. ಅಮ್ಮನ ಕಣ್ಣಿನಲ್ಲಿ ನೀರು ತುಳುಕುತ್ತಿದ್ದವು, ಅಪ್ಪ ಸಮಾಧಾನಪಡಿಸುತ್ತಿದ್ದಾನೆ. ಹೆಂಡತಿ ಯಾವದೋ ಭಾವನೆಗಳನ್ನು ಮುಖದ ಮೇಲೆ ಬಲವಂತವಾಗಿ ಎಳೆದು ತರಲು ಪ್ರಯತ್ನಿಸುತ್ತಿದ್ದಾಳೆ. ಕಿರಣ, ರವಿ ಮತ್ತು ತಮ್ಮ ಆಪರೇಷನ್ ಥಿಯೇಟರಿನ ಬಾಗಿಲ ವರೆಗೂ ಬಂದರು. ಆಯಿತು; ಇನ್ನೊಂದು ಕ್ಷಣದಲ್ಲಿ ಇವರೆಲ್ಲರಿಂದ ಮರೆಯಾಗಿ ಸಾವು ಬದುಕಿನ ಚಕ್ರವ್ಯೂಹದಲ್ಲಿ ಈ ಬಂಡಿ ನನ್ನನ್ನು ದೂಡುತ್ತದೆ.

23. ಕೊನೆಯ ದಾರಿ

– ವೀಣಾ

24 ಜುಲೈ, 1958

ಇಂದು ಇಡಿಯ ದಿನ ತಿರುಗಾಡಿ ಸಾಕಾಯಿತು. ಅಬ್ಬ, ಎಂತಹ ಹಸಿವು ಆ ಗೋವಿಂದ ಮೂರ್ತಿಗೆ! ಎಷ್ಟೆಲ್ಲ ತಿಳಕೊಂಡಿದ್ದಾನೆ ಅವನು ಈ ವಿಷಯದ ಬಗ್ಗೆ! ಡಾಕ್ಟರ್ ಅಲ್ಲವೆ? ಛಿ, ಈ ಡಾಕ್ಟರರೆಲ್ಲಾ ಹೊಲಸು ಜನರಪ್ಪ. ಮನುಷ್ಯನ ದೇಹವನ್ನು ಕೊಯ್ದು--ಕೊಯ್ದು ಎಲ್ಲ analyse ಮಾಡಿ ಎಲ್ಲ ನೋಡಿದವರು ಇವರು. ಅದಕ್ಕೇ ಗೋವಿಂದಮೂರ್ತಿಗೆ ಈ ಬಗ್ಗೆ ಏನು ಮಾತಾಡಲಿಕ್ಕೂ ನಾಚಿಕೆಯಿಲ್ಲ; ಇದು ಹೀಗೆ, ಅದು ಹಾಗೆ ಅಂತ ನನಗೇ ವಿವರಿಸಿ ಹೇಳುತ್ತಾನೆ. 'ಲಿಲಿ, You are a perfect woman – ಅಂದ ನನಗೆ ಇವತ್ತು ಕೆರೆಯ ಪಕ್ಕದ ದಿನ್ನೆಯ ಆಚೆ ಕೂತಿದ್ದಾಗ. ನನಗೆ ಅಭಿಮಾನ ಅನ್ನಿಸಿತೆ ನನ್ನ ಬಗ್ಗೆ? ಹೌದು ಅಂತ ಕಾಣುತ್ತದೆ. ಯಾಕನ್ನಿಸಬಾರದು? ನಿನ್ನ ದೇಹರಚನೆ ಚೆನ್ನಾಗಿದೆ, ಪೂರ್ಣ ವಾಗಿದೆ ಅಂತ ಹೇಳಿದಾಗ ಯಾವ ಹೆಂಗಸಿಗೆ ಅಭಿಮಾನ ಅನ್ನಿಸುವುದಿಲ್ಲ?

ಆದರೆ. ಛೀ, ಗೋವಿಂದಮೂರ್ತಿಯೊಂದಿಗೆ ಇಡೀ ದಿನ ತಿರುಗಿ ಕೂತು ಮಲಗಿ ಏನು ಮಾಡಿದರೂ ಒಮ್ಮೆ ಸಹ ಮೈ ಜುಮ್ ಅನ್ನಲಿಲ್ಲ. ನನಗೆ ಇಂಥವರ ಗೆಳೆತನ ಈಗ ಬೇಡವಾಗಿದೆ. ಇವರಿಂದ ಏನೂ ಉಪಯೋಗವಿಲ್ಲ. ಭಯಂಕರ ಮನುಷ್ಯ ಈ ಗೋವಿಂದಮೂರ್ತಿ. ಎಂದೂ ತೀರದ ದಾಹ ಅವನದು. ಬೇರೆ ಮಾತಿಗೆ ಅವಕಾಶವೇ ಕೊಡುವುದಿಲ್ಲ ಅವನು. 'ಜೀವನ ಇರೋದೇ ಸುಖ ಅನುಭವಿಸೋದಕ್ಕೆ ಲಿಲಿ. ಈಗಲ್ಲ ದಿದ್ದರೆ ಇನ್ನಾವಾಗ ನಾವು ಮಜವಾಗಿರುವುದು? ಮುದುಕರಾದ ಮೇಲೆಯೇ ಏನು? ಪಾಪ? ಪಾಪ ಬಂದೀತು ಅನ್ನುತ್ತೀಯಾ?' – ಅಂತ ಅಂದು ಅವನು ಭಯಂಕರವಾಗಿ ನಕ್ಕದ್ದು ಇನ್ನೂ ನೆನಪಿದೆ ನನಗೆ. 'ಇಲ್ಲಿ ಕೇಳು ಲಿಲಿ. ಪಾಪ ಪುಣ್ಯ ಎಲ್ಲಾ ಸುಳ್ಳು, ನನ್ನ ಪಾಲಿಗಂತೂ ಇದೊಂದೇ ಖರೆ – ಇದೊಂದೇ ಖರೆ' ಅನ್ನುತ್ತಾನೆ ಅವನು. ಅವನಂದದ್ದು ಖರೆ ಅಂತ ನನಗೂ ಅನ್ನಿಸಿತ್ತಲ್ಲ!

ಈ ಗೋವಿಂದಮೂರ್ತಿಗೂ ಆ ವಿನಯ ಸಾಳಕರಗೂ ಎಲ್ಲಿಂದೆಲ್ಲಿಯ ಹೋಲಿಕೆ! ಮಾತೆತ್ತಿದರೆ ಪಾಪ-ಪುಣ್ಯ Morality ethicsದ ಗಂಟನ್ನೇ ಬಿಚ್ಚುತ್ತಾನೆ ಅವನು. ಕಾಲೇಜಿನಲ್ಲಿ ಹುಡುಗರಿಗೆ ಫಿಲೊಸೊಫಿ ಕಲಿಸಿ-ಕಲಿಸಿ ಅಭ್ಯಾಸ ಅವನಿಗೆ. ಏನು ಮಾಡ

ಬೇಕು, ಏನು ಮಾಡಬಾರದು ಅಂತ ವಿವೇಚಿಸುವುದರಲ್ಲೇ ಜೀವನ ಸವೆಸುತ್ತಿದ್ದಾನೆ ವಿನಯ. ಒಮ್ಮೆ ಏನಾದರೂ ಪ್ರಯತ್ನ ಮಾಡಿ ಅವನನ್ನು ದಾರಿಗೆ ಹಚ್ಚಬೇಕು.

ದಾರಿ? ಡಾ। ಗೋವಿಂದಮೂರ್ತಿಯ ದಾರಿಗೇ? ಊಹ್ಞೂ ವಿನಯನ ಕೂಡ ನಿಷ್ಠೆ, ಪಾವಿತ್ರ್ಯ ಜೀವನದ ಮೌಲ್ಯಗಳು ಇತ್ಯಾದಿ ಬಗ್ಗೆ ತಾಸುಗಟ್ಟಲೆ ಸೀರಿಯಸ್ಸಾಗಿ ಚರ್ಚೆ ಮಾಡುವಾಗ ಸಿಗುವ ಏನೋ ಒಂದು ಬಗೆಯ ಗಾಳಿಯಲ್ಲಿ ತೇಲಿಸಿದಂತಹ ಅನಿಸಿಕೆಯನ್ನು ವ್ಯರ್ಥ ಕಳೆದುಕೊಳ್ಳಲು ಮನಸ್ಸಿಲ್ಲ ನನಗೆ.

ನಿದ್ದೆ ಬರುತ್ತಿದೆ. ಮೈ–ಕೈ ನೋವು... ಛೆ ಇನ್ನು ಈ ಗೋವಿಂದಮೂರ್ತಿಯ ಜೊತೆಗೆ outingಗೆ ಹೋಗಬಾರದು. ಅವನ ಸಹವಾಸವೇ ಸಾಕು ಇನ್ನು. ಅವನೆಂದೂ ನನಗೆ ಬೇಕಾದದ್ದು ಕೊಡಲಾರ.

ನಾಳೆ ಬಾಸ್‌ಗೆ ಕಳೆದ ತಿಂಗಳ accounts ಒಪ್ಪಿಸಬೇಕು. ಆಫೀಸ್ ಬಿಟ್ಟಮೇಲೆ ಸಂಜೆ ಮನೆಗೆ ಬಾ ಅಂದಿದ್ದರು ನಿನ್ನೆ. ಯಾಕೆ ಬರಲಿಲ್ಲ ಅಂತ ಕೇಳಬಹುದು ನಾಳೆ. ಹೇಳಿಬಿಡುತ್ತೇನೆ ಸ್ಪಷ್ಟವಾಗಿ – ನಿಮ್ಮ ಹೆಂಡತಿ ಊರಿಗೆ ಹೋದಾಗ ಇನ್ನು ನಿಮ್ಮ ಮನೆಗೆ ಬರುವುದಿಲ್ಲ ಎಂದು. ಇವರಿಗೆ ತಮ್ಮ ಆ ಟಿ.ಬಿ. ಹೆಂಡತಿ ಬುರ್ಖಾ ಹಾಕಿಕೊಂಡು ಏಳೂ ಮಕ್ಕಳನ್ನು ಕಟ್ಟಿಕೊಂಡು ತವರಿಗೆ ಹೋದಾಗಲೆಲ್ಲಾ ಆಫೀಸಿನ ಕೆಲಸಕ್ಕಾಗಿ ನನಗೆ ಮನೆಗೆ ಬಾ ಅಂತ ಹೇಳುವ ಹುಕಿ ಬರುತ್ತದೆ. ಅಯ್ಯೋ, ಅವರ ಆ ಗಡ್ಡ, ಉದ್ದನ್ನ ಟೋಪಿ, ಮಾತಿಗೊಮ್ಮೆ 'ಅಲ್ಲಾಕೆ ಕಸಮ್' ಪಲ್ಲವಿ – ಈ ಯಾವುದೂ ನಾನು like ಮಾಡುವುದಿಲ್ಲ. ಆ ಪುಷ್ಪಾ ಕುಲಕರ್ಣಿ ಹೇಗೆ ಸಹಿಸುತ್ತಾಳೋ? ಟೈಪ್ ಎಲ್ಲಾ ಅವರ ಮನೆಯಲ್ಲಿಯೇ ಕೂತು ಮಾಡುತ್ತಾಳೆ.

ನನಗೆ ಆಗುವುದಿಲ್ಲ ಎಂದು ಹೇಳಿಬಿಡುತ್ತೇನೆ ನಾಳೆ. ಮೆಮೋ ಕಳಿಸಿದರೆ ಕಳಿಸಲಿ. ಕೆಲಸದಿಂದ ತೆಗೆದುಬಿಡಲಿ ಬೇಕಾದರೆ. 'ನಿನಗ ಬೇಕು ಅನಿಸಿದಾಗ ಬಂದುಬಿಡು. ನನ್ನ ಎಸ್ಟೇಟು ನೋಡಿಕೊಂಡು ಇದ್ದು ಬಿಡು. ನನಗರೆ ಬ್ಯಾರ ಯಾರಿದ್ದಾರ?' ಅಂದರು ಶಂಕರಗೌಡರು ಮೊನ್ನೆ. ದೇವೂರು ಸಣ್ಣ ಹಳ್ಳಿಯಾದರೂ ಅಡ್ಡಿಯಿಲ್ಲ. ಈ ಬಾಸ್‌ನ 'ಅಲ್ಲಾಕೆ ಕಸಮ್' ನಾನು ತಾಳಲಾರೆ...

ಜುಲೈ 28, 1958

ಬೇಸರ... ಬೇಸರ. ಈ ಬಾಸ್ ಬಹಳ ಕಾಡುತ್ತಿದ್ದಾನೆ. ಇವತ್ತು ಸಂಜೆ ಆ ಎಲ್ಲಾ accounts ಬರೆದು ಮುಗಿಸುವ ತನಕ ನನ್ನ ಭುಜದ ಮೇಲಿನ ಕೈ ತೆಗೆಯಲೇ ಇಲ್ಲ. ಮುದುಕನಾದರೂ ಇಷ್ಟು ಚಪಲ ಅವನಿಗೆ. ಚಪಲ ಹ್ಞಾ ಬರೇ ಚಪಲ. ಅದಕ್ಕಿಂತ ಹೆಚ್ಚಿನದು ಏನೂ ಇಲ್ಲ. ನಾನು ವಿರೋಧಿಸುತ್ತೀನಿ ಅಂತ ತಿಳಿದಿದ್ದನೇನೋ ನಾನು ಏನೂ ವಿರೋಧ ಮಾಡದೇ ಇದ್ದಾಗ ಎಷ್ಟು ಆಶ್ಚರ್ಯ ಅವನಿಗೆ!... ಗೋವಿಂದಮೂರ್ತಿ

ಯಿಂದ ಸಿಗಲಾರದ್ದು ಇವನಿಂದಲಾದರೂ ಸಿಕ್ಕೀತೆಂದು ಹ್ಞೂ ಅಂದೆ. ಆದರೆ ಛೆ, ಇವನೂ ಹೇಡಿಯೇ 'ಏನಂದಿ ಲಿಲಿ? ಮಗು ಬೇಕೆ ನಿನಗೆ? ತೋಬಾ ತೋಬಾ. ನೀನು ಇನ್ನೂ ಮದುವೆಯಾಗದ ಹುಡುಗಿ. ನಮ್ಮಿಂದ ಇಂಥ ಪಾಪದ ಕೆಲಸ ಆಗೋದಿಲ್ಲ. 'ಅಲ್ಲಾಕೆ ಕಸಮ್' – ಅಂತ ತಡವರಿಸಿದ.

ಇವನ ಗಡ್ಡಕ್ಕೆ ಬೆಂಕಿ ಹಚ್ಚಬೇಕು. ಮದುವೆಯಾಗದ ಹುಡುಗಿಯ ಕೂಡ ಮಲಗಲಿಕ್ಕೆ ಬೇಕು ಈ ಸಾಬನಿಗೆ. ಆದರೆ ಅವಳಿಗೆ ಇಷ್ಟೊಂದು ಅವಶ್ಯವಾಗಿರುವ ಒಂದು ಸಣ್ಣ favour ಮಾಡಲಿಕ್ಕೆ ಬೇಡ ಅವನಿಗೆ ಪಾಪವಂತೆ. ಥೂ...

ಗೋವಿಂದಮೂರ್ತಿಯಿಂದ ಆಗಬೇಕಿತ್ತು ಈ ಕೆಲಸ. ಅವನೇನೂ ಪಾಪ-ಪುಣ್ಯದ ಬಗ್ಗೆ care ಮಾಡುವುದಿಲ್ಲ. ಆದರೆ ಅವನು ಸದಾ ಜಾಗರೂಕನಾಗಿರುವ ಮನುಷ್ಯ. ನನಗೆ ಬೇಕಾದ್ದನ್ನು ಕರುಣಿಸಿ ಬಂಧನದಲ್ಲಿ ಸಿಲುಕಿಕೊಳ್ಳುವ ಇಚ್ಛೆಯಿಲ್ಲ ಅವನಿಗೆ. ಈ ಬಂಧನದ ಒಂದು ಎಳೆಯನ್ನೂ ಅವನಿಗೆ ಸೋಕಿಸಿಕೊಡುವುದಿಲ್ಲವೆಂದು, ಈಗಿನ ಹಾಗೆಯೇ ನಂತರವೂ ಅವನು free ಆಗಿರಬಹುದೆಂದು ನಾನೆಷ್ಟು ಹೇಳಿದರೂ ಕೇಳುವುದಿಲ್ಲ ಅವನು, 'ಲಿಲಿ, excuse me ನನ್ನನ್ನು ಇಂಥ ಜಂಜಡದೊಳಗೆ ಸಿಗಿಸ ಬೇಡ. ನಾನೇನು ಮನುಷ್ಯನಲ್ಲವೆ? ನೀನು ನನಗ ಬಂಧನ ಹಾಕದಿದ್ದರೂ ನನ್ನಿಂದ ನಿನಗೆ ಹುಟ್ಟಿದ ಮಗು ಬಗ್ಗೆ ತಾನಾಗಿಯೇ ನನ್ನಲ್ಲಿ ಪ್ರೀತಿ-ಗೀತಿ ಹುಟ್ಟಿದರೆ? ಆಗ? ನನ್ನ ಜೀವನದೊಳಗಿನ ಮಜಾ ಎಲ್ಲಾ ಖಲಾಸ್' – ಅನ್ನುತ್ತಾನೆ.

ಇವರೆಲ್ಲ ನಿರುಪಯೋಗಿಗಳು...

ವಿನಯ ಸಾಳಕರನನ್ನೇ ಸಾದು ಮಾಡಬೇಕು.

31 ಜುಲೈ, 1958

ಆಫೀಸಿನಿಂದ ಬರುವಾಗ ತಂದಿದ್ದ ಚಾಕಲೇಟನ್ನು ಬಾಗಿಲಲ್ಲಿ ನಿಂತಿದ್ದ ಮುನ್ನಿಗೆ ಕೊಟ್ಟಾಗ ಮುನ್ನಿಯ ಮಮ್ಮಿ ಕೇಳಿದಳು. 'ಮಕ್ಕಳನ್ನು ಇಷ್ಟು ಪ್ರೀತಿ ಮಾಡ್ತೀರಿ, ಲಗೂನ ಲಗ್ನಾ ಆಗಿಬಿಡ್ರಲ್ಲ?'

– ಹ್ಞ ಲಗ್ನ. ಲಗ್ನ ಅಂದಕೂಡಲೆ ನೆನಪಾಗುವುದು ಆ ಕತೆಯೆಲ್ಲ. ಆ ಗದ್ದಲ, ಬಜಂತ್ರಿ ಅರಿಷಿಣ ಮತ್ತು ಆ ಮನುಷ್ಯ ನನ್ನ ಕೈ ಹಿಡಿದಿದ್ದ ಆ ಪಶು. ಪತಿ 'ದೇವರು'. ಅವ ನೊಂದಿಗೇ ನೆನಪಾಗುವುದು ಅವನ ಆ ಅಬ್ಬರ, ಅವನ ಆ ಕುಡಿತ, ಅವನ ಸೂಳೆಯರು, ಅವನು ನನಗೆ ಕೊಟ್ಟ ಹಿಂಸೆ...

– ಥೂ ಕೆಟ್ಟ ಕನಸು. ಎಲ್ಲ ಹರಿದುಕೊಂಡು ಚೆಲ್ಲಿಕೊಟ್ಟು ಬಿಟ್ಟು ಬಿಟ್ಟು ಹೇಗೆ ಇಷ್ಟು ದೂರ ಬಂದೆ, ಹೇಗೆ ದಿನ ಕಳೆದೆ, ಹೇಗೆ ಹೊಸ ಮನುಷ್ಯಳಾದೆ – ಈ ಎಲ್ಲ ಎಂದಾದರೂ ಮರೆತೇನೆರಿ?

ಲಗ್ನವಂತೆ ಲಗ್ನ. ಮತ್ತೊಂದು ಪಶುವಿನ ಕೂಡ ಛಿ...

ಎಲ್ಲಾ ಗಂಡಸ್ರೂ ಕೆಟ್ಟವರಿರೋದಿಲ್ಲ ಲೀಲಾ, ನೀ ಸಣ್ಣ ಹುಡುಗಿ ಒಬ್ಬಾಕೀನೇ ಇರ ಬಾರದು ಮತ್ತು ಬ್ಯಾರೆ ಲಗ್ನಾ ಆಗು. ನೀ ಹ್ಞೂ ಅಂದರ ನಾ ಅದರ ವ್ಯವಸ್ಥಾ ಮಾಡ್ತೀನಿ – ಅನ್ನುತ್ತಾರೆ ಶಂಕರಗೌಡರು.

ಹೌದು. ಶಂಕರಗೌಡರಂಥ ಒಳ್ಳೆಯ ಗಂಡಸರು ಇರುತ್ತಾರೆಂದು ನನಗೆ ಗೊತ್ತು. ಎಂತಹ ಮನುಷ್ಯ ಮಾಡಿಕೊಂಡ ಹೆಂಡತಿಗೆ ಮದುವೆಯಾಗಿ ಇಪ್ಪತ್ತೈದು ವರ್ಷಗ ಳಾದರೂ ಮಕ್ಕಳಾಗದೇ ಇದ್ದರೂ ಸ್ವಲ್ಪವೂ ಬೇಸರಿಸದೆ ನಿಷ್ಠೆಯಿಂದಿರುವ ಮನುಷ್ಯ. ಯಾರು ಏನು ಕೇಳಿದರೂ ಇಲ್ಲ ಅಂದವರಲ್ಲ. ಎಂತಹ ಮನಸ್ಸು! ಅವರ ಪ್ರೀತಿ-ಅನುಕಂಪ ಎಂದೋ ಸತ್ತುಹೋದ ಅಪ್ಪನ ನೆನಪು ತರುತ್ತದೆ.

ಆದರೆ ಹಾಗೆಂದು ನಾನು ಅವರ ಉಪದೇಶದಂತೆ ಮತ್ತೆ ಮದುವೆಯಾಗಲಿಕ್ಕೆ ಹೇಗೆ ಶಕ್ಯವಿದೆ? ಒಮ್ಮೆ ಬಿದ್ದು ಎದ್ದ ಬಾವಿಯಲ್ಲೇ ಮತ್ತೆ ಬೀಳಲೊಲ್ಲೆ ನಾನು.

– ಹಾಗಾದರೆ ಮುನ್ನಿ? ಎಷ್ಟು ಮುದ್ದು ಮಗು. ನನಗೆ ಬೇಕು ಅಂಥ ಒಂದು ಮಗು. ಬರೇ ಮಗು. ಯಾರಿಂದಲಾದರೂ ಸರಿಯೆ. ಹೇಗಾದರೂ ಸರಿಯೆ. ಆದರೆ ಹೇಗೆ?

ಮಧ್ಯಾಹ್ನ ಆಫೀಸಿನಲ್ಲಿ ಲೆಕ್ಕ ಬರೆಯುತ್ತಾ ಇದನ್ನ ಯೋಚಿಸುತ್ತಿದ್ದಾಗ ಎದುರಿನ ಟೇಬಲಿಗೆ ಕೂತಿದ್ದ ವಿಲಿಯಮ್ಸ್ ಕಾಣಿಸಿದ. ಇನ್ನು ವಿಲಿಯಮ್ಸ್‌ನನ್ನು ನೋಡಿ ಉಪಯೋಗವಿಲ್ಲ. ಮೊನ್ನೆ ಸ್ಪಷ್ಟ ಹೇಳಿಬಿಟ್ಟಿದ್ದಾನೆ – ಇನ್ನು ನನ್ನ ಭೆಟ್ಟಿಯಾಗುವುದಿಲ್ಲ ಅಂತ. ಹಾಗೇನಾದರೂ ಭೆಟ್ಟಿಯಾದರೆ ಅವನ ದಪ್ಪ ಹೊಟ್ಟೆಯ ಆಂಟಿ ತನ್ನ ಆಸ್ತಿ ಯಲ್ಲಿ ಚಿಕ್ಕಾಸೂ ಅವನಿಗೆ ಕೊಡುವುದಿಲ್ಲ ಅಂತ. ಅಷ್ಟೇ ಅಲ್ಲ. ಆ ಆಂಟಿಯ ಮಗಳು ತೆಳು ನಡುವಿನ ಇವನ ಕಸಿನ್ ಇವನೊಂದಿಗಿನ ತನ್ನ engagement ಸಹ break ಮಾಡಿ ಕೊಳ್ಳುತ್ತಾಳೆ ಅಂತ. ಇಷ್ಟೆಲ್ಲಾ ಲುಕ್ಸಾನು ಎದುರಿಸಿ ಅವನೇಕೆ ನನ್ನನ್ನು ಪ್ರತಿ ರವಿವಾರ ಪಿಕ್ನಿಕ್ಕಿಗೆ ಕರೆದೊಯ್ಯಬೇಕು? ನನ್ನೊಂದಿಗೆ ರಾತ್ರಿ ಕಳೆಯಬೇಕು? ಮತ್ತು ಹೇಗೆ?' – 'ನಿನ್ನ ಕೂಡ ಕಳೆದ ಸುಖದ ದಿನಗಳನ್ನು ನಾನೆಂದೂ ಮರೆಯೋದಿಲ್ಲ ಲಿಲಿ, ದಿನಾ ನಿನಗಾಗಿ – ನಿನ್ನ ಒಳ್ಳೆಯದಕ್ಕಾಗಿ ನಾನು ಜೀಸಸ್‌ನಲ್ಲಿ ಪ್ರಾರ್ಥನೆ ಮಾಡುವೆ. God bless you ಅಂತ ಹೇಳಿ ನನ್ನ ಕೈ ಅದುಮಿ ತುಂಬ ಚಿಂತಾಜನಕ ರೀತಿಯಲ್ಲಿ ತಲೆ ಕೊಡವಿ ಹೊರಟು ಹೋಗಿದ್ದ ಈ ವಿಲಿಯಮ್ಸ್... ಇಂದು ತಲೆ ಕೆಳಗೆ ಹಾಕಿ ಕೂತು ಏನೋ ಗ್ರಾಫ್ ತಯಾರಿಸುತ್ತಿದ್ದ. ಅವನ ಹಣೆಯ ಮೇಲೆ ಸುರುಳಿಯಾಗಿ ಬಿದ್ದ ಅಲೆ ಗೂದಲನ್ನೆ ನೋಡುತ್ತಿದ್ದೆ ಎಷ್ಟೋ ಹೊತ್ತಿನ ತನಕ.

– ವಿಲಿಯಮ್ಸ್‌ನ ಈ ಅಲೆಗೂದಲೇ ಅಲ್ಲವೆ ಅವನು 'ಬಾ' ಅಂದಾಗ ನಾನು 'ಹ್ಞೂ' ಅನ್ನಲು ಕಾರಣವಾದದ್ದು? ಗೋವಿಂದ ಮೂರ್ತಿಯ ಹಾಗೆ ಕಾಡು-ಒರಟು ಅಲ್ಲ ವಿಲಿಯಮ್ಸ್. ತೀರ ಮೃದು. ತೀರ gentle ಹ್ಞಾ, ಎಲ್ಲಾ ವಿಷಯದಲ್ಲೂ. ಅವನ ಹಾಗೇ gentle ಆದ ನೀಲ ಕಣ್ಣಿನ, ಅಲೆಗೂದಲಿನ ಒಂದು ಮಗು ಅವನಿಂದ ನನಗೆ

ಆಗೇ ತೀರುವುದೆಂದು ಎಷ್ಟು ಆಸೆ ಹೊತ್ತಿದ್ದೆ. ಮೂರು ತಿಂಗಳ ಶ್ರಮ ವ್ಯರ್ಥವಾಗಿ ಹೋಯಿತು. ವಿಲಿಯಮ್ಸ್‌ನ ಸಹವಾಸ ಫಲಿಸುವ ಮೊದಲೇ ಅವನು ದೂರ ಹೋದ. ಅವನ ಕಸಿನ್, ಅವನ ಆಂಟಿ, ಎಲ್ಲಕ್ಕಿಂತ ಮುಖ್ಯವಾಗಿ ಆ ಆಂಟಿಯ ಆಸ್ತಿ – ಅವನನ್ನು ದೂರ ಒಯ್ಯಿತು.

– ಮುನ್ನಿ. ಮುನ್ನಿಯ ನೆನಪು ನನ್ನನ್ನು ಅಸ್ತವ್ಯಸ್ತ ಮಾಡುತ್ತದೆ... ವಿನಯ ಸಾಳಕರನೊಂದಿಗೆ appointment ನಾಳೆ ಸಂಜೆ ಐದು ಗಂಟೆಗೆ ಅಪೇರಾದಲ್ಲಿ.

4 ಆಗಸ್ಟ್, 1958

ಶಂಕರಗೌಡರು ಯಾಕೋ ಬಹಳ ಚಿಂತೆಯಲ್ಲಿದ್ದ ಹಾಗಿತ್ತು. ಅರ್ಧ ತಾಸು ಸಹ ನಿಲ್ಲಲಿಲ್ಲ. 'ಹೈಬ್ರೀಡ್ ಬೆಳೆಗೆ ಗೊಬ್ಬರ ಕೊಳ್ಳಲಿಕ್ಕೆ ಬಂದಿದ್ದೆ. ಹಾಗೇ ನಿನ್ನ ನೋಡಿ ಹೋಗೋಣ ಅಂತ ಈ ಕಡೆ ಬಂದೆ. ಹೋಗ್ತೀನವ್ವಾ, ಕತ್ತಲಾಗೂದರಾಗ ದೇವೂರು ಮುಟ್ಟಬೇಕು, ಹ್ಯಾಂಗಿದ್ದೀ?'

– ಅವರ ಮಾತಿನ ಕಡೆ ಲಕ್ಷ್ಯವಿರಲಿಲ್ಲ ನನಗ. ಅವರ ಹೊಸ ಇಂಪಾಲಾ ನೋಡುತ್ತಿದ್ದೆ. ಆರಡಿ ಎತ್ತರದ, ಅಗಲವಾದ ಎದೆಯ, ಗಿರಿಜಾಮೀಸೆಯ ಶಂಕರಗೌಡರಿಗೆ ಆ ಮೊದಲಿನ ಫಿಯಾಟ್‌ಗಿಂತ ಇದೇ ಹೆಚ್ಚು ಒಪ್ಪುತ್ತದೆ – ಅಂದುಕೊಳ್ಳುತ್ತಿದ್ದೆ.

– ಕಾಲ, ದುಃಖ, ಬೇಸಿಗೆ ಈ ಯಾವುದೂ ಗುಡ್ಡಗಳನ್ನು–ಗಿಡಗಳನ್ನು ದಾಟಿ ದೇವೂರು ಮುಟ್ಟಿ ಈ ಗೌಡರ ತನಕ ಎಂದೂ ಹೋಗಿಯೇ ಇಲ್ಲವೇನೋ ಅನಿಸುವುದು. ಬಹಳ ಹಿಂದೆ, ನಾನು ಕನ್ನಡ ಶಾಲೆಯಲ್ಲಿದ್ದಾಗ ಮೊದಲ ಸಲ ಅಪ್ಪ ಅವರನ್ನು ಮನೆಗೆ ಕರೆದುಕೊಂಡು ಬಂದು 'ಏ ಏನು ನಡೆಸೀಯೆ?' ಅಂತ ಅವ್ವನನ್ನು ಕೂಗಿ ಕರೆದು, ನೋಡು, ಶಂಕರು – ನನ್ನ ಜಾನಿದೋಸ್ತ ಬಂದಾನೆ. ಶ್ಯಾವಿಗೆ ಹಾಕು' – ಅಂತ ಹೇಳಿದಾಗ ನನ್ನನ್ನು ಆ ಆಜಾನುಬಾಹು ಹೆಗಲ ಮೇಲೆ ಹೊತ್ತು ಮೂರು ಸುತ್ತು ಕುಣಿದಾಗ, ಹೇಗಿದ್ದರೋ ಇನ್ನೂ ಹಾಗೆಯೇ ಇದ್ದಾರೆ. ಅವರ ಜೀವನದಲ್ಲಿ ಎಂದೂ ಏನೂ ಬದಲಾಗಿಲ್ಲ. ಆ ಅರ್ಧಾಂಗವಾಯುವಿನಿಂದ ಹಾಸಿಗೆ ಹಿಡಿದ ಹೆಂಡತಿ, ಮನೆಯಲ್ಲಿ ನಿತ್ಯ ದಾಸೋಹ, ನೂರಾಎಂಟು ಕಮಿಟಿಗಳ ಮೆಂಬರಶಿಪ್ಪು, ತೋಟಕ್ಕೆ ಹೊಸ ಬಾವಿ, ಹೊಲಕ್ಕೆ ಟ್ರ್ಯಾಕ್ಟರ್, ಆ ಜೋಡುನಳಿಯ ಬಂದೂಕು – ಎಲ್ಲ ಹಾಗೆಯೇ ಇವೆ. ಅದರೊಂದಿಗೆ ಈ ಗೌಡರ ಎತ್ತರ, ಅಗಲ, ಮೀಸೆಯ ಹುರಿ ಸಹ – ಹಾಗೇ ಇವೆ.

– 'ನಿನ್ನ ಜೀವನ ಸುಖೀ ಆಗಲಿಕ್ಕೆ ನನ್ನ ಜೀವಾ ಕೊಟ್ಟೇನು!' ಅಂತ ಎಷ್ಟು ಸಲ ಹೇಳಿಲ್ಲ ಈ ಗೌಡರು...

ಅಂಥ ಮನುಷ್ಯನಿಗೆ ಏನು ಚಿಂತೆಯೋ. ಇಂದು ಮೊದಲ ಸಲ ಆ ದೊಡ್ಡ ಹಣೆಯ ಮೇಲೆ ನಿರಿಗೆ ಕಂಡೆ. ಮಾತಾಡದೆ ಆತ ಸುಮ್ಮನೆ ಕೂತಿದ್ದಾಗ ಓಡಿಹೋಗಿ ಅವರ ತಲೆ

ಯನ್ನೆ ನನ್ನ ಎದೆಯೊಳಗೆ ಬಚ್ಚಿಟ್ಟುಕೊಂಡು ಮಗುವನ್ನು ರಮಿಸುವಂತೆ ರಮಿಸಬೇಕು ಅನ್ನಿಸಿತು.

ಧೂಳೆಬ್ಬಿಸುತ್ತ ಆ ಇಂಪಾಲಾ ಕಣ್ಮರೆಯಾದಾಗ ಕೋಣೆಯ ಕಡೆ ತಿರುಗಿ ಬರುತ್ತ ದಾರಿಯೊಳಗೆ ಮತ್ತೆ ಮುನ್ನಿ – 'ಅಂಟಿ, ಚಾಕಲೇಟು ತಂದಿಲ್ಲ?'

ಈ ಮುನ್ನೀಯನ್ನೇ Kidnap ಮಾಡಿಕೊಂಡು ಹೋದರೆ...

14 ಆಗಸ್ಟ್ 1958

ಎಷ್ಟು ದಿನಗಳ ನಂತರ ಇಂದು ವಿನಯ ಸಾಳಕರನ ಭೆಟ್ಟಿ...ದುಃಖಾಂತ ಸಿನೇಮದ ಹೀರೋನ ಹಾಗೆ ಗದ್ಗದಿತ ದನಿಯಲ್ಲಿ ನನ್ನನ್ನು ಬೈಯ್ದು, ಶಪಿಸಿ ಅವನು ಹೊರಟು ಹೋದ ಮಾತಿಗೆ ಆರು ತಿಂಗಳು ಕಳೆದುಹೋಗಿತ್ತು.

'ನಿನ್ನನ್ನ ದೇವಿಯ ಹಾಗೆ ಪೂಜಿಸಿದ್ದೆ ಲಿಲಿ, ಎಷ್ಟೋ ಜನ್ಮಗಳಿಂದ ನನ್ನ ಅಂತರಾತ್ಮ ಹುಡುಕುತ್ತಿದ್ದ ವ್ಯಕ್ತಿ ನೀನೇ ಅಂತ ನಂಬಿದ್ದೆ. ನಿನ್ನ ಬಿಟ್ಟು ನನಗೆ ಜೀವನವೇ ಇಲ್ಲ ಅಂತ ತಿಳಿದಿದ್ದೆ' – ವಿನಯ ಕೆಂಪು ಕಣ್ಣು ಮಾಡಿಕೊಂಡು ಹೇಳಿದ್ದ, 'ನೀನು ನನ್ನ ಹೃದಯ ಹೊಸಕಿ ಹಾಕಿದಿ. ನನ್ನ ಕನಸುಗಳನ್ನು ಮಣ್ಣು ಮುಕ್ಕಿಸಿದಿ. ನನ್ನ ಜೀವನಕ್ಕೆ ಬೆಂಕಿ ಹಚ್ಚಿದಿ...

– ನಾನು ಸುಮ್ಮನೇ ಇದ್ದೆ. ವಿನಯ ಹೇಳುತ್ತಿದ್ದುದರಲ್ಲಿ ಸತ್ಯಾಂಶ ಇತ್ತೇನೋ. ಎಷ್ಟೊ ಸಲ ಅವನು ನನ್ನ ಕಾಲ ಬಳಿ ಕೂತು ನನ್ನ ಪಾದಗಳನ್ನು ಚುಂಬಿಸಿದ್ದುಂಟು. 'ನೀನು ನನ್ನ ಸರ್ವಸ್ವ' ಅಂದಿದ್ದುಂಟು. ಕಾಲೇಜು ಬಿಟ್ಟೊಡನೆ ದಿನಾ ಮನೆಯಲ್ಲಿ ಎರಡು ಮಕ್ಕಳ ಕೂಡ ದಾರಿ ಕಾಯುವ ಹೆಂಡತಿಯ ಕಡೆ ಹೋಗುವುದು ಬಿಟ್ಟು ನನ್ನ ಕಡೆ ಸೀದಾ ಬರುತ್ತಿದ್ದುದುಂಟು. ಎಲ್ಲ ಸರಿಯಾಗೆ ನಡೆದಿತ್ತು. ಇನ್ನೂ ಸ್ವಲ್ಪ ದಿನ ಹಾಗೇ ನಡೆದಿದ್ದರೆ ಅವನ ಮಡಿವಂತಿಕೆಯ ವಿಚಾರಗಳನ್ನೆಲ್ಲ ಅವನ ಓದಿ – ಓದಿ ಬೊಕ್ಕವಾಗತೊಡಗಿರುವ ಆ ತಲೆಯಿಂದ ಹೊರಗೆ ಹಾಕಿ ಅವನನ್ನು ದಾರಿಗೆ ತರುವುದು ನನಗೆ ಶಕ್ಯವಾಗಲೂ ಬಹುದಿತ್ತು. ಆದರೆ ಅಷ್ಟರಲ್ಲೇ, ವಿನಯನೇ ಹೇಳುವ ಹಾಗೆ, ನಾನು ಅವನ ಹೃದಯ ಹೊಸಕಿ ಹಾಕಿದ್ದೆ.

ಕಾರಣ – ಡಾಕ್ಟರ್ ಗೋವಿಂದಮೂರ್ತಿಯೊಂದಿಗಿನ ನನ್ನ ಸ್ನೇಹದ ಬಗ್ಗೆ ನಾನು ಅವನಿಗೆ ಏನೂ ಹೇಳಿರಲಿಲ್ಲ ಎಂಬುದು.

– ವಿನಯನನ್ನು ಮೋಸಗೊಳಿಸಲು ನಾನೆಂದೂ ಉದ್ದೇಶಿಸಿರಲಿಲ್ಲ. ಆದರೂ ಅವನಿಗೆ ನಾನು ಯಾರ ಬಗ್ಗೆಯೂ ಹೇಳಿರಲಿಲ್ಲವೇಕೆ?

ವಿನಯ ಅಥೆಲೋನಂತಹ ಕಟ್ಟಾ ಪ್ರೇಮಿ. ಪ್ರೀತಿ, ಆತ್ಮ, ಜನ್ಮಾಂತರದ ನಂಟು ಇತ್ಯಾದಿ ಬಗ್ಗೆ ಅವನು ಲೆಕ್ಚರ್ ಕೊಡುವಾಗೆಲ್ಲ ನನಗಿದು ಚೆನ್ನಾಗಿ ಗೊತ್ತಾಗಿತ್ತು.

ಮಾತಿನಿಂದ ಕೇವಲ ಮಾತಿನಿಂದ ಅದೂ ಸಹಾ ಯಾವಾಗಲೂ ಒಂದೂವರೆ ಫೂಟು ದೂರವೇ ಕೂತು ಆಡುವ ಮಾತಿನಿಂದ ಅವನಿಗೆ ನನ್ನನ್ನು ಮುಗಿಲಲ್ಲಿ ತೇಲಿಸಬಲ್ಲ ಸಾಮರ್ಥ್ಯವಿತ್ತು. ಅಂಥ ವಿನಯನನ್ನು ಸುಮ್ಮನೆ ಕಳೆದುಕೊಳ್ಳುವುದೆ? ಅವನಿಗೆ ಗೋವಿಂದಮೂರ್ತಿಯಂಥ 'ಛಿ' materialistic ಮನುಷ್ಯನ ಬಗ್ಗೆ ಹೇಳುವುದೆ?

'ಆಯಿತು, ನಾ ಇನ್ನ ಹೋಗ್ತೀನಿ. ಛಲೋ ಪಾಠ ಕಲಿಸಿದಿ. ನಿನ್ನಿಂದ ನನ್ನ ಜೀವನಕ್ಕ ಆದ ಈ ಆಘಾತ ನಾ ಸಾಯೋತನಕ ನನ್ನ ಕೊಲ್ಲತಾನೆ ಇರತದ ಅನ್ನೋದು ಮರೀ ಬ್ಯಾಡ. ನಂದೇ ತಪ್ಪು. ನಾನೇ ಸರ್ವಸ್ವ ಅಂತ ನಂಬಿದ ಹೆಂಡತೀ ಬಿಟ್ಟು ನಿನ್ನ ಬೆನ್ನು ಹತ್ತಿದೆ. ದೇವರು ಛಲೋ ಶಿಕ್ಷೆ ಕೊಟ್ಟ'– ಇಷ್ಟಂದು ದಾಪುಗಾಲು ಹಾಕುತ್ತ ಹೊರಟು ಹೋಗಿದ್ದ ವಿನಯ – ಅವನೇ ಸ್ವರ್ಗವೆಂದು ತಿಳಿದಿದ್ದ ಹೆಂಡತಿಯ ಕಡೆ – 'ನೀನೇ ಸರ್ವಸ್ವ'ವೆಂದು ಹೇಳುವಾಗ ಮರೆತಿದ್ದ ಹೆಂಡತಿಯ ಕಡೆ.

ಇಂದು ಎಷ್ಟು ದಿನಗಳ ನಂತರ ಭೆಟ್ಟಿಯಾದ. 'ಲಿಲಿ, ನಿನ್ನ ಮರೆಯೂದು ಆಗಲಿಲ್ಲ' ನನಗ, ನಾ ಜೀವನದಾಗ ಒಮ್ಮೆಯೆ ಪ್ರೀತಿ ಮಾಡಿದೆ. ಅದು ನಿನ್ನನ್ನ. ನೀನು ಹೇಗೆಯೇ ಇರು – ಅದು ಬದಲಾಗುವುದಿಲ್ಲ' ಅಂದ. 'ಇದೇ, ಖರೆ ಪ್ರೀತಿಯ ಲಕ್ಷಣ' – ಅಂತ ವಿವರಣೆ ಸಹ ಕೊಟ್ಟ.

ವಿನಯನಿಂದ ಉಪಯೋಗವಾದೀತು ಅನ್ನಿಸುತ್ತಿದೆ...

14, ಆಗಸ್ಟ್, 1958

ಮಧ್ಯಾಹ್ನ ಇಂದು ಎಷ್ಟು ಆರಾಮು ನಿದ್ದೆ ಹತ್ತಿತ್ತು. ಎಷ್ಟೋ ದಿನಗಳಿಂದ ಮಧ್ಯಾಹ್ನ ಮಲಗಿರಲಿಲ್ಲ. ಇವತ್ತು ಸತ್ತಂತೆ ನಿದ್ದೆ ಮಾಡಿದೆ. ಆಫೀಸಿನ ಚಿಂತೆಯಿಲ್ಲ. ಅಕೌಂಟಿನ ಚಿಂತೆಯಿಲ್ಲ. ಮತ್ತು ಹ್ಞಾ ಮುಖ್ಯವಾಗಿ ಆ ಗಡ್ಡದ ಬಾಸ್‌ನ ಚಿಂತೆಯಿಲ್ಲ.

ನಾನು ಕ್ಷಮೆ ಕೇಳುತ್ತೀನಿ, ಅವನು ಹೇಳಿದ ಹಾಗೆ ಕೇಳುತ್ತೀನಿ – ಅಂತ ತಿಳಿದಿದ್ದ ಆ ಸಾಬ. 'ಇಲ್ಲಿ ನೋಡು ಲಿಲಿ, ನಿನ್ನನ್ನ ಕೆಲಸದಿಂದ ಡಿಸ್‌ಮಿಸ್ ಮಾಡಿದ ಆರ್ಡರು ಬಂದಿದೆ – ಜನರಲ್ ಮ್ಯಾನೇಜರ್‌ರಿಂದ ಅಂದ ನನ್ನನ್ನೇ ನೋಡುತ್ತ.

ನನಗ ಗೊತ್ತಿರಲಿಲ್ಲವೆ ಅದರ ಇತಿಹಾಸ? ಯಾರು ನನ್ನ ಬೇಜವಾಬ್ದಾರಿಯ ಬಗ್ಗೆ ನಡತೆಯ ಬಗ್ಗೆ ದೂರು ಕೊಟ್ಟಿದ್ದರೆಂದು, ಯಾಕೆ ಕೊಟ್ಟಿದ್ದರೆಂದು ಎಲ್ಲ ಪುಷ್ಪಾ ಕುಲಕರ್ಣಿ ಹೇಳಿದ್ದಳು. ಈ ಬಾಸ್‌ನ ಪಿ.ಎ. ಅಲ್ಲವೆ ಆಕೆ.

ವಿಚಾರ ಮಾಡು ಲಿಲಿ, ನಿನ್ನ ಕೆಲಸ ಉಳಿಸಿಕೊಡ್ತೀನಿ ಬೇಕಾದರೆ. ಅಲ್ಲಾಕೆ ಕಸಮ್ – ನನಗೆ ಬೇಕಾಗಿರಲಿಲ್ಲ. ಈ ಬಾಸ್‌ನ ಟಿ.ಬಿ. ಹೆಂಡತಿ ಊರಿಗೆ ಹೋದಾಗಲೆಲ್ಲ ಅವನ ಹಾಸಿಗೆಯ ಸಂಗಾತಿಯಾಗುವುದು ಅದೂ ಸಹ ಅದರಿಂದ ಏನೂ ಉಪಯೋಗ

ವಾಗದೇ ಇರುವಾಗ, ಬರೇ ಈ ನೌಕರಿಯ ಸಲುವಾಗಿ ಅವನ ಕುರುಚಲು ಗಡ್ಡ – ಅವನ 'ಅಲ್ಲಾಕಿ ಕಸಮ್' ಸಹಿಸುವುದು ನನಗೆ ಬೇಕಾಗಿರಲಿಲ್ಲ.

ಮನೆಗೆ ಬಂದಾಗ ಮೈ-ಮನಸ್ಸು ಭಾರ ಭಾರ. ಗಾಢ ನಿದ್ದೆ ಬಂತು... ಕನಸಿನಲ್ಲಿ ಯಾರೋ ನನ್ನನ್ನು ಗಟ್ಟಿಯಾಗಿ ಎದೆಗೊತ್ತಿಕೊಂಡ ಹಾಗೆ; 'ನಾ ಇದ್ದೀನಿ ನಿನ್ನ ಕೂಡ' ಎಂದೂ ನಿನ್ನ ಕೈಬಿಡೊಲ್ಲ. ನಿನಗೆ ಬೇಕಾದ್ದೆಲ್ಲ ಕೊಡ್ತೀನಿ. ಹ್ಞಾ. ಮಗು ಕೂಡ. ಎಷ್ಟು ಬೇಕು ಹೇಳು? ಒಂದು? ನಾಲ್ಕು?'– ಅಂದಹಾಗೆ.

ಯಾರದು ಆ ಬಿಗಿಯಾದ ಅಪ್ಪುಗೆ? ಆ ಬೀಸಾದ ತೋಳುಗಳು?

– ಎಷ್ಟೊತ್ತು ಕಂಡೆನೋ ಇದೇ ಕನಸನ್ನ! ನನ್ನ ಸುತ್ತಲೆಲ್ಲ ಸಣ್ಣ ಸಣ್ಣ ಮಕ್ಕಳು. ಎಷ್ಟೊಂದು ಮುದ್ದಾಗಿದ್ದ ಮಕ್ಕಳು... ಎಲ್ಲ ನನ್ನವೇ. ಎಲ್ಲ ನನ್ನವೇ. ಎಲ್ಲ ನನ್ನವೇ.

ಅವುಗಳ ಮಧ್ಯೆ ಆ ಮಕ್ಕಳನ್ನು ನನಗೆ ಕೊಟ್ಟ ಆ ಅಗಲ ಎದೆಯ ಗಂಡಸು.

– ಯಾರು?

ಥಕ್ಕನೆ ಎಚ್ಚರವಾಗಿತ್ತು.

20 ಆಗಸ್ಟ್, 1958

ಛಿ, ವಿನಯ ಸಾಳಕರ ತೀರ ಹೇಡಿ. ತೀರ ನಿರುಪಯೋಗಿ. ಅವನ ಫಿಲೊಸಫಿ ಅವನ ಪ್ಲೇಟೋನಿಕ್ ಪ್ರೀತಿ, ಅವನ ವಾದ – ಎಲ್ಲ **bogus**.

ಎಷ್ಟು ಆಸೆ ಹೊತ್ತು ಹೋಗಿದ್ದೆ ಅವನ ಕಡೆ! ನನ್ನ ಮೇಲಿನ ತನ್ನ ಪ್ರೀತಿಯ ಬಗ್ಗೆ ಇಷ್ಟೆಲ್ಲ ಮಾತಾಡುತ್ತಾನೆ, ನನಗೊಂದು ಸಣ್ಣ ಉಪಕಾರ ಮಾಡಲಿಕ್ಕಾಗಲಿಲ್ಲ ಅವನಿಂದ. ಹೇಗೆ ಬೆಚ್ಚಿಬಿದ್ದ ನನ್ನ ಮಾತು ಕೇಳಿ ಹಾವು ಮೆಟ್ಟಿದವರ ಹಾಗೆ!

'ಛೆ, ಲಿಲಿ, ಇಂಥಾ ವಿಚಾರ ಕನಸಿನ್ಯಾಗೂ ತರಬ್ಯಾಡ ನಂದು – ನಿಂದು ಆತ್ಮದ ಸಂಬಂಧ. ದೈಹಿಕ ಮೋಹಕ್ಕೊಳಗಾಗಿ ನಾವು ನಮ್ಮ ಆತ್ಮದ ಸಂಬಂಧ ಹದಗೆಡಿಸಿಕೋಬಾರದು. ದೇಹದ ವ್ಯಾಮೋಹ ಕ್ಷಣಿಕ. ಆ ಕ್ಷಣಿಕ ವ್ಯಾಮೋಹದ ಸಲುವಾಗಿ ಶಾಶ್ವತವಾದದ್ದನ್ನ ನಾವು ಅಪವಿತ್ರಗೊಳಿಸಬಾರದು... ಅಂತೆಲ್ಲ ಲೆಕ್ಚರ್ ಕೊಟ್ಟ.

ವಿನಯ ನನ್ನನ್ನೆಂದಿಗೂ ಅರ್ಥ ಮಾಡಿಕೊಳ್ಳಲಾರ... ಎಂದಿಗೂ ಎಂದಿಗೂ ಶಕ್ಯವಿಲ್ಲ... 'ದೇವರು ನಮ್ಮಿಬ್ಬರನ್ನ ಈ ಜನ್ಮದಾಗ ಯಾಕೋ ಕೂಡಿಸಲಿಲ್ಲ ಲಿಲಿ, ಬಹುಶಃ ದೂರ ಇದ್ದು, ದುಃಖ ಅನುಭವಿಸಿ, ಇನ್ನೂ ಹೆಚ್ಚು ಗಟ್ಟಿ ಆಗಲಿ ನಮ್ಮ ಪ್ರೀತಿ – ಅಂತ ಅವನ ಉದ್ದೇಶ ಇದ್ದಿರಬೇಕು. ನಾ ಅವನ ಇಚ್ಛಾದ ವಿರುದ್ಧ ಹೋಗೂದಿಲ್ಲ. ನಾ ದೂರನೇ ಇರ್ತೀನಿ. ನಮ್ಮ ಪ್ಲೇಟೋನಿಕ ಪ್ರೀತಿ ಹಿಂಗ ಉಳೀಲಿ, ಬೆಳೀಲಿ. ಮುಂದಿನ ಜನ್ಮದಾಗ ಮಾತ್ರ...'

24, ಆಗಸ್ಟ್, 1958

ಸಂಜೆ ಐದು ಗಂಟೆ.

ಎಲ್ಲ ಸಿದ್ಧವಾಗಿದೆ. ನನ್ನ ಬಟ್ಟೆಗಳು, ಪುಸ್ತಕಗಳನ್ನು ತುಂಬಿಕೊಂಡ ಸೂಟ್‌ಕೇಸ್ ಕೋಣೆಯ ಬಾಡಿಗೆ, ಹಾಲಿನವನ ಲೆಕ್ಕ, ಮುನ್ನಿಗೆ ಕೊನೆಯ ಬಾರಿ ಚಾಕಲೇಟ್ – ಎಲ್ಲ ಕೊಟ್ಟಾಗಿದೆ. ಹೊರಗುಳಿದಿದ್ದು ಈ ಡೈರಿ ಒಂದೇ.

– ಮುಂಜಾನೆ ಬಾಗಿಲಲ್ಲಿ ನಿಂತಿದ್ದಾಗ ಸ್ಪೀಡಿನಿಂದ ಬಂದ ಶಂಕರ ಗೌಡರ ಇಂಪಾಲಾ ಗಕ್ಕನ್ ನಿಂತಿತ್ತು.

'ಲೀಲಾ...'

– ನಾನು ಸುಮ್ಮನೆ ಇದ್ದೆ.

'ಲೀಲಾ ನಿನ್ನ ಪತ್ರ ಮುಟ್ಟಿತು.'

ಆಗಲೂ ನಾನು ಸುಮ್ಮನೆ ನಿಂತಿದ್ದೆ.

'ಸ್ವಲ್ಪ ಮಾರ್ಕೆಟ್ಟಿನೊಳಗ ಕೆಲಸದ; ಹೋಗಿ ಮುಗಿಸಿಕೊಂಡು ಬರ್ತೀನಿ ಸಂಜೇ ಐದು ಘಂಟೇದ ಸುಮಾರಿಗೆ. ತಯಾರಾಗಿರು ಹೋಗೋಣಂತ.'

– ಸರಳ.

ಕಾರು ಬಂದಷ್ಟೆ ವೇಗದಿಂದ ತಿರುಗಿ ಹೋಗಿತ್ತು.

– ನನಗೆ ಗೊತ್ತಿತ್ತು.

ಎಂದೂ ಯಾತಕ್ಕೂ ಯಾರಿಗೂ ಇಲ್ಲವೆಂದವರೇ ಅಲ್ಲ ಆತ.

–ನನ್ನ ಮೈ ಗಾಳಿಯಲ್ಲಿ ತೇಲುವಷ್ಟು ಹಗುರ. ಕಣ್ಣತುಂಬ ಮೊನ್ನೆ ಮಧ್ಯಾಹ್ನ ಕಂಡ ಕನಸು.

ಓ ಹಾರ್ನ್...

24. ಸಂಬಂಧ

– ಶ್ರೀಕೃಷ್ಣ ಆಲನಹಳ್ಳಿ

ತಲೆ ಸಿಡಿದು ಚೂರಾಗುವಂಥ ಕೆಟ್ಟ ಬಿಸಿಲಿನಲ್ಲಿ ನಡೆದು ಬಂದು ರೂಮಲ್ಲಿ ಕೂತಾಗ ಸ್ವಲ್ಪ ನೆಮ್ಮದಿ ಆಯಿತು. ಏಪ್ರಿಲ್ ತಿಂಗಳ ಕ್ರೂರ ಬಿಸಿಲ ಬೇಗೆಗೆ ಅಡ್ಡವಾಗಿ ಚಿಗುರಿ ನಿಂತು ನನ್ನ ರೂಮಿನ ಚಾವಣಿಯ ಮೇಲೆ ತಂಪು ನೆರಳನ್ನು ಚೆಲ್ಲುವ ದೊಡ್ಡ ಸಂಪಿಗೆ ಮರ ನಿಶ್ಚಲವಾಗಿತ್ತು. ರೂಮಿನ ಕಿಟಕಿಗಳನ್ನೆಲ್ಲ ತೆರೆದೆ. ಗಾಳಿ ಬೀಸುತ್ತಿರಲಿಲ್ಲ. ಬೆವತು ಮೈಗಂಟಿ ಒದ್ದೆಯಾಗಿದ್ದ ಬಟ್ಟೆಗಳನ್ನೆಲ್ಲ ಬಿಚ್ಚಿದೆ. ಸಿಮೆಂಟು ನೆಲದ ಮೇಲೆ ಹಾಯಾಗಿ ಒಂದಿಷ್ಟು ಉರುಳಾಡಿದೆ. ಮೈ ತಣ್ಣಗಾದರೂ ಒಳಗೆ ಮಾತ್ರ ಧಗೆ. ಒಂದು ಬಗೆಯ ಸಂಕಟ. ಸ್ನಾನದ ಮನೆಗೆಹೋಗಿ ಜೋರಾಗಿ ನಲ್ಲಿ ತಿರುಗಿಸಿ ಅದರ ಕೆಳಗೆ ಕೂತೆ. ಸಾಕೆನಿಸುವ ವರೆಗೂ ಕೂತೆ. ಮತ್ತೆ ಮಲಗಿ ಸಿಗರೇಟು ಹಚ್ಚಿದೆ. ಪರೀಕ್ಷೆ ಇನ್ನೊಂದು ತಿಂಗಳಿದೆ ಎನ್ನುವ ನೆನಪು ಚುಚ್ಚಿತು. ಟೇಬಲಿನ ಮೇಲೆ ಇದ್ದ "Problems of Philosophy" ಯನ್ನು ತೆರೆದು ನಾಲ್ಕು ಪುಟತಿರುವಿದೆ. ಬೋರಾಯಿತು. ಬಿಸಾಡಿದೆ. ಇವತ್ತೇಕೆ ಹೀಗೆ? ಸುರುಳಿ ಸುರುಳಿಯಾಗಿ ಹೊಗೆ ಬಿಟ್ಟೆ. ಮುಗಿಯಿತು. ಇನ್ನೊಂದು ಹಚ್ಚಿದೆ. ಹೊಗೆ ಕಾರಿದೆ. ಒಳಗಿನ ಉರಿ ಆರಲಿಲ್ಲ. ಮಣ್ಣಿನ ಹೂಜಿಯಲ್ಲಿದ್ದ ನೀರನ್ನು ಗಟಗಟ ಕುಡಿದೆ. ತಣ್ಣಗಾಗಲಿಲ್ಲ. ಹೀಗೇಕೆ? ಬಿಸಿಲ ಬೇಗೆಯೇ? ಲಲಿತಳ ಅನಿರೀಕ್ಷಿತ ಭೇಟಿಯೇ? ಎಂಟು ವರ್ಷಗಳನಂತರದ ಹಠಾತ್ತನೆ ಕಣ್ಣು ಮುಂದೆ ಬಂದು ನಿಂತ ಲಲಿತ – ಹೀಗೆ ಮಾನಸಿಕ ಅಸ್ವಸ್ಥತೆಗೆ ಕಾರಣಳೆ? ಯೋಚಿಸಿದೆ.

ಇಷ್ಟಕ್ಕೂ ಲಲಿತ ನನಗೆ ಏನಾಗಬೇಕು? ಚಿಕ್ಕಂದಿನಲ್ಲಿ ಆಡಿ, ಓದಿ ಬೆಳೆದಿದ್ದರೂ ಒಂದೇ ಒಂದು ದಿನ ಅವಳ ಮನೆಯ ಹಜಾರ ದಾಟಿ ನಡುಮನೆಯ ಹೊಸ್ತಿಲೊಳಗೆ ಹೋಗಿದ್ದಿಲ್ಲ. ನನ್ನ ಅಜ್ಜ, ಅವ್ವ ಕೂಡ ಅವಳ ಮನೆಯ ಹಜಾರದ ಅಂಚಿನಿಂದ ಒಂದು ಹೆಜ್ಜೆ ಮುಂದೆ ಇಟ್ಟಿದ್ದ ನೆನಪಿಲ್ಲ. ಸುತ್ತಮುತ್ತೆಲ್ಲ ಬರಿ ಶೂದ್ರರ ಮನೆಗಳಿದ್ದರೂ ಊರಿಗೊಂದೇ ಬ್ರಾಹ್ಮಣರ ಮನೆಯಾಗಿದ್ದ ಲಲಿತಳ ಅಪ್ಪನ ಬ್ರಾಹ್ಮಣತ್ವಕ್ಕೆ ಕಿಂಚಿತ್ತೂ ಮೈಲಿಗೆಯಾಗುವಂತಿಲ್ಲ. ಕಾಡಿಗೆ ಹೋದ ದನ ಮೇದು ಕತ್ತಲಾದರೂ ಹಟ್ಟಿಗೆ ಬರದಿದ್ದರೆ ಅಜ್ಜ ನನ್ನನ್ನು ಕರೆದು ಲಲಿತಳ ಅಪ್ಪನ ಹತ್ತಿರ 'ಬಾಯ್ಕಟ್ಟು' ಮಾಡಿಸಿಕೊಂಡು ಬರಲು ಕಳಿಸುತ್ತಿದ್ದರು. ಅವರು 'ಬಾಯ್ಕಟ್ಟು' ಮಾಡಿಬಿಟ್ಟರೆ ತಪ್ಪಿಸಿಕೊಂಡ ನಮ್ಮ ದನವನ್ನು ತನ್ನ ಮನೆಯ ಮುಂದೆಯೇ ಬಂದರೂ ಹುಲಿಯಾಗಲೀ ಕಿರುಬನಾಗಲಿ ತಿನ್ನುವಂತಿಲ್ಲ.

ದನ ಹಟ್ಟಿಗೆ ವಾಪಸ್ಸು ಬಂದ ಮೇಲೆ ಅವರು ಕಟ್ಟನ್ನು ಒಡೆದುಬಿಡುತ್ತಾರಂತೆ. ಇದರ ಜೊತೆಗೆ ನಮ್ಮ ಮನೆ ಮಕ್ಕಳಿಗೆ ಜ್ವರ ಬಂದರೆ ವಿಭೂತಿ ಮಂತ್ರಿಸಿ ಕೊಡುವುದೂ ಲಲಿತಳ ಅಪ್ಪನ ಕೆಲಸ. ನಾನು ಹೋದಾಗ ಅವರು ಸ್ನಾನ ಮಾಡಿ ಬಂದು ಕೆಂಪು ಮಗುಟ ಸುತ್ತಿಕೊಂಡು ನಡುಮನೆಯೊಳಕ್ಕೆ ಹೋಗಿ ಗಂಟೆ ಬಾರಿಸುತ್ತ ಮಂತ್ರ ಹೇಳುತ್ತಿದ್ದರು. ಲಲಿತ ತನ್ನ ಅಪ್ಪ 'ಬಾಯ್ಕಟ್ಟು' ಮಾಡುವಾಗ ದೇವರ ಜೊತೆ ಮಾತಾಡುತ್ತಾರೆ ಎಂದಿದ್ದಳು. ಯಾವಾಗಲಾದರೂ ಒಂದು ಸಲ ಕದ್ದು ನೋಡಿಬಿಡುವ ಕುತೂಹಲ ನನ್ನನ್ನು ಕಾಡುತ್ತಿತ್ತು. ಮಾರಿಹಬ್ಬದಲ್ಲಿ ನಮ್ಮ ಕೆಳಗಲ ಮನೆ ಸಿದ್ದೇಗೌಡನ ಮೇಲೆ ದೇವರು ಬಂದಿದೆ ಎಂದು ಎಲ್ಲ ಧೂಪ ಹಾಕುತ್ತಿದ್ದರು. ಕಣ್ಣು ಕೆಂಪಗೆ ಮಾಡಿ ಅವನು ಹತ್ತಿಸಿ ಕೊಟ್ಟ ಕರ್ಪೂರದ ಬಿಲ್ಲೆಗಳನ್ನು ಬಾಳೆಹಣ್ಣು ನುಂಗಿದ ಹಾಗೆ ಗುಳಕ್ಕನೆ ನುಂಗುತ್ತಿದ್ದ. ನನಗೆ ಸೋಜಿಗ. ಲಲಿತ ಮಾತ್ರ, "ನಿಮ್ಮ ಸಿದ್ದೇಗೌಡನ ಮೇಲೆ ಬರೋದು ದೇವ್ರಲ್ಲ ಅದೊಂದು ಥರ ಗಾಳಿಯಂತಪ್ಪ; ದೇವ್ರು ಗೌಡ್ರು ಜಾತಿಯವ್ರು ಮೇಲೆ ಬರೋಲ್ಲವಂತೆ. ನಮ್ಮ ಅಪ್ಪಯ್ಯ ಹೇಳ್ತು" ಎಂದು ಹೇಳುತ್ತಿದ್ದಳು. ಹಾಗಿದ್ದರೆ ಲಲಿತಳ ಮನೆಯ ದೇವರು ಹೇಗಿದ್ದಾನೆ? ನೋಡಲೇಬೇಕು. ಲಲಿತಳ ಮನೆಯಲ್ಲಿ ತುಂಬಾ ಜನವಿಲ್ಲ. ಅವಳ ಚಿಕ್ಕಮ್ಮ ಅವಳ ಅವ್ವ, ಅಪ್ಪ ಮತ್ತು ಸದಾ ವಟಗುಟ್ಟುವ ಒಂದು ಅಜ್ಜಿ. ಒಂದು ದಿನ ವಿಭೂತಿ ಮಂತ್ರಿಸಿಕೊಂಡು ಬರಲು ಹೋಗಿದ್ದಾಗ ಆ ಅಜ್ಜಿ, ಲಲಿತ ಯಾರೂ ಇದ್ದಂತೆ ಕಾಣಲಿಲ್ಲ. ಲಲಿತಳ ಅಪ್ಪ ಒಳಗೆ ಪೂಜೆ ಮಾಡಲು ಹೋದಾಗ–ನಾನು ಮೆಲ್ಲಗೆ ಎದ್ದು ನಿಂತೆ. ಒಂದೊಂದೆ ಒಂದೊಂದೆ ಕಳ್ಳ ಹೆಜ್ಜೆಯಿಡುತ್ತಾ ಇವತ್ತು ಹೇಗಾದರೂ ಇವರ ಮನೆಯ ದೇವರನ್ನು ನೋಡಿ ಬಿಡುವಾ ಎಂದು ಹೊಸ್ತಿಲೊಳಗೆ ಕಾಲಿಡುತ್ತಿದ್ದಂತೆಯೇ ಎಲ್ಲಿತ್ತೋ ಅಜ್ಜಿ "ಅಯ್ಯೋ ಶೂದ್ರ ಮುಂಡೇದೆ ಒಳಗೆ ನುಗ್ಬುಟ್ಯಲ್ಲೊ..." ಎಂದು ಕಿರುಚುತ್ತ ನನ್ನ ಹಿಂದೆ ತೋಳಲ್ಲಿ ಸೌದೆಯಿರುಕಿ ಬಂದು ನಿಂತು ಬಡಿಗೆಯಿಂದ ನನಗೆ ಸರಿಯಾಗಿ ಬಿಗಿಯಿತು. ನಾನು ಅಳುತ್ತಾ ಹಜಾರ ದಾಟಿ ನಿಂತೆ. ಮನೆಯವರೆಲ್ಲ ಕೂಡಿದರು. ಎಲ್ಲರ ಮುಖವನ್ನೂ ನೋಡಿದೆ. ಅಪರಾಧಿ ಅನ್ನುವ ಹಾಗೆ ನೋಡುತ್ತಿದ್ದರು. ನಾಚಿಕೆ, ಭಯ. ಥರಥರ ನಡುಗಿದೆ. ಲಲಿತ ಓಡಿ ಬಂದವಳು ನನ್ನ ಸ್ಥಿತಿಗೆ ಸಹಾನುಭೂತಿಯನ್ನು ತೋರುವ ಹಾಗೆ ನೋಡಿದಳು. ಅವಳ ತಾಯಿ 'ಹೋಗ್ಲಿ ಬಿಡಿ ಪಾಪ, ಗೊತ್ತಿಲ್ಲದ ಹುಡುಗ' ಅನ್ನುತ್ತಿದ್ದ ಹಾಗೆ ಮುದುಕಿ, "ನಿಮಗೊಂದು ಕಟ್ಟುನಿಟ್ಟಿಲ್ಲ ಶೂದ್ರ ಮುಂಡೇವ, ನಾಳೆ ನಿನ್ನಜ್ಜನಿಗೆ ಹೇಳಿ ಸರಿಯಾಗಿ ಮಾಡಿಸ್ತೀನಿ" ಎಂದಾಗ ನನಗೆ ಮಂಡಿ ಚಿಪ್ಪು ಕಳಚಿ ಬಿದ್ದಂತಾಯಿತು. ಮೊರ ಎತ್ತಿಕೊಂಡು ಹೊರಟೆ. ಲಲಿತಳ ಅಪ್ಪ 'ನಿಲ್ಲೊ' ಎಂದು ವಿಭೂತಿ ತಂದು ಮೊರಕ್ಕೆ ಹಾಕಿದರು. ಎತ್ತಿಕೊಂಡ ಮೊರವನ್ನು ಮುಂದೆ ಮಾಡಿಕೊಂಡು ಅವರ ಹಟ್ಟಿ ಮೆಟ್ಟಲುಗಳನ್ನು ಇಳಿಯುವಾಗ ತಿರುಗಿ ನೋಡಿದೆ. ನನ್ನ ಹಿಂದೆಯೇ ಬಂದು ನಿಂತಿದ್ದ ಲಲಿತ

ನನ್ನ ಪಾಡಿಗೆ ತಾನೂ ಅಳುಮುಖ ಮಾಡಿಕೊಂಡು ನಿಂತಿದ್ದಳು. ಅವಳ ಕಣ್ಣಲ್ಲೂ ನೀರು ತುಂಬಿದ್ದವು.

ಅದೇ ಮುಖ – ಇವತ್ತು ಬೆಳಗ್ಗೆ ಆಸ್ಪತ್ರೆಯಲ್ಲಿ ಕಂಡದ್ದು. ಕತ್ತಿನ ಮೇಲೆ ದೊಡ್ಡದಾಗುತ್ತಿದ್ದ ಹುಳುಕಡ್ಡಿಯನ್ನು ಡಾಕ್ಟರಿಗೆ ತೋರಿಸಲೆಂದು ಹೋಗಿದ್ದಾಗ ಲಲಿತ ಸಿಕ್ಕಿದಳು. ಮೊದಲ ನೋಟಕ್ಕೆ ಗುರುತೇ ಸಿಕ್ಕಲಿಲ್ಲ. ಕಕ್ಕಾಬಿಕ್ಕಿಯಾದ ನನ್ನ ಎದುರು ನಿಂತು "ನಾನು ಲಲಿತ. ನೆನಪಾಗಲಿಲ್ಲವ" ಎಂದಾಗ ನನ್ನ ಕಪಾಳಕ್ಕೆ ಬಿಗಿದಂತಾಯಿತು. ಮೂರು ವರ್ಷದ ತನ್ನ ಮಗಳನ್ನು ಕಂಕುಳಲ್ಲಿರುಕಿ ನಿಂತ ಲಲಿತ ಬದಲಾಗಿಬಿಟ್ಟಿದ್ದಾಳೆ. ಬಾಲ್ಯದ ನನ್ನ ಸಂಗಾತಿ. ತಿದ್ದಿ ಮಾಡಿದ ಗೊಂಬೆಯಂಥ ಲಲಿತ. ಎಂಥ ಕೆಟ್ಟ ಮರೆವು. ಎಂಟೇ ಎಂಟು ವರ್ಷ. ನಮ್ಮಿಬ್ಬರ ನಡುವೆ ಎಂಥ ಕಂದರ.

ಲಲಿತಳನ್ನು ಕೊನೆಯ ಸಲ ಕಂಡದ್ದು ಎಂಟು ವರ್ಷಗಳ ಹಿಂದೆ – ನಮ್ಮ ಮನೆಯಲ್ಲಿ ದಾನಕೊಟ್ಟು ದೇವರು ಮಾಡಿಸಿದ ರಾತ್ರಿ. ಅವತ್ತಿನ ರಾತ್ರಿ ಈಗ ಕಣ್ಣಿಗೆ ಕಟ್ಟುತ್ತಿದೆ. ನಮ್ಮ ಮನೆಗೆ ಅವತ್ತು ಬೇಕಾದವರೆಲ್ಲ ಬಂದಿದ್ದರು. ಮೈಸೂರಿನಿಂದ ನಾನೂ ಹೋಗಿದ್ದೆ. ಲಲಿತಳ ಅಪ್ಪ ಅಜ್ಜಿ, ಅವ್ವ ಕೂಡ ಬಂದು ಕೂತಿದ್ದರು. ಲಲಿತ ಮಾತ್ರ ಇಲ್ಲ. ಚಿಕ್ಕಂದಿನ ನಮ್ಮಿಬ್ಬರ ಓದು ಮುಗಿದು ನಾನು ಮೈಸೂರಿಗೆ ಬಂದು ಲಲಿತ ಅಲ್ಲೆ ಮನೆಯಲ್ಲೆ ಇದ್ದರೂ, ನಾನು ಆಗೀಗ ಊರಿಗೆ ಹೋದಾಗಲೆಲ್ಲಾ – ಏನಾದರೂ ನೆಪದಿಂದ ನಮ್ಮ ಮನೆಗೆ ಬಂದು ನನ್ನ ಜೊತೆ ಮಾತಾಡಿ ಹೋಗುತ್ತಿದ್ದಳು. ಇವತ್ತೇಕೆ ಬಂದಿಲ್ಲ. ಅವರ ಮನೆಗೆ ಹೋದೆ. ಹಟ್ಟಿ ಬಾಗಿಲು ನೂಕಿ 'ಲಲಿತ' ಅಂದೆ. ಲಲಿತ ಹಜಾರದಲ್ಲಿ ಚಿಕ್ಕ ತಮ್ಮನ ತೊಟ್ಟಿಲು ತೂಗುತ್ತಿದ್ದುದು ನಿಲ್ಲಿಸಿ, 'ಯಾರದು' ಎಂದಳು.

ಹಚ್ಚಿಟ್ಟಿದ್ದ ಹಣತೆಯ ಬೆಳಕಲ್ಲಿ ಇದೇ ಮೊದಲ ಸಲ ಲಲಿತ ಸೀರೆಯುಟ್ಟು ನಿಂತಿದ್ದನ್ನು ಕಂಡದ್ದು. ತುಂಬಾ ದೊಡ್ಡ ಹುಡುಗಿಯಾಗಿ ಬಿಟ್ಟಿದ್ದಳು. ಅವಳಿಗೆ ಏನೇನೋ ಹೇಳಬೇಕೆಂದುಕೊಂಡಿದ್ದೆ. ಲಲಿತ ಮೊದಲ ಹಾಗೆ ನನ್ನನ್ನು ಕಂಡ ತಕ್ಷಣ ಚಿಮ್ಮಿ ಬಂದು ಮಾತಾಡಿಸದೆ ಗಂಭೀರವಾಗಿ ನಿಂತಿದ್ದಳು. ಸಮೀಪ ಹೋಗಿ 'ನಮ್ಮ ಮನೆಗೇಕೆ ಬರಲಿಲ್ಲ ಲಲಿತ' ಅಂದೆ. ಲಲಿತ "ಇನ್ಮೇಲೆ ಎಲ್ಲೂ ಹೊರಗೆ ಹೋಗ್ಬಾರ್ದಂತೆ. ನಂಗೆ ಮದುವೆ ಮಾಡ್ತಾರಂತೆ" ಎಂದಳು. ಹಾಗೆ ಮುಂದುವರೆದು "ಅದ್ಕೆ ಯಾರ ಜೊತೆಯೂ ಮನೆಗೆ ಬಂದರೂ ಮಾತಾಡಬಾರ್ದಂತೆ" ಎಂದಳು. ಅವಳ ಮಾತಿನ ಅರ್ಥ ಹೊಳೆಯಲಿಲ್ಲ. ಹೊರಟು ನಿಂತೆ. ಇನ್ನೊಮ್ಮೆ ನೋಡಬೇಕೆನಿಸಿತು. ಲಲಿತ ತುಂಬಾ ಸುಂದರವಾಗಿ ಕಂಡಳು. ಬಟ್ಟಲುಗಣ್ಣುಗಳಿಂದ ಮೊಗೆದು ಕುಡಿಯುವ ಹಾಗೆ ನೋಡುತ್ತಿದ್ದಳು. ತುಂಬಿಕೊಂಡಿದ್ದ ಅವಳು "ಅಪ್ಪ, ಅಜ್ಜಿ, ಬಂದರೆ" ಎಂದು, ಒಮ್ಮೆ ನಾನು ನಕ್ಕು ಹೊರಗೆ ಬಂದ ಮೇಲೆ, ಒಳಗೆ ಚಿಲಕ ಇಕ್ಕಿದಳು. ಮನೆಗೆ ಬಂದೆ. ಕತೆ ಕೇಳುತ್ತ ನಿದ್ದೆ ಹೋದೆ. ಬೆಳಗ್ಗೆ ಮೈಸೂರಿಗೆ ಬಂದು ಬಿಟ್ಟೆ. ಸ್ವಲ್ಪದಿನದಲ್ಲೆ ನಮ್ಮ ಮಾವನ ಮಗ ಬಂದಿದ್ದಾಗ

ಲಲಿತಳ ಮದುವೆಯಾದ ವಿಷಯ ಹೇಳಿದ. ಅವನು ಆ ಮಾತು ಹೇಳಿದಾಗ ನನ್ನೊಳಗಿನಿಂದ ಏನೋ ಕಳೆದು ಹೋದಂತಾಗಿತ್ತು.

ಲಲಿತಳ ಜೊತೆ ಆಸ್ಪತ್ರೆಯ ಮುಂದಿನ ದೊಡ್ಡ ಮರಗಳ ಕೆಳಗಿನ ಕಲ್ಲು ಬೆಂಚಿನ ಮೇಲೆ ಕೂತೆ. ಲಲಿತಳ ಕಣ್ಣ ಸುತ್ತ ಗೆರೆಗಳು. ನಿಸ್ತೇಜ ಮುಖ. ಹರುಷವೇ ಚಿಮ್ಮುವ ಹಾಗಿದ್ದ ಲಲಿತ ಒಣಗಿ ಬಿಟ್ಟಿದ್ದಾಳೆ. ಪಕ್ಕದಲ್ಲಿ ಮಗಳನ್ನು ಕೂರಿಸುತ್ತ, ಇವಳು ನನ್ನ ಮೂರನೆ ಮಗಳು ಎಂದಳು. ಇವಳಿಗಿಂತ ಚಿಕ್ಕದೊಂದಿದೆ ಎಂದಳು. ಲೆಕ್ಕ ಹಾಕಿದೆ. ಇನ್ನೊಂದು ಗಂಡು ಹುಟ್ಟಿ ಸತ್ತು ಹೋಯಿತು ಎಂದಳು. ದಿಗ್ಭ್ರಮೆ ಆಯಿತು. ಸ್ಥೂಲವಾಗಿ ತನ್ನ ಕತೆ ಹೇಳಿದಳು. ಸಮೀಪದಿಂದ ನೋಡಿದೆ. ಅವತ್ತು ಕೊನೆಯ ಸಲ ಅವಳ ಮನೆಯ ಹಜಾರದಲ್ಲಿ ಕಂಡಿದ್ದ ಸೀರೆಯುಟ್ಟು ನಿಂತ ಏರಿಳಿವ ಸುಂದರ ದೇಹ ಅಗಿದು ಗಿದ ಕಬ್ಬಿನ ಸಿಪ್ಪೆಯ ಹಾಗೆ ಚಪ್ಪಟೆಯಾಗಿದೆ. ಜಾಳು ಜಾಳಾದ ಸೀರೆ. ಮಗುವಿಗೂ ಹರಕು ಲಂಗ, ಜಂಪರು. ತುಂಬಾ ದುಃಖವಾಯಿತು. ಎಂಟೇ ಎಂಟು ವರ್ಷಗಳಲ್ಲಿ ಅವಳ ಬದುಕಿನ ವಸಂತ ಮುಗಿದು ಹೋಗಿದೆ. ಅವಳ ವಯಸ್ಸಿನ ಸಾವಿರಾರು ಹುಡುಗಿಯರು ಇನ್ನೂ ಮದುವೆಯಾಗದೆ ಸುಖ ಸ್ವಪ್ನದಿಟ್ಟಿಗೆಯ ಕಟ್ಟಡಗಳಾದ ಕಾಲೇಜುಗಳಲ್ಲಿ ನನ್ನ ಜೊತೆ ಓದುತ್ತಿಲ್ಲವೆ? ಲಲಿತ ಎಷ್ಟು ಬೇಗ ಗೃಹಿಣಿಯಾಗಿಬಿಟ್ಟಳು. ಗುಮಾಸ್ತನಾದ ಗಂಡನ ಜೊತೆ ವರ್ಗವಾದ ಕಡೆಯೆಲ್ಲ ಒಲೆಯೂಡಿದ, ಬಸಿರಾದ, ಹೆತ್ತ ಮತ್ತೆ ಒಲೆಯೂಡುವ, ಬಸಿರಾಗುವ, ಹೆರುವ–ಲಲಿತ. ಲಲಿತ ತಿರುತಿರುಗಿ ಆಳಕ್ಕೆ, ಆಳಕ್ಕೆ ಇಳಿಯುತ್ತಿದ್ದಾಳೆ.

ಲಲಿತಳ ಹಾಗೆಯೇ ಸುಂದರವಾಗಿದ್ದ, ಹಾಗೇ ಬಡಕಲಾಗಿದ್ದ ಪುಟ್ಟ ಮಗಳ ಲಂಗ ಸರಿಸಿ, "ನೋಡಿ ವಾರದ ಹಿಂದೆ ಇವಳಿಲ್ಲೊ ಆಡ್ತಾ ಇದ್ದಾಗ ನಾಯಿ ಕಚ್ಚಿತ್ತು. ಅದೆಲ್ಲಿ ಹುಚ್ಚು ನಾಯೋ ಅಂತ ಭಯ" ಎಂದಳು. ಗಾಯ ಊದಿಕೊಂಡಿತ್ತು. ಇವತ್ತೂ ಚುಚ್ಚುತ್ತಾರೆಂದು ಆ ಹುಡುಗಿಯ ಕಣ್ಣಲ್ಲಿ ನೀರು ಸೂಸುತ್ತಿತ್ತು. "ಡಾಕ್ಟರು ಇನ್ನೆರಡು ದಿನ ನೋಡುವಾ ಆಮೇಲೆ ಬೆಂಗಳೂರಿಗೆ ಹೋಗ್ಬೇಕಾಗಬಹುದು" ಎಂದಿದ್ದಾರೆ ಎಂದಳು. "ಈಗ ನಾಯಿ ಕಚ್ಚಿದ್ದು ಬಹಳ ದೊಡ್ಡ ಖಾಯಿಲೆಯಲ್ಲ, ವಾಸಿಯಾಗುತ್ತೆ" ಎಂದೆ. "ಎಲ್ಲ ನನ್ನ ಕರ್ಮ" ಎಂದ ವೇದಾಂತದ ಮಾತಾಡಿದಳು. ಅವಳ ಜೊತೆ ನಾನೂ ಹೋಗಿ ಡಾಕ್ಟರನ್ನು ವಿಚಾರಿಸಿದೆ. ಅವರು ಹುಚ್ಚು ನಾಯೇ ಅಂತ ಕಾಣುತ್ತೆ, ಹುಡುಗಿ ಮಾತಲ್ಲಿನ್ನೂ ಹೆಚ್ಚುಕಡಿಮೆಯಾಗಿಲ್ಲ, ನೋಡುವಾ" ಎಂದರು.

ಹೊರಗೆ ಬಂದು ಲಲಿತ ಹಠಮಾಡಿದರೂ ಬಿಡದೆ ಗಾಡಿ ಮಾಡಿಕೊಟ್ಟೆ. ನಡೆದೇ ಹೋಗುತ್ತೇನೆ ಎಂದ ಲಲಿತಳ ಕಡೆ ನೋಡಿದೆ. ಇಂಜೆಕ್ಷನ್ನಿನ ನೋವಿಗೆ ಬಿಕ್ಕುತ್ತಿದ್ದ ಮಗುವನ್ನು ಹೆಗಲ ಮೇಲೆ ಹಾಕಿಕೊಂಡಿದ್ದಳು. ಗಾಡಿಮೇಲೆ ಹತ್ತಿ ಕೂತ ಲಲಿತ ಚಾಮುಂಡೀಪುರದಲ್ಲಿದ್ದ ಬಾಡಿಗೆಮನೆ ಗುರುತು ಹೇಳಿದಳು. "ಬಿಡುವಾದಾಗ ಬನ್ನಿ" ಅಂದಳು. ಅವಳ ಮಗುವಿಗೆ ಏನೂ ಕೊಡಿಸಲೆ ಇಲ್ಲವಲ್ಲ ಎಂದು ಜೇಬಿನಲ್ಲಿದ್ದ ದುಡ್ಡು

ತೆಗೆದು ಆ ಮಗುವಿನ ಮಡಿಲಲ್ಲಿಟ್ಟು "ಮಕ್ಕಳಿಗೆ ಏನಾದರೂ ತಿಂಡಿ ತೆಗೆದುಕೊಂಡು ಹೋಗು ಲಲಿತ" ಎಂದೆ. ಲಲಿತ ಬೇಡ ಬೇಡ ಅಂದರೂ ನಾನೊಪ್ಪಲಿಲ್ಲ. "ನಾಳೆ ಇಲ್ಲೆ ಬಂದು ನೋಡ್ತೇನೆ ಲಲಿತ" ಎಂದೆ. ಲಲಿತ ನನ್ನ ಕಡೆಯೇ ನೋಡುತ್ತಿದ್ದಳು. ಗಾಡಿಯವನು ಕುದುರೆ ಓಡಿಸಿದ. ಭಾರವಾದ ಹೆಜ್ಜೆ ಹಾಕುತ್ತಾ ರೂಮಿನ ಕಡೆ ನಡೆದೆ. ನಾಯಿ ಕಚ್ಚಿದ ನೋವಿನಿಂದ, ಬಡತನದಿಂದ ಕಂಗೆಟ್ಟ ಮಗುವನ್ನು ನಿತ್ರಾಣಳಾದ ಲಲಿತ ಹೊತ್ತುಕೊಂಡೇ, ಅದೂ ಅಷ್ಟು ದೂರ ಬರಿಗಾಲಿನಲ್ಲೆ ಇಂಥ ರಣರಣ ಬಿಸಿಲಿನಲ್ಲಿ ಹೇಗೆ ಹೋಗುತ್ತಿದ್ದಳು – ಎಂದು ಯೋಚಿಸಿದೆ. ಕರುಳು ಕಿವಿಚಿದಂತಾಯಿತು.

ಕಾಟಿನ ಮೇಲೆ ಅಂಗಾತ ಮಲಗಿ ತಿರುಗಿ ಯೋಚಿಸಿದೆ – ಇಷ್ಟಕ್ಕೂ ನನಗೂ ಲಲಿತಳಿಗೂ ಏನು ಸಂಬಂಧ? ಯಾಕಾಗಿ ನಾನಿಷ್ಟು ತಲೆ ಕೆಡಿಸಿಕೊಳ್ಳಬೇಕು? ಹೀಗೇಕೆ ಒಂದೊಂದು ಸಲ ತೀರ ಉದ್ವೇಗಕ್ಕೆ ಒಳಗಾಗುತ್ತೇನೆ? ಲಲಿತ ಬೆಳಗ್ಗೆ ಭೆಟ್ಟಿ ಆದಾಗಿನಿಂದ ಹತ್ತಾರು ಭಾವನೆಗಳು ನನ್ನ ಅಸ್ತಿತ್ವವನ್ನೆ ಅಲ್ಲಾಡಿಸುತ್ತಿವೆ. ಹೊರಗೆ ಬಿಸಿಲ ಝಳ ಸ್ವಲ್ಪ ಕಡಿಮೆಯಾದಂತೆನಿಸಿತು. ಗಾಳಿ ಬೀಸತೊಡಗಿತು. ಜೀವಕ್ಕೆ ಸ್ವಲ್ಪ ನೆಮ್ಮದಿಯೆನಿಸಿತು. ರೆಪ್ಪೆಗಳೂ ಭಾರವಾಗಿ ಕಣ್ಣು ಮುಚ್ಚಿದೆ. ಮಂಪರು ಮಂಪರು ನಿದ್ದೆ. ನಿದ್ದೆ ತುಂಬೆಲ್ಲ ಲಲಿತ, ಅವಳ ಮಗಳು, ಹುಚ್ಚು ನಾಯಿ – ಇವುಗಳದೇ ಕನಸು.

* * * *

ಮರುದಿನ ಬೆಳಿಗ್ಗೆ ಯಾವುದೋ ಕೆಲಸದ ನಿಮಿತ್ತ ಆಸ್ಪತ್ರೆಗೆ ಹೋಗಲಾಗಲಿಲ್ಲ. ಲಲಿತಳಿಗೆ ಬಂದು ಕಾಣುತ್ತೇನೆಂದು ಮಾತು ಕೊಟ್ಟಿದ್ದೆ. ಏನು ತಿಳಿದುಕೊಳ್ಳುತ್ತಾಳೊ. ಸಂಜೆ ವಾಕಿಂಗ್ ಹೋಗುವ ಬದಲು ಅವಳ ಮನೆ ಹುಡುಕಿ ಹೋಗಿ ಬಂದರಾಯಿತೆಂದು ನಿಶ್ಚಯಿಸಿದೆ.

ಮೈ ಮುರಿಯುತ್ತ ಎದ್ದು ರೂಮಿನ ಬಾಗಿಲು ತೆರೆದೆ. ಸಂಜೆಯಾಗಿತ್ತು. ಸಂಪಿಗೆ ಮರದ ಮೇಲೆ ಹತ್ತು ಬಗೆಯ ಹಕ್ಕಿಗಳು ಚಿಲಿಪಿಲಿಗುಟ್ಟುತ್ತಿದ್ದವು. ರಸ್ತೆಯಲ್ಲಿ ಪುಟ್ಟ ಪುಟ್ಟ ಮಕ್ಕಳು ಕಣ್ಣು ಕುಕ್ಕುವ ಬಣ್ಣಬಣ್ಣದ ಬಟ್ಟೆ ತೊಟ್ಟು ಕುಪ್ಪಳಿಸುತ್ತಿದ್ದವು. ಮುಖ ತೊಳೆದು ಹೊರಟೆ. ದಾರಿಯುದ್ದಕ್ಕೂ ಮನಸ್ಸಿನಲ್ಲಿ ಲಲಿತಳ ಗಂಡನ ಕಂಡಿರದ ಆಕೃತಿಯ ಬಗ್ಗೆ ಏನೇನೋ ಕಲ್ಪನೆಗಳು ಮೂಡತೊಡಗಿದ್ದವು. ಅಲ್ಲಿ ಇಲ್ಲಿ ಸುತ್ತಿ ಚಾಮುಂಡಿಪುರದ ಆ ಕೊಳಕು ಗಲ್ಲಿಯಲ್ಲಿದ್ದ ಲಲಿತಳ ಮನೆ ಪತ್ತೆಮಾಡಿದೆ.

ನಾಲ್ಕಾರು ಮನೆಗಳು ಒಂದಕ್ಕೊಂದು ಬೆಸೆದುಕೊಂಡಿದ್ದ ವಠಾರದೊಳಕ್ಕೆ ಕಾಲಿಟ್ಟೆ. ಅಲ್ಲೇ ಮೂಲೆಯಲ್ಲಿದ್ದ ನಲ್ಲಿಯ ಸಮೀಪ ನಾಲ್ಕಾರು ಹೆಂಗಸರು ಪಾತ್ರೆಗಳನ್ನು ಹಿಡಿದು ನಿಂತಿದ್ದರು. ನನ್ನ ಕಡೆ ಎಲ್ಲರ ದೃಷ್ಟಿ ಕೇಂದ್ರೀಕೃತವಾಯಿತು. ನನ್ನನ್ನು ಕಂಡ ತಕ್ಷಣ ಲಲಿತ ಕೊಡವನ್ನು ಅಲ್ಲೆ ಕಲ್ಲಿನ ಮೇಲಿಟ್ಟು "ಬನ್ನಿ" ಎಂದು ಒಂದು ಸಂದಿಯಿಂದ

ಎರಡೇ ರೂಮುಗಳಿದ್ದ ಮನೆಯೊಳಕ್ಕೆ ಕರೆದೊಯ್ದಳು. ಅಡಿಗೆ ರೂಮೊಂದು ಇಡೀ ಸಂಸಾರ ಕೂರುವ, ಮಲಗುವ, ಸಾಮಾನು ತುಂಬಿರುವ ರೂಮು ಇನ್ನೊಂದು. ಅವ್ಯವಸ್ಥಿತವಾದ ಮನೆಯೊಳಗೆ ಕಾಲಿಡುತ್ತಿದ್ದಂತೆಯೇ ಲಲಿತಳ ರಕ್ತ ಮಾಂಸದ ನಾಲ್ಕು ತುಣುಕುಗಳು ಮಿಕಿಮಿಕಿ ನೋಡತೊಡಗಿದವು. ಈ ಮಕ್ಕಳಿಗೇನಾದರೂ ತಿಂಡಿ ತಂದಿದ್ದ ರಾಗಿತ್ತು ಎಂದುಕೊಂಡೆ. ನಿಂತೇ ಇದ್ದ ನನ್ನತ್ತ ಮಡಿಸಿಟ್ಟಿದ್ದ ಹಳೆಯ ಕುರ್ಚಿಯೊಂದನ್ನು ಬಿಡಿಸಿ ನೂಕಿ "ಕೂತ್ಕೊಳ್ಳಿ" ಎಂದು ಲಲಿತ ನಲ್ಲಿ ಕಡೆ ಹೋದಳು. ಮನೆಯನ್ನೆಲ್ಲ ದೃಷ್ಟಿಸಿದೆ. ನಾಲ್ಕು ಕಡೆಯೂ ಬಡತನ ಕಾಲೂರಿ ನಿಂತಿತ್ತು.

ನೀರು ತುಂಬಿದ ಕೊಡ ಅಡಿಗೆ ಮನೆಯಲ್ಲಿಟ್ಟು ಬಂದ ಲಲಿತ "ಮನೆ ತುಂಬಾ ಕೊಳಕು, ಎಷ್ಟು ಮಾಡಿದರೂ ಹುಡುಗರು ಹರಗಿಬಿಡುತ್ತವೆ" ಎಂದಳು. ಸಣ್ಣ ದೊಂದು ಕಿಟಕಿಯಿದ್ದ ಉಸಿರು ಕಟ್ಟಿಸುವಂಥ ಈ ಗೂಡಿನಲ್ಲಿ ಹೇಗೆ ಆರು ಜೀವಗಳು ಉಸಿರಾಡುತ್ತವೆ ಎಂದು ಯೋಚಿಸಿದೆ. ಹೊರಗೆ ಬೆಳಕಿದ್ದರೂ ಒಳಗೆ ಕತ್ತಲು ಕಾಲು ಚಾಚಿತ್ತು. ಲಲಿತ ಲೈಟ್ ಹಾಕಿ ಅಡಿಗೆ ಮನೆಗೆ ಹೋದಳು. ನಾನು 'ಕಾಫಿಗೀಫಿ ಏನೂ ಬೇಡ ಲಲಿತ' ಎಂದೆ. ಲಲಿತ ಕೇಳಲಿಲ್ಲ. ಸ್ವಲ್ಪಹೊತ್ತಲ್ಲೆ ಕಾಫಿ ತಂದು ಕೊಟ್ಟಳು. ಅವಳ ಮನಸ್ಸಿನ ತೃಪ್ತಿಗಾಗಿ ಕುಡಿದೆ. ಅವಳು ನಾಯಿ ಕಚ್ಚಿದ್ದ ಹುಡುಗಿಯ ಸಮೀಪ ಕೂರುತ್ತ "ಅವರೂ ಬರುವ ಹೊತ್ತಾಯಿತು" ಎಂದಳು. "ಬೆಳಗ್ಗೆ ಆಸ್ಪತ್ರೆಗೆ ಬಂದು ನೋಡಲಿ ಕ್ಕಾಗಲಿಲ್ಲ ಲಲಿತ" ಎಂದೆ. "ಡಾಕ್ಟರು ಯಾವುದನ್ನೂ ನಾಳೆ ಖಚಿತವಾಗಿ ಹೇಳ್ತೀನಿ ಅಂದಿದಾರೆ" ಎಂದಳು. ಹರಿದ ಚಾಪೆಯ ಮೇಲೆ ಮಲಗಿದ್ದ ನಾಯಿ ಕಚ್ಚಿದ ಹುಡುಗಿ ನೆನ್ನೆಗಿಂತ ಬಾಡಿಹೋಗಿತ್ತು. ಅದಕ್ಕಿಂತ ಸ್ವಲ್ಪ ದೊಡ್ಡ ಹುಡುಗಿ ಕೈ ಮಗುವನ್ನು ಮಡಿ ಲಲ್ಲಿ ಕೂರಿಸಿಕೊಂಡು ನಮ್ಮ ಮಾತನ್ನು ಬಾಯಿಬಿಟ್ಟು ಕೇಳುತ್ತ ಕೂತಿತ್ತು. ಇನ್ನೊಂದು ಹುಡುಗ ಮಗ್ಗಿಗಟ್ಟುಮಾಡುವುದನ್ನು ನಿಲ್ಲಿಸಿ ಕೂತಿತ್ತು.

ಲಲಿತಳ ಜೊತೆ ಅವಳ ತಂದೆಯ ವಿಷಯ ಎತ್ತಿದೆ. ಲಲಿತ ಗಂಡನಿಗೂ ತನ್ನ ಅಪ್ಪ ನಿಗೂ ಯಾವುದೋ ವಿಚಾರಕ್ಕೆ ಆಗಿದ್ದ ಜಗಳ; "ನೀನು ಸತ್ತರೂ ಅವಳನ್ನು ನಿನ್ನ ಮನೆ ಮೆಟ್ಟಿಲು ಮೆಟ್ಟಿಸಲ್ಲ" ಎಂದು ಅಪ್ಪನಿಗೆ ತನ್ನ ಗಂಡ ಹೇಳಿ ಬಂದದ್ದು – ಹೀಗೆ ಹತ್ತಾರು ವಿಷಯಗಳನ್ನು ಹೇಳಿದಳು.

ಅವಳ ಮಾತಿನಿಂದ ಅವಳ ಗಂಡನ ಸಣ್ಣತನ ಪರಿಚಯವಾಯಿತು.

ಸ್ವಲ್ಪ ಹೊತ್ತಿನಲ್ಲೆ ಅವಳ ಗಂಡ ಬಂದ. ಮುಳ್ಳು ಮುಖದ, ಹೊಟ್ಟೆಯ ಮೇಲಕ್ಕೆ ದೊಗಲೆ ಪ್ಯಾಂಟನ್ನು ಚರ್ಮದ ಬೆಲ್ಟಿನಿಂದ ಬಿಗಿದು ಕಟ್ಟಿದ್ದ, ಅವನು ಬಂದ ತಕ್ಷಣ ಎದ್ದು ನಿಂತ ಲಲಿತ ನನ್ನನ್ನು ಅವನಿಗೆ ಪರಿಚಯ ಮಾಡಿಕೊಟ್ಟಳು. ಅವನು ಲಲಿತಳ ಹಾಗೆ, ಅವಳ ಮಕ್ಕಳ ಹಾಗೆ ಬಡಕಲಾಗಿರದೆ, ಕಟ್ಟುಮಸ್ತಾಗಿದ್ದ. ಉದಾಸೀನದಿಂದಲೇ ನನ್ನ ಕಡೆ ನೋಡಿ ಒಂದೆರಡು ಮಾತಾಡಿ ದೊಗಲೆ ಪ್ಯಾಂಟು, ಶರಟುಗಳನ್ನು ಬಿಚ್ಚಿ ಗೂಟಕ್ಕೆ

ಸಿಕ್ಕಿಸಿ ನನ್ನ ಕಡೆ ನೋಡದೆ ಟವಲೊಂದನ್ನು ಹೆಗಲ ಮೇಲೆ ಹಾಕಿ ಹೊರಗೆ ಬಾತ್ ರೂಮಿನ ಕಡೆ ಹೋದ.

"ಹೋಗ್ತೀನಿ ಲಲಿತ, ನಾಳೆ ಆಸ್ಪತ್ರೆಗೆ ಬರ್ತೀನಿ" ಎಂದೆ. "ಬೇಜಾರು ಮಾಡಕೊಬೇಡಿ ಅವರ ರೀತಿಯೇ ಹಾಗೆ" ಅಂದಳು. ಕನಿಕರವಾಯಿತು. ಅವನು ತಿರುಗಿ ಬಂದ. ರೋಮ ತುಂಬಿದ್ದ ತೊಡೆಗಳನ್ನು ಒರಸಿಕೊಳ್ಳುತ್ತ "ನಮ್ಮ ಮನೆ ಇಲ್ಲಿದೆ ಅಂತ ಹೇಗೊತ್ತಾಯ್ತು" ಅಂದ. ನಿನ್ನೆ ಆಸ್ಪತ್ರೆಯಲ್ಲಿ ಲಲಿತ ಸಿಕ್ಕಿ ಹೇಳಿದ್ದನ್ನು ಹೇಳಿದೆ.

ಅಡಿಗೆ ಮನೆಯೊಳಗೆ ಹೋದ. ಲಲಿತಳನ್ನು ಏನೋ ಅಂದ. ನನಗೆ ಸ್ಪಷ್ಟವಾಗಿ ಕೇಳಿಸ ಲಿಲ್ಲ. ಹೊರಟು ನಿಂತೆ. ಅವನು ಹೊರಗೆ ಬಂದು ಗಡಸು ದನಿಯಲ್ಲಿ "ಇವಳ ಅಪ್ಪನಿಗೆ ನಾವಿಲ್ಲಿದೀವಿ ಅಂತ ಹೇಳ್ಬೇಡಿ" ಎಂದ. "ಆಗಲಿ" ಎಂದೆ. ಲಲಿತ ಅವನ ಹಿಂದೆ ಜೋಲು ಮುಖ ಮಾಡಿ ನಿಂತಿದ್ದಳು. "ಬರ್ತೀನಿ" ಎಂದಷ್ಟೆ ಹೇಳಿ ಅಲ್ಲಿಂದ ಸರಸರ ಹೊರಟೆ.

*　　　*　　　*

ಡಾಕ್ಟರು "ಇನ್ನೆರಡು ದಿನದೊಳಗೆ ಬೆಂಗಳೂರಿಗೆ ಕರೆದುಕೊಂಡು ಹೋಗಿ, ಇಲ್ಲದಿದ್ದರೆ ತೊಂದರೆ ಆಗುತ್ತೆ" ಅಂದರು. ಲಲಿತ ಅಳು ಮುಖಮಾಡಿಕೊಂಡು ನಿಂತಿದ್ದಳು. ನಾನು 'ಆಗಲಿ ಸಾರ್' ಅಂದೆ. ಲಲಿತಳನ್ನು ಹೊರಗೆ ಕಲ್ಲು ಬೆಂಚಿನ ಮೇಲೆ ಸ್ವಲ್ಪಹೊತ್ತು ಕೂತಿರು ಲಲಿತ ಬಂದೆ ಎಂದು ಹೇಳಿ, ನನಗೆ ಬಹಳ ಸ್ನೇಹಿತರಾದ ಡಾಕ್ಟರೊಬ್ಬರನ್ನು ನೋಡಲು ಹೋದೆ. ಅವರು ಸಿಕ್ಕಿದರು. ಅವರಿಗೆ ವಿಷಯ ತಿಳಿಸಿದೆ. ಅವರು ತುಂಬಾ ತೊಂದರೆಯಾದರೂ ಮಾಡುತ್ತಿದ್ದ ಕೆಲಸ ಬಿಟ್ಟು ಬಂದು R. M. O. ಅವರಿಂದ ಒಂದು ಕಾಗದ ಬರೆಸಿಕೊಟ್ಟರು. ಕಾಗದವನ್ನು ಲಲಿತಳ ಕೈಲಿಡುತ್ತ "ಈ ಸಂಜೆಯೇ ನಿನ್ನ ಗಂಡನ ಜೊತೆ ಬೆಂಗಳೂರಿಗೆ ಹೋಗಿ ಈ ಮಗೂನ ಅಡ್ಮಿಟ್ ಮಾಡ್ಬಿಡು, ಕಾಗದ ಕಂಡ ಕೂಡಲೆ ಅವರು ಇಂಟಿರೆಸ್ಟಾಗಿ ನೋಡ್ಕೊಳ್ತಾರೆ" ಎಂದೆ, ಲಲಿತ ಮಾತಾಡಲಿಲ್ಲ.

ಹೆಗಲ ಮೇಲೆ ಇಂಜೆಕ್ಷನ್ನಿನ ನೋವಿಗೆ ನರಳುತ್ತ ನಿಸ್ತೇಜವಾಗಿ ಬಿದ್ದಿದ್ದ ಮಗುವನ್ನು ಹೊತ್ತ ಲಲಿತ ಆಸ್ಪತ್ರೆಯ ಮೆಟ್ಟಿಲುಗಳನ್ನು ಇಳಿಯಲು ಪ್ರಯಾಸಪಡುತ್ತಿದ್ದಳು. ನಾನು ಅವಳ ಮಗುವನ್ನು ಕರೆದುಕೊಂಡು "ನಿಧಾನವಾಗಿ ಇಳಿ ಲಲಿತ" ಅಂದೆ. ಲಲಿತ ನಿಧಾನ ವಾಗಿ ಇಳಿದು ದಣಿದು ನಿಂತಳು. "ಸ್ವಲ್ಪ ಕೂಲ್‌ಡ್ರಿಂಕ್ಸ್ ಏನಾದರೂ ಕುಡಿದು ಹೋಗುವೆಯಂತೆ ಬಾ ಲಲಿತ" ಅಂದೆ. ಒಪ್ಪಲಿಲ್ಲ. "ಮನೆಯಲ್ಲಿ ಮಕ್ಕಳೆಲ್ಲ ರಂಪ ಮಾಡ್ತಿರ್ತವೆ" ಎಂದು ನನ್ನಿಂದ ಮಗಳನ್ನು ಕರೆದುಕೊಂಡಳು. "ಇಲ್ಲೇ ನಿಂತಿರು ಲಲಿತ, ಗಾಡಿ ತರ್ತೀನಿ" ಎಂದು ಹೊರಟೆ. ಬೇಡ ಅಂದಳು. ಎಂಥ ಕಷ್ಟದಲ್ಲೂ ಇಂಥ ಸ್ವಾಭಿ ಮಾನ. ದುಷ್ಟ ಗಂಡನಾದರೂ ಅವನ ಮೇಲೆ ಕಿಂಚಿತ್ತೂ ಕೋಪಗೊಳ್ಳದ ಪ್ರೀತಿ.

ಗಾಡಿಯ ಮೇಲೆ ಹತ್ತಿ ಕೂತ ಲಲಿತ ನೆನ್ನೆಯ ಹಾಗೆ "ಮನೆಯ ಕಡೆ ಬನ್ನಿ" ಎಂದು ಕರೆಯಲಿಲ್ಲ. ನಾನೇ "ಮೂರು ನಾಲ್ಕು ದಿವಸ ಬಿಟ್ಟು ಬರ್‍ತೀನಿ ಅಷ್ಟರಲ್ಲಿ ಸೇರಿಸಿ ಬರ್‍ತೀಯಲ್ಲ" ಎಂದೆ.

ಏನು ಮಾತಾಡಬೇಕಿತ್ತೊ ಮಾತಾಡಲಾಗದೆ ಸಂಕಟಪಡುತ್ತಾ ನನ್ನ ಕಡೆ ನೋಡಿದಳು. ಉಕ್ಕಿಬಂದ ದುಃಖ, ಅಸಹಾಯಕ ಭಾವ ಹಾಗೆ ಅವಳ ಕಣ್ಣುಗಳಲ್ಲಿ ಅದುಮಿಟ್ಟ ಹಾಗಿತ್ತು.

ಗಾಡಿ ಮುಂದೆ ಮುಂದೆ ಸಾಗಿತು.

ನಾನು ನಿಂತೇ ಇದ್ದೆ. ನನ್ನ ಕಣ್ಣುಗಳು ತೇವದಿಂದ ಗಾಡಿ ಹೋದ ಕಡೆಯೇ ನೆಟ್ಟಿದ್ದವು. ಎದೆ ತುಂಬ ಭಾರವಾಗಿತ್ತು.

* * * *

ಕಾಲೇಜಿನ ಮುಂದಿನ ಪಾರ್ಕಿನಲ್ಲಿ ಕೂತೆ. ಗಿಡಮರಗಳು ಚಿಗುರಿ ಹಸಿರು ಕೆಂಪಿನಲ್ಲಿ ಮೈ ತೊಳೆದು ನಳನಳಿಸುತ್ತಿದ್ದವು. ನೆಲ ಮಾತ್ರ ಒಣಗಿ ಕರಕಾಗಿತ್ತು. ಈ ಏಪ್ರಿಲ್ ತಿಂಗಳ ಸುರಿವ ಬಿಸಿಲ ಬೆಂಕಿಯಲ್ಲೂ ಗಿಡ ಮರಗಳು ಚಿಗುರಿ ಕಂಗೊಳಿಸುವುದನ್ನು ಕಂಡು ವಿಸ್ಮಯವಾಯಿತು. ಸೃಷ್ಟಿ ತುಂಬಾ ವಿಚಿತ್ರವೆನಿಸಿತು. ಹಾಗೆ ಮನಸ್ಸು ಲಲಿತಳತ್ತ ತಿರುಗಿತು. ಲಲಿತಳಿಗೆ ನಾನು, ನನಗೆ ಲಲಿತ ಏನಾಗಬೇಕು ಅನ್ನುವ ಪ್ರಶ್ನೆ ಈಗ ಕಾಡಲಿಲ್ಲ. ಬೀಸುತ್ತಿದ್ದ ಗಾಳಿಗೆ ನೆನಪಿನ ಹಾಳೆಗಳು ಪಟಪಟನೆ ತೆರೆದವು—

ಎಂಟು ವರ್ಷಗಳಲ್ಲಿ ಲಲಿತ-ನಾನು ಬೇರೆ ಬೇರೆಯಾಗಿ ಒಬ್ಬರನ್ನೊಬ್ಬರು ನೋಡಿರದಿದ್ದರೂ ನಾವಿಬ್ಬರೂ ತೀರ ಭಿನ್ನ ಭಿನ್ನವಾದ ಸಂಸ್ಕಾರಗಳಲ್ಲಿ ಹುಟ್ಟಿ ಬೆಳೆದವರಾಗಿದ್ದರೂ, ಯಾವುದೋ ತಂತು ನಮ್ಮ ಬಾಲ್ಯದ ಹೃದಯಗಳನ್ನು ಬೆಸೆದುದು, ನಾವು ಒಂದಾಗಿ ಆಡಿ, ಕುಣಿದು ಕುಪ್ಪಳಿಸಿದುದು – ನೆನಪಾಗತೊಡಗಿತು. ದೂರದ ಹಳ್ಳಿಗೆ ನಾನು – ಲಲಿತ ಒಟ್ಟಿಗೆ ಓದಲು ಹೋಗುತ್ತಿದ್ದೆವು. ನಮ್ಮ ಹಾಗೆ ದೂರದ ಹಳ್ಳಿಗಳಿಂದ ಶಾಲೆಗೆ ಬಂದಿದ್ದ ಹುಡುಗರೆಲ್ಲ ಮಧ್ಯಾಹ್ನ ಆ ಊರ ಕೆರೆಯ ಏರಿಯ ಮೇಲೆ ಸಾಲಾಗಿದ್ದ ಹೊಂಗೆ ಮರಗಳ ಕೆಳಗೆ ಕೂತು ಮನೆಯಿಂದ ಬೆಳಿಗ್ಗೆ ತಂದಿದ್ದ ಊಟ ಮಾಡುತ್ತಿದ್ದೆವು. ನಾನು – ಲಲಿತ ಮಾತ್ರ ಒಟ್ಟಿಗೆ. ನನ್ನ ಊಟ ಲಲಿತ ತಿನ್ನುತ್ತಿರಲಿಲ್ಲ. ಅವಳ ಮನೆಯ ರುಚಿರುಚಿಯಾದ ತಿಂಡಿ ನನಗೆ ಕೊಡದೆ ಲಲಿತ ಯಾವತ್ತೂ ಒಬ್ಬಳೆ ತಿನ್ನುತ್ತಿರಲಿಲ್ಲ. ನಾನು ನಮ್ಮ ಮನೆಯಲ್ಲಿ ವಿಶೇಷ ಮಾಡಿ ಕಳಿಸಿದ್ದ ದಿನ "ಸ್ವಲ್ಪ ತಿನ್ನು ಲಲಿತ, ಏನೂ ಆಗಲ್ಲ ಅನ್ನುತ್ತಿದ್ದೆ. ಲಲಿತ ಮಾತ್ರ "ನಮ್ಮ ಅಜ್ಜಿ ಹೇಳ್ತಾರೆ ನಾವು ಬ್ರಾಮಣ್ರು ಶೂದ್ರರ ಮನೆ ತಿಂಡಿ ತಿಂದ್ರೆ ನರಕಕ್ಕೋಗ್ತೀವಂತಪ್ಪ" ಎಂದಾಗ ಅಜ್ಜನ ಬಾಯಿಂದ, ಆಗಾಗ ನರಕದ ವರ್ಣನೆಯನ್ನು ಕೇಳಿದ್ದ ನಾನು ಸುಮ್ಮನಾಗುತ್ತಿದ್ದೆ.

ದೀಪಾವಳಿ ಹಬ್ಬ ಬಂದರೆ ಸಾಕು – ಊರಲ್ಲಿ ಇನ್ನೆಲ್ಲೂ ಸಿಕ್ಕದ ಡೇಲಿಯಾ ಹೂವು ನಮ್ಮ ತೋಟದಲ್ಲಿ ರಾಶಿರಾಶಿಯಾಗಿ ಬಿಟ್ಟಿರುತ್ತಿತ್ತು. ನಮ್ಮ ಮಾವ ಮೈಸೂರಿನಿಂದ ಬೀಜ ತಂದು ಬೆಳೆಸಿದ್ದ. ಹಬ್ಬದ ದಿನ ಎಲ್ಲರ ದನಗಳ ಕತ್ತಿಗೆ, ಹೆಂಗಸರ ತಲೆಗೆ ಬರಿ ಚೆಂಡು ಹೂಗಳಷ್ಟೆ ಗತಿ. ನಮಗೆ ಮಾತ್ರ ಹತ್ತಾರು ಬಣ್ಣದ ಡೇಲಿಯಾ ಹೂಗಳು, ಹಬ್ಬದ ಹಿಂದಿನ ದಿನದ ಸಂಜೆಯೇ ನನ್ನ ಜೊತೆ ಬಂದ ಲಲಿತ ಹೊರಲಾರದಷ್ಟು ಹೂ ಕೊಯ್ದು ಹೊತ್ತುಕೊಂಡು ಹೋಗುತ್ತಿದ್ದಳು. ನಮ್ಮೆಲ್ಲರಿಗೂ ಹೊಸ ಬಟ್ಟೆ ಸಿಕ್ಕುತ್ತಿದ್ದುದು ಇಂಥ ಹಬ್ಬಗಳಲ್ಲಿ ಮಾತ್ರ. ನಾನೂ ಹೊಸ ಬಟ್ಟೆ ತೊಟ್ಟು ದೇವಸ್ಥಾನದ ಕಡೆಗೆ ಓಡಿದೆ. ಲಲಿತ ಕೂಡ ಹೊಸ ಬಟ್ಟೆಯುಟ್ಟು ತಲೆ ತುಂಬ ನಮ್ಮ ತೋಟದ ಹೂ ಮುಡಿದು ಚಿಮ್ಮುತ್ತ ಬಂದಿದ್ದಳು. 'ದೇವರವಾನ' – ಮೆರಸುವುದಕ್ಕಾಗಿ ಶೃಂಗಾರ ಮಾಡುತ್ತಿದ್ದುದನ್ನು, ನಮ್ಮ ಮನೆ ಆಳುಗಳೆಲ್ಲ ಅವತ್ತು ಕೆಲಸಕ್ಕೆ ಬರದೆ ದೇವಸ್ಥಾನದ ಮುಂದೆ ಆವೇಶದಿಂದ ತಮಟೆ ಬಾರಿಸುವುದನ್ನು, ಬಿಟ್ಟ ಕಣ್ಣು ಬಿಟ್ಟ ಹಾಗೆ ನೋಡುತ್ತ ನಮ್ಮನ್ನೆ ಮರೆತುಬಿಡುತ್ತಿದ್ದೆವು.

ಹತ್ತಾರು ನೆನಪುಗಳು ಕಣ್ಣು ಕಟ್ಟಿದವು. ಮನಸ್ಸು ಹಗುರವಾಗಿತ್ತು.

ಬೀದಿ ದೀಪಗಳೆಲ್ಲ ಆಗಲೆ ಹತ್ತಿ ಉರಿಯತೊಡಗಿದ್ದವು. ಎದ್ದು ಹೊರಟೆ.

* * * *

ಮೂರು ಗಂಟೆಯ ಸಮಯ. ನಾಲ್ಕು ದಿನವಾಯಿತು, ಲಲಿತಳ ಮಗುವಿನ ವಿಚಾರ ತಿಳಿದು ಬರುವ ಎಂದು ಅವಳ ಮನೆಯ ಕಡೆ ಹೊರಟೆ. ಬಿಸಿಲು ಇಳಿಮುಖವಾಗಿತ್ತು. ಲಲಿತಳ ಗಂಡನ ಅನಾದರ, ಅಸಭ್ಯತೆಯ ಮುಖ ನೆನಪಾಯಿತು. ಲಲಿತಳಿಗೆ ಯಾವ ಪಾಪಕ್ಕಾಗಿ ಇಂಥ ಗಂಡ ಸಿಕ್ಕಿದ ಎಂದು ಕೊರಗಿದೆ.

ವಠಾರದೊಳಗೆ ಕಾಲಿಡುತ್ತಿದ್ದಂತೆಯೇ ನಿಶ್ಶಬ್ದವನ್ನು ಹೀರುವ ಹಾಗೆ ಕ್ಷೀಣವಾಗಿ ಕಿರಿಚಿಕೊಳ್ಳುತ್ತಿದ್ದ ಅವಳ ಮಗಳ ದನಿ ಕೇಳಿ ಉಸಿರು ಕಟ್ಟಿದಂತಾಯಿತು. ಒಂದು ಕ್ಷಣ ನಿಂತು ತೆರೆದೇ ಇದ್ದ ಬಾಗಿಲೊಳಗೆ ಕಣ್ಣು ಹಾಯಿಸಿದೆ. ಮೂಲೆಯಲ್ಲಿ ನರಳುತ್ತ ಕಿರುಚಿತ್ತಿರುವ ಮಗಳನ್ನು ನೋಡುತ್ತ, ಇನ್ನೊಂದು ಕೈ ಮಗುವಿಗೆ ಜೋತು ಬಿದ್ದ ಮೊಲೆಯುಣ್ಣಿಸುತ್ತ ದಿಕ್ಕೇ ಇಲ್ಲದ ಪರದೇಶಿಯಂತೆ ಕೂತ ಲಲಿತಳನ್ನು ನೋಡಿದೆ. ಉದ್ದವಾಗಿ ಉಸಿರುಬಿಟ್ಟೆ. ಲಲಿತಳ ಕಣ್ಣುಗಳು ಆಳಕ್ಕಿಳಿದಿದ್ದವು. "ಯಾಕೆ ಲಲಿತ ಬೆಂಗಳೂರಿಗೆ ಹೋಗಲಿಲ್ಲವೆ?" ಅಂದೆ. ಲಲಿತ ಬಿಕ್ಕಿ ಬಿಕ್ಕಿ ಅತ್ತಳು. ಹಾಲು ಕುಡಿಯುವುದನ್ನು ಬಿಟ್ಟು ಮಗು ದಿಗಿಲಿನಿಂದ ಚಿಟ್ಟನೆ ಚೀರಿತು. ಅದನ್ನು ಸುಮ್ಮನಾಗಿಸುತ್ತ ಲಲಿತ ಕಣ್ಣೊರಸಿಕೊಂಡಳು. "ಯಾಕೆ ಲಲಿತ, ಆದದ್ದಾದರೂ ಏನು" ಎಂದು ಒಂದೇ ಉಸಿರಿಗೆ ಕೇಳಿದೆ. ಲಲಿತ ಸುಮ್ಮನೇ ಇದ್ದಳು. "ನಿನ್ನ ಗಂಡ ಏನು ಹೇಳಿದ" ಎಂದೆ. ಸ್ವಲ್ಪ ಹೊತ್ತಾದ ಮೇಲೆ ನಿಧಾನವಾಗಿ, ಬಿಕ್ಕಿ ಬಿಕ್ಕಿ ಅಳುತ್ತ ನಡೆದ ಸ್ಥಿತಿ ಹೇಳಿದಳು. ಅವನು ಅಷ್ಟು ಹಣ ಎಲ್ಲಿ ತರೋದು, ಸ್ವಲ್ಪ ದಿನ ಹೀಗೆ ಕಿರುಚುತ್ತಾ ಕಿರಚ್ತಾ ಹಾಗೆ ನಿಂತೋಗ್ತದಂತೆ ಎಂದು

ಹೇಳಿದ್ದ. ಹಳ್ಳಿಯ ಮುಗ್ಧ ಹೆಣ್ಣನ್ನು ರಾಕ್ಷಸನ ಹಾಗೆ ಹಿಂಡಿ, ಇನ್ನೂ ಅವಳನ್ನು ಹಿಂಡುತ್ತಲೇ ಇದ್ದ ಅವನ ಮೃಗ ಪ್ರವೃತ್ತಿಗೆ ಹೇಸಿಗೆಯಾಯಿತು.

ಅಲ್ಲಿಂದ ನೇರವಾಗಿ ರೂಮಿಗೆ ಬಂದೆ. ಪಾಸ್ ಬುಕ್ ತೆಗೆದುಕೊಂಡು ಕಾಲೇಜಿನ ಸೊಸೈಟಿಗೆ ಹೋದೆ. ಆಗಲೇ ಅಕೌಂಟ್ ಕ್ಲೋಸಾಗಿತ್ತು. ಪರಿಚಯವಿದ್ದ ಮ್ಯಾನೇಜರ್ ನನ್ನ ಸ್ಥಿತಿಯನ್ನು ಅರ್ಥಮಾಡಿಕೊಂಡು "ನಾಳೆ ಡೇಟಿಗೆ ಚೆಕ್ ಬರೆದು ಕೊಡಿ ಸಾರ್, ನನ್ನ ಸ್ವಂತದ್ದೇ ಕೊಟ್ಟಿರುತ್ತೇನೆ" ಎಂದ. ಅವನಿಂದ ದುಡ್ಡು ತೆಗೆದುಕೊಂಡು ಸೈಕಲ್ ಹತ್ತಿ ಲಲಿತಳ ಮನೆಗೆ ಹೋದೆ.

ಲಲಿತಳ ಮುಂದೆ ಹಣ ಇಟ್ಟೆ. "ಈ ಸಂಜೆ ಬಸ್ಸಿಗೆ ಕರೆದುಕೊಂಡು ಹೋಗು ಲಲಿತ ಅಂದೆ. ಕಿರುಚಿ ಕಿರುಚಿ ದಣಿದು ಹೋದ ಹುಡುಗಿ ನಿದ್ದೆಹೋಗಿತ್ತು. ಲಲಿತ ಮೌನ ವಾಗಿದ್ದಳು. ದುಃಖವನ್ನು ನುಂಗಿ ನುಂಗಿ ದಿನ ದಿನವೂ ಮೌನದ ಮುದ್ದೆಯಾಗುತ್ತಿದ್ದ ಲಲಿತಳನ್ನು ನೋಡಲಾಗಲಿಲ್ಲ. ತುಂಬಾ ಸಂಕಟವಾಯಿತು. ಕಣ್ಣಿಂದ ಪಟಪಟನೆ ನಾಲ್ಕು ಹನಿ ಉದುರಿದವು. ರೂಮಿಗೆ ಬಂದೆ. ಕಣ್ಣಿಗೆ ಕತ್ತಲೆ ಕಟ್ಟಿ ಎಲ್ಲ ಶೂನ್ಯ ಅನ್ನಿಸಿತು.

ಒಂದೊದು ಸಲ ಇದೆಲ್ಲ ಯಾರಿಗೆ ಬೇಕು ಅನ್ನಿಸಿದರೂ ಅವ್ವ ಹೇಳುತ್ತಿದ್ದುದು ಥಟ್ಟನೆ ನೆನಪಾಗುತ್ತದೆ: "ಮನುಷ್ಯರು ಅಂದ್ಮೇಲೆ ಒಬ್ಬರಿಗೊಬ್ಬರು ದುಃಖದಲ್ಲಿ ಆಗದಿದ್ದರೆ ಹುಟ್ಟಿ ಏನು ತಾನೆ ಮಾಡಿದ ಹಾಗಾಯ್ತು. ನಾವೊಬ್ಬರಿಗೆ ಮಾಡಿದ್ರೆ ನಮಗೊಬ್ಬರು ಮಾಡ್ತಾರೆ–" ಹೀಗೆ ಇನ್ನೂ ಹೇಳುತ್ತಿದ್ದ ನನ್ನ ಅವ್ವನ ಮಾತುಗಳು, ನನ್ನ ಹಾಗೆ ವಿಚಾರ ಮಾಡಿ ಹೇಳುವ, ಬರೆಯುವ ಬುದ್ಧಿಜನ್ಯ ಮಾತಲ್ಲ. ಅವು ಅಂತಃ ಕರಣದ ಮಾತುಗಳು.

ನನ್ನ ಬಗ್ಗೆ, ಈ ಜಗತ್ತಿನ ಬಗ್ಗೆ ಆಳವಾಗಿ ತಿಳಿದುಕೊಳ್ಳಬೇಕು, ವಿಚಾರವಂತನಾಗಿ ಬದುಕಬೇಕು ಎನ್ನುವ ಉತ್ಕಟ ಆಕಾಂಕ್ಷೆಯಿಂದ ಫಿಲಾಸಫಿಯನ್ನು ನನ್ನ ಓದಿಗೆ ಆಯ್ದುಕೊಂಡೆ. ಹಲವಾರು ತಾತ್ವಿಕರ ನೂರಾರು ಪುಸ್ತಕವನ್ನು ಓದಿದೆ. ಅರ್ಥ ಮಾಡಿ ಕೊಂಡು, ನನ್ನ ಜ್ಞಾನವಾಗಿಸಿಕೊಳ್ಳಲು ಹಗಲು ಇರುಳು ಹೆಣಗಿದೆ.

ಸ್ವಲ್ಪ ದಿನದಲ್ಲೇ ಸಾಕಷ್ಟು ತಿಳಿದುಕೊಂಡೆ, ವಿಚಾರವಂತನಾದೆ ಅನ್ನಿಸಿತು. ಹಳ್ಳಿಗೆ ಹೋದೆ. ನನ್ನ ಅವ್ವ ಕೆಟ್ಟು ಬಂದ ಮಗಳನ್ನು ಅವಳ ಗಂಡ, ಮಕ್ಕಳು, ಎಲ್ಲರನ್ನೂ ನನ್ನ ಮನೆಗೆ ಕರೆದು ತಂದು ತುಂಬಿಕೊಂಡಿದ್ದಳು. ನನಗೆ ಇಷ್ಟವಾಗಲಿಲ್ಲ. ಸಿಡುಕಿದೆ. ಅವ್ವ ಅವತ್ತು ಹೇಳಿದ ಮಾತುಗಳು ಇನ್ನೂ ನನ್ನ ಕರುಳು ಕತ್ತರಿಸುತ್ತಿವೆ ಹತ್ತಾರು ಸಲ ನಾನೆಂಥ ಹೃದಯಹೀನ ಪಶು ಎಂದು ಶಪಿಸಿಕೊಳ್ಳುತ್ತಿದ್ದೇನೆ.

ನನ್ನ ಅಕ್ಕನ ಬಗ್ಗೆ ನಾನು ಆಡಿದ ಮಾತುಗಳನ್ನು ಕೇಳಿ ನನ್ನ ಅವ್ವ ಅಂದು ಹಾಕಿದ ಕಣ್ಣೀರ ಹನಿಗಳಿನ್ನೂ ನನ್ನನ್ನು ಸುಡುತ್ತಿವೆ. ಮಾನವೀಯತೆಯಿಲ್ಲದ ಎಲ್ಲ ಜ್ಞಾನ, ವಿದ್ಯೆ ಸಂಪತ್ತು ಎಷ್ಟಿದ್ದರೂ ನಿರರ್ಥಕವೆಂದು ಈಗ ಅರಿವಾಗುತ್ತಿದೆ.

* * * *

ಹೌದು. ಇವತ್ತಿಗೆ ಹದಿನೈದು ದಿನಗಳಾದವು, ಲಲಿತಳ ಮಗು ಇಷ್ಟರಲ್ಲಿ ಹುಶಾರಾಗಿ ಬಂದಿರಬೇಕು. ಹುಚ್ಚುನಾಯಿ ಕಚ್ಚಿದ್ದು ವಾಸಿಯಾಗುವುದು ಬಹಳ ಕಷ್ಟವೇನಲ್ಲ. ಮತ್ತೆ ಲಲಿತಳ ಗಂಡ ಏನು ಮಾಡಿರುತ್ತಾನೊ ಎಂದು ಅನುಮಾನ.

ಲಲಿತಳ ಮನೆಗೆ ಹೊರಟೆ. ಹೊತ್ತು ಮುಳುಗುವ ಹೊತ್ತು. ದೊಡ್ಡ ದೊಡ್ಡ ಮರಗಳ ಕೆಳಗೆ ಕಪ್ಪಗೆ ಹಾಸಿದ್ದ ಟಾರು ರಸ್ತೆಯ ಮೇಲೆ ಹೊರಟೆ. ಮರಗಳು ಕತ್ತಲನ್ನು ಕಕ್ಕುತ್ತಿದ್ದವು. ಕಪ್ಪು ಬಣ್ಣ ಅನಿಷ್ಟದ ಸಂಕೇತ ಅಲ್ಲವೆ? ಬರಿ ಮನಸ್ಸಿನ ಭ್ರಮೆ ಅನ್ನುತ್ತ ಲಲಿತಳ ಮನೆ ಮುಟ್ಟಿದೆ.

ಹೊರಗೆ ಬಾಗಿಲಲ್ಲಿ ಒಂದಿಬ್ಬರು ಹೆಂಗಸರು ನಿಂತಿದ್ದರು. ಇಳಿ ವಯಸ್ಸಿನ ಹೆಂಗಸನ್ನು "ಲಲಿತ ಬೆಂಗಳೂರಿನಿಂದ ಬಂದಿಲ್ಲವೆ?" ಅಂದೆ. ಆಕೆ "ಬೆಂಗಳೂರ್‍ಗೂ ಹೋಗಿಲ್ಲ ಎಲ್ಲೂ ಹೋಗಿಲ್ಲ. ಆ ಮೊಗ ಹಗಲು ರಾತ್ರೆ ಕಿರುಚಿ ಕಿರುಚಿ ನಾಕು ದಿನದ ಹಿಂದೆ ಸತ್ತೋಯ್ತು" ಎಂದಳು. ಕರುಳಿರಿದಂತಾಯಿತು ನನಗೆ. "ಲಲಿತಮ್ನೋರು ನಿಮಗೇನಾಗಬೇಕು?" ಎಂದು ಇನ್ನೊಬ್ಬಳು, "ಅವತ್ತು ದುಡ್ಡು ಕೊಟ್ಟು ಹೋಗಿದ್ದವ್ರು ನೀವೆ ಅಲ್ಲವ" ಅಂದಾಗ "ಹೌದು" ಎಂದೆ. ಆಕೆ ಮುಂದುವರಿದು "ನೀವು ದೊಡ್ಡ ಮನಸ್ರಾಗೆ ಕಾಣ್ತೀರಿ ಅಯಪ್ಪ ಅವರಿಗೆ ಮೊಲ್ಲಾಗ್ರ ಬರ. ದೇವ್ರಂತ ಲಲಿತಮ್ನೋರ್‍ನ ಸಾಯೋಬೀಳ ಹೊಡದ. ನಾವಿಲ್ದೆ ಇದ್ರೆ ಕೊಂದೇ ಹಾಕ್ತಿದ್ದ. ನಿಮ್ಗೂ ಕೆಟ್ಟ ಕೆಟ್ಟದಾಗಿ ಅಂತಿದ್ದ ಅವನ ಬಾಯ್ಗೆ ಹುಳ ಬೀಳ..." ಅವಳ ಭಾಷೆಯಲ್ಲಿ ಆ ಹೆಂಗಸು ಬಯ್ಯುತ್ತಲೇ ಇದ್ದಳು.

ವಾಪಸ್ಸು ಹೋಗಲು ತಿರುಗಿದೆ. ಆ ಹೆಂಗಸೇ "ಅವ್ನಿಲ್ಲ, ಆ ಅಮ್ಮನ್ನ ನೀವೊಂದ್ಸಲ ನೋಡಿ" ಅಂದಳು. ಹೊಟ್ಟೆ ತುಂಬಾ ಕೆಂಡ ಸುರಿದಂತಾದರೂ ಕಾಲೆಳೆಯುತ್ತ ಲಲಿತಳ ಮನೆ ಬಾಗಿಲಲ್ಲೆ ನಿಂತೆ, ಬಾಗಿಲು ಅರ್ಧ ಮಾತ್ರ ತೆರೆದಿತ್ತು. ಕಂಪಿಸುತ್ತಿದ್ದ ದನಿಯಲ್ಲಿ "ಲಲಿತ" ಅಂದೆ. ಸ್ವಲ್ಪ ಹೊತ್ತಾದ ಮೇಲೆ ನಿಧಾನವಾಗಿ "ಯಾರು" ಎನ್ನುವ ನಿರ್ಜೀವ ಧ್ವನಿ ಕೇಳಿಸಿತು. ಬಾಗಿಲು ದೂಡಿ ಒಳಗೆ ಹೋಗಿ "ನಾನು ಲಲಿತ" ಅಂದೆ. ಲಲಿತಳ ಮುಖ ಬಿಳಿಚಿಕೊಂಡಿತ್ತು. ಹಣೆಯ ಮೇಲೆ ಒಂದು ಕಡೆ ಗಾಯಕ್ಕೆ ಪೌಡರ್ ಮೆತ್ತಿತ್ತು. ಎದ್ದು ಕೂರಲೂ ಶಕ್ತಿಯಿರಲಿಲ್ಲ. ಚಿಕ್ಕ ಮಗು ಅವಳ ಎದೆಯನ್ನು ಅವಚಿಕೊಂಡೇ ಇತ್ತು.

ಲಲಿತ ಮಾತಾಡಲಿಲ್ಲ. ಅವಳ ಕಣ್ಣಲ್ಲಿ ಸ್ವಲ್ಪವೂ ಬೆಳಕಿರಲಿಲ್ಲ. ಕೆನ್ನೆ ಮೂಳೆಗಳು ಎದ್ದು ಕಾಣುತ್ತಿದ್ದವು. ರಾಕ್ಷಸ ಜಜ್ಜಿ ಬಿಸಾಡಿದ್ದಾನೆ. "ಮಾತಾಡು ಲಲಿತ" ಎಂದೆ. ಮೌನ. ಭಯವಾಯಿತು. ನಡುಗಿದೆ, ಲಲಿತ ಕಡ್ಡಿಯಂತಿದ್ದ ಕೈಗಳನ್ನೆತ್ತಿ ಸ್ಟ್ಯಾಂಡಿನತ್ತ ತೋರಿದಳು. ನೋಡಿದೆ. ನಾನು ಕೊಟ್ಟಿದ್ದ ಹಣ, ಬರೆಸಿ ಕೊಟ್ಟಿದ್ದ ಡಾಕ್ಟರ ಕಾಗದ. ಲಲಿತ ಇಂಥ ಸ್ಥಿತಿಗೆ ತುತ್ತಾಗಲು ಕಾರಣವಾಗಿದ್ದ ನೋಟುಗಳನ್ನು ಮುದುರಿ ಹಿಂಡಿದೆ. ಲಲಿತಳ ಸಮೀಪ ಬಗ್ಗಿ "ನಿನಗೆ ಅನ್ಯಾಯ ಮಾಡಿದೆ ಲಲಿತ" ಅಂದೆ. ಲಲಿತ ನಿತ್ರಾಣ ದನಿಯಲ್ಲಿ "ಇಲ್ಲ" ಎಂದು ಕತ್ತು ಅಲ್ಲಾಡಿಸಿದಳು. ಕಣ್ಣು ಆಳಕ್ಕಿಳಿದಿದ್ದರೂ ನೀರುಕ್ಕು

ತ್ತಿತ್ತು. ಲಲಿತ ಎದ್ದು ಕೂರಲು ಪ್ರಯತ್ನಪಟ್ಟಳು. "ಬೇಡ, ಹಾಗೇ ಮಲಗು ಲಲಿತ" ಎಂದೆ.

ದಿಕ್ಕೇ ತೋರಲಿಲ್ಲ. ಇದೇ ಕೊನೆಯ ಸಲವೆನ್ನುವಂತೆ ಲಲಿತಳನ್ನು ಹೃದಯ ತುಂಬ ತುಂಬಿಕೊಂಡೆ. "ನಾನಿನ್ನು ಬರಲಾ ಲಲಿತ" ಎಂದೆ. ಲಲಿತ ಬಹಳ ಹೊತ್ತು ಮೌನ ವಾಗಿಯೇ ಇದ್ದಳು. ಅವಳ ಉತ್ತರಕ್ಕಾಗಿ ನಾನೂ ಕಾದು ನಿಂತೇ ಇದ್ದೆ. ಮೌನ ಹೆಪ್ಪು ಗಟ್ಟುತ್ತಿತ್ತು.

25. ಅಮಾಸ

– ದೇವನೂರ ಮಹಾದೇವ

[1]

ಅಮಾಸ ಎಂಬುದು ಅಮಾಸನ ಹೆಸರು. ಅವನು ಕಪ್ಪಗಿದ್ದುದಕ್ಕೊ ಅಮಾವಾಸೆ ದಿನ ಹುಟ್ಟಿದ್ದಕ್ಕೊ ಅವನಿಗೆ ಅಮಾಸ ಹೆಸರು ನಿಂತಿದೆ. ಅಮಾಸ ಹೆಸರು ಯಾಕೆ ಬಂತು ಎಂದು ಅವನ ಅಪ್ಪ ಅವ್ವ ಬದುಕಿದ್ದರೆ ಕೇಳಬಹುದಿತ್ತು. ಆದರೆ ಅವನು ಹುಟ್ಟಿದ ಮೇಲೆ ನಡೆದಾಡೊ ವೇಳೆಗೆ ಅವನನ್ನು ಹೆತ್ತವಳು, ಹುಟ್ಟಿಸಿದವನು ನಾನಾ ನಿಮಿತ್ತ ದೈವಾಧೀನರಾದರು. ಆಗಲೀಗ ಅಮಾಸನಿಗೆ ಮಾರಿಗುಡಿ ಅಂದರೆ ಅಮಾಸ, ಅಮಾಸ ಅಂದರೆ ಮಾರಿಗುಡಿ ಎಂಬಂತಾಯ್ತು. ಮಾರಿಗುಡಿ ಎಂದ ಮಾತ್ರಕ್ಕೆ ದಿಕ್ಕುದೆಸೆ ಇಲ್ಲ ಅಂತೇನಲ್ಲ. ಅಮಾಸನಂಥ ಎಷ್ಟೋ ಜನಕ್ಕೆ ಮಾರಿಗುಡಿ ನೆರಳು ನೀಡುತ್ತ ಬಂದಿದೆ. ಬೇಸಿಗೆಯಲ್ಲಂತೂ ದಗೆಗೆ ಜನ ಅಲ್ಲಿ ಜಾತ್ರೆಯಾಗುವುದು. ಅದಿರಲಿ, ಅಲ್ಲಿ ಅಮಾಸನನ್ನು ಬಿಟ್ಟರೆ ಒಂದು ಹಳೆ ತಲೆಯ ವಾಸವಿದೆ. ಹಳೆ ತಲೆ ಅಂದರೆ ಅಂತು ಅವನ ಮಯ್ಯಿ-ಕಯ್ಯಿ ತಲೆ ಅನ್ನದೆ ಕೂದಲು ಇದ್ದಷ್ಟೂ ಬೆಳ್ಳಗಾಗಿ ಅವನ ದೇಹ ತುಂಬ ಹರಿದಿದೆ. ಇದುವರೆಗೆ ಕಂಡಂತೆ ಅವನು ಕುಂತಲ್ಲಿಂದ ಎದ್ದುದನ್ನು ಯಾರೂ ಕಂಡಂತಿಲ್ಲ. ಮಾರಿಗುಡಿಯ ಮೂಲೆಗೆ ಸೇರಿದಂತೆ ಒಂದು ಮೂಲೇಲಿ ಒಂದು ಕಡೆ ಒಂದು ಕಪ್ಪು ಕಂಬಳಿ, ಯಾವ ಕಾಲದ್ದೊ ಅಂತು ಹಾಸಿದೆ. ಅದರ ಮೇಲೆ ಅವನು ಕಾಲುಚಾಚಿಯೊ ಪಕ್ಕದ ಕಂಬಕ್ಕೊರಗಿಯೋ ಅಥವಾ ಕೈಗಳ ಹಿಂದಕ್ಕಾನಿಸಿಯೋ ಕೂತೇ ಇರುವನು. ಅವಗೆ ಇಂಥ ಮೂರು ನಾಲ್ಕು ಭಂಗಿಗಳನ್ನು ಬಿಟ್ಟರೆ ಬೇರೆಯದು ಇದ್ದಂತೂ ಇದ್ದಿಲ್ಲ. ಅವ ಅಂತೆ ಕುಂತಾಗೆಲ್ಲ ಅರೆಗಣ್ಣು ಮುಚ್ಚಿ ಕೂರುವುದು ಹಿಂದಿನಿಂದಲೂ ಹೇಗೋ ಬಂದುಬಿಟ್ಟಿದೆ. ಅದ ಬಿಟ್ಟು ಅವ ಕೂತಂತು ಇಲ್ಲ. ಅವನ ಆ ಸ್ಥಿತಿಯ ಕಂಡರೆ ಏನನ್ನೊ ಧೇನಿಸುತ್ತ ಕುಂತಂತೆ ಗೋಚರಿಸುತ್ತದೆ. ಸುಕ್ಕುಗಳಿಂದಲೆ ಮಾಡಿದ ಅವನ ಮೊಖ ಮೇಲಿನ ರೀತಿ ಅನ್ನಿಸಲು ಕಾರಣ ಇದ್ದೀತು. ಅಥವಾ ಆ ಸುಕ್ಕು ಮೊಖಕ್ಕೆ ಒಪ್ಪುವ, ಕತ್ತಿನವರೆಗೂ ಬೆಳ್ಳಗೆ ಇಳಿಬಿದ್ದಿರುವ ರಟ್ಟೆಗಾತ್ರದ ಮೀಸೆಯೂ ಕಾರಣವೆ. ಒಟ್ಟಲ್ಲಿ, ಅವ ಏನನ್ನೊ ಧೇನಿಸುತ್ತ ಕುಂತಂತೆ ಗೋಚರಿಸುತ್ತದೆ. ಅಲ್ಲವನ ಪಕ್ಕಕ್ಕೆ ಸೇರಿದಂತೆ ಆಳೆತ್ತರದ ಬಿದಿರುಗಳ ಸದಾ ಇದ್ದುದೆ. ಅವನು ಅತ್ತ ಇತ್ತ ಚಲಿಸಬೇಕಾದಾಗೆಲ್ಲ ಅಮಾಸ ಕೈಗಿರುವುದರಿಂದ ಆ ಬಿದಿರುಗಳದ ಬಳಕೆ ಅಷ್ಟೇನೂ ಈಗಿಲ್ಲ. ಆದರೆ ಕೋಳಿ ಕುರಿ

ಆಡುಮರಿ ಮುಂತಾದವು ಸುತ್ತುವರಿದರೆ ಅದ್ದರಿಸುವುದಕ್ಕೆ ಅದು ಆಗಾಗ ಬೇಕಾಗುತ್ತದೆ. ಇಷ್ಟೂ ಹೇಳಿ ಅವನ ಹೆಸರ ಹೇಳುವುದೆ ತಪ್ಪಿತು. ಸಣ್ಣವರಿಂದ ಹಿಡಿದು ದೊಡ್ಡವರ ವರೆಗೆ ಅವನನ್ನು ಕುರಿಯಯ್ಯ ಕುರಿಯಯ್ಯ ಎನ್ನುವರು. ಅದೇನು ಅವನ ಹುಟ್ಟಿದ ಹೆಸರೆ? ಪ್ರಶ್ನೆ ನಮಗು ಬೇಡ. ನಿಮಗು ಬೇಡ. ಇಷ್ಟಂತು ಕಂಡುದೆ – ಅವ ಬುದ್ಧಿ ಬಲ್ಲವ ನಾದಾಗಲಿಂದ ಹಿಡಿದು ಅವನ ತೊಡೆಗಳು ನಡೆದಾಡೋದ ಕಳೆದುಕೊಳ್ಳುವ ವರೆಗೆ ಊರ ಗೌಡರ ಹಟ್ಟಿ ಕುರಿಗಳ ಕಾಯ್ದುಕೊಂಡು ಬಂದುದು. ಈಗಲು ಅವ ಮೇಲಿನ ರೀತೀಲಿ ಅರೆಗಣ್ಣು ಮುಚ್ಚಿ ಕುಂತಾಗ ಬೆರಳನ್ನು ಒಂದೊಂದು ಕುರಿ ಮಾಡಿಕೊಂಡೇನೋ ತಂತಾನು ಎಣಿಸುತ್ತ ಹೋಗುವನು. ದಿನಾ ಆರೇಳು ಸಲ ಹೀಗೆ ಇದು ತಪ್ಪಿದ್ದಲ್ಲ. ಇದ ಯಾವ ದಿನವೂ ತಪ್ಪಿಸಿಕೊಂಡೂ ಹೋಗಿಲ್ಲ. ಅಮಾಸನು ಹೀಗೆ ಕುರಿಯಯ್ಯನ ಕಣ್ಣು ಮಟಾರದಲ್ಲಿ ಬೆಳೆಯತೊಡಗಿದನು. ಈಗ ಅವನ ವಯಸ್ಸು ಹತ್ತೊ ಹನ್ನೊಂದೊ ನಡೆಯುತ್ತಿದೆ. ಕುರಿಯಯ್ಯನು ಅಮಾಸ ಅಂದಾಗ ಆ್ಞ ಅಂತ ದನಿ ಕೊಡೋದು ಅಮಾಸನ ಹಗಲು ಕೆಲಸವೆ ಆಗಿದೆ.

ಊರಿಗೆ ಕತ್ತಲು ಇಳಿಯಲು ತೊಡಗಿದಾಗಲೆ ಅಮಾಸನೂ ಕುರಿಯಯ್ಯನೂ ಮಠದ ಬೆಲ್ಲು ಆಗುವುದನ್ನೆ ನೆಟ್ಟಗೆ ಕಾಯುವರು. ಮಠದ ಬೆಲ್ಲು ಹೊಡೆದ ತಡವೆ ಅಮಾಸನು ಕುರಿಯಯ್ಯನ ಕಿದ್ದಂಡೆಯಲ್ಲಿ ಮಡಗಿರುವ ತಟ್ಟೆ ಗ್ಲಾಸು ತೆಗೆದುಕೊಂಡು ಲಗುಬಗ ಓಡುವನು. ಅಷ್ಟಕ್ಕಾಗಲೆ ಸಂಪೂರ್ಣ ಕತ್ತಲು ಹಿಡಿದು ಗವ್ವಗಿರುವುದರಿಂದ ಅಮಾಸ ಓಡುವುದೇನು ಕಾಣಿಸುವುದಿಲ್ಲ. ಕಣ್ಣು ಸೀಳಿಸಿಕೊಂಡು ನೋಡಿದರೆ ಅವ ಓಡುವ ಓಟಕ್ಕೆ ಕತ್ತಲು ಕಲಕುತ್ತಿರುವಂತೆ ಹೊಳೆಯುತ್ತದೆ. ಹಾಗೆ ಅವನು ಹೋದವನು ತಿರುಗ ಯಾವಾಗ ಬಂದ ಎಂಬುದೂ ತಿಳಿಯದು. ಬಂದವ 'ಅಯ್ಯಾ' ಅಂದುದು ಕತ್ತಲನ್ನು ಅಲುಗಾಡಿಸುತ್ತ ಮೂಡುವಾಗಲೆ ತಿಳಿಯುವುದು. ಆಗ ಕುರಿಯಯ್ಯ ಮಲಗಿದ್ದರೆ ಎದ್ದು ಕೂರುವನು. ರೂಢಿಯಂತೆ ಆ ಕತ್ತಲಲ್ಲೆ ಮಠದ ಹಿಟ್ಟು ಸಾರು ಉಂಡು ಆಮೇಲೆ ಅಮಾಸ ಮಲಗಿಬಿಡುವನು. ಅಷ್ಟೊತ್ತಿಗೆಲ್ಲ ಆ ಹಿಡಿದ ಕತ್ತಲಿಗೆ ಊರು ತನ್ನ ದನಿ ಅಡಗಿಸಿಕೊಂಡು ಮಲಗಿದರೂ ಆಗಾಗ ಅಲ್ಲಲ್ಲಿ ನಾಯಿಗಳ ಕಿರುಚಾಟವೂ ಗೂಗೆಯ ಗೂಕ್ಕೊ ಮೆಲುಕಾಕುತ್ತಲೆ ಇರುವುದು. ಮುದುಕ ನಿದ್ದೆ ಬಾರದ್ದಕ್ಕೆ ಕಣ್ಣುಬಿಟ್ಟು ಕಣ್ಣಿಗೆಟಕುವಷ್ಟು ನೋಡುತ್ತಲೋ, ಎಚ್ಚರಿರುವಷ್ಟು ಕಾಲ ಏನನ್ನಾದರೂ ತನ್ನೊಳಗೆ ಮಾತಾಡುತ್ತಲೊ ಇದ್ದು 'ಅಮಾಸ ಅಮಾಸ' ಎಂದು ಎರಡು ಮೂರು ಸಲ ಅಂದು ಮರುತ್ತರ ಬರದೆ ಅವನೂ ಮಲಗುವನು.

[2]

ಆ ಆಜುಬಾಜಿಗೆಲ್ಲ ವರ್ಷಕ್ಕೊಂದಾವರ್ತಿ ಎಲ್ಲ ಊರಿಗೂ ಬರುವ ಹಾಗೆಯೇ ಅಲ್ಲಿಗೂ ಮಾರಿಹಬ್ಬ ಬರುವುದು. ಆಗ ಮಾತ್ರವೆ ಕುರಿಯಯ್ಯ ತನ್ನ ಸ್ಥಾನವ ಬೇರೆ

ಸ್ಥಳಕ್ಕೆ ಪಲ್ಲಟಿಸಬೇಕಾಗುತ್ತದೆ. ಆಗ ಮಾರಿಗುಡಿಗೆ ದುಂಬು ದೂಳು ತೊಡೆದು ಸುಣ್ಣ ಕೆಮ್ಮಣ್ಣು ಬಣ್ಣವ ತುಂಬಿ ಕಣ್ಣಿಗೆ ಗುದ್ದುವಂತೆ ಮಾಡುವರು. ಈಗ ಸುಣ್ಣ ಕೆಮ್ಮಣ್ಣು ಪಟ್ಟೆ ಹೊಡೆದು ಎಲ್ಲ ಕಡೆಗು ಮುಗಿದಿದ್ದು ಆಗ ಬೀಳುತ್ತಿದ್ದ ಎಳೆ ಬಿಸಿಲು ಅವುಗಳ ಮೇಲೆ ಬಿದ್ದು ಅದು ಹೆಚ್ಚು ಕಾಂತಿ ಬೀರುತ್ತಿತ್ತು. ಅಲ್ಲಿಗೆಲ್ಲ ಕುರಿಯಯ್ಯನ ಸುತ್ತುಮುತ್ತು ಮಾತ್ರವೆ ಮೊದಲಂತೆ ಉಳಿದಿದ್ದು ಉಳಿದ ಕಡೆಲ್ಲ ಬೆಳ್ಳಾಗಿದ್ದರಿಂದ ಅದು ಮತ್ತೂ ಕಂದಾಗಿತ್ತು. ಅಲ್ಲಿ ಹಜಾರ ತುಂಬ ಹತ್ತೆಂಟಾಳು ಅತ್ತಗೊಂದು ಕಡೆ ಇತ್ತಗೊಂದು ಕಡೆ ಓಡಾಡುತ್ತ ಪಂಜು ರಡಿ ಮಾಡುವುದು ಬಣ್ಣ ಬಣ್ಣದ ಕಾಗದ ಕತ್ತರಿಸಿ ಅಂಗಳ ಅಂದ ಮಾಡಲು ಸರ ಮಾಡುವುದು ಮುಂತಾಗಿ ಚಿತ್ರವಿಚಿತ್ರ ಮಾಡುತ್ತಿದ್ದರು. ಹೆಚ್ಚು ಕಮ್ಮಿ ಎಲ್ಲರೂ ಅಲ್ಲಿ ಹೊಸ ಬಿಳಿಬಟ್ಟೆ ಹಾಕಿದ್ದರಿಂದ ಮಾರಿಗುಡಿ ತುಂಬ ಬಿಳಿ ಹೊಳಪು ವಡೀತಿತ್ತು? ಅಲ್ಲಿದ್ದ ಬಸಣ್ಣ ಎಂಬುವವನು ಫ್ರೆಂಚು ಮೀಸೆ ಬಿಟ್ಟು ಕಪ್ಪಗೆ ಗಿಡ್ಡಕೆ ಇದ್ದನು. ಅವನೂ ಬಿಳಿಬಟ್ಟೆ ತೊಟ್ಟಿದ್ದರಿಂದ ಮತ್ತೂ ಹೆಚ್ಚು ಕಪ್ಪಾಗಿ ಹೊಳೆಯುತ್ತಿದ್ದನು. ಅವನು ಬಾಯಿಬಿಡದಿದ್ದರೂ ಅವನ ಹಳದಿ ಬಾಚಿ ಹಲ್ಲುಗಳು ಬಿಳಿಬಟ್ಟೆ ದೆಸೆಯಿಂದ ಅವೂ ಹೊಳೆಯುತ್ತ ಹೊರಗೇ ಇದ್ದುವು. ಅವನ ಕಯ್ಯಲ್ಲಿ ಒಂದು ಹಿಡಗಲು ಇತ್ತು. ಬಸಣ್ಣನು ದಪ ದಪ ಹೆಜ್ಜೆ ಹಾಕಿ ಕುರಿಯಯ್ಯನ ಮೂಲೆಗೆ ಬಂದು 'ಅಯ್ಯಾ' ಎಂದು ಜೋರಾಗಿ ಕಿರುಚಿದನು. ಕುರಿಯಯ್ಯನನ್ನು ಎರಡು ಸಲವಾದರೂ ಮಾತಾಡಿಸಿದರೆ ಮಾತ್ರವೆ ಆ್ಹ ಅಂತಿದ್ದರಿಂದ ಎಲ್ಲರು ಮೊದಲೆ ಕೂಗಿಕೊಂಡು ಮಾತಾಡುವರು. ಬಸಣ್ಣನ ದನಿಗೆ ಕುರಿಯಯ್ಯನು ನಿಧಾನ ಕಣ್ಣು ತೆಗೆದು ಬಹಳ ನಿಧಾನವಾಗಿ ನೋಡಿದನು. ಅವನು ತನ್ನೆದುರು ಬೆಳ್ಳಗೆ ಮೂಡುತ್ತ ಓಡಾಡುತ್ತ ಇದ್ದ ಆಕೃತಿಗಳನ್ನು ನೋಡುತ್ತಲೆ ಇದ್ದನು. ಅವನು ಹಾಗೆ ನೋಡುತ್ತ ಹೋದಂತೆ ಅವನಿಗೆ ಹಿಂದಣ ನೆನಪುಗಳು ಕೆಂದುತ್ತ ಕಣ್ಣು ಮುಂದೆ ಓಡಾಡತೊಡಗಿದವು. ಮಾರಿಹಬ್ಬ ಅಂದರೆ ಹುಲಿಯಾಸ. ಅಂದರೆ ಅವನೆ. ಅವನ ಪ್ರಾಯದಲ್ಲಿ ಅವನಿಲ್ಲದೆ ಹುಲಿಯಾಸ ಇದ್ದುದಿಲ್ಲ. ಹುಲಿಯಾಸ ಕಣ್ಣು ಮುಂದೆ ಕುಣಿಯತೊಡಗಿತು. ತಮ್ಮಟೆಯ ಸದ್ದೂ ಬಂದು ಕಿವಿಗೆ ಚಚ್ಚತೊಡಗಿತು. ಆಗ ದೊಡ್ಡಗೌಡರು ಬದುಕಿದ್ದ ಕಾಲ. ಕುರಿಯಯ್ಯ ಅಮಾಸನಷ್ಟುದ್ದದ ಹೈದನು. ಕುರಿಯಯ್ಯನ ಹುಲಿಯಾಸದ ಥೇಟಿಗೆ ದೊಡ್ಡಗೌಡರು ತಲೆದೂಗಿಬಿಟ್ಟರು. ಅಂಗಿ ಬಟ್ಟೆ ಇನಾಮು ಕೊಡುತ್ತ 'ನೀ ಇರೊಷ್ಟು ಕಾಲ ನಮ್ಮ ಹಟ್ಟೀಲೇ ಇರು. ನೀನು ಉಂಡ ಊಟ. ಹಾಕೊಂಡ ಬಟ್ಟೆ. ಒಂದಿಷ್ಟು ಕುರಿ ನೋಡ್ಕೋ ಅಷ್ಟೇನೆ'. ಅವನ ಸುಕ್ಕು ಮೊಖದ ಪ್ರತಿ ನರಿಗೆಯೂ ಮಾರಿಗುಡಿಯ ಬಿಳಿ ಬಣ್ಣದಿಂದೊ ಅಲ್ಲಿದ್ದ ಗುಂಪು ತೊಟ್ಟಿದ್ದ ಬಿಳಿ ಬಟ್ಟೆ ದೆಸೆಯಿಂದೊ ಬೆಳ್ಳಗೆ ಅಗಲವಾಗಿ ಅರಳತೊಡಗಿತು. ಬಸಣ್ಣನು ಇನ್ನೂ ಒಂದು ಸಲ ಜೋರಾಗಿ 'ಅಯ್ಯಾ' ಅಂದನು. ಕುರಿಯಯ್ಯ ಕತ್ತ ಎತ್ತಿ ಅವನ ಅವಲೋಕಿಸಿದನು. ಬಸಣ್ಣ ನಿಂತ ಠೀವಿಗೆ ಬಂದದ್ದು ಹೊಳೆಯಿತು. ಕುರಿಯಯ್ಯ ಬಲಗೈಲಿ ಬಿದಿರುಗಳ ಹಿಡಿದು ಇನ್ನೊಂದು ಕಯ್ಯ ಮೆಲುನೀಡಿದನು. ನೀಡಿದ ಕೈಯ್ಯ

ಬಸಣ್ಣ ಹಿಡಕಂಡ ಮೇಲೆ ಅದರ ಮೇಲೆ ಬಲ ಹಾಕಿ ಎದ್ದು ನಿಂತು ಬಿದಿರುಗಳ ಊರುತ್ತ, ನಡೆಯುತ್ತ ಆ ಮೂಲೆ ಸೇರಿ ಕುಂತನು. ಅಲ್ಲಿ ಹಾಸಿದ್ದ ಕಂಬಳಿಯನ್ನು ಬಸಣ್ಣನು ಒಂದೆರಡು ಸಲ ಜಾಡಿಸಿ ವದರಿ ಕುರಿಯಯ್ಯ ಕುಂತ ಮೂಲೆಗೆ ತಂದು ಹಾಸಿದನು. ಕಂಬಳಿಯ ಜಾಡಿಸಿ ವದರಿದ ಬಿರುಸಿಗೆ ಕಂಬಳಿಯಲ್ಲಿದ್ದ ದೂಳು ಕಸವೆಲ್ಲ ಎಳೆ ಬಿಸಿಲಿಗೆ ಹಾರಿ ಈಜತೊಡಗಿದವು. ಕಂಬಳಿಯನ್ನು ಮೊದಲು ಹಾಸಿದ್ದ ಅಷ್ಟಗಲಕ್ಕೆ ಅಂಗೈ ಮಂದದ ಕೆಂದು ಬಣ್ಣಕ್ಕೆ ತಿರುಗಿದ್ದ ದೂಳು ಕಸಕಡ್ಡಿ ಪವಡಿಸಿತ್ತು. ಅದರ ಮೇಲಕ್ಕು ಆಗ ಎಳೆ ಬಿಸಿಲು ಬಿದ್ದು ಅದಕ್ಕೂ ಬಿಳಿಬಣ್ಣವೆ ಹಿಡಕಂಡಂತೆ ತೋರುತ್ತಿತ್ತು.

ಅತ್ತಗ ಆಡಿಕೊಳ್ಳುವುದಕ್ಕೆ ಅಂತ ಎತ್ತೆತ್ತಗೋ ಹೋಗಿದ್ದ ಅಮಾಸನು ಮಧ್ಯಾಹ್ನ ಮಾಡಿಕೊಂಡೆ ಮಾರಿಗುಡಿಗೆ ಬಂದುದು. ಬಂದು ನೋಡುತ್ತಾನೆ. ನೋಡಿದರೆ ಕಣ್ಣಿಗೆ ಹಿಡಿಸಲಾರದಷ್ಟು ಅಲ್ಲಿ ಏನೇನೊ ತುಂಬಿಕೊಂಡಿತ್ತು. ಹಸಿ ಸುಣ್ಣ ಕೆಮ್ಮಣ್ಣು ನೆಲ ತಾರಿಸಿದ ಹಸಿತೊಪ್ಪೆ ವಾಸನೆಗಳೆಲ್ಲ ಒಂದರಮೇಲೊಂದು ಬಿದ್ದು ಮೂಗಿಗೆ ಮುತ್ತುತ್ತ ಮಾರಿಗುಡಿ ಗಮಲೆ ಒಂದಾಗಿತ್ತು. ಕುರಿಯಯ್ಯ ಈ ಮೂಲೆಯಿಂದ ಆ ಮೂಲೆಗೆ ಸ್ಥಳಾಂತರಿಸಿ ಮೊದಲಂತೆ ಕುಂತಿದ್ದನು. ಹಜಾರದಲ್ಲಿ ನಡುವೆ ರೌಂಡುರೌಂಡಾಗಿ ಒಂದಿಷ್ಟು ಜನ ಗುಂಪುಗೂಡಿ ನಿಗರಿ ನಿಗರಿ ಏನೋ ನೋಡುತ್ತಿದ್ದರು. ಗುಂಪಿನ ಒಳಗೆ ಒಬ್ಬ ಏನೋ ಮಾಡುತ್ತಿದ್ದನು. ತವಕ್ಕಂತ ಅಲ್ಲಿಗೆ ಅಮಾಸ ಹಾರಿ ಇಣುಕಿದನು. ಕಂಡದ್ದು ಬಣ್ಣಬಣ್ಣದ ಬ್ರಿಂಗದ ಕಾಗದದಲ್ಲಿ ಗಂಡುಭೇರುಂಡ ಕಿರೀಟ ಮುಂತಾದ ಅವಚವಿ ಕೊರೆಯುತ್ತಿದ್ದುದು. ಅಲ್ಲಿ ಮಾಡಿದ್ದೆಲ್ಲ ಕಣ್ಣಿಗೆ ಅಚ್ಚುಮೆಚ್ಚಾಗಿತ್ತು. ಅಲ್ಲಿ ಅವ ಚಿತ್ರ ಕೊರಿತಿದ್ದಂತೆಲ್ಲ ಸುತ್ತಗೆ ನೆರಕೊಂಡವರು ಹಾಗಿರಬೇಕು ಹೀಗಿರಬೇಕು ಅಲ್ಲಾ ಹಾಗೆ ಇಲ್ಲಾ ಹೀಗೆ ಭೇಷ್ ಅಂತೆಲ್ಲ ತಲಾ ಒಂದು ಮಾತಾಡುತ್ತಿದ್ದರು. ನೋಡಿ ನೋಡಿ ಅವೆಲ್ಲ ಕಣ್ಣಿಗಿಳಿದ ಮೇಲೆ ಅಮಾಸ ಅಲ್ಲಿಂದ ನೆಗೆದು ಕುರಿಯಯ್ಯನ ಪಕ್ಕಕ್ಕೆ ಬಂದು ಕುಂತನು. ಎದುರಾ ಅಂಗಳದಲ್ಲಿ ಗೋಡೆಗೆ ಸೇರಿದಹಾಗೆ ದೊಡ್ಡ ದೊಡ್ಡದ ಕೆಂಪು, ಬಿಳಿ ಬಣ್ಣದ ದೇವರ ಛತ್ರಿ ಚಾಮರಗಳನ್ನು ಹೊರತೆಗೆದು ಬಿಸಿಲಿಗೆ ಒಣಹಾಕಿ ಸಾಲಾಗಿ ನಿಲ್ಲಿಸಿದ್ದರು. ಅವಕ್ಕೆ ಹತ್ತಿರದ ಮೂಲೇಲಿ ಬಾನ ಎಟುಕಿಸಲು ತೆಂಗಿನ ಮರ ನಿಗುರುತ್ತ ವಾಲಾಡುತ್ತಿತ್ತು. ಅದರ ಮೇಲಕ್ಕೆ ಕಣ್ಣು ಹತ್ತಿಸಿ ಅಮಾಸ ಕಣ್ಣು ಹೋದಷ್ಟು ದೂರ ಏರಿಸಿದನು. ಆರೇಳು ಬಲವಾದ ಗೊನೆಗಳ ಕಾಯಿ ಭಾರಕ್ಕೆ ಮರ ಜಗ್ಗುತ್ತಿತ್ತು. ಬುಡಕ್ಕೆ ಕಣ್ಣು ಇಳಿಸಿದರೆ ಅಲ್ಲಿ ಅದಕ್ಕೆ ಸುಣ್ಣ ಕೆಮ್ಮಣ್ಣು ಬಣ್ಣವ ಮರದ ಬುಡದ ತುಂಬಾ ಯಾರೋ ಬಳಿದಿದ್ದರು. ಕಂಡ ಅಮಾಸ ಕುರಿಯಯ್ಯನ ಪಕ್ಕಕ್ಕೆ ಮತ್ತೂ ತವದು 'ಅಯ್ಯಾ' ಅನ್ನಲು ಏನ ಎಂಬಂತೆ ಅವ ನೋಡಲು 'ನೋಡಯ್ಯ ನೋಡಯ್ಯ ನಿನ್ನ ತಿಗನ ಮರ್‍ಕ ಯಾರಕಣ ಸುಣ್ಣ ಬಣ್ಣ ಬಳದವರೆ' ಅಂತು. ಕುರಿಯಯ್ಯ ನೋಡಲು ಅಷ್ಟು ದೂರ ಕಾಣಿಸಿ ಆಮೇಲೆ ಮಂಜು ಮಂಜಾಗಿ ಬಿಡುತ್ತ ಏನೂ ಕಾಣಲಿಲ್ಲ. ಅವನಿಗೆ ಕಂಡ್ತು : ಮಾಟ್ನ ಮಾಡಿ ಯಾರೊ ಸುಡುಗಾಡಲ್ಲಿ ತೆಂಗಿನಕಾಯಿ ಹೂತಿದ್ದು. ಅದು ಸಸಿಯಾಗಿ ಕಂದಿ,

ಬೂಮಿ ಸೀಳಿ ಬಂದುದ್ದು. ಕಿತ್ತು ತಂದು ತನ್ನದು ಅಂತಾರು ಇರ್ಲಿ ಅಂತ ಮಾರಿಗುಡಿ ಮೊಲೇಲಿ ನೆಟ್ಟಿದ್ದು. ಅದು ತನ್ನ ಕಣ್ಣುಮಟಾರದಲ್ಲೆ ಗರಿ ಕಳಚ್ತ ಕಳಚದಲ್ಲಿ ಕಳಚಿದ ಗುರುತ ಉಳಿಸ್ತ, ಗರಿ ಕಳಚ್ತ ಕಳಚಿದಲ್ಲಿ ಗುರುತು ಮಯ್ಯಲ್ಲಿ ಉಳಿಸ್ತ ಬೆಳೀತ ಬೆಳೀತ ಮೇಲಕ್ಕೆ ಮೇಲಕ್ಕೆ ಅಂತ ಇನ್ನೂ ಮೇಲಕ್ಕೆ ಬೆಳೆದು ನಿಂತಿತು.

[3]

ಹಬ್ಬದಂದು ನೆಲಕ್ಕೆ ಹೊತ್ತು ಇಳಿಯುತ್ತಿದ್ದಂತೆಲ್ಲ ಪರಸ್ಥಳದಿಂದ ನೆಂಟರಿಷ್ಟರು ಊರಿಗೆ ಒಬ್ಬೊಬ್ಬರಾಗಿ ಇಳಿಯುವುದು ಏರತೊಡಗಿತು. ಬಂದವರು ರೂಢಿಯಂತೆ ಮಾರಿಗುಡಿಗೆ ಮೊಖಹಾಕಿಯೆ ಆಮೇಲಿನದು ಮಾಡುತ್ತಿದ್ದರು. ಕೆಲವರು ಅಲ್ಲೆ ಕುಂತು ಎಲ್ಲ ಮರೆತು ಲಾ ವಡೆಯುವಲ್ಲಿ ಲೀನವಾಗಿದ್ದರು. ಅವರವರ ಊರಲ್ಲಿ ಆದ ಹಿಂದಲ ಜಗಳನೆಲ್ಲ ಕೆದಕಿ ಹೆಂಗಾಯ್ತು ಏನ್ಕಥೆ ಎಂಬುದೆ ಅವರ ಬಾಯಿಗೆ ಮುಖ್ಯವಸ್ತುವಾಗಿತ್ತು. ಅಂಥ ಸಂದರ್ಭದಲ್ಲೆ ಹೊರಗೆ ಜೋಳದ ಕಂತೆ ಕತ್ತಿಸಿ ಬಸಣ್ಣನು ತಮ್ಮಟೆ ಕಾಯಿಸುತ್ತ ಅದರ ದನಿ ಬಿಗಿಮಾಡುತ್ತಿದ್ದನು. ಅವನ ಸುತ್ತ ವಾನರಸೇನೆಯಂತೆ ಐಕಳು ಮಕ್ಕಳು ಸುತ್ತಿದ್ದವು. ಅದರೊಳಗ ಅಮಾಸನು ಒಬ್ಬನಾಗಿದ್ದನು. ಬಸಣ್ಣ ತಮ್ಮಟೆಯ ಎದೆಗೆ ಏರಿಸಿ ಚಡ ಚಡ ನಕುನ, ನಕುನ ನಕುನ ಬಾರಿಸಲು ಕಂಚಿಗೆ ಬಡಿದಂತೆ ತಮ್ಮಟೆ ದನಿಯು ಊರ ನಾಕಮೂಲೆ ಮುಟ್ಟತೊಡಗಿತು. ಸುತ್ತ ಇದ್ದ ಐಕಳು ಸುಮನಿರದೆ ಕುಣಿಯ ತೊಡಗಿದವು. ಬಸಣ್ಣನಿಗೂ ಹುಮ್ಮಸ್ಸು ಬಂದು ಡಂಗ್ ಡಂಗು ಡಂಗು ಚುಕ್ಕಿ ವಡೀತ ಅವನೂ ಕುಣಿದನು ಅದಕ್ಕೆ ಕುಣಿಯೋಕೆ ಐಕಳಿಗೂ ಹೆಜ್ಜೆ ಸಿಕ್ಕಿ ಐಕಳೂ ಕುಣೀತ ಬಸಣ್ಣನೂ ಕುಣೀತ ಹೋಗವರು ಬರವರು ಸೇರಿ ಒಬ್ಬರ ಮೇಲ ಒಬ್ಬರು ಬಿದ್ದು ನಿಂತರು. ಅಮಾಸನಿಗೆ ಯಾರು ಹೇಳಿಕೊಟ್ಟಿದ್ದರೊ ಏನ ಕಥೆಯೊ ಎಲ್ಲರಿಗಿಂತಲೂ ವೈನಾಗಿ ಹೆಜ್ಜೆ ಹಾಕುತ್ತಿದ್ದನು. ಎಲ್ಲರೂ ಬೆರಗಿನಿಂದ ಎಲಾ ಇವ್ನ ಅಂದುಕೊಂಡು ಅಮಾಸನನ್ನೆ ನೋಡುವುದು ಮಾಡುತ್ತಿದ್ದರು. ಅಷ್ಟಕ್ಕೆ ಅಲ್ಲಿಗೆ ಹೆಂಗಸೂ ಅನ್ನದೆ ಬಂದು ನಿಂತು ನೋಡುವುದಕ್ಕೆ ಬಂದು ಬಿಟ್ಟಿತ್ತು. ಬಂಗಾರಿಗಂತು ಅಮಾಸನಿಂದ ಕಣ್ಣು ಕೀಳುವುದಕ್ಕೇ ಆಗಲಿಲ್ಲ, ಅಮಾಸನನ್ನು ನೋಡುತ್ತ ನೋಡುತ್ತ ಮತ್ತೆ ಅವಳೊಳಗೆ ಕಂಕುಳಿಗೆ ಒಂದು ಕಂದ ಅಂತ ಬೇಕು ಎಂಬಂಥ ಅತ್ಯುಗ್ರ ಆಸೆ ಉಂಟಾಯ್ತು. ಅವಳಿಗೆ ಮದುವೆಯಾಗಿ ಆರೇಳು ವರ್ಷ ಆಗಿದ್ದೂ ಏನೂ ಫಲ ಕಂಡಿರಲಿಲ್ಲ. ಅವರಿವರು ಅಡೋಮಾತಿಗೆ ಅವಳ ಘಟ ರೋಸಿ ಆ ಕಿಚ್ಚಿಗೇ ನಾಕಾರು ಜನರ ಕೈಲಿ ಮಾಡಿಸಿಕೊಂಡು ನೋಡಿದಳು. ಆದರೂ ಫಲ ಕಾಣಲಿಲ್ಲ. ಬಾಬಗೀಬ ಅಂತ ಹೋಗಲು ಅವರು ಬಡವರು. ಅವಳ ವಾರಿಗೆಯವರು ಮುವ್ವತ್ತರ ಸುತ್ತಿಗೇ ಮುಪ್ಪು ಹಿಡಿಸಿಕೊಂಡಿದ್ದರೂ ಅವಳೂ ಇನ್ನೊಂದು ಮದುವೆ ಮಾಡಿ ಕಳಿಸುವಂತೆ ಇದ್ದಳು. ಅವಳ ಕಂಡವರಿಗೆ

ಅರಗಳಿಗೆಯಾರು ಆಸೆಯಾಗುವಂಥ ಬಿನ್ನಾಣ ಅವಳಿಗಿತ್ತು. ಅದಿರಲಿ, ಆದರೂ ಫಲ ಕಾಣಲಿಲ್ಲ. ಆದರೆ ಅವಳ ರೀತಿಯೂ ಹೆಚ್ಚು ದಿನ ಮುಂದುವರೆದುಕೊಂಡೂ ಹೋಗ ಲಿಲ್ಲ. ರಾತ್ರಿಯಾಯ್ತು ಅಂದರೆ ಹಟ್ಟಿಗೆ ಒಂದೊಂದಾಗಿ ಕಲ್ಲು ಬೀಳಲು ತೊಡಗಿದವು. ಅವಳ ಗಂಡ ಬಂಗಾರಿ ಬೆನ್ನಿಗೆ ಬಾಸುಂಡೆ ಬರಿಸಿ ತಲೆ ಚಚ್ಚಿಕೊಂಡು ಹೊರಕ್ಕೆ ಮೊಖ ಹಾಕದೆ ಕುಂತನು. ಆಮೇಲ ಕಲ್ಲು ಬೀಳುವುದು ನಿಂತು ಈಗ ಮರೆತುಹೋಗುವಷ್ಟು ದಿನವಾಗಿತ್ತು. ಅವಳ ಕಣ್ಣುಗಳ ಒಳಗ ಅಮಾಸ ಥರಾವರಿ ಕುಣಿಯುತ್ತಿತ್ತು.

ಮೇಲಿನಂತೆ ಆಗುತ್ತಿದ್ದ ಸಂದರ್ಭದಲ್ಲೆ ಇಬ್ಬರು ಯಜಮಾನರು ಕೊಬ್ಬಿದ ಎರಡು ಆಡುಮರಿಗಳನ್ನು ಅಲ್ಲಿಗೆ ಸೆಳೆತಂದರು. ಆಗ ಅಲ್ಲಿದ್ದ ಗುಂಪು ಎರಡಾಗಿ ಸೀಳಿತು. ಐಕಳು ಮಕ್ಕಳು ಅತ್ತಗು ಇತ್ತಗು ಚೆಲ್ಲಿಕೊಂಡವು. ಆಡುಗಳೊ ತಮ್ಮಟೆ ಬಿರುಸಿಗೆ ದಿಕ್ಕಾಪಾಲು ಎಳೆಯತೊಡಗಿದವು. ಆ ಬಲಕ್ಕೆ ಹಿಡಿದವರು ಅಲ್ಲಾಡಲು ಮತ್ತೂ ಇಬ್ಬರು ಸೇರಿ ಅವ ಹಿಡಕಂಡು ಮಿಸುಕಾಡದಂತೆ ಮಾಡಿ ಮಾರಿಗುಡಿ ಮುಂದೆ ತಂದು ನೇರಕೆ ನಿಲ್ಲಿಸಿದರು. ಹೊರಗೆ ಹುಮ್ಮಸ್ಸಿಂದ ತಮ್ಮಟೆ ಬಡಿಯುತ್ತಿತ್ತು. ಆಡುಗಳು ಅಲುಗದೆ ಮಿಸುಕದೆ ಕಣ್ಣುಗಳನ್ನು ಮಾತ್ರವೆ ಸುತ್ತಗು ತಿರುಗಿಸುತ್ತಿದ್ದವು. ಎದುರಾ ಗುಡಿಬಾಗಿಲು ತೆರ ದಿದ್ದು ಬೆಳ್ಳಿದೇವರು ಹೊಳೆಯುತ್ತಿತ್ತು. ಗುಡಿ ಒಳಗಿಂದ ಪೊದೆಯಾಗಿ ಊದುಬತ್ತಿ ಹೊಗೆ ಹೊರಕ್ಕೆ ತೇಲಿಕೊಂಡು ಬರುತ್ತಿತ್ತು. ಒಳಗಿದ್ದ ಸೊಂಟದಿಂದ ಕೆಳಕ್ಕೆ ಮಂಡಿಯಿಂದ ಮೇಲಕ್ಕೆ ಬಟ್ಟೆ ಸುತ್ತಿದ್ದ ಒಬ್ಬನು ತೀರುತ ಮಾರು ಹೂವ ತಂದು ಆಡುಗಳ ಮುಂದೆ ನೆಟ್ಟಗ ನಿಂತು ಕ್ಷಣ ಕಣ್ಣುಮುಚ್ಚಿ ತುಟಿ ಅಲುಗಿಸುತ್ತ ವಟವಟ ಆರಂಭಿಸಿದನು. ಅವನ ಮಯ್ಯಿ ಕಪ್ಪಗಿದ್ದು ಮಯ್ಯೆಲ್ಲ ನರನರವೆ ಹಬ್ಬಿತ್ತು. ವಟಗುಟ್ಟುವುದಕ್ಕೆ ತಕ್ಕಂತೆ ಅವು ಹಿಗುತ್ತ ಕುಗ್ಗುತ್ತ ಇದ್ದುವು. ಆಮೇಲ ಅವ ಹೂವ ಎರಡು ಮಾಡಿ ಆಡುಗಳ ಕೊರಳಿಗೆ ಬಿಗಿದನು. ಅದಾದ ಮೇಲ ಬಿಡಿಹೂವ ಆಡುಗಳೆರಡರ ನೆತ್ತಿಯ ಮೇಲೆ ಇಟ್ಟು ತೀರುತ ವನ್ನು ಮೈಮೇಲೆಲ್ಲ ಎರಚಿ ಕೈಮುಗಿದು "ಏನಾರ ತಪ್ಪಿದ್ದರ ಹೊಟ್ಟೆ ಒಳಕ ಹಾಕವ್ವ. ಒಪ್ಪಿಗೆ ಕೊಡು" ಅಂದನು. ಅವನ ಆ ಚೂಪು ದನಿ ಮಾರಿಗುಡಿ ತುಂಬ ದನಿಗುಟ್ಟಿತು. ದೂರದಲ್ಲಿ ಗಲಭೆ ಬಿಟ್ಟರೆ ಮಾರಿಗುಡಿ ಒಳಗ ಎಲ್ಲರು ಉಸುರುಕಟ್ಟಿ ನಿಂತಿದ್ದರು. ಅವರು ಹಾಗ ನಿಂತಿರುವುದು ಆಡುಗಳು ಕಣ್ಣುಗಳನ್ನು ಮಾತ್ರವೆ ಸುತ್ತಗು ತಿರುವಿಸುತ್ತ ನೋಡುವುದು ಸ್ವಲ್ಪಹೊತ್ತು ನಡೆಯಿತು. ಆಮೇಲ ಆಡುಗಳು ಒಂದೇ ಸಮಕ್ಕೆ ತಲಮಯ್ಯಿ ವದರಿದವು. ಆದಾದ ಮೇಲ ಆಡು ಹಿಡಿದಿದ್ದವರು ಅವ ತಾರಮಾರ ಎಳ ಕೊಂಡು ಹೊರಕ್ಕೆ ನಡೆದರು. ತಮ್ಮಟೆ ದನಿ ಅಲ್ಲಿಂದ ಏಳುತ್ತಿದ್ದ ಗಲುಗು ಗದ್ದಲವನ್ನು ನುಂಗಲು ಆರಂಭಿಸಿತು. ಹಾಗೆ ನಡೆದವರ ಜೊತೆಗೆ ಒಂದಿಷ್ಟು ಐಕಳು ಅಮಾಸನೂ ಸೇರಿ ಹಿಂಬಾಲಿಸಿದವು. ದೊಡ್ಡವರು ಗದರಿಸಿದರೂ ಅವರು ಅತ್ತ ತಿರುಗಿದಾಗ ಇತ್ತ ನಡೆದವು. ಹಾಗೆ ನಡೆದು ಒಟ್ಟಲ್ಲಿ ಒಂದು ಹಿತ್ತಲಿಗೆ ತಲುಪಿತು. ಅಲ್ಲಿದ್ದ ಕೊಂಟಿನ ಪಕ್ಕವೆ ಬಲ ವಾಗಿದ್ದ ಒಬ್ಬನು ಚೂರಿಹಿಡಿದು ಲೀಲಾಜಾಲವಾಗಿ ನಿಂತಿದ್ದನು. ಎಲ್ಲರ ಗಮನವೂ

ಒಕ್ಕಡೆ ಬಿದ್ದು ದೂರದೂರವೆ ಇದ್ದ ಐಕಳು ಮಕ್ಕಳು ಹತ್ತಿರಕ್ಕೆ ಬಂದು ಮುತ್ತಿದ್ದು ಅಲ್ಲಿದ್ದವರಿಗೆ ಮರೆತುಹೋಯ್ತು. ಇಬ್ಬರು ಆಡಿಗೆ ಹಿಂಗಾಲು ಮುಂಗಾಲು ಮಾಡಿ ಬಿಮ್ಮಗೆ ಹಿಡಿದು ಅದರ ಕತ್ತನ್ನು ಕೊಂಟಿಗೆ ತರುತ್ತಲೆ ಕಾಯುತ್ತಿದ್ದ ಚೂರಿಯವ ಚಕ್ಕನೆ ಕತ್ತಿಗೆ ಚೂರಿಯಿಂದ ಒಂದೇಟು ಹಾಕಿ ಚುರು ಚುರು ಅನ್ನಿಸಿಬಿಟ್ಟಾಗ ದೇಹ ತಲೆ ಎರಡಾದವು. ಕತ್ತರಿಸಿ ಒಕ್ಕಡೆ ಬಿದ್ದ ತಲೆಯ ಬಾಯಿಗೆ ಒಬ್ಬ ನೀರು ಹಾಕಿದನು. ಒಂದೆರಡು ಸಲ ಬಾಯಿ ಪಕ ಪಕ ಅಂದು ಮುಚ್ಚಿತು. ಆ ಕಡೆ ಅದರ ದೇಹ ಎಷ್ಟೆಷ್ಟೋ ಒದ್ದಾಡಲು ಒದ್ದಾಡುತ್ತಿತ್ತು. ತಲೆ ಮಾತ್ರ ಕಣ್ಣುಗಳ ಮೇಲಕ್ಕೆ ಅಗಲಿಸಿ ಆಗಲೆ ಸ್ತಬ್ಧವಾಗಿಬಿಟ್ಟಿತ್ತು. ಒದ್ದಾಡುವ ದೇಹದಿಂದ ರಕ್ತ ಚಲಚಲನೆ ಚಿಮ್ಮುತ್ತ ನೆಲಕ್ಕೆ ದೊದದೊದನೆ ಸುತ್ತಲೂ ಕೆಂಪಗಾವರಿಸಿತು. ಯಾರೋ ಒಂದು ಹೈದ ತವಕನೆ ಓಡಿ ಆಡುಗಳ ಕತ್ತಿಗೆ ಸುತ್ತಿದ್ದ ರಕ್ತ ತೊಟ್ಟಿಕ್ಕುತ್ತಿದ್ದ ಹೂವ ಸರವ ತಂದುಬಿಟ್ಟನು. ಅವ ಸುಮ್ಮನಿರದೆ ಅದ ಅಮಾಸನ ಕತ್ತಿಗೆ ಸುತ್ತಿಬಿಟ್ಟು ಕುಣಿ ಅಂತಂದನು. ಅಮಾಸನಿಗೆ ಕತ್ತಿನ ಸುತ್ತೆಲ್ಲ ತಣ್ಣಗುಟ್ಟಿ ಅವನ ಕತ್ತಿನಿಂದಲೂ ರಕ್ತ ತೊಟ್ಟಿಕ್ಕುತ್ತ ಅಮಾಸ ಬೆದರಿ ಬೆಚ್ಚಿ ಅಲ್ಲಿಂದ ಕಂಬಿಕಿತ್ತನು. ಅವ ನಂತೆಯೆ ಒಂದಿಬ್ಬರು ಹಾಗೆ ಮಾಡಿದರು. ಮಲಗಿದರೂ ಎಷ್ಟೋ ಹೊತ್ತಿನವರೆಗೆ ಅದೇನೆ ಅಮಾಸನ ಕಣ್ಣಿಗೆ ಕಟ್ಟಿತ್ತು. ಆದರೂಳಗೇ ಅವನು ಬೆಚ್ಚಿ ಬೆದರಿ ಎಷ್ಟೋ ಸಲ ಎದ್ದು ಕುಳಿತಿದ್ದನು. ಅವತ್ತು ರಾತ್ರಿಯೆಲ್ಲ ಬೆಳಕು ಹಚ್ಚಿದ್ದರು. ಪರಊರಿನವರು ಹೆಚ್ಚಾಗಿ ಬಿಳಿ ದುಪ್ಪಟಿ ಹೊದ್ದು ಮಾರಿಗುಡಿ ತುಂಬಾ ಏಕಾ ಮಲಗಿದ್ದರು. ಅದೆಲ್ಲ ಸೇರಿಕೊಂಡು ಮಾರಿಗುಡಿಗೆ ಮಾರಿಗುಡಿಯೆ ಬೆಳ್ಳಗಿತ್ತು.

ಅವತ್ತು ರಾತ್ರಿ ರೈಲ್ವೆಗ್ಯಾಂಗುಮೆನ್ನು ಸಿದ್ದಪ್ಪನು ವೋವರಾಗಿ ಹೊಟ್ಟೆತುಂಬ ಪರಮಾತ್ಮನನ್ನು ಹಾಕೊಂಡು ಬಂದಿದ್ದನು. ಅವನ ತಪ್ಪಲ್ಲದಿದ್ದರೂ ಅದು ಅವನನ್ನು ಆ ರಾತ್ರಿ ತುಂಬ ಆಡಿಸತೊಡಗಿತು. ಅವನಿಗೊ ಕಣ್ಣು ಮುಚ್ಚಿದರೆ ಪ್ರಳಯ ಆಗುತ್ತಿತ್ತು. ಅದಕ್ಕೇ ಅವನು ಕಣ್ಣು ಮುಚ್ಚದೆ ತೂರಾಡುವ ಹಾದಿ ಒಳಗ ಹಿಡಿದಿದ್ದ ಕೋಲು ಊರುತ್ತ ದಿಕ್ಕಾಪಾಲು ನಡೆದಾಡತೊಡಗಿದನು. ಹಾಗೆ ನಡೆದಾಡುತ್ತಿರುವಲ್ಲಿ ಉರಿಯೋ ಲೈಟುಕಂಬ ಕಂಡುಬಂದಲ್ಲಿ ಅವನಿಗೆ ರೋಷ ಹೊಮ್ಮುತ್ತಿತ್ತು. ಝಾಡಿಸಿ ಅದಕ್ಕೆ ಒದ್ದು ಬಿದ್ದು ಕೋಲಲ್ಲಿ ಜೋರು ಬಡಿಯುವನು. ಅಲ್ಲಾಗುವ ಸದ್ದು ಸುತ್ತಮುತ್ತನ್ನೆಲ್ಲ ನಡುಗಿಸುತ್ತ ಏಳುತ್ತಿತ್ತು. ಅಷ್ಟಕ್ಕೂ ಮುಗಿಸದೆ ಹಾಹೊ ಚೀರುತ್ತ ಅದನ್ನು ರಾಜ ಕಾರಣಿಯನ್ನೊ, ಕಂಟ್ರಾಕ್ಟರನ್ನೊ. ರೈಲ್ವೆ ಬಾಸನ್ನೊ, ಆಣಿ ಬಡ್ಡಿ ಸಾಲಕೊಡೊ ಮಾದಪ್ಪನನ್ನೊ ಮಾಡಿಕೊಂಡು – ಥೂ ಸೂಳೆಮುಗ್ನ. ಬಿಳಿಬಟ್ಟೆ ಹಾಕ್ಕೊಂಡು ದೇಸ ಸುತ್ತಿ ದೊಡ್ಡವ ಆಗ್ತಿ ಎನ್ಲೇ. ನನ್ನ ಕಂಡ್ರು ಮೂಗ ಮುಚ್ಕೊಳ್ತೀಯಾ? ನಾವಾದ್ರು ಪರದೇಸಿಗಳಪ್ಪ ಎಲ್ಲಿಂದ್ರು ಅಲ್ಲಿ ಬೀದೀಲಿ ಬಿದ್ದಿರ್‍ತೀವಿ. (ವೊ ಎಂದು ದೊಡ್ಡದಾಗಿ ಬಾಯಿ ದನಿ ತೆಗೆದು ಗೊಳೋ ಎಂದು ಅತ್ತನು. ಮತ್ತೂ ಮಾತ ಜೋರು ಮುಂದು ವರೆಸಿದನು) ನಿಮ್ಮ ಕಾರ ನಮ್ಮ ಮೇಲ ಬುಡಬೇಡ್ರಪ್ಪೊ. ನನ್ಮಾತ ಕೇಳಿ ನಗ್ತಾನೆ

ನೋಡ್ರಪ್ಪೊ. ನಗಪ್ಪಾ ನಗು. ನಿಂಗ ನಗೊ ಕಾಲ. ನೀ ಏನ ಮಾಡ್ತಿ ನಗ್ಟೆ. ನಗು ಮಗ್ನ. ಬಡವ್ರ ಉದ್ಧಾರ ಮಾಡವ ನೀನು. ನಗು ಮಗ್ನ ಕಮ್ಯುನಿಸಮು ಬರ್ಬೇಕು. ಆಗ ನೀ ನಗೋದು ಹೋಗ್ಬೇಕು. ಅಲ್ಲಿಗಂಟಾನು ನೀ ನಗ್ತಿ. ನಗಪ್ಪೊ ನಗು... ಅಲ್ಲೆ ಅಲ್ಲೋಲ ಕಲ್ಲೋಲ ಏಳಿಸುತ್ತ, ಅವನ ಮಾತು ಅವನ ನಗು ಎಲ್ಲವೂ ಬೀದಿ ತುಂಬೆಲ್ಲ ಬಿದ್ದು ಎದ್ದು ಆ ಕೊರೆಯುವ ರಾತ್ರಿ ಕತ್ಲಲ ಒಳಗ ಒದ್ದಾಡುತ್ತಿದ್ದವು. ಆ ಮಾತು ನಗುಗೆಲ್ಲ ನಿದ್ದೆ ಬಾರದಿದ್ದ ಅಮಾಸ ಬೆಚ್ಚಿ ಬೆಚ್ಚಿ ಕೂರುತ್ತಿದ್ದನು. ಹೀಗೆ ಎಷ್ಟೊ ಹೊತ್ತು ನಡದು ಆಮೇಲ ಸಿದ್ದಪ್ಪನ ದೇಹ ಎಲ್ಲಿ ಬಿತ್ತೊ ಹೇಗೆ ಬಿತ್ತೊ ಏನು ಕಥೆಯೊ ಅವನ ಮಾತು ಅವನ ನಗು ನಿಂತವು.

[4]

ಮಾರನೆ ದಿನ ಬಂತಲ್ಲ, ಅವತ್ತು ಊರು ಆಕಳಿಸುತ್ತ ಕಳೆಯಿತು. ಯಾವಾವ ಜಗುಲಿ ನೋಡಿದರೂ ಜನವೆ ತುಂಬಿತ್ತು. ಅಷ್ಟಕ್ಕೂ ಎಷ್ಟೋ ಜನ ಇನ್ನೂವೆ ಎದ್ದೆ ಇರಲಿಲ್ಲ. ಉದಾ: ಸಿದ್ದಪ್ಪ. ಮಧ್ಯಾಹ್ನ ಬಂತಲೆ ಹುಲಿಯಾಸದವರಿಂದ ಚಲನ ವಲನ ಮಾರಿಗುಡಿಗೆ ಬಂತು. ಗೌಡರ ಜೀತದಾಳು ಬಂದು ಗೌಡ್ರ ಹಟ್ಟಿಗೆ ತಿಂಗ್ನಕಾಯಿ ಬೇಕಂತೆ. ಎಂದು ಅಂದು ಕುರಿಯಯ್ಯ ಕಿತ್ಕೊ ಅಂತಲೆ ಅವ್ನ ಮರವ ನಿಮಿಷಕ್ಕೆ ಹತ್ತಿ ಉದುರಿಸಿ ಕೊಂಡು ಹೋದನು. ಅತ್ತ ಹಟ್ಟಿಗಳ ಒಳಗ ಹೆಂಗಸರು ಚೆಂದಾಗಿ ತಲೆ ಬಾಚಿಕೊಂಡು ಹೂ ಮುಡಕೊಂಡು ಹೊರಕ್ಕು ಒಳಕ್ಕು ಓಡಾಡುತ್ತಿದ್ದರು. ಪ್ರಾಯದ ಹುಡುಗರಂತು ಆಗೀಗ ಆಡೊ ತುಡುಗು ಹುಡಿಗೇರ ರೇಗಿಸುತ್ತ ಅವುಗಳಿಂದ ಬೈಸಿಕೊಳ್ಳುತ್ತ ಇದ್ದವು.

ಮಾರಿಗುಡೀಲಿ ಹುಲಿಯಾಸದ ತಮ್ಮಟೆ ಸದ್ದು ಎಲ್ಲರನ್ನು ಒಕ್ಕಡೆಗೆ ಸೆಳೆಯುತ್ತಿತ್ತು. ಎಲ್ಲರು ಬರೊ ಹುಲಿಗಳನ್ನೆ ಕಾಯುತ್ತ ಕಾದಿದ್ದರು. ಹಾಗೆ ಇದ್ದು ಒಮ್ಮೆಗೆ ಹುಲಿಮನೆ ಬಾಗಿಲು ತೆರಕಂಡಿತು. ಎಲ್ಲರ ಕಣ್ಣುಗಳೂ ದಬ ದಬ ಅಲ್ಲಿಗೆ ಬಿದ್ದವು. ಒಂದು ದೊಡ್ಡ ಯಾಸದ ಹುಲಿ ನಿಂಬೆಹಣ್ಣ ಬಾಯಲ್ಲಿ ಕಚ್ಚಿ ಒಳಗಿಂದ ಹೊರಕ್ಕೆ ನೆಗೆದು ಬಂತು. ಬರುತ್ತಲೆ ಜನವೆಲ್ಲ ಹೌಹಾರಿ ಚದರಿ ಸರಿದು ಸರಿದು ಅಲ್ಲೆ ರೌಂಡಾಗಿ ಜಾಗವಾಯ್ತು. ಅದಾದ ಮೇಲೆ ನಾಕಾರು ದೊಡ್ಡ ಹುಲಿಗಳು, ಕತ್ತೆಕಿರುಬ ನಗುಸೊ ಕೋಡಂಗಿ ಒಂದಾದ ಮೇಲ ಒಂದು ಬಂದವು. ಬಂದವುಗಳಲ್ಲಿ ಒಂದು ಮರಿ ಹುಲಿಯೂ ಇತ್ತು. ಎಲ್ಲ ಬಂದಾದಮೇಲ ಒಂದು ಸಲ ಸಾಲಾಗಿ ನಿಂತು ದೇವರಿಗೆ ಕೈ ಜೋಡಿಸಿ ತೀರುತ ತಕ್ಕಂದರು. ಆಮೇಲ ಅಲ್ಲಿಂದಲೆ ಕುಣಿತ ಆರಂಭ ಆಯ್ತು. ಕತ್ತೆ ಕಿರುಬನು ಎಲ್ಲರಿ ಗಿಂತಲು ಜೋರಾಗಿ ಮಜಬೂತವಾಗಿದ್ದು ಅವನಿಗೆ ಯಾಸ ಥೇಟಾಗಿತ್ತು. ಅವ್ನು ಮರಿ ಕಡಿಯುವಾಗ ಲೀಲಜಾಲವಾಗಿ ಕತ್ತಿ ಹಿಡಿದು ನಿಂತಿದ್ನಲ್ಲ ಅವ್ನು. ಆವ ತಮ್ಮಟೆ ವನಿಗ ಹೆಜ್ಜೆ ಹಾಕುತ್ತ ಬಂದ ಅಂದರೆ ಜನಕ್ಕೆ ಜನವೆ ಫರ್ಲಾಂಗು ದೂರ ಚಿಗಿಯುತ್ತಿತ್ತು.

ಕುಣಿತ ಬೀದಿಗೆ ಬಂದಾಗ ಹೆಂಗ್ಸು ಮಕ್ಕಳು ಜಗಲಿ ಇಳಿದೇನೆ ಜೀವ ಹಿಡಕೊಂಡು ನೋಡುತ್ತಿದ್ದರು. ಏನಾರು ಕುಣಿತ ಅವರ ದಿಕ್ಕ ಬಂದರೆ ಗುಡಕ್ಕಂತ ಒಳಕ್ಕೋಗಿ ಚಿಲಕ ಹಾಕ್ಕೊಂಡುಬುಡವರು. ಸಣ್ಣ ಹೈಕಳಂತು ದೂರ ದೂರವೆ ಇದ್ದು ಕುಣಿತ ಹೋದತ್ತ ಹೋದವು. ಹಾಗೆ ಕುಣಿತ ನಡೆದು ಒಕ್ಕಲಗೇರಿಗು ಬಂದು ಅಲ್ಲಿ ಛಾವಡಿ ಮುಂದೂ ಕುಣೀತು. ಕುಣಿತಕ್ಕೆ ಗೌಡರು ಶಾನುಭೋಗರು ಎನ್ನದೆ ಮುಂತಾದ ಮೇಲು ಜಾತಿ ಮೊಖಂಡರು ಸೇರಿದ್ದರು. ಅವರೆಲ್ಲ ಕುಣಿತದವರಿಗೆ ತಮ್ಮ ಸ್ಥಾನಮಾನಕ್ಕೆ ತಕ್ಕಂತೆ ಇನಾಮು ಕೊಟ್ಟು ಶಭಾಷಗಿರಿ ಪಡಕಂಡರು. ಊರ ಮೇಲಕ್ಕೆ ಕತ್ತಲು ಬಿದ್ದು ಕುಣಿತ ಮುಗಿದರೂ ಊರವರ ಕಣ್ಣು ಎತ್ತ ಹೋದರು ನಿದ್ದೆ ಮಾಡಲು ಕಣ್ಣು ಮುಚ್ಚಿದರೂ ಅಥವಾ ಹೆಂಡ್ತೀಗೆ ಸೀರೆ ಬಿಚ್ಚಿ ಬೆತ್ತಲೆ ಮಾಡಿ ನೋಡಿದರೂ ಕುಣಿತವೆ ಢಂಗು ಢಂಗು ಢಂಗುಚುಕ್ಕಿ ತಮ್ಮಟೆ ದನಿ ಜೊತೇಲೆ ಕಾಣುತ್ತಿತ್ತು.

ಗೌಡರು ಮಲಗಿದರೂ ನಿದ್ದೆ ಬಾರದ್ದಕ್ಕೆ ಅಡ್ಡಾಡಲು ಹೊರಕ್ಕೆ ಬಂದರು. ಅವರ ಹಟ್ಟಿ ಜೀತಗಾರನು ಎಚ್ಚರವಾಗೆ ಇದ್ದುದರಿಂದ ಗೌಡರು ಬಂತಲೆ ಎದ್ದು ಕುಂತನು. ಗೌಡರು ಬೀಡೀನ ಬಾಯಿಗೆ ಸಿಕ್ಕಿಸಿ ಕಡ್ಡಿ ಗೀರಲು ಆ ಬೆಳಕಿಗೆ ಆ ಕತ್ತಲಿಗೆ ಅವರ ಮುಖವಷ್ಟು ಕೆಂಪೆಗೆ ಕಂಡು ನಂದಿತು. ಗೌಡರು ಹೊಗೆ ನುಂಗುತ್ತ ಇದ್ದು ಆಮೇಲ ಜೀತಗಾನ ದಿಕ್ಕ ತಿರುಗಿ 'ಅದೇ ಆ ಮರಿಹುಲಿ ಮಾಡಿತ್ತಲ್ಲ. ಆ ಹೈದ ಯಾರ್ದ' ಎಂದರು. ಜೀತಗಾರ 'ಅದೇ ಅಳಿ. ಅಮಾಸ ಅಂತ' ಅಂದನು. 'ಅಮಾಸ ಅಂದ್ರ?' ಎಂದು ಮತ್ತೂ ಕೇಳಿದರು. ಅದಕ್ಕವ 'ಅದೇ ಅಳಿ. ಆ ಕುರಿಯಯ್ಯ್ನ ಜೊತೇಲಿ ಒಂದು ತಾಯಿ ತಂದ ಇಲ್ದ ತಬ್ಬಲಿ ಹೈದ ಇತ್ತಲ್ಲ ಬುದ್ಧಿ. ಅದೇನೆ' ಅಂದನು. ಗೌಡರು ಕೇಳಿದವರೆ ಅತ್ಯಾಶ್ಚರ್ಯ ಅಂದರು. 'ಎಲಾ ಅವ್ನ. ಆಗ್ಲೆ ಅಷ್ಟು ಬೆಳೆದುಬುಟ್ಟವ್ನ' ಅಂದರು. ಗೌಡರ ಕಣ್ಣುಗಳ ಮುಂದಕ್ಕೆ ಅಮಾಸ ಹುಲಿಯಾಸ ಹಾಕಿ ಬಗೆಬಗೆಯಾಗಿ ಕುಣಿಯುತ್ತ ಬಂತೊ...

ಕಥೆಗಾರರ ಪರಿಚಯ*

ಪಂಜೆ ಮಂಗೇಶರಾಯ (ಕವಿಶಿಷ್ಯ)

ಜನನ : ಫೆಬ್ರುವರಿ 22, 1874; ಮರಣ : ಅಕ್ಟೋಬರ್ 25, 1937. ದಕ್ಷಿಣ ಕನ್ನಡ ಜಿಲ್ಲೆಯ ಸುಬ್ರಹ್ಮಣ್ಯಕ್ಕೆ ಸಮೀಪದ ಪಂಜ ಪೂರ್ವಜರ ಊರು; ಮಂಗಳೂರು ತಾಲೂಕಿನ ಬಂಟವಾಳ ಅವರ ಹುಟ್ಟೂರು. ಬಿ. ಎ. (1904). ಎಲ್. ಟಿ. (1905) ಪದವೀಧರರು. ಕನ್ನಡ ಪಂಡಿತರಾಗಿ, ವಿದ್ಯಾ ಇಲಾಖೆಯ ಇನ್ಸ್‌ಪೆಕ್ಟರರಾಗಿ, ಟ್ರೇನಿಂಗ್ ಕಾಲೇಜಿನ ಮುಖ್ಯ ಅಧ್ಯಾಪಕರಾಗಿ, ಕೊನೆಯಲ್ಲಿ ಮಡಿಕೇರಿ ಹೈಸ್ಕೂಲಿನ ಮುಖ್ಯೋಪಾಧ್ಯಾಯರಾಗಿದ್ದು ನಿವೃತ್ತರಾದರು. ಹೊಸಗನ್ನಡ ಕಾವ್ಯದ ಮೂಲಪುರುಷರಲ್ಲಿ ಒಬ್ಬರು, ಹೊಸಗನ್ನಡ ಸಣ್ಣಕತೆಯ ಜನಕರು. ರಾಯಚೂರಿನಲ್ಲಿ ನಡೆದ ಕನ್ನಡ ಸಾಹಿತ್ಯ ಸಮ್ಮೇಳನದ ಅಧ್ಯಕ್ಷರು (1934). ಪಂಜೆಯವರ ಶತಮಾನೋತ್ಸವಕ್ಕೆ (1973) 'ಓರಿಯಂಟ್ ಲಾಂಗಮನ್ ಲಿಮಿಟೆಡ್' ಪ್ರಕಾಶನ ಸಂಸ್ಥೆ, ಅವರ ಬರೆಹಗಳನ್ನೆಲ್ಲ ನಾಲ್ಕು ಸಂಪುಟಗಳಲ್ಲಿ ಪ್ರಕಟಿಸಿದೆ.

ಡಾ. ಮಾಸ್ತಿ ವೇಂಕಟೇಶ ಅಯ್ಯಂಗಾರ್ (ಶ್ರೀನಿವಾಸ)

ಜನನ : ಜೂನ್ 6, 1891, ಕೋಲಾರ ಜಿಲ್ಲೆಯ ಮಾಲೂರು ತಾಲೂಕಿನ ಮಾಸ್ತಿ. ಈಗ ಬೆಂಗಳೂರಿನ ಗವಿಪುರಂ ಹರವಿನಲ್ಲಿ ವಾಸ. ಮದ್ರಾಸಿನ ಪ್ರೆಸಿಡೆನ್ಸಿ ಕಾಲೇಜಿನಲ್ಲಿ ಓದಿ ಅಲ್ಲಿಯೇ ಕೆಲವು ಕಾಲ ಇಂಗ್ಲಿಷ್ ಅಧ್ಯಾಪಕ ವೃತ್ತಿ. ಮುಂದೆ ಸಿವಿಲ್ ಸರ್ವಿಸ್ ಪರೀಕ್ಷೆಯಲ್ಲಿ ಸರ್ವಪ್ರಥಮವಾಗಿ ಉತ್ತೀರ್ಣರಾದ ಅವರು ಅಸಿಸ್ಟೆಂಟ್ ಕಮಿಷನರರಾಗಿದ್ದರು. ಬೆಳಗಾವಿಯಲ್ಲಿ ನಡೆದ ಕನ್ನಡ ಸಾಹಿತ್ಯ ಸಮ್ಮೇಳನದ ಅಧ್ಯಕ್ಷತೆ (1929). ಕರ್ನಾಟಕ ಹಾಗೂ ಮೈಸೂರು

*ಇಲ್ಲಿ ಕೊಟ್ಟಿರುವ ವಿವರಗಳು 1991 ಕ್ಕಿಂತ ಹಿಂದಿನದು.

ವಿಶ್ವವಿದ್ಯಾಲಯಗಳಿಂದ ಗೌರವ ಡಾಕ್ಟರೇಟ್, ಕೇಂದ್ರ ಸಾಹಿತ್ಯ ಅಕಾಡೆಮಿಯಿಂದ 'ಸಣ್ಣ ಕತೆಗಳು' ಕಥಾಸಂಕಲನಕ್ಕೆ 1968 ರ ಪ್ರಶಸ್ತಿ (1970) ಹಾಗೂ ಕೇಂದ್ರ ಅಕಾಡೆಮಿಯ ಫೆಲೋ ಪದವಿ (1974) 'ಚಿಕ್ಕವೀರ ರಾಜೇಂದ್ರ' ಕಾದಂಬರಿಗೆ ಜ್ಞಾನಪೀಠ ಪ್ರಶಸ್ತಿ (1983), ಅವರು ಪಡೆದ ಗೌರವ ಮತ್ತು ಪ್ರಶಸ್ತಿಗಳು. ಕಾವ್ಯ, ನಾಟಕ, ಕಾದಂಬರಿ, ವಿಮರ್ಶೆ, ಜೀವನಚರಿತ್ರೆ ಇತ್ಯಾದಿ ಸಾಹಿತ್ಯ ಪ್ರಕಾರಗಳಲ್ಲಿಯೂ ಕೆಲಸ ಮಾಡಿದ್ದಾರೆ.

ಡಾ. ಎ.ಆರ್. ಕೃಷ್ಣಶಾಸ್ತ್ರಿ (ಶ್ರೀಪತಿ)

ಜನನ : ಫೆಬ್ರುವರಿ 12, 1890, ಮೈಸೂರು; ಮರಣ : ಫೆಬ್ರುವರಿ 1. 1968. ಮೈಸೂರು ವಿಶ್ವವಿದ್ಯಾನಿಲಯದ ಬಿ. ಎ. ಮದ್ರಾಸು ವಿಶ್ವವಿದ್ಯಾನಿಲಯದ ಎಂ. ಎ. ಪದವಿಗಳು. ಮೈಸೂರು ವಿಶ್ವವಿದ್ಯಾನಿಲಯದ ಕನ್ನಡ ಪ್ರಾಧ್ಯಾಪಕ ಮತ್ತು ಮುಖ್ಯಸ್ಥರಾಗಿದ್ದು ನಿವೃತ್ತರಾದರು (1939–1946). ಹೈದರಾಬಾದಿನಲ್ಲಿ ನಡೆದ ಕನ್ನಡ ಸಾಹಿತ್ಯ ಸಮ್ಮೇಳನದ ಅಧ್ಯಕ್ಷತೆ (1941) ಮೈಸೂರು ವಿಶ್ವವಿದ್ಯಾನಿಲಯದಿಂದ ಗೌರವ ಡಾಕ್ಟರೇಟ್ (1960), ಕೇಂದ್ರ ಸಾಹಿತ್ಯ ಅಕಾಡೆಮಿಯಿಂದ 'ಬಂಕಿಮಚಂದ್ರ' ವಿಮರ್ಶನಗ್ರಂಥಕ್ಕೆ ಪ್ರಶಸ್ತಿ (1961), ಅವರು ಪಡೆದ ಗೌರವ ಮತ್ತು ಪ್ರಶಸ್ತಿಗಳು. ವಚನ ಭಾರತ, ಭಾಸಕವಿ, ಸಂಸ್ಕೃತ ನಾಟಕ, ಬಂಕಿಮಚಂದ್ರ-ಕೆಲವು ಗ್ರಂಥಗಳು. ಶ್ರೀಪತಿಯ ಕಥೆಗಳು-ಅವರ ಏಕೈಕ ಕಥಾಸಂಕಲನ.

ಆಜ್ಜಂಪುರ ಸೀತಾರಾಮ್ (ಆನಂದ)

ಜನನ : ಆಗಸ್ಟ್ 22, 1902; ಮರಣ : ನವೆಂಬರ್ 17, 1963. ಅಜ್ಜಂಪುರ ಪೂರ್ವಿಕರ ಊರು. ಶಿವಮೊಗ್ಗ ಜಿಲ್ಲೆಯ ಸೊರಬ ತಾಲೂಕಿನ ಆನವಟ್ಟಿಯಲ್ಲಿ ಹುಟ್ಟಿದ್ದು. ಪ್ರಾಣಿಶಾಸ್ತ್ರ, ಸಸ್ಯಶಾಸ್ತ್ರಗಳಲ್ಲಿ ಬಿ.ಎಸ್.ಸಿ.ಪದವಿ. ಕೆಲಕಾಲ ಮೈಸೂರು ಸರ್ಕಾರದ ರೇಷ್ಮೆ ವ್ಯವಸಾಯ ಇಲಾಖೆಯಲ್ಲಿದ್ದು, ಬಿಟ್ಟು, ಕೊನೆಗೆ ಬರೆವಣಿಗೆಯನ್ನೇ ವೃತ್ತಿಯನ್ನಾಗಿ ಮಾಡಿಕೊಂಡಿದ್ದರು. ಚಂದ್ರಗ್ರಹಣ, ಸಂಸಾರಶಿಲ್ಪ, ಮಾಟಗಾತಿ, ಸ್ವಪ್ನಜೀವಿ, ಜೋಯಿಸರ ಚೌಡಿ ಇತ್ಯಾದಿ

ಕಥಾಸಂಕಲನಗಳು, ನಾಟಕ, ಪ್ರಬಂಧ, ಅನುವಾದ ಮುಂತಾದ ಸಾಹಿತ್ಯ ಪ್ರಕಾರಗಳಲ್ಲಿಯೂ ಕೆಲಸ ಮಾಡಿದ್ದಾರೆ.

ಡಾ. ಕೆ.ವಿ. ಪುಟ್ಟಪ್ಪ (ಕುವೆಂಪು)

ಜನನ : ಡಿಸೆಂಬರ್ 29, 1904. ಊರು: ಶಿವಮೊಗ್ಗ ಜಿಲ್ಲೆಯ ತೀರ್ಥಹಳ್ಳಿ ತಾಲೂಕಿನ ಕುಪ್ಪಳಿ. ಈಗ ಮೈಸೂರಿನ ವಾಣಿವಿಲಾಸಪುರಂ 'ಉದಯರವಿ'ಯಲ್ಲಿ ವಾಸ. ಕನ್ನಡ ಪ್ರಾಧ್ಯಾಪಕ ಮತ್ತು ಮುಖ್ಯಸ್ಥರಾಗಿದ್ದು (1946) ಮುಂದೆ ಮೈಸೂರು ವಿಶ್ವವಿದ್ಯಾನಿಲಯದ ಉಪಕುಲಪತಿಯಾಗಿ (1956-1960) ನಿವೃತ್ತರಾದರು. 'ಶ್ರೀರಾಮಾಯಣದರ್ಶನಂ' ಕಾವ್ಯಕೃತಿಗೆ ಕೇಂದ್ರ ಸಾಹಿತ್ಯ ಅಕಾಡೆಮಿ ಪ್ರಶಸ್ತಿ (1955) ಮತ್ತು 1967 ರ ಜ್ಞಾನಪೀಠ ಪ್ರಶಸ್ತಿ (1968) ರಾಷ್ಟ್ರಪತಿಯಿಂದ 'ಪದ್ಮಭೂಷಣ' (1958) ರಾಜ್ಯ ಸರ್ಕಾರದಿಂದ 'ರಾಷ್ಟ್ರಕವಿ' (1964), ಮೈಸೂರು, ಬೆಂಗಳೂರು, ಕರ್ನಾಟಕ, ಗುಲಬರ್ಗಾ ವಿಶ್ವವಿದ್ಯಾಲಯಗಳಿಂದ ಗೌರವ ಡಾಕ್ಟರೇಟ್, ಮೈಸೂರು ವಿಶ್ವವಿದ್ಯಾನಿಲಯದಿಂದ ಪ್ರೊಫೆಸರ್ ಇಮೆರಿಟಸ್, ಧಾರವಾಡದಲ್ಲಿ ನಡೆದ ಕನ್ನಡ ಸಾಹಿತ್ಯ ಸಮ್ಮೇಳನದ ಅಧ್ಯಕ್ಷತೆ (1957)-ಅವರು ಪಡೆದ ಇತರ ಮುಖ್ಯ ಗೌರವ ಮತ್ತು ಪ್ರಶಸ್ತಿಗಳು. ಕಾವ್ಯ, ನಾಟಕ, ಕಾದಂಬರಿ, ಸಣ್ಣಕತೆ, ವಿಮರ್ಶೆ, ಜೀವನಚರಿತ್ರೆ, ಇತ್ಯಾದಿ ಸಾಹಿತ್ಯ ಪ್ರಕಾರಗಳಲ್ಲಿ ಸುಮಾರು ಅರವತ್ತು ಗ್ರಂಥಗಳ ಪ್ರಕಟನೆ. ಸನ್ಯಾಸಿ, ನನ್ನ ದೇವರು-ಕಥಾಸಂಕಲನಗಳು.

ಕೂದವಳ್ಳಿ ಅಶ್ವತ್ಥನಾರಾಯಣರಾವ್ (ಅಶ್ವತ್ಥ)

ಜನನ : ಜೂನ್ 16, 1912, ಚಿಕ್ಕಮಂಗಳೂರು ಜಿಲ್ಲೆಯ ಕೂದವಳ್ಳಿ; ಪೂರ್ವಜರು ಶಿವಮೊಗ್ಗ ಜಿಲ್ಲೆಯ ತೀರ್ಥಹಳ್ಳಿಯವರು. ಈಗ ಮೈಸೂರಿನ ಸರಸ್ವತಿಪುರಂನಲ್ಲಿ (9 ನೇ ಮುಖ್ಯ ರಸ್ತೆ) ವಾಸ. ಸಿಮ್ಲಾದಲ್ಲಿ ಮಿಲಿಟರಿ ಎಂಜಿನಿಯರಿಂಗ್ ಸರ್ವಿಸ್‌ನಲ್ಲಿದ್ದು. ಮುಂದೆ ಮಿಲಿಟರಿ ಫ್ಯಾಕ್ಟರೀಸ್ ಎಕ್ಸ್‌ಟೆನ್ಶನ್ ಡೈರೆಕ್ಟರ್ ಆಗಿ, ಅನಂತರ ಬನಾರಸ್ ಹಿಂದು ವಿಶ್ವವಿದ್ಯಾಲಯದಲ್ಲಿ ಸಿವಿಲ್ ಎಂಜಿನಿಯರಿಂಗ್‌ನಲ್ಲಿ ರೀಡರ್ ಆಗಿದ್ದು ನಿವೃತ್ತರಾದರು. ಜೀವನ, ಜಯಂತಿ, ನೋವು ನಲಿವು, ಅಗ್ನಿಸಾಕ್ಷಿ, ಹುಚ್ಚನ ಹೆಂಡತಿ, ದೂರದ ಕಾಶಿಯಲ್ಲಿ, ಅಭಿನಯ

ಜಗತ್ತು ಇತ್ಯಾದಿ 13 ಕಥಾಸಂಕಲನಗಳು. ಕಾದಂಬರಿ, ನಾಟಕ, ಪ್ರಬಂಧ, ಖಂಡಕಾವ್ಯ–ಪ್ರಕಾರಗಳಲ್ಲಿಯೂ ಗ್ರಂಥಗಳನ್ನು ಪ್ರಕಟಿಸಿದ್ದಾರೆ.

ಎಂ. ಸುಬ್ರಹ್ಮಣ್ಯರಾಜ ಅರಸು (ಚದುರಂಗ)

ಜನನ: ಜನವರಿ 1, 1916, ಮೈಸೂರು ಜಿಲ್ಲೆಯ ಹುಣಸೂರು ತಾಲೂಕಿನ ಕಲ್ಲಹಳ್ಳಿ. ಈಗ ಮೈಸೂರಿನ ವಾಣಿವಿಲಾಸಪುರಂನಲ್ಲಿ (8ನೇ ಕ್ರಾಸ್) ವಾಸ. ಅರಸು ಮನೆತನಕ್ಕೆ ಸೇರಿದವರಾಗಿದ್ದೂ ಸ್ವಾತಂತ್ರ್ಯ ಚಳವಳಿಯಲ್ಲಿ ಭಾಗವಹಿಸಿದ್ದರು. ಸ್ವಪ್ನಸುಂದರಿ, ಇಣಿಕುನೋಟ, ಶವದ ಮನೆ, ವಿಾನಿನ ಹೆಜ್ಜೆ, ಬಂಗಾರದ ಗೆಜ್ಜೆ, ಇತ್ಯಾದಿ ಕಥಾಸಂಕಲನಗಳು. ಕುಮಾರರಾಮ, ಇಲಿಬೋನು ನಾಟಕಗಳು. ಸರ್ವಮಂಗಳಾ, ಉಯ್ಯಾಲೆ, ವೈಶಾಖ ಕಾದಂಬರಿಗಳು. ಮೊದಲಿನ ಎರಡೂ ಕಾದಂಬರಿಗಳು ಚಲನಚಿತ್ರವಾಗಿದ್ದು ಮೊದಲನೆಯದನ್ನು ಅವರೇ ನಿರ್ದೇಶಿಸಿದ್ದಾರೆ. "ವೈಶಾಖ" ಕಾದಂಬರಿಗೆ ರಾಜ್ಯ (1982) ಮತ್ತು ಕೇಂದ್ರ ಸಾಹಿತ್ಯ ಅಕಾಡೆಮಿ ಪ್ರಶಸ್ತಿ (1982) ಗಳು ಬಂದಿವೆ.

ಬಸವರಾಜ ಕಟ್ಟೀಮನಿ

ಜನನ: ಅಕ್ಟೋಬರ್ 5, 1919, ಬೆಳಗಾವಿ ಜಿಲ್ಲೆಯ ಗೋಕಾಕ. ತಂದೆಯ ಊರು ಅದೇ ತಾಲೂಕಿನ ಶಿರೂರು, ಈಗ ಧಾರವಾಡದಲ್ಲಿ ವಾಸ. ಪತ್ರಿಕೋದ್ಯಮಿಯಾಗಿ ಏಳೆಂಟು–ದಿನ, ವಾರ, ಮಾಸ–ಪತ್ರಿಕೆಗಳಲ್ಲಿ ದುಡಿದವರು. 'ಉಷಾ' ಮಾಸ ಪತ್ರಿಕೆ ಪ್ರಗತಿಶೀಲ ಸಾಹಿತ್ಯ ಮತ್ತು ಸಾಹಿತಿಗಳಿಗೆ ಮುಖ್ಯವಾದ ನೆಲೆ ಒದಗಿಸಿತ್ತು. 1942ರ ಚಳುವಳಿಯಲ್ಲಿ ಸೇರಿ 9 ತಿಂಗಳು ಸೆರೆಮನೆಯ ವಾಸ. ಶಾಸಕ ಪದವಿ (ಎಂ.ಎಲ್.ಸಿ.) ನೀಡಿ ರಾಜ್ಯ ಸರ್ಕಾರ ಸಾಹಿತ್ಯ ಸೇವೆಯನ್ನು ಗೌರವಿಸಿತ್ತು. (1968-1973). ಸುಮಾರು 35 ಕಾದಂಬರಿಗಳು. 'ಜ್ವಾಲಾಮುಖಿಯ ಮೇಲೆ' (1951) ಕಾದಂಬರಿಗೆ ಸೋವಿಯತ್‌ಲ್ಯಾಂಡ್ ನೆಹರೂ ಪಾರಿತೋಷಕ (1968). ಕಾರವಾನ್, ಆಗಸ್ಟ್ ಒಂಭತ್ತು, ಜೋಳದ ಬೆಳೆಯ ನಡುವೆ, ಗುಲಾಬಿ ಹೂ, ಸೈನಿಕನ ಹೆಂಡತಿ ಇತ್ಯಾದಿ ಕಥಾಸಂಕಲನಗಳು. ಸೋವಿಯತ್ ದೇಶದ ಪ್ರವಾಸ ಕೈಗೊಂಡಿದ್ದರು. (1969) ಕನ್ನಡ ಸಾಹಿತ್ಯ ಸಮ್ಮೇಳನದ ಅಧ್ಯಕ್ಷರಾಗಿದ್ದರು (1980).

ತಳುಕಿನ ರಾಮಸ್ವಾಮಯ್ಯ ಸುಬ್ಬರಾವ್ (ತ.ರಾ.ಸು.)

ಜನನ : ಏಪ್ರಿಲ್ 4, 1920; ಮರಣ : ಏಪ್ರಿಲ್ 10, 1984. ಊರು : ಚಿತ್ರದುರ್ಗ ಜಿಲ್ಲೆಯ ಚಳ್ಳಕೆರೆ ತಾಲೂಕಿನ ತಳಕು. ಸ್ವಾತಂತ್ರ್ಯ ಚಳುವಳಿಯಲ್ಲಿ ಭಾಗವಹಿಸಿ ಸೆರೆಮನೆ ವಾಸ. ಸುಮಾರು ನೂರರಷ್ಟು ಗ್ರಂಥಗಳು. ಅದರಲ್ಲಿ ಸುಮಾರು ಎಪ್ಪತ್ತರಷ್ಟು ಕಾದಂಬರಿಗಳು. ತೊಟ್ಟಿಲ ತೂಗಿತು, ರೂಪಸಿ, ಗಿರಿಮಲ್ಲಿಗೆಯ ನಂದನದಲ್ಲಿ ಇತ್ಯಾದಿ ಕಥಾಸಂಕಲನಗಳು. ನಾಟಕ, ಜೀವನಚರಿತ್ರೆ. ಅನುವಾದಗಳು-- ಇತರ ಗ್ರಂಥಗಳು. ನಿಯೋಗವೊಂದರಲ್ಲಿ ಪೂರ್ವಜರ್ಮನಿಗೆ ಹೋಗಿ ಬಂದಿದರು. 'ದುರ್ಗಾಸ್ತಮಾನ' ಕಾದಂಬರಿಗೆ ಮರಣೋತ್ತರ ಪ್ರಶಸ್ತಿ ಬಂದಿದೆ (1985).

ಕೆ.ಎಸ್. ನಿರಂಜನ (ನಿರಂಜನ)

ಜನನ : 1923. ಊರು: ದಕ್ಷಿಣ ಕನ್ನಡ ಜಿಲ್ಲೆಯ ಕುಳಕುಂದ. ಈಗ ಬೆಂಗಳೂರಿನ ಜಯನಗರದ 5ನೇ ಬ್ಲಾಕಿನ (7ನೇ ಮುಖ್ಯ ರಸ್ತೆ) 515, 'ಕಥೆ' ಯಲ್ಲಿ ವಾಸ. ಅವರ ಮೊದಲ ಕಾದಂಬರಿ 'ವಿಮೋಚನೆ' ರಷ್ಯನ್ ಭಾಷೆಯಲ್ಲಿ ಅನುವಾದಿತವಾಗಿ ಪ್ರಕಟವಾದ ಮೊತ್ತಮೊದಲ ಕನ್ನಡ ಪುಸ್ತಕ. 1974 ರ ಸೋವಿಯತ್ ಲ್ಯಾಂಡ್ ನೆಹರೂ ಪುರಸ್ಕಾರ 'ಚಿರಸ್ಮರಣೆ' ಕಾದಂಬರಿಗೆ ದೊರೆತಿದೆ. ಏಳು ಸಂಪುಟಗಳಲ್ಲಿ ಪ್ರಕಟವಾದ 'ಜ್ಞಾನ ಗಂಗೋತ್ರಿ'ಯ (ಮಕ್ಕಳ ವಿಶ್ವಕೋಶ) ಹಾಗೂ ಇಪ್ಪತ್ತೈದು ಸಂಪುಟಗಳ ವಿಶ್ವಕಥಾಕೋಶದ ಪ್ರಧಾನ ಸಂಪಾದಕರಾಗಿದ್ದರು. ಗ್ರಂಥಗಳು: ನಾಸ್ತಿಕ ಕೊಟ್ಟ ದೇವರು, ಒಂಟಿ ನಕ್ಷತ್ರ ನಕ್ಕಿತು, ಅನ್ನಪೂರ್ಣಾ, ರಕ್ತ ಸರೋವರ, ವಾರದ ಹುಡುಗ ಇತ್ಯಾದಿ ಕಥಾಸಂಕಲನಗಳು, ಅಭಯಾಶ್ರಮ, ಚಿರಸ್ಮರಣೆ, ದೂರದ ನಕ್ಷತ್ರ, ರಂಗಮ್ಮನ ವಠಾರ, ಮೃತ್ಯುಂಜಯ ಇತ್ಯಾದಿ ಕಾದಂಬರಿಗಳು.

ಡಾ. ಬಿ.ಸಿ. ರಾಮಚಂದ್ರ ಶರ್ಮ

ಜನನ: 1925, ಬೆಂಗಳೂರು. ಬಾಲ್ಯ ಮುಂಬಯಿ ಮತ್ತು ಬೆಂಗಳೂರುಗಳಲ್ಲಿ. ಬೆಂಗಳೂರಿನ ಸೆಂಟ್ರಲ್ ಕಾಲೇಜ್, ಲಂಡನ್ ಯೂನಿವರ್ಸಿಟಿಯ ಕಾಲೇಜು

ಗಳಲ್ಲಿ ವಿದ್ಯಾಭ್ಯಾಸ. ಗ್ರಂಥಗಳು : ಮಂದಾರ ಕುಸುಮ, ಏಳನೇ ಜೀವ, ಬೆಳಗಾಯಿತು (ಕಥಾಸಂಕಲನಗಳು), ಏಳು ಸುತ್ತಿನ ಕೋಟೆ, ಬಾವಿ ನೀಡಿದ ಸ್ಫೂರ್ತಿ, ಹೃದಯಗೀತೆ, ಹೇಸರಗತ್ತೆ, ಬ್ರಾಹ್ಮಣ ಹುಡುಗ, ಮಾತು-ಮಾಟ (ಕವನಸಂಕಲನಗಳು). ಈ ಶತಮಾನದ ನೂರು ಇಂಗ್ಲಿಷ್ ಕವನಗಳು (ಅನುವಾದ) Gestures (ಇಂಗ್ಲಿಷ್‌ನಲ್ಲಿ ಕವನ ಸಂಕಲನ), ಸೆರಗಿನ ಕೆಂಡ, ನೆರಳು, ಬಾಳ ಸಂಜೆ, ನೀಲಿ ಕಾಗದ, ವೈತರಣಿ (ನಾಟಕಗಳು). ವಿಳಾಸ : 222, 39 ನೇ 'ಸಿ' ಕ್ರಾಸ್, 5 ನೇ ಬ್ಲಾಕ್, ಜಯನಗರ, ಬೆಂಗಳೂರು-560041.

ಯಶವಂತ ಚಿತ್ತಾಲ

ಜನನ : ಆಗಸ್ 3, 1928, ಉತ್ತರ ಕನ್ನಡ ಜಿಲ್ಲೆಯ ಹನೇಹಳ್ಳಿ. ಈಗ ಮುಂಬಯಿಯ ಮಾರ್ಕೆಟಿಂಗ್ ಬಕೆಲಾಯಿಟ್ ಹೈಲಾಮ್‌ಲಿಮಿಟೆಡ್‌ನಲ್ಲಿ ಜನರಲ್ ಮೇನೇಜರ್. ಬಿ.ಎಸ್‌ಸಿ (ಆನರ್ಸ್) ಬಿ.ಎಸ್‌ಸಿ (ಟೆಕ್) ಅಮೆರಿಕಾದ ಎಂ.ಇ. (ಕೆಮ್) ಪದವಿಗಳು. ಗ್ರಂಥಗಳು: ಸಂದರ್ಶನ, ಆಬೋಲಿನ ಆಟ, ಕಥೆಯಾದಳು ಹುಡುಗಿ, ಬೇನ್ಯಾ, (ಕಥಾಸಂಕಲನಗಳು) ಮೂರು ದಾರಿಗಳು, ಶಿಕಾರಿ, ವೇದ (ಕಾದಂಬರಿಗಳು), 'ಶಿಕಾರಿ' ಕಾದಂಬರಿಗೆ ರಾಜ್ಯಸಾಹಿತ್ಯ ಅಕಾಡೆಮಿ (1980) 'ಕಥೆಯಾದಳು ಹುಡುಗಿ' ಕಥಾಸಂಕಲನಕ್ಕೆ ಕೇಂದ್ರ ಸಾಹಿತ್ಯ ಅಕಾಡೆಮಿ ಪ್ರಶಸ್ತಿಗಳನ್ನು ಪಡೆದಿದ್ದಾರೆ. 'ಸೃಜನಶೀಲತೆ ಮತ್ತು ನಾನು' ಅವರ ವೈಚಾರಿಕ ಕೃತಿ. ವಿಳಾಸ ; 2 ಬ್ಯಾಂಡ್ ಸ್ಟ್ಯಾಂಡ್ ಎಪಾರ್ಟ್‌ಮೆಂಟ್ಸ್, 212-ಎ. ಬ್ಯಾಂಡ್ ಸ್ಟ್ಯಾಂಡ್, ಬಾಂದ್ರಾ, ಮುಂಬಯಿ-400050.

ಡಾ. ಎ.ಕೆ. ರಾಮಾನುಜನ್

ಜನನ : 1929, ಮೈಸೂರು. ಮೈಸೂರು ವಿಶ್ವವಿದ್ಯಾನಿಲಯ, ಪೂಣೆಯ ಡೆಕ್ಕನ್ ಕಾಲೇಜುಗಳಲ್ಲಿ ವಿದ್ಯಾಭ್ಯಾಸ. ಇಂಡಿಯಾನಾ ವಿಶ್ವವಿದ್ಯಾಲಯದ ಪಿ.ಎಚ್.ಡಿ. ಪದವಿ (1963). ಈಗ ಚಿಕಾಗೋ ವಿಶ್ವವಿದ್ಯಾಲಯದಲ್ಲಿ ದ್ರಾವಿಡ ಅಧ್ಯಯನದ ಪ್ರಾಧ್ಯಾಪಕ. ಹೊಕ್ಕುಳಲ್ಲಿ ಹೂವಿಲ್ಲ ಮತ್ತು ಇತರ ಪದ್ಯಗಳು (ಕವನ ಸಂಕಲನಗಳು) ಮತ್ತೊಬ್ಬನ ಆತ್ಮಚರಿತ್ರೆ (ಕಾದಂಬರಿ) ಹಳದಿ ಮೀನು (ಅನುವಾದಿತ ಕಾದಂಬರಿ) ಗಾದೆಗಳು-ಕನ್ನಡ ಗ್ರಂಥಗಳು. The

Striders, Relation (ಕವನ ಸಂಕಲನಗಳು). Speaking of Shiva, The Interior Landscape ಇತರ ಕೆಲವು ಇಂಗ್ಲೀಷ್ ಪ್ರಕಟನೆಗಳು. ಯು.ಎಸ್.ಎ. ರಾಷ್ಟ್ರದ ಪ್ರತಿಷ್ಠಿತ ಮೆಕಾರ್ತರ್ ಪ್ರಶಸ್ತಿ (1983), ಭಾರತ ಸರಕಾರದಿಂದ ಪದ್ಮಶ್ರೀ ಪ್ರಶಸ್ತಿ ಪಡೆದಿದ್ದಾರೆ.

ಡಾ. ಶಾಂತಿನಾಥ ದೇಸಾಯಿ

ಜನನ : ಜುಲೈ 22, 1929, ಉತ್ತರ ಕನ್ನಡ ಜಿಲ್ಲೆಯ ಹಳಿಯಾಳ. ಮುಂಬಯಿ ವಿಶ್ವವಿದ್ಯಾಲಯದ ಎಂ.ಎ. ಮತ್ತು ಪಿ.ಎಚ್.ಡಿ. ಪದವಿ. ಈಗ ಶಿವಾಜಿ ವಿಶ್ವವಿದ್ಯಾಲಯದಲ್ಲಿ (ಕೊಲ್ಲಾಪುರ-ಮಹಾರಾಷ್ಟ್ರ) ಇಂಗ್ಲೀಷ್ ಪ್ರಾಧ್ಯಾಪಕ ಮತ್ತು ಇಲಾಖೆಯ ಮುಖ್ಯಸ್ಥ. ಆ ಮೊದಲು ಕರ್ನಾಟಕ ವಿಶ್ವವಿದ್ಯಾಲಯದಲ್ಲಿ ರೀಡರ್ ಆಗಿದ್ದರು. ಗ್ರಂಥಗಳು : ಮಂಜುಗಡ್ಡೆ, ಕ್ಷಿತಿಜ, ದಂಡೆ, ರಾಕ್ಷಸ (ಕಥಾಸಂಕಲನಗಳು). ಮುಕ್ತಿ, ವಿಕ್ಷೇಪ, ಸೃಷ್ಟಿ, ಬೀಜ, (ಕಾದಂಬರಿಗಳು). Experimentation With Language in Indian Writing in English (Fiction) ಸಂಪಾದಿತ ಗ್ರಂಥ Critical Essays in Indian Writing in English, The Image of Indian in Western Creative Writing-ಇತರರೊಂದಿಗೆ ಸಂಪಾದಿತ ಗ್ರಂಥಗಳು.

ಡಾ. ಯು.ಆರ್. ಅನಂತಮೂರ್ತಿ

ಜನನ : ಡಿಸೆಂಬರ್ 21, 1932; ಶಿವಮೊಗ್ಗ ಜಿಲ್ಲೆಯ ತೀರ್ಥಹಳ್ಳಿ ತಾಲೂಕಿನ ಮೇಳಿಗೆ. ಮೈಸೂರು ವಿಶ್ವವಿದ್ಯಾನಿಲಯದ ಎಂ.ಎ. (ಇಂಗ್ಲೀಷ್) ಬರ್ಮಿಂಗ್‌ಹ್ಯಾಮ್‌ನಲ್ಲಿ ರಿಚರ್ಡ್ ಹಾಗರ್ಟ್‌ರ ಮಾರ್ಗದರ್ಶನದಲ್ಲಿ ಪಿ.ಎಚ್.ಡಿ. ಮೈಸೂರು ವಿಶ್ವವಿದ್ಯಾನಿಲಯದ ಮಾನಸ ಗಂಗೋತ್ರಿಯ ಸ್ನಾತಕೋತ್ತರ ವಿಭಾಗದ ಪ್ರೊಫೆಸರ್ (ಇಂಗ್ಲೀಷ್) ಆಗಿದ್ದಾರೆ. ಹೋಮಿ ಬಾಬಾ ಫೆಲೋಶಿಪ್ ಪಡೆದಿದ್ದರು. (1972-1974). ಅಯೋವಾದಲ್ಲಿ ನಡೆದ World Writers' Meet ನಲ್ಲಿ ಪ್ರಾಧ್ಯಾಪಕ (1974) ಹಾಗೂ ಅಲ್ಲಿಯೇ ಐಡಾಬೀಮ್ ಸಂದರ್ಶಕ ಪ್ರಾಧ್ಯಾಪಕರೆಂದು (1985) ಆಹ್ವಾನಿತರಾಗಿದ್ದರು. ಇಂಡಿಯನ್ ಕೌನ್ಸಿಲ್ ಫಾರ್ ಕಲ್ಚರಲ್ ರಿಲೇಶನ್ಸ್ ವತಿಯಿಂದ ರಶಿಯಾ, ಪಶ್ಚಿಮ ಜರ್ಮನಿ.

ಹಂಗೆರಿ, ಫ್ರಾನ್ಸ್ (1980) ದೇಶಗಳಿಗೆ ಭೇಟಿ ಕೊಟ್ಟಿದ್ದರು. ಗ್ರಂಥಗಳು : ಎಂದೆಂದೂ ಮುಗಿಯದ ಕಥೆ, ಪ್ರಶ್ನೆ, ಮೌನಿ, ಆಕಾಶ ಮತ್ತು ಬೆಕ್ಕು (ಕಥಾಸಂಕಲನಗಳು). ಸಂಸ್ಕಾರ, ಭಾರತೀಪುರ, ಅವಸ್ಥೆ (ಕಾದಂಬರಿಗಳು). ಸಂಸ್ಕಾರ ಹಲವು ದೇಶೀಯ ಮತ್ತು ವಿದೇಶೀಯ ಭಾಷೆಗಳಿಗೆ ಅನುವಾದವಾಗಿದೆ. ಪ್ರಜ್ಞೆ ಮತ್ತು ಪರಿಸರ, ಸನ್ನಿವೇಶ, ಸಮಕ್ಷಮ (ವಿಮರ್ಶ ಗ್ರಂಥಗಳು). ಒಂದು ನಾಟಕ, ಒಂದು ಕವನ ಸಂಕಲನ, ನ್ಯಾಷನಲ್ ಬುಕ್ ಟ್ರಸ್ಟ್, ಇಂಡಿಯಾ ಪ್ರಕಟಿಸಿದ 'ಕನ್ನಡ ಕಾವ್ಯ ಸಂಗ್ರಹ' (ಸಂಕಲನ-1973). 'ಸಂಸ್ಕಾರ' ಕಾದಂಬರಿ ಮತ್ತು 'ಘಟಶ್ರಾದ್ಧ' ಸಣ್ಣ ಕಥೆ ಆಧಾರಿತ ಚಲನ ಚಿತ್ರಗಳು ರಾಷ್ಟ್ರಪತಿಗಳ ಸ್ವರ್ಣ ಕಮಲ ಪ್ರಶಸ್ತಿ ಪಡೆದಿವೆ. 'ರುಜುವಾತು' ಪತ್ರಿಕೆಯ ಸಂಪಾದಕ.

ರಾಘವೇಂದ್ರ ನಾರಾಯಣ ಖಾಸನೀಸ

ಜನನ : ಮಾರ್ಚ 2, 1933, ಬಿಜಾಪುರ ಜಿಲ್ಲೆಯ ಇಂಡಿ. ಮುಂಬಯಿ ವಿಶ್ವವಿದ್ಯಾಲಯದ ಎಂ.ಎ. (ಇಂಗ್ಲೀಷ್). ಡಿಪ್ಲೂಮಾ ಇನ್ ಲೈಬ್ರರಿಯನ್‌ಶಿಪ್ ಪದವಿಗಳು. 'ಖಾಸನೀಸರ ಕಥೆಗಳು' (ಕಥಾಸಂಕಲನ). ಈಗ ಬೆಂಗಳೂರು ವಿಶ್ವವಿದ್ಯಾಲಯದ ಅಸಿಸ್ಟೆಂಟ್ ಲೈಬ್ರರಿಯನ್. ಸೇವೆ ಸಲ್ಲಿಸಿದ ಇತರ ಸ್ಥಳಗಳು: ಮುಂಬಯಿ, ಪುಣೆ, ವಲ್ಲಭವಿದ್ಯಾನಗರ-ಆನಂದ.

ಕೆ. ಸದಾಶಿವ

ಜನನ : ಮೇ 1934; ಮರಣ : ಮೇ 1977. ಚಿಕ್ಕಮಗಳೂರು ಜಿಲ್ಲೆಯವರು. ಮೈಸೂರು ವಿಶ್ವವಿದ್ಯಾನಿಲಯದ ಎಂ.ಎಸ್‌ಸಿ. (ಪ್ರಾಣಿಶಾಸ್ತ್ರ) ಪದವಿ. ನಲ್ಲಿಯಲ್ಲಿ ನೀರು ಬಂದಿತು (1957), ಅಪರಿಚಿತರು (1971)-ಕಥಾಸಂಕಲನಗಳು. ಕೊನೆಯ ಸಂಕಲನಕ್ಕೆ 1972ರ ರಾಜ್ಯ ಪ್ರಶಸ್ತಿ, 'ನಲ್ಲಿಯಲ್ಲಿ ನೀರು ಬಂದಿತು' ಪುಣೆಯ ಫಿಲ್ಮ್ ಇನ್‌ಸ್ಟಿಟ್ಯೂಟಿನವರು ಚಲನಚಿತ್ರವಾಗಿಸಿದ್ದಾರೆ.

ಟಿ.ಜಿ. ರಾಘವ

ಜನನ : ಮಾರ್ಚ 28, 1935. ಈಗ ಬೆಂಗಳೂರಿನ

ಎಂ. ಇ. ಎಸ್. ಕಾಲೇಜಿನಲ್ಲಿ ಇಂಗ್ಲೀಷ್ ಅಧ್ಯಾಪಕರು. ಕರ್ನಾಟಕ ವಿಶ್ವವಿದ್ಯಾಲಯದ ಎಂ.ಎ. (ಇಂಗ್ಲೀಷ್-ಭಾಷಾವಿಜ್ಞಾನ) ಪದವಿ (1971). ಕೆಲವು ಕಾಲ 'ವಿಶ್ವಕರ್ನಾಟಕ' ದಿನಪತ್ರಿಕೆಯ ಉಪಸಂಪಾದಕ (1967-71). ಜ್ವಾಲೆ ಆರಿತು (ಕಥಾಸಂಕಲನ), ಮನೆ (ಕಾದಂಬರಿ).

ಪಿ. ಲಂಕೇಶ್

ಜನನ: ಮಾರ್ಚಿ 8, 1935. ಶಿವಮೊಗ್ಗ ಜಿಲ್ಲೆಯ ಕೊನಗವಳ್ಳಿ. ಮೈಸೂರು ವಿಶ್ವವಿದ್ಯಾನಿಲಯದ ಎಂ.ಎ. (ಇಂಗ್ಲೀಷ್) ಪದವಿ (1959). ಗ್ರಂಥಗಳು: ಕೆರೆಯ ನೀರನು ಕೆರೆಗೆ ಚೆಲ್ಲಿ, ನಾನಲ್ಲಿ, ಉಮಾಪತಿಯ ಸ್ಕಾಲರ್‌ಶಿಪ್ ಯಾತ್ರೆ (ಕಥಾಸಂಕಲನಗಳು), ಬಿಚ್ಚು, ತಲೆಮಾರು (ಕವನಸಂಕಲನಗಳು) ಅಕ್ಷರ ಹೊಸಕಾವ್ಯ (ಸಂಪಾದಿತ ಕಾವ್ಯಸಂಚಯ) ಬಿರುಕು, ಮುಸ್ಸಂಜೆಯ ಕಥಾ ಪ್ರಸಂಗ (ಕಾದಂಬರಿಗಳು). ಏಳು ನಾಟಕಗಳು, ಸಂಕ್ರಾಂತಿ, (ನಾಟಕಗಳು). ಪ್ರಸ್ತುತ, ಕಂಡದ್ದು ಕಂಡ ಹಾಗೆ (ವಿಮರ್ಶಾಗ್ರಂಥಗಳು). ಈಗ 'ಲಂಕೇಶ್ ಪತ್ರಿಕೆ'ಯ ಸಂಪಾದಕ ಮತ್ತು ಪ್ರಕಾಶಕ.

ಕೆ.ಪಿ. ಪೂರ್ಣಚಂದ್ರ ತೇಜಸ್ವಿ

ಜನನ: 1939. ಮೈಸೂರು. ಮೈಸೂರು ವಿಶ್ವವಿದ್ಯಾನಿಲಯದ ಎಂ.ಎ. (ಕನ್ನಡ) ಪದವಿ (1961). ವಿಳಾಸ: ಚಿಕ್ಕಮಗಳೂರು ಜಿಲ್ಲೆಯ ಮೂಡಿಗೆರೆ ಹ್ಯಾಂಡ್ ಪೋಸ್ಟ್. ಗ್ರಂಥಗಳು: ಹುಲಿಯೂರಿನ ಸರಹದ್ದು, ಅಬಚೂರಿನ ಪೋಸ್ಟಾಫೀಸು (ಕಥಾಸಂಕಲನಗಳು). ಸ್ವರೂಪ, ನಿಗೂಢ ಮನುಷ್ಯರು, ಕರ್ವಾಲೊ, ಚಿದಂಬರ ರಹಸ್ಯ (ಕಾದಂಬರಿಗಳು). ಯಮಳ ಪ್ರಶ್ನೆ (ನಾಟಕ). ಬೃಹನ್ನಳೆ ಸೋಮುವಿನ ಸ್ವಗತಲಹರಿ (ಕವನ ಸಂಕಲನ), ವ್ಯಕ್ತಿ ವಿಶಿಷ್ಟ ಸಿದ್ಧಾಂತ (ವಿಚಾರ). ರಾಜ್ಯ ಸಾಹಿತ್ಯ ಅಕಾಡೆಮಿಯಿಂದ 'ಕರ್ವಾಲೊ' ಕಾದಂಬರಿಗೆ ಪ್ರಶಸ್ತಿ (1981) ಬಂದಿದೆ.

ಜಿ. ಎಸ್. ಸದಾಶಿವ

ಜನನ : 1940, ಶಿವಮೊಗ್ಗ ಜಿಲ್ಲೆಯ ಸಾಗರ ತಾಲೂಕಿನ ಗುಂಡುಮನೆ. ಊರು : ಈಗ ಅದೇ ತಾಲೂಕಿನ ಹೊಗೊಪ್ಪಲು. ಮೈಸೂರು ವಿಶ್ವವಿದ್ಯಾನಿಲಯದ ಎಂ.ಎ. (ರಾಜ್ಯಶಾಸ್ತ್ರ) ಪದವಿ. ಈಗ ಬೆಂಗಳೂರಿನ 'ಪ್ರಜಾವಾಣಿ' ಬಳಗದ 'ಮಯೂರ' ಮಾಸಪತ್ರಿಕೆಯ ಸಂಪಾದಕ. ಮಗುವಾಗಿ ಬಂದವನು, ತುಣುಕುಗಳು, ನಂ ಕವಲಿ ಕಂಡ್ರಾ-ಕಥಾಸಂಕಲನಗಳು.

ರಾಜಶೇಖರ ನೀರಮಾನ್ವಿ

ಜನನ : ಮಾರ್ಚ್ 5, 1942. ಊರು : ರಾಯಚೂರು ಜಿಲ್ಲೆಯ ನೀರಮಾನ್ವಿ. ಕರ್ನಾಟಕ ವಿಶ್ವವಿದ್ಯಾನಿಲಯದ ಎಂ.ಎಸ್‌ಸಿ. (ಎಪ್ಲಾಯ್ಡ್ ಜಿಯಾಲಜಿ) ಪದವಿ. ಈಗ ಬಳ್ಳಾರಿಯ ವೀರಶೈವ ಕಾಲೇಜಿನಲ್ಲಿ ಭೂವಿಜ್ಞಾನದ ಅಧ್ಯಾಪಕ. ಕೃತಿ : ಹಂಗಿನರಮನೆಯ ಹೊರಗೆ (ಕಥಾಸಂಕಲನ).

ಡಾ. ವೀಣಾ ಎಲಬುರ್ಗಿ

ಜನನ : ಫೆಬ್ರುವರಿ 22, 1945, ಧಾರವಾಡ. ಕರ್ನಾಟಕ ವಿಶ್ವವಿದ್ಯಾಲಯದ ಎಂ.ಎ. (ಇಂಗ್ಲೀಷ್) ಹಾಗೂ ಡಿಪ್ಲೊಮಾ ಇನ್ ಟೀಚಿಂಗ್, ಪಿ.ಎಚ್.ಡಿ. ಪದವಿ. ಈಗ ಧಾರವಾಡದ ಕರ್ನಾಟಕ ಕಾಲೇಜಿನಲ್ಲಿ ಇಂಗ್ಲೀಷ್ ಸೀನಿಯರ್ ಲೆಕ್ಚರರ್. ಮುಳ್ಳುಗಳು, ಕವಲು, ಕೊನೆಯ ದಾರಿ, ಹಸಿವು (ಕಥಾಸಂಕಲನಗಳು) ಗಂಡಸರು, ಶೋಷಣೆ ಬಂಡಾಯ ಇತ್ಯಾದಿ (ಕಾದಂಬರಿಗಳು).

ಶ್ರೀಕೃಷ್ಣ ಆಲನಹಳ್ಳಿ

ಜನನ : 1945, ಮೈಸೂರು ಜಿಲ್ಲೆಯ ಹೆಗ್ಗಡದೇವನಕೋಟೆ ತಾಲೂಕಿನ ಆಲನಹಳ್ಳಿ. ಮೈಸೂರು ವಿಶ್ವವಿದ್ಯಾನಿಲಯದ ಎಂ.ಎ. (ಕನ್ನಡ) ಪದವಿ. ಸುಮಾರು ಐದು ವರ್ಷಗಳ ಕಾಲ ಮೈಸೂರು ವಿಶ್ವವಿದ್ಯಾನಿಲಯದ ಕಾಲೇಜುಗಳಲ್ಲಿ ಕನ್ನಡ ಅಧ್ಯಾಪಕ. ಈಗ ಖಾಸಗಿ ಉದ್ಯಮ. ರಾಷ್ಟ್ರಮಟ್ಟದಲ್ಲಿ

1973 ರಲ್ಲಿ ದ್ವಿತೀಯ ಬಹುಮಾನವನ್ನು ಪಡೆದ, ಗಿರೀಶ ಕರ್ನಾಡರು ನಿರ್ದೇಶಿಸಿದ 'ಕಾಡು' ಚಿತ್ರ ಇವರ 'ಕಾಡು' ಕಾದಂಬರಿಯನ್ನು ಆಧರಿಸಿದ್ದು. 'ಕಾಡು' ಹಲವು ಭಾಷೆಗಳಿಗೆ ಭಾಷಾಂತರಗೊಂಡಿದೆ. ಇತರ ಗ್ರಂಥಗಳು: ಮಣ್ಣಿನ ಹಾಡು, ಕಾಡುಗಿಡದ ಹಾಡುಪಾಡು, ಡೋಗ್ರಾ ಪಹಾಡೀ ಗೀತಗಳು, ಪ್ರಕಟಿಸಲಾಗದ ಪದ್ಯಗಳು (ಕವನ ಸಂಕಲನಗಳು) ಮಣ್ಣಿನ ಹಾಡು ರಾಜ್ಯ ಪ್ರಶಸ್ತಿ ಪಡೆದಿದೆ. ತಪ್ತ, ಫೀನಿಕ್ಸ್-ಕಥಾಸಂಕಲನಗಳು. ಕಾಡು, ಪರಸಂಗದ ಗೆಂಡೆತಿಮ್ಮ, ಭುಜಂಗಯ್ಯನ ದಶಾವತಾರ, ಗೋಡೆ (ಕಾದಂಬರಿಗಳು). ಅವಲೋಕನ, ಗ್ರಾಮಾಯಣ–ಸಮೀಕ್ಷೆ-ಸಂಪಾದಿತ ಗ್ರಂಥಗಳು. ಕೆಲವು ಕಾಲ ದ್ವೈಮಾಸಿಕ ಸಾಹಿತ್ಯಪತ್ರಿಕೆ 'ಸಮೀಕ್ಷಕ'ದ ಸಂಪಾದಕ ಮತ್ತು ಪ್ರಕಾಶಕ (1965-66).

ದೇವನೂರ ಮಹಾದೇವ

ಜನನ. 1949, ಮೈಸೂರು ಜಿಲ್ಲೆಯ ನಂಜನಗೂಡು ತಾಲೂಕಿನ ದೇವನೂರು. ಮೈಸೂರು ವಿಶ್ವವಿದ್ಯಾನಿಲಯದ ಎಂ.ಎ. (ಕನ್ನಡ) ಪದವಿ (1974). 'ನರ' ಪತ್ರಿಕೆಯ ಸಂಪಾದಕರಾಗಿದ್ದರು. (1972–74). ದ್ಯಾವನೂರು ಕಥಾಸಂಕಲನ (1973), ಒಡಲಾಳ, ಕುಸುಮಬಾಲೆ (ಕಾದಂಬರಿಗಳು), 'ಒಡಲಾಳ' ಕಾದಂಬರಿಗೆ ಕಲಕತ್ತಾದ ಭಾರತೀಯ ಭಾಷಾ ಪರಿಷತ್ತಿನ ಪ್ರಶಸ್ತಿ (1984) ಬಂದಿದೆ. ಗಾಂಧಿ ಮತ್ತು ಮಾವೊ-ಅನುವಾದ. ಈಗ ಮೈಸೂರಿನ ಸೆಂಟ್ರಲ್ ಇನ್‌ಸ್ಟಿಟ್ಯೂಟ್ ಆಫ್ ಇಂಡಿಯನ್ ಲಾಂಗ್ವೇಜಸ್‌ನಲ್ಲಿ ಅಧ್ಯಾಪಕ. ವಿಳಾಸ: 53. ಎ ಮತ್ತು ಬಿ ಬ್ಲಾಕ್, ಕುವೆಂಪುನಗರ, ಮೈಸೂರು–570 023

ಸಂಚಯಕಾರನ ವಿಳಾಸ:

ಜಿ. ಎಚ್. ನಾಯಕ್

487, 'ಪ್ರೀತಿ', ಕಾಮಾಕ್ಷಿ ಆಸ್ಪತ್ರೆ ಹಿಂಭಾಗ,
ಕುವೆಂಪು ನಗರ ಮೈಸೂರು-570009

Printed at : Magic International Pvt. Ltd., Greater Noida